പ്രകൃതിയുടെ വൈരുദ്ധ്യാത്മകത

prakruthiyude vairuddyathmakatha

•

frederick engles

•

first edition
februrary 2012

•

typesetting
megha

•

published
chintha publishers, thiruvananthapuram

•

•

cover
vinod

•

price
rupees two hundred and fifty only

വിതരണം

ദേശാഭിമാനി ബുക്ക് ഹൗസ്

H O തിരുവനന്തപുരം–695 035
www.chinthapublishers.com
chinthapublishers@gmail.com

ബ്രാഞ്ചുകൾ

ഹെഡ്ഡാഫീസ് കുന്നുകുഴി • ഓവർബ്രിഡ്ജ് തിരുവനന്തപുരം • കെ എസ് ആർ ടി സി ബസ് സ്റ്റേഷൻ ആലപ്പുഴ • കെ എസ് ആർ ടി സി ബസ് സ്റ്റേഷൻ എറണാകുളം • മച്ചിങ്ങൽ ലെയ്ൻ തൃശൂർ • ഐ ജി റോഡ് കോഴിക്കോട് • കെ എസ് ആർ ടി സി ബസ് സ്റ്റേഷൻ കോഴിക്കോട് • എൻ ജി ഒ യൂണിയൻ ബിൽഡിങ് കണ്ണൂർ • സെൻട്രൽ ബസ് ടെർമിനൽ കോംപ്ലക്സ് താവക്കര കണ്ണൂർ

CO - 1698 / 2849

പ്രകൃതിയുടെ വൈരുധ്യാത്മകത

ഫ്രഡറിക് എംഗൽസ്

ചിന്ത പബ്ലിഷേഴ്സ്
തിരുവനന്തപുരം-695 035
വില : ₹ 250

ഫ്രഡറിക് എംഗൽസ്

ഉള്ളടക്കം

പ്ലാനിന്റെ രൂപരേഖകൾ
(പൊതുപ്ലാനിന്റെ രൂപരേഖ[1])

1 ചരിത്രപരമായ മുഖവുര: പ്രകൃതിശാസ്ത്രത്തിന്റെ വികാസഫലമായി അതിൽ അതിഭൗതികവാദപരമായ വീക്ഷണം അസാധ്യമായിത്തീർന്നിരിക്കുന്നു.

2 ജർമനിയിൽ ഹെഗലിനുശേഷം സിദ്ധാന്തത്തിന്റെ വികാസഗതി (പഴയ മുഖവുര).[2] അബോധപൂർവമായും അതുകൊണ്ടുതന്നെ പരസ്പരവിരുദ്ധമായും മന്ദഗതിയിലും വൈരുധ്യവാദത്തിലേക്കുള്ള തിരിച്ചുവരവ് നടക്കുന്നു.

3 വൈരുധ്യവാദം സാർവത്രികമായ പരസ്പരസംബന്ധത്തിന്റെ ശാസ്ത്രമെന്ന നിലയ്ക്ക്. മുഖ്യനിയമങ്ങൾ: അളവിന്റെയും ഗുണത്തിന്റെയും രൂപാന്തരണം – ധ്രുവസ്ഥവിപരീതങ്ങളുടെ പരസ്പരവേധനവും, പരമസീമയിലേക്കെത്തിക്കുമ്പോൾ ഒന്നു മറ്റൊന്നായി മാറലും – വൈരുധ്യത്തിലൂടെയുള്ള വികാസം, അഥവാ നിഷേധത്തിന്റെ നിഷേധം – വികാസത്തിന്റെ സർപ്പിലരൂപം.

4 ശാസ്ത്രങ്ങളുടെ അന്യോന്യബന്ധം. ഗണിതശാസ്ത്രം, ബലതന്ത്രം, ഭൗതികം, രസതന്ത്രം, ജീവശാസ്ത്രം. സാൻ സിമോൻ (കോന്ത്). ഹെഗൽ.

5 ഓരോരോ ശാസ്ത്രങ്ങളേയും അവയുടെ വൈരുധ്യാത്മക ഉള്ളടക്കത്തേയുംകുറിച്ചുള്ള സംക്ഷിപ്തവിവരണങ്ങൾ:

   1 ഗണിതശാസ്ത്രം: വൈരുധ്യാത്മക സഹായികളും വ്യഞ്ജകങ്ങളും. ഗണിതീയ അനന്തം യഥാർഥത്തിൽ നിലനിൽക്കുന്നു.

   2 ഖഗോളീയ ബലതന്ത്രം – ഇപ്പോൾ ഒരു പ്രക്രിയയായി വിയോജിക്കപ്പെടുന്നു. ബലതന്ത്രം: ആരംഭബിന്ദു ജഡത്വമായിരുന്നു. ചല

നത്തിന്റെ അവിനാശ്യതയുടെ നിഷേധാത്മകമായ പ്രകാശനം മാത്രമാണ് അത്.

3 ഭൗതികം – തന്മാത്രീയ ചലനങ്ങളുടെ അന്യോന്യപരിവർത്തനങ്ങൾ. കൗസിയസ്സും ലോഷ്മിഡ്റ്റും.

4 രസതന്ത്രം: സിദ്ധാന്തങ്ങൾ, ഊർജം

5 ജീവശാസ്ത്രം: ഡാർവിനിസം. ആവശ്യകതയും യാദൃച്ഛികതയും.

6 വിജ്ഞാനത്തിന്റെ പരിമിതികൾ. ദുബുവാറെയ്മോനും നെഗേലിയും.[3] – ഹെംഹോൽറ്റ്സ്, കാന്റ്, ഹ്യൂം.

7 ബലകൃതസിദ്ധാന്തം. ഹെക്കൽ[4]

8 പ്ലാസ്റ്റിഡ്യൂളിന്റെ ജീവാത്മാവ് – ഹെക്കലും നെഗേലിയും.[5]

9 ശാസ്ത്രവും ബോധനവും – വിർഹൊവ്.[6]

10 കോശാവസ്ഥ –വിർഹൊവ്.[7]

11 ഡാർവിനിയൻ രാഷ്ട്രീയവും സമൂഹസിദ്ധാന്തവും – ഹെക്കലും ഷ്മിഡ്റ്റും.[8] –അധ്വാനത്തിലൂടെ മനുഷ്യൻ വേർതിരിക്കപ്പെടുന്നു.– പ്രകൃതിശാസ്ത്രത്തിൽ ധനശാസ്ത്രം പ്രയോഗിക്കൽ, ഹെംഹോൽറ്റ്സിന്റെ "പ്രവൃത്തി" (*ലഘുപ്രഭാഷണങ്ങൾ*, 11).[9]

(പ്ലാനിന്റെ ഒരു ഭാഗത്തിന്റെ രൂപരേഖ)[10]

1. ചലനം പൊതുവിൽ.
2. ആകർഷണവും വികർഷണവും. ചലനത്തിന്റെ സ്ഥാനാന്തരണം.
3. ഊർജസംരക്ഷണനിയമം ഇതിനു ബാധകമാക്കൽ – വികർഷണം + ആകർഷണം – വികർഷണം കൂട്ടിച്ചേർക്കൽ = ഊർജം.
4. ഗുരുത്വാകർഷണം – ഖഗോളവസ്തുക്കൾ – ഭൗമബലതന്ത്രം.
5. ഭൗതികം. ചൂട്. വിദ്യുച്ഛക്തി.
6. രസതന്ത്രം
7. ചുരുക്കം.
   (a) 4 –നുമുമ്പ്: ഗണിതം. അനന്തരേഖ. +, – ഇവ രണ്ടും തുല്യമാണ്.
   (b) ജ്യോതിശാസ്ത്രത്തിൽ: വേലിയേറ്റവും ഇറക്കവും നടത്തുന്ന പ്രവൃത്തി. ഹെംഹോൽറ്റ്സിന്റെ കൃതിയുടെ രണ്ടാം ഭാഗത്ത് രണ്ടു തരം കണക്കുകൂട്ടൽ. ഹെംഹോൽറ്റ്സിന്റെ കൃതിയുടെ രണ്ടാം ഭാഗത്ത് "ബലങ്ങൾ."

ലേഖനങ്ങളും അധ്യായങ്ങളും (മുഖവുര)[11]

പ്രാചീനകാലത്ത് പ്രാകൃതിക തത്വശാസ്ത്രരംഗത്തുണ്ടായിട്ടുള്ള ഉജ്വലങ്ങളായ അന്തർജ്ഞാനാനുമാനങ്ങളിൽ നിന്നും അറബികൾ നടത്തിയിട്ടുള്ള അതിപ്രധാനമെങ്കിലും ആകസ്മികമായ കണ്ടുപിടുത്തങ്ങളിൽനിന്നും (അവ മിക്കതും യാതൊരു പ്രയോജനവുമില്ലാതെ അപ്രത്യക്ഷമായിക്കഴിഞ്ഞിരിക്കുന്നു) വ്യത്യസ്തമായി, പ്രകൃതിയെസംബന്ധിച്ച ആധുനിക ഗവേഷണം മാത്രമാണ് ശാസ്ത്രീയവും ചിട്ടയോടുകൂടിയതും സർവതോമുഖവുമായ വികാസം നേടിയിട്ടുള്ളത്. എല്ലാ സമീപകാലചരിത്രത്തെയും പോലെ പ്രകൃതിയെസംബന്ധിച്ച ഈ ആധുനിക ഗവേഷണവും ആരംഭിക്കുന്നത് ജർമൻകാരായ നമ്മൾ റിഫൊർമേഷൻ (മതപരിഷ്കരണപ്രസ്ഥാനം) എന്നു വിളിക്കുന്ന ആ മഹത്തായ കാലഘട്ടത്തിൽ നിന്നാണ്; അന്നു നമ്മെ നേരിട്ട ആ ദേശീയ ദുർവിധിയിൽ നിന്നാണ്. ഫ്രഞ്ചുകാർ അതിനെ നവോത്ഥാനം (റെനായ്സാൻസ്) എന്നും ഇറ്റലിക്കാർ "ചിൻക്വിച്ചെന്റൊ"* എന്നും വിളിക്കുന്നു. എന്നാൽ ഈ പേരുകളൊന്നും തന്നെ ആ കാലഘട്ടത്തിന്റെ അർഥം പൂർണമായി പ്രകാശിപ്പിക്കുന്നില്ല. പതിനഞ്ചാം നൂറ്റാണ്ടിന്റെ ഉത്തരാർധത്തിൽ ആരംഭിച്ച കാലഘട്ടമാണത്. നഗരവാസികളുടെ (ബർഗർമാരുടെ) പിന്തുണയോടെ രാജാക്കന്മാർ നാടുവാഴിപ്രഭുക്കളുടെ അധികാരശക്തിയെ തകർത്ത് അവശ്യമായും ദേശീയത അടിസ്ഥാനമാക്കിയ വമ്പിച്ച രാജാധിപത്യരാജ്യങ്ങൾ അവർ സ്ഥാപിച്ചു. അവയ്ക്കുള്ളിലാണ് ആധുനിക യൂറോപ്യൻരാഷ്ട്രങ്ങളും ആധുനിക ബൂർഷ്വാ സമൂഹവും വളർന്നുവന്നത്. ബർഗർമാരും പ്രഭുക്കന്മാരും പരസ്പരം പൊരുതിക്കൊണ്ടിരിക്കുമ്പോൾത്തന്നെ ജർമൻ

---

* പതിനാറാം നൂറ്റാണ്ട്.

കർഷകയുദ്ധം ഭാവിയിലെ വർഗസമരങ്ങളിലേക്ക് പ്രവാചകമായി വിരൽ ചൂണ്ടി. അത് കലാപകാരികളായ കർഷകരെ അരങ്ങത്തേക്കു കൊണ്ടു വന്നുവെന്നു മാത്രമല്ല (അതൊരു പുതുമയല്ലാതായിക്കഴിഞ്ഞിരുന്നു) ചെങ്കൊടി കയ്യിലും സാധനങ്ങൾ പൊതുവുടമയിലാക്കണമെന്ന ആവശ്യം നാവിൻതുമ്പത്തുമുള്ള ആധുനിക തൊഴിലാളിവർഗത്തിന്റെ പ്രാരംഭകരെക്കൂടി അവരുടെ പിന്നാലെ രംഗത്തിറക്കി. ബൈസാന്റിയത്തിന്റെ പതനത്തെത്തുടർന്നു രക്ഷിക്കാൻ കഴിഞ്ഞ കയ്യെഴുത്തുപ്രതികളിലും റോമിന്റെ നാശാവശിഷ്ടങ്ങളിൽനിന്നു കുഴിച്ചെടുത്ത പൗരാണിക പ്രതിമകളിലും പ്രാചീനഗ്രീസിന്റേതായ ഒരു പുതിയ ലോകം അത്ഭുതാധീനരായ പാശ്ചാത്യരുടെ കണ്മുമ്പിൽ അനാവരണം ചെയ്യപ്പെട്ടു. അതിന്റെ ഭാസുരരൂപങ്ങളുടെ മുമ്പിൽ മധ്യയുഗത്തിന്റെ പ്രേതങ്ങൾ തിരോധാനം ചെയ്തു. ഇറ്റലിയിൽ കല സ്വപ്നത്തിൽപ്പോലും സങ്കൽപ്പിക്കാനാവാത്തവണ്ണം തഴച്ചു വളർന്നു. ക്ലാസിക്കൽ പൗരാണികതയുടെ പ്രതിബിംബമാണോ അതെന്നു തോന്നിപ്പോയി. ആ സ്ഥിതി പിന്നീടൊരിക്കലും കൈവന്നിട്ടില്ല. ഇറ്റലിയിലും ഫ്രാൻസിലും ജർമനിയിലും പുതിയൊരു സാഹിത്യം ഉയർന്നുവന്നു. അതായിരുന്നു ആദ്യത്തെ ആധുനിക സാഹിത്യം. അധികം താമസിയാതെ ഇംഗ്ലീഷ് സാഹിത്യത്തിലേയും സ്പാനിഷ് സാഹിത്യത്തിലേയും ക്ലാസിക്കൽ കാലഘട്ടങ്ങൾ വന്നു. പഴയ ലോകത്തിന്റെ സീമകൾ ഭേദിക്കപ്പെട്ടു. ആദ്യമായി ലോകം യഥാർഥത്തിൽ കണ്ടുപിടിക്കപ്പെട്ടത് ഇപ്പോൾ മാത്രമാണ്. തുടർന്നുണ്ടായ ലോകവാണിജ്യത്തിനും കൈത്തൊഴിലിൽനിന്നു നിർമാണത്തൊഴിലിലേക്കുള്ള (മാനുഫാക്ച്ചർ) പരിവർത്തനത്തിനും അടിത്തറപാകിയത് അപ്പോഴാണ്. നിർമാണത്തൊഴിലാണല്ലോ ആധുനിക വൻകിട വ്യവസായത്തിനു തുടക്കം കുറിച്ചത്. മനുഷ്യമനസുകളുടെമേൽ പള്ളിക്കുണ്ടായിരുന്ന സർവാധിപത്യം തകർക്കപ്പെട്ടു. പ്രൊട്ടസ്റ്റന്റുമതം സ്വീകരിച്ച ഭൂരിപക്ഷം ജർമാനിക് ജനതകളും പ്രത്യക്ഷമായിത്തന്നെ അതുവലിച്ചെറിഞ്ഞു. ലത്തീൻജനതകൾക്കിടയിലാവട്ടെ, അറബികളിൽ നിന്നെടുത്തതും പുതുതായി കണ്ടുപിടിക്കപ്പെട്ട യവനതത്വചിന്തയിൽനിന്നു പോഷണം ലഭിച്ചതുമായ സ്വതന്ത്രചിന്തയുടെ ഉന്മേഷദായകമായ ഒരു ചൈതന്യം കൂടുതൽ കൂടുതൽ വേരൂന്നി. അത് പതിനെട്ടാം നൂറ്റാണ്ടിലെ ഭൗതികവാദത്തിനു കളമൊരുക്കി.

മാനവരാശി അതുവരെ കണ്ടിട്ടുള്ളതിൽവച്ച് ഏറ്റവും മഹത്തായ പുരോഗമനവിപ്ലവമായിരുന്നു അത്. അതികായന്മാരെ — ചിന്താശക്തിയിലും വികാരപരതയിലും സ്വഭാവബലത്തിലും സാർവത്രികതയിലും പാണ്ഡിത്യത്തിലും അതികായന്മാരായിട്ടുള്ളവരെ — ആവശ്യമായി വരികയും സൃഷ്ടിക്കുകയും ചെയ്ത ഒരു കാലമായിരുന്നു അത്. ബൂർഷ്വാസിയുടെ ആധുനിക വാഴ്ചയ്ക്ക് അടിത്തറയിട്ടവരെ ബൂർഷ്വാ പരിമിതികൾ തൊട്ടുതീണ്ടിയിരുന്നില്ല. നേരെ മറിച്ച് ആ കാലത്തിന്റെ സാഹസികസ്വഭാവം അവരെ വിവിധതോതുകളിൽ ആവേശംകൊള്ളിക്കുകയാണ്

ചെയ്തത്. വിപുലമായി സഞ്ചരിക്കുകയും നാലഞ്ചു ഭാഷകൾ സംസാരിക്കുകയും പല രംഗങ്ങളിലും ശോഭിക്കുകയും ചെയ്യാത്തവരായിട്ടാരുംതന്നെ അന്നു ജീവിച്ചിരുന്ന പ്രമുഖന്മാരുടെ കൂട്ടത്തിലുണ്ടായിരുന്നില്ലെന്നു പറയാം. ലിയൊനാർഡോ ഡാവിഞ്ചി വലിയൊരു ചിത്രകാരൻ മാത്രമായിരുന്നില്ല. ഒരു പ്രമുഖഗണിതശാസ്ത്രജ്ഞനും ബലതന്ത്രജ്ഞനും എഞ്ചിനീയറും കൂടിയായിരുന്നു അദ്ദേഹം. ഭൗതികത്തിന്റെ തികച്ചും വൈവിധ്യമാർന്ന എത്രയോ ശാഖകൾ സുപ്രധാനങ്ങളായ കണ്ടുപിടുത്തങ്ങൾക്ക് അദ്ദേഹത്തോടു കടപ്പെട്ടിരിക്കുന്നു. ആൽബ്രെഹ്റ്റ് ദൂറർ ഒരു ചിത്രകാരനും കൊത്തുപണിക്കാരനും പ്രതിമാനിർമാതാവും വാസ്തുശിൽപ്പിയുമായിരുന്നു. കൂടാതെ, കോട്ടകെട്ടാനുള്ള ഒരു സംവിധാനവും അദ്ദേഹം കണ്ടുപിടിച്ചു. അതിലെ പല ആശയങ്ങളും വളരെക്കാലം കഴിഞ്ഞ് മൊന്തലംബേറും ജർമനിയിലെ ആധുനിക ദുർഗനിർമാണശാസ്ത്രവും വീണ്ടും പ്രയോഗത്തിൽ കൊണ്ടു വരികയുണ്ടായി. മാക്യവെല്ലി ഒരു രാജ്യതന്ത്രജ്ഞനും ചരിത്രകാരനും കവിയും അതേസമയം ആധുനികകാലത്തെ ഗണനീയനായ ആദ്യത്തെ സൈനിക ഗ്രന്ഥകാരനുമായിരുന്നു. ലൂതർ പള്ളിയുടെ മാത്രമല്ല ജർമൻ ഭാഷയുടെ കൂടി ഈജിയൻ തൊഴുത്ത് വെടിപ്പാക്കി. ആധുനിക ജർമൻ ഗദ്യശാഖ സൃഷ്ടിച്ചത് അദ്ദേഹമാണ്. വിജയവിശ്വാസം തുളുമ്പുന്നതും പതിനാറാം നൂറ്റാണ്ടിലെ മാഴ്സെലെയിസ് ആയിത്തീർന്നതുമായ ആ ജയഗാഥ[12]യുടെ വരികളും ഈണവും രചിച്ചത് അദ്ദേഹമാണ്. അന്നത്തെ വീരപുരുഷന്മാർ ഇനിയും തൊഴിൽ വിഭജനത്തിന്റെ അടിമകളായിക്കഴിഞ്ഞിരുന്നില്ല. ഏകപക്ഷീയത ഉളവാക്കുന്ന അതിന്റെ നിയന്ത്രണ ഫലങ്ങൾ അവരുടെ പിൻഗാമികളിൽ നാം പലപ്പോഴും കാണാറുണ്ടല്ലോ. എന്നാൽ അവരിൽ ഏതാണ്ടെല്ലാവരും തന്നെ ജീവിച്ചതും പ്രവർത്തിച്ചതും സമകാലീന പ്രസ്ഥാനങ്ങളുടെ നടുവിലും പ്രായോഗികസമരരംഗത്തുമാണെന്നതാണ് അവരുടെ സവിശേഷലക്ഷണം. അവർ സമരത്തിൽ പക്ഷം പിടിക്കുകയും പങ്കെടുക്കുകയും ചെയ്തു — ചിലർ എഴുത്തും പ്രസംഗവും വഴി, വേറെ ചിലർ വാളെടുത്ത്, പലരും രണ്ടുതരത്തിലും. അവരെ തികഞ്ഞ മനുഷ്യരാക്കിത്തീർത്ത ആ സ്വഭാവബലത്തിനും മിഴിവിനും നിദാനം ഇതാണ്. പഠനമുറിയിൽ കഴിച്ചുകൂട്ടിയവർ അപൂർവമായിരുന്നു. അവർ ഒന്നുകിൽ രണ്ടാം കിടക്കാരോ മൂന്നാംകിടക്കാരോ ആയിരുന്നു. അല്ലെങ്കിൽ തൊലി നോവിക്കാൻ തയാറല്ലാത്ത ജാഗരൂകരായ ഫെലിസ്റ്റെനുകളായിരുന്നു (ഫെലിസ്ത്യരായിരുന്നു).

അക്കാലത്ത് പ്രകൃതിശാസ്ത്രം വളർന്നതും പൊതുവിപ്ലവത്തിന്റെ നടുവിലാണ്. ആ ശാസ്ത്രം തന്നെ അടിമുടി വിപ്ലവാത്മകമായിരുന്നു. വാസ്തവത്തിൽ അതിന് നിലനിൽക്കാനുള്ള അവകാശംതന്നെ സമരം ചെയ്തു നേടേണ്ടിവന്നു. ആധുനിക തത്വശാസ്ത്രത്തിനു തുടക്കമിട്ട മഹാന്മാരായ ഇറ്റലിക്കാരോടൊപ്പം അതും മതദ്രോഹവിചാരണയുടെ കൊലമരത്തിനും ഇരുട്ടറകൾക്കും അതിന്റെ രക്തസാക്ഷികളെ പ്രദാനം ചെ

യ്തു. പ്രകൃതിയെക്കുറിച്ചുള്ള സ്വതന്ത്രാന്വേഷണത്തെ തച്ചമർത്തുന്ന കാര്യത്തിൽ പ്രൊട്ടസ്റ്റന്റുകാർ കത്തോലിക്കരെ കവച്ചുവച്ചുവെന്നത് ശ്രദ്ധേയമാണ്. സെർവിറ്റസ് രക്തചംക്രമണം കണ്ടുപിടിക്കുന്നതിന്റെ വക്കത്തെത്തിയപ്പോഴാണ് കാൽവിൻ അദ്ദേഹത്തെ ചിതക്കുറ്റിയിൽ കെട്ടി ദഹിപ്പിച്ചത്. രണ്ടു മണിക്കൂർ മുഴുവൻ അദ്ദേഹത്തെ ജീവനോടെ പൊരിച്ചു. മതദ്രോഹവിചാരണക്കാർ ജോർദാനോ ബ്രൂനോയെ ജീവനോടെ ദഹിപ്പിക്കുന്നതുകൊണ്ട് തൃപ്തിപ്പെട്ടു.

കോപ്പർനിക്കസിന്റെ അനശ്വരകൃതിയുടെ പ്രസിദ്ധീകരണമെന്ന വിപ്ലവനടപടിയിലൂടെയാണ് പ്രകൃതിശാസ്ത്രം അതിന്റെ സ്വാതന്ത്ര്യം പ്രഖ്യാപിക്കുകയും ഒരു തരത്തിൽ പറഞ്ഞാൽ മാർപ്പാപ്പയുടെ കൽപ്പന കത്തിച്ചുകളയുകയെന്ന ലൂതറുടെ പ്രവൃത്തി ആവർത്തിക്കുകയും ചെയ്തത്. ശങ്കിച്ചും മരണശയ്യയിൽ കിടന്നുകൊണ്ടുമാണെങ്കിലും കോപ്പർനിക്കസ് പ്രകൃതിസംബന്ധമായ പൗരോഹിത്യാധികാരത്തെ ആ കൃതിയിലൂടെ വെല്ലുവിളിച്ചു.[13] അന്നുതൊട്ടാണ് പ്രകൃതിശാസ്ത്രം മതതത്വശാസ്ത്രത്തിൽനിന്നു വിമുക്തമായത്. ചില പ്രത്യേക അവകാശവാദങ്ങളെ ചൊല്ലിയുള്ള പോരാട്ടം ഇന്നുവരെ നീണ്ടുനിന്നിട്ടുണ്ടെന്നതും പലരുടെ മനസിലും അത് തെല്ലും അവസാനിച്ചിട്ടില്ലെന്നതും ശരിതന്നെ. എങ്കിലും അന്നുതൊട്ട് ശാസ്ത്രങ്ങളുടെ വികാസം അതിവേഗം പുരോഗമിച്ചു. പ്രാരംഭബിന്ദുവിൽ നിന്നുള്ള ദൂരത്തിന്റെ (കാലഗണനവച്ചുനോക്കുമ്പോൾ) വർഗരാശിക്ക് ആനുപാതികമായി ആ വികാസത്തിന്റെ ആക്കം കൂടിയെന്നു പറയാം. അജൈവപദാർഥത്തിനു ബാധകമായിട്ടുള്ളതിന്റെ വിപരീതമായ ചലനനിയമമാണ് ജൈവപദാർഥത്തിന്റെ ഏറ്റവും ഉയർന്ന ഉൽപ്പന്നമായ മനുഷ്യമനസിനു മേലിൽ ബാധകമാകുന്നതെന്ന് ലോകത്തിനു കാണിച്ചുകൊടുക്കാൻ പോവുകയാണെന്നു തോന്നി.

പ്രകൃതിശാസ്ത്രത്തിൽ ഉൽഘാടനം ചെയ്യപ്പെട്ട ഈ ഒന്നാം ഘട്ടത്തിലെ മുഖ്യജോലി ലഭ്യമായ വിവരങ്ങൾ സ്വായത്തമാക്കുകയെന്നതായിരുന്നു. മിക്ക രംഗങ്ങളിലും ആദ്യംതൊട്ടേ തുടങ്ങേണ്ടിവന്നു. യൂക്ലിഡും സൗരയൂഥവുമാണ് പ്രാചീനകാലത്തിൽനിന്ന് ഒസ്യത്തായി കിട്ടിയത്. ദശാംശ അക്കമെഴുത്തും ബീജഗണിതത്തിന്റെ പ്രാരംഭതത്വങ്ങളും ആധുനിക അക്കങ്ങളും രസവാദ (alchemy) വുമാണ് അറബികളിൽനിന്നു ലഭിച്ചത്. ക്രിസ്തീയ മധ്യയുഗം യാതൊന്നും നൽകിയില്ല. ഏറ്റവും അടിസ്ഥാനപരമായ പ്രകൃതിശാസ്ത്രം, അതായത് ഭൗമ-ഖഗോള വസ്തുക്കളുടെ ബലതന്ത്രം, ഈ പരിതസ്ഥിതിയിൽ അവശ്യമായും പ്രഥമസ്ഥാനം അലങ്കരിച്ചു. അതിന്റെ അനുഷംഗിയെന്ന നിലയ്ക്ക് ഗണിതശാസ്ത്ര വിധികളുടെ കണ്ടുപിടുത്തത്തിനും മെച്ചപ്പെടുത്തലിനും ഒപ്പമൊരു സ്ഥാനം ലഭിച്ചു. ഈ രംഗത്ത് വമ്പിച്ച നേട്ടങ്ങളുണ്ടായി. ന്യൂട്ടണും ലിന്നേയസും പ്രതിനിധാനം ചെയ്യുന്ന ആ കാലഘട്ടത്തിന്റെ അന്ത്യദശയിൽ ഈ ശാസ്ത്രശാഖകൾ ഒരു നിശ്ചിത സമ്പൂർണത കൈവരിച്ചു കഴിഞ്ഞതായി നാം കാണുന്നു. ഏറ്റവും പ്രധാനപ്പെട്ട ഗണി

തശാസ്ത്രവിധികളുടെ മൗലികസവിശേഷതകൾ നിർണയിക്കപ്പെട്ടു. വിശ്ലേഷിക ജ്യാമിതിയിൽ വിശേഷിച്ച് ദെക്കാർത്തും ലോഗരിതത്തിന്റെ കാര്യത്തിൽ നേപ്പിയറും അവകലന-സമാകലനങ്ങളിൽ ലൈബ്നിത്സും ഒരുപക്ഷേ ന്യൂട്ടണുമാണ് ഇത് ചെയ്തത്. ഖരവസ്തുക്കളുടെ ബലതന്ത്രത്തെ സംബന്ധിച്ചും ഇത് ശരിയാണ്. അതിന്റെ മുഖ്യനിയമങ്ങൾ എന്നെന്നേക്കുമായി വ്യക്തമാക്കപ്പെട്ടു. അവസാനമായി, സൗരയൂഥ ജ്യോതിശാസ്ത്രത്തിൽ കെപ്ലർ ഗ്രഹചലനനിയമങ്ങൾ കണ്ടുപിടിക്കുകയും ന്യൂട്ടൺ അവയെ പദാർഥചലനത്തിന്റെ പൊതുനിയമങ്ങളുടെ വീക്ഷണകോണിൽ നിന്നു നിർവചിക്കുകയും ചെയ്തു. പ്രകൃതിശാസ്ത്രത്തിന്റെ മറ്റു ശാഖകൾ ഈ പ്രാരംഭസമ്പൂർണതയുടെപോലും അടുത്തെങ്ങുമെത്തിയിരുന്നില്ല. ആ കാലഘട്ടത്തിന്റെ അവസാനത്തോടടുത്തു മാത്രമാണ് ദ്രവ-വാതകവസ്തുക്കളുടെ ബലതന്ത്രം കൂടുതൽ ശ്രദ്ധിക്കപ്പെട്ടത്.* സാക്ഷാൽ ഭൗതികശാസ്ത്രം അപ്പോഴും അതിന്റെ പ്രാരംഭദശയ്ക്കപ്പുറം കടന്നിട്ടില്ലായിരുന്നു. അനിനൊരപവാദം പ്രകാശവിജ്ഞാനമായിരുന്നു. ജ്യോതിശാസ്ത്രത്തിന്റെ പ്രായോഗികാവശ്യങ്ങളായിരുന്നു അതിന്റെ അസാമാന്യപുരോഗതിക്കു കാരണം. ഫ്ളോജിസ്റ്റിക് സിദ്ധാന്ത[14]ത്തോടുകൂടി രസതന്ത്രം ആദ്യമായി രസവാദത്തിൽനിന്നു മോചനം നേടി. ഭൂവിജ്ഞാനം അപ്പോഴും ഖനിജവിജ്ഞാനത്തിന്റെ പ്രാഥമികഘട്ടത്തിനപ്പുറം കടന്നിരുന്നില്ല. അതുകൊണ്ട് ജീവാശ്മവിജ്ഞാന (Palaeontology) മെന്നൊന്ന് നിലനിൽക്കാൻതന്നെയുള്ള സാധ്യതയുണ്ടായിരുന്നില്ല. അവസാനമായി, ജീവശാസ്ത്രരംഗത്ത്, അപ്പോഴും സസ്യശാസ്ത്രപരവും ജന്തുശാസ്ത്രപരവുമായവയ്ക്കു പുറമേ ശരീരവ്യവച്ഛേദനപരവും (anatomical) ശരീരക്രിയാത്മകവുമായ (physiological) ഒട്ടേറെ വിവരങ്ങൾ ശേഖരിക്കുന്നതിലും പ്രാഥമികമായ ഏതെങ്കിലുമൊന്ന് അരിച്ചെടുക്കുന്നതിലുമാണ് മുഖ്യമായും ശ്രദ്ധ ചെലുത്തിയിരുന്നത്. ജീവന്റെ വിവിധരൂപങ്ങളുടെ താരതമ്യപഠനത്തെപ്പറ്റിയും അവയുടെ ഭൂഗോളീയ വിതരണത്തേയും കാലാവസ്ഥാസംബന്ധവും മറ്റുമായ അവയുടെ ജീവിതസാഹചര്യങ്ങളേയും കുറിച്ചുള്ള പഠനത്തെപ്പറ്റിയും സംസാരിക്കാനുള്ള സമയം ഇനിയും വന്നെത്തിയിട്ടില്ലായിരുന്നു. ഇവിടെ ലിന്നേയസിന്റെ പ്രയത്നഫലമായി സസ്യശാസ്ത്രവും ജന്തുശാസ്ത്രവും മാത്രമാണ് ഏറെക്കുറെ പൂർത്തിയാക്കപ്പെട്ടത്.

എന്നാൽ പ്രത്യേകതരത്തിലുള്ള ഒരു പൊതുവീക്ഷണം ആവിഷ്കരിക്കപ്പെട്ടുവെന്നതാണ് ഈ കാലഘട്ടത്തിന്റെ ഒരു സവിശേഷലക്ഷണം. പ്രകൃതി തികച്ചും അപരിവർത്തനീയമാണെന്ന വീക്ഷണമാണ് അതിലെ മുഖ്യതത്വം. പ്രകൃതി ആവിർഭവിച്ചത് എങ്ങനെയായിരുന്നാലും ഒരിക്കൽ നിലവിൽ വന്നുകഴിഞ്ഞാൽപ്പിന്നെ, നിലനിൽക്കുന്ന കാലത്തോളം, അത് അങ്ങനെതന്നെ തുടരും. നിഗൂഢമായ "ആദ്യത്തെ ആവേഗം"

---

* കയ്യെഴുത്തുപ്രതിയുടെ മാർജിനിൽ എംഗൽസ് പെൻസിൽകൊണ്ട് ഇങ്ങനെ കുറിച്ചിട്ടുണ്ട്: "ആൽപ്സിലെ നദികളുടെ നിയന്ത്രണത്തിന്റെ കാര്യത്തിൽ ടൊറിച്ചെല്ലി."

കൊണ്ടു ചലിച്ചുതുടങ്ങിയതിനുശേഷം ഗ്രഹങ്ങളും ഉപഗ്രഹങ്ങളും മുൻകൂട്ടി നിർണയിക്കപ്പെട്ടിട്ടുള്ള അവയുടെ ദീർഘവൃത്തപഥങ്ങളിൽ എക്കാലത്തും – ചുരുങ്ങിയത്, സർവതും അവസാനിക്കുന്നതുവരെയെങ്കിലും – ചുറ്റിക്കറങ്ങിക്കൊണ്ടിരിക്കുന്നു. നക്ഷത്രങ്ങൾ അനങ്ങാതെ അവയവയുടെ സ്ഥാനങ്ങളിൽ എന്നെന്നേക്കുമായി നിലകൊള്ളുന്നു. "സാർവത്രികഗുരുത്വാകർഷണ"മാണ് അവയെ അവിടെ പിടിച്ചു നിർത്തിയിരിക്കുന്നത്. എക്കാലത്തും, അഥവാ സൃഷ്ടിക്കപ്പെട്ട ആദ്യദിവസം മുതൽക്ക്, ഭൂമി യാതൊരു മാറ്റവുമില്ലാതെ അതേപടി നിലനിന്നുപോരുകയാണ്. ഇന്നത്തെ "അഞ്ചു ഭൂഖണ്ഡങ്ങൾ" എല്ലായ്പ്പോഴും ഉണ്ടായിരുന്നു. ഇന്നു കാണുന്ന അതേ പർവതങ്ങളും താഴ്വരകളും നദികളും കാലാവസ്ഥയും മനുഷ്യന്റെ ഇടപെടൽമൂലമുണ്ടായിട്ടുള്ള മാറ്റങ്ങളും പറിച്ചുനടലുകളുമൊഴിച്ചാൽ അതേ സസ്യ – ജന്തുജാലങ്ങളും അവയിൽ എക്കാലത്തുമുണ്ടായിരുന്നു. സസ്യങ്ങളും ജന്തുക്കളും നിലവിൽ വന്നപ്പോൾത്തന്നെ അവയുടെ ജാതികളും എന്നെന്നേക്കുമായി നിർണയിക്കപ്പെട്ടുകഴിഞ്ഞിരുന്നു. ഒരേ ജാതികൾ എന്നും അതേ ജാതികളെത്തന്നെ ഉൽപ്പാദിപ്പിക്കുന്നു. സങ്കരണം വഴി അങ്ങുമിങ്ങും ചില പുതിയ ജാതികൾ ആവിർഭവിച്ചിരിക്കാനിടയുണ്ടെന്നു ലിന്നേയസ് സമ്മതിച്ചതുതന്നെ അദ്ദേഹം ചെയ്ത വലിയൊരു വിട്ടുവീഴ്ചയായിരുന്നു. കാലത്തിനൊപ്പം വികസിക്കുന്ന മാനവരാശിയുടെ ചരിത്രത്തിൽനിന്നു വ്യത്യസ്തമായി സ്ഥലപരമായ ഒരു വ്യാപനം മാത്രമേ പ്രകൃതിയുടെ ചരിത്രത്തിനു സംഭവിക്കുന്നുള്ളുവെന്നു കരുതപ്പെട്ടു. പ്രകൃതിയെ സംബന്ധിച്ചിടത്തോളം എല്ലാ മാറ്റവും എല്ലാ വികാസവും നിഷേധിക്കപ്പെട്ടു. തുടക്കത്തിൽ എത്രയോ വിപ്ലവാത്മകമായിരുന്ന പ്രകൃതിശാസ്ത്രം പെട്ടെന്ന് നിശ്ശേഷം യാഥാസ്ഥിതികമായ ഒരു പ്രകൃതിയെ അഭിമുഖീകരിച്ചു. സർവതും തുടക്കത്തിലുണ്ടായിരുന്ന അതേ അവസ്ഥയിൽ എന്നും നിലനിൽക്കുന്ന, തുടക്കത്തിലുണ്ടായിരുന്ന അതേ അവസ്ഥയിൽ ലോകാന്തംവരെ എക്കാലത്തും തുടരുന്ന, ഒരു പ്രകൃതിയാണത്.

വിജ്ഞാനത്തിലെന്നു മാത്രമല്ല അതിന്റെ വിവരങ്ങൾ തരംതിരിക്കുന്നതിൽപ്പോലും പതിനെട്ടാം നൂറ്റാണ്ടിന്റെ പൂർവാർധത്തിലെ പ്രകൃതിശാസ്ത്രം പ്രാചീന യവനരെക്കാൾ ഉയർന്നുനിന്നിരുന്നെങ്കിലും ആ വിവരങ്ങൾ സൈദ്ധാന്തികമായി സ്വായത്തമാക്കുന്ന കാര്യത്തിലും പ്രകൃതിയെക്കുറിച്ചുള്ള പൊതുവീക്ഷണത്തിലും അത് പ്രാചീന യവനരെക്കാൾ അത്രതന്നെ താഴെയാണ് നിലകൊണ്ടത്. യവന ദാർശനികരുടെ ദൃഷ്ടിയിൽ അവ്യവസ്ഥയിൽ നിന്ന് ഉത്ഭവിച്ച് വളർന്നുവന്ന് അസ്തിത്വം പ്രാപിച്ച ഒന്നായിരുന്നു സാരാംശത്തിൽ പ്രപഞ്ചം. നാം പരാമർശിക്കുന്ന കാലഘട്ടത്തിലെ പ്രകൃതിശാസ്ത്രജ്ഞരുടെ ദൃഷ്ടിയിലാവട്ടെ, ശിഥിലീഭവിച്ചുപോയതും മാറ്റമില്ലാത്തതുമായ ഒന്നായിരുന്നു അത്. ഒറ്റയടിക്കു

സൃഷ്ടിക്കപ്പെട്ടതാണതെന്ന് അവരിൽ മിക്കവരും വിശ്വസിച്ചു. ശാസ്ത്രം അപ്പോഴും മതതത്വശാസ്ത്രത്തിൽ നിശ്ശേഷം കുടുങ്ങികിടക്കുകയായിരുന്നു. പ്രകൃതിയിൽത്തന്നെ വിശദീകരണം കണ്ടെത്താൻ സാധ്യമല്ലാത്ത പുറമേനിന്നുള്ള ഏതോ പ്രേരകശക്തിയിൽ അത് എല്ലാറ്റിന്റെയും അന്തിമ ഹേതു തേടുകയും കണ്ടെത്തുകയും ചെയ്തു. "സാർവത്രികഗുരുത്വാകർഷണ" മെന്ന് ന്യൂട്ടൺ ഘനഗാംഭീര്യത്തോടെ നാമകരണം ചെയ്ത ആകർഷണം പദാർഥത്തിന്റെ ഒരു മൗലികഗുണമാണെന്നു കരുതിയാൽത്തന്നെ ഗ്രഹപഥങ്ങൾക്ക് ആദ്യം ജന്മംനൽകിയ, ഇനിയും വിശദീകരിക്കപ്പെട്ടിട്ടില്ലാത്ത ആ സ്പർശരേഖീയബലം എവിടെ നിന്നു വന്നു? ജന്തുക്കളുടെയും സസ്യങ്ങളുടെയും അസംഖ്യം തരഭേദങ്ങൾ എങ്ങനെയുണ്ടായി? സർവോപരി മനുഷ്യൻതന്നെ ഉണ്ടായത് എങ്ങനെയാണ്? അവൻ അനാദികാലം മുതലേ ഉണ്ടായിരുന്നില്ലെന്നു തീർച്ചയാണല്ലോ. എല്ലാറ്റിന്റെയും സ്രഷ്ടാവിനെ ഉത്തരവാദിയാക്കിക്കൊണ്ടാണ് ഇത്തരം ചോദ്യങ്ങൾക്ക് പ്രകൃതിശാസ്ത്രം പലപ്പോഴും മറുപടി പറഞ്ഞത്. ആ കാലഘട്ടത്തിന്റെ തുടക്കത്തിൽ കോപ്പർനിക്കസ് മതതത്വശാസ്ത്രത്തെ ആട്ടിപ്പുറത്താക്കി. ഒരു ദിവ്യമായ പ്രാരംഭചോദനമെന്ന പ്രമേയം ഉന്നയിച്ചുകൊണ്ട് ന്യൂട്ടൺ ആ കാലഘട്ടത്തിന്റെ അന്ത്യം കുറിച്ചു. പ്രകൃതിയിലെ സംവിധാനങ്ങൾ സോദ്ദേശ്യമാണെന്ന ആശയമാണ്, വോൾഫിന്റെ ഉപരിപ്ലവമായ പ്രയോജനവാദമാണ്, ആ പ്രകൃതിശാസ്ത്രത്തിന് കൈക്കൊള്ളാൻ കഴിഞ്ഞ ഏറ്റവും ഉന്നതമായ സാമാന്യാശയം. അതു പ്രകാരം, പൂച്ചകളെ സൃഷ്ടിച്ചിരിക്കുന്നത് എലികളെ തിന്നാനും എലികളെ സൃഷ്ടിച്ചിരിക്കുന്നത് പൂച്ചകൾക്കു തിന്നാനും പ്രകൃതിയെയാകെത്തന്നെ സൃഷ്ടിച്ചിരിക്കുന്നത് സൃഷ്ടികർത്താവിന്റെ വിവേകം തെളിയിക്കാനുമാണ്. സമകാലീന പ്രകൃതിശാസ്ത്രത്തിന്റെ സങ്കുചിതാവസ്ഥ കൊണ്ട് വഴിതെറ്റാൻ സ്വയമനുവദിച്ചില്ലെന്നത് അക്കാലത്തെ തത്വചിന്തയുടെ ഏറ്റവും വലിയ മേന്മയാണ്. സ്പിനോസ തൊട്ട് മഹാന്മാരായ ഫ്രഞ്ച് ഭൗതികവാദികൾവരെയുള്ള അന്നത്തെ ദാർശനികർ പ്രപഞ്ചത്തിനുള്ള വിശദീകരണം പ്രപഞ്ചത്തിൽത്തന്നെ കണ്ടെത്തണമെന്നതിൽ ഉറച്ചുനിന്നു. അതിനുള്ള വിശദമായ ന്യായീകരണം അവർ ഭാവിയിലെ പ്രകൃതിശാസ്ത്രത്തിനു വിട്ടുകൊടുത്തു.

പതിനെട്ടാം നൂറ്റാണ്ടിലെ ഭൗതികവാദികളെക്കൂടി ഞാൻ ഈ കാലഘട്ടത്തിൽ ഉൾപ്പെടുത്തുന്നുണ്ട്. കാരണം, മുകളിൽപ്പറഞ്ഞതല്ലാതെ വേറെ യാതൊരു പ്രകൃതിശാസ്ത്രവിവരങ്ങളും അവർക്കു ലഭ്യമായിരുന്നില്ല. ചരിത്രം സൃഷ്ടിച്ച കാന്റിന്റെ കൃതി അവർക്ക് അജ്ഞാതമായിരുന്നു. അവർക്കുശേഷം എത്രയോ കഴിഞ്ഞാണ് ലപ്ലാസ് വന്നത്.[15] പ്രകൃതിയെക്കുറിച്ചുള്ള ഈ കാലഹരണപ്പെട്ട വീക്ഷണം ശാസ്ത്രപുരോഗതിമൂലം നിശ്ശേഷം നിലംപരിശായെങ്കിലും പത്തൊമ്പതാം നൂറ്റാണ്ടിന്റെ ആദ്യപകുതിയിലുടനീളം അതാണ് ആധിപത്യം വഹിച്ചിരുന്നതെന്ന

കാര്യം* നാം മറക്കരുത്. എല്ലാ സ്കൂളുകളിലും ഇപ്പോൾപോലും പഠിപ്പിക്കുന്നത് സാരാംശത്തിൽ അതാണ്.**

പ്രകൃതിയെ സംബന്ധിച്ച ഈ ശിലീകൃതവീക്ഷണത്തിൽ ആദ്യത്തെ വിള്ളലുണ്ടാക്കിയത് ഒരു പ്രകൃതിശാസ്ത്രജ്ഞനല്ല, പിന്നെയോ, ഒരു ദാർശനികനാണ്. *പ്രകൃതിയുടെ സാമാന്യചരിത്രവും ആകാശത്തെ സംബന്ധിച്ച സിദ്ധാന്തവും* എന്ന കാന്റിന്റെ കൃതി 1755 -ൽ പുറത്തുവന്നു. ആദ്യചോദനയുടെ പ്രശ്നം തൂത്തെറിയപ്പെട്ടു. ഭൂമിയും സൗരയൂഥമാകെത്തന്നെയും കാലാന്തരത്തിൽ ആവിർഭവിച്ചവയാണെന്നു വന്നു. "ഭൗതികശാസ്ത്രമേ, അതിഭൗതികവാദത്തെ സൂക്ഷിക്കുക!"[16] എന്ന താക്കീതിലൂടെ ന്യൂട്ടൺ പരാമർശിച്ചിട്ടുള്ള ആ ചിന്താവിമുഖത അൽപ്പം കൂടി കുറച്ചുമാത്രമാണ് ബഹുഭൂരിപക്ഷം പ്രകൃതിശാസ്ത്രജ്ഞരും പ്രദർശിപ്പിച്ചിരുന്നതെങ്കിൽ കാന്റിന്റെ ഉജ്വലമായ ഔ ഒരൊറ്റ കണ്ടുപിടുത്തത്തിൽനിന്ന് അവർക്ക് തക്കതായ നിഗമനങ്ങളിൽ എത്തിച്ചേരേണ്ടിവന്നേനെ. അവസാനമില്ലാത്ത പാളിച്ചകളും തെറ്റായ വഴിക്ക് നീങ്ങിയതുകൊണ്ടുള്ള അധ്വാനത്തിന്റെയും സമയത്തിന്റെയും അളവറ്റ ദുർവ്യയവും അവർക്ക് അതുവഴി ഒഴിവാക്കാമായിരുന്നു. കാരണം, തുടർന്നുള്ള എല്ലാ പുരോഗതിയുടെയും ആരംഭബിന്ദു കാന്റിന്റെ കണ്ടുപിടുത്തത്തിൽ അടങ്ങിയിരുന്നു. ആവിർഭവിച്ച ഒന്നാണ് ഭൂമിയെങ്കിൽ അതിന്റെ ഇന്നത്തെ ഭൂഗർഭപരവും ഭൂമിശാസ്ത്രപരവും കാലാവസ്ഥാപരവുമായ

---

* കയ്യെഴുത്തുപ്രതിയുടെ മാർജിനിൽ പെൻസിൽകൊണ്ടെഴുതിയ ഒരു കുറിപ്പുണ്ട്: "പ്രകൃതിയെക്കുറിച്ചുള്ള പഴയ വീക്ഷണത്തിന്റെ അയവില്ലായ്മ എല്ലാ പ്രകൃതിശാസ്ത്രത്തേയും ഒരൊറ്റ സമഷ്ടിയായി പൊതുവിൽ ഗ്രഹിക്കുന്നതിനുള്ള അടിസ്ഥാനം സൃഷ്ടിച്ചു. ഫ്രഞ്ച് എൻസൈക്ലോപ്പീഡിസ്റ്റുകാർ അവയെ വീക്ഷിച്ചത് തികച്ചും യാന്ത്രികമായും അന്യോന്യം അടുത്തടുത്ത നിലയിലുമാണ്. പിന്നീട് സാൻസിമോനും ഹെഗൽ അന്യൂനമാക്കിയ ജർമൻ പ്രകൃതിശാസ്ത്രവും അവയെ ഒരേ സമയത്ത് വീക്ഷിച്ചു."

** ഈ വീക്ഷണം ഇല്ലാതാക്കാൻ തന്റെ ശാസ്ത്രീയനേട്ടങ്ങൾ വഴി അതിപ്രധാനമായ വിവരങ്ങൾ നൽകിയ ഒരാൾ 1861-ൽ പോലും എത്ര വാശിയോടെയാണ് അതിൽ മുറുകെപ്പിടിച്ചതെന്ന് താഴെക്കൊടുക്കുന്ന പ്രസിദ്ധവരികളിൽ കാണാം: "നിലവിലുള്ളതിനെ നിലനിർത്തുകയും മാറ്റമില്ലാതെ തുടർന്നുകൊണ്ടു പോവുകയും ചെയ്യുകയെന്നതാണ് നമുക്ക് മനസിലാക്കാൻ കഴിയുന്നിടത്തോളം നമ്മുടെ സൗരയൂഥത്തിലെ എല്ലാ സംവിധാനങ്ങളുടെയും ലക്ഷ്യം. അതിപൗരാണിക കാലംതൊട്ട് ഇന്നുവരെ ഭൂമിയിൽ ഒരു ജന്തുവും സസ്യവും കൂടുതൽ സമ്പൂർണമോ ഏതെങ്കിലും തരത്തിൽ വ്യത്യസ്തമോ ആയിട്ടില്ലാത്തതുപോലെതന്നെ, എല്ലാ ജീവികളിലും ഒന്നിനൊന്ന് ഒപ്പമായിട്ടല്ലാതെ ഒന്നിനൊന്നു പിറകേയായി യാതൊരു ഘട്ടങ്ങളും നാം കാണാത്തതുപോലെ തന്നെ, നമ്മുടെ വംശംതന്നെ ശാരീരികമായി എക്കാലത്തും ഒരേപോലെ നിലനിന്നിട്ടുള്ളതുപോലെ തന്നെ, സഹവർത്തനം ചെയ്യുന്ന ഖഗോളങ്ങളുടെ ഏറ്റവും വലിയ വൈവിധ്യംപോലും ആ രൂപങ്ങൾ വികാസത്തിന്റെ വിവിധഘട്ടങ്ങൾ മാത്രമാണെന്ന് അനുമാനിക്കുന്നതിനെ ന്യായീകരിക്കുന്നില്ല. നേരെ മറിച്ച്, സൃഷ്ടിക്കപ്പെട്ടിട്ടുള്ള സർവതും ഒരുപോലെ സ്വയം സമ്പൂർണമാണെന്നതാണ് വാസ്തവം." (മെഡ്‌ലർ, "*പോപ്പുലർ അസ്ട്രോണമി*", ബർലിൻ, 1861, 5-ാം പതിപ്പ് പേജ് 316). (എംഗൽസിന്റെ കുറിപ്പ്).

സ്ഥിതിയും അതിലെ സസ്യ-ജന്തുജാലങ്ങളുമെല്ലാം ആവിർഭവിച്ചവയായിരിക്കണം. സ്ഥലപരമായ സഹവർത്തിത്വത്തിന്റെ ചരിത്രത്തിനു പുറമേ കാലാനുക്രമത്തിന്റേതായ ഒരു ചരിത്രംകൂടി അതിനുണ്ടായിരുന്നിരിക്കണം. ആ വഴിക്കുള്ള കൂടുതൽ അന്വേഷണങ്ങൾ അപ്പോൾ ത്തന്നെ ദൃഢനിശ്ചയത്തോടെ നടത്തിയിരുന്നെങ്കിൽ പ്രകൃതിശാസ്ത്രം ഇന്നത്തെക്കാൾ എത്രയോ കൂടുതൽ പുരോഗമിക്കുമായിരുന്നു. പക്ഷേ, തത്വശാസ്ത്രംകൊണ്ട് എന്തു പ്രയോജനമാണുള്ളത്? കാന്റിന്റെ കൃതി ഉടനടിയുള്ള യാതൊരു ഫലവുമുളവാക്കാതെ കിടന്നു. വളരെക്കൊല്ലങ്ങൾക്കു ശേഷമാണ് ലപ്ലാസും ഹെർഷെലും അതിന്റെ ഉള്ളടക്കത്തിനൊരു വിശദീകരണവും കൂടുതൽ ഗാഢമായ ഒരടിത്തറയും നൽകിയ ത്. അങ്ങനെ അവർ ക്രമേണ "നീഹാരികാപരികൽപ്പന"യ്ക്ക് (Nebular hypothesis) പൊതുസമ്മതി നേടിയെടുത്തു. തുടർന്നുള്ള കണ്ടുപി ടുത്തങ്ങൾ അതിനെ അന്തിമമായി വിജയത്തിലെത്തിക്കുകയും ചെയ്തു. അവയിൽ ഏറ്റവും പ്രധാനപ്പെട്ടവ താഴെപ്പറയുന്നവയാണ്: സ്ഥിരനക്ഷത്രങ്ങളുടെ നിജചലനം കണ്ടെത്തിയത്, ശൂന്യാകാശത്തിൽ ഒരു പ്രതിരോധമാധ്യമമുണ്ടെന്നു തെളിയിക്കപ്പെട്ടത്, പ്രാപഞ്ചികപദാർഥം രാസികമായി ഒന്നാണെന്നും കാന്റ് പരികൽപ്പിച്ചതുപോലുള്ള ദീപ്തങ്ങളായ നീഹാരികാസമൂഹങ്ങൾ നിലവിലുണ്ടെന്നും* സ്പെക്ട്രവിശ്ലേഷണം വഴി തെളിയിച്ചത്.

എങ്കിലും പ്രകൃതി നിലനിൽക്കുക മാത്രമല്ല, അത് ആവിർഭവിക്കുകയും തിരോഭവിക്കുകയും ചെയ്യുന്നുണ്ട് എന്ന പുതിയ ധാരണയ്ക്ക് മറ്റൊരു ഭാഗത്തുനിന്ന് പിൻബലം ലഭിച്ചില്ലായിരുന്നെങ്കിൽ, മാറിക്കൊണ്ടിരിക്കുന്ന ഭൂമി മാറ്റമില്ലാത്ത ജീവികളെ വഹിക്കുന്നുവെന്നതിലടങ്ങിയിട്ടുള്ള വൈരുധ്യത്തെപ്പറ്റി ഭൂരിപക്ഷം പ്രകൃതിശാസ്ത്രജ്ഞനും ഇത്ര വേഗം ബോധവാന്മാരാകുമായിരുന്നോ എന്നു ന്യായമായും സംശയിക്കാം. ഭൂഗർഭശാസ്ത്രം രംഗത്തുവന്നു. ഒന്നിനൊന്നു പിറകേ രൂപംകൊണ്ടതും ഒന്നിനു മീതെ ഒന്നായി നിക്ഷേപിക്കപ്പെട്ടിട്ടുള്ളതുമായ ഭൗമസ്തരങ്ങളെ മാത്രമല്ല, ആ സ്തരങ്ങളിലടങ്ങിയിട്ടുള്ള മണ്ണടിഞ്ഞുപോയ ജന്തുക്കളുടെ തോടുകളും അസ്ഥികൂടങ്ങളും ഇപ്പോൾ നിലവിലില്ലാത്ത സസ്യങ്ങളുടെ തായ്ത്തടികളും ഇലകളും കനികളും കൂടി അത് അനാവരണം ചെയ്തു. മൊത്തത്തിൽ ഭൂമിക്കു മാത്രമല്ല, അതിന്റെ ഇന്നത്തെ ഉപരിതലത്തിനും അതിലിന്നുള്ള സസ്യങ്ങൾക്കും ജന്തുക്കൾക്കുമെല്ലാം കാലാനുക്രമമായ ഒരു ചരിത്രമുള്ളതായി അംഗീകരിക്കണമെന്നു തീരുമാനമെടുക്കേണ്ടി വന്നു. ആദ്യം മനസില്ലാമനസോടെയാണ് ഈ അംഗീകരണമുണ്ടായത്. ഭൂമിയിലെ വിപ്ലവങ്ങളെക്കുറിച്ചുള്ള ക്യുവ്യെയുടെ സിദ്ധാന്തം വാക്കിൽ വിപ്ലവകരവും സാരാംശത്തിൽ പിന്തിരിപ്പനുമായിരുന്നു. ഒരൊറ്റ ദൈവിക

---

* കയ്യെഴുത്തുപ്രതിയുടെ മാർജിനിൽ പെൻസിൽകൊണ്ടെഴുതിയ ഒരു കുറിപ്പുണ്ട്: "വേലിയേറ്റവും ഇറക്കവും ഭൂമിയുടെ ഭ്രമണത്തിന്റെ വേഗത കുറയ്ക്കണമെന്ന് കാന്റ് എഴുതിയിരുന്നത് ഇപ്പോൾ മാത്രമാണ് മനസിലാക്കിയത്."

സൃഷ്ടിയുടെ സ്ഥാനത്ത് ആവർത്തിച്ചുള്ള സൃഷ്ടികർമങ്ങളുടെ ഒരു പരമ്പരയെയാകെത്തന്നെ അദ്ദേഹം അവരോധിച്ചു. അദ്ദേഹം അത്ഭുത കൃത്യത്തെ പ്രകൃതിയുടെ ഒരു ഉപാധിയാക്കി മാറ്റി. സ്രഷ്ടാവിന്റെ ഇഷ്ടാനിഷ്ടങ്ങൾക്കനുസൃതമായ പെട്ടെന്നുള്ള പരിക്രമണങ്ങളുടെ സ്ഥാനത്ത് ഭൂമിയുടെ മന്ദഗതിയിയിലുള്ള രൂപാന്തരണങ്ങളുടെ അനുക്രമമായ ഫലങ്ങളെ പകരംവച്ചുകൊണ്ട് ലയലാണ് ആദ്യമായി ഭൂവിജ്ഞാനീയത്തിന് അർഥമുണ്ടാക്കിക്കൊടുത്തത്.*

അതിന്റെ മുൻഗാമികളെ അപേക്ഷിച്ച് ലയലിന്റെ സിദ്ധാന്തം ജീവികളുടെ സ്ഥിരജാതികളെന്ന സങ്കൽപ്പവുമായി അത്രപോലും പൊരുത്തപ്പെടാത്തതായിരുന്നു. ഭൂമിയുടെ ഉപരിതലത്തിലും എല്ലാ ജീവിതസാഹചര്യങ്ങളിലും അനുക്രമമായിട്ടുണ്ടായ രൂപാന്തരണം ജീവികളുടെ അനുക്രമമായ രൂപാന്തരണത്തിലേക്കും മാറിക്കൊണ്ടിരിക്കുന്ന പരിസരവുമായുള്ള അവയുടെ അനുവർത്തനത്തിലേക്കും ജാതികളുടെ പരിവർത്തനീയതയിലേക്കും നേരിട്ടു വഴിതെളിച്ചു. പക്ഷേ, കത്തോലിക്കാസഭയിൽ മാത്രമല്ല പ്രകൃതിശാസ്ത്രത്തിലും പാരമ്പര്യം വലിയൊരു ശക്തിയാണ്. വളരെ വർഷത്തേക്ക് ലയൽതന്നെ ഈ വൈരുധ്യം കണ്ടില്ല. അദ്ദേഹത്തിന്റെ ശിഷ്യന്മാർ അത് അത്രപോലും കണ്ടില്ല. അതിനിടയിൽ പ്രകൃതിശാസ്ത്രരംഗത്ത് പ്രവൃത്തി വിഭജനം ആധിപത്യമുറപ്പിച്ചു കഴിഞ്ഞിരുന്നുവെന്നൊരു വിശദീകരണം മാത്രമേ ഇതിനു നൽകാൻ കഴിയൂ. അത് ഓരോരുത്തരേയും അവരവരുടെ പ്രത്യേകരംഗത്തുമാത്രമായി ഒതുക്കി നിർത്തി. സമഗ്രമായ ഒരു വീക്ഷണം നഷ്ടപ്പെടാത്തവരായി കുറച്ചുപേരെ ഉണ്ടായിരുന്നുള്ളൂ.

ഇതിനിടയ്ക്ക് ഭൗതികശാസ്ത്രം വമ്പിച്ച പുരോഗതി നേടിക്കഴിഞ്ഞിരുന്നു. ഈ പ്രകൃതിശാസ്ത്രശാഖയെ സംബന്ധിച്ചിടത്തോളം ചരിത്രം സൃഷ്ടിച്ച 1842 –ാമാണ്ടിൽ മൂന്നു വ്യത്യസ്തവ്യക്തികൾ ഏതാണ്ടൊരേ സമയത്ത് ആ പുരോഗതിയുടെ ഫലങ്ങളെ ക്രോഡീകരിക്കുകയുണ്ടായി. ചൂടിനെ യാന്ത്രികബലമായും യാന്ത്രികബലത്തെ ചൂടായും രൂപാന്തരപ്പെടുത്താൻ കഴിയുമെന്ന് ഹൈൽബ്രോനിൽ വച്ച് മയ്യെറും മാഞ്ചസ്റ്ററിൽ വച്ച് ജൗളും കാണിച്ചുകൊടുത്തു. ചൂടിന്റെ യാന്ത്രികതുല്യാങ്കം (Mechanical equivalent) നിർണയിക്കപ്പെട്ടതോടെ ഈ ഫലം സംശയാതീതമായിത്തീർന്നു. അതേസമയം, യാന്ത്രികബലം, ചൂട്, പ്രകാശം, വിദ്യുച്ഛക്തി, കാന്തശക്തി എന്നിങ്ങനെ ഭൗതികബലങ്ങളെന്നു പറയപ്പെടുന്നവ മാത്രമല്ല രാസബലമെന്നു പറയപ്പെടുന്നതുപോലും യാതൊരു

---

* ഭൂമിയിൽ പ്രവർത്തിക്കുന്ന ശക്തികൾ അളവിലും ഗുണത്തിലും സ്ഥിരമാണെന്നു ലയൽ ധരിച്ചുവെന്നതാണ് അദ്ദേഹത്തിന്റെ വീക്ഷണത്തിന്റെ – ചുരുങ്ങിയത് അതിന്റെ ആദ്യരൂപത്തിലെങ്കിലും – പോരായ്മ. അദ്ദേഹത്തിന്റെ ദൃഷ്ടിയിൽ ഭൂമിയുടെ തണുക്കൽ എന്നൊന്നുണ്ടായിട്ടില്ല. ഭൂമി ഒരു നിശ്ചിത ദിശയിൽ വികസിക്കുന്നില്ല, ആകസ്മികമായും പരസ്പരബന്ധമില്ലാതെയും മാറിക്കൊണ്ടിരിക്കുന്നുവെന്നേയുള്ളൂ. (എംഗൽസിന്റെ കുറിപ്പ്)

ബലവും നഷ്ടപ്പെടാതെതന്നെ ചില നിശ്ചിതസാഹചര്യങ്ങളിൽ ഒന്നു മറ്റൊന്നായി രൂപാന്തരപ്പെടുന്നതാണെന്ന് ഭൗതികശാസ്ത്രത്തിന്റെ ലഭ്യമായ വ്യത്യസ്തഫലങ്ങൾ പരിശോധിച്ചുകൊണ്ടുമാത്രം ഗ്രോവ് തെളിയിച്ചു. അദ്ദേഹം തൊഴിലിൽ ഒരു പ്രകൃതി ശാസ്ത്രജ്ഞനായിരുന്നില്ല, ഒരു അഭിഭാഷകനായിരുന്നു. അങ്ങനെ, പ്രപഞ്ചത്തിലുള്ള ചലനത്തിന്റെ പരിമാണം സ്ഥിരമാണെന്ന ദെക്കാർത്തിന്റെ തത്വത്തെ ഭൗതികശാസ്ത്രത്തിലൂടെ അദ്ദേഹം ഒരിക്കൽക്കൂടി തെളിയിച്ചു. അതോടുകൂടി ഭൗതികത്തിലെ മാറ്റമില്ലാത്ത "ജാതികൾ" എന്നു പറയാവുന്ന പ്രത്യേകഭൗതികബലങ്ങൾ, പലതരത്തിൽ വേർതിരിക്കപ്പെട്ടതും നിശ്ചിത നിയമങ്ങളനുസരിച്ച് ഒന്നു മറ്റൊന്നിലേക്കു കടക്കുന്നതുമായ പദാർഥത്തിന്റെ ചലനരൂപങ്ങളായി മാറി. ഇത്രയിത്ര ഭൗതികബലങ്ങളുടെ നിലനിൽപ്പ് ആകസ്മികമാണെന്ന ധാരണ ശാസ്ത്രത്തിൽനിന്നു ദൂരീകരിക്കപ്പെട്ടു. കാരണം, അവയുടെ പരസ്പരബന്ധങ്ങളും പരിവർത്തനങ്ങളും തെളിയിക്കപ്പെട്ടു. അന്തിമനിഗമനമെന്ന നിലയ്ക്ക്, ചലിച്ചുകൊണ്ടിരിക്കുന്ന പദാർഥത്തിന്റെ ശാശ്വതചക്രത്തിലേക്ക് അവശ്യമായും വിരൽചൂണ്ടുന്ന ഒരു ഫലത്തിലാണ് മുമ്പ് ജ്യോതിശാസ്ത്രമെന്നപോലെ ഭൗതികശാസ്ത്രവും എത്തിച്ചേർന്നത്.

ലവ്വാസ്യെക്കും പ്രത്യേകിച്ച് ഡാൽട്ടണും ശേഷം രസതന്ത്രത്തിന്റെ അത്ഭുതകരമാംവണ്ണം ദ്രുതഗതിയിലുള്ള വികാസം പ്രകൃതിയെക്കുറിച്ചുള്ള പഴയ ധാരണകളെ മറ്റൊരു വശത്തുനിന്ന് ആക്രമിച്ചു. അതുവരെ ജീവികളിൽ മാത്രം ഉൽപ്പാദിപ്പിക്കപ്പെട്ടിരുന്ന യൗഗികങ്ങളെ (compounds) അജൈവരീതിയിൽ തയാറാക്കാൻ കഴിഞ്ഞതോടെ രസതന്ത്രനിയമങ്ങൾ ജൈവവസ്തുക്കൾക്കും അജൈവവസ്തുക്കൾക്കും ഒരുപോലെ സാധുവാണെന്നു തെളിയിക്കപ്പെട്ടു. അജൈവപ്രകൃതിയും ജൈവപ്രകൃതിയും തമ്മിലുള്ള വിടവ് - ഒരിക്കലും നികത്താനാവാത്തതെന്ന് കാന്റുപോലും കരുതിയിരുന്ന ആ വിടവ് - വലിയൊരു പരിധിവരെ നികത്തപ്പെട്ടു.

അവസാനമായി, കഴിഞ്ഞ (അതായത് പതിനെട്ടാം) നൂറ്റാണ്ടിന്റെ പകുതിക്കുശേഷം ചിട്ടയായി സംഘടിപ്പിച്ച ശാസ്ത്രീയപര്യടനങ്ങളും സഞ്ചാരങ്ങളും, ലോകത്തിന്റെ എല്ലാ ഭാഗത്തുമുള്ള യൂറോപ്യൻ കോളനികളിൽ അവിടെത്താമസിക്കുന്ന വിദഗ്ധന്മാർ നടത്തിയ കൂടുതൽ നിഷ്കർഷമായ പര്യവേക്ഷണങ്ങൾ, വിശേഷിച്ചും സൂക്ഷ്മദർശിനി ചിട്ടയായി പ്രയോഗിക്കുകയും കോശം കണ്ടുപിടിക്കുകയും ചെയ്തശേഷം ജീവാശ്മവിജ്ഞാനത്തിലും ശരീരഘടനാശാസ്ത്രത്തിലും ശരീരക്രിയാവിജ്ഞാനത്തിലും പൊതുവിലുണ്ടായ കൂടുതൽ പുരോഗതി - ഇവയുടെയെല്ലാം ഫലമായി ജീവശാസ്ത്രഗവേഷണരംഗത്ത് ഒട്ടേറെ വിവരങ്ങൾ സംഭരിക്കപ്പെട്ടു കഴിഞ്ഞിരുന്നു. അതിനാൽ താരതമ്യ പഠനരീതി ഒരേ സമയത്ത് സാധ്യവും അനുപേക്ഷണീയവുമായിത്തീർന്നു.* ഒരു വശത്ത്

* കയ്യെഴുത്തുപ്രതിയുടെ മാർജിനിൽ പെൻസിൽകൊണ്ട് "ഭ്രൂണവിജ്ഞാനം" (എംബ്രിയോളജി" എന്ന് എഴുതിയിട്ടുണ്ട്.

തുലനാത്മക ഭൗതിക ഭൂമിശാസ്ത്രംവഴി വിവിധ സസ്യ-ജന്തുജാലങ്ങളുടെ ജീവിതസാഹചര്യങ്ങൾ നിർണയിക്കപ്പെട്ടു. മറുവശത്ത്, പ്രായപൂർത്തിയെത്തിയ അവസ്ഥയിൽ മാത്രമല്ല എല്ലാ വികാസദശകളിലും സജാതീയ അവയവങ്ങൾവച്ച് ജീവികളെ പരസ്പരം താരതമ്യപ്പെടുത്തി നോക്കി. ഈ ഗവേഷണം കൂടുതൽകൂടുതൽ അവഗാഢവും സൂക്ഷ്മവുമാകുന്തോറും, ജൈവ പ്രകൃതി മാറ്റാനാവാത്ത വിധം സ്ഥിരമാണെന്ന അയവില്ലാത്ത ധാരണ അതിന്റെ സ്പർശനമാത്രയിൽ കൂടുതൽ കൂടുതൽ നിലംപരിശായി. സസ്യങ്ങളുടെയും ജന്തുക്കളുടെയും വെവ്വേറെയുള്ള ജാതികൾ കൂടുതൽ കൂടുതൽ അഭേദ്യമാംവണ്ണം ഇടകലർന്നുവെന്നു മാത്രമല്ല, മുമ്പത്തെ തരംതിരിവുകളെയെല്ലാം പരിഹാസമാക്കിക്കൊണ്ട് അംഫിയോക്സസിനേയും ലെപ്പിഡോസിറെനെയും[17] പോലുള്ള ജന്തുക്കൾ കണ്ടെത്തപ്പെടുകയും ചെയ്തു.* അവസാനമായി, സസ്യലോകത്തിൽപ്പെട്ടതോ ജന്തുലോകത്തിൽപ്പെട്ടതോ എന്നു തീർച്ചപറയാനാവാത്ത ചില ജൈവവസ്തുക്കളെയും കണ്ടെത്തുകയുണ്ടായി. ജീവാശ്മവിജ്ഞാനത്തിലെ വിടവുകൾ കൂടുതൽകൂടുതൽ നികത്തപ്പെട്ടു. മൊത്തത്തിലുള്ള ജൈവപ്രപഞ്ചത്തിന്റെ വികാസചരിത്രവും ഒറ്റയ്ക്കൊറ്റയ്ക്കുള്ള ജീവികളുടെ വികാസചരിത്രവും തമ്മിലുള്ള പ്രകടമായ സമാന്തരത്വം - സസ്യശാസ്ത്രത്തെയും ജന്തുശാസ്ത്രത്തെയും കൂടുതൽ കൂടുതൽ കുടുക്കിയെന്നു തോന്നിച്ച നൂലാമാലയിൽ നിന്നു പുറത്തുകടക്കാൻ വഴികാണിച്ച ആ 'അരിയാദ്നെച്ചരട്' (Ariadnes's thread) - ഏറ്റവും കൂടുതൽ മടിച്ചുനിന്നവർക്കുപോലും അംഗീകരിക്കേണ്ടിവന്നു. സൗരയൂഥത്തിന്റെ ശാശ്വത തത്വത്തിന്റെ നേർക്ക് കാന്റ് ആക്രമണം നടത്തിയ ഏതാണ്ടതേ സമയത്തുതന്നെയാണ് 1759 -ൽ സി എഫ് വോൾഫ് ജാതികളുടെ സ്ഥിരതയുടെ നേരെ ആദ്യമായി ആഞ്ഞടിക്കുകയും പിന്തുടർച്ചാസിദ്ധാന്തം[19] പ്രഖ്യാപിക്കുകയും ചെയ്തതെന്നത് ശ്രദ്ധേയമാണ്. എന്നാൽ അദ്ദേഹത്തെ സംബന്ധിച്ചിടത്തോളം ഉജ്വലമായ ഒരു അനുമാനം മാത്രമായിരുന്നത് ഓക്കന്റേയും ലമാർക്കിന്റേയും ബേറുടെയും കൈകളിലാണ് ദൃഢരൂപമാർജിച്ചത്. കൃത്യം നൂറുവർഷം കഴിഞ്ഞ്, 1859 -ൽ ഡാർവിൻ അതിനെ വിജയകരമായി ആവിഷ്കരിക്കുകയും ചെയ്തു.[20] എല്ലാ ജീവികളുടെയും ആത്യന്തികരൂപാകൃതി ഘടകങ്ങളെന്ന് അതിനകംതന്നെ തെളിയിച്ചുകഴിഞ്ഞിരുന്ന പ്രോട്ടോപ്ലാസവും കോശവും ഏറ്റവും താഴത്തെ ജൈവരൂപങ്ങളെന്ന നിലയ്ക്ക് സ്വതന്ത്രമായി നിലനിൽക്കുന്നുവെന്ന് ഏതാണ്ടതേ സമയത്തുതന്നെ സ്ഥാപിക്കപ്പെട്ടു. ഇത് ജൈവപ്രകൃതിയും അജൈവപ്രകൃതിയും തമ്മിലുള്ള വിടവ് പരമാവധി ചുരുക്കിയെന്നു മാത്രമല്ല, ജൈവവസ്തുക്കളുടെ പിന്തുടർച്ചയെന്ന സിദ്ധാന്തത്തിനു വിഘാതമായി നിന്നിരുന്ന ഏറ്റവും വലിയൊരു

* കയ്യെഴുത്തുപ്രതിയുടെ മാർജിനിൽ പെൻസിൽകൊണ്ട് "സെറാറ്റോഡസിന്റെയും ആർക്കിയോപ്ടെറിക്സിന്റെയും[18] മറ്റും സ്ഥിതി ഇതുതന്നെയാണ്" എന്ന് എഴുതിയിട്ടുണ്ട്.

പ്രതിബന്ധം തട്ടിമാറ്റുകയും ചെയ്തു. പ്രകൃതിയെ സംബന്ധിച്ച പുതിയ വീക്ഷണം അതിന്റെ മുഖ്യസവിശേഷതകളെ സംബന്ധിച്ചിടത്തോളം സമ്പൂർണമായിരുന്നു. എല്ലാ അയവില്ലായ്മയും അലിഞ്ഞുപോയി. എല്ലാ സ്ഥിരതയും ചിന്നിച്ചിതറിപ്പോയി. ശാശ്വതമെന്നു കരുതിയിരുന്ന എല്ലാ പ്രത്യേകതകളും ക്ഷണികമായിത്തീർന്നു. പ്രകൃതിയാകെത്തന്നെ ഒരു ചാക്രികഗതിയിൽ നിരന്തരം ഒഴുകിക്കൊണ്ടിരിക്കയാണെന്നു തെളിയിക്കപ്പെട്ടു.

അങ്ങനെ നാം യവനതത്വചിന്തയുടെ സ്ഥാപകരായ മഹാന്മാരുടെ വീക്ഷണരീതിയിലേക്ക് വീണ്ടും മടങ്ങിയെത്തിയിരിക്കുന്നു. ഏറ്റവും ചെറിയ അംശംതൊട്ട് ഏറ്റവും വലിയ അംശം വരെ, മണൽത്തരികൾതൊട്ട് സൂര്യഗോളങ്ങൾവരെ, പ്രൊട്ടിസ്റ്റ്[21] തൊട്ട് മനുഷ്യൻ വരെ, പ്രകൃതിയാകെത്തന്നെ നിരന്തരം ആവിർഭവിക്കുകയും തിരോഭവിക്കുകയും ചെയ്തുകൊണ്ടാണ്, അവിശ്രാന്തമായ ചലനത്തിലും മാറ്റത്തിലുമാണ്, നിലനിൽക്കുന്നത് എന്നതാണ് പ്രസ്തുതവീക്ഷണം. ഒരു വ്യത്യാസം മാത്രമേയുള്ളു: യവനരെ സംബന്ധിച്ചിടത്തോളം ഉജ്വലമായ ഒരു അന്തഃപ്രജ്ഞയായിരുന്നു അതെങ്കിൽ നമ്മെ സംബന്ധിച്ചിടത്തോളം അത് അനുഭവത്തിനനുരോധവും കണിശമായും ശാസ്ത്രീയവുമായ ഗവേഷണത്തിന്റെ ഫലമാണ്, അതുകൊണ്ടുതന്നെ അത് വളരെക്കൂടുതൽ സുനിശ്ചിതവും സുവ്യക്തവുമായ രൂപത്തിൽ പ്രത്യക്ഷപ്പെടുന്നുമുണ്ട്. ഈ ചാക്രികഗതിയുടെ അനുഭവാധിഷ്ഠിത തെളിവുകളിൽ ഇനിയും ചില വിടവുകളുണ്ടെന്നത് ശരിയാണ്. എന്നാൽ ഇതിനകംതന്നെ സുസ്ഥാപിതമായിക്കഴിഞ്ഞതുമായി തട്ടിച്ചുനോക്കുമ്പോൾ അവ നിസ്സാരമാണ്. ഓരോ വർഷം കഴിയുന്തോറും അവ കൂടുതൽകൂടുതൽ നികത്തപ്പെട്ടുവരികയുമാണ്. വിശദാംശങ്ങളുടെ കാര്യത്തിൽ ഈ തെളിവുകളിൽ എങ്ങനെ വിടവുകളില്ലാതിരിക്കും? ഏറ്റവും പ്രധാനപ്പെട്ട ശാസ്ത്രശാഖകളായ ഗ്രഹാന്തരജ്യോതിശാസ്ത്രവും രസതന്ത്രവും ഭൂഗർഭശാസ്ത്രവും നിലവിൽ വന്നിട്ട് കഷ്ടിച്ച് ഒരു നൂറ്റാണ്ടേ ആയിട്ടുള്ളൂവെന്നും ശരീരക്രിയാവിജ്ഞാനത്തിലെ തുലനാത്മകരീതിക്ക് കഷ്ടിച്ച് അമ്പതുവർഷത്തെ പഴക്കമേയുള്ളുവെന്നും ഏതാണ്ടെല്ലാ ജൈവവികാസത്തിന്റെയും മൗലികരൂപമായ കോശം കണ്ടുപിടിച്ചിട്ട് നാൽപ്പതുവർഷംപോലും തികഞ്ഞിട്ടില്ലെന്നും ഓർക്കണം.*

ക്ഷീരപഥത്തിന്റെ ഏറ്റവും അകലെയുള്ള താരാവ്യൂഹങ്ങളാൽ ചുറ്റപ്പെട്ട നമ്മുടെ പ്രപഞ്ചദ്വീപിലെ എണ്ണമറ്റ സൂര്യന്മാരും സൗരയൂഥങ്ങളും വികാസംപ്രാപിച്ചത് ചുഴന്നുകറങ്ങുകയും കത്തിജ്വലിക്കുകയും ചെയ്തുകൊണ്ടിരുന്ന വാതകപിണ്ഡങ്ങൾ ചുരുങ്ങുകയും തണുക്കുകയും

* എംഗൽസിന്റെ കയ്യെഴുത്തുപ്രതിയിൽ ഈ ഖണ്ഡിക മുൻഖണ്ഡികകളിൽ നിന്നും വേർപെടുത്തപ്പെട്ടിരിക്കുന്നു. ഇതിന്റെ ചുവട്ടിൽ തിരശ്ചീനമായ രേഖയും അതിൽ ചരിവായ വരയുമുണ്ട്. മറ്റു പുസ്തകങ്ങളിൽ പരാമർശിക്കപ്പെട്ട വരികളെ എംഗൽസ് ഇങ്ങനെ വേർതിരിക്കാറുണ്ട്.

ചെയ്തതിന്റെ ഫലമായിട്ടാണ്. ഏതാനും നൂറ്റാണ്ടുകാലത്തെ നിരീക്ഷണങ്ങൾ നക്ഷത്രങ്ങളുടെ നിജചലനത്തെപ്പറ്റി നമുക്കൊരു ഉൾക്കാഴ്ച നൽകിയതിനുശേഷം ആ വാതകപിണ്ഡങ്ങളുടെ ചലനനിയമങ്ങൾ ഒരു പക്ഷേ അനാവൃതമായേക്കാം. സ്പഷ്ടമായും ഈ വികാസം എല്ലായിടത്തും ഒരേ തോതിലല്ല മുന്നോട്ടുപോയത്. ഗ്രഹരൂപത്തിലുള്ളവയ്ക്കു പുറമേ ഇരുണ്ട പിണ്ഡങ്ങളും, അതായത്, അണഞ്ഞുപോയ സൂര്യന്മാരും, നമ്മുടെ നക്ഷത്രവ്യൂഹത്തിലുണ്ടെന്ന് (മെഡ്‌ലർ) അംഗീകരിക്കാൻ ജ്യോതിശാസ്ത്രം കൂടുതൽകൂടുതൽ നിർബന്ധിതമായി വരികയാണ്. മറുവശത്ത്, (സെക്കിയുടെ അഭിപ്രായത്തിൽ) വാതകരൂപത്തിലുള്ള നീഹാരികാശകലങ്ങളുടെ ഒരു ഭാഗം ഇനിയും പൂർണമായി രൂപംകൊണ്ടിട്ടില്ലാത്ത സൂര്യന്മാരെന്ന നിലയ്ക്ക് നമ്മുടെ നക്ഷത്രവ്യൂഹത്തിൽപ്പെട്ടതാണ്. മെഡ്‌ലർ വാദിക്കുന്നതുപോലെ മറ്റു നീഹാരികകൾ വിദൂരസ്ഥങ്ങളായ സ്വതന്ത്ര പ്രപഞ്ചദ്വീപുകളാവാനുള്ള സാധ്യതയെ ഇത് ഒഴിവാക്കുന്നില്ല. അവയുടെ ആപേക്ഷിക വികാസഘട്ടം സ്പെക്ട്രോസ്കോപ്പു വഴി നിർണയിക്കേണ്ടതാണ്.[22]

ഒരൊറ്റ നീഹാരികാപിണ്ഡത്തിൽനിന്ന് (nebular mass) ഒരു സൗരയൂഥം എങ്ങനെ വളർന്നുവരുന്നുവെന്ന് ഇതുവരെ ആർക്കും മറികടക്കാൻ കഴിയാത്ത രീതിയിൽ ലപ്ലാസ് വിശദമായി കാണിച്ചുതന്നിട്ടുണ്ട്. പിൽക്കാലശാസ്ത്രം അദ്ദേഹത്തെ കൂടുതൽകൂടുതൽ സ്ഥിരീകരിച്ചിട്ടുമുണ്ട്.

ഇങ്ങനെ രൂപംകൊണ്ട വെവ്വേറെയുള്ള പിണ്ഡങ്ങളിൽ – സൂര്യന്മാരിലും ഗ്രഹങ്ങളിലും ഉപഗ്രഹങ്ങളിലും – ചൂടെന്നു നാം വിളിക്കുന്നതെന്തോ അതാണ് ആദ്യം നിലവിലുള്ള പദാർഥചലനരൂപം. സൂര്യന് ഇപ്പോഴുമുള്ളതുപോലുള്ള ഒരു താപത്തിൽപ്പോലും മൂലകങ്ങളുടെ രാസയൗഗികങ്ങളുണ്ടാകുന്ന (chemical compounds of the elements) പ്രശ്നമേയില്ല. അത്തരം സാഹചര്യങ്ങളിൽ ചൂട് എത്രത്തോളം വിദ്യുച്ഛക്തിയോ കാന്തശക്തിയോ ആയി രൂപാന്തരപ്പെടുന്നുവെന്ന് തുടർന്നുള്ള സൗരനിരീക്ഷണങ്ങൾ കാണിച്ചുതരും. സൂര്യനിൽ നടക്കുന്ന യാന്ത്രികചലനം ചൂടും ഗുരുത്വാകർഷണവും തമ്മിലുള്ള സംഘട്ടനത്തിൽനിന്നു മാത്രം ഉളവാകുന്നതാണെന്നു തെളിയിക്കപ്പെട്ടിരിക്കുന്നുവെന്നു തന്നെ പറയാം.

പിണ്ഡങ്ങൾ ചെറുതാകുന്തോറും അവ കൂടുതൽ വേഗം തണുക്കുന്നു. ഉപഗ്രഹങ്ങളും ക്ഷുദ്രഗ്രഹങ്ങളും (അസ്റ്ററോയ്ഡുകൾ) ഉൽക്കകളുമാണ് ആദ്യം തണുത്തത്. നമ്മുടെ ചന്ദ്രൻ കെട്ടടങ്ങിയിട്ട് എത്രയോ കാലമായി. ഗ്രഹങ്ങൾ കൂടുതൽ സാവധാനത്തിലാണ് തണുക്കുന്നത്. കേന്ദ്രപിണ്ഡമാണ് തണുക്കാൻ ഏറ്റവും കൂടുതൽ സമയമെടുക്കുന്നത്.

പിണ്ഡങ്ങൾ അനുക്രമമായി തണുത്തുവരുന്നതോടെ ഒന്നു മറ്റൊന്നായി രൂപാന്തരപ്പെട്ടുകൊണ്ടിരിക്കുന്ന ചലനത്തിന്റെ ഭൗതികരൂപങ്ങളുടെ അന്യോന്യപ്രവർത്തനം കൂടുതൽ കൂടുതൽ മുൻപന്തിയിലേക്കു വരുന്നു. അവസാനം രാസബന്ധുത (chemical affinity) അനുഭവഗോചരമാവാൻ തുടങ്ങുന്ന ഒരു ഘട്ടമെത്തുന്നു. മുമ്പ് രാസികമായി ഉദാസീനമാ

യിരുന്ന മൂലകങ്ങൾ ഒന്നൊന്നായി രാസികമായി വേർതിരിയുകയും രാസ ഗുണങ്ങൾ ആർജിക്കുകയും പരസ്പരസംയോഗത്തിൽ ഏർപ്പെടുകയും ചെയ്യുന്നു. താപനില കുറയുന്നതനുസരിച്ച് ഈ മിശ്രിതങ്ങൾ നിരന്തരം മാറിക്കൊണ്ടിരിക്കുന്നു. താപത്തിലുള്ള ഈ കുറവ് ഓരോ മൂലകത്തേ യുമെന്നുമാത്രമല്ല മൂലകങ്ങളുടെ ഓരോ പ്രത്യേക മിശ്രിതത്തേയും വ്യ ത്യസ്തമായിട്ടാണ് ബാധിക്കുന്നത്. വാതകപദാർഥത്തിലൊരു ഭാഗം തൽഫലമായി ആദ്യം ദ്രവാവസ്ഥയിലേക്കും പിന്നീട് ഖരാവസ്ഥയി ലേക്കും മാറുന്നതനുസരിച്ചും അങ്ങനെ ഉളവാകുന്ന പുതിയ സാഹച ര്യങ്ങളനുസരിച്ചും ഈ മിശ്രിതങ്ങളിൽ മാറ്റമുണ്ടാകുന്നുണ്ട്.

ഒരു ഗ്രഹം ഉറച്ച ഒരു പുറന്തോട് ആർജിക്കുകയും അതിന്റെ ഉപ രിതലത്തിൽ ജലസംഭരണങ്ങളുണ്ടാവുകയും ചെയ്യുന്നസമയം, കേന്ദ്ര പിണ്ഡത്തിൽ നിന്ന് അതിലേക്കു വമിക്കപ്പെടുന്ന ചൂടിനെ അപേക്ഷിച്ച് അതിന്റെ സ്വന്തം ചൂട് കുറഞ്ഞുകുറഞ്ഞു വരുന്ന സമയവുമായി ഒത്തി രിക്കും. അതിന്റെ അന്തരീക്ഷം നാമിന്നു മനസിലാക്കുന്ന അർഥത്തി ലുള്ള കാലാവസ്ഥാപ്രതിഭാസങ്ങളുടെ രംഗവേദിയായിത്തീരുന്നു. അതി ന്റെ ഉപരിതലം ഭൂഗർഭശാസ്ത്രപരമായ മാറ്റങ്ങളുടെ കളരിയായിത്തീ രുന്നു. ദ്രവരൂപത്തിലുള്ള ചുട്ടുപഴുത്ത അന്തർഭാഗത്തിന്റെ ക്രമേണ കുറ ഞ്ഞുവരുന്ന ബാഹ്യസ്വാധീനത്തെ അപേക്ഷിച്ച് അന്തരീക്ഷ അപക്ഷേ പണ (precipitation) ത്തിന്റെ ഫലമായുണ്ടാകുന്ന നിക്ഷേപങ്ങൾ കൂടു തൽ കൂടുതൽ പ്രാധാന്യമാർജിക്കുന്നു.

അവസാനം, ഉപരിതലത്തിന്റെ ഗണ്യമായ ഒരു ഭാഗത്തെങ്കിലും പ്രോട്ടീനിന്റെ ജീവിതം സാധ്യമാകുന്ന പരിധിക്കപ്പുറത്തേക്കു കടക്കാ ത്തത്രമാത്രം താപനില സമീകൃതമായാൽ, മറ്റു രാസികപൂർവോപാധി കൾ (chemical pre- conditions) അനുകൂലമാണെങ്കിൽ ജീവനുള്ള പ്രോട്ടോപ്ലാസം രൂപമെടുക്കുന്നു. ഈ പൂർവോപാധികൾ എന്തെല്ലാമാ ണെന്ന് നമുക്കിനിയും അറിയില്ല. അതിൽ അത്ഭുതവുമില്ല. കാരണം, പ്രോട്ടീനിന്റെ രാസഫോർമുലപോലും ഇതുവരെ നിർണയിക്കപ്പെട്ടിട്ടില്ല. രാസികമായി വ്യത്യസ്തമായ എത്ര പ്രോട്ടീൻ വസ്തുക്കളുണ്ടെന്നു പോലും നമുക്കറിഞ്ഞുകൂടാ. മാത്രമല്ല, ദഹനം, വിസർജനം, ചലനം, സങ്കോചനം, പ്രചോദനങ്ങളോടുള്ള പ്രതികരണം, പ്രത്യുൽപ്പാദനം എന്നി ങ്ങനെയുള്ള ജീവന്റെ എല്ലാ മുഖ്യ ധർമങ്ങളും യാതൊരു ഘടനയുമി ല്ലാത്ത പ്രോട്ടീൻ നിറവേറ്റുന്നുണ്ടെന്ന വസ്തുത അറിവായിട്ട് പത്തു വർഷത്തോളമേ ആകുന്നുള്ളു.

അടുത്ത മുന്നേറ്റം നടക്കുന്നതിനുമുമ്പ് - കോശകേന്ദ്രവും കോശ ചർമവും രൂപീകരിച്ചുകൊണ്ട് ഈ അരൂപിയായ പ്രോട്ടീന് ആദ്യത്തെ കോശം നിർമിക്കാൻ കഴിയുന്നതിനുമുമ്പ് - പരസഹസ്രം വർഷങ്ങൾ കടന്നുപോയിരിക്കാം. എന്നാൽ ജൈവലോകത്തിന്റെയൊട്ടാകെയുള്ള ആകൃതിക (morphological) വികാസത്തിന് അടിത്തറ പാകിയതും ഈ പ്രഥമകോശമാണ്. കോശങ്ങളുള്ളവയും ഇല്ലാത്തവയുമായ പ്രൊട്ടിസ്റ്റ

യുടെ അസംഖ്യം ജാതികളാണ് ആദ്യം വളർച്ചപ്രാപിച്ചതെന്ന് ജീവാശ്മ ചരിത്രവുമായി ഒട്ടാകെ താരതമ്യപ്പെടുത്തി നോക്കുമ്പോൾ ന്യായമായും അനുമാനിക്കാവുന്നതാണ്. അവയിൽ "ഇയൊസൂൺ കനാഡെൽ സെ"[23] മാത്രമേ നമ്മുടെ കാലംവരെ ശേഷിച്ചിട്ടുള്ളു. ആ ജാതികളിൽ ചിലത് ആദ്യത്തെ സസ്യങ്ങളായും മറ്റുള്ളവ ആദ്യത്തെ ജന്തുക്കളായും ക്രമേണ വേർതിരിഞ്ഞു. ആദ്യത്തെ ആ ജന്തുക്കളിൽനിന്ന് മുഖ്യമായും തുടർന്നുള്ള തരംതിരിവുകളിലൂടെ ജന്തുക്കളുടെ നിരവധി വർഗങ്ങളും ക്രമങ്ങളും കുടുംബങ്ങളും ഗണങ്ങളും ജാതികളും വളർന്നുവന്നു. അവസാനമായി വികാസം പ്രാപിച്ചത് നട്ടെല്ലുള്ളവയാണ് (കശേരുകികൾ). ആ രൂപത്തിലാണ് നാഡീവ്യൂഹം പൂർണവളർച്ചയെത്തുന്നത്. അവയുടെ കൂട്ടത്തിൽനിന്നുതന്നെ അവസാനം മനുഷ്യൻ വളർന്നു രൂപംകൊണ്ടു. പ്രകൃതി അതേപ്പറ്റിത്തന്നെ ബോധമാർജിച്ചത് അവനിലാണല്ലോ.

മനുഷ്യനും ആവിർഭവിക്കുന്നത് തരംതിരിവിലൂടെയാണ്. ഒരൊറ്റ അണ്ഡകോശമെന്ന നിലയിൽനിന്ന് പ്രകൃതി സൃഷ്ടിച്ചിട്ടുള്ള ഏറ്റവും സങ്കീർണമായ ജൈവവസ്തുവെന്ന നിലയിലേക്കുള്ള വികാസത്തിലൂടെ വ്യക്തിഗതമായി മാത്രമല്ല, ചരിത്രപരമായും അവ ആവിർഭവിക്കുന്നത് അങ്ങനെയാണ്. പരസഹസ്രം വർഷത്തെ സമരത്തിനുശേഷം കൈകാലുകൾ തമ്മിലുള്ള വേർതിരിവും നിവർന്നുനിൽക്കാനുള്ള കഴിവും അന്തിമമായി സ്ഥാപിതമായതോടെ മനുഷ്യൻ കുരങ്ങിൽനിന്നു വ്യതിരിക്തനായി. സ്പഷ്ടമായ ഉച്ചാരണത്തിന്റെ വളർച്ചയ്ക്കും തലച്ചോറിന്റെ വമ്പിച്ച വികസനത്തിനും അടിത്തറയിട്ടു. തലച്ചോറിന്റെ ആ വികസനമാവട്ടെ, മനുഷ്യനും കുരങ്ങും തമ്മിലുള്ള വിടവ് നികത്താനാവാത്തതാക്കിത്തീർത്തു. കൈയുടെ വിശേഷവൽക്കരണം പണിക്കോപ്പിന്റെ ആവിർഭാവത്തെ വിവക്ഷിക്കുന്നു. പണിക്കോപ്പ് മനുഷ്യനു സവിശേഷമായിട്ടുള്ള പ്രവർത്തനത്തെ, പ്രകൃതിയെ രൂപാന്തരപ്പെടുത്തിക്കൊണ്ടുള്ള മനുഷ്യന്റെ പ്രതികരണത്തെ, ഉൽപ്പാദനത്തെ വിവക്ഷിക്കുന്നു. കൂടുതൽ സങ്കുചിതമായ അർഥത്തിൽ ജന്തുക്കൾക്കും പണിക്കോപ്പുകളുണ്ട്. പക്ഷേ, അവയുടെ ശരീരാവയവങ്ങളെന്ന നിലയ്ക്കു മാത്രമാണത്. ഉദാഹരണത്തിന് ഉറുമ്പും തേനീച്ചയും അളകരടിയും. മൃഗങ്ങളും ഉൽപ്പാദനം നടത്തുന്നുണ്ട്. പക്ഷേ, ചുറ്റുമുള്ള പ്രകൃതിയുടെമേൽ അവയുടെ ഉൽപ്പാദനപ്രവർത്തനത്തിനുള്ള സ്വാധീനം ആ പ്രകൃതിയെ സംബന്ധിച്ചിടത്തോളം പൂജ്യമാണ്. മനുഷ്യനുമാത്രമാണ് പ്രകൃതിയുടെമേൽ തന്റെ മുദ്ര പതിപ്പിക്കാൻ കഴിഞ്ഞിട്ടുള്ളത്. സസ്യങ്ങളുടെയും ജന്തുക്കളുടെയും വിവിധജാതികളെ അവൻ മാറ്റിസ്ഥാപിച്ചു, പാർപ്പിടത്തിന്റെ ബാഹ്യരൂപത്തിലും ശീതോഷ്ണാവസ്ഥയിലുമെന്നു മാത്രമല്ല, സസ്യങ്ങളിലും ജന്തുക്കളിലും കൂടി ഗണ്യമായ മാറ്റം വരുത്തി. ഭൂഗോളത്തിന്റെതന്നെ പൊതുനാശത്തോടുകൂടി മാത്രമേ അവന്റെ പ്രവർത്തനത്തിന്റെ ഭവിഷ്യത്തുകൾ അപ്രത്യക്ഷമാകൂ. പ്രഥമവും പ്രധാനവുമായി കൈക്കൊണ്ടാണ് അവനിതു സാധിച്ചത്. പ്രകൃതിയെ രൂപാന്തരപ്പെടുത്താൻ വേണ്ടി അവൻ

ഇതുവരെ കണ്ടുപിടിച്ചിട്ടുള്ളതിൽവച്ച് ഏറ്റവും കരുത്തുറ്റ പണിക്കോപ്പായ ആവിയന്ത്രംപോലും അവസാനവിശകലനത്തിൽ ആശ്രയിച്ചിരിക്കുന്നത് കൈയെയാണ്. കാരണം, അതൊരു പണിക്കോപ്പാണെന്നതുതന്നെ. എന്നാൽ കൈയുടെ വികാസത്തോടൊപ്പം പടിപടിയായി തലച്ചോറിന്റെ വികാസവും നടന്നു. പ്രായോഗിക പ്രയോജനമാർന്ന പ്രത്യേകം പ്രത്യേകം പ്രവൃത്തികൾക്കുള്ള സാഹചര്യങ്ങളെ സംബന്ധിച്ച ബോധമാണ് ആദ്യം കൈവന്നത്. പിന്നീട്, കൂടുതൽ അനുകൂലനപരിതഃസ്ഥിതികളിൽ ജീവിക്കുന്ന ജനതകൾക്കിടയിൽ ആ ബോധത്തിന്റെ അടിസ്ഥാനത്തിൽ പ്രസ്തുത സാഹചര്യങ്ങൾക്കാധാരമായ പ്രകൃതിനിയമങ്ങളെ സംബന്ധിച്ച ഉൾക്കാഴ്ചയുമുണ്ടായി. പ്രകൃതിനിയമങ്ങളെക്കുറിച്ചുള്ള പരിജ്ഞാനം ദ്രുതഗതിയിൽ വളർന്നുവന്നതോടൊപ്പം പ്രകൃതിയെ തിരിച്ചങ്ങോട്ടു സ്വാധീനിക്കാനുള്ള മാർഗങ്ങളും വളർന്നുവന്നു. കൈയ്ക്കു സമാന്തരമായും ഭാഗികമായി അതിന്റെ പ്രവർത്തനംമൂലവും മനുഷ്യന്റെ തലച്ചോറുകൂടി തദനുസൃതമായി വികസിച്ചിരുന്നില്ലെങ്കിൽ കൈയ്ക്കു മാത്രമായി ആവിയന്ത്രം നിർമിക്കാൻ ഒരിക്കലും സാധ്യമാകുമായിരുന്നില്ല.

മനുഷ്യന്റെ ആഗമനത്തോടെ നാം ചരിത്രത്തിലേക്കു കടക്കുന്നു. ജന്തുക്കൾക്കുമുണ്ട് ഒരു ചരിത്രം. പിന്തുടർച്ചയുടേയും ഇന്നത്തെ അവസ്ഥയിലേക്കുള്ള ക്രമാനുഗതമായ പരിണാമത്തിന്റെയും ചരിത്രമാണത്. എന്നാൽ ആ ചരിത്രം അവയ്ക്കുവേണ്ടി സൃഷ്ടിക്കപ്പെട്ടിട്ടുള്ളതാണ്. അവയ്ക്ക് അതിൽ പങ്കുണ്ടെങ്കിൽത്തന്നെ അത് അവയുടെ അറിവോ ആഗ്രഹമോ കൂടാതെയാണ്. നേരെമറിച്ച്, ആ വാക്കിന്റെ സങ്കുചിതാർഥത്തിൽ ജന്തുക്കളിൽനിന്ന് മനുഷ്യർ കൂടുതൽകൂടുതൽ അകലുന്തോറും അവർതന്നെ ബോധപൂർവം അവരുടെ ചരിത്രം കൂടുതൽ കൂടുതൽ സൃഷ്ടിക്കുന്നു. മുൻകൂട്ടി കാണാത്ത ഫലങ്ങളും അനിയന്ത്രിതശക്തികളും പ്രസ്തുത ചരിത്രത്തിൽ ചെലുത്തുന്ന സ്വാധീനം കുറഞ്ഞുവരുന്നു. ചരിത്രത്തിന്റെ പരിണതഫലം മുൻകൂട്ടി നിർണയിച്ചിട്ടുള്ള ലക്ഷ്യവുമായി കൂടുതൽ പൊരുത്തപ്പെട്ടുവരുന്നു. എന്നാൽ ഈ മാനദണ്ഡം മനുഷ്യരുടെ ചരിത്രത്തിൽ – ഇന്നത്തെ ഏറ്റവും വളർച്ചയെത്തിയ ജനതകളുടെ ചരിത്രത്തിൽപ്പോലും – പ്രയോഗിക്കുന്നപക്ഷം നിർദിഷ്ടലക്ഷ്യങ്ങളും ലബ്ധഫലങ്ങളും തമ്മിൽ ഭീമമായ പൊരുത്തക്കേട് ഇപ്പോഴും നിലനിൽക്കുന്നുണ്ടെന്നും, മുൻകൂട്ടി കാണാത്ത ഫലങ്ങൾക്കാണ് പ്രാബല്യമെന്നും, ആസൂത്രിതമായി കെട്ടഴിച്ചുവിടുന്ന ശക്തികളെക്കാൾ എത്രയോ കൂടുതൽ കരുത്തുറ്റവ അനിയന്ത്രിതശക്തികളാണെന്നും നമുക്കു കാണാൻ കഴിയും. മനുഷ്യരുടെ ഏറ്റവും കാതലായ ചരിത്രപ്രവർത്തനം, അവരെ തിര്യക്കുകളുടെ അവസ്ഥയിൽനിന്നു മാനുഷികാവസ്ഥയിലേക്ക് ഉയർത്തിയിട്ടുള്ളതും അവരുടെ മറ്റെല്ലാ പ്രവർത്തനങ്ങളുടെയും ഭൗതികാടിത്തറയായി വർത്തിക്കുന്നതുമായ ആ പ്രവർത്തനം, അതായത് അവരുടെ ജീവിതത്തിനുള്ള അവശ്യവസ്തുക്കളുടെ ഉൽപ്പാദനം – നമ്മുടെ കാലത്തെ സംബന്ധിച്ചു പറയുകയാണെങ്കിൽ,

സാമൂഹ്യോൽപ്പാദനം – സർവോപരി അനിയന്ത്രിതശക്തികളിൽനിന്നുള്ള അനുദ്ദിഷ്ടഫലങ്ങളുടെ സ്വാധീനത്തിനു വിധേയമായിരിക്കുകയും ഒരു അപവാദമെന്ന നിലയ്ക്കു മാത്രം ഉദ്ദിഷ്ടലക്ഷ്യം നേടുകയും മിക്കപ്പോഴും നേർവിപരീതഫലം ഉളവാക്കുകയും ചെയ്യുന്നിടത്തോളം കാലം ഇത് മറിച്ചാവാൻ സാധ്യമല്ല. ഏറ്റവും വളർച്ചയെത്തിയ വ്യാവസായിക രാജ്യങ്ങളിൽ നാം പ്രകൃതി ശക്തികളെ കീഴടക്കുകയും അവയെ മനുഷ്യന്റെ വരുതിയിൽ കൊണ്ടുവരികയും ചെയ്തിട്ടുണ്ട്. അതുവഴി നാം ഉൽപ്പാദനം നിസ്സീമമാംവണ്ണം വർധിപ്പിച്ചിട്ടുണ്ട്. മുമ്പ് മുതിർന്ന നൂറുപേർ ഉൽപ്പാദിപ്പിച്ചതിലും കൂടുതൽ ഇന്ന് ഒരു കൊച്ചുകുട്ടി ഉൽപ്പാദിപ്പിക്കുന്നുണ്ട്. ഫലമോ? ബഹുജനങ്ങൾക്ക് വർധമാനമായ അമിതാധ്വാനവും വർധമാനമായ ദുരിതവും പത്തുവർഷം കൂടുമ്പോൾ വമ്പിച്ച ഒരു തകർച്ചയും. ധനശാസ്ത്രജ്ഞർ ചരിത്രത്തിന്റെ ഏറ്റവും വലിയ നേട്ടമായി കൊട്ടിഘോഷിക്കുന്ന സ്വതന്ത്രമത്സരവും നിലനിൽപ്പിനുവേണ്ടിയുള്ള സമരവും ജന്തുലോകത്തിലെ സാധാരണസ്ഥിതിയാണെന്നു ഡാർവിൻ ചൂണ്ടിക്കാണിച്ചപ്പോൾ, മനുഷ്യരാശിയെക്കുറിച്ചും വിശേഷിച്ച് തന്റെ നാട്ടുകാരെക്കുറിച്ചും എത്ര രൂക്ഷമായ പരിഹാസമാണ് താൻ എഴുതിവച്ചിരിക്കുന്നതെന്ന് അദ്ദേഹം അറിഞ്ഞിരിക്കില്ല. തനി ജീവശാസ്ത്രപരമായ വശത്തെ സംബന്ധിച്ച് പൊതുവിലുള്ള ഉൽപ്പാദനം ചെയ്തിട്ടുള്ളതുപോലെതന്നെ ഉൽപ്പാദനവും വിതരണവും ആസൂത്രിതമായി നടത്തിക്കൊണ്ടുപോകുന്ന സാമൂഹ്യോൽപ്പാദനത്തിന്റെ ബോധപൂർവമായ സംവിധാനത്തിനു മാത്രമേ മനുഷ്യരാശിയെ തിര്യക്കുകളുടെ ലോകത്തിൽനിന്ന് ഉയർത്താൻ കഴിയൂ. ചരിത്രപരമായ പരിണാമം അത്തരമൊരു സംവിധാനം അനുദിനം കൂടുതൽകൂടുതൽ അത്യന്താപേക്ഷിതമാക്കുന്നുവെന്നു മാത്രമല്ല സാധിതപ്രായവുമാക്കിക്കൊണ്ടിരിക്കുകയുമാണ്. അതോടെ ചരിത്രത്തിൽ പുതിയൊരു യുഗം പിറക്കുന്നതാണ്. മാനവരാശിയും മാനവരാശിയോടൊപ്പം അവരുടെ പ്രവർത്തനത്തിന്റെ എല്ലാ ശാഖകളും വിശേഷിച്ച് പ്രകൃതിശാസ്ത്രവും അതേവരെയുള്ള സർവതിനെയും നിഷ്പ്രഭമാക്കുംവണ്ണം പുരോഗമിക്കുന്ന ഒരു യുഗമായിരിക്കും അത്.

എന്നിരുന്നാലും, "ജനിച്ചതെല്ലാം നശിച്ചേതീരൂ."[24] കോടാനുകോടി വർഷങ്ങൾ കഴിയുമായിരിക്കാം, ലക്ഷോപലക്ഷം തലമുറകൾ ജനിച്ചു മണ്ണടിയുമായിരിക്കാം. എങ്കിലും സൂര്യന്റെ കുറഞ്ഞുവരുന്ന ചൂട് ധ്രുവങ്ങളിൽനിന്നു തള്ളിവരുന്ന ഹിമക്കട്ടകളെ ഉരുക്കാൻ മതിയാകാതെ വരുന്ന ഒരു കാലം വരികതന്നെ ചെയ്യും. അന്ന് ഭൂമധ്യരേഖയ്ക്കു ചുറ്റും കൂടുതൽകൂടുതൽ തിങ്ങിപ്പാർക്കുന്ന മനുഷ്യരാശിക്ക് അവിടെപ്പോലും ജീവിക്കാൻ മതിയായത്ര ചൂട് ലഭിക്കാതെവരും. ക്രമേണ, ഓർഗാനിക് ജീവന്റെ അവസാനത്തെ ലാഞ്ഛനപോലും അപ്രത്യക്ഷമാകും. ഭൂമി ചന്ദ്രനെപ്പോലെ കെട്ടടങ്ങിയ തണുത്തുറഞ്ഞ ഒരു ഗോളമായിത്തീരുകയും അത്രതന്നെ കെട്ടടങ്ങിയ സൂര്യനുചുറ്റും ചുരുങ്ങിച്ചുരുങ്ങി വരുന്ന ഭ്രമണപഥത്തിൽ കൂരിരുട്ടത്ത് കറങ്ങികൊണ്ടിരിക്കുകയും അവസാനം

അതിൽ ചെന്നുവീഴുകയും ചെയ്യും. ചില ഗ്രഹങ്ങൾക്ക് ഇതേ വിധി മുമ്പു തന്നെ ഉണ്ടായിട്ടുണ്ടാവും. മറ്റുള്ളവയ്ക്ക് അത് പിന്നീടായിരിക്കും സംഭവിക്കുക. അംഗങ്ങളുടെ സമഞ്ജസമായ വിന്യാസത്തോടു കൂടിയ ഉജ്ജ്വലവും ഊഷ്മളവുമായ സൗരയൂഥത്തിനുപകരം തണുത്ത് നിർജീവമായ ഒരു ഗോളം പ്രപഞ്ചവിസ്തൃതിയിലൂടെ അപ്പോഴും അതിന്റെ ഏകാന്ത ഗമനം നടത്തുന്നുണ്ടാവും. നമ്മുടെ സൗരയൂഥത്തിനു സംഭവിക്കുന്ന അതേ വിധി തന്നെ എന്നെങ്കിലുമൊരിക്കൽ നമ്മുടെ പ്രപഞ്ചദ്വീപിലെ എല്ലാ വ്യൂഹങ്ങൾക്കും സംഭവിക്കും. മറ്റെല്ലാ എണ്ണമറ്റ പ്രപഞ്ചദ്വീപുകൾക്കും – ഭൂമിയിൽ ജീവനുള്ള ഒരു മനുഷ്യനേത്രമുള്ളിടത്തോളം കാലം അതിൽ എത്തിച്ചേരാത്ത പ്രകാശത്തോടുകൂടിയ, അത്രയ്ക്കകലെ സ്ഥിതിചെയ്യുന്നവയ്ക്കുപോലും – സംഭവിക്കുന്നത് ഇതുതന്നെയായിരിക്കും.

അത്തരമൊരു സൗരയൂഥം അതിന്റെ ജീവചരിത്രം പൂർത്തിയാക്കുകയും പരിമേയമായ സർവതിനും വന്നുചേരുന്ന മരണമെന്ന വിധിക്കു കീഴ്പ്പെടുകയും ചെയ്തശേഷം എന്താണ് സംഭവിക്കുക? സൂര്യന്റെ ജഡം അനന്തമായ ശൂന്യാകാശത്തിലൂടെ ശാശ്വതമായി സഞ്ചരിച്ചുകൊണ്ടിരിക്കുമോ? ഒരു കാലത്ത് വിവിധരൂപങ്ങളിൽ വേർതിരിക്കപ്പെട്ടിരുന്ന അസംഖ്യം പ്രകൃതിശക്തികൾ ആകർഷണമെന്ന ഒരൊറ്റ ചലനരൂപത്തിലേക്ക് എന്നെന്നേക്കുമായി കടക്കുമോ?

അതോ "സെക്കി" ചോദിക്കുംപോലെ (പേജ് 810), "ആ മൃതവ്യവസ്ഥയെ ദീപ്തിമത്തായ നീഹാരികയെന്ന അതിന്റെ പൂർവാവസ്ഥയിലേക്കു തിരികെ മാറ്റാനും അതിനെ പുതുജീവിതത്തിലേക്കു വീണ്ടും തട്ടിയുണർത്താനും കഴിവുള്ള ശക്തികൾ പ്രകൃതിയിലുണ്ടോ? നമുക്കറിഞ്ഞുകൂടാ."

രണ്ടിനെ രണ്ടുകൊണ്ടു ഗുണിച്ചാൽ നാലു കിട്ടുമെന്നും, അല്ലെങ്കിൽ പദാർഥത്തിന്റെ ആകർഷണം ദൂരത്തിന്റെ വർഗത്തിന്റെ അനുപാതത്തിൽ കുറയുന്നുവെന്നും നമുക്കറിയാവുന്നതുപോലെ നമുക്ക് അതറിഞ്ഞുകൂടാ എന്നത് ശരിയാണ്. എന്നാൽ പ്രകൃതിയെ സംബന്ധിച്ച വീക്ഷണത്തെ കഴിയുന്നതും സമഞ്ജസമായ ഒരു സമഷ്ടിയായി കെട്ടിപ്പടുക്കുന്ന ഒന്നാണ് സൈദ്ധാന്തികപ്രകൃതിശാസ്ത്രം. തീരെ ചിന്തിക്കാത്ത ഒരു അനുഭവമാത്രവാദിപോലും അതുകൂടാതെ ഒരിടത്തും എത്തുകയില്ല. അങ്ങനെയുള്ള സൈദ്ധാന്തികപ്രകൃതിശാസ്ത്രത്തിൽ (theoretical natural science) നമുക്ക് പലപ്പോഴും അപൂർണമായി മാത്രം അറിയാവുന്ന രാശികൾവച്ച് കണക്കുകൂട്ടേണ്ടി വരും. ചിന്താസ്ഥിരത എപ്പോഴും അറിവിലുള്ള പോരായ്മയെ നികത്താൻ സഹായിച്ചേ തീരൂ. ആധുനികപ്രകൃതിശാസ്ത്രത്തിന് ചലനത്തിന്റെ അവിനാശ്യതയെന്ന തത്വത്തെ തത്വശാസ്ത്രത്തിൽനിന്ന് എടുക്കേണ്ടി വന്നു. അതിന് മേലിൽ ആ തത്വംകൂടാതെ നിലനിൽക്കാൻ തന്നെ സാധ്യമല്ല. പക്ഷേ, പദാർഥചലനമെന്നു പറയുന്നത് വെറും പ്രാകൃതമായ യാന്ത്രികചലനമല്ല (crude mechanical motion), വെറും സ്ഥാനമാറ്റമല്ല. അത് ചൂടും വെളിച്ചവുമാണ്,

വൈദ്യുത–കാന്തിക ഘർഷണമാണ്, രാസികസംയോഗവും വിയോഗവുമാണ്, (chemical combination and dissociation) ജീവനാണ്, അവസാനമായി ബോധമാണ്. അതിന്റെ അപരിമിതമായ ജീവിതകാലത്തിനിടയിൽ പദാർഥത്തിന് ഒരിക്കൽ മാത്രമേ, അതും അതിന്റെ ആദ്യന്തവിഹീനതയെ അപേക്ഷിച്ച് എത്രയോ ചെറിയ ഒരു കാലഘട്ടത്തേക്കു മാത്രമേ, അതിന്റെ ചലനത്തെ വേർതിരിക്കാനും അങ്ങനെ ആ ചലനത്തിന്റെ മുഴുവൻ സമ്പുഷ്ടിയേയും അനാവരണം ചെയ്യാനും കഴിഞ്ഞിട്ടുള്ളുവെന്നു പറഞ്ഞാൽ, അതിനു മുമ്പും പിമ്പും അത് എന്നെന്നേക്കുമായി സ്ഥാനമാറ്റത്തിൽ ഒതുങ്ങിനിൽക്കുന്നുവെന്നു പറഞ്ഞാൽ, അത് പദാർഥം നശ്വരവും ചലനം ക്ഷണികവുമാണെന്നു പറയുന്നതിനു തുല്യമാണ്. ചലനത്തിന്റെ അവിനാശ്യതയെ അളവിൽ മാത്രം സങ്കൽപ്പിക്കാൻ സാധ്യമല്ല. അതിനെ ഗുണപരമായിക്കൂടി സങ്കൽപ്പിക്കണം. അനുകൂലസാഹചര്യങ്ങളിൽ ചൂടും വിദ്യുച്ഛക്തിയും രാസക്രിയയും ജീവനുമായി രൂപാന്തരപ്പെടാനുള്ള സാധ്യത പദാർഥത്തിന്റെ തനി യാന്ത്രികമായ സ്ഥാനമാറ്റത്തിൽ അടങ്ങിയിരിക്കുകയും എന്നാൽ പദാർഥത്തിന് അതിൽനിന്നു തന്നെ ഈ സാഹചര്യങ്ങളുളവാക്കാൻ കഴിയാതിരിക്കുകയും ചെയ്യുകയാണെങ്കിൽ അത്തരം പദാർഥത്തിന് അതിന്റെ ചലനത്തിൽ ഒരു നിശ്ചിതനഷ്ടം സംഭവിച്ചിരിക്കുന്നുവെന്നാണർഥം. അതിനു ചേർന്ന വിവിധ രൂപങ്ങളിലേക്ക് അന്തരണം ചെയ്യാനുള്ള കഴിവ് നഷ്ടപ്പെട്ട ചലനത്തിന് അപ്പോഴും "ഡിനാമിസ്" (dynamis)* ഉണ്ടായിരിക്കാമെങ്കിലും "എനേർഗിയ" (energeia)** ഉണ്ടായിരിക്കില്ല. അതിനാൽ അതിന് ഭാഗികമായി നാശം സംഭവിച്ചിരിക്കും. എന്നാൽ ഇത് രണ്ടും അചിന്ത്യമാണ്.

ഒരു കാര്യം തീർച്ചയാണ്: നമ്മുടെ പ്രപഞ്ചദ്വീപ് വളരെയധികം ചലനത്തെ – അത് ഏതു തരം ചലനമായിരുന്നുവെന്ന് നമുക്കിനിയും അറിഞ്ഞുകൂടാ – ചൂടായി മാറ്റിയ ഒരു കാലമുണ്ടായിരുന്നു. (മെഡ്ലറുടെ അഭിപ്രായത്തിൽ) ചുരുങ്ങിയത് രണ്ടുകോടി നക്ഷത്രങ്ങളോടെങ്കിലും ബന്ധപ്പെട്ട സൗരയൂഥങ്ങൾ അതിൽനിന്നു വികസിച്ചുവന്നിട്ടുണ്ട്. ഈ സൗരയൂഥങ്ങൾ ക്രമേണ കെട്ടടങ്ങുമെന്നും അത്രതന്നെ തീർച്ചയാണ്. ഈ രൂപാന്തരണം എങ്ങനെ സംഭവിച്ചു? നമ്മുടെ സൗരയൂഥത്തിന്റെ ജഡം പുതിയ സൗരയൂഥങ്ങൾക്കുള്ള അസംസ്കൃതസാമഗ്രിയായി ഒരിക്കൽക്കൂടി മാറ്റപ്പെടുമോയെന്ന കാര്യത്തിൽ ഫാദർ സെക്കിക്കുള്ളത്ര കുറച്ച് അറിവേ നമുക്കുള്ളു. അപ്പോൾ ഇവിടെ നമുക്ക് ഒന്നുകിൽ ഒരു സ്രഷ്ടാവിന്റെ സഹായം തേടേണ്ടിവരും. അല്ലെങ്കിൽ നമ്മുടെ പ്രപഞ്ചദ്വീപിലെ സൗരയൂഥങ്ങൾക്കുള്ള താപദീപ്തങ്ങളായ അസംസ്കൃതസാമഗ്രികൾ നിലവിൽവന്നത് സ്വാഭാവികഗതിയിലാണെന്നും ചലിക്കുന്ന പദാർഥത്തിൽ പ്രകൃത്യാ അന്തർലീനമായിട്ടുള്ള ചലനരൂപാന്തരണങ്ങളിലൂടെയാണെന്നുമുള്ള നിഗമനത്തിൽ നമുക്ക് എത്തിച്ചേരേണ്ടിവരും.

---

* വീര്യം.

** പ്രവർത്തനക്ഷമത.

കോടാനുകോടി വർഷങ്ങൾക്കുശേഷവും ഏറെക്കുറെ യാദൃച്ഛികമായിട്ടുമാണെങ്കിൽപ്പോലും ആ യാദൃച്ഛികതയിൽ അന്തർലീനമായിട്ടുള്ള ആവശ്യകതയോടെ ആ ചലനരൂപാന്തരണങ്ങൾക്കുള്ള സാഹചര്യങ്ങൾ വീണ്ടും സൃഷ്ടിക്കേണ്ടത് പദാർഥമാണെന്ന നിഗമനത്തിലും നമുക്ക് എത്തിച്ചേരേണ്ടി വരും.

അത്തരം രൂപാന്തരണത്തിനുള്ള സാധ്യത കൂടുതൽകൂടുതൽ അംഗീകരിക്കപ്പെട്ടുവരികയാണ്. ഖഗോളങ്ങൾ ഒന്നു മറ്റൊന്നിൽ നിപതിക്കാൻ വിധിക്കപ്പെട്ടിരിക്കയാണെന്ന വീക്ഷണഗതിക്ക് കൂടുതൽ പ്രാബല്യം സിദ്ധിച്ചുവരികയാണ്. അത്തരം ഏറ്റുമുട്ടലുകളിൽനിന്നുണ്ടാകാവുന്ന ചൂടെത്രയായിരിക്കുമെന്നതിനെപ്പറ്റി കണക്കുകൂട്ടലുകൾ പോലും നടത്തുന്നുണ്ട്. ജ്യോതിശാസ്ത്രം നമ്മുടെ അറിവിൽപ്പെടുത്തിയിട്ടുള്ള, പുതിയ നക്ഷത്രങ്ങളുടെ പെട്ടെന്നുള്ള തിളക്കവും സുപരിചിതങ്ങളായവയുടെ ദീപ്തിയിൽ അത്രതന്നെ പെട്ടെന്നുണ്ടാവുന്ന വർധനവും ഇത്തരം ഏറ്റുമുട്ടലുകളിൽനിന്ന് എളുപ്പം വിശദീകരിക്കാവുന്നതാണ്. മാത്രമല്ല, നമ്മുടെ ഗ്രഹസമുച്ചയം സൂര്യനു ചുറ്റിനും നമ്മുടെ സൂര്യൻ നമ്മുടെ പ്രപഞ്ചദ്വീപിനുള്ളിലും നീങ്ങുന്നുണ്ടെന്നതിനു പുറമേ നമ്മുടെ പ്രപഞ്ചദ്വീപൊട്ടാകെത്തന്നെ മറ്റു പ്രപഞ്ചദ്വീപുകളുമായി താൽക്കാലികവും ആപേക്ഷികവുമായ സന്തുലനം പാലിച്ചുകൊണ്ട് ബഹിരാകാശത്തിൽ നീങ്ങിക്കൊണ്ടിരിക്കുകയാണ്. കാരണം, ചലനം പരസ്പരം നിർണയിക്കപ്പെട്ടതാണെങ്കിൽ മാത്രമേ യഥേഷ്ടം ഒഴുകിനടക്കുന്ന പിണ്ഡങ്ങളെ സംബന്ധിച്ചിടത്തോളം ആപേക്ഷികമായ സന്തുലനംപോലും സാധ്യമാകൂ. ബഹിരാകാശത്തിലെ താപനില എല്ലായിടത്തും ഒരുപോലെയല്ലെന്നാണ് പലരും വിശ്വസിക്കുന്നത്. അവസാനമായി, നമ്മുടെ പ്രപഞ്ചദ്വീപിലെ അസംഖ്യം സൂര്യന്മാരുടെ ചൂടിന്റെ അതിസൂക്ഷ്മമായ ഒരംശമൊഴികെ ബാക്കിയുള്ളത് മുഴുവനും ബഹിരാകാശത്തിൽ അപ്രത്യക്ഷമാവുകയാണെന്നും ബഹിരാകാശത്തിന്റെ താപനിലയിൽ ഒരു ഡിഗ്രി സെന്റീഗ്രേഡിന്റെ ദശലക്ഷത്തിലൊരംശം വർധനവുപോലും അത് കൈവരുത്തുന്നില്ലെന്നും നമുക്കറിയാം. ഇത്രയധികം ചൂടിന് എന്തു സംഭവിക്കുന്നു? പ്രപഞ്ചത്തിലെ ബഹിരാകാശത്തെ ചൂടുപിടിപ്പിക്കാനുള്ള ശ്രമത്തിൽ അത് എന്നെന്നേക്കുമായി പാഴായിപ്പോവുകയാണോ? ഫലത്തിൽ അങ്ങനെയൊന്ന് ഇല്ലാതായിക്കഴിഞ്ഞോ? സിദ്ധാന്തത്തിൽ മാത്രമാണോ – ഒരു ഡിഗ്രി സെന്റീഗ്രേഡിന്റെ പത്തോ അതിലേറെയോ പൂജ്യങ്ങളടങ്ങിയ ഒരു ദശാംശഭിന്നിതത്തോളം പ്രപഞ്ചത്തിലെ ശൂന്യാകാശത്തിന്റെ ചൂടുകൂടിയെന്ന വസ്തുതയിൽ മാത്രമാണോ – അത് തുടർന്നു നിലനിൽക്കുന്നത്? അത്തരത്തിലുള്ള ഒരു അഭ്യൂഹം ചലനത്തിന്റെ അവിനാശ്യതയെ നിഷേധിക്കുന്നു. ഖഗോളങ്ങൾ ഒന്നു മറ്റൊന്നിൽ തുടർച്ചയായി നിപതിക്കുന്നതിലൂടെ, നിലവിലുള്ള എല്ലാ യാന്ത്രികചലനവും ചൂടായി മാറാനും ആ ചൂട് ബഹിരാകാശത്തിലേക്കു വികിരണം ചെയ്യപ്പെടാനും അങ്ങനെ ബലം എത്രമാത്രം “അവിനാശ്യ”മാണെങ്കിലും പൊതുവിൽ ചലനമാ

കെത്തന്നെ നിലയ്ക്കാനുമുള്ള സാധ്യതയെ അത് വകവച്ചുകൊടുക്കുന്നു. ("ചലനത്തിന്റെ അവിനാശ്യത") എന്നതിനു പകരം "ബലത്തിന്റെ അവിനാശ്യത") എന്ന പ്രയോഗം എത്രമാത്രം തെറ്റാണെന്ന് ഇവിടെ കാണാമെന്ന കാര്യം കൂട്ടത്തിൽ പറഞ്ഞുകൊള്ളട്ടെ.) അതുകൊണ്ട് ബഹിരാകാശത്തിലേക്കു വികിരണം ചെയ്യപ്പെടുന്ന ചൂടിനെ ഒരിക്കൽക്കൂടി സംഭരിക്കാനും കർമനിരതമാക്കാനും പറ്റിയ മറ്റൊരു ചലനരൂപമാക്കി രൂപാന്തരപ്പെടുത്താൻ എന്തെങ്കിലുമൊരു മാർഗം കണ്ടെത്താൻ കഴിയുമെന്ന നിഗമനത്തിൽ നാം എത്തിച്ചേരുന്നു. ആ മാർഗമേതെന്നു പിന്നീട് കാണിച്ചുതരേണ്ട ചുമതല ശാസ്ത്രീയഗവേഷണത്തിനാണുള്ളത്. അണഞ്ഞുപോയ സൂര്യന്മാരെ വീണ്ടും താപദീപ്തബാഷ്പമാക്കി മാറ്റുന്നതിലുള്ള മുഖ്യതടസം അങ്ങനെ നീങ്ങിക്കിട്ടുന്നു.

ബാക്കിയുള്ള കാര്യങ്ങളെ സംബന്ധിച്ചു പറഞ്ഞാൽ, ശാശ്വതമായി ആവർത്തിക്കപ്പെട്ടുകൊണ്ട് പ്രപഞ്ചങ്ങളുടെ പിന്തുടർച്ച അനന്തകാലത്തിൽ നടക്കുന്നുവെന്നത് അസംഖ്യം പ്രപഞ്ചങ്ങൾ അനന്തമായ സ്പേസിൽ സഹവർത്തിക്കുന്നുവെന്നതിന്റെ യുക്തിയുക്തമായ ഒരു പരിപൂരകം മാത്രമാണ്. ഡ്രേപ്പറുടെ സിദ്ധാന്തവിരുദ്ധമായ യാങ്കി മസ്തിഷ്കത്തിനുപോലും ഈ തത്വത്തിന്റെ ആവശ്യകത അംഗീകരിക്കേണ്ടി വന്നിട്ടുണ്ട്.*

പദാർഥം ചലിക്കുന്നത് ഒരു ശാശ്വതചക്രത്തിലാണ്. **നമ്മുടെ ഭൗമവർഷം മതിയായ മാനദണ്ഡമില്ലാത്ത കാലയളവുകളിൽ മാത്രമാണ് ആ ചക്രം അതിന്റെ ലക്ഷ്യം പൂർത്തിയാക്കുന്നതെന്നതിൽ സംശയമില്ല. ആ ചക്രത്തിൽ ഏറ്റവും ഉയർന്ന വികാസത്തിന്റെ കാലം, ഓർഗാനിക് ജീവിതത്തിന്റെ കാലം, അതിലുപരി പ്രകൃതിയെക്കുറിച്ചും തങ്ങളെക്കുറിച്ചുതന്നെയും ബോധമുള്ള ജീവികളുടെ ആയുഷ്കാലം, ജീവനും ആത്മബോധവും നിലനിൽക്കുന്ന സ്പേസിനോളം തന്നെ സങ്കുചിതമാണ്. ആ ചക്രത്തിൽ പദാർഥത്തിന്റെ നിലനിൽപ്പിന്റെ ഓരോ പരിമേയരൂപവും - അത് സൂര്യനോ നീഹാരികയോ ഒരൊറ്റ ജന്തുവോ ജന്തുക്കളുടെ ഒരു ഗണമോ രാസസംയോഗമോ വിയോഗമോ എന്തുമാകട്ടെ - ഒരുപോലെ ക്ഷണഭംഗുരമാണ്. ശാശ്വതമായി മാറിക്കൊണ്ടിരിക്കുന്നതും ശാശ്വതമായി ചലിച്ചുകൊണ്ടിരിക്കുന്നതുമായ പദാർഥവും അതിന്റെ ചലനത്തിനും മാറ്റത്തിനും ആധാരമായ നിയമങ്ങളുമൊഴികെ മറ്റൊന്നുംതന്നെ ആ ചക്രത്തിൽ ശാശ്വതമല്ല. എന്നാൽ ഈ ചക്രം സ്ഥലകാലങ്ങളിൽ എത്ര തവണ എത്ര നിർദാക്ഷിണ്യതയോടെ പൂർത്തിയായാലും ശരി, എത്ര കോടി സൂര്യന്മാരും ഭൂഗോളങ്ങളും ആവിർഭവിച്ച് തിരോഭവിച്ചാലും ശരി,

* "അനന്തമായ സ്പേസിലെ പ്രപഞ്ചങ്ങളുടെ ബാഹുല്യം അനന്തമായ കാലത്ത് പ്രപഞ്ചങ്ങളുടെ പിന്തുടർച്ച നടക്കുന്നുവെന്ന ധാരണയിലേക്കു വഴിതെളിക്കുന്നു." (ജെ. ഡബ്ലിയു.ഡ്രേപ്പർ, "യൂറോപ്പിന്റെ ധിഷണാത്മകവികാസചരിത്രം" വാള്യം 2, പേജ് 325. (എംഗൽസിന്റെ കുറിപ്പ്.)

** ആ ചക്രം അതിന്റെ ഭ്രമണപഥം പൂർത്തിയാക്കുന്നതിന് എടുക്കുന്ന കാലയളവ് അളക്കുന്നതിൽ നമ്മുടെ ഭൗമവർഷം മതിയാവുകയില്ല.

ഒരൊറ്റ സൗരയൂഥത്തിലും ഒരൊറ്റ ഗ്രഹത്തിലും മാത്രമായി ഓർഗാനിക് ജീവിതത്തിനുള്ള സാഹചര്യങ്ങൾ വളർന്നുവരാൻ എത്ര കാലമെടുത്താലും ശരി, ചിന്താശക്തിയുള്ള തലച്ചോറോടുകൂടിയ ജന്തുക്കൾ അവയ്ക്കിടയിൽ നിന്നു വളർന്നുവരികയും ജീവിക്കാനുള്ള അനുകൂല സാഹചര്യങ്ങൾ ഹ്രസ്വകാലത്തേക്കു കണ്ടെത്തുകയും പിന്നീട് നിർദയം ഉന്മൂലനം ചെയ്യപ്പെടുകയും ചെയ്യുന്നതിനു മുമ്പ് ആവിർഭവിച്ച് തിരോഭവിക്കേണ്ടിവരുന്ന ഓർഗാനിക് ജീവികൾ എത്ര അസംഖ്യമായാലും ശരി, ഒരു കാര്യം തീർച്ചയാണ്: ഈ രൂപാന്തരണങ്ങൾക്കെല്ലാമിടയിലും പദാർഥം ശാശ്വതമായി അതേപടി തുടരുന്നു. അതിന്റെ ലക്ഷണങ്ങൾ ഒന്നുപോലും ഒരിക്കലും നഷ്ടപ്പെട്ടുപോവില്ല. അതുകൊണ്ട്, ചിന്താശക്തിയുള്ള മനസ്സ് എന്ന അതിന്റെ പരമോന്നതസൃഷ്ടിയെ ഈ ഭൂമുഖത്ത് നശിപ്പിക്കുന്നത്ര തന്നെ അവശ്യമായി പദാർഥം മറ്റൊരിടത്തും മറ്റൊരു സമയത്തും അതിനെ വീണ്ടും സൃഷ്ടിക്കുന്നതാണ്.

ആന്റി ഡ്യൂറിങ് എന്ന കൃതിക്കുള്ള പഴയ മുഖവുര[25] വൈരുധ്യവാദത്തെപ്പറ്റി

ഈ കൃതി തീർച്ചയായും ഒരു "ആന്തരികപ്രചോദനത്തിന്റെ" സന്തതിയല്ല. നേരേമറിച്ച്, മി. ഡ്യൂറിങ്ങിന്റെ ഏറ്റവും പുതിയ സോഷ്യലിസ്റ്റ് സിദ്ധാന്തത്തിന്റെമേൽ വിമർശനത്തിന്റെ വെളിച്ചം വീശാൻ എന്നെ പ്രേരിപ്പിക്കുന്നതിന് എത്രമാത്രം പണിപ്പെടേണ്ടിവന്നെന്ന് എന്റെ സ്നേഹിതൻ ലീബ്ക്നെഹ്തിന് അറിയാം. എന്നാൽ അങ്ങനെ ചെയ്യാൻ ഒരിക്കൽ നിശ്ചയിച്ചുകഴിഞ്ഞതോടെ, പുതിയൊരു ദാർശനികവ്യവസ്ഥയുടെ ഏറ്റവും പുതിയ പ്രായോഗികസൃഷ്ടിയെന്ന് അവകാശപ്പെടുന്ന പ്രസ്തുത സിദ്ധാന്തത്തെ ആ വ്യവസ്ഥയുമായി ബന്ധപ്പെടുത്തി പരിശോധിക്കുകയും അങ്ങനെ ആ വ്യവസ്ഥയെത്തന്നെ പരിശോധിക്കുകയും ചെയ്യാതെ എനിക്കു നിവൃത്തിയില്ലെന്നു വന്നു. അതുകൊണ്ട്, സാധ്യമായ എല്ലാറ്റിനെപ്പറ്റിയുമെന്നു മാത്രമല്ല അതിനപ്പുറത്തുള്ള ചിലതിനെപ്പറ്റിയും മി. ഡ്യൂറിങ് പ്രതിപാദിച്ചിരിക്കുന്ന ആ വിശാലമായ മണ്ഡലത്തിലേക്ക് എനിക്ക് അദ്ദേഹത്തെ പിന്തുടരേണ്ടിവന്നു. ലൈപ്സിഗിൽനിന്നു പുറപ്പെടുന്ന "*ഫോർവേർട്സ്*" എന്ന പത്രത്തിൽ 1877 –ന്റെ ആരംഭം മുതൽ പ്രസിദ്ധീകരിച്ചുപോന്നതും ഇപ്പോൾ ഒരു അനുബന്ധ രൂപത്തിൽ അവതരിപ്പിക്കുന്നതുമായ ലേഖനപരമ്പരയുടെ തുടക്കം അതായിരുന്നു.

എത്രമാത്രം ആത്മസ്തുതി നിറഞ്ഞതാണെങ്കിലും അങ്ങേയറ്റം അന്തസ്സാരവിഹീനമായ ഒരു വ്യവസ്ഥയെ ഇത്ര വിശദമായ വിമർശനത്തിനു വിധേയമാക്കുമ്പോൾ അതിനു ന്യായീകരണമായി പ്രതിപാദ്യവിഷയത്തിന്റെ സ്വഭാവവുമായി ബന്ധപ്പെട്ട രണ്ടുസംഗതികൾ ചൂണ്ടിക്കാട്ടാൻ കഴിയും. ഒരുവശത്ത്, ഇന്നു സാമാന്യശാസ്ത്രതലത്തിലോ പ്രായോഗികതലത്തിലോ തികച്ചും താൽപ്പര്യപ്രദമായ വിവാദവിഷയങ്ങളെ സംബന്ധിച്ചിടത്തോളം വിവിധരംഗങ്ങളിലുള്ള എന്റെ വീക്ഷ

ണത്തെ ക്രിയാത്മക രൂപത്തിൽ അവതരിപ്പിക്കാൻ ഈ വിമർശനം എനിക്ക് അവസരം നൽകി. മി.ഡ്യൂറിങ്ങിന്റേതിനു ബദലായി മറ്റൊരു വ്യവസ്ഥ അവതരിപ്പിക്കാൻ എനിക്ക് അശേഷം താൽപ്പര്യമില്ലെങ്കിലും, ഞാൻ പരിശോധിച്ചിട്ടുള്ള സാമഗ്രികൾ എത്രയും വൈവിധ്യമാർന്നതാണെന്ന വസ്തുതയിരിക്കെത്തന്നെ ഞാൻ ഉന്നയിച്ചിട്ടുള്ള വീക്ഷണങ്ങളിലും ഒരു പരസ്പരബന്ധം അന്തർലീനമാണെന്ന സംഗതി വായനക്കാരുടെ ശ്രദ്ധയിൽപ്പെടാതിരിക്കില്ല.

മറുവശത്ത്, "വ്യവസ്ഥാനിർമാതാവായ" മി. ഡ്യൂറിങ് ഇന്നത്തെ ജർമനിയിൽ ഒരു വിധത്തിലും ഒരൊറ്റപ്പെട്ട പ്രതിഭാസമല്ല. ആ രാജ്യത്ത് കുറെക്കാലമായി തത്വശാസ്ത്രവ്യവസ്ഥകൾ, വിശേഷിച്ച് പ്രാകൃതിക തത്വശാസ്ത്രവ്യവസ്ഥകൾ, ഡസൻകണക്കിനാണ് കൂണുപോലെ രായ്ക്കുരാമാനം മുളച്ചുവരുന്നത്. എണ്ണമറ്റ പുതിയ രാഷ്ട്രീയ – ധനശാസ്ത്ര വ്യവസ്ഥകളെപ്പറ്റിയും മറ്റും പിന്നെ പറയാനുമില്ലല്ലോ. വോട്ടു രേഖപ്പെടുത്തേണ്ടിവരുന്ന എല്ലാ പ്രശ്നങ്ങളെക്കുറിച്ചും തീർപ്പുകൽപ്പിക്കാനുള്ള യോഗ്യത ഓരോ പൗരനുമുണ്ടെന്ന് ആധുനികസ്റ്റേറ്റിൽ കരുതപ്പെടുന്നതുപോലെയും, കാലക്ഷേപത്തിനായി താൻ വാങ്ങാനിടവരുന്ന എല്ലാ ചരക്കുകളെക്കുറിച്ചും ഓരോ ക്രേതാവിനും നല്ല പരിജ്ഞാനമുണ്ടെന്ന് ധനശാസ്ത്രത്തിൽ കരുതപ്പെടുന്നതുപോലെയും, ശാസ്ത്രരംഗത്തും അത്തരം അനുമാനങ്ങൾ ഇപ്പോൾ ആവശ്യമാണത്രെ. എല്ലാവർക്കും എല്ലാറ്റിനെപ്പറ്റിയും എഴുതാം. തങ്ങൾ പഠിക്കാത്ത കാര്യങ്ങളെക്കുറിച്ച് ആളുകൾ എഴുതിവിടുകയും കണിശമായും ശാസ്ത്രീയമായ ഒരേയൊരു രീതിയായി അതിനെ അവതരിപ്പിക്കുകയും ചെയ്യുന്നതിലാണ് "ശാസ്ത്രത്തിന്റെ സ്വാതന്ത്ര്യം" അടങ്ങിയിരിക്കുന്നത്. എന്നാൽ ഇക്കാലത്ത് ജർമനിയിൽ എവിടെയും മുൻപന്തിയിലേക്കു തള്ളിക്കയറിവരികയും ഉദാത്തമായ അസംബന്ധത്തിന്റെ ശബ്ദജാലത്തിൽ സർവതിനേയും മുക്കിക്കളയുകയും ചെയ്യുന്ന ഔദ്ധത്യപൂർണമായ കപടശാസ്ത്രത്തിന്റെ ഏറ്റവും സവിശേഷമായ പ്രതിനിധികളിലൊരാളാണ് മി.ഡ്യൂറിങ്. കവിതയിലും തത്വശാസ്ത്രത്തിലും ധനശാസ്ത്രത്തിലും ചിത്രരചനയിലുമെല്ലാമുള്ളത് ഉദാത്തമായ അസംബന്ധമാണ്. ക്ലാസുമുറിയിലും പ്രസംഗവേദിയിലുമെന്നുവേണ്ട എല്ലായിടത്തും കാണുന്നത് ഉദാത്തമായ അസംബന്ധമാണ്. മറ്റു രാഷ്ട്രങ്ങളുടെ ലളിതവും സർവസാധാരണവുമായ അസംബന്ധത്തിൽനിന്നു വ്യത്യസ്തമായി ചിന്താപരമായ ഔന്നത്യവും അഗാധതയും അവകാശപ്പെടുന്ന ഒന്നാണ് ഈ ഉദാത്തമായ അസംബന്ധം. ജർമനിയിലെ ബുദ്ധിവ്യവസായം കൂട്ടത്തോടെ പടച്ചുവിടുന്ന ഏറ്റവും സവിശേഷമായ ചരക്കാണ് ഈ ഉദാത്തമായ അസംബന്ധം. ജർമൻ നിർമിതങ്ങളായ മറ്റെല്ലാ സാധനങ്ങളേയുംപോലെ അതു വിലകുറഞ്ഞതും ഗുണം കുറഞ്ഞതുമാണ്. നിർഭാഗ്യത്തിന് അത് മറ്റുള്ളവയോടൊപ്പം ഫിലാഡൽഫിയയിൽ പ്രദർശനത്തിനു വച്ചില്ലെന്നു മാത്രം.[26] അടുത്തകാലത്തായി, വിശേഷിച്ചും മി.ഡ്യൂറിങ്ങിന്റെ നല്ല മാതൃകയ്ക്കു

ശേഷം, ജർമൻ സോഷ്യലിസത്തെപ്പോലും ഈ ഉദാത്തമായ അസംബന്ധം ഗണ്യമായി ബാധിച്ചിട്ടുണ്ട്. പ്രായോഗിക സോഷ്യൽ ഡെമോക്രാറ്റിക് പ്രസ്ഥാനം ഈ ഉദാത്തമായ അസംബന്ധത്താൽ വളരെക്കുറച്ചേ വഴിതെറ്റിക്കപ്പെടുന്നുള്ളുവെന്ന വസ്തുത, പ്രകൃതിശാസ്ത്രമൊഴിച്ച് ഏതാണ്ടെല്ലാംതന്നെ രോഗബാധിതമായിരിക്കുന്ന ഒരു രാജ്യത്ത് നമ്മുടെ തൊഴിലാളിവർഗം അസാമാന്യമാംവണ്ണം അരോഗദൃഢമായി നിലകൊള്ളുന്നുവെന്നതിനുള്ള ഒരു തെളിവുകൂടിയാണ്.

മാനവ വിജ്ഞാനം ഒരിക്കലും സർവജ്ഞതയുടെ സ്വഭാവമാർജിക്കില്ലെന്ന ആശയം പ്രകൃതിശാസ്ത്രജ്ഞരുടെ മ്യൂണിക് സമ്മേളനത്തിൽ വച്ചു നടത്തിയ പ്രസംഗത്തിൽ നെഗേലി പ്രകാശിപ്പിച്ചപ്പോൾ അദ്ദേഹം സ്പഷ്ടമായും മി.ഡ്യൂറിങ്ങിന്റെ നേട്ടങ്ങളെക്കുറിച്ച് കേട്ടിരിക്കാനിടയില്ല. ഈ നേട്ടങ്ങൾമൂലം എനിക്ക് പല മണ്ഡലങ്ങളിലും അദ്ദേഹത്തെ പിന്തുടരേണ്ടിവന്നിരിക്കുന്നു. അതേസമയം, ഏറിവന്നാൽ ഒരു അൽപ്പപ്രജ്ഞനെന്ന നിലയ്ക്കു മാത്രമേ എനിക്ക് ആ മണ്ഡലങ്ങളിൽ പെരുമാറാൻ കഴിയൂ. പ്രകൃതിശാസ്ത്രത്തിന്റെ വിവിധശാഖകൾക്ക് വിശേഷിച്ചും ബാധകമാണിത്. അവയെക്കുറിച്ച് ഒരു "പാമരൻ" എന്തെങ്കിലും ഒരു അഭിപ്രായം പറയാൻ ആഗ്രഹിക്കുന്നതുതന്നെ ഒരു ധിക്കാരമായിട്ടാണ് ഇതുവരെ പലപ്പോഴും കരുതിപ്പോന്നിരുന്നത്. എങ്കിലും മ്യൂണിക്കിൽവച്ചുതന്നെ മി.വിർഹൌവ് പ്രസ്താവിച്ചതും വിശദമായി അന്യത്ര ചർച്ച ചെയ്തിട്ടുള്ളതുമായ ഒരു ആപ്തവാക്യം എനിക്ക് ഏറെക്കുറെ ധൈര്യം തരുന്നുണ്ട്. സ്വന്തം മണ്ഡലത്തിനു വെളിയിൽ ഏതൊരു പ്രകൃതിശാസ്ത്രജ്ഞനും ഒരു പാമരനാണ്, എന്നതാണത്. അത്തരത്തിലുള്ള ഒരു ശാസ്ത്രജ്ഞൻ ഇടയ്ക്കിടെ അയൽമണ്ഡലങ്ങളിൽ കൈകടത്താനുള്ള സ്വാതന്ത്ര്യം എടുത്തെന്നുവരാം, എടുത്തേ തീരൂ. നിസ്സാരങ്ങളായ അസൂക്ഷ്മതകൾക്കും ഭംഗികുറഞ്ഞ പദപ്രയോഗങ്ങൾക്കും, ബന്ധപ്പെട്ട മണ്ഡലങ്ങളിലെ വിദഗ്ധന്മാർ അവർക്കു മാപ്പു നൽകുകയും ചെയ്യും. അതുപോലെ ഞാനും എന്റെ പൊതുസൈദ്ധാന്തികവീക്ഷണങ്ങൾക്കുള്ള തെളിവായി പ്രാകൃതിക പ്രക്രിയകളേയും പ്രകൃതിനിയമങ്ങളേയും എടുത്തുകാട്ടാനുള്ള സ്വാതന്ത്ര്യമെടുത്തിട്ടുണ്ട്. ഇതിൽ എനിക്ക് എന്തെങ്കിലും തെറ്റു പറ്റിയിട്ടുണ്ടെങ്കിൽ അതേ സൗമനസ്യം എനിക്കും ലഭിക്കുമെന്നു ഞാൻ പ്രതീക്ഷിക്കുന്നു.* ഇഷ്ടപ്പെട്ടാലും ഇല്ലെങ്കിലും പൊതുസൈദ്ധാന്തിക നിഗമനങ്ങളിലെത്തിച്ചേരാൻ ഇന്നത്തെ പ്രകൃതിശാസ്ത്രജ്ഞർ എത്രമാത്രം നിർബന്ധിതരാകുന്നുണ്ടോ അത്രതന്നെ അപ്രതിരോധ്യതയോടെ ആധുനികപ്രകൃതിശാസ്ത്രത്തിന്റെ നേട്ടങ്ങൾ കണക്കിലെടുക്കാൻ സൈദ്ധാന്തികകാര്യങ്ങളിൽ ഏർപ്പെട്ടിട്ടുള്ള സകലരും നിർ

---

* തന്റെ "പഴയ മുഖവുര"യിൽനിന്ന് തുടക്കംതൊട്ട് ഈ വാചകംവരെയുള്ള ഭാഗം "ആന്റി – ഡ്യൂറിങ്ങി"ന്റെ ഒന്നാം പതിപ്പിനുള്ള മുഖവുരയിൽ ഉപയോഗിച്ചതുകൊണ്ട് "പഴയ മുഖവുര"യിലെ അത്രയും ഭാഗം കുത്തനെയുള്ള ഒരു വരവരച്ച് എംഗൽസ് വെട്ടിക്കളഞ്ഞിട്ടുണ്ട്.

ബന്ധിതരാകുന്നുണ്ട്. ഇവിടെ ഒരു നിശ്ചിത തട്ടിക്കിഴിക്കൽ നടക്കുന്നുണ്ട്. സൈദ്ധാന്തികർ പ്രകൃതിശാസ്ത്രത്തിന്റെ രംഗത്ത് അർധപ്രജ്ഞരാണെങ്കിൽ, സിദ്ധാന്തത്തിന്റെ രംഗത്ത്, ഇതേവരെ തത്വശാസ്ത്രമെന്നു വിളിച്ചു പോന്നിരുന്ന ആ രംഗത്ത്, ഇന്നത്തെ പ്രകൃതിശാസ്ത്രജ്ഞർ യഥാർഥത്തിൽ അത്രതന്നെ അർധപ്രജ്ഞരാണ്.

അനുഭവാധിഷ്ഠിത പ്രകൃതിശാസ്ത്രം വിജ്ഞാനത്തിനുള്ള ക്രിയാത്മകമായ സാമഗ്രികൾ വളരെയധികം കുമിച്ചുകൂട്ടിയിട്ടുള്ളതിനാൽ അവയെ വെവ്വേറെയുള്ള ഓരോ അന്വേഷണമേഖലയിലും ആന്തിരകമായ പരസ്പരബന്ധമനുസരിച്ചും ചിട്ടയായി തരംതിരിക്കേണ്ടതിന്റെ ആവശ്യകത തികച്ചും അനുപേക്ഷണീയമായിത്തീർന്നിട്ടുണ്ട്. വിജ്ഞാനത്തിന്റെ പ്രത്യേകം പ്രത്യേകം മണ്ഡലങ്ങളെ പരസ്പരം ശരിയായി ബന്ധപ്പെടുത്തുകയെന്നതും അത്രതന്നെ അനുപേക്ഷണീയ മായിത്തീർന്നുകൊണ്ടിരിക്കയാണ്. എന്നാൽ അങ്ങനെ ചെയ്യുമ്പോൾ പ്രകൃതിശാസ്ത്രം സിദ്ധാന്തത്തിന്റെ രംഗത്തേക്കു കടക്കുന്നു. അവിടെയാകട്ടെ, അനുഭവമാത്രവാദപരമായ രീതികൾകൊണ്ടു ഫലമില്ല. സൈദ്ധാന്തിക ചിന്തകൊണ്ടേ അവിടെ പ്രയോജനമുള്ളു. എന്നാൽ സ്വാഭാവിക കഴിവെന്ന നിലയ്ക്കു മാത്രമാണ് സൈദ്ധാന്തികചിന്ത ഒരു നൈസർഗികഗുണമായിരിക്കുന്നത്. ഈ സ്വാഭാവിക കഴിവിനെ വികസിപ്പിക്കണം, മെച്ചപ്പെടുത്തണം. അതിനെ മെച്ചപ്പെടുത്താനാവട്ടെ, അതുവരെയുള്ള തത്വശാസ്ത്രം പഠിക്കുകയല്ലാതെ മറ്റു മാർഗമൊന്നു മില്ലതാനും.

ഏതൊരു യുഗത്തിലും, അതുകൊണ്ടുതന്നെ നമ്മുടെ യുഗത്തിലും, സൈദ്ധാന്തികചിന്തയെന്നു പറയുന്നത് ചരിത്രപരമായ ഒരു ഉൽപ്പന്നമാണ്. വ്യത്യസ്തകാലങ്ങളിൽ അത് വളരെ വ്യത്യസ്തരൂപങ്ങളും അതോടൊപ്പം വളരെ വ്യത്യസ്തമായ ഉള്ളടക്കവും ആർജിക്കുന്നു. അതുകൊണ്ട് മറ്റേതൊരു ശാസ്ത്രത്തേയുംപോലെ ചിന്താശാസ്ത്രവും ചരിത്രപരമായ ഒരു ശാസ്ത്രമാണ്, മാനവചിന്തയുടെ ചരിത്രപരമായ വികാസത്തിന്റെ ശാസ്ത്രമാണ്. അനുഭവപ്രധാനമായ രംഗങ്ങളിൽ ചിന്തയെ പ്രയോഗിക്കുന്നതിനെ സംബന്ധിച്ചിടത്തോളവും ഇതിനു പ്രാധാന്യമുണ്ട്. കാരണം, ഒന്നാമത് ഫിലിസ്റ്റൈൻ രീതിയിൽ ന്യായവാദം ചെയ്യുന്നവർ "തർക്കശാസ്ത്രം" എന്ന വാക്കുകൊണ്ട് അർഥമാക്കും പോലെ ചിന്താനിയമങ്ങളെക്കുറിച്ചുള്ള സിദ്ധാന്തം എന്നെന്നേക്കുമായി സ്ഥാപിക്കപ്പെട്ടു കഴിഞ്ഞ ഒരു "ശാശ്വത സത്യ"മല്ല. ഔപചാരികതർക്ക ശാസ്ത്രംതന്നെ അരിസ്റ്റോട്ടിലിന്റെ കാലംതൊട്ട് ഇന്നുവരെ രൂക്ഷമായ വിവാദത്തിന്റെ രംഗമായിരുന്നു. അരിസ്റ്റോട്ടിൽ, ഹെഗൽ, എന്നിങ്ങനെ രണ്ടേരണ്ടു ചിന്തകർ മാത്രമാണ് ഇതുവരെ വൈരുധ്യവാദത്തെക്കുറിച്ച് സാമാന്യം സൂക്ഷ്മമായി അന്വേഷണം നടത്തിയിട്ടുള്ളത്. എന്നാൽ ഇന്നത്തെ പ്രകൃതിശാസ്ത്രത്തെ സംബന്ധിച്ചിടത്തോളം ഏറ്റവും പ്രധാനപ്പെട്ട ചിന്താരൂപം വൈരുധ്യവാദമല്ലാതെ മറ്റൊന്നുമല്ല. കാരണം, പ്രകൃതിയിൽ നടക്കുന്ന പരിണാമപ്രക്രിയകൾക്കും പൊതുവിൽ പ്രകൃതിയിലുള്ള

പരസ്പരബന്ധങ്ങൾക്കും ഒരു അന്വേഷണമേഖലയിൽ നിന്നു മറ്റൊന്നിലേക്കുള്ള പരിവർത്തനങ്ങൾക്കും ഒരു സദൃശരൂപവും അങ്ങനെ അവയെ വിശദീകരിക്കാനുള്ള ഒരു മാർഗവും പ്രദാനം ചെയ്യുന്നത് വൈരുധ്യവാദം മാത്രമാണ്.

രണ്ടാമത്, മാനവചിന്തയുടെ ചരിത്രപരമായ പരിണാമഗതിയെക്കുറിച്ചും ബാഹ്യലോകത്തിൽ പൊതുവിലുള്ള പരസ്പരബന്ധങ്ങളെപ്പറ്റി വിവിധകാലങ്ങളിൽ പ്രകാശിപ്പിച്ചിട്ടുള്ള വീക്ഷണങ്ങളെക്കുറിച്ചും സൈദ്ധാന്തിക പ്രകൃതിശാസ്ത്രത്തിന് അറിവുണ്ടായിരിക്കണമെന്നതിന് മറ്റൊരു കാരണം കൂടിയുണ്ട്: ആ ശാസ്ത്രംതന്നെ ഉന്നയിക്കുന്ന സിദ്ധാന്തങ്ങൾക്ക് അത് ഒരു മാനദണ്ഡം പ്രദാനം ചെയ്യുന്നു. എന്നാൽ തത്വശാസ്ത്രചരിത്രത്തെക്കുറിച്ചുള്ള അറിവില്ലായ്മ ഇവിടെ പലപ്പോഴും പ്രകടമായി കാണാം. തത്വശാസ്ത്രരംഗത്ത് നൂറ്റാണ്ടുകൾക്കുമുമ്പ് ഉന്നയിക്കപ്പെട്ടതും തത്വശാസ്ത്രം എത്രയോ മുമ്പുതന്നെ വിടപറഞ്ഞു കഴിഞ്ഞിട്ടുള്ളതുമായ പ്രമേയങ്ങളെ പുതുപുത്തൻ വിജ്ഞാനമെന്ന നിലയ്ക്ക് സിദ്ധാന്തവൽക്കരണക്കാരായ പ്രകൃതിശാസ്ത്രജ്ഞർ പലപ്പോഴും എടുത്തു വിളമ്പാറുണ്ട്. കുറെക്കാലത്തേക്ക് അതൊരു കമ്പമായിത്തീരാറുപോലുമുണ്ട്. പുതിയ തെളിവുകളിലൂടെ ഊർജസംരക്ഷണതത്വത്തെ ശക്തിപ്പെടുത്തുകയും അതിനെ ഒരിക്കൽക്കൂടി മുൻപന്തിയിലേക്കു കൊണ്ടുവരികയും ചെയ്തുവെന്നത് ചൂടിനെ സംബന്ധിച്ച ബലകൃത സിദ്ധാന്തത്തിന്റെ വലിയൊരു നേട്ടമാണെന്നതിൽ സംശയമില്ല. പക്ഷേ, ദെർക്കാർത്ത് ഇത് ആവിഷ്കരിച്ചുകഴിഞ്ഞിരുന്നുവെന്ന് യോഗ്യന്മാരായ ഭൗതികശാസ്ത്രജ്ഞർ ഓർത്തിരുന്നെങ്കിൽ തികച്ചും പുതുമയാർന്ന ഒന്നായി ഈ തത്വത്തിന് രംഗപ്രവേശം ചെയ്യാൻ കഴിയുമായിരുന്നോ? ഭൗതികശാസ്ത്രവും രസതന്ത്രവും ഒരിക്കൽക്കൂടി ഏതാണ്ടു പൂർണമായിത്തന്നെ തന്മാത്രകളേയും പരമാണുക്കളേയും കൈകാര്യം ചെയ്യുന്നതുകൊണ്ട് പുരാതനഗ്രീസിലെ അണുതത്വശാസ്ത്രം അവശ്യമായും വീണ്ടും മുൻപന്തിയിലേക്കു വന്നിരിക്കയാണ്. പക്ഷേ, ഏറ്റവും നല്ല പ്രകൃതിശാസ്ത്രജ്ഞർപോലും എത്ര ഉപരിപ്ലവമായിട്ടാണ് അതു കൈകാര്യം ചെയ്യുന്നതെന്നു നോക്കുക! ഉദാഹരണത്തിന് അതു കണ്ടുപിടിച്ചത് ലുക്കിപ്പസ് അല്ല ഡെമോക്രിറ്റസ് ആണ് എന്നാണ് [27]കെക്കുലേ നമ്മോടു പറയുന്നത്. ("രസതന്ത്രത്തിന്റെ ലക്ഷ്യങ്ങളും നേട്ടങ്ങളും") ഗുണപരമായി വ്യത്യസ്തമായ പ്രാഥമികാണുക്കളുടെ നിലനിൽപ്പിനെപ്പറ്റി ആദ്യമായി ആലോചിച്ചതും വ്യത്യസ്തമൂലക ങ്ങൾക്കു സഹജമായ വ്യത്യസ്തഭാരങ്ങൾ അവയ്ക്ക് ആദ്യമായി കൽപ്പിച്ചതും ഡാൽട്ടനാണെന്ന് അദ്ദേഹം വാദിക്കുന്നു. എന്നാൽ എപ്പിക്യൂറസ് അളവിലും രൂപത്തിലും മാത്രമല്ല ഭാരത്തിൽക്കൂടി അണുക്കൾക്ക് വ്യത്യാസം കൽപ്പിച്ചിരുന്നുവെന്ന്, അതായത് അണുഭാര ത്തെക്കുറിച്ചും അണുവ്യാപ്തിയെക്കുറിച്ചും അദ്ദേഹത്തിന് തന്റെ വഴിക്ക് അറിയാമായിരുന്നുവെന്ന്, ഡയോജെനെസ് ലയേർഷിയസിൽനിന്ന് (X, §§ 43-44, 61) ആർക്കുവേണമെങ്കിലും വായിച്ചു മനസിലാക്കാൻ കഴിയും.

ജർമനിയിൽ മറ്റൊന്നുംതന്നെ പരിസമാപ്തിയിലെത്തിക്കാത്ത 1848–ാമാണ്ട് തത്വശാസ്ത്രത്തിന്റെ മണ്ഡലത്തിൽ മാത്രം ഒരു സമ്പൂർണ വിപ്ലവം കൈവരുത്തി. പ്രായോഗികരംഗത്തേക്ക് എടുത്തുചാടിക്കൊണ്ട്, ഒരു വശത്ത് ആധുനികവ്യവസായത്തിനും തട്ടിപ്പിനും തുടക്കമിടുകയും മറുവശത്ത് ജർമനിയിൽ പ്രകൃതിശാസ്ത്രത്തിന് തുടർന്നുണ്ടായ വമ്പിച്ച മുന്നേറ്റത്തിന്റെ ആരംഭം കുറിക്കുകയും ചെയ്തുകൊണ്ട് – ഫോഗ്റ്റ്, ബ്യൂഹനർ തുടങ്ങിയ ഹാസ്യചിത്രസദൃശരായ നാടോടി പ്രചാരകരാണ് ആ മുന്നേറ്റം ഉൽഘാടനം ചെയ്തത് – രാഷ്ട്രം ബർലിനിലെ പഴയ ഹെഗലിയനിസത്തിന്റെ മണൽപ്പരപ്പിൽ വഴിതെറ്റിപ്പോയ ക്ലാസിക്കൽ ജർമൻ തത്വചിന്തയുമായി നിശ്ശേഷം തെറ്റിപ്പിരിഞ്ഞു. ബർലിനിലെ പഴയ ഹെഗലിയനിസം അതു ശരിക്കും അർഹിക്കുന്നുമുണ്ടായിരുന്നു. എന്നാൽ ശാസ്ത്രത്തിന്റെ കൊടുമുടികളിലേക്ക് കയറാൻ ആഗ്രഹിക്കുന്ന ഒരു രാഷ്ട്രത്തിന് സൈദ്ധാന്തികചിന്ത കൂടാതെ കഴിക്കാൻ സാധ്യമല്ലെന്നു തന്നെ പറയാം. ഹെഗലിയനിസം മാത്രമല്ല വൈരുധ്യവാദവും ദൂരെയെറിയപ്പെട്ടു – അതും, പ്രാകൃതിക പ്രക്രിയകളുടെ വൈരുധ്യാത്മകത അപ്രതിരോധ്യമാംവണ്ണം മനസിനെ സ്വാധീനിച്ച ഒരു കാലത്ത്, അതുകൊണ്ടു തന്നെ സിദ്ധാന്തത്തിന്റെ മല കയറുന്നതിന് പ്രകൃതിശാസ്ത്രത്തെ സഹായിക്കാൻ വൈരുധ്യവാദത്തിനുമാത്രം കഴിയുമായിരുന്ന ഒരു കാലത്ത്. അതുകാരണം, പഴയ അതിഭൗതികവാദത്തിലേക്കുള്ള നിസ്സഹായമായ ഒരു തിരിച്ചുപോക്കുണ്ടായി. തുടർന്നങ്ങോട്ട് പൊതുജനങ്ങൾക്കിടയിൽ നിലനിന്നത് ഒരുവശത്ത് ഫിലിസ്റ്റൈനുകൾക്ക് പറ്റുന്ന രീതിയിൽ രൂപപ്പെടുത്തിയെടുത്ത ഷോപ്പൻഹൗവറുടെ നിർജീവചിന്തകളും പിന്നീട് ഹാർട്ട്മാന്റെപോലും ചിന്തകളും മറുവശത്ത് ഫോഗ്റ്റിന്റെയും ബ്യൂഹനറുടെയും പ്രാകൃതമായ നാടോടിപ്രചാരക ഭൗതികവാദവുമാണ്. സർവകലാശാലകളിൽ സങ്കലനവാദ (എക്ലെക്ടിസിസ)ത്തിന്റെ പല വകഭേദങ്ങളും പരസ്പരം മത്സരിച്ചു. അവ പഴയ തത്വചിന്തകളുടെ അവശിഷ്ടങ്ങളിൽനിന്നുമാത്രം പടച്ചുണ്ടാക്കപ്പെട്ടതായിരുന്നുവെന്നതും അവയെല്ലാം ഒരുപോലെ അതിഭൗതികവാദപരമായിരുന്നുവെന്നതുമാണ് അവയ്ക്ക് പൊതുവായിട്ടുണ്ടായിരുന്ന ഒരേയൊരു കാര്യം. നിത്യമായി അജ്ഞേയമായ സാക്ഷാദ് വസ്തു (thing - in- itself) അവസാനവാക്കായിട്ടുള്ള ഒരു തരം പുത്തൻ കാന്റിയനിസമാണ്, അതായത് നിലനിർത്തപ്പെടാൻ ഏറ്റവും കുറച്ചുമാത്രം അർഹതയുള്ള കാന്റിയനിസത്തിന്റെ അംശമാണ്, ക്ലാസിക്കൽ തത്വശാസ്ത്രത്തിന്റെ അവശിഷ്ടങ്ങളിൽ നിന്ന് ആകെക്കൂടി രക്ഷിച്ചെടുക്കപ്പെട്ടത്. സൈദ്ധാന്തികചിന്താമണ്ഡലത്തിൽ ഇന്നു പ്രാബല്യത്തിലുള്ള പൊരുത്തക്കേടും ആശയക്കുഴപ്പവുമായിരുന്നു ഇതിന്റെയെല്ലാം അന്തിമഫലം.

ഈ പൊരുത്തക്കേടിനും ആശയക്കുഴപ്പത്തിനും തങ്ങൾ എത്രമാത്രം അടിപ്പെട്ടിരിക്കുന്നുവെന്ന് പ്രകൃതിശാസ്ത്രജ്ഞർക്കുതന്നെ അനുഭവപ്പെടുന്നുണ്ടെന്നും തത്വശാസ്ത്രമെന്ന പേരിൽ ഇന്ന് പ്രചാരത്തിലു

ള്ളതെന്തോ അത് അവർക്കു യാതൊരു പോംവഴിയും കാണിച്ചുകൊടുക്കുന്നില്ലെന്നുമുള്ള ഒരു ധാരണയാണ് പ്രകൃതിശാസ്ത്രത്തെ സംബന്ധിച്ച ഏതു സൈദ്ധാന്തിക ഗ്രന്ഥമെടുത്താലും നമുക്കു കിട്ടുക. അതിഭൗതികവാദപരമായ ചിന്തയിൽനിന്ന് വൈരുധ്യവാദപരമായ ചിന്തയിലേക്ക് ഒരു രൂപത്തിലല്ലെങ്കിൽ മറ്റൊരു രൂപത്തിൽ തിരിച്ചുപോവുകയല്ലാതെ യഥാർഥത്തിൽ വേറെ വഴിയോ വ്യക്തത കൈവരുത്താനുള്ള സാധ്യതയോ ഇല്ല.

ഈ തിരിച്ചുപോക്ക് പല വഴിക്കാകാം. സ്വയമേവ, അതായത് മേലിൽ അതിഭൗതികവാദത്തിന്റെ പഴയ പ്രൊക്രസ്റ്റിയൻ കട്ടിലിൽ പിടിച്ചുകിടത്തപ്പെടാൻ കൂട്ടാക്കാത്ത പ്രകൃതിശാസ്ത്രകണ്ടുപിടുത്തങ്ങളുടെ വെറും ബലത്തിന്മേൽമാത്രം, അതു സംഭവിക്കാം. പക്ഷേ, ശ്രമകരമായ ഒരു നീണ്ട പ്രക്രിയയാണത്. അതിനിടയിൽ അനാവശ്യമായ വളരെയധികം ഉരസലുകൾ തരണംചെയ്യേണ്ടിവരും. വലിയൊരു പരിധിവരെ ആ പ്രക്രിയ, വിശേഷിച്ചും ജീവശാസ്ത്രരംഗത്ത്, ഇപ്പോൾത്തന്നെ നടന്നുകൊണ്ടിരിക്കുകയാണ്. പ്രകൃതി ശാസ്ത്രരംഗത്തെ സൈദ്ധാന്തികർ വൈരുധ്യവാദപരമായ തത്വചിന്തയെ അതിന്റെ ചരിത്രപരമായി നിലവിലുള്ള രൂപങ്ങളിൽ കൂടുതലെടുത്ത് മനസിലാക്കിയിരുന്നെങ്കിൽ ഈ കാലദൈർഘ്യം ഗണ്യമായി ചുരുക്കാൻ കഴിയുമായിരുന്നു. പ്രസ്തുത രൂപങ്ങളുടെ കൂട്ടത്തിൽ ആധുനിക പ്രകൃതിശാസ്ത്രത്തിനു വിശേഷിച്ചും പ്രയോജനപ്പെട്ടേക്കാവുന്ന രണ്ടെണ്ണമുണ്ട്.

അവയിലാദ്യത്തേത് യവനതത്വചിന്തയാണ്. ഇവിടെ വൈരുധ്യാത്മകചിന്ത അതിന്റെ ആദ്യകാല ലാളിത്യത്തോടെ പ്രത്യക്ഷപ്പെടുന്നു. പതിനേഴും പതിനെട്ടും നൂറ്റാണ്ടുകളിലെ അതിഭൗതികവാദം – ഇംഗ്ലണ്ടിൽ ബേക്കണും ലോക്കും ജർമനിയിൽ വോൾഫും – സ്വയം സൃഷ്ടിച്ച വശ്യമായ മാർഗതടസങ്ങൾ, ഒരു പ്രത്യേകഭാഗം മനസിലാക്കുന്നതിൽനിന്ന് മുഴുവനും മനസിലാക്കുന്നതിലേക്കുള്ള, കാര്യങ്ങളുടെ സാമാന്യമായ പരസ്പരബന്ധത്തെക്കുറിച്ചൊരു ഉൾക്കാഴ്ച ലഭിക്കുന്നതിലേക്കുള്ള, അതിന്റെതന്നെ പുരോഗതിയെ വിഘ്നപ്പെടുത്തിയ ആ തടസങ്ങൾ, ആ ലാളിത്യത്തെ ഇനിയും തൊട്ടുതീണ്ടിയിരുന്നില്ല. പ്രകൃതിയെ കീറിമുറിച്ച് അപഗ്രഥിക്കുന്നതിൽ ഇനിയും വേണ്ടത്ര പുരോഗമിച്ചിട്ടില്ലായിരുന്നുവെന്ന ഒരൊറ്റക്കാരണത്താൽ യവനന്മാർ അപ്പോഴും പ്രകൃതിയെ വീക്ഷിച്ചുപോന്നത് മൊത്തത്തിലാണ്, സാമാന്യമായിട്ടാണ്. പ്രാകൃതിക പ്രതിഭാസങ്ങളുടെ സാർവത്രികസംബന്ധം പ്രത്യേകം പ്രത്യേകം അംശങ്ങളുടെ കാര്യത്തിൽ തെളിയിക്കപ്പെട്ടിട്ടില്ല. യവനരെ സംബന്ധിച്ചിടത്തോളം അത് നേരിട്ടുള്ള ധ്യാനത്തിന്റെ ഫലമാണ്. യവനദർശനത്തിന്റെ അപര്യാപ്തത കുടികൊള്ളുന്നത് ഇതിലാണ്. അതിന് പിൽക്കാലത്ത് മറ്റു ലോകവീക്ഷണ സമ്പ്രദായങ്ങൾക്ക് വഴിമാറിക്കൊടുക്കേണ്ടി വന്നതിന്റെ കാരണം ഇതാണ്. എന്നാലതേസമയം തന്നെ പിൽക്കാലത്തെ അതിന്റെ എല്ലാ അതിഭൗതികവാദപ്രതിയോഗികളേയും അപേ

ക്ഷിച്ച് അതിനുള്ള മേന്മയും ഇതുതന്നെയാണ്. യവനരെ സംബന്ധിച്ചിടത്തോളം അതിഭൗതികവാദം പ്രത്യേകാംശങ്ങളിൽ ശരിയായിരുന്നെങ്കിൽ അതിഭൗതികവാദത്തെ സംബന്ധിച്ചിടത്തോളം യവനദർശനം പൊതുവിൽ ശരിയായിരുന്നു. മറ്റു പല മണ്ഡലങ്ങളിലുമെന്നപോലെ തന്നെ തത്വചിന്തയുടെ കാര്യത്തിലും ഈ കൊച്ചുജനതയുടെ നേട്ടങ്ങളിലേക്കു വീണ്ടും വീണ്ടും മടങ്ങിപ്പോകാൻ നാം നിർബന്ധിതരാവുന്നതിന്റെ ഒന്നാമത്തെ കാരണം ഇതാണ്. അവരുടെ സർവോന്മുഖമായ സിദ്ധികളും പ്രവൃത്തികളും മാനവവികാസചരിത്രത്തിൽ മറ്റൊരു ജനതയ്ക്കും ഒരിക്കലും അവകാശപ്പെടാനാവാത്ത ഒരു സ്ഥാനമാണ് അവർക്കു നേടിക്കൊടുത്തിട്ടുള്ളത്. എന്നാൽ പിൽക്കാലത്തെ ഏതാണ്ടെല്ലാ ലോകവീക്ഷണ സമ്പ്രദായങ്ങളും അവയുടെ ബീജരൂപത്തിൽ, നവജാതാവസ്ഥയിൽ, യവനദർശനത്തിന്റെ നാനാരൂപങ്ങളിൽ അടങ്ങിയിട്ടുണ്ടെന്നതാണ് മറ്റേ കാരണം. അതുകൊണ്ട് സൈദ്ധാന്തിക പ്രകൃതിശാസ്ത്രം ഇന്ന് വച്ചുപുലർത്തുന്ന പൊതുതത്വങ്ങളുടെ ഉത്ഭവത്തിന്റെയും വികാസത്തിന്റെയും ചരിത്രം അറിയാൻ അതിന് താൽപ്പര്യമുണ്ടെങ്കിൽ അതിനും യവനരുടെ അടുത്തേക്ക് തിരിച്ചുപോകാതെ നിവൃത്തിയില്ല. ഈ ധാരണ കൂടുതൽ കൂടുതൽ പ്രബലമായി വരികയാണ്. അണുസിദ്ധാന്തത്തെപ്പോലുള്ള യവനതത്വചിന്താശകലങ്ങളെ സനാതനസത്യങ്ങളെന്ന നിലയ്ക്ക് കൈകാര്യം ചെയ്യുമ്പോൾത്തന്നെ യവനർക്ക് അനുഭവാധിഷ്ഠിത പ്രകൃതിശാസ്ത്രം ഇല്ലായിരുന്നുവെന്ന കാരണത്താൽ ബേക്കന്റെ മട്ടിലുള്ള ഔദ്ധത്യത്തോടും അവജ്ഞയോടുംകൂടി അവരെ വീക്ഷിക്കുന്ന പ്രകൃതിശാസ്ത്രജ്ഞരുടെ എണ്ണം കുറഞ്ഞുകുറഞ്ഞു വരികയാണ്. യവനതത്വചിന്ത യഥാർഥത്തിൽ മനസിലാക്കുന്നതിലേക്ക് ഈ ധാരണ പുരോഗമിക്കുമെങ്കിൽ അത് അഭികാമ്യം മാത്രമേ ആയിരിക്കൂ.

കാന്റ് തൊട്ട് ഹെഗൽവരെയുള്ള ക്ലാസിക്കൽ ജർമൻ തത്വചിന്തയാണ് വൈരുധ്യവാദത്തിന്റെ രണ്ടാമത്തെ രൂപം. ജർമൻപ്രകൃതിശാസ്ത്രജ്ഞരുടെ ഏറ്റവും അടുത്തെത്തുന്നതും ഇതാണ്. ഇവിടെ ഒരു തുടക്കമിട്ടുകഴിഞ്ഞിരിക്കുന്നു. കാരണം മുകളിൽ പരാമർശിച്ച പുത്തൻ കാന്റീയനിസം കൂടാതെതന്നെ, കാന്റിലേക്കുള്ള തിരിച്ചുപോക്ക് വീണ്ടുമൊരു കമ്പമായിത്തീർന്നിട്ടുണ്ട്. ഇന്ന് സൈദ്ധാന്തിക പ്രകൃതിശാസ്ത്രത്തിന്റെ പുരോഗതിക്ക് തികച്ചും അനുപേക്ഷണീയമായിട്ടുള്ള രണ്ട് ഉജ്വലപരികൽപ്പനകൾ – മുമ്പ് ലപ്ലാസിന്റേതാണെന്നു ധരിച്ചുവെച്ചിരുന്ന സൗരയൂഥോൽപ്പത്തിയെ സംബന്ധിച്ച സിദ്ധാന്തവും, വേലിയേറ്റവും ഇറക്കവും ഭൂമിയുടെ ഭ്രമണത്തെ മന്ദീഭവിപ്പിക്കുന്നുവെന്ന സിദ്ധാന്തവും – കാന്റിന്റേതായിരുന്നുവെന്ന് കണ്ടുപിടിക്കപ്പെട്ടതോടെ അർഹമായ ഒരു ബഹുമാന്യസ്ഥാനം പ്രകൃതിശാസ്ത്രജ്ഞർക്കിടയിൽ അദ്ദേഹത്തിനു വീണ്ടും ലഭിച്ചിട്ടുണ്ട്. പക്ഷേ, കാന്റിന്റെ കൃതികളിൽനിന്ന് വൈരുധ്യവാദം പഠിക്കുന്നത് ഒരു പാഴ്‌വേലയായിരിക്കും. കാരണം, തികച്ചും തെറ്റായ ഒരു ആരംഭബിന്ദുവിൽ നിന്ന് വികസിപ്പിച്ചെടുത്തതാണെങ്കിലും വൈരുധ്യവാദത്തിന്റെ

സമഗ്രമായ ഒരു സംക്ഷിപ്തരൂപം ഹെഗലിന്റെ കൃതികളിൽ ഇന്നു ലഭ്യമാണ്.

ഒരു വശത്ത് "പ്രാകൃതികതത്വശാസ്ത്ര"ത്തിനെതിരായ പ്രതികരണം മേൽപ്പറഞ്ഞ തെറ്റായ പ്രാരംഭബിന്ദുവും ബർലിനിലെ ഹെഗലിയനിസത്തിന്റെ നിസ്സഹായമായ അധഃപതനവും മൂലം വലിയൊരു പരിധിവരെ ന്യായീകരിക്കാമായിരുന്ന ആ പ്രതികരണം – നിലച്ചുപോവുകയും അത് വെറും ശകാരവർഷമായി അധഃപതിക്കുകയും ചെയ്തശേഷം, മറുവശത്ത് നിലവിലുള്ള സങ്കലനവാദപരമായ അതിഭൗതികവാദം പ്രകൃതിശാസ്ത്രത്തെ അതിന്റെ സൈദ്ധാന്തികാവശ്യങ്ങളെ സംബന്ധിച്ചിടത്തോളം പ്രകടമായി കയ്യൊഴിഞ്ഞശേഷം, മി.ഡ്യൂറിങ് രസകരമായി ആടുന്ന ആ ഉന്മാദനൃത്തത്തിന് പ്രകൃതിശാസ്ത്രജ്ഞരെ പ്രേരിപ്പിക്കാതെതന്നെ ഹെഗലിന്റെ നാമധേയത്തെ അവരുടെ സാന്നിധ്യത്തിൽ ഒരു പക്ഷേ, ഉച്ചരിക്കാൻ കഴിഞ്ഞേക്കും.

ആത്മാവ്, മനസ്സ്, ആശയം – ഇതാണ് പ്രാഥമികമായിട്ടുള്ളതെന്നും യഥാർഥ പ്രപഞ്ചം ആശയത്തിന്റെ ഒരു പകർപ്പുമാത്രമാണെന്നുമുള്ള ഹെഗലിന്റെ പ്രാരംഭബിന്ദുവിനെ ന്യായീകരിക്കുന്നതേയല്ല പ്രശ്നമെന്ന് ആദ്യമേ സ്ഥാപിക്കേണ്ടതുണ്ട്. ഫോയർബാഹ് തന്നെ ഉപേക്ഷിച്ചതാണ് അത്. ഏതൊരു ശാസ്ത്രരംഗത്തും, ചരിത്രശാസ്ത്രത്തിലെന്നപോലെ തന്നെ പ്രകൃതിശാസ്ത്രത്തിലും, ലഭ്യമായ വസ്തുതകളിൽനിന്നാണ് തുടങ്ങേണ്ടത്, അതുകൊണ്ട് പ്രകൃതിശാസ്ത്രത്തെ സംബന്ധിച്ചിടത്തോളം വിവിധ പദാർഥരൂപങ്ങളിൽ നിന്നും പദാർഥത്തിന്റെ വിവിധ ചലനരൂപങ്ങളിൽ നിന്നുമാണ് തുടങ്ങേണ്ടത്;* അതുകൊണ്ട് സൈദ്ധാന്തിക പ്രകൃതിശാസ്ത്രത്തിലും പരസ്പരബന്ധങ്ങളെ വസ്തുതകളുടെ മേൽകെട്ടിവയ്ക്കുകയല്ല, വസ്തുതകളിൽനിന്ന് അവയെ കണ്ടെത്തുകയാണ് വേണ്ടത്, കണ്ടെത്തിക്കഴിഞ്ഞാൽ അവ ശരിയാണെന്ന് പരീക്ഷണങ്ങളിലൂടെ ആവുന്നത്ര തെളിയിക്കുകയാണ് വേണ്ടത്. ഇത്രയും കാര്യങ്ങളിൽ നാമെല്ലാവരും യോജിക്കുന്നുണ്ട്.

അതുപോലെതന്നെ, പഴയവരും പുതിയവരുമായ ബർലിൻ ഹെഗലിയന്മാർ പ്രചരിപ്പിച്ച തരത്തിലുള്ള ഹെഗലിയൻ വ്യവസ്ഥയുടെ വരട്ടുതത്വവാദപരമായ ഉള്ളടക്കം നിലനിർത്തണമെന്നതുമല്ല പ്രശ്നം. അതുകൊണ്ട്, ആശയവാദപരമായ പ്രാരംഭബിന്ദുവിന്റെ പതനത്തോടെ അതിന്മേൽ കെട്ടിപ്പടുത്തിട്ടുള്ള വ്യവസ്ഥയും – വിശേഷിച്ച് ഹെഗലിന്റെ പ്രാകൃതിക തത്വചിന്ത – നിലംപതിക്കുന്നു. എന്നാൽ പ്രകൃതിശാസ്ത്രജ്ഞൻ ഹെഗലിനെ ശരിയായി മനസിലാക്കിയിടത്തോളം അദ്ദേഹത്തിനെതിരായ അവരുടെ തർക്കം ഈ രണ്ടു കാര്യങ്ങൾക്കും, അതായത് ആശയവാദപരമായ പ്രാരംഭബിന്ദുവിനും വസ്തുതകൾക്ക് നിരക്കാത്തരീതിയിൽ

---

* ഇതെത്തുടർന്ന് ഇങ്ങനെയൊരു വാചകമുള്ളത് കയ്യെഴുത്തുപ്രതിയിൽ വെട്ടിക്കളഞ്ഞിട്ടുണ്ട്. "സോഷ്യലിസ്റ്റ് ഭൗതികവാദികളായ ഞങ്ങൾ ഇക്കാര്യത്തിൽ പ്രകൃതിശാസ്ത്രജ്ഞരെക്കാൾ ഗണ്യമായി മുന്നോട്ടുപോകുന്നു."

തന്നിഷ്ടമായി ഒരുവ്യവസ്ഥ കെട്ടിപ്പടുക്കുന്നതിനും, മാത്രം എതിരായി ട്ടാണ് ലാക്കാക്കിയിരുന്നതെന്ന് ഓർക്കണം.

ഇതെല്ലാം വകവച്ചുകൊടുത്താൽത്തന്നെ, ഹെഗലിയൻ വൈരുധ്യ വാദം പിന്നെയും അവശേഷിക്കുന്നു. "ജർമനിയിൽ ഇപ്പോൾ വലിയ ഒച്ച പ്പാടുണ്ടാക്കുന്ന കലഹപ്രിയരും അഹങ്കാരികളും രണ്ടാംകിടക്കാരുമായ അനുകർത്താക്ക"[28]ളിൽ നിന്ന് വ്യത്യസ്തമായി മാർക്സാണ്, വിസ്മൃ തമായിക്കിടന്നിരുന്ന വൈരുധ്യാത്മകരീതിയേയും ഹെഗലിയൻ വൈരു ധ്യവാദവുമായി അതിനുള്ള ബന്ധത്തെയും അതിൽനിന്നുള്ള അതിന്റെ വ്യത്യാസത്തേയും ആദ്യമായി വീണ്ടും മുന്നോട്ടുകൊണ്ടുവരികയും അതേസമയം "മൂലധന"ത്തിൽ ആ രീതി ഒരു അനുഭവാധിഷ്ഠിതശാ സ്ത്രമായ അർഥശാസ്ത്രത്തിൽ പ്രയോഗിക്കുകയും ചെയ്തതെന്നത് അദ്ദേഹത്തിന്റെ മേന്മയാണ്. അദ്ദേഹം അത് തികച്ചും വിജയകരമായി നിർവഹിക്കുകയും ചെയ്തു. സംസ്കാരസമ്പന്നമായ ജർമനിയിൽ പ്പോലും മാർക്സിനെ വിമർശിക്കുകയാണെന്ന ഭാവത്തിൽ അദ്ദേഹത്തെ (പലപ്പോഴും തെറ്റായി) കോപ്പിയടിച്ചുകൊണ്ടു മാത്രമേ കൂടുതൽ പുതു തായ ധനശാസ്ത്രസരണിക്ക് പ്രാകൃതമായ സ്വതന്ത്രവ്യാപാരവ്യവസ്ഥ യെക്കാൾ ഉയരാൻ കഴിഞ്ഞുള്ളുവെന്നതുതന്നെ അതിനു മതിയായ തെളിവാണ്.

ഹെഗലിന്റെ വ്യവസ്ഥയുടെ മറ്റെല്ലാ ശാഖോപശാഖകളിലുമെന്ന പോലെ അദ്ദേഹത്തിന്റെ വൈരുധ്യവാദത്തിലും യഥാർഥത്തിലുള്ള എല്ലാ പരസ്പരബന്ധങ്ങളും കീഴ്മേൽ മറിക്കപ്പെടുന്നുണ്ട്. എങ്കിലും മാർക്സ് പറയുംപോലെ, "ഹെഗലിന്റെ കൈകളിൽ വൈരുധ്യവാദം നിഗൂഢമാ ക്കപ്പെടുന്നുണ്ടെന്നുവച്ച് അദ്ദേഹം ഒരു തരത്തിലും അതിന്റെ പൊതുപ്ര വർത്തനരൂപത്തെ സമഗ്രമായും ബോധപൂർവമായും ആദ്യമായി അവ തരിപ്പിച്ച ആളല്ലാതാകുന്നില്ല. അദ്ദേഹത്തെ സംബന്ധിച്ചിടത്തോളം അത് തലകീഴായി നിൽക്കുകയാണ്. നിഗൂഢതയുടെ ആ പുറംതോടിനുള്ളി ലുള്ള യുക്തിയുടെ കാമ്പ് കണ്ടെത്തണമെന്നുണ്ടെങ്കിൽ അതിനെ വീണ്ടും തലമേലോട്ടാക്കി നിർത്തണം."[29]

എന്നാൽ യഥാർഥബന്ധത്തെ തലകീഴായി നിർത്തിയിട്ടുള്ളതും പ്രതിബിംബത്തെ മൂലരൂപമായി കണക്കാക്കുന്നതും അതുകൊണ്ടുതന്നെ അതിനെ വീണ്ടും തല മേലോട്ടാക്കി നിർത്തേണ്ടത് ആവശ്യമാക്കി ത്തീർക്കുന്നതുമായ സിദ്ധാന്തങ്ങളെ പ്രകൃതിശാസ്ത്രത്തിൽത്തന്നെ നാം പലപ്പോഴും കണ്ടുമുട്ടാറുണ്ട്. മിക്കപ്പോഴും അത്തരം സിദ്ധാന്തങ്ങൾ വള രെക്കാലത്തേക്ക് ആധിപത്യം പുലർത്താറുമുണ്ട്. രണ്ടു നൂറ്റാണ്ടുകാല ത്തോളം ചൂടിനെ സാധാരണ പദാർഥത്തിന്റെ ഒരു ചലനരൂപമെന്നതിനു പകരം നിഗൂഢമായ ഒരു വിശേഷവസ്തുവായി കരുതിയിരുന്നപ്പോൾ ഇതുതന്നെയാണ് സംഭവിച്ചത്. ചൂടിനെ സംബന്ധിച്ച ബലകൃതസിദ്ധാ ന്തമാണ് അതിനെ തലമേലോട്ടാക്കി നിർത്തിയത്. എങ്കിലും കലോറിക് സിദ്ധാന്തത്തിന്റെ ആധിപത്യത്തിൻകീഴിലായിരുന്ന ഭൗതികശാസ്ത്രം

ചൂടിനെ സംബന്ധിച്ച അതിപ്രധാനങ്ങളായ നിയമങ്ങളുടെ ഒരു പരമ്പര തന്നെ കണ്ടെത്തുകയും വിശേഷിച്ച് ഫുര്യേയും സദി കർനോയും മുഖേന[30] ശരിയായ സിദ്ധാന്തത്തിനു കളമൊരുക്കുകയും ചെയ്തു. അതിനു മുമ്പു കണ്ടുപിടിച്ചിരുന്ന നിയമങ്ങളെ തലമേലോട്ടാക്കി നിർത്തുകയും അവയെ സ്വന്തം ഭാഷയിലാക്കുകയും മാത്രമേ അതിന് ചെയ്യേണ്ടിവന്നുള്ളു.* അതുപോലെതന്നെ രസതന്ത്രത്തിൽ നൂറുവർഷത്തെ പരീക്ഷണപ്രവർത്തനത്തിലൂടെ ഫ്ളോജിസ്റ്റിക് സിദ്ധാന്തം തുടക്കത്തിൽ നൽകിയ സാമഗ്രികളുടെ സഹായത്തോടെയാണ്, പ്രീസ്റ്റ്ലി കണ്ടുപിടിച്ച ഓക്സിജനിൽ ഭാവനാസൃഷ്ടിയായ ഫ്ളോജിസ്റ്റന്റെ യഥാർഥവിപരീതം കണ്ടെത്താനും അങ്ങനെ ഫ്ളോജിസ്റ്റിക് സിദ്ധാന്തത്തെയാകെത്തന്നെ തോട്ടിലെറിയാനും ലവ്വാസ്യെക്കു കഴിഞ്ഞത്. എന്നാൽ ഇത് ഫ്ളോജിസ്റ്റിക്സിന്റെ പരീക്ഷണഫലങ്ങളെ തെല്ലും ഇല്ലാതാക്കിയില്ല. നേരെമറിച്ചാണ് സംഭവിച്ചത്. അവ തുടർന്നു നിലനിന്നു. അവയുടെ നിർവചനത്തെ തലമേലോട്ടാക്കി നിർത്തിയെന്നുമാത്രം. അവ ഫ്ളോജിസ്റ്റിക് ഭാഷയിൽ നിന്ന് ഇപ്പോൾ സാധുവായിട്ടുള്ള രസതന്ത്രഭാഷയിലേക്കു പരിഭാഷ ചെയ്യപ്പെട്ടു. അങ്ങനെ അവയുടെ സാധുത നിലനിർത്തുകയും ചെയ്തു.

കലോറിക് സിദ്ധാന്തത്തിന് ചൂടിനെ സംബന്ധിച്ച ബലകൃതസിദ്ധാന്തത്തോടും ഫ്ളോജിസ്റ്റിക് സിദ്ധാന്തത്തിന് ലവ്വാസ്യെയുടെ സിദ്ധാന്തത്തോടുമുള്ള അതേ ബന്ധം തന്നെയാണ് ഹെഗലിയൻ വൈരുധ്യവാദത്തിന് യുക്തിപൂർവകമായ വൈരുധ്യവാദത്തോടുള്ളത്.

* കർനോയുടെ ഫലനം C അക്ഷരാർഥത്തിൽ തിരിച്ചിട്ടാൽ കിട്ടുന്നത് $1/C$ = കേവല താപനില. ഇങ്ങനെയൊരു തിരിച്ചിടൽകൂടാതെ അതുവച്ച് ഒന്നും ചെയ്യാൻ സാധ്യമല്ല. (എംഗൽസിന്റെ കുറിപ്പ്)

പ്രകൃതിശാസ്ത്രം പ്രേതാത്മാക്കളുടെ ലോകത്തിൽ[31]

പൊതുജനബോധത്തിലേക്കു കടന്നുചെന്നിട്ടുള്ള വൈരുധ്യവാദം പ്രകടമായിരിക്കുന്നത് രണ്ടറ്റങ്ങളും കൂട്ടിമുട്ടുമെന്ന പഴമൊഴിയിലാണ്. ഇതനുസരിച്ച്, ജർമൻ പ്രാകൃതികതത്വശാസ്ത്രത്തെപ്പോലെ സ്വന്തം ആത്മനിഷ്ഠചിന്തയുടെ ചട്ടക്കൂടിനകത്ത് വസ്തുനിഷ്ഠമായ ലോകത്തെ തള്ളിക്കയറ്റാൻ ശ്രമിക്കുന്ന പ്രകൃതിശാസ്ത്രപ്രവണതയിൽ എന്നതിലേറെ, വെറും അനുഭവത്തെ മാത്രം ആശ്രയിക്കുന്നവൻ ഊറ്റംകൊള്ളുകയും ചിന്തയെ പരമപുച്ഛത്തോടെ വീക്ഷിക്കുകയും ചിന്താശൂന്യതയുടെ കാര്യത്തിൽ യഥാർഥത്തിൽ പരമസീമയിലെത്തുകയും ചെയ്യുന്ന വിപരീതപ്രവണതയിൽ അങ്ങേയറ്റത്തെ ഭാവനാവൈചിത്ര്യവും ക്ഷിപ്രവിശ്വാസവും അന്ധവിശ്വാസവും നാം തേടുന്നതിൽ വലിയ തെറ്റില്ല. ഇംഗ്ലണ്ടിൽ പ്രാബല്യത്തിലുള്ള ഒന്നാണ് ഈ ചിന്താസരണി. ദീർഘായുസ്സ്, ഒരു പരിധിവരെ പുനർയൗവനപ്രാപ്തി, ശരീരഘടനയും മുഖലക്ഷണങ്ങളും മാറ്റൽ, ഒരുശരീരം മറ്റൊരു ശരീരമായി രൂപാന്തരപ്പെടൽ, പുതിയ ജാതികളുടെ ഉൽപ്പാദനം, വായുവിനെ വരുതിയിലാക്കൽ, കൊടുങ്കാറ്റുകൾ സൃഷ്ടിക്കൽ, എന്നീ ലക്ഷ്യങ്ങൾനേടാൻവേണ്ടി അനുഭവാധിഷ്ഠിതവും ആഗമനാത്മകവും (inductive) ആയ തന്റെ പുതിയരീതി പ്രയോഗിക്കണമെന്നാണ് പ്രസ്തുത ചിന്താസരണിയുടെ പിതാവും ഒട്ടേറെ പ്രശംസകൾക്കു പാത്രീഭൂതനുമായ ഫ്രാൻസിസ് ബേക്കൺ ഇതിനകം തന്നെ ആവശ്യപ്പെട്ടിരിക്കുന്നത്. അത്തരം അന്വേഷണങ്ങൾ ഉപേക്ഷിക്കപ്പെട്ടിരിക്കുന്നുവെന്നാണ് അദ്ദേഹത്തിന്റെ പരാതി. സ്വർണം നിർമിക്കാനും പലതരം അത്ഭുതങ്ങൾ നടത്താനുമുള്ള കുറിപ്പടികൾ തന്റെ പ്രകൃതിചരിത്രത്തിൽ അദ്ദേഹം നൽകുന്നുണ്ട്.[32] അതുപോലെതന്നെ ഐസക് ന്യൂട്ടൺ തന്റെ വാർധക്യകാലത്ത് യോഹന്നാൻ പുണ്യവാ

ളന്റെ വെളിപാട് വിശദീകരിക്കുന്നതിൽ വ്യാപൃതനാവുകയുണ്ടായി.[33] അതുകൊണ്ട് സമീപവർഷങ്ങളിൽ ഇംഗ്ലീഷ് അനുഭവമാത്രവാദവും (empiricism) ഒരുതരത്തിലും അതിന്റെ ഏറ്റവും മോശക്കാരല്ലാത്ത ചില പ്രതിനിധികളും പ്രേതാത്മാക്കളുടെ മുട്ടലുകൾ കേൾക്കൽ, പ്രേതാത്മാക്കളെ കാണൽ, എന്നിങ്ങനെയുള്ള അമേരിക്കൻ ഇറക്കുമതികൾക്ക് നിശ്ശേഷം അടിമപ്പെട്ടുപോയതായി തോന്നുന്നെങ്കിൽ അതിൽ അതിശയിക്കാനില്ല.

ഇക്കൂട്ടത്തിൽപ്പെടുന്ന ആദ്യത്തെ പ്രകൃതിശാസ്ത്രജ്ഞൻ സമുന്നത ജന്തുശാസ്ത്രജ്ഞനും സസ്യശാസ്ത്രജ്ഞനുമായ ആൽഫ്രെഡ് റസ്സൽ വാല്ലസാണ്. പ്രാകൃതികനിർദ്ധാരണത്തിലൂടെ (Natural selection) ജാതികൾ മാറിമാറിവരുന്നുവെന്ന സിദ്ധാന്തത്തെ ഡാർവിനോടൊപ്പം ഉന്നയിച്ചയാളാണ് അദ്ദേഹം. ഈ പ്രകൃതിവിജ്ഞാനശാഖയിലുള്ള തന്റെ ആദ്യത്തെ അനുഭവങ്ങൾ 1844 –ലാണുണ്ടായതെന്നും അന്ന് മാസ്മരവിദ്യ[34]യെക്കുറിച്ചുള്ള മി.സ്പെൻസർ ഹാളിന്റെ പ്രഭാഷണങ്ങൾ താൻ കേൾക്കുകയുണ്ടായെന്നും അതിന്റെ ഫലമായി താനും തന്റെ വിദ്യാർഥികളുടെ മേൽ അത്തരം പരീക്ഷണങ്ങൾ നടത്തിയെന്നും "അത്ഭുതകൃത്യങ്ങളേയും ആധുനികപ്രേതാത്മവാദത്തെയുംപ്പറ്റി" (*On Miracles and Modern Spiritualism*, ലണ്ടൻ, ബേൺസ്,1875)[35] എന്ന തന്റെ കൊച്ചു പുസ്തകത്തിൽ അദ്ദേഹം വിവരിക്കുന്നുണ്ട്.

"ഞാൻ ആ വിഷയത്തിൽ അതീവതൽപ്പരനായിരുന്നു. ഞാനത് ഉത്സാഹപൂർവം പഠിക്കുകയും ചെയ്തു." (പേജ് 119) കാന്തികനിദ്രയും അതോടൊപ്പം സന്ധികളിൽ പിടിത്തവും സ്ഥാനിക സംവേദനക്ഷയവും ഉളവാക്കിയതിനുപുറമേ അദ്ദേഹം ഗാലിന്റെ കപാലമാനചിത്ര[36] (Map of the skull) ത്തിന്റെ സാധുത സ്ഥിരീകരിക്കുകയും ചെയ്തു. കാരണം ഗാൽ അവയവങ്ങളിലേതെങ്കിലുമൊരെണ്ണത്തിൽ തൊടുമ്പോൾ കാന്തശക്തിക്ക് വിധേയനായ രോഗിയിൽ തദനുസൃതമായ പ്രതികരണമുളവാകുകയും സമുചിതമായ സജീവചേഷ്ടകളിലൂടെ അത് പ്രകടമാവുകയും ചെയ്തുവത്രെ. മാത്രമല്ല, വെറുതെ ഒന്നുതൊടുകയേ വേണ്ടൂ, തന്റെ രോഗിക്ക് തൊടുന്ന ആളിന്റെ എല്ലാ സംവേദനങ്ങളും അനുഭവപ്പെടുമെന്നും അദ്ദേഹം സ്ഥാപിച്ചു. ബ്രാണ്ടിയാണെന്നു പറഞ്ഞ് അദ്ദേഹം അയാളെ പച്ചവെള്ളം കുടിപ്പിച്ചു മത്തുപിടിപ്പിച്ചു. ഒരു ചെറുപ്പക്കാരനെ ഉണർന്നിരിക്കുമ്പോൾത്തന്നെ സ്വന്തം പേരുപോലും അറിഞ്ഞുകൂടാത്തത്ര വിഡ്ഢിയാക്കാൻ അദ്ദേഹത്തിനു കഴിഞ്ഞു. പക്ഷേ, മാസ്മരവിദ്യയൊന്നും കൂടാതെതന്നെ മറ്റ് അധ്യാപകർക്കും ചെയ്യാൻ കഴിയുന്ന ഒരു വിദ്യയാണിത്. ഇതുപോലെ വേറെയും.

1843–1844 ൽ മാഞ്ചസ്റ്ററിൽവച്ച് ഞാനും ഈ മി.സ്പെൻസർ ഹാളിനെ കാണാനിടയായി. ചില പാതിരിമാരുടെ ഒത്താശയോടെ നാടുനീളെ സഞ്ചരിച്ച് ഒരു യുവതിയുടെ മേൽ കാന്തിക – കപാലലക്ഷണവിദ്യകൾ (Magnetico phrenological performances) കാട്ടിയ ഒരു രണ്ടാം

കിട മുറിവൈദ്യനായിരുന്നു അയാൾ. ദൈവമുണ്ടെന്നും, ആത്മാവ് അനശ്വരമാണെന്നും, എല്ലാ വലിയ നഗരങ്ങളിലും ഓവൻപക്ഷക്കാർ അന്നു പ്രചരിപ്പിച്ചുപോന്നിരുന്ന ഭൗതികവാദം തെറ്റാണെന്നും അതുവഴി തെളിയിക്കുകയെന്നതായിരുന്നു അയാളുടെ ഉദ്ദേശ്യം. കൂടെയുള്ള സ്ത്രീ കാന്തികനിദ്രയ്ക്കധീനയായി. പിന്നീട് അയാൾ കപോലഭാഗം സ്പർശിച്ചയുടനെ അവൾ പ്രസ്തുത അവയവത്തിന്റെ പ്രവർത്തനത്തെ കുറിക്കുന്ന ചേഷ്ടകളും അംഗവിന്യാസങ്ങളും വളരെയേറെ നാടകീയതയോടെ കാണിച്ചുകൊണ്ട് കാണികളെ രസിപ്പിച്ചു. ഉദാഹരണത്തിന് കുട്ടികളോടുള്ള വാത്സല്യത്തിന്റേതായ അവയവത്തിനനുസൃതമായി അവൾ ഒരു സാങ്കൽപ്പിക ശിശുവിനെ താലോലിക്കുകയും ചുംബിക്കുകയും ചെയ്തു. മാത്രമല്ല, മിടുക്കനായ മി.ഹാൾ പുതിയൊരു ബറത്താറിയദ്വീപു[37] കൂടി ഗാലിന്റെ കപാലമാനചിത്രത്തോടു കൂട്ടിച്ചേർത്തു. തലയോട്ടിയുടെ ഉച്ചിയിൽത്തന്നെ അയാൾ ഭക്തിയുടേതായ ഒരവയവം കണ്ടെത്തി. അതു തൊട്ടയുടൻ മാസ്മരനിദ്രാധീനയായിരുന്ന യുവതി മുട്ടുകുത്തിനിന്ന് കൈകൂപ്പി പ്രാർഥിക്കുകയും അത്ഭുതാധീനരായ ഫിലിസ്റ്റൈൻ പ്രേക്ഷകരുടെ മുമ്പിൽ ഭക്തിപരവശയായ ഒരു മാലാഖയെപ്പോലെ പ്രത്യക്ഷപ്പെടുകയും ചെയ്തു. ആ പ്രകടനത്തിന്റെ പാരമ്യവും പരിസമാപ്തിയുമായിരുന്നു അത്. ദൈവമുണ്ടെന്നു തെളിയിക്കപ്പെട്ടു.

മി.വാല്ലസിനു സംഭവിച്ചതുതന്നെയാണ് എനിക്കും എന്റെ ഒരു പരിചയക്കാരനും സംഭവിച്ചത്. അവിടെക്കണ്ട പ്രതിഭാസങ്ങൾ ഞങ്ങളിൽ താൽപ്പര്യമുളവാക്കി. ഞങ്ങൾക്ക് അവ എത്രമാത്രം ആവർത്തിക്കാൻ കഴിയുമെന്ന് ഞങ്ങൾ പരീക്ഷിച്ചുനോക്കി. നല്ല ചുണയുള്ള ഒരു പന്ത്രണ്ടു വയസുകാരൻ പരീക്ഷിക്കപ്പെടാൻ സന്നദ്ധനായി മുന്നോട്ടുവന്നു. സൗമ്യനായി അവന്റെ കണ്ണുകളിലേക്ക് ഉറ്റുനോക്കുകയോ മെല്ലെ തടവുകയോ ചെയ്തുകൊണ്ട് അവനെ മാസ്മരാവസ്ഥയിലാക്കാൻ ഒരു വിഷമവുമുണ്ടായില്ല. പക്ഷേ, ഞങ്ങൾ മി.വാല്ലസിനോളം ക്ഷിപ്രവിശ്വാസികളായിരുന്നില്ല, പരീക്ഷണം നടത്തിയത് അത്രത്തോളം ഉത്സാഹത്തോടെയായിരുന്നുമില്ല. അതുകാരണം തികച്ചും വ്യത്യസ്തമായ ഫലങ്ങളാണ് ഞങ്ങൾക്ക് കിട്ടിയത്. പേശികളുടെ പിടിത്തവും സംവേദനക്ഷയവും ഉളവാക്കാൻ വിഷമമുണ്ടായില്ല. അതിനു പുറമെ, ഒരു പ്രത്യേകതരം അതിസംവേദനീയത (Hypersensitivity) യുമായി ബന്ധപ്പെട്ട് ഇച്ഛാശക്തി പരിപൂർണ നിഷ്ക്രിയാവസ്ഥയിലായിരിക്കുന്നതും ഞങ്ങൾ കാണുകയുണ്ടായി. ബാഹ്യചോദനകളാൽ ആലസ്യത്തിൽ നിന്ന് ഉണർന്നപ്പോൾ രോഗി ജാഗ്രദവസ്ഥയിലെക്കാൾ വളരെ കൂടുതൽ കർമോന്മുഖനായി കാണപ്പെട്ടു. പരീക്ഷകനുമായി എന്തെങ്കിലും നിഗൂഢബന്ധമുണ്ടായിരുന്നതിന്റെ യാതൊരു ലാഞ്ചനയുമില്ലായിരുന്നു. ഉറങ്ങിക്കിടന്നിരുന്ന ആളിനെ മറ്റാർക്കു വേണമെങ്കിലും അത്ര തന്നെ എളുപ്പത്തിൽ കർമനിരതനാ

ക്കാൻ കഴിയുമായിരുന്നു. ഗാലിന്റെ കപാല – അവയവങ്ങളെ പ്രവർത്തിപ്പിക്കുകയെന്നത് ഞങ്ങളെ സംബന്ധിച്ചിടത്തോളം നിസ്സാരമായിരുന്നു. ഞങ്ങൾ അതിലുമപ്പുറം പോയി. അവയെ പരസ്പരം വച്ചുമാറ്റാനും ശരീരത്തിൽ എവിടെ വേണമെങ്കിലും അവയെ പ്രതിഷ്ഠിക്കാനും ഞങ്ങൾക്ക് കഴിഞ്ഞുവെന്നു മാത്രമല്ല, ഞങ്ങൾ നിരവധി വേറെ അവയവങ്ങൾ പടച്ചുണ്ടാക്കുകയും ചെയ്തു – പാട്ടുപാടാനും ചൂളമടിക്കാനും കുഴലൂതാനും നൃത്തമാടാനും ഗുസ്തിപിടിക്കാനും തുന്നാനും ചെരിപ്പുകുത്താനും പുകവലിക്കാനുമെല്ലാമുള്ള അവയവങ്ങൾ. അവയെ ഇഷ്ടമുള്ളിടത്ത് പ്രതിഷ്ഠിക്കാനും ഞങ്ങൾക്ക് കഴിഞ്ഞു. വല്ലാസ് അയാളുടെ രോഗികളെ വെള്ളം കുടിപ്പിച്ച് മത്തു പിടിപ്പിച്ചു. ഞങ്ങളാകട്ടെ കാലിലെ പെരുവിരലിൽ മദ്യലഹരിക്കുള്ള ഒരു അവയവം കണ്ടെത്തി. കുടിച്ചുകഴിഞ്ഞ മട്ടിലുള്ള ഏറ്റവും രസകരമായ പ്രഹസനം അഭിനയിച്ചു കാണാൻ അവിടെ ഒന്നു തൊട്ടാൽ മതി. പക്ഷേ, അവനിൽ നിന്ന് എന്താണ് പ്രതീക്ഷിക്കുന്നതെന്ന് രോഗിയെ മനസിലാക്കുന്നതുവരെ ഒരൊറ്റ അവയവവും പ്രവർത്തനത്തിന്റെ യാതൊരു ലാഞ്ഛനയും പ്രകടിപ്പിച്ചില്ലെന്ന് പ്രത്യേകം പറയേണ്ടതില്ലല്ലോ. പരിശീലനം വഴി ബാലൻ തന്റെ കഴിവ് അന്യൂനമാക്കിത്തീർത്തു. അവസാനം, അവന് നേരിയൊരു സൂചനമാത്രം ലഭിച്ചാൽ മതിയെന്ന സ്ഥിതിയായി. ഇപ്രകാരം സൃഷ്ടിക്കപ്പെട്ട അവയവങ്ങളെ അതേവഴിക്ക് മാറ്റാത്തിടത്തോളംകാലം തുടർന്നുള്ള എല്ലാ നിദ്രോൽപ്പാദന സന്ദർഭങ്ങളിലും അവയുടെ ശക്തി അതേപടി തുടർന്നു. വാസ്തവത്തിൽ രോഗിക്ക് ഇരട്ട ഓർമയാണുണ്ടായിരുന്നത് – ഉണർന്നിരിക്കുമ്പോൾ ഒന്നും മാസ്മരനിദ്രയിലായിരിക്കുമ്പോൾ തികച്ചും വ്യത്യസ്തമായ മറ്റൊന്നും നിഷ്ക്രിയമായ ഇച്ഛാശക്തിയേയും മൂന്നാമതൊരാളിന്റെ ഇച്ഛാശക്തിക്ക് അത് പൂർണമായും വിധേയമാവുന്നതിന്റെയും സംബന്ധിച്ചാണെങ്കിൽ രോഗിയുടെ ഇച്ഛയെ പരീക്ഷകന്റെ ഇച്ഛയ്ക്ക് വിധേയമാക്കിയതോടെയാണ് ഈ അവസ്ഥയുടെയാകെത്തന്നെ തുടക്കമെന്നും അതില്ലാതെ അങ്ങനെയൊരവസ്ഥ സൃഷ്ടിക്കാൻ സാധ്യമല്ലെന്നും ഓർത്താൽ ഒരു അത്ഭുതകൃത്യത്തിന്റെ എല്ലാ ഛായയും അതിന് നഷ്ടപ്പെടുന്നതാണ്. തന്റെ രോഗി തന്റെ മുഖത്തുനോക്കി ചിരിച്ചാൽ ലോകത്തിൽവച്ച് ഏറ്റവുമധികം കാന്തവൽക്കരണശക്തിയുള്ള ജാലവിദ്യക്കാരൻപോലും തളർന്നുപോവും.

ഉണർന്നിരിക്കുമ്പോഴത്തേതിൽ നിന്ന് ഒട്ടുമുക്കാലും അളവിൽ മാത്രം വ്യത്യസ്തമായ പ്രതിഭാസങ്ങളുടെ ഒരു പരമ്പരയാണ് കാന്തിക – കപാല ലക്ഷണ മുറിവൈദ്യത്തിന് ആധാരമായിട്ടുള്ളതെന്ന് ഞങ്ങൾ ഞങ്ങളുടെ ചപലമായ സംശയങ്ങളും വച്ചുകൊണ്ട് കണ്ടുപിടിച്ചപ്പോൾ മി.വാല്ലസിന്റെ "ഉത്സാഹം" തുടരെത്തുടരെയുള്ള ആത്മവഞ്ചനകളിലേക്കാണ് അദ്ദേഹത്തെ നയിച്ചത്. ഗാലിന്റെ കപാലമാനചിത്രം അതിന്റെ

എല്ലാ വിശദാംശങ്ങളിലും ശരിയാണെന്ന് അദ്ദേഹം സ്ഥിരീകരിച്ചു. പരീക്ഷകനും രോഗിയും തമ്മിൽ ഒരു നിഗൂഢബന്ധം അദ്ദേഹം കണ്ടെത്തി.* ഈ മുറിവൈദ്യത്തിന്റെ യഥാർഥപശ്ചാത്തലത്തെക്കുറിച്ച് അന്വേഷിക്കുന്നതിനെക്കാൾ ആ പ്രതിഭാസങ്ങളെല്ലാം എന്തുവിലകൊടുത്തും ആവർത്തിക്കുന്നതിലായിരുന്നു മി.വാല്ലസിന് താൽപ്പര്യമെന്ന്, ശുദ്ധഗതിയോളം എത്തുന്ന ആത്മാർഥത തുളുമ്പുന്ന അദ്ദേഹത്തിന്റെ ഈ വിവരണത്തിൽ എവിടെ നോക്കിയാലും കാണാം. തുടക്കത്തിൽ ശാസ്ത്രജ്ഞനായിരുന്ന ഒരാൾക്ക് ലളിതവും അനായാസവുമായ ആത്മവഞ്ചനയിലൂടെ അതിവേഗം ഒരു അനുയായിയായി മാറാൻ ഈയൊരു മാനസികാവസ്ഥ മാത്രം മതി. മി.വാല്ലസ് അവസാനം കാന്തിക – കപാലലക്ഷണപരമായ അത്ഭുതങ്ങളിൽ വിശ്വാസമുള്ളയാളായിത്തീർന്നു. അങ്ങനെ അദ്ദേഹം അതിനകം തന്നെ പ്രേതാത്മാക്കളുടെ ലോകത്തിൽ ഒരു കാൽ കുത്തിക്കഴിഞ്ഞിരുന്നു.

1865 –ൽ അദ്ദേഹം മറ്റേ കാലും കുത്തി. പന്ത്രണ്ടു വർഷം ഉഷ്ണമേഖലാരാജ്യങ്ങളിൽ പര്യടനം നടത്തിയശേഷം മടങ്ങിയെത്തിയ അദ്ദേഹം മേശതിരിക്കൽ പരീക്ഷണങ്ങളിലൂടെ വിവിധ മാധ്യമങ്ങളുമായി സമ്പർക്കം സ്ഥാപിച്ചു. അദ്ദേഹം എത്ര വേഗമാണ് പുരോഗമിച്ചതെന്നും എത്ര പൂർണമായിട്ടാണ് ആ വിഷയത്തിൽ സ്വാധീനം നേടിയതെന്നുമുള്ളതിന്റെ തെളിവാണ് മുകളിൽ പരാമർശിച്ച കൊച്ചുപുസ്തകം. ഏറെക്കുറെ പണത്തിനുവേണ്ടി കാഴ്ചകൾ കാണിക്കുന്നവരും പലപ്പോഴും തട്ടിപ്പുകാരായി തുറന്നുകാട്ടപ്പെട്ടിട്ടുള്ളവരുമായ ഹോമുമാരുടേയും ഡാവൻപോർട്ട് സഹോദരന്മാരുടെയും മറ്റു മാധ്യമങ്ങളുടെയും അത്ഭുതകൃത്യങ്ങളെന്നു പറയപ്പെടുന്നവ മാത്രമല്ല, പണ്ടു കാലത്ത് യഥാർഥത്തിൽ നടന്നതാണെന്ന് അവകാശപ്പെടുന്ന പ്രേതാത്മാക്കളെക്കുറിച്ചുള്ള കുറെയേറെ കഥകളും നാം മുഖവിലയ്ക്കെടുക്കണമെന്നാണ് അദ്ദേഹം ആവശ്യപ്പെടുന്നത്. യവനരുടെ ദിവ്യവാണികൾ നടത്തിയിരുന്ന പുരോഹിതപ്രവാചികമാരും മധ്യയുഗത്തിലെ ആഭിചാരിണികളുമെല്ലാം മാധ്യമങ്ങളായിരുന്നുവത്രെ. *പ്രവചനങ്ങൾ* എന്ന തന്റെ കൃതിയിൽ യാംബ്ലിക്ക്സ് ആധുനികപ്രേതാത്മവാദത്തിന്റെ അങ്ങേയറ്റം അത്ഭുതാവഹങ്ങളായ പ്രതിഭാസങ്ങളെ (പേജ് 229) എത്രയും കൃത്യമായി വിവരിച്ചിട്ടുണ്ടത്രെ.

ഈ അത്ഭുതകാര്യങ്ങൾ ശാസ്ത്രീയമായി സ്ഥാപിക്കുകയും സമർഥിക്കുകയും ചെയ്യുന്ന കാര്യത്തിൽ മി.വാല്ലസ് എത്ര ലാഘവബുദ്ധിയോടെയാണ് പ്രവർത്തിക്കുന്നതെന്ന് ചൂണ്ടിക്കാട്ടാൻ ഒരു ഉദാഹരണം മാത്രം എടുക്കാം. മുകളിൽ പരാമർശിച്ച പ്രേതാത്മാക്കൾ അവയുടെ

---

* നേരത്തേ പറഞ്ഞതുപോലെ, പരിശീലനം വഴി രോഗികൾ വൈദഗ്ധ്യമാർജിക്കുന്നു. അതുകൊണ്ട് ഇച്ഛാശക്തി വിധേയമാക്കപ്പെടുകയെന്നത് പതിവായിത്തീരുമ്പോൾ പങ്കാളികൾ തമ്മിലുള്ള ബന്ധം കൂടുതൽ ഗാഢമാവുകയും പ്രത്യേകം പ്രത്യേകം പ്രതിഭാസങ്ങൾ തീക്ഷ്ണമാവുകയും ഉണർന്നിരിക്കുമ്പോൾപോലും അവ ദുർബലമായി പ്രതിഫലിപ്പിക്കപ്പെടുകയും ചെയ്യുന്നുവെന്നത് തികച്ചും സംഭാവ്യമാണ്. (എംഗൽസിന്റെ കുറിപ്പ്)

ഫോട്ടോ എടുക്കാൻ നിന്നുകൊടുക്കുമെന്നു നമ്മൾ വിശ്വസിക്കണമെന്നതിന്റെ അർഥം നാം വളരെയേറെ വകവച്ചുകൊടുക്കണമെന്നാണ്. പ്രേതാത്മാക്കളുടെ ആ ഫോട്ടോകൾ നിർവ്യാജമാണെന്നു നാം അംഗീകരിക്കുന്നതിനുമുമ്പായി അക്കാര്യം എത്രയും അസന്ദിഗ്ധമായി തെളിയിക്കണമെന്ന് ആവശ്യപ്പെടാൻ നമുക്ക് അവകാശമുണ്ട്. ഒരു പ്രമുഖമാധ്യമമായ മിസ്സിസ് ഗപ്പി (നിക്കോൾ എന്നായിരുന്നു അവരുടെ കന്യകാനാമം) ഭർത്താവും കൊച്ചുമകനുമൊന്നിച്ച് ഇരിക്കുന്ന ഒരു ഫോട്ടോ 1872 മാർച്ചിൽ നോട്ടിങ് ഹില്ലി[38]ലുള്ള മി. ഹഡ്സന്റെ വീട്ടിൽ വച്ച് എടുത്തതായി 187–ാമത്തെ പേജിൽ മി. വാല്ലസ് പറയുന്നു. കുറച്ചൊക്കെ ഒരു പൗരസ്ത്യവനിതയുടെ മുഖലക്ഷണങ്ങളുള്ള ഒരു ദീർഘകായ, വലപോലത്തെ വെളുത്തുനേർത്ത മേലങ്കിയുമണിഞ്ഞ് അനുഗ്രഹമരുളുന്നതുപോലുള്ള ഒരു ഭാവത്തിൽ അവരുടെ പുറകെ നിൽക്കുന്നത് രണ്ടു വ്യത്യസ്ത ഫോട്ടോകളിൽ കാണാമായിരുന്നുവത്രെ.

"ഇവിടെ രണ്ടിലൊന്ന് തീർച്ചയാണ്* ഒന്നുകിൽ ജീവനുള്ളതും ബുദ്ധിശക്തിയുള്ളതും എന്നാൽ അദൃശ്യവുമായ ഒരു അസ്തിത്വം അവിടെ സന്നിഹിതമായിരുന്നു. അല്ലെങ്കിൽ, മി. ഗപ്പിയും മിസ്സിസ് ഗപ്പിയും ഫോട്ടോഗ്രാഫറും നാലാമത് ഏതോ ഒരാളുകൂടി ലജ്ജാകരമായ ഒരു തട്ടിപ്പ് ആസൂത്രണം ചെയ്യുകയും അന്നുമുതൽക്ക് അതിൽത്തന്നെ ഉറച്ചുനിൽക്കുകയും ചെയ്തു. ഗപ്പി ദമ്പതികളെ എനിക്കു ഭംഗിയായിട്ടറിയാവുന്നതുകൊണ്ട്, ഇത്തരം തട്ടിപ്പു പ്രയോഗിക്കാൻ പ്രകൃതിശാസ്ത്രമണ്ഡലത്തിലെ ആത്മാർഥതയുള്ള ഏതൊരു സത്യാന്വേഷിയോളം തന്നെ അപ്രാപ്തരാണവർ എന്ന കാര്യത്തിൽ എനിക്ക് പരിപൂർണബോധ്യമുണ്ട് (പേജ് 188).

അതുകൊണ്ട്. "ഒന്നുകിൽ തട്ടിപ്പാണ്, അല്ലെങ്കിൽ പ്രേതാത്മാക്കളുടെ ഫോട്ടോയാണ്. സമ്മതിച്ചു. തട്ടിപ്പാണെങ്കിൽ ഒന്നുകിൽ ആ പ്രേതാത്മാവ് നേരത്തേതന്നെ ഫോട്ടോ പ്ലേറ്റിൽ ഉണ്ടായിരുന്നിരിക്കണം, അല്ലെങ്കിൽ ആ തട്ടിപ്പിൽ നാലുപേർ – 1875 ജനുവരിയിൽ 84 –ാം വയസിൽ മരിച്ചുപോയ മി. ഗപ്പിയെ ദുർബലചിത്തനോ വഞ്ചിതനോ എന്ന നിലയ്ക്ക് വിട്ടുകളഞ്ഞാൽ (പശ്ചാത്തലത്തിലുള്ള മറയുടെ പിന്നിലേക്ക് അദ്ദേഹത്തെ അയക്കുകയേ വേണ്ടിയിരുന്നുള്ളൂ. മൂന്നുപേർ – ഭാഗഭാഗുക്കളായിരുന്നിരിക്കണം എന്നർഥം. ഫോട്ടോഗ്രാഫർക്ക് വലിയ വിഷമം കൂടാതെ പ്രേതാത്മാവിനുവേണ്ടി ഒരു "മോഡലിനെ" കിട്ടുമെന്നത് നിസ്തർക്കമാണ്. കളവായി പ്രേതാത്മാക്കളുടെ ഫോട്ടോയെടുക്കൽ ഒരു

---

* 'Here, then one of two things are absolutely certain' എന്നാണ് ഇംഗ്ലീഷിലുള്ള വാചകം. 'are' എന്ന വാക്കിന് അടിവരയിട്ടുകൊണ്ട് എംഗൽസ് ഇങ്ങനെയൊരു കുറിപ്പ് എഴുതിയിട്ടുണ്ട്. "പ്രേതാത്മാക്കളുടെ ലോകം വ്യാകരണത്തിനതീതമാണ്. ഒരു രസികൻ ഒരിക്കൽ വ്യാകരണശാസ്ത്രജ്ഞനായ ലിൻഡ്‌ലി മറിയുടെ പ്രേതാത്മാവിനെ വിളിച്ചുവരുത്താൻ മാധ്യമത്തോട് ആവശ്യപ്പെട്ടു. താനവിടെ സന്നിഹിതനാണോ എന്ന ചോദ്യത്തിന് പ്രേതാത്മാവ് മറുപടി പറഞ്ഞു: 'I are' മാധ്യമം അമേരിക്കക്കാരനായിരുന്നു."

സ്ഥിരം തൊഴിലാക്കിയിരിക്കുന്നുവെന്ന പേരിൽ അധികം താമസിയാതെ ഫോട്ടോഗ്രാഫറായ ഹഡ്സനെതിരായി പരസ്യമായി നടപടിയെടുക്കുകയുണ്ടായി. അതുകൊണ്ട് മി. വാല്ലസ് ഇങ്ങനെ ആശ്വാസംകൊള്ളുന്നു:

"എന്തായാലും ഒരു കാര്യം വ്യക്തമാണ്. തട്ടിപ്പ് നടന്നിട്ടുണ്ടെങ്കിൽ പ്രേതാത്മവാദികൾതന്നെ അത് തൽക്ഷണം കണ്ടുപിടിച്ചിട്ടുമുണ്ട്." (പേജ്–189)

അതുകൊണ്ട് ഫോട്ടോഗ്രാഫറെ അത്രയ്ക്ക് നമ്പേണ്ടതില്ല. ശേഷിക്കുന്നത് മിസ്സിസ്സ് ഗപ്പിയാണ്. അവരുടെ ഭാഗത്താണെങ്കിൽ നമ്മുടെ സ്നേഹിതനായ വാല്ലസിന്റെ "പരിപൂർണബോധ്യ" മൊഴിച്ചാൽ മറ്റൊന്നുമില്ല. മറ്റൊന്നുമില്ലെന്നോ? യാതൊന്നുമില്ല. മിസ്സിസ് ഗപ്പിയെ എത്ര പരിപൂർണമായി വിശ്വസിക്കാമെന്നതിന് താഴെപ്പറയുന്ന സംഗതി സാക്ഷ്യം വഹിക്കുന്നു. 1871 ജൂൺ ആരംഭത്തിൽ ഒരു ദിവസം വൈകുന്നേരം ഹൈബറി ഹിൽപാർക്കിലുള്ള തന്റെ വീട്ടിൽ നിന്ന് ലാംബ്സ് കൊണ്ടൂയിറ്റ് സ്ട്രീറ്റിലെ 69–ാം നമ്പർ കെട്ടിടത്തിലേക്ക്, അതായത് നേരെ പോയാൽ മൂന്നു മൈൽ അകലെ, താൻ അബോധാവസ്ഥയിൽ വായുവിലൂടെ വഹിക്കപ്പെട്ടുവെന്നും മേൽപ്പറഞ്ഞ 69 –ാം നമ്പർ വീട്ടിൽ ഒരു പ്രേതാത്മസഭ നടന്നുകൊണ്ടിരിക്കുമ്പോൾ താനവിടെ ഒരു മേശയുടെ മേൽ നിക്ഷേപിക്കപ്പെട്ടുവെന്നും അവർ ഉറപ്പിച്ചുപറയുന്നു. ആ മുറിയുടെ വാതിലുകൾ അടച്ചിരുന്നു. മിസ്സിസ് ഗപ്പി ലണ്ടനിലെ ഏറ്റവും തടിച്ച സ്ത്രീകളിലൊരാളായിരുന്നെങ്കിലും (അതത്ര നിസ്സാരകാര്യമല്ല) അവരുടെ പെട്ടെന്നുള്ള പ്രവേശനം വാതിലുകളിലോ മച്ചിലോ ചെറിയൊരു ദ്വാരംപോലും സൃഷ്ടിച്ചില്ല. (1871 ജൂൺ 8 –നു ലണ്ടനിലെ "എക്കോ"[39] യിൽ വന്ന റിപ്പോർട്ടാണിത്) ഇത്രയൊക്കെയായിട്ടും പ്രേതാത്മാക്കളുടെ ഫോട്ടോയെടുപ്പിന്റെ നിർവ്യാജതയെക്കുറിച്ച് വിശ്വസിക്കാത്തവരായിട്ട് ആരെങ്കിലുമുണ്ടെങ്കിൽ അവരെ ആർക്കും സഹായിക്കാനാവില്ല.

താലിയം എന്ന രാസമൂലകവും റേഡിയോമീറ്ററും[40] (ജർമനിയിൽ അതിനെ "Lichtmuhle" എന്നും വിളിച്ചുവരുന്നു) കണ്ടുപിടിച്ച മി.വില്യം ക്രുക്സ് ആണ് ഇംഗ്ലീഷ് പ്രകൃതിശാസ്ത്രജ്ഞരുടെ കൂട്ടത്തിൽ രണ്ടാമത്തെ പ്രമുഖ വിദഗ്ധൻ. മി.ക്രുക്സ് 1871 – നോടടുപ്പിച്ചാണ് പ്രേതാത്മ പ്രതിഭാസങ്ങളെക്കുറിച്ചുള്ള അന്വേഷണം ആരംഭിച്ചത്. സ്പ്രിങ്ബാലൻസുകൾ, വൈദ്യുതബാറ്ററികൾ, തുടങ്ങി പലതരം ഭൗതിക – യാന്ത്രികോപകരണങ്ങൾ അദ്ദേഹം അതിനുവേണ്ടി ഉപയോഗപ്പെടുത്തി. തന്റെ ഉദ്ദേശ്യത്തിനാവശ്യമായ മുഖ്യ ഉപകരണത്തെ, അതായത് സംശയദൃഷ്ടിയോടുകൂടിയ വിമർശനബുദ്ധിയെ, അദ്ദേഹം പ്രയോഗിച്ചോ, അവസാനം വരെ അതിനെ പ്രയോജനപ്രദമായനിലയിൽ നിർത്തിയോ, എന്ന് നമുക്ക് നോക്കാം. എന്തായാലും വളരെ നാളുകൾ കഴിയുന്നതിനുമുമ്പുതന്നെ മി.ക്രുക്സ് മി.വാല്ലസിനോളം തന്നെ പ്രേതാത്മവാദത്തിൽ നിശ്ശേഷം ഭ്രമിച്ചുവശായിക്കഴിഞ്ഞിരുന്നു.

മി.വാല്ലസ് പറയുന്നു: "മിസ് ഫ്ളോറൻസ് കുക്ക് എന്നു പേരായ

ഒരു മാന്യയുവതി കുറെ വർഷങ്ങളായി അസാമാന്യമായ മാധ്യമഗുണം പ്രകടിപ്പിച്ചുപോരുന്നു. അടുത്ത കാലത്തായി, പ്രേതാത്മാക്കളുടെ ലോകത്തിൽനിന്ന് ഉത്ഭവിച്ചുവെന്നു കരുതേണ്ടുന്ന ഒരു സമ്പൂർണ സ്ത്രീരൂപത്തിന്റെ സൃഷ്ടിയിൽ അത് കലാശിച്ചിരിക്കുന്നു. ഇരുണ്ട വസ്ത്രങ്ങളണിഞ്ഞ യുവതി ബന്ധിക്കപ്പെട്ട് ഒരു ചിറ്ററയിലോ അടുത്ത മുറിയിലോ ഗാഢനിദ്രയിലാണ്ടു കിടക്കുമ്പോഴാണ് പാറുന്ന ശുഭ്രമേലങ്കിയുമണിഞ്ഞ് നഗ്നപാദയായി ആ രൂപം പ്രത്യക്ഷപ്പെടുന്നത്." (പേജ്-181)

കേറ്റി എന്നു സ്വയം വിളിച്ചുപോന്ന ഈ പ്രേതാത്മാവിന് മിസ് കുക്കിന്റെ അതേ ഛായയായിരുന്നു. അത് വാസ്തവത്തിൽ മിസ് കുക്കിന്റെ തന്നെ മറ്റൊരു പതിപ്പല്ലേ എന്നറിയാൻവേണ്ടി മിസ്സിസ് ഗപ്പിയുടെ ഇപ്പോഴത്തെ ഭർത്താവായ മി.ഫോൽക്മാൻ ഒരു ദിവസം വൈകിട്ട് പെട്ടെന്ന് അതിന്റെ അരയ്ക്കു ചുറ്റിപ്പിടിച്ചു. അദ്ദേഹം പിടിവിട്ടില്ല. പ്രേതാത്മാവ് നല്ല മെയ്ക്കരുത്തുള്ള ഒരു യുവതിയാണെന്നു തെളിഞ്ഞു. അത് വീറോടെ ചെറുത്തു. കാണികൾ ഇടപെട്ടു. ഗ്യാസ്‌ലൈറ്റ് കെടുത്തി. കുറെ ബഹളത്തിനുശേഷം സമാധാനം പുനഃസ്ഥാപിക്കപ്പെടുകയും വിളക്കു വീണ്ടും കൊളുത്തുകയും ചെയ്തപ്പോൾ പ്രേതാത്മാവ് മറഞ്ഞുകഴിഞ്ഞിരുന്നു. മിസ് കുക്ക് ബന്ധിതനായി, അബോധാവസ്ഥയിൽ അവരുടെ മൂലയ്ക്ക് കിടക്കുന്നുണ്ടായിരുന്നു. എന്തായാലും താൻ പിടികൂടിയത് മിസ് കുക്കിനെയല്ലാതെ മറ്റാരെയുമല്ലെന്നാണ് മി.ഫോൽക്മാൻ ഇപ്പോഴും ശഠിക്കുന്നതത്രെ. ഇത് ശാസ്ത്രീയമായി തെളിയിക്കാൻവേണ്ടി പ്രശസ്ത ഇലക്ട്രീഷ്യനായ മി.വാർലി പുതിയൊരു പരീക്ഷണം നടത്തി. അദ്ദേഹം ഒരു ബാറ്ററിയിൽനിന്നുള്ള വൈദ്യുതധാരാ മാധ്യമമായ മിസ് കുക്കിന്റെ ശരീരത്തിലൂടെ കടത്തിവിട്ടു. ആ ധാര മുറിക്കാതെ അവർക്ക് പ്രേതാത്മാവിന്റെ പങ്കുവഹിക്കാനാവാത്ത തരത്തിലാണ് അദ്ദേഹം അത് ചെയ്തത്. എന്നിട്ടും പ്രേതാത്മാവ് പ്രത്യക്ഷപ്പെട്ടു. അതുകൊണ്ട് അത് മിസ് കുക്കിൽ നിന്നു വിഭിന്നമായ ഒരു അസ്തിത്വമാണെന്ന് തീർച്ചയായി. ഇത് കുറെക്കൂടി സംശയാതീതമാംവണ്ണം തെളിയിക്കേണ്ട ജോലി മി.ക്രൂക്സ് സ്വയം ഏറ്റെടുത്തു. പ്രേതാത്മാവുമായി സംസർഗമുള്ള മാന്യ യുവതിയുടെ വിശ്വാസം ആർജിക്കുകയെന്നതായിരുന്നു അദ്ദേഹം വച്ച ആദ്യത്തെ ചുവട്.

1874 ജൂൺ 5ലെ, *സ്പിരിച്വലിസ്റ്റ്* പത്രത്തിൽ അദ്ദേഹം തന്നെ പറയുന്നു: ഈ വിശ്വാസം ക്രമേണ കൂടിക്കൂടി വന്നു. അവസാനം, ഞാൻ ഏർപ്പാടുകൾ ചെയ്തില്ലെങ്കിൽ അവർ സഭകൂടാൻ വിസമ്മതിക്കുമെന്ന സ്ഥിതിയായി. അവരുടെ അരികത്തും മുറിയുടെ അടുത്തും ഞാൻ എപ്പോഴുമുണ്ടായിരിക്കണമെന്നാണ് അവരുടെ ആഗ്രഹമെന്ന് അവർ പറഞ്ഞു. ഈ വിശ്വാസം ജനിക്കുകയും അവരോടു ചെയ്യുന്ന യാതൊരു പ്രതിജ്ഞയും ഞാൻ ലംഘിക്കില്ലെന്ന് അവർക്ക് ഉറപ്പുവരികയും ചെയ്തതോടെ പ്രതിഭാസങ്ങളുടെ ശക്തി ഗണ്യമായി വർധിച്ചതും മറ്റൊരുതരത്തിലും ലഭിക്കുമായിരുന്നില്ലാത്ത തെളിവുകൾ നിർബാധം ലഭ്യമാകുന്നതും ഞാൻ കണ്ടു. സഭകളിൽ ആരൊക്കെ വേണം, അവരെ എവിടെ

ഇരുത്തണം, എന്നിങ്ങനെയുള്ള കാര്യങ്ങളിൽ അവർ പലപ്പോഴും എന്നോട് കൂടിയാലോചിക്കാറുണ്ടായിരുന്നു. കാരണം, കൂടുതൽ ശാസ്ത്രീയമായ മറ്റു ഗവേഷണരീതികൾക്കു പുറമേ ബലപ്രയോഗം കൂടി നടത്തണമെന്ന ദുരുപദിഷ്ടമായ ചില അഭിപ്രായങ്ങളുടെ ഫലമായി അവർ അടുത്ത കാലത്തായി പെട്ടെന്നു പരിഭ്രമിക്കുന്ന ഒരു സ്ഥിതിയിലായിരിക്കുകയാണ്."[41]

പ്രേതാത്മസംസർഗമുള്ള ആ മാന്യയുവതി, ഉദാരമായേടത്തോളം തന്നെ ശാസ്ത്രീയമായിരുന്ന ഈ വിശ്വാസത്തിന് നിർലോഭമായ പ്രതിഫലം നൽകി. അവർ മി.ക്രുക്സിന്റെ വീട്ടിൽ പ്രത്യക്ഷപ്പെടുകപോലും ചെയ്തു (നമുക്കതിൽ അതിശയമൊന്നും തോന്നുന്നില്ലെങ്കിലും). അവർ അദ്ദേഹത്തിന്റെ കുട്ടികളൊന്നിച്ചു കളിച്ചു, "ഇന്ത്യയിലെ തന്റെ സാഹസകൃത്യങ്ങളുടെ കൂട്ടത്തിൽനിന്നുള്ള ചില സംഭവങ്ങൾ" അവരെ പറഞ്ഞുകേൾപ്പിച്ചു, തന്റെ "ഭൂതകാലജീവിതത്തിലെ കയ്പേറിയ ചില അനുഭവങ്ങൾ" മി. ക്രുക്സിനു വിവരിച്ചുകൊടുത്തു. തന്റെ പ്രത്യക്ഷമായ ഭൗതികത്വത്തിൽ അദ്ദേഹത്തിനു വിശ്വാസം വരാൻ വേണ്ടി തന്റെ കരം ഗ്രഹിക്കുന്നതിനു സമ്മതം നൽകി, ഒരു മിനിട്ടിലെ നാഡിമിടിപ്പുകളുടേയും ശ്വാസോച്ഛ്വാസങ്ങളുടേയും എണ്ണമെടുക്കാൻ അദ്ദേഹത്തെ അനുവദിച്ചു, അവസാനം മി.ക്രുക്സിനൊപ്പം ഫോട്ടോ എടുക്കാൻ നിന്നുകൊടുക്കുകപോലും ചെയ്തു.

മി. വാല്ലസ് പറയുന്നു: "കാണപ്പെടുകയും തൊട്ടുനോക്കപ്പെടുകയും വർത്തമാനം പറയുകയും ഫോട്ടോ എടുക്കപ്പെടുകയും ചെയ്തശേഷം ആ രൂപം ആ ചെറിയ മുറിയിൽ നിന്നു നിശ്ശേഷം അപ്രത്യക്ഷയായി. കാണികളെക്കൊണ്ടു നിറഞ്ഞിരുന്ന അടുത്ത മുറിയിലേക്കല്ലാതെ ആ കൊച്ചുമുറിയിൽനിന്നു പുറത്തുകടക്കാൻ വേറെ യാതൊരു മാർഗവുമില്ലായിരുന്നു." (പേജ്–183)

മി. ക്രുക്സിന് പ്രേതാത്മാവിലുണ്ടായിരുന്നത്രതന്നെ വിശ്വാസം ഈ സംഭവം നടന്ന വീടിന്റെ ഉടമസ്ഥനായ മി. ക്രുക്സിനോടു മര്യാദയെ ഓർത്ത് കാണികൾ കാണിച്ചെങ്കിൽ ഇത് അത്ര വലിയ ഒരു അത്ഭുതകൃത്യമെന്നു കരുതാൻ വയ്യ.

നിർഭാഗ്യവശാൽ, "പൂർണമായും തെളിയിക്കപ്പെട്ട ഈ പ്രതിഭാസങ്ങളിൽ" പ്രേതാത്മവാദികൾക്കുപോലും ഉടനടി വിശ്വാസം വരുന്നില്ല. തികച്ചും പ്രേതാത്മവാദിയായ മി.ഫോൽക്മാൻ തികച്ചും ഭൗതികമായ ഒരു മൽപിടുത്തത്തിനു തയാറായത് നാം മുകളിൽ കണ്ടു. "പ്രേതാത്മവാദികളുടെ ബ്രിട്ടീഷ് ദേശീയസമാജ"ത്തിന്റെ കമ്മിറ്റി അംഗമായ ഒരു പാതിരി മിസ് കുക്കിന്റെ ഒരു സഭയിൽ സന്നിഹിതനായിരുന്നു. പ്രേതാത്മാവ് ഇറങ്ങിവരികയും അപ്രത്യക്ഷമാവുകയും ചെയ്ത മുറിക്ക് ബാഹ്യലോകവുമായി ബന്ധപ്പെടാൻ രണ്ടാമതൊരു വാതിലുണ്ടായിരുന്നുവെന്ന് അദ്ദേഹം നിഷ്പ്രയാസം തെളിയിച്ചു. അവിടെ സന്നിഹിതനായിരുന്ന മി. ക്രുക്സിന്റെ പെരുമാറ്റം "ഈ പ്രതിഭാസങ്ങളിൽ 'എന്തെങ്കിലും' കാണുമെന്ന എന്റെ വിശ്വാസത്തിന്റെ മേൽ അവസാനത്തെ മാരകപ്രഹരം ഏൽപ്പിച്ചു." ("മിസ്റ്റിക് ലണ്ടൻ", റവറന്റ് സി. മോറിസ് –ഡേവിസ്,

ലണ്ടൻ, ടിൻസ്ലി ബ്രദേഴ്സ്)[42] ഇതിനൊക്കെപ്പുറമെ, ഇത്തരം "കേറ്റി" മാർ എങ്ങനെയാണ് "ഭൗതികരൂപ" മാർജിക്കുന്നതെന്ന് അമേരിക്കയിൽ വെളിപ്പെടുകയും ചെയ്തു. ഹോംസ് എന്നു പേരുള്ള ദമ്പതിമാർ ഫിലാഡൽഫിയയിൽ നടത്താറുണ്ടായിരുന്ന സഭകളിൽ ഇതുപോലെതന്നെ ഒരു "കേറ്റി" പ്രത്യക്ഷപ്പെട്ട് വിശ്വാസികളിൽ നിന്നു നല്ല നല്ല സമ്മാനങ്ങൾ വാങ്ങിപ്പോന്നു. പക്ഷേ, ഒരു സംശയാലു മേൽപ്പറഞ്ഞ കേറ്റിയെ കണ്ടുപിടിക്കുന്നതുവരെ അടങ്ങിയിരുന്നില്ല. ശമ്പളം കുറഞ്ഞുപോയതിന്റെ പേരിൽ അവൾ ആ സമയത്ത് പണിമുടക്കിലായിരുന്നു. ഒരു ലോഡ്ജിൽ താമസിക്കുന്ന, സംശയാതീതമാംവണ്ണം മാംസവും മജ്ജയുമുള്ള ഒരു യുവതിയാണിവളെന്ന് അയാൾ കണ്ടുപിടിച്ചു. പ്രേതാത്മാവിനു കൊടുത്ത എല്ലാ സമ്മാനങ്ങളും അവളുടെ പക്കലുണ്ടായിരുന്നു.

ഈ സമയത്ത് ശാസ്ത്രലോകത്തിൽനിന്നുള്ള പ്രേതാത്മദർശികൾ യൂറോപ്യൻ വൻകരയിലുണ്ടായിരുന്നു. പ്രേതാത്മ പ്രതിഭാസങ്ങളെക്കുറിച്ച് അന്വേഷണം നടത്താൻ സെന്റ് പീറ്റേഴ്സ്ബർഗിലെ ഒരു ശാസ്ത്ര സംഘടന – അത് സർവകലാശാലയായിരുന്നോ അതോ അക്കാഡമി തന്നെയായിരുന്നോ എന്ന് എനിക്ക് തീർച്ചയില്ല – സ്റ്റേറ്റ് കൗൺസിലർ അക്സാക്കൊവിനേയും ഒരു രസതന്ത്രജ്ഞനായ ബുത്‌ലെറൊവിനേയും ചുമതലപ്പെടുത്തി. പക്ഷേ, അതുകൊണ്ട് പറയത്തക്ക ഫലമുണ്ടായെന്നു തോന്നുന്നില്ല.[43] എന്നാൽ – പ്രേതാത്മവാദികളുടെ ശബ്ദായമാനമായ പ്രഖ്യാപനങ്ങളെ വിശ്വസിക്കാമെങ്കിൽ – ലൈപ്സിഗിലെ പ്രൊഫസർ റ്റ്സ്യോൽനറുടെ രൂപത്തിൽ ജർമനിയും സ്വന്തം പ്രേതാത്മദർശിയെ രംഗത്തിറക്കിയിട്ടുണ്ട്.

മി. റ്റ്സ്യോൽനർ പല വർഷങ്ങളായി സ്പേസിലെ "ചതുർഥമാന" (Fourth Dimension) ത്തെ സംബന്ധിച്ചു കഠിനമായ പ്രവർത്തനത്തിൽ ഏർപ്പെട്ടിരിക്കയാണെന്ന് എല്ലാവർക്കുമറിയാം. മൂന്നു മാനങ്ങളുള്ള സ്പേസിൽ അസാധ്യമായിട്ടുള്ള പലതും നാലു മാനങ്ങളുള്ള സ്പേസിൽ സർവസാധാരണമാണെന്ന് അദ്ദേഹം കണ്ടുപിടിച്ചിരിക്കുന്നു. ഉദാഹരണത്തിന്, രണ്ടാമത് പറഞ്ഞതരം സ്പേസിൽ ഒരു സംവൃതലോഹഗോളത്തെ, അതിൽ ദ്വാരം വീഴ്ത്താതെതന്നെ, ഒരു കയ്യുറപോലെ അകംപുറം തിരിക്കാൻ കഴിയും. അതുപോലെതന്നെ രണ്ടറ്റങ്ങളുമില്ലാത്തതോ രണ്ടറ്റങ്ങളും ഉറപ്പിച്ചിട്ടുള്ളതോ ആയ ഒരു ചരടിൽ കുരുക്കിടാൻ കഴിയും. ഒന്നിനെയും മുറിക്കാതെതന്നെ രണ്ടു വളയങ്ങളെ കോർത്തിണക്കാൻ കഴിയും. അങ്ങനെ പല പല വിദ്യകളും നടത്താം. ഇപ്പോൾ, പ്രേതാത്മാക്കളുടെ ലോകത്തിൽ നിന്നുള്ള ആഹ്ലാദപ്രദമായ സമീപകാലറിപ്പോർട്ടുകളനുസരിച്ച് ചതുർഥമാനത്തിന്റെ സ്ഥാനനിർണയം സംബന്ധിച്ച കൂടുതൽ വിശദാംശങ്ങൾ കണ്ടുപിടിക്കാൻ പ്രൊഫസർ റ്റ്സ്യോൽനർ ഒന്നോ അതിലധികമോ മാധ്യമങ്ങളുടെ സഹായം തേടിയിരിക്കുകയാണ്. അതിൽ അദ്ദേഹത്തിനുണ്ടായ വിജയം അത്ഭുതാവഹമായിരിക്കുന്നുവത്രെ. സഭ നടക്കുന്ന സമയത്ത് അദ്ദേഹം തന്റെ കൈത്തണ്ട് കസേരക്കയ്യിന്മേൽ വച്ചിരിക്കുകയായിരുന്നു. കൈപ്പത്തി മേശപ്പുറത്തുനിന്ന് അനക്കിയതുമില്ല. എന്നാൽ സഭ കഴിഞ്ഞപ്പോൾ കസേരക്കൈ അദ്ദേഹ

ത്തിന്റെ കൈത്തണ്ടിനോട് ഒട്ടിയിരിക്കുന്നതായി കാണപ്പെട്ടു. രണ്ടറ്റവും മേശയുമായി ബന്ധിക്കപ്പെട്ടിരുന്ന ഒരു ചരടിൽ നാലു കുരുക്കുകൾ വീണിരിക്കുന്നതു കണ്ടു. ഇങ്ങനെ പലതും. ചുരുക്കത്തിൽ, ചതുർഥമാനത്തിലെ എല്ലാ അത്ഭുതങ്ങളും പ്രേതാത്മക്കൾ ഏറ്റവും എളുപ്പത്തിൽ നിർവഹിച്ചുവത്രെ. പക്ഷേ, ഒരു കാര്യം ഓർക്കണം മറ്റുള്ളവർ പറഞ്ഞത് ഞാൻ പറയുന്നുവെന്നേയുള്ളു. പ്രേതാത്മാക്കളുടെ ബുള്ളറ്റിനിൽ പറഞ്ഞിട്ടുള്ള കാര്യങ്ങൾ ശരിയാണെന്ന് ഞാൻ ഉറപ്പുപറയുന്നില്ല. അതിൽ തെറ്റെന്തങ്കിലുമുണ്ടെങ്കിൽ ആ തെറ്റു തിരുത്താൻ ഒരവസരം നൽകുന്നതിന് മി. റ്റ്സ്യ്യോൽനർ എന്നോട് നന്ദി പറയേണ്ടതാണ്. അതല്ല, അത് മി. റ്റ്സ്യ്യോൽനറുടെ അനുഭവങ്ങൾ യാതൊരു തെറ്റും കൂടാതെ വിവരിക്കുകയാണ് ചെയ്തിട്ടുള്ളതെങ്കിൽ അത് പ്രേതാത്മശാസ്ത്രത്തിലെന്ന പോലെ തന്നെ ഗണിതശാസ്ത്രത്തിലും പുതിയൊരു യുഗത്തെയാണ് വ്യക്തമായും കുറിക്കുന്നത്. ചതുർഥമാനം പ്രേതാത്മാക്കളുടെ നിലനിൽപ്പിന് സാക്ഷ്യം വഹിക്കുന്നതുപോലെതന്നെ പ്രേതാത്മാക്കൾ ചതുർഥമാനത്തിന്റെ നിലനിൽപ്പും തെളിയിക്കുന്നു. ഇത് ഒരിക്കൽ സ്ഥാപിച്ചുകഴിയുന്നതോടെ തികച്ചും പുതുതും അളക്കാനാവാത്തതുമായ ഒരു രംഗമാണ് ശാസ്ത്രത്തിന് തുറന്നുകിട്ടുന്നത്. ഇതേവരെയുള്ള എല്ലാ ഗണിതശാസ്ത്രവും പ്രകൃതിശാസ്ത്രവും, നാലാമത്തേതും അതിനു മുകളിലുള്ളതുമായ മാനങ്ങളിലെ ഗണിതശാസ്ത്രത്തിനും, ആ ഉപരിമാനങ്ങളിൽ വിഹരിക്കുന്ന പ്രേതാത്മാക്കളുടെ ബലതന്ത്രത്തിനും ഭൗതികത്തിനും രസതന്ത്രത്തിനും ശരീരക്രിയാവിജ്ഞാനത്തിനുമുള്ള പ്രാരംഭ പാഠശാല മാത്രമാണെന്നു വരുന്നു. ചതുർഥമാനത്തിലേക്കു കടക്കുമ്പോൾ (നമുക്കിപ്പോൾ അങ്ങനെതന്നെ പറയാം) മേശകസേരാദികൾക്കുണ്ടാവുന്ന ഭാര നഷ്ടം എത്രയാണെന്ന് മി. ക്രൂക്സ് ശാസ്ത്രീയമായി സ്ഥാപിച്ചിട്ടില്ലേ? അവിടെ തീ മനുഷ്യശരീരത്തിന് ഹാനികരമല്ലെന്നു തെളിഞ്ഞതായി മി. വാല്ലസ് പ്രഖ്യാപിക്കുന്നില്ലേ? ഇപ്പോഴിതാ പ്രേതാത്മാക്കളുടെ ശരീരക്രിയാവിജ്ഞാനം (Physiology) പോലും നമുക്കു ലഭ്യമായിരിക്കുന്നു. അവ ശ്വാസോച്ഛ്വാസം ചെയ്യുന്നു. അവയ്ക്ക് നാഡിമിടിപ്പുണ്ട്. എന്നുവച്ചാൽ അവയ്ക്ക് ശ്വാസകോശവും ഹൃദയവും രക്തചംക്രമണവ്യവസ്ഥയുമുണ്ടെന്നർഥം. അപ്പോൾ മറ്റ് അവയവങ്ങളുടെ കാര്യത്തിലും അവ നമ്മുടെ ശരീരത്തോളമെങ്കിലും സുസജ്ജരാണ്. ശ്വാസകോശങ്ങളിൽ ദഹനത്തിനു വിധേയമാകുന്ന കാർബോഹൈഡ്രേറ്റുകൾ ശ്വാസോച്ഛ്വാസത്തിന് ആവശ്യമാണ്. അവ പുറമേനിന്നു ലഭിച്ചേ പറ്റൂ. അപ്പോൾ ആമാശയവും കുടലും അനുബന്ധ അവയവങ്ങളും ഉണ്ടായിരിക്കുമെന്നർഥം. ഇത്രയും സ്ഥാപിച്ചുകഴിഞ്ഞാൽ ശേഷമുള്ളവയെ സംബന്ധിച്ച് യാതൊരു വൈഷമ്യവും നേരിടേണ്ടതില്ല. പക്ഷേ, ഇത്തരം അവയവങ്ങളുണ്ടെന്നുവച്ചാൽ അവ രോഗബാധിതമാകാനുള്ള സാധ്യതയുമുണ്ടെന്നർഥം. അതുകൊണ്ട് മി. വിർഹൊവിന് പ്രേതാത്മലോകത്തിലെ ഒരു കോശകീയ രോഗലക്ഷണശാസ്ത്രം (cellular pathology) തയാറാക്കേണ്ടതായി വന്നേക്കാം. ഈ പ്രേതാത്മാക്കളിൽ മിക്കവരും അലൗകികസൗന്ദര്യമൊഴിച്ചാൽ ഇഹലോകവനിതകളിൽനിന്ന് ഒരു

തരത്തിലും തിരിച്ചറിയാൻ വയ്യാത്ത യുവസുന്ദരികളായതിനാൽ അവ "പ്രേമജ്വരം അനുഭവപ്പെടുന്ന പുരുഷന്മാരു"[44]മായി സമ്പർക്കം പുലർത്താൻ അധികസമയമെടുക്കില്ല. നാഡിമിടിപ്പിൽനിന്ന് മി. ക്രുക്സ് സ്ഥാപിച്ചുകഴിഞ്ഞിട്ടുള്ളതുപോലെ "സ്ത്രീഹൃദയത്തിന്റെ അഭാവം ഇല്ലാ"ത്തതുകൊണ്ട് പ്രാകൃതിക നിർധാരണം അതിന്റെ മുമ്പിൽ ചതുർഥമാനത്തിന്റെ സാധ്യത തുറന്നുകൊടുത്തിട്ടുമുണ്ട്. ദുഷിച്ച സോഷ്യൽഡെമോക്രസിയുമായി കൂട്ടിക്കുഴയ്ക്കപ്പെടുമെന്ന് അതിനിപ്പോൾ ഭയപ്പെടേണ്ടതുമില്ല.[45]

ഇത്രയും മതി. പ്രകൃതിശാസ്ത്രത്തിൽ നിന്ന് മിസ്റ്റിസിസത്തിലേക്കുള്ള ഏറ്റവും അസന്ദിഗ്ധമായ പാത ഏതാണെന്ന് എത്രയും വ്യക്തമായിക്കഴിഞ്ഞിരിക്കുന്നു. പ്രാകൃതികതത്വശാസ്ത്രത്തിന്റെ അതിരുകടന്ന സിദ്ധാന്തവൽക്കരണമല്ല, പിന്നെയോ, എല്ലാ സിദ്ധാന്തത്തേയും പുച്ഛിച്ചു തള്ളുകയും എല്ലാ ചിന്തയേയും അവിശ്വസിക്കുകയും ചെയ്യുന്ന ഏറ്റവും ഉപരിപ്ലവമായ അനുഭവമാത്രവാദമാണ് ആ പാത. അനുഭവനിരപേക്ഷമായ ആവശ്യകതയല്ല, പിന്നെയോ, വാല്ലസിന്റെയും ക്രുക്സിന്റെയും കൂട്ടരുടേയും അനുഭവാധിഷ്ഠിതനിരീക്ഷണങ്ങളാണ് പ്രേതാത്മാക്കളുടെ നിലനിൽപ്പിനുള്ള തെളിവ് നൽകുന്നത്. താലിയമെന്ന ലോഹത്തിന്റെ കണ്ടുപിടുത്തത്തിലേക്ക് വഴിതെളിച്ച ക്രുക്സിന്റെ സ്പെക്ട്ര വിശ്ലേഷണ നിരീക്ഷണങ്ങളേയും മലയാ ദ്വീപസമൂഹങ്ങളിൽ വാല്ലസ് നടത്തിയ സമ്പുഷ്ടമായ ജന്തുശാസ്ത്രകണ്ടെത്തലുകളെയും നാം വിശ്വസിക്കുന്ന സ്ഥിതിക്ക് ആ രണ്ടു ശാസ്ത്രജ്ഞരുടെയും പ്രേതാത്മീയാനുഭവങ്ങളിലും കണ്ടുപിടുത്തങ്ങളിലും അത്രതന്നെ വിശ്വാസമർപ്പിക്കണമെന്നാണ് നമ്മോട് ആവശ്യപ്പെടുന്നത്. ആദ്യത്തേത് ശരിയാണോയെന്നു പരീക്ഷിച്ചുനോക്കാമെന്നുള്ളപ്പോൾ രണ്ടാമത്തേതിനെ സംബന്ധിച്ചിടത്തോളം അതു സാധ്യമല്ലെന്ന ചെറിയൊരു വ്യത്യാസം രണ്ടും തമ്മിലുണ്ടെന്നു നാം അഭിപ്രായപ്പെടുകയാണെങ്കിൽ, അത് ശരിയല്ലെന്നും പ്രേതാത്മപ്രതിഭാസങ്ങളുടെയും സാധുത പരീക്ഷിച്ചുനോക്കാനുള്ള അവസരം നൽകാൻ തങ്ങൾ തയാറാണെന്നും പ്രേതാത്മദർശികൾ തിരിച്ചടിക്കുന്നു.

വാസ്തവത്തിൽ അവജ്ഞയോടെ തള്ളിക്കളയാവുന്ന ഒന്നല്ല വൈരുധ്യവാദം. സൈദ്ധാന്തികചിന്തയെ എത്രമാത്രം അവജ്ഞയോടെ വീക്ഷിച്ചാലും ശരി, പ്രകൃതിയിലുള്ള രണ്ടു വസ്തുക്കളെ പരസ്പരം ബന്ധപ്പെടുത്താനോ അവ തമ്മിലുള്ള സംബന്ധം മനസിലാക്കാനോ സൈദ്ധാന്തിക ചിന്ത കൂടാതെ സാധ്യമല്ല. നമ്മുടെ ചിന്ത ശരിയോ തെറ്റോ എന്നതുമാത്രമാണ് പ്രശ്നം. പ്രകൃതിവാദപരമായും അതുകൊണ്ടു തന്നെ തെറ്റായും ചിന്തിക്കാനുള്ള ഏറ്റവും ഉറപ്പായ വഴിയാണ് സിദ്ധാന്തത്തോട് അവജ്ഞ കാട്ടുകയെന്നത്. എന്നാൽ പഴക്കമാർന്നതും സുവിദിതവുമായ ഒരു വൈരുധ്യവാദനിയമമനുസരിച്ച് തെറ്റായ ചിന്തയെ അതിന്റെ യുക്തിയുക്തമായ പരിസമാപ്തിയിലെത്തിച്ചാൽ അത് അനിവാര്യമായും നേരെ എതിരറ്റത്താണ് ചെന്നുചേരുക. അങ്ങനെയാണ് വൈരുധ്യവാദത്തോട് പുലർത്തുന്ന അനുഭവാധിഷ്ഠിത അവജ്ഞയ്ക്കുള്ള ശിക്ഷയെന്ന നിലയ്ക്ക് ഏറ്റവും സമചിത്തരായ ചില അനുഭവമാത്രവാ

ദികൾപോലും അന്ധവിശ്വാസങ്ങളിൽവച്ച് ഏറ്റവും അന്തസ്സാരവിഹീനമായ ആധുനികപ്രേതാത്മവാദത്തിൽ ചെന്നെത്തിയിരിക്കുന്നത്.

ഗണിതശാസ്ത്രത്തിന്റെ കാര്യത്തിലും ഇതുതന്നെയാണ് സ്ഥിതി. തങ്ങളുടെ ശാസ്ത്രത്തിന്റെ ഫലങ്ങൾ തികച്ചും അനിഷേധ്യമാണെന്ന് അതിഭൗതികവാദികളായ സാധാരണ ഗണിതശാസ്ത്രജ്ഞർ വലിയ അഭിമാനത്തോടെ വീമ്പടിക്കാറുണ്ട്. എന്നാൽ ഈ ഫലങ്ങളിൽ സാങ്കൽപ്പിക (imaginary) രാശികൾകൂടി ഉൾപ്പെടുന്നു. അങ്ങനെ അവയും ഒരു പരിധിവരെ യഥാതഥത്വം ആർജിക്കുന്നു. −1 നോ ചതുർഥമാനത്തിനോ നാം നമ്മുടെ മനസിനു വെളിയിൽ എന്തെങ്കിലും യാഥാർഥ്യം കൽപ്പിച്ചു പരിചയിച്ചുകഴിഞ്ഞാൽ, ഒരു പടികൂടി കടന്ന് മാധ്യമങ്ങളുടെ പ്രേതാത്മലോകവും നാം അംഗീകരിക്കുന്നുണ്ടോ എന്നത് അത്ര പ്രധാനമല്ല. ദ്യോലിംഗറെപ്പറ്റി കെറ്റെലർ പറഞ്ഞതുപോലെയാണിത്.

"ഈ മനുഷ്യൻ തന്റെ ജീവിതത്തിൽ ന്യായീകരിച്ചിട്ടുള്ള അസംബന്ധത്തിനു കണക്കില്ലാത്തതിനാൽ അപ്രമാദിത്വം കൂടി അദ്ദേഹത്തിന് കൂട്ടത്തിൽ അംഗീകരിക്കാമായിരുന്നു."[46]

വാസ്തവത്തിൽ വെറും അനുഭവമാത്രവാദത്തിന് പ്രേതാത്മവാദികളെ ഖണ്ഡിക്കാനുള്ള കഴിവില്ല. ഒന്നാമത് കാണേണ്ടതോ കാണാൻ ആഗ്രഹിക്കുന്നതോ മാത്രമേ താൻ കാണുന്നുള്ളു എന്ന നിലയിലെത്തുന്നതുവരെ "അന്വേഷകൻ" സ്വാധീനിക്കപ്പെട്ടു കഴിയുമ്പോൾ മാത്രമാണ് "ഉയർന്ന" പ്രതിഭാസങ്ങൾ എപ്പോഴും പ്രത്യക്ഷപ്പെടുന്നത്. അനുപമമായ ശുദ്ധഗതിയോടെ ക്രൂക്സ് തന്നെ വിവരിച്ചിട്ടുള്ള കാര്യമാണിത്. രണ്ടാമത്, വസ്തുതകളെന്ന് അവകാശപ്പെടുന്ന നൂറുനൂറു സംഭവങ്ങൾ തട്ടിപ്പുകളായും മാധ്യമങ്ങളെന്ന് അവകാശപ്പെടുന്ന ഡസൻ കണക്കിനാളുകൾ വെറും സാധാരണ തട്ടിപ്പുകാരായും തുറന്നുകാട്ടപ്പെടുന്നുണ്ടെന്നതിനെ പ്രേതാത്മവാദികൾ തെല്ലും ഗൗനിക്കുകയില്ല. അത്ഭുതകൃത്യങ്ങളെന്ന് അവകാശപ്പെടുന്ന ഓരോന്നിനും വിശദീകരണത്തിലൂടെ വിരാമമിടാത്ത കാലത്തോളം പ്രേതാത്മവാദികൾക്ക് നിൽക്കക്കള്ളിയുണ്ട്. പ്രേതാത്മാക്കളുടെ വ്യാജഫോട്ടോകളെ സംബന്ധിച്ചിടത്തോളം വാല്ലസ് വേണ്ടത്ര തെളിച്ചു പറഞ്ഞിട്ടുള്ളതാണ് ഇത്. വ്യാജമായവയുടെ നിലനിൽപ്പ് നിർവ്യാജമായവയുടെ നിർവ്യാജതയ്ക്കുള്ള തെളിവാണത്രെ.

അങ്ങനെ, അനുഭവാധിഷ്ഠിത പരീക്ഷണങ്ങളിലൂടെയല്ലാതെ സൈദ്ധാന്തികപരിഗണനകൾവച്ച് പിടിവാശിക്കാരായ പ്രേതാത്മവാദികളെ ഖണ്ഡിക്കാനും ഹക്സ്ലിയോടൊപ്പം ഇപ്രകാരം പറയാനും അനുഭവമാത്രവാദം നിർബന്ധിതമായിരിക്കുന്നു:

"ആത്മഹത്യക്കെതിരായി ഒരു വാദമുഖംകൂടി ലഭിക്കുന്നുവെന്നതു മാത്രമാണ് 'പ്രേതാത്മവാദ'ത്തിന്റെ സാധുത തെളിയിക്കുന്നതുകൊണ്ട് ഞാൻ കാണുന്ന ഒരേയൊരു ഗുണം. മരിക്കുകയും ഒരു പ്രാവശ്യത്തേക്ക് ഒരു പവൻ കൊടുത്ത് വാടകയ്ക്കെടുക്കപ്പെടുന്ന വല്ല മാധ്യമത്തിന്റെയും നാവിലൂടെ അസംബന്ധം വിളമ്പുകയും ചെയ്യുന്നതിനേക്കാൾ ഭേദം തെരുവു തൂപ്പുകാരനായി ജീവിക്കുകയാണ്."[47]

വൈരുധ്യവാദം[48]

(അതിഭൗതിക വാദത്തിൽ നിന്നു വ്യത്യസ്തമായി പരസ്പരസംബന്ധങ്ങളുടെ ശാസ്ത്രമെന്ന നിലയ്ക്കാണ് വൈരുധ്യവാദത്തിന്റെ പൊതുസ്വഭാവത്തെ വികസിപ്പിച്ചെടുക്കേണ്ടത്.)

അങ്ങനെ പ്രകൃതിയുടേയും മനുഷ്യസമൂഹത്തിന്റേയും ചരിത്രത്തിൽ നിന്നാണ് വൈരുധ്യവാദനിയമങ്ങൾ അമൂർത്തവൽക്കരിക്കപ്പെടുന്നത്. അവ ചരിത്രപരമായ വികാസത്തിന്റെ ഈ രണ്ടു വശങ്ങളെ സംബന്ധിച്ചും ചിന്തയെ സംബന്ധിച്ചുതന്നെയുമുള്ള ഏറ്റവും സാമാന്യമായ നിയമങ്ങളല്ലാതെ മറ്റൊന്നുമല്ല. സാരാംശത്തിൽ അവയെ മൂന്നായി ചുരുക്കാം.

അളവു ഗുണമായും ഗുണം അളവായും മാറുന്നുവെന്ന നിയമം.

വിപരീതങ്ങളുടെ പരസ്പരപ്രവേശമെന്ന നിയമം.

നിഷേധത്തിന്റെ നിഷേധമെന്ന നിയമം.

തന്റെ ആശയവാദപരമായ രീതിയിൽ ഹെഗൽ ഇവ മൂന്നിനേയും കേവലം ചിന്താനിയമങ്ങളെന്ന നിലയ്ക്ക് വികസിപ്പിച്ചിട്ടുണ്ട്. തന്റെ "വിചിന്തനശാസ്ത്ര"ത്തിന്റെ ഒന്നാം ഭാഗത്തിൽ, അസ്തിത്വത്തെക്കുറിച്ചുള്ള സിദ്ധാന്തത്തിലാണ് അദ്ദേഹം ആദ്യത്തെ നിയമം കൈകാര്യം ചെയ്യുന്നത്. സത്തയെക്കുറിച്ചുള്ള സിദ്ധാന്തത്തെ പ്രതിപാദിക്കുന്ന അദ്ദേഹത്തിന്റെ "വിചിന്തനശാസ്ത്ര"ത്തിന്റെ ഏറ്റവും പ്രധാനപ്പെട്ട രണ്ടാംഭാഗത്തു മുഴുവനും തന്നെയുള്ളത് രണ്ടാമത്തെ നിയമമാണ്. അവസാനമായി, മൂന്നാമത്തേത് അദ്ദേഹത്തിന്റെ വ്യവസ്ഥയൊട്ടാകെത്തന്നെ ആവിഷ്കരിക്കാനുള്ള അടിസ്ഥാനനിയമമെന്ന നിലയ്ക്ക് പ്രത്യക്ഷപ്പെടുന്നു. പ്രകൃ

തിയിൽ നിന്നും ചരിത്രത്തിൽ നിന്നും ഈ നിയമങ്ങളെ അനുമാനിച്ചെടുക്കുന്നതിനു പകരം അവയെ ചിന്താനിയമങ്ങളെന്ന നിലയ്ക്ക് പ്രകൃതിയുടേയും ചരിത്രത്തിന്റെയും മേൽ അടിച്ചേൽപ്പിക്കുന്നുവെന്നതാണ് തെറ്റ്. ക്ലിഷ്ടവും പലപ്പോഴും ദുസ്സഹവുമായ ആവിഷ്കരണത്തിന്റെയാകെത്തന്നെ നിദാനം ഇതാണ്. പ്രപഞ്ചം, അതിനിഷ്ടപ്പെട്ടാലും ഇല്ലെങ്കിലും, ഒരു ചിന്താവ്യവസ്ഥയ്ക്ക് അനുരോധമായേ തീരൂ. എന്നാൽ ആ ചിന്താവ്യവസ്ഥതന്നെ മാനവചിന്തയുടെ പരിണാമത്തിലെ ഒരു നിശ്ചിതഘട്ടത്തിന്റെ ഉൽപ്പന്നം മാത്രമാണ്. ഇതിനെ നമ്മൾ നേരെ തിരിച്ചാക്കിയാൽ എല്ലാം ലളിതമായിത്തീരുന്നു. ആശയവാദദർശനത്തിൽ അങ്ങേയറ്റം നിഗൂഢമായിത്തോന്നുന്ന വൈരുധ്യവാദനിയമങ്ങൾ തൽക്ഷണം തന്നെ സുലളിതവും പകൽവെളിച്ചംപോലെ സുവ്യക്തവുമായിത്തീരുന്നു.

മാത്രമല്ല, നൂറുനൂറിടങ്ങളിൽ പ്രകൃതിയിൽനിന്നും ചരിത്രത്തിൽ നിന്നും വൈരുധ്യവാദനിയമങ്ങൾക്കുള്ള ഏറ്റവും പ്രകടമായ ഉദാഹരണങ്ങൾ എടുത്തുകാണിക്കാൻ ഹെഗലിനു കഴിവുണ്ടെന്ന് അദ്ദേഹത്തിന്റെ കൃതികളുമായി അൽപ്പമെങ്കിലും പരിചയമുള്ള ഏതൊരാൾക്കും അറിയാം.

വൈരുധ്യവാദത്തെക്കുറിച്ചുള്ള ഒരു മാർഗദർശകഗ്രന്ഥം എഴുതാനല്ല നാമിവിടെ ഉദ്ദേശിക്കുന്നത്. വൈരുധ്യവാദനിയമങ്ങൾ പ്രകൃതിയുടെ വികാസത്തിന്റെ യഥാർഥ നിയമങ്ങളാണെന്നും അതുകൊണ്ട് സൈദ്ധാന്തികപ്രകൃതിശാസ്ത്രത്തെ (Theoretical Natural Science) സംബന്ധിച്ചും അവയ്ക്ക് സാധുതയുണ്ടെന്നും കാണിക്കുന്നതിൽ മാത്രമേ നമുക്ക് താൽപ്പര്യമുള്ളൂ. അതുകൊണ്ട് ഈ നിയമങ്ങൾ തമ്മിൽത്തമ്മിലുള്ള ആന്തരിക സംബന്ധത്തിലേക്കു കടക്കാൻ നമുക്കു നിർവാഹമില്ല.

1. അളവ് ഗുണമായും ഗുണം അളവായും മാറുന്നുവെന്ന നിയമം

പ്രകൃതിയിൽ – ഓരോന്നിനും കൃത്യമായി നിജപ്പെടുത്തിയിട്ടുള്ള രീതിയിൽ – ഗുണപരമായ മാറ്റങ്ങളുണ്ടാവുന്നത് പദാർഥമോ ചലനമോ അളവിൽ കൂട്ടുകയോ കുറയ്ക്കുകയോ ചെയ്യുന്നതിലൂടെ (ഊർജമെന്നു പറയുന്നത്) മാത്രമാണെന്നു പറഞ്ഞാൽ നമ്മുടെ ഉദ്ദേശ്യം വ്യക്തമാകും.

രാസഘടനയിലുള്ള വ്യത്യാസങ്ങളെയോ, ചലനത്തിന്റെ (ഊർജത്തിന്റെ) വ്യത്യസ്തപരിമാണങ്ങളെയോ രൂപങ്ങളെയോ, അതുമല്ലെങ്കിൽ മിക്കപ്പോഴുമെന്നപോലെ രണ്ടിനേയും കൂടിയോ ആശ്രയിച്ചാണ് പ്രകൃതിയിലുള്ള ഗുണപരമായ എല്ലാ വ്യത്യാസങ്ങളും സ്ഥിതിചെയ്യുന്നത്. അതുകൊണ്ട് പദാർഥത്തിന്റെയോ ചലനത്തിന്റെയോ കൂട്ടലോ കുറയ്ക്കലോ കൂടാതെ, അതായത് സംഗതവസ്തുവിൽ അളവുപരമായ മാറ്റം വരുത്താതെ, ആ വസ്തുവിന്റെ ഗുണത്തിൽ എന്തെങ്കിലും മാറ്റം വരുത്താൻ സാധ്യമല്ല. അതുകൊണ്ട് ഹെഗലിന്റെ നിഗൂഢതത്വം ഈ രൂപത്തിൽ വളരെ യുക്തിപൂർവമാണെന്നു മാത്രമല്ല വേണ്ടത്ര വ്യക്തമായിട്ടുള്ള ഒന്നാണെന്നുകൂടി വരുന്നു.

വസ്തുക്കളുടെ ഭിന്നരൂപത്തിലുള്ളതും (allotropic) സമുച്ചയരൂപ

ത്തിലുള്ളതും (aggregational) ആയ വിവിധ അവസ്ഥകൾ തന്മാത്രകളുടെ വിവിധ തരംതിരിവുകളെ ആശ്രയിച്ചിരിക്കുന്നതിനാൽ അവ പ്രസ്തുത വസ്തുക്കളിലേക്ക് എത്തിച്ചുകൊടുക്കപ്പെടുന്ന ചലനപരിമാണങ്ങളുടെ ഏറ്റക്കുറച്ചിലുകളെ ആശ്രയിച്ചിരിക്കുന്നുവെന്ന കാര്യം ചൂണ്ടിക്കാട്ടേണ്ടയാവശ്യം ഇല്ലതന്നെ.

പക്ഷേ, ചലനത്തിന്റെ അഥവാ ഊർജമെന്നു പറയപ്പെടുന്നതിന്റെ, രൂപത്തിൽ മാറ്റമുണ്ടായാലോ? നമ്മൾ ചൂടിനെ യാന്ത്രികചലനമായും യാന്ത്രികചലനത്തെ ചൂടായും മാറ്റുമ്പോൾ അളവു മാറാതെതന്നെ ഗുണം മാറുകയല്ലേ ചെയ്യുന്നത്? വളരെ ശരിയാണ്. പക്ഷേ, തിന്മകളെപ്പറ്റി ഹൈനെ പറയുന്നതുതന്നെ ചലനത്തിന്റെ രൂപമാറ്റത്തെക്കുറിച്ചും പറയാവുന്നതാണ്. ആർക്കും സ്വയം നല്ലവനാകാം. എന്നാൽ തിന്മയും എപ്പോഴും അവശ്യമാണ്.[49] ചലനത്തിന്റെ രൂപത്തിലുള്ള മാറ്റം എപ്പോഴും ചുരുങ്ങിയത് രണ്ടു വസ്തുക്കളെങ്കിലും തമ്മിൽ നടക്കുന്ന ഒരു പ്രക്രിയയാണ്. അവയിൽ ഒരെണ്ണത്തിന് ഒരു ഗുണത്തിൽപ്പെട്ട ചലനത്തിന്റെ (ഉദാ:ചൂട്) ഒരു നിശ്ചിത അളവ് നഷ്ടപ്പെടുമ്പോൾ, മറ്റൊരു ഗുണത്തിൽപ്പെട്ട ചലനത്തിന്റെ (യാന്തികചലനം, വിദ്യുച്ഛക്തി, രാസവിഘടനം) തദനുസൃതമായ ഒരളവ് മറ്റേ വസ്തു നേടുന്നു. അതുകൊണ്ട് ഇവിടെ അളവും ഗുണവും പരസ്പരം ചേരുന്നതായി ഇരിക്കുന്നു. ഒറ്റപ്പെട്ട ഒരൊറ്റ വസ്തുവിനുള്ളിൽ ചലനത്തിന്റെ രൂപം ഒന്നിൽനിന്നു മറ്റൊന്നാക്കാൻ ഇതേവരെ കഴിഞ്ഞിട്ടില്ല.

നാമിവിടെ ചർച്ചചെയ്യുന്നത് ഒന്നാമതായി ജീവനില്ലാത്ത വസ്തുക്കളെക്കുറിച്ചാണ്. ഇതേ നിയമം തന്നെ ജീവനുള്ള വസ്തുക്കൾക്കും ബാധകമാണ്. അതിസങ്കീർണങ്ങളായ സാഹചര്യങ്ങളിലാണ് അത് പ്രവർത്തിക്കുന്നതെന്നു മാത്രം. ഇവിടെ പരിമാണാത്മകമായ മാപനം (quantitative measurement) നമുക്ക് ഇന്നും പലപ്പോഴും സാധ്യമല്ല.

ഒരു നിർജീവവസ്തുവിനെ ചെറുതായിച്ചെറുതായി വരുന്ന അംശങ്ങളായി മുറിച്ചെന്നിരിക്കട്ടെ. ആദ്യം ഗുണപരമായ യാതൊരു മാറ്റവുമുണ്ടാകുന്നില്ല. പക്ഷേ, അതിനൊരു പരിധിയുണ്ട്. ബാഷ്പീകരണത്തിലൂടെയെന്നപോലെ പ്രത്യേകം പ്രത്യേകം തന്മാത്രകളെ സ്വതന്ത്രാവസ്ഥയിൽ ലഭിക്കാൻ കഴിഞ്ഞാൽ അവയെ വീണ്ടും വിഭജിക്കാൻ നമുക്ക് കഴിയുമെന്നതു ശരിയാണ്. പക്ഷേ, അപ്പോഴേക്കും അവയുടെ ഗുണം നിശ്ശേഷം മാറിയിരിക്കും. തന്മാത്ര അതിന്റെ വെവ്വേറെയുള്ള അണുക്കളായി വിഘടിക്കപ്പെടുന്നു. തന്മാത്രയുടേതിൽനിന്നു തികച്ചും വ്യത്യസ്തമായ ഗുണങ്ങളാണ് അവയ്ക്കുള്ളത്. വിവിധ രാസമൂലകങ്ങൾ ചേർന്ന തന്മാത്രകളുടെ കാര്യത്തിലാകട്ടെ, ആ മൂലകങ്ങളുടെതന്നെ അണുക്കളോ തന്മാത്രകളോ യൗഗികതന്മാത്രയുടെ (compund molecule) സ്ഥാനത്ത് പ്രത്യക്ഷപ്പെടുന്നു. മൂലകങ്ങളുടെ തന്മാത്രകളുടെ കാര്യത്തിലാണെങ്കിൽ സ്വതന്ത്ര അണുക്കളാണ് പ്രത്യക്ഷപ്പെടുന്നത്. ഗുണപരമായി തികച്ചും വ്യതിരിക്തമായ ഫലങ്ങൾ അവ ഉളവാക്കുന്നു. തന്മാ

ത്രയും പരസ്പരബദ്ധമായി നിൽക്കുന്ന വായു മണ്ഡല–ഓക്സിജനിലെ അണുക്കൾക്ക് ഒരിക്കലും സാധ്യമാവാത്തത് നിഷ്പ്രയാസം നടത്താൻ നവജാത ഓക്സിജനിലെ സ്വതന്ത്ര അണുക്കൾക്കു കഴിയുന്നു.

എന്നാൽ തന്മാത്രയും അതിനെ ഉൾക്കൊള്ളുന്ന വസ്തുവിൽ നിന്ന് ഗുണപരമായി വ്യത്യസ്തമാണ്. അതിന് ആ പിണ്ഡത്തിൽ നിന്നു സ്വതന്ത്രമായും, പിണ്ഡം പ്രത്യക്ഷത്തിൽ വിശ്രമാവസ്ഥയിലായിരിക്കുമ്പോഴും തന്മാത്രയ്ക്ക് ചലനങ്ങൾ നടത്താൻ കഴിയും; ഉദാഹരണത്തിന് ഊഷ്മകമ്പനങ്ങൾ: സ്ഥാനമാറ്റം വരുത്തിയും തൊട്ടടുത്തുള്ള തന്മാത്രകളുമായി ബന്ധപ്പെട്ടും അതിന് ഒരു വസ്തുവിനെ അപരരൂപമായോ മറ്റൊരു സമുച്ചയാവസ്ഥയിലേക്കോ മാറ്റാൻ കഴിയും.

അങ്ങനെ വിഭജനമെന്ന തികച്ചും പരിമാണാത്മകമായ പ്രവർത്തനത്തിന് ഒരു പരിധിയുണ്ടെന്നും ആ പരിധിക്കപ്പുറം അത് ഒരു ഗുണപരമായ മാറ്റമായിത്തീരുന്നുവെന്നും നമുക്കു കാണാം. തന്മാത്രകൾ മാത്രം അടങ്ങുന്ന ഒന്നാണ് പിണ്ഡം. പക്ഷേ, തന്മാത്ര അണുവിൽനിന്നു വ്യത്യസ്തമാണെന്നതുപോലെതന്നെ തന്മാത്രയിൽനിന്നു സാരാംശത്തിൽ വ്യത്യസ്തമായ ഒന്നാണ് പിണ്ഡം. ഖഗോളീയ – ഭൗമപിണ്ഡങ്ങളുടെ ശാസ്ത്രമായ ബലതന്ത്രത്തെ തന്മാത്രകളുടെ ബലതന്ത്രമായ ഭൗതികത്തിൽ നിന്നു വേർതിരിക്കുന്നതിനുള്ള അടിസ്ഥാനം ഈ വ്യത്യാസമാണ്.

ബലതന്ത്രത്തിൽ നാം യാതൊരു ഗുണങ്ങളും കണ്ടുമുട്ടുന്നില്ല. സന്തുലനം, ചലനം, ലീനമായ ഊർജം എന്നിങ്ങനെയുള്ള അവസ്ഥകളാണ് ഏറിയാൽ കാണുന്നുത്. ചലനത്തിന്റെ അളക്കാവുന്ന സ്ഥാനമാറ്റത്തെ (measurable transference of motion) ആശ്രയിച്ചിരിക്കുന്ന അവയെല്ലാംതന്നെ സ്വയം അളവുപരമായി പ്രകാശിപ്പിക്കപ്പെടാൻ കഴിവുള്ളവയാണ്. അതുകൊണ്ട് ഇവിടെ ഗുണപരമായ മാറ്റം ഉണ്ടാകുന്നേടത്തോളം തദനുസൃതമായ പരിമാണാത്മക മാറ്റത്താലാണ് അതു നിർണയിക്കപ്പെടുന്നത്.

രാസികമായി (chemically) മാറ്റാനാവാത്തതോ ഉദാസീനമോ ആയിട്ടാണ് ഭൗതികശാസ്ത്രത്തിൽ വസ്തുക്കൾ കൈകാര്യം ചെയ്യപ്പെടുന്നത്. അവയുടെ തന്മാത്രീയാവസ്ഥകളിൽ ഉണ്ടാകുന്ന മാറ്റങ്ങളും ചലനരൂപത്തിലുണ്ടാകുന്ന മാറ്റവുമാണ്, നമുക്കിവിടെ കൈകാര്യം ചെയ്യാനുള്ളത്. എല്ലായ്പ്പോഴും രണ്ടിലൊരു ഭാഗത്തെങ്കിലും തന്മാത്രയെ കർമനിരതമാക്കുന്ന മാറ്റങ്ങളാണവ. ഇവിടെ ഓരോ മാറ്റവും അളവ് ഗുണമായി രൂപാന്തരപ്പെടലാണ്. ഒരു വസ്തുവിന് സഹജമായിട്ടുള്ളതോ അതിലേക്ക് പകർത്തപ്പെടുന്നതോ ആയ ഒരു രൂപത്തിലല്ലെങ്കിൽ മറ്റൊരു രൂപത്തിലുള്ള ചലനത്തിന്റെ അളവിലുണ്ടാകുന്ന പരിമാണാത്മകമായ മാറ്റത്തിന്റെ അനന്തരഫലമാണ് അത്.

“അങ്ങനെ വെള്ളത്തിന്റെ താപനിലയ്ക്ക് അതിന്റെ ദ്രവാവസ്ഥയെ സംബന്ധിച്ചിടത്തോളം ആദ്യമൊന്നും യാതൊരു പ്രാധാന്യവുമില്ല; എങ്കിലും, ദ്രാവകരൂപത്തിലുള്ള വെള്ളത്തിന്റെ താപനില കൂട്ടുകയോ

കുറയ്ക്കുകയോ ചെയ്യുമ്പോൾ ഈ സംലഗ്നാവസ്ഥയ്ക്ക് (cohesion) മാറ്റമുണ്ടാകുന്ന ഒരു നിമിഷമെത്തുന്നു. വെള്ളം നീരാവിയോ ഐസോ ആയി രൂപാന്തരപ്പെടുന്നു." (ഹെഗൽ, *എൻസൈക്ലോപ്പീഡിയ സമാഹൃതകൃതികൾ* വാള്യം, VI പേജ് 217.)[50]

അതുപോലെതന്നെ, ഒരു താപദീപ്ത വൈദ്യുതവിളക്കിന്റെ പ്ലാറ്റിനം കമ്പി മിന്നിത്തിളങ്ങുന്നതിന് ഒരു നിശ്ചിതമിനിമം വൈദ്യുതധാരയെങ്കിലുമുണ്ടായിരിക്കേണ്ടത് ആവശ്യമാണ്. ആവശ്യമായ താപനില ഉളവാക്കാൻ നമ്മുടെ സാഹചര്യങ്ങളിൽ നമുക്ക് കഴിവുള്ളിടത്തോളം, ഓരോ ലോഹത്തിനും താപദീപ്തമാകാനും ഉരുകാനും അതിന്റേതായ താപനിലകളുണ്ട്. ഓരോ ദ്രാവകത്തിനും നിശ്ചിത സമ്മർദത്തിൻകീഴിൽ അതിന്റേതായ ഖരാങ്കവും (freezing point) ക്വഥനാങ്കവും (boiling point) ഉണ്ട്. അവസാനമായി, സമ്മർദനവും ശീതളനവും വഴി ദ്രവീകരിക്കാവുന്ന ക്രാന്തികബിന്ദു (critical point) ഓരോ വാതകത്തിനുമുണ്ട്. ചുരുക്കത്തിൽ, ഭൗതികസ്ഥിരാങ്കങ്ങൾ എന്നു വിളിക്കപ്പെടുന്നവയിൽ മിക്കതും, ചലനത്തിന്റെ അളവ് കൂട്ടുകയോ കുറയ്ക്കുകയോ ചെയ്യുന്നതിലൂടെ സംഗതവസ്തുവിന്റെ അവസ്ഥയിൽ ഒരു ഗുണപരമായ മാറ്റം സംഭവിക്കുകയും അങ്ങനെ അളവ് ഗുണമായി മാറുകയും ചെയ്യുന്ന നിസ്പന്ദബിന്ദുക്കൾക്കുള്ള (nodal points) പേരുകളല്ലാതെ മറ്റൊന്നുമല്ല.

എന്നാൽ ഹെഗൽ കണ്ടെത്തിയ പ്രകൃതിനിയമം ഇതിന്റെ ഏറ്റവും വമ്പിച്ച വിജയങ്ങൾ ആഘോഷിക്കുന്നത് രസതന്ത്രത്തിന്റെ തുറയിലാണ്. പരിമാണാത്മകഘടനയിലുള്ള മാറ്റത്തിന്റെ ഫലമായി വസ്തുക്കളിലുണ്ടാകുന്ന ഗുണപരമായ മാറ്റങ്ങളുടെ ശാസ്ത്രമാണ് രസതന്ത്രമെന്നു പറയാം. ഹെഗലിനുതന്നെ ഇക്കാര്യം അറിയാമായിരുന്നു (*തർക്കശാസ്ത്രം, സമാഹൃതകൃതികൾ* വാള്യം III, പേജ് 433).[51] ഓക്സിജന്റെ ഉദാഹരണം തന്നെയെടുക്കാം. സാധാരണഗതിയിൽ ഒന്നിക്കുന്ന രണ്ട് അണുക്കൾക്കു പകരം മൂന്ന് അണുക്കൾ ഒരു തന്മാത്രയിൽ ഒന്നിച്ചാൽ നമുക്ക് കിട്ടുന്നത് ഓസോൺ ആയിരിക്കും. ഗന്ധത്തിലും അഭിക്രിയകളുടെ (Reaction) കാര്യത്തിലും സാധാരണ ഓക്സിജനിൽനിന്നു ഗണ്യമായ വ്യത്യാസമുള്ള ഒരു വസ്തുവാണത്. വാസ്തവം പറഞ്ഞാൽ, എന്തെല്ലാം അനുപാതങ്ങളിലാണ് ഓക്സിജൻ നൈട്രജനുമായും ഗന്ധകവുമായും ഒന്നിച്ചുചേരുന്നത്! ഓരോ അനുപാതത്തിലുള്ള സംയോഗവും ഉളവാക്കുന്നത് മറ്റേതൊരു അനുപാതത്തിലുള്ള സംയോഗവും ഉളവാക്കുന്നതിൽ നിന്ന് വ്യത്യസ്തമായ ഒരു വസ്തുവിനെയാണ്. ചിരിവാതകം (നൈട്രജൻ മോണോക്സൈഡ്, N_2O) നൈട്രിക് അൻഹൈഡ്രൈഡിൽ (നൈട്രജൻ പെന്റോക്സൈഡ്, N_2O_5) നിന്ന് എത്രയോ വ്യത്യസ്തമാണ്. ആദ്യത്തേത് ഒരു വാതകമാണ്. രണ്ടാമത്തേത് സാധാരണ താപനിലകളിൽ പരൽരൂപത്തിലുള്ള ഒരു ഖരവസ്തുവാണ്. എന്നാൽ ആദ്യത്തേതിലുള്ളതിനേക്കാൾ അഞ്ചിരട്ടി ഓക്സിജൻ രണ്ടാമത്തേതിലുണ്ടെന്നതാണ് രണ്ടിന്റെയും ഘടനകൾ തമ്മിലുള്ള ഒരേയൊരു വ്യത്യാസം.

ഇവയ്ക്കു രണ്ടിനുമിടയിൽ നൈട്രജന്റെ മൂന്ന് ഓക്സൈഡുകൾകൂടിയുണ്ട് (NO, N_2O_3, NO_2) ഇവയോരോന്നും ആദ്യത്തെ രണ്ടെണ്ണത്തിൽനിന്നെന്നപോലെ തമ്മിൽത്തമ്മിലും ഗുണപരമായി വ്യത്യസ്തമാണ്.

കാർബൺ യൗഗികങ്ങളുടെ സജാതീയ ശ്രേണികളിൽ, വിശേഷിച്ച് ഏറ്റവും ലളിതമായ ഹൈഡ്രോകാർബണുകളുടെ കാര്യത്തിൽ, ഇത് കൂടുതൽ പ്രകടമായി കാണാം. സാധാരണ പാരഫിനുകളുടെ കൂട്ടത്തിൽ ഏറ്റവും താഴത്തേത് മെഥേൻ (CH_4) ആണ്. ഇവിടെ കാർബൺ അണുവിന്റെ നാല് രാസബന്ധമാത്രകൾ (linkages) നാല് ഹൈഡ്രജൻ അണുക്കളാൽ സംപൂരിതമാക്കപ്പെടുന്നു. രണ്ടാമത്തേത് എഥേൻ (C_2H_6) ആണ്. ഇവിടെ രണ്ട് കാർബൺ അണുക്കൾ ഒന്നിച്ചു ചേർന്നിരിക്കുന്നു. അതിന്റെ ആറു സ്വതന്ത്രലിങ്കേജുകൾ ആറു ഹൈഡ്രജൻ അണുക്കളാൽ സംപൂരിതമാക്കപ്പെട്ടിരിക്കുന്നു. C_nH_{2n+2} എന്ന ബീജഗണിതഫോർമുല പ്രകാരം C_3H_8, C_4H_{10} എന്നിങ്ങനെ അത് തുടരുന്നു. ഓരോ തവണ CH_2 കൂട്ടിച്ചേർക്കുമ്പോഴും തൊട്ടുമുമ്പിലത്തേതിൽ നിന്നു ഗുണപരമായി വ്യത്യസ്തമായ ഒരു വസ്തു രൂപംകൊള്ളുന്നു. ഈ ശ്രേണിയിലെ ഏറ്റവും താഴത്തെ മൂന്നെണ്ണം വാതകങ്ങളാണ്. അറിയാവുന്നതിൽവച്ച് ഏറ്റവും മുകളിലുള്ള ഹെക്സാഡെക്കേൻ, $C_{16}H_{34}$, 278 ഡിഗ്രി സെന്റിഗ്രേഡ് ക്വഥനാങ്കത്തോടുകൂടിയ ഒരു ഖരവസ്തുവാണ്. പാരഫിനുകളിൽ നിന്ന് (സൈദ്ധാന്തികമായി) വ്യുൽപ്പാദിപ്പിച്ചെടുത്തിട്ടുള്ളതും, $C_nH_{2n}+2_O$ എന്ന ഫോർമുലയോടുകൂടിയതുമായ പ്രാഥമിക ആൽക്കഹോൾശ്രേണിയുടെ കാര്യത്തിലും ഏകക്ഷാരക കൊഴുപ്പമ്ലങ്ങളുടെ (monobasic fatty acids) ശ്രേണിയുടെ കാര്യത്തിലും (ഫോർമുല $C_nH_{2n}O_2$) കൃത്യമായി ഇതുതന്നെയാണ് സംഭവിക്കുന്നത്. മറ്റ് ആൽക്കഹോളുകളൊന്നും ചേർക്കാതെ എഥിൽ ആൽക്കഹോൾ C_2H_6O കുടിക്കാവുന്ന രൂപത്തിൽ കുറച്ച് കഴിക്കുകയും നികൃഷ്ടമായ ഫ്യൂസൽ ഓയിലിന്റെ മൗലികഘടകമായ അമിൽ ആൽക്കഹോൾ, $C_5H_{12}O$, ലേശം കൂട്ടിച്ചേർത്ത് അതേ എഥിൽ ആൽക്കഹോൾ മറ്റൊരവസരത്തിൽ കഴിച്ചുനോക്കുകയും ചെയ്താൽ അളവിൽ C_3H_6 കൂട്ടുന്നതുകൊണ്ട് ഗുണപരമായി എന്തു വ്യത്യാസമുണ്ടാവുന്നുവെന്ന് അനുഭവത്തിൽനിന്നു മനസിലാവും. ഈ വ്യത്യാസവും അതിന്റെ ദോഷഫലവും പിറ്റേന്നു രാവിലത്തെ മാന്ദ്യവും അളവ് ഗുണമായി മാറിയതാണെന്നുപോലും വേണമെങ്കിൽ പറയാം. ഒരുവശത്ത് എഥിൽ ആൽക്കഹോളാണെങ്കിൽ മറുവശത്ത് ഈ കൂട്ടിച്ചേർക്കപ്പെട്ട C_3H_6 ആണുള്ളത്.

ഈ ശ്രേണികളിൽ നമ്മൾ ഹെഗലിയൻ നിയമത്തെ മറ്റൊരു രൂപത്തിൽക്കൂടി നേരിടുന്നു. താഴെയുള്ളവഅണുക്കളുടെ ഒരൊറ്റ പരസ്പര വിന്യാസം മാത്രമേ അനുവദിക്കുന്നുള്ളു. എന്നാൽ ഒരു തന്മാത്രയിൽ ഒന്നിച്ചിട്ടുള്ള അണുക്കളുടെ എണ്ണം ഓരോ ശ്രേണിക്കും കൃത്യമായി നിജപ്പെടുത്തിയിട്ടുള്ളിടത്തോളം എത്തിയാൽ തന്മാത്രയിലെ അണുക്കളുടെ ഒന്നിച്ചുചേരൽ പല വഴിക്കു നടക്കാം. അങ്ങനെ, C,H,O എന്നീ

അണുക്കളുടെ തുല്യസംഖ്യയോടുകൂടിയതും എന്നാൽ ഗുണപരമായി പരസ്പരം വ്യത്യസ്തവുമായ രണ്ടോ അതിലധികമോ ഐസോമറുകൾ (സമാവയവികൾ) രൂപീകരിക്കാൻ കഴിയും. ശ്രേണിയിലെ ഓരോ അംഗത്തിനും ഇത്തരം എത്ര ഐസോമറുകൾ സാധ്യമാണെന്നു കണക്കുകൂട്ടാൻപോലും നമുക്കു കഴിയും. ഉദാഹരണത്തിന് പാരഫിൻ ശ്രേണിയിൽ C_4H_{10} ന് രണ്ടെണ്ണവും C_5H_{12} ന് മൂന്നെണ്ണവുമുണ്ട്. കൂടുതൽ മുകളിലുള്ള അംഗങ്ങൾക്കിടയിൽ, സാധ്യമായ ഐസോമറുകളുടെ എണ്ണം അതിവേഗം വർധിക്കുന്നു. അങ്ങനെ തന്മാത്രയിലെ അണുക്കളുടെ പരിമാണാത്മകസംഖ്യയാണ് ഗുണപരമായി വ്യത്യസ്തമായ ഇത്തരം ഐസോമറുകൾക്കുള്ള സാധ്യതയും പരീക്ഷണങ്ങളിലൂടെ തെളിഞ്ഞിടത്തോളം അവയുടെ യഥാർഥനിലനിൽപ്പും നിർണയിക്കുന്നത്.

ഇത്രമാത്രമല്ല, ഈ ഓരോ ശ്രേണിയിലും നമുക്കറിയാവുന്ന വസ്തുക്കളുമായുള്ള സാദൃശ്യം വച്ചുകൊണ്ട് ആ ശ്രേണിയിലെ ഇനിയും അറിഞ്ഞുകൂടാത്ത അംഗങ്ങളുടെ ഭൗതികഗുണങ്ങളെക്കുറിച്ച് നമുക്ക് നിഗമനങ്ങളിലെത്താൻ കഴിയും. അറിയാവുന്നവയുടെ തൊട്ടുപിന്നാലേ വരുന്ന അംഗങ്ങളുടെ കാര്യത്തിലെങ്കിലും അവയുടെ ക്വഥനാങ്കം തുടങ്ങിയ ഗുണങ്ങളെ ഏറെക്കുറെ അസന്ദിഗ്ധമായിത്തന്നെ നമുക്ക് പ്രവചിക്കാനും കഴിയും.

അവസാനമായി, യൗഗികവസ്തുക്കളുടെ കാര്യത്തിൽ മാത്രമല്ല, രാസമൂലകങ്ങളുടെതന്നെ കാര്യത്തിലും ഹെഗലിയൻ നിയമത്തിനു സാധുതയുണ്ട്.

"മൂലകങ്ങളുടെ രാസഗുണങ്ങൾ അവയുടെ അണുഭാരങ്ങളുടെ പരിവൃത്തികർമം (Periodic function) ആണ്" (റൊസ്കോയും ഷോർലെമ്മെറും, സവിസ്തര രസതന്ത്രപാഠപുസ്തകം", വാള്യം II പേജ് 823)[52] എന്നും, അതുകൊണ്ട് അവയുടെ അണുഭാരത്തിന്റെ (automatic weight) അളവാണ് അവയുടെ ഗുണം നിർണയിക്കുന്നതെന്നും നമുക്കറിയാം. ഇത് ഉജ്വലമായ രീതിയിൽ സ്ഥിരീകരിക്കപ്പെട്ടിട്ടുമുണ്ട്. അണുഭാരമനുസരിച്ച് ക്രമീകരിച്ചിട്ടുള്ള ബന്ധപ്പെട്ട മൂലകങ്ങളുടെ ശ്രേണിയിൽ പലേടത്തും വിടവുകളുണ്ടെന്നും പുതിയ മൂലകങ്ങളെ ഇനിയും കണ്ടെത്തേണ്ടിയിരിക്കുന്നുവെന്നുമാണ് അത് സൂചിപ്പിക്കുന്നതെന്നും മെൻഡലേയെവ് തെളിയിച്ചു. ഈ അജ്ഞാതമൂലകങ്ങളിൽ ഒരെണ്ണത്തിന്റെ പൊതു രാസഗുണങ്ങൾ അദ്ദേഹം മുൻകൂട്ടി വിവരിക്കുകയുണ്ടായി. അലുമിനിയത്തിൽനിന്നു തുടങ്ങുന്ന ശ്രേണിയിൽ അതിന്റെ തൊട്ടുപിന്നാലെ വരുന്നതുകൊണ്ട് അദ്ദേഹം അതിന് ഏക-അലുമിനിയം എന്നുപേരിട്ടു. അദ്ദേഹം അതിന്റെ ഏകദേശമായ സവിശേഷഭാരവും (Specific weight) അണുഭാരവും അണുവ്യാപ്തവും എത്രയായിരിക്കുമെന്നു പ്രവചിച്ചു. ഏതാനും വർഷങ്ങൾക്കുശേഷം ലെക്കോക്ക് ദെ ബബൊദ്രാൻ പ്രസ്തുത മൂലകം വാസ്തവത്തിൽ കണ്ടെത്തുകതന്നെ ചെയ്തു. ചില നിസ്സാര വ്യത്യാസങ്ങളൊഴിച്ചാൽ മെൻഡലേയെവിന്റെ പ്രവചനങ്ങൾ ശരിയായി

രുന്നുവെന്നു തെളിഞ്ഞു. ഗാലിയത്തിൽ ഏക–അലുമിനിയം സാക്ഷാൽക്കരിക്കപ്പെട്ടു (അതേ കൃതി, പേജ് 828).[53] അളവ് ഗുണമായി മാറുന്നുവെന്ന ഹെഗലിന്റെ നിയമത്തെ അബോധപൂർവം പ്രയോഗിച്ചുകൊണ്ട് മെൻഡലേയെവ് കൈവരിച്ച ശാസ്ത്രീയ നേട്ടം, അതുവരെ അജ്ഞാതമായിരുന്ന നെപ്ട്യൂൺ ഗ്രഹത്തിന്റെ ഭ്രമണപഥം ഗണിച്ചെടുത്ത ലെവെര്യയുടെ നേട്ടത്തോടു കിടപിടിക്കുന്ന ഒന്നാണെന്ന് നിർഭയം പറയാം.

മാനവസമൂഹചരിത്രത്തിലെന്നപോലെ ജീവശാസ്ത്രത്തിലും ഇതേ നിയമംതന്നെ ഓരോ ചുവടുവയ്പിലും സ്ഥിരീകരിക്കപ്പെടുന്നുണ്ട്. എങ്കിലും നമ്മൾ സൂക്ഷ്മശാസ്ത്രങ്ങളിൽനിന്നുള്ള ദൃഷ്ടാന്തങ്ങളിൽ ഒതുങ്ങി നിൽക്കുകയാണ്. കാരണം, ഇവിടെ അളവുകൾ കൃത്യമായി അളക്കാവുന്നവയും നിരീക്ഷിക്കാവുന്നവയുമാണ്.

അളവ് ഗുണമായി മാറുന്നതിനെ മിസ്റ്റിസിസമെന്നും ദുർഗ്രഹമായ അതീന്ദ്രിയവാദമെന്നും പറഞ്ഞ് ഇതേവരെ അപലപിച്ചിരുന്ന അതേ മാന്യന്മാർതന്നെ, തികച്ചും സ്വയം വ്യക്തവും നിസ്സാരവും സർവസാധാരണവുമായ ഒന്നാണതെന്നും ഞങ്ങളത് വളരെക്കാലമായി പ്രയോഗിച്ചുവരികയാണെന്നും അതുകൊണ്ട് തങ്ങളെ യാതൊന്നും പുതുതായി പഠിപ്പിച്ചിട്ടില്ലെന്നും ഇപ്പോൾ പ്രഖ്യാപിച്ചെന്നുവരാം. എങ്കിലും പ്രകൃതിയുടേയും സമൂഹത്തിന്റെയും ചിന്തയുടേയും ഒരു പൊതുവികാസനിയമത്തെ സാർവത്രിക സാധുതയാർന്ന രൂപത്തിൽ ആദ്യമായി പ്രകാശിപ്പിച്ചുവെന്നത് ചരിത്ര പ്രധാനമായ ഒരു കൃത്യമായി എന്നുമെന്നും നിലനിൽക്കും. തങ്ങൾ ചെയ്യുന്നതെന്താണെന്നറിയാതെ ഈ മാന്യന്മാർ ഇക്കാലമത്രയും അളവിനേയും ഗുണത്തേയും ഒന്നു മറ്റൊന്നായി മാറ്റിക്കൊണ്ടിരിക്കുകയായിരുന്നെങ്കിൽ താൻ സംസാരിക്കുന്നത് ഗദ്യത്തിലാണെന്ന് ലവലേശവും അറിയാതെ ആയുഷ്കാലം മുഴുവൻ ഗദ്യത്തിൽ സംസാരിച്ച മി. ജുർദേനെന്ന മൊളിയെറുടെ കഥാപാത്രത്തോടൊപ്പം ആശ്വസിക്കുകയേ അവർക്ക് നിവൃത്തിയുള്ളു.[54]

ചലനത്തിന്റെ അടിസ്ഥാനരൂപങ്ങൾ[55]

ഏറ്റവും സാമാന്യമായ അർഥത്തിൽ, അതായത്, പദാർഥത്തിന്റെ അസ്തിത്വരൂപവും സഹജഗുണവുമെന്ന നിലയ്ക്ക് വീക്ഷിക്കപ്പെടുമ്പോൾ, വെറും സ്ഥാനാന്തരണം തൊട്ട് ചിന്തവരെ പ്രപഞ്ചത്തിൽ നടക്കുന്ന എല്ലാ മാറ്റങ്ങളേയും പ്രക്രിയകളേയും ഉൾക്കൊള്ളുന്ന ഒന്നാണ് ചലനം. സ്വാഭാവികമായും ചലനത്തിന്റെ സ്വഭാവത്തെക്കുറിച്ചുള്ള പഠനം അതിന്റെ ഏറ്റവും താഴത്തെ, ഏറ്റവും ലളിതമായ രൂപങ്ങളിൽനിന്ന് തുടങ്ങേണ്ടിവന്നു. ചലനത്തിന്റെ കൂടുതലുയർന്നതും കൂടുതൽ സങ്കീർണവുമായ രൂപങ്ങൾക്കു വിശദീകരണം കണ്ടെത്തുന്ന കാര്യത്തിൽ എന്തെങ്കിലും നേടാൻ കഴിയുന്നതിനുമുമ്പ് ഈ ഏറ്റവും താഴത്തെ, ഏറ്റവും ലളിതമായ രൂപങ്ങളെക്കുറിച്ച് പഠിക്കേണ്ടിവരികയും ചെയ്തു. അങ്ങനെ പ്രകൃതിശാസ്ത്രങ്ങളുടെ ചരിത്രപരമായ പരിണാമത്തിൽ ആദ്യം വളർന്നുവന്നത് ഏറ്റവും ലളിതമായ സ്ഥാനാന്തരണത്തിന്റെ സിദ്ധാന്തമായ ഖഗോളവസ്തുക്കളുടേയും ഭൗമപിണ്ഡങ്ങളുടേയും ബലതന്ത്രമാണെന്നു നാം കാണുന്നു. അതിന്റെ പിന്നാലെ തന്മാത്രീയചലനത്തിന്റെ സിദ്ധാന്തമായ ഭൗതികശാസ്ത്രവും തൊട്ടുപുറകേ – ഏതാണ്ട് ഒപ്പം തന്നെയെന്നു പറയാം, ചിലേടങ്ങളിൽ അതിന് മുമ്പുപോലും – അണുചലനത്തിന്റെ ശാസ്ത്രമായ രസതന്ത്രവും വളർന്നു വന്നു. അജൈവപ്രകൃതിയിൽ (non living nature) ആധിപത്യം പുലർത്തുന്ന ചലനരൂപങ്ങളെക്കുറിച്ചുള്ള ഈ വിവിധജ്ഞാനശാഖകൾ വളരെയേറെ വികസിതമായതിനുശേഷമേ ജീവിതപ്രക്രിയയെ കുറിക്കുന്ന ചലനപ്രതിഭാസങ്ങൾക്ക് വിശദീകരണം കണ്ടെത്തുകയെന്ന ജോലി വിജയകരമായി കൈകാര്യം ചെയ്യാൻ കഴിയുമായിരുന്നുള്ളു. ബലതന്ത്രത്തിന്റെയും ഭൗതികശാസ്ത്രത്തിന്റെയും ഊർജതന്ത്രത്തിന്റെയും രസതന്ത്രത്തിന്റെയും

പുരോഗതിക്ക് ആനുപാതികമായിട്ടാണ് ഇത് പുരോഗമിച്ചത്. അതുകൊണ്ട്, ജന്തുശരീരത്തിൽ പേശീസങ്കോചത്താൽ ചലിക്കുന്ന അസ്ഥി – ഉത്തോലകങ്ങളുടെ പ്രവർത്തനത്തെ അജൈവപ്രകൃതിക്കുകൂടി ബാധകമായ നിയമങ്ങൾകൊണ്ട് വേണ്ടത്ര വിശദീകരിക്കാൻ ബലതന്ത്രത്തിന് എത്രയോ കാലമായി കഴിയുന്നുണ്ടെങ്കിലും ജീവിതത്തിന്റെ മറ്റു പ്രതിഭാസങ്ങളെ ഭൗതികമായും രസതന്ത്രപരമായും സമർഥിക്കുന്ന കാര്യത്തിൽ തുടക്കമിട്ടിട്ടേയുള്ളു. അതുകൊണ്ട് ഇവിടെ ചലനത്തിന്റെ സ്വഭാവത്തെക്കുറിച്ച് അന്വേഷണം നടത്തുമ്പോൾ ചലനത്തിന്റെ ജൈവരൂപങ്ങളെ വിട്ടുകളയാൻ നമ്മൾ നിർബന്ധിതരാകുന്നു. ശാസ്ത്രീയവിജ്ഞാനത്തിന്റെ നിലവാരത്തിനനുസൃതമായി അജൈവപ്രകൃതിയിലെ ചലനരൂപങ്ങളിൽ നമുക്ക് ഒതുങ്ങിനിൽക്കേണ്ടിവരുന്നു.

എല്ലാത്തരം ചലനവും ഏതെങ്കിലും സ്ഥാനാന്തരണവുമായി ബന്ധപ്പെട്ടതാണ്. അത് ഖഗോളങ്ങളുടെയോ ഭൗമപിണ്ഡങ്ങളുടെയോ തന്മാത്രകളുടെയോ അണുക്കളുടെയോ ഈഥർകണികകളുടെയോ എന്തിന്റെ വേണമെങ്കിലും സ്ഥാനാന്തരണമാകാം. ചലനം കൂടുതലുയർന്ന രൂപത്തിലാകുന്തോറും ഈ സ്ഥാനാന്തരണം ചെറുതായി വരുന്നു. ബന്ധപ്പെട്ട ചലനത്തിന്റെ സ്വഭാവം അതോടുകൂടി ഒരു തരത്തിലും തീർന്നുപോകുന്നില്ല. എങ്കിലും അത് ചലനത്തിൽനിന്ന് അഭേദ്യമാണ്. അതുകൊണ്ട് മറ്റെന്തിനേക്കാളുംമുമ്പ് അതേപ്പറ്റി അന്വേഷിക്കേണ്ടിയിരിക്കുന്നു.

നമുക്ക് പ്രാപ്യമായിട്ടുള്ള പ്രകൃതിയൊട്ടാകെ ഒരു വ്യവസ്ഥയാണ്. വസ്തുക്കളുടെ പരസ്പരബദ്ധമായ ഒരു സാകല്യമാണ്. ഇവിടെ വസ്തുവെന്നതുകൊണ്ട് നാം മനസിലാക്കുന്നത് നക്ഷത്രങ്ങൾതൊട്ട് അണുക്കൾവരെയുള്ള – ഈഥർ എന്നൊന്നുണ്ടെന്ന് അംഗീകരിക്കുന്നപക്ഷം അതിന്റെ കണങ്ങൾവരെയുള്ള – എല്ലാ ഭൗതികാസ്തിത്വങ്ങളെയുമാണ്. ഈ വസ്തുക്കൾ പരസ്പരബദ്ധമാണെന്ന വസ്തുതയിൽ അവ പരസ്പരം പ്രവർത്തിക്കുന്നുവെന്ന സംഗതിയും അടങ്ങിയിട്ടുണ്ട്. ഈ പരസ്പരപ്രവർത്തനമാണ് ചലനം. ചലനംകൂടാതെ പദാർഥത്തെക്കുറിച്ച് ചിന്തിക്കാനാവില്ലെന്ന് ഇതിൽനിന്നുതന്നെ വ്യക്തമാണ്. അതിനുപുറമേ, സൃഷ്ടിക്കാനോ നശിപ്പിക്കാനോ ഒരുപോലെ സാധ്യമല്ലാത്ത ഒരു നിർദിഷ്ട വസ്തുവായിട്ടാണ് പദാർഥം നമ്മെ നേരിടുന്നതെങ്കിൽ ചലനവും സൃഷ്ടിക്കാനോ നശിപ്പിക്കാനോ ആവാത്തതാണെന്നു വരുന്നു. പ്രപഞ്ചം ഒരു വ്യവസ്ഥയാണെന്ന്, വസ്തുക്കളുടെ ഒരു പരസ്പരസംബന്ധമാണെന്ന്, അംഗീകരിക്കപ്പെട്ട മാത്രയിൽ ഈ നിഗമനം തള്ളിക്കളയാൻ സാധ്യമല്ലാതായി. പ്രകൃതിശാസ്ത്രത്തെക്കാൾ എത്രയോ മുമ്പ് തത്വശാസ്ത്രം അംഗീകരിക്കുകയുണ്ടായി. അതുകൊണ്ട് ചലനത്തെ സൃഷ്ടിക്കാനോ നശിപ്പിക്കാനോ സാധ്യമല്ലെന്ന നിഗമനത്തിൽ പ്രകൃതിശാസ്ത്രത്തെക്കാൾ ഇരുനൂറു വർഷംമുമ്പ് തത്വശാസ്ത്രം എത്തിച്ചേരാനുള്ള കാരണം നമുക്ക് മനസിലാക്കാവുന്നതേയുള്ളു. തത്വശാസ്ത്രം അത് ചെയ്തതിന്റെ രൂപംപോലും അതെക്കുറിച്ചുള്ള പ്രകൃതിശാസ്ത്ര

ത്തിന്റെ ഇന്നത്തെ നിർവചനത്തെക്കാൾ ഇപ്പോഴും എത്രയോ മികച്ച താണ്. പ്രപഞ്ചത്തിലൊട്ടാകെയുള്ള ചലനത്തിന്റെ അളവ് എപ്പോഴും ഒന്നുതന്നെയാണെന്ന ദെക്കാർത്തിന്റെ തത്വത്തിന്, അത് ഒരു അപരിമിതപരിമാണത്തെ (infinite magnitude) പരിമിതരൂപത്തിൽ പ്രകാശിപ്പിക്കുന്നുവെന്ന വെറും ഔപചാരികമായ ഒരു ന്യൂനത മാത്രമേയുള്ളു. നേരെമറിച്ച് പ്രകൃതിശാസ്ത്രത്തിൽ ഈ നിയമത്തിന്റെ രണ്ടു പ്രകടിതരൂപങ്ങൾ നിലവിലുണ്ട്. ഒന്ന് ഹെംഹോൽറ്റ്സിന്റെ ബലസംരക്ഷണനിയമമാണ്. കുറെക്കൂടി പുതിയതും കൂടുതൽ സൂക്ഷ്മമായിട്ടുള്ളതുമായ ഊർജസംരക്ഷണനിയമമാണ് മറ്റേത്. അവയിലൊരെണ്ണം മറ്റേതിനു കടകവിരുദ്ധമായ കാര്യങ്ങളാണ് പറയുന്നതെന്നും അവ രണ്ടും ബന്ധത്തിന്റെ ഒരു വശത്തെ മാത്രമേ പ്രകാശിപ്പിക്കുന്നുള്ളുവെന്നും നാം വഴിയേ കാണുന്നതാണ്.

രണ്ടു വസ്തുക്കൾ അന്യോന്യക്രിയയിൽ ഏർപ്പെടുന്നതിന്റെ ഫലമായി അവയിൽ ഒന്നിന് അല്ലെങ്കിൽ രണ്ടിനും സ്ഥാനാന്തരണം സംഭവിക്കുകയാണെങ്കിൽ ആ സ്ഥാനാന്തരണം അടുക്കലോ അകൽച്ചയോ ആകാനേ നിവൃത്തിയുള്ളു. അവ ഒന്നുകിൽ പരസ്പരം ആകർഷിക്കുന്നു, അല്ലെങ്കിൽ പരസ്പരം വികർഷിക്കുന്നു. ബലതന്ത്രഭാഷയിൽ പറഞ്ഞാൽ, അവയ്ക്കിടയിൽ പ്രവർത്തിക്കുന്ന ബലങ്ങൾ കേന്ദ്രീയ ബലങ്ങളാണ്. അതായത്, അവയുടെ കേന്ദ്രങ്ങളെ കൂട്ടിയോജിപ്പിക്കുന്ന രേഖയുടെ ദിശയിലാണ് അവ പ്രവർത്തിക്കുന്നതെന്നർഥം. ഇതാണ് സംഭവിക്കുന്നതെന്ന്, പല ചലനങ്ങളും എത്ര തന്നെ സങ്കീർണമായി തോന്നിയാലും പ്രപഞ്ചത്തിൽ ഒന്നൊഴിയാതെ എല്ലായ്പ്പോഴും സംഭവിക്കുന്നത് ഇതാണെന്ന്, ഇക്കാലത്ത് പരക്കെ അംഗീകരിക്കപ്പെട്ടിട്ടുണ്ട്. രണ്ടു വസ്തുക്കൾ പരസ്പരം പ്രവർത്തിക്കുകയും അവയുടെ പരസ്പരപ്രവർത്തനത്തിനെതിരായി എന്തെങ്കിലും തടസ്സമോ മൂന്നാമതൊരു വസ്തുവിന്റെ സ്വാധീനമോ ഇല്ലാതിരിക്കുകയും ചെയ്യുമ്പോൾ ആ പ്രവർത്തനം ഏറ്റവും ഹ്രസ്വവും പ്രത്യക്ഷവുമായ വഴിക്കല്ലാതെ, അതായത് അവയുടെ കേന്ദ്രങ്ങളെ യോജിപ്പിക്കുന്ന നേർവരയിലൂടെയല്ലാതെ, ആയിരിക്കും നടക്കുന്നതെന്നു സങ്കൽപ്പിക്കുന്നത് അസംബന്ധമായിരിക്കും.* മാത്രമല്ല, കേന്ദ്രീയപ്രവർത്തനവും ചലനപരിമാണത്തിന്റെ (Bewegungsmenge)[57] അപരിവർത്തനീയതയും (unalterability) പരസ്പരോപാധികമാണെന്നും, കേന്ദ്രീയമല്ലാത്ത പ്രവർത്തനങ്ങളെക്കുറിച്ച് സങ്കൽപ്പിച്ചാൽ ചലനത്തെ സൃഷ്ടിക്കാവുന്നതോ നശിപ്പിക്കാവുന്നതോ ആക്കിത്തീർക്കുന്ന ഫലങ്ങളിലായിരിക്കും നാമെത്തിച്ചേരുകയെന്നും ഹെംഹോൽറ്റ്സ് ഗണിതശാസ്ത്രപരമായി തെളിയിച്ചിട്ടുമുണ്ട്. (ബലസം

---

* കയ്യെഴുത്തുപ്രതിയുടെ മാർജിനിൽ പെൻസിൽകൊണ്ടെഴുതിയ ഇങ്ങനെയൊരു കുറിപ്പുണ്ട്: "ദൂരത്തിന്റെ വർഗത്തിന്റെ വിപരീതാനുപാതത്തിലാണ് ഈ ആകർഷണമോ വികർഷണമോ നടക്കുന്നതെന്ന വസ്തുതയെ ആശ്രയിച്ചാണ് സ്പേസിന്റെ ത്രിമാനങ്ങൾ നിലകൊള്ളുന്നതെന്ന് 22 –ാമത്തെ പേജിൽ കാന്റ് പറയുന്നു."[56]

രക്ഷണം" ബർലിൻ, 1847, അധ്യായം ഒന്നും രണ്ടും).[58] അങ്ങനെ എല്ലാത്തരം ചലനത്തിന്റെയും അടിസ്ഥാനരൂപം അടുത്തുവരലും അകന്നുപോകലുമാണ്, ചുരുങ്ങലും വികസിക്കലുമാണ്, ചുരുക്കത്തിൽ ആകർഷണവും വികർഷണവുമാണ്.

"ബലങ്ങളെ"ന്നു പറയപ്പെടുന്നവയായിട്ടല്ല, പിന്നെയോ, ലളിതമായ ചലനരൂപങ്ങളെന്ന നിലയ്ക്കാണ്, ആകർഷണത്തേയും വികർഷണത്തേയും ഇവിടെ പരിഗണിച്ചിരിക്കുന്നതെന്ന് പ്രത്യേകം എടുത്തുപറയേണ്ടിയിരിക്കുന്നു. കാന്റ് ഇതിനുമുമ്പുതന്നെ പദാർഥത്തെ ആകർഷണവികർഷണങ്ങളുടെ ഐക്യമായിട്ടാണല്ലോ വീക്ഷിച്ചിരുന്നത്. "ബലങ്ങൾ" എന്നതുകൊണ്ട് എന്താണ് മനസിലാക്കേണ്ടതെന്ന് വഴിയേ കാണാം.

എല്ലാത്തരം ചലനവും അടങ്ങിയിരിക്കുന്നത് ആകർഷണ-വികർഷണങ്ങളുടെ പരസ്പരപ്രവർത്തനത്തിലാണ്. എന്നാൽ പ്രത്യേകം പ്രത്യേകമായ ഓരോ ആകർഷണത്തിനും പ്രതിവിധിയായി മറ്റെവിടെയെങ്കിലും തദനുസൃതമായ ഒരു വികർഷണം നടക്കുമ്പോൾ മാത്രമേ ചലനം സാധ്യമാകൂ. അല്ലെങ്കിൽ കാലാന്തരത്തിൽ ഒരു ഭാഗത്തിന് മറ്റേതിനെക്കാൾ മുൻതൂക്കം ലഭിക്കുകയും അങ്ങനെ ചലനംതന്നെ അവസാനം നിലയ്ക്കുകയും ചെയ്യും. അതുകൊണ്ട് പ്രപഞ്ചത്തിലുള്ള എല്ലാ ആകർഷണങ്ങളും വികർഷണങ്ങളും പരസ്പരം സന്തുലനം പാലിക്കണമെന്നർഥം. അങ്ങനെ ചലനത്തെ നശിപ്പിക്കാനോ സൃഷ്ടിക്കാനോ സാധ്യമല്ലെന്ന നിയമം, പ്രപഞ്ചത്തിലെ ഓരോ ആകർഷണചലനത്തിനും അനുപൂരകമായി തത്തുല്യമായ ഒരു വികർഷണചലനമുണ്ടായിരിക്കണം (അതുപോലെ തിരിച്ചും) എന്ന രൂപത്തിൽ പ്രകാശിപ്പിക്കപ്പെടുന്നു. പ്രകൃതിശാസ്ത്രത്തിൽ ബലത്തിന്റെയും അതുപോലെതന്നെ ഊർജത്തിന്റെയും സംരക്ഷണനിയമം സ്ഥാപിക്കപ്പെടുന്നതിന് എത്രയോ മുമ്പ് പ്രാചീന ദർശനം പ്രകാശിപ്പിച്ചതുപോലെ, പ്രപഞ്ചത്തിലെ എല്ലാ ആകർഷണങ്ങളുടെയും ആകത്തുക എല്ലാ വികർഷണങ്ങളുടെയും ആകത്തുകയ്ക്കു സമമാണ്.

എന്നാൽ, ഒന്നുകിൽ ആകർഷണവും വികർഷണവും അന്തിമമായി യഥാർഥത്തിൽ പരസ്പരം തട്ടിക്കിഴിക്കുക അല്ലെങ്കിൽ സമ്പൂർണവികർഷണം പദാർഥത്തിന്റെ ഒരു ഭാഗത്തേയും സമ്പൂർണാകർഷണം പദാർഥത്തിന്റെ മറ്റേ ഭാഗത്തെയും അന്തിമമായി ഗ്രസിക്കുക, എന്നിങ്ങനെ രണ്ടുവഴിക്ക് എല്ലാ ചലനവും ഏതെങ്കിലും സമയത്ത് നിലയ്ക്കാനുള്ള സാധ്യതയുണ്ടെന്നുവരുന്നു. വൈരുധ്യവാദപരമായ ധാരണയെ സംബന്ധിച്ചിടത്തോളം ഈ സാധ്യതകളെ തുടക്കത്തിൽത്തന്നെ ഒഴിച്ചുനിർത്തിയിരിക്കുന്നു. രണ്ടു വിപരീതധ്രുവങ്ങൾ നടത്തുന്ന പരസ്പരപ്രവർത്തനമാണ് പൊതുവിൽ എല്ലാ ധ്രുവീയവൈപരീത്യത്തേയും നിർണയിക്കുന്നതെന്നും, ഈ ധ്രുവങ്ങളുടെ വിയോജനവും വൈപരീത്യവും അവയുടെ പരസ്പരസംബന്ധത്തിനും സംയോജനത്തിനും ഉള്ളിൽ മാത്രമാണ് നിലനിൽക്കുന്നതെന്നും മറുഭാഗത്ത് അവയുടെ സംയോജനം അവ

യുടെ വിയോജനത്തിൽ മാത്രവും അവയുടെ പരസ്പരസംബന്ധം അവയുടെ വൈപരീത്യത്തിൽ മാത്രവുമാണ് നിലനിൽക്കുന്നതെന്നും പ്രകൃതിയിൽനിന്നുള്ള നമ്മുടെ അനുഭവങ്ങളുടെ ഫലങ്ങൾവച്ച് വൈരുധ്യവാദം തെളിയിച്ചിട്ടുണ്ട്. ഇത്രയും സ്ഥാപിച്ചുകഴിഞ്ഞാൽ വികർഷണവും ആകർഷണവും അവസാനം പരസ്പരം തട്ടിക്കിഴിക്കുകയോ ചലനത്തിന്റെ ഒരു രൂപം പദാർഥത്തിന്റെ ഒരു പകുതിയിലും മറ്റേരൂപം മറ്റേ പകുതിയിലുമായി അവസാനം വിഭജിക്കപ്പെടുകയോ ചെയ്യുന്ന പ്രശ്നമേയില്ല. അതുകൊണ്ടുതന്നെ ഇരുധ്രുവങ്ങളും പരസ്പരം പ്രവേശിക്കുകയോ* നിശ്ശേഷം വേർതിരിയുകയോ ചെയ്യുന്ന പ്രശ്നവുമില്ല. ആദ്യത്തെ ദൃഷ്ടാന്തത്തിലാണെങ്കിൽ ഒരു കാന്തത്തിന്റെ ഉത്തരധ്രുവവും ദക്ഷിണധ്രുവവും പരസ്പരം തട്ടിക്കിഴിക്കണമെന്നോ രണ്ടാമത്തെ ദൃഷ്ടാന്തത്തിലാണെങ്കിൽ ഒരു കാന്തത്തെ ഇരുധ്രുവങ്ങളുടേയും നടുവിൽവച്ച് ഭാഗിച്ചാൽ ഒരു ഭാഗത്ത് ദക്ഷിണധ്രുവമില്ലാത്ത ഒരു ഉത്തരാർധവും മറുഭാഗത്ത് ഉത്തരധ്രുവമില്ലാത്ത ഒരു ദക്ഷിണാർധവും ലഭിക്കണമെന്നോ ആവശ്യപ്പെടുന്നതിന് തുല്യമാണത്. ഇത്തരം അനുമാനങ്ങൾ അനുവദനീയമല്ലെന്ന് ധ്രുവീയവിപരീതങ്ങളുടെ വൈരുധ്യാത്മകസ്വഭാവത്തിൽനിന്നു തൽക്ഷണം വ്യക്തമാണെങ്കിലും പ്രകൃതിശാസ്ത്രജ്ഞർക്കിടയിൽ നിലവിലുള്ള അതിഭൗതികവാദപരമായ ചിന്താരീതി കാരണം രണ്ടാമത്തെ അനുമാനമെങ്കിലും ഭൗതികശാസ്ത്രസിദ്ധാന്തത്തിൽ ഒരു നിശ്ചിത പങ്ക് വഹിക്കുന്നുണ്ട്. ഇക്കാര്യം യഥാസന്ദർഭത്തിൽ ചർച്ചചെയ്യുന്നതാണ്.

ആകർഷണവികർഷണങ്ങളുടെ പരസ്പരപ്രവർത്തനത്തിൽ ചലനം എങ്ങനെയാണ് രംഗത്തു വരുന്നത്? നമുക്ക് ഇത് ഏറ്റവും നന്നായി പരിശോധിക്കാവുന്നത് ചലനത്തിന്റെതന്നെ വിവിധരൂപങ്ങളിലാണ്. കാര്യത്തിന്റെ സാമാന്യവശം അവസാനം വെളിപ്പെടും.

ഒരു ഗ്രഹം അതിന്റെ കേന്ദ്രവസ്തുവിന് ചുറ്റും നടത്തുന്ന ചലനം ഉദാഹരണമായെടുക്കാം. കേന്ദ്രവസ്തുവിന്റെ ആകർഷണം, പ്രസ്തുത ആകർഷണത്തിന്റെ ദിശയ്ക്കു ലംബമായി ഗ്രഹത്തെ തള്ളിവിടുന്ന ഒരു സ്പർശരേഖീയബലം, (tangential force) എന്നീ രണ്ടു ബലങ്ങളുടെ സംയുക്തപ്രവർത്തനഫലമായിട്ടാണ് ദീർഘവൃത്തം വിരചിതമാവുന്നത് എന്ന് സാധാരണ സ്കൂളുകളിൽ പഠിപ്പിക്കുന്ന ജ്യോതിശാസ്ത്രം ന്യൂട്ടന്റെ ചുവടുപിടിച്ച് വിശദീകരിക്കുന്നു. അങ്ങനെ കേന്ദ്രദിശയിലുള്ള ഒരു ചലനരൂപത്തിനുപുറമേ ആ രണ്ടു വസ്തുക്കളുടേയും കേന്ദ്രങ്ങളെ യോജിപ്പിക്കുന്ന രേഖയ്ക്കു ലംബമായി മറ്റൊരു ചലനദിശകൂടിയുണ്ടെന്ന്, അഥവാ "ബല"മെന്നു വിളിക്കപ്പെടുന്ന ഒന്നുണ്ടെന്ന്, അത് സങ്കൽപ്പിക്കുന്നു. അങ്ങനെ, നമ്മുടെ പ്രപഞ്ചത്തിലെ എല്ലാത്തരം ചലനവും പരസ്പരം കരണം നടത്തുന്ന (acting) വസ്തുക്കളുടെ കേന്ദ്രങ്ങളെ കൂട്ടിയോജിപ്പിക്കുന്ന രേഖയുടെ ദിശയിലൂടെ മാത്രമേ നടക്കാൻ കഴിയൂ എന്ന്, അഥവാ മറ്റൊരു തരത്തിൽ പറഞ്ഞാൽ, കേന്ദ്രദിശയിൽ പ്രവർത്തിക്കുന്ന

* പരസ്പരം സമീകരിക്കുകയും ഉദാസീനമാക്കുകയും ചെയ്യുകയെന്ന അർഥത്തിൽ.

"ബലങ്ങൾ" മാത്രമാണ് അതിനു കാരണമെന്ന്, പ്രസ്താവിക്കുന്ന മുകളിൽ പറഞ്ഞ മൗലികനിയമത്തെ അത് ഖണ്ഡിക്കുന്നു. അങ്ങനെ നാം നേരത്തെ കണ്ടതുപോലെ, ചലനത്തിന്റെ സൃഷ്ടിയിലേക്കും നാശത്തിലേക്കും അവശ്യം വഴിതെളിക്കുന്നതും അങ്ങനെ ഒരു സ്രഷ്ടാവിന്റെ നിലനിൽപ്പിനെ അനുമാനിക്കുന്നതുമായ ഒരു ചലനാംശം അത് സിദ്ധാന്തത്തിൽ കടത്തിവിടുകയും ചെയ്യുന്നു. അതുകൊണ്ട് ഈ നിഗൂഢമായ സ്പർശരേഖീയബലത്തെ കേന്ദ്രദിശയിൽ പ്രവർത്തിക്കുന്ന ഒരു ചലനരൂപമായി ചുരുക്കേണ്ടതായിരുന്നു ആവശ്യം. ബ്രഹ്മാണ്ഡോൽപ്പത്തിയെ സംബന്ധിച്ച കാന്റ് – ലപ്ലാസ് സിദ്ധാന്തം അതു നിറവേറ്റി. പരക്കെ അറിവുള്ളതുപോലെ ഈ ധാരണപ്രകാരം, ചുറ്റിത്തിരിഞ്ഞുകൊണ്ടിരിക്കുന്നതും അങ്ങേയറ്റം നേർത്തതുമായ ഒരു വാതകപിണ്ഡം ക്രമേണ സങ്കോചിച്ചതിൽനിന്നാണ് സൗരയൂഥമാകെത്തന്നെ ഉടലെടുത്തത്. സ്പഷ്ടമായും ഭ്രമണചലനത്തിന് ഏറ്റവും കൂടുതൽ ശക്തി ഈ വാതകഗോളത്തിന്റെ മധ്യരേഖയിലാണ്. ഓരോരോ വാതകവലയങ്ങൾ ഈ പിണ്ഡത്തിൽ നിന്ന് വിട്ടുമാറി ഗ്രഹങ്ങളായും ക്ഷുദ്രഗ്രഹങ്ങളായും (planatoids) മറ്റും ഒന്നിച്ചുചേരുന്നു. മൂലഭ്രമണ (Original rotation) ദിശയിൽ അവ കേന്ദ്രവസ്തുവിന്റെ ചുറ്റും പരിക്രമണം ചെയ്യുന്നു. അതാതു വാതകകണങ്ങളുടെതന്നെ ചലനത്തിലാണ് ഈ ഭ്രമണത്തിനു സാധാരണയായി വിശദീകരണം കണ്ടെത്താറുള്ളത്. ഈ ചലനം എല്ലാ ദിശകളിലും നടക്കുന്നുണ്ട്. എങ്കിലും ഒരു പ്രത്യേക ദിശയിൽ അത് കൂടുതൽ അനുഭവപ്പെടുകയും അങ്ങനെ ഭ്രമണത്തിന് ഇടവരികയും ചെയ്യുന്നു. വാതകഗോളം ചുരുങ്ങുന്തോറും അത് കൂടുതൽ കൂടുതൽ സുശക്തമാവാതെ തരമില്ല. ഭ്രമണത്തിന്റെ ഉൽപ്പത്തിയെക്കുറിച്ചുള്ള പരികൽപ്പനകൾ എന്തുതന്നെയായാലും, അവയെല്ലാം സ്പർശരേഖീയബലമെന്ന ഒന്നിനെ നിർമാർജനം ചെയ്യുന്നു. കേന്ദ്രദിശയിൽ പ്രവർത്തിക്കുന്ന ചലനത്തിന്റെ ഒരു പ്രത്യേക പ്രകടിതരൂപമായി അതു മാറുന്നു. ഗ്രഹചലനത്തിലെ പ്രത്യക്ഷാർഥത്തിൽ കേന്ദ്രീയമായിട്ടുള്ള ഒരംശത്തെ കുറിക്കുന്നത് ഗുരുത്വാകർഷണം അഥവാ ഗ്രഹവും കേന്ദ്രവസ്തുവും തമ്മിലുള്ള ആകർഷണം ആണെങ്കിൽ, സ്പർശരേഖീയമായ മറ്റേ അംശം വാതകഗോളത്തിലെ പ്രത്യേകം പ്രത്യേകം കണങ്ങളുടെ പ്രാരംഭവികർഷണത്തിന്റെ ഉൽപ്പാദിതമോ പരിവർത്തിതമോ ആയ രൂപത്തിലുള്ള ഒരു അവശിഷ്ടമായിട്ടാണ് വെളിപ്പെടുന്നത്. അങ്ങനെ ഒരു സൗരയൂഥത്തിന്റെ ജീവിതപ്രക്രിയ ആകർഷണവികർഷണങ്ങളുടെ പരസ്പരപ്രവർത്തനമായി പ്രത്യക്ഷപ്പെടുന്നു. വികർഷണം ചൂടിന്റെ രൂപത്തിൽ ശൂന്യാകാശത്തിലേക്കു വികിരണം ചെയ്യപ്പെടുകയും അങ്ങനെ അത് സൗരയൂഥത്തിനു കൂടുതൽ കൂടുതൽ നഷ്ടപ്പെടുകയും ചെയ്യുന്നതുകൊണ്ട് ആകർഷണത്തിന് ക്രമേണ മുൻതൂക്കം ലഭിക്കുന്നു.

ഇവിടെ വികർഷണമായി വീക്ഷിക്കപ്പെടുന്ന ചലനരൂപം ആധുനിക ഭൗതികശാസ്ത്രം "ഊർജ"മെന്നു വിളിക്കുന്ന അതേ ചലനരൂപം തന്നെ

യാണെന്ന് ഒറ്റനോട്ടത്തിൽ കാണാം. സൗരയൂഥം ചുരുങ്ങുകയും തൽഫലമായി അതിലുള്ള ഇന്നത്തെ പിണ്ഡങ്ങൾ അതിൽനിന്നു വിട്ടുപോവുകയും ചെയ്തപ്പോൾ ആ യൂഥത്തിന് "ഊർജം" നഷ്ടപ്പെട്ടിട്ടുണ്ട്. ഹെംഹോൽറ്റ്സിന്റെ സുവിദിതമായ കണക്കുകൂട്ടലനുസരിച്ച് ഈ നഷ്ടം ഇതിനകംതന്നെ വികർഷണരൂപത്തിൽ ആദ്യമുണ്ടായിരുന്ന മൊത്തം ചലനത്തിന്റെ 453/454 ആയിക്കഴിഞ്ഞിരിക്കുന്നു.

നമുക്കിനി നമ്മുടെ ഭൂമിയിൽത്തന്നെയുള്ള ഒരു വസ്തുവിന്റെ രൂപത്തിലുള്ള ഒരു പിണ്ഡത്തെ എടുക്കാം. ഭൂമിയെ സൂര്യനോടെന്നപോലെ ആ വസ്തുവിനെ ഭൂമിയോടു ബന്ധിച്ചിരിക്കുന്നതും ഗുരുത്വാകർഷണമാണ്. പക്ഷേ, ഭൂമിയിൽനിന്നു വ്യത്യസ്തമായി അതിന് സ്വതന്ത്രമായ ഗ്രഹചലനം നടത്താനുള്ള കെൽപ്പില്ല. വെളിയിൽനിന്നുള്ള ഒരു ആവേഗം കൊണ്ടുമാത്രമേ അതിനെ ചലിപ്പിക്കാൻ കഴിയൂ. അപ്പോൾപോലും ആ ആവേഗം നിലയ്ക്കുന്ന ക്ഷണത്തിൽ അതിന്റെ ചലനം അതിവേഗം നിൽക്കുന്നു. അത് ഗുരുത്വത്തിന്റെ മാത്രം ഫലമോ ഗുരുത്വവും വസ്തു ചലിക്കുന്ന മാധ്യമത്തിന്റെ പ്രതിരോധവും രണ്ടുംകൂടിച്ചേർന്ന് ഉളവാക്കുന്ന ഫലമോ ആകാം. ഈ പ്രതിരോധം തന്നെ അവസാന വിശകലനത്തിൽ ഗുരുത്വഫലമാണ്. അതില്ലായിരുന്നെങ്കിൽ ഭൂമിക്ക് അതിന്റെ ഉപരിതലത്തിൽ യാതൊരു പ്രതിരോധമാധ്യമവും – യാതൊരു വായുമണ്ഡലവും – ഉണ്ടാകുമായിരുന്നില്ല. അങ്ങനെ ഭൂമിയുടെ ഉപരിതലത്തിൽ നടക്കുന്ന ശുദ്ധബലകൃതചലനത്തെ (pure mechanical motion) സംബന്ധിച്ചിടത്തോളം, ഗുരുത്വാകർഷണം അതായത്, ആകർഷണം, നിർണായകമായി മുന്തിനിൽക്കുന്ന ഒരു പരിതസ്ഥിതി സംജാതമാകുന്നു. അതുകൊണ്ട് ചലനത്തിന്റെ ഉൽപ്പാദനത്തിൽ രണ്ടുഘട്ടങ്ങളും കാണപ്പെടുന്നു. ആദ്യം ഗുരുത്വം ചെറുക്കപ്പെടുന്നു. പിന്നീട് ഗുരുത്വം പ്രാവർത്തികമാകാൻ അനുവദിക്കപ്പെടുന്നു. ഒറ്റവാക്കിൽ പറഞ്ഞാൽ പൊങ്ങലും താഴലും.

അങ്ങനെ ഒരു ഭാഗത്ത് ആകർഷണവും മറുഭാഗത്ത് അതിന്റെ വിപരീതദിശയിൽ നടക്കുന്ന, അതായത് പ്രതികർഷകമായ, ഒരു ചലനരൂപവും തമ്മിലുള്ള പരസ്പരപ്രവർത്തനമാണ് നാം വീണ്ടും കാണുന്നത്. എന്നാൽ ഭൂസംബന്ധമായ ശുദ്ധബലതന്ത്രത്തിന്റെ പരിധിക്കുള്ളിൽ (അതിനെ സംബന്ധിച്ചിടത്തോളം മാറ്റമില്ലാത്ത നിശ്ചിത സമുച്ചയാവസ്ഥയും സംസക്താവസ്ഥയുമുള്ള (aggregation and cohension) പിണ്ഡങ്ങളെയാണ് അത് കൈകാര്യം ചെയ്യുന്നത്) ഇങ്ങനെയൊരു പ്രതികർഷകചലനരൂപം (repelling form motion) പ്രകൃതിയിലില്ല. ഒരു പാറക്കഷണം മലമുകളിൽനിന്നു അടർന്നുപോവുകയോ വെള്ളച്ചാട്ടം സാധ്യമായിത്തീരുകയോ ചെയ്യുന്ന ഭൗതിക – രാസിക സാഹചര്യങ്ങൾ അതിന്റെ പ്രവർത്തനപരിധിക്കു വെളിയിലാണ്. അതുകൊണ്ട് ഭൗമശുദ്ധബലതന്ത്രത്തിൽ ഈ പ്രതികർഷക – ഉത്ഥാപക ചലനം കൃത്രിമമായി ഉളവാക്കേണ്ടിയിരിക്കുന്നു – മനുഷ്യബലം, ജന്തുബലം, വെള്ളത്തിന്റെയോ

ആവിയുടെയോ ശക്തി തുടങ്ങിയവകൊണ്ട് ഉണ്ടാക്കേണ്ടിയിരിക്കുന്നു. പ്രകൃതിസഹജമായ ആകർഷണത്തെ കൃത്രിമമായി ചെറുക്കേണ്ടിവരുന്ന ഈയൊരു സാഹചര്യംമൂലം ആകർഷണമാണ് – അതായത്, ഗുരുത്വാകർഷണം, അവരുടെ ഭാഷയിൽ പറഞ്ഞാൽ, ഗുരുത്വബലമാണ് – പ്രകൃതിയിലെ സർവപ്രധാനമായതെന്നു മാത്രമല്ല അടിസ്ഥാനപരമായ ചലനരൂപമെന്ന വീക്ഷണം ബലതന്ത്രജ്ഞർ സ്വീകരിക്കാൻ ഇടവരുന്നു.

ഉദാഹരണത്തിന് നാം ഒരു ഭാരക്കട്ടി പൊക്കുകയും പ്രത്യക്ഷമോ പരോക്ഷമോ ആയ വീഴ്ചയിലൂടെ അത് മറ്റു വസ്തുക്കളിലേക്ക് ചലനം പകരുകയും ചെയ്യുമ്പോൾ സാധാരണഗതിയിലുള്ള ബലതന്ത്രവീക്ഷണമനുസരിച്ച് ഈ ചലനം പകരുന്നത് കട്ടിയുടെ ഉത്ഥാപനമല്ല, ഗുരുത്വബലമാണ്. ഹെംബോൽറ്റ്സിന്റെ അഭിപ്രായത്തിൽ,

> ഏറ്റവും ലളിതവും നമുക്ക് ഏറ്റവും സുപരിചിതവുമായ ഗുരുത്വബലമാണ് ഭാരക്കട്ടികൊണ്ടു പ്രവർത്തിക്കുന്ന ഘടികാരങ്ങളിലെ ചാലകശക്തി. ഘടികാരത്തിന്റെ യന്ത്രവിധാനത്തെയാകെ ചലിപ്പിക്കാതെ ഭാരക്കട്ടിക്ക് ഗുരുത്വത്തിന്റെ ഘർഷണത്തെ സ്വാധീനിക്കാനാവില്ല." പക്ഷേ, താഴോട്ടു പോകാതെ അതിന് ഘടികാരയന്ത്രവിധാനത്തെ ചലിപ്പിക്കാൻ സാധ്യമല്ല. അത് തൂങ്ങിക്കിടക്കുന്ന ചരട് പൂർണമായി അഴിയുന്നതുവരെ ഈ വീഴ്ച തുടരുന്നു. "അപ്പോൾ ഘടികാരം നിൽക്കുന്നു. കാരണം, കട്ടിയുടെ പ്രവർത്തനശേഷി തൽക്കാലത്തേക്ക് തീർന്നുപോയിരിക്കയാണ്. അതിന്റെ ഭാരം നഷ്ടപ്പെടുകയോ കുറയുകയോ ചെയ്തിട്ടില്ല. അതുമുമ്പത്തോളം തന്നെ ഭൂമിയോട് ആകർഷിക്കപ്പെടുന്നുണ്ട്. പക്ഷേ ചലനങ്ങളുളവാക്കാനുള്ള ശേഷി ആ കട്ടിക്ക് നഷ്ടപ്പെട്ടിരിക്കുന്നു..... പക്ഷേ, മനുഷ്യ ഹസ്തത്തിന്റെ ശക്തികൊണ്ട് നമുക്ക് ഘടികാരം മുറുക്കാം. അപ്പോൾ കട്ടി വീണ്ടും പൊങ്ങി മുകളിലെത്തുന്നു. ഇത് സംഭവിച്ചുകഴിയുന്ന മാത്രയിൽ അതിന് അതിന്റെ മുമ്പത്തെ പ്രവർത്തനശേഷി വീണ്ടുകിട്ടുന്നു. അതിന് ഘടികാരത്തെ വീണ്ടും ചലിപ്പിക്കാൻ കഴിയുന്നു. (*ഹെംഹോൽറ്റ്സ്, ലഘുപ്രഭാഷണങ്ങൾ*, പേജ് കക, 144–145)

അങ്ങനെ ഹെംഹോൽറ്റ്സിന്റെ അഭിപ്രായത്തിൽ കട്ടി പൊക്കലെന്ന സജീവമായ ചലനസംപ്രദാനമല്ല, (active communication of motion) പിന്നെയോ, കട്ടിയുടെ നിഷ്ക്രിയമായ ഭാരമാണ് ഘടികാരത്തെ ചലിപ്പിക്കുന്നത്. എന്നാൽ ഈ ഭാരത്തിനുതന്നെ അതിന്റെ നിഷ്ക്രിയാവസ്ഥ ഇല്ലാതാകുന്നത് പൊക്കൽകൊണ്ടു മാത്രമാണ്. കട്ടിയുടെ ചരട് അഴിഞ്ഞുകഴിയുമ്പോൾ അത് വീണ്ടും നിഷ്ക്രിയാവസ്ഥയിലാവുന്നു. അതുകൊണ്ട്, നാം മുകളിൽ കണ്ടതുപോലെ ആധുനികധാരണയനുസരിച്ച് ഊർജമെന്നത് വികർഷണത്തിനുള്ള മറ്റൊരു പേരു മാത്രമാണെങ്കിൽ, ഹെംഹോൽറ്റ്സിന്റെ കൂടുതൽ പഴക്കമുള്ള ധാരണയനുസരിച്ച്

ബലമെന്നത് വികർഷണത്തിന്റെ വിപരീതമായ ആകർഷണത്തിനുള്ള മറ്റൊരു പേരാണ്. തൽക്കാലം ഇത്രയും കാര്യം നാമിവിടെ രേഖപ്പെടുത്തുന്നുവെന്നേയുള്ളൂ.

എന്നാൽ ഭൗമബലതന്ത്രപ്രക്രിയ അതിന്റെ അവസാനത്തിലെത്തുമ്പോൾ, ഭാരിച്ച പിണ്ഡം പൊക്കുകയും അത് വീണ്ടും അതേ ദൂരം കുത്തനെ വീഴുകയും ചെയ്യുമ്പോൾ, ഈ പ്രക്രിയയിലടങ്ങുന്ന ചലനത്തിന് എന്തു സംഭവിക്കുന്നു? ശുദ്ധബലതന്ത്രത്തെ സംബന്ധിച്ചിടത്തോളം അത് അപ്രത്യക്ഷമായിരിക്കുന്നു. പക്ഷേ, അത് ഒരു തരത്തിലും നശിപ്പിക്കപ്പെട്ടിട്ടില്ലെന്ന് ഇന്നു നമുക്കറിയാം. ചെറിയൊരു പരിധിവരെ അത് വായുവിന്റെ ശബ്ദതരംഗകമ്പനങ്ങളായി മാറിയിരിക്കുന്നു. എന്നാൽ അതിനേക്കാൾ എത്രയോ വലിയൊരു പരിധിവരെ അത് ചൂടായിട്ടാണ് മാറിയിരിക്കുന്നത്. ആ ചൂടിന്റെ ഒരംശം പ്രതിരോധക വായുമണ്ഡലത്തിലേക്കും ഒരംശം താഴോട്ടുവീഴുന്ന വസ്തുവിലേക്കുതന്നെയും അവസാനത്തെ ഒരംശം കട്ടിവന്നുവീഴുന്ന തറയിലേക്കും പകർത്തപ്പെടുന്നു. ഘടികാരത്തിലെ കട്ടിയും ഘർഷണോഷ്മാവിന്റെ രൂപത്തിൽ അതിന്റെ ചലനത്തെ ഘടികാരയന്ത്രത്തിന്റെ വിവിധ ചാലകചക്രങ്ങളിലേക്ക് ക്രമേണ വിട്ടുകൊടുത്തിട്ടുണ്ട്. പക്ഷേ, സാധാരണ ഇങ്ങനെയാണ് പറയാറുള്ളതെങ്കിലും പതന ചലനമല്ല, അതായത് ആകർഷണമല്ല, ചൂടായും അങ്ങനെ വികർഷണത്തിന്റെ ഒരു രൂപമായും മാറിയിരിക്കുന്നത്. നേരെമറിച്ച്, ഹെംഹോൽറ്റ്സ് ശരിയായി അഭിപ്രായപ്പെട്ടിട്ടുള്ളതുപോലെ, ആകർഷണം, ഭാരം, മുമ്പത്തെപ്പോലെ തന്നെ തുടരുന്നുവെന്നു മാത്രമല്ല കൃത്യമായി പറഞ്ഞാൽ വർധിക്കുകപോലും ചെയ്യുന്നുണ്ട്. മേലോട്ടു പൊക്കുന്ന വസ്തുവിലേക്ക് പൊക്കലിലൂടെ പകർത്തപ്പെടുന്ന വികർഷണമാണ് വീഴ്ചയിലൂടെ ബലകൃതമായി നശിപ്പിക്കപ്പെടുകയും ചൂടായി വീണ്ടും പ്രത്യക്ഷപ്പെടുകയും ചെയ്യുന്നത്. പിണ്ഡങ്ങളുടെ (masses) വികർഷണം തന്മാത്രീയവികർഷണമായി (molecular repulsion) രൂപാന്തരപ്പെടുന്നു.

നേരത്തെ പറഞ്ഞതുപോലെ, ചൂട് വികർഷണത്തിന്റെ ഒരു രൂപമാണ്. അത് ഖരവസ്തുക്കളിലെ തന്മാത്രകളെ അങ്ങോട്ടുമിങ്ങോട്ടും ആട്ടുകയും അങ്ങനെ വെവ്വേറെയുള്ള തന്മാത്രകളുടെ ബന്ധങ്ങൾ അഴിക്കുകയും ചെയ്യുന്നു. അവസാനം ദ്രാവകാവസ്ഥയിലേക്കുള്ള പരിവർത്തനം നടക്കുന്നു. ദ്രവാവസ്ഥയിലും കൂടുതൽ ചൂട് കൂട്ടിച്ചേർക്കപ്പെടുമ്പോൾ തന്മാത്രകളുടെ ചലനം വർധിക്കുകയും അവസാനം ഒരു അളവെത്തുമ്പോൾ അവ പിണ്ഡത്തിൽനിന്നു നിശ്ശേഷം വിട്ടുപോവുകയും ഒറ്റയ്ക്കൊറ്റയ്ക്ക് സ്വതന്ത്രമായി ചലിക്കാൻ തുടങ്ങുകയും ചെയ്യുന്നു. ഓരോ തന്മാത്രയ്ക്കും അതിന്റെ രാസഘടനയനുസരിച്ച് നിർണയിക്കപ്പെട്ടിട്ടുള്ള നിശ്ചിതപ്രവേഗ(velocity)ത്തിലാണ് ഇതു സംഭവിക്കുന്നത്. ചൂട് പിന്നെയും കൂട്ടുമ്പോൾ ഈ പ്രവേഗം പിന്നെയും കൂടുന്നു. അങ്ങനെ തന്മാത്രകൾ പരസ്പരം കൂടുതൽ കൂടുതൽ വികർഷിക്കപ്പെടുന്നു.

പക്ഷേ, ഊർജമെന്നു വിളിക്കപ്പെടുന്നതിന്റെ ഒരു രൂപമാണ് ചൂട്. അങ്ങനെ ഊർജവും വികർഷണവും ഒന്നാണെന്ന് വീണ്ടും തെളിയുന്നു.

സ്ഥിരവിദ്യുച്ഛക്തിയുടെയും കാന്തശക്തിയുടെയും പ്രതിഭാസങ്ങളിൽ ആകർഷണത്തിന്റെയും വികർഷണത്തിന്റെയും ധ്രുവീയവിതരണമാണ് (polar distribution) നാം കാണുന്നത്. ഈ രണ്ടു ചലനരൂപങ്ങളുടെയും പ്രവർത്തനരീതികളെക്കുറിച്ച് സ്വീകരിക്കുന്ന പരികൽപ്പനകൾ എന്തുതന്നെയായാലും ശരി, സ്ഥിരവൈദ്യുതിയാലോ കാന്തശക്തിയാലോ ഉളവാക്കപ്പെടുകയും നിർബാധം വികസിക്കാൻ കഴിയുകയും ചെയ്യുന്നിടത്തോളം ചലനത്തിന്റെ ഈ രണ്ടുരൂപങ്ങളും പരിപൂർണമായും പരസ്പരം തട്ടിക്കിഴിക്കുന്നുണ്ടെന്നതിൽ വസ്തുതകളുടെ വെളിച്ചത്തിൽ ആർക്കും സംശയമില്ല. ധ്രുവീയവിതരണത്തിന്റെ സ്വഭാവത്തിൽനിന്നു തന്നെ അവശ്യമായും സിദ്ധിക്കുന്ന ഒന്നാണിത്. രണ്ട് ധ്രുവങ്ങളുടെ പ്രവർത്തനങ്ങൾ പരസ്പരം പരിപൂർണമായും തട്ടിക്കിഴിക്കപ്പെടുന്നില്ലെങ്കിൽ അവ ധ്രുവങ്ങളായിരിക്കില്ല. അത്തരം ധ്രുവങ്ങളെ പ്രകൃതിയിൽ ഇതുവരെ കണ്ടിട്ടുമില്ല. തൽക്കാലത്തേക്ക് ഗാൽവനിസം നമുക്കു വിട്ടുകളയാം. കാരണം, അതിൽ പ്രക്രിയയെ നിർണയിക്കുന്നത് രാസാഭിക്രിയകളായതു (chemicalreaction) കൊണ്ട് സംഗതി കൂടുതൽ സങ്കീർണമായിത്തീരുന്നു. നമുക്കതുകൊണ്ട് ചലനത്തിന്റെ രാസപ്രക്രിയകളെത്തന്നെ പരിശോധിക്കാം.

തൂക്കത്തിൽ രണ്ടംശം ഹൈഡ്രജൻ തൂക്കത്തിൽ 15.96 അംശം ഓക്സിജനുമായി ഒന്നിച്ചുചേർന്ന് നീരാവി ഉൽപ്പാദിപ്പിക്കുമ്പോൾ 68,924 ഊഷ്മമാത്രകൾ വരുന്ന ചൂട് ആ പ്രക്രിയക്കിടയിൽ ഉണ്ടാകുന്നു. തിരിച്ച് തൂക്കത്തിൽ 17.96 അംശം നീരാവിയെ തൂക്കത്തിൽ രണ്ടംശം ഹൈഡ്രജനും തൂക്കത്തിൽ 15.96 അംശം ഓക്സിജനുമായി വിഘടിപ്പിക്കണമെങ്കിൽ, ചൂടിന്റെ തന്നെയോ വൈദ്യുതചലനത്തിന്റെയോ രൂപത്തിൽ 68,924 ഊഷ്മമാത്രകൾക്കു തുല്യമായ ചലനത്തെ ആ നീരാവിയിലേക്കു പകർത്തിയാൽ മാത്രമേ സാധ്യമാകൂ. മറ്റെല്ലാ രാസപ്രക്രിയകളെ സംബന്ധിച്ചും ഇതുതന്നെയാണ് സ്ഥിതി. ബഹുഭൂരിപക്ഷം ദൃഷ്ടാന്തങ്ങളിലും ചലനം സംയോഗത്തിൽ പുറത്തേക്കു പോകുന്നു. വിഘടനത്തിൽ പ്രദാനം ചെയ്യേണ്ടിവരുന്നു. ഇവിടെയും നിയമേന, കൂടുതൽ ചലനം കൈവശമുണ്ടായിരിക്കുകയോ ചലനം കൂടുതലായി വേണ്ടിവരികയോ ചെയ്യുന്ന, പ്രക്രിയയുടെ സജീവവശമാണ് വികർഷണം. ആകർഷണമാകട്ടെ, ചലനത്തെ ആവശ്യത്തിലധികം ഉൽപ്പാദിപ്പിക്കുകയും ചലനത്തെ പുറത്തേക്കു കളയുകയും ചെയ്യുന്ന നിഷ്ക്രിയവശമാണ്. ഇക്കാരണത്താലാണ്, മൊത്തത്തിലെടുത്താൽ മൂലകങ്ങളുടെ സംയോഗത്തിനിടയിൽ ഊർജം തുറന്നുവിടപ്പെടുന്നുവെന്നും വിഘടനത്തിനിടയിൽ അത് കെട്ടിയിടപ്പെടുന്നുവെന്നും ആധുനികസിദ്ധാന്തം പ്രഖ്യാപിക്കുന്നത്. അങ്ങനെ ഇവിടെയും ഊർജം വികർഷണത്തെ കുറിക്കുന്നു. ഹെംഹോൽറ്റ്സ് വീണ്ടും പ്രഖ്യാപിക്കുന്നു.

ഈ ബലത്തെ (രാസബന്ധുതയെ) ഒരു ആകർഷണബലമായി വീക്ഷിക്കാവുന്നതാണ്. പൊക്കിയ ഭാരക്കട്ടിയിന്മേൽ ഗുരുത്വാകർഷണത്തിന്റെ രൂപത്തിൽ ഭൂമി ചെലുത്തുന്ന അത്രതന്നെ പ്രവൃത്തി കാർബണിന്റെയും ഓക്സിജന്റെയും അണുക്കൾ തമ്മിലുള്ള ആകർഷണബലവും നിറവേറ്റുന്നുണ്ട്. കാർബൺ അണുക്കളും ഓക്സിജൻ അണുക്കളും പരസ്പരം പാഞ്ഞടുത്ത് കാർബോണിക് ആസിഡായി ഒന്നിക്കുമ്പോൾ പുതുതായി രൂപം കൊണ്ട ആ കാർബോണിക് ആസിഡിന്റെ കണങ്ങൾ വളരെ പ്രക്ഷുബ്ധമായ തന്മാത്രീയചലനത്തിൽ, അതായത് ഊഷ്മചലനത്തിൽ ആയിരിക്കണം. പിന്നീട് അവ പരിസരത്തേക്ക് ചൂടെല്ലാം വമിച്ചുകഴിയുമ്പോഴും ആ കാർബോണിക് ആസിഡിൽ മുഴുവൻ കാർബണും മുഴുവൻ ഓക്സിജനും ഉണ്ടായിരിക്കും. കൂടാതെ, മുമ്പത്തെപ്പോലെതന്നെ സുശക്തമായി നിലനിൽക്കുന്ന അവ രണ്ടിന്റെയും ബന്ധുത പുതുതായിട്ടുണ്ടായിരിക്കുകയും ചെയ്യും. എന്നാൽ കാർബണിന്റെയും ഓക്സിജന്റെയും അണുക്കൾ പരസ്പരം ഒട്ടിപ്പിടിച്ചിരിക്കുന്നുവെന്നും വേർപ്പെടുത്തപ്പെടാൻ അനുവദിക്കുന്നില്ലെന്നുമുള്ള വസ്തുതയിൽ മാത്രമാണ് ഈ ബന്ധുത ഇപ്പോൾ പ്രകടമാവുന്നത്. (ഹെംഹോൽറ്റ്സ്, അതേ കൃതി പേജ് 169.)

മുമ്പു കണ്ട അതേ കാര്യംതന്നെയാണ് ഇവിടെയും കാണുന്നത്. ബലതന്ത്രത്തിലെന്നപോലെ രസതന്ത്രത്തിലും ബലം അടങ്ങിയിരിക്കുന്നത് ആകർഷണത്തിൽ മാത്രമാണെന്നും അതുകൊണ്ട് മറ്റു ഭൗതികശാസ്ത്രജ്ഞർ ഊർജമെന്നു വിളിക്കുകയും വികർഷണത്തിൽ നിന്ന് അഭിന്നമായിരിക്കുകയും ചെയ്യുന്നതിന്റെ നേർവിപരീതമാണ് അതെന്നും ഹെംഹോൽറ്റ്സ് തറപ്പിച്ചു പറയുന്നുണ്ട്.

അതുകൊണ്ട് നമുക്കിപ്പോൾ ഉള്ളത് ആകർഷണമാണെന്നും വികർഷണമെന്നുമുള്ള ലളിതമായ രണ്ടു രൂപങ്ങളല്ല, പിന്നെയോ, ഉപരൂപങ്ങളുടെ ഒരു മുഴുവൻ ശ്രേണിതന്നെയാണ്. ആകർഷണത്തിന്റെയും വികർഷണത്തിന്റെയും വൈപരീത്യത്തിന്റെ ചട്ടക്കൂടിനുള്ളിൽ ചുറ്റിക്കയറുകയും ഇറങ്ങുകയും ചെയ്യുന്ന സാർവത്രികചലനപ്രക്രിയ ആ ഉപരൂപങ്ങളിലാണ് നടക്കുന്നത്. എന്നാൽ ഈ ബഹുവിധ ബാഹ്യരൂപങ്ങളെ ചലനമെന്ന ഒറ്റപ്പേരിൽ ഒന്നിച്ചൊതുക്കുന്നത് നമ്മുടെ മനസ്സ് മാത്രമല്ല. നേരെമറിച്ച്, നിശ്ചിതസാഹചര്യങ്ങളിൽ ഒന്നു മറ്റൊന്നിലേക്കു കടന്നുകൊണ്ട് അവ ഒരേ ചലനത്തിന്റെ പലരൂപങ്ങളാണെന്ന് അവ തന്നെ പ്രവൃത്തിയിൽ തെളിയിക്കുന്നു. പിണ്ഡങ്ങളുടെ യാന്ത്രികചലനം ചൂടിലേക്കും വിദ്യുച്ഛക്തിയിലേക്കും കാന്തശക്തിയിലേക്കും കടക്കുന്നു. ചൂടും അതേസമയം രാസസംയോഗം ചൂടും വിദ്യുച്ഛക്തിയും വിദ്യുച്ഛക്തിയിലൂടെ കാന്തശക്തിയും ഉളവാക്കുന്നു. അവസാനമായി, ചൂടും വിദ്യുച്ഛക്തിയും വീണ്ടും പിണ്ഡങ്ങളുടെ യാന്ത്രികചലനം സൃഷ്ടിക്കുന്നുണ്ട്.

മാത്രമല്ല, ഒരു രൂപത്തിലുള്ള ചലനത്തിന്റെ ഒരു നിശ്ചിത പരിമാണത്തിന് അനുരൂപമായി മറ്റൊരു രൂപത്തിന്റെ കൃത്യമായി നിജപ്പെടുത്തിയ ഒരു പരിമാണം ഉണ്ടായിരിക്കത്തക്ക വിധത്തിലാണ് ഈ മാറ്റങ്ങൾ നടക്കുന്നത്. ചലനത്തിന്റെ പരിമാണമളക്കാനുള്ള മാത്ര ഏതു രൂപത്തിലുള്ള ചലനത്തിൽ നിന്നാണ് ലഭിക്കുന്നതെന്നതും പിണ്ഡചലനമോ ചൂടോ വിദ്യുത്ചാലകബലമെന്നു പറയപ്പെടുന്നതോ അതോ രാസപ്രക്രിയകളിൽ രൂപാന്തരണം സംഭവിച്ചുകൊണ്ടിരിക്കുന്ന ചലനമോ, ഇതിലേത് അളക്കാനാണ് അത് ഉപകരിക്കുന്നതെന്നതും അപ്രസക്തമാണ്.

നാമിവിടെ അടിസ്ഥാനമായെടുക്കുന്നത് 1842 –ൽ ജെ ആർ മയ്യെർ സ്ഥാപിച്ച "ഊർജസംരക്ഷണ" സിദ്ധാന്തത്തെയാണ്.* പിന്നീട് എത്രയും സമുജ്ജ്വലമായി സാർവദേശീയതോതിൽത്തന്നെ വിശദമായി ആവിഷ്കരിക്കപ്പെട്ടിട്ടുള്ള ഒന്നാണത്. ഇക്കാലത്ത് ഈ സിദ്ധാന്തം ഉപയോഗപ്പെടുത്തുന്ന മൗലികധാരണകളെയാണ് നമുക്കിനി പരിശോധിക്കേണ്ടത്. "ബലം" അഥവാ "ഊർജം" എന്ന ധാരണയും "പ്രവൃത്തി" എന്ന ധാരണയുമാണ് അവ.

ഇപ്പോൾ ഏറെക്കുറെ പൊതുവിൽ അംഗീകരിക്കപ്പെട്ടിട്ടുള്ള ആധുനികവീക്ഷണമനുസരിച്ച് വികർഷണത്തെ കുറിക്കാനാണ് ഊർജമെന്ന പദം ഉപയോഗിക്കുന്നതെന്നും അതേസയം ഹെംഹോൽറ്റ്സ് ബലമെന്ന പദം മിക്കവാറും ഉപയോഗിക്കുന്നത് ആകർഷണത്തെ കുറിക്കാനാ

---

* ചലനം പരിമാണാത്മകമായി അപരിവർത്തനീയമാണെന്ന ദെക്കാർത്തിന്റെ തത്വം പ്രകൃതിശാസ്ത്രപരമായി തെളിയിക്കുന്നതിൽ മയ്യെർ, ജൗൾ, കോൾഡിങ്, എന്നിവരോടൊപ്പം തനിക്കുമൊരു പങ്കുണ്ടെന്ന് തന്റെ "ലഘുപ്രഭാഷണങ്ങ"ളിൽ ഹെംഹോൽറ്റ്സ് അവകാശപ്പെടുന്നതായി കാണുന്നു. "ഞാനും അതേ വഴിക്കാണ് നീങ്ങിയത്. മയ്യെറേയും കോൾഡിങ്ങിനേയും കുറിച്ച് എനിക്ക് യാതൊരു അറിവുമില്ലായിരുന്നു. ജൗളിന്റെ പരീക്ഷണങ്ങളെക്കുറിച്ചുതന്നെ ഞാൻ അറിഞ്ഞത് എന്റെ കൃതിയുടെ അവസാനത്തിലാണ്. നിശ്ചിതവീക്ഷണകോണിൽ നിന്ന് അനുമാനിച്ചെടുക്കാവുന്ന, വിവിധ പ്രാകൃതികപ്രക്രിയകൾ തമ്മിലുള്ള എല്ലാ ബന്ധങ്ങളും തിരഞ്ഞു കണ്ടുപിടിക്കുന്നതിലാണ് ഞാൻ വിശേഷിച്ചും വ്യാപൃതനായിരുന്നത്. 1847 –ൽ 'ബലസംരക്ഷണം' എന്ന പേരിലുള്ള ചെറിയൊരു കൃതിയിൽ ഞാൻ എന്റെ അന്വേഷണഫലങ്ങൾ പ്രസിദ്ധപ്പെടുത്തിയിട്ടുമുണ്ട്."[59] എന്നാൽ *ബലസംരക്ഷണ*വും ഒരു വ്യവസ്ഥയിലെ വിവിധ വസ്തുക്കൾക്കിടയിൽ പ്രവർത്തിക്കുന്ന ബലങ്ങളുടെ കേന്ദ്രപ്രവർത്തനവും ഒരേ സംഗതിയുടെ രണ്ടു വ്യത്യസ്ത നാമങ്ങൾ മാത്രമാണെന്നും ഒരു നിശ്ചിത ബലകൃതവ്യവസ്ഥയിലെ സജീവബലങ്ങളുടെയും വലിവുബലങ്ങളുടെയും ആകത്തുക (live and tensional forces) സ്ഥിരമാണെന്ന നിയമത്തിന്റെ കുറെക്കൂടി കൃത്യമായ പ്രതിപാദനമാണതെന്നും മുകളിൽ ചൂണ്ടിക്കാണിച്ചതുപോലെ ഗണിതശാസ്ത്രപരമായി അത്യന്തം വിലപ്പെട്ട രീതിയിൽ തെളിയിക്കപ്പെട്ടുവെന്നതൊഴിച്ചാൽ 1847 –ലെ സ്ഥിതിയെ സംബന്ധിച്ചിടത്തോളം പ്രസ്തുതകൃതിയിൽ പുതുതായി യാതൊന്നുമില്ല. മറ്റെല്ലാ കാര്യങ്ങളിലും ഇതിനെക്കാൾ മികച്ചതായിരുന്നു 1845 –ലെ മയ്യെറുടെ രണ്ടാമത്തെ പ്രബന്ധം. 1842 –ല തന്നെ മയ്യെർ "ബലങ്ങളുടെ അവിനാശ്യത"യെപ്പറ്റി ഉറപ്പിച്ചു പറയുകയുണ്ടായി. 1845 – ലെ പുതിയ നിലപാടിൽനിന്നാകട്ടെ, 1847 –ൽ ഹെംഹോൽറ്റ്സ് പറഞ്ഞതിലും എത്രയോ കൂടുതൽ ഉജ്ജ്വലങ്ങളായ സംഗതികൾ "വിവിധപ്രാകൃതികപ്രക്രിയകൾ തമ്മിലുള്ള ബന്ധങ്ങളെ"പ്പറ്റി അദ്ദേഹത്തിനു പറയാനുണ്ടായിരുന്നു.[60] (എംഗൽസിന്റെ കുറിപ്പ്)

ണെന്നും മുകളിൽ ചൂണ്ടിക്കാണിക്കുകയുണ്ടായല്ലോ. ആകർഷണവും വികർഷണവും പ്രപഞ്ചത്തിൽ പരസ്പരം തട്ടിക്കിഴിക്കുന്നതുകൊണ്ട് ഇത് അപ്രധാനമായ ഒരു ഔപചാരികവ്യത്യാസം മാത്രമാണെന്നു തോന്നിയേക്കാം. അതുകൊണ്ട്, ഒരു രേഖയിലെ ബിന്ദുവിന്റെ വലത്തേതാണോ ഇടത്തേതാണോ ധനഭുജ (abscissa) മായി ഗണിക്കപ്പെടുന്നതെന്നത് അപ്രധാനമാണെന്നത് പോലെതന്നെ ബന്ധത്തിന്റെ ഏതു വശത്തെയാണ് ധനാത്മകമായും (positive) ഏതുവശത്തെയാണ് ഋണാത്മകമായും (Negative) ഗണിക്കുന്നതെന്നത് അപ്രസക്തമാണെന്നു തോന്നാനിടയുണ്ട്. എന്നാൽ ഇത് തെല്ലും അങ്ങനെയല്ല.

കാരണം, ഒന്നാമത്, നാമിവിടെ കൈകാര്യം ചെയ്യുന്നത് പ്രപഞ്ചത്തെയല്ല, ഭൂമിയിൽ നടക്കുന്നതും സൗരയൂഥത്തിൽ ഭൂമിയുടെയും പ്രപഞ്ചത്തിൽ സൗരയൂഥത്തിന്റെയും കൃത്യസ്ഥാനത്താൽ നിർണയിക്കപ്പെട്ടിട്ടുള്ളതുമായ പ്രതിഭാസങ്ങളെയാണ്. എന്നാൽ ഓരോ നിമിഷത്തിലും നമ്മുടെ സൗരയൂഥം ചലനത്തിന്റെ ബൃഹത്തായ പരിമാണങ്ങളെ ശൂന്യാകാശത്തിലേക്കു വിടുന്നുണ്ട്. ഒരു നിശ്ചിതഗുണത്തോടുകൂടിയ ചലനമാണത്. അതാണ് സൂര്യന്റെ ചൂട്, അതായത് വികർഷണം. എന്നാൽ നമ്മുടെ ഭൂമിയിൽത്തന്നെ ജീവൻ നിലനിൽക്കുന്നത് സൂര്യന്റെ ചൂടുകൊണ്ടാണ്. സൂര്യനിൽനിന്നു ലഭിക്കുന്ന ചൂടിന്റെ ഒരംശത്തെ ചലനത്തിന്റെ ഇതരരൂപങ്ങളാക്കി മാറ്റിയശേഷം ഭൂമി ആ ചൂടിനെ ശൂന്യാകാശത്തിലേക്ക് വികിരണം ചെയ്യുന്നു. അതുകൊണ്ട് സൗരയൂഥത്തിലും സർവോപരി ഭൂമിയിലും ആകർഷണം വികർഷണത്തെക്കാൾ ഗണ്യമായി കൂടുതലാണ്. സൂര്യനിൽനിന്നു വികിരണം ചെയ്യപ്പെടുന്ന വികർഷണചലനമില്ലെങ്കിൽ ഭൂമിയിലുള്ള എല്ലാ ചലനവും നിലയ്ക്കും. നാളെ സൂര്യൻ തണുത്തുപോയെന്നിരിക്കട്ടെ. മറ്റു സാഹചര്യങ്ങൾക്കു മാറ്റമില്ലെങ്കിൽ ഭൂമിയിലെ ആകർഷണം അപ്പോഴും ഇന്നത്തെപ്പോലെതന്നെയായിരിക്കും. മുമ്പത്തെപ്പോലെതന്നെ 100 കിലോഗ്രാം ഭാരമുള്ള ഒരു കല്ലിന്, അതിരിക്കുന്നത് എവിടെയായാലും, 100 കിലോഗ്രാം ഭാരംതന്നെ ഉണ്ടായിരിക്കും. പക്ഷേ, പിണ്ഡങ്ങളുടെയെന്നപോലെതന്നെ തന്മാത്രകളുടെയും അണുക്കളുടെയും ചലനം നിരപേക്ഷനിശ്ചലതയെന്നു നാം കരുതുന്ന ആ അവസ്ഥയിലാവും. അതുകൊണ്ട്, ഭൂമിയിൽ ഇന്നു നടക്കുന്ന പ്രക്രിയകളെ സംബന്ധിച്ചിടത്തോളം ചലനത്തിന്റെ സജീവഭാഗമായി, അതായത് "ബലം" അല്ലെങ്കിൽ "ഊർജ"മായി, ഗണിക്കപ്പെടുന്നത് ആകർഷണമാണോ അതോ വികർഷണമാണോ എന്നത് ഒട്ടും അപ്രസക്തമല്ല. നേരെ മറിച്ച് വികർഷണത്തെ അപേക്ഷിച്ചുള്ള നിർണായകമായ ആധിക്യത്താൽ ഭൂമിയിൽ ഇന്ന് ആകർഷണം ഇതിനകം തന്നെ തികച്ചും നിഷ്ക്രിയമായിക്കഴിഞ്ഞിരിക്കുന്നു. സൂര്യനിൽനിന്നു ലഭിക്കുന്ന വികർഷണംകൊണ്ടാണ് എല്ലാ സജീവചലനവും നടക്കുന്നത്. അതുകൊണ്ട് ചലനത്തിന്റെ ബന്ധത്തിന്റെ സ്വഭാവത്തെപ്പറ്റി ആധുനിക ചിന്താസരണിക്ക് ഇപ്പോഴും വ്യക്തതയില്ലെങ്കിലും, അത് ഊർജത്തെ വികർഷണമായി കരുതുന്നത് ഭൂമിയിൽ നടക്കുന്ന പ്രക്രിയകളെ സംബന്ധിച്ചെന്നുതന്നെയല്ല സൗര

യൂഥത്തെ ഒട്ടാകെ സംബന്ധിച്ചും വസ്തുതകൾവച്ചു നോക്കിയാൽ തികച്ചും ശരിയാണ്.

"ഊർജം" എന്ന പദം ചലനത്തിന്റെ മുഴുവൻ ബന്ധത്തേയും ശരിയായി ഒരുതരത്തിലും പ്രകാശിപ്പിക്കുന്നില്ല. കാരണം, അത് ഒരുവശത്തെ, അതായത് ക്രിയയെ മാത്രമേ, ഉൾക്കൊള്ളുന്നുള്ളു, പ്രതിക്രിയയെ (reaction) ഉൾക്കൊള്ളുന്നില്ല. "ഊർജ"മെന്നത് പദാർഥത്തിനു ബാഹ്യമായ, അതിലേക്കു കുട്ടിച്ചേർത്ത, എന്തോ ഒന്നാണെന്നാണ് അപ്പോഴും തോന്നുക. എങ്കിലും ഏതു സാഹചര്യത്തിലും അത് "ബലം" എന്ന പദത്തേക്കാൾ സ്വീകാര്യമാണ്.

മനുഷ്യന്റെ ജൈവഘടന അതിന്റെ പരിസരത്തിനുള്ളിൽ നടത്തുന്ന പ്രവർത്തനത്തിൽനിന്നാണ് ബലമെന്ന ധാരണ വന്നിട്ടുള്ളതെന്ന് പൊതുവിൽ (ഹെഗൽ തൊട്ട് ഹെംഹോൽറ്റ്സ് വരെ) അംഗീകരിച്ചിട്ടുള്ളതാണ്. പേശീബലം, കൈകളുടെ ഉത്ഥാപകബലം, കാലുകളുടെ കുതിപ്പുബലം, വയറിന്റെയും കുടലിന്റെയും ദഹനബലം, ഞരമ്പുകളുടെ സംവേദനബലം, ഗ്രന്ഥികളുടെ ശ്രവണബലം, എന്നെല്ലാം നാം പറയാറുണ്ട്. മറ്റൊരു വിധത്തിൽ പറഞ്ഞാൽ, നമ്മുടെ ശരീരത്തിന്റെ ഒരു പ്രവൃത്തി ഉളവാക്കിയിട്ടുള്ള മാറ്റത്തിന്റെ യഥാർഥകാരണം പറയാതിരിക്കാൻവേണ്ടി നമ്മൾ ആ മാറ്റത്തിന് അനുസൃതമായ ബലമെന്നു പറയപ്പെടുന്ന ഒരു മിഥ്യാ കാരണത്തെ തൽസ്ഥാനത്ത് അവരോധിക്കുന്നു. എന്നിട്ട് നാം ഈ സൗകര്യപ്രദമായ സമ്പ്രദായത്തെ ബാഹ്യലോകത്തിനുകൂടി ബാധകമാക്കുന്നു. എത്രമാത്രം വിവിധപ്രതിഭാസങ്ങളുണ്ടോ അത്രതന്നെ ബലങ്ങളും നാം കണ്ടുപിടിക്കുന്നു.

ഹെഗലിന്റെ കാലത്ത് (ഒരുപക്ഷേ ഖഗോളീയബലതന്ത്രവും ഭൗമബലതന്ത്രവുമൊഴിച്ചാൽ) പ്രകൃതിശാസ്ത്രം ഈ പ്രാകൃതാവസ്ഥയിലായിരുന്നു. എല്ലായിടത്തും ബലങ്ങൾ കെട്ടിച്ചമയ്ക്കുകയെന്ന അന്നത്തെ പതിവിനെ ഹെഗൽ വിമർശിച്ചത് തികച്ചും ശരിയായിരുന്നു. (പ്രസക്തഭാഗം ഉദ്ധരിക്കണം)[61] അതുപോലെതന്നെ മറ്റൊരുഭാഗത്ത് അദ്ദേഹം പറയുന്നു:

"കാന്തത്തിന് ആകർഷണബലമുണ്ടെന്നു പറയുന്നതിലും ഭേദം അതിന് (താലെസ് പറയുന്നതുപോലെ) ആത്മാവുണ്ടെന്നു പറയുകയായിരിക്കും. പദാർഥത്തിൽനിന്നു വേർപ്പെടുത്താവുന്ന ഒരു ഗുണമാണ് ബലം. നേരെമറിച്ച് ആത്മാവാകട്ടെ, ആ ചലനം തന്നെയാണ്. പദാർഥത്തിന്റെ സ്വഭാവത്തിൽനിന്ന് അഭിന്നമാണത്." (*തത്വശാസ്ത്രചരിത്രം* വാള്യം I, പേജ് 208)[62]

ഇന്നു നമ്മൾ ബലങ്ങളെ ഇത്ര എളുപ്പത്തിൽ കൈകാര്യം ചെയ്യുന്നില്ല. നമുക്ക് ഹെംഹോൽറ്റ്സ് പറയുന്നത് ശ്രദ്ധിക്കാം.

> നമുക്ക് ഏതെങ്കിലും പ്രകൃതിനിയമത്തെപ്പറ്റി പൂർണമായി അറിയാമെങ്കിൽ അത് യാതൊന്നും ഒഴിച്ചുനിർത്താതെ പ്രവർത്തിക്കണമെന്ന് നാം ആവശ്യപ്പെടേണ്ടതാണ്. അങ്ങനെ ആ നിയമം ഒരു

വസ്തുനിഷ്ഠശക്തിയെന്ന നിലയ്ക്ക് നമ്മെ നേരിടുകയും അതനുസരിച്ച് നാം അതിനെ ബലം എന്നു വിളിക്കുകയും ചെയ്യുന്നു. ഉദാഹരണത്തിന് നമ്മൾ പ്രകാശ അപവർത്തനനിയമത്തെ (refraction of light) സുതാര്യവസ്തുക്കളുടെ അപവർത്തകബലമായും രാസബന്ധുതാനിയമത്തെ (law of chemical affinities) വിവിധ വസ്തുക്കൾക്ക് തമ്മിൽത്തമ്മിലുള്ള ബന്ധുതാബലമായും വസ്തൂകരിക്കുന്നു. അതുപോലെ തന്നെ നമ്മൾ ലോഹങ്ങളുടെ വൈദ്യുതസമ്പർക്കബലം, ആസഞ്ജന, (ഒട്ടിച്ചേരൽ) ബലം, കേശികാ ബലം (capillary) തുടങ്ങിയവയെക്കുറിച്ചെല്ലാം പറയാറുണ്ട്. ഒന്നാമത് ഇന്നും ഏറെക്കുറെ സങ്കീർണങ്ങളായ സാഹചര്യങ്ങളിൽ നടക്കുന്ന പ്രാകൃതികപ്രക്രിയകളുടെ ഒരു പരിമിതശ്രേണിയെ മാത്രം ഉൾക്കൊള്ളുന്ന നിയമങ്ങളെയാണ് ഈ പേരുകൾ വസ്തൂകരിക്കുന്നത്. ബലമെന്നത് വസ്തൂകരിക്കപ്പെട്ട ക്രിയാനിയമം (objectivised law of action) മാത്രമാണ്. ഈ നിയമത്തെ നാം തന്നിഷ്ടമായി കണ്ടുപിടിച്ചതല്ലെന്നും അത് പ്രതിഭാസങ്ങളുടെ ഒരു നിർബന്ധിത നിയമമാണെന്നുമുള്ള സംഗതി കൂട്ടിച്ചേർക്കുകമാത്രമാണ് ബലമെന്ന അമൂർത്താശയം കൊണ്ടുവരുന്നതിലൂടെ നാം ചെയ്യുന്നത്. അങ്ങനെ പ്രകൃതിയിലെ പ്രതിഭാസങ്ങൾ മനസിലാക്കണമെന്ന, അതായത് അവയുടെ നിയമങ്ങൾ കണ്ടെത്തണമെന്ന, നമ്മുടെ ആവശ്യം മറ്റൊരു രൂപത്തിൽ പ്രകാശിപ്പിക്കപ്പെടുന്നു. അതായത്, ഈ പ്രതിഭാസങ്ങൾക്കു കാരണമായ ബലങ്ങളെ നാം തേടിപ്പിടിക്കണമെന്നു വന്നിരിക്കുന്നു. (മുമ്പുദ്ധരിച്ച കൃതി, പേജ് 189–91. 1869–ലെ പ്രകൃതിശാസ്ത്രജ്ഞ കോൺഗ്രസിലെ പ്രഭാഷണം).

ഒന്നാമത്, നമ്മുടെ വ്യക്തിനിഷ്ഠതയെ ആശ്രയിക്കാത്തതും അതുകൊണ്ട് തികച്ചും വസ്തുനിഷ്ഠമായതുമാണെന്ന് സ്ഥാപിക്കപ്പെട്ടുകഴിഞ്ഞ ഒരു പ്രകൃതിനിയമത്തിൽ ബലമെന്ന തികച്ചും വ്യക്തിനിഷ്ഠമായ ധാരണയെ കടത്തിവിടുന്നത് തീർച്ചയായും വിശേഷരീതിയിലുള്ള ഒരു "വസ്തുതാകരണ"മാണ്. ഏറിവന്നാൽ തന്റെ വിശ്വാസപ്രമാണത്തിൽ നിന്ന് കടുകിട വ്യതിചലിക്കാത്ത പഴയ മട്ടുകാരനായ ഒരു ഹെഗലിയൻ ഒരു പക്ഷേ അതിനു മുതിർന്നെന്നും വന്നേക്കാം. പക്ഷേ, ഹെംഹോൽറ്റ്സിനെപ്പോലുള്ള ഒരു പുത്തൻകാന്റിയൻ അങ്ങനെ ചെയ്യരുതാത്തതാണ്. സ്ഥാപിക്കപ്പെട്ടുകഴിഞ്ഞ ഒരു നിയമമോ അതിന്റെ വസ്തുനിഷ്ഠതയോ അതിന്റെ പ്രവർത്തനത്തിന്റെ വസ്തുനിഷ്ഠതയോ നാം അതിൽ ബലം കൂട്ടിച്ചേർക്കുന്നതുകൊണ്ട് പുതുതായൊരു വസ്തുനിഷ്ഠത ഒരു തരിപോലും ആർജിക്കുന്നില്ല. ഇതുവരെ തികച്ചും അജ്ഞാതമായിരുന്ന ഏതോ ബലംകൊണ്ടാണ് ആ നിയമം പ്രവർത്തിക്കുന്നതെന്ന നമ്മുടെ വ്യക്തിനിഷ്ഠമായ അഭിപ്രായമാണ് ഇവിടെ കൂട്ടിച്ചേർക്കപ്പെട്ടിട്ടുള്ളത്. എന്നാൽ ഹെംഹോൽറ്റ്സ് പ്രകാശഅപവർത്തനത്തിന്റെയും രാസബ

ന്ധുതയുടെയും സമ്പർക്കവൈദ്യുതിയുടെയും ആസഞ്ജനത്തിന്റെയും കേശികാത്വത്തിന്റെയും ഉദാഹരണങ്ങൾ നൽകുകയും ആ പ്രതിഭാസങ്ങളെ നിയന്ത്രിക്കുന്ന നിയമങ്ങളെ ബലങ്ങളുടെ ഉൽക്കൃഷ്ടപദവിയിലേക്ക് ഉയർത്തുകയും ചെയ്യുന്ന മാത്രയിൽ ഈ കൂട്ടിച്ചേർക്കലിന്റെ ഗൂഢാർഥം വ്യക്തമാകുന്നു. "ഒന്നാമത് ഇന്നും ഏറെക്കുറെ സങ്കീർണങ്ങളായ സാഹചര്യങ്ങളിൽ നടക്കുന്ന പ്രാകൃതികപ്രക്രിയകളുടെ ഒരു പരിമിതശ്രേണിയെ മാത്രം ഉൾക്കൊള്ളുന്ന നിയമങ്ങളെയാണ് ഈ പേരുകൾ വസ്തുകരിക്കുന്നത്." ഇവിടെത്തന്നെയാണ് "വസ്തുകരണ" (objectivising)ത്തിന്, ശരിക്കു പറഞ്ഞാൽ വ്യക്തീകരണത്തിന്, (subjectivising) അതിന്റെ അർഥം കൈവരുന്നത് – നമുക്ക് നിയമം പൂർണമായി അറിയാമെന്നതുകൊണ്ടല്ല, പിന്നെയോ, സംഗതി അങ്ങനെയല്ല എന്നതുകൊണ്ട്. ഈ പ്രതിഭാസങ്ങളുടെ "ഏറെക്കുറെ സങ്കീർണങ്ങളായ സാഹചര്യങ്ങളെ"പ്പറ്റി നമുക്ക് ഇനിയും വ്യക്തമായ ധാരണ ഇല്ലാത്തതിനാൽ നാം പലപ്പോഴും ബലം എന്ന വാക്കിൽ അഭയം തേടുന്നു. നാം അതുവഴി പ്രകടിപ്പിക്കുന്നത് പ്രസ്തുതനിയമത്തിന്റെ സ്വഭാവത്തേയും അതിന്റെ പ്രവർത്തനരീതിയേയും കുറിച്ചുള്ള നമ്മുടെ അറിവല്ല, നമ്മുടെ അറിവുകേടാണ്. ഈ അർഥത്തിൽ, അതായത് ഇനിയും വിശദീകരിക്കപ്പെട്ടിട്ടില്ലാത്ത ഒരു കാര്യകാരണബന്ധത്തെ പ്രകാശിപ്പിക്കാനുള്ള ചെറിയൊരു പേരെന്ന നിലയ്ക്ക്, ഒരു താൽക്കാലിക പോംവഴിയെന്ന നിലയ്ക്ക്, ബലമെന്ന വാക്ക് നിത്യോപയോഗത്തിൽ അനുവദനീയമായിരിക്കാം. അതിനപ്പുറത്തേക്ക് അതു ദോഷം ചെയ്യുകയേയുള്ളൂ. അപവർത്തനബലമെന്നും വിദ്യുത്സമ്പർക്കബലമെന്നും മറ്റും പറയപ്പെടുന്നവയുടെ അടിസ്ഥാനത്തിൽ ഭൗതികപ്രതിഭാസങ്ങളെ വിശദീകരിക്കാൻ ഹെംഹോൽറ്റ്സിനുള്ളത്രതന്നെ അവകാശം "ഊഷ്മോൽപ്പാദനബല"ത്തിന്റെയും (viscalorifica) "ശീതളബല"ത്തിന്റെയും (visfrigi-faciens) അടിസ്ഥാനത്തിൽ താപനിലയിലുള്ള മാറ്റങ്ങളെ വിശദീകരിക്കാനും അങ്ങനെ ഊഷ്മപ്രതിഭാസങ്ങളെക്കുറിച്ച് കൂടുതൽ അന്വേഷിക്കുന്നതിൽ നിന്നും ഒഴിഞ്ഞുമാറാനും മധ്യകാലിക തത്വചിന്തകർക്കും ഉണ്ടായിരുന്നു.

എന്നാൽ ഈയർഥത്തിൽപോലും ബലമെന്ന പേര് നിർഭാഗ്യകരമാണ്. കാരണം, അത് എല്ലാറ്റിനെയും പ്രകാശിപ്പിക്കുന്നത് ഏകപക്ഷീയമായിട്ടാണ്. എല്ലാ പ്രാകൃതിക പ്രകിയകൾക്കും രണ്ടു വശമുണ്ട്: ക്രിയയെന്നും പ്രതിക്രിയയെന്നും. ചുരുങ്ങിയത് രണ്ടു പ്രവർത്തനാംശങ്ങളെങ്കിലും തമ്മിലുള്ള ബന്ധത്തിൽ അധിഷ്ഠിതമാണ്; അവ. എന്നാൽ ബാഹ്യലോകത്തിന്റെമേലുള്ള മനുഷ്യന്റെ ജൈവഘടനയുടെ പ്രവർത്തനത്തിൽനിന്നും അതിനു പുറമേ ഭൗമബലതന്ത്രത്തിൽനിന്നും ജന്മമെടുത്തതാണ് ബലം എന്ന ധാരണ എന്നതുകൊണ്ട്, സജീവവും കർമനിരതവുമായി ഒരു ഭാഗം മാത്രമേയുള്ളുവെന്നും നിഷ്ക്രിയവും ഗ്രഹണക്ഷമവുമായിട്ടുള്ളതാണ് മറ്റേ ഭാഗമെന്നും അത് വിവക്ഷിക്കുന്നു. അങ്ങനെ

തെളിവൊന്നും ഹാജരാക്കാതെതന്നെ അത് സ്ത്രീപുരുഷഭേദം അജൈവ വസ്തുക്കൾക്കുകൂടി ബാധകമാക്കുന്നു. ബലം ചെലുത്തപ്പെടുന്ന രണ്ടാമത്തെ ഭാഗത്തിന്റെ പ്രതികരണം ഏറിവന്നാൽ നിഷ്ക്രിയമായ പ്രതികരണമായിട്ടാണ്, പ്രതിരോധമായിട്ടാണ് പ്രത്യക്ഷപ്പെടുന്നത്. ശുദ്ധബലതന്ത്രത്തിനു വെളിയിൽപ്പോലുമുള്ള പല രംഗങ്ങളിലും, അതായത് ചലനത്തിന്റെ ലളിതമായ സ്ഥാനാന്തരണവും അതിന്റെ പരിമാണാത്മകമായ കണക്കുകൂട്ടലും മാത്രം പ്രശ്നമായിട്ടുള്ള ഇടങ്ങളിൽ, ഇത്തരം ധാരണ അനുവദനീയമാണ്. എന്നാൽ, ഹെംഹോൽറ്റ്സിന്റെ തന്നെ ഉദാഹരണങ്ങൾ തെളിയിക്കുന്നതുപോലെ, കൂടുതൽ സങ്കീർണങ്ങളായ ഭൗതിക പ്രക്രിയകളുടെ കാര്യത്തിൽ അത് അപര്യാപ്തമാണെന്നു വന്നിരിക്കുന്നു. അപവർത്തനബലം സുതാര്യവസ്തുക്കളിലുള്ളത്രതന്നെ പ്രകാശത്തിലുമുണ്ട്. ആസഞ്ജനത്തേയും കേശികാത്വത്തേയും സംബന്ധിച്ചാണെങ്കിൽ ആ ബലങ്ങൾ ഖരവസ്തുക്കളുടെ ഉപരിതലത്തിലുള്ളത്രതന്നെ ദ്രാവകങ്ങളിലും സ്ഥിതി ചെയ്യുന്നുണ്ടെന്നു തീർച്ചയാണ്. സമ്പർക്കവൈദ്യുതിയിൽ, ചുരുങ്ങിയപക്ഷം ഒരു കാര്യമെങ്കിലും ഉറപ്പിച്ചു പറയാം. രണ്ടു ലോഹങ്ങൾക്കും അതിൽ പങ്കുണ്ട്. അതുപോലെതന്നെ, "രാസബന്ധുത"യും സംയോഗത്തിൽ ഭാഗഭാക്കാകുന്ന രണ്ടു ഭാഗങ്ങളിലും കുടികൊള്ളുന്നുണ്ട്. എന്നാൽ വേർതിരിക്കപ്പെട്ട രണ്ടു ബലങ്ങൾ അടങ്ങുന്ന ഒരു ബലം, പ്രതിക്രിയ ഉളവാക്കാതെ അതിനെ സ്വയം ഉൾക്കൊള്ളുകയും വഹിക്കുകയും ചെയ്യുന്ന ഒരു ക്രിയ, ഭൗമബലതന്ത്രത്തിന്റെ അർഥത്തിൽ മനസിലാക്കാവുന്നത് ആ ശാസ്ത്രത്തിൽ മാത്രമാണുതാനും. കാരണം, ഭൗമബലതന്ത്രത്തിന്റെ മൗലികോപാധികൾ ഇത്രയുമാണ്: ഒന്നാമത്, ആവേഗത്തിന്റെ കാരണങ്ങൾ, അതായത് ബലങ്ങളുടെ സ്വഭാവം, പരിശോധിക്കാൻ കൂട്ടാക്കാതിരിക്കൽ, രണ്ടാമത്, ബലം ഏകപക്ഷീയമാണെന്ന, അതായത് ഒരു വസ്തു ഭൂമിയിൽ വീഴുന്നത് ഏതു ദൂരത്തിലാണെങ്കിലും അതിനെ അപേക്ഷിച്ച് ഭൂമിയുടെ വ്യാസാർധം അനന്തമായതുകൊണ്ട് എവിടെയും ഒരേ ഗുരുത്വാകർഷണമാണ് ബലത്തിനു നേരിടാനുള്ളതെന്ന, അഭിപ്രായം.

പക്ഷേ, ഹെംഹോൽറ്റ്സ് തന്റെ "ബലങ്ങളെ" പ്രകൃതിനിയമങ്ങളായി "വസ്തുകരിക്കുന്നത്" എങ്ങനെയാണെന്നു നോക്കാം.

നമ്മുടെ സൗരയൂഥത്തിനു ജന്മംനൽകിയ ഗോളാകൃതിയിലുള്ള നീഹാരിക (nebula) യിൽ തുടക്കത്തിലുണ്ടായിരുന്ന പ്രവർത്തനക്ഷമമായ ബലത്തിന്റെ ശേഖരത്തെ 1854 -ൽ നടത്തിയ ഒരു പ്രഭാഷണത്തിൽ അദ്ദേഹം പരിശോധിക്കുന്നുണ്ട്. (മുമ്പുദ്ധരിച്ച കൃതി, പേജ് 119).

"അതിന്റെ എല്ലാ ഭാഗങ്ങളുടേയും പരസ്പരാകർഷണത്തിന്റെ സാമാന്യബലത്തിന്റെ രൂപത്തിൽ ആ നീഹാരികയ്ക്ക് വാസ്തവത്തിൽ അതിബൃഹത്തായ ഒരു ശേഖരമാണ് ഇക്കാര്യത്തിൽ ലഭിച്ചത്."

ഇത് നിശ്ശംശയമാണ്. എന്നാൽ, ശൂന്യാകാശത്തിലേക്ക് എന്നെന്നേക്കുമായി ഒരു പക്ഷേ, തെറിച്ചുപോയ പദാർഥത്തോടൊപ്പം നഷ്ടപ്പെട്ട

നിസ്സാരമായ അളവൊഴിച്ചാൽ ഗുരുത്വത്തിന്റെ അഥവാ ഗുരുത്വാകർഷ ണത്തിന്റെ ഈ ശേഖരമൊട്ടാകെത്തന്നെ ഇന്നും സൗരയൂഥത്തിൽ യാതൊരു ഊനവും തട്ടാതെ നിലനിൽക്കുന്നുണ്ടെന്നതും അത്രതന്നെ നിസ്സംശയമാണ്. തുടർന്ന് ഇങ്ങനെ പറയുന്നു:

"രാസബലങ്ങളും പ്രവർത്തനസന്നദ്ധമായി അന്നുതന്നെ ഉണ്ടായി രുന്നിരിക്കാനിടയുണ്ട്. പക്ഷേ, പലതരം പിണ്ഡങ്ങൾ പരസ്പരം അടുത്തു സമ്പർക്കപ്പെടുമ്പോൾ മാത്രമേ അവയ്ക്ക് ഫലപ്രദമാകാൻ കഴിയൂ എന്നതുകൊണ്ട് അവ പ്രാവർത്തികമാവുന്നതിനുമുമ്പ് നീഹാ രിക ഉറഞ്ഞുകട്ടിയാവേണ്ടതായിരുന്നു." (പേജ് 120)

മുകളിൽ ഹെംഹോൾട്ട്സ് ചെയ്തിരിക്കുന്നതുപോലെ നമ്മൾ ഈ രാസബലങ്ങളെ ബന്ധുതാബലങ്ങളായും അങ്ങനെ ആകർഷണമായു മാണ് കരുതുന്നതെങ്കിൽ സൗരയൂഥത്തിനുള്ളിൽ ഈ രാസ ആകർഷ ണബലങ്ങളുടെ ആകത്തുക യാതൊരു കോട്ടവും തട്ടാതെ ഇപ്പോഴും നിലനിൽക്കുന്നുണ്ടെന്നു നമുക്കു പറയേണ്ടിവരും.

എന്നാൽ അതേ പേജിൽത്തന്നെ ഹെംഹോൾട്ട്സ് തന്റെ കണ ക്കുകൂട്ടലുകളിൽ നിന്നു കിട്ടിയ ഫലം നമ്മെ അറിയിക്കുന്നുണ്ട്.

"തുടക്കത്തിലുണ്ടായിരുന്ന യാന്ത്രികബലത്തിന്റെ (mechanical force) 454 -ൽ ഒരു ഭാഗം മാത്രമേ ഒരുപക്ഷേ, അതേപടി നിലനിൽക്കു ന്നുള്ളു" - അതായത് സൗരയൂഥത്തിലെന്നർഥം.

ഇതെങ്ങനെയാണ് മനസിലാക്കേണ്ടത്? സാമാന്യവും രാസീയവു മായ ആകർഷണബലം യാതൊരു കോട്ടവും തട്ടാതെ ഇന്നും സൗരയൂ ഥത്തിലുണ്ട്. ബലത്തിന്റെ മറ്റേതെങ്കിലും സുനിശ്ചിതസ്രോതസിനെപ്പറ്റി ഹെംഹോൾട്ട്സ് ഒന്നും പറയുന്നില്ല. എന്തായാലും ഹെംഹോൾട്ട്സിന്റെ അഭിപ്രായത്തിൽ ഈ ബലങ്ങൾ ബൃഹത്തായ പ്രവർത്തനം നടത്തിയി ട്ടുണ്ട്. പക്ഷേ, അക്കാരണത്താൽ അവ കൂടുകയോ കുറയുകയോ ചെയ്തിട്ടില്ല. മുകളിൽ വിവരിച്ച ഘടികാരത്തിലെ ഭാരക്കട്ടിയെപ്പോലെ തന്നെയാണ് സൗരയൂഥത്തിലെ ഓരോ തന്മാത്രയും സൗരയൂഥമാകെ യും. "അതിന്റെ ഭാരം നഷ്ടപ്പെടുകയോ കുറയുകയോ ചെയ്യുന്നില്ല." കാർബണും ഓക്സിജനും സംഭവിക്കുന്നതായി മുകളിൽ വിവരിച്ച സംഗതി എല്ലാ രാസമൂലകങ്ങൾക്കും ബാധകമാണ്: ഓരോന്നിന്റെയും ആകത്തുകയ്ക്കു മാറ്റമില്ല. "മൊത്തത്തിലുള്ള ബന്ധുതാബലം മുമ്പ ത്തെത്രതന്നെ സുശക്തമായി തുടരുന്നു." പിന്നെന്താണ് നഷ്ടപ്പെട്ടത്? അദ്ദേഹത്തിന്റെ കണക്കുകൂട്ടലനുസരിച്ച് സൗരയൂഥത്തിന് ഇപ്പോഴും ചെയ്യാൻ കഴിയുന്നതിന്റെ 453 മടങ്ങുവരുന്ന ബൃഹത്തായ പ്രവർത്തനം നടത്തിയത് ഏതു "ബല"മാണ്? ഉദ്ധരിച്ച ഇടംവരെ ഹെംഹോൾട്ട്സ് ഈ ചോദ്യത്തിന് മറുപടി നൽകിയിട്ടില്ല. എന്നാൽ കുറേക്കൂടിക്കഴിഞ്ഞ് അദ്ദേഹം പറയുന്നു:

"(ആദിയിലുണ്ടായിരുന്ന ഗോളാകൃതിയിലുള്ള നീഹാരികയിൽ) ചൂടിന്റെ രൂപത്തിൽ ബലത്തിന്റെ ഇനിയുമൊരു കരുതൽശേഖരം ഉണ്ടാ യിരുന്നോയെന്നു നമുക്ക് അറിഞ്ഞുകൂടാ." (പേജ് 120)

പക്ഷേ, ചൂട് ഒരു വികർഷണ "ബല"മാണെന്നു പറഞ്ഞുകൊള്ളട്ടെ. അതുകൊണ്ട് അത് ഗുരുത്വാകർഷണത്തിന്റെയെന്നപോലെതന്നെ രാസീയാകർഷണത്തിന്റെയും ദിശകൾക്കെതിരായിട്ടാണ് പ്രവർത്തിക്കുന്നത്. അവ ധനാത്മകമാണെങ്കിൽ ഇത് ഋണാത്മകമാണ്. അതുകൊണ്ട് ഹെംഹോൽറ്റ്സിന്റെ അഭിപ്രായപ്രകാരം ആദിയിലെ ബലത്തിന്റെ കരുതൽശേഖരത്തിലുള്ളത് സാമാന്യവും രാസീയവുമായ ആകർഷണമാണെങ്കിൽ, ചൂടിന്റെ കൂടുതലായുള്ള കരുതൽശേഖരത്തെ ബലത്തിന്റെ ആ കരുതൽശേഖരത്തോടു കൂട്ടുകയല്ല, അതിൽ നിന്നു കുറയ്ക്കുകയാണ് വേണ്ടത്. അല്ലെങ്കിൽ സൂര്യന്റെ ചൂട് ഭൂമിയുടെ ആകർഷണബലത്തെ വർധിപ്പിക്കുന്നുവെന്ന് പറയേണ്ടിവരും. വാസ്തവത്തിൽ അത് പ്രസ്തുത ആകർഷണത്തിന്റെ നേരെ വിപരീതദിശയിൽ വെള്ളം ആവിയാവാനും ആ ആവി മേലോട്ടു പൊങ്ങാനും ഇടവരുത്തുകയാണ് ചെയ്യുന്നത്. അതുപോലെതന്നെ, ആവി കടന്നുപോകുന്ന താപദീപ്തമായ ഒരു ഇരുമ്പുകുഴലിന്റെ ചൂട് ഓക്സിജന്റെയും ഹൈഡ്രജന്റെയും രാസീയാകർഷണത്തെ വർധിപ്പിക്കുന്നുവെന്നു പറയേണ്ടിവരും. വാസ്തവത്തിൽ അത് ആ ആകർഷണം ഇല്ലാതാക്കുകയാണ് ചെയ്യുന്നത്. ഇതേ കാര്യം തന്നെ മറ്റൊരുരൂപത്തിൽ വ്യക്തമാക്കാം. ഗോളാകൃതിയിലുള്ള നീഹാരികയുടെ വ്യാസാർധം r –ഉം അങ്ങനെ വ്യാപ്തം $4/3 \pi r^3$ ഉം, താപനില t - യുമാണെന്നു വിചാരിക്കാം. അതേ ദ്രവ്യമാനവും എന്നാൽ കൂടുതൽ താപനിലയിൽ (T) കൂടുതൽ വ്യാസാർധവും (R) വ്യാപ്തവും ($4/3 \pi R^3$) ഉള്ള മറ്റൊരു ഗോളീയനീഹാരികയുമുണ്ടെന്നിരിക്കട്ടെ. രണ്ടാമത്തെ നീഹാരിക ചുരുങ്ങി അതിന്റെ വ്യാസാർധം R യിൽ നിന്ന് r ആയി കുറയുമ്പോൾ മാത്രമേ, അതായത് അത് താപനിലയിലുള്ള വ്യത്യാസത്തിന് (T-t) അനുസൃതമായ ചൂട് ശൂന്യാകാശത്തിലേക്കു വികിരണം ചെയ്യുമ്പോൾ മാത്രമേ, അതിലെ ആകർഷണത്തിന് – ബലകൃതമെന്നപോലെതന്നെ ഭൗതികവും രാസികവുമായ ആകർഷണത്തിന് – ആദ്യത്തേതിലുള്ളതിന്റെ അതേ ബലത്തോടെ പ്രവർത്തിക്കാൻ കഴിയു എന്നു വ്യക്തമാണ്. അതുകൊണ്ട് കൂടുതൽ ചൂടുള്ള നീഹാരിക കൂടുതൽ തണുത്തതിനെക്കാൾ വൈകിയാണ് ഘനീഭവിക്കുന്നത്. അങ്ങനെ ഹെംഹോൽറ്റ്സിന്റെ വീക്ഷണം വച്ചുനോക്കുമ്പോൾ ഘനീഭവിക്കലിനു തടസമായ ചൂട് "ബലത്തിന്റെ കരുതൽശേഖരത്തെ" സംബന്ധിച്ചിടത്തോളം അധികമല്ല, ന്യൂനമാണ്. ചൂടിന്റെ രൂപത്തിലുള്ള ഒരു വികർഷണചലനം ചലനത്തിന്റെ ആകർഷണരൂപങ്ങളോട് കൂട്ടിച്ചേർക്കപ്പെടുന്നുവെന്നും അത് അവയുടെ ആകത്തുകയെ വർധിപ്പിക്കുന്നുവെന്നും സങ്കൽപ്പിക്കുന്നതിലൂടെ ഹെംഹോൽറ്റ്സ് നിശ്ചയമായും തന്റെ കണക്കുകൂട്ടലിൽ ഒരു അബദ്ധമാണ് വരുത്തിയിരിക്കുന്നത്.

നമുക്ക് ഇനി ഈ "ബലത്തിന്റെ കരുതൽശേഖരത്തെ" മുഴുവനും – സൈദ്ധാന്തികമായി സാധ്യമായതും പരീക്ഷണങ്ങളിലൂടെ തെളിയിച്ചുകാട്ടാവുന്നതുമായ മുഴുവനും – ഒരൊറ്റ ഗണിതശാസ്ത്രചിഹ്നത്തിന്റെ

കീഴിൽ കൊണ്ടുവരാം. അപ്പോൾ സങ്കലനം സാധ്യമാകുമല്ലോ. തൽക്കാലത്തേക്ക് ചൂടിനെ നേരെ തിരിച്ചാക്കാനും അതിന്റെ വികർഷണത്തിന്റെ സ്ഥാനത്ത് തത്തുല്യമായ ആകർഷണത്തെ പ്രതിഷ്ഠിക്കാനും നിവൃത്തിയില്ലാത്തതുകൊണ്ട് നമുക്ക് ആകർഷണത്തിന്റെ ഇരുരൂപങ്ങളെയും തിരിച്ചാക്കേണ്ടിവരും. അപ്പോൾ സാമാന്യ ആകർഷണബലത്തിനു പകരമായി, രാസബന്ധുതയ്ക്കു പകരമായി, തുടക്കം തൊട്ടേ അവയ്ക്കു പുറമേ തൽസ്വരൂപത്തിൽ നിലനിന്നിരിക്കാനിടയുള്ള ചൂടിനു പകരമായി, വാതകഗോളം വിട്ടുപോന്ന നിമിഷത്തിൽ അതിലുള്ള വികർഷണചലനത്തിന്റെ, അഥവാ ഊർജമെന്നു പറയപ്പെടുന്നതിന്റെ, ആകെത്തുക ചേർക്കുകയാണ് വേണ്ടത്. അങ്ങനെ ചെയ്യുമ്പോൾ, "നീഹാരികാരൂപത്തിൽ ചിതറിക്കിടക്കുന്ന പദാർഥത്തിൽനിന്ന് നമ്മുടെ യൂഥത്തിലെ ഖഗോളങ്ങൾക്കു തുടക്കത്തിൽ സംഭവിച്ചതായി കരുതപ്പെടുന്ന ഘനീഭവിക്കലിൽനിന്ന് ഉളവാകാതെ തരമില്ലാത്ത ചൂടാകലിനെ"ക്കുറിച്ചുള്ള ഹെംഹോൽറ്റ്സിന്റെ കണക്കുകൂട്ടൽ പൊരുത്തപ്പെടുകയും ചെയ്യും. അങ്ങനെ "ബലത്തിന്റെ കരുതൽശേഖര"ത്തെ മുഴുവനും ചൂടായി, അതായത് വികർഷണമായി, ചുരുക്കുന്നതിലൂടെ അദ്ദേഹം "ചൂടെന്ന ബല"ത്തിന്റെ ഒരു കൽപ്പിത "കരുതൽശേഖരം" കൂടി അതിനോടു കൂട്ടിച്ചേർക്കാനുള്ള സാധ്യതയുളവാക്കുന്നുമുണ്ട്. വാതകഗോളത്തിൽ തുടക്കത്തിലുണ്ടായിരുന്ന മൊത്തം ഊർജത്തിന്റെ അതായത് വികർഷണത്തിന്റെ 453/454 ഭാഗം ചൂടിന്റെ രൂപത്തിൽ ശൂന്യാകാശത്തിലേക്കു വികിരണം ചെയ്യപ്പെട്ടിട്ടുണ്ടെന്നാണ്, അഥവാ കൂടുതൽ കൃത്യമായി പറയുകയാണെങ്കിൽ, ഇന്നത്തെ സൗരയൂഥത്തിലുള്ള മൊത്തം വികർഷണത്തിന്റെ ആകത്തുകയുമായി 454:1 എന്ന അനുപാതത്തിൽ നിലകൊള്ളുന്നുവെന്നാണ്, അദ്ദേഹത്തിന്റെ കണക്കുകൂട്ടൽ കാണിക്കുന്നത്. പക്ഷേ, അങ്ങനെ വരുമ്പോൾ, അദ്ദേഹത്തിന്റെ പ്രഭാഷണത്തിന് തെളിവായി ചേർക്കപ്പെട്ട ഈ കണക്കുകൂട്ടൽ അതിനെ നേരിട്ടു ഖണ്ഡിക്കുകയാണ് ചെയ്യുന്നത്.

ബലമെന്ന ധാരണ ഹെംഹോൽറ്റ്സിനെപ്പോലുള്ള ഒരു ഭൗതികശാസ്ത്രജ്ഞനെപ്പോലും ഇത്രയേറെ ആശയകുഴപ്പത്തിലാക്കുന്നുവെന്നതുതന്നെ, ഗണിതശാസ്ത്രബലത്തിനപ്പുറത്തേക്കു കടക്കുന്ന ഏതു ഗവേഷണശാഖയിലും ശാസ്ത്രീയോപയോഗത്തിനു പറ്റിയതല്ല അതെന്നതിന്റെ ഏറ്റവും നല്ല തെളിവാണ്. ബലതന്ത്രത്തിൽ ചലനത്തിന്റെ കാരണങ്ങൾ നിർദിഷ്ടമായി കരുതപ്പെടുകയും അവയുടെ ഉത്ഭവം അവഗണിക്കപ്പെടുകയും ചെയ്യുന്നു. അവയുളവാക്കുന്ന ഫലങ്ങൾ മാത്രമേ കണക്കിലെടുക്കുന്നുള്ളൂ. അതുകൊണ്ട് ചലനത്തിന്റെ കാരണത്തിന് ബലമെന്നു പേരിട്ടാൽ ബലതന്ത്രത്തിന് അതുകൊണ്ട് ദോഷമൊന്നും വരാനില്ല. പക്ഷേ, ആ പേരിനെ ഭൗതികശാസ്ത്രത്തിലേക്കും രസതന്ത്രത്തിലേക്കും ജീവശാസ്ത്രത്തിലേക്കുംകൂടി പകരുകയെന്നത് ഒരു പതിവായിത്തീരുന്നു. അങ്ങനെ വരുമ്പോൾ ആശയകുഴപ്പം അനിവാര്യമാണ്. നാമിത് കണ്ടുകഴിഞ്ഞു, ഇനിയും കൂടെക്കൂടെ കാണുന്നതുമാണ്.

പ്രവൃത്തിയെന്ന ധാരണയെക്കുറിച്ച് അടുത്ത അധ്യായം നോക്കുക.

ചലനത്തിന്റെ മാനദണ്ഡം - പ്രവൃത്തി[63]

"നേരെമറിച്ച്, എത്രതന്നെ ഉത്സാഹവും ബുദ്ധിശക്തിയുമെന്നു മാത്രമല്ല സാമാന്യം ഉയർന്ന തോതിലുള്ള പ്രകൃതിശാസ്ത്ര ജ്ഞാനം പോലുമുണ്ടെങ്കിലും ഗണിതശാസ്ത്രബലതന്ത്രത്തിന്റെ പാഠശാലയിലൂടെ കടന്നുപോകാത്തവർ ഈ തുറയിലെ മൗലിക ധാരണകൾ" (അതായത്, "പ്രവൃത്തിയെയും അതിന്റെ അപരി വർത്തനീയതയെയും സംബന്ധിച്ച മൗലിക ഭൗതികധാരണകൾ") "മനസിലാക്കാൻ വളരെയേറെ വിഷമിക്കുന്നതായിട്ടാണ് ഞാൻ ഇതുവരെ എപ്പോഴും കണ്ടിട്ടുള്ളത്. തന്നെയുമല്ല, അവ തികച്ചും ഒരു പ്രത്യേകതരത്തിലുള്ള അമൂർത്തവൽക്കരണങ്ങളാണെന്നത് നിഷേധിക്കാനാവില്ല. കാന്റിനെപ്പോലുള്ള ഒരു ബുദ്ധിശാലിപോലും വിഷമംകൂടാതെയല്ല അവ മനസിലാക്കിയതെന്നതിന് ഈ വിഷ യത്തെക്കുറിച്ച് ലൈബ്നിത്സുമായി അദ്ദേഹം നടത്തിയ വാദപ്ര തിവാദം തന്നെ തെളിവാണ്."

ഇതാണ് ഹെംഹോൽറ്റ്സ് പറയുന്നത് (*ലഘുശാസ്ത്രീയപ്രഭാഷ ണങ്ങൾ* 2, മുഖവുര).

ഇതനുസരിച്ച് നാം വളരെ അപകടകരമായ ഒരു മണ്ഡലത്തിലേക്കു കടക്കുകയാണ്, വിശേഷിച്ച്, വായനക്കാരെ "ഗണിതശാസ്ത്രബല തന്ത്രത്തിന്റെ പാഠശാല"യിലൂടെ ആനയിക്കാനുള്ള സാധ്യത നമുക്കി ല്ലാത്തതുകൊണ്ട്. എങ്കിലും ധാരണകളുടെ പ്രശ്നത്തെ സംബന്ധിച്ചിട ത്തോളം വൈരുധ്യാത്മകമായ ചിന്ത നമ്മെ ഗണിതശാസ്ത്രപരമായ കണക്കുകൂട്ടൽവരെയെങ്കിലും കൊണ്ടെത്തിക്കുമെന്ന് ഒരുപക്ഷേ തെളി ഞ്ഞേക്കാം.

ഗലീലിയോ ഒരുവശത്ത് പതനനിയമം (law of falling) കണ്ടുപിടിച്ചു. അതനുസരിച്ച്, താഴോട്ട് വീഴുന്ന വസ്തു പിന്നിടുന്ന ദൂരം അത് വീഴാനെടുക്കുന്ന സമയത്തിന്റെ വർഗത്തിന് ആനുപാതികമാണ്. മറുവശത്ത്, നാം വഴിയേ കാണാൻപോകുന്നതുപോലെ, ഇതുമായി അത്ര പൊരുത്തപ്പെടാത്ത മറ്റൊരു പ്രമേയം അദ്ദേഹം മുന്നോട്ടുവച്ചു. ഒരു വസ്തുവിന്റെ ചലനത്തിന്റെ പരിമാണത്തെ [അതിന്റെ ആവേഗത്തെ ("impeto") അഥവാ സംവേഗശക്തിയെ ("momento")] നിർണയിക്കുന്നത് അതിന്റെ ദ്രവ്യമാനവും പ്രവേഗവുമാണ്; (mass and velocity) ദ്രവ്യമാനം സ്ഥിരമായിരിക്കുമ്പോൾ അത് പ്രവേഗത്തിന് ആനുപാതികമാണ് – ഇതാണ് ആ പ്രമേയം. ദെക്കാർത്ത് ഈ രണ്ടാമത്തെ പ്രമേയം അംഗീകരിക്കുകയും ചലിക്കുന്ന ഒരു വസ്തുവിന്റെ ദ്രവ്യമാനത്തിന്റെയും പ്രവേഗത്തിന്റെയും ഗുണനഫലത്തെ പൊതുവിൽ അതിന്റെ ചലനത്തിന്റെ മാനദണ്ഡമാക്കുകയും ചെയ്തു.

ഒരു ഇലാസ്തികസംഘട്ടനം (elastic impact) നടക്കുമ്പോൾ ദ്രവ്യമാനങ്ങളുടെയും പ്രവേഗങ്ങളുടെ വർഗങ്ങളുടെയും ഗുണനഫലങ്ങളുടെ ആകത്തുക സംഘട്ടനത്തിനു മുമ്പും പിമ്പും ഒന്നുതന്നെയാണെന്നും ഒരു വ്യവസ്ഥയിൽ ഏകോപിപ്പിക്കപ്പെട്ടിട്ടുള്ള വസ്തുക്കളുടെ ചലനത്തിന്റെ മറ്റു വിവിധദൃഷ്ടാന്തങ്ങളിലും ഇതിനു സദൃശമായ നിയമം ബാധകമാണെന്നും ഹ്യൂയിഗെൻസ് നേരത്തേതന്നെ കണ്ടുപിടിച്ചിരുന്നു.

ദെക്കാർത്തിന്റെ ചലനമാനദണ്ഡം പതനനിയമത്തിനു വിരുദ്ധമാണെന്ന് ആദ്യമായി മനസിലാക്കിയത് ലൈബ്നിത്സാണ്. അതേസമയം തന്നെ, പല ദൃഷ്ടാന്തങ്ങളിലും ദെക്കാർത്തിന്റെ മാനദണ്ഡം ശരിയാണെന്നത് നിഷേധിക്കാവുന്നതായിരുന്നില്ല. അതുകൊണ്ട് ലൈബ്നിത്സ്, ചാലകബലങ്ങളെ (moving forces) നിർജീവബലങ്ങളെന്നും സജീവബലങ്ങളെന്നും രണ്ടായി വിഭജിച്ചു. വിശ്രമാവസ്ഥയിലിരിക്കുന്ന വസ്തുക്കളുടെ "തള്ളുകളോ" "വലികളോ" ആണ് നിർജീവബലങ്ങൾ. ദ്രവ്യമാനത്തിന്റെയും വസ്തു വിശ്രമാവസ്ഥയിൽനിന്ന് ചലനാവസ്ഥയിലേക്ക് നീങ്ങുമായിരുന്നെങ്കിൽ അതിനുണ്ടാകുമായിരുന്ന പ്രവേഗത്തിന്റെയും ഗുണനഫലമാണ് ഈ ബലങ്ങളുടെ മാനദണ്ഡം. അതേസമയം, അദ്ദേഹം സജീവബലങ്ങളുടെ – അതായത്, ഒരു വസ്തുവിന്റെ യഥാർഥചലനത്തിന്റെ – മാനദണ്ഡമായെടുത്തത് ദ്രവ്യമാനത്തിന്റെയും പ്രവേഗത്തിന്റെ വർഗത്തിന്റെയും ഗുണനഫലത്തെയാണ്. അദ്ദേഹം പതനനിയമത്തിൽനിന്നു നേരിട്ട് അനുമാനിച്ചെടുത്തതാണ് ഈ പുതിയ ചലനമാനദണ്ഡം.

ലൈബ്നിത്സ് ന്യായവാദം ചെയ്തത് ഇങ്ങനെയാണ്:

നാലു റാത്തൽ ഭാരമുള്ള ഒരു വസ്തുവിനെ ഒരടി പൊക്കാനും ഒരു റാത്തൽ ഭാരമുള്ള ഒരു വസ്തുവിനെ നാലടി പൊക്കാനും ഒരേ ബലം ആവശ്യമാണ്. പക്ഷേ, ദൂരം പ്രവേഗത്തിന്റെ വർഗത്തിന് ആനുപാതികമാണ്. കാരണം, ഒരു വസ്തു ഒരടി പൊക്കത്തിൽ നിന്നു വീഴുമ്പോഴത്തേതിന്റെ ഇരട്ടി പ്രവേഗമാണ് നാലടി പൊക്കത്തിൽ നിന്നു വീഴുമ്പോൾ അതിനു ലഭിക്കുന്നത്. എന്നാൽ

വസ്തുക്കൾ വീഴുമ്പോൾ, ഏതുപൊക്കത്തിൽ നിന്നാണോ അവ വീണത് അതേ പൊക്കത്തിലേക്ക് ഉയരാനാവശ്യമായ ബലമാണ് അവയ്ക്കു ലഭിക്കുന്നത്. അതുകൊണ്ട് ബലങ്ങൾ പ്രവേഗത്തിന്റെ വർഗത്തിന് ആനുപാതികമാണ്. (സ്യൂട്ടർ, *ഗണിതശാസ്ത്രചരിത്രം,* II പേജ് 367.)[64]

ചലനത്തിന്റെ പരിമാണം സ്ഥിരമാണെന്ന ദെക്കാർത്തിന്റെ നിയമത്തിനു വിരുദ്ധമാണ് mv എന്ന ചലനമാനദണ്ഡമെന്നും ലൈബ്നിത്സ് തെളിയിച്ചു. കാരണം, അത് വാസ്തവത്തിൽ സാധുവാണെങ്കിൽ പ്രകൃതിയിലുള്ള ബലം (അതായത് ചലനത്തിന്റെ പരിമാണം) നിരന്തരം കൂടുകയോ കുറയുകയോ ചെയ്യേണ്ടതാണ്. mv എന്ന മാനദണ്ഡം ശരിയാണെങ്കിൽ, നിരന്തരം പുതിയപുതിയ ബലം പ്രദാനം ചെയ്തുകൊണ്ടുള്ള ഒരു "നിലയ്ക്കാത്ത യന്ത്ര"മായി പ്രവർത്തിക്കേണ്ടിയിരുന്ന ഒരു ഉപകരണം ഉണ്ടാക്കാനുള്ള പദ്ധതി അദ്ദേഹം മുന്നോട്ടുവയ്ക്കുകപോലും ചെയ്തു. (Acta Eruditorum, 1690) പക്ഷേ, അത് അസംബന്ധമാണല്ലോ.[65] ഇത്തരം വാദമുഖം അടുത്ത കാലത്ത് ഹെംഹോൽറ്റ്സും പലപ്പോഴും ഉന്നയിച്ചിട്ടുണ്ട്.

ദെക്കാർത്തിന്റെ പക്ഷക്കാർ സർവശക്തിയുമെടുത്ത് പ്രതിഷേധിച്ചു. അങ്ങനെയാണ് വിശ്രുതമായ ആ വാദപ്രതിവാദം വളർന്നുവന്നത്. അത് വളരെ വർഷങ്ങൾ നീണ്ടുനിന്നു. തന്റെ ആദ്യകൃതിയിലൂടെ (*സജീവബലങ്ങളെ ശരിയായി വിലയിരുത്തുന്നതിനെക്കുറിച്ചുള്ള ചിന്തകൾ*, 1746[66]) കാന്റും ആ തർക്കത്തിൽ പങ്കുകൊണ്ടു. പക്ഷേ, അദ്ദേഹവും പ്രശ്നത്തെ വ്യക്തമായി മനസിലാക്കിയില്ല. ഇന്ന് ഗണിതശാസ്ത്രജ്ഞർ തെല്ലൊരു അവജ്ഞയോടെയാണ് "കഴമ്പില്ലാത്ത" ആ തർക്കത്തെ വീക്ഷിക്കുന്നത്.

അത് "നാൽപ്പതിൽപ്പരം വർഷങ്ങൾ നീണ്ടുപോയി, യൂറോപ്പിലെ ഗണിതശാസ്ത്രജ്ഞരെ രണ്ടു വിരുദ്ധചേരികളായി വേർതിരിച്ചു. അവസാനം തന്റെ 'ഗതിവിജ്ഞാനപ്രബന്ധ'ത്തിലൂടെ (1743) ഡലാംബർ (Delambert)[67] ഒരു രാജകൽപ്പനയാലെന്നപോലെ നിഷ്പ്രയോജനമായ ആ വാഗ്വാദത്തിനു വിരാമമിട്ടു. കാരണം, അത് മറ്റൊന്നുമായിരുന്നില്ല." (സൂട്ടർ, മുമ്പുദ്ധരിച്ച കൃതി, പേജ് 366.)

പക്ഷേ, ലൈബ്നിത്സിനെപ്പോലൊരാൾ ദെക്കാർത്തിനെപ്പോലൊരാൾക്കെതിരായി തുടങ്ങിവച്ചതും സാമാന്യം വലിയൊരു ഗ്രന്ഥമായ തന്റെ പ്രഥമകൃതി അതിനായി വിനിയോഗിക്കാൻ മാത്രം കാന്റിനെപ്പോലെയൊരാളെ വ്യാപൃതനാക്കിയതുമായ ഒരു തർക്കം നിഷ്പ്രയോജനമായ ഒരു വാഗ്വാദത്തിൽ മാത്രം അധിഷ്ഠിതമായിരുന്നുവെന്നു തോന്നുന്നില്ല. മാത്രമല്ല, വാസ്തവം പറഞ്ഞാൽ, ചലനത്തിന് രണ്ടു വിരുദ്ധമാനദണ്ഡങ്ങളുണ്ടെന്നും ഒരു സമയത്ത് അത് പ്രവേഗത്തിനും മറ്റൊരു സമയത്ത് അത് പ്രവേഗത്തിന്റെ വർഗത്തിനും ആനുപാതികമാണെന്നും പറഞ്ഞാൽ എന്താണ് മനസിലാക്കേണ്ടത്? സൂട്ടർ വളരെ എളുപ്പത്തിൽ പ്രശ്നത്തിനു പരിഹാരം കാണുന്നു. അദ്ദേഹം പറയുന്നു:

"രണ്ടുഭാഗക്കാരും പറഞ്ഞത് ശരിയുമായിരുന്നു, തെറ്റുമായിരുന്നു. എങ്കിലും 'സജീവബലം' എന്ന പേര് ഇന്നും നിലനിൽക്കുന്നുണ്ട്. അത് ബലത്തിന്റെ മാനദണ്ഡമായി വർത്തിക്കുന്നില്ലെന്നു മാത്രം. ദ്രവ്യമാനത്തിന്റെയും പ്രവേഗത്തിന്റെ വർഗത്തിന്റെ പകുതിയുടേയും ഗുണനഫലത്തിന് – ബലതന്ത്രത്തിൽ എത്രയും പ്രാധാന്യമുള്ള ആ ഗുണനഫലത്തിന് – ഒരു കാലത്ത് സ്വീകരിച്ച പേരു മാത്രമാണ് അത്." (പേജ് 368)

അപ്പോൾ mv ചലനത്തിന്റെ മാനദണ്ഡമായി തുടരുന്നു. സജീവബലം എന്നത് $\frac{mv^2}{2}$ –നുള്ള മറ്റൊരു പേരു മാത്രമാണ്. ആ ഫോർമുലയാകട്ടെ, ബലതന്ത്രത്തിൽ വമ്പിച്ച പ്രാധാന്യമുള്ള ഒന്നാണെന്നു നാം മനസിലാക്കുന്നു. പക്ഷേ, എന്താണ് ആ പ്രാധാന്യമെന്ന് നമുക്ക് നിസ്സംശയമായും അറിഞ്ഞുകൂടെന്നു മാത്രം.

എന്തായാലും മോക്ഷം കൈവരുത്തിയ "ഗതിവിജ്ഞാനപ്രബന്ധം"[67] നമുക്കൊന്നു നോക്കാം. ഡലാംബറിന്റെ "രാജകൽപ്പന" കുറെക്കൂടി സൂക്ഷ്മമായി ഒന്നു പരിശോധിക്കാം. മുഖവുരയിലാണ് അതുള്ളത്.

അതിൽ പറയുന്നു: ബലതന്ത്രത്തിന് തികച്ചും നിഷ്പ്രയോജനമായതുകൊണ്ട് ഈ പ്രശ്നമാകെത്തന്നെ മൂലപാഠത്തിൽ പരിഗണിച്ചിട്ടേയില്ല. (പേജ് XVII)

ശുദ്ധഗണിതശാസ്ത്രബലതന്ത്രത്തെ സംബന്ധിച്ചിടത്തോളം ഇത് തികച്ചും ശരിയാണ്. മുകളിൽ സൂട്ടറുടെ കൃതിയിൽ നാം കണ്ടതുപോലെ, നിർദേശരൂപത്തിൽ (designations) ഉപയോഗിക്കപ്പെടുന്ന വാക്കുകൾ ബീജഗണിതഫോർമുലകൾക്കുള്ള മറ്റു വ്യഞ്ജകങ്ങളോ പേരുകളോ മാത്രമാണ്. ആ പേരുകളെപ്പറ്റി ചിന്തിക്കാതിരിക്കുന്നതാണ് ഏറ്റവും നല്ലത്.

എങ്കിലും ഇത്രയേറെ പ്രധാനപ്പെട്ട ആളുകൾ ആ പ്രശ്നത്തിൽ വ്യാപൃതരായിരുന്നതുകൊണ്ട് മുഖവുരയിൽ അത് ചുരുക്കത്തിലൊന്നു പരിശോധിക്കാൻ ഡലാംബർ ആഗ്രഹിക്കുന്നു. വ്യക്തമായി ചിന്തിക്കുന്ന പക്ഷം ചലിക്കുന്ന വസ്തുക്കളുടെ ബലമെന്നതുകൊണ്ട് തടസങ്ങളെ മറികടക്കുകയോ ചെറുക്കുകയോ ചെയ്യുകയെന്ന അവയുടെ ഗുണമെന്നേ അർഥമാക്കാവൂ. അതുകൊണ്ട് ബലത്തെ അളക്കേണ്ടത് mv കൊണ്ടോ mv^2 കൊണ്ടോ അല്ല, നേരെമറിച്ച് അവ നേരിടുന്ന തടസങ്ങളും അവ കാട്ടുന്ന പ്രതിരോധവും മാത്രംകൊണ്ടാണ്.

മൂന്നുതരം തടസങ്ങളുണ്ടെന്ന് അദ്ദേഹം പറയുന്നു: 1) ചലനത്തെ നിശ്ശേഷം നശിപ്പിക്കുന്ന, മറികടക്കാനാവാത്ത തടസങ്ങൾ. അക്കാരണംകൊണ്ടുതന്നെ അവയെ ഇവിടെ പരിഗണിക്കാൻ നിവൃത്തിയില്ല. 2) ചലനത്തെ തടഞ്ഞുനിർത്താനും അതുതന്നെ തൽക്ഷണം ചെയ്യാനും മതിയായത്ര പ്രതിരോധം പ്രദർശിപ്പിക്കുന്ന തടസങ്ങൾ. സന്തുലിതാവസ്ഥയിലാണ് ഇത് സംഭവിക്കുന്നത്. 3) ചലനത്തെ ക്രമേണ മാത്രം തടഞ്ഞുനിർത്തുന്ന തടസങ്ങൾ: മന്ദിതചലനത്തിലാണ് ഇതു സംഭവിക്കു

ന്നത്. (പേജ് XVII - XVIII) "രണ്ടു വസ്തുക്കളുടെ ദ്രവ്യമാനങ്ങളുടെയും കൽപ്പിതപ്രവേഗങ്ങളുടെയും – അതായത്, അവ ചലിക്കാൻ പ്രവണത കാട്ടുന്ന പ്രവേഗങ്ങളുടെയും – ഗുണനഫലങ്ങൾ രണ്ടുഭാഗത്തും തുല്യമായിരിക്കുമ്പോഴാണ് അവ സന്തുലനം പാലിക്കുന്നതെന്ന് എല്ലാവരും സമ്മതിക്കും. അതുകൊണ്ട് സന്തുലിതാവസ്ഥയിൽ ദ്രവ്യമാനത്തിന്റെയും പ്രവേഗത്തിന്റെയും ഗുണനഫലം, അഥവാ അതുതന്നെ മറ്റൊരുവിധത്തിൽ പറഞ്ഞാൽ ചലനത്തിന്റെ പരിമാണം, ബലത്തെ പ്രതിനിധാനം ചെയ്യാവുന്നതാണ്. അതുപോലെതന്നെ, മന്ദിതചലനത്തിൽ, തരണം ചെയ്യപ്പെട്ട തടസങ്ങളുടെ എണ്ണം പ്രവേഗത്തിന്റെ വർഗത്തിന് ആനുപാതികമാണെന്നും എല്ലാവരും സമ്മതിക്കും. ഉദാഹരണത്തിന്, ഒരു സ്പ്രിങ്ങിനെ ഒരു നിശ്ചിതപ്രവേഗത്തിൽ ഞെക്കുന്ന ഒരു വസ്തുവിന് അതിന്റെ ഇരട്ടിപ്രവേഗത്തിൽ ആദ്യത്തേതിനെപ്പോലുള്ള രണ്ടല്ല നാലു സ്പ്രിങ്ങുകളെ ഒരേസമയത്തോ ഒന്നിനൊന്നു പുറകെയോ ഞെക്കാൻ കഴിയും. മൂന്നിരട്ടി പ്രവേഗത്തിൽ ഒമ്പത് സ്പ്രിങ്ങുകളെ ഞെക്കാൻ കഴിയും. അങ്ങനെ തുടർന്നും. യഥാർഥത്തിൽ ചലിച്ചുകൊണ്ടിരിക്കുന്ന വസ്തുക്കളുടെ ബലം പൊതുവിൽ അവയുടെ ദ്രവ്യമാനത്തിന്റെയും പ്രവേഗത്തിന്റെ വർഗത്തിന്റെയും ഗുണനഫലത്തിന് ആനുപാതികമാണെന്ന് 'സജീവബല'ത്തിന്റെ പക്ഷക്കാർ (ലൈബ്നിത്സ് പക്ഷക്കാർ) ഇതിൽ നിന്ന് അനുമാനിക്കുന്നു. സന്തുലിതാവസ്ഥയിലും മന്ദിതചലനത്തിലും ബലങ്ങൾ വ്യത്യസ്തമായി അളക്കപ്പെടുന്നതുകൊണ്ട് സാരാംശത്തിൽ എന്ത് അസൗകര്യമാണുള്ളത്? കാരണം, വ്യക്തമായ വീക്ഷണങ്ങളോടെ ന്യായവിചാരം ചെയ്യുന്നപക്ഷം ബലമെന്ന വാക്കിന് തടസത്തെ തരണം ചെയ്യുമ്പോഴോ ചെറുക്കുമ്പോഴോ ഉളവാക്കപ്പെടുന്ന ഫലം എന്ന അർഥമേ കൽപ്പിക്കാവൂ. (മുഖവുര, ഒന്നാം ഫ്രഞ്ച് പതിപ്പിലെ പേജ് XIX - XX)

എങ്കിലും ഡലാംബർ വേണ്ടത്ര ഒരു തത്വചിന്തകനായതുകൊണ്ട് ഒരേ ബലമളക്കാൻ രണ്ടുതരം മാനദണ്ഡങ്ങൾ ഉപയോഗിക്കുന്നതിലുള്ള വൈരുധ്യം പരിഹരിക്കാൻ എളുപ്പമല്ലെന്ന് അദ്ദേഹം മനസിലാക്കുന്നുണ്ട്. അതുകൊണ്ട് സാരാംശത്തിൽ ലൈബ്നിത്സ് പറഞ്ഞ അതേ കാര്യം ആവർത്തിച്ചശേഷം – കാരണം, അദ്ദേഹത്തിന്റെ "സന്തുലനം" (equilibre) ലൈബ്നിത്സിന്റെ "നിർജീവതള്ള്" (dead pushes) അല്ലാതെ മറ്റൊന്നുമല്ല – അദ്ദേഹം പെട്ടെന്ന് ദെക്കാർത്ത് പക്ഷക്കാരുടെ ഭാഗത്തു ചേർന്ന് ഈയൊരു പോംവഴി കണ്ടെത്തുന്നു.

പ്രതിരോധിതചലനത്തിന്റെ (retarded motion) കാര്യത്തിൽപോലും mv എന്ന ഗുണനഫലത്തിന് ഒരു വ്യവസ്ഥയിൽ ബലത്തിന്റെ മാനദണ്ഡമാകാൻ കഴിയും. "തടസങ്ങളുടെ കേവലപരിമാണം വച്ചല്ല, ആ തടസങ്ങളുടെ പ്രതിരോധങ്ങളുടെ ആകത്തുകവച്ച് ആയിരിക്കണം ബലത്തെ അളക്കുന്നതെന്നുമാത്രം. പ്രതിരോധങ്ങളുടെ ആകത്തുക ചലനത്തിന്റെ പരിമാണത്തിന് (mv-യ്ക്ക്*) ആനുപാതികമായിരിക്കുമെന്നതിന് സംശ

* എംഗൽസ് കൂട്ടിച്ചേർത്തതാണിത്.

യമില്ല. കാരണം, ഒരു വസ്തു ഓരോ നിമിഷവും നഷ്ടപ്പെടുന്ന ചലനത്തിന്റെ പരിമാണം പ്രതിരോധത്തിന്റെയും ആ നിമിഷത്തിന്റെ അനന്തസൂക്ഷ്മമായ കാലയളവിന്റെയും ഗുണനഫലത്തിന് ആനുപാതികമാണെന്നും എല്ലാവരും സമ്മതിക്കുമല്ലോ. ഈ ഗുണനഫലങ്ങളുടെ ആകത്തുകയെടുക്കുമ്പോൾ മൊത്തം പ്രതിരോധമായി." ഈ രണ്ടാമത്തെ രീതിയിലുള്ള കണക്കുകൂട്ടലാണ് കൂടുതൽ സ്വാഭാവികമായി അദ്ദേഹത്തിനു തോന്നുന്നത്. "കാരണം, പ്രതിരോധം നടത്തുന്നതുകൊണ്ടുമാത്രമാണ് ഒരു തടസം തടസമായിരിക്കുന്നത്. ശരിക്കു പറഞ്ഞാൽ ഈ പ്രതിരോധങ്ങളുടെ ആകത്തുകയാണ് തരണം ചെയ്യപ്പെട്ട തടസം. മാത്രമല്ല, ബലത്തെ ഇങ്ങനെ കണക്കാക്കുമ്പോൾ സന്തുലിതാവസ്ഥയ്ക്കും മന്ദിതചലനത്തിനും ഒരു പൊതുമാനദണ്ഡമുണ്ടെന്ന മെച്ചവുമുണ്ട്." എങ്കിലും ഓരോരുത്തർക്കും ഇതിനെ അവരവരുടെ ഇഷ്ടംപോലെ വീക്ഷിക്കാവുന്നതാണ്. പേജ് (XX - XXI).

അങ്ങനെ ഗണിതശാസ്ത്രപരമായ ഒരു അബദ്ധംവഴി (സൂട്ടർതന്നെ സമ്മതിച്ചിട്ടുള്ളതാണ് ഇത്) താൻ പ്രശ്നത്തിന് പരിഹാരം കണ്ടിരിക്കുന്നുവെന്ന വിശ്വാസത്തോടെ അദ്ദേഹം തന്റെ മുൻഗാമികളുടെയിടയിലുണ്ടായിരുന്ന ആശയക്കുഴപ്പത്തെ പരിഹസിച്ചുകൊണ്ട് ഉപസംഹരിക്കുന്നു. വളരെ വ്യർഥമായ ഒരു അതിഭൗതികവാദചർച്ചയോ അതല്ലെങ്കിൽ അതിലും ലജ്ജാകരമായ ഒരു തനി വാക്കുതർക്കമോ മാത്രമേ മുകളിലത്തെ അഭിപ്രായങ്ങൾക്കുശേഷം നടക്കാൻ സാധ്യതയുള്ളുവെന്ന് അദ്ദേഹം തറപ്പിച്ചുപറയുന്നു.

ഒരു രഞ്ജിപ്പിലെത്താനുള്ള ഡലാംബറുടെ നിർദേശം വിവക്ഷിക്കുന്നത് ഇങ്ങനെയൊരു കണക്കുകൂട്ടലിനെയാണ്:

1 പ്രവേഗത്തോടുകൂടിയ 1 ദ്രവ്യമാനം 1 സമയമാത്രയിൽ 1 സ്പ്രിങ്ങിനെ ഞെക്കുന്നു.

2 പ്രവേഗത്തോടുകൂടിയ 1 ദ്രവ്യമാനം 4 സ്പ്രിങ്ങുകളെ ഞെക്കുന്നു. പക്ഷേ അതിന് 2 സമയമാത്രകൾ ആവശ്യമാണ്. എന്നുവച്ചാൽ ഒരു സമയമാത്രയിൽ 2 സ്പ്രിങ്ങുകളെ മാത്രം ഞെക്കുന്നുവെന്നർഥം.

2 പ്രവേഗത്തോടുകൂടിയ 1 ദ്രവ്യമാനം 3 സമയമാത്രകൾക്കുള്ളിൽ 9 സ്പ്രിങ്ങുകളെ ഞെക്കുന്നു, അതായത് ഒരു സമയമാത്രയിൽ 3 സ്പ്രിങ്ങുകളെ മാത്രം.

അങ്ങനെ, ഫലത്തെ (effect) അതിനാവശ്യമായ സമയംകൊണ്ടു ഭാഗിച്ചാൽ നമ്മൾ വീണ്ടും mv^2 ൽ നിന്ന് mv - യിൽ എത്തുന്നു.

വിശേഷിച്ച് കറ്റെലൻ[68] ലൈബ്നിത്സിനെതിരായി ഉന്നയിച്ച അതേ വാദമുഖമാണിത്. 2 പ്രവേഗത്തോടുകൂടിയ ഒരു വസ്തു 1 പ്രവേഗത്തോടുകൂടിയ വസ്തുവിന്റെ നാലിരട്ടി പൊക്കത്തിൽ ഗുരുത്വാകർഷണത്തിനെതിരായി ഉയരുന്നു. പക്ഷേ, അതിന് ഇരട്ടി സമയമെടുക്കുന്നുമുണ്ട്. അതുകൊണ്ട് ചലനപരിമാണത്തെ സമയംകൊണ്ട് ഹരിക്കണം. അപ്പോൾ കിട്ടുന്നത് 2 ആണ്, 4 അല്ല. വിചിത്രമെന്നു പറയട്ടെ, സൂട്ടറുടെ അഭിപ്രാ

യവും ഇതുതന്നെയാണ്. "സജീവബലം" എന്ന പേരിൽനിന്ന് യുക്തിപരമായ എല്ലാ അർഥവും എടുത്തുകളഞ്ഞ് അതിന് ഗണിതശാസ്ത്രപരമായ അർഥം മാത്രം അവശേഷിപ്പിച്ചത് അദ്ദേഹമാണല്ലോ. അത് സ്വാഭാവികമാണ്. കാരണം, സൂട്ടറെ സംബന്ധിച്ചിടത്തോളം ചലനപരിമാണത്തിന്റെ ഒരേയൊരു മാനദണ്ഡമെന്ന അർഥത്തിൽ mv എന്ന ഫോർമുലയെ രക്ഷിക്കുകയെന്നതാണ് പ്രശ്നം. അതുകൊണ്ട് ഗണിതശാസ്ത്രസ്വർഗത്തിൽ മറ്റൊരു രൂപത്തിൽ വീണ്ടും ഉയിർത്തെണീക്കാൻ വേണ്ടി mv^2 – നെ ബലികഴിക്കുന്നുവെന്നത് തികച്ചും യുക്തിയുക്തമാണ്.

എങ്കിലും ഒരു കാര്യം ശരിയാണ്. കറ്റെലന്റെ വാദമുഖം mv യെ mv^2 – മായി കൂട്ടിയിണക്കുന്ന പാലങ്ങളിലൊന്നാണ്, ആ നിലയ്ക്ക് അതു പ്രധാനവുമാണ്.

ഡലാംബറിനു ശേഷമുള്ള ബലതന്ത്രജ്ഞർ അദ്ദേഹത്തിന്റെ "രാജകൽപ്പന"യെ ഒരു തരത്തിലും സ്വീകരിച്ചില്ല. കാരണം, അദ്ദേഹത്തിന്റെ അവസാനത്തെ തീർപ്പ് ചലനത്തിന്റെ മാനദണ്ഡമെന്ന നിലയ്ക്ക് mv–യെ അനുകൂലിക്കുന്ന ഒന്നായിരുന്നു. സജീവബലങ്ങളെന്നും നിർജീവബലങ്ങളെന്നും ലൈബ്നിത്സ് നടത്തിയ വേർതിരിവിനെ ഡലാംബർ അഭിവ്യഞ്ജിപ്പിച്ച വിധത്തിനോട് അവർ യോജിച്ചു: സന്തുലിതാവസ്ഥയ്ക്ക്, അതായത് സ്ഥിതിവിജ്ഞാനത്തിന്, mv സാധുവാണ്; പ്രതിരോധത്തിനെതിരായ ചലനത്തിന്, അതായത് ഗതിവിജ്ഞാനത്തിന്, (dynamics) mv^2 സാധുവാണ്, മൊത്തത്തിൽ ഇത് ശരിയാണെങ്കിലും, എപ്പോഴും ഡ്യൂട്ടിസമയത്ത് "എനിക്ക്" എന്നും അല്ലാത്തപ്പോൾ "എന്നെ" എന്നും പറയണമെന്ന എൻ സി ഓ യുടെ സുപ്രസിദ്ധ തീരുമാനത്തിൽക്കവിഞ്ഞ അർഥമൊന്നും യുക്തിപൂർവം പരിഗണിച്ചാൽ ഈ രൂപത്തിലുള്ള വേർതിരിവിന് ഇല്ല.[69] അതിനെ മൗനമായി അംഗീകരിച്ചിരിക്കുന്നു. അത് അങ്ങനെയാണ്. നമുക്കതു മാറ്റാൻ വയ്യ. ഈ ഇരട്ടത്താപ്പുമാനദണ്ഡത്തിൽ ഒരു വൈരുധ്യം ഒളിഞ്ഞുകിടപ്പുണ്ടെങ്കിൽ നമുക്കെന്തു ചെയ്യാൻ കഴിയും?

ഉദാഹരണത്തിന് തോംസണും ടെയിറ്റും പറയുന്നത് ("പ്രാകൃതികതത്വശാസ്ത്രപ്രബന്ധം", ഓക്സ്ഫോർഡ്, 1867,[70] പേജ് 162) നോക്കുക:

"ചുറ്റിത്തിരിയാത്ത ഒരു ഖരവസ്തുവിന്റെ ചലനത്തിന്റെ പരിമാണം അഥവാ സംവേഗം അതിന്റെ ദ്രവ്യമാനത്തിനും അതോടൊപ്പം അതിന്റെ പ്രവേഗത്തിനും ആനുപാതികമാണ്. അങ്ങനെ ഇരട്ടി ദ്രവ്യമാനം, അല്ലെങ്കിൽ ഇരട്ടി പ്രവേഗം, ചലനത്തിന്റെ ഇരട്ടി പരിമാണത്തിന് അനുസൃതമായിരിക്കും."

അതിനു തൊട്ടുതാഴെ അവർ പറയുന്നു:

"ചലിക്കുന്ന ഒരു വസ്തുവിന്റെ 'സജീവബലം' അഥവാ ഗതികോർജം അതിന്റെ ദ്രവ്യമാനത്തിനും അതോടൊപ്പം അതിന്റെ പ്രവേഗത്തിന്റെ വർഗത്തിനും ആനുപാതികമാണ്."

ചലനത്തിന്റെ പരസ്പരവിരുദ്ധങ്ങളായ രണ്ടു മാനദണ്ഡങ്ങൾ ഇങ്ങനെ പ്രകടമായിത്തന്നെ അടുത്തടുത്തായി കൊടുത്തിരിക്കുകയാണ്.

ഈ വൈരുധ്യത്തെ വിശദീകരിക്കാനെന്നല്ല, മൂടിവയ്ക്കാൻ പോലും യാതൊരു ശ്രമവും നടത്തുന്നില്ല. ഈ രണ്ടു സ്കോട്ലണ്ടുകാർ എഴുതിയ പ്രസ്തുത ഗ്രന്ഥത്തിൽ ചിന്ത നിഷിദ്ധമാണ്, കണക്കുകൂട്ടൽ മാത്രമേ അനുവദിച്ചിട്ടുള്ളു. അവരിലൊരാളെങ്കിലും, അതായത് ടെയിറ്റ്, ദൈവവിശ്വാസമുള്ള സ്കോട്ട്ലണ്ടിലെ ഏറ്റവും കൂടുതൽ ദൈവവിശ്വാസമുള്ള ക്രിസ്ത്യാനികളിലൊരായി കരുതപ്പെടുന്നതിൽ തെല്ലും അത്ഭുതമില്ല.

കിർഹോഫിന്റെ ഗണിതശാസ്ത്ര ബലതന്ത്രത്തെക്കുറിച്ചുള്ള പ്രഭാഷണ[71]ങ്ങളിൽ mv, mv^2 എന്നീ ഫോർമുലകൾ ഈ രൂപത്തിൽ വരുന്നേയില്ല.

ഒരുപക്ഷേ, ഹെംഹോൽറ്റ്സ് നമ്മളെ സഹായിക്കുമായിരിക്കും. ബലസംരക്ഷണത്തെക്കുറിച്ചുള്ള തന്റെ പ്രബന്ധ[72]ത്തിൽ സജീവബലത്തെ $\frac{mv^2}{2}$ –ലൂടെ പ്രകാശിപ്പിക്കണമെന്ന് അദ്ദേഹം നിർദേശിക്കുന്നുണ്ട്. (നാം അതെപ്പറ്റി പിന്നീട് ചർച്ച ചെയ്യുന്നതാണ്). എന്നിട്ട് ഇരുപതാമത്തെ പേജുതൊട്ട് അദ്ദേഹം സജീവബലത്തിന്റെ (അതായത് $\frac{mv^2}{2}$ – ന്റെ) സംരക്ഷണമെന്ന തത്വം ഇതിനകംതന്നെ പ്രയോഗിക്കപ്പെടുകയും അംഗീകരിക്കപ്പെടുകയും ചെയ്തിട്ടുള്ള ദൃഷ്ടാന്തങ്ങൾ ചുരുക്കത്തിൽ എണ്ണിപ്പറയുന്നുണ്ട്. അക്കൂട്ടത്തിൽ രണ്ടാം നമ്പറായി താഴെപ്പറയുന്ന സംഗതി ഉൾപ്പെടുത്തിയിട്ടുണ്ട്.

"അനിലാസ്തിക (inelastic) സാമഗ്രികളുടെ സംഘർഷണമോ ആഘാതമോ സംഭവിക്കുന്നില്ലെങ്കിൽ അസമ്മർദനീയങ്ങളായ ഖരവസ്തുക്കളും ദ്രവവസ്തുക്കളും നടത്തുന്ന ചലനസ്ഥാനാന്തരണം, യാന്ത്രികോപകരണങ്ങൾകൊണ്ട് പകർത്തപ്പെടുന്നതും മാറ്റപ്പെടുന്നതുമായ ചലനത്തിൽ എപ്പോഴും പ്രവേഗം കൂടുന്ന അനുപാതത്തിൽ ബലത്തിന്റെ തീവ്രത കുറയുന്നുവെന്ന നിയമത്തിന്റെ രൂപത്തിലാണ് ഈ ദൃഷ്ടാന്തങ്ങളെ സംബന്ധിച്ചിടത്തോളം നമ്മുടെ പൊതുതത്വം സാധാരണ പ്രകാശിപ്പിക്കാറുള്ളത്. ഉദാഹരണത്തിന് പ്രവൃത്തി നടത്താനുള്ള ബലം ഏതെങ്കിലും പ്രക്രിയയിലൂടെ ഏകസമാനമായി (uniformly) ഉൽപ്പാദിപ്പിക്കപ്പെടുന്ന ഒരു യന്ത്രം m എന്ന ഭാരത്തെ c എന്ന പ്രവേഗത്തോടെ പൊക്കുന്നുവെന്നിരിക്കട്ടെ എങ്കിൽ യന്ത്രവിധാനത്തിൽ മാറ്റം വരുത്തിക്കൊണ്ട് nm എന്ന ഭാരം പൊക്കാൻ കഴിയും, പക്ഷേ പ്രവേഗം c/n മാത്രമേ ആയിരിക്കൂ. അതുകൊണ്ട് രണ്ടിലും ഒരു സമയമാത്രയിൽ യന്ത്രം ഉൽപ്പാദിപ്പിക്കുന്ന വലിവുബലത്തിന്റെ പരിമാണത്തെ കുറിക്കുന്നത് mgc ആയിരിക്കും. (ഇവിടെ g ഗുരുത്വാകർഷണബലത്തിന്റെ തീവ്രതയെ കുറിക്കുന്നു)." (പേജ് 21)

അങ്ങനെ പ്രവേഗത്തിന്റെ സരള അനുപാതത്തിൽ കുറയുകയും കൂടുകയും ചെയ്യുന്ന ഒരു "ബലത്തിന്റെ തീവ്രത", പ്രവേഗത്തിന്റെ വർഗ

ത്തിന്റെ അനുപാതത്തിൽ കുറയുകയും കൂടുകയും ചെയ്യുന്ന ബല ത്തിന്റെ തീവ്രതയുടെ സംരക്ഷണത്തിനുള്ള തെളിവായി വർത്തിക്കേ ണ്ടിയിരിക്കുന്നുവെന്ന വൈരുധ്യത്തെ ഇവിടെയും നാം നേരിടുന്നു.

ഏതായാലും തികച്ചും വ്യത്യസ്തങ്ങളായ രണ്ടു പ്രക്രിയകളെ നിർണയിക്കാനാണ് mv - യും $\frac{mv^2}{2}$ ഉം ഉതകുന്നതെന്ന് ഇവിടെ വ്യക്തമായിത്തീരുന്നു. പക്ഷേ, തീർച്ചയായും ഇക്കാര്യം നമുക്കു പണ്ടേ അറിയാമായിരുന്നു. കാരണം, v = I അല്ലെങ്കിൽ mv^2 ന് mv യോട് തുല്യ മാവാൻ സാധ്യമല്ല. ചലനത്തിന് രണ്ടുതരം മാനദണ്ഡത്തിന്റെ ആവശ്യ മെന്താണെന്നു മനസിലാക്കിത്തരികയാണ് വേണ്ടത്. പക്ഷേ, കച്ചവട ത്തിലെന്നപോലെതന്നെ ശാസ്ത്രത്തിനും അനുവദനീയമല്ലാത്ത ഒന്നാ ണിത്. അതുകൊണ്ട് നമുക്കിത് മറ്റൊരു വഴിക്ക് പരിഹരിക്കാൻ നോക്കാം.

"യാന്ത്രികോപകരണങ്ങൾകൊണ്ട് പകർത്തപ്പെടുന്നതും മാറ്റപ്പെ ടുന്നതുമായ ചലന"ത്തെയാണല്ലോ mv കൊണ്ട് അളക്കുന്നത്. അതു കൊണ്ട് ഉത്തോലകത്തിനും ചക്രങ്ങൾ, സ്ക്രൂകൾ തുടങ്ങി അതിൽ നിന്നുളവാകുന്ന എല്ലാ രൂപങ്ങൾക്കും, ചുരുക്കത്തിൽ ചലനത്തിന്റെ സ്ഥാനാന്തരണത്തിനുള്ള എല്ലാ യന്ത്രങ്ങൾക്കും ബാധകമാണ് ഈ മാന ദണ്ഡം. എന്നാൽ mv ബാധകമായിടത്തോളംതന്നെ mv^2– ബാധകമാ ണിവിടെയെന്ന് തെല്ലും പുതുതല്ലാത്ത ലളിതമായൊരു കാര്യം പരിഗ ണിച്ചാൽ വ്യക്തമാവും. ഉത്തോലകത്തിന്റെ ഭുജങ്ങൾ 4:1 എന്ന അനു പാതത്തിലിരിക്കുന്ന ഒരു യന്ത്രോപകരണമെടുക്കാം. അതായത് 1 കിലോ ഗ്രാമിന്റെ ഭാരക്കട്ടിയും 4 കിലോഗ്രാമിന്റെ ഭാരക്കട്ടിയും സന്തുലനം പാലി ക്കുന്നുവെന്നർഥം. ഉത്തോലകത്തിന്റെ ഒരു ഭുജത്തിൽ വളരെ നിസ്സാര മായ ഒരു ബലം കൂടുതലായി ചെലുത്തിക്കൊണ്ട് 1 കിലോഗ്രാമിന്റെ ഭാരക്കട്ടിയെ 20 മീറ്റർ പൊക്കാം. അതേബലം തന്നെ ഉത്തോലകത്തിന്റെ മറ്റേ ഭുജത്തിൽ ചെലുത്തിയാൽ 4 കിലോഗ്രാമിന്റെ ഭാരക്കട്ടിയെ 5 മീറ്റർ പൊക്കാം. മറ്റേ കട്ടി പൊങ്ങാനെടുക്കുന്ന അതേ സമയത്താണ് അധിക ഭാരമുള്ള കട്ടി താഴുന്നത്. ദ്രവ്യമാനവും പ്രവേഗവും പരസ്പരം വിപരീ താനുപാതത്തിലാണ്. mv, 1 x 20 = m'v', 4 x 5. പൊങ്ങിയതിനുശേഷം ഭാരക്കട്ടികളോരോന്നും ആദ്യത്തെ നിരപ്പിലേക്ക് നിർബാധം വീഴാനനു വദിച്ചാൽ, 1 കിലോഗ്രാമിന്റെ കട്ടി 20 മീറ്റർ ദൂരം വീണശേഷം (ഗുരുത്വം മൂലമുള്ള ത്വരണം 9.81 മീറ്ററിനു പകരം 10 മീറ്ററായിട്ടാണ് കണക്കാക്കി യിരിക്കുന്നത്) 20 മീറ്റർ പ്രവേഗം ആർജിക്കുന്നു. 4 കിലോഗ്രാമിന്റെ കട്ടി 5 മീറ്റർ ദൂരം വീണശേഷം 10 മീറ്റർ പ്രവേഗം ആർജിക്കുന്നു.[73]

$$mv^2 = 1 \times 20 \times 20 = 400 = m'v'^2 = 4 \times 10 \times 10 = 400$$

എന്നാൽ വീഴുന്നതിന്റെ സമയത്തിനു വ്യത്യാസമുണ്ട്. 4 കിലോ ഗ്രാം 5 മീറ്റർ ദൂരം 1 സെക്കന്റിലും 1 കിലോഗ്രാം 20 മീറ്റർദൂരം 2 സെക്കന്റി ലുമാണ് സഞ്ചരിക്കുന്നത്. ഇവിടെ ഘർഷണവും വായുവിന്റെ പ്രതിരോ ധവും കണക്കിലെടുത്തിട്ടില്ലെന്നു പറയേണ്ടതില്ലല്ലോ.

പക്ഷേ, ഈ വസ്തുക്കളിലോരോന്നും അതിന്റെ ഉയരത്തിൽനിന്നു വീണശേഷം അതിന്റെ ചലനം നിലയ്ക്കുന്നു. അതുകൊണ്ട് ഇവിടെ mv ലളിതമായി പകർത്തപ്പെട്ടതും അക്കാരണത്താൽ ശാശ്വതവുമായ യാന്ത്രികചലനത്തിന്റെ മാനദണ്ഡമായും mv^2 അപ്രത്യക്ഷമായ യാന്ത്രികചലനത്തിന്റെ മാനദണ്ഡമായുമാണ് പ്രത്യക്ഷപ്പെടുന്നത്.

മാത്രമല്ല, തികച്ചും ഇലാസ്തികമായ വസ്തുക്കൾ തമ്മിൽ നടക്കുന്ന ആഘാതത്തിനും ബാധകമാണിത്. mv-കളുടെ തുകയ്ക്കും mv^2-കളുടെ തുകയ്ക്കും രണ്ടിനും ആഘാതത്തിനു മുമ്പും പിമ്പും യാതൊരു മാറ്റവും സംഭവിക്കുന്നില്ല. രണ്ടു മാനദണ്ഡങ്ങളും ഒരുപോലെ സാധുവാണ്.

അനിലാസ്തിക വസ്തുക്കളുടെ സംഘട്ടനത്തിൽ സ്ഥിതി വ്യത്യസ്തമാണ്. അവിടെയും സംഘട്ടനത്തിനു മുമ്പും പിമ്പും mv-കളുടെ തുക അതേപടി തുടരുന്നുവെന്നാണ് ഇപ്പോഴത്തെ പ്രാഥമികപാഠപുസ്തകങ്ങൾ പഠിപ്പിക്കുന്നത് (ഉപരിബലതന്ത്രം (higher mechanics). ഇത്തരം നിസ്സാരകാര്യങ്ങൾ ഇപ്പോൾ ശ്രദ്ധിക്കുന്നേയില്ല.) അതേസമയം, സജീവബലത്തിന്റെ നഷ്ടം സംഭവിക്കുന്നുണ്ട്. കാരണം, സംഘട്ടനത്തിനു ശേഷമുള്ള mv^2-കളുടെ തുകയിൽ നിന്നു കുറയ്ക്കുകയാണെങ്കിൽ ധനാത്മകമായ ഒരു ശിഷ്ടം ഏതുപരിതസ്ഥിതിയിലും ഉണ്ടായിരിക്കും. പരസ്പരപ്രവേശവും (mutual penetration) ഏറ്റുമുട്ടുന്ന വസ്തുക്കൾക്കുണ്ടാകുന്ന രൂപഭേദവും കാരണം സജീവബലം അത്രകണ്ട് (അല്ലെങ്കിൽ, വീക്ഷണകോണം ഏതാണെന്നതിനെ അനുസരിച്ച് അതിന്റെ പകുതി കണ്ട്) കുറയുന്നു. ഈ രണ്ടാമതു പറഞ്ഞത് ഇപ്പോൾ വ്യക്തവും സുഗ്രഹവുമാണ്. പക്ഷേ mv-കളുടെ തുക സംഘട്ടനത്തിനു മുമ്പും പിമ്പും ഒന്നുതന്നെയാണെന്ന ആദ്യത്തെ പ്രസ്താവം വ്യക്തമല്ല. സൂട്ടർ എന്തൊക്കെപ്പറഞ്ഞാലും സജീവബലമെന്നത് ചലനമാണ്. അതിന്റെ ഒരംശം നഷ്ടപ്പെടുകയെന്നാൽ ചലനം നഷ്ടപ്പെടുകയെന്നാണർഥം. അതുകൊണ്ട്, ഒന്നുകിൽ ഇവിടെ mv ചലനപരിമാണത്തെ തെറ്റായി പ്രകാശിപ്പിക്കുന്നു, അല്ലെങ്കിൽ മുകളിലത്തെ പ്രസ്താവം അസത്യമാണ്. പൊതുവിൽ പറഞ്ഞാൽ, ചലനത്തിന്റെ രൂപാന്തരണത്തെപ്പറ്റി യാതൊരു ഗ്രാഹ്യവുമില്ലാതിരുന്നതും അതുകൊണ്ടുതന്നെ വേറെ വഴിയൊന്നുമില്ലാത്തപ്പോൾ മാത്രം യാന്ത്രികചലനത്തിന്റെ തിരോധാനത്തെ വകവച്ചുകൊടുത്തിരുന്നതുമായ ഒരു കാലത്തിൽനിന്നുള്ള പൈതൃകമാണ് ഈ പ്രമേയമാകെത്തന്നെ. സംഘട്ടനത്തിനു മുമ്പും പിമ്പുമുള്ള mv-കളുടെ തുക തുല്യമാണെന്നതിനുള്ള തെളിവായെടുത്തത് ആ തുകയിൽ യാതൊരു കൂടുതലോ കുറവോ ഉണ്ടായിട്ടില്ലെന്ന വസ്തുതയെയാണ്. എന്നാൽ അനിലാസ്തികതയ്ക്കനുസൃതമായ ആന്തരികഘർഷണംമൂലം വസ്തുക്കൾക്ക് സജീവബലം നഷ്ടപ്പെടുകയാണെങ്കിൽ അവയ്ക്ക് പ്രവേഗവും നഷ്ടപ്പെടുന്നു. അപ്പോൾ സംഘട്ടനത്തിനുശേഷമുള്ള mv-കളുടെ തുക അതിനു മുമ്പത്തെക്കാൾ കുറവാകാതെ തരമില്ല. കാരണം, mv^2 കണ

ക്കുകൂട്ടുമ്പോൾ എത്രയും വ്യക്തമായി അനുഭവപ്പെടുന്ന ആന്തരിക ഘർഷണത്തെ mv കണക്കുകൂട്ടുമ്പോൾ അവഗണിക്കുന്നത് ശരിയല്ല.

പക്ഷേ, ഇതു സാരമില്ല. നമ്മൾ ആ പ്രമേയം അംഗീകരിക്കുകയും mv -കളുടെ തുകയ്ക്കു മാറ്റമില്ലെന്ന സങ്കൽപ്പത്തിൽ സംഘട്ടനത്തിനു ശേഷമുള്ള പ്രവേഗം കണക്കുകൂട്ടുകയും ചെയ്താൽപ്പോലും mv^2-കളുടെ തുകയിൽ അപ്പോഴും കുറവുണ്ടായിരിക്കും. അങ്ങനെ ഇവിടെ mv-യും mv^2 -ഉം തമ്മിൽ പൊരുത്തക്കേടുണ്ടാകുന്നു. യഥാർഥത്തിൽ അപ്രത്യക്ഷമായ യാന്ത്രികചലനത്തിന്റെ പരിമാണമാണ് അവ തമ്മിലുള്ള വ്യത്യാസം. മാത്രമല്ല, mv^2-കളുടെ തുക ചലനപരിമാണത്തെ ശരിയായി പ്രകാശിപ്പിക്കുമ്പോൾ mv-കളുടെ തുക അതിനെ തെറ്റായി പ്രകാശിപ്പിക്കുന്നുവെന്ന് കണക്കുകൂട്ടലിൽനിന്നുതന്നെ കാണാൻ കഴിയുന്നു.

ബലതന്ത്രത്തിൽ mv പ്രയോഗിക്കപ്പെടുന്ന ഏതാണ്ടെല്ലായ്പ്പോഴും സംഭവിക്കുന്നതിതാണ്. ഇനി mv^2 പ്രയോഗിക്കപ്പെടുന്ന ചില ദൃഷ്ടാന്തങ്ങൾ പരിശോധിക്കാം.

പീരങ്കിയിൽനിന്നു വെടിവയ്ക്കുമ്പോൾ ആ ഉണ്ട ഒരു ഖരവസ്തുവിനെ നേരിട്ടാലും ശരി, വായുവിന്റെ പ്രതിരോധവും ഗുരുത്വാകർഷണവും മൂലം അതിന്റെ ചലനം നിലച്ചാലും ശരി, അത് അതിന്റെ പറക്കലിൽ ഉപയോഗിക്കുന്നത് mv^2-ന് ആനുപാതികമായ ചലനപരിമാണത്തെയാണ്. ഓടുന്ന തീവണ്ടി നിൽക്കുന്ന തീവണ്ടിയിൽ ചെന്നുമുട്ടുമ്പോൾ ഏറ്റുമുട്ടലിന്റെ ശക്തിയും അതിനനുസൃതമായുണ്ടാകുന്ന നാശവും അതിന്റെ mv^2 -ന് ആനുപാതികമായിരിക്കും. അതുപോലെതന്നെ ഒരു പ്രതിരോധം തരണം ചെയ്യാനാവശ്യമായ യാന്ത്രികബലം കണക്കുകൂട്ടേണ്ടിവരുമ്പോഴെല്ലാം mv^2 ആണ് നാം പ്രയോഗിക്കുന്നത്.

പക്ഷേ, പ്രതിരോധം തരണം ചെയ്യുകയെന്ന, ബലതന്ത്രത്തിൽ ഇത്രയേറെ പ്രചാരമുള്ളതും സൗകര്യപ്രദവുമായ ഈ പ്രയോഗത്തിന്റെ അർഥമെന്താണ്?

നമ്മൾ ഒരു ഭാരം പൊക്കിക്കൊണ്ട് ഗുരുത്വത്തെ തരണം ചെയ്യുമ്പോൾ കുറേ ചലനം, കുറേ യാന്ത്രികബലം, അപ്രത്യക്ഷമാകുന്നു. ഇത് ആ ഭാരം കിടന്നിടത്തേക്ക് പ്രത്യക്ഷമായോ പരോക്ഷമായോ അതിനെ വീഴിക്കുന്നതിലൂടെ വീണ്ടും സൃഷ്ടിക്കാൻ കഴിയുന്ന ചലനപരിമാണത്തിനു സമമായിരിക്കും. ദ്രവ്യമാനത്തിന്റെയും വീഴ്ചസമയത്തുള്ള അവസാനത്തെ പ്രവേഗത്തിന്റെ വർഗത്തിന്റെയും ഗുണനഫലത്തിന്റെ പകുതി, അതായത്, $\frac{mv^2}{2}$, വച്ചാണ് ഈ പരിമാണം അളക്കുന്നത്.

അപ്പോൾ, ഭാരം പൊക്കുന്നതിനിടയിൽ എന്താണ് നടന്നത്? യാന്ത്രികചലനം അഥവാ ബലം ആ നിലയ്ക്ക് അപ്രത്യക്ഷമാകുന്നു. എങ്കിലും അതിനെ ഉന്മൂലനം ചെയ്തിട്ടില്ല. ഹെംഹോൽറ്റ്സിന്റെ ഭാഷയിൽ പറഞ്ഞാൽ യാന്ത്രിക വലിവുബലമായി, ആധുനികരുടെ വാക്കുകളിൽ പറ

ഞ്ഞാൽ പൊട്ടെൻഷ്യൽ ഊർജമായി, ക്ലൗസിയസ് പേരിട്ടിരിക്കുന്നതനുസരിച്ച് എർഗൽ ആയി, അതിനെ മാറ്റുകയാണ് ചെയ്തിരിക്കുന്നത്. ഉൽപ്പാദിപ്പിക്കാനാവശ്യമായത്രതന്നെ അളവിലുള്ള യാന്ത്രികചലനമായി അതിനെ ഏതു നിമിഷത്തിലും തക്കതായ യാന്ത്രികോപകരണങ്ങൾ വഴി തിരിച്ചാക്കാൻ കഴിയും. പൊട്ടെൻഷ്യൽ ഊർജം സജീവബലത്തെ നിഷേധാത്മകമായി പ്രകാശിപ്പിക്കൽ മാത്രമാണ്. അതുപോലെ തിരിച്ചും.

സെക്കന്റിൽ 400 മീറ്റർ പ്രവേഗത്തിൽ സഞ്ചരിക്കുന്ന 24 റാത്തൽ ഭാരമുള്ള ഒരു പീരങ്കിയുണ്ട ഒരു പടക്കപ്പലിന്റെ ഒരു മീറ്റർ കട്ടിയുള്ള കവചത്തിൽ ചെന്നുകൊള്ളുന്നു. ആ സാഹചര്യങ്ങളിൽ അത് പ്രത്യക്ഷത്തിൽ യാതൊരു ഫലവും ഉളവാക്കുന്നില്ല. അങ്ങനെ $\frac{mv^2}{2}$, അതായത് (24 റാത്തൽ* = 12 കിലോഗ്രാം ആയതുകൊണ്ട്) = 12 X 400 X 400 X ½ = 960,000 കിലോഗ്രാംമീറ്ററിന് തുല്യമായ യാന്ത്രികചലനം അപ്രത്യക്ഷമായിരിക്കുന്നു. അതിനെന്തു സംഭവിച്ചു? ചെറിയൊരംശം കവചത്തകിടിന്റെ കുലുക്കത്തിലും തന്മാത്രീയ സ്ഥാനാന്തരണത്തിലും വ്യയം ചെയ്യപ്പെട്ടിട്ടുണ്ട്. രണ്ടാമതൊരംശം പീരങ്കിയുണ്ട നിരവധി കഷണങ്ങളായി ചിതറിപ്പോകുന്നതിൽ ചെലവഴിക്കപ്പെട്ടിട്ടുണ്ട്. എങ്കിലും കൂടുതൽ ഭാഗവും ചൂടായി രൂപാന്തരപ്പെട്ട് പീരങ്കിയുണ്ടയെ ശോണോജ്വലതാപനില (red heat) യിലെത്തിക്കുകയാണ് ചെയ്യുന്നത്. 1864 – ൽ അൽസെൻ ദ്വീപിലിറങ്ങുന്നതിനിടയിൽ പ്രഷ്യക്കാർ "റോൾഫ് ക്രാക്കെ"യുടെ[74] കവചിതവശങ്ങൾക്കെതിരായി കനത്ത പീരങ്കിയുണ്ടകൾ വർഷിച്ചപ്പോൾ, ഓരോ തവണ ഉണ്ട ചെന്നുകൊള്ളുമ്പോഴും അത് പെട്ടെന്നു താപദീപ്തമായി ഒരു കമ്പിതജ്വാല ഉളവാക്കുന്നത് അവർ ഇരുട്ടത്ത് കണ്ടു. കവചിതപടക്കപ്പലുകൾക്കെതിരെ ഉപയോഗിക്കുമ്പോൾ സ്ഫോടകഷെല്ലുകൾക്ക് ഡിറ്റൊണേറ്ററിന്റെ ആവശ്യമില്ലെന്നും താപദീപ്തമാകുന്ന ലോഹംതന്നെ ചാർജിനു തീകൊളുത്തുന്നുവെന്നും അതിനുമുമ്പുതന്നെ വിറ്റ്‌വർത്ത് പരീക്ഷണം വഴി തെളിയിച്ചുകഴിഞ്ഞിരുന്നു. ചൂടിന്റെ മാത്രയുടെ യാന്ത്രികതുല്യാങ്കം (Mechanical equivalent) 424 കിലോഗ്രാംമീറ്ററായി കണക്കാക്കുന്നപക്ഷം[75] മുകളിൽ പറഞ്ഞ യാന്ത്രികചലനത്തിന് അനുസൃതമായ ചൂടിന്റെ പരിമാണം 2,264 മാത്രകളാണ്. ഇരുമ്പിന്റെ സവിശേഷ ഊഷ്മാവ് (specific heat) = 0.1140. അതായത്, 1 കിലോഗ്രാം വെള്ളത്തിന്റെ താപനിലയെ 1^0 സെന്റീഗ്രേഡ് വർധിപ്പിക്കുന്ന അത്രയും ചൂട് (അതാണ് ചൂടിന്റെ മാത്ര) $^1/_{0.1140}$ = 8.772 കിലോഗ്രാം ഇരുമ്പിന്റെ താപനിലയെ 1^0 സെന്റീഗ്രേഡ് വർധിപ്പിക്കാൻ മതിയാകുന്നതാണ്. അതുകൊണ്ട് മുകളിൽ പറഞ്ഞ 2,264 ഊഷ്മമാത്രകൾ ഒരു കിലോഗ്രാം ഇരുമ്പിന്റെ താപനിലയെ 8.772 X 2,264 = $19{,}860^0$ അഥവാ 19,860 കിലോഗ്രാം ഇരുമ്പിന്റെ താപനിലയെ 1^0 സെന്റീഗ്രേഡ് ഉയർത്തുന്നു. ചൂടിന്റെ പരി

* ഇവിടെ പരാമർശിക്കുന്നത് 500 ഗ്രാമിനു തുല്യമായ ജർമൻ റാത്തലിനെയാണ്.

മാണം കവചത്തിലും ഉണ്ടയിലും ഏകസമാനമായി വിതരണം ചെയ്യപ്പെടുന്നതിനാൽ ഉണ്ടയുടെ താപനില 19,860°/2 X12 = 828° വർധിക്കുന്നു. ഇത് ശരിക്കും താപദീപ്തമായ ചൂടാണ്. എന്നാൽ കവചത്തിൽ ചെന്നുമുട്ടുന്ന ഉണ്ടയുടെ മുമ്പിലത്തെ പകുതിക്കാണ് ചൂടിന്റെ കൂടുതൽ അംശവും ലഭിക്കുന്നത്. പുറകിലത്തെ പകുതിക്ക് കിട്ടുന്നതിന്റെ ഇരട്ടി ചൂട് അതിനു തീർച്ചയായും കിട്ടുന്നുണ്ട്. അതുകൊണ്ട് മുമ്പിലത്തെ പകുതിയുടെ താപനില 1,104° സെന്റിഗ്രേഡും പുറകിലത്തെ പകുതിയുടേത് 552° സെന്റീഗ്രേഡുമായിരിക്കും വർധിക്കുന്നത്. സംഘട്ടനസമയത്തു ചെയ്യപ്പെടുന്ന യഥാർഥയാന്ത്രികപ്രവർത്തനത്തിനുള്ള കിഴിവ് നടത്തിയാൽപോലും താപദീപ്തപ്രഭാവം എങ്ങനെയുണ്ടായെന്ന് വ്യക്തമാക്കാൻ ഇതു തികച്ചും മതിയാവും.

യാന്ത്രികചലനം ഘർഷണത്തിൽ അപ്രത്യക്ഷമാവുകയും, ചൂടായി വീണ്ടും പ്രത്യക്ഷപ്പെടുകയും ചെയ്യുന്നുണ്ട്. പരസ്പരം അനുസ്യൂതമായ ഈ രണ്ടു പ്രക്രിയകളെയും കഴിയുന്നത്ര കൃത്യമായി അളന്നുകൊണ്ട് മാഞ്ചസ്റ്ററിൽ ജൗളും കോപ്പൻഹേഗനിൽ കോൾഡിങ്ങുമാണ് ആദ്യമായി ചൂടിന്റെ യാന്ത്രികതുല്യാങ്കത്തിന്റെ പരീക്ഷണരൂപത്തിലുള്ള ഒരേകദേശ അളവെടുത്തതെന്ന കാര്യം സുവിദിതമാണല്ലോ.

ഉദാഹരണത്തിന് യാന്ത്രികബലംവഴി ഒരു ആവിയന്ത്രത്തിൽ നിന്ന്, ഒരു കാന്തിക–വൈദ്യുതയന്ത്രത്തിൽ വൈദ്യുതധാര ഉൽപ്പാദിപ്പിക്കുമ്പോഴും ഇതുതന്നെയാണ് സംഭവിക്കുന്നത്. ഒരു നിശ്ചിതസമയത്തിനുള്ളിൽ ഉൽപ്പാദിപ്പിക്കപ്പെടുന്ന വിദ്യുത്ചാലകബലമെന്നു പറയപ്പെടുന്നതിന്റെ പരിമാണം അതേ കാലയളവിൽ ഉപയോഗിക്കപ്പെടുന്ന യാന്ത്രികചലനത്തിന്റെ പരിമാണത്തിന് ആനുപാതികമാണ്. ഒരേ മാത്രകളിലാണ് അവ പ്രകാശിപ്പിക്കപ്പെടുന്നതെങ്കിൽ രണ്ടും തുല്യമായിരിക്കും. ആവിയന്ത്രത്തിനു പകരം ഗുരുത്വത്തിന്റെ മർദംമൂലം താഴോട്ടുവീഴുന്ന ഒരു ഭാരക്കട്ടിയാണ് ഈ യാന്ത്രികചലനം ഉളവാക്കുന്നതെന്നു നമുക്കു സങ്കൽപ്പിക്കാവുന്നതാണ്. അത്രയും ദൂരം നിർബാധം വീഴുമ്പോൾ അതിനു ലഭിക്കുന്ന സജീവബലം വെച്ചാണ്, അഥവാ അതിനെ വീണ്ടും ആരംഭത്തിലെ പൊക്കത്തിലേക്ക് ഉയർത്താനാവശ്യമായ ബലംവച്ചാണ്, (രണ്ടായാലും $\frac{mv^2}{2}$) അതിനു നൽകാൻ കഴിയുന്ന യാന്ത്രികബലം അളക്കുന്നത്.

അങ്ങനെ യാന്ത്രികചലനത്തിന് വാസ്തവത്തിൽ രണ്ടുതരം മാനദണ്ഡങ്ങളുണ്ടെന്നും എന്നാൽ അവയോരോന്നും വളരെ കൃത്യമായി വേർതിരിക്കപ്പെട്ട പ്രതിഭാസപരമ്പരകൾക്കു ബാധകമായിട്ടുള്ളവയാണെന്നും നാം കാണുന്നു. നിലവിലുള്ള യാന്ത്രികചലനം യാന്ത്രികചലനമായിത്തന്നെ തുടരത്തക്കവണ്ണമാണ് പകർത്തപ്പെടുന്നതെങ്കിൽ സ്ഥാനാന്തരണം നടക്കുന്നത് ദ്രവ്യമാനത്തിന്റെയും പ്രവേഗത്തിന്റെയും ഗുണനഫലത്തിന് ആനുപാതികമായിട്ടായിരിക്കും. എന്നാൽ യാന്ത്രികചലനമെന്ന

നിലയ്ക്ക് അപ്രത്യക്ഷമാവുകയും പൊട്ടെൻഷ്യൽ ഊർജത്തിന്റെയും ചൂടിന്റെയും വിദ്യുച്ഛക്തിയുടെയും മറ്റും രൂപത്തിൽ വീണ്ടും പ്രത്യക്ഷപ്പെടുകയും ചെയ്യുന്ന വിധത്തിലാണ് അത് പകർത്തപ്പെടുന്നതെങ്കിൽ, ചുരുക്കത്തിൽ അത് മറ്റൊരു രൂപത്തിലുള്ള ചലനമായി മാറുകയാണെങ്കിൽ, ആ പുതിയ ചലനരൂപത്തിന്റെ പരിമാണം ആദ്യം ചലനം നടത്തിയ വസ്തുവിന്റെ ദ്രവ്യമാനത്തിന്റെയും പ്രവേഗത്തിന്റെ വർഗത്തിന്റെയും ഗുണനഫലത്തിന് ആനുപാതികമായിരിക്കും. ചുരുക്കിപ്പറഞ്ഞാൽ, യാന്ത്രികചലനത്താൽ അളക്കപ്പെടുമ്പോൾ കിട്ടുന്ന യാന്ത്രിക ചലനമാണ് mv, മറ്റൊരു രൂപത്തിലുള്ള ചലനത്തിന്റെ നിശ്ചിതപരിമാണമായി മാറാൻ യാന്ത്രികചലനത്തിനുള്ള കഴിവിനാൽ അളക്കപ്പെടുമ്പോൾ കിട്ടുന്ന യാന്ത്രികചലനമാണ് $\frac{mv^2}{2}$. നാം കണ്ടതുപോലെ, ഈ രണ്ടു മാനദണ്ഡങ്ങളും വ്യത്യസ്തമായതുകൊണ്ട് അവ പരസ്പരവിരുദ്ധമല്ല.

ദെക്കാർത്തിന്റെ പക്ഷക്കാരുമായുള്ള ലൈബിനിത്സിന്റെ വഴക്ക് ഒരു തരത്തിലും വെറുമൊരു വാക്കുതർക്കമായിരുന്നില്ലെന്നും ഡലാംബറുടെ 'രാജകൽപ്പന' വാസ്തവത്തിൽ യാതൊന്നും പരിഹരിച്ചില്ലെന്നും ഇതിൽനിന്നു വ്യക്തമാണ്. ഡലാംബറിന് തന്റെ മുൻഗാമികളുടെ വീക്ഷണങ്ങളുടെ അവ്യക്തതയെക്കുറിച്ചുള്ള ആക്ഷേപങ്ങൾ ഒഴിവാക്കാമായിരുന്നു. കാരണം, അദ്ദേഹത്തിന്റെ വീക്ഷണവും അവരുടേതിനോളംതന്നെ അവ്യക്തമായിരുന്നു. ഉന്മൂലനംചെയ്യപ്പെട്ടെന്നു തോന്നിയ യാന്ത്രികചലനത്തിന് എന്തു സംഭവിക്കുന്നുവെന്ന് അറിയാത്ത കാലത്തോളം ഈ അവ്യക്തത വാസ്തവത്തിൽ അനിവാര്യവുമായിരുന്നു. സൂട്ടറെപ്പോലുള്ള ഗണിതശാസ്ത്രബലതന്ത്രജ്ഞർ വാശിപിടിച്ച് തങ്ങളുടെ വിശേഷശാസ്ത്രത്തിന്റെ നാലു ചുമരുകൾക്കുള്ളിൽ കൊട്ടിയടച്ചിരിക്കുന്നിടത്തോളം കാലം അവർ ഡലാംബറുടെ അത്രതന്നെ അവ്യക്തമായ വീക്ഷണം വച്ചുപുലർത്തുകയും കഴമ്പില്ലാത്തതും പരസ്പരവിരുദ്ധവുമായ പദപ്രയോഗങ്ങൾ നമ്മുടെ മുമ്പിൽ വിളമ്പുകയും ചെയ്യാതെ തരമില്ല.

പക്ഷേ, യാന്ത്രികചലനം അളവിൽ അതിന് ആനുപാതികമായ മറ്റൊരുരൂപത്തിലുള്ള ചലനമായി മാറുന്നതിനെ ആധുനികബലതന്ത്രം എങ്ങനെയാണ് പ്രകാശിപ്പിക്കുന്നത്? ആ ചലനം പ്രവൃത്തി ചെയ്തിരിക്കുന്നു – അതും, ഒരു നിശ്ചിത അളവിലുള്ള പ്രവൃത്തി.

പക്ഷേ, ഭൗതികശാസ്ത്രപരമായ അർഥത്തിൽ പ്രവൃത്തിയെന്ന സങ്കൽപ്പം ഇത്രയും പറഞ്ഞതുകൊണ്ട് മുഴുവനായില്ല. ആവിയന്ത്രത്തിലോ ഊഷ്മയന്ത്രത്തിലോ സംഭവിക്കുന്നതുപോലെ ചൂട് യാന്ത്രിക ചലനമായി രൂപാന്തരപ്പെടുമ്പോൾ, അതായത് തന്മാത്രീയചലനം പിണ്ഡചലനമായി മാറ്റപ്പെടുമ്പോൾ, ചൂട് ഒരു രാസയൗഗികത്തെ വിഘടിപ്പിക്കുമ്പോൾ, ഒരു തർമോപൈലിൽ ചൂട് വൈദ്യുതിയായി രൂപാന്തരപ്പെടുമ്പോൾ, ഒരു വൈദ്യുതധാര നേർത്ത സൾഫ്യൂരിക് ആസിഡിൽനിന്ന്

ജലാംശങ്ങളെ മോചിപ്പിക്കുമ്പോൾ, അതുപോലെതന്നെ ഒരു ജനറേറ്റിംഗ് സെല്ലിൽനിന്ന് പുറത്തുവിടപ്പെടുന്ന ചലനം (അതായത് ഊർജം) വൈദ്യുതിയുടെ രൂപമാർജിക്കുകയും അത് ഒരു അടഞ്ഞപ്രവാഹപാതയിൽ (closed circuit) വീണ്ടും ചൂടായി മാറ്റപ്പെടുകയും ചെയ്യുമ്പോൾ, ഈ പ്രക്രിയകളിലെല്ലാംതന്നെ അതാത് പ്രക്രിയയ്ക്ക് തുടക്കമിടുകയും അതിനാൽ മറ്റൊരു രൂപത്തിലുള്ള ചലനമായി മാറ്റപ്പെടുകയും ചെയ്യുന്ന ചലനരൂപം പ്രവൃത്തിചെയ്യുകയാണ് ചെയ്യുന്നത്. അതിന്റെതന്നെ പരിമാണത്തിന് അനുസൃതമായിരിക്കും ആ പ്രവർത്തിയുടെ പരിമാണം.

അതുകൊണ്ട് പരിമാണാത്മകമായി വീക്ഷിക്കുമ്പോൾ, ചലനത്തിന്റെ രൂപത്തിൽ വരുന്ന മാറ്റത്തിനാണ് പ്രവൃത്തിയെന്നു പറയുന്നത്.

പക്ഷേ, അതെങ്ങനെ? ഉയർത്തപ്പെട്ട ഒരു ഭാരക്കട്ടി വിശ്രമാവസ്ഥയിൽ തൂങ്ങിക്കിടക്കുമ്പോൾ ആ വിശ്രമവേളയിലും അതിന്റെ പൊട്ടൻഷ്യൽ ഊർജം ഒരു ചലനരൂപമാണോ? തീർച്ചയായും ആണ്. ആ പൊട്ടൻഷ്യൽ ഊർജം പിന്നീട് യഥാർഥചലനത്തിന്റെ ഒരു രൂപമാർജിക്കുന്നതാണെന്ന് ടെയിറ്റിനുപോലും ബോധ്യമായിട്ടുണ്ട് ("നേച്ചർ"[76]) മാത്രമല്ല, കിർഹോഫ് കുറെക്കൂടി മുന്നോട്ടുപോയി ഇങ്ങനെ പറയുന്നു:

"ചലനത്തിന്റെ ഒരു പ്രത്യേകദൃഷ്ടാന്തമാണ് വിശ്രമം" (മേലുദ്ധരിച്ച കൃതി, പേജ് 32).

കണക്കുകൂട്ടാൻ മാത്രമല്ല, വൈരുധ്യാത്മകമായി ചിന്തിക്കാനും തനിക്ക് കഴിവുണ്ടെന്ന് അദ്ദേഹം അതുവഴി തെളിയിക്കുന്നു.

അങ്ങനെ യാന്ത്രികചലനത്തിന്റെ രണ്ടു മാനദണ്ഡങ്ങളെക്കുറിച്ചുള്ള പരിഗണനയിലൂടെ നാം യാദൃച്ഛികമായും അനായാസമായും ഒട്ടുമുക്കാലും സാധാരണഗതിയിലും പ്രവർത്തിയെന്ന സങ്കൽപ്പത്തിൽ എത്തിച്ചേരുന്നു. ഗണിതശാസ്ത്രബലതന്ത്രം കൂടാതെ മനസിലാക്കാൻ വളരെയേറെ വിഷമമുള്ള ഒന്നാണതെന്നാണ് നമ്മെ ധരിപ്പിച്ചിരുന്നത്. ഏതായാലും "ബലസംരക്ഷണം" എന്ന ഹെംഹോൽറ്റ്സിന്റെ പ്രഭാഷണത്തിൽനിന്ന് (1862) മനസിലാക്കിയിട്ടുള്ളതിലും കൂടുതൽ കാര്യങ്ങൾ അതെപ്പറ്റി നമുക്ക് ഇപ്പോൾ അറിയാം.

"പ്രവൃത്തിയേയും അതിന്റെ അപരിവർത്തനീയതയേയും കുറിച്ചുള്ള മൗലിക ഭൗതികധാരണകൾ കഴിയുന്നത്ര വ്യക്തമാക്കുക"യെന്ന കൃത്യമായ ഉദ്ദേശ്യമാണല്ലോ ആ പ്രഭാഷണത്തിനുണ്ടായിരുന്നത്.

ഫുട്- പൗണ്ടുകളിലോ ഊഷ്മമാത്രകളിലോ പ്രകാശിപ്പിക്കപ്പെടുന്ന ഒന്നാണ് പ്രവൃത്തി; ഒരു നിശ്ചിതപരിമാണത്തിലുള്ള പ്രവൃത്തിയെ സംബന്ധിച്ചിടത്തോളം ഈ ഫുട്-പൗണ്ടുകൾക്കോ ഊഷ്മമാത്രകൾക്കോ മാറ്റമില്ല; യാന്ത്രികബലങ്ങൾക്കും ചൂടിനും പുറമേ രാസബലങ്ങൾക്കും വൈദ്യുതബലങ്ങൾക്കും പ്രവർത്തി ചെയ്യാൻ കഴിയും; പക്ഷേ, ഈ ബലങ്ങൾ പ്രവർത്തിയിൽ കലാശിക്കുന്ന അളവിൽ അവയുടെയെല്ലാം പ്രവർത്തനക്ഷമത തീർന്നുപോകുന്നു – ഇത്രയുമാണ് പ്രവൃത്തിയെക്കുറിച്ച് നാം ഹെംഹോൽറ്റ്സിൽ നിന്ന് ആകെക്കൂടി മനസിലാക്കുന്നത്. പ്രകൃതിയിൽ നടക്കുന്ന എല്ലാ മാറ്റങ്ങൾക്കിടയിലും പ്രകൃതിയിൽ മൊത്ത

ത്തിലുള്ള പ്രവർത്തനക്ഷമമായ ബലങ്ങളുടെ ആകെത്തുക എക്കാലത്തും മാറ്റമില്ലാതെ തുടരുന്നുവെന്ന് ഇതിൽനിന്നു സിദ്ധിക്കുന്നുണ്ടെന്നും നാം മനസിലാക്കുന്നു. പ്രവർത്തിയെന്ന സങ്കൽപ്പത്തെ വികസിപ്പിച്ചിട്ടില്ലെന്നു മാത്രമല്ല, നിർവചിച്ചിട്ടുപോലുമില്ല.* ഗുണപരമായ മാറ്റമാണ്, രൂപാന്തരണമാണ്, എല്ലാ ഭൗതികപ്രവൃത്തികളുടെയും മൗലികോപാധിയെന്ന സംഗതി മനസിലാക്കുന്നതിൽനിന്ന് അദ്ദേഹത്തെ തടഞ്ഞു നിർത്തുന്നത്. പ്രവർത്തിയുടെ ഈ പരിമാണാത്മകമായ അപരിവർത്തനീയതയല്ലാതെ മറ്റൊന്നുമല്ല. അതുകൊണ്ട്,

"യാന്ത്രികപ്രവർത്തി നശിപ്പിക്കപ്പെടുകയും തൽസ്ഥാനത്ത് ചൂട് ഉൽപ്പാദിപ്പിക്കപ്പെടുകയും ചെയ്യുന്ന പ്രക്രിയകളാണ് ഘർഷണവും അനിലാസ്തിക സംഘട്ടനവും ("ലഘുപ്രഭാഷണങ്ങൾ", II പേജ് 166) എന്ന് ഉറപ്പിച്ചുപറയുന്നിടംവരെ ഹെംഹോൽറ്റ്സ് ചെന്നെത്തിയിരിക്കുന്നു.

നേരെമറിച്ചാണ് വാസ്തവം. ഇവിടെ യാന്ത്രികപ്രവർത്തി നശിപ്പിക്കപ്പെടുകയല്ല, യാന്ത്രികപ്രവർത്തി നിറവേറ്റപ്പെടുകയാണ് ചെയ്യുന്നത്. യാന്ത്രികചലനമാണ് പ്രത്യക്ഷത്തിൽ നശിപ്പിക്കപ്പെടുന്നത്. പക്ഷേ, ആ രൂപത്തിൽ പ്രത്യക്ഷത്തിൽ നശിപ്പിക്കപ്പെടാതെ, യാന്ത്രികചലനത്തിന് ഒരു കിലോഗ്രാം-മീറ്റർ പ്രവർത്തിയുടെ ദശലക്ഷത്തിലൊരംശംപോലും നിറവേറ്റാൻ ഒരിക്കലും സാധ്യമല്ല.

പക്ഷേ, നാം മുമ്പു കണ്ടതുപോലെ യാന്ത്രികചലനത്തിന്റെ ഒരു നിശ്ചിതപരിമാണത്തിലടങ്ങിയിരിക്കുന്ന പ്രവർത്തനക്ഷമതയ്ക്കാണ് അതിന്റെ സജീവബലമെന്നു പറയുന്നത്. അടുത്തകാലം വരെ mv^2 കൊണ്ടാണ് അതിനെ അളന്നിരുന്നത്. എന്നാൽ അവിടെ പുതിയൊരു വൈരുധ്യം പൊന്തിവന്നു. ഹെംഹോൽറ്റ്സ് പറയുന്നതു ശ്രദ്ധിക്കാം ("ബലസംരക്ഷണം", പേജ് 9). m എന്ന ഭാരത്തെ h എന്ന ഉയരത്തിലേക്കു പൊക്കുമ്പോൾ, ഗുരുത്വബലം g ആണെങ്കിൽ പ്രവർത്തിയുടെ പരിമാണം = mgh എന്ന് നാം അവിടെ വായിക്കുന്നു. m എന്ന ദ്രവ്യമാനത്തിന് കുത്തനെ h എന്ന ഉയരത്തിലേക്ക് നിർബാധം പൊങ്ങാൻ $v = \sqrt{2gh}$ എന്നിത്രയും പ്രവേഗം ആവശ്യമാണ്. വീഴുമ്പോഴും അതിന് അതേ പ്രവേഗം ലഭിക്കുന്നു. അതുകൊണ്ട് $mgh = \frac{mv^2}{2}$ ഹെംഹോൽറ്റ്സിന്റെ അഭിപ്രായത്തിൽ,

$\frac{mv^2}{2}$ എന്ന രാശിയെ സജീവബലത്തിന്റെ പരിമാണമായി കരുതാ

---

* ക്ലെർക്ക് മാക്സ്‌വെല്ലിന്റെ പക്കൽനിന്നും നമുക്ക് കൂടുതലായി യാതൊന്നും കിട്ടുന്നില്ല. അദ്ദേഹം പറയുന്നു (*ഊഷ്മസിദ്ധാന്തം*, 4-ാം പതിപ്പ്, ലണ്ടൻ, 1875, പേജ് 87) "പ്രതിരോധത്തെ തരണംചെയ്യുമ്പോൾ പ്രവർത്തി നടക്കുന്നു." 185-ാമത്തെ പേജിൽ: "ഒരു വസ്തുവിന്റെ ഊർജമെന്നു പറയുന്നത് പ്രവൃത്തി ചെയ്യാനുള്ള അതിന്റെ ശേഷിയാണ്."" ഇത്രയുമാണ് നാം അതെപ്പറ്റി ആകെ മനസിലാക്കുന്നത്. (എംഗൽസിന്റെ കുറിപ്പ്)

വുന്നതാണ്. അങ്ങനെ വരുമ്പോൾ അതും പ്രവൃത്തിയുടെ പരിമാണത്തിന്റെ മാനദണ്ഡവും ഒന്നായിത്തീരുന്നു. സജീവബലമെന്ന സങ്കൽപ്പത്തെ ഇതേവരെ പ്രയോഗിച്ചിട്ടുള്ളതിന്റെ വീക്ഷണകോണിൽനിന്നു നോക്കുമ്പോൾ ഈ മാറ്റത്തിന് യാതൊരു പ്രാധാന്യവുമില്ല. എങ്കിലും ഭാവിയിൽ അതുകൊണ്ട് സാരമായ ഗുണമുണ്ടായിരിക്കും."

ഇത് വിശ്വസിക്കാൻ വിഷമമാണ്. 1847 –ൽ ഹെംഹോൽറ്റ്സിന് സജീവബലത്തിന്റെയും പ്രവൃത്തിയുടെയും പരസ്പരബന്ധത്തെക്കുറിച്ച് അങ്ങേയറ്റം അവ്യക്തമായ ധാരണയേ ഉണ്ടായിരുന്നുള്ളൂ. അതുകാരണം, സജീവബലത്തിന്റെ മുമ്പത്തെ ആനുപാതിക മാനദണ്ഡത്തെ അതിന്റെ കേവല മാനദണ്ഡമാക്കി താൻ മാറ്റിയതുപോലും അദ്ദേഹത്തിന്റെ ശ്രദ്ധയിൽപ്പെട്ടില്ല. കൂസലില്ലാതെ കൈകാര്യം ചെയ്തതുവഴി താൻ നടത്തിയ സുപ്രധാനമായ കണ്ടുപിടുത്തത്തെക്കുറിച്ച് അദ്ദേഹം തികച്ചും അബോധവാനാണ്. mv^2–നെ അപേക്ഷിച്ച് കൂടുതൽ സൗകര്യപ്രദമായതുകൊണ്ട് മാത്രമാണ് അദ്ദേഹം $\frac{mv^2}{2}$ ശുപാർശചെയ്യുന്നത്! ബലതന്ത്രജ്ഞർ $\frac{mv^2}{2}$ – ന് പൊതുവിൽ പ്രചാരം നൽകിയിട്ടുള്ളതും സൗകര്യത്തെ മുൻനിർത്തിയാണ്. ക്രമേണ മാത്രമാണ് $\frac{mv^2}{2}$ ഗണിതശാസ്ത്രപരമായികൂടി തെളിയിക്കപ്പെട്ടത്. നൗമാൻ ബീജഗണിതപരമായും (*സാമാന്യരസതന്ത്രം*, പേജ്7)[78], ക്ലൗസിയസ് വിശ്ലേഷികമായും (*ചൂടിനെക്കുറിച്ചുള്ള ബലകൃതസിദ്ധാന്തം*, രണ്ടാം പതിപ്പ്, വാല്യം I, പേജ് 18)[79] അതിനു തെളിവു നൽകുന്നു. പിന്നീട് അതുതന്നെ മറ്റൊരുരൂപത്തിൽ, വ്യത്യസ്തമായ ഒരു നിഗമനരീതിയോടു കൂടി, കിർഹോഫിന്റെ കൃതിയിലും നാം കണ്ടുമുട്ടുന്നുണ്ട്. (മുമ്പുദ്ധരിച്ച കൃതി, പേജ് 27) ക്ലെർക്ക് മാക്സ്വെൽ $-\frac{mv^2}{2}$ നെ mv യിൽനിന്ന് ബീജഗണിതപരമായി സുന്ദരമായി നിഗമനം ചെയ്തെടുക്കുന്നുണ്ട് (മുമ്പുദ്ധരിച്ച കൃതി, പേജ് 88). ഇങ്ങനെയൊക്കെയായിട്ടും നമ്മുടെ രണ്ട് സ്കോട്ട്ലണ്ടുകാർ, തോംസണും ടെയിറ്റും, വാദിക്കുന്നത് ഇപ്രകാരമാണ് (മുമ്പുദ്ധരിച്ച കൃതി, പേജ് 163):

ചലിക്കുന്ന ഒരു വസ്തുവിന്റെ സജീവബലം അഥവാ ഗതീയോർജം (kinetic energy) അതിന്റെ ദ്രവ്യമാനത്തിനും അതേസമയം പ്രവേഗത്തിന്റെ വർഗത്തിനും ആനുപാതികമാണ്. നമ്മൾ ദ്രവ്യമാനത്തിനും പ്രവേഗത്തിനും മുകളിൽ കൊടുത്തിട്ടുള്ള അതേ മാത്രകളാണ് സ്വീകരിക്കുന്നതെങ്കിൽ (അതായത്, ഒരു മാത്ര പ്രവേഗത്തിൽ ചലിക്കുന്ന ഒരു മാത്ര ദ്രവ്യമാനം), ദ്രവ്യമാനത്തിന്റെയും പ്രവേഗത്തിന്റെ വർഗത്തിന്റെയും ഗുണനഫലത്തിൽ പകുതിയായി ഗതീയോർജത്തെ നിർവചിക്കുന്നത് വിശേഷിച്ചും പ്രയോജനപ്രദമാണ്.

അങ്ങനെ സ്കോട്ട്ലണ്ടിലെ ഏറ്റവും സമുന്നതമായ രണ്ടു ബലത

ന്ത്രജ്ഞരെ സംബന്ധിച്ചിടത്തോളം ചിന്തിക്കാനുള്ള കഴിവുമാത്രമല്ല, കണക്കുകൂട്ടാനുള്ള കഴിവും നിലച്ചുപോയിരിക്കുന്നതായി നാം കാണുന്നു. പ്രയോജനം, ഫോർമുലകൊണ്ടുള്ള സൗകര്യം – ഇതാണ് നിർണായകമായ വാദമുഖം.

സജീവബലമെന്നത് ഒരു നിശ്ചിതപരിമാണത്തിലുള്ള യാന്ത്രിക ചലനത്തിന് പ്രവർത്തി ചെയ്യാനുള്ള ശേഷിയല്ലാതെ മറ്റൊന്നുമല്ലെന്ന് ബോധ്യമായിട്ടുള്ള നമ്മെ സംബന്ധിച്ചിടത്തോളം, ഈ പ്രവർത്തനശേഷിയെ ബലതന്ത്രഭാഷയിൽ പ്രകാശിപ്പിക്കുന്നതും യഥാർഥത്തിൽ നിറവേറ്റപ്പെടുന്ന പ്രവർത്തിയെ ബലതന്ത്രഭാഷയിൽ പ്രകാശിപ്പിക്കുന്നതും പരസ്പരം തുല്യമാണെന്നത് പ്രത്യക്ഷത്തിൽത്തന്നെ വ്യക്തമാണ്. അതുകൊണ്ട് $\frac{mv^2}{2}$ കൊണ്ടാണ് പ്രവൃത്തിയെ അളക്കുന്നതെങ്കിൽ, സജീവബലത്തെ അളക്കുന്നതും $\frac{mv^2}{2}$ കൊണ്ടായിരിക്കണം. പക്ഷേ, ശാസ്ത്രത്തിൽ സംഭവിക്കുന്നത് ഇങ്ങനെയാണ്. സൈദ്ധാന്തികബലതന്ത്രം സജീവബലമെന്ന സങ്കൽപ്പത്തിൽ എത്തിച്ചേരുന്നു. എഞ്ചിനീയറുടെ പ്രായോഗികബലതന്ത്രം പ്രവർത്തിയെന്ന സങ്കൽപ്പത്തിൽ എത്തിച്ചേരുകയും അത് സൈദ്ധാന്തികരുടെമേൽ അടിച്ചേൽപ്പിക്കുകയും ചെയ്യുന്നു. തങ്ങളുടെ കണക്കുകൂട്ടലുകളിൽ മുഴുകിയിരിക്കുന്ന സൈദ്ധാന്തികർ ചിന്തിക്കുന്ന പതിവുതന്നെ നിർത്തിവച്ചതുകാരണം, ഈ രണ്ടു സങ്കൽപ്പങ്ങളും തമ്മിലുള്ള ബന്ധം എത്രയോ കാലമായി അവർക്ക് കാണാൻ കഴിയുന്നില്ല. അവർ അവയിലൊന്നിനെ mv^2 കൊണ്ടും മറ്റേതിനെ $\frac{mv^2}{2}$ കൊണ്ടും അളക്കുന്നു. അവസാനം രണ്ടിനും $\frac{mv^2}{2}$ എന്ന മാനദണ്ഡം സ്വീകരിക്കുന്നു – കാര്യം മനസിലാക്കിയിട്ടില്ല. പിന്നെയോ, കണക്കുകൂട്ടാൻ അതാണെളുപ്പം എന്നതുകൊണ്ട്.*

---

* "പ്രവർത്തി" എന്ന പദവും അതിനനുസൃതമായ ധാരണയും വന്നിട്ടുള്ളത് ഇംഗ്ലീഷ് എഞ്ചിനീയർമാരിൽനിന്നാണ്. പക്ഷേ ഇംഗ്ലീഷിൽ പ്രായോഗികപ്രവർത്തിക്ക് work എന്നും സാമ്പത്തികാർഥത്തിലുള്ള പ്രവൃത്തിക്ക് labour എന്നുമാണ് പറയുന്നത്. അതുകൊണ്ട് ഭൗതികപ്രവൃത്തിയേയും വിവക്ഷിക്കുന്നത് " work"എന്ന പദമാണ്. അങ്ങനെ അതിനെ സാമ്പത്തികാർഥത്തിലുള്ള പ്രവർത്തിയുമായി (അധ്വാനവുമായി) കൂട്ടിക്കുഴയ്ക്കാനുള്ള യാതൊരു സാധ്യതയുമില്ല. എന്നാൽ ജർമൻഭാഷയിൽ സ്ഥിതി വ്യത്യസ്തമാണ്. ഭൗതികാർഥത്തിലുള്ള പ്രവർത്തിയെന്ന സങ്കൽപ്പത്തെ സാമ്പത്തികാധ്വാനസാഹചര്യങ്ങൾക്ക് (അതുപോലെ തിരിച്ചും) വിചിത്രമായി ബാധകമാക്കുന്ന പല ദൃഷ്ടാന്തങ്ങളും അടുത്ത കാലത്തിറങ്ങിയിട്ടുള്ള കപടശാസ്ത്ര സാഹിത്യത്തിൽ കടന്നുകൂടാനുള്ള സാധ്യതയുളവായത് അതുകൊണ്ടാണ്. പക്ഷേ ജർമനിൽ " werk " എന്ന വാക്കുമുണ്ട്. " work "എന്ന ഇംഗ്ലീഷ് പദം പോലെ തന്നെ ഭൗതികാർഥത്തിലുള്ള പ്രവർത്തിയെ കുറിക്കാൻ ഏറ്റവും പറ്റിയവാക്കാണത്. പക്ഷേ നമ്മുടെ പ്രകൃതിശാസ്ത്രജ്ഞരെ സംബന്ധിച്ചിടത്തോളം അർഥശാസ്ത്രം തികച്ചും വിദൂരസ്ഥമായ ഒരു മണ്ഡലമായതുകൊണ്ട് പൊതുവിൽ പ്രചാരത്തിൽ വന്നുകഴിഞ്ഞിരിക്കുന്ന "Arbeit" ന് പകരം ആ വാക്കുപയോഗിക്കാൻ അവർ തീരുമാനിക്കുമെന്നു തോന്നുന്നില്ല. ഇനി അഥവാ തീരുമാനിച്ചാൽത്തന്നെ അത് ക്രമാധികം വൈകിയായിരിക്കും. ചുരുങ്ങിയത് "Arbeit'' ന്റെ ഒപ്പമെങ്കിലും "werk"എന്ന വാക്ക് നിലനിർത്താനുള്ള ഒരു ശ്രമം നടത്തിയിട്ടുള്ളത് ക്ലൗസിയസ് മാത്രമാണ്. (എംഗൽസിന്റെ കുറിപ്പ്)

വേലീയഘർഷണം
കാന്റും തോംസൺ -ടെയിറ്റ് ജോടിയും

ഭൂമിയുടെ ഭ്രമണവും ചന്ദ്രന്റെ ആകർഷണവും[80]

തോംസണും ടെയിറ്റും, *പ്രാകൃതികതത്വശാസ്ത്രം*, വാല്യം I, പേജ് 191 (ഖണ്ഡിക 276):

"ഭൂമിയെപ്പോലെ സ്വതന്ത്രപ്രതലങ്ങളുടെ കുറേ ഭാഗം ദ്രാവകം കൊണ്ടു മൂടപ്പെട്ട എല്ലാ ഖഗോളങ്ങളിലും വേലിയേറ്റിറക്കചലനങ്ങളെ വിഘാതപ്പെടുത്തുന്ന ഘർഷണംമൂലം പരോക്ഷപ്രതിരോധങ്ങളുമുണ്ട്.[81] ഈ ഖഗോളങ്ങൾ സമീപഖഗോളങ്ങൾക്ക് ആപേക്ഷികമായി ചലിക്കുന്ന കാലത്തോളം, ആ പ്രതിരോധങ്ങൾ ഈ ആപേക്ഷികചലനങ്ങളിൽനിന്ന് സദാസമയം ഊർജം വലിച്ചെടുത്തേ തീരൂ. ഉദാഹരണത്തിന്, ആദ്യമേ തന്നെ സമുദ്രങ്ങളും തടാകങ്ങളും നദികളുമെല്ലാമുള്ള ഭൂമിയുടെമേൽ ചന്ദ്രൻ മാത്രം നടത്തുന്ന പ്രവർത്തനം എടുത്തുനോക്കാം. ഭൂമി അതിന്റെ അച്ചുതണ്ടിൽ ഭ്രമണംചെയ്യുന്ന കാലയളവിനേയും ഈ രണ്ടു ഖഗോളങ്ങളും അവയുടെ ജഡത്വകേന്ദ്രത്തിനു ചുറ്റും പരിക്രമണം ചെയ്യുന്ന കാലയളവിനേയും തുല്യമാക്കുന്നതാവണം പ്രസ്തുതപ്രവർത്തനത്തിന്റെ പ്രവണത. കാരണം, അവ വ്യത്യസ്തമായിരിക്കുന്ന കാലത്തോളം ഭൂമിയുടെ ഉപരിതലത്തിലെ വേലിയേറ്റവും ഇറക്കവുമെന്ന പ്രവർത്തനം അവയുടെ ചലനങ്ങളിൽ നിന്ന് ഊർജം വലിച്ചെടുക്കാതെ തരമില്ല. ഈ വിഷയത്തെ കുറെക്കൂടി വിശദമായി പരിശോധിക്കാനും അതേസമയം അനാവശ്യമായ വൈഷമ്യങ്ങൾ ഒഴിവാക്കാനും വേണ്ടി ചന്ദ്രൻ ഏകസമാനമായ ഒരു ഗോളമാണെന്ന് നമുക്കു സങ്കൽപ്പിക്കാം. അതിന്റെ പിണ്ഡവും ഭൂമിയുടെ പിണ്ഡവും തമ്മിലുള്ള ഗുരുത്വാകർഷണത്തിന്റെ പരസ്പരകരണ പ്രതികരണങ്ങൾ, ചന്ദ്രന്റെ കേന്ദ്രത്തിലൂടെ കടന്നുപോകുന്ന ഒരു നേർവരയുടെ ദിശയിൽ പ്രവർത്തിക്കുന്ന ഒരൊറ്റ ബലത്തിനു തുല്യമായിരിക്കും. **ഭൂമിയുടെ ഭ്രമണം ഭൂമിക്കു ചുറ്റുമുള്ള**

ചന്ദ്രന്റെ ചലനത്തെക്കാൾ ഹ്രസ്വമായ ഒരു കാലയളവിൽ നടക്കുന്ന കാലത്തോളം ആ ഭ്രമണത്തെ തടസ്സപ്പെടുത്തത്തക്ക ഒരു ബലമായിരിക്കണം അത്. അതുകൊണ്ട് അത് ചിത്രത്തിലെ MQ എന്ന രേഖയ്ക്കു സദൃശമായ ഏതെങ്കിലുമൊരു ദിശയിലായിരിക്കണം സ്ഥിതിചെയ്യുന്നത്.

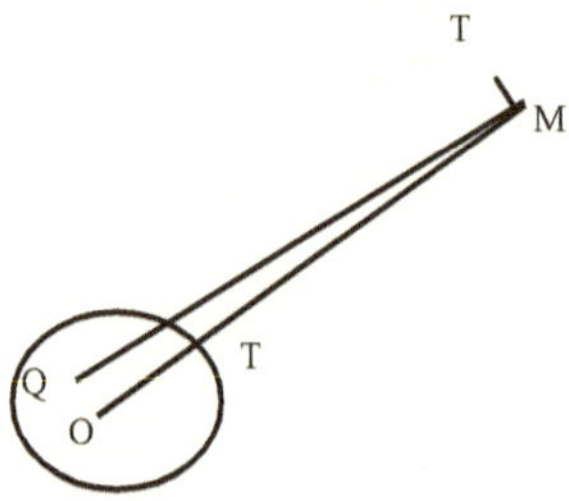

ഭൂമിയുടെ കേന്ദ്രത്തിൽനിന്നുള്ള വ്യതിയാനമായ OQ വിനെയാണ് അതു കുറിക്കുന്നത് (വളരെയേറെ അതിശയോക്തിയോടുകൂടിയാണ് അതു കാണിച്ചിട്ടുള്ളതെന്നു പറയേണ്ടതില്ലല്ലോ). ചന്ദ്രന്റെമേൽ യഥാർഥത്തിൽ പ്രവർത്തിക്കുന്ന MQ എന്ന രേഖയിലൂടെയുള്ള ബലത്തിൽ MO എന്ന രേഖയിലൂടെ ഭൂമിയുടെ കേന്ദ്രത്തിന്റെ ദിശയിൽ പ്രവർത്തിക്കുന്ന ഒരു ബലവും (പരിമാണത്തിൽ അത് മുഴുവൻ ബലത്തിനും തുല്യമാണെന്നുതന്നെ പറയാം) MO - യ്ക്കു ലംബമായ MT എന്ന രേഖയിലൂടെ പ്രവർത്തിക്കുന്ന താരതമ്യേന വളരെച്ചെറിയ ഒരു ബലവും അടങ്ങിയിട്ടുണ്ടെന്നു കരുതാം. ഈ രണ്ടാമതു പറഞ്ഞ ബലം ചന്ദ്രന്റെ പഥത്തിന് ഒട്ടുമുക്കാലും സ്പർശരേഖീയമാണ്, അതിന്റെ ചലനത്തിന്റെ അതേ ദിശയിലുമാണ്. അത്തരത്തിലുള്ള ഒരു ബലം പെട്ടെന്നു പ്രവർത്തിക്കാൻ തുടങ്ങിയാൽ അത് ഒന്നാമത് ചന്ദ്രന്റെ പ്രവേഗം വർധിപ്പിക്കും. എങ്കിലും കുറെ കഴിയുമ്പോൾ ഈ ത്വരണത്തിന്റെ ഫലമായി ചന്ദ്രൻ ഭൂമിയിൽ നിന്ന് അകന്നുമാറും. സ്പർശരേഖീയത്വരണബലം (tangential accelerating force) കൊണ്ടു നേടിയ അത്രതന്നെ പ്രവേഗം ഭൂമിയുടെ ആകർഷണത്തിനെതിരായി നീങ്ങിയതുകൊണ്ടു നഷ്ടപ്പെടുന്നേടത്തോളം ദൂരമാണ് അത് അകന്നുമാറുന്നത്. ചലനദിശയിൽ പ്രവർത്തിക്കുന്നതും എന്നാൽ ഓരോ നിമിഷത്തിലും ഭ്രമണപഥത്തിന്റെ വൃത്തരൂപത്തിൽ ചെറിയൊരു വ്യതിയാനം മാത്രം വരുത്തത്തക്കവണ്ണം അത്ര നിസ്സാരമായൊരു പരിമാണംമാത്രമുള്ളതുമായ അനുസ്യൂതമായ ഒരു സ്പർശരേഖീയ ബലത്തിന്റെ പ്രവർത്തനഫലമായി കേന്ദ്രഖഗോളത്തിൽ നിന്നുള്ള ഉപഗ്രഹത്തിന്റെ ദൂരം ക്രമേണ വർധിക്കുന്നു. ചലനത്തിനു നഷ്ടമായ ഗതീയോർജത്തിന് അത് ചെയ്തേടത്തോളം തന്നെ പ്രവൃത്തി കേന്ദ്രപിണ്ഡത്തിന്റെ ആകർഷണത്തിനെതിരായി വീണ്ടും ചെയ്യേണ്ടിവരുന്നു. കേന്ദ്രവസ്തുവിനു ചുറ്റുമുള്ള ഈ ചലനത്തെ, പുറമേക്കു വളരെ

പതുക്കെ നീങ്ങുന്ന ഒരു സർപ്പിലപഥമായി (spiral path) സങ്കൽപ്പിച്ചാൽ ഇക്കാര്യം എളുപ്പം മനസിലാവും. ദൂരത്തിന്റെ വർഗത്തിന്റ വിപരീതാനുപാതത്തിലാണ് ബലം പ്രവർത്തിക്കുന്നതെന്ന് അംഗീകരിക്കുന്നപക്ഷം ചലനദിശയ്ക്കെതിരായ ഗുരുത്വബലത്തിന്റെ സ്പർശരേഖീയഘടകം ചലനദിശയിൽ പ്രവർത്തിക്കുന്ന വിക്ഷോഭക സ്പർശരേഖീയബലത്തിന്റെ രണ്ടിരട്ടിയായിരിക്കും. അതുകൊണ്ട് ആദ്യത്തേതിനെതിരായ പ്രവർത്തനത്തിന്റെ പകുതി ചെയ്യുന്നത് രണ്ടാമത്തേതും മറ്റേപകുതി ചെയ്യുന്നത് ചലനത്തിൽ നിന്നെടുക്കുന്ന ഗതീയോർജവുമാണ്. നാം ഇപ്പോൾ പരിഗണിക്കുന്ന പ്രത്യേക വിക്ഷോഭകഹേതു ചാന്ദ്രിക ചലനത്തിൽ ഉളവാക്കുന്ന സമഗ്രഫലമെന്താണെന്ന് സംവേഗശക്തിയുടെ നിമിഷം എന്ന തത്വം (principle of moments of momenta) പ്രയോഗിക്കുന്നതുവഴി എളുപ്പം കണ്ടുപിടിക്കാം. ഉദാഹരണത്തിന്, ചന്ദ്രന്റെയും ഭൂമിയുടേയും ജഡത്വകേന്ദ്രങ്ങൾ അവയുടെ പൊതുജഡത്വകേന്ദ്രത്തിന് ആപേക്ഷികമായി നടത്തുന്ന ചലനത്തിലൂടെ ഏതുസമയത്തും നേടുന്നത്, അച്ചുതണ്ടിന്മേലുള്ള ഭൂമിയുടെ ഭ്രമണംമൂലം നഷ്ടപ്പെടുന്നത്രതന്നെ, സംവേഗശക്തിയാണെന്ന് നാം മനസിലാക്കുന്നു. ഇന്നത്തെ നിലയ്ക്ക് ചന്ദ്രന്റെയും ഭൂമിയുടെയും ജഡത്വകേന്ദ്രങ്ങളുടെ സംവേഗശക്തിയുടെ ആകത്തുക ഭൂമിയുടെ ഭ്രമണത്തിന്റെ ഇന്നത്തെ സംവേഗശക്തിയുടെ ഉദ്ദേശ്യം 4.45 ഇരട്ടിയാണ്. ആദ്യത്തേതിന്റെ ശരാശരിതലം ക്രാന്തിവൃത്തം (ecliptic) ആണ്. അതുകൊണ്ട് രണ്ട് സംവേഗശക്തികളുടെയും അക്ഷങ്ങൾ 23°27.5' ശരാശരി കോണത്തിലാണ് പരസ്പരം ചെരിഞ്ഞിരിക്കുന്നത്. ചാന്ദ്രികചലനതലത്തിന്മേലുള്ള സൂര്യന്റെ സ്വാധീനത്തെ നാം അവഗണിക്കുന്നതുകൊണ്ട് ഇന്നു രണ്ടക്ഷങ്ങളുടെയും യഥാർഥ ചെരിവ് അത്രയുമാണെന്ന് നമുക്കു കരുതാം. അതുകൊണ്ട്, പരിണതമായ അഥവാ മൊത്തത്തിലുള്ള സംവേഗശക്തിയുടെ നിമിഷം ഭൂമിയുടെ ഇന്നത്തെ ഭ്രമണത്തിന്റെ സംവേഗശക്തിയുടെ നിമിഷത്തിന്റെ 5.38' ഇരട്ടിയാണ്. അതിന്റെ അക്ഷം ഭൂമിയുടെ അക്ഷത്തോട് 19°13' ചെരിഞ്ഞിരിക്കുന്നു. അതുകൊണ്ട് ഭൂമിയും ചന്ദ്രനും ഒരൊറ്റ ദൃഢവസ്തുവിന്റെ രണ്ടു ഭാഗങ്ങളാണെന്ന മട്ടിൽ അവയെ ഈ പരിണത അക്ഷത്തിനു ചുറ്റുമായി ഈ പരിണതസംവേഗത്തോടുകൂടിയ ഒരു ലളിതമായ ഏകസമാനഭ്രമണത്തിലേക്ക് ചുരുങ്ങിക്കൊണ്ടുവരികയെന്നതാണ് വേലിയേറ്റങ്ങളുടെയും ഇറക്കങ്ങളുടെയും ആത്യന്തികപ്രവണത. അങ്ങനെ വരുമ്പോൾ ചന്ദ്രന്റെ ദൂരം (ഉദ്ദേശം) 1:1.46 എന്ന അംശബന്ധത്തിൽ വർധിക്കുന്നതാണ്. ജഡത്വകേന്ദ്രങ്ങളുടെ ഇന്നത്തെ സംവേഗശക്തിയുടെ വർഗത്തിന് മൊത്തം സംവേഗശക്തിനിമിഷത്തിന്റെ വർഗത്തോടുള്ള അംശബന്ധമാണത്. അതുപോലെതന്നെ, പരിക്രമണ കാലയളവ് 1:1.7 എന്ന അംശബന്ധത്തിൽ വർധിക്കുന്നതാണ്. അതേ പരിണാമങ്ങളുടെ ഘനസംഖ്യകളുടെ അംശബന്ധമാണത്. അങ്ങനെ ദൂരം 347,100 മൈലായി വർധിക്കുകയും കാലയളവ് 48.36 ദിവസമായി ദീർഘിക്കുകയും ചെയ്യും. പ്രപ

ഞ്ചത്തിൽ ഭൂമിയും ചന്ദ്രനുമൊഴികെ മറ്റു ഖഗോളങ്ങളൊന്നുമില്ലായിരുന്നെങ്കിൽ അവ രണ്ടും അവയുടെ പൊതുജഡത്വകേന്ദ്രത്തിനു ചുറ്റുമുള്ള വൃത്തീയഭ്രമണപഥത്തിൽ എന്നുമെന്നും ഇങ്ങനെ ചലിച്ചുകൊണ്ടിരുന്നേനെ. ചന്ദ്രന്റെ നേരെ എപ്പോഴും ഒരേ വശം തിരിച്ചുപിടിച്ചുകൊണ്ടും അങ്ങനെ അതിലെ ഖരാംശത്തെ അപേക്ഷിച്ച് അതിന്റെ ഉപരിതലത്തിലെ എല്ലാ ദ്രാവകങ്ങളും വിശ്രമാവസ്ഥയിലാവാനിടവരുത്തിക്കൊണ്ടും ഭൂമി അതേ കാലയളവിൽ അതിന്റെ അക്ഷത്തിൽ ചുറ്റിത്തിരിഞ്ഞുകൊണ്ടിരുന്നേനെ. പക്ഷേ, സൂര്യനുള്ളതുകൊണ്ട് അത്തരത്തിലുള്ള ഒരു പരിതസ്ഥിതി സ്ഥായിയാവാൻ നിവൃത്തിയില്ല. സൂര്യന് ആപേക്ഷികമായ ഭൂമിയുടെ പരിക്രമണകാലയളവിൽ സൗരവേലകൾ ഉണ്ടായിരിക്കും – രണ്ടു വേലിയേറ്റങ്ങളും രണ്ടു വേലിയിറക്കങ്ങളും (അതായത്, സൗരദിവസത്തിൽ – എന്നുവച്ചാൽ മാസത്തിൽ, രണ്ടു പ്രാവശ്യം). ദ്രവഘർഷണം മൂലമുള്ള ഊർജനഷ്ടം കൂടാതെ ഇതു തുടരാൻ സാധ്യമല്ല. ഇക്കാരണത്താൽ ഭൂമിയുടെയും ചന്ദ്രന്റെയും ചലനങ്ങളിൽ ഉളവാകുന്ന വിക്ഷോഭങ്ങളുടെ മുഴുവൻ ഗതിയും പിന്തുടരാൻ എളുപ്പമല്ല. എങ്കിലും ഒരൊറ്റ ദൃഢവസ്തുവിന്റെ ഭാഗങ്ങളെന്ന മട്ടിൽ ഭൂമിയും ചന്ദ്രനും സൂര്യനും അവയുടെ പൊതുവായ ജഡത്വകേന്ദ്രത്തിനുചുറ്റും തിരിയാനിടയാക്കുകയെന്നതായിരിക്കണം അതിന്റെ അന്തിമഫലം."

വേലീയഘർഷണം (tidal friction) ഭൂമിയുടെ ഭ്രമണത്തിന്റെ വേഗത കുറയ്ക്കുന്നുവെന്ന അഭിപ്രായം ആദ്യമായി ഉന്നയിച്ചത് 1754 –ൽ കാന്റാണ്. "ചന്ദ്രനെ അപേക്ഷിച്ച് അതിന്റെ (അതായത് ഭൂമിയുടെ) ഉപരിതലം താരതമ്യേന വിശ്രമാവസ്ഥയിലായിരിക്കുമ്പോൾ, അതായത് ചന്ദ്രൻ ഭൂമിക്കു ചുറ്റും പരിക്രമണം ചെയ്യുന്ന അതേ കാലയളവിൽ ഭൂമി അതിന്റെ അക്ഷത്തിൽ തിരിയുകയും അങ്ങനെ എപ്പോഴും ഒരേവശം ചന്ദ്രന്റെ നേരെ തിരിച്ചുപിടിക്കുകയും ചെയ്യുമ്പോൾ"[82] മാത്രമേ ഈ പ്രഭാവം അതിന്റെ പരിസമാപ്തിയിലെത്തൂ എന്ന് ആദ്യമായി അഭിപ്രായപ്പെട്ടതും അദ്ദേഹമാണ്.

വേലീയഘർഷണത്തിൽ നിന്നുമാത്രമാണ് ഈ മന്ദനം ഉൽഭൂതമാകുന്നതെന്ന്, അതായത് ഭൂമിയിൽ ദ്രവപിണ്ഡങ്ങൾ ഉള്ളതുകൊണ്ടു മാത്രമാണ് അത് ഉളവാകുന്നതെന്ന്, അദ്ദേഹം വിശ്വസിച്ചു.

"ഭൂമി യാതൊരു ദ്രാവകവുമില്ലാത്ത തികച്ചും ഖരരൂപത്തിലുള്ള ഒരു പിണ്ഡമായിരുന്നെങ്കിൽ സൂര്യന്റെ ആകർഷണമോ ചന്ദ്രന്റെ ആകർഷണമോ അതിന്റെ സ്വതന്ത്രമായ അക്ഷീയഭ്രമണത്തിൽ യാതൊരു മാറ്റവും വരുത്തുകയില്ലായിരുന്നു. കാരണം, ആ ആകർഷണം ഭൂഗോളത്തിന്റെ പൂർവഭാഗങ്ങളേയും പശ്ചിമഭാഗങ്ങളേയും തുല്യബലത്തിലാണ് പിടിച്ചുവലിക്കുന്നത്. അതുകൊണ്ട് അത് രണ്ടു വശത്തേക്കും യാതൊരു ചെരിവും ഉളവാക്കുന്നില്ല. അതിന്റെ ഫലമായി, യാതൊരു ബാഹ്യസ്വാധീനത്തിനും വിധേയമല്ലെന്ന മട്ടിൽ ഈ ഭ്രമണം നിർബാധം തുടർന്നുകൊണ്ടുപോകാൻ ഭൂമിക്ക് അത് ഒരു തരത്തിലും തടസമായിത്തീരുന്നില്ല."[83]

കാന്റിന് ഈ ഫലംകൊണ്ട് അടങ്ങിയിരിക്കാൻ കഴിഞ്ഞില്ല. ഭൂഭ്രമണത്തിന്മേലുള്ള ചന്ദ്രന്റെ സ്വാധീനത്തെക്കുറിച്ച് കൂടുതൽ അവഗാഢമായി പഠിക്കാനുള്ള യാതൊരു ശാസ്ത്രീയപൂർവോപാധികളും അക്കാലത്ത് നിലവിലില്ലായിരുന്നു. വാസ്തവത്തിൽ കാന്റിന്റെ സിദ്ധാന്തത്തിന് പൊതുവായ അംഗീകാരം ലഭിക്കാൻ നൂറുവർഷത്തോളം വേണ്ടിവന്നു. സൂര്യന്റെയും ചന്ദ്രന്റെയും ആകർഷണം ഭൂമിയുടെ ഭ്രമണത്തിന്മേൽ ചെലുത്തുന്ന സ്വാധീനത്തിന്റെ ദൃശ്യവശം മാത്രമാണ് വേലിയേറ്റവും ഇറക്കവുമെന്നു കണ്ടുപിടിക്കാൻ അതിലേറെ സമയം വേണ്ടിവന്നു.

കൂടുതൽ സാമാന്യമായ ഈ സങ്കൽപ്പമാണ് തോംസണും ടെയിറ്റും വികസിപ്പിച്ചിട്ടുള്ളത്. ചന്ദ്രന്റെയും സൂര്യന്റെയും ആകർഷണം ഭൂഗോളത്തിലെയോ അതിന്റെ ഉപരിതലത്തിലെയോ ദ്രാവകങ്ങളെ മാത്രമല്ല, ഭൂമിയുടെ ഭ്രമണത്തെ തടസപ്പെടുത്തുന്ന വിധത്തിൽ ഭൗമപിണ്ഡത്തെയാകെത്തന്നെ സ്വാധീനിക്കുന്നുണ്ട്. ഭൂമിയുടെ ഭ്രമണത്തിന്റെ കാലയളവും ഭൂമിക്കു ചുറ്റുമുള്ള ചന്ദ്രന്റെ പരിക്രമണത്തിന്റെ കാലയളവും ഒന്നാകാത്തിടത്തോളം കാലം ചാന്ദ്രികാകർഷണം (ആദ്യം അത് മാത്രമെടുക്കാം) ഇരുകാലയളവുകളേയും കൂടുതൽ കൂടുതൽ അടുപ്പിച്ചുകൊണ്ടുവരുന്നു. (ആപേക്ഷികമായ) കേന്ദ്രഖഗോളത്തിന്റെ ഭ്രമണകാലം ഉപഗ്രഹത്തിന്റെ പരിക്രമണത്തെക്കാൾ ദീർഘമാണെങ്കിൽ അത് ക്രമേണ കുറഞ്ഞുവരും, ഭൂമിയുടെ ദൃഷ്ടാന്തത്തിലെന്നപോലെ ഹ്രസ്വമാണെങ്കിൽ, അത് നീണ്ടുവരും. പക്ഷേ, ഗതീയോർജം ഒരു ദൃഷ്ടാന്തത്തിൽ ശൂന്യതയിൽ നിന്നു സൃഷ്ടിക്കപ്പെടുകയോ മറ്റേ ദൃഷ്ടാന്തത്തിൽ ഉന്മൂലനംചെയ്യപ്പെടുകയോ ഇല്ല. ആദ്യത്തേതിൽ ഉപഗ്രഹം കേന്ദ്രഖഗോളത്തോട് കുറെക്കൂടി അടുക്കുകയും അതിന്റെ പരിക്രമണകാലം കുറയുകയും ചെയ്യും. രണ്ടാമത്തേതിൽ അത് കുറെക്കൂടി അകന്നുപോവുകയും അതിന്റെ പരിക്രമണകാലം നീളുകയും ചെയ്യും. ആദ്യത്തെ ദൃഷ്ടാന്തത്തിൽ ത്വരിതഭ്രമണത്തിലൂടെ കേന്ദ്രഖഗോളം എത്രമാത്രം ഗതീയോർജം നേടുന്നുവോ കൃത്യം അത്രതന്നെ പൊട്ടെൻഷ്യൽ ഊർജം അതിനെ സമീപിക്കുന്നതിലൂടെ ഉപഗ്രഹത്തിനു നഷ്ടപ്പെടുന്നു. രണ്ടാമത്തെ ദൃഷ്ടാന്തത്തിൽ ഭ്രമണത്തിന്റെ ഗതീയോർജത്തിൽ കേന്ദ്രഖഗോളത്തിന് എത്രമാത്രം നഷ്ടമുണ്ടാകുന്നുവോ കൃത്യം അത്രതന്നെ പൊട്ടെൻഷ്യൽ ഊർജം ദൂരം വർധിപ്പിക്കുന്നതിലൂടെ ഉപഗ്രഹം നേടുന്നു. ഭൂചന്ദ്രവ്യവസ്ഥയിലുള്ള മൊത്തം ചലനഊർജം (പൊട്ടെൻഷ്യൽ ഊർജവും ഗതീയോർജവും) അതേപടി തുടരുന്നു. വ്യവസ്ഥ തികച്ചും സംരക്ഷണാത്മകമാണ്.

സംഗതഖഗോളങ്ങളുടെ ഭൗതിക-രാസിക ഘടനയെ തെല്ലും ആശ്രയിക്കാത്ത ഒന്നാണ് ഈ സിദ്ധാന്തമെന്നു കാണാം. സ്വതന്ത്രഖഗോളങ്ങളുടെ പൊതുചലനനിയമങ്ങളിൽ നിന്നു നിഗമനം ചെയ്തെടുത്തിട്ടുള്ളതാണ് അത്. അവയുടെ ദ്രവ്യമാനങ്ങളുടെ അനുപാതത്തിലും അവ തമ്മിലുള്ള ദൂരത്തിന്റെ വർഗങ്ങളുടെ വിപരീതാനുപാതത്തിലുമുള്ള ആകർഷണമാണ് അവയുടെ പരസ്പരബന്ധം ഉളവാക്കുന്നത്. സ്പഷ്ട

മായും കാന്റിന്റെ വേലീയഘർഷണസിദ്ധാന്തത്തിന്റെ സാമാന്യവൽക്കരണമെന്ന നിലയ്ക്കാണ് ഈ സിദ്ധാന്തം ഉയർന്നുവന്നിട്ടുള്ളത്. തോംസണും ടെയിറ്റും അതിവിടെ അവതരിപ്പിക്കുന്നതുപോലും പ്രസ്തുത സിദ്ധാന്തത്തിന്റെ ഗണിതശാസ്ത്രപരമായ സാധൂകരണമെന്ന നിലയ്ക്കാണ്. പക്ഷേ, യഥാർഥത്തിൽ അത് വേലീയഘർഷണത്തിന്റെ പ്രത്യേകദൃഷ്ടാന്തത്തെ ഒഴിച്ചുനിർത്തുകയാണ് ചെയ്തിരിക്കുന്നത്. അതിന്റെ പ്രണേതാക്കൾക്ക് അതേപ്പറ്റി ഒരു സംശയം പോലുമില്ലാത്തതാണ് അത്ഭുതം.

പിണ്ഡങ്ങളുടെ ചലനത്തെ തടസപ്പെടുത്തുന്ന ഒന്നാണ് ഘർഷണം. ആ ചലനത്തെയും അതുകൊണ്ടുതന്നെ ഗതീയോർജത്തെയും നശിപ്പിക്കുന്ന ഒന്നായിട്ടാണ് എത്രയോ നൂറ്റാണ്ടുകളായി അതിനെ വീക്ഷിച്ചുപോന്നിരുന്നത്. ഗതീയോർജം തന്മാത്രീയ-ഊർജമായി, ചൂടായി, രൂപാന്തരപ്പെടുന്ന രണ്ടു രൂപങ്ങളാണ് ഘർഷണവും സംഘട്ടനവുമെന്ന് ഇപ്പോൾ നമുക്കറിയാം. അങ്ങനെ ഗതിവിജ്ഞാനീയത്തിന്റെ (dynamics) അർഥത്തിൽ പൊട്ടെൻഷ്യൽ ഊർജമായിട്ടല്ല, പിന്നെയോ ചൂടിന്റെ നിശ്ചിതരൂപത്തിൽ തന്മാത്രീയചലനമായി വീണ്ടും പ്രത്യക്ഷപ്പെടാൻ വേണ്ടിയാണ് ഘർഷണത്തിന്റെ ഓരോ സന്ദർഭത്തിലും ഗതീയോർജം നഷ്ടപ്പെടുന്നത്. അതുകൊണ്ട്, ഘർഷണംമൂലം നഷ്ടപ്പെടുന്ന ഗതീയോർജം, ബന്ധപ്പെട്ട വ്യവസ്ഥയുടെ ഗതിവിജ്ഞാനപരമായ വശങ്ങളെ സംബന്ധിച്ചിടത്തോളം യഥാർഥത്തിൽ നഷ്ടപ്പെടുകതന്നെയാണ് ചെയ്തിരിക്കുന്നത്. ചൂടിൽനിന്ന് അതിനെ തിരിച്ച് ഗതീയോർജമായി മാറ്റിയാൽ മാത്രമേ ഗതിവിജ്ഞാനപരമായി അതിനു വീണ്ടും ഫലപ്രദമാകാൻ കഴിയൂ.

അങ്ങനെ വരുമ്പോൾ വേലീയഘർഷണത്തിന്റെ സ്ഥിതി എന്താണ്? ഇവിടെയും ഭൂമിയുടെ ഉപരിതലത്തിലുള്ള ജലസമൂഹങ്ങളിലേക്ക് ചാന്ദ്രികാകർഷണത്താൽ പകർത്തപ്പെടുന്ന ഗതീയോർജമാകെത്തന്നെ ചൂടായി മാറ്റപ്പെടുന്നുവെന്നു വ്യക്തമാണ്. അത് വെള്ളത്തിന്റെ ശ്യാനത (viscosity) മൂലം ജലകണങ്ങൾ തമ്മിൽത്തമ്മിൽ ഉളവാകുന്ന ഘർഷണം കൊണ്ടാവാം, അല്ലെങ്കിൽ ഭൂമിയുടെ ദൃഢപ്രതലത്തിലെ വെള്ളത്തിന്റെ ഘർഷണവും വേലീയചലനത്തെ ചെറുത്തുനിൽക്കുന്ന പാറകളുടെ ഭസ്മീകരണവും കൊണ്ടാവാം. ഈ ചൂടിൽ, ജലോപരിതലത്തിലെ ബാഷ്പീകരണത്തിനിടയാക്കുന്ന അതിനിസ്സാരമായ ഒരംശം മാത്രമേ ഗതീയോർജമായി വീണ്ടും മാറ്റപ്പെടുന്നുള്ളൂ. മൊത്തം ഭൂ-ചന്ദ്രവ്യവസ്ഥ ഭൗമോപരിതലത്തിലെ ഒരു വിഭാഗത്തിനു വിട്ടുകൊടുക്കുന്ന അതിനിസ്സാരാംശമായ ഈ ഗതീയോർജംപോലും ഒന്നാമത് ഭൗമോപരിതലത്തിൽത്തന്നെയാണ് നിൽക്കുന്നത്, അവിടത്തെ സാഹചര്യങ്ങൾക്കു വിധേയവുമാണത്. ഈ സാഹചര്യങ്ങളിലാവട്ടെ, അവിടെ പ്രവർത്തിക്കുന്ന എല്ലാ ഊർജത്തിന്റേയും അവസാനവിധി ഒന്നായിത്തീരുന്നതിലേക്കാണ് വഴിതെളിക്കുന്നത്. അന്തിമമായി ചൂടായി രൂപാന്തരപ്പെട്ട് ശൂന്യാകാശത്തിലേക്ക് വികിരണം ചെയ്യപ്പെടുകയെന്നതാണ് ആ വിധി.

അങ്ങനെ, വേലീയഘർഷണം ഭൂമിയുടെ ഭ്രമണത്തെ നിസ്സംശയമായും തടസപ്പെടുത്തുന്നിടത്തോളം അതിനുവേണ്ടി ഉപയോഗിക്കപ്പെടുന്ന ഗതീയോർജം ഗതിവിജ്ഞാനപരമായ ഭൂ-ചന്ദ്രവ്യവസ്ഥയ്ക്ക് നിശ്ശേഷം നഷ്ടമാകുന്നു. അതുകൊണ്ട് ആ വ്യവസ്ഥയ്ക്കുള്ളിൽ ഡൈനാമിക് പൊട്ടെൻഷ്യൽ ഊർജമായി വീണ്ടും പ്രത്യക്ഷപ്പെടാൻ അതിന് സാധ്യമല്ല. മറ്റൊരുവിധത്തിൽ പറഞ്ഞാൽ, ചാന്ദ്രികാകർഷണത്തിലൂടെ ഭൂഭ്രമണത്തെ തടസപ്പെടുത്തുന്നതിൽ ചെലവഴിക്കപ്പെടുന്ന ഗതീയോർജത്തിൽ, ഭൂമിയിലെ ഖരപിണ്ഡത്തിന്മേൽ പ്രവർത്തിക്കുന്ന അംശത്തിനു മാത്രമേ ഡൈനാമിക് പൊട്ടെൻഷ്യൽ ഊർജത്തിന്റെ രൂപത്തിൽ പൂർണമായി വീണ്ടും പ്രത്യക്ഷപ്പെടാനും അങ്ങനെ ചന്ദ്രന്റെ ദൂരത്തിലുള്ള തദനുസൃതമായ വർധനവിലൂടെ തട്ടിക്കിഴിക്കപ്പെടാനും കഴിയൂ. അതേപോലെ തന്നെ, ഭൂമിയിലെ ദ്രവപിണ്ഡങ്ങളിന്മേൽ പ്രവർത്തിക്കുന്ന അംശം അവയെ ഭൂഭ്രമണത്തിന്റേതിന്റെ വിപരീത ദിശയിൽ ചലിപ്പിക്കാത്തിടത്തോളം മാത്രമേ പ്രസ്തുതഫലം ഉളവാക്കാൻ കഴിയൂ. കാരണം, അത്തരം ചലനം പൂർണമായും ചൂടായി മാറുകയും അവസാനം വികിരണത്തിലൂടെ വ്യവസ്ഥയ്ക്ക് നഷ്ടപ്പെടുകയും ചെയ്യുന്നു.

ഭൂമിയുടെ ഉപരിതലത്തിലെ വേലീയഘർഷണത്തെപ്പറ്റി പറഞ്ഞത് ദ്രവരൂപത്തിലാണ്. സങ്കൽപ്പിക്കപ്പെടുന്ന ഭൂമധ്യത്തിലെ പരികൽപ്പിത വേലീയഘർഷണത്തിനും അത്രതന്നെ ബാധകമാണ്.

ഭൂമി തികച്ചും ദൃഢരൂപത്തിലുള്ള ഒരു വസ്തുവാണെന്ന മൗനാനുമാനത്തെ അടിസ്ഥാനപ്പെടുത്തിയതും അതിനാൽ വേലികൾക്കും അതുകൊണ്ടുതന്നെ വേലീയഘർഷണത്തിനുമുള്ള എല്ലാ സാധ്യതകളേയും ഒഴിവാക്കുന്നതുമായ ഒരു സിദ്ധാന്തത്തെയാണ് വേലീയഘർഷണസിദ്ധാന്തം സ്ഥാപിക്കാൻവേണ്ടി തങ്ങൾ ഉന്നയിക്കുന്നതെന്ന സംഗതി തോംസന്റെയും ടെയിറ്റിന്റെയും ശ്രദ്ധയിൽപ്പെട്ടിട്ടില്ലെന്നതാണ് ഇക്കാര്യത്തെ സംബന്ധിച്ചിടത്തോളം വിചിത്രമായിരിക്കുന്നത്.

ചൂട്[84]

യാന്ത്രികചലനം, അതായത് സജീവബലം, അപ്രത്യക്ഷമാകുന്നതിന്റെ രണ്ടു രൂപങ്ങളുണ്ടെന്നു നാം കണ്ടുകഴിഞ്ഞല്ലോ. അത് – ഉദാഹരണത്തിന് ഒരു ഭാരം പൊക്കുമ്പോൾ – യാന്ത്രിക പൊട്ടെൻഷ്യൽ ഊർജമായി മാറ്റപ്പെടുന്നതാണ് ഒന്നാമത്തെ രൂപം. അതിനെ യാന്ത്രിക ചലനമായി, അതും ആദ്യത്തേതിന്റെ അതേ സജീവബലമുള്ള യാന്ത്രിക ചലനമായി, വീണ്ടും മാറ്റാമെന്നുമാത്രമല്ല, ആ രൂപാന്തരണത്തിനു മാത്രമേ അതിനു കഴിയൂ, എന്നതാണ് ഈ രൂപത്തിന്റെ പ്രത്യേകത. ആദ്യമേ തന്നെ യഥാർഥ യാന്ത്രികചലനമായി മാറ്റാത്തിടത്തോളംകാലം യാന്ത്രിക പൊട്ടെൻഷ്യൽ ഊർജത്തിന് ചൂടോ വിദ്യുച്ഛക്തിയോ ഉൽപ്പാദിപ്പിക്കാൻ ഒരിക്കലും സാധ്യമല്ല. ക്ലൗസിയസിന്റെ ഭാഷയിൽ പറഞ്ഞാൽ, അത് ഒരു "ഉൽക്രമണീയ (reversible) പ്രക്രിയ"യാണ്.

യാന്ത്രികചലനം അപ്രത്യക്ഷമാകുന്നതിന്റെ രണ്ടാമത്തെ രൂപമുള്ളത് ഘർഷണത്തിലും സംഘട്ടനത്തിലുമാണ്. ഇവ രണ്ടും തമ്മിൽ മാത്രയിലേ വ്യത്യാസമുള്ളു. ഘർഷണത്തെ ഒന്നിനൊന്നു പുറകേയും ഒപ്പവും നടക്കുന്ന ചെറുചെറു സംഘട്ടനങ്ങളുടെ ഒരു ശ്രേണിയായും, സംഘട്ടനത്തെ ഒരൊറ്റ ഇടത്തും ഒരൊറ്റ നിമിഷത്തിലും കേന്ദ്രീകരിക്കപ്പെടുന്ന ഘർഷണമായും കരുതാവുന്നതാണ്. ദീർഘകാലികമായ സംഘട്ടനം. ഇവിടെ അപ്രത്യക്ഷമാകുന്ന യാന്ത്രികചലനം ആ നിലയ്ക്ക് അപ്രത്യക്ഷമാവുകയാണ് ചെയ്യുന്നത്. അതിനെ നേരിട്ട് അതിൽനിന്നുംതന്നെ പുന:സ്ഥാപിക്കാൻ സാധ്യമല്ല. ഇവിടെ പ്രക്രിയ നേരിട്ട് ഉൽക്രമണീയ (reversible)മല്ല. യാന്ത്രികചലനം ഗുണപരമായി വ്യത്യസ്തമായ ചലനരൂപങ്ങളായി, ചൂടും വിദ്യുച്ഛക്തിയുമായി, തന്മാത്രീയചലനത്തിന്റെ രൂപങ്ങളായി, മാറ്റപ്പെട്ടിരിക്കുന്നു.

അതുകൊണ്ട് ഘർഷണവും സംഘട്ടനവും ബലതന്ത്രത്തിന്റെ പ്രതിപാദ്യമായ പിണ്ഡങ്ങളുടെ ചലനത്തിൽനിന്ന് ഭൗതികത്തിന്റെ പ്രതിപാദ്യമായ തന്മാത്രീയ ചലനത്തിലേക്ക് വഴിതെളിക്കുകയാണ് ചെയ്യുന്നത്.

ഭൗതികശാസ്ത്രത്തെ (physics) തന്മാത്രീയചലനത്തിന്റെ ബലതന്ത്രമെന്നു വിളിക്കുമ്പോൾ ഈ പദപ്രയോഗം സമകാലീനഭൗതികശാസ്ത്രത്തിന്റെ മുഴുവൻ രംഗത്തേയും ഉൾക്കൊള്ളുന്നില്ലെന്നകാര്യം വിസ്മരിച്ചിട്ടില്ല. നേരെ മറിച്ചാണ് വാസ്തവം. പ്രകാശത്തിന്റേയും വികിരണ–ഊഷ്മാവിന്റേയും പ്രതിഭാസങ്ങൾക്ക് കാരണമായ ഈഥർകമ്പനങ്ങൾ തീർച്ചയായും ആ വാക്കിന്റെ ആധുനികാർഥത്തിൽ തന്മാത്രീയചലനങ്ങളല്ല. എങ്കിലും ഭൂമിയിലുള്ള അവയുടെ പ്രവർത്തനങ്ങൾ സർവോപരി ബാധിക്കുന്നത് തന്മാത്രകളെയാണ്. പ്രകാശത്തിന്റെ അപവർത്തനം, പ്രകാശത്തിന്റെ ധ്രുവീകരണം, തുടങ്ങിയവയെ എല്ലാംതന്നെ നിർണയിക്കുന്നത് അതാത് വസ്തുക്കളുടെ തന്മാത്രീയഘടനയാണ്. അതുപോലെതന്നെ, വിദ്യുച്ഛക്തിയെ ഈഥർകണങ്ങളുടെ ചലനമായിട്ടാണ് ഏറ്റവും പ്രധാനപ്പെട്ട ശാസ്ത്രജ്ഞർ ഇപ്പോൾ ഒട്ടുമുക്കാലും ഏകകണ്ഠമായി കരുതുന്നത്. ചൂടിനെപ്പറ്റിപോലും ക്ലൗസിയസ് പറയുന്നത് ഇങ്ങനെയാണ്:

"തോലനീയ അണുക്കളുടെ" (തന്മാത്രകളുടെ എന്നു പറയുന്നതായിരുന്നു കൂടുതൽ നല്ലത്) "ചലനത്തിൽ..... വസ്തുവിനകത്തുള്ള ഈഥറിനും പങ്കെടുക്കാവുന്നതാണ്." (*ചൂടിനെക്കുറിച്ചുള്ള ബലകൃതസിദ്ധാന്തം*, I, പേജ് 22).

എന്നിരുന്നാലും വിദ്യുച്ഛക്തിയുടെയും ചൂടിന്റെയും പ്രതിഭാസങ്ങളിൽ പ്രഥമമായും പരിഗണിക്കേണ്ടത് തന്മാത്രീയ ചലനങ്ങളെയാണ്. ഈഥറിനെക്കുറിച്ചുള്ള നമ്മുടെ പരിജ്ഞാനം ഇത്ര തുച്ഛമായിരിക്കുന്ന കാലത്തോളം മറിച്ചാവാൻ തരമില്ല. എന്നാൽ ഈഥറിന്റെ ബലതന്ത്രം അവതരിപ്പിക്കാൻ കഴിയുന്ന പരിധിവരെ നാം പുരോഗമിക്കുമ്പോൾ ഇന്ന് അനിവാര്യമായും ഭൗതികശാസ്ത്രത്തിന്റെ തുറയിൽപ്പെടുത്തിയിരിക്കുന്ന പലതും അതിൽ ഉൾപ്പെടുമെന്നതിന് സംശയമില്ല.

തന്മാത്രകളുടെ ഘടന മാറ്റപ്പെടുകമാത്രമല്ല നശിപ്പിക്കപ്പെടുകപോലും ചെയ്യുന്ന ഭൗതികപ്രക്രിയകളെ പിന്നീട് പരിശോധിക്കുന്നതാണ്. അവ ഭൗതികശാസ്ത്രത്തിൽനിന്നു രസതന്ത്രത്തിലേക്കുള്ള പരിവർത്തനത്തെ കുറിക്കുന്നു.

തന്മാത്രീയ ചലനത്തോടുകൂടി മാത്രമാണ് ചലനത്തിന്റെ രൂപഭേദം പരിപൂർണസ്വാതന്ത്ര്യമാർജിക്കുന്നത്. ബലതന്ത്രത്തിന്റെ അതിർത്തിയിൽ പിണ്ഡങ്ങളുടെ ചലനത്തിന് മറ്റു രൂപങ്ങളായി ചൂട്, വിദ്യുച്ഛക്തി എന്നിങ്ങനെ ചുരുക്കം ചിലതേ ആർജിക്കാൻ കഴിയൂ എന്നിരിക്കെ രൂപാന്തരണത്തിനുള്ള തികച്ചും വ്യത്യസ്തമായ, സജീവമായ, കഴിവാണ് ഇവിടെ കാണുന്നത്. തെർമോപൈലിൽ ചൂട് വിദ്യുച്ഛക്തിയിലേക്കു കടക്കുന്നു. വികിരണത്തിന്റെ ഒരു നിശ്ചിതഘട്ടത്തിൽ അത് പ്രകാശത്തിൽനിന്ന്

അഭിന്നമായിത്തീരുകയും അതിന്റെ മുറയ്ക്ക് യാന്ത്രികചലനത്തെ വീണ്ടും ഉൽപ്പാദിപ്പിക്കുകയും ചെയ്യുന്നു. ചൂടും വെളിച്ചവുംപോലുള്ള ഒരു ജോടിയായ വിദ്യുച്ഛക്തിയും കാന്തശക്തിയും ഒന്നു മറ്റൊന്നായി രൂപാന്തരപ്പെടുന്നതിനു പുറമേ ചൂടായും വെളിച്ചമായും യാന്ത്രികചലന മായും രൂപാന്തരപ്പെടുന്നു. ഇതെല്ലാം നടക്കുന്നത് വളരെ കൃത്യമായ അളവുകളിലായതുകൊണ്ട് ഈ രൂപങ്ങളിലൊന്നിന്റെ ഒരു നിശ്ചിതപരി ണാമത്തെ മറ്റേത് രൂപമായും – കിലോഗ്രാം – മീറ്ററായോ, ഊഷ്മമാത്ര കളായോ, വോൾട്ടുകളായോ[85], എങ്ങനെ വേണമെങ്കിലും – അഭിവ്യഞ്ജി പ്പിക്കാൻ കഴിയും, അതുപോലെതന്നെ, ഏതു മാപനമാത്രയേയും (unit of measurement) മറ്റേതൊന്നായും മാറ്റാൻ കഴിയും.

യാന്ത്രികചലനം ചൂടായി മാറുന്നുവെന്ന പ്രായോഗികകണ്ടുപി ടുത്തം ചിരപുരാതനമായ ഒന്നായതുകൊണ്ട് മാനവചരിത്രത്തിന്റെ പ്രാരം ഭമായി അതിനെ പരിഗണിക്കാവുന്നതാണ്. പണിക്കോപ്പുകളുടെ രൂപ ത്തിലും മൃഗങ്ങളെ മെരുക്കുന്നതിന്റെ രൂപത്തിലും അതിനുമുമ്പ് മറ്റെ ന്തെല്ലാം കണ്ടുപിടുത്തങ്ങൾ നടത്തിയിട്ടുണ്ടാവാമെങ്കിലും ഘർഷണം വഴി തീയുണ്ടാക്കിയതാണ് മനുഷ്യർ പ്രകൃതിയിലെ ഒരു അചേതനശ ക്തിയെ വരുതിയിലാക്കിയതിന്റെ ആദ്യത്തെ ദൃഷ്ടാന്തം. അപരിമേയ മെന്നുതന്നെ പറയാവുന്ന പ്രാധാന്യത്തോടുകൂടിയ ഈ ബൃഹത്തായ കണ്ടുപിടിത്തം മാനവരാശിയുടെ മനസിൽ എത്ര ഗാഢമായിട്ടാണ് പതി ഞ്ഞിട്ടുള്ളതെന്നതിന് ഇന്നും ജനങ്ങൾക്കിടയിൽ നിലവിലുള്ള അന്ധവി ശ്വാസങ്ങൾ തെളിവാണ്. വെള്ളോടും ഇരുമ്പും പ്രയോഗത്തിൽ വന്ന് എത്രയോ കഴിഞ്ഞും ആദ്യത്തെ പണിയായുധമായ കൽക്കത്തിയുടെ കണ്ടുപിടിത്തം കൊണ്ടാടപ്പെടുന്നുണ്ടായിരുന്നു. മതപരമായ എല്ലാ ബലി കർമങ്ങളും നടത്തിയത് കൽക്കത്തികൾകൊണ്ടാണ്. മണലാരണ്യ ത്തിൽ ജനിച്ച എല്ലാ പുരുഷന്മാരും കൽക്കത്തികൊണ്ട് സുന്നത്ത് ചെയ്യ ണമെന്ന് ജോഷ്വ കൽപ്പിച്ചതായി യഹൂദന്മാരുടെ ഐതിഹ്യം പറയുന്നു. കെൽറ്റുകാരും ജർമൻകാരും കൽക്കത്തികൾ മാത്രം ഉപയോഗിച്ചാണ് നരബലി നടത്തിയത്. പക്ഷേ, ഇതെല്ലാം വിസ്മൃതമായിട്ട് എത്രയോ കാലം കഴിഞ്ഞിരിക്കുന്നു. ഘർഷണംകൊണ്ട് തീയുണ്ടാക്കിയതിനെ സംബന്ധിച്ചിടത്തോളം സ്ഥിതി വ്യത്യസ്തമാണ്. തീയുണ്ടാക്കാൻ വേറെ മാർഗങ്ങൾ കണ്ടെത്തി വളരെക്കാലം കഴിഞ്ഞും ഭൂരിപക്ഷം ജനത കൾക്കിടയിലും വിശുദ്ധാഗ്നി ഉളവാക്കേണ്ടത് ഘർഷണത്തിൽനിന്നായി രുന്നു. അത്ഭുതശക്തിയുള്ള അഗ്നികൾ (ഉദാഹരണത്തിന് പകർച്ചവ്യാ ധികൾക്കെതിരായ നമ്മുടെ ജർമൻ അഗ്നികുണ്ഡങ്ങൾ) കത്തിക്കുന്നത് ഘർഷണംകൊണ്ടു മാത്രമേ ആകാവൂ എന്നാണ് ഇന്നുപോലും ഭൂരി പക്ഷം യൂറോപ്യൻ രാജ്യങ്ങളിലേയും ജനങ്ങളുടെ അന്ധവിശ്വാസം. അങ്ങനെ പ്രകൃതിയുടെമേൽ മാനവരാശി നേടിയ ആദ്യത്തെ വമ്പിച്ച വിജയത്തെക്കുറിച്ചുള്ള കൃതജ്ഞതാനിർഭരമായ സ്മരണ ജനങ്ങളുടെ അന്ധവിശ്വാസത്തിലും ലോകത്തിലെ ഏറ്റവും അഭ്യസ്തവിദ്യരായ ജന

തകൾക്കിടയിലെ പൗരാണിക വിഗ്രഹാരാധനാകാലത്തെ അനുസ്മരണങ്ങളുടെ അവശിഷ്ടങ്ങളിലും പകുതി അബോധപൂർവമായി ഇന്നും നിലനിൽക്കുന്നു.

എന്നാൽ ഘർഷണംകൊണ്ടു തീയുണ്ടാക്കുകയെന്ന പ്രക്രിയ ഇപ്പോഴും ഏകപക്ഷീയമാണ്. അതുവഴി യാന്ത്രികചലനം ചൂടായി മാറ്റപ്പെടുന്നു. ആ പ്രക്രിയ പൂർത്തിയാവാൻ അത് തിരിച്ചും നടക്കണം. ചൂട് യാന്ത്രികചലനമായി മാറ്റപ്പെടണം. അപ്പോൾ മാത്രമേ പ്രക്രിയയുടെ വൈരുധ്യാത്മകതയോട് നീതി കാട്ടപ്പെടുകയുള്ളു, ചുരുങ്ങിയത് ആദ്യഘട്ടത്തിലെങ്കിലും പ്രക്രിയയുടെ ചക്രം പൂർത്തിയാവുകയുള്ളു. പക്ഷേ ചരിത്രം അതിന്റേതായ ചുവടുവെച്ചാണ് മുന്നോട്ട് നീങ്ങുന്നത്. അവസാന വിശകലനത്തിൽ അതിന്റെ ഗതി എത്രതന്നെ വൈരുധ്യാത്മകമാണെങ്കിലും പലപ്പോഴും വൈരുധ്യാത്മകതയ്ക്ക് ചരിത്രത്തിനുവേണ്ടി വളരെക്കാലം കാത്തിരിക്കേണ്ടിവരാറുണ്ട്. ഘർഷണംകൊണ്ട് തീയുണ്ടാക്കാമെന്ന കണ്ടുപിടിത്തം നടത്തി എത്രയോ ആയിരം വർഷങ്ങൾ കഴിഞ്ഞായിരിക്കും അതിൽനിന്നുതന്നെ പുറപ്പെടുന്ന നീരാവികൊണ്ട് ചുറ്റിത്തിരിയുന്ന ഒരു യന്ത്രം അലക്സാൺഡ്രിയയിലെ ഹെറോ (ഉദ്ദേശം 120 ബി സി യിൽ) കണ്ടുപിടിച്ചത്. പിന്നെയും രണ്ടായിരത്തോളം വർഷം കഴിഞ്ഞാണ് ആദ്യത്തെ ആവിയന്ത്രം – അതായത്, ചൂടിനെ യഥാർഥത്തിൽ ഉപയോഗ്യമായ യാന്ത്രികചലനമായി മാറ്റാനുള്ള ആദ്യത്തെ ഉപകരണം – നിർമിച്ചത്.

യഥാർഥത്തിൽ സാർവദേശീയമായ ആദ്യത്തെ കണ്ടുപിടിത്തമായിരുന്നു ആവിയന്ത്രം. ഈ വസ്തുതന്നെ ചരിത്രത്തിന്റെ വമ്പിച്ച പുരോഗതിക്ക് തെളിവാണ്. ആദ്യത്തെ ആവിയന്ത്രം കണ്ടുപിടിച്ചത് ഫ്രഞ്ചുകാരനായ പാപ്പിനാണ്. അദ്ദേഹം അത് കണ്ടുപിടിച്ചത് ജർമനിയിൽ വച്ചാണ്. എപ്പോഴുമെന്നപോലെ, പേരു കിട്ടുന്നത് തനിക്കാണോ മറ്റുള്ളവർക്കാണോ എന്നു ഗൗനിക്കാതെ ഉജ്വലങ്ങളായ ആശയങ്ങൾ തനിക്കു ചുറ്റും വിതറിക്കൊണ്ടിരുന്ന ലൈബ്നിത്സ് എന്ന ജർമൻകാരനാണ് സിലിണ്ടറും പിസ്റ്റണും ഉപയോഗിക്കുകയെന്ന ആ യന്ത്രത്തെസംബന്ധിച്ച മുഖ്യ ആശയം പാപ്പിന് നൽകിയതെന്ന് (ഗെർലാൻഡ് പ്രസിദ്ധീകരിച്ച) പാപ്പിന്റെ എഴുത്തുകളിൽനിന്ന്[86] നമുക്കറിയാം. അധികം താമസിയാതെ ഇംഗ്ലീഷുകാരനായ സവെറിയും ന്യൂകൊമെനും അത്തരം യന്ത്രങ്ങൾ കണ്ടുപിടിച്ചു. അവസാനം അവരുടെതന്നെ നാട്ടുകാരനായ വാട്ട് ഒരു പ്രത്യേക കണ്ടൻസർ ഘടിപ്പിച്ച് ആവിയന്ത്രത്തെ തത്വത്തിൽ അതിന്റെ ഇന്നത്തെ നിലവാരത്തിലെത്തിച്ചു. ആ തുറയിലുള്ള കണ്ടുപിടുത്തങ്ങളുടെ ചക്രം പൂർത്തിയായി. ചൂട് യാന്ത്രികചലനമായി മാറ്റപ്പെട്ടു. പിന്നീടു വന്നതെല്ലാം വിശദാംശങ്ങളിലുള്ള പരിഷ്കരണങ്ങളായിരുന്നു.

അങ്ങനെ യാന്ത്രികചലനവും ചൂടും തമ്മിലുള്ള ബന്ധത്തിന്റെ പ്രശ്നത്തിന് പ്രയോഗം അതിന്റെ വഴിക്ക് പരിഹാരം കണ്ടു. അത് തുടക്കത്തിൽ ആദ്യത്തേതിനെ രണ്ടാമത്തേതാക്കി മാറ്റുകയും പിന്നീട്

രണ്ടാമത്തേതിനെ ആദ്യത്തേതാക്കി മാറ്റുകയും ചെയ്തു. പക്ഷേ, സിദ്ധാന്തത്തെ സംബന്ധിച്ചിടത്തോളം സ്ഥിതി എന്തായിരുന്നു?

സ്ഥിതി എത്രയും ദയനീയമായിരുന്നു. ഘർഷണംകൊണ്ടല്ലാതെ മറ്റൊരു തരത്തിലും തീയുണ്ടാക്കാൻ അറിഞ്ഞുകൂടാത്ത കിരാതജനതകളെക്കുറിച്ചുള്ള വർണ്ണനകൾനിറഞ്ഞ നിരവധി യാത്രാവിവരണങ്ങൾ പുറത്തുവന്നത് പതിനേഴും പതിനെട്ടും നൂറ്റാണ്ടുകളിലായിരുന്നെങ്കിലും ഭൗതികശാസ്ത്രജ്ഞർ അതിൽ യാതൊരു താൽപ്പര്യവും കാട്ടിയില്ലെന്നു പറയാം. പതിനെട്ടാം നൂറ്റാണ്ടു മുഴുവനും പത്തൊമ്പതാം നൂറ്റാണ്ടിന്റെ ആദ്യത്തെ ദശകങ്ങളിലും അവർ ആവിയന്ത്രത്തോടും അത്രതന്നെ ഉദാസീനത പ്രകടിപ്പിച്ചു. വസ്തുതകൾ വെറുതേ രേഖപ്പെടുത്തുന്നതുകൊണ്ട് അവർ ഒട്ടുമുക്കാലും തൃപ്തിപ്പെട്ടു.

അവസാനം, (പത്തൊമ്പതാം നൂറ്റാണ്ടിന്റെ) ഇരുപതുകളിൽ സാദി കർനോ ആ പ്രശ്നം ഏറ്റെടുത്തു. അദ്ദേഹം അത് അതിസമർഥമായി കൈകാര്യം ചെയ്യുകയും ചെയ്തു. അദ്ദേഹത്തിന്റെ ഏറ്റവും മികച്ച കണക്കുകൂട്ടലുകൾ (പിന്നീട് ക്ലപ്പെയ്റോൺ അവയ്ക്കൊരു ജ്യാമിതീയ രൂപം നൽകുകയുണ്ടായി) ക്ലൗസിയസിന്റേയും ക്ലെർക്ക് മാക്സ്വെല്ലിന്റേയും കൃതികളിൽ ഇന്നും അവയുടെ സാധുത നിലനിർത്തിയിട്ടുണ്ട്. സാദി കർനോ പ്രശ്നത്തിന്റെ അടിവരെ ഇറങ്ങിച്ചെന്നെന്നു പറയാം. വസ്തുതാപരമായ വിവരങ്ങളില്ലാഞ്ഞിട്ടല്ല, അബദ്ധമായ ഒരു സിദ്ധാന്തം മുൻകൂട്ടി ധരിച്ചുവച്ചിരുന്നതുകൊണ്ടു മാത്രമാണ് അദ്ദേഹത്തിന് അത് പൂർണമായി പരിഹരിക്കാൻ കഴിയാതെ പോയത്. കുനിഷ്ടുപിടിച്ച തത്വചിന്തയുടെ ഏതെങ്കിലുമൊരു വകഭേദം ഭൗതികശാസ്ത്രജ്ഞരുടെമേൽ അടിച്ചേൽപ്പിച്ചതായിരുന്നില്ല ഈ അബദ്ധസിദ്ധാന്തം. അതിഭൗതികവാദപരമായ തത്വചിന്താരീതിയെക്കാൾ വളരെയേറെ മികച്ചതെന്ന് അവകാശപ്പെട്ട പ്രകൃതിവാദപരമായ സ്വന്തം ചിന്താരീതിയിലൂടെ ഭൗതികശാസ്ത്രജ്ഞർതന്നെ കെട്ടിച്ചമച്ച ഒന്നായിരുന്നു അത്.

പതിനേഴാം നൂറ്റാണ്ടിൽ, ചുരുങ്ങിയപക്ഷം ഇംഗ്ലണ്ടിലെങ്കിലും ചൂടിനെ വീക്ഷിച്ചത് വസ്തുക്കളുടെ ഒരു ഗുണമായിട്ടാണ്, "ഒരിക്കലും തൃപ്തികരമായി വിശദീകരിക്കപ്പെട്ടിട്ടില്ലാത്ത സ്വഭാവത്തോടുകൂടിയ ഒരു പ്രത്യേകതരം ചലന"മായിട്ടാണ്.

ചൂടിനെക്കുറിച്ചുള്ള *യാന്ത്രികസിദ്ധാന്തം* (mechanical theory) കണ്ടുപിടിക്കുന്നതിന് രണ്ടുവർഷം മുമ്പ് ടി തോംസൺ അതിനെ വിശേഷിപ്പിച്ചത് ഇങ്ങനെയാണ്. (*ഊഷ്മവൈദ്യുതശാസ്ത്രങ്ങളുടെ രൂപരേഖ*, രണ്ടാം പതിപ്പ്, ലണ്ടൻ, 1840)[87] എന്നാൽ പ്രകാശത്തേയും വിദ്യുച്ഛക്തിയേയും കാന്തശക്തിയേയുംപോലെ ചൂടും ഒരു പ്രത്യേകവസ്തുവാണെന്നും, ഭാരമില്ലാത്തവയും തോലനീയമല്ലാത്ത (imponderable)വയുമാണെന്നതാണ് സാധാരണപദാർഥത്തിൽനിന്നും ഈ പ്രത്യേകവസ്തുക്കൾക്കുള്ള വ്യത്യാസമെന്നുമുള്ള അഭിപ്രായത്തിന് പതിനെട്ടാം നൂറ്റാണ്ടിൽ കൂടുതൽ കൂടുതൽ പ്രാബല്യം സിദ്ധിച്ചു.

വിദ്യുച്ഛക്തി*

മറ്റൊരു വിധത്തിലാണെങ്കിലും വിദ്യുച്ഛക്തിക്കും ചൂടിനെപ്പോലെ ഒരു സാർവത്രികസ്വഭാവമുണ്ട്. വൈദ്യുതപ്രതിഭാസങ്ങളുടെ അകമ്പടിയില്ലാതെ ഭൂമിയിൽ ഒരൊറ്റ മാറ്റവും നടക്കാൻ സാധ്യമല്ലെന്നുതന്നെ പറയാം. വെള്ളം ആവിയാകുമ്പോൾ, തീനാളം കത്തുമ്പോൾ, രണ്ടു വ്യത്യസ്തലോഹങ്ങൾ അഥവാ വ്യത്യസ്തതാപനിലകളുള്ള രണ്ടു ലോഹങ്ങൾ സ്പർശിക്കുമ്പോൾ, കോപ്പർ സൾഫേറ്റ് ലായനിയിൽ ഇരുമ്പുതൊടുമ്പോൾ – ഇതുപോലുള്ള സന്ദർഭങ്ങളിലെല്ലാം കൂടുതൽ പ്രത്യക്ഷമായ ഭൗതിക – രാസികപ്രതിഭാസങ്ങളോടൊപ്പം വൈദ്യുതപ്രക്രിയകളും നടക്കുന്നുണ്ട്. തികച്ചും വൈവിധ്യപൂർണമായ പ്രാകൃതികപ്രക്രിയകളെ നാം കൂടുതൽ സൂക്ഷ്മമായി പരിശോധിക്കുന്തോറും വിദ്യുച്ഛക്തിക്കുള്ള തെളിവുകൾ നാം കൂടുതൽ കണ്ടെത്തുന്നു. വിദ്യുച്ഛക്തി എത്രതന്നെ സാർവത്രികമാണെങ്കിലും, അരനൂറ്റാണ്ടായി അതിനെ മനുഷ്യരാശിയുടെ വ്യാവസായികാവശ്യങ്ങൾക്കായി കൂടുതൽ കൂടുതൽ ഉപയോഗപ്പെടുത്തിവരുന്നുണ്ടെങ്കിലും, അങ്ങേയറ്റം അവ്യക്തതയാർന്ന ഒരു ചലനരൂപമായിത്തന്നെ അത് ഇപ്പോഴും തുടരുന്നു. ഓക്സിജൻ കണ്ടെത്തി

---

* ഈ അധ്യായത്തിൽ കൊടുത്തിട്ടുള്ള വസ്തുതകളെ സംബന്ധിച്ചിടത്തോളം ഞങ്ങൾ മുഖ്യമായും ആശ്രയിച്ചിട്ടുള്ളത് *ഗാൽവനിസത്തേയും വിദ്യുത്കാന്തികതയേയും കുറിച്ചുള്ള സിദ്ധാന്തം* (രണ്ടു വാല്യങ്ങൾ, രണ്ടാം പതിപ്പ്, ബ്രൌൺഷ്വൈഗ്, 1872–74) എന്ന വിഡെമന്റെ കൃതിയെയാണ്.
"സ്ഥിരവൈദ്യുതികൂടി കൂട്ടിച്ചേർത്തുകൊണ്ട് അടുത്തുതന്നെ ഇറങ്ങാൻ പോകുന്ന ഈ സ്തുത്യർഹമായ പ്രബന്ധത്തിന്റെ പുതിയ പതിപ്പ് വിദ്യുച്ഛക്തിയെക്കുറിച്ച് ഇതേവരെ ഇറങ്ങിയിട്ടുള്ള ഏറ്റവും മഹത്തായ പരീക്ഷണാത്മകപ്രബന്ധമായിരിക്കു"[88]മെന്നാണ് അതെപ്പറ്റി 1882 ജൂൺ 15-ലെ "നേച്ചറി"ൽ പറയുന്നത് (എംഗൽസിന്റെ കുറിപ്പ്).

ഏതാണ്ട് ഇരുപത്തഞ്ച് വർഷം കഴിഞ്ഞാണ് ഗാൽവനിക് പ്രവാഹം (galvanic current) കണ്ടെത്തപ്പെട്ടത്. രസതന്ത്രത്തെ സംബന്ധിച്ചിടത്തോളം ഓക്സിജന്റെ കണ്ടുപിടിത്തത്തിനുള്ളത്ര പ്രാധാന്യമെങ്കിലും വൈദ്യുതസിദ്ധാന്തത്തെ സംബന്ധിച്ചിടത്തോളം ആ പ്രവാഹത്തിന്റെ കണ്ടുപിടിത്തത്തിനുണ്ട്. എന്നിട്ടും ഈ രണ്ടു രംഗങ്ങളും തമ്മിൽ ഇന്നുപോലും എന്തൊരു വ്യത്യാസമാണുള്ളത്! രസതന്ത്രത്തിൽ, വിശേഷിച്ചും ഡാൽട്ടൺ അണുഭാരങ്ങൾ കണ്ടുപിടിച്ചതിന്റെ ഫലമായി, ക്രമവും നേടിയേടത്തോളം കാര്യങ്ങളെക്കുറിച്ച് താരതമ്യേന തീർച്ചയായും ഇനിയും നേടിയെടുക്കാനിരിക്കുന്ന മേഖലകളുടെ നേരെ ഒരു കോട്ടയുടെ ഉപരോധത്തോട് ഉപമിക്കാവുന്ന ചിട്ടയോടുകൂടിയ, ഏതാണ്ട് ആസൂത്രിതമെന്നുതന്നെ പറയാവുന്ന, ആക്രമണവുമാണ് നമുക്ക് കാണാൻ കഴിയുന്നത്. വൈദ്യുതസിദ്ധാന്തത്തിന്റെ രംഗത്താവട്ടെ, ഖണ്ഡിതമായി സ്ഥിരീകരിക്കുകയോ ഖണ്ഡിതമായി നിരാകരിക്കുകയോ ചെയ്യപ്പെടാത്ത, സംശയാസ്പദങ്ങളായ പഴഞ്ചൻ പരീക്ഷണങ്ങളുടെ ചപ്പുചവറുകളാണുള്ളത്. ഇരുട്ടത്ത് തപ്പിത്തടയലും ഒറ്റപ്പെട്ട നിരവധി വ്യക്തികളുടെ പരസ്പരബന്ധമില്ലാത്ത ഗവേഷണ–പരീക്ഷണങ്ങളുമാണുള്ളത്. കുതിരസവാരിക്കാരായ നാടോടിക്കൂട്ടങ്ങൾ ആക്രമണം നടത്തുംപോലെയാണ് അവർ തങ്ങളുടെ ചിന്നിച്ചിതറിയ ശക്തികളുമായി അജ്ഞാതമേഖലകളെ ആക്രമിക്കുന്നത്. ഡാൽട്ടന്റേതുപോലെ, ശാസ്ത്രത്തിനൊട്ടാകെ ഒരു കേന്ദ്രബിന്ദുവും ഗവേഷണത്തിനുള്ള ഒരു ഉറച്ച അടിത്തറയും പ്രദാനം ചെയ്യുന്ന ഒരു കണ്ടുപിടിത്തം വിദ്യുച്ഛക്തിയുടെ തുറയിൽ ഇനിയും വരാനിരിക്കുന്നതേയുള്ളുവെന്നു സമ്മതിച്ചേ തീരൂ. വൈദ്യുതസിദ്ധാന്തത്തിന്റെ ഈ കുഴഞ്ഞുമറിഞ്ഞ സ്ഥിതിമൂലമാണ് സമഗ്രമായ ഒരു സിദ്ധാന്തം ആവിഷ്കരിക്കാൻ തൽക്കാലം അസാധ്യമായിരിക്കുന്നത്, ഏകപക്ഷീയമായ അനുഭവമാത്രവാദം ഈ തുറയിൽ വാണരുളുന്നത്. കഴിയുന്നിടത്തോളം ചിന്തയ്ക്ക് തന്നെ വിലക്ക് കൽപ്പിച്ചിട്ടുള്ളതും അക്കാരണത്താൽത്തന്നെ തെറ്റായി ചിന്തിക്കുന്നതിനു പുറമേ വസ്തുതകളെ സത്യസന്ധമായി പിന്തുടരാനോ അവയെ സത്യസന്ധമായി പ്രതിപാദിക്കാൻ പോലുമോ അശക്തമായതും അങ്ങനെ യഥാർഥ അനുഭവമാത്രവാദത്തിന്റെ നേർവിപരീതമായി മാറുന്നതുമായ ഒരു അനുഭവമാത്രവാദമാണ് അത്.

ജർമൻ പ്രാകൃതികതത്വശാസ്ത്രത്തിന്റെ അസംബന്ധമായ അനുഭവനിരപേക്ഷ അഭ്യൂഹങ്ങളെ എത്ര അധിക്ഷേപിച്ചിട്ടും മതിവരാത്ത പ്രകൃതിശാസ്ത്രജ്ഞന്മാരോട് അനുഭവമാത്രവാദസരണിയിൽപ്പെട്ട ഭൗതികശാസ്ത്രജ്ഞരുടെ സൈദ്ധാന്തികകൃതികൾ – പ്രാകൃതികതത്വശാസ്ത്രജ്ഞരുടെ കാലത്തെഴുതിയവ മാത്രമല്ല കുറെക്കൂടി വൈകിയ കാലത്തെ കൃതികൾകൂടി – വായിക്കാൻ പൊതുവിൽ ശുപാർശ ചെയ്യേണ്ടതാണെങ്കിൽ, വൈദ്യുതസിദ്ധാന്തത്തിന് ഇത് വിശേഷിച്ചും ബാധകമാണ്. നമുക്ക് 1840–ലെ ഒരു കൃതി എടുക്കാം: തോമസ് തോംസൺ എഴുതിയ *ഊഷ്മ*

– *വൈദ്യുതശാസ്ത്രങ്ങളുടെ രൂപരേഖ.* വൃദ്ധനായ തോംസൺ വാസ്തവത്തിൽ അക്കാലത്തെ ഒരു പ്രമാണപുരുഷനായിരുന്നു. മാത്രമല്ല, ഇതേവരെയുണ്ടായിട്ടുള്ളവരിൽവച്ച് ഏറ്റവും വലിയ വൈദ്യുതശാസ്ത്രജ്ഞനായ ഫാരഡേയുടെ കൃതികളിൽ ഗണ്യമായ ഒരു ഭാഗം അദ്ദേഹത്തിന്റെ വരുതിയിൽ ഉണ്ടായിരുന്നു. എന്നിട്ടും അതിലും മുമ്പത്തെ ഹെഗലിന്റെ "പ്രാകൃതികതത്വശാസ്ത്ര"ത്തിലെ സംഗതവകുപ്പിലുള്ളത്ര അസംബന്ധങ്ങളെങ്കിലും അദ്ദേഹത്തിന്റെ ഗ്രന്ഥത്തിലുണ്ട്. ഉദാഹരണത്തിന് വൈദ്യുതസ്ഫുലിംഗത്തെക്കുറിച്ചുള്ള അതിലെ വിവരണം ഹെഗലിന്റെ കൃതിയിലെ സംഗതഖണ്ഡികയിൽനിന്ന് നേരിട്ടു പരിഭാഷപ്പെടുത്തിയതുപോലെയാണിരിക്കുന്നത്. വൈദ്യുതസ്ഫുലിംഗത്തിന്റെ യഥാർഥസ്വാഭാവത്തെക്കുറിച്ചും വൈവിധ്യമാർന്ന അതിന്റെ നാനാരൂപങ്ങളെക്കുറിച്ചും അറിവ് ലഭിക്കുന്നതിന് മുമ്പ് ജനങ്ങൾ അതിൽ കണ്ടെത്താൻ ശ്രമിച്ച ഓരോരോ അത്ഭുതങ്ങളെ രണ്ടിലും എണ്ണിപ്പറയുന്നുണ്ട്. അവ മുഖ്യമായും പ്രത്യേകദൃഷ്ടാന്തങ്ങളോ അബദ്ധങ്ങളോ ആയിരുന്നുവെന്ന് ഇപ്പോൾ തെളിഞ്ഞിട്ടുണ്ട്. മാത്രമല്ല, 416–ാമത്തെ പേജിൽ അദ്ദേഹം ദെസേന്റെ പല കെട്ടുകഥകളും തികഞ്ഞ ഗൗരവത്തോടെ ഉദ്ധരിക്കുന്നുമുണ്ട്. മർദം കൂടുകയും താപനില കുറയുകയും ചെയ്യുമ്പോൾ ഗ്ലാസ്, റെസിൻ (മരക്കറ), സിൽക്ക് തുടങ്ങിയവ മെർക്കുറിയിൽ മുക്കിയാൽ അവ ഋണചാർജിതമാകും, നേരെമറിച്ച് മർദം കുറയുകയും താപനില കൂടുകയും ചെയ്യുമ്പോൾ അങ്ങനെ ചെയ്താൽ അവധനചാർജിതമാകും; സ്വർണം തുടങ്ങിയ ചില ലോഹങ്ങൾക്ക്, വേനൽക്കാലത്ത് ചൂടാകുമ്പോൾ ധനചാർജും തണുക്കുമ്പോൾ ഋണചാർജും ലഭിക്കുന്നു; ശൈത്യകാലത്ത് നേരെ തിരിച്ചും സംഭവിക്കുന്നു; കൂടുതൽ മർദവും വടക്കൻകാറ്റുമുണ്ടെങ്കിൽ അവ സുശക്തമായി വൈദ്യുതീകരിക്കപ്പെടുന്നു – താപനില കൂടുമ്പോൾ അനുരോധകമായും കുറയുമ്പോൾ നിഷേധകമായും. ഇങ്ങനെ പോകുന്നു കഥകൾ. വസ്തുതകൾ കൈകാര്യം ചെയ്യുന്നതിനെ സംബന്ധിച്ചിടത്തോളം ഇതാണ് സ്ഥിതി. അനുഭവനിരപേക്ഷമായ അഭ്യൂഹത്തെ സംബന്ധിച്ചാണെങ്കിൽ വൈദ്യുതസ്ഫുലിംഗത്തെക്കുറിച്ച് താഴെ കൊടുക്കുന്ന സിദ്ധാന്തം തോംസൺ നമുക്ക് സദയം നൽകുന്നു. സാക്ഷാൽ ഫാരഡേയിൽ നിന്നുതന്നെയാണ് അദ്ദേഹത്തിന് അത് ലഭിച്ചത്.

"വളരെ ചെറുതും പരിമിതവുമായ ഇടത്തു സ്ഥിതിചെയ്യുന്ന കുറച്ചു കണങ്ങളുടെ ഒരു പ്രത്യേകതരം പ്രവർത്തനത്തിന്റെ ഫലമായി താപവാഹകമല്ലാത്ത അനേകം കണങ്ങൾ നടത്തുന്ന വിസർജനത്തിനാണ്, അഥവാ അവയുടെ ധ്രുവിതപ്രേരണികാവസ്ഥയ്ക്ക് (polarised inductive state) സംഭവിക്കുന്ന ശക്തിക്ഷയത്തിനാണ്, സ്ഫുലിംഗം എന്നു പറയുന്നത്. വിസർജനം നടക്കുന്ന ചുരുക്കം കണങ്ങൾ പരസ്പരം തള്ളിമാറ്റപ്പെടുക മാത്രമല്ല ചെയ്യുന്നതെന്നും അവ തൽക്കാലത്തേക്ക് അങ്ങേയറ്റം സജീവമായ ഒരു പ്രത്യേകതരം അവസ്ഥ കൈക്കൊള്ളുന്നുണ്ടെ

ന്നുമാണ് ഫാരഡേ സങ്കൽപ്പിക്കുന്നത്. അതായത്, ചുറ്റുമുള്ള എല്ലാ ബലങ്ങളും ഒന്നിനു പുറകേ ഒന്നായി അവയുടെമേൽ കുമിഞ്ഞുകൂടുകയും അതിന്റെ ഫലമായി അവ രാസസംയോജനം നടത്തുന്ന അണുക്കളോളം തന്നെ തീവ്രമായ ഒരവസ്ഥ ആർജിക്കുകയും ചെയ്യുന്നു. അതിനുശേഷം ഒരുപക്ഷേ, അണുക്കൾ അവയുടെ ശക്തികൾ വിസർജനം ചെയ്യുന്നതു പോലെതന്നെയാവാം, ഈ കണങ്ങൾ തങ്ങളുടെ ബലങ്ങൾ വിസർജനം ചെയ്യുന്നു. നമുക്കിനിയും അജ്ഞാതമായ ഏതോ പ്രവർത്തനത്തിലൂടെയാണ് അവ ഇത് ചെയ്യുന്നത്. അതോടെ എല്ലാം തീരുന്നു. വിസർജകകണങ്ങളുടെ സ്ഥാനത്ത് ഒരു ലോഹകണം വച്ചാൽ എങ്ങനെയോ അതേ ഫലമാണ് അന്തിമമായി ഉളവാകുന്നത്. രണ്ടുദൃഷ്ടാന്തങ്ങളിലും പ്രവർത്തനതത്വങ്ങൾ ഒന്നുതന്നെയാണെന്ന് പിന്നീട് തെളിഞ്ഞുകൂടായ്കയില്ല."[89] ഇത്രയും പറഞ്ഞിട്ട്, തോംസൺ കൂട്ടിച്ചേർക്കുന്നു: "ഫാരഡേയുടെ ഈ വിശദീകരണം അദ്ദേഹത്തിന്റെ തന്നെ വാക്കുകളിൽ ഞാൻ നൽകിയത് എനിക്കത് വ്യക്തമായി മനസിലാവാത്തതുകൊണ്ടാണ്."

വൈദ്യുതസ്ഫുലിംഗത്തിൽ "ചാർജിതവസ്തുവിന്റെ പ്രത്യേകപദാർഥികത പ്രക്രിയയിലേക്ക് ഇനിയും കടന്നിട്ടില്ലെ"ന്നും "പ്രാഥമികരുപത്തിലും ആത്മീയരൂപത്തിലും അതിനുള്ളിൽ നിർണയിക്കപ്പെടുന്നേയുള്ളു"വെന്നും, വിദ്യുച്ഛക്തിയെന്നത് "വസ്തുവിനു സഹജമായ കോപവും പതച്ചുപൊങ്ങലും" "ഉത്തേജിതമാകുമ്പോൾ ഏതൊരു വസ്തുവും പ്രദർശിപ്പിക്കുന്ന" "അതിന്റെ കോപിഷ്ഠ അഹ"വുമാണെന്നും ("പ്രാകൃതികതത്വശാസ്ത്രം," § 324, അനുബന്ധം[90]) ഹെഗലെഴുതിയിരിക്കുന്നതു വായിക്കുമ്പോൾ മറ്റുള്ളവർക്കും ഇതേ അനുഭവമാണുണ്ടാവുകയെന്നതിനു സംശയമില്ല. എങ്കിലും ഹെഗലിന്റേയും ഫാരഡേയുടേയും മൗലികചിന്ത ഒന്നുതന്നെയാണ്. വിദ്യുച്ഛക്തിയെന്നത് പദാർഥത്തിന്റെ ഒരവസ്ഥയല്ലെന്നും പദാർഥത്തിന്റെ പ്രത്യേകവും വ്യതിരിക്തവുമായ ഒരു വകഭേദമാണെന്നുമുള്ള ആശയത്തെ രണ്ടുപേരും എതിർക്കുന്നു. സ്ഫുലിംഗത്തിൽ വിദ്യുച്ഛക്തി അനാശ്രിതമായും സ്വതന്ത്രമായും അന്യമായ ഏതെങ്കിലും പാദാർഥിക അധഃസ്തരത്തിൽ നിന്നു വേറിട്ടും എന്നാൽ അതേ സമയം തന്നെ ഇന്ദ്രിയഗോചരമായും പ്രത്യക്ഷപ്പെടുന്നതായി തോന്നുന്നതുകൊണ്ട് എല്ലാത്തരം പദാർഥത്തിൽനിന്നും നൈമിഷികമായി സ്വതന്ത്രമാക്കപ്പെട്ട ഏതോ "ബല"ത്തിന്റെ ഒരു ക്ഷണികപ്രതിഭാസരൂപമാണ് സ്ഫുലിംഗമെന്ന ധാരണയിൽ ശാസ്ത്രത്തിൽ അന്നത്തെ അവസ്ഥ വച്ചുനോക്കുമ്പോൾ അവർ അനിവാര്യമായും എത്തിച്ചേരുന്നു. നമ്മെ സംബന്ധിച്ചിടത്തോളം ഈ കടംകഥയ്ക്ക് ഉത്തരം കണ്ടുകഴിഞ്ഞിരിക്കുന്നുവെന്നു പറയേണ്ടതില്ലല്ലോ. കാരണം, ലോഹ ഇലക്ട്രോഡുകൾക്കിടയിൽ സ്ഫുലിംഗവിസർജനം നടക്കുമ്പോൾ "ലോഹകണങ്ങൾ" യഥാർഥത്തിൽ അപ്പുറത്തേക്കു ചാടുന്നുണ്ടെന്നും അങ്ങനെ "ചാർജിതവസ്തുവിന്റെ പ്രത്യേകപദാർഥികത" യഥാർഥത്തിൽ "പ്രക്രിയയിലേക്കു കടക്കുന്നു"ണ്ടെന്നും നമുക്കറിയാം.

ചൂടും വെളിച്ചവുംപോലെ വിദ്യുച്ഛക്തിയും കാന്തശക്തിയും തുലനം ചെയ്യാനാവാത്ത പ്രത്യേകവസ്തുക്കളായിട്ടാണ് ആദ്യം കരുതപ്പെട്ടിരുന്നതെന്നത് സുവിദിതമാണല്ലോ. ഒന്ന് അനുരോധകവും മറ്റേത് നിഷേധകവുമായി പരസ്പരം എതിരായ രണ്ടു വസ്തുക്കൾ, രണ്ട് "ദ്രാവകങ്ങൾ" ഉണ്ടെന്നും, സാധാരണനിലയിൽ അവ പരസ്പരം നിഷ്ക്രിയമാക്കുന്നുവെന്നും "വൈദ്യുതബലം" (electric force of separation) എന്നു പറയപ്പെടുന്ന ഒന്ന് അവയെ വേർതിരിക്കുന്നതുവരെ ഈ സ്ഥിതി തുടരുന്നുവെന്നുള്ള ഒരഭിപ്രായം വിദ്യുച്ഛക്തിയെ സംബന്ധിച്ചിടത്തോളം താമസിയാതെ വളർന്നു വരികയുണ്ടായെന്നതും പ്രസിദ്ധമാണ്. അങ്ങനെ വരുമ്പോൾ രണ്ടു വസ്തുക്കളെ ചാർജുചെയ്യാൻ സാധ്യമാണ് - ഒന്നിനെ അനുരോധകവൈദ്യുതികൊണ്ടും മറ്റേതിനെ നിഷേധകവൈദ്യുതികൊണ്ടും. മൂന്നാമതൊരു ചാലകവസ്തുമുഖേന അവയെ യോജിപ്പിക്കുമ്പോൾ സമീകരണം നടക്കുന്നു. സാഹചര്യങ്ങളനുസരിച്ച് അത് ഒന്നുകിൽ പെട്ടെന്നാവാം, അല്ലെങ്കിൽ ഒരു തുടർപ്രവാഹത്തിലൂടെയാവാം. വിപ്രയോഗത്തിന്റെ ഈ പെട്ടെന്നുള്ള സമീകരണം ലളിതവും സുഗ്രഹവുമാണെന്നു തോന്നി. പക്ഷേ, പ്രവാഹത്തെ വിശദീകരിക്കാൻ വിഷമം നേരിട്ടു. ഓരോ സന്ദർഭത്തിലും പ്രവാഹമെന്നു പറയുന്നത് ഒന്നുകിൽ തികച്ചും അനുരോധകമോ അല്ലെങ്കിൽ തികച്ചും നിഷേധകമോ ആയ വിദ്യുച്ഛക്തിയുടെ ചലനമാണെന്ന ഏറ്റവും ലളിതമായ പരികൽപ്പനയ്ക്കെതിരായി മറ്റൊരു വീക്ഷണം ഫെഹ്നെറും കുറെക്കൂടി വിശദരൂപത്തിൽ വെബറും മുന്നോട്ടുവച്ചു. ഓരോ ബദ്ധപരിപഥത്തിലും (closed circuit) വസ്തുക്കളുടെ തോലനീയങ്ങളായ തന്മാത്രകൾക്കിടയിൽ സ്ഥിതിചെയ്യുന്ന വാഹികളിലൂടെ അനുരോധകവിദ്യുച്ഛക്തിയുടേയും നിഷേധകവിദ്യുച്ഛക്തിയുടേയും രണ്ടു തുല്യധാരകൾ അടുത്തടുത്തായി വിപരീതദിശകളിൽ ഒഴുകുന്നുണ്ടെന്നതാണ് അത്. ഈ സിദ്ധാന്തത്തെ ഗണിതശാസ്ത്രപരമായി വിശദരൂപത്തിൽ ആവിഷ്കരിച്ചുകൊണ്ട് വെബർ എത്തുന്ന നിഗമനം ഇതാണ്: ഒരു ഫലനം (function) - ഏത് ഫലനമാണെന്നത് ഇവിടെ പ്രധാനമല്ല $\frac{1}{r}$ എന്ന പരിമാണംകൊണ്ട് ഗുണിക്കപ്പെടുന്നു. ഇവിടെ $\frac{1}{r}$ "വിദ്യുച്ഛക്തിയുടെ മാത്രയ്ക്ക് മില്ലിഗ്രാമിനോടുള്ള അംശബന്ധത്തെ" കുറിക്കുന്നു. (വിഡെമൻ, മേലുദ്ധരിച്ച കൃതി, പുസ്തകം III, പേജ് 569) ഒരു ഭാരമാത്രയോടുള്ള അംശബന്ധം സ്വാഭാവികമായും ഭാര - അംശബന്ധമാവാനേ നിവൃത്തിയുള്ളു. കണക്കുകൂട്ടുമ്പോൾ ചിന്തിക്കുകയെന്ന പതിവ് ഏകപക്ഷീയമായ അനുഭവമാത്രവാദം എത്ര കണ്ടു മറന്നുപോയിരിക്കുന്നുവെന്ന് ഇതിൽനിന്നു സ്പഷ്ടമാണ്. അത് തോലനീയമല്ലാത്ത വിദ്യുച്ഛക്തിയെ തോലനീയമാക്കിക്കൊണ്ട് അതിന്റെ ഭാരത്തെ ഒരു ഗണിതശാസ്ത്രപരികലനത്തിൽ ഉൾപ്പെടുത്തുകപോലും ചെയ്തിരിക്കുന്നു.

വെബർ നിഗമനം ചെയ്തെടുത്ത ഫോർമുലകൾ ചില പരിധികൾക്കുള്ളിൽ മാത്രമേ പര്യാപ്തമായുള്ളു. വിശേഷിച്ചും ഹെംഹൊൽറ്റ്സ് അവയിൽനിന്ന് ഊർജസംരക്ഷണതത്വവുമായി പൊരുത്തപ്പെടാത്ത ഫലങ്ങൾ കുറച്ചു വർഷങ്ങൾക്കുമുമ്പുതന്നെ ഗണിച്ചെടുക്കുകയുണ്ടായി. വിപരീതദിശകളിലൊഴുകുന്ന ഇരട്ടപ്രവാഹമെന്ന വെബറുടെ പരികൽപ്പനയ്ക്കെതിരായി 1871–ൽ സി നൊയ്മാൻ മറ്റൊരു പരികൽപ്പന ഉന്നയിച്ചു. രണ്ടു വിദ്യുച്ഛക്തികളിൽ ഒന്ന് – ഉദാഹരണത്തിന് അനുരോധകമായത് – മാത്രമേ ചലിക്കുന്നുള്ളു, നിഷേധകമായ മറ്റേത് വസ്തുവിന്റെ പിണ്ഡത്തോട് ദൃഢമായി ബന്ധിക്കപ്പെട്ടിരിക്കുന്നു, എന്നതാണത്. ഇതെപ്പറ്റി വിഡെമൻ അഭിപ്രായപ്പെട്ടിരിക്കുന്നത് ഇങ്ങനെയാണ്:

“വെബർ സങ്കൽപ്പിക്കുന്നതുപോലെ, $\pm\frac{1}{2}e$ വൈദ്യുതപിണ്ഡങ്ങളുടെ വിപരീതദിശകളിലൊഴുകുന്ന ഇരട്ടപ്രവാഹത്തോട്, അനുരോധകപ്രവാഹത്തിന്റെ ദിശയിൽ $\pm\frac{1}{2}e$ വൈദ്യുതപിണ്ഡങ്ങളെ ഒപ്പം വഹിച്ചു കൊണ്ടുപോകുന്ന, ബാഹ്യമായി നിഷ്ക്രിയമായ ഉദാസീന (neutral) വിദ്യുച്ഛക്തിയുടെ മറ്റൊരു പ്രവാഹം കൂട്ടിച്ചേർക്കുന്നപക്ഷം ഈ പരികൽപ്പനയെ വെബറിന്റേതുമായി കൂട്ടിയിണക്കാൻ കഴിയും.” (III, പേജ് 577).

ഏകപക്ഷീയ അനുഭവമാത്രവാദത്തിന് സവിശേഷമായുള്ള ഒന്നാണ് ഈ പ്രമേയവും. വിദ്യുച്ഛക്തി ഒഴുകാൻവേണ്ടി അതിനെ ധനാത്മകമായും ഋണാത്മകമായും വിഘടിപ്പിക്കുന്നു. പക്ഷേ, ഈ രണ്ടു വസ്തുക്കളും വച്ച് ധാരയെ വിശദീകരിക്കാനുള്ള എല്ലാ ശ്രമങ്ങളും വിഷമതകളെ നേരിടുന്നു. ഓരോ തവണയും ധാരയിൽ അവയിലൊന്നു മാത്രമേ ഉണ്ടായിരിക്കൂ എന്ന പരികൽപ്പനയ്ക്കും, അവ രണ്ടും ഒരേ സമയത്ത് വിപരീത ദിശകളിൽ ഒഴുകുന്നുവെന്ന പരികൽപ്പനയ്ക്കും അവസാനമായി അവയിലൊന്ന് ഒഴുകുകയും മറ്റേത് വിശ്രമിക്കുകയും ചെയ്യുന്നുവെന്ന മൂന്നാമത്തെ പരികൽപ്പനയ്ക്കും ഒരുപോലെ ബാധകമാണിത്. അവസാനത്തെ പരികൽപ്പന നാം സ്വീകരിക്കുകയാണെങ്കിൽ, ഇലക്ട്രോസ്റ്റാറ്റിക് യന്ത്രത്തിലും ലീഡൻജറിലും വേണ്ടത്ര ചലനാത്മകമായിരിക്കുന്ന നിഷേധകവിദ്യുച്ഛക്തി ധാരയിൽ വസ്തുവിന്റെ പിണ്ഡത്തോട് ദൃഢമായി ബന്ധിക്കപ്പെട്ടിരിക്കുന്നുവെന്ന അവ്യാഖ്യേയമായ ആശയത്തെ നമുക്ക് എങ്ങനെ വ്യാഖ്യാനിക്കാൻ കഴിയും? വളരെ എളുപ്പമാണ്. കമ്പിയിലൂടെ വലത്തോട്ടൊഴുകുന്ന അനുരോധകധാര $+e$ –യ്ക്കും ഇടത്തോട്ടൊഴുകുന്ന നിഷേധകധാര–e–യ്ക്കും പുറമേ ഈ ഉദാസീനവിദ്യുച്ഛക്തിയുടെ മറ്റൊരു ധാരകൂടി, $\pm\frac{1}{2}e$, വലത്തോട്ടൊഴുകുന്നുണ്ടെന്നു നാം സങ്കൽപ്പിക്കുന്നു. ഈ രണ്ടു വിദ്യുച്ഛക്തികളും ഒഴുകണമെങ്കിൽത്തന്നെ അവയെ പരസ്പരം വേർതിരിക്കേണ്ടതാണെന്ന് ആദ്യം നാം സങ്കൽപ്പിക്കുന്നു. പിന്നീട്, വേർതിരിക്കപ്പെട്ട ആ വിദ്യുച്ഛക്തികൾ ഒഴുകുമ്പോൾ സംഭവിക്കുന്ന പ്രതിഭാസങ്ങളെ വിശദീകരി

ക്കാൻവേണ്ടി അവയ്ക്ക് വേറിട്ടല്ലാതെയും ഒഴുകാൻ കഴിയുമെന്ന് നാം സങ്കൽപ്പിക്കുന്നു, ആദ്യം ഒരു പ്രത്യേകപ്രതിഭാസം വിശദീകരിക്കാൻ വേണ്ടി നാം ഒരു ഊഹം നടത്തുന്നു. എന്നിട്ട്, ആദ്യത്തെ വിഷമം നേരിടുമ്പോൾത്തന്നെ നമ്മൾ ഒന്നാമത്തേതിനെ നേരിട്ടുനിഷേധിക്കുന്ന രണ്ടാമതൊരു ഊഹം നടത്തുന്നു. ഈ മാന്യന്മാർക്ക് എത്തരം തത്വശാസ്ത്രത്തെപ്പറ്റിയാണ് പരാതിപ്പെടാൻ അവകാശമുള്ളത്?

എന്നാൽ വിദ്യുച്ഛക്തി പദാർഥികസ്വഭാവമുള്ള (material nature) ഒന്നാണെന്ന ഈ വീക്ഷണത്തോടൊപ്പംതന്നെ, വസ്തുവിന്റെ വെറുമൊരു അവസ്ഥയായി, ഒരു "ബലമായി", അഥവാ നാം ഇന്നു പറയുമായിരുന്നതുപോലെ, ചലനത്തിന്റെ ഒരു പ്രത്യേകരൂപമായി, വിദ്യുച്ഛക്തിയെ പരിഗണിക്കുന്ന മറ്റൊരു വീക്ഷണം താമസിയാതെ പ്രത്യക്ഷപ്പെട്ടു. ഹെഗലും പിന്നീട് ഫാരഡേയും ഈ അഭിപ്രായക്കാരായിരുന്നുവെന്നു നാം കണ്ടല്ലോ. ചൂടിന്റെ യാന്ത്രികതുല്യാങ്കം (mechanical equivalent) കണ്ടുപിടിക്കപ്പെട്ടതോടെ ഒരു പ്രത്യേക "ഊഷ്മനിർമാണസാമഗ്രി"യെന്ന ആശയം അന്തിമമായി കുഴിച്ചുമൂടപ്പെടുകയും ചൂട് ഒരു തന്മാത്രീയചലനമാണെന്നു സ്ഥാപിക്കപ്പെടുകയും ചെയ്തു. വിദ്യുച്ഛക്തിയേയും ഈ പുതിയ രീതിപ്രകാരം കൈകാര്യം ചെയ്യുകയും അതിന്റെ യാന്ത്രികതുല്യാങ്കം നിർണയിക്കാൻ ശ്രമിക്കുകയും ചെയ്യുകയെന്നതായിരുന്നു അടുത്തപടി. ഈ ശ്രമം പൂർണമായി വിജയിച്ചു. വിശേഷിച്ചും ജൗളിന്റേയും ഫാവറുടേയും റൗളിന്റേയും പരീക്ഷണങ്ങൾ ഗാൽവനിക് ധാരയുടെ "വിദ്യുത് ചാലകബലം" (electromotive force) എന്നു പറയപ്പെടുന്നതിന്റെ യാന്ത്രിക - താപീയ തുല്യാങ്കങ്ങൾ നിർണയിച്ചുവെന്നു മാത്രമല്ല, രാസപ്രക്രിയകളിലൂടെ ജനറേറ്റിങ് സെല്ലിൽ സ്വതന്ത്രമാക്കപ്പെടുന്നതും വൈദ്യുതാപഘടനാസെല്ലിൽ (eletrolytic cell) ഉപയോഗിച്ച് തീർക്കപ്പെടുന്നതുമായ ഊർജത്തിനു പൂർണമായും തുല്യമാണതെന്ന് തെളിയിക്കുകകൂടി ചെയ്തു. പദാർഥ സ്വഭാവത്തോടുകൂടിയ ഏതോ പ്രത്യേകദ്രാവകമാണ് വിദ്യുച്ഛക്തിയെന്ന പരികൽപ്പന അടിസ്ഥാനരഹിതമാണെന്ന് ഇതോടെ കൂടുതൽ കൂടുതൽ വ്യക്തമായി.

എന്നാൽ ചൂടും വിദ്യുച്ഛക്തിയും തമ്മിലുള്ള സാദൃശ്യം പൂർണമായിരുന്നില്ല. അപ്പോഴും ഗാൽവനിക്ധാര സാരമായ പല കാര്യങ്ങളിലും ചൂടിന്റെ ചാലനത്തിൽനിന്ന് വ്യത്യസ്തമായിരുന്നു. വൈദ്യുതചാർജിനു വിധേയമായ വസ്തുക്കളിൽ എന്താണ് ചലിക്കുന്നതെന്നു പറയാൻ അപ്പോഴും സാധ്യമായിരുന്നില്ല. ചൂടിന്റെ കാര്യത്തിൽ സംഭവിക്കുന്നതുപോലെ വെറുമൊരു തന്മാത്രീയകമ്പനം മാത്രമാണ് നടക്കുന്നതെന്ന സങ്കൽപ്പം അപര്യാപ്തമായിത്തോന്നി. വിദ്യുച്ഛക്തിയുടെ ചലനപ്രവേഗം പ്രകാശത്തിന്റേതിനെപ്പോലും കവച്ചുവയ്ക്കുന്നതായതിനാൽ[91] വസ്തുവിന്റെ തന്മാത്രകൾക്കിടയിൽ ഏതോ പദാർഥികദ്രവ്യം ചലിക്കുന്നുണ്ടെന്ന വീക്ഷണത്തെ തരണം ചെയ്യാൻ അപ്പോഴും വിഷമമായിരുന്നു. മുഴുവൻ സ്പേസിനേയും അതുകൊണ്ടുതന്നെ എല്ലാ വസ്തുക്ക

ളേയും ഉൾക്കൊള്ളുന്ന ഒരു ഇലാസ്തികമാധ്യമത്തിന്റെ ചലനമാണ് വിദ്യുച്ഛക്തിയെന്നും ആ മാധ്യമത്തിലെ പ്രത്യേകം പ്രത്യേകം കണങ്ങൾ അവയുടെ ദൂരത്തിന്റെ വർഗത്തിന്റെ വിപരീതാനുപാതത്തിൽ പരസ്പരം വികർഷിക്കുന്നുവെന്നുമുള്ള - 1846 -ൽത്തന്നെ ആദ്യമായി ഒരു അഭിപ്രായമെന്ന നിലയ്ക്ക് ഫാരഡേ ഉന്നയിച്ച - പരികൽപ്പനയുമായി പൂർണമായി യോജിക്കുന്നവയാണ് അടുത്ത കാലത്ത് ക്ലെർക്ക് മാക്സ്വെലും (1864) ഹാങ്കലും (1865) റെനാറും (1870) എഡ്‌ലുണ്ടും (1872) ഉന്നയിച്ചിട്ടുള്ള സിദ്ധാന്തങ്ങൾ. അതായത്, ഈഥർകണങ്ങളുടെ ചലനമാണ് വിദ്യുച്ഛക്തി; വസ്തുവിലെ തന്മാത്രകൾ പ്രസ്തുതചലനത്തിൽ പങ്കുകൊള്ളുന്നു. ഇതാണ് ആ പരികൽപ്പന. ചലനത്തിന്റെ സ്വഭാവത്തെ സംബന്ധിച്ച് വിവിധ സിദ്ധാന്തങ്ങൾ തമ്മിൽ വ്യത്യാസമുണ്ട്. ഭ്രമിളചലനത്തെക്കുറിച്ചുള്ള (vertex motion) ആധുനികഗവേഷണങ്ങളെ ആധാരമാക്കിയ മാകസ്‌വെലിന്റെയും ഹാങ്കലിന്റെയും റെനാറിന്റെയും സിദ്ധാന്തങ്ങൾ അവയവയുടെ വഴിക്ക് ഇതിലും ദർശിക്കുന്നത് ഭ്രമിളചലനമാണ്. അങ്ങനെ, പണ്ടത്തെ ദെക്കാർത്തിന്റെ ഭ്രമിളത്തിന് പുതിയ എത്രയോ രംഗങ്ങളിൽ വീണ്ടും മാന്യസ്ഥാനം ലഭിച്ചിരിക്കുന്നു. ഈ സിദ്ധാന്തങ്ങളുടെ വിശദാംശങ്ങളിലേക്ക് നാം കടക്കുന്നില്ല. അവയ്ക്ക് പരസ്പരം ഗണ്യമായ വ്യത്യാസങ്ങളുണ്ട്. അവയ്ക്കിനിയും പല രൂപാന്തരങ്ങളും സംഭവിക്കുമെന്നു തീർച്ചയാണ്. എങ്കിലും, തോലനീയങ്ങളായ എല്ലാ വസ്തുക്കളിലും ആണ്ടിറങ്ങുന്ന പ്രകാശവാഹിയായ ഈഥറിന്റെ കണങ്ങളുടെ ചലനമാണ് വിദ്യുച്ഛക്തിയെന്നും പ്രസ്തുതചലനം വസ്തുക്കളുടെ തന്മാത്രകളുടെമേൽ പ്രവർത്തിക്കുന്നുവെന്നുമുള്ള അവയുടെ പൊതുമൗലികധാരണയിൽ നിർണായകമായ ഒരു പുരോഗതി ദൃശ്യമാണ്. മുമ്പത്തെ രണ്ടു ധാരണകളേയും പരസ്പരം രഞ്ജിപ്പിക്കുന്ന ഒന്നാണിത്. ഈ ധാരണയനുസരിച്ച് വൈദ്യുതപ്രതിഭാസങ്ങളിൽ ദ്രവ്യാത്മകവും തോലനീയപദാർഥത്തിൽനിന്നു വ്യത്യസ്തവുമായ എന്തോ ഒന്നാണ് ചലിക്കുന്നത്. പക്ഷേ ആ ദ്രവ്യം വിദ്യുച്ഛക്തിയല്ല. ശരിക്കു പറഞ്ഞാൽ, വിദ്യുച്ഛക്തി വാസ്തവത്തിൽ ഒരു ചലനരൂപമാണെന്നാണ് തെളിഞ്ഞിരിക്കുന്നത്. തോലനീയപദാർഥത്തിന്റെ ഉടനടിയുള്ള, നേരിട്ടുള്ള ചലനത്തിന്റെ ഒരു രൂപമല്ല അതെന്നുമാത്രം. ഈഥർസിദ്ധാന്തം ഒരു വശത്ത് രണ്ട് വിരുദ്ധ വൈദ്യുതദ്രാവകങ്ങളെന്ന പ്രാകൃതധാരണയെ മറികടക്കാനുള്ള മാർഗം കാണിച്ചുതരികയും, മറുവശത്ത് വൈദ്യുതചലനത്തിന്റെ യഥാർഥമായ, പാദാർഥികമായ, അധഃസ്തരമായി വർത്തിക്കുന്നത് എന്താണെന്ന്, എത്തരത്തിലുള്ള ഒന്നിന്റെ ചലനമാണ് വൈദ്യുതപ്രതിഭാസങ്ങളെ ഉൽഭൂതമാക്കുന്നതെന്ന്, വിശദീകരിക്കാനുള്ള സാധ്യത ഉളവാക്കുകയും ചെയ്യുന്നു.

ഈഥർസിദ്ധാന്തം ഇതിനകംതന്നെ അസന്ദിഗ്ധമായ ഒരു വിജയം നേടിക്കഴിഞ്ഞിരിക്കുന്നു. നമുക്കറിയാവുന്നതുപോലെ, വിദ്യുച്ഛക്തി പ്രകാശഗതിയെ നേരിട്ട് മാറ്റുന്ന ഒരു സന്ദർഭമെങ്കിലുമുണ്ട്. അത് പ്രകാശത്തിന്റെ ധ്രുവീകരണതലത്തെ ചുറ്റിക്കുന്നു. ഒരു വസ്തുവിന്റെ വിശിഷ്ട വിദ്യുത്പ്രേരണക്ഷമത (electric specific inductive capacity) അതിന്റെ

അപവർത്തനാങ്കത്തിന്റെ വർഗത്തിന് തുല്യമാണെന്ന് മുകളിൽ പ്രതിപാദിച്ച തന്റെ സിദ്ധാന്തത്തിന്റെ അടിസ്ഥാനത്തിൽ ക്ലേർക്ക് മാക്സ്‌വെൽ ഗണിച്ചെടുത്തിരിക്കുന്നു. ബോൽറ്റ്സ്മാൻ വിവിധ അചാലകങ്ങളുടെ ഡൈഇലക്ട്രിക് സ്ഥിരാങ്കങ്ങൾ പരിശോധിക്കുകയും സൾഫർ, റെസിൻ, പാരഫിൻ എന്നിവയിൽ ഈ സ്ഥിരാങ്കങ്ങളുടെ വർഗമൂലങ്ങൾ യഥാക്രമം അവയുടെ അപവർത്തനാങ്കങ്ങൾക്ക് തുല്യമാണെന്നു കണ്ടുപിടിക്കുകയും ചെയ്തു. ഏറ്റവും വലിയ വ്യതിയാനം (സൾഫറിന്റേത്) 4 ശതമാനം മാത്രമായിരുന്നു. അങ്ങനെ ഈയൊരു പ്രത്യേകകാര്യത്തെ സംബന്ധിച്ചിടത്തോളം മാക്സ്‌വെലിന്റെ ഈഥർസിദ്ധാന്തം പരീക്ഷണത്തിലൂടെ സ്ഥിരീകരിക്കപ്പെട്ടിരിക്കുന്നു.

എങ്കിലും പുതിയ പരീക്ഷണപരമ്പരകൾ പരസ്പരവിരുദ്ധങ്ങളായ ഈ പരികൽപ്പനകളിൽനിന്ന് ഉറപ്പുള്ള എന്തെങ്കിലും സത്ത എടുക്കുന്നതിനുമുമ്പ് നീണ്ടൊരു കാലയളവും ഒട്ടേറെ അധ്വാനവ്യയവും വേണ്ടിവരും. അതുവരെ, അല്ലെങ്കിൽ ഈഥർസിദ്ധാന്തത്തിന്റെ സ്ഥാനത്ത് ഒരുപക്ഷേ തികച്ചും പുതിയൊരെണ്ണം അവരോധിക്കപ്പെടുന്നതുവരെ, തെറ്റാണെന്ന് അതുതന്നെ സമ്മതിക്കുന്ന സംജ്ഞകൾ ഉപയോഗിക്കേണ്ടിവരുന്ന ഗതികേടാണ് വൈദ്യുതസിദ്ധാന്തത്തെ നേരിട്ടിരിക്കുന്നത്. അതിന്റെ പദാവലിയാകെത്തന്നെ ഇപ്പോഴും അധിഷ്ഠിതമായിരിക്കുന്നത് രണ്ടു വൈദ്യുതദ്രാവകങ്ങളെന്ന ആശയത്തിന്മേലാണ്. "വസ്തുക്കളിൽ ഒഴുകുന്ന വൈദ്യുതപിണ്ഡങ്ങളെ"ക്കുറിച്ചും "ഓരോ തന്മാത്രയിലേയും വിദ്യുച്ഛക്തികളുടെ വിഭജന"ത്തെക്കുറിച്ചും മറ്റും അത് ഇപ്പോഴും നിർലജ്ജം പറയുന്നുണ്ട്. നേരത്തെ പറഞ്ഞതുപോലെ, ഗണ്യമായ ഒരു പരിധിവരെ ശാസ്ത്രത്തിന്റെ ഇന്നത്തെ പരിവർത്തനാവസ്ഥയിൽനിന്ന് അനിവാര്യമായി ഉളവാകുന്ന ഒരു ദൗർഭാഗ്യമാണിത്. എന്നാൽ അതേ സമയംതന്നെ, വിശേഷിച്ച് ഈ ഗവേഷണശാഖയിൽ വാണരുളുന്ന ഏകപക്ഷീയമായ അനുഭവമാത്രവാദം പരിഗണിക്കുമ്പോൾ, നിലവിലുള്ള ചിന്താക്കുഴപ്പം നിലനിർത്തുന്നതിന് ഇതിന്റെ സംഭാവനയും നിസ്സാരമല്ല.

സ്ഥിരവിദ്യുച്ഛക്തിയെന്നുപറയപ്പെടുന്നതും (അഥവാ ഘർഷണവിദ്യുച്ഛക്തിയും) ഗതീകവിദ്യുച്ഛക്തിയും (അഥവാ ഗാൽവനിസവും) തമ്മിലുള്ള വൈപരീത്യം നികത്തപ്പെട്ടതായി ഇപ്പോൾ കരുതാവുന്നതാണ്. കാരണം, വൈദ്യുതയന്ത്രത്തിന്റെ സഹായത്തോടെ അവിരതധാരകൾ (continuous currents) ഉൽപ്പാദിപ്പിക്കാനും തിരിച്ച് ഗാൽവനിക് ധാര ഉപയോഗിച്ച് സ്ഥിരവിദ്യുച്ഛക്തിയെന്നു പറയുന്നതിനെ ഉൽപ്പാദിപ്പിക്കാനും ലീഡൻ ജാറുകൾ ചാർജുചെയ്യാനും മറ്റും നാം പഠിച്ചുകഴിഞ്ഞു. സ്ഥിരവിദ്യുച്ഛക്തിയെന്ന വകഭേദത്തെയോ വിദ്യുച്ഛക്തിയുടെ ഒരു വകഭേദമായി ഇപ്പോൾ അംഗീകരിക്കപ്പെട്ടിട്ടുള്ള കാന്തശക്തിയെയോ നാമിവിടെ സ്പർശിക്കുന്നില്ല. എന്തായാലും ഇവിടെ പരാമർശിക്കുന്ന പ്രതിഭാസങ്ങളെക്കുറിച്ചുള്ള സൈദ്ധാന്തികവിശദീകരണം തേടേണ്ടത് ഗാൽവനിക് ധാരാസിദ്ധാന്തത്തിലായതുകൊണ്ട് നമുക്ക് മുഖ്യമായും അതിൽ ഒതുങ്ങിനിൽക്കാം.

ഒരു അവിരതധാരയെ പലവിധത്തിൽ ഉൽപ്പാദിപ്പിക്കാം. പിണ്ഡങ്ങളുടെ യാന്ത്രികചലനം നേരിട്ട്, ഘർഷണം വഴി, സ്ഥിരവിദ്യുച്ഛക്തിയെ മാത്രമേ ഒന്നാമത് ഉൽപ്പാദിപ്പിക്കുന്നുള്ളു. ഊർജത്തിന്റെ വൻതോതിലുള്ള ദുർവ്യയത്തോടുകൂടി മാത്രമാണ് അത് അവിരതധാരയെ ഉൽപ്പാദിപ്പിക്കുന്നത്. ഈ ചലനത്തിന്റെ ഭൂരിഭാഗമെങ്കിലും വൈദ്യുതചലനമായി രൂപാന്തരപ്പെടാൻ ഗ്രാമിന്റെയും സീമെൻസിന്റെയും മറ്റും സുവിദിതങ്ങളായ കാന്തിക – വിദ്യുത്യന്ത്രങ്ങളിലെപ്പോലെ കാന്തശക്തിയുടെ ഇടപെടൽ ആവശ്യമാണ്. ഉദാഹരണത്തിന് രണ്ടു വ്യത്യസ്ത ലോഹങ്ങൾ കൂടിചേരുന്ന സന്ധിയിൽ, ചൂടിനെ നേരിട്ട് വൈദ്യുതധാരയായി മാറ്റാൻ കഴിയും. രാസപ്രവർത്തനം (chemical action) സ്വതന്ത്രമാക്കുന്നതും സാധാരണപരിതഃസ്ഥിതിയിൽ ചൂടിന്റെ രൂപത്തിൽ പ്രത്യക്ഷപ്പെടുന്നതുമായ ഊർജം ഉചിതസാഹചര്യങ്ങളിൽ വൈദ്യുതചലനമായി മാറ്റപ്പെടുന്നു. അതുപോലെ തന്നെ, തക്കതായ സാഹചര്യങ്ങൾ ലഭ്യമാകുന്നയുടൻതന്നെ വൈദ്യുതചലനം മറ്റേതൊരു ചലനരൂപമായും മാറ്റപ്പെടുന്നു. അത് പിണ്ഡചലനമായി മാറുന്നു (വളരെച്ചെറിയൊരു പരിധിവരെ നേരിട്ട് വിദ്യുത് – ഗതീയ ആകർഷണ – വികർഷണങ്ങളായും, വലിയൊരു പരിധിവരെ വിദ്യുത് – കാന്തികയന്ത്രത്തിലെ കാന്തശക്തിയുടെ ഇടപെടലിലൂടെയും); മറ്റു മാറ്റങ്ങൾ സംഭവിക്കുന്നില്ലെങ്കിൽ ഒരു ബദ്ധപരിപഥത്തിലുടനീളം (closed circuit) അത് ചൂടായി മാറ്റപ്പെടുന്നു. പരിപഥത്തിൽ ഏർപ്പെടുത്തുന്ന വൈദ്യുതാപവർത്തനസെല്ലുകളിലും വോൾട്ടാമീറ്ററുകളിലും അത് രാസ – ഊർജമായി മാറ്റപ്പെടുന്നു. ഇവിടെ മറ്റു മാർഗങ്ങളിലൂടെ ആക്രമിച്ചിട്ട് യാതൊരു ഫലവുമില്ലാത്ത യൗഗികങ്ങളെ വൈദ്യുതധാര വിഘടിപ്പിക്കുന്നു.

എല്ലാ രൂപഭേദങ്ങൾക്കിടയിലും ചലനം പരിമാണാത്മകമായി തുല്യമാണെന്ന മൗലികനിയമത്തിന് വിധേയമാണ് ഈ രൂപാന്തരങ്ങളെല്ലാം തന്നെ. അഥവാ, വിഡെമൻ പറയുന്നതുപോലെ, "ബലസംരക്ഷണനിയമപ്രകാരം, കറന്റിന്റെ ഉൽപ്പാദനത്തിനുവേണ്ടി ഏതെങ്കിലും വിധത്തിൽ ചെലുത്തപ്പെട്ട യാന്ത്രികപ്രവൃത്തി കറന്റിന്റെ എല്ലാ പ്രവർത്തനങ്ങളും ഉളവാക്കാനാവശ്യമായ പ്രവൃത്തിക്ക് തുല്യമായിരിക്കണം." (III, പേജ് 472) പിണ്ഡചലനമോ ചൂടോ വിദ്യുച്ഛക്തി*യായി രൂപാന്തരപ്പെടുന്നത് ഇവിടെ യാതൊരു വൈഷമ്യവും ഉളവാക്കുന്നില്ല. "വിദ്യുത്ചാലകബലം" (electro motive force) എന്നുപറയപ്പെടുന്നത് ആദ്യത്തെ ദൃഷ്ടാന്തത്തിൽ ചലനത്തിനുവേണ്ടി ചെലവഴിക്കപ്പെട്ട പ്രവൃത്തിക്ക് തുല്യമാ

---

* നമ്മുടെ ഇന്ദ്രിയങ്ങൾക്ക് ചൂടായി അനുഭവപ്പെടുന്ന ചലനരൂപത്തെ പ്രകാശിപ്പിക്കാൻ "ചൂട്" എന്ന സാമാന്യസംജ്ഞ ഉപയോഗിക്കാറുണ്ടല്ലൊ. അതേ നീതീകരണത്തോടെയാണ് വൈദ്യുതചലനമെന്ന അർഥത്തിൽ ഞാൻ "വിദ്യുച്ഛക്തി"യെന്ന പദം ഉപയോഗിക്കുന്നത്. വിദ്യുച്ഛക്തിയുടെ വലിവിന്റെ (ടെൻഷൻ) അവസ്ഥയുമായി കൂട്ടിക്കുഴയ്ക്കാനുള്ള സാധ്യത ഇവിടെ മുൻകൂട്ടിത്തന്നെ ഒഴിവാക്കിയിരിക്കുന്നതുകൊണ്ട് ഇത് യാതൊരു എതിർപ്പും ഉളവാക്കാൻ പാടില്ലാത്തതാണ്. (എംഗൽസിന്റെ കുറിപ്പ്).

ണെന്നും രണ്ടാമത്തെ ദൃഷ്ടാന്തത്തിൽ "തെർമോപൈലിന്റെ ഓരോ സന്ധിയിലും അതിന്റെ കേവല താപനിലയ്ക്ക് നേരിട്ട് ആനുപാതികമാണെ"ന്നും (വിഡെമൻ, III, പേജ് 482), അതായത് ഓരോ സന്ധിയിലുള്ള ചൂടിന്റെ കേവലമാത്രകളിലളക്കപ്പെട്ട പരിമാണത്തിന് ആനുപാതികമാണെന്നും തെളിയിക്കപ്പെട്ടിട്ടുണ്ട്. രാസ – ഊർജത്തിൽനിന്ന് ലഭിക്കുന്ന വിദ്യുച്ഛക്തിക്കും ബാധകമാണ് ഈ നിയമമെന്നും തെളിയിക്കപ്പെട്ടിരിക്കുന്നു. പക്ഷേ ഇവിടെ, ചുരുങ്ങിയത് ഇപ്പോൾ പ്രചാരത്തിലുള്ള സിദ്ധാന്തത്തിന്റെ വീക്ഷണം വച്ചുനോക്കുമ്പോഴെങ്കിലും, കാര്യം അത്ര ലളിതമാണെന്നു തോന്നുന്നില്ല. അതുകൊണ്ട് നമുക്കത് കുറേക്കൂടി അവഗാഢമായി പരിശോധിക്കാം.

ഗാൽവനിക് ബാറ്ററിയുടെ സഹായത്തോടെ കൈവരുത്താവുന്ന ചലനരൂപാന്തരണങ്ങളെ സംബന്ധിച്ച അതിമനോഹരങ്ങളായ കുറെ പരീക്ഷണപരമ്പരകൾ 1857–58ൽ ഫാവർ നടത്തുകയുണ്ടായി. അദ്ദേഹം അഞ്ച് എലമെന്റുകളുള്ള ഒരു സ്മീ ബാറ്ററി ഒരു കലോറിമീറ്ററിൽ വച്ചു. രണ്ടാമത്തെ കലോറിമീറ്ററിൽ അദ്ദേഹം ചെറിയൊരു വിദ്യുത്കാന്തിക മോട്ടോർ വച്ചു. ഇണക്കാനുള്ള സൗകര്യത്തിന് അതിന്റെ പ്രധാന അക്ഷദണ്ഡവും (main axle) കപ്പിയും ഉന്തിനിന്നിരുന്നു. ബാറ്ററിയിൽ ഒരു ഗ്രാം ഹൈഡ്രജൻ അഥവാ, 32.6 ഗ്രാം സിങ്കിന്റെ (ഇപ്പോൾ അംഗീകരിക്കപ്പെട്ടിട്ടുള്ള 65.2 എന്ന അണുഭാരത്തിന്റെ പകുതിവരുന്ന പഴയ രാസതുല്യാങ്കത്തെ ഗ്രാമാക്കി പറഞ്ഞിരിക്കുന്നത്) ലായനി ഓരോ തവണ ഉൽപ്പാദിപ്പിക്കുമ്പോഴും കിട്ടിയ ഫലങ്ങളാണ് ചുവടെ ചേർക്കുന്നത്:

(a) കലോറിമീറ്ററിനുള്ളിലെ ബാറ്ററി മാത്രമേ പരിപഥത്തിലുള്ളു; മോട്ടാർ പ്രവർത്തിക്കുന്നില്ല: ഉൽപ്പാദിപ്പിക്കപ്പെട്ട ചൂട് 18, 682 അഥവാ 18, 674 ഊഷ്മമാത്രകൾ.

(b) ബാറ്ററിയെയും മോട്ടോറിനെയും ബദ്ധപരിപഥത്തിൽ ഇണക്കിയിരിക്കുന്നു. പക്ഷേ മോട്ടോർ നിർത്തിവച്ചിരിക്കുന്നു. ബാറ്ററിയിലെ ചൂട് 16,448; മോട്ടോറിലെ ചൂട് 2, 219. രണ്ടുംകൂടി 18, 667 ഊഷ്മമാത്രകൾ.

(c) b–യിലെപ്പോലെതന്നെ. പക്ഷേ മോട്ടോർ ചലിക്കുന്നുണ്ട്. എങ്കിലും ഭാരം പൊക്കുന്നില്ല. ബാറ്ററിയിലെ ചൂട് 13, 888. മോട്ടോറിലേത് 4,679 രണ്ടുംകൂടി 18, 657 ഊഷ്മമാത്രകൾ.

(d) c–യിലെപ്പോലെതന്നെ. പക്ഷേ മോട്ടോർ ഒരു ഭാരം പൊക്കുകയും അങ്ങനെ 131.24 കിലോഗ്രാം മീറ്റർ വരുന്ന യാന്ത്രികപ്രവൃത്തി നിറവേറ്റുകയും ചെയ്യുന്നു. ബാറ്ററിയിലെ ചൂട് 15, 427. മോട്ടോറിലേത് 2, 947. മൊത്തം 18, 374 ഊഷ്മമാത്രകൾ. മുകളിലത്തെ 18, 682–നെ അപേക്ഷിച്ച് 308 ഊഷ്മമാത്രകൾ നഷ്ടപ്പെട്ടിരിക്കുന്നു. പക്ഷേ നിറവേറ്റപ്പെട്ട യാന്ത്രികപ്രവൃത്തിയായ 131.24 കിലോഗ്രാം മീറ്ററിനെ 1,000 കൊണ്ട് ഗുണിച്ച് (കിലോഗ്രാമിനെ രാസഫലങ്ങൾ പ്രകാശിപ്പിച്ചിട്ടുള്ള ഗ്രാമാക്കാൻവേണ്ടിയാണിത്) ചൂടിന്റെ യാന്ത്രികതുല്യാങ്കമായ 423.5 കിലോഗ്രാംമീറ്റർ[92]കൊണ്ട് ഹരിക്കുമ്പോൾ 309 ഊഷ്മമാത്രകൾ കിട്ടുന്നു. അതാ

യത്, മുകളിൽ പറഞ്ഞ നഷ്ടവും നിറവേറ്റപ്പെട്ട യാന്ത്രികപ്രവൃത്തിയുടെ ഊഷ്മതുല്യാങ്കവും കൃത്യം സമമാണെന്നർഥം.

അങ്ങനെ, എന്തെല്ലാം രൂപാന്തരങ്ങൾ നടന്നാലും ചലനം തുല്യമാണെന്ന സംഗതി, ഒഴിച്ചുകൂടാനാവാത്ത പരീക്ഷണപിശകുകളുടെ പരിമിതികൾക്കുള്ളിൽ, വൈദ്യുതചലനത്തെ സംബന്ധിച്ചും അത്ഭുതകരമാംവണ്ണം തെളിയിക്കപ്പെട്ടിരിക്കുന്നു. അതുപോലെതന്നെ, ഗാൽവനിക്ബാറ്ററിയുടെ വിദ്യുത്ചാലകബലം എന്നുപറയുന്നത് വിദ്യുച്ഛക്തിയായി മാറ്റപ്പെട്ട രാസ–ഊർജമല്ലാതെ മറ്റൊന്നുമല്ലെന്നും ബാറ്ററിതന്നെ സ്വതന്ത്രമാക്കപ്പെട്ട രാസ–ഊർജത്തെ വിദ്യുച്ഛക്തിയായി മാറ്റുന്ന ഒരു ഉപകരണമല്ലാതെ മറ്റൊന്നുമല്ലെന്നും തെളിയിക്കപ്പെട്ടിരിക്കുന്നു. ഒരു ആവിയന്ത്രം അതിനു ലഭിക്കുന്ന ചൂടിനെ യാന്ത്രികചലനമാക്കി മാറ്റുന്നതുപോലെത്തന്നെയാണിത്. രണ്ടിലും, മാറ്റാനുപയോഗിക്കുന്ന ഉപകരണം അതിന്റെ വകയായി കൂടുതൽ ഊർജമൊന്നും നൽകുന്നില്ല.

എന്നാൽ പരമ്പരാഗതമായ ധാരണയെ സംബന്ധിച്ചിടത്തോളം ഇവിടെ ഒരു വൈഷമ്യം ഉളവാകുന്നുണ്ട്. ബാറ്ററിയിലെ ദ്രാവകങ്ങളും ലോഹങ്ങളും തമ്മിലുള്ള സമ്പർക്കങ്ങൾമൂലം അതിനൊരു "വൈദ്യുതപൃഥക്കരണബലം" (electric force of separation) ഉണ്ടെന്നതാണ് പ്രസ്തുതധാരണ. വിദ്യുത്ചാലകബലത്തിന് ആനുപാതികമായിട്ടുള്ള ഒന്നാണ് ഈ ബലം. അതുകൊണ്ട് ഓരോ ബാറ്ററിയെ സംബന്ധിച്ചും അത് ഊർജത്തിന്റെ ഒരു നിശ്ചിതപരിമാണത്തെ കുറിക്കുന്നു. ഈ വൈദ്യുതപൃഥക്കരണബലത്തിന് – പരമ്പരാഗതധാരണയനുസരിച്ച് രാസപ്രവർത്തനംകൂടാതെ തന്നെ ബാറ്ററിയിൽ സ്വതേയുള്ള ഈ ഊർജസ്രോതസിന് രാസപ്രവർത്തനത്തിലൂടെ സ്വതന്ത്രമാക്കപ്പെടുന്ന ഊർജവുമായിട്ടുള്ള ബന്ധം എന്താണ്? രണ്ടാമത്തേതിനെ ആശ്രയിക്കാത്ത ഒരു ഊർജസ്രോതസാണ് അതെങ്കിൽ അതു നൽകുന്ന ഊർജം എവിടെ നിന്നു വരുന്നു?

താരതമ്യേന കൂടുതലോ കുറച്ചോ അവ്യക്തമായി ഉന്നയിക്കപ്പെടുന്ന ഈ ചോദ്യത്തെ ചൊല്ലിയുള്ളതാണ് വോൾട്ടാ കണ്ടുപിടിച്ച സമ്പർക്കസിദ്ധാന്തവും അതിന്റെ തൊട്ടു പിന്നാലെ ഉയർന്നുവന്ന, ഗാൽവനിക് കറന്റിനെ സംബന്ധിച്ച രാസസിദ്ധാന്തവും തമ്മിലുള്ള തർക്കം.

ലോഹങ്ങൾ ഒന്നോ അതിലേറെയോ ദ്രാവകങ്ങളെ സ്പർശിക്കുമ്പോൾ, അഥവാ ദ്രാവകങ്ങൾ പരസ്പരം സ്പർശിക്കുമ്പോൾപോലും, ബാറ്ററിയിൽ ഉളവാകുന്ന വൈദ്യുതടെൻഷനുകളും അവയുടെ ഉദാസീനീകരണവും (neutralisation)അഥവാ പരിപഥത്തിൽ ഇപ്രകാരം സംജാതമാകുന്ന വിരുദ്ധവിദ്യുച്ഛക്തികളുടെ ഉദാസീനീകരണവുമാണ് കറന്റിനു നിദാനമായിട്ടുള്ളതെന്നതായിരുന്നു സമ്പർക്കസിദ്ധാന്തം. ആ സമയത്തുണ്ടായേക്കാവുന്ന ഏതു രാസപരിവർത്തനങ്ങളേയും തികച്ചും രണ്ടാംകിടപ്രാധാന്യമുള്ളവയായിട്ടാണ് സമ്പർക്കസിദ്ധാന്തം വീക്ഷിച്ചത്. നേരെമറിച്ച് പരിപഥത്തെ ബദ്ധമാക്കുന്നതിനു മുമ്പുതന്നെ കറന്റിന്റെ ഉത്തേ

ജകങ്ങൾ പരസ്പരരാസപ്രവർത്തനം നടത്തിയാൽ മാത്രമേ ധാരയു ണ്ടാവൂ എന്ന് 1805-ൽത്തന്നെ റിറ്റർ വാദിക്കുകയുണ്ടായി. കൂടുതൽ പഴ ക്കമുള്ള ഈ രാസസിദ്ധാന്തത്തെ വിഡെമൻ ചുരുക്കത്തിൽ പ്രതിപാദി ച്ചിരിക്കുന്നത് പൊതുവിൽ ഇങ്ങനെയാണ് (I, പേജ് 784): പ്രസ്തുതസി ദ്ധാന്തപ്രകാരം,

"സമ്പർക്കപ്പെടുന്ന വസ്തുക്കളുടെ യഥാർഥത്തിലുള്ള പരസ്പര രാസപ്രവർത്തനം, അഥവാ രാസപ്രക്രിയകളുമായി നേരിട്ടുബന്ധപ്പെട്ട തല്ലെങ്കിൽപ്പോലും രാസസന്തുലിതാവസ്ഥയ്ക്ക് ഒരു ഉലച്ചിലെങ്കിലും, അതേ സമയത്ത് നടന്നാൽ മാത്രമേ, 'രാസപ്രവർത്തനത്തിനുള്ള പ്രവ ണത'യെങ്കിലും അവ പ്രദർശിപ്പിച്ചാൽ മാത്രമേ,' സമ്പർക്കവിദ്യുച്ഛക്തി യെന്നു പറയപ്പെടുന്നത് പ്രത്യക്ഷപ്പെടൂ."

കറന്റിന്റെ ഊർജസ്രോതസിന്റെ പ്രശ്നം രണ്ടു ഭാഗക്കാരും പരോ ക്ഷമായി മാത്രമേ ഉന്നയിച്ചിട്ടുള്ളൂവെന്നത് ശ്രദ്ധേയമാണ്. അക്കാലത്ത് അതു മറിച്ചാവാൻ തരവുമില്ലായിരുന്നു. വിജാതീയവസ്തുക്കളുടെ വെറും സമ്പർക്കംപോലും ഒരു ഇടതടവില്ലാതെ ഉളവാക്കുന്നതും അങ്ങനെ തിരി ച്ചൊന്നും ലഭിക്കാതെതന്നെ ഒരു നിശ്ചിതപ്രവൃത്തി നിറവേറ്റാൻ അതി നുകഴിയുന്നതും തികച്ചും സ്വാഭാവികമാണെന്ന് വോൾട്ടായും അദ്ദേഹ ത്തിന്റെ അനന്തരഗാമികളും വിശ്വസിച്ചു. ബാറ്ററിക്ക് കറന്റും അതിന്റെ പ്രവർത്തനവും ഉളവാക്കാനുള്ള കഴിവ് രാസപ്രവർത്തനത്തിൽനിന്ന് എങ്ങനെ ലഭിക്കുന്നുവെന്നത് റിറ്റർക്കും അദ്ദേഹത്തിന്റെ പക്ഷക്കാർക്കും അത്രതന്നെ വ്യക്തമല്ലാത്ത സംഗതിയാണ്. എന്നാൽ രാസസിദ്ധാന്തത്തെ സംബന്ധിച്ചിടത്തോളം ജൗളും ഫാവറും റൗളും മറ്റും ഇക്കാര്യം പണ്ടു തന്നെ വ്യക്തമാക്കിക്കഴിഞ്ഞിട്ടുണ്ടെങ്കിലും സമ്പർക്കസിദ്ധാന്തത്തിന്റെ സ്ഥിതി നേരെ മറിച്ചാണ്. തുടർന്നു നിലനിന്നിട്ടുള്ളിടത്തോളം അത് നിന്നി ടത്തുതന്നെ നിൽക്കുകയാണ്. പുറമേക്കു കാണുന്ന ആദ്യത്തെ പ്രത്യ ക്ഷകാരണത്താലാണ് ഏത് പ്രവർത്തനവും ഉണ്ടാവുന്നതെന്നു പറഞ്ഞ് (ചലനം ശൂന്യതയിൽ നിന്നുളവാകുന്നുവെന്നാണ് അതിനർഥം എന്ന കാര്യം ഗൗനിക്കാതെ) തൃപ്തിപ്പെടേണ്ടിവന്ന, പണ്ടുപണ്ടേ മൺമറഞ്ഞു പോയ ഒരു കാലത്തെ ധാരണകൾ, ഊർജസംരക്ഷണനിയമത്തിനു പ്രത്യ ക്ഷത്തിൽത്തന്നെ വിരുദ്ധമായ ധാരണകൾ, അങ്ങനെ ഇന്നത്തെ വൈദ്യു തസിദ്ധാന്തത്തിന്റെ തുറയിൽ തുടർന്നു നിലനിൽക്കുന്നുണ്ട്. ഈ ആശ യങ്ങളുടെ ഏറ്റവും പ്രതിഷേധാർഹമായ വശങ്ങളെ അടർത്തിമാറ്റുകയും ബലഹീനമാക്കുകയും മുറിച്ചുകളയുകയും വീര്യം കുറയ്ക്കുകയും ചെയ്തിട്ടുണ്ടെങ്കിലും സ്ഥിതി തെല്ലും മെച്ചപ്പെട്ടിട്ടില്ല. അതുകൊണ്ട് ആശ യക്കുഴപ്പം വർധിക്കുകയേയുള്ളു.

ബാറ്ററിയുടെ സമ്പർക്കബന്ധങ്ങൾ കറന്റിന്റെ ഉൽപ്പാദനത്തിന് തികച്ചും അനുപേക്ഷണീയമാണെന്ന് കറന്റിനെ സംബന്ധിച്ച കൂടുതൽ പഴക്കമുള്ള രാസസിദ്ധാന്തംപോലും പ്രഖ്യാപിക്കുന്നതായി നാം കണ്ട ല്ലോ. ഒപ്പം രാസപ്രവർത്തനംകൂടി നടക്കാതെ ഈ സമ്പർക്കങ്ങൾക്ക്

ഒരിക്കലും ഒരു ഇടതടവില്ലാത്ത കറന്റ് ഉളവാക്കാൻ കഴിയുകയില്ലെന്നു മാത്രമേ അതു പറയുന്നുള്ളൂ. സ്വതന്ത്രമാക്കപ്പെട്ട രാസ–ഊർജത്തെ വിദ്യുച്ഛക്തിയായി മാറ്റാനുള്ള ഉപകരണം പ്രദാനംചെയ്യുകയാണ് ബാറ്ററിയുടെ ഈ സമ്പർക്കസംവിധാനം ചെയ്യുന്നതെന്നും, രാസ–ഊർജം വാസ്തവത്തിൽ വൈദ്യുതചാലനമായി മാറുന്നുണ്ടോയെന്നതും ഉണ്ടെങ്കിൽ അതെത്രമാത്രമാണെന്നതും സാരാംശത്തിൽ ആശ്രയിച്ചിരിക്കുന്നത് ഈ സമ്പർക്കസംവിധാനത്തെയാണെന്നുമുള്ളത് ഇന്നും പൊതുവിൽ അംഗീകരിക്കപ്പെട്ടിട്ടുള്ള കാര്യമാണ്.

പഴയ സമ്പർക്കസിദ്ധാന്തത്തിൽനിന്ന് രക്ഷിക്കാവുന്നിടത്തോളം ഭാഗം രക്ഷിക്കാൻ ഒരു ഏകപക്ഷീയ അനുഭവമാത്രവാദിയെന്ന നിലയ്ക്ക് വിഡെമൻ ശ്രമിക്കുന്നുണ്ട്. അദ്ദേഹം പറയുന്നതെന്താണെന്നു നോക്കാം.

> മുമ്പ് വിശ്വസിച്ചിരുന്നതിനു വിപരീതമായി, വിഡെമൻ പറയുന്നു (I, പേജ് 799), രാസികമായി ഉദാസീനമായ വസ്തുക്കളുടെ, ഉദാഹരണത്തിന് ലോഹങ്ങളുടെ, സമ്പർക്കപ്രവർത്തനം ഗാൽവനിക് ബാറ്ററിയെ സംബന്ധിച്ച സിദ്ധാന്തത്തിന് അനുപേക്ഷണീയമല്ല, ഓം (Ohm) തന്റെ നിയമം വ്യുൽപ്പാദിപ്പിച്ചെടുത്തത് അതിൽനിന്നാണെന്ന വസ്തുത അത് തെളിയിക്കുന്നുമില്ല. അങ്ങനെയൊരു അനുമാനം കൂടാതെതന്നെ ലഭിക്കാവുന്നതാണ് പ്രസ്തുതനിയമം. ആ നിയമത്തെ പരീക്ഷണരൂപേണ സ്ഥിരീകരിച്ച ഫെഹ്നെർ സമ്പർക്കസിദ്ധാന്തത്തെ ഉയർത്തിപ്പിടിച്ചുവെന്ന വസ്തുതയും അത് തെളിയിക്കുന്നില്ല. എന്നിരുന്നാലും, ലോഹങ്ങളുടെ സമ്പർക്കത്തിലൂടെ ഉളവാകുന്ന വൈദ്യുതോത്തേജനത്തെ ചുരുങ്ങിയ പക്ഷം ഇപ്പോഴത്തെ പരീക്ഷണങ്ങൾവച്ചുനോക്കുമ്പോഴെങ്കിലും നിഷേധിക്കാനാവില്ല. സമ്പർക്കപ്പെടുന്ന വസ്തുക്കളുടെ ഉപരിതലങ്ങൾ തികച്ചും വൃത്തിയായിവയ്ക്കാൻ അസാധ്യമായതുകൊണ്ട് ഇക്കാര്യത്തിൽ ലഭിക്കുന്ന പരിമാണാത്മകഫലങ്ങൾ എപ്പോഴും അനിവാര്യമായും അനിശ്ചിതത്വത്തിന്റെ കറപുരണ്ടതായിരിക്കാമെന്നു മാത്രം.

സമ്പർക്കസിദ്ധാന്തം വളരെയേറെ വിനയമുള്ളതായിത്തീർന്നിരിക്കുന്നുവെന്നു നമുക്ക് കാണാം. കറന്റിനെ വിശദീകരിക്കാൻ അത് തെല്ലും അനുപേക്ഷണീയമല്ലെന്നു ഓം സൈദ്ധാന്തികമായോ ഫെഹ്നെർ പരീക്ഷണാത്മകമായോ അതിനെ തെളിയിച്ചിട്ടില്ലെന്നും അത് സമ്മതിക്കുന്നു. മൗലികപരീക്ഷണങ്ങളെന്നു പറയുന്നവയെ മാത്രമാണ് ഇപ്പോഴും ആശ്രയിക്കാവുന്നത്. എന്നാൽ അവയ്ക്കും പരിമാണാത്മകമായി അനിശ്ചിത ഫലങ്ങളുളവാക്കാനേ കഴിയൂ എന്നും അത് സമ്മതിക്കുന്നു. വൈദ്യുതചലനമുണ്ടാവുന്നത് സമ്പർക്കംകൊണ്ട് – അതും ലോഹങ്ങളുടെ മാത്രം സമ്പർക്കംകൊണ്ട്! – ആണെന്ന് പൊതുവിൽ അംഗീകരിക്കണമെന്നു മാത്രം അത് അവസാനം നമ്മോട് ആവശ്യപ്പെടുന്നു.

സമ്പർക്കസിദ്ധാന്തം ഇതുകൊണ്ട് തൃപ്തിപ്പെടുമെങ്കിൽ അതിനെതിരെ ഒരു വാക്കുപോലും പറയേണ്ട ആവശ്യമില്ല. രണ്ടു ലോഹങ്ങളുടെ സമ്പർക്കമുണ്ടാവുമ്പോൾ വൈദ്യുത പ്രതിഭാസങ്ങളുണ്ടാവുമെന്നും അവയുപയോഗിച്ച് പരീക്ഷണത്തിനുവേണ്ടിയുള്ള ഒരു തവളക്കാലിനെ വിറപ്പിക്കാനും ഒരു ഇലക്ട്രോസ്കോപ്പിനെ ചാർജുചെയ്യാനും മറ്റു ചലനങ്ങൾ കൈവരുത്താനും കഴിയുമെന്നും തീർച്ചയായും വകവച്ചുകൊടുക്കാം. പക്ഷേ ഒന്നാമത് ഇതിനാവശ്യമായ ഊർജം എവിടുന്നു വരുന്നുവെന്നൊരു ചോദ്യം ഉദിക്കുന്നുവെന്നുമാത്രം.

ഈ ചോദ്യത്തിന് ഉത്തരം കാണുന്നതിന് വിഡെമൻ വയ്ക്കുന്ന നിർദേശം ഇതാണ് (I,പേജ് 14):

> നമുക്ക് താഴെപ്പറയുന്ന പരിഗണനകൾ ഏറെക്കുറെ സ്വീകരിക്കാം: A, B എന്നീ വിജാതീയലോഹത്തകിടുകളെ അന്യോന്യം അടുപ്പിച്ച് കൊണ്ടുവന്നാൽ ആസഞ്ജനബലങ്ങൾ (forces of adhesion)മൂലം അവ പരസ്പരം ആകർഷിക്കുന്നു. ആ ആകർഷണത്താൽ ലഭ്യമാകുന്ന ചലനത്തിന്റെ സജീവബലം അവയ്ക്ക് പരസ്പരസ്പർശനത്തോടെ നഷ്ടമാകുന്നു. (ലോഹങ്ങളിലെ തന്മാത്രകൾ സ്ഥായിയായ കമ്പനാവസ്ഥയിലാണെന്നു കരുതുന്നപക്ഷം, വിജാതീയലോഹങ്ങൾ സമ്പർക്കപ്പെടുമ്പോൾ സജീവബലം നഷ്ടപ്പെട്ടുകൊണ്ട് അവയുടെ കമ്പനത്തിന് മാറ്റമുണ്ടായെന്നും വന്നേക്കാം.) നഷ്ടപ്പെടുന്ന സജീവബലം വലിയൊരു പരിധിവരെ ചൂടായി രൂപാന്തരപ്പെടുന്നു. എന്നാൽ അതുവരെ വേർതിരിക്കപ്പെടാതിരുന്ന വിദ്യുച്ഛക്തിയുടെ വ്യത്യസ്തമായ ഒരു വിതരണം കൈവരുത്തുന്നതിനുവേണ്ടി സജീവബലത്തിന്റെ ചെറിയൊരംശം ചെലവഴിക്കപ്പെടുന്നുണ്ട്. നേരത്തേ പറഞ്ഞതുപോലെ, പരസ്പരം അടുപ്പിച്ചുകൊണ്ടുവരപ്പെടുന്ന വസ്തുക്കൾ അനുരോധകവിദ്യുച്ഛക്തിയുടേയും നിഷേധകവിദ്യുച്ഛക്തിയുടേയും തുല്യപരിമാണങ്ങളാൽ ചാർജിതങ്ങളായിത്തീരുന്നു. ഈ രണ്ടു വിദ്യുച്ഛക്തികളുടേയും അസമമായ ആകർഷണത്തിന്റെ ഫലമായിരിക്കാം അത്.

സമ്പർക്കസിദ്ധാന്തത്തിന്റെ (contact theory) വിനയം കൂടിക്കൂടി വരുന്നു. പിന്നീട് എത്രയോ ഭീമമായ ജോലി ചെയ്തുതീർക്കാനുള്ള സുശക്തമായ വൈദ്യുതപൃഥക്കരണബലത്തിന് സ്വന്തമായി യാതൊരു ഊർജവുമില്ലെന്നും പുറമേനിന്ന് ഊർജം ലഭിക്കാതെ അതിന് പ്രവർത്തിക്കാൻ സാധ്യമല്ലെന്നും ആദ്യം ആ സിദ്ധാന്തം സമ്മതിക്കുന്നു. പിന്നീടത് പ്രസ്തുതബലത്തിന് തുച്ഛമായ ഒരു ഊർജസ്രോതസുണ്ടെന്നു പറയുന്നു. സംയോജനത്തിന്റേതായ സജീവബലമാണത്. അതാകട്ടെ, കഷ്ടിച്ച് അളക്കാൻ കഴിയുന്നത്ര ചെറിയ ദൂരങ്ങളിലേ പ്രവർത്തിക്കൂ, കഷ്ടിച്ച് അളക്കാവുന്നത്ര ചെറിയ ദൂരം സഞ്ചരിക്കാനേ വസ്തുക്കളെ അനുവദിക്കൂ. എങ്കിലും സാരമില്ല. അത് നിലനിൽക്കുന്നുണ്ടെന്നത് അനിഷേധ്യ

മാണ്, സമ്പർക്കത്തോടെ അപ്രത്യക്ഷമാകുന്നുണ്ടെന്നതും അത്രതന്നെ അനിഷേധ്യമാണ്. പക്ഷേ, ഈ തുച്ഛമായ സ്രോതസുപോലും നമ്മുടെ ആവശ്യത്തിന് വേണ്ടതിൽ കവിഞ്ഞ ഊർജം നൽകുന്നുണ്ട്. അതിന്റെ വലിയൊരംശം ചൂടായി മാറ്റപ്പെടുന്നു. ചെറിയൊരു അംശംമാത്രം വൈദ്യുതപൃഥക്കരണബലത്തെ പ്രാവർത്തികമാക്കാൻ ഉപകരിക്കുന്നു. വളരെ ചെറിയ ആവേഗങ്ങൾ അതിശക്തങ്ങളായ ഫലങ്ങളുളവാക്കുന്ന ദൃഷ്ടാന്തങ്ങൾ പ്രകൃതിയിലുണ്ടാവാറുണ്ടെന്നത് സുവിദിതമാണ്. എങ്കിലും ഇത്ര തുച്ഛമായ ഊർജസ്രോതസ് ഇവിടെ തീരെ മതിയാകുന്നില്ലെന്ന് വിഡെമനുതന്നെ തോന്നുന്നതായി കാണാം. അതുകൊണ്ട് അദ്ദേഹം ഇരുലോഹങ്ങളുടേയും സമ്പർക്കപ്രതലങ്ങളിലെ തന്മാത്രീയ കമ്പനങ്ങളുടെ പരികൽപ്പിത വ്യതികരണത്തിൽ (interference) രണ്ടാമതൊരു ഉറവിടം തേടുന്നു. ഇവിടെ മറ്റു വൈഷമ്യങ്ങൾ നേരിടുന്നുണ്ടെന്നതിനു പുറമേ, വിദ്യുച്ഛക്തിയെ ഉത്തേജിപ്പിക്കാൻ യഥാർഥസമ്പർക്കം തെല്ലും അനുപേക്ഷണീയമല്ലെന്ന് ഗ്രോവും ഗസിയോട്ടും തെളിയിച്ചിട്ടുണ്ട്. വിഡെമൻതന്നെ മുൻപേജിൽ നമ്മോടു പറഞ്ഞിട്ടുള്ള കാര്യമാണത്. ചുരുക്കത്തിൽ കൂടുതൽ പരിശോധിക്കുന്തോറും വൈദ്യുതപൃഥക്കരണബലത്തിനുള്ള ഊർജസ്രോതസ് കൂടുതൽ കൂടുതൽ ഒന്നുമല്ലാതായിത്തീരുന്നു.

എന്നാൽ അതേ സമയംതന്നെ ലോഹങ്ങളുടെ സമ്പർക്കമുണ്ടാവുമ്പോൾ വിദ്യുച്ഛക്തി ഉൽപ്പാദിപ്പിക്കുന്നതിനുള്ള മറ്റേതെങ്കിലും ഉറവിടത്തെക്കുറിച്ച് നമുക്ക് ഇതുവരെ അറിവില്ലെന്നുതന്നെ പറയാം. നൗമാന്റെ അഭിപ്രായത്തിൽ (*സാമാന്യരസതന്ത്രവും ഭൗതികരസതന്ത്രവും*, 1877, പേജ് 675), "സമ്പർക്ക-വിദ്യുത്ചാലകബലങ്ങൾ ചൂടിനെ വിദ്യുച്ഛക്തിയായി മാറ്റുകയാണ് ചെയ്യുന്നത്." "വൈദ്യുതചലനം ഉളവാക്കാനുള്ള ഈ ബലങ്ങളുടെ കഴിവ്, ലഭ്യമായ ചൂടിന്റെ പരിമാണത്തെ ആശ്രയിച്ചിരിക്കുന്നുവെന്ന്, അതായത് അത് താപനിലയുടെ ഫലനമാണെന്ന്, സ്വാഭാവികമായും അനുമാനിക്കാം" എന്നാണ് അദ്ദേഹം പറയുന്നത്. ഇതുതന്നെ പരീക്ഷണത്തിലൂടെ ലെറുയും തെളിയിച്ചിട്ടുണ്ട്. ഇവിടെയും നാം ഇരുട്ടത്തു തപ്പുകയാണ് ചെയ്യുന്നത്. വായുവിന്റേയും അശുദ്ധജലത്തിന്റേയും – നമ്മെ സംബന്ധിച്ചിടത്തോളം അഭേദ്യമെന്നുതന്നെ കരുതാവുന്ന – നേരിയൊരു അട്ടികൊണ്ട് എപ്പോഴും മൂടിയിരിക്കുന്ന സമ്പർക്കപ്രതലങ്ങളിൽ ചെറിയൊരു തോതിൽ നിരന്തരം നടന്നുകൊണ്ടിരിക്കുന്ന രാസപ്രക്രിയകളെ ആശ്രയിക്കാൻ ലോഹങ്ങളുടെ വോൾട്ടീയശ്രേണീനിയമം നമ്മെ അനുവദിക്കുന്നില്ല. എന്നുവച്ചാൽ, സമ്പർക്കപ്രതലങ്ങൾക്കിടയിൽ അദൃശ്യവും സജീവവുമായ ഇലക്ട്രോളൈറ്റ് ഉള്ളതുകൊണ്ടാണ് വിദ്യുച്ഛക്തി ഉത്തേജിതമാകുന്നതെന്ന വിശദീകരണം നൽകാൻ അത് നമ്മെ അനുവദിക്കുന്നില്ലെന്നർഥം. ഇലക്ട്രോളൈറ്റ് ബദ്ധപരിപഥത്തിൽ ഒരു അവിരതധാര ഉൽപ്പാദിപ്പിക്കേണ്ടതാണ്. നേരെമറിച്ച് ലോഹസമ്പർക്കത്തിൽനിന്നുളവാകുന്ന വിദ്യുച്ഛക്തിയാകട്ടെ, പരിപഥം ബദ്ധമാകുന്ന നിമിഷത്തിൽത്തന്നെ അപ്രത്യക്ഷമാകുന്നു. ഇവിടെ നാം കാര്യത്തിന്റെ കാത

ലിലേക്കു കടക്കുന്നു: വിഡെമൻ ആദ്യം ലോഹങ്ങളിൽ ഒതുക്കിനിർത്തുകയും പുറമേനിന്നുള്ള ഊർജം ലഭിക്കാതെ പ്രവർത്തിക്കാൻ കഴിവില്ലാത്തതെന്ന് പ്രഖ്യാപിക്കുകയും പിന്നീട് ശരിക്കും അതിസൂക്ഷ്മമായ ഒരു ഊർജസ്രോതസിനെ ആശ്രയിക്കുന്ന ഒന്നെന്ന നിലയ്ക്ക് മാത്രം പരാമർശിക്കുകയും ചെയ്ത ഈ "വൈദ്യുതപൃഥക്കരണബല"ത്തിന് രാസികമായി ഉദാസീനമായ വസ്തുക്കളുടെ സമ്പർക്കം മുഖേന അവിരതധാര ഉളവാക്കാൻ സാധ്യമാണോ? ആണെങ്കിൽ ഏത് വിധത്തിൽ?

ഓരോ ലോഹവും അതിന്റെ തൊട്ടുമുമ്പത്തേതിനെ സംബന്ധിച്ചിടത്തോളം വിദ്യുത് നിഷേധകമായും (electro negative) തൊട്ടുപിന്നാലെയുള്ളതിനെ സംബന്ധിച്ചിടത്തോളം വിദ്യുത്അനുരോധകമായും (electro positive) പെരുമാറുന്ന തരത്തിലാണ് വോൾട്ടീയശ്രേണിയിൽ ലോഹങ്ങൾ വിന്യസിക്കപ്പെട്ടിട്ടുള്ളത്. അതുകൊണ്ട്, കുറെ ലോഹങ്ങളെ – ഉദാഹരണത്തിന് സിങ്ക്, ടിൻ, ഇരുമ്പ്, കോപ്പർ, പ്ലാറ്റിനം എന്നിവയെ – ഒന്നിനൊന്നു പുറകേ ആ മുറയ്ക്ക് വച്ചാൽ രണ്ടറ്റത്തും വൈദ്യുതടെൻഷൻ ലഭിക്കാൻ കഴിയും. നേരെ മറിച്ച് സിങ്കും പ്ലാറ്റിനവും പരസ്പരം സ്പർശിക്കത്തക്കവണ്ണം ഒരു ബദ്ധപരിപഥത്തിലാണ് ഈ ലോഹശ്രേണിയെ വിന്യസിക്കുന്നതെങ്കിൽ വൈദ്യുതടെൻഷൻ തൽക്ഷണംതന്നെ നിഷ്ക്രിയമാക്കപ്പെടുകയും അപ്രത്യക്ഷമാവുകയും ചെയ്യുന്നു. "അതുകൊണ്ട് വോൾട്ടീയശ്രേണിയിൽപ്പെട്ട വസ്തുക്കളുടെ ഒരു ബദ്ധപരിപഥത്തിൽ വിദ്യുത്ച്ഛക്തിയുടെ അവിരതധാര ഉൽപ്പാദിപ്പിക്കാൻ സാധ്യമല്ല." (പേജ് 45) ഈ പ്രസ്താവനയ്ക്ക് ഉപോൽബലകമായി വിഡെമൻ താഴെപ്പറയുന്ന സൈദ്ധാന്തികപരിഗണന മുന്നോട്ടുവയ്ക്കുന്നു.

> വാസ്തവത്തിൽ ഒരു പരിപഥത്തിൽ അവിരത വൈദ്യുതധാരയുണ്ടെങ്കിൽ അത് ലോഹചാലകങ്ങളിൽത്തന്നെ ചൂട് ഉൽപ്പാദിപ്പിക്കേണ്ടതാണ്. ഏറിവന്നാൽ ലോഹസന്ധികളിലെ തണുക്കൽകൊണ്ട് ആ ചൂട് ഇല്ലാതാക്കാൻ കഴിഞ്ഞേക്കും. എന്തായാലും അത് ചൂടിന്റെ അസമവിതരണത്തിന് ഇടയാക്കും. മാത്രമല്ല, പുറമേനിന്ന് ഊർജം ലഭിക്കാതെതന്നെ ആ ധാരയ്ക്ക് ഒരു വിദ്യുത്കാന്തികമോട്ടോറിനെ തുടർച്ചയായി പ്രവർത്തിപ്പിക്കാൻ കഴിയേണ്ടതും അങ്ങനെ പ്രവൃത്തി നിറവേറ്റപ്പെടേണ്ടതുമാണ്. പക്ഷേ അത് അസാധ്യമാണ്. കാരണം, ലോഹങ്ങളെ – ഉദാഹരണത്തിന് വിളക്കിലിലൂടെ – ദൃഢമായി യോജിപ്പിക്കുന്നതോടെ ആ പ്രവൃത്തിയെ സമീകരിക്കുന്ന യാതൊരു മാറ്റങ്ങളും സമ്പർക്കപ്രതലങ്ങളിൽപ്പോലും നടക്കുന്നതിന് സാധ്യതയില്ല. (I, പേജ് 44–45)

ലോഹങ്ങളുടെ സമ്പർക്കവിദ്യുച്ഛക്തിക്ക് കറന്റുളവാക്കാൻ സ്വയമേവ സാധ്യമല്ലെന്ന് സൈദ്ധാന്തികമായും പരീക്ഷണാത്മകമായും തെളിയിച്ചതുകൊണ്ടു തൃപ്തിപ്പെടാതെ, അത് കറന്റിൽ വെളിപ്പെട്ടേക്കാവുന്ന

ഇടങ്ങളിൽപ്പോലും അതിന്റെ പ്രവർത്തനത്തെ നിർമാർജനം ചെയ്യുന്നതിന് ഒരു പ്രത്യേകപരികൽപ്പന ഉന്നയിക്കാൻ വിഡെമൻ നിർബന്ധിതനായിത്തീർന്നിട്ടുള്ളത് നമുക്കു കാണാൻ കഴിയും.

നമുക്ക് അതുകൊണ്ട് സമ്പർക്കവിദ്യുച്ഛക്തിയിൽനിന്നു കറന്റിലേക്കു കടക്കാൻ മറ്റൊരു വഴി നോക്കാം. വിഡെമിനോടൊപ്പം നമുക്ക് ഇങ്ങനെ സങ്കൽപ്പിക്കാം.

> രണ്ട് ലോഹങ്ങൾ, ഉദാഹരണത്തിന് ഒരു സിങ്ക്ദണ്ഡും കോപ്പർദണ്ഡും, ഒരറ്റത്ത് കൂട്ടിവിളക്കപ്പെട്ടിരിക്കുന്നു. അവയുടെ സ്വതന്ത്ര അറ്റങ്ങൾ മൂന്നാമതൊരു വസ്തുവുമായി ബന്ധിക്കപ്പെട്ടിരിക്കുന്നു. ആ വസ്തു ഈ രണ്ടു ലോഹങ്ങളെ സംബന്ധിച്ചിടത്തോളം വിദ്യുത്ചാലകമായി പ്രവർത്തിക്കുന്നില്ല. അവയുടെ പ്രതലങ്ങളിൽ ശേഖരിക്കപ്പെട്ടിട്ടുള്ള വിരുദ്ധവിദ്യുച്ഛക്തികളെ ചാലനം ചെയ്യുകയും അങ്ങനെ അവ അതിൽ നിഷ്ക്രിയമാവാനിടവരുത്തുകയും ചെയ്യുന്നേയുള്ളു. അങ്ങനെ വരുമ്പോൾ വൈദ്യുതപൃഥക്കരണബലം നേരത്തേ ടെൻഷനിലുണ്ടായിരുന്ന വ്യത്യാസത്തെ നിരന്തരം പുനഃസ്ഥാപിക്കുന്നതാണ്. അങ്ങനെ പരിപഥത്തിൽ ഒരു അവിരത വൈദ്യുതധാര പ്രത്യക്ഷപ്പെടും. യാതൊരു സമീകാരവും കൂടാതെ പ്രവൃത്തിചെയ്യാൻ കഴിയുന്ന ഒരു കറന്റായിരിക്കും അത്. പക്ഷേ അങ്ങനെയൊന്ന് സാധ്യമല്ല. അതുകൊണ്ട് മറ്റു വസ്തുക്കളെ സംബന്ധിച്ചിടത്തോളം വിദ്യുത്ചാലകപ്രവർത്തനത്തിലേർപ്പെടാതെ വിദ്യുത്ച്ഛക്തിയെ ചാലനം ചെയ്യുകയെന്ന ജോലി മാത്രം ചെയ്യുന്ന ഒരു വസ്തു ഉണ്ടാവാൻ തരമില്ല. (I, പേജ് 45)

അങ്ങനെ നമ്മൾ നിന്നിടത്തുതന്നെ നിൽക്കുകയാണ്. ചലനം സൃഷ്ടിക്കാനുള്ള സാധ്യതയില്ലായ്മ വീണ്ടും നമ്മുടെ വഴി മുടക്കുന്നു. രാസികമായി ഉദാസീനമായിട്ടുള്ള വസ്തുക്കളുടെ സമ്പർക്കംവഴി, അതായത് സമ്പർക്കവിദ്യുച്ഛക്തിവഴി, കറന്റ് ഉൽപ്പാദിപ്പിക്കാൻ ഒരിക്കലും സാധ്യമല്ല. നമുക്ക് അതുകൊണ്ട് വീണ്ടും തിരിച്ചുപോയി വിഡെമൻ ചൂണ്ടിക്കാണിച്ച മൂന്നാമത്തെ വഴി നോക്കാം.

> അവസാനമായി, ദ്വി–അംഗ യൗഗികം (binary compound) എന്നുപറയുന്നത് അടങ്ങുന്ന – അതായത് പരസ്പരം നിശ്ശേഷം പൂരിതമാക്കുന്ന രണ്ടു വ്യത്യസ്ത രാസഘടകങ്ങളായി വിഘടിപ്പിക്കാൻ കഴിയുന്ന ഒരു യൗഗികം അടങ്ങുന്ന – ഒരു ദ്രാവകത്തിൽ, ഉദാഹരണത്തിന് നേർപ്പിച്ച ഹൈഡ്രോക്ലോറിക് ആസിഡിലും (H+Cl) മറ്റും, ഒരു സിങ്ക് തകിടും കോപ്പർതകിടും മുക്കുകയാണെങ്കിൽ 27–ാമത്തെ ഖണ്ഡികയനുസരിച്ച് സിങ്ക് നിഷേധകമായും കോപ്പർ അനുരോധകമായും ചാർജിതമായിത്തീരുന്നു. ഇരുലോഹങ്ങളേയും യോജിപ്പിക്കുമ്പോൾ സമ്പർക്കസ്ഥാനംവഴി ഈ

വിദ്യുച്ഛക്തികൾ പരസ്പരം നിഷ്ക്രിയമാക്കുകയും അതുകൊണ്ട് അതിലൂടെ അനുരോധകവിദ്യുച്ഛക്തിയുടെ ഒരു കറന്റ് കോപ്പറിൽ നിന്ന് സിങ്കിലേക്ക് ഒഴുകുകയും ചെയ്യുന്നു. മാത്രമല്ല, ഈ രണ്ടു ലോഹങ്ങളും സ്പർശിക്കുമ്പോൾ പ്രത്യക്ഷപ്പെടുന്ന വൈദ്യുത പൃഥക്കരണബലം അനുരോധകവിദ്യുച്ഛക്തിയെ അതേദിശയിൽ ത്തന്നെ വഹിച്ചുകൊണ്ടുപോകുന്നതിനാൽ ലോഹങ്ങളുടെ ബദ്ധ പരിപഥത്തിലെപ്പോലെ വൈദ്യുതപൃഥക്കരണബലങ്ങളുടെ ഫല ങ്ങൾ പരസ്പരം ഉന്മൂലനം ചെയ്യുന്നില്ല. അങ്ങനെ ഇവിടെ ധന വിദ്യുച്ഛക്തിയുടെ ഒരു അവിരതധാര ഉളവാകുന്നു. കോപ്പറിൽനിന്ന് സിങ്കുമായുള്ള അതിന്റെ സമ്പർക്കസ്ഥാനത്തുകൂടി സിങ്കിന്റെ ദിശ യിലേക്കും ദ്രാവകത്തിലൂടെ സിങ്കിൽനിന്ന് കോപ്പറിലേക്കും ഒരു ബദ്ധപരിപഥമായി ഒഴുകുന്ന ഒന്നാണത്. പരിപഥത്തിലുള്ള പ്രത്യേ കംപ്രത്യേകമായ വൈദ്യുതപൃഥക്കരണബലങ്ങൾ കറന്റിന്റെ രൂപീ കരണത്തിൽ യഥാർഥത്തിൽ എത്രത്തോളം പങ്കെടുക്കുന്നു ണ്ടെന്ന ചോദ്യത്തിലേക്ക് നാം ഉടനെ (§ 34 മുതൽക്കങ്ങോട്ട്) മട ങ്ങുന്നതാണ് – ഇത്തരം 'ഗാൽവനിക്ധാര' നൽകുന്ന ചാലകങ്ങ ളുടെ കൂട്ടായ്മയ്ക്ക് നമ്മൾ ഗാൽവനിക് എലമന്റ് അഥവാ ഗാൽവ നിക് ബാറ്ററി എന്നുപറയുന്നു. (I,പേജ് 45)

അങ്ങനെ ആ അത്ഭുതകൃത്യം നടത്തിയിരിക്കുന്നു. പുറമേനിന്നുള്ള ഊർജം കൂടാതെ പ്രവർത്തിക്കാനുള്ള കഴിവില്ലെന്ന് വിഡെമൻതന്നെ പറഞ്ഞിട്ടുള്ള, സമ്പർക്കത്തിന്റെ വെറും വൈദ്യുതപൃഥക്കരണബലം കൊണ്ട് ഒരു അവിരതധാര ഉൽപ്പാദിപ്പിച്ചിരിക്കുന്നു. വിഡെമന്റെ കൃതി യിൽനിന്ന് മുകളിലുദ്ധരിച്ച ഭാഗത്തിനപ്പുറം മറ്റു യാതൊന്നും ഇതിനു വിശദീകരണമായി നമുക്കു ലഭിച്ചില്ലായിരുന്നെങ്കിൽ ഇത് ശരിക്കും ഒരു അത്ഭുതകൃത്യമായിത്തന്നെ യഥാർഥത്തിൽ അവശേഷിച്ചേനെ. ആ പ്രക്രി യയെപ്പറ്റി നാമിവിടെ എന്തെല്ലാമാണ് മനസിലാക്കുന്നത്?

1. ദ്വി-അംഗ യൗഗികമെന്നു (binary compound) പറയുന്ന സാധനം അടങ്ങുന്ന ഒരു ദ്രാവകത്തിൽ സിങ്കും കോപ്പറും മുക്കിയാൽ 27-ാമത്തെ ഖണ്ഡികയനുസരിച്ച് സിങ്ക് നിഷേധകമായും കോപ്പർ അനുരോധക മായും ചാർജിതമായിത്തീരുന്നു – പക്ഷേ 27-ാമത്തെ ഖണ്ഡിക മുഴു വനെടുത്തുനോക്കിയാലും അതിൽ ദ്വി-അംഗയൗഗികത്തെപ്പറ്റി ഒരു വാക്കു പോലും ഇല്ലെന്നു കാണാം. ഒരു സിങ്ക് തകിട്, ഒരു കോപ്പർ തകിട്, രണ്ടിനുമിടയിലായി വച്ചിട്ടുള്ള അമ്ലദ്രാവകത്തിൽ നനച്ച ഒരു തുണിക്ക ഷണം – ഇത്രയും ചേർന്ന ലളിതമായ ഒരു വോൾട്ടീയ എലമന്റിനെക്കു റിച്ച് മാത്രമേ അതിൽ വിവരിക്കുന്നുള്ളൂ. തുടർന്ന്, യാതൊരു രാസപ്ര ക്രിയകളെക്കുറിച്ചും പരാമർശിക്കാതെ അത് തൽഫലമായുളവാകുന്ന ഇരുലോഹങ്ങളുടെയും സ്ഥിരവൈദ്യുതചാർജുകളെ പരിശോധിക്കുന്നു. അങ്ങനെ ദ്വി-അംഗയൗഗികമെന്നു പറയുന്ന സാധനത്തെ രഹസ്യമായി പിൻവാതിലിലൂടെ അകത്തുകടത്തിവിടുകയാണ് ഇവിടെ ചെയ്തിരിക്കു ന്നത്.

2. ഈ ദ്വി–അംഗയൗഗികം ഇവിടെ എന്തുചെയ്യുന്നുവെന്നത് തികച്ചും നിഗൂഢമായിത്തന്നെ അവശേഷിക്കുന്നു. "പരസ്പരം നിശ്ശേഷം പൂരിതമാക്കുന്ന രണ്ടു വ്യത്യസ്ത രാസഘടകങ്ങ"ളായി അതിനെ "വിഘടിപ്പിക്കാൻ കഴിയും." (വിഘടിച്ചതിനുശേഷമാണോ അവ പരസ്പരം പൂരിതമാക്കുന്നത്?!) എന്ന സ്ഥിതിവിശേഷത്തെ സംബന്ധിച്ചുപറഞ്ഞാൽ, യഥാർഥത്തിൽ അത് വിഘടിച്ചിരുന്നെങ്കിൽ നമുക്ക് ഏറിവന്നാൽ ആ സ്ഥിതിവിശേഷത്തിൽനിന്ന് പുതുതായിട്ടെന്തെങ്കിലും പഠിക്കാൻ കഴിഞ്ഞേനെ. പക്ഷേ നമ്മോട് അതെപ്പറ്റി ഒരക്ഷരംപോലും പറയുന്നില്ല. അതുകൊണ്ട്, ഉദാഹരണത്തിന് പാരഫിന്റെ കാര്യത്തിലെന്നപോലെ, അത് വിഘടിക്കുന്നില്ലെന്ന് നമുക്ക് തൽക്കാലം അനുമാനിക്കേണ്ടിയിരിക്കുന്നു.

3. ദ്രാവകത്തിലെ സിങ്ക് നിഷേധകമായും കോപ്പർ അനുരോധകമായും ചാർജിതമായതിനുശേഷം നാം അവയെ (ദ്രാവകത്തിനു വെളിയിൽ) പരസ്പരം സമ്പർക്കത്തിൽ കൊണ്ടുവരുന്നു. ഉടൻതന്നെ "സമ്പർക്കസ്ഥാനംവഴി ഈ വിദ്യുച്ഛക്തികൾ പരസ്പരം നിഷ്ക്രിയമാക്കുകയും അതുകൊണ്ട് അതിലൂടെ ധനവിദ്യുച്ഛക്തിയുടെ ഒരു ധാര കോപ്പറിൽ നിന്ന് സിങ്കിലേക്ക് ഒഴുകുകയും ചെയ്യുന്നു." ഇപ്പോഴും, എന്തുകൊണ്ടാണ് "അനുരോധക"വിദ്യുച്ഛക്തിയുടെ ഒരു ധാര മാത്രം ഒരു ദിശയിലേക്ക് ഒഴുകുന്നതെന്നും "നിഷേധക"വിദ്യുച്ഛക്തിയുടെ ഒരു ധാര വിപരീതദിശയിലേക്ക് ഒഴുകാത്തതെന്നും നമ്മോട് പറയുന്നില്ല. ഇതുവരെ അനുരോധകവിദ്യുച്ഛക്തിയോളംതന്നെ ആവശ്യമായിരുന്ന നിഷേധകവിദ്യുച്ഛക്തിക്ക് എന്തുസംഭവിക്കുന്നുവെന്നുപോലും നമുക്ക് അറിഞ്ഞുകൂടാ. അവയെ സ്വതന്ത്രമാക്കുകയും പരസ്പരം വിപരീതമാക്കുകയും ചെയ്യുന്നതിലാണല്ലോ വൈദ്യുതപൃഥക്കരണബലത്തിന്റെപ്രവർത്തനം അടങ്ങിയിരുന്നത്. ഇപ്പോഴിതാ നിഷേധകവിദ്യുച്ഛക്തി അമർത്തപ്പെട്ടിരിക്കുന്നു, തുടച്ചുനീക്കപ്പെട്ടിരിക്കുന്നുവെന്നുതന്നെ വേണമെങ്കിൽ പറയാം. അനുരോധകവിദ്യുച്ഛക്തി മാത്രമേ നിലനിൽക്കുന്നുള്ളൂവെന്ന പ്രതീതി ഉളവാക്കിയിരിക്കുന്നു.

പക്ഷേ, 51–ാമത്തെ പേജിൽ ഇതിനു നേർവിപരീതമായ കാര്യമാണ് വീണ്ടും പറഞ്ഞിരിക്കുന്നത്. കാരണം, അവിടെ "വിദ്യുച്ഛക്തികൾ ഒരൊറ്റ കറന്റിൽ ഏകോപിക്കുന്നു." എന്നുവച്ചാൽ, നിഷേധകമായതും അനുരോധകമായതും രണ്ടും അതിൽ ഒഴുകുന്നുണ്ടെന്നർഥം! ഈ ചിന്താക്കുഴപ്പത്തിൽനിന്ന് നമ്മെ ആരാണൊന്ന് രക്ഷിക്കുക!

4. "മാത്രമല്ല, ഈ രണ്ടുലോഹങ്ങളും സ്പർശിക്കുമ്പോൾ പ്രത്യക്ഷപ്പെടുന്ന വൈദ്യുതപൃഥക്കരണബലം അനുരോധകവിദ്യുച്ഛക്തിയെ അതേ ദിശയിൽത്തന്നെ വഹിച്ചുകൊണ്ടുപോകുന്നതിനാൽ ലോഹങ്ങളുടെ ബദ്ധപരിപഥത്തിലെപ്പോലെ വൈദ്യുതപൃഥക്കരണബലങ്ങളുടെ ഫലങ്ങൾ പരസ്പരം ഉന്മൂലനം ചെയ്യുന്നില്ല. അങ്ങനെ ഇവിടെ... ഒരു അവിരതധാര ഉളവാകുന്നു," ഇത്യാദി.

ഇത് കുറച്ചു കട്ടിയാണ്. കാരണം, നാം കാണാൻപോകുന്നതുപോലെ, ഏതാനും പേജുകൾ കഴിഞ്ഞ് (52–ാമത്തെ പേജിൽ) വിഡെമൻ നമുക്കു തെളിയിച്ചുതരുന്നത് താഴെപ്പറയുന്ന കാര്യമാണ്:

"ഒരു അവിരതധാരയുടെ രൂപീകരണത്തോടെ.... ലോഹങ്ങളുടെ സമ്പർക്കസ്ഥാനത്തുള്ള വൈദ്യുതപൃഥക്കരണബലം.... നിഷ്ക്രിയമായിരിക്കണം."

അനുരോധകവിദ്യുച്ഛക്തിയെ അതേ ദിശയിൽ വഹിച്ചുകൊണ്ടുപോകുന്നതിനുപകരം ഈ ബലം കറന്റിന്റേതിന്റെ വിപരീതദിശയിൽ പ്രവർത്തിക്കുമ്പോൾപ്പോലും കറന്റുണ്ടാകുന്നുവെന്നു മാത്രമല്ല, അപ്പോഴും അത് ബാറ്ററിയുടെ പൃഥക്കരണബലത്തിന്റെ ഒരു നിശ്ചിത ഓഹരിയിൽ നികത്തപ്പെടുന്നില്ല. അതായത്, അതുപിന്നെയും നിഷ്ക്രിയമാണെന്നർഥം. വിഡെമൻ 52–ാമത്തെ പേജിൽ വൈദ്യുതപൃഥക്കരണബലത്തെ കറന്റൊഴുകുന്ന സമയത്തേക്ക് പ്രവർത്തനരഹിതമാക്കുമ്പോൾ, അതും ആ ഉദ്ദേശ്യത്തിനുവേണ്ടി പ്രത്യേകം ആവിഷ്കരിച്ച ഒരു പരികൽപ്പനയുടെ സഹായത്തോടെ അദ്ദേഹം അങ്ങനെ ചെയ്യുമ്പോൾ, 45–ാമത്തെ പേജിൽ പ്രസ്തുതബലത്തെ കറന്റിന്റെ രൂപീകരണത്തിലെ ഒരു അവശ്യഘടകമായി കരുതാൻ അദ്ദേഹത്തിന് എങ്ങനെ കഴിയുന്നു?

5. "അങ്ങനെ ഇവിടെ അനുരോധകവിദ്യുച്ഛക്തിയുടെ ഒരു അവിരതധാര ഉളവാകുന്നു. കോപ്പറിൽനിന്ന് സിങ്കുമായുള്ള അതിന്റെ സമ്പർക്കസ്ഥാനത്തുകൂടി സിങ്കിന്റെ ദിശയിലേക്കും ദ്രാവകത്തിലൂടെ സിങ്കിൽനിന്ന്, കോപ്പറിലേക്കും ഒരു ബദ്ധപരിപഥമായി ഒഴുകുന്ന ഒന്നാണത്."

പക്ഷേ, അത്തരത്തിലുള്ള അവിരതവൈദ്യുതധാരയെ സംബന്ധിച്ചിടത്തോളം, "അത് ചാലകങ്ങളിൽത്തന്നെ ചൂട് ഉൽപ്പാദിപ്പിക്കുന്നു." അതിന് ഒരു വിദ്യുത്കാന്തികമോട്ടോറിനെ പ്രവർത്തിപ്പിക്കാനും അതിനെക്കൊണ്ട് പ്രവൃത്തിയെടുപ്പിക്കാനും കഴിയും." പക്ഷേ ഊർജം കിട്ടാതെ ഇതു സാധ്യമല്ല. എന്നാൽ ഊർജത്തിന്റെ അങ്ങനെയുള്ള ഒരു പ്രദാനം നടക്കുന്നുണ്ടോയെന്നും അതെവിടുന്നു വരുന്നുവെന്നുമുള്ളതിനെപ്പറ്റി വിഡെമൻ ഇതുവരെ ഒരക്ഷരംപോലും മിണ്ടിയിട്ടില്ലാത്തതുകൊണ്ട് മുമ്പ് പരിശോധിച്ച രണ്ടു ദൃഷ്ടാന്തങ്ങളിലുമെന്നപോലെ അവിരതധാര അസാധ്യമായ ഒന്നായി ഇപ്പോഴും തുടരുന്നു.

മറ്റാരെക്കാളും കൂടുതൽ വിഡെമനുതന്നെ ഇക്കാര്യം അനുഭവപ്പെടുന്നുണ്ട്. അതുകൊണ്ട് കറന്റിന്റെ രൂപീകരണത്തെക്കുറിച്ചുള്ള ഈ അന്യാദൃശമായ വിശദീകരണത്തിലെ സംശയാസ്പദങ്ങളായ നിരവധി കാര്യങ്ങളിലൂടെ തിടുക്കത്തിൽ കടന്നുപോകുന്നതാണ് അഭിലഷണീയമെന്ന് അദ്ദേഹം കരുതുന്നു. ഇപ്പോഴും നിഗൂഢമായ ഈ കറന്റിന്റെ താപീയവും രാസികവും കാന്തികവും ശരീരശാസ്ത്രപരവുമായ പ്രഭാവങ്ങളെപ്പറ്റിയുള്ള പ്രാഥമികങ്ങളായ പലതരം കഥകൾ പറഞ്ഞ് വായനക്കാരെ രസിപ്പിക്കുന്നതാണ് കൂടുതൽ നല്ലതെന്ന് അദ്ദേഹത്തിനു തോന്നുന്നു. പതിവിനു വിപരീതമായി തികച്ചും ലളിതമായ ഒരു ശൈലി സ്വീകരിക്കുക പോലും ചെയ്യുന്നു. അദ്ദേഹം പെട്ടെന്ന് ഇങ്ങനെ തുടരുന്നു (പേജ് 49):

"രണ്ടു ലോഹങ്ങളും ഒരു ദ്രാവകവും – ഉദാഹരണത്തിന് സിങ്കും കോപ്പറും ഹൈഡ്രോക്ലോറിക് ആസിഡും – അടങ്ങിയ ഒരു ബദ്ധപരിപഥത്തിൽ വൈദ്യുതപൃഥക്കരണബലങ്ങൾ ഏതു വിധത്തിലാണ് സജീവമായിരിക്കുന്നതെന്ന് അടുത്തതായി നമുക്കു പരിശോധിക്കേണ്ടിയിരിക്കുന്നു."

"കറന്റ് ദ്രാവകത്തിലൂടെ ഒഴുകുമ്പോൾ അതിലടങ്ങിയിരിക്കുന്ന ദ്വി–അംഗയൗഗികത്തിന്റെ (HCl) ഘടകങ്ങൾ വേർതിരിയുന്നുവെന്നും അതിലൊരു ഘടകം (H) കോപ്പറിന്റെമേലും മറ്റേ ഘടകത്തിന്റെ (Cl) ഒരു തുല്യപരിമാണം സിങ്കിന്റെമേലും തുറന്നുവിടപ്പെടുന്ന വിധത്തിലാണ് അതു നടക്കുന്നതെന്നും അതോടൊപ്പം രണ്ടാമത്തെ ഘടകം സിങ്കിന്റെ തുല്യപരിമാണവുമായി സംയോജിച്ച് ZnCl രൂപംകൊള്ളുന്നുവെന്നും നമുക്കറിയാം."

നമുക്കറിയാമത്രെ! നമുക്കിത് അറിയാമെങ്കിൽ അത് വിഡെമൻ പറഞ്ഞിട്ടില്ലെന്നു തീർച്ച. കാരണം, ഈ പ്രക്രിയയെപ്പറ്റി അദ്ദേഹം ഒരക്ഷരം മിണ്ടിയിട്ടില്ലെന്നു നാം കണ്ടല്ലൊ. മാത്രമല്ല, ഇനി അഥവാ നമുക്ക് ഈ പ്രക്രിയയെക്കുറിച്ച് എന്തെങ്കിലും അറിയാമെങ്കിൽത്തന്നെ, വിഡെമൻ വിവരിച്ചപ്രകാരം അതു നടക്കാൻ സാധ്യമല്ലെന്നതാണത്.

വാതകരൂപത്തിലുള്ള ഹൈഡ്രജനിൽനിന്നും വാതകരൂപത്തിലുള്ള ക്ലോറിനിൽനിന്നും HCl–ന്റെ ഒരു തന്മാത്ര രൂപംകൊള്ളുമ്പോൾ 22,000 ഊഷ്മമാത്രകൾക്കു തുല്യമായ ഊർജമാണ് തുറന്നുവിടപ്പെട്ടത് (ജൂലിയസ് തോംസെൻ).[93] അതുകൊണ്ട് ഹൈഡ്രജനുമായുള്ള സംയോജനത്തിൽനിന്നു ക്ലോറിനെ വിടീക്കണമെങ്കിൽ HCl–ന്റെ ഓരോ തന്മാത്രയ്ക്കും അത്രതന്നെ ഊർജം വെളിയിൽനിന്നു ലഭിക്കണം. ബാറ്ററിക്ക് ഈ ഊർജം എവിടന്നു കിട്ടുന്നു? വിഡെമന്റെ വിവരണം നമ്മോട് അതേപ്പറ്റി ഒന്നും പറയുന്നില്ല. അതുകൊണ്ട് നമുക്കുതന്നെ ഒന്ന് അന്വേഷിക്കാം.

ക്ലോറിൻ സിങ്കുമായി സംയോജിച്ച് സിങ്ക് ക്ലോറൈഡ് രൂപീകരിക്കുമ്പോൾ ക്ലോറിനെ ഹൈഡ്രജനിൽനിന്ന് വേർതിരിക്കാനാവശ്യമായതിലും എത്രയോ കൂടുതൽ ഊർജമാണ് പുറത്തുവിടപ്പെടുന്നത്. (Zn_2Cl_2) 97,210–ഉം $2(H_2Cl)$ 44,000–ഉം ഊഷ്മമാത്രകൾ ഉളവാക്കുന്നു (ജൂലിയസ് തോംസെൻ). ഇതോടുകൂടി ബാറ്ററിയിലെ പ്രക്രിയ നമുക്ക് വ്യക്തമായിത്തീരുന്നു. അപ്പോൾ വിഡെമൻ പറയുംപോലെ ഹൈഡ്രജൻ കോപ്പറിന്മേലേക്കും ക്ലോറിൻ സിങ്കിന്റെ മേലേക്കും വെറുതെയങ്ങു തുറന്നുവിടപ്പെടുകയും 'അതോടൊപ്പം' അതെത്തുടർന്നും യാദൃച്ഛികമായും സിങ്കും ക്ലോറിനുംകൂടി സംയോജിക്കുകയുമല്ല ചെയ്യുന്നത്. നേരെമറിച്ച് സിങ്കും ക്ലോറിനും കൂടിയുള്ള സംയോജനമാണ് മുഴുവൻ പ്രക്രിയയ്ക്കുമുള്ള സാരവത്തും മൗലികവുമായ ഉപാധി. അതു നടക്കാത്തിടത്തോളം കാലം ഹൈഡ്രജൻ കോപ്പറിന്റെ മീതെ വരാൻ കാത്തിരിക്കുന്നത് വെറുതെയാണ്.

HCl-ന്റെ രണ്ടു തന്മാത്രകളിൽനിന്ന് H-ന്റെ രണ്ട് അണുക്കളെ തുറന്നുവിടുന്നതിനുവേണ്ടി ചെലവഴിക്കപ്പെടുന്ന ഊർജത്തെക്കാൾ $ZnCl_2$-ന്റെ ഒരു തന്മാത്രയുടെ രൂപീകരണസമയത്ത് തുറന്നുവിടപ്പെടുന്ന ഊർജം എത്രമാത്രം കൂടുതലുണ്ടോ അത് ബാറ്ററിയിൽ വൈദ്യുതചലനമായി മാറ്റപ്പെടുകയും ധാരാപരിപഥത്തിൽ പ്രത്യക്ഷപ്പെടുന്ന 'വിദ്യുത് ചാലകബല'മൊട്ടാകെത്തന്നെ നൽകുകയും ചെയ്യുന്നു. അതുകൊണ്ട് നിഗൂഢമായ ഒരു 'വൈദ്യുതപൃഥക്കരണബലം' പ്രകടമായ യാതൊരു ഊർജ സ്രോതസുമില്ലാതെ ഹൈഡ്രജനെയും ക്ലോറിനെയും അടർത്തിമാറ്റുകയല്ല, പിന്നെയോ, ബാറ്ററിയിൽ നടക്കുന്ന മൊത്തം രാസപ്രക്രിയ ബദ്ധ പരിപഥത്തിലെ എല്ലാ 'വൈദ്യുതപൃഥക്കരണബലങ്ങൾ'ക്കും 'വിദ്യുത് ചാലകബലങ്ങൾ'ക്കും അവയുടെ നിലനിൽപ്പിനാവശ്യമായ ഊർജം നൽകുകയാണ് ചെയ്യുന്നത്.

അതുകൊണ്ട് കറന്റിനെക്കുറിച്ചുള്ള വിഡെമന്റെ രണ്ടാമത്തെ വിശദീകരണം ആദ്യത്തേതിനോളംതന്നെ കുറച്ചേ നമ്മെ സഹായിക്കുന്നുള്ളുവെന്ന് തൽക്കാലം രേഖപ്പെടുത്തിക്കൊണ്ട് നമുക്ക് അദ്ദേഹത്തിന്റെ പുസ്തകത്തിൽ തുടർന്നു പറഞ്ഞിട്ടുള്ളതെന്താണെന്നു നോക്കാം:

> ലോഹങ്ങൾക്കിടയിലുള്ള ദ്വി-അംഗപദാർഥമൊട്ടാകെത്തന്നെ ലോഹങ്ങളുടെ കാര്യത്തിൽ കാണുന്നതുപോലെ ഏതെങ്കിലുമൊരു വിദ്യുച്ഛക്തിയോട് കേവലം പ്രബലമായി ആകൃഷ്ടമാവുന്നുവെന്നതിൽ മാത്രം ആ പദാർഥത്തിന്റെ പ്രവർത്തനം ഒതുങ്ങി നിൽക്കുന്നില്ലെന്നും അതിനുപുറമേ അതിന്റെ ഘടകങ്ങളുടെ പ്രത്യേക പ്രവർത്തനംകൂടി പ്രകടമാണെന്നും ഈ പ്രക്രിയ തെളിയിക്കുന്നു. അനുരോധകവിദ്യുച്ഛക്തിയുടെ കറന്റ് ദ്രാവകത്തിൽ പ്രവേശിക്കുന്നിടത്ത് Cl എന്ന ഘടകവും ഋണവിദ്യുച്ഛക്തി പ്രവേശിക്കുന്നിടത്ത് H എന്ന ഘടകവും പുറത്തുവിടപ്പെടുന്നതുകൊണ്ട് HCl യൗഗികത്തിലുള്ള ക്ലോറിന്റെ ഓരോ തുല്യപരിമാണവും ഋണ വിദ്യുച്ഛക്തിയുടെ ഒരു നിശ്ചിതപരിമാണത്താൽ ചാർജിതമാകുന്നുവെന്നും അകത്തുകടക്കുന്ന അനുരോധകവിദ്യുച്ഛക്തിയിലേക്കുള്ള അതിന്റെ ആകർഷണത്തെ നിർണയിക്കുന്നത് ആ പരിമാണമാണെന്നും നാം സങ്കൽപ്പിക്കുന്നു. യൗഗികത്തിലെ വിദ്യുത് -നിഷേധകഘടകമാണ് അത്. അതുപോലെ തന്നെ H-ന്റെ തുല്യ പരിമാണം അനുരോധകവിദ്യുച്ഛക്തിയാൽ ചാർജിതമാകേണ്ടതും അങ്ങനെ അത് യൗഗികത്തിലെ വിദ്യുത് അനുരോധകഘടകത്തെ കുറിക്കേണ്ടതുമാണ്. സിങ്കിന്റെയും കോപ്പറിന്റെയും സമ്പർക്കത്താലെന്നപോലെതന്നെ H-ന്റേയും Cl-ന്റേയും സയോജനത്താൽ ഈ ചാർജുകൾ ഉളവാക്കാൻ കഴിയുമായിരിക്കും. HClഎന്ന യൗഗികം സ്വതേ വൈദ്യുതമല്ലാത്തതുകൊണ്ട് അതിലെ അനുരോധകഘടകങ്ങളുടേയും നിഷേധകഘടകങ്ങളുടെയും അണുക്കളിൽ അനുരോധകവിദ്യുച്ഛക്തിയുടെയും നിഷേധക വിദ്യുച്ഛക്തി

യുടെയും തുല്യപരിമാണങ്ങൾ അടങ്ങിയിട്ടുണ്ടെന്നു നമുക്ക് സങ്കൽപ്പിക്കേണ്ടിയിരിക്കുന്നു.

ഒരു സിങ്കുതകിടും കോപ്പർതകിടും നേർത്ത ഹൈഡ്രോക്ലോറിക് ആസിഡിൽ മുക്കിയാൽ സിങ്കിന് വിദ്യുത് - അനുരോധകഘടകത്തോട് (H) ഉള്ളതിനേക്കാൾ കൂടുതൽ സുശക്തമായ ആകർഷണം വിദ്യുത്-നിഷേധകഘടകത്തോടാണെന്ന് നമുക്കു വിചാരിക്കാം. അതിന്റെ ഫലമായി വിദ്യുത്-നിഷേധകഘടകങ്ങൾ സിങ്കിന്റെനേർക്കും വിദ്യുത്അനുരോധകഘടകങ്ങൾ കോപ്പറിന്റെ നേർക്കും തിരിയുന്ന വിധത്തിലായിരിക്കാം സിങ്കിനെ സ്പർശിക്കുന്ന ഹൈഡ്രോക്ലോറിക് ആസിഡിന്റെ തന്മാത്രകൾ വിതരണം ചെയ്യപ്പെടുന്നത്. ഇങ്ങനെ വിന്യസിക്കപ്പെട്ടിട്ടുള്ള ഘടകങ്ങൾ HCl-ന്റെ തൊട്ടടുത്ത തന്മാത്രകളിലെ ഘടകങ്ങളുടെനേരെ വൈദ്യുതാകർഷണം ചെലുത്തുന്നതുകൊണ്ട് സിങ്ക്തകിടിനും കോപ്പർ തകിടിനുമിടയ്ക്കുള്ള തന്മാത്രകളുടെ ശ്രേണിയാകെത്തന്നെ താഴെ കാണിച്ചിരിക്കുന്ന വിധത്തിൽ വിന്യസിക്കപ്പെടുന്നു.

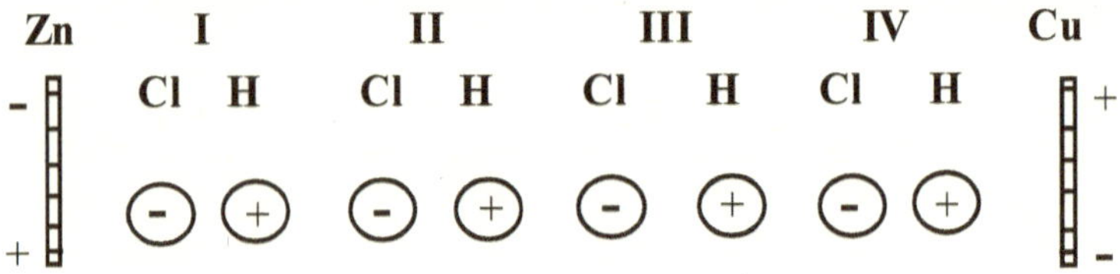

സിങ്ക് നിഷേധക ക്ലോറിന്റെമേൽ പ്രവർത്തിക്കുന്നതുപോലെതന്നെ രണ്ടാമത്തെ ലോഹം അനുരോധക ഹൈഡ്രജന്റെമേൽ പ്രവർത്തിച്ചാൽ അത് പ്രസ്തുത വിന്യാസത്തിന് കൂടുതൽ സഹായകമായിരിക്കും. അത് നേർവിപരീതമായിട്ടും എന്നാൽ അതിലും ദുർബലമായിട്ടുമാണ് പ്രവർത്തിക്കുന്നതെങ്കിൽ ചുരുങ്ങിയപക്ഷം വിന്യാസത്തിന്റെ ദിശയെങ്കിലും മാറ്റമില്ലാതെ തുടരും.

സിങ്കിന്റെ സമീപത്തുള്ള വിദ്യുത് - നിഷേധകഘടകമായ ക്ലോറിന്റെ നിഷേധകവിദ്യുച്ഛക്തിയുടെ സ്വാധീനഫലമായി സിങ്കിൽ വിദ്യുച്ഛക്തി വിതരണം ചെയ്യപ്പെടുന്നത് തൊട്ടടുത്തുള്ള ആസിഡ് അണുവിലെ[94] Cl-നോട് ചേർന്നു കിടക്കുന്ന അതിലെ ഭാഗങ്ങൾ അനുരോധകമായും കൂടുതൽ അകന്ന ഭാഗങ്ങൾ നിഷേധകമായും ചാർജിതമാകുന്ന വിധത്തിലായിരിക്കാം. അതുപോലെതന്നെ, കോപ്പറിൽ, തൊട്ടടുത്തുള്ള ഹൈഡ്രോ ക്ലോറിക് ആസിഡ് അണുവിലെ വിദ്യുത് അനുരോധകഘടകമായ H-നോട് ചേർന്നുകിടക്കുന്ന ഭാഗങ്ങളിൽ നിഷേധകവിദ്യുച്ഛക്തി സഞ്ചയിക്കും. അനുരോധകവിദ്യുച്ഛക്തി കൂടുതലകന്ന ഭാഗങ്ങളിലേക്ക് തള്ളിവിടപ്പെടും.

അടുത്തതായി, സിങ്കിലെ അനുരോധകവിദ്യുച്ഛക്തി Cl തൊട്ടടുത്തുള്ള അണുവിലെ നിഷേധകവിദ്യുച്ഛക്തിയുമായി സംയോജിക്കുമായിരിക്കും. Cl തന്നെ സിങ്കുമായി സംയോജിക്കുകയും (വൈദ്യുതമല്ലാത്ത ZnCl രൂപീകരിക്കുകയും)* ചെയ്യുമായിരിക്കും. മുമ്പ് ഈ Cl അണുവുമായി സയോജിച്ചിരുന്ന H എന്ന വിദ്യുത്അനുരോധക അണു, അതിന്റെനേർക്കു തിരിഞ്ഞിട്ടുള്ളതും രണ്ടാമത്തെ HCl അണുവിൽപ്പെടുന്നതുമായ Cl അണുവുമായി സംയോജിക്കുമായിരിക്കും. ആ അണുക്കളിലടങ്ങിയിട്ടുള്ള വിദ്യുച്ഛക്തികളുടെ സംയോജനവും അതേസമയംതന്നെ നടക്കുമായിരിക്കും. അതുപോലെതന്നെ, രണ്ടാമത്തെ HCl അണുവിലെ H മൂന്നാമത്തെ അണുവിലെ Cl-യുമായി സംയോജിക്കുമായിരിക്കും. അതുപോലെ തുടർന്നുള്ളവയും. അവസാനം കോപ്പറിന്റെമേൽ H-ന്റെ അണു തുറന്നുവിടപ്പെടുമായിരിക്കും. അതിന്റെ അനുരോധകവിദ്യുച്ഛക്തി കോപ്പറിന്റെ വിതരിത നിഷേധകവിദ്യുച്ഛക്തിയുമായി ഒന്നിക്കുകയും അങ്ങനെ ഒരു അവൈദ്യുതീകൃതാവസ്ഥയിലേക്ക് നിർഗമിക്കുകയും ചെയ്യുമായിരിക്കും. ലോഹത്തകിടുകളിൽ സഞ്ചയിച്ചിട്ടുള്ള വിദ്യുച്ഛക്തികൾ അവയുടെ നേരെ തിരിഞ്ഞ ഹൈഡ്രോക്ലോറിക് ആസിഡ് ഘടകങ്ങളിലെ വിദ്യുച്ഛക്തികളുടെമേൽ നടത്തുന്ന വികർഷണപ്രവർത്തനം ലോഹങ്ങൾക്ക് ആ ആസിഡിനോടുള്ള രാസാകർഷണവുമായി സന്തുലിതമാകുന്നതുവരെ ഈ പ്രക്രിയ ആവർത്തിക്കുന്നതാണ്. എന്നാൽ ലോഹത്തകിടുകളെ ഒരു ചാലകം മുഖേന കൂട്ടിയിണക്കുന്നപക്ഷം ലോഹത്തകിടുകളിലെ സ്വതന്ത്രവിദ്യുച്ഛക്തികൾ പരസ്പരം യോജിക്കും. മേൽവിവരിച്ച പ്രക്രിയകൾക്കു വീണ്ടും ആരംഭിക്കാൻ കഴിയും. ഈ വിധത്തിൽ വിദ്യുച്ഛക്തിയുടെ ഒരു നിരന്തരധാര നിലവിൽ വരുന്നതാണ് - ലോഹങ്ങളുടെ നേർക്ക് നീങ്ങുന്ന ദ്വി-അംഗയൗഗികത്തിന്റെ ഘടകങ്ങൾ അവയുടെനേരെ ഒരു നിശ്ചിതപ്രവേഗത്തോടെ നീങ്ങുകയും പിന്നീട് ഒന്നുകിൽ ഒരു യൗഗികം (ZnCl) രൂപീകരിച്ചുകൊണ്ടോ അല്ലെങ്കിൽ സ്വതന്ത്രരൂപത്തിൽ (H) നിർഗമിച്ചുകൊണ്ടോ വിശ്രമാവസ്ഥയിലെത്തുകയും ചെയ്യുന്നതുകൊണ്ട് സജീവബലം നിരന്തരം നഷ്ടപ്പെടുന്നുണ്ടെന്ന് വ്യക്തമാണ്. (കുറിപ്പ് [വിഡെമെന്റേത്]: Cl, H എന്നീ ഘടകങ്ങൾ വേർപിരിയുമ്പോൾ സജീവബലത്തിലുണ്ടാവുന്ന നേട്ടം ഈ ഘടകങ്ങൾ തൊട്ടടുത്ത അണുവിലെ ഘടകങ്ങളുമായി യോജിക്കുമ്പോൾ സജീവബലത്തിലുണ്ടാവുന്ന നഷ്ടത്താൽ നികത്തപ്പെടുന്നതിനാൽ ഈ പ്രക്രിയയുടെ സ്വാധീനം അവഗണിക്കാവുന്നതാണ്). സജീവബലത്തിലുണ്ടാവുന്ന ഈ നഷ്ടം, പ്രകടമായും സംഭവിക്കുന്ന രാസപ്രക്രിയയിൽ - അതായത്, സാരാംശത്തിൽ, സിങ്കിന്റെ തുല്യാങ്കം നേർത്ത ആസിഡിൽ വിലയിക്കുന്നതിനിടയിൽ - തുറന്നുവിടപ്പെടുന്ന ചൂടിന്റെ പരിമാണത്തിനു തുല്യമാണ്. ഈ

* ബ്രാക്കറ്റിൽ കൊടുത്തിരിക്കുന്ന ഭാഗം എംഗൽസ് വിട്ടുകളഞ്ഞിരിക്കുന്നു.

പരിമാണം വിദ്യുച്ഛക്തികളെ വേർതിരിക്കുന്നതിനു ചെലവഴിക്കപ്പെട്ട പ്രവൃത്തിയുടെ പരിമാണത്തിനു തുല്യമായിരിക്കണം. അതുകൊണ്ട് ഈ വിദ്യുച്ഛക്തികൾ ഒരു ധാരയിൽ ഒന്നിക്കുന്നുണ്ടെങ്കിൽ, സിങ്കിന്റെ തുല്യാങ്കത്തിന്റെ വിലയനത്തിന്റേയും ദ്രാവകത്തിൽനിന്നുള്ള ഹൈഡ്രജന്റെ തുല്യാങ്കത്തിന്റെ നിർഗമനത്തിന്റേയും സമയത്ത്, ചൂടിന്റെ രൂപത്തിലോ ബാഹ്യമായി നിർവഹിക്കപ്പെട്ട പ്രവർത്തനത്തിന്റെ രൂപത്തിലോ ഈ രാസപ്രക്രിയയ്ക്ക് അനുസ്യൂതമായ ചൂടിന്റെ പരിമാണത്തിനു തുല്യമായ പ്രവൃത്തി പരിപഥത്തിലൊട്ടാകെ പ്രത്യക്ഷപ്പെടേണ്ടതാണ്. (I, പേജ് 49–51)

നമുക്കു സങ്കൽപ്പിക്കാം – ആയിരിക്കാം – നമുക്കു വിചാരിക്കാം – വിതരണം ചെയ്യപ്പെടുമായിരിക്കാം – ചാർജിതമാകുമായിരിക്കാം, മറ്റും മറ്റും വെറും അഭ്യൂഹങ്ങളും സന്ദിഗ്ധക്രിയാരൂപങ്ങളും (subjunctives) അല്ലാതെ മറ്റൊന്നുമില്ല. അവയിൽനിന്ന് അസന്ദിഗ്ധമായി എടുക്കാവുന്ന വാസ്തവികങ്ങളായ സൂചകങ്ങൾ (indicatives) മൂന്നെണ്ണം മാത്രമാണ്. ഒന്നാമത്, ക്ലോറിനുമായുള്ള സിങ്കിന്റെ സംയോജനം ഹൈഡ്രജന്റെ നിർഗമനത്തിനുള്ള ഒരു ഉപാധിയാണെന്ന് ഇപ്പോൾ പ്രഖ്യാപിച്ചിരിക്കുന്നു. രണ്ടാമത്, അതോടൊപ്പം തുറന്നു വിടപ്പെടുന്ന ഊർജമാണ് കറന്റിന്റെ രൂപീകരണത്തിനാവശ്യമായ മുഴുവൻ ഊർജത്തിന്റേയും ഉറവിടമെന്നു മാത്രമല്ല ഒരേയൊരു ഉറവിടമെന്ന് ഈ അവസാനഘട്ടത്തിൽ, ഏതാണ്ട് യാദൃച്ഛികമായിട്ടാണെന്ന മട്ടിൽ, നാം മനസിലാക്കുന്നു. മൂന്നാമത്, മുകളിൽ കൊടുത്തിരിക്കുന്ന രണ്ടു വിശദീകരണങ്ങൾ എത്രമാത്രം പരസ്പരവിരുദ്ധമാണോ, അത്രതന്നെ അവയ്ക്ക് രണ്ടിനും പ്രത്യക്ഷത്തിൽ വിരുദ്ധമായിട്ടുള്ള ഒന്നാണ് കറന്റ്രൂപീകരണത്തെക്കുറിച്ചുള്ള ഈ വിശദീകരണം.

വിഡെമന്റെ കൃതിയിൽ തുടർന്നു പറയുന്നു:

അതുകൊണ്ട്, ബാറ്ററിയിലെ ഉത്തേജകദ്രാവകത്തിലുള്ള ദ്വി–അംഗയൗഗികത്തിലെ അണുക്കളെ ലോഹ ഇലക്ട്രോഡുകൾ അസമമായി ആകർഷിക്കുകയും ധ്രുവീകരിക്കുകയും ചെയ്യുന്നതിൽനിന്നു ലഭിക്കുന്ന വൈദ്യുതപൃഥക്കരണബലം മാത്രമാണ് തുടർച്ചയായ കറന്റിന്റെ രൂപീകരണസമയത്ത് പ്രവർത്തിക്കുന്നത്. കൂടുതൽ യാന്ത്രികമാറ്റങ്ങളൊന്നും നടക്കാൻ സാധ്യതയില്ലാത്ത ലോഹങ്ങളുടെ സമ്പർക്കസ്ഥാനങ്ങളിലാവട്ടെ വൈദ്യുതപൃഥക്കരണബലം നിഷ്ക്രിയമായിരിക്കണം. (ടിന്നും ലെഡും പൊട്ടാഷും സയനൈഡ് ലായനിയിൽ മുക്കുന്ന സമയത്ത് സംഭവിക്കുന്നതുപോലെ) ദ്രാവകം ലോഹങ്ങളിന്മേൽ ഉളവാക്കുന്ന വിദ്യുത്ചാലക ഉത്തേജനത്തിനെതിരായി എന്തെങ്കിലും കാരണവശാൽ ഈ ബലം പ്രവർത്തിച്ചാൽ അത് ലോഹങ്ങളുടെയും ദ്രാവകത്തിന്റേയും സമ്പർക്കസ്ഥാനങ്ങളിലുള്ള പൃഥക്കരണബലത്തിന്റെ നിശ്ചിത ഓഹരിയിൽ നികത്തപ്പെടുകയില്ലെന്ന്, ബദ്ധപരിപഥത്തിലെ മൊത്തം വൈദ്യുതപൃഥക്കരണബലം (കൂടാതെ വിദ്യുത്ചാലക

ബലവും) മുകളിൽ പ്രതിപാദിച്ച രാസപ്രക്രിയകളിലെ ചൂടിന്റെ തുല്യാങ്കത്തിനു പൂർണമായും ആനുപാതികമാണെന്ന മുമ്പു പ്രസ്താവിച്ച വസ്തുത തെളിയിക്കുന്നു. അതുകൊണ്ട് അത് മറ്റൊരു വഴിക്ക് നിഷ്ക്രിയമാക്കപ്പെടണം. ഉത്തേജകദ്രാവകം ലോഹങ്ങളെ സ്പർശിക്കുമ്പോൾ വിദ്യുത്ചാലകബലം രണ്ടുവിധത്തിൽ ഉൽപ്പാദിപ്പിക്കപ്പെടുന്നുവെന്നു സങ്കൽപ്പിക്കുന്നപക്ഷം ഇത് നടക്കുന്നത് എത്രയും ലളിതമായിട്ടായിരിക്കും. ഒരു വശത്ത് ദ്രാവകത്തിന്റെ പിണ്ഡമാകെത്തന്നെ ഓരോ വിദ്യുച്ഛക്തിയോടും അസമമായി ആകർഷിക്കപ്പെടുന്നതുവഴി; മറുവശത്ത്, വിരുദ്ധ വിദ്യുച്ഛക്തികളാൽ ചാർജിതങ്ങളായ ദ്രാവകത്തിന്റെ ഘടകങ്ങളോട് ലോഹങ്ങൾ അസമമായി ആകർഷിക്കപ്പെടുന്നതുവഴി – ഇവയാണ് പ്രസ്തുതമാർഗങ്ങൾ..... വിദ്യുച്ഛക്തികളോടുള്ള ആദ്യത്തെ അസമ (പിണ്ഡ) ആകർഷണത്തിന്റെ ഫലമായി ദ്രാവകങ്ങൾ ലോഹങ്ങളുടെ വോൾട്ടീയശ്രേണീ നിയമവുമായി തികച്ചും പൊരുത്തപ്പെടും. ഒരു ബദ്ധപരിപഥത്തിൽ വൈദ്യുതപൃഥക്കരണബലങ്ങൾ (വിദ്യുത്ചാലകബലങ്ങളും) പൂജ്യംവരെ നിഷ്ക്രിയമാക്കപ്പെടും. അതേസമയം തന്നെ, രണ്ടാമത്തെ (രാസ) പ്രവർത്തനം കറന്റിന്റെ രൂപീകരണത്തിനാവശ്യമായ മുഴുവൻ വിദ്യുത്പൃഥക്കരണബലവും അതിനനുസൃതമായ വിദ്യുത്ചാലകബലവും തനിച്ച് നൽകുന്നതാണ്. (I,പേജ് 52–53)

ഇതോടുകൂടി സമ്പർക്കസിദ്ധാന്തത്തിന്റെ അവസാനത്തെ അവശിഷ്ടങ്ങളും കറന്റിന്റെ രൂപീകരണത്തിൽനിന്ന് ആഹ്ലാദകരമായി നിഷ്കാസനം ചെയ്യപ്പെട്ടിരിക്കുന്നു. 45–ാമത്തെ പേജിൽ കൊടുത്തിട്ടുള്ള കറന്റ് രൂപീകരണസംബന്ധമായ വിഡെമന്റെ ആദ്യത്തെ വിശദീകരണവും അതോടൊപ്പം പുറന്തള്ളപ്പെട്ടിരിക്കുന്നു. ആവിയന്ത്രം ഊഷ്മ–ഊർജത്തെ യാന്ത്രികചലനമാക്കി മാറ്റാനുള്ള ഒരു ഉപകരണമാണെന്നതുപോലെ തന്നെ ഗാൽവനിക് ബാറ്ററി സ്വതന്ത്രമാക്കപ്പെടുന്ന രാസ ഊർജത്തെ വൈദ്യുതചലനമാക്കി മാറ്റാനുള്ള, വൈദ്യുതപൃഥക്കരണബലമെന്നും വിദ്യുത്ചാലകബലമെന്നും പറയപ്പെടുന്നവയാക്കി മാറ്റാനുള്ള, വെറുമൊരു ഉപകരണമാണെന്ന് അവസാനം നിരുപാധികമായി സമ്മതിച്ചിരിക്കുന്നു. രണ്ടിലും ഉപകരണം ഊർജത്തെ തുറന്നുവിടാനും തുടർന്ന് രൂപാന്തരപ്പെടുത്താനുമുള്ള സാഹചര്യങ്ങൾ സൃഷ്ടിക്കുക മാത്രമേ ചെയ്യുന്നുള്ളു, അതിന്റെ വക ഊർജമൊന്നും നൽകുന്നില്ല. ഇത്രയും സ്ഥാപിച്ചുകഴിഞ്ഞ സ്ഥിതിക്ക്, കറന്റിനെക്കുറിച്ചുള്ള വിഡെമന്റെ വിശദീകരണത്തിന്റെ ഈ മൂന്നാമത്തെ വകഭേദത്തെ കുറച്ചുകൂടി അടുത്തു പരിശോധിക്കുക മാത്രമേ ഇനി ചെയ്യേണ്ടതായിട്ടുള്ളു. ബാറ്ററിയുടെ ബദ്ധപരിപഥത്തിൽ നടക്കുന്ന ഊർജരൂപാന്തരങ്ങളെ എങ്ങനെയാണ് അതിൽ ചിത്രീകരിച്ചിരിക്കുന്നത്?

“ലോഹങ്ങളുടെ നേർക്ക് നീങ്ങുന്ന ദ്വി–അംഗയൗഗികത്തിന്റെ ഘടകങ്ങൾ അവയുടെ നേരെ ഒരു നിശ്ചിത പ്രവേഗത്തോടെ നീങ്ങുകയും

പിന്നീട് ഒന്നുകിൽ ഒരു യൗഗികം (ZnCl) രൂപീകരിച്ചുകൊണ്ടോ അല്ലെങ്കിൽ സ്വതന്ത്രരൂപത്തിൽ (H) നിർഗമിച്ചുകൊണ്ടോ വിശ്രമാവസ്ഥയിലെത്തുകയും ചെയ്യുന്നതുകൊണ്ട് സജീവബലം നിരന്തരം നഷ്ടപ്പെടുന്നുണ്ടെന്ന്" വ്യക്തമാണെന്ന് അദ്ദേഹം പറയുന്നു. "സജീവബലത്തിലുണ്ടാവുന്ന ഈ നഷ്ടം, പ്രകടമായും സംഭവിക്കുന്ന രാസപ്രക്രിയയിൽ – അതായത്, സാരാംശത്തിൽ, സിങ്കിന്റെ തുല്യാങ്കത്തെ നേർത്ത ആസിഡിൽ വിലയിപ്പിക്കുന്നതിനിടയിൽ – തുറന്നു വിടപ്പെടുന്ന ചൂടിന്റെ പരിമാണത്തിനു തുല്യമാണ്."

ഒന്നാമത്, പ്രക്രിയ നടക്കുന്നത് ശുദ്ധരൂപത്തിലാണെങ്കിൽ, സിങ്കിന്റെ വിലയനം നടക്കുമ്പോൾ ബാറ്ററിയിൽ യാതൊരു ചൂടും തുറന്നു വിടപ്പെടുന്നില്ല. തുറന്നുവിടപ്പെടുന്ന ഊർജം നേരെ വിദ്യുച്ഛക്തിയായി മാറ്റപ്പെടുകയാണ് ചെയ്യുന്നത്. അതിൽനിന്നാണ് അത് പരിപഥത്തിന്റെ ഒട്ടാകെയുള്ള പ്രതിരോധംമൂലം പിന്നീട് ചൂടായി മാറ്റപ്പെടുന്നത്.

രണ്ടാമത്, സജീവബലമെന്നു പറയുന്നത് ദ്രവ്യമാനത്തിന്റെയും പ്രവേഗത്തിന്റെ വർഗത്തിന്റെയും ഗുണനഫലത്തിന്റെ പകുതിയാണ്. അങ്ങനെ വരുമ്പോൾ മുകളിലത്തെ പ്രസ്താവനയുടെ അർഥം ഇതാണ്: നേർത്ത ഹൈഡ്രോക്ലോറിക് ആസിഡിൽ സിങ്കിന്റെ തുല്യാങ്കം വിലയിക്കുമ്പോൾ തുറന്നുവിടപ്പെടുന്ന, ഇത്രയിത്ര കലോറി വരുന്ന ഊർജം അയോണുകളുടെ ദ്രവ്യമാനത്തിന്റെയും ലോഹങ്ങളുടെ നേരെ അവ നീങ്ങുന്ന പ്രവേഗത്തിന്റെ വർഗത്തിന്റേയും ഗുണനഫലത്തിന്റെ പകുതിക്കു തുല്യമാണ്. ഈ രൂപത്തിൽ പ്രതിപാദിക്കുമ്പോൾ ഈ പ്രസ്താവന വ്യക്തമായും അസത്യമാണ്. അയോണുകളുടെ നീക്കത്തിനിടയിൽ പ്രത്യക്ഷപ്പെടുന്ന സജീവബലം രാസപ്രക്രിയയ്ക്കിടയിൽ തുറന്നുവിടപ്പെടുന്ന ഊർജത്തിന് ഒരു തരത്തിലും തുല്യമല്ല.* അങ്ങനെയായിരു

---

* അയോണുകളെ ജലവിലായകത്തിലൂടെ തള്ളിവിടാൻ ബൃഹത്തായ ബലങ്ങൾ ആവശ്യമാണെന്ന് അടുത്തകാലത്ത് എഫ് കൊൽറൗഷ് കണക്കാക്കിയിട്ടുണ്ട് (വിഡെമന്റെ '*Annalen*'[95], VI [ലൈപ്സിംഗ്], 1879, പേജ് 206). ഒരു മില്ലീഗ്രാമിന് ഒരു മില്ലിമീറ്റർ ദൂരം നീങ്ങാൻ ആവശ്യമായ ആകർഷണബലം ഇപ്രകാരമാണ്: H-ന് = 32,500 കി ഗ്രാം, Cl-ന് = 5,200 കി. ഗ്രാം. അതുകൊണ്ട് HCl-ന് = 37,700 കി ഗ്രാം. ഈ സംഖ്യകൾ തികച്ചും ശരിയാണെങ്കിൽപോലും മുകളിൽ പറഞ്ഞ കാര്യങ്ങളെ അസാധുവാക്കുന്നില്ല. എന്നാൽ ഇതുവരെയും വിദ്യുച്ഛക്തിയുടെ മണ്ഡലത്തിൽ അനിവാര്യമായിട്ടുള്ള പരികൽപ്പിതഘടകങ്ങൾ ഈ കണക്കുകൂട്ടലിലുള്ളതുകൊണ്ട് അത് പരീക്ഷണം മുഖേന പരിശോധിക്കേണ്ടതാവശ്യമാണ്. അത്തരം പരിശോധന സാധ്യമാണെന്നു തോന്നുന്നു. ഒന്നാമത്, ഈ "ബൃഹത്തായ ബലങ്ങൾ", അവ ഉപഭോഗിക്കപ്പെടുന്ന ഇടങ്ങളിൽ – ഇവിടെ ബാറ്ററിയിൽ – ഒരു നിശ്ചിത പരിമാണത്തിലുള്ള ചൂടായി വീണ്ടും പ്രത്യക്ഷപ്പെടേണ്ടതാണ്. രണ്ടാമത്, അവ ഉപഭോഗിക്കുന്ന ഊർജം ബാറ്ററിയിലെ രാസപ്രക്രിയകളിൽനിന്ന് ലഭിക്കുന്ന ഊർജത്തേക്കാൾ കുറവായിരിക്കണം. അവ തമ്മിൽ ഒരു നിശ്ചിതാന്തരം ഉണ്ടായിരിക്കണം. മൂന്നാമത്, ഈ അന്തരം ബദ്ധപരിപഥത്തിന്റെ ശേഷം ഭാഗത്ത് ഉപഭോഗിക്കപ്പെടണം. അവിടെയും അതിനെ പരിമാണാത്മകമായി തെളിയിക്കാൻ കഴിയണം. ഇങ്ങനെയൊരു പരിശോധനയിലൂടെ സ്ഥിരീകരിക്കപ്പെട്ടതിനുശേഷം മാത്രമേ മുകളിൽ കൊടുത്തിട്ടുള്ള സംഖ്യകൾ അന്തിമമായി കരുതാൻ പറ്റൂ. അവയെ ഒരു വൈദ്യുതാപവർത്തനസെല്ലിൽ തെളിയിക്കുന്നത് കുറെക്കൂടി പ്രായോഗികമാണെന്ന് തോന്നുന്നു. (എംഗൽസിന്റെ കുറിപ്പ്)

ന്നെങ്കിൽ കറന്റ് അസാധ്യമാകുമായിരുന്നു. കാരണം, ബദ്ധപരിപഥ ത്തിന്റെ ശേഷം ഭാഗത്ത് ധാരയുണ്ടാവാൻ യാതൊരു ഊർജവും ബാക്കി യുണ്ടായിരിക്കില്ല. അതുകൊണ്ടാണ് "ഒന്നുകിൽ ഒരു യൗഗികം രൂപീക രിച്ചുകൊണ്ടോ അല്ലെങ്കിൽ സ്വതന്ത്രരൂപത്തിൽ നിർഗമിച്ചുകൊണ്ടോ" അയോണുകൾ വിശ്രമാവസ്ഥയിലെത്തുന്നുവെന്ന് തുടർന്ന് അഭിപ്രായ പ്പെട്ടിരിക്കുന്നത്. പക്ഷേ, ഈ രണ്ടു പ്രക്രിയകളിൽ നടക്കുന്ന ഊർജരൂ പാന്തരണങ്ങൾകൂടി സജീവബലത്തിലെ നഷ്ടത്തിൽ ഉൾപ്പെടുന്നുണ്ടെ ങ്കിൽ നാം ശരിക്കും വഴിമുട്ടിനിൽകുന്നുവെന്നാണർഥം. കാരണം, തുറ ന്നുവിടപ്പെടുന്ന ഊർജമാകെത്തന്നെ, ഈ രണ്ടു പ്രക്രിയകളും ഒന്നി ച്ചെടുത്താൽ കിട്ടുന്നതാണ്. അതുകൊണ്ട് ഇവിടെ സജീവബലം നഷ്ട പ്പെടുന്ന പ്രശ്നമേയില്ല, ഏറിവന്നാൽ അത് നേടുന്ന പ്രശ്നമേയുള്ളൂ.

അതിനാൽ ഈ പ്രമേയംകൊണ്ട് വിഡെമൻതന്നെ ഖണ്ഡിതമായ യാതൊന്നും അർഥമാക്കിയില്ലെന്ന് വ്യക്തമാണ്. അദ്ദേഹത്തെ സംബ ന്ധിച്ചിടത്തോളം "സജീവബലത്തിലെ നഷ്ടം" പഴയ സമ്പർക്കസിദ്ധാ ന്തത്തിൽനിന്ന് കറന്റിനെക്കുറിച്ചുള്ള രാസവിശദീകരണത്തിലേക്കൊരു അസുഖകരമായ കുതിച്ചുചാട്ടം നടത്താൻ സാധ്യതയുളവാക്കുന്ന യന്ത്ര ത്തിൽനിന്നവതരിച്ച ദേവൻ* മാത്രമാണ്. വാസ്തവത്തിൽ, സജീവബല നഷ്ടം അതിന്റെ പങ്ക് വഹിച്ചുകഴിയുകയും അതിനെ പുറന്തള്ളുകയു മാണ് ചെയ്തിരിക്കുന്നത്. മേലിൽ കറന്റ്‌രൂപീകരണത്തിനുള്ള ഒരേ യൊരു ഊർജസ്രോതസായി അനിഷേധ്യമായി അംഗീകരിച്ചിരിക്കുന്നത് ബാറ്ററിയിൽ നടക്കുന്ന രാസപ്രക്രിയയെയാണ്. രാസികോദാസീനവസ്തു ക്കൾ പരസ്പരം സ്പർശിക്കുമ്പോഴുണ്ടാവുന്ന വൈദ്യുതോത്തേജന ത്തിന്റെ അവസാനത്തെ അവശിഷ്ടത്തെ, അതായത് ഇരുലോഹങ്ങളു ടേയും സമ്പർക്കസ്ഥാനത്ത് പ്രവർത്തിക്കുന്ന പൃഥക്കരണബലത്തെ, എങ്ങനെ മാന്യമായ രീതിയിൽ ഒഴിവാക്കാമെന്ന ഉൽക്കണ്ഠ മാത്രമേ നമ്മുടെ ഗ്രന്ഥകാരനിൽ ഇപ്പോൾ കാണുന്നുള്ളൂ.

കറന്റ്‌രൂപീകരണത്തെക്കുറിച്ചുള്ള വിഡെമന്റെ മേൽപ്പറഞ്ഞ വിശ ദീകരണം വായിക്കുമ്പോൾ ഉദ്ദേശം നാൽപ്പതുവർഷം മുമ്പ് ഷ്ട്രൗസും വിൽക്കെയും ബ്രുനൊ ബൗവെറും മറ്റും *ബൈബിളി*നുനേരെ നടത്തിയ ഭാഷാശാസ്ത്രപരവും ചരിത്രപരവുമായ വിമർശനത്തിനു മറുപടിയായി യാഥാസ്ഥിതികരും അർധയാഥാസ്ഥിതികരുമായ മതതത്വശാസ്ത്രജ്ഞർ അവലംബിച്ച രൂപത്തിലുള്ള ഒരു ന്യായീകരണമാണ് നമ്മുടെ മുമ്പിലുള്ള തെന്ന് തോന്നിപ്പോകുന്നു. അതേ രീതിതന്നെയാണ് ഉപയോഗിച്ചിരിക്കു ന്നത്. അതങ്ങനെയാവാതെ നിവൃത്തിയുമില്ല. കാരണം, പഴയപാരമ്പ

---

* "യന്ത്രത്തിൽനിന്നവതരിച്ച ദേവൻ" ('deus ex machina') - പ്രാചീന നാടകവേദി യിൽ ദേവന്മാരായി അഭിനയിക്കുന്ന നടന്മാർ ഒരു പ്രത്യേക യന്ത്രവിധാനത്തിന്റെ സഹായത്തോടെയാണ് രംഗത്തുവന്നത്. ഗതികേടിൽനിന്ന് പോംവഴി കാണിച്ചുത രാൻ അപ്രതീക്ഷിതമായെത്തുന്ന ഒരാളെയോ അല്ലെങ്കിൽ സംഭവഗതിയിൽനിന്നുള വാകാത്ത ഒരു അപ്രതീക്ഷിതപരിണാമത്തെയോ കുറിക്കാനാണ് പിന്നീട് ഈ പദം ഉപയോഗിച്ചുവരുന്നത്.

ര്യത്തെ ശാസ്ത്രീയചിന്തയുടെ ആക്രമണത്തിൽനിന്നു രക്ഷിക്കുകയെന്ന പ്രശ്നമാണ് രണ്ടിലുമുള്ളത്. അനിഷേധ്യവസ്തുതകൾ മാത്രമേ കൈകാര്യം ചെയ്യുന്നുള്ളുവെന്നതാണ്, ഏറിവന്നാൽ ഗണിതശാസ്ത്രപരമായ കണക്കുക്കൂട്ടലിന്റെ രൂപത്തിൽമാത്രം ചിന്തിക്കാൻ സ്വയമനുവദിക്കുന്ന ശുദ്ധ അനുഭവമാത്രവാദത്തിന്റെ വിചാരം. എന്നാൽ വാസ്തവത്തിൽ അത് മുഖ്യമായും കൈകാര്യം ചെയ്യുന്നത് പരമ്പരാഗതങ്ങളായ ധാരണകളേയും അതിന്റെ മുൻഗാമികളുടെ ഒട്ടുമുക്കാലും കാലഹരണപ്പെട്ട ചിന്താസൃഷ്ടികളേയുമാണ്. അനുരോധകവിദ്യുച്ഛക്തി, നിഷേധകവിദ്യുച്ഛക്തി, വൈദ്യുതപൃഥക്കരണബലം, സമ്പർക്കസിദ്ധാന്തം, ഇവയെല്ലാം അത്തരത്തിൽപ്പെട്ടവയാണ്. അവ അതിന് അവസാനമില്ലാത്ത ഗണിതശാസ്ത്രക്കണക്കുക്കൂട്ടലുകളുടെ അടിസ്ഥാനമായി ഉപകരിക്കുന്നു. ഈ കണക്കുക്കൂട്ടലുകളിലാവട്ടെ, ഗണിതശാസ്ത്രഫോർമുലകളുടെ കണിശതമൂലം പരികൽപ്പിതപൂർവപക്ഷങ്ങൾ സൗകര്യപൂർവം വിസ്മരിക്കപ്പെടുന്നു. ഇത്തരം അനുഭവമാത്രവാദം അതിന്റെ മുൻഗാമികളുടെ ചിന്താഫലങ്ങളെ കണ്ണടച്ചു വിശ്വസിക്കുന്നത്രതന്നെ സമകാലീനചിന്താഫലങ്ങളെ സംശയത്തോടെ വീക്ഷിക്കുന്നു. അതിന്റെ ദൃഷ്ടിയിൽ പരീക്ഷണാത്മകമായി സ്ഥാപിക്കപ്പെട്ടിട്ടുള്ള വസ്തുതകൾപോലും ക്രമേണ അവയെക്കുറിച്ചുള്ള പരമ്പരാഗതവ്യാഖ്യാനങ്ങളിൽനിന്ന് അഭേദ്യമായിത്തീരുന്നു. ഏറ്റവും ലളിതമായ വൈദ്യുതപ്രതിഭാസംപോലും തെറ്റായി – ഉദാഹരണത്തിന് രണ്ടു വിദ്യുച്ഛക്തികളെ വ്യാജമായി കടത്തിവിട്ടുകൊണ്ട് – അവതരിപ്പിക്കപ്പെടുന്നു. ഈ അനുഭവമാത്രവാദത്തിന് വസ്തുതകളെ ശരിയായി വിവരിക്കാൻ കഴിയാതായിരിക്കുന്നു. കാരണം, അത് ആ വിവരണത്തിൽ പരമ്പരാഗതമായ വ്യാഖ്യാനത്തെ ഏച്ചുകെട്ടിയിരിക്കുന്നു. ചുരുക്കത്തിൽ, മതതത്വശാസ്ത്രത്തിന്റെ രംഗത്തുള്ളത്രതന്നെ വളർച്ച പ്രാപിച്ച ഒരു പാരമ്പര്യമാണ് നമുക്ക് വൈദ്യുതസിദ്ധാന്തത്തിന്റെ രംഗത്തുമുള്ളത്. ഈ രണ്ടു രംഗങ്ങളിലും സമീപകാലത്തെ ഗവേഷണഫലങ്ങളും ഇതുവരെ അജ്ഞാതമോ വിവാദപരമോ ആയിരുന്ന വസ്തുതകളുടേയും അവയിൽനിന്ന് അവശ്യം സിദ്ധിക്കുന്ന നിഗമനങ്ങളുടേയും സംസ്ഥാപനവും പഴയ പാരമ്പര്യങ്ങൾക്ക് നിർദയം എതിരാണെന്നതുകൊണ്ട് പ്രസ്തുതപാരമ്പര്യങ്ങളുടെ സംരക്ഷകർ വല്ലാതെ കുഴങ്ങുന്നു. നാനാതരം മുട്ടുശാന്തികൾ തേടാനും ദയനീയങ്ങളായ ഒഴികഴിവുകളെ ആശ്രയിക്കാനും തീർത്താൽ തീരാത്ത വൈരുധ്യങ്ങളുടെനേരെ കണ്ണടയ്ക്കാനും അവർ നിർബന്ധിതരാവുന്നു. അവസാനം അവർ ഒരിക്കലും കരകയറാനാവാത്ത വൈരുധ്യങ്ങളുടെ പടുകുഴിയിൽ ചെന്നുവീഴുന്നു. വിദ്യുച്ഛക്തിയെ സംബന്ധിച്ച പഴയ സിദ്ധാന്തത്തിലുള്ള ഈ വിശ്വാസമാണ് വിഡെമനെ സ്വന്തം പ്രസ്താവനകളെത്തന്നെ ഖണ്ഡിക്കുകയെന്ന ഗതികേടിലെത്തിച്ചിരിക്കുന്നത്. "സമ്പർക്കബല"മാണ് കറന്റിനാധാരമെന്ന പഴയ വിശദീകരണത്തെ രാസ–ഊർജത്തിന്റെ മോചനമാണ് കറന്റിനു നിദാനമെന്ന പുതിയ വിശദീകരണവുമായി യുക്തിപൂർവം

പൊരുത്തപ്പെടുത്താനുള്ള അദ്ദേഹത്തിന്റെ വിഫലശ്രമമെന്നു മാത്രമാണ് അതിനുകാരണം.

കറന്റിനെ സംബന്ധിച്ച വിഡെമന്റെ വിശദീകരണത്തെക്കുറിച്ചുള്ള ഈ വിമർശനത്തിനടിസ്ഥാനം വാക്കുകൾകൊണ്ടുള്ള കസർത്താണെന്നും തുടക്കത്തിൽ വിഡെമൻ ഏറെക്കുറെ അലക്ഷ്യമായും അസൂക്ഷ്മമായുമാണ് തന്റെ അഭിപ്രായങ്ങൾ പ്രകാശിപ്പിക്കുന്നതെങ്കിലും അവസാനം അദ്ദേഹം ഊർജസംരക്ഷണതത്വത്തിന് അനുസൃതമായ ശരിയായൊരു വിശദീകരണം നൽകുകയും അങ്ങനെ എല്ലാം നേരെയാക്കുകയും ചെയ്തിട്ടുണ്ടെന്നും ഒരുപക്ഷേ തടസം പറഞ്ഞേക്കാം. ഇതിനു മറുപടിയായി ഞങ്ങൾ മറ്റൊരു ഉദാഹരണം താഴെ കൊടുക്കാം. സിങ്ക്-നേർത്ത സൾഫ്യൂരിക് ആസിഡ്-കോപ്പർ എന്നിങ്ങനെ ബാറ്ററിയിൽ നടക്കുന്ന പ്രക്രിയയെക്കുറിച്ചുള്ള അദ്ദേഹത്തിന്റെ വിവരണമാണത്.

"എന്നാൽ രണ്ടു തകിടുകളേയും ഒരു കമ്പികൊണ്ട് കൂട്ടിയിണക്കിയാൽ ഒരു ഗാൽവനിക് ധാര ഉളവാകുന്നു..... വൈദ്യുതാപഘടന (ഇലക്ട്രോളിറ്റിക്) പ്രക്രിയയിലൂടെ നേർത്ത സൾഫ്യൂരിക് ആസിഡിലെ വെള്ളത്തിൽനിന്ന് ഹൈഡ്രജന്റെ ഒരു തുല്യാങ്കം കോപ്പറിന്റെമീതെ തുറന്നുവിടപ്പെടുന്നു. ആ ഹൈഡ്രജൻ കുമിളകളായി നിർഗമിക്കുന്നു. സിങ്കിന്റെ മീതെ ഓക്സിജന്റെ ഒരു തുല്യാങ്കം രൂപംകൊള്ളുന്നു. അത് സിങ്കിനെ ഓക്സീകരിച്ച് സിങ്ക് ഓക്സൈഡ് രൂപീകരിക്കുന്നു. സിങ്ക് ഓക്സൈഡ് പിന്നീട് ചുറ്റുമുള്ള ആസിഡിൽ വിലയിക്കുന്നതിന്റെ ഫലമായി സൾഫ്യൂരിക് സിങ്ക് ഓക്സൈഡ് രൂപംകൊള്ളുന്നു." (I, പേജ് 593)

വെള്ളത്തെ വാതകരൂപത്തിലുള്ള ഹൈഡ്രജനും വാതകരൂപത്തിലുള്ള ഓക്സിജനുമായി വിഘടിക്കുന്നതിന് വെള്ളത്തിന്റെ ഓരോ തന്മാത്രയ്ക്കും 68, 924 ഊഷ്മമാത്രകൾ വരുന്ന ഊർജം ആവശ്യമാണ്. മുകളിൽപറഞ്ഞ ബാറ്ററിയിൽ ഈ ഊർജം എവിടുന്നുവരുന്നു? "വൈദ്യുതാപഘടനാപ്രക്രിയയിലൂടെ." വൈദ്യുതതാപഘടനാപ്രക്രിയയ്ക്ക് അത് എവിടുന്നു കിട്ടുന്നു? അതിനു മറുപടിയില്ല.

എന്നാൽ "സമീപകാലത്തെ (വൈദ്യുതാപഘടന) പരീക്ഷണങ്ങളനുസരിച്ച് വെള്ളമല്ല വിഘടിക്കപ്പെടുന്നതെന്നും, ഈ ദൃഷ്ടാന്തത്തിൽ സൾഫ്യൂരിക് ആസിഡ് (H_2SO_4) ആണ് ഒരു ഭാഗത്ത് H_2 ആയും മറു ഭാഗത്ത് SO_3+O ആയും വിഘടിപ്പിക്കുന്നതെന്നും ഉചിതസാഹചര്യങ്ങളിൽ H_2-നും O-യ്ക്കും വാതകരൂപത്തിൽ നിർഗമിക്കാൻ കഴിയുമെന്നും ഒരിക്കലെല്ല, ചുരുങ്ങിയത് രണ്ടു പ്രാവശ്യമെങ്കിലും (I,പേജ് 472, 614) വിഡെമൻ പിന്നീട് പറയുന്നുണ്ട്. പക്ഷേ, ഇത് പ്രക്രിയയുടെ സ്വഭാവത്തെയാകെ മാറ്റുന്നു. H_2SO_4-ലെ H_2-നെ ദ്വിസംയോജക (ബൈവാലന്റ്) സിങ്ക് നേരിട്ട് പ്രതിസ്ഥാപിക്കുകയും അത് സിങ്ക് സൾഫേറ്റ്, $ZnSO_4$ രൂപീകരിക്കുകയും ചെയ്യുന്നു. ശേഷിക്കുന്നത് ഒരു വശത്ത് H_2-ഉം മറുവശത്ത് SO_3+O-യും ആണ്. വാതകങ്ങൾ രണ്ടും ജലരൂപീകരണത്തി

നുവേണ്ടി അവ സംയോജിക്കുന്ന അനുപാതങ്ങളിൽ നിർഗമിക്കുന്നു. SO_3ആകട്ടെ, ലായനിയിലെ വെള്ളവും (H_2O) ആയി സംയോജിച്ച് വീണ്ടും H_2SO_4, അതായത് സൾഫ്യൂരിക് ആസിഡ് രൂപീകരിക്കുന്നു. എന്നാൽ ZnSO-ന്റെ രൂപീകരണം സൾഫ്യൂരിക് ആസിഡിലെ ഹൈഡ്രജനെ ആദേശംചെയ്യാനും സ്വതന്ത്രനാക്കാനുമാവശ്യമായത്ര ഊർജം ഉൽപ്പാദിപ്പിക്കുന്നതിനു പുറമേ ഗണ്യമായൊരു അംശം അവശേഷിപ്പിക്കുകയും ചെയ്യുന്നു. ഈ അധികംവരുന്ന ഊർജമാണ് നമ്മുടെ ദൃഷ്ടാന്തത്തിൽ കറന്റ് രൂപീകരണത്തിനുവേണ്ടി ചെലവഴിക്കപ്പെടുന്നത്. അതുകൊണ്ട് വൈദ്യുതാപഘടനാപ്രക്രിയയിൽനിന്ന് സ്വതന്ത്ര ഓക്സിജൻ ലഭിച്ച് ആദ്യം ഓക്സീകരിക്കപ്പെടുകയും പിന്നീട് ആസിഡിൽ അലിഞ്ഞുചേരുകയും ചെയ്യുന്നതുവരെ സിങ്ക് കാത്തുനിൽക്കുന്നില്ല. നേരെമറിച്ച് അതു പ്രക്രിയയിൽ നേരിട്ടു പങ്കെടുക്കുകയാണ് ചെയ്യുന്നത്. പ്രക്രിയ നടക്കുന്നതുതന്നെ സിങ്കിന്റെ ഈ പങ്കാളിത്തമൊന്നുകൊണ്ടു മാത്രമാണ്.

കാലഹരണപ്പെട്ട രാസധാരണകൾ കാലഹരണപ്പെട്ട സമ്പർക്കധാരണകളുടെ സഹായത്തിനെത്തുന്നതാണ് നാമിവിടെ കാണുന്നത്. ആധുനികവീക്ഷണമനുസരിച്ച്, ഹൈഡ്രജന്റെ സ്ഥാനം ഒരു ലോഹം ഏറ്റെടുക്കുന്ന ഒരു ആസിഡാണ് ലവണം. നാം പരിശോധിക്കുന്ന പ്രക്രിയ ഈ വീക്ഷണത്തെ ശരിവയ്ക്കുന്നു. ആസിഡിലെ ഹൈഡ്രജനെ സിങ്ക് നേരിട്ട് ആദേശംചെയ്യുന്നുവെന്ന വസ്തുത ഊർജരൂപാന്തരണത്തെ പൂർണമായും വിശദീകരിക്കുന്നു. വിഡെമൻ വച്ചുപുലർത്തുന്ന പഴയ വീക്ഷണം ഒരു ലോഹ ഓക്സൈഡും ആസിഡും കൂടിയുള്ള യൗഗികമായിട്ടാണ് ലവണത്തെ കരുതുന്നത്. സിങ്ക് സൾഫേറ്റ് എന്നതിനുപകരം സൾഫ്യൂരിക് സിങ്ക് ഓക്സൈഡ് എന്നുപറയാൻ കാരണം അതാണ്. പക്ഷേ, സിങ്കും സൾഫ്യൂരിക് ആസിഡും അടങ്ങുന്ന നമ്മുടെ ബാറ്ററിയിൽ സൾഫ്യൂരിക് സിങ്ക് ഓക്സൈഡ് കിട്ടാൻ ആദ്യം തന്നെ സിങ്ക് ഓക്സീകരിക്കപ്പെടണം. സിങ്കിനെ വേണ്ടത്ര വേഗത്തിൽ ഓക്സീകരിക്കാൻ സ്വതന്ത്ര ഓക്സിജൻ ആവശ്യമാണ്. സ്വതന്ത്ര ഓക്സിജൻ കിട്ടണമെങ്കിൽ – കോപ്പറിന്റെ മീതെ ഹൈഡ്രജൻ പ്രത്യക്ഷപ്പെടുന്നതുകൊണ്ട് – വെള്ളം വിഘടിക്കുന്നുവെന്നു സങ്കൽപ്പിക്കേണ്ടിവരും. വെള്ളത്തെ വിഘടിപ്പിക്കാൻ വമ്പിച്ച ഊർജം ആവശ്യമാണ്. അതെങ്ങനെ കിട്ടും? "വൈദ്യുതാപഘടനാപ്രക്രിയ"യിലൂടെ, എന്നാൽ അതിന്റെ അന്തിമോൽപ്പന്നമായ "സൾഫ്യൂരിക് സിങ്ക് ഓക്സൈഡ്" രൂപം കൊണ്ടുതുടങ്ങുന്നതുവരെ ആ പ്രക്രിയ നടക്കാൻ നിവൃത്തിയില്ല. കുഞ്ഞ് അമ്മയെ പ്രസവിക്കുന്നുവെന്നർഥം.

തൽഫലമായി ഇവിടെയും വിഡെമൻ പ്രക്രിയയെയൊട്ടാകെ തെറ്റായും തലതിരിച്ചുമാണ് അവതരിപ്പിക്കുന്നത്. കാരണമോ? ക്രിയാത്മക വൈദ്യുതാപഘടന, നിഷ്ക്രിയ വൈദ്യുതാപഘടനം എന്നിങ്ങനെയുള്ള നേർവിപരീതങ്ങളായ രണ്ടു പ്രക്രിയകളെ അദ്ദേഹം വെറുതെ വൈദ്യുതാപഘടനമെന്ന ഒരൊറ്റ ഒന്നായി കാണുന്നു.

ബാറ്ററിയിൽ നടക്കുന്ന കാര്യങ്ങൾ മാത്രമേ – അതായത്, അധികം വരുന്ന ഊർജം രാസപ്രവർത്തനംമൂലം തുറന്നുവിടപ്പെടുകയും ബാറ്ററിയിലെ സംവിധാനം മുഖേന അത് വിദ്യുച്ഛക്തിയായി രൂപാന്തരപ്പെടുകയും ചെയ്യുന്ന പ്രക്രിയ മാത്രമേ – നാം ഇതുവരെ പരിശോധിച്ചുള്ളു. എന്നാൽ ഈ പ്രക്രിയയെ നേരെ തിരിച്ചാക്കുകയും ചെയ്യാമെന്നത് സുവിദിതമാണ്. ബാറ്ററിയിൽ രാസ ഊർജത്തിൽനിന്ന് ഉൽപ്പാദിപ്പിക്കപ്പെടുന്ന അവിരതധാരയിലെ വിദ്യുച്ഛക്തിയെ ബദ്ധപരിപഥത്തിൽ നിവേശിപ്പിച്ചിട്ടുള്ള ഒരു വൈദ്യുതാപഘടനസെല്ലിൽ രാസഊർജമായി തിരികെ മാറ്റാവുന്നതാണ്. രണ്ടു പ്രക്രിയകളും നേർവിപരീതങ്ങളാണെന്നു വ്യക്തമാണ്. ആദ്യത്തേതിനെ രാസ–വൈദ്യുതമായിട്ടാണ് ഗണിക്കുന്നതെങ്കിൽ രണ്ടാമത്തേത് വിദ്യുത് – രാസികമാണ്. ഒരേ പരിപഥത്തിൽ, ഒരേ സാധനങ്ങൾവെച്ച് ഇവ രണ്ടും നടക്കാൻ സാധിക്കും. ഉദാഹരണത്തിന് വാതക എലമെന്റുകളോടു കൂടിയതും ഹൈഡ്രജനും ഓക്സിജനും സംയോജിച്ച് വെള്ളമാകുന്നതിലൂടെ കറന്റ് ഉൽപ്പാദിപ്പിക്കപ്പെടുന്നതുമായ ഒരു വോൾട്ടീയബാറ്ററിക്ക് ആ പരിപഥത്തിൽ നിവേശിപ്പിച്ച ഒരു വൈദ്യുതാപഘടനസെല്ലിൽ വാതകരൂപത്തിലുള്ള ഹൈഡ്രജനും വാതകരൂപത്തിലുള്ള ഓക്സിജനും അവ വെള്ളം രൂപീകരിക്കുന്ന അനുപാതത്തിൽ നൽകാൻ കഴിയും. ഈ രണ്ടു വിപരീതപ്രക്രിയകളെയും വൈദ്യുതാപഘടനമെന്ന ഒറ്റ വാക്കിൽ ഒന്നിച്ചുചേർക്കുകയാണ് സാധാരണ ചെയ്യാറ്. ക്രിയാത്മകവൈദ്യുതാപഘടനവും നിഷ്ക്രിയവൈദ്യുതാപഘടനവും തമ്മിൽ, ഉത്തേജകദ്രാവകവും നിഷ്ക്രിയ ഇലക്ട്രോളൈറ്റും തമ്മിൽ, വേർതിരിച്ചുകാണുന്നുപോലുമില്ല. ഉദാഹരണത്തിന് വിഡെമൻ പൊതുവിൽ വൈദ്യുതാപഘടനത്തെ പരിശോധിക്കാൻ 143 പേജുകൾ എടുത്തിട്ടുണ്ട്. എന്നിട്ട് അവസാനം, "ബാറ്ററിയിലെ വൈദ്യുതാപഘടന"ത്തെക്കുറിച്ച് ചില അഭിപ്രായങ്ങൾ കൂട്ടിച്ചേർക്കുകയാണ് ചെയ്തിട്ടുള്ളത്. അതിൽത്തന്നെ 17 പേജ് വരുന്ന ഭാഗത്തിൽ താരതമ്യേന കുറച്ചിടം മാത്രമേ യഥാർഥബാറ്ററികളിൽ നടക്കുന്ന പ്രക്രിയകൾക്കായി നീക്കിവെച്ചിട്ടുള്ളു. തുടർന്നുവരുന്ന "വൈദ്യുതാപഘടനസിദ്ധാന്ത"ത്തിൽ ബാറ്ററിയും വൈദ്യുതാപഘടനസെല്ലും തമ്മിലുള്ള ഈ വ്യത്യാസത്തെപ്പറ്റി മിണ്ടുന്നുപോലുമില്ല. "ബദ്ധപരിപഥത്തിലെ ചാലകപ്രതിരോധത്തിന്റെയും വിദ്യുത്ചാലകബലത്തിന്റെയുംമേൽ വൈദ്യുതാപഘടനത്തിനുള്ള സ്വാധീനം" എന്ന ശീർഷകത്തോടുകൂടിയ അടുത്ത അധ്യായത്തിൽ ബദ്ധപരിപഥത്തിനകത്തെ ഊർജരൂപാന്തരണങ്ങളെക്കുറിച്ചുള്ള എന്തെങ്കിലും വിവരണം പ്രതീക്ഷിക്കുന്നവർ കലശലായി നിരാശപ്പെടുകതന്നെ ചെയ്യും.

യാതൊരു ഊർജവും പ്രകടമായി ലഭിക്കാതെ H_2–നെ O–ൽനിന്നു വേർപ്പെടുത്താൻ കഴിയുന്ന ഈ അപ്രതിരോധ്യമായ "വൈദ്യുതാപഘടനപ്രക്രിയ"യെ നമുക്ക് അടുത്തതായി പരിശോധിക്കാം. മുമ്പ് നിഗൂഢമായ "വൈദ്യുതപൃഥക്കരണബലങ്ങൾ" വഹിച്ച അതേ പങ്കാണ് പുസ്തകത്തിന്റെ ഈ ഭാഗങ്ങളിൽ ഈ പ്രക്രിയ വഹിക്കുന്നത്.

"അയോണുകളുടെ വേർതിരിയലെന്ന തനി വൈദ്യുതാപഘടനപരമായ പ്രാഥമിക പ്രക്രിയയോടൊപ്പംതന്നെ കറന്റിനാൽ വിഭക്തമായ അയോണുകളുടെ പ്രവർത്തനഫലമായി ആദ്യത്തേതിനെ തെല്ലും ആശ്രയിക്കാത്ത തനി രസതന്ത്രപരമായ പല ദ്വിതീയ പ്രക്രിയകളും നടക്കുന്നുണ്ട്. ഇലക്ട്രോഡുകളുടെ പദാർഥത്തിന്മേലും, വിഘടിപ്പിക്കപ്പെടുന്ന വസ്തുക്കളുടെമേലും, ലായനികളെ സംബന്ധിച്ചിടത്തോളം വിലായകങ്ങളുടെമേലുമെല്ലാം നടക്കാവുന്നതാണ് ഈ പ്രവർത്തനം." (I, പേജ്, 481)

നമുക്ക് മുകളിൽപ്പറഞ്ഞ ബാറ്ററിയിലേക്കു മടങ്ങാം. അതിൽ സിങ്കും കോപ്പറും നേർത്ത സൾഫ്യൂരിക് ആസിഡിൽ സ്ഥിതിചെയ്യുന്നു. വിഡെമന്റെതന്നെ പ്രസ്താവനയനുസരിച്ച് ഇവിടെയുള്ള വേർതിരിക്കപ്പെട്ട അയോണുകൾ വെള്ളത്തിലെ H_2-ഉം O-യുമാണ്. അതുകൊണ്ട് അദ്ദേഹത്തിന്റെ ദൃഷ്ടിയിൽ സിങ്കിന്റെ ഓക്സീകരണവും $ZnSO_4$-ന്റെ രൂപീകരണവും ദ്വിതീയമായ തനി രാസപ്രക്രിയകളാണ് - പ്രാഥമികപ്രക്രിയ സാധ്യമാവുന്നതുതന്നെ ഇതിലൂടെയാണ് എന്നുവരികിലും. സംഭവങ്ങളുടെ യഥാർഥഗതിയെ ഇങ്ങനെ തലതിരിച്ചാക്കിയതിൽനിന്ന് അനിവാര്യമായും ഉളവാകുന്ന ആശയക്കുഴപ്പത്തെ നമുക്ക് അൽപ്പം വിശദമായിത്തന്നെ പരിശോധിച്ചുനോക്കാം.

വൈദ്യുതാപഘടനസെല്ലിൽ നടക്കുന്ന ദ്വിതീയമെന്നു പറയപ്പെടുന്ന പ്രക്രിയകളെ നമുക്ക് ആദ്യം എടുക്കാം. അതിന്റെ ചില ഉദാഹരണങ്ങൾ വിഡെമൻ നൽകുന്നുണ്ട്* (പേജ് 481–82):

I. വെള്ളത്തിൽ അലിഞ്ഞുചേരുന്ന സോഡിയം സൾഫേറ്റിന്റെ (Na_2SO_4) വൈദ്യുതാപഘടനം.

ഇത് "SO_3+O-യുടെ തുല്യാങ്കവും....... Na-യുടെ 1 തുല്യാങ്കവുമായി വിഘടിക്കുന്നു...... എന്നാൽ രണ്ടാമത്തേത് ലായനിയിലെ വെള്ളത്തിന്മേൽ പ്രവർത്തിക്കുകയും H-ന്റെ 1 തുല്യാങ്കത്തെ അതിൽനിന്ന് അടർത്തിമാറ്റുകയും ചെയ്യുന്നു. അതേസമയം കോസ്റ്റിക് സോഡയുടെ (NaOH) 1 തുല്യാങ്കം രൂപംകൊള്ളുകയും അത് ചുറ്റുമുള്ള വെള്ളത്തിൽ അലിഞ്ഞുചേരുകയും ചെയ്യുന്നു.

സമീകരണം ഇതാണ്:

$$Na_2SO_4 + 2H_2O = O + SO_3 + 2NaOH + 2H$$

വാസ്തവത്തിൽ ഈ ദൃഷ്ടാന്തത്തിൽ

$$Na_2SO_4 = Na_2 + SO_3 + O$$

എന്ന വിഘടനത്തെ പ്രാഥമികമായ വിദ്യുത്-രാസപ്രക്രിയയായും

$$Na_2 + 2H_2O = 2NaOH + 2H$$

---

* വിഡെമൻ എല്ലായിടത്തും ഉപയോഗിക്കുന്നത് പഴയ രാസതുല്യാങ്കങ്ങളെയാണെന്ന് ഖണ്ഡിതമായി പറഞ്ഞുകൊള്ളട്ടെ: HO, ZnCl ഇത്യാദി. എന്റെ സമീകരണങ്ങളിലാവട്ടെ, ആധുനിക അണുഭാരങ്ങളാണ് എല്ലായിടത്തും കൊടുത്തിട്ടുള്ളത്: H_2O, $ZnCl_2$, ഇത്യാദി. (എംഗൽസിന്റെ കുറിപ്പ്).

എന്ന തുടർന്നുള്ള രൂപാന്തരണത്തെ ദ്വിതീയമായ ശുദ്ധരാസപ്രക്രിയയായും കരുതാവുന്നതാണ്. എന്നാൽ ഈ ദ്വിതീയ പ്രക്രിയ നേരിട്ടു നടക്കുന്നത് ഹൈഡ്രജൻ പ്രത്യക്ഷപ്പെടുന്ന ഇലക്ട്രോഡിലാണ്. അതുകൊണ്ട്, അതുവഴി തുറന്നുവിടപ്പെടുന്ന ഗണ്യമായ അളവിലുള്ള (ഊർജം) ജൂലിയസ് തോംസന്റെ അഭിപ്രായത്തിൽ Na, O, H, aq. എന്നിവയ്ക്കെല്ലാംകൂടി അത് 111,810 ഊഷ്മമാത്രകൾ വരും) – ചുരുങ്ങിയത് അതിന്റെ സിംഹഭാഗമെങ്കിലും – വിദ്യുച്ഛക്തിയായി മാറ്റപ്പെടുന്നു. സെല്ലിലെ ചെറിയൊരംശം മാത്രമേ നേരിട്ട് ചൂടായി രൂപാന്തരപ്പെടുന്നുള്ളു. എന്നാൽ രണ്ടാമതു പറഞ്ഞത് ബാറ്ററിയിൽ നേരിട്ടോ പ്രാഥമികമായോ തുറന്നുവിടപ്പെടുന്ന രാസഊർജത്തിനും സംഭവിക്കാവുന്നതാണ്. പക്ഷേ, ഇങ്ങനെ ലഭിക്കുന്നതും വിദ്യുച്ഛക്തിയായി മാറ്റപ്പെടുന്നതുമായ ഇത്രയും ഊർജത്തെ Na_2SO_4–ന്റെ അനുസ്യൂതമായ വിഘടനത്തിനുവേണ്ടി കറന്റ് നൽകേണ്ടിവരുന്ന ഊർജത്തിൽനിന്നു കുറയ്ക്കണം. സോഡിയം ഹൈഡ്രേറ്റഡ് ഓക്സൈഡായി മാറ്റപ്പെടുന്നത് മൊത്തം പ്രക്രിയയുടെ ആദ്യത്തെ നിമിഷത്തിൽ ഒരു ദ്വിതീയ പ്രക്രിയയായിട്ടാണ് പ്രത്യക്ഷപ്പെട്ടതെങ്കിൽ രണ്ടാമത്തെ നിമിഷം മുതൽ അത് മൊത്തം പ്രക്രിയയുടെ ഒരു അവശ്യഘടകമാവുകയും അങ്ങനെ ദ്വിതീയമല്ലാതായിത്തീരുകയും ചെയ്യുന്നു.

എന്നാൽ ഈ വൈദ്യുതാപഘടനസെല്ലിൽ മൂന്നാമതൊരു പ്രക്രിയകൂടി നടക്കുന്നുണ്ട്: SO_3 അനുരോധക ഇലക്ട്രോഡിന്റെ ലോഹവുമായി സംയോജിക്കുന്നില്ലെങ്കിൽ (അത് സംഭവിച്ചാൽ വീണ്ടും ഊർജം തുറന്നുവിടപ്പെടുന്നതാണ്) SO_3H_2O–യുമായി സംയോജിച്ച് H_2SO_4, അതായത് സൾഫ്യൂരിക് ആസിഡ്, രൂപീകരിക്കുന്നു. എന്നാൽ ഈ മാറ്റം അവശ്യമായും നേരിട്ട് ഇലക്ട്രോഡിൽ നടക്കുന്നില്ല. അതുകൊണ്ട് അതുവഴി തുറന്നുവിടപ്പെടുന്ന ഊർജം (അത് 21,320 ഊഷ്മമാത്രകളാണെന്നു ജെ തോംസൻ പറയുന്നു) മുഴുവനുമോ അല്ലെങ്കിൽ അതിന്റെ സിംഹഭാഗമോ സെല്ലിൽത്തന്നെ ചൂടായി മാറ്റപ്പെടുന്നു. ഏറിവന്നാൽ അത് വിദ്യുച്ഛക്തിയുടെ രൂപത്തിൽ അതിന്റെ വളരെച്ചെറിയൊരു അംശമേ കറന്റിനു നൽകുന്നുള്ളു. അങ്ങനെ ഈ സെല്ലിൽ യഥാർഥത്തിൽ നടക്കുന്ന ഒരേയൊരു ദ്വിതീയപ്രക്രിയയെപ്പറ്റി വിഡെമൻ മിണ്ടുന്നേയില്ല.

II. "കോപ്പറിന്റെ അനുരോധക ഇലക്ട്രോഡിനും പ്ലാറ്റിനത്തിന്റെ നിഷേധക ഇലക്ട്രോഡിനുമിടയിൽ കോപ്പർ സൾഫേറ്റിന്റെ ഒരു ലായനിയെ ($CuSO_4$+ $5H_2O$) വൈദ്യുതാപഘടനം ചെയ്യുകയാണെങ്കിൽ, അതേ കറന്റ് പരിപഥത്തിൽ അതേ സമയം നടക്കുന്ന സൾഫ്യൂരിക് ആസിഡിന്റെ വിഘടനത്തോടൊപ്പം, പ്ലാറ്റിനത്തിന്റെ നിഷേധക ഇലക്ട്രോഡിൽ വിഘടിക്കുന്ന വെള്ളത്തിന്റെ 1 തുല്യാങ്കത്തിന് കോപ്പറിന്റെ 1 തുല്യാങ്കം വിട്ടുപോകുന്നു. അനുരോധക ഇലക്ട്രോഡിൽ SO_4–ന്റെ 1 തുല്യാങ്കം പ്രത്യക്ഷപ്പെടേണ്ടതാണ്. പക്ഷേ, അത് ഇലക്ട്രോഡിലെ കോപ്പറുമായി സംയോജിച്ച് $CuSO_4$–ന്റെ 1 തുല്യാങ്കം രൂപീകരിക്കുകയും

അത് വൈദ്യുതതാപഘടനത്തിനു വിധേയമായ ലായനിയിലെ വെള്ളത്തിൽ അലിഞ്ഞുചേരുകയും ചെയ്യുന്നു." (I,പേജ് 481).

ആധുനികരസതന്ത്രഭാഷയിലാക്കി പറഞ്ഞാൽ നമുക്ക് ഈ പ്രക്രിയയെ താഴെപ്പറയുന്ന രീതിയിൽ ചിത്രീകരിക്കേണ്ടിവരും: കോപ്പർ പ്ലാറ്റിനത്തിന്റെ മീതെ നിക്ഷേപിക്കപ്പെടുന്നു; തുറന്നുവിടപ്പെടുന്ന SO_4ന് ആ നിലയ്ക്ക് നിലനിൽക്കാൻ സാധ്യമല്ല. അത് $SO_3 + O$ ആയി വേർതിരിയുന്നു. O സ്വതന്ത്ര രൂപത്തിൽ നിർഗമിക്കുന്നു. SO_3 ജലവിലായകത്തിൽ നിന്ന് H_2O എടുത്ത് H_2SO_4 രൂപീകരിക്കുന്നു. അത് വീണ്ടും ഇലക്ട്രോഡിലെ കോപ്പറുമായി സംയോജിച്ച് $CuSO_4$ രൂപീകരിക്കുകയും H_2നെ തുറന്നുവിടുകയും ചെയ്യുന്നു. കൃത്യമായിപ്പറഞ്ഞാൽ ഇവിടെ മൂന്ന് പ്രക്രിയകൾ നടക്കുന്നുണ്ട്: 1) Cu-ഉം SO_4-ഉം വേർപിരിയുന്നു; 2) $SO_3+O+H_2O = H_2SO_4+O$;3) $H_2SO_4+Cu = H_2+CuSO_4$. ഇവയിൽ ആദ്യത്തേതിനെ പ്രാഥമികമായും മറ്റു രണ്ടിനേയും ദ്വിതീയമായും പരിഗണിക്കുന്നതു സ്വാഭാവികമാണ്. പക്ഷേ, ഇവിടെ നടക്കുന്ന ഊർജരൂപാന്തരണങ്ങൾ നാം പരിശോധിക്കുകയാണെങ്കിൽ, ആദ്യത്തെ പ്രക്രിയ മൂന്നാമത്തേതിന്റെ ഒരു ഭാഗത്താൽ പൂർണമായും നികത്തപ്പെടുന്നതായി നാം കാണുന്നു; SO_4ൽ നിന്നുള്ള കോപ്പറിന്റെ വേർതിരിയൽ മറ്റേ ഇലക്ട്രോഡിൽ അവ രണ്ടും വീണ്ടും സംയോജിക്കുന്നുവെന്ന വസ്തുതയാൽ നികത്തപ്പെടുന്നു. കോപ്പറിനെ ഒരു ഇലക്ട്രോഡിൽനിന്നു മറ്റേതിലേക്കു മാറ്റാനാവശ്യമായ ഊർജത്തേയും, അതുപോലെതന്നെ ചൂടായി മാറ്റപ്പെടുമ്പോൾ ബാറ്ററിയിൽ അനിവാര്യമായി സംഭവിക്കുന്നതും കൃത്യമായി തിട്ടപ്പെടുത്താൻ സാധ്യമല്ലാത്തതുമായ ഊർജനഷ്ടത്തെയും കണക്കിലെടുക്കുന്നില്ലെങ്കിൽ, പ്രാഥമികമെന്നു പറയുന്ന പ്രക്രിയ കറന്റിൽനിന്ന് യാതൊരു ഊർജവും വലിച്ചെടുക്കാത്ത ഒരു ദൃഷ്ടാന്തമാണ് നമ്മുടെ മുമ്പിലുള്ളതെന്ന് പറയാം. കറന്റ് ഊർജം നൽകുന്നത് H_2ന്റെയും Oയുടെയും വേർതിരിയലിനുവേണ്ടി മാത്രമാണ്, അതും പ്രത്യക്ഷമായിട്ടല്ല, പരോക്ഷമായി. ഈ വേർതിരിയലാണ് മൊത്തം പ്രക്രിയയുടെ യഥാർഥത്തിലുള്ള രാസികപരിണതഫലമെന്നും അതുകൊണ്ടുതന്നെ ദ്വിതീയമെന്നു മാത്രമല്ല തൃതീയമായ പ്രക്രിയപോലും നടപ്പാക്കാൻ വേണ്ടിയുള്ളത് അതാണെന്നും തെളിയുന്നു.

എങ്കിലും മറ്റു ദൃഷ്ടാന്തങ്ങളിലെന്നപോലെതന്നെ മുകളിൽ കൊടുത്തിട്ടുള്ള രണ്ടു ദൃഷ്ടാന്തങ്ങളിലും പ്രാഥമികപ്രക്രിയകളെയും ദ്വിതീയ പ്രക്രിയകളെയും വേർതിരിക്കുന്നതിന് ആപേക്ഷികമായ സാധൂകരണമുണ്ടെന്നതിനു സംശയമില്ല. അങ്ങനെ ഈ രണ്ടു ദൃഷ്ടാന്തങ്ങളിലും മറ്റു പ്രതിഭാസങ്ങളുടെ കൂട്ടത്തിൽ വെള്ളവും പ്രത്യക്ഷത്തിൽ വിഘടിക്കുന്നുണ്ട്, വെള്ളത്തിലെ മൂലകങ്ങൾ വിരുദ്ധ ഇലക്ട്രോഡുകളിൽ പുറത്തുവിടപ്പെടുന്നുണ്ട്. ഏറ്റവും പുതിയ പരീക്ഷണങ്ങളനുസരിച്ച് തികച്ചും പരിശുദ്ധമായ വെള്ളം മാതൃകാപരമായ അചാലകത്തോടും അതുകൊണ്ടുതന്നെ വൈദ്യുത അനപഘടൃത്തോടും (non-electrolyte)

ഏറ്റവും അടുത്തെത്തുന്ന ഒന്നായതുകൊണ്ട് ഈ ദൃഷ്ടാന്തങ്ങളിലും സദൃശദൃഷ്ടാന്തങ്ങളിലും വെള്ളം നേരിട്ട് വിദ്യുത്-രാസികമായി വിഘടിക്കുകയല്ല, പിന്നെയോ വെള്ളത്തിലെ മൂലകങ്ങൾ ആസിഡിൽനിന്നു വേർതിരിക്കപ്പെടുകയാണു ചെയ്യുന്നത്. ലായനിയിലെ വെള്ളം ആസിഡിന്റെ രൂപീകരണത്തിൽ പങ്കുകൊള്ളണമെന്നതു ശരിതന്നെ.

III. "ഒരു ട്യൂബിൽ സിങ്കിന്റെ അനുരോധക ഇലക്ട്രോഡും മറ്റേതിൽ കോപ്പറിന്റെ ഇലക്ട്രോഡും ഉപയോഗിച്ചുകൊണ്ട് രണ്ട് U-ട്യൂബുകളിൽ ഒരേസമയത്ത്.... ഹൈഡ്രോക്ലോറിക് ആസിഡിനെ ($HCl+8H_2O$) വൈദ്യുതാപഘടനം ചെയ്യുകയാണെങ്കിൽ 32.53 അളവ് സിങ്ക് ആദ്യത്തെ ട്യൂബിലും 2 X 31.7 അളവ് കോപ്പർ രണ്ടാമത്തെ ട്യൂബിലും അലിഞ്ഞുചേരുന്നു. (I,പേജ് 482)

നമുക്ക് തൽക്കാലം കോപ്പറിനെ വിട്ട് സിങ്കിന്റെ കാര്യമെടുക്കാം. HCl-ന്റെ വിഘടനം പ്രാഥമികപ്രക്രിയയായും Zn-ന്റെ വിലയനം ദ്വിതീയ പ്രക്രിയയായുമായാണ് ഇവിടെ പരിഗണിച്ചിരിക്കുന്നത്. ഈ ധാരണയനുസരിച്ച് ധാര Hന്റെയും Clന്റെയും വേർതിരിയലിനാവശ്യമായ ഊർജത്തെ വൈദ്യുതാപഘടനസെല്ലിലേക്ക് വെളിയിൽനിന്നുകൊണ്ടുവരുന്നു. ആ വേർതിരിയൽ പൂർത്തിയായതിനുശേഷം ClZn-മായി സയോജിക്കുന്നു. ആ സമയത്ത് ഊർജത്തിന്റെ ഒരു പരിമാണം പുറത്തുവിടപ്പെടുന്നു. അത്രയും പരിമാണം Hന്റെയും Clന്റെയും വേർതിരിയലിനാവശ്യമായ ഊർജത്തിൽനിന്നു കുറയ്ക്കപ്പെടുന്നു. അതുകൊണ്ട് കറന്റ് ഈ വ്യത്യാസംമാത്രം നൽകിയാൽ മതി. ഇതുവരെ എല്ലാം ഭംഗിയായിരിക്കുന്നു. പക്ഷേ, ഊർജത്തിന്റെ ഈ രണ്ടു പരിമാണങ്ങളും കൂടുതലെടുത്തു പരിശോധിക്കുന്നപക്ഷം $ZnCl_2$-ന്റെ രൂപീകരണസമയത്തു സ്വതന്ത്രമാക്കപ്പെടുന്ന ഊർജം 2HCl-നെ വേർതിരിക്കാൻ വ്യയംചെയ്യപ്പെടുന്നതിലും കൂടുതലാണെന്നു കാണാം. അതായത്, കറന്റ് ഊർജം നൽകേണ്ടയാവശ്യമില്ലെന്നു മാത്രമല്ല, നേരെമറിച്ച് അതിന് ഊർജം കിട്ടുകയാണുചെയ്യുന്നത്. നമ്മുടെ മുന്നിലുള്ളത് നിഷ്ക്രിയമായ ഒരു ഇലക്ട്രോലൈറ്റല്ല, ഒരു ഉത്തേജകദ്രാവകമാണ്, ഒരു വൈദ്യുതാപഘടന സെല്ലല്ല, കറന്റിനെ രൂപീകരിക്കുന്ന വോൾട്ടീയ പൈലിനെ പുതിയൊരു എലമെന്റ് കൂടി ചേർത്ത് ശക്തിപ്പെടുത്തുന്ന ഒരു ബാറ്ററിയാണ്. ദ്വിതീയമായ ഒന്നായി നാം സങ്കൽപ്പിക്കേണ്ടിയിരുന്ന പ്രക്രിയ തികച്ചും പ്രാഥമികമായ ഒന്നാണെന്നു തെളിയുന്നു. അത് മുഴുവൻ പ്രക്രിയയുടെയും ഊർജസ്രോതസായിത്തീരുകയും ആ പ്രക്രിയയെ ബാറ്ററിയിൽനിന്നുള്ള കറന്റിനെ ആശ്രയിക്കാതാക്കുകയും ചെയ്യുന്നു.

വിഡെമന്റെ സൈദ്ധാന്തികവിവരണത്തിലുള്ള മുഴുവൻ ചിന്താക്കുഴപ്പത്തിന്റെയും ഉറവിടം നാം ഇവിടെ വ്യക്തമായി കാണുന്നു. വിഡെമൻ തുടങ്ങുന്നത് വൈദ്യുതാപഘടനത്തിൽനിന്നാണ്. അത് സക്രിയമാണോ അതോ നിഷ്ക്രിയമാണോ, മുമ്പിലുള്ളത് ബാറ്ററിയാണോ അതോ വൈദ്യുതാപഘടനസെല്ലാണോ, എന്നൊന്നും അദ്ദേഹം നോക്കുന്നില്ല. സൈനികസേവനം നടത്തുന്ന ഡോക്ടർ ഓഫ് ഫിലോസഫി

ബിരുദധാരിയോട് വൃദ്ധനായ മേജർ പറഞ്ഞതുപോലെ, 'മുറിവൈദ്യൻ മുറിവൈദ്യൻതന്നെ.'[96] വൈദ്യുതാപഘടനം ബാറ്ററിയിൽ പഠിക്കുന്നതിനെക്കാൾ വൈദ്യുതാപഘടനസെല്ലിൽ പഠിക്കുന്നതാണ് കൂടുതലെളുപ്പം എന്നതുകൊണ്ട് അദ്ദേഹം വാസ്തവത്തിൽ തുടങ്ങുന്നത് വൈദ്യുതാപഘടനസെൽ വച്ചാണ്. എന്നിട്ട് അതിൽ നടക്കുന്ന പ്രക്രിയകളേയും കുറച്ചൊക്കെ ന്യായീകരണത്തോടെ അവയെ പ്രാഥമികമെന്നും ദ്വിതീയമെന്നും വിഭജിച്ചിരിക്കുന്നതിനേയും ബാറ്ററിയിൽ നേരെ തിരിച്ചു നടക്കുന്ന പ്രക്രിയകളുടെ മാനദണ്ഡമാക്കുന്നു. തന്റെ വൈദ്യുതാപഘടനസെൽ ആരുമറിയാതെ ബാറ്ററിയായിമാറിയത് എപ്പോഴാണെന്നുപോലും അദ്ദേഹം ശ്രദ്ധിക്കുന്നില്ല. അതുകൊണ്ടാണ് ഇങ്ങനെയൊരു പ്രമേയം മുന്നോട്ടുവയ്ക്കാൻ അദ്ദേഹത്തിന് കഴിയുന്നത്:

"വേർതിരിക്കപ്പെട്ട വസ്തുക്കൾക്ക് ഇലക്ട്രോഡുകളോടുള്ള രാസബന്ധുത വൈദ്യുതാപഘടനപ്രക്രിയയെ ഒരുതരത്തിലും സ്വാധീനിക്കുന്നില്ല." (I, പേജ് 471)

അതിന്റെ കേവലരൂപത്തിൽ തികച്ചും തെറ്റായ ഒരു പ്രമേയമാണിതെന്നു നാം കണ്ടു. കറന്റ്‌രൂപീകരണത്തെ സംബന്ധിച്ച അദ്ദേഹത്തിന്റെ ത്രിവിധസിദ്ധാന്തത്തിന്റെ ഉറവിടം ഇതാണ്: ഒന്നാമത്, ശുദ്ധസമ്പർക്കത്തെ അടിസ്ഥാനപ്പെടുത്തിയ പഴയ പരമ്പരാഗതസിദ്ധാന്തം; രണ്ടാമത്, ബാറ്ററിയിലെ H-നേയും Cl-നേയും വേർതിരിക്കാനും അതിനുപുറമെ ധാര രൂപീകരിക്കാനുമാവശ്യമായ ഊർജം അതിനുവേണ്ടിയോ "വൈദ്യുതാപഘടനപ്രക്രിയ"യ്ക്കുവേണ്ടിയോ ദുർഗ്രഹമായ ഏതോ വിധത്തിൽ ലഭിക്കുന്നതായി കരുതുന്നതും അമൂർത്തമായി സങ്കൽപ്പിക്കപ്പെട്ട വൈദ്യുതപൃഥക്കരണബലത്തെ അടിസ്ഥാനപ്പെടുത്തിയതുമായ സിദ്ധാന്തം; മൂന്നാമത്, ഈ ഊർജത്തിന്റെ ഉറവിടം ബാറ്ററിയിൽ നടക്കുന്ന എല്ലാ രാസപ്രവർത്തനങ്ങളുടേയും ബീജീയയോഗം (algebraic sum) ആണെന്ന് തെളിയിക്കുന്ന ആധുനിക രാസ-വൈദ്യുതസിദ്ധാന്തം. രണ്ടാമത്തെ സിദ്ധാന്തം ആദ്യത്തേതിനെ നിഷ്കാസനം ചെയ്യുന്നുവെന്ന സംഗതി വിഡെമന്റെ ശ്രദ്ധയിൽപ്പെട്ടിട്ടില്ല. അതുപോലെതന്നെ, മൂന്നാമത്തെ സിദ്ധാന്തം അതിന്റെ മുറയ്ക്ക് രണ്ടാമത്തേതിനെ നിഷ്കാസനം ചെയ്യുന്നുവെന്ന സംഗതിയും അദ്ദേഹത്തിന് അറിഞ്ഞുകൂടാ. നേരെമറിച്ച്, പുതിയൊരു ജ്യാമിതീയപ്രമേയത്തെ മുമ്പുള്ളവയുടെ അനുബന്ധമായി ചേർക്കുന്നതുപോലെ ഊർജസംരക്ഷണതത്വത്തെ പഴയ പരമ്പരാഗതസിദ്ധാന്തത്തോട് തികച്ചും ഉപരിപ്ലവമായ രീതിയിൽ വെറുതെയങ്ങ് കൂട്ടിച്ചേർക്കുകയാണ് അദ്ദേഹം ചെയ്യുന്നത്. പ്രകൃതിശാസ്ത്രത്തിന്റെ ഈ രംഗത്തും മറ്റെല്ലാ രംഗങ്ങളിലും പരമ്പരാഗതമായ വീക്ഷണങ്ങളുടെയൊട്ടാകെത്തന്നെ ഒരു പുനഃപരിശോധന ആവശ്യമാക്കിത്തീർക്കുന്ന ഒന്നാണ് ഈ തത്വമെന്നതിനെപ്പറ്റി അദ്ദേഹത്തിന് യാതൊരു രൂപവുമില്ല. അതുകൊണ്ട് കറന്റിനെ സംബന്ധിച്ച തന്റെ വിശദീകരണത്തിനിടയിൽ ആ തത്വത്തെ ഒന്ന് പരാമർശിക്കുന്നതിൽ മാത്രം വിഡെമൻ ഒതു

ങ്ങിനിൽക്കുന്നു. എന്നിട്ട് അദ്ദേഹം ശാന്തമായി അതിനെ ഒരു വശത്തേക്കു മാറ്റിനിർത്തുന്നു. ഗ്രന്ഥാവസാനത്തിൽ കറന്റ് നിറവേറ്റുന്ന പ്രവൃത്തിയെക്കുറിച്ചുള്ള അധ്യായത്തിൽ മാത്രമാണ് അദ്ദേഹം അതിലേക്കു തിരിച്ചുവരുന്നത്. സമ്പർക്കത്തിലൂടെയുള്ള വൈദ്യുതോത്തേജനത്തെ സംബന്ധിച്ച സിദ്ധാന്തത്തിന്റെ കാര്യത്തിൽപ്പോലും (781 മുതൽക്കുള്ള പേജുകൾ) മുഖ്യപ്രശ്നത്തെക്കുറിച്ചുള്ള വിശദീകരണത്തിൽ ഊർജസംരക്ഷണം യാതൊരു പങ്കും വഹിക്കുന്നില്ല. അപ്രധാനകാര്യങ്ങൾ വ്യക്തമാക്കാൻവേണ്ടി അതിനെ യാദൃച്ഛികമായി പരാമർശിക്കുന്നുവെന്നേയുള്ളു. അത് ഒരു ദ്വിതീയപ്രക്രിയയാണ്, ആ നിലയ്ക്ക് തുടരുകയും ചെയ്യുന്നു.

നമുക്ക് മുകളിൽ കൊടുത്തിട്ടുള്ള മൂന്നാമത്തെ ദൃഷ്ടാന്തത്തിലേക്കു മടങ്ങാം. അതിൽ രണ്ടു U-ട്യൂബുകളിലുള്ള ഹൈഡ്രോക്ലോറിക് ആസിഡിനെ വൈദ്യുതാപഘടനം ചെയ്യാൻ ഒരേ ധാരയാണ് ഉപയോഗിച്ചത്. പക്ഷേ, ഒന്നിൽ സിങ്കിന്റെ അനുരോധക ഇലക്ട്രോഡും മറ്റേതിൽ കോപ്പറിന്റെ അനുരോധക ഇലക്ട്രോഡുമായിരുന്നു. വൈദ്യുതാപഘടനത്തെക്കുറിച്ചുള്ള ഫാരഡേയുടെ അടിസ്ഥാനനിയമമനുസരിച്ച് ഒരേ ഗാൽവനിക് കറന്റ് ഓരോ സെല്ലിലും ഇലക്ട്രോളൈറ്റിന്റെ തുല്യപരിമാണങ്ങളെ വിഘടിപ്പിക്കുന്നു. ഇരു ഇലക്ട്രോഡുകളിലും തുറന്നുവിടപ്പെടുന്ന പദാർഥങ്ങളുടെ പരിമാണങ്ങളും അവയുടെ തുല്യാങ്കങ്ങൾക്ക് ആനുപാതികമാണ് (I,പേജ് 470). മുകളിലത്തെ ദൃഷ്ടാന്തത്തിൽ ആദ്യത്തെ ട്യൂബിൽ 32.53 അളവ് സിങ്കും രണ്ടാമത്തേതിൽ 2 X 31.7 അളവ് കോപ്പറുമാണ് അലിഞ്ഞത്.

“എന്നിരുന്നാലും ഈ പരിമാണങ്ങൾ തുല്യാങ്കങ്ങളാണെന്നതിനുള്ള തെളിവല്ല ഇത്,” വിഡെമൻ തുടരുന്നു. “വളരെ ദുർബലമായ ധാരകളുടെ കാര്യത്തിൽ മാത്രമേ അവ കാണപ്പെടുന്നുള്ളു. അങ്ങനെ വരുമ്പോൾ ഒരുവശത്ത് സിങ്ക് ക്ലോറൈഡും..... മറുവശത്ത് കോപ്പർ ക്ലോറൈഡും..... രൂപീകരിക്കപ്പെടുന്നു. കൂടുതൽ ശക്തിയുള്ള കറന്റാണെങ്കിൽ, അതേ അളവ് സിങ്ക് അലിഞ്ഞുചേരുമ്പോൾ അലിഞ്ഞുചേരുന്ന കോപ്പറിന്റെ അളവ് 31.7 ആയി കുറയുകയും ക്ലോറൈഡ് കൂടുതൽ കൂടുതൽ അളവിൽ രൂപംകൊള്ളുകയും ചെയ്യുന്നു.”

സിങ്ക് ക്ലോറിനുമായിച്ചേർന്ന് $ZnCl_2$ എന്ന ഒരൊറ്റ യൗഗികം മാത്രമേ രൂപീകരിക്കുന്നുള്ളുവെന്നത് സുവിദിതമാണ്. നേരെമറിച്ച് കോപ്പർ രണ്ട് യൗഗികങ്ങൾ രൂപീകരിക്കുന്നുണ്ട്: കുപ്രിക് ക്ലോറൈഡും ($CuCl_2$) കുപ്രസ്ക്ലോറൈഡും (Cu_2Cl_2). അതുകൊണ്ട്, പ്രക്രിയ നടക്കുന്നത് ഇങ്ങനെയാണ്. ദുർബലകറന്റ് ഇലക്ട്രോഡിൽനിന്ന് ക്ലോറിന്റെ ഈരണ്ട് അണുക്കൾക്ക് കോപ്പറിന്റെ രണ്ട് അണുക്കളെ വീതം അടർത്തിമാറ്റുന്നു. രണ്ട് കോപ്പർ അണുക്കളും അവയുടെ രണ്ട് രാസസംയോഗ മാത്രകളിൽ (valencies) ഒന്നിനാൽ സംയോജിച്ചുനിൽക്കുന്നു. അതേസമയം

തന്നെ അവയുടെ രണ്ട് സ്വതന്ത്ര സംയോജകതാ മാത്രകൾ രണ്ട് ക്ലോറിൻ അണുക്കളുമായി സംയോജിക്കുന്നു.

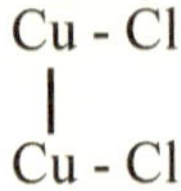

നേരെമറിച്ച് കറന്റ് കൂടുതൽ സുശക്തമായിത്തീരുകയാണെങ്കിൽ അത് കോപ്പർ അണുക്കളെ പാടേ പിളർക്കും. അവയോരോന്നും രണ്ടു ക്ലോറിൻ അണുക്കളുമായി സംയോജിക്കുകയും ചെയ്യും:

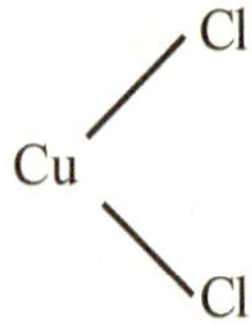

ഇടത്തരം ശക്തിയുള്ള കറന്റാണെങ്കിൽ, രണ്ട് യൗഗികങ്ങളും അടുത്തടുത്ത് രൂപംകൊള്ളുന്നു. അങ്ങനെ ഏത് യൗഗികം രൂപംകൊള്ളുന്നുവെന്നത് കറന്റിന്റെ ശക്തിയെ മാത്രം ആശ്രയിച്ചിരിക്കുന്ന സംഗതിയാണ്. അതുകൊണ്ട്, ആ വാക്കിന് എന്തെങ്കിലും അർഥമുണ്ടെങ്കിൽ ഈ പ്രക്രിയ സാരാംശത്തിൽ വിദ്യുത്-രാസികമാണ്. എന്നിട്ടും അത് ദ്വിതീയമാണെന്നാണ്, അതായത് അത് വിദ്യുത്-രാസികമല്ല, തനി രാസികമാണ് എന്നാണ്, വിഡെമൻ അസന്ദിഗ്ധമായി പ്രഖ്യാപിക്കുന്നത്.

മുകളിൽ കൊടുത്തിരിക്കുന്നത് 1867-ൽ റെനോ നടത്തിയ ഒരു പരീക്ഷണമാണ്. ഒരേ കറന്റ്തന്നെ ഒരു U-ട്യൂബിൽ ലവണലായനിയിലൂടെയും (ധന ഇലക്ട്രോഡ് - സിങ്ക്) മറ്റേ സെല്ലിൽ അനുരോധക ഇലക്ട്രോഡായി വ്യത്യസ്തലോഹങ്ങൾ ഉപയോഗിച്ചുകൊണ്ട് വ്യത്യസ്ത ഇലക്ട്രോളൈറ്റുകളിലൂടെയും കടത്തിവിട്ടുകൊണ്ടുള്ള അത്തരം പരീക്ഷണങ്ങളുടെ ഒരു മുഴുവൻ പരമ്പരയിൽപ്പെട്ട ഒന്നാണത്. സിങ്കിന്റെ ഓരോ തുല്യാങ്കത്തിന് അലിഞ്ഞുചേർന്ന ഇതരലോഹങ്ങളുടെ അളവുകൾ തമ്മിൽ ഗണ്യമായ വ്യത്യാസമുണ്ടായിരുന്നു. ആ മുഴുവൻ പരീക്ഷണപരമ്പരയുടേയും ഫലങ്ങൾ വിഡെമൻ നൽകുന്നുണ്ട്. എന്നാൽ ഭൂരിപക്ഷം ദൃഷ്ടാന്തങ്ങളിലും അവ രാസികമായി തികച്ചും സുവ്യക്തവും മറിച്ചാവാൻ തരമില്ലാത്തവയുമാണ്. ഉദാഹരണത്തിന്, സിങ്കിന്റെ തുല്യാങ്കത്തിന് സ്വർണത്തിന്റെ ഒരു തുല്യാങ്കത്തിന്റെ മൂന്നിൽരണ്ട് ഭാഗം മാത്രമേ ഹൈഡ്രോക്ലോറിക് ആസിഡിൽ അലിഞ്ഞുചേരുന്നുള്ളു. വിഡെമനെപ്പോലെ പഴയ തുല്യാങ്കഭാരങ്ങൾ ഉപയോഗിക്കുകയും സിങ്ക് ക്ലോറൈഡിന് ZnCl എന്ന് എഴുതുകയും ചെയ്യുന്നവർക്ക് മാത്രമേ ഇതിൽ അസാധാരണമായിട്ടെന്തെങ്കിലും ഉണ്ടെന്ന് തോന്നൂ. അതനുസരിച്ച് ക്ലോറിനും സിങ്കും രണ്ടും ഒരൊറ്റ സംയോജകതാമാത്രയോടുകൂടി മാത്രമേ ക്ലോറൈഡിൽ പ്രത്യക്ഷപ്പെടുന്നുള്ളു. എന്നാൽ യഥാർഥത്തിൽ രണ്ട് ക്ലോറിൻ അണുക്കൾ ഒരു സിങ്ക് അണുവുമായി സംയോജിക്കുക

യാണ് ചെയ്യുന്നത് ($ZnCl_2$). ഈ ഫോർമുല അറിയാവുന്നതുകൊണ്ട് മുകളിൽ കൊടുത്തിട്ടുള്ള തുല്യാങ്കനിർണയത്തിൽ മാത്രയായി എടുക്കേണ്ടത് സിങ്ക് അണുവിനെയല്ല ക്ലോറിൻ അണുവിനെയാണ് എന്ന് നമുക്ക് തൽക്ഷണംതന്നെ കാണാൻ കഴിയുന്നു. എന്നാൽ ഗോൾഡ്ക്ലോറൈഡിന്റെ ഫോർമുല $AuCl_3$ ആണ്. $3ZnCl_2$-യിൽ കൃത്യമായും $2AuCl_3$-യിലുള്ളത്രതന്നെ ക്ലോറിനുണ്ടെന്ന് അതിൽനിന്ന് തൽക്ഷണം കാണാം. അതുകൊണ്ട് സിങ്ക്ക്ലോറൈഡായി മാറ്റപ്പെടുന്ന സിങ്കിന്റെ ഓരോ ഭാരാംശത്തിന്[97] സ്വർണത്തിന്റെ കൃത്യം മൂന്നിൽ രണ്ടു ഭാരാംശത്തെ ഗോൾഡ് ക്ലോറൈഡാക്കി മാറ്റാൻ ബാറ്ററിയിലോ സെല്ലിലോ നടക്കുന്ന പ്രാഥമികവും ദ്വിതീയവും തൃതീയവുമായ എല്ലാ പ്രക്രിയകളും നിർബന്ധിതമായിത്തീരുന്നുവെന്നും നമുക്ക് കാണാം. AuCl എന്ന യൗഗികവും ഗാൽവനിക് മാർഗത്തിലൂടെ ലഭിക്കാൻ കഴിയാതിരുന്നതിനാൽ ഇതിന് പൂർണമായ സാധുതയുണ്ട്. ലഭ്യമാണെങ്കിൽ സിങ്കിന്റെ ഒരു തുല്യാങ്കത്തിന് സ്വർണത്തിന്റെ രണ്ടു തുല്യാങ്കങ്ങൾപോലും അലിയിക്കേണ്ടിവരും. മുകളിൽ കോപ്പറിന്റേയും ക്ലോറിന്റേയും കാര്യത്തിൽ പറഞ്ഞ തരത്തിലുള്ള മാറ്റങ്ങൾ കറന്റിന്റെ ശക്തിയനുസരിച്ച് നടക്കാനുമിടയുണ്ട്. ഫാരഡേയുടെ നിയമത്തെ ഖണ്ഡിക്കുന്നതായി തോന്നുന്ന വസ്തുതകൾതന്നെ അതിനെ സ്ഥിരീകരിക്കുന്നുവെന്നതിലാണ് റെനോയുടെ പരീക്ഷണങ്ങളുടെ പ്രാധാന്യം സ്ഥിതിചെയ്യുന്നത്. പക്ഷേ, വൈദ്യുതാപഘടനത്തിലെ ദ്വിതീയപ്രക്രിയകളെ വ്യക്തമാക്കുന്നതിനെ സംബന്ധിച്ചിടത്തോളം അതിനുള്ള പ്രാധാന്യമെന്താണെന്ന് മനസിലാവുന്നില്ല.

വിഡെമന്റെ മൂന്നാമത്തെ ദൃഷ്ടാന്തം നമ്മെ വീണ്ടും വൈദ്യുതാപഘടനസെല്ലിൽനിന്ന് ബാറ്ററിയിൽ കൊണ്ടെത്തിച്ചു. വൈദ്യുതാപഘടന പ്രക്രിയകളെ അവയോടനുബന്ധിച്ച് നടക്കുന്ന ഊർജരൂപാന്തരണങ്ങളുടെ വീക്ഷണകോണിൽനിന്നു പരിശോധിക്കുന്നപക്ഷം ബാറ്ററി യഥാർഥത്തിൽ ഏറ്റവുമധികം താൽപ്പര്യപ്രദമായ വസ്തുവാണുതാനും. ഉദാഹരണത്തിന്, ഊർജസംരക്ഷണനിയമത്തിന് കടകവിരുദ്ധവും രാസബന്ധുതയെ വകവയ്ക്കാത്തതെന്നു തോന്നുന്ന രാസ–വൈദ്യുതപ്രക്രിയകൾ നടക്കുന്ന ബാറ്ററികൾ നാം കാണുന്നത് വിരളമല്ല.

പൊഗെൻഡോർഫി[98]ന്റെ അളവുകളനുസരിച്ച് സിങ്ക് – സാന്ദ്രിത ലവണലായനി – പ്ലാറ്റിനം എന്ന ബാറ്ററി 134.6 ശക്തിയുള്ള ധാര ഉൽപ്പാദിപ്പിക്കും.* അങ്ങനെ, ഡാനിയൽസെല്ലിലുള്ളതിലും മൂന്നിലൊന്നുകൂടി വരുന്ന, വിദ്യുച്ഛക്തിയുടെ സാമാന്യം നല്ലൊരളവാണ് നമുക്കിവിടെ ലഭിക്കുന്നത്. ഇവിടെ വിദ്യുച്ഛക്തിയായി പ്രത്യക്ഷപ്പെടുന്ന ഊർജത്തിന്റെ ഉറവിടമേതാണ്? ക്ലോറിൻ യൗഗികത്തിലെ സോഡിയം സിങ്കിനാൽ പ്രതിസ്ഥാപിക്കപ്പെടുന്നുവെന്നതാണ് 'പ്രാഥമിക' പ്രക്രിയ. എന്നാൽ സാധാ

* 1 ഡാനിയൽസെല്ലിന്റെ ധാരാശക്തി 100 ആയി കണക്കാക്കുകയാണെങ്കിൽ. (എംഗൽസിന്റെ കുറിപ്പ്)

രണ്ട രസതന്ത്രത്തിൽ സിങ്ക് സോഡിയത്തെ പ്രതിസ്ഥാപിക്കുകയല്ല, നേരെമറിച്ച് സോഡിയം സിങ്കിനെ ക്ലോറിന്റെയും മറ്റും യൗഗികങ്ങളിൽനിന്ന് പ്രതിസ്ഥാപിക്കുകയാണ് ചെയ്യുന്നത്. മുകളിൽപ്പറഞ്ഞത്ര ഊർജം ധാരയ്ക്ക് നൽകാൻ 'പ്രാഥമിക' പ്രക്രിയയ്ക്ക് കഴിവില്ലെന്ന് മാത്രമല്ല, സ്വയം നിലവിൽ വരാൻതന്നെ അതിന് വെളിയിൽനിന്ന് ഊർജം വേണ്ടിവരുന്നു. അങ്ങനെ വെറും 'പ്രാഥമിക' പ്രക്രിയ നമ്മെ ഒരിടത്തും എത്തിക്കുകയില്ല. അതുകൊണ്ട് പ്രക്രിയ യഥാർഥത്തിൽ നടക്കുന്നതെങ്ങനെയാണെന്ന് നമുക്കു നോക്കാം.

$$Zn + 2NaCl = ZnCl_2 + 2Na$$

എന്ന രൂപത്തിലല്ല, പിന്നെയോ,

$$Zn + 2NaCl + 2H_2O = ZnCl_2 + 2NaOH + H_2$$

എന്ന രൂപത്തിലാണ് മാറ്റം നടക്കുന്നതെന്ന് നാം കാണുന്നു. അതായത്, സോഡിയം നിഷേധക ഇലക്ട്രോഡിൽവച്ച് സ്വതന്ത്രരൂപത്തിൽ നിർഗമിക്കുകയല്ല ചെയ്യുന്നത്, മുകളിൽ കൊടുത്തിട്ടുള്ള ഒന്നാമത്തെ ദൃഷ്ടാന്തത്തിൽ സംഭവിക്കുന്നതുപോലെ (പേജ് 180–181) ഒരു ഹൈഡ്രോക്സൈഡ് രൂപീകരിക്കുകയാണ് ചെയ്യുന്നത്.

ഇവിടെ നടക്കുന്ന ഊർജരൂപാന്തരണങ്ങൾ കണക്കുകൂട്ടുന്നതിന് ജൂലിയസ് തോംസെന്റെ നിർധാരണങ്ങൾ ചില സുപ്രധാന വിവരങ്ങളെങ്കിലും നമുക്കു നൽകുന്നുണ്ട്. അവയനുസരിച്ച് സംയോഗസമയത്ത് തുറന്നുവിടപ്പെടുന്ന ഊർജം ഇപ്രകാരമാണ്:

$(ZnCl_2)$ = 97,210
(ZnCl2, aqua) = 15,630

അലിഞ്ഞ സിങ്ക് ക്ലോറൈഡിന് മൊത്തം
= 112,840 ഊഷ്മമാത്രകൾ.
2 (Na, O, H, aqua) = 223,620 >> >>
336,460 >> >>

വേർപിരിയുമ്പോൾ ഉപഭോഗിക്കപ്പെടുന്ന ഊർജം ഇതിൽനിന്നു കുറയ്ക്കണം:

2 (Na, Cl, aqua) = 193,020 ഊഷ്മമാത്രകൾ
2 (H2O) = 136,720 >> >>
329,740 >> >>

സ്വതന്ത്രമാക്കപ്പെട്ട അധികം ഊർജം 6,720 ഊഷ്മമാത്രകളാണ്.

ലഭ്യമായ കറന്റ്ശക്തിക്ക് തികച്ചും അപര്യാപ്തമാണിത് എന്നതിന് സംശയമില്ല. എങ്കിലും ഒരു വശത്ത് ക്ലോറിനിൽനിന്നുള്ള സോഡിയത്തിന്റെ വേർതിരിയലിനേയും മറുവശത്ത് പൊതുവിൽ കറന്റ്രൂപീകരണത്തേയും വിശദീകരിക്കാൻ ഇത് മതിയാകും.

പ്രാഥമികപ്രക്രിയകളും ദ്വിതീയപ്രക്രിയകളും തമ്മിലുള്ള വ്യത്യാസം വെറും ആപേക്ഷികമാണെന്നും അതിനെ നിരപേക്ഷമായി കരുതുന്ന ക്ഷണംതന്നെ നാം അസംബന്ധത്തിൽ ചാടാതിരിക്കില്ലെന്നുമു

ള്ളതിന്റെ പ്രകടമായ ഒരു ഉദാഹരണമാണ് ഇത്. പ്രാഥമിക വൈദ്യുതാപഘടനപ്രക്രിയയെ ഒറ്റയ്ക്കെടുക്കുന്നപക്ഷം അതിന് കറന്റ് ഉൽപ്പാദിപ്പിക്കാനുള്ള കഴിവില്ലെന്ന് മാത്രമല്ല, അങ്ങനെയൊരു പ്രക്രിയതന്നെ നടക്കുകയില്ല. തനിരാസികമെന്നു തോന്നുന്ന ദ്വിതീയപ്രക്രിയ മാത്രമാണ് പ്രാഥമികപ്രക്രിയ സാധ്യമാക്കുകയും അതിന് പുറമേ കറന്റ്‌രൂപീകരണത്തിനാവശ്യമായ മിച്ച ഊർജം മുഴുവൻ നൽകുകയും ചെയ്യുന്നത്. അങ്ങനെ യഥാർഥത്തിൽ അത് പ്രാഥമികവും മറ്റേത് ദ്വിതീയവുമാണെന്ന് വരുന്നു. അതി ഭൗതികവാദികളും അതിഭൗതികവാദികളായ പ്രകൃതിശാസ്ത്രജ്ഞരും സങ്കൽപ്പിച്ചുപോന്നിരുന്ന കടുത്ത വൈജാത്യങ്ങളെയും വൈപരീത്യങ്ങളെയും ഹെഗൽ വൈരുധ്യാത്മകമായി നേരെ എതിരർഥത്തിലാക്കിയപ്പോൾ അദ്ദേഹം അവരുടെ വാക്കുകളെ വളച്ചൊടിച്ചുവെന്ന ആരോപണം ഉന്നയിക്കപ്പെടുകയുണ്ടായി. പക്ഷേ, പ്രകൃതിതന്നെ വൃദ്ധനായ ഹെഗലിനെപ്പോലെയാണ് പെരുമാറുന്നതെങ്കിൽ കാര്യം കുറെക്കൂടി അടുത്തുപരിശോധിക്കാൻ തീർച്ചയായും സമയമായിരിക്കുന്നു.

ബാറ്ററിയിലെ രാസ-വൈദ്യുതപ്രക്രിയയുടെയോ വൈദ്യുതാപഘടനസെല്ലിലെ വിദ്യുത്-രാസപ്രക്രിയയുടെയോ അനന്തരഫലമായിട്ടാണെങ്കിലും അതിൽനിന്ന് സ്വതന്ത്രമായും വേറിട്ടും നടക്കുന്ന, അതായത് ഇലക്ട്രോഡുകളിൽനിന്ന് കുറെ അകന്നുമാറി സംഭവിക്കുന്ന, പ്രക്രിയകളെ ദ്വിതീയപ്രക്രിയകളായി കരുതാൻ കൂടുതൽ ന്യായമുണ്ട്. അതുകൊണ്ട് ഇത്തരം ദ്വിതീയപ്രക്രിയകളിൽ നടക്കുന്ന ഊർജരൂപാന്തരണങ്ങൾ വൈദ്യുതപ്രക്രിയയിൽ പ്രവേശിക്കുന്നില്ല, അവ നേരിട്ട് അതിൽനിന്ന് ഊർജം ഇങ്ങോട്ട് എടുക്കുന്നുമില്ല, അതിന് ഊർജം അങ്ങോട്ട് കൊടുക്കുന്നുമില്ല. വൈദ്യുതാപഘടനസെല്ലിൽ ഇത്തരം പ്രക്രിയകൾ സുലഭമാണ്. മുകളിൽ, ഒന്നാമത്തെ ദൃഷ്ടാന്തത്തിൽ, സോഡിയം സൾഫേറ്റിന്റെ വൈദ്യുതാപഘടനത്തിനിടയിൽ സൾഫ്യൂരിക് ആസിഡ് രൂപം കൊണ്ടപ്പോൾ നാമിത് കണ്ടതാണ്. എന്നാൽ വൈദ്യുതാപഘടനസെല്ലിൽ ഈ പ്രക്രിയകൾ അത്രയൊന്നും താൽപ്പര്യപ്രദമല്ല. പക്ഷേ അതേ സമയം, ബാറ്ററിയിൽ അവ എത്രയോ കൂടുതൽ പ്രായോഗിക പ്രാധാന്യം ആർജിക്കുന്നു. കാരണം, രാസ-വൈദ്യുതപ്രക്രിയയിലേക്ക് നേരിട്ട് ഊർജം നൽകുകയോ അതിൽനിന്ന് ഊർജം എടുക്കുകയോ ചെയ്യുന്നില്ലെങ്കിലും അവ ബാറ്ററിയിലുള്ള ഊർജത്തിന്റെ ആകത്തുക മാറ്റുകയും അങ്ങനെ അതിനെ പരോക്ഷമായി സ്വാധീനിക്കുകയും ചെയ്യുന്നു.

അനന്തരം സംഭവിക്കുന്ന സാധാരണതരം രാസപരിവർത്തനങ്ങൾക്ക് പുറമേ ഇലക്ട്രോഡുകളിൽവെച്ച് അയോണുകൾ നിർഗമിക്കുമ്പോൾ സംഭവിക്കുന്ന പ്രതിഭാസങ്ങൾകൂടി ഇക്കൂട്ടത്തിൽപ്പെടുന്നു. അയോണുകൾ സ്വതന്ത്രരൂപത്തിൽ സാധാരണ കാണപ്പെടുന്നത് ഏതൊരു അവസ്ഥയിലാണോ അതിൽനിന്നും വ്യത്യസ്തമായ ഒരു അവസ്ഥയിൽ അവ നിർഗമിക്കുകയും ഇലക്ട്രോഡുകളിൽനിന്ന് മാറിപ്പോയതിനുശേഷം മാത്രം അവ സ്വതന്ത്രരൂപത്തിലേക്ക് കടക്കുകയും ചെയ്യു

മ്പോൾ സംഭവിക്കുന്ന പ്രതിഭാസങ്ങളാണ് അവ. അത്തരം സന്ദർഭങ്ങളിൽ അയോണുകൾക്ക് വ്യത്യസ്തമായ ഒരു സാന്ദ്രതയോ വ്യത്യസ്തമായ ഒരു സമുച്ചയാവസ്ഥയോ (state of aggregation) ആർജിക്കാൻ കഴിയും. തന്മാത്രീയഘടന സംബന്ധിച്ചും അവയിൽ ഗണ്യമായ മാറ്റങ്ങൾ ഉണ്ടാവാം. അതാണ് ഏറ്റവും ശ്രദ്ധേയമായിട്ടുള്ളത്. ഈ ദൃഷ്ടാന്തങ്ങളിലെല്ലാം ഇലക്ട്രോഡുകളിൽനിന്ന് നിശ്ചിതദൂരത്തിൽ അയോണുകൾക്ക് സംഭവിക്കുന്ന രാസികമോ ഭൗതികമോ ആയ ദ്വിതീയപരിവർത്തനത്തിന് അനുരോധമായി ചൂടിലൊരു മാറ്റം നടക്കുന്നുണ്ട്. ചൂട് സാധാരണ തുറന്നുവിടപ്പെടുകയാണ് ചെയ്യുന്നത്. ചിലപ്പോൾ അത് ഉപഭോഗിക്കപ്പെടുന്നു. ചൂടിലുള്ള ഈ മാറ്റം പ്രധാനമായും അത് നടക്കുന്ന അത്രയുമിടത്ത് മാത്രമായി ഒതുങ്ങിനിൽക്കുന്നുവെന്നത് സ്വാഭാവികമാണ്. ബാറ്ററിയിലെയോ വൈദ്യുതാപഘടനസെല്ലിലെയോ ദ്രാവകത്തിന്റെ ചൂട് കൂടുകയോ കുറയുകയോ ചെയ്യുന്നു. അതേസമയം, ഈ മാറ്റം പരിപഥത്തിന്റെ ശേഷം ഭാഗത്തെ ബാധിക്കുന്നുമില്ല. അതുകൊണ്ട് ഈ ചൂടിന് സ്ഥാനിക (local) ചൂടെന്നു പറയുന്നു. അങ്ങനെ ബാറ്ററിയിൽ ഉൽപ്പാദിക്കപ്പെടുന്ന അനുരോധകമോ നിഷേധകമോ ആയ ഈ സ്ഥാനികചൂടിന്റെ തുല്യാങ്കം, വിദ്യുച്ഛക്തിയായി മാറ്റപ്പെടാനുതകുന്ന സ്വതന്ത്രമാക്കപ്പെട്ട രാസ–ഊർജത്തെ കുറയ്ക്കുകയോ കൂട്ടുകയോ ചെയ്യുന്നു. ഫാവറിന്റെ അഭിപ്രായത്തിൽ, ഹൈഡ്രജൻപെറോക്സൈഡും ഹൈഡ്രോക്ലോറിക് ആസിഡുമടങ്ങുന്ന ഒരു ബാറ്ററിയിൽ, തുറന്നുവിടപ്പെട്ട മൊത്തം ഊർജത്തിന്റെ മൂന്നിൽ രണ്ടുഭാഗവും സ്ഥാനികചൂടായി ഉപഭോഗിക്കപ്പെടുകയാണ് ചെയ്യുന്നത്. നേരെമറിച്ച് ഗ്രോവ് സെല്ലാകട്ടെ, പരിപഥം ബദ്ധമാക്കിയതിനെത്തുടർന്ന് ഗണ്യമായി തണുക്കുകയും അതുകാരണം ചൂട് വലിച്ചെടുത്തുകൊണ്ട് പരിപഥത്തിന് വെളിയിൽനിന്ന് ഊർജം നൽകുകയും ചെയ്തു. അങ്ങനെ ഈ ദ്വിതീയപ്രക്രിയകൾ പ്രാഥമികപ്രക്രിയയുടെമേൽ തിരിച്ചങ്ങോട്ടും പ്രവർത്തനം നടത്തുന്നുണ്ടെന്ന് നമുക്ക് കാണാം. പ്രശ്നത്തെ എങ്ങനെ സമീപിച്ചാലും ശരി, പ്രാഥമിക പ്രക്രിയകളും ദ്വിതീയപ്രക്രിയകളും തമ്മിലുള്ള വ്യത്യാസം വെറും ആപേക്ഷികം മാത്രമാണ്. അവയുടെ പരസ്പരപ്രവർത്തനങ്ങളിൽ അത് വീണ്ടും വീണ്ടും അപ്രത്യക്ഷമാകുന്നു. ഇത് വിസ്മരിക്കുകയും ഇത്തരം ആപേക്ഷികവൈപരീത്യങ്ങളെ കേവല വൈപരീത്യങ്ങളായി കരുതുകയും ചെയ്താൽ ഒരിക്കലും തീരാത്ത വൈരുധ്യങ്ങളിലായിരിക്കും ചെന്നുചാടുന്നതെന്ന് നാം മുകളിൽ കണ്ടല്ലോ.

വാതകങ്ങളുടെ വൈദ്യുതാപഘടനനിർഗമനസമയത്ത് വാതകത്തിന്റെ നേരിയൊരു അട്ടി ലോഹഇലക്ട്രോഡുകളെ പൊതിയുന്നുണ്ടെന്നത് സുവിദിതമാണ്. അതിന്റെ ഫലമായി കറന്റിന്റെ ശക്തി കുറയുന്നു. അവസാനം ഇലക്ട്രോഡുകൾ വാതകത്താൽ പൂരിതമാകുന്നു. അതോടുകൂടി ദുർബലധാര വീണ്ടും സ്ഥിരമായിത്തീരുന്നു. ഇത്തരം വൈദ്യുതാപഘടനസെല്ലിലും സ്ഥാനികചൂട് ഉളവാകുന്നുണ്ടെന്ന്

ഫാവറും സിൽബർമാനും തെളിയിച്ചിട്ടുണ്ട്. സാധാരണ നിലനിൽക്കുന്ന അവസ്ഥയിലല്ല വാതകങ്ങൾ ഇലക്ട്രോഡുകളിൽവച്ച് സ്വതന്ത്രമാക്കപ്പെടുന്നതെന്നും നേരെമറിച്ച് ഇലക്ട്രോഡുകളിൽവച്ച് വിട്ടുപോന്നശേഷം അവ അവയുടെ ഈ സാധാരണാവസ്ഥയിലേക്ക് കടക്കുന്നത് ചൂടിന്റെ വിസർജനവുമായി ബന്ധപ്പെട്ട ഒരു അനന്തരപ്രക്രിയമൂലം മാത്രമാണെന്നുമുള്ള വസ്തുതയാണ് ഈ സ്ഥാനികചൂടിന് ആധാരമായിട്ടുള്ളത്. പക്ഷേ ഏതവസ്ഥയിലാണ് വാതകങ്ങൾ ഇലക്ട്രോഡുകളിൽവച്ച് നിർഗമിക്കുന്നത്? ഇക്കാര്യത്തിൽ വിഡെമനെക്കാൾ ജാഗ്രതയോടെ കാര്യങ്ങൾ പറയാൻ സാധ്യമല്ല. 'നിശ്ചിതമായ', 'അപരരൂപമായ' (allotropic), 'സജീവമായ', അവസ്ഥയെന്നാണ് അദ്ദേഹം അതിനെ വിളിക്കുന്നത്. അവസാനം, ഓക്സിജന്റെ കാര്യത്തിൽ, ഒന്നിലധികം തവണ അദ്ദേഹം 'ഓസോണീകൃതാവസ്ഥ' എന്നും പറയുന്നുണ്ട്. ഹൈഡ്രജനെ സംബന്ധിച്ചിടത്തോളം അദ്ദേഹത്തിന്റെ പ്രസ്താവനകൾ ഇതിലും നിഗൂഢമാണ്. ഈ 'സജീവാ'വസ്ഥ സാക്ഷാൽക്കരിക്കപ്പെടുന്ന രൂപങ്ങളാണ് ഓസോണും ഹൈഡ്രജൻപെറോക്സൈഡും എന്ന അഭിപ്രായവും കൂട്ടത്തിൽ പുറത്തു വരുന്നുണ്ട്. നമ്മുടെ ഗ്രന്ഥകാരൻ ഓസോണിനെ വിടാനുള്ള ഭാവമില്ല. ചില പെറോക്സൈഡുകൾക്ക് അങ്ങേയറ്റത്തെ വിദ്യുത് - നിഷേധകഗുണങ്ങളുള്ളത്, 'അവയിലുള്ള ഓക്സിജന്റെ ഒരു ഭാഗം ഓസോണീകൃതാവസ്ഥയിലായതുകൊണ്ടായിരിക്കാം' (I,പേജ് 57) എന്നൊരു വിശദീകരണംപോലും അദ്ദേഹം നൽകുന്നുണ്ട്. വെള്ളത്തിന്റെ വിഘടനമെന്നു പറയപ്പെടുന്ന പ്രക്രിയ നടക്കുമ്പോഴാണ് ഓസോണെന്നതുപോലെതന്നെ ഹൈഡ്രജൻപെറോക്സൈഡും രൂപംകൊള്ളുന്നതെന്നതിന് സംശയമില്ല. പക്ഷേ, അവ വളരെച്ചെറിയ അളവുകളിലേ രൂപംകൊള്ളുന്നുള്ളൂ. മുകളിലത്തെ ദൃഷ്ടാന്തത്തിൽ ഈ രണ്ട് യൗഗികങ്ങൾ ആദ്യം വലിയ അളവുകളിൽ ഉൽപ്പാദിപ്പിക്കപ്പെടുകയും പിന്നീട് വിഘടിക്കുകയും ചെയ്യുന്നതിൽനിന്നാണ് സ്ഥാനികചൂട് സംജാതമാവുന്നതെന്നതിന് യാതൊരു തെളിവുമില്ല. സ്വതന്ത്ര ഓക്സിജൻ അണുക്കളിൽനിന്ന് ഓസോൺ (O_3) രൂപീകൃതമാവുമ്പോഴുള്ള ചൂട് എത്രയാണെന്ന് നമുക്കറിഞ്ഞുകൂടാ. ബെർത്‌ലോ[99]യുടെ അഭിപ്രായത്തിൽ H_2O (ദ്രാവകരൂപത്തിലുള്ളത്) +O-യിൽനിന്ന് ഹൈഡ്രജൻ പെറോക്സൈഡ് രൂപീകരിക്കുമ്പോഴുള്ള ചൂട് =21,480. അതുകൊണ്ട് ഈ യൗഗികം വലിയ അളവിൽ ഉൽപ്പാദിപ്പിക്കുമ്പോൾ ഊർജത്തിന്റെ ഗണ്യമായൊരംശം (H_2നെയും Oയെയും വേർതിരിക്കാനാവശ്യമായതിന്റെ മുപ്പത് ശതമാനത്തോളം) മിച്ചംവരും. കണ്മുമ്പിൽ കാണാവുന്നതും തെളിയിക്കാവുന്നതുമായ ഒന്നാണിത്. അവസാനമായി, [ഇരുവാതകങ്ങളും ഒരേ ഇലക്ട്രോഡിൽ ഒന്നിച്ച് വരുന്ന കറന്റ് വിപര്യയങ്ങളുടെ (current reversals) കാര്യം മാറ്റിനിർത്തിയാൽ] ഓസോണും ഹൈഡ്രജൻ പെറോക്സൈഡും ഓക്സിജനെ മാത്രമേ കണക്കിലെടുക്കുമായിരുന്നുള്ളു, ഹൈഡ്രജനെ കണക്കിലെടുക്കുമായിരുന്നില്ല. പക്ഷേ, ഹൈഡ്രജനും 'സജീവാ'വസ്ഥയി

ലാണ് നിർഗമിക്കുന്നത്. പ്ലാറ്റിനം ഇലക്ട്രോഡുകൾക്കിടയിലുള്ള പൊട്ടാഷ്യം നൈട്രേറ്റ് ലായനി എന്ന സംയോഗത്തിൽ അത് ആസിഡിൽനിന്ന് വിഘടിച്ചുപോന്ന നൈട്രജനുമായി നേരിട്ട് സംയോജിച്ച് അമോണിയ രൂപീകരിക്കുന്നു.

വാസ്തവത്തിൽ ഈ വൈഷമ്യങ്ങൾക്കും സംശയങ്ങൾക്കുമൊന്നും നിലനിൽപ്പില്ല. വസ്തുക്കളെ 'സജീവാവസ്ഥയിൽ' വിഘടിപ്പിക്കുകയെന്നത് വൈദ്യുതാപഘടനപ്രക്രിയയുടെ കുത്തകയല്ല. ഓരോ രാസവിഘടനവും അതേ കാര്യമാണ് ചെയ്യുന്നത്. സ്വതന്ത്രമാക്കപ്പെടുന്ന രാസമൂലകത്തെ അത് ആദ്യം O, H, N തുടങ്ങിയ സ്വതന്ത്ര അണുക്കളുടെ രൂപത്തിൽ വേർതിരിക്കുന്നു. സ്വതന്ത്രമാക്കപ്പെട്ടതിനുശേഷം മാത്രമാണ് അവയ്ക്ക് O_2, H_2, N_2 എന്നിങ്ങനെയുള്ള തന്മാത്രകളായി ഒന്നിക്കാൻ കഴിയുന്നത്. ഇങ്ങനെ ഒന്നിക്കുമ്പോൾ അവ ഊർജത്തിന്റെ നിശ്ചിതവും എന്നാൽ ഇതുവരെ നിർണയിക്കപ്പെട്ടിട്ടില്ലാത്തതുമായ പരിമാണം പുറത്തുവിടുന്നു. അതാണ് ചൂടായി പ്രത്യക്ഷപ്പെടുന്നത്. പക്ഷേ, അണുക്കൾ സ്വതന്ത്രമായി നിലനിൽക്കുന്ന ആ അതിസൂക്ഷ്മനിമിഷാംശത്തിൽ അവ തങ്ങൾക്ക് വഹിക്കാൻ കഴിയുന്ന മുഴുവൻ ഊർജത്തിന്റേയും വാഹകരാണ്. ഇങ്ങനെ പരമാവധി ഊർജം കൈവശമുള്ളപ്പോൾത്തന്നെ ഏതു സംയോഗത്തിൽ വേണമെങ്കിലും ഏർപ്പെടാനുള്ള സ്വാതന്ത്ര്യം അവയ്ക്കുണ്ട്. അങ്ങനെ O_2, H_2, N_2 എന്നീ തന്മാത്രകളിൽനിന്നു വ്യത്യസ്തമായി അവ 'സജീവാവസ്ഥ'യിലാണ്. ആ തന്മാത്രകൾ ഈ ഊർജത്തിന്റെ ഒരംശം വിട്ടുകൊടുത്തുകഴിഞ്ഞിരിക്കുന്നു. വിട്ടുകൊടുക്കപ്പെട്ട ഊർജം വെളിയിൽനിന്നു വീണ്ടും ലഭിക്കാതെ അവയ്ക്ക് മറ്റു മൂലകങ്ങളുമായി സംയോഗത്തിലേർപ്പെടാൻ നിവൃത്തിയില്ല. അതുകൊണ്ട് നമുക്ക് ഓസോണിലും ഹൈഡ്രജൻ പെറോക്സൈഡിലും മാത്രം രക്ഷാമാർഗം തേടേണ്ടയാവശ്യമില്ല. അവതന്നെ ഈ സജീവാവസ്ഥയുടെ ഉൽപ്പന്നങ്ങൾ മാത്രമാണ്. ഉദാഹരണത്തിന്, പൊട്ടാഷ്യം നൈട്രേറ്റിന്റെ വൈദ്യുതാപഘടനത്തിലൂടെ അമോണിയ രൂപീകരിക്കുന്ന കാര്യം മുകളിൽ പറഞ്ഞല്ലൊ. എന്നാൽ ബാറ്ററികൂടാതെ, രാസമാർഗത്തിലൂടെയും അതു സാധ്യമാണ്. രാസപ്രക്രിയവഴി ഹൈഡ്രജൻ തുറന്നുവിടപ്പെടുന്ന ഏതെങ്കിലും ദ്രാവകത്തിൽ നൈട്രിക് ആസിഡോ നൈട്രേറ്റ് ലായനിയോ ചേർത്താൽ മതി. രണ്ടിലും ഹൈഡ്രജന്റെ സജീവാവസ്ഥ ഒന്നുതന്നെയാണ്. പക്ഷേ, സ്വതന്ത്ര അണുക്കളുടെ ക്ഷണികമായ നിലനിൽപ്പ് ഒരുതരത്തിൽ പറഞ്ഞാൽ അനുഭവവേദ്യമായിത്തീരുന്നുവെന്നതാണ് വൈദ്യുതാപഘടനപ്രക്രിയയെ സംബന്ധിച്ചിടത്തോളം ശ്രദ്ധേയമായിട്ടുള്ളത്. ഇവിടെ പ്രക്രിയ രണ്ടു ഘട്ടങ്ങളായി വേർതിരിക്കപ്പെടുന്നു: വൈദ്യുതാപഘടനം ഇലക്ട്രോഡുകളിൽ സ്വതന്ത്ര അണുക്കളെ പ്രദാനം ചെയ്യുന്നു. പക്ഷേ, അവ സംയോജിച്ച് തന്മാത്രകളായിത്തീരുന്നത് ഇലക്ട്രോഡുകളിൽനിന്ന് കുറച്ചകലെയാണ്. ദ്രവ്യമാനങ്ങളുടെ അളവുകൾ വച്ചുനോക്കുമ്പോൾ ഈ ദൂരം അങ്ങേയറ്റം നിസ്സാരമാണെങ്കിലും, തന്മാത്രകളുടെ രൂപീകര

ണസമയത്ത് തുറന്നുവിടപ്പെടുന്ന ഊർജം - ചുരുങ്ങിയപക്ഷം അതിന്റെ സിംഹഭാഗമെങ്കിലും - വൈദ്യുതപ്രക്രിയയ്ക്കുവേണ്ടി തടയാനും അങ്ങനെ ആ ഊർജത്തെ ചൂടായി, അതായത് ബാറ്ററിയിലെ സ്ഥാനിക ചൂടായി, മാറ്റാനും അത്രയും ദൂരം മതി. എന്നാൽ മൂലകങ്ങൾ സ്വതന്ത്ര അണുക്കളായി വേർതിരിക്കപ്പെട്ടെന്നും സ്വതന്ത്ര അണുക്കളുമായി അവ നിമിഷനേരത്തേക്ക് ബാറ്ററിയിൽ നിലനിന്നെന്നുമുള്ള വസ്തുത ഇതു മൂലം തെളിയിക്കപ്പെടുന്നു. ശുദ്ധരസതന്ത്രത്തിൽ സൈദ്ധാന്തികനിഗമനങ്ങളിലൂടെ മാത്രം സ്ഥാപിക്കാൻ കഴിയുന്ന ഈ വസ്തുത അണുക്കളെയും തന്മാത്രകളെയും കുറിച്ചുള്ള ഇന്ദ്രിയാനുഭൂതി കൂടാതെ പരീക്ഷണാത്മകമായി സാധ്യമായിടത്തോളം ഇവിടെ തെളിയിക്കപ്പെട്ടിരിക്കുന്നു. ബാറ്ററിയിലെ സ്ഥാനികചൂടെന്നു പറയുന്നതിന്റെ വമ്പിച്ച ശാസ്ത്രീയ പ്രാധാന്യം സ്ഥിതിചെയ്യുന്നത് അതിലാണ്.

ബാറ്ററിയിലൂടെ രാസോർജം വിദ്യുച്ഛക്തിയായി മാറ്റപ്പെടുന്ന പ്രക്രിയയുടെ ഗതിയെപ്പറ്റി നമുക്ക് ഒന്നുംതന്നെ അറിഞ്ഞുകൂടെന്നു പറയാം. വൈദ്യുതചലനത്തിന്റെതന്നെ 'പ്രവർത്തനരീതി'കളെക്കുറിച്ച് മനസിലാകുമ്പോഴേ നമുക്ക് അതേപ്പറ്റി കൂടുതൽ അടുത്ത് അറിയാൻ കഴിയൂ.

ബാറ്ററിക്ക് ഒരു 'വൈദ്യുതപൃഥക്കരണബലം' ഉണ്ടെന്നാണു പറയുന്നത്. ഓരോ ബാറ്ററിക്കും അത് എത്രയാണെന്ന് നിശ്ചയിച്ചിട്ടുണ്ടത്രെ. നാം തുടക്കത്തിൽത്തന്നെ കണ്ടതുപോലെ, ഈ വൈദ്യുതപൃഥക്കരണബലം ഊർജത്തിന്റെ ഒരു നിശ്ചിതരൂപമല്ലെന്ന് വിഡെമൻ സമ്മതിച്ചിട്ടുണ്ട്. നേരെമറിച്ച്, സർവോപരി അത്, തുറന്നുവിടപ്പെടുന്ന രാസോർജത്തിന്റെ ഒരു നിശ്ചിതപരിമാണത്തെ ഒരു സമയമാത്രയിൽ വിദ്യുച്ഛക്തിയാക്കി മാറ്റാനുള്ള ഒരു ബാറ്ററിയുടെ കഴിവ് അഥവാ ഗുണം അല്ലാതെ മറ്റൊന്നുമല്ല. ഈ രാസോർജമാകട്ടെ, പ്രക്രിയയിലൊരിക്കൽപോലും "വൈദ്യുതപൃഥക്കരണബല"ത്തിന്റെ രൂപം ആർജിക്കുന്നില്ല. നേരെമറിച്ച് അത് ഉടനടി നേരിട്ട് "വിദ്യുത്ചാലകബല"മെന്നു പറയപ്പെടുന്നതിന്റെ, അതായത് വൈദ്യുതചലനത്തിന്റെ, രൂപമാർജിക്കുകയാണ് ചെയ്യുന്നത്. നിത്യജീവിതത്തിൽ നാം ആവിയന്ത്രത്തിന്റെ ബലത്തെപ്പറ്റി പറയാറുണ്ട്. സമയമാത്രയിൽ ചൂടിന്റെ ഒരു നിശ്ചിതപരിമാണത്തെ പിണ്ഡചലനമാക്കി മാറ്റാനുള്ള കഴിവ് എന്ന അർഥത്തിലാണ് നാമത് പറയുന്നത്. പക്ഷേ, ശാസ്ത്രീയചിന്തയിലും ഇതേ ചിന്താക്കുഴപ്പം വരുത്തിവയ്ക്കണമെന്ന് അതിനർഥമില്ല. അങ്ങനെയാണെങ്കിൽ നമുക്ക് പിസ്റ്റൾ, കാർബൈൻ, പിരിവെട്ടാത്ത കുഴലുള്ള തോക്ക്, റൈഫിൾ, ഇവയുടെയെല്ലാം വ്യത്യസ്തബലങ്ങളെപ്പറ്റിയും പറയാൻ കഴിയും. കാരണം, തുല്യവെടിമരുന്നു ചാർജുകളും തുല്യഭാരത്തോടുകൂടിയ വെടിയുണ്ടകളുംവച്ച് അവ വെടിവയ്ക്കുന്നത് വ്യത്യസ്തദൂരങ്ങളിലാണല്ലോ. പക്ഷേ, അവിടെ അഭിവ്യഞ്ജനരീതിയിലുള്ള അബദ്ധം വളരെ പ്രകടമാണ്. വെടിമരുന്നുചാർജിന് തീ കൊളുത്തുന്നതാണ് വെടിയുണ്ടയെ പായിക്കുന്നതെന്നും, കുഴലിന്റെ നീളത്തേയും വെടിയുണ്ടയുടെ ക്ലിയറൻസി[100]നേയും വെടിയുണ്ടയുടെ രൂപത്തേയും ആശ്രയിച്ച് ഊർജവ്യയത്തിലുണ്ടാവുന്ന കൂടുതൽകുറവു

കളാണ് ആയുധങ്ങളുടെ വ്യത്യസ്ത ദൂരങ്ങളെ നിർണയിക്കുന്നതെന്നും നമുക്കറിയാം. പക്ഷേ ഇതുതന്നെ ആവിബലത്തിനും വൈദ്യുതപൃഥക്കരണബലത്തിനും ബാധകമാണ്. രണ്ട് ആവിയന്ത്രങ്ങൾ എടുക്കാം. രണ്ടിലും തുല്യോപാധികളാണെന്നിരിക്കട്ടെ. അതായത്, തുല്യകാലയളവുകളിൽ രണ്ടിലും തുറന്നുവിടപ്പെടുന്ന ഊർജത്തിന്റെ പരിമാണം തുല്യമാണെന്ന് വിചാരിക്കാം. അല്ലെങ്കിൽ ഇതുപോലെതന്നെ തുല്യോപാധികളിൽ പ്രവർത്തിക്കുന്ന രണ്ട് ഗാൽവനിക് ബാറ്ററികളെടുക്കാം. അവയുടെ പ്രവൃത്തികൾ തമ്മിലുള്ള വ്യത്യാസത്തിന്റെ ഒരേയൊരു കാരണം അവയുടെ ഊർജവ്യയത്തിന്റെ കൂടുതലും കുറവുമാണ്. ആയുധങ്ങൾക്ക് പ്രത്യേകിച്ചൊരു വെടിബലമുണ്ടെന്ന് സങ്കൽപ്പിക്കാതെതന്നെ ഇത്രയും കാലം എല്ലാ സൈന്യങ്ങൾക്കും ആഗ്നേയായുധവിജ്ഞാനം വികസിപ്പിക്കാൻ കഴിഞ്ഞിട്ടുണ്ടെങ്കിൽ, ഈ വെടിബലത്തിന് സദൃശമായൊരു വൈദ്യുതപൃഥക്കരണബലമുണ്ടെന്നു സങ്കൽപ്പിക്കാൻ വൈദ്യുതശാസ്ത്രത്തിന് യാതൊരു നീതികരണവുമില്ല. സ്വയം യാതൊരു ഊർജവും ഉൾക്കൊള്ളാത്തതും അതുകൊണ്ട് ഒരു മില്ലിഗ്രാം മില്ലിമീറ്റർ പ്രവർത്തിയുടെ ദശലക്ഷത്തിലൊരംശംപോലും ചെയ്യാനാവാത്തതുമായ ഒരു ബലമാണത്.

ഈ "പൃഥക്കരണബല"ത്തിന്റെ രണ്ടാമത്തെ രൂപത്തെ സംബന്ധിച്ചിടത്തോളം, അതായത് ഹെംഹോൽറ്റ്സ് പരാമർശിച്ചിട്ടുള്ള "ലോഹങ്ങളുടെ വൈദ്യുതസമ്പർക്കബല"ത്തെ സംബന്ധിച്ചും, വാസ്തവമാണിത്. മറ്റൊരു രൂപത്തിൽ നിലനിൽക്കുന്ന ഊർജത്തെ സ്പർശനത്തിലൂടെ വിദ്യുച്ഛക്തിയായി മാറ്റുകയെന്ന ലോഹങ്ങളുടെ ഗുണമല്ലാതെ മറ്റൊന്നുമല്ല അത്. അതുകൊണ്ട് അതും ഊർജത്തിന്റെ കണികപോലുമല്ലാത്ത ഒരു ബലമാണ്. സംയോജകചലനത്തിന്റെ (motion of adhesion) സജീവബലത്തിലാണ് സമ്പർക്കവിദ്യുച്ഛക്തിയുടെ ഊർജത്തിന്റെ ഉറവിടം സ്ഥിതിചെയ്യുന്നതെന്ന് വിഡെമനെപ്പോലെ നമ്മൾ സങ്കൽപ്പിക്കുന്നപക്ഷം, ആ ഊർജം സ്ഥിതിചെയ്യുന്നത് ഒന്നാമത് പ്രസ്തുത പിണ്ഡചലനത്തിന്റെ രൂപത്തിലായിരിക്കും. ആ ചലനം അപ്രത്യക്ഷമാകുന്ന ക്ഷണംതന്നെ അത് നേരിട്ട് വൈദ്യുതചലനമായി മാറ്റപ്പെടുന്നു. നിമിഷനേരത്തേക്കുപോലും അത് ഒരു "വൈദ്യുതസമ്പർക്കബല"ത്തിന്റെ രൂപമാർജിക്കുന്നില്ല.

ഇതിനൊക്കെപ്പുറമെ, സ്വയം ഊർജം ഉൾക്കൊള്ളാത്തതും അതിനെക്കുറിച്ചുള്ള ധാരണയനുസരിച്ച് ഊർജം ഉൾക്കൊള്ളാൻ നിവൃത്തിയില്ലാത്തതുമായ ഈ "വൈദ്യുതപൃഥക്കരണബല"ത്തിന് ആനുപാതികമായിട്ടുള്ള ഒന്നാണ് വിദ്യുത്ചാലകബലമെന്ന്, അതായത് വൈദ്യുതചലനമായി വീണ്ടും പ്രത്യക്ഷപ്പെടുന്ന രാസഊർജമെന്ന്, നമുക്ക് ഉറപ്പുതന്നിരിക്കുന്നു. ഊർജമല്ലാത്തതെന്തോ അതും ഊർജവും തമ്മിലുള്ള ഈ ആനുപാതികത്വം, "മില്ലിഗ്രാമിനോടുള്ള വിദ്യുച്ഛക്തിമാത്രയുടെ അംശ

ബന്ധ"ത്തെക്കുറിച്ച് പറയുന്ന അതേ ഗണിതശാസ്ത്രത്തിൽത്തന്നെ പെടുമെന്നതിനു സംശയമില്ല. എന്നാൽ ലളിതമായ ഒരു ഗുണത്തെ നിഗൂഢമായ ഒരു ബലമായി ധരിച്ചുവച്ചതുകൊണ്ടുമാത്രം നിലനിൽക്കുന്ന ഈ അസംബന്ധജടിലമായ രൂപത്തിന്റെ പിന്നിൽ ലളിതമായൊരു പുനരുക്തി ഒളിഞ്ഞുകിടപ്പുണ്ട്: പുറത്തുവിടപ്പെടുന്ന രാസഊർജത്തെ വിദ്യുച്ഛക്തിയായി മാറ്റാനുള്ള ഒരു ബാറ്ററിയുടെ കഴിവിനെ അളക്കുന്നത് എന്തുവെച്ചാണ്? ബാറ്ററിയിൽ ഉപഭോഗിക്കപ്പെട്ട രാസഊർജത്തോടനുബന്ധിച്ച് ബദ്ധപരിപഥത്തിൽ വിദ്യുച്ഛക്തിയായി വീണ്ടും പ്രത്യക്ഷപ്പെടുന്ന ഊർജത്തിന്റെ പരിമാണംവച്ച്. അത്രയേയുള്ളു.

വൈദ്യുതപൃഥക്കരണബലത്തിൽ എത്തിച്ചേരണമെങ്കിൽ രണ്ട് വൈദ്യുതദ്രാവകങ്ങളെന്ന അടിയന്തരാവശ്യോപകരണം ഗൗരവമായിട്ടെടുക്കണം. അവയെ അവയുടെ നിഷ്പക്ഷതയിൽനിന്ന് അവയുടെ ധ്രുവതയിലേക്ക് മാറ്റാൻ, അതായത് അവയെ രണ്ടായി വേർതിരിക്കാൻ ഒരു നിശ്ചിത ഊർജവ്യയം, വൈദ്യുതപൃഥക്കരണബലം, ആവശ്യമാണ്. വേർതിരിഞ്ഞുകഴിഞ്ഞാൽപിന്നെ ഇരുവിദ്യുച്ഛക്തികൾക്കും വീണ്ടും യോജിക്കുമ്പോൾ അത്രയുംതന്നെ ഊർജം – വിദ്യുത്ചാലകബലം – വീണ്ടും പുറത്തുവിടാൻ കഴിയും. പക്ഷേ ഈ രണ്ട് വിദ്യുച്ഛക്തികൾ യഥാർഥത്തിൽ നിലനിൽക്കുന്നുണ്ടെന്ന് ഇക്കാലത്ത് ആരും, വിഡെമൻപോലും, വിശ്വസിക്കുന്നില്ല. അതുകൊണ്ട് ഈ അഭിപ്രായഗതിയെപ്പറ്റി വിസ്തരിച്ച് പരിശോധിക്കുന്നത് പരേതർക്കുവേണ്ടി എഴുതുന്നതിന് തുല്യമാണ്.

സമ്പർക്കബലം അഥവാ വൈദ്യുതപൃഥക്കരണബലം ഊർജത്തിന്റെ ഉറവിടമാണെന്ന ധാരണയിൽനിന്ന് വിട്ടുപോരാൻ കഴിയുന്നില്ലെന്നതിലാണ് സമ്പർക്കസിദ്ധാന്തത്തിന്റെ അടിസ്ഥാനപരമായ തെറ്റ് കിടക്കുന്നത്. ഊർജരൂപാന്തരണം കൈവരുത്തുകയെന്ന ഒരു ഉപകരണത്തിന്റെ വെറുമൊരു ലക്ഷണം ഒരു ബലമായി മാറ്റപ്പെട്ടശേഷം ആ ധാരണയിൽനിന്നു വിട്ടുപോരാൻ തീർച്ചയായും വിഷമവുമായിരുന്നു. ബലം ഊർജത്തിന്റെ ഏതെങ്കിലുമൊരു നിശ്ചിതരൂപമായിരിക്കണമല്ലൊ. നശിപ്പിക്കാനാവാത്തതും സൃഷ്ടിക്കാനാവാത്തതുമായ ഊർജത്തെ സംബന്ധിച്ച ആധുനികധാരണകൾ സ്വീകരിക്കാൻ വിഡെമൻ നിർബന്ധിതനാവുന്നുണ്ടെങ്കിൽപ്പോലും ബലത്തെക്കുറിച്ചുള്ള ഈ അവ്യക്തധാരണയിൽനിന്ന് വിട്ടുപോരാൻ അദ്ദേഹത്തിന് കഴിയുന്നില്ല. അതുകൊണ്ടാണ് ധാരയെക്കുറിച്ചുള്ള അസംബന്ധജടിലമായ ഒന്നാമത്തെ വിശദീകരണത്തിലേക്കും തുടർന്ന് നമ്മൾ കണ്ട മറ്റെല്ലാ വൈരുധ്യങ്ങളിലേക്കും അദ്ദേഹം വഴുതിവീഴുന്നത്.

"വൈദ്യുതപൃഥക്കരണബലം" എന്ന പ്രയോഗം പ്രത്യക്ഷത്തിൽത്തന്നെ യുക്തിവിരുദ്ധമാണെങ്കിൽ "വിദ്യുത്ചാലകബലം" എന്ന മറ്റേ പ്രയോഗം ചുരുങ്ങിയപക്ഷം ഒരു അധികപ്പറ്റെങ്കിലുമാണ്. വൈദ്യുതമോ

ട്ടോറുകൾ വരുന്നതിന് എത്രയോ മുമ്പ് നമുക്ക് ഊഷ്മയന്ത്രങ്ങളുണ്ടായിരുന്നു. എന്നിട്ടും പ്രത്യേകിച്ചൊരു ഊഷ്മചാലകബലം കൂടാതെ തന്നെ ഊഷ്മസിദ്ധാന്തം ഭംഗിയായി വികസിച്ചിട്ടുണ്ട്. "ചൂട്" എന്ന ലളിതമായ പദം ആ രൂപത്തിലുള്ള ഊർജവുമായി ബന്ധപ്പെട്ട എല്ലാ ചലനപ്രതിഭാസങ്ങളേയും ഉൾക്കൊള്ളുന്നതുപോലെതന്നെ "വിദ്യുച്ഛക്തി" എന്ന പദത്തിന് അതിന്റെ മണ്ഡലത്തിലെ എല്ലാ ബന്ധപ്പെട്ട പ്രതിഭാസങ്ങളേയും ഉൾക്കൊള്ളാവുന്നതാണ്. മാത്രമല്ല, ഇരുമ്പിന്റെ കാന്തവൽക്കരണം, രാസവിഘടനം, ചൂടായുള്ള രൂപാന്തരണം, എന്നിങ്ങനെ വിദ്യുച്ഛക്തിയുടെ പല പ്രവർത്തനരൂപങ്ങളും നേരിട്ട് "ചാലക" സ്വഭാവമുള്ളളവയല്ല. അവസാനമായി, ഏതൊരു പ്രകൃതിശാസ്ത്രത്തിലും, ബലതന്ത്രത്തിൽപ്പോലും, "ബലം" എന്ന വാക്ക് എവിടെയെങ്കിലും ഒഴിവാക്കാൻ കഴിയുമെങ്കിൽപ്പോലും അതെപ്പോഴും മുന്നോട്ടുള്ള ഒരു കാൽവയ്പാണ്.

ബാറ്ററിയിലെ പ്രക്രിയകളെക്കുറിച്ചുമുള്ള രാസവിശദീകരണം ഒട്ടൊരു വൈമനസ്യത്തോടെയാണ് വിഡെമൻ സ്വീകരിച്ചതെന്ന് നാം കണ്ടല്ലോ. ഈ വൈമനസ്യം അദ്ദേഹത്തെ നിരന്തരം അലട്ടുന്നുണ്ട്. രാസസിദ്ധാന്തമെന്നു പറയപ്പെടുന്നതിന്റെമേൽ പഴി ചാരാൻ അവസരം കിട്ടുമ്പോഴെല്ലാം ഇത് സംഭവിക്കാറുണ്ട്. ഉദാഹരണത്തിന്, അദ്ദേഹം പറയുന്നു:

"വിദ്യുത്ചാലകബലം രാസപ്രവർത്തനത്തിന്റെ തീവ്രതയ്ക്ക് ആനുപാതികമാണെന്ന് അശേഷം തെളിയിക്കപ്പെട്ടിട്ടില്ല." (I,പേജ് 791)

ഈ ആനുപാതികത്വം എപ്പോഴും കാണാറില്ലെന്നതു ശരിയാണ്. പക്ഷേ, അതു കാണുന്നില്ലെന്നത്, ബാറ്ററി മോശമായി നിർമിച്ചിരിക്കുന്നുവെന്നും ഊർജം പാഴായിപ്പോകുന്നുണ്ടെന്നുമുള്ളതിന്റെ തെളിവു മാത്രമാണ്. അതുകൊണ്ട് പ്രക്രിയയുടെ പരിശുദ്ധിയെ വളച്ചൊടിക്കുന്ന ഇത്തരം ആനുഷംഗികസാഹചര്യങ്ങളെ വിഡെമൻ തന്റെ സൈദ്ധാന്തിക നിഗമനങ്ങളിൽ അൽപ്പംപോലും പരിഗണിക്കാത്തത് തികച്ചും ശരിയാണ്. കറന്റിന്റെ തീവ്രത ഒരു മാത്ര ഉള്ളപ്പോൾ സമയത്തിന്റെ ഒരു മാത്രയിൽ ഒരു സെല്ലിൽ നടക്കുന്ന രാസപ്രവർത്തനത്തിന്റെ യാന്ത്രികതുല്യാങ്കത്തിന് സമമാണ് ആ സെല്ലിന്റെ വിദ്യുത്ചാലകബലമെന്നുമാത്രം നമുക്ക് ഉറപ്പുതരുമ്പോഴും അദ്ദേഹം ചെയ്യുന്നത് തികച്ചും ശരിയാണ്.

മറ്റൊരിടത്ത് നാം ഇങ്ങനെ വായിക്കുന്നു:

"മാത്രമല്ല, അമ്ല-ക്ഷാര ബാറ്ററിയിൽ അമ്ലത്തിന്റെയും ക്ഷാരത്തിന്റെയും സംയോഗമല്ല കറന്റിന്റെ രൂപീകരണത്തിനുള്ള കാരണമെന്ന്, 61-ാം ഖണ്ഡികയിലും (ബെക്കെറെലിന്റെയും ഫെഹനറുടെയും പരീക്ഷണങ്ങൾ) 260-ാം ഖണ്ഡികയിലും (ദുബുവാറെയ്മോന്റെ പരീക്ഷണങ്ങൾ) 261-ാം ഖണ്ഡികയിലെ (വോം -മ്യുല്ലെറുടെ പരീക്ഷണങ്ങൾ) എടുത്തുപറഞ്ഞിട്ടുള്ള പരീക്ഷണങ്ങളിൽനിന്ന് സിദ്ധിക്കുന്നു. അവയനുസരിച്ച് അമ്ലവും ക്ഷാരവും തുല്യപരിമാണങ്ങളിലുള്ള ചില സന്ദർഭങ്ങളിൽ

കറന്റ് പ്രത്യക്ഷപ്പെടുന്നില്ല. അതുപോലെതന്നെ 62–ാം ഖണ്ഡികയിൽ പറഞ്ഞിട്ടുള്ള (ഹെന്റിറ്റ്സിയുടെ) പരീക്ഷണത്തിൽനിന്നും അത് സിദ്ധിക്കുന്നുണ്ട്. പ്രസ്തുതപരീക്ഷണത്തിൽ പൊട്ടാഷ്യം ഹൈഡ്രോക്സൈഡിനും നൈട്രിക് ആസിഡിനുമിടയ്ക്ക് പൊട്ടാഷ്യം നൈട്രേറ്റിന്റെ ഒരു ലായനി വയ്ക്കുമ്പോൾ, അതില്ലാതെതന്നെ പ്രത്യക്ഷപ്പെടുന്ന അതേവിധത്തിൽ വിദ്യുത്ചാലകബലം പ്രത്യക്ഷപ്പെടുന്നുണ്ട് (I,പേജ് 791–792).

അമ്ലത്തിന്റെയും ക്ഷാരത്തിന്റെയും സംയോഗമാണോ കറന്റ്രൂപീകരണത്തിനുള്ള കാരണമെന്നത് നമ്മുടെ ഗ്രന്ഥകാരനെ കലശലായി അലട്ടുന്ന ഒരു പ്രശ്നമാണ്. ഈ രൂപത്തിൽ ഉന്നയിക്കുമ്പോൾ അതിന് മറുപടി പറയാൻ വളരെ എളുപ്പമാണ്. അമ്ലത്തിന്റെയും ക്ഷാരത്തിന്റെയും സംയോഗം ഒന്നാമത് ഊർജം പുറത്തുവിട്ടുകൊണ്ട് ഒരു ലവണം രൂപീകരിക്കപ്പെടുന്നതിനുള്ള കാരണമാണ്. ഈ ഊർജം വിദ്യുച്ഛക്തിയുടെ രൂപമാർജിക്കുന്നത് പൂർണമായാണോ ഭാഗികമായാണോ എന്നത് അത് പുറത്തുവിടപ്പെടുന്ന സാഹചര്യങ്ങളെ ആശ്രയിച്ചിരിക്കുന്നു. ഉദാഹരണത്തിന് പ്ലാറ്റിനം ഇലക്ട്രോഡുകൾക്കിടയിൽ നൈട്രിക് ആസിഡും പൊട്ടാഷ്യം ഹൈഡ്രോക്സൈഡും ഉള്ള ബാറ്ററിയിൽ ഭാഗികമായിട്ടെങ്കിലും ഇങ്ങനെയായിരിക്കും സംഭവിക്കുക. അമ്ലത്തിന്റെയും ക്ഷാരത്തിന്റെയും ഇടയ്ക്ക് ഒരു പൊട്ടാഷ്യം നൈട്രേറ്റ് ലായനി വയ്ക്കുന്നുണ്ടോ എന്നതിന് കറന്റിന്റെ രൂപീകരണത്തെ സംബന്ധിച്ചിടത്തോളം യാതൊരു പ്രസക്തിയുമില്ല. കാരണം, അതിന് ഏറിവന്നാൽ ലവണരൂപീകരണത്തെ മന്ദീഭവിപ്പിക്കാൻ കഴിയുമായിരിക്കും, പക്ഷേ തടയാൻ കഴിയുകയില്ല. എന്നാൽ വിഡെമൻ നിരന്തരം പരാമർശിക്കുന്ന വോം–മ്യുല്ലെറുടേതുപോലുള്ള ഒരു ബാറ്ററിയാണ് നിർമിക്കുന്നതെങ്കിൽ, അതായത് അമ്ല–ക്ഷാരലായനികൾ നടുവിലും അവയുടെ ലവണങ്ങളുടെ ലായനി (ബാറ്ററിയിൽ രൂപംകൊള്ളുന്ന ലായനിയുടെതന്നെ സാന്ദ്രതയായിരിക്കും അതിന്) രണ്ടറ്റത്തുമായി സ്ഥിതിചെയ്യുന്ന ഒരു ബാറ്ററിയാണ് നിർമിക്കുന്നതെങ്കിൽ, കറന്റ് ഉത്ഭവിക്കാൻ യാതൊരു സാധ്യതയുമില്ലെന്ന് സ്പഷ്ടമാണ്. കാരണം, എല്ലായിടത്തും ഒരേ തരത്തിലുള്ള വസ്തുക്കളാണ് രൂപംകൊള്ളുന്നതെന്നതുകൊണ്ട് രണ്ടറ്റത്തുമുള്ള അംഗങ്ങൾ അയോണുകളുടെ ആവിർഭാവത്തെ അനുവദിക്കുന്നില്ല. തൽഫലമായി, പരിപഥത്തെ ബദ്ധമാക്കിയിട്ടില്ലെങ്കിലെങ്ങനെയോ അത്ര പ്രത്യക്ഷമായ വിധത്തിലാണ് പുറത്തുവിടപ്പെട്ട ഉർജത്തിന്റെ വിദ്യുച്ഛക്തിയായുള്ള രൂപാന്തരണം തടയപ്പെട്ടിരിക്കുന്നത്. അതുകൊണ്ട് കറന്റ് ലഭിക്കാത്തതിൽ അത്ഭുതപ്പെടേണ്ടതില്ല. പക്ഷേ, പൊതുവിൽ അമ്ലത്തിനും ക്ഷാരത്തിനും കറന്റ് ഉൽപ്പാദിപ്പിക്കാൻ കഴിയുമെന്ന് കാർബൺ, സൾഫ്യൂരിക് ആസിഡ് (10 അംശം വെള്ളത്തിൽ 1 അംശം), പൊട്ടാഷ്യം ഹൈഡ്രോക്സൈഡ് (10 അംശം വെള്ളത്തിൽ 1 അംശം), കാർബൺ, എന്നിത്രയുമടങ്ങിയ ബാറ്ററി തെളിയിക്കുന്നു. റൗളിന്റെ കണക്കനുസരിച്ച് അതിലെ കറന്റിന്

73 ശക്തിയുണ്ട്.* ബാറ്ററി വേണ്ടതുപോലെ ക്രമീകരിക്കുകയാണെങ്കിൽ അമ്ലത്തിനും ക്ഷാരത്തിനും അവയുടെ സംയോഗസമയത്ത് പുറത്തുവിടപ്പെടുന്ന വലിയ പരിമാണത്തിലുള്ള ഊർജത്തിന് അനുരോധമായ കറന്റ് സാന്ദ്രത നൽകാൻ കഴിയുമെന്ന സംഗതി, അറിവിൽപ്പെട്ടവയിൽ വച്ചേറ്റവും സുശക്തങ്ങളായ ബാറ്ററികൾ ഏതാണ്ട് പൂർണമായിത്തന്നെ ക്ഷാരലവണങ്ങളുടെ രൂപീകരണത്തെ ആശ്രയിച്ചിരിക്കുന്നുവെന്ന വസ്തുതയിൽനിന്നു മനസിലാക്കാം. ഉദാഹരണത്തിന് വീറ്റ്സ്റ്റണിന്റെ ബാറ്ററി: പ്ലാറ്റിനം, പ്ലാറ്റിനിക് ക്ലോറൈഡ്, പൊട്ടാഷ്യഅമാൽഗം – കറന്റ്സാന്ദ്രത: 230; ലെഡ് പെറോക്സൈഡ്, നേർത്ത സൾഫ്യൂരിക് ആസിഡ്, പൊട്ടാഷ്യം അമാൽഗം = 326; ലെഡ് പെറോക്സൈഡിനുപകരം മാൻഗനീസ് പെറോക്സൈഡ് = 280. ഈ ദൃഷ്ടാന്തങ്ങളിലോരോന്നിലും പൊട്ടാഷ്യം അമാൽഗത്തിനുപകരം സിങ്ക് അമാൽഗം ഉപയോഗിച്ചപ്പോൾ കറന്റ് സാന്ദ്രതയിൽ ഏതാണ്ട് കൃത്യം 100–ന്റെ കുറവുണ്ടായി. അതുപോലെ തന്നെ മാൻഗനീസ് ഡയോക്സൈഡ്, പൊട്ടാഷ്യം പെർമാംഗനേറ്റ് ലായനി, പൊട്ടാഷ്യം ഹൈഡ്രോക്സൈഡ്, പൊട്ടാഷ്യം എന്നിത്രയുമടങ്ങിയ ബാറ്ററിയിൽ 302 വരുന്ന കറന്റ്സാന്ദ്രതയും, തുടർന്ന് പ്ലാറ്റിനവും നേർത്ത സൾഫ്യൂരിക് ആസിഡും പൊട്ടാഷ്യവും ഉപയോഗിച്ചപ്പോൾ 293.8 വരുന്ന കറന്റ്സാന്ദ്രതയും ബേറ്റ്സിന് ലഭിച്ചു. ജൗൾ: പ്ലാറ്റിനം, നൈട്രിക് ആസിഡ്, പൊട്ടാഷ്യം ഹൈഡ്രോക്സൈഡ്, പൊട്ടാഷ്യം അമാൽഗം = 302. അസാമാന്യമാംവണ്ണം സുശക്തങ്ങളായ ഈ കറന്റുകളുടെ "കാരണം" തീർച്ചയായും ക്ഷാരവുമായുള്ള, അഥവാ ക്ഷാരലോഹവുമായുള്ള, അമ്ലത്തിന്റെ സംയോഗവും അതുവഴി പുറത്തുവിടപ്പെടുന്ന വലിയ പരിമാണത്തിലുള്ള ഊർജവുമാണ്.[101]

കുറച്ചു പേജുകൾക്കുശേഷം വീണ്ടും ഇങ്ങനെ പറയുന്നുണ്ട്:

"എന്നാൽ ഒരു കാര്യം ഓർമയിൽ വയ്ക്കണം. വിജാതീയവസ്തുക്കളുടെ സമ്പർക്കസ്ഥാനത്ത് സംഭവിക്കുന്ന മുഴുവൻ രാസപ്രവർത്തനത്തിനും തുല്യമായ പ്രവൃത്തിയെ ബദ്ധപരിപഥത്തിലെ വിദ്യുത്ചാലകബലത്തിന്റെ മാനദണ്ഡമായി നേരിട്ടെടുത്തുകൂടാ. ഉദാഹരണത്തിന് ബെക്കെറെലിന്റെ അമ്ല–ക്ഷാര ബാറ്ററിയിൽ (iterum Cispinus!)[102] ഈ രണ്ടു വസ്തുക്കളും സംയോജിക്കുമ്പോൾ; പ്ലാറ്റിനവും ഉരുകിയ പൊട്ടാഷ്യം നൈട്രേറ്റും കാർബണും അടങ്ങുന്ന ബാറ്ററിയിൽ കാർബൺ കത്തിപ്പോകുമ്പോൾ; കോപ്പറും അശുദ്ധസിങ്കും നേർത്ത സൾഫ്യൂരിക് ആസിഡും ചേർന്ന സാധാരണസെല്ലിൽ സ്ഥാനീയധാരകളുളവാക്കിക്കൊണ്ട് സിങ്ക് അതിവേഗം അലിഞ്ഞുചേരുമ്പോൾ ഈ രാസപ്രക്രിയകളിൽ ഉൽപ്പാദിപ്പിക്കപ്പെടുന്ന പ്രവൃത്തിയുടെ" (പുറത്തുവിടപ്പെടുന്ന ഊർജത്തിന്റെ എന്നാണ് വേണ്ടിയിരുന്നത്) "ഗണ്യമായൊരു അംശം...

---

* തുടർന്നങ്ങോട്ട് കറന്റിന്റെ ശക്തിയെപ്പറ്റി പ്രതിപാദിക്കുന്ന ഇടങ്ങളിലെല്ലാം ഡാനിയൽസെൽ = 100 എന്നാണ് കണക്കാക്കിയിരിക്കുന്നത്. (എംഗൽസിന്റെ കുറിപ്പ്)

ചൂടായി മാറ്റപ്പെടുകയും അങ്ങനെ പരിപഥത്തിനൊട്ടാകെ നഷ്ടപ്പെട്ടു പോവുകയുമാണ് ചെയ്യുന്നത്." (I, പേജ് 798)

ഈ പ്രക്രിയകളെല്ലാംതന്നെ ബാറ്ററിയിൽ സംഭവിക്കുന്ന ഊർജ നഷ്ടവുമായി ബന്ധപ്പെട്ടതാണ്. രൂപാന്തരപ്പെട്ട രാസ ഊർജത്തിൽനിന്നുളവാകുന്നതാണ്, വൈദ്യുതചലനമെന്ന വസ്തുതയെ അവ ഒരുതരത്തിലും ബാധിക്കുന്നില്ല. രൂപാന്തരപ്പെട്ട ഊർജത്തിന്റെ പരിമാണത്തെ മാത്രമേ അവ ബാധിക്കുന്നുള്ളു.

നാനാതരം ബാറ്ററികൾ നിർമിക്കാനും അവയുടെ "വിദ്യുത്ചാലകബലം" അളക്കാനും വൈദ്യുതശാസ്ത്രജ്ഞർ എത്രയാണ് പാടുപെടുകയും സമയം ചെലവഴിക്കുകയും ചെയ്തിട്ടുള്ളതെന്നതിന് കണക്കില്ല. അതുവഴി സമാഹരിച്ചിട്ടുള്ള പരീക്ഷണസാമഗ്രികളുടെ കൂട്ടത്തിൽ വില പിടിച്ച പലതുമുണ്ടെങ്കിലും യാതൊരു വിലയുമില്ലാത്തവയാണ് അതിലേറെയുള്ളത്. ഉദാഹരണത്തിന് എഫ് കൊൽറൗഷ് ഇപ്പോൾ തെളിയിച്ചിട്ടുള്ളതുപോലെ വെള്ളം ഏറ്റവും മോശപ്പെട്ട ചാലകവും അതുകൊണ്ടുതന്നെ ഏറ്റവും മോശപ്പെട്ട ഇലക്ട്രോളൈറ്റും ആണെന്നിരിക്കെ* "വെള്ളത്തെ" ഇലക്ട്രോളൈറ്റായി ഉപയോഗിച്ചുകൊണ്ടുള്ള പരീക്ഷണങ്ങൾകൊണ്ട് ശാസ്ത്രീയമായി എന്തൊരു പ്രയോജനമാണുള്ളത്? ആ പരീക്ഷണങ്ങളിൽ വെള്ളമല്ല അതിലെ അജ്ഞാതങ്ങളായ അപദ്രവ്യങ്ങളാണ് പ്രക്രിയയ്ക്കു കാരണമെന്ന് വ്യക്തമല്ലേ? എന്നിട്ടും ഫെഹ്നെറുടെ മൊത്തം പരീക്ഷണങ്ങളെടുത്താൽ അവയിൽ പകുതിയോളം ആശ്രയിച്ചിരിക്കുന്നത് വെള്ളത്തിന്റെ അത്തരത്തിലുള്ള ഉപയോഗത്തെയാണ്. അദ്ദേഹത്തിന്റെ "experimentum crucis"[103]-ന്റെ സ്ഥിതിപോലും അതാണ്. അതുവഴിയാണല്ലൊ രാസസിദ്ധാന്തത്തിന്റെ നാശാവശിഷ്ടങ്ങളിന്മേൽ സമ്പർക്കസിദ്ധാന്തത്തെ അപ്രതിരോധ്യമായവിധത്തിൽ സ്ഥാപിക്കാൻ അദ്ദേഹം ശ്രമിച്ചത്. ചുരുക്കം ചിലതൊഴിച്ചാൽ ഈ പരീക്ഷണങ്ങളിൽ ഏതാണ്ടെല്ലാറ്റിലും തന്നെ വിദ്യുത്ചാലകബലമെന്നു പറയപ്പെടുന്നതിന്റെ ഉറവിടമായിട്ടുള്ള ബാറ്ററിയിലെ രാസപ്രക്രിയകളെ ഫലത്തിൽ അവഗണിച്ചിരിക്കയാണെന്ന് ഇതിൽനിന്നു വ്യക്തമാണ്. എന്നാൽ പരിപഥം ബദ്ധമാക്കുമ്പോൾ അവയിൽ നടക്കുന്ന രാസപ്രവർത്തനങ്ങളെ സംബന്ധിച്ച് ഖണ്ഡിതമായ എന്തെങ്കിലും നിഗമനങ്ങളിലെത്തിച്ചേരാൻ നിവൃത്തിയില്ലാത്ത തരത്തിലുള്ള രാസഘടനയോടുകൂടിയ അനേകം ബാറ്ററികളുണ്ട്. നേരെമറിച്ച്, വിഡെമൻ പറയുന്നതുപോലെ (I,പേജ് 797), "ബാറ്ററിയിലെ രാസാകർഷണങ്ങളെക്കുറിച്ച് ഒരു ഉൾക്കാഴ്ച ലഭിക്കാൻ നമുക്ക് എല്ലായ്പ്പോഴും കഴിയുന്നില്ലെന്നത് നിഷേധിക്കാനാവില്ല." അതു

---

* കൊൽറൗഷ് തയാർ ചെയ്തെടുത്ത ഏറ്റവും പരിശുദ്ധമായ വെള്ളത്തിന്റെ 1 മില്ലി മീറ്റർ നീളമുള്ള സ്തംഭം അതേ വ്യാസവും ചന്ദ്രന്റെ ഭ്രമണപഥത്തിന്റെ വ്യാസത്തോടടുത്തുവരുന്ന നീളവുമുള്ള ഒരു കോപ്പർ ചാലകത്തിന്റെ അതേ പ്രതിരോധമാണ് പ്രകടിപ്പിച്ചിട്ടുള്ളത്. (നൗമാൻ, *സാമാന്യരസതന്ത്രം*, പേജ് 729) (എംഗൽസിന്റെ കുറിപ്പ്).

കൊണ്ട്, കൂടുതൽ കൂടുതൽ പ്രാധാന്യമാർജിച്ചുവരുന്ന രാസവശത്തെ സംബന്ധിച്ചിടത്തോളം, ഈ പ്രക്രിയകളെ നിയന്ത്രണാധീനമാക്കിക്കൊണ്ട് ആവർത്തിക്കപ്പെടാത്ത കാലത്തോളം അത്തരം പരീക്ഷണങ്ങൾ നിഷ്പ്രയോജനങ്ങളാണ്.

ഈ പരീക്ഷണങ്ങളിൽ അപൂർവമായി മാത്രമേ ബാറ്ററിയിൽ നടക്കുന്ന ഊർജരൂപാന്തരണങ്ങൾ കണക്കിലെടുക്കപ്പെടുന്നുള്ളൂ. അവയിൽ പലതും നടത്തിയത് പ്രകൃതിശാസ്ത്രത്തിൽ ചലനതുല്യതാനിയമം (law of equivalence of motion) അംഗീകരിക്കപ്പെടുന്നതിനുമുമ്പാണ്. എങ്കിലും തെറ്റോ ശരിയോ എന്ന് പരിശോധിച്ചുനോക്കുകയോ പൂർത്തിയാക്കുകയോ ചെയ്യാതെ അവയെ പരമ്പരാഗതമായി ഒരു പാഠപുസ്തകത്തിൽനിന്ന് അടുത്തതിലേക്കു പകർത്തിവരികയാണ്. വിദ്യുച്ഛക്തിക്ക് ജഡത്വമില്ലെന്ന് മുമ്പ് പറയാറുണ്ടായിരുന്നു (പ്രവേഗത്തിന് വിശിഷ്ടഭാരമില്ലെന്നു പറയുന്നത്ര അർഥമേ ഇതിനുമുള്ളൂ). പക്ഷേ, വിദ്യുച്ഛക്തിയെക്കുറിച്ചുള്ള സിദ്ധാന്തത്തെ സംബന്ധിച്ചിടത്തോളം തീർച്ചയായും അങ്ങനെ പറഞ്ഞുകൂടാ.

സമ്പർക്കബന്ധങ്ങൾ സ്ഥാപിക്കപ്പെട്ടതിന്റെ ഫലമായി നമുക്ക് തൽക്കാലം അജ്ഞാതമായ ഏതോ വിധത്തിൽ രാസോർജം പുറത്തുവിടപ്പെടുകയും വിദ്യുച്ഛക്തിയാക്കി മാറ്റപ്പെടുകയും ചെയ്യുന്ന ഒരു ഉപകരണമായിട്ടാണല്ലോ നാം ഇതുവരെ ഗാൽവനിക് സെല്ലിനെ പരിഗണിച്ചത്. അതുപോലെതന്നെ, നേർവിപരീതമായ ഒരു പ്രക്രിയ നടക്കുന്ന, അതായത് വൈദ്യുതചലനം രാസോർജമായി മാറ്റപ്പെടുകയും ആ നിലയ്ക്കുതന്നെ ഉപഭോഗിക്കപ്പെടുകയും ചെയ്യുന്ന, ഒരു ഉപകരണമായിട്ടാണ് നാം വൈദ്യുതാപഘടനസെല്ലിനെ വീക്ഷിച്ചത്. അങ്ങനെ ചെയ്യുമ്പോൾ നമുക്ക് പ്രക്രിയയുടെ രാസവശം, വൈദ്യുതശാസ്ത്രജ്ഞർ അങ്ങേയറ്റം അവഗണിച്ചിരിക്കുന്ന ആ വശം, മുൻപന്തിയിലേക്ക് കൊണ്ടുവരേണ്ടിവന്നു. കാരണം, പഴയ സമ്പർക്കസിദ്ധാന്തത്തിൽനിന്നും രണ്ടു വൈദ്യുതദ്രാവകങ്ങളെക്കുറിച്ചുള്ള സിദ്ധാന്തത്തിൽനിന്നും പൈതൃകമായിക്കിട്ടിയ ധാരണകളാകുന്ന ചപ്പുചവറുകൾ തൂത്തുകളയാൻ വേറെ വഴിയില്ലായിരുന്നു. അത്രയും ചെയ്തുതീർത്ത സ്ഥിതിക്ക്, ബാറ്ററിയിലെ രാസപ്രക്രിയകൾ അതിന് വെളിയിൽ നടക്കുന്ന അതേ സാഹചര്യങ്ങളിലാണോ നടക്കുന്നത്, അതോ വൈദ്യുതോത്തേജനത്തെ ആശ്രയിക്കുന്ന വല്ല പ്രത്യേകപ്രതിഭാസങ്ങളും അവയിൽ പ്രത്യക്ഷപ്പെടുന്നുണ്ടോ എന്ന പ്രശ്നം നാം പരിഗണിക്കേണ്ടിയിരിക്കുന്നു.

നിരീക്ഷണങ്ങളിലുണ്ടാവുന്ന തെറ്റുകളെ ഒഴിച്ചുനിർത്തിയാൽ, ഏതൊരു ശാസ്ത്രത്തിലും തെറ്റായ ധാരണകൾ അവസാനവിശകലനത്തിൽ ശരിയായ വസ്തുതകളെക്കുറിച്ചുള്ള തെറ്റായ ധാരണകളാണ്. അവയെക്കുറിച്ചുള്ള ധാരണകൾ അസത്യമാണെന്ന് തെളിയുമ്പോൾപോലും വസ്തുതകൾ വസ്തുതകളായിത്തന്നെ തുടരുന്നു. പഴയ സമ്പർക്കസിദ്ധാന്തത്തെ നാം കൈവെടിഞ്ഞെങ്കിലും ആ സിദ്ധാന്തം

വിശദീകരിക്കേണ്ടിയിരുന്ന സുസ്ഥാപിതവസ്തുതകൾ അവശേഷിക്കുന്നുണ്ട്. നമുക്ക് ആ വസ്തുതകളേയും അതോടൊപ്പം ബാറ്ററിയിലെ പ്രക്രിയയുടെ തനി വൈദ്യുതവശത്തേയും പരിശോധിച്ചുനോക്കാം.

വിജാതീയ വസ്തുക്കൾ സമ്പർക്കത്തിലേർപ്പെടുമ്പോൾ രാസപരിവർത്തനങ്ങളോടൊപ്പമോ അല്ലാതെയോ വിദ്യുച്ഛക്തിയുടെ ഉത്തേജനം നടക്കുന്നുണ്ടെന്നത് നിർവിവാദമാണ്. ഒരു ഇലക്ട്രോസ്കോപ്പോ ഗാൽവനോമീറ്ററോവഴി തെളിയിക്കാവുന്നതാണ് ഇത്. നാം ആദ്യമേ കണ്ടതുപോലെ, സ്വയം അതിസൂക്ഷ്മങ്ങളായ ഈ ചലനപ്രതിഭാസങ്ങളുടെ ഊർജസ്രോതസ് ഏതാണെന്ന് ഓരോ സന്ദർഭത്തിലും നിർണയിക്കാൻ വിഷമമാണ്. അങ്ങനെയൊരു ബാഹ്യസ്രോതസ് നിലനിൽക്കുന്നുണ്ടെന്ന കാര്യം എല്ലാവരും സമ്മതിക്കുന്നുണ്ടെന്ന് പറഞ്ഞാൽ മതിയല്ലോ.

ഒരു ബാറ്ററിയുടെ വ്യത്യസ്തഘടകങ്ങളെ ജോടികളായി കൂട്ടിയിണക്കുകയും ഓരോന്നിലും ഉളവാക്കപ്പെടുന്ന സ്ഥൈതികവൈദ്യുതടെൻഷനുകൾ (static electric tensions) നിർണയിക്കുകയും ചെയ്തുകൊണ്ടുള്ള ഒരു പരീക്ഷണപരമ്പര 1850–53ൽ കൊൽറൗഷ് പ്രസിദ്ധപ്പെടുത്തുകയുണ്ടായി. സെല്ലിന്റെ വിദ്യുത്ചാലകബലം ഈ ടെൻഷനുകളുടെ ബീജീയയോഗം (algebraic sum) ആയിരിക്കണമെന്നായിരുന്നു അദ്ദേഹത്തിന്റെ കണക്കുകൂട്ടൽ. ഉദാഹരണത്തിന് Zn/Cu–ന്റെ ടെൻഷൻ =100 എന്നെടുത്തുകൊണ്ട് അദ്ദേഹം ഡാനിയൽസെല്ലിന്റേയും ഗ്രോവ്സെല്ലിന്റെയും ആപേക്ഷികബലങ്ങൾ കണക്കുകൂട്ടുന്നത് ഇങ്ങനെയാണ്:

ഡാനിയൽ സെല്ലിന്:

$$Zn/Cu + \text{amalg. } Zn/H_2SO_4 + Cu/SO_4Cu = 100 + 149 - 21 = 228;$$

ഗ്രോവ്സെല്ലിന്:

$$Zn/Pt + \text{amalg. } Zn/H_2SO_4 + Pt/HNO_3 = 107 + 149 + 149 = 405$$

ഈ സെല്ലുകളിലെ ധാരാബലങ്ങളെ നേരിട്ടളന്നാലും ഏതാണ്ടിതു തന്നെയാണ് കിട്ടുന്നത്. എന്നാൽ ഈ ഫലങ്ങൾ ഒരുതരത്തിലും അസന്ദിഗ്ധമല്ല. ഒന്നാമത്, കൊൽറൗഷ് അവസാനഫലം മാത്രമേ നൽകുന്നുള്ളുവെന്നും "പ്രത്യേകം പ്രത്യേകം പരീക്ഷണഫലങ്ങളുടെ കണക്കുകൾ നിർഭാഗ്യവശാൽ നൽകുന്നില്ലെ"ന്നും (I,പേജ് 104) വിഡെമൻ തന്നെ പറയുന്നുണ്ട്. രണ്ടാമത്, ലോഹങ്ങൾ തമ്മിൽത്തമ്മിലും അതിലുപരി ലോഹവും ദ്രാവകവും തമ്മിലും സ്പർശിക്കുമ്പോൾ നടക്കുന്ന വൈദ്യുതോത്തേജനങ്ങൾ പരിമാണാത്മകമായി നിർണയിക്കാനുള്ള എല്ലാ ശ്രമങ്ങളും, ഒഴിച്ചു കൂടാനാവാത്ത തെറ്റുകളുടെ ഉറവിടങ്ങൾ നിരവധിയുള്ളതുകൊണ്ട് ചുരുങ്ങിയപക്ഷം വളരെയേറെ സന്ദിഗ്ധമെങ്കിലുമാണെന്ന് വിഡെമൻ തന്നെ ആവർത്തിച്ച് അംഗീകരിക്കുന്നുണ്ട്. എന്നിട്ടും അദ്ദേഹം തന്റെ കണക്കുകൂട്ടലുകളിൽ കൊൽറൗഷിന്റെ കണക്കുകൾ ആവർത്തിച്ച് ഉപയോഗിക്കുന്നുണ്ടെങ്കിൽ നാം ഇവിടെ അദ്ദേഹത്തെ പിന്തുടരാത്തതായിരിക്കും നല്ലത് – വിശേഷിച്ച് ഈ തടസങ്ങൾക്ക് പഴുതു നൽകാത്ത മറ്റൊരു നിർണയനമാർഗമുള്ളപ്പോൾ.

ഒരു ബാറ്ററിയിലെ രണ്ട് ഉത്തേജകത്തകിടുകൾ ഒരു ദ്രാവകത്തിൽ മുക്കുകയും പിന്നീട് ഒരു ഗാൽവനോമീറ്ററിന്റെ ടെർമിനലുകൾവഴി അവയെ ഒരു ബദ്ധപരിപഥമാക്കി കൂട്ടിയിണക്കുകയും ചെയ്താൽ, "രാസ പരിവർത്തനങ്ങൾ വൈദ്യുതോത്തേജനത്തിന്റെ ശക്തിയിൽ മാറ്റം വരുത്തുന്നതിനുമുമ്പുള്ള അതിന്റെ കാന്തസൂചിയുടെ പ്രാരംഭവ്യതിചലനം ബദ്ധപരിപഥത്തിലെ വിദ്യുത്ചാലകബലങ്ങളുടെ ആകത്തുകയുടെ മാനദണ്ഡമാണ്" (I, പേജ് 62) എന്നാണ് വിഡെമന്റെ അഭിപ്രായം, അങ്ങനെ വിവിധശക്തികളുള്ള ബാറ്ററികൾ വിവിധശക്തികളുള്ള പ്രാരംഭവ്യതിചലനങ്ങൾ ഉളവാക്കുന്നു. ഈ പ്രാരംഭവ്യതിചലനങ്ങളുടെ പരിമാണം അതാത് ബാറ്ററികളിലെ ധാരയുടെ ശക്തിക്ക് ആനുപാതികമാണ്.

യാതൊരു രാസപ്രവർത്തനത്തേയും ആശ്രയിക്കാതെതന്നെ ചലനത്തിന് ഇടയാക്കുന്ന ഒരു വൈദ്യുതപൃഥക്കരണബലമാണ്, സമ്പർക്കബലമാണ്, അനുഭവവേദ്യമായിത്തന്നെ നമ്മുടെ കണ്മുമ്പിലുള്ളതെന്ന് തോന്നിയേക്കാം. സമ്പർക്കസിദ്ധാന്തമാകെത്തന്നെ വാസ്തവത്തിൽ അങ്ങനെയാണല്ലോ ചിന്തിക്കുന്നത്. എന്നാൽ യഥാർഥത്തിൽ നമ്മുടെ മുമ്പിലുള്ളത് വൈദ്യുതോത്തേജനവും രാസപ്രവർത്തനവും തമ്മിലുള്ള ഒരു ബന്ധമാണ്. നാം ആ ബന്ധം ഇതുവരെ പരിശോധിച്ചിട്ടില്ല. ആ വിഷയത്തിലേക്ക് കടക്കാൻവേണ്ടി നമുക്ക് ആദ്യംതന്നെ വിദ്യുത്ചാലകബലനിയമമെന്നു പറയപ്പെടുന്ന നിയമത്തെ കുറെക്കൂടി അടുത്തുപരിശോധിക്കാം. അങ്ങനെ ചെയ്യുമ്പോൾ ഇവിടെയും പരമ്പരാഗതങ്ങളായ സമ്പർക്കധാരണകൾ യാതൊരു വിശദീകരണവും നൽകുന്നില്ലെന്നു മാത്രമല്ല, ഒരു വിശദീകരണം നൽകുന്നതിനെ അവ നേരിട്ടു വിഘാതപ്പെടുത്തുന്നുണ്ടെന്നുകൂടി നമുക്ക് കാണാൻ കഴിയും.

രണ്ടു ലോഹങ്ങളും ഒരു ദ്രാവകവും – ഉദാഹരണത്തിന് സിങ്കും നേർത്ത ഹൈഡ്രോക്ലോറിക് ആസിഡും കോപ്പറും – അടങ്ങുന്ന ഒരു സെല്ലിൽ നമ്മൾ പ്ലാറ്റിനം തകിടുപോലുള്ള മൂന്നാമതൊരു ലോഹത്തെ ബാഹ്യപരിപഥവുമായി കമ്പികൊണ്ടൊന്നും ഇണക്കാതെ കടത്തിയാൽ ഗാൽവനോമീറ്ററിലെ പ്രാരംഭവ്യതിചലനം കൃത്യമായും പ്ലാറ്റിനം തകിട് ഇല്ലാതിരുന്നപ്പോഴത്തേതുതന്നെയായിരിക്കും. അതായത്, അതിന് വൈദ്യുതോത്തേജനത്തിന്മേൽ യാതൊരു സ്വാധീനവുമില്ലെന്നർഥം. എന്നാൽ വിദ്യുത്ചാലകബലക്കാരുടെ ഭാഷയിൽ ഇതിനെ ഇത്ര ലളിതമായി പ്രകാശിപ്പിക്കുകയെന്നത് അനുവദനീയമല്ല. അവർ നമ്മോട് പറയുന്നത് ഇങ്ങനെയാണ്:

> ദ്രാവകത്തിലെ സിങ്കിന്റെയും കോപ്പറിന്റെയും വിദ്യുത്ചാലകബലത്തിന്റെ സ്ഥാനത്ത് ഇപ്പോൾ വരുന്നത് സിങ്കിന്റെയും പ്ലാറ്റിനത്തിന്റെയും വിദ്യുത്ചാലകബലവും പ്ലാറ്റിനത്തിന്റെയും കോപ്പറിന്റെയും വിദ്യുത്ചാലകബലവും കൂടിച്ചേർന്നാലുള്ള ആകത്തുകയാണ്. പ്ലാറ്റിനം തകിട് കടത്തുന്നതുകൊണ്ട് വിദ്യുച്ഛക്തികളുടെ പാതയിൽ പ്രകടമായ മാറ്റമൊന്നുമുണ്ടാവാത്തതുകൊണ്ട് രണ്ടു

സമ്പർഭങ്ങളിലും ഗാൽവനോമീറ്ററിലെ സൂചി നീങ്ങുന്നത് ഒരേ പോലെയാണെന്ന വസ്തുതയിൽനിന്നും നമുക്ക് താഴെപ്പറയുന്ന നിഗമനത്തിലെത്താവുന്നതാണ്: ദ്രാവകത്തിലെ സിങ്കിന്റെയും കോപ്പറിന്റെയും വിദ്യുത്ചാലകബലം അതേ ദ്രാവകത്തിൽ സിങ്കും പ്ലാറ്റിനവും, പ്ലാറ്റിനവും കോപ്പറും ചേർത്താലുള്ള വിദ്യുത്ചാലകബലങ്ങൾകൂടി കൂടിയാലെത്രയോ അതിന് തുല്യമാണ്. ലോഹങ്ങൾ സ്വയം നടത്തുന്ന പരസ്പരവൈദ്യുതോത്തേജനത്തെ സംബന്ധിച്ച വോൾട്ടായുടെ സിദ്ധാന്തത്തിന് അനുരോധമായിരിക്കും ഇത്. എല്ലാ ദ്രാവകങ്ങൾക്കും ലോഹങ്ങൾക്കും ബാധകമായ ഈ ഫലത്തെ ഈ രൂപത്തിൽ പ്രകാശിപ്പിക്കാം: ദ്രാവകങ്ങളിൽനിന്ന് വിദ്യുത്ചാലകോത്തേജനം ലഭിക്കുമ്പോൾ ലോഹങ്ങൾ വോൾട്ടീയശ്രേണീനിയമം അനുസരിക്കുന്നു. ഈ നിയമത്തിന് വിദ്യുത്ചാലകബലനിയമം എന്നുപറയുന്നു. (വിഡെമൻ, I, പേജ് 62)

ഈ സംയോഗത്തിൽ പ്ലാറ്റിനം വിദ്യുച്ഛക്തിയുടെ ഉത്തേജകമായി പ്രവർത്തിക്കുന്നേയില്ല എന്നുപറയുമ്പോൾ ലളിതമായ ഒരു വസ്തുത പ്രകാശിപ്പിക്കുക മാത്രമാണ് നാം ചെയ്യുന്നത്. അത് വിദ്യുച്ഛക്തിയുടെ ഉത്തേജകമായി പ്രവർത്തിക്കുന്നുണ്ടെന്നും എന്നാൽ തുല്യബലത്തോടെ രണ്ടു വിപരീതദിശകളിൽ പ്രവർത്തിക്കുന്നതുകൊണ്ട് അതിന്റെ ഫലം തട്ടിക്കിഴിക്കപ്പെട്ടുപോകുന്നുവെന്നുമാണ് പറയുന്നതെങ്കിൽ "വിദ്യുത്ചാലകബല"ത്തിന്റെ ബഹുമാനാർഥം ആ വസ്തുതയെ ഒരു പരികൽപ്പനയായി മാറ്റുകയായിരിക്കും നാം ചെയ്യുന്നത്. രണ്ടായാലും പ്ലാറ്റിനം ഒരു അപ്രധാന കഥാപാത്രം മാത്രമാണ്.

ഗാൽവനോമീറ്ററിന്റെ സൂചിയിൽ ആദ്യത്തെ വ്യതിചലനം നടക്കുമ്പോൾ പരിപഥം ബദ്ധമായിട്ടില്ല. അമ്ലം വിഘടിക്കാത്തതുകൊണ്ട് അത് ചാലനം ചെയ്യുന്നില്ല. അതിന് അയോണുകളിലൂടെ മാത്രമേ ചാലനം ചെയ്യാൻ കഴിയൂ. മൂന്നാമത്തെ ലോഹം ആദ്യത്തെ വ്യതിചലനത്തിന്റെ മേൽ യാതൊരു സ്വാധീനവും ചെലുത്തുന്നില്ലെങ്കിൽ ആ ലോഹം അപ്പോഴും ഒറ്റപ്പെട്ടതായതുകൊണ്ട് മാത്രമാണത്.

അവിരാന വൈദ്യുതി രൂപീകരിക്കപ്പെട്ടതിനുശേഷവും അതിന്റെ പ്രവാഹസമയത്തും മൂന്നാമത്തെ ലോഹം എങ്ങനെയാണ് പെരുമാറുന്നത്?

ലോഹങ്ങളുടെ വോൾട്ടീയശ്രേണിയിൽ ഭൂരിപക്ഷം ദ്രാവകങ്ങളിലും സിങ്ക് സ്ഥിതിചെയ്യുന്നത് ക്ഷാരലോഹങ്ങൾക്കുശേഷം അനുരോധക അറ്റത്തിനടുത്തായും പ്ലാറ്റിനം സ്ഥിതിചെയ്യുന്നത് നിഷേധക അറ്റത്തിനടുത്തായുമാണ്. കോപ്പർ രണ്ടിനുമിടയ്ക്കും. അതുകൊണ്ട് മുകളിൽ പറഞ്ഞതുപോലെ പ്ലാറ്റിനത്തെ കോപ്പറിനും സിങ്കിനും ഇടയ്ക്ക് വച്ചാൽ അത് രണ്ടിനോടും നിഷേധകമായിരിക്കും. പ്ലാറ്റിനത്തിന് എന്തെങ്കിലും സ്വാധീനമുണ്ടായിരുന്നെങ്കിൽ ദ്രാവകത്തിലെ ധാര സിങ്കിൽനിന്നും കോപ്പ

റിൽനിന്നും പ്ലാറ്റിനത്തിന്റെ നേരെ ഒഴുകേണ്ടതാണ്, അതായത് ഇരു ഇലക്ട്രോഡുകളിൽനിന്നും ഇണക്കപ്പെടാത്ത പ്ലാറ്റിനത്തിന്റെനേരെ ഒഴുകേണ്ടതാണ്. അതാകട്ടെ, ഒരു "contradiction in adjecto"* ആയിരിക്കും. ഒരു ബദ്ധപരിപഥത്തിൽ ബാഹ്യമായി പരസ്പരം കൂട്ടിയിണക്കപ്പെട്ടിരിക്കുന്നുവെന്നതാണ് ബാറ്ററിയിലെ പല ലോഹങ്ങളുടെയും പ്രവർത്തനക്ഷമതയുടെ മൗലികോപാധി. ബാറ്ററിയിൽ ഇണക്കപ്പെടാതെയും അധികപ്പറ്റായും ഇരിക്കുന്ന ഒരു ലോഹം ഒരു അചാലകമായി പ്രവർത്തിക്കുന്നു. അയോണുകൾ രൂപീകരിക്കാനോ അവയെ കടത്തിവിടാനോ അതിന് കഴിവില്ല. ഇലക്ട്രോളൈറ്റുകളിൽ അയോണുകളെക്കൂടാതുള്ള ചാലനത്തെപ്പറ്റി നമുക്ക് അറിവില്ല. അതുകൊണ്ട് അത് വെറുമൊരു അപ്രധാന കഥാപാത്രം മാത്രമല്ല, അതിനെ ചുറ്റിപ്പോകാൻ അയോണുകളെ നിർബന്ധിതമാക്കിക്കൊണ്ട് അത് അവയുടെ വഴിമുടക്കുകപോലും ചെയ്യുന്നു.

സിങ്കിനെ പ്ലാറ്റിനവുമായി ഇണക്കുകയും കോപ്പറിനെ ഇണക്കാതെ നടുവിൽവയ്ക്കുകയും ചെയ്താൽ ഇതുതന്നെയാണുണ്ടാവുക. കോപ്പറിന് എന്തെങ്കിലും സ്വാധീനമുണ്ടായിരുന്നെങ്കിൽ അത് സിങ്കിൽനിന്ന് കോപ്പറിന്റെ നേരെ ഒഴുകുന്ന ഒരു ധാരയും കോപ്പറിൽനിന്ന് പ്ലാറ്റിനത്തിന്റെനേരെ ഒഴുകുന്ന മറ്റൊരു ധാരയും ഉളവാക്കിയേനെ. അതായത്, അത് ഒരുതരം മധ്യവർത്തി ഇലക്ട്രോഡായി പ്രവർത്തിക്കുകയും സിങ്കിന് അഭിമുഖമായിട്ടുള്ള ഭാഗത്തുനിന്ന് വാതകരൂപത്തിലുള്ള ഹൈഡ്രജൻ പുറത്തുവിടുകയും ചെയ്യേണ്ടതാണ്. പക്ഷേ, ഇതും അസാധ്യമായ കാര്യമാണ്.

നമ്മൾ വിദ്യുത്ചാലകബലക്കാരുടെ പരമ്പരാഗതമായ വ്യാഖ്യാനരീതി ഉപേക്ഷിക്കുകയാണെങ്കിൽ സംഗതി എത്രയോ ലളിതമായിത്തീരുന്നു. രാസോർജം പുറത്തുവിടപ്പെടുകയും വിദ്യുച്ഛക്തിയായി മാറ്റപ്പെടുകയും ചെയ്യുന്ന ഒരു ഉപകരണമാണ് ഗാൽവനിക് ബാറ്ററി എന്നു നാം കണ്ടല്ലോ. ഒന്നോ അതിൽ കൂടുതലോ ദ്രാവകങ്ങളും ഇലക്ട്രോഡുകളായി രണ്ട് ലോഹങ്ങളുമാണ് സാധാരണഗതിയിൽ അതിലടങ്ങിയിരിക്കുന്നത്. ദ്രാവകങ്ങൾക്ക് വെളിയിലുള്ള ഒരു ചാലകംമുഖേന ഈ ലോഹങ്ങൾ പരസ്പരം കൂട്ടിയിണക്കപ്പെട്ടിരിക്കുന്നു. ഇതാണ് ആ ഉപകരണം. ഉത്തേജകദ്രാവകത്തിൽ മറ്റെന്ത് വസ്തു മുക്കിയാലും – അത് ലോഹമോ സ്ഫടികമോ റെസിനോ എന്തുമാകട്ടെ – അത് ദ്രാവകത്തിൽ രാസികമായി യാതൊരു മാറ്റവും വരുത്താത്ത കാലത്തോളം ബാറ്ററിയിൽ നടക്കുന്ന രാസ – വൈദ്യുതപ്രക്രിയയിൽ, കറന്റ് രൂപീകരണത്തിൽ, പങ്കെടുക്കാൻ അതിന് സാധ്യമല്ല. ഏറിവന്നാൽ അതിന് പ്രക്രിയയെ തടസപ്പെടുത്താൻ കഴിയും ബാറ്ററിയിലെ ദ്രാവകത്തെയോ ഇലക്ട്രോഡുകളിലൊന്നിനെയോ അല്ലെങ്കിൽ രണ്ടിനെയുമോ സംബന്ധിച്ചിടത്തോളം

---

* "വട്ടത്തിലുള്ള ചതുരം", "മരംകൊണ്ടുള്ള ഇരുമ്പ്" എന്നിവപോലുള്ള അസംബന്ധമായ വൈരുധ്യം.

ദ്രാവകത്തിൽ മുക്കുന്ന മൂന്നാമത്തെ ലോഹത്തിന്റെ വൈദ്യുതോത്തേജനക്ഷമത എന്തുതന്നെയായിരുന്നാലും ആ ലോഹം ദ്രാവകത്തിന് വെളിയിലുള്ള ബദ്ധപരിപഥവുമായി കൂട്ടിയിണക്കപ്പെടാത്ത കാലത്തോളം അതിന് യാതൊരു ഫലവുമുളവാക്കാൻ സാധ്യമല്ല.

അതുകൊണ്ട് വിദ്യുത്ചാലകബലനിയമം എന്നു പറയുന്ന നിയമത്തെ സംബന്ധിച്ചിടത്തോളം, മുകളിൽ വിവരിച്ച പ്രകാരത്തിലുള്ള വിഡെമന്റെ വ്യുൽപ്പാദനം മാത്രമല്ല, പ്രസ്തുതനിയമത്തിന് അദ്ദേഹം നൽകുന്ന വ്യാഖ്യാനവും അബദ്ധമാണ്. ബാറ്ററിയുമായി ഇണക്കപ്പെടാത്ത ലോഹത്തിന്റെ വിദ്യുത്ചാലകപ്രവർത്തനത്തെ തട്ടിക്കിഴിക്കുന്നതിനെപ്പറ്റി സംസാരിക്കാൻ സാധ്യമല്ല. കാരണം അത്തരം പ്രവർത്തനത്തിനുള്ള ഒരേയൊരു ഉപാധി തുടക്കത്തിൽത്തന്നെ ഛേദിക്കപ്പെട്ടിരിക്കുന്നു. വിദ്യുത്ചാലകബലനിയമമെന്നു പറയപ്പെടുന്ന നിയമത്തെ അതിന്റെ പരിധിക്ക് വെളിയിലുള്ള ഏതെങ്കിലും വസ്തുതയിൽനിന്ന് നിഗമനം ചെയ്തെടുക്കാനും സാധ്യമല്ല.

തികച്ചും വ്യത്യസ്തങ്ങളായ കുറെ ബാറ്ററികളുടെ വിദ്യുത്ചാലകബലം – അതായത് ഒരു സമയമാത്രയ്ക്കുള്ളിൽ അവയോരോന്നും നൽകുന്ന വിദ്യുച്ഛക്തിയുടെ പരിമാണം – അളന്നുകൊണ്ടുള്ള ഒരു പരീക്ഷണപരമ്പര വൃദ്ധനായ പൊഗെൻഡോൾഫ് 1845–ൽ പ്രസിദ്ധീകരിക്കുകയുണ്ടായി. ഈ പരീക്ഷണങ്ങളിൽ ആദ്യത്തെ ഇരുപത്തേഴെണ്ണം വിശേഷിച്ചും വിലപ്പെട്ടവയാണ്. അവ ഓരോന്നിലും മൂന്നു ലോഹങ്ങൾ ഒന്നിനുപുറകേ ഒന്നായി ഒരേ വൈദ്യുതോത്തേജകദ്രാവകത്തിൽ മൂന്നു വ്യത്യസ്ത ബാറ്ററികളുമായി കൂട്ടിയിണക്കപ്പെട്ടു. പിന്നീട് ആ ബാറ്ററികൾ പരിശോധിക്കുകയും ഉൽപ്പാദിക്കപ്പെട്ട വിദ്യുച്ഛക്തിയെ സംബന്ധിച്ചിടത്തോളം അവയെ പരസ്പരം താരതമ്യപ്പെടുത്തി നോക്കുകയും ചെയ്തു. സമ്പർക്കസിദ്ധാന്തത്തിൽ ഉറച്ചു വിശ്വസിച്ചിരുന്ന പൊഗെൻഡോർഫ് ഓരോ പരീക്ഷണത്തിലും ബാറ്ററിയിൽ അതിനോട് ഇണക്കാത്ത മൂന്നാമതൊരു ലോഹവും വച്ചിരുന്നു. ആകെയുള്ള 81 ബാറ്ററികളിൽ എല്ലാറ്റിലുംതന്നെ ഈ "സഖ്യത്തിലെ മൂന്നാമൻ"[104] വെറുമൊരു അപ്രധാനകഥാപാത്രമായിരുന്നുവെന്ന് സ്വയം ബോധ്യംവരുത്താൻ അദ്ദേഹത്തിന് കഴിഞ്ഞു. പക്ഷേ അതിലല്ല, പിന്നെയോ, വിദ്യുത്ചാലകബലനിയമമെന്നു പറയപ്പെടുന്ന നിയമത്തെ സ്ഥിരീകരിക്കുകയും അതിന്റെ ശരിയായ അർഥം സ്ഥാപിക്കുകയും ചെയ്തുവെന്നതിലാണ് ഈ പരീക്ഷണങ്ങളുടെ പ്രാധാന്യം സ്ഥിതിചെയ്യുന്നത്.

സിങ്ക്, കോപ്പർ, പ്ലാറ്റിനം എന്നിവയെ നേർത്ത ഹൈഡ്രോക്ലോറിക് ആസിഡിൽ ജോടികളായി പരസ്പരം ഇണക്കിയ മുകളിൽപ്പറഞ്ഞ ബാറ്ററികളുടെ ശ്രേണി നമുക്കൊന്നു പരിശോധിച്ചുനോക്കാം. അവയിൽ ഉൽപ്പാദിപ്പിക്കപ്പെട്ട വിദ്യുച്ഛക്തി താഴെക്കൊടുത്തിരിക്കുന്ന പരിണാമങ്ങളിലായിരുന്നുവെന്ന് പൊഗെൻഡോർഫ് പറയുന്നു (ഡാനിയൽ സെല്ലിന്റേത് 100 എന്നാണ് കണക്കാക്കിയിട്ടുള്ളത്):

സിങ്ക് – കോപ്പർ............................78.8
കോപ്പർ പ്ലാറ്റിനം............................74.3
ആകെ..153.1
സിങ്ക് – പ്ലാറ്റിനം............................153.7

അങ്ങനെ സിങ്ക് – കോപ്പർ + കോപ്പർ – പ്ലാറ്റിനം ഉൽപ്പാദിപ്പിച്ച കൃത്യം ഏതാണ്ടത്രതന്നെ വിദ്യുച്ഛക്തിയാണ് നേരിട്ട് പ്ലാറ്റിനത്തോട് കൂട്ടിയിണക്കപ്പെട്ട സിങ്ക് ഉൽപ്പാദിപ്പിച്ചത്. ഉപയോഗിച്ച ദ്രാവകങ്ങളും ലോഹങ്ങളും എന്തുതന്നെയായിരുന്നാലും മറ്റെല്ലാ ബാറ്ററികളിലും ഇത് തന്നെയാണ് സംഭവിച്ചത്. ഒരേ ഉത്തേജകദ്രാവകത്തിലുള്ള ലോഹങ്ങളുടെ ഒരു ശ്രേണിയിൽനിന്ന് ബാറ്ററികൾ നിർമിക്കുന്നുവെന്നിരിക്കട്ടെ. പ്രസ്തുത ദ്രാവകത്തെ സംബന്ധിച്ച വോൾട്ടീയശ്രേണിയനുസരിച്ച് അടുത്തതായി വരുന്ന ഓരോ ലോഹവും തൊട്ടുമുമ്പിലത്തേതിന്റെ നിഷേധക ഇലക്ട്രോഡും തൊട്ടുപിന്നാലെയുള്ളതിന്റെ അനുരോധക ഇലക്ട്രോഡുമായി വർത്തിക്കത്തക്ക രീതിയിലാണ് ആ ബാറ്ററികൾ ക്രമീകരിച്ചുവച്ചിരിക്കുന്നത്. അങ്ങനെ വരുമ്പോൾ ഈ ബാറ്ററികളെല്ലാംകൂടി ഉൽപ്പാദിപ്പിക്കുന്ന വിദ്യുച്ഛക്തിയുടെ പരിമാണങ്ങളുടെ ആകെത്തുക, മുഴുവൻ ലോഹശ്രേണിയുടേയും രണ്ടറ്റത്തുമുള്ള അംഗങ്ങളെ നേരിട്ട് ഇണക്കിക്കൊണ്ട് രൂപീകരിക്കുന്ന ബാറ്ററി ഉൽപ്പാദിപ്പിക്കുന്ന വിദ്യുച്ഛക്തിയുടെ പരിമാണത്തിന് തുല്യമായിരിക്കും. ഉദാഹരണത്തിന് നേർത്ത ഹൈഡ്രോക്ലോറിക് ആസിഡിൽ സിങ്ക് – ടിൻ, ടിൻ –ഇരുമ്പ്, ഇരുമ്പ് – കോപ്പർ, കോപ്പർ – സിൽവർ, സിൽവർ – പ്ലാറ്റിനം എന്നീ ബാറ്ററികൾ ഉൽപ്പാദിപ്പിക്കുന്ന വിദ്യുച്ഛക്തിയുടെ പരിമാണങ്ങളുടെ ആകത്തുക സിങ്ക്–പ്ലാറ്റിനം ബാറ്ററി ഉൽപ്പാദിപ്പിക്കുന്ന വിദ്യുച്ഛക്തിയുടെ പരിമാണത്തിന് തുല്യമാണെങ്കിൽ മുകളിൽ പറഞ്ഞ ശ്രേണിയിലെ എല്ലാ സെല്ലുകളിൽനിന്നുമായി രൂപീകരിക്കുന്ന ഒരു ഗാൽവനിക് ബാറ്ററി, വിപരീതദിശയിലുള്ള കറന്റോടുകൂടിയ ഒരു സിങ്ക് – പ്ലാറ്റിനം സെൽ ഇടയ്ക്കുവയ്ക്കപ്പെടുന്നതിന്റെ ഫലമായി ശരിക്കും നിഷ്പക്ഷമാക്കപ്പെടുന്നതാണ്.

ഈ രൂപത്തിൽ നോക്കുമ്പോൾ വിദ്യുത്ചാലകബലനിയമമെന്നു പറയുന്ന ഈ നിയമത്തിന് യഥാർഥവും ഗണ്യവുമായ പ്രാധാന്യമുള്ളതായി കാണാം. രാസപ്രവർത്തനവും വൈദ്യുതപ്രവർത്തനവും തമ്മിലുള്ള പരസ്പരബന്ധത്തിന്റെ പുതിയൊരു വശം അത് വെളിപ്പെടുത്തുന്നു. ഇതുവരെ, മുഖ്യമായും ഗാൽവനിക്ധാരയുടെ ഊർജസ്രോതസ് പരിശോധിക്കുമ്പോൾ രാസപരിവർത്തനമെന്ന പ്രസ്തുതസ്രോതസാണ് പ്രക്രിയയുടെ സജീവവശമായി പ്രത്യക്ഷപ്പെട്ടത്. വിദ്യുച്ഛക്തി അതിൽനിന്ന് ഉൽപ്പാദിപ്പിക്കപ്പെടുന്നതായതിനാൽ അത് മുഖ്യമായും നിഷ്ക്രിയവശമായിട്ടാണ് കാണപ്പെട്ടത്. ഇപ്പോൾ സംഗതി നേരെതിരിച്ചായിരിക്കുന്നു. ബാറ്ററിയിൽ പരസ്പരം സമ്പർക്കപ്പെടുന്ന വിജാതീയ വസ്തുക്കളുടെ ഘടനയാൽ നിർണയിക്കപ്പെടുന്ന വൈദ്യുതോത്തേജനത്തിന് (വിമുക്ത ഊർജത്തെ വിദ്യുച്ഛക്തിയാക്കി മാറ്റാതെ) രാസപ്ര

വർത്തനത്തോട് ഊർജം കൂട്ടാനോ അതിൽനിന്ന് ഊർജം കുറയ്ക്കാനോ സാധ്യമല്ല. എങ്കിലും ബാറ്ററിയുടെ ഘടനയനുസരിച്ച് അതിന് പ്രസ്തുതപ്രവർത്തനത്തെ ത്വരിതപ്പെടുത്തുകയോ മന്ദീഭവിപ്പിക്കുകയോ ചെയ്യാൻ കഴിയും. സിങ്ക് – നേർത്ത ഹൈഡ്രോക്ലോറിക് ആസിഡ് – കോപ്പർ എന്ന ബാറ്ററി സിങ്ക് നേർത്ത ഹൈഡ്രോക്ലോറിക് ആസിഡ് – പ്ലാറ്റിനം എന്ന ബാറ്ററി നൽകുന്നതിന്റെ പകുതി വിദ്യുച്ഛക്തിയേ ഒരു സമയമാത്രയിൽ കറന്റിനുവേണ്ടി നൽകുന്നുള്ളുവെങ്കിൽ, രണ്ടാമത്തെ ബാറ്ററി ഉൽപ്പാദിപ്പിക്കുന്നതിന്റെ പകുതി സിങ്ക് ക്ലോറൈഡും ഹൈഡ്രജനും മാത്രമേ ഒരു സമയമാത്രയിൽ ആദ്യത്തെ ബാറ്ററി ഉൽപ്പാദിപ്പിക്കുന്നുള്ളുവെന്നാണ് രസതന്ത്രഭാഷയിൽ അതിനർഥം. അതായത്, ശുദ്ധരാസസാഹചര്യങ്ങൾ അതേപടി തുടരുകയാണെങ്കിലും രാസപ്രവർത്തനം ഇരട്ടിച്ചിരിക്കുന്നു. വൈദ്യുതോത്തേജനം രാസപ്രവർത്തനത്തിന്റെ നിയന്ത്രകമായിത്തീർന്നിരിക്കുന്നു. അത് പ്രക്രിയയുടെ സജീവവശവും രാസപ്രവർത്തനം നിഷ്ക്രിയവശവുമായിട്ടാണ് ഇപ്പോൾ പ്രത്യക്ഷപ്പെടുന്നത്.

അങ്ങനെ തനി രാസപ്രക്രിയകളായി മുമ്പ് കരുതപ്പെട്ടിരുന്ന പല പ്രക്രിയകളും ഇപ്പോൾ വിദ്യുത് – രാസപ്രക്രിയകളായി പ്രത്യക്ഷപ്പെടുന്നുവെന്നത് തികച്ചും സുഗ്രഹമായിത്തീരുന്നു. നേർത്ത അമ്ലം രാസികമായി ശുദ്ധമായ സിങ്കിനെ ആക്രമിക്കുന്നേയില്ല, അഥവാ ആക്രമിക്കുന്നുണ്ടെങ്കിൽത്തന്നെ വളരെ ദുർബലമായിട്ടാണ് അത് അങ്ങനെ ചെയ്യുന്നത്. നേരെമറിച്ച് കടയിൽ കിട്ടുന്ന സാധാരണ സിങ്കാകട്ടെ, ലവണം രൂപീകരിക്കുകയും ഹൈഡ്രജൻ ഉൽപ്പാദിപ്പിക്കുകയും ചെയ്തുകൊണ്ട് അമ്ലത്തിൽ അതിവേഗം അലിഞ്ഞുചേരുന്നു. ഇതരലോഹങ്ങളുടേയും കാർബണിന്റേയും ഒരു മിശ്രണം അതിലടങ്ങിയിട്ടുണ്ട്. അവ അതുല്യപരിമാണങ്ങളിൽ പ്രതലത്തിന്റെ വിവിധഭാഗങ്ങളിൽ പ്രത്യക്ഷപ്പെടുന്നു. അമ്ലത്തിൽ അവയ്ക്കും സിങ്കിനുമിടയ്ക്ക് സ്ഥാനികധാരകൾ രൂപംകൊള്ളുന്നു. സിങ്കിന്റെ മേഖലകൾ അനുരോധക ഇലക്ട്രോഡുകളായും ഇതരലോഹങ്ങൾ നിഷേധക ഇലക്ട്രോഡുകളായും വർത്തിക്കുന്നു. രണ്ടാമത് പറഞ്ഞവയിലാണ് ഹൈഡ്രജൻ കുമിളകൾ പ്രത്യക്ഷപ്പെടുന്നത്. അതുപോലെതന്നെ, ഇരുമ്പ് കോപ്പർസൾഫേറ്റ് ലായനിയിൽ മുക്കുമ്പോൾ അത് കോപ്പറിന്റെ ഒരു അട്ടിക്കൊണ്ട് പൊതിയപ്പെടുന്നുവെന്ന പ്രതിഭാസവും ഒരു വിദ്യുത് – രാസപ്രതിഭാസമായിട്ടാണ് ഇപ്പോൾ പരിഗണിക്കപ്പെടുന്നത്. ഇരുമ്പിന്റെ പ്രതലത്തിലെ വിജാതീയമേഖലകൾക്കിടയിൽ ഉളവാകുന്ന കറന്റുകളാണ് ആ പ്രതിഭാസത്തിനടിസ്ഥാനം.

ഇതനുസരിച്ച് ഹാലോജെനുകളുമായും അമ്ലറാഡിക്കളുമായുമുള്ള യൗഗികങ്ങളിൽനിന്നും പരസ്പരം മാറ്റിവയ്ക്കപ്പെടുന്നതനുസരിച്ച് ലോഹങ്ങൾ ക്രമീകരിക്കപ്പെട്ടിരിക്കുന്ന ശ്രേണിക്ക് മൊത്തത്തിൽ അനുരോധമായിട്ടുള്ള ഒന്നാണ് ദ്രാവകങ്ങളിലുള്ള ലോഹങ്ങളുടെ വോൾട്ടീയശ്രേണിയെന്നും കാണാം. വോൾട്ടീയശ്രേണിയുടെ ഏറ്റവും നിഷേധകഅറ്റത്ത് നാം സാധാരണ കാണുന്നത് സ്വർണം, പ്ലാറ്റിനം, പലാഡിയം, റോഡിയം

എന്നിങ്ങനെ സ്വർണഗ്രൂപ്പിൽപ്പെട്ട ലോഹങ്ങളെയാണ്. അവ വിഷമിച്ചാണ് ഓക്സീകരിക്കുന്നത്. അമ്ലങ്ങൾ അവയെ ആക്രമിക്കുന്നുണ്ടെങ്കിൽ ത്തന്നെ അതു വളരെ കുറച്ചാണ്. അവ അവയുടെ ലവണങ്ങളിൽനിന്ന് ഇതരലോഹങ്ങളാൽ എളുപ്പം അവക്ഷേപിക്കപ്പെടുന്നു (precipitation). ഏറ്റവും അനുരോധകമായ അറ്റത്തുള്ളത് നേർവിപരീത രീതിയിൽ പ്രവർത്തിക്കുന്ന ക്ഷാരലോഹങ്ങളാണ്. വളരെയധികം ഊർജം ചെലവഴിച്ചാൽ പോലും അവയെ അവയുടെ ഓക്സൈഡുകളിൽനിന്നു വേർപെടുത്താൻ സാധ്യമല്ലെന്നുതന്നെ പറയാം. ഏതാണ്ടു പൂർണമായും ലവണങ്ങളുടെ രൂപത്തിലാണ് അവ നിലനിൽക്കുന്നത്. ലോഹങ്ങളിൽവച്ച് ഹാലൊജെനുകളോടും അമ്ലറാഡിക്കലുകളോടും ഏറ്റവും കൂടുതൽ ബന്ധുതയുള്ളത് അവയ്ക്കാണ്. ഈ രണ്ടു ഗ്രൂപ്പുകൾക്കുമിടയിലായി ശേഷമുള്ള ലോഹങ്ങൾ സ്ഥിതിചെയ്യുന്നു. അവയുടെ അനുക്രമത്തിൽ അൽപ്പസ്വൽപ്പം മാറ്റങ്ങൾ വരുന്നുണ്ടെങ്കിലും ആകെക്കൂടിയെടുത്താൽ അവയുടെ വൈദ്യുതവും രാസികവുമായ പെരുമാറ്റത്തിന് പരസ്പരപ്പൊരുത്തമുണ്ട്. പ്രത്യേകം പ്രത്യേകം അംഗങ്ങളുടെ അനുക്രമം ദ്രാവകമേതെന്നനുസരിച്ച് വ്യത്യസ്തമായിരിക്കും. ഒരൊറ്റ ദ്രാവകത്തിന്റെ കാര്യത്തിൽപ്പോലും അത് അന്തിമമായി സ്ഥാപിതമായിക്കഴിഞ്ഞിട്ടില്ല. ഒരൊറ്റ ദ്രാവകത്തെ സംബന്ധിച്ചുപോലും ലോഹങ്ങളുടെ അത്തരത്തിലുള്ള കേവലമായൊരു വോൾട്ടീയശ്രേണി നിലനിൽക്കുന്നുണ്ടോ എന്നുതന്നെ സംശയമാണ്. തക്കതായ ബാറ്ററികളും വൈദ്യുതാപഘടനസെല്ലുകളുമുണ്ടെങ്കിൽ ഒരേ ലോഹത്തിന്റെ രണ്ടു കഷണങ്ങൾക്ക് യഥാക്രമം അനുരോധക ഇലക്ട്രോഡായും നിഷേധക ഇലക്ട്രോഡായും പ്രവർത്തിക്കാൻ കഴിയുന്നതാണ്. അതായത് ഒരു ലോഹത്തിന് അതിനോടുതന്നെ അനുരോധകവും നിഷേധകവും ആകാൻ കഴിയുമെന്നർഥം. ചൂടിനെ വിദ്യുച്ഛക്തിയാക്കി മാറ്റുന്ന തെർമോ - സെല്ലുകളിൽ ഇരുസന്ധികളിലും വമ്പിച്ച താപവ്യത്യാസങ്ങൾ നിലനിൽക്കുന്ന പരിതസ്ഥിതിയിൽ ധാരയുടെ ദിശ നേരെ വിപരീതമാക്കപ്പെടുന്നു. മുമ്പ് നിഷേധകമായിരുന്ന ലോഹം അനുരോധകമാവുന്നു, അതുപോലെ തിരിച്ചും. ഇതുപോലെതന്നെ ലോഹങ്ങൾ ഏതെങ്കിലുമൊരു പ്രത്യേക ഹാലോജെനോ അമ്ലറാഡിക്കലോ ആയുള്ള അവയുടെ രാസയൗഗികങ്ങളിൽനിന്നും പരസ്പരം മാറ്റിവയ്ക്കപ്പെടുന്ന തരത്തിലുള്ള കേവലമായ ഒരു ശ്രേണിയില്ല. പലപ്പോഴും ചൂടിന്റെ രൂപത്തിൽ ഊർജം നൽകിക്കൊണ്ട് നമുക്ക് സാധാരണ താപനിലകളിൽ സാധുതയുള്ള ശ്രേണികളെ യഥേഷ്ടം മാറ്റാനും നേരെ തിരിച്ചാക്കാനും കഴിയും.

അങ്ങനെ രാസപ്രവർത്തനവും വിദ്യുച്ഛക്തിയും തമ്മിലുള്ള ഒരു പ്രത്യേകതരം അന്യോന്യക്രിയയാണ് നാം ഇവിടെ കാണുന്നത്. വിദ്യുച്ഛക്തിക്ക് ധാരാരൂപീകരണത്തിനുള്ള മുഴുവൻ ഊർജവും പ്രദാനംചെയ്യുന്ന ബാറ്ററിയിലെ രാസപ്രവർത്തനത്തെ പലപ്പോഴും ആദ്യം ഉളവാക്കുന്നതും എല്ലായ്പ്പോഴും പരിമാണാത്മകമായി ക്രമീകരിക്കുന്നതും ബാറ്ററിയിൽ

രൂപംകൊള്ളുന്ന വൈദ്യുത ടെൻഷനുകളാണ്. ബാറ്ററിയിലെ പ്രക്രിയകൾ രാസ – വൈദ്യുതസ്വഭാവമുള്ളവയാണെന്നാണ് മുമ്പ് തോന്നിയിരുന്നതെങ്കിൽ അവ അത്രതന്നെ വിദ്യുത് – രാസികസ്വഭാവമുള്ളവയാണെന്ന് നമുക്ക് ഇപ്പോൾ കാണാൻ കഴിയുന്നു. തുടർച്ചയായുള്ള കറന്റിന്റെ രൂപീകരണത്തിന്റെ വീക്ഷണം വച്ചുനോക്കുമ്പോൾ രാസപ്രവർത്തനം പ്രാഥമികമായി തോന്നുന്നു. കറന്റിന്റെ ഉത്തേജനത്തിന്റെ വീക്ഷണം വച്ചുനോക്കുമ്പോൾ അത് ദ്വിതീയവും സഹായകവുമായി തോന്നുന്നു. പരസ്പരപ്രവർത്തനം കേവലം പ്രാഥമികമോ കേവലം ദ്വിതീയമോ ആയ എല്ലാറ്റിനേയും ഒഴിവാക്കുന്നു. എന്നാൽ അതേസമയം അതിന്റെ സ്വഭാവംകൊണ്ടുതന്നെ രണ്ടു വ്യത്യസ്ത വീക്ഷണകോണുകളിൽനിന്നു പരിഗണിക്കാവുന്ന ഒരു ദ്വിമുഖപ്രക്രിയയാണ് അത്. അതിനെ ഒട്ടാകെ മനസിലാക്കണമെങ്കിൽ, മൊത്തം ഫലം തിട്ടപ്പെടുത്തുന്നതിനുമുമ്പ് അതിനെ ഒന്നിനു പുറകെ ഒന്നായി ഇരുവീക്ഷണകോണുകളിൽനിന്നും പരിശോധിക്കേണ്ടതുപോലും ആവശ്യമാണ്. എന്നാൽ നാം ഒന്നിനെതിരായി മറ്റൊരു നിലപാടിനെ മാത്രം കേവലമായി പരിഗണിച്ചുകൊണ്ട് അതിൽ ഏകപക്ഷീയമായി മുറുകെപ്പിടിപ്പിക്കുകയോ നമ്മുടെ വാദമുഖങ്ങളുടെ നൈമിഷികാവശ്യമനുസരിച്ച് ഒന്നിൽനിന്നു മറ്റേതിലേക്ക് തോന്നിയതുപോലെ എടുത്തുചാടുകയോ ചെയ്താൽ അതിഭൗതികവാദപരമായ ചിന്തയുടെ ഏകപക്ഷീയതയിൽ നാം കുടുങ്ങിക്കിടക്കുകയേയുള്ളു. പരസ്പരബന്ധം നമ്മുടെ കണ്ണിൽപ്പെടുകയില്ല. നമ്മൾ ഒന്നിനു പുറകെ ഒന്നായി ഓരോ വൈരുധ്യങ്ങളിൽ ചെന്നുചാടും.

ഉത്തേജകത്തകിടുകൾ ബാറ്ററിയിലെ ദ്രാവകങ്ങളിൽ മുക്കിയ ഉടനെ, അതായത് രാസപരിവർത്തനങ്ങൾ വൈദ്യുതോത്തേജനത്തിന്റെ ശക്തിയിൽ എന്തെങ്കിലും മാറ്റം വരുത്തുന്നതിനുമുമ്പ്, ഗാൽവനോമീറ്ററിന്റെ സൂചിക്കുണ്ടാവുന്ന പ്രാരംഭവ്യതിചലനം "ബദ്ധപരിപഥത്തിലെ വിദ്യുത്ചാലകബലങ്ങളുടെ ആകെത്തുകയുടെ മാനദണ്ഡമാണെ"ന്നാണ് വിഡെമന്റെ അഭിപ്രായമെന്ന് മുകളിൽ നാം കണ്ടു.

വിദ്യുത്ചാലകബലമെന്നു പറയപ്പെടുന്നതിനെ ഇതുവരെ നാം മനസിലാക്കിയത് ഊർജത്തിന്റെ ഒരു രൂപമെന്ന നിലയ്ക്കാണ്. നമ്മുടെ ദൃഷ്ടാന്തത്തിൽ രാസ ഊർജത്തിൽനിന്നാണ് അതിന്റെ ഒരു തുല്യ പരിമാണം ഉൽപ്പാദിപ്പിക്കപ്പെട്ടത്. പ്രക്രിയയുടെ അനന്തരഗതിയിൽ അത് തുല്യപരിമാണങ്ങളിലുള്ള ചൂടായും പിണ്ഡചലനമായും മറ്റും പിന്നെയും മാറ്റപ്പെട്ടു. എന്നിട്ടിതാ നാം പെട്ടെന്ന് അറിയുന്നു, രാസപരിവർത്തനങ്ങളാൽ ഈ ഊർജം പുറത്തുവിടപ്പെടുന്നതിന് മുമ്പുതന്നെ "ബദ്ധപരിപഥത്തിലെ വിദ്യുത്ചാലകബലങ്ങളുടെ ആകെത്തുക" നിലവിലുണ്ടെന്ന്. അതായത് വിദ്യുത്ചാലകബലമെന്നത് ഒരു സമയമാത്രയിൽ രാസ ഊർജത്തിന്റെ ഒരു നിശ്ചിതപരിമാണത്തെ സ്വതന്ത്രമാക്കാനും അതിനെ വൈദ്യുതചലനമാക്കി മാറ്റാനുമുള്ള ഒരു നിശ്ചിത ബാറ്ററിയുടെ കഴിവല്ലാതെ മറ്റൊന്നുമല്ലെന്നർഥം. മുമ്പ് വൈദ്യുതപൃഥക്കരണബലത്തെപ്പോ

ലെതന്നെ ഇവിടെ വിദ്യുത്ചാലകബലവും പ്രത്യക്ഷപ്പെടുന്നത് ഊർജ ത്തിന്റെ ഒരൊറ്റ സ്ഫുലിംഗംപോലുമടങ്ങാത്ത ഒരു ബലമായിട്ടാണ്. അങ്ങനെ "വിദ്യുത്ചാലകബലം" എന്നതുകൊണ്ട് വിഡെമൻ മനസി ലാക്കുന്നത് തികച്ചും വ്യത്യസ്തമായ രണ്ടു കാര്യങ്ങളാണ്: ഒരുവശ ത്ത്, രാസഊർജത്തിന്റെ ഒരു നിശ്ചിതപരിമാണത്തെ പുറത്തുവിടാനും അതിനെ വൈദ്യുതചലനമാക്കിമാറ്റാനുള്ള ബാറ്ററിയുടെ കഴിവ്; മറുവ ശത്ത്, ഇങ്ങനെ ഉൽപ്പാദിപ്പിക്കപ്പെടുന്ന വൈദ്യുതചലനത്തിന്റെതന്നെ പരിമാണം. രണ്ടും പരസ്പരം ആനുപാതികമാണെന്നും ഒന്നു മറ്റേതിന്റെ മാനദണ്ഡമാണെന്നുമുള്ള വസ്തുത അവ തമ്മിലുള്ള വ്യത്യാസത്തെ ഇല്ലാതാക്കുന്നില്ല. ഒരു ബാറ്ററിയിലെ രാസപ്രവർത്തനം, അതിൽ ഉൽപ്പാ ദിപ്പിക്കപ്പെടുന്ന വിദ്യുച്ഛക്തിയുടെ പരിമാണം, അതിൽനിന്ന് പരിപഥത്തിൽ ഉളവാകുന്ന ചൂട് എന്നിവ (വേറെ പ്രവൃത്തിയൊന്നും നടക്കുന്നില്ലെങ്കിൽ) പരസ്പരം ആനുപാതികമാണെന്നു മാത്രമല്ല, തുല്യംപോലുമാണ്. എന്നു വച്ച് അവ തമ്മിലുള്ള വ്യത്യാസം ഇല്ലാതാകുന്നില്ല. നിശ്ചിത വ്യാസ ത്തോടുകൂടിയ സിലിണ്ടറും പിസ്റ്റന്റെ നിശ്ചിതനീക്കവും വച്ചുകൊണ്ട് ലഭ്യമായ ചൂടിൽനിന്ന് യാന്ത്രികചലനത്തിന്റെ ഒരു നിശ്ചിതപരിമാണം ഉൽപ്പാദിപ്പിക്കാനുള്ള ഒരു ആവിയന്ത്രത്തിന്റെ കഴിവ് ആ യാന്ത്രികചല നത്തിന് എത്രതന്നെ ആനുപാതികമാണെങ്കിലും അതിൽനിന്നു തികച്ചും വ്യത്യസ്തമായിട്ടുള്ള ഒന്നാണ്. പ്രകൃതിശാസ്ത്രത്തിൽ ഊർജസംരക്ഷ ണത്തെപ്പറ്റി ആരും മിണ്ടാതിരുന്ന ഒരു കാലത്ത് ഇത്തരം സംസാരരീതി സഹിക്കാമായിരുന്നെങ്കിലും ആ മൗലികനിയമം അംഗീകരിക്കപ്പെട്ടതി നുശേഷം ഏതെങ്കിലും രൂപത്തിലുള്ള യഥാർഥവും സജീവവുമായ ഊർജത്തേയും പുറത്തുവിടപ്പെടുന്ന ഊർജത്തിന് ആ രൂപം നൽകാ നുള്ള ഏതെങ്കിലും ഉപകരണത്തിന്റെ കഴിവിനെയും കൂട്ടിക്കുഴയ്ക്കാൻ പാടില്ലാത്തതാണ്. വൈദ്യുതപൃഥക്കരണബലത്തിന്റെ കാര്യത്തിൽ ബല ത്തെയും ഊർജത്തെയും കൂട്ടിക്കുഴച്ചതിന്റെ ഒരു അനുബന്ധമാണ് ഈ കൂട്ടിക്കുഴച്ചിൽ. ഈ രണ്ടു ആശയക്കുഴപ്പങ്ങളും കറന്റിനെക്കുറിച്ചുള്ള വിഡെമന്റെ പരസ്പരവിരുദ്ധങ്ങളായ മൂന്ന് വിശദീകരണങ്ങൾക്ക് സമ ഞ്ജസമായ ഒരു പശ്ചാത്തലമൊരുക്കുന്നു. അവസാന വിശകലനത്തിൽ "വിദ്യുത്ചാലകബല"മെന്നു പറയപ്പെടുന്നതിനെ സംബന്ധിച്ച് അദ്ദേഹ ത്തിന്റെ എല്ലാ തെറ്റുകളുടെയും ആശയക്കുഴപ്പങ്ങളുടെയും അടിയിലു ള്ളത് അവയാണ്.

രാസപ്രവർത്തനവും വിദ്യുച്ഛക്തിയും തമ്മിലുള്ള പ്രത്യേക അന്യോ ന്യക്രിയയെ മുകളിൽ പരിശോധിക്കുകയുണ്ടായല്ലോ. അതുകൂടാതെ അവയ്ക്ക് പൊതുവായി രണ്ടാമതൊരു സംഗതി കൂടിയുണ്ട്. അതും ഈ രണ്ടു ചലനരൂപങ്ങൾ തമ്മിലുള്ള അടുപ്പത്തെ സൂചിപ്പിക്കുന്നു. അപ്രത്യ ക്ഷമാകുമ്പോൾ മാത്രമേ രണ്ടിനും നിലനിൽക്കാൻ കഴിയൂ. രാസപ്രക്രി യയ്ക്ക് വിധേയമായ അണുക്കളുടെ ഓരോ ഗ്രൂപ്പിനും അത് സംഭവിക്കു ന്നത് പെട്ടെന്നാണ്. അതിൽ തുടർച്ചയായി പ്രവേശിക്കുന്ന പുതിയ സാ

മഗ്രികളുടെ സാന്നിധ്യമുണ്ടെങ്കിലേ അതിനെ നീട്ടിക്കൊണ്ടുപോകാൻ കഴിയൂ. വൈദ്യുതചലനത്തെ സംബന്ധിച്ചും ഇതു ശരിയാണ്. മറ്റേതെങ്കിലും ചലനരൂപത്തിൽനിന്ന് അത് ഉൽപ്പാദിപ്പിക്കപ്പെടേണ്ട താമസം, അത് ഉടൻതന്നെ മൂന്നാമതൊരു രൂപമായി മാറ്റപ്പെടുന്നു. രൂപാന്തരണമുളവാക്കാൻ പറ്റിയ ഊർജത്തിന്റെ നിരന്തരമായ പ്രവാഹത്തിനു മാത്രമേ അവിരതധാര ഉൽപ്പാദിപ്പിക്കാൻ കഴിയൂ. ആ ധാരയിലാകട്ടെ, ഓരോ നിമിഷത്തിലും ചലനത്തിന്റെ പുതിയ പരിമാണങ്ങൾ വിദ്യുച്ഛക്തിയുടെ രൂപം ആർജിക്കുകയും വീണ്ടും അതു വെടിയുകയും ചെയ്യുന്നു.

രാസപ്രവർത്തനവും വൈദ്യുതപ്രവർത്തനവും തമ്മിൽ അങ്ങോട്ടുമിങ്ങോട്ടുമുള്ള ഈ ഉറ്റ ബന്ധത്തെക്കുറിച്ചുള്ള ധാരണ ഇരു ഗവേഷണമണ്ഡലങ്ങളിലും സുപ്രധാനങ്ങളായ നേട്ടങ്ങൾക്ക് വഴിതെളിക്കുന്നതാണ്. അത്തരത്തിലുള്ള ഒരു ധാരണ കൂടുതൽ കൂടുതൽ വ്യാപകമായി വരികയാണ്. പുതുക്കപ്പെട്ട രൂപത്തിൽ വിദ്യുത് - രാസസിദ്ധാന്തത്തിന്റെ പുനരുത്ഥാനം ആസന്നമാണെന്ന് രസതന്ത്രജ്ഞരുടെ കൂട്ടത്തിൽ ലോതർ മെയ്യറും അദ്ദേഹത്തെത്തുടർന്ന് കെക്കുലേയും തുറന്നുപറഞ്ഞിട്ടുണ്ട്. ബാറ്ററിയിലേയും വൈദ്യുതാപഘടനസെല്ലിലേയും രാസപ്രക്രിയകളിൽ സൂക്ഷ്മമായി ശ്രദ്ധപതിപ്പിച്ചാൽ മാത്രമേ തങ്ങളുടെ ശാസ്ത്രത്തിന് പഴയ പാരമ്പര്യങ്ങളുടെ ഇടുക്കുവഴിയിൽനിന്ന് പുറത്തുകടക്കാൻ കഴിയൂ എന്ന് വൈദ്യുതശാസ്ത്രജ്ഞന്മാർക്കും അവസാനം ബോധ്യമായതുപോലെ തോന്നുന്നു. വിശേഷിച്ചും എഫ് കൊൽറൗഷിന്റെ ഏറ്റവും പുതിയ കൃതികൾ അതാണ് സൂചിപ്പിക്കുന്നത്.

കാലഹരണപ്പെട്ട ശാസ്ത്രീയനിലപാടിൽനിന്ന് യാതൊരു നിയന്ത്രണവുമില്ലാതെ നടത്തപ്പെട്ട പരമ്പരാഗതങ്ങളായ എല്ലാ പരീക്ഷണങ്ങളേയും രാസികമായി സൂക്ഷ്മമായ ഒരു പൊതു പുനഃപരിശോധനയ്ക്ക് വിധേയമാക്കുകയും ഊർജരൂപാന്തരണങ്ങളെ സശ്രദ്ധം കണക്കിലെടുക്കുകയും തെളിയിക്കുകയും വിദ്യുച്ഛക്തിയെ സംബന്ധിച്ച പരമ്പരാഗതങ്ങളായ എല്ലാ സൈദ്ധാന്തികധാരണകളും പരിത്യജിക്കുകയുമാണ് ഗാൽവനിസത്തിന്റെ സിദ്ധാന്തത്തിനും അതിന് ആനുഷംഗികമായി കാന്തശക്തിയുടെയും സ്ഥൈതികവിദ്യുച്ഛക്തിയുടെയും സിദ്ധാന്തത്തിനും ഉറച്ച ഒരു അടിത്തറ നൽകാനുള്ള ഒരേയൊരു വഴിയെന്ന കാര്യത്തിൽ സംശയമില്ല.

കുരങ്ങിൽനിന്ന് മനുഷ്യനിലേക്കുള്ള പരിവർത്തനത്തിൽ അധ്വാനം വഹിച്ച പങ്ക്[105]

അധ്വാനമാണ് എല്ലാ സമ്പത്തിന്റേയും ഉറവിടമെന്ന് അർഥശാസ്ത്രജ്ഞന്മാർ വാദിക്കാറുണ്ട്. പ്രകൃതി കഴിഞ്ഞാൽപ്പിന്നെ അതാണ് താനും യഥാർഥത്തിൽ ഉറവിടം. പ്രകൃതിയിൽനിന്ന് ലഭിക്കുന്ന സാമഗ്രികളെയാണ് അത് സമ്പത്തായി മാറ്റുന്നത്. എന്നാൽ അതിലും എത്രയോ കവിഞ്ഞ ഒന്നാണത്. മനുഷ്യന്റെ മുഴുവൻ നിലനിൽപ്പിനുതന്നെയുള്ള പ്രാഥമികമായ മൗലികോപാധിയാണത് – അതും, അധ്വാനമാണ് മനുഷ്യനെത്തന്നെ സൃഷ്ടിച്ചിട്ടുള്ളതെന്ന് നമുക്ക് ഒരർഥത്തിൽ പറയേണ്ടിവരുന്ന പരിധിവരെ.

ലക്ഷോപലക്ഷം സംവത്സരങ്ങൾക്കുമുമ്പ് – ഇനിയും ഖണ്ഡിതമായി നിർണയിച്ചുകഴിഞ്ഞിട്ടില്ലാത്തതും ഭൂമിയുടെ ചരിത്രത്തിലെ തൃതീയകാലം (tertiary period) എന്ന് ഭൂവിജ്ഞാനികൾക്കിടയിൽ അറിയപ്പെടുന്നതുമായ കാലഘട്ടത്തിൽ – മിക്കവാറും അതിന്റെ അവസാനദശയിൽ, ഉഷ്ണമേഖലയിലെവിടെയോ, ഒരുപക്ഷേ ഇന്ത്യൻമഹാസമുദ്രത്തിന്റെ അടിയിലേക്ക് മുങ്ങിമറഞ്ഞ മഹാഭൂഖണ്ഡത്തിൽ, വിശേഷിച്ചും വളരെയേറെ വികാസം സിദ്ധിച്ചിട്ടുള്ള മനുഷ്യക്കുരങ്ങുകളുടെ ഒരു വർഗം ജീവിച്ചിരുന്നു. നമ്മുടെ ഈ പൂർവികന്മാരുടെ ഒരേകദേശവിവരണം ഡാർവിൻ നമുക്ക് തന്നിട്ടുണ്ട്. അവയുടെ ദേഹമാസകലം രോമംകൊണ്ട് മൂടിയിരുന്നു. അവയ്ക്ക് താടിയും കൂർത്ത ചെവികളുമുണ്ടായിരുന്നു. മരങ്ങളുടെ മുകളിൽ കൂട്ടംകൂട്ടമായിട്ടാണ് അവ ജീവിച്ചത്.[106]

ചാടിക്കയറ്റം കൈകൾക്കും കാലുകൾക്കും ഭിന്നമായ ജോലികൾ നൽകുന്നു. നിരപ്പുള്ള തറയിലൂടെ നീങ്ങുകയെന്നത് അവയുടെ ജീവിതരീതിക്കാവശ്യമായി വന്നപ്പോൾ ഈ കുരങ്ങുകൾ കൈകൾ (നടക്കുമ്പോൾ) ഉപയോഗിക്കുകയെന്ന ശീലത്തിൽനിന്നു ക്രമേണ വിട്ടുപോരു

കയും കൂടുതൽ കൂടുതൽ നിവർന്നുനിൽക്കുന്ന നില കൈക്കൊള്ളുകയുംചെയ്തു. കുരങ്ങിൽനിന്ന് മനുഷ്യനിലേക്കുള്ള നിർണായകമായ ചുവടുവയ്പ് ഇതായിരുന്നു.

ഇന്ന് നിലവിലുള്ള എല്ലാ മനുഷ്യക്കുരങ്ങുകൾക്കും നിവർന്നു നിൽക്കാനും പാദങ്ങളിന്മേൽമാത്രം നടക്കാനും കഴിയും – അത്യാവശ്യ സന്ദർഭങ്ങളിലും വളരെ അവിദഗ്ധമായിട്ടാണെന്നുമാത്രം. കൈകൾ ഉപയോഗിച്ചുകൊണ്ടുള്ള പാതിനിവർന്ന നിലയിലാണ് അവയുടെ സ്വാഭാവികമായ നടപ്പുരീതി. അവയിൽ ഭൂരിപക്ഷവും കൈവിരൽമുട്ടുകൾ നിലത്തുചേർത്തുവച്ച്, കാലുകൾ നിവർത്തിപ്പിടിച്ച്, നീണ്ട കൈകളുപയോഗിച്ച് മുന്നോട്ടായുന്നു – ഏറെക്കുറെ, ഒരു മുടന്തൻ ഊന്നുവടികളിൽ നടക്കുംപോലെ. പൊതുവിൽ പറഞ്ഞാൽ, കൈകാലുകൾ കുത്തിയുള്ള നടപ്പുതൊട്ട് രണ്ടു കാലുകളിന്മേലുള്ള നടപ്പുവരെയുള്ള പരിവർത്തന ദശകളെല്ലാംതന്നെ ഇന്നത്തെ കുരങ്ങുകളിലും കണ്ടെത്താൻ കഴിയും. എന്നാൽ അവസാനം പറഞ്ഞ നടത്ത, അവയിലൊന്നിലുംതന്നെ, ഒരിക്കലും ഒരു താൽക്കാലികാവസ്ഥയെന്നതിനപ്പുറം പോയിട്ടില്ല.

നമ്മുടെ രോമാവൃതരായ പൂർവികന്മാർക്കിടയിൽ നിവർന്നുള്ള നടത്ത ആദ്യം ഒരു സാമാന്യനിയമവും പിന്നീട് ആവശ്യവുമായിത്തീർന്നെങ്കിൽ ആ സമയത്ത് മറ്റു പലതരം ജോലികളും കൈകൾക്ക് ചെയ്യേണ്ടിവന്നുവെന്നത് യുക്തിയുക്തം മാത്രമാണ്. കുരങ്ങുകളിൽത്തന്നെ കൈകളുടെയും കാലുകളുടെയും ഉപയോഗങ്ങൾ തമ്മിൽ വ്യത്യാസമുണ്ട്. നേരത്തെ പറഞ്ഞതുപോലെ, ചാടിക്കയറ്റത്തിൽ കൈകൾക്കും കാലുകൾക്കും ഭിന്നമായ ഉപയോഗങ്ങളാണുള്ളത്. താണതരം സസ്തനികൾ മുൻകാലുകൾ ഉപയോഗിക്കുന്നതുപോലെതന്നെ ഭക്ഷണം എടുക്കാനും പിടിക്കാനുംവേണ്ടിയാണ് കുരങ്ങുകൾ കൈകൾ മുഖ്യമായും ഉപയോഗിക്കുന്നത്. പല കുരങ്ങുകളും മരങ്ങളിൽ കൂടുകെട്ടാനോ കാലാവസ്ഥയിൽനിന്ന് രക്ഷനേടാൻ മരക്കൊമ്പുകൾക്കിടയിൽ മേൽക്കൂര പണിയാൻപോലുമോ കൈകളുപയോഗിക്കാറുണ്ട് – ഉദാഹരണത്തിന് ചിംപൻസി. അവ ശത്രുക്കളെ ചെറുക്കാൻ വടിയെടുത്ത് കൈകളിൽ പിടിക്കുന്നു. കൈകൾകൊണ്ട് കായ്കനികളും കല്ലുകളും ശത്രുക്കളുടെ നേരെ എറിയുന്നു. ബന്ധനാവസ്ഥയിൽ അവ മനുഷ്യരെ അനുകരിച്ചുകൊണ്ടുള്ള പല ലഘുകൃത്യങ്ങളും കൈകൊണ്ട് ചെയ്യുന്നു. മനുഷ്യനോട് ഏറ്റവുമധികം സാമ്യമുള്ള കുരങ്ങുകളുടെ അവികസിതമായ കൈയും ലക്ഷോപലക്ഷം വർഷങ്ങളായുള്ള അധ്വാനത്താൽ അങ്ങേയറ്റം പൂർണതപ്രാപിച്ച മനുഷ്യന്റെ കൈയും തമ്മിലുള്ള വമ്പിച്ച അന്തരം നമ്മൾ കാണുന്നത് ഇതിലാണ്. എല്ലുകളുടെയും മാംസപേശികളുടെയും എണ്ണവും പൊതുവായ ക്രമവും രണ്ടിലും ഒന്നുതന്നെയാണ്. പക്ഷേ, ഏറ്റവും താഴേക്കിടയിലുള്ള കാടന്റെ കൈയ്ക്കുപോലും ഒരു കുരങ്ങിന്റെ കൈയ്ക്ക് അനുകരിക്കാൻ കഴിയാത്ത നൂറുകണക്കിന് പ്രവൃത്തികൾ

ചെയ്യാൻ കഴിയും. ഒരൊറ്റ കുരങ്ങുകൈയും ഏറ്റവും പ്രാകൃതമായ കൽക്കത്തിപോലും രൂപപ്പെടുത്തിയെടുത്തിട്ടില്ല.

കുരങ്ങിൽനിന്ന് മനുഷ്യനിലേക്കുള്ള പരിവർത്തനത്തിന്റെ അനേകായിരം വർഷങ്ങൾക്കിടയിൽ നമ്മുടെ പൂർവികന്മാർ തങ്ങളുടെ കൈയുപയോഗിച്ച് ചെയ്യാൻ ക്രമേണ പഠിച്ച ആദ്യത്തെ പ്രവൃത്തികൾ വളരെ ലളിതമായവ ആയിരുന്നിരിക്കാനേ തരമുള്ളൂ. ഏറ്റവും താണതരം കാടന്മാർ — കൂടുതൽ സദൃശമായ അവസ്ഥയിലേക്ക് പിൻവാങ്ങിയിട്ടുണ്ടെന്നും അതോടൊപ്പം കായികമായി അധഃപതിച്ചിട്ടുണ്ടെന്നും നമുക്ക് അനുമാനിക്കാവുന്നവർപോലും — ഈ പരിവർത്തനജീവികളെക്കാൾ എത്രയോ ഉയർന്നാണ് നിലകൊള്ളുന്നത്. മനുഷ്യന്റെ കൈകൾക്ക് ആദ്യത്തെ തീക്കല്ലിൽനിന്നും ഒരു കത്തി രൂപപ്പെടുത്തിയെടുക്കാൻ കഴിയുന്നതിനുമുമ്പ് കടന്നുപോയിരിക്കാനിടയുള്ള കാലഘട്ടവുമായി തട്ടിച്ചുനോക്കുമ്പോൾ നമുക്കറിയാവുന്ന ചരിത്രകാലഘട്ടം നിസ്സാരമായിതോന്നുന്നു. പക്ഷേ, നിർണായകമായ ചുവട് വച്ചുകഴിഞ്ഞു. കൈ സ്വതന്ത്രമായിക്കഴിഞ്ഞു. മേലിൽ അതിന് കൂടുതൽ നിപുണത നേടാൻ കഴിയും. ഇങ്ങനെ സമ്പാദിച്ച കൂടുതൽ വഴക്കം തലമുറതലമുറയായി പരമ്പരയാ ലഭിക്കുകയും വർധിച്ചു വരികയും ചെയ്തു.

അങ്ങനെ കൈ അധ്വാനത്തിനുള്ള ഉപകരണം മാത്രമല്ല, അധ്വാനത്തിന്റെ സന്തതി കൂടിയാണ്. അധ്വാനം, പുതിയ പുതിയ പ്രവൃത്തികളുമായുള്ള പൊരുത്തപ്പെടുത്തൽ, മാംസപേശികളുടെയും സ്നായുക്കളുടെയും അവയെക്കാൾ ദീർഘകാലംകൊണ്ട് വിശേഷവളർച്ചയെത്തിയ അസ്ഥികളുടെയും പരമ്പരാഗതമായ ലബ്ധി, പരമ്പരാസിദ്ധമായ ഈ ചാതുര്യത്തെ കൂടുതൽ കൂടുതൽ സങ്കീർണങ്ങളായ പ്രവൃത്തികളിൽ ആവർത്തിച്ച് പ്രയോഗിക്കൽ - ഇങ്ങനെയാണ് റാഫേലിന്റെ ചിത്രങ്ങൾക്കും തൊർവാൽഡ്സെന്റെ പ്രതിമകൾക്കും പഗനീനിയുടെ സംഗീതത്തിനും പിറവിനൽകാനാവശ്യമായത്ര ഉയർന്ന തോതിൽ പൂർണത നേടാൻ മനുഷ്യഹസ്തത്തിന് കഴിഞ്ഞത്.

എന്നാൽ കൈ തനിച്ച് നിലനിൽക്കുകയായിരുന്നില്ല. അവിഭക്തവും അത്യന്തം സങ്കീർണവുമായ ശരീരത്തിലെ ഒരു അവയവം മാത്രമായിരുന്നു അത്. കൈയ്ക്ക് പ്രയോജനപ്പെട്ടത് ശരീരത്തിനൊട്ടാകെയും പ്രയോജനപ്പെട്ടു. രണ്ടു വിധത്തിലാണ് അത് പ്രയോജനപ്പെട്ടത്.

ഒന്നാമത്, വളർച്ചയുടെ സഹസംബന്ധനിയമമെന്ന് ഡാർവിൻ വിശേഷിപ്പിച്ച നിയമം ശരീരത്തിന് പ്രയോജനപ്പെട്ടു. ഒരു ജൈവവസ്തുവിന്റെ വെവ്വേറെ ഭാഗങ്ങളുടെ വിശേഷവൽക്കൃതരൂപങ്ങൾ അവയുമായി പ്രത്യക്ഷത്തിൽ യാതൊരു ബന്ധവുമില്ലാത്ത മറ്റു ഭാഗങ്ങളുടെ നിശ്ചിതരൂപങ്ങളുമായി എപ്പോഴും ബന്ധപ്പെട്ടിരിക്കുമെന്നതാണ് ആ നിയമം. ഉദാഹരണത്തിന്, കോശകേന്ദ്രങ്ങളില്ലാത്ത അരുണരക്തകോശങ്ങളുള്ളവയും ശിരസ് ഇരട്ടസന്ധികൾ (അസ്ഥികന്ദങ്ങൾ) വഴി പ്രഥമകശേരുകയോടു ബന്ധിക്കപ്പെട്ടിട്ടുള്ളവയുമായ എല്ലാ ജന്തുക്കൾക്കും ഒന്നൊഴി

യാതെ കുഞ്ഞുങ്ങളെ പാലൂട്ടാനുള്ള ക്ഷീരഗ്രന്ഥികളുണ്ട്. അതേപോലെതന്നെ, ഇരട്ടക്കുളമ്പുകളുള്ള സസ്തനികൾക്ക് അയവിറക്കാനുള്ള ബഹുലോദരം എപ്പോഴുമുണ്ടായിരിക്കും. ചില നിശ്ചിതരൂപങ്ങളിലുള്ള മാറ്റങ്ങൾ ശരീരത്തിന്റെ മറ്റു ഭാഗങ്ങളിൽ രൂപഭേദങ്ങൾക്കിടവരുത്തുന്നു. അവ തമ്മിലുള്ള ബന്ധം വിശദീകരിക്കാൻ നമുക്കിനിയും കഴിഞ്ഞിട്ടില്ലെങ്കിലും ഇത് സത്യമാണ്. തനിവെള്ളനിറവും നീലക്കണ്ണുകളുമുള്ള പൂച്ചകൾ എല്ലായ്പ്പോഴുംതന്നെ — അഥവാ ഏതാണ്ടെല്ലായ്പ്പോഴുംതന്നെ – ചെവി കേൾക്കാത്തവയാണ്. മനുഷ്യഹസ്തത്തിന്റെ ക്രമേണ വർധിച്ചുവന്ന പൂർണതയും തദനുരൂപമായി നിവർന്ന നടത്തയ്ക്കുള്ള പാദങ്ങളുടെ പൊരുത്തപ്പെടലും ഇത്തരം സഹസംബന്ധത്തിന്റെ ഫലമായി ജൈവഘടനയുടെ ഇതരഭാഗങ്ങളിലും പ്രതികരണമുളവാക്കി. ഈ പ്രവർത്തനം ഇനിയും വേണ്ടത്ര പരിശോധനാവിധേയമായിട്ടില്ലാത്തതുകൊണ്ട് ഇക്കാര്യം സാമാന്യമായി പറയാമെന്നതിൽക്കവിഞ്ഞൊന്നും നമുക്കിവിടെ സാധ്യമല്ല.

കൈയുടെ വളർച്ച ശരീരത്തിന്റെ ഇതരഭാഗങ്ങളിന്മേൽ തിരിച്ചങ്ങോട്ട് ചെലുത്തുന്ന നേരിട്ടുള്ള, തെളിയിച്ചുകാട്ടാവുന്ന, സ്വാധീനം ഇതിലും എത്രയോ പ്രധാനമാണ്. നമ്മുടെ വാനരപൂർവികന്മാർ പറ്റം ചേർന്നാണ് ജീവിച്ചതെന്നു നേരത്തെ പറഞ്ഞല്ലോ. ജന്തുക്കളിൽവച്ച് ഏറ്റവുമധികം സംസർഗപ്രിയനായ മനുഷ്യന്റെ ഉൽപ്പത്തി, തൊട്ടുമുമ്പുണ്ടായിരുന്ന പറ്റം ചേരാത്ത പൂർവികന്മാരിൽ കണ്ടെത്താൻ സാധ്യമല്ലെന്ന് സ്പഷ്ടമാണ്. പ്രകൃതിയെ വരുതിയിലാക്കിത്തുടങ്ങിയത് കൈയുടെ വളർച്ചയോടെയാണ്, അധ്വാനത്തോടെയാണ്. ഓരോ പുതിയ മുന്നേറ്റത്തിലും അത് മനുഷ്യന്റെ ചക്രവാളത്തെ വികസിപ്പിച്ചു. പ്രകൃതിവസ്തുക്കളിൽ അവൻ അതേവരെ അജ്ഞാതമായിരുന്ന പുതിയ ഗുണവിശേഷങ്ങൾ നിരന്തരം കണ്ടെത്തിക്കൊണ്ടിരുന്നു. മറുവശത്ത്, പരസ്പരപിന്തുണയുടെയും കൂട്ടായ പ്രവർത്തനത്തിന്റെയും സന്ദർഭങ്ങൾ വർധിപ്പിച്ചുകൊണ്ടും ആ കൂട്ടായ പ്രവർത്തനംകൊണ്ടുള്ള മെച്ചം ഓരോ വ്യക്തിക്കും വ്യക്തമാക്കിക്കൊടുത്തുകൊണ്ടും അധ്വാനത്തിന്റെ വികാസം സമൂഹാംഗങ്ങളെ പരസ്പരം കൂടുതലടുപ്പിക്കാൻ അവശ്യമായും സഹായിച്ചു. ചുരുക്കത്തിൽ, വളർന്നുകൊണ്ടിരുന്ന മനുഷ്യൻ പരസ്പരം പറയാൻ കാര്യമുണ്ട് എന്ന അവസ്ഥയിൽ എത്തിച്ചേർന്നു. ആവശ്യം അവയവത്തെ സൃഷ്ടിച്ചു. കുരങ്ങിന്റെ അവികസിത കണ്ഠം സ്വരക്രമീകരണത്താൽ മന്ദമായിട്ടാണെങ്കിലും സുനിശ്ചിതമായി രൂപാന്തരപ്പെട്ട് കൂടുതൽ വികസിതമായ ക്രമീകരണത്തെ നിരന്തരം ഉളവാക്കി. വായിലെ അവയവങ്ങൾ സ്പഷ്ടമായ ശബ്ദങ്ങൾ ഒന്നിനൊന്നു പുറകേ ഉച്ചരിക്കാൻ ക്രമേണ ശീലിച്ചു.

അധ്വാനത്തിന്റെ പ്രക്രിയയിൽനിന്നും പ്രക്രിയയിലൂടെയുമാണ് ഭാഷ ഉത്ഭവിച്ചതെന്ന ഈ വിശദീകരണമാണ് ശരിയായിട്ടുള്ള ഒരേയൊരു വിശദീകരണമെന്ന് മൃഗങ്ങളുമായുള്ള താരതമ്യപഠനം തെളിയിക്കുന്നു.

ഏറ്റവും വളർച്ച പ്രാപിച്ച മൃഗങ്ങൾക്കുപോലും അവയ്ക്ക് വേണ്ടുന്ന അൽപ്പമായ ആശയവിനിമയം നടത്താൻ സ്പഷ്ടമായ ഉച്ചാരണത്തിന്റെ ആവശ്യമില്ല. പ്രകൃത്യാവസ്ഥയിൽ ഒരു മൃഗത്തിനും, സംസാരിക്കാനോ മനുഷ്യസംസാരം മനസിലാക്കാനോ ഉള്ള കഴിവുകേട് ഒരു തടസമായി അനുഭവപ്പെടുന്നില്ല. മനുഷ്യൻ അതിനെ ഇണക്കിക്കഴിഞ്ഞാൽ സ്ഥിതി മാറും. മനുഷ്യനായിട്ടുള്ള സമ്പർക്കത്തിന്റെ ഫലമായി പട്ടിയും കുതിരയും അവയുടെ ധാരണാശക്തിയുടെ പരിധിക്കുള്ളിൽ ഏതു ഭാഷ മനസിലാക്കാനും എളുപ്പത്തിൽ പഠിക്കുന്നു. സ്ഫുടമായ സംസാരം കേട്ടു മനസിലാക്കാനുള്ള കഴിവ് അവയിൽ എത്രമാത്രം വളർന്നിരിക്കുന്നു. മാത്രമല്ല, മനുഷ്യനോടുള്ള സ്നേഹം, കൃതജ്ഞത, തുടങ്ങി മുമ്പ് അവയ്ക്ക് അജ്ഞാതമായിരുന്ന വികാരങ്ങൾ അനുഭവപ്പെടാനുള്ള കഴിവും അവ നേടിയിട്ടുണ്ട്. പലപ്പോഴും അവയ്ക്ക് സംസാരിക്കാനുള്ള കഴിവുകേട് ഒരു ന്യൂനതയായി ഇപ്പോൾ അനുഭവപ്പെടുന്നുണ്ടെന്ന് ഇത്തരം മൃഗങ്ങളുമായി വളരെക്കാലം അടുത്തിടപഴകിയിട്ടുള്ള ഏതൊരാൾക്കും ബോധ്യപ്പെടാതിരിക്കാൻ നിവൃത്തിയില്ല. നിർഭാഗ്യവശാൽ, അവയുടെ ശബ്ദാവയവങ്ങൾ ഒരു നിശ്ചിതദിശയിൽ വളരെയേറെ വിശേഷവൽക്കരിക്കപ്പെട്ടുകഴിഞ്ഞതിനാൽ ഈ ന്യൂനത പരിഹരിക്കാൻ ഇനി സാധ്യമല്ല. എങ്കിലും ശബ്ദാവയവങ്ങളുണ്ടെങ്കിൽ ചില പരിധികൾക്കുള്ളിൽ ഈ കഴിവുകേടുപോലും അപ്രത്യക്ഷമാകുന്നു. പക്ഷികളുടെ മുഖാവയവങ്ങൾ മനുഷ്യന്റേതിൽനിന്ന് എത്രയോ വ്യത്യസ്തമാണ്. എന്നിട്ടും പക്ഷികൾമാത്രമാണ്, സംസാരിക്കാൻ പഠിക്കുന്നതിനു കഴിവുള്ള ജന്തുക്കൾ. അങ്ങേയറ്റം അരോചകശബ്ദത്തോടുകൂടിയ തത്തയാണ് കൂട്ടത്തിൽ ഏറ്റവും ഭംഗിയായി സംസാരിക്കുന്നത്. തത്തയ്ക്ക് അതെന്താണുപറയുന്നതെന്ന് മനസിലാകുന്നില്ലെന്ന് ആരും തർക്കിക്കേണ്ട. സംസാരിക്കാനും മനുഷ്യരുമായി ഇടപെടാനുമുള്ള രസംകൊണ്ടുമാത്രം തത്ത മണിക്കൂറുകളടുപ്പിച്ച് ചിലച്ചുകൊണ്ടിരിക്കുമെന്നതും അതിനറിയാവുന്ന വാക്കുകൾ മുഴുവൻ തുരുതുരെ ആവർത്തിച്ചുകൊണ്ടിരിക്കുമെന്നതും ശരിതന്നെ. എന്നാൽ അതിന്റെ ധാരണാശക്തിയുടെ പരിധിക്കുള്ളിൽ അതിന് പറയുന്നതെന്താണെന്ന് മനസിലാക്കാനും പഠിക്കാനും കഴിയും. ശകാരവാക്കുകളുടെ രൂപം കിട്ടത്തക്കവിധത്തിൽ ഒരു തത്തയെ അവ പഠിപ്പിച്ചുനോക്കൂ (ഉഷ്ണമേഖലാ ദിക്കുകളിൽനിന്ന് മടങ്ങിവരുന്ന നാവികരുടെ വലിയൊരു വിനോദമാണിത്). അതിനെ ചൊടിപ്പിച്ചാൽ, ബർലിനിലെ തെരുവുകച്ചവടക്കാരിയോളം തന്നെ കൃത്യമായി ശകാരവാക്കുകളുപയോഗിക്കാൻ അതിനറിയാമെന്ന് നിങ്ങൾക്ക് താമസിയാതെ ബോധ്യപ്പെടും. തീറ്റസാധനങ്ങൾക്ക് കെഞ്ചുന്ന കാര്യത്തിലും ഇതുതന്നെ സ്ഥിതി.

ആദ്യം അധ്വാനം, അതെത്തുടർന്നും പിന്നീട് അതോടൊപ്പവും സ്ഫുടമായ സംസാരം – അങ്ങേയറ്റം അത്യന്താപേക്ഷിതമായ ഈ രണ്ടു ചോദനങ്ങളുടെ സ്വാധീനത്തിലാണ് കുരങ്ങിന്റെ തലച്ചോറ്, അതോട് എത്രതന്നെ സദൃശ്യമെങ്കിലും അതേക്കാൾ എത്രയോ വലുതും തികവുറ്റതുമായ മനുഷ്യന്റെ തലച്ചോറായി ക്രമേണ രൂപാന്തരപ്പെട്ടത്. തല

ച്ചോറിന്റെ വികാസത്തോടൊപ്പം അതിന്റെ ഏറ്റവുമടുത്ത ഉപകരണങ്ങളായ ഇന്ദ്രിയങ്ങളുടെ വികാസവും നടന്നു. സംസാരശേഷിയുടെ ക്രമപ്രവൃദ്ധമായ വികാസത്തോടൊപ്പം ശ്രവണേന്ദ്രിയത്തിന്റെ സംഗതപരിഷ്കരണം അനിവാര്യമായും സംഭവിക്കുന്നുണ്ടെന്നതുപോലെ തന്നെ തലച്ചോറിന്റെ യൊട്ടാകെയുള്ള വികാസത്തോടൊപ്പം എല്ലാ ഇന്ദ്രിയങ്ങളുടെ പരിഷ്കരണവും നടക്കുന്നു. കഴുകന് മനുഷ്യനെക്കാൾ എത്രയോ കൂടുതൽ അകലെ കാണാൻ കഴിയും. പക്ഷേ ഒരു വസ്തുവിൽ കഴുകക്കണ്ണിനെക്കാൾ വളരെക്കൂടുതൽ കാര്യങ്ങൾ മനുഷ്യദൃഷ്ടിക്ക് കാണാൻ കഴിയുന്നുണ്ട്. മനുഷ്യന്റേതിനെക്കാൾ എത്രയോ മൂർച്ചയേറിയതാണ് പട്ടിയുടെ ഘ്രാണശക്തി. പക്ഷേ വ്യത്യസ്തവസ്തുക്കളുടെ സുനിശ്ചിതലക്ഷണങ്ങളായി മനുഷ്യൻ കരുതുന്നതെന്തോ ആ ഗന്ധങ്ങളുടെ നൂറിലൊരംശംപോലും വേർതിരിച്ചറിയാൻ അതിന് കഴിയുന്നില്ല. ഏറ്റവും പ്രാകൃതരൂപത്തിൽ മാത്രം കുരങ്ങിന് കഷ്ടിച്ച് അനുഭവപ്പെടുന്ന സ്പർശനബോധം മനുഷ്യഹസ്തത്തിന്റെ വികാസത്തോടൊപ്പവും അധ്വാനത്തിന്റെ മാധ്യമത്തിലൂടെയും മാത്രമാണ് വികാസം പ്രാപിച്ചത്.

തലച്ചോറിന്റെയും അതോടൊപ്പമുള്ള ഇന്ദ്രിയങ്ങളുടെയും വളർച്ച, വർധമാനമായ ബോധവ്യക്തത, അമൂർത്തീകരണത്തിനും നിഗമനത്തിനുമുള്ള കഴിവ് – ഇവ അധ്വാനത്തിലും ഭാഷയിലും ഉളവാക്കിയ പ്രത്യാഘാതം, രണ്ടിന്റേയും തുടർന്നുള്ള വികാസത്തിന് കൂടുതൽ കൂടുതൽ പ്രചോദനമേകി. മനുഷ്യൻ അവസാനമായി കുരങ്ങിൽനിന്ന് വ്യതിരിക്തനായപ്പോൾ ഈ വളർച്ച അവസാനിച്ചില്ല. മൊത്തത്തിൽ അത് കൂടുതൽ ഊറ്റമേറിയ പുരോഗതി നേടുകയാണ് ചെയ്തത്. ആ പുരോഗതിയുടെ അളവും ഗതിയും വ്യത്യസ്ത ജനതകളിലും വ്യത്യസ്തകാലങ്ങളിലും മാറിക്കൊണ്ടിരുന്നു. പ്രാദേശികമോ താൽക്കാലികമോ ആയ തിരിച്ചടികൾ അതിനെ അങ്ങിങ്ങ് വിഘാതപ്പെടുത്തുകപോലും ചെയ്തു. പൂർണവളർച്ചയെത്തിയ മനുഷ്യന്റെ ആവിർഭാവത്തോടെ രംഗത്തുവന്ന പുതിയൊരു ഘടകം ഒരു ഭാഗത്ത് ഈ വികാസത്തെ സുശക്തമായി മുന്നോട്ട് തള്ളിവിടുകയും മറുഭാഗത്ത് കൂടുതൽ സുനിശ്ചിതമായ ദിശകളിലൂടെ അതിനെ നയിച്ചുകൊണ്ടുപോവുകയും ചെയ്തു. അതാണ് സമൂഹം. മരംചാടിക്കുരങ്ങുകളുടെ കൂട്ടത്തിൽനിന്ന് മനുഷ്യസമൂഹം രൂപമെടുക്കുന്നതിനുമുമ്പ് തീർച്ചയായും ലക്ഷോപലക്ഷം സംവത്സരങ്ങൾ കടന്നുപോയി. (മനുഷ്യജീവിതത്തിൽ ഒരു നിമിഷത്തിനുള്ളിൽ കവിഞ്ഞൊരു പ്രാധാന്യം ഭൂമിയുടെ ചരിത്രത്തിൽ ഇതിനില്ല.*) എങ്കിലും അത് അവസാനം ആവിർഭവിക്കുകതന്നെ ചെയ്തു. കുരങ്ങിൻകൂട്ടവും മനുഷ്യസമൂഹവും തമ്മിലുള്ള സവിശേഷവ്യത്യാസം എന്താണെന്നാണ്

---

* സസ്യങ്ങൾക്കും ജന്തുക്കൾക്കും ജീവിക്കാൻ സാധ്യമാകത്തക്കവണ്ണം ഭൂമി തണുത്തിട്ട് പത്തുകോടി വർഷങ്ങളിൽ അൽപ്പം കൂടുതൽ ആയിട്ടുണ്ടെന്നാണ് ഈ വിഷയത്തിൽ ഒരു പ്രാമാണികനായ സർ വില്യം തോംസൺ കണക്കാക്കിയിട്ടുള്ളത്. (എംഗൽസിന്റെ കുറിപ്പ്)

നാം വീണ്ടും കാണുന്നത്? അധ്വാനം. ഭൂമിശാസ്ത്രപരമായ സാഹചര്യങ്ങളിലോ അയൽപക്കത്തെ പറ്റങ്ങളുടെ ചെറുത്തുനിൽപ്പിനാലോ നിർണയിക്കപ്പെട്ടിട്ടുള്ള തീറ്റിസ്ഥലങ്ങളിൽ തിന്നുനടക്കുന്നതുകൊണ്ട് കുരങ്ങിൻകൂട്ടം തൃപ്തിപ്പെട്ടു. പുതിയ തീറ്റിസ്ഥലങ്ങൾ നേടിയെടുക്കാൻ അത് പ്രവാസങ്ങളും സമരങ്ങളും നടത്തി. മലവിസർജനംവഴി അറിയാതെ മണ്ണിനെ ഫലഭൂയിഷ്ഠമാക്കിയെന്നതൊഴിച്ചാൽ അതിന് ആ സ്ഥലങ്ങളിൽനിന്ന് പ്രകൃതിസിദ്ധമായതിൽ കവിഞ്ഞെന്തെങ്കിലും ഈടാക്കാനുള്ള കഴിവില്ലായിരുന്നു. ആകാവുന്ന തീറ്റിസ്ഥലങ്ങളെല്ലാം കൈയടക്കപ്പെട്ടു കഴിഞ്ഞപ്പോൾ ഏറിവന്നാൽ കുരങ്ങുകളുടെ എണ്ണം അതേപടി തുടരാമെന്നല്ലാതെ അത് കൂടുതൽ പെരുകാൻ സാധ്യമല്ലെന്ന സ്ഥിതി വന്നു. പക്ഷേ, എല്ലാ മൃഗങ്ങളും വളരെയേറെ ഭക്ഷണം പാഴാക്കിക്കളയാറുണ്ട്. പോരെങ്കിൽ ഭക്ഷ്യസാമഗ്രികളുടെ അടുത്ത തലമുറയെ മുളയിലേ നശിപ്പിക്കുകയും ചെയ്യുന്നു. അടുത്ത വർഷം കുഞ്ഞുങ്ങളെ കാഴ്ചവയ്ക്കുന്ന മാൻപേടയെ ചെന്നായ് നായാട്ടുകാരനെപ്പോലെ കൊല്ലാതിരിക്കുന്നില്ല. പൂർണവളർച്ചയെത്തുന്നതിനുമുമ്പ് കുറ്റിച്ചെടികളുടെ തൈകൾ തിന്നുതീർക്കുന്ന ഗ്രീസിലെ കോലാടുകൾ ആ നാട്ടിലെ മലകൾ മുഴുവൻ തിന്നു വെളുപ്പിച്ചുകഴിഞ്ഞു. മൃഗങ്ങളുടെ ഈ “കവർച്ചസ്വഭാവത്തോടുകൂടിയ ജീവിതരീതി” ജാതികളുടെ ക്രമാനുസൃതമായ രൂപാന്തരണത്തിൽ പ്രധാപങ്ക് വഹിക്കുന്നു. പരിചയിച്ചതിൽനിന്ന് വ്യത്യസ്തമായ ആഹാരവുമായി പൊരുത്തപ്പെടാൻ അവ നിർബന്ധിതമാകുന്നു. അതിന്റെ ഫലമായി അവയുടെ രക്തം വ്യത്യസ്തമായൊരു രാസഘടന ആർജിക്കുന്നു. അവയുടെ ശരീരഘടനയാകെത്തന്നെ ക്രമേണ മാറുന്നു. ഇങ്ങനെ പൊരുത്തപ്പെടാത്ത ജാതികൾ മൺമറഞ്ഞുപോകുന്നു. കുരങ്ങിൽനിന്ന് മനുഷ്യനിലേക്കുള്ള നമ്മുടെ പൂർവികന്മാരുടെ പരിവർത്തനത്തിൽ ഈ കവർച്ചസ്വഭാവത്തിന് വലിയ പങ്കുണ്ടെന്ന കാര്യത്തിൽ സംശയമില്ല. ബുദ്ധിശക്തിയിലും പൊരുത്തപ്പെടാനുള്ള കഴിവിലും മറ്റുള്ളവയെയെല്ലാം അതിശയിച്ച ഒരു കുരങ്ങുവർഗത്തിൽ ഈ കവർച്ചസ്വഭാവം, ഭക്ഷണത്തിനുപയോഗിക്കുന്ന സസ്യങ്ങളുടെ നിരന്തരമായ വർധനവിനും സസ്യങ്ങളുടെ ഭക്ഷ്യയോഗ്യമായ ഭാഗങ്ങളുടെ വർധമാനമായ ഉപഭോഗത്തിനും വഴി തെളിച്ചുകാണണം. ചുരുക്കത്തിൽ ഭക്ഷണം കൂടുതൽ കൂടുതൽ വൈവിധ്യപൂർണമായി. അതോടൊപ്പം ശരീരത്തിൽ പ്രവേശിക്കുന്ന വസ്തുക്കളും. ഈ വസ്തുക്കളായിരുന്നു മനുഷ്യനിലേക്കുള്ള പരിവർത്തനത്തിന്റെ രാസീയ അടിത്തറകൾ. പക്ഷേ, ഇതൊന്നുംതന്നെ ശരിയായ അർഥത്തിൽ അധ്വാനമായിരുന്നില്ല. പണിയായുധങ്ങളുടെ നിർമാണത്തോടെയാണ് അധ്വാനം ആരംഭിക്കുന്നത്. നമ്മൾ കാണുന്ന ഏറ്റവും പഴക്കം ചെന്ന പണിയായുധങ്ങളെന്താണ്? ചരിത്രാതീതമനുഷ്യന്റേതായി കണ്ടെടുത്തിട്ടുള്ള പാരമ്പര്യസ്വത്തുക്കൾ വച്ചു നോക്കുമ്പോൾ, ചരിത്രത്തിലെ ഏറ്റവും ആദികാലത്തെ ജനതകളുടെയും ഇക്കാലത്തെ ഏറ്റവും പ്രാകൃതരായ കാടന്മാരുടെയും ജീവിതരീതികൾ വച്ചുനോക്കുമ്പോൾ, ഏറ്റവും

പഴക്കം ചെന്ന പണിയായുധങ്ങൾ ഏതാണ്? വേട്ടയാടാനും മീൻപിടിക്കാനുമുള്ള ഉപകരണങ്ങളാണവ. ഇവയിൽ ആദ്യത്തേത് ആയുധങ്ങളായും ഉപകരിച്ചു. പക്ഷേ, സസ്യമാത്രമായ ഭക്ഷണത്തിൽനിന്നും മാംസത്തിന്റെകൂടി ഉപയോഗത്തിലേക്ക് കടന്നുവെന്നാണ് നായാട്ടും മീൻപിടുത്തവും സൂചിപ്പിക്കുന്നത്. കുരങ്ങിൽനിന്ന് മനുഷ്യനിലേക്കുള്ള പരിവർത്തനപ്രക്രിയയിലെ മറ്റൊരു പ്രധാനപ്പെട്ട ചുവടുവയ്പാണിത്. ഒരു ജീവിയുടെ ചയാപചയത്തിന് ഏറ്റവും അത്യന്താപേക്ഷിതമായ അംശങ്ങൾ ഏതാണ്ട് സജ്ജീകൃതാവസ്ഥയിൽത്തന്നെ മാംസഭക്ഷണത്തിൽ അടങ്ങിയിരുന്നു. ദഹനത്തിനാവശ്യമായ സമയം കുറച്ചുകൊണ്ട് അത് സസ്യജീവിതത്തിനു സംഗതമായ മറ്റു കായികപ്രക്രിയകളുടെ ദൈർഘ്യവും കുറച്ചു. അങ്ങനെ ജന്തുജീവിതത്തിന്റെ കൂടുതൽ സജീവമായ പ്രകടനത്തിനുള്ള സമയവും സാമഗ്രികളും ഊർജവും കൂടുതൽ നേടിയെടുത്തു. രൂപംകൊണ്ടുവരുന്ന മനുഷ്യൻ സസ്യലോകത്തിൽനിന്ന് അകലുന്തോറും മൃഗത്തെക്കാൾ കൂടുതൽ കൂടുതൽ ഉയർന്നു. മാംസത്തോടൊപ്പം സസ്യാഹാരം ശീലിച്ചതിലൂടെ കാട്ടുപൂച്ചകളും പട്ടികളും മനുഷ്യന്റെ വരുതിയിലായിത്തീർന്നതുപോലെതന്നെ, സസ്യാഹാരത്തോടൊപ്പമുള്ള മാംസഭക്ഷണം, രൂപംകൊണ്ടുവരുന്ന മനുഷ്യന് കായികശക്തിയും സ്വാതന്ത്ര്യവും കൈവരുന്ന കാര്യത്തിൽ ഗണ്യമായി സഹായിച്ചു. എന്നാൽ മാംസഭക്ഷണംകൊണ്ട് ഏറ്റവും വലിയ ഫലമുണ്ടായത് തലച്ചോറിലാണ്. അതിനിപ്പോൾ അതിന്റെ പോഷണത്തിനും വികാസത്തിനും ആവശ്യമായ സാമഗ്രികൾ മുമ്പത്തെക്കാൾ എത്രയോ സമൃദ്ധമായി ലഭിച്ചുകൊണ്ടിരുന്നു. തൽഫലമായി അതിന് ഓരോ തലമുറ കഴിയുന്തോറും കൂടുതൽ വേഗത്തിലും പൂർണതയോടെയും വളരാൻ കഴിഞ്ഞു. സസ്യഭുക്കുകളോടുള്ള ആദരവ് കുറയ്ക്കാതെതന്നെ ഒരു കാര്യം പറയേണ്ടിയിരിക്കുന്നു. മാംസഭക്ഷണം കൂടാതെയല്ല മനുഷ്യൻ നിലവിൽവന്നത്. നമുക്കറിയാവുന്ന ജനതകൾക്കിടയിൽ ഏതെങ്കിലും കാലത്ത് അത് നരമാംസഭോജനത്തിലേക്ക് വഴിതെളിച്ചിട്ടുണ്ടെങ്കിൽ (ബർലിൻകാരുടെ പ്രപിതാമഹന്മാരായിരുന്ന വെലെറ്റാബുകാരും വിൽസുകാരും പത്താം നൂറ്റാണ്ടിൽപോലും തങ്ങളുടെ മാതാപിതാക്കളെ ഭക്ഷിച്ചുപോന്നു[107]) നമുക്ക് ഇന്ന് അത് പ്രധാനമല്ല.

മാംസഭക്ഷണം നിർണായകപ്രാധാന്യമുള്ള രണ്ടു പുതിയ മുന്നേറ്റങ്ങൾക്ക് വഴിതെളിച്ചു – തീയുടെ ഉപയോഗവും മൃഗങ്ങളെ ഇണക്കലും. ആദ്യത്തേത് ദഹനപ്രക്രിയയുടെ ദൈർഘ്യം വീണ്ടും കുറച്ചു. കാരണം, പാതിദഹിച്ചതെന്ന് പറയാവുന്ന ആഹാരമാണ് അത് വായിലെത്തിച്ചത്. രണ്ടാമത്തേത്, നായാട്ടിനു പുറമെ പുതുതും കൂടുതൽ വിശ്വാസ്യവുമായ ഒരു സമ്പാദനമാർഗം തുറന്നുകൊണ്ട് മാംസത്തെ കൂടുതൽ സമൃദ്ധമാക്കുകയും ഘടനയിൽ മാംസത്തോളമെങ്കിലും മൂല്യമുള്ള പുതിയൊരു ഭക്ഷ്യസാമഗ്രിയെ പാലിലൂടെയും അതിന്റെ ഉൽപ്പന്നങ്ങളിലൂടെയും ലഭ്യമാക്കുകയും ചെയ്തു. അങ്ങനെ ഈ രണ്ടു മുന്നേറ്റങ്ങ

ളും, അവ മാത്രമെടുത്താൽത്തന്നെ, മനുഷ്യന്റെ മോചനത്തിനുള്ള പുതിയ മാർഗങ്ങളായിരുന്നു. മനുഷ്യന്റെയും സമൂഹത്തിന്റെയും പുരോഗതിയെ സംബന്ധിച്ചിടത്തോളം അവകൊണ്ടുള്ള പരോക്ഷമായ ഫലങ്ങൾ വമ്പിച്ചതായിരുന്നെങ്കിലും പ്രതിപാദ്യത്തിൽനിന്നു വളരെയേറെ വ്യതിചലിക്കേണ്ടിവരുമെന്നതിനാൽ നാം അതെപ്പറ്റി ഇവിടെ ചർച്ചചെയ്യുന്നില്ല.

ഭക്ഷ്യയോഗ്യമായ എന്തും തിന്നാൻ പഠിച്ചതുപോലെതന്നെ മനുഷ്യൻ ഏതു കാലാവസ്ഥയിൽ ജീവിക്കാനും പഠിച്ചു. വാസയോഗ്യമായ ലോകത്തൊട്ടാകെ അവൻ വ്യാപിച്ചു. സ്വാഭീഷ്ടപ്രകാരം അങ്ങനെ ചെയ്യാൻ പൂർണമായും കഴിയുന്ന ഒരേയൊരു ജീവി അവനായിരുന്നു. ഏത് കാലാവസ്ഥയുമായി പഴകുന്ന മറ്റു ജന്തുക്കൾ – വീട്ടുമൃഗങ്ങളും പുഴുക്കളും – അത്തരത്തിലായിത്തീരുന്നത് സ്വതന്ത്രമായിട്ടല്ല, മനുഷ്യന്റെപിന്നാലെയാണ്. എപ്പോഴും ഉഷ്ണകാലമായിരുന്ന ആദ്യത്തെ വാസസ്ഥലത്തുനിന്ന് താരതമ്യേന തണുത്ത പ്രദേശങ്ങളിലേക്ക് വേനൽക്കാലമെന്നും ശൈത്യകാലമെന്നും ആണ്ടിൽ രണ്ടു ഭാഗങ്ങളുണ്ടായിരുന്ന ഇടങ്ങളിലേക്ക് – മനുഷ്യൻ മാറിത്താമസിച്ചപ്പോൾ പുതിയ ആവശ്യങ്ങളുമുണ്ടായി. തണുപ്പും ഈർപ്പവും ഏൽക്കാതിരിക്കാൻ പാർപ്പിടവും വസ്ത്രവും വേണമെന്നായി. അങ്ങനെയാണ് പുതിയ അധ്വാനമണ്ഡലങ്ങളും പുതിയ പ്രവർത്തനരൂപങ്ങളും ഉണ്ടായത്. അവ മനുഷ്യനെ മൃഗത്തിൽനിന്ന് കൂടുതൽ കൂടുതൽ വേർതിരിച്ചു.

ഓരോ വ്യക്തിയിലുമെന്നല്ല സമൂഹത്തിലൊട്ടാകെയും കൈകൾ, വചനേന്ദ്രിയങ്ങൾ, തലച്ചോറ് എന്നിവയെ കൂട്ടായി പ്രവർത്തിപ്പിച്ചുകൊണ്ട് മനുഷ്യർക്ക് കൂടുതൽ സങ്കീർണങ്ങളായ കൃത്യങ്ങൾ ചെയ്യാനുള്ള കെൽപ്പുണ്ടായി. കൂടുതലുയർന്ന ലക്ഷ്യങ്ങൾ വയ്ക്കാനും നേടാനും കഴിഞ്ഞു. ഓരോ തലമുറയുടേയും പ്രവൃത്തി വ്യത്യസ്തവും കൂടുതൽ തികവുറ്റതും കൂടുതൽ വൈവിധ്യപൂർണവുമായിത്തീർന്നു. നായാട്ടിനും കാലിവളർത്തലിനും പുറമേ കൃഷിയും ആരംഭിച്ചു. തുടർന്ന് നൂൽനൂൽപ്പ്, നെയ്ത്ത്, ലോഹപ്പണി, മൺപാത്രനിർമാണം, ജലയാനം എന്നിവ പ്രത്യക്ഷപ്പെട്ടു. അവസാനം വാണിജ്യവും വ്യവസായവും ഒപ്പം കലയും ശാസ്ത്രവും രംഗപ്രവേശം ചെയ്തു. ഗോത്രങ്ങൾ രാഷ്ട്രങ്ങളായും സ്റ്റേറ്റുകളായും വളർന്നു. നിയമവും രാഷ്ട്രതന്ത്രവും ആവിർഭവിച്ചു. ഒപ്പം മനുഷ്യന്റെ മനസിൽ മനുഷ്യന്റെ കാര്യങ്ങളുടെ അത്ഭുതപ്രതിഫലനമായ മതവും. ഒന്നാമതായി മനസിന്റെ സൃഷ്ടികളായി പ്രത്യക്ഷപ്പെടുകയും മനുഷ്യസമൂഹങ്ങളിൽ മുന്തിനിൽക്കുന്നുവെന്നു തോന്നുകയും ചെയ്ത ഈ പ്രതിബിംബങ്ങളുടെയെല്ലാം മുമ്പിൽ, പണിയെടുക്കുന്ന കൈയുടെ താരതമ്യേന എളിയസൃഷ്ടികൾ പിൻപന്തിയിലേക്ക് തള്ളപ്പെട്ടു. അധ്വാനത്തെ ആസൂത്രണംചെയ്ത മനസിന് സമൂഹവികാസത്തിന്റെ പ്രാരംഭഘട്ടത്തിൽത്തന്നെ (ഉദാഹരണത്തിന് പ്രാകൃതകുടുംബത്തിൽതന്നെ) ആസൂത്രിതാധ്വാനത്തെ സ്വന്തം കൈകൾകൊണ്ടല്ലാതെ

മറ്റു കൈകളെക്കൊണ്ടു ചെയ്യിക്കാൻ കഴിഞ്ഞുവെന്നതാണ് ഇതിന് വിശേഷിച്ചും കാരണം. നാഗരികതയുടെ ദ്രുതപുരോഗതിക്കുള്ള കാരണം മുഴുവനും മനസിന്റെ മേന്മകൊണ്ടാണെന്ന് – തലച്ചോറിന്റെ വളർച്ചയും പ്രവർത്തനവുംകൊണ്ടാണെന്ന് – കരുതപ്പെട്ടു. തങ്ങളുടെ ആവശ്യങ്ങളിൽനിന്നല്ല (അവ ഏതായാലും മനസിൽ പ്രതിഫലിക്കുകയും അനുഭവപ്പെടുകയും ചെയ്യുന്നുണ്ടല്ലോ) ചിന്തകളിൽനിന്നാണ് തങ്ങളുടെ പ്രവൃത്തികൾ ഉളവാകുന്നതെന്ന വിശദീകരണം നൽകുന്നത് മനുഷ്യർക്ക് പഴക്കമായി. അങ്ങനെയാണ് കാലാന്തരത്തിൽ ആശയവാദപരമായ ലോകവീക്ഷണം ഉദയം ചെയ്തത്. പ്രാചീനലോകത്തിന്റെ പതനത്തിനുശേഷം വിശേഷിച്ചും അത് മനുഷ്യരുടെ മനസിനെ അടക്കിഭരിച്ചിട്ടുണ്ട്, ഇന്നും വളരെയേറെ അടക്കിഭരിക്കുന്നുണ്ട്. ഡാർവിന്റെ ചിന്താഗതിക്കാരും അങ്ങേയറ്റത്തെ ഭൗതികവാദികളുമായ പ്രകൃതിശാസ്ത്രജ്ഞർക്കുപോലും മനുഷ്യോൽപ്പത്തിയെക്കുറിച്ച് വ്യക്തമായൊരു ധാരണയുണ്ടാക്കാൻ ഇന്നു കഴിഞ്ഞിട്ടില്ല. കാരണം, ആ ആശയസ്വാധീനത്തിൽപ്പെട്ട് അവർ ഇതിൽ അധ്വാനത്തിനുള്ള പങ്ക് അംഗീകരിക്കുന്നില്ല.

മനുഷ്യനോളമില്ലെങ്കിലും അവനെപ്പോലെതന്നെ മൃഗങ്ങളും തങ്ങളുടെ പ്രവർത്തനങ്ങളിലൂടെ പരിസരത്തിൽ മാറ്റങ്ങൾ വരുത്തുന്നുണ്ടെന്ന് ചൂണ്ടിക്കാട്ടിയല്ലൊ. ഈ മാറ്റങ്ങൾ, തിരിച്ച്, അവ ഉളവാക്കുന്നവരേയും സ്വാധീനിക്കുന്നുണ്ടെന്നും മാറ്റുന്നുണ്ടെന്നും നാം കണ്ടു. പ്രകൃതിയിൽ യാതൊന്നും തനിച്ച് സംഭവിക്കുന്നില്ല. എല്ലാം മറ്റെല്ലാറ്റിനേയും ബാധിക്കുന്നു; അതുപോലെ തിരിച്ചും. ഒട്ടുമുക്കാലും ഈ ബഹുമുഖചലനത്തേയും അന്യോന്യപ്രവർത്തനത്തേയും മറന്നുപോകുന്നതുകൊണ്ടാണ് നമ്മുടെ പ്രകൃതിശാസ്ത്രജ്ഞർക്ക് ഏറ്റവും ലളിതമായ കാര്യങ്ങളെക്കുറിച്ച് വ്യക്തമായ ഉൾക്കാഴ്ച ലഭിക്കാൻ കഴിയാതെവരുന്നത്. കോലാടുകൾ ഗ്രീസിലെ വനങ്ങളുടെ പുനരുദ്ധാരണത്തെ തടഞ്ഞതെങ്ങനെയാണെന്ന് നാം കണ്ടു. സെന്റ് ഹെലേനാ ദ്വീപിൽ ആദ്യമായി വന്നിറങ്ങിയ മനുഷ്യർ കൊണ്ടുവന്ന കോലാടുകൾക്കും പന്നികൾക്കും അവിടെ അതേവരെയുണ്ടായിരുന്ന സസ്യങ്ങളെ ഏതാണ്ട് മുഴുവനുംതന്നെ ഇല്ലാതാക്കാൻ കഴിഞ്ഞിട്ടുണ്ട്. അങ്ങനെയാണ് അവ, പിന്നീട് വന്ന നാവികരും കുടിയേറിപ്പാർപ്പുകാരും കൊണ്ടുവന്ന ചെടികളുടെ പ്രചാരത്തിന് കളമൊരുക്കിയത്. പക്ഷേ, മൃഗങ്ങൾ അവയുടെ പരിസരത്തിന്റെമേൽ സ്ഥായിയായ സ്വാധീനം ചെലുത്തുന്നത് മനപ്പൂർവമായിട്ടല്ലാതെയും തങ്ങളെത്തന്നെ സംബന്ധിച്ചിടത്തോളം യാദൃച്ഛികമായിട്ടുമാണ്. എന്നാൽ മൃഗങ്ങളിൽനിന്ന് അകന്നുമാറുന്തോറും പ്രകൃതിയുടെ മേലുള്ള മനുഷ്യന്റെ സ്വാധീനം, മുൻകൂട്ടി നിർണയിച്ച നിശ്ചിതലക്ഷ്യങ്ങളോടുകൂടിയതും കരുതിക്കൂട്ടിയുള്ളതുമായ ആസൂത്രിതപ്രവർത്തനത്തിന്റെ സ്വഭാവം കൂടുതൽ കൂടുതൽ ആർജിക്കുന്നു. ഒരു മൃഗം ഒരു പ്രദേശത്തെ സസ്യങ്ങളെ നശിപ്പിക്കുന്നത് അതെന്തു ചെയ്യുന്നുവെന്നു മനസിലാക്കാതെയാണ്. മനുഷ്യൻ നശിപ്പിക്കുന്നത് അങ്ങനെ ഒഴിഞ്ഞുകിട്ടിയ മണ്ണിൽ വിത്തു വിത

യ്ക്കാനോ, നടുന്നതിന്റെ അനേകമിരട്ടി വിളവ് കിട്ടുമെന്നറിയാവുന്ന തൈകളോ മുന്തിരിവള്ളികളോ നട്ടുപിടിപ്പിക്കാനോ വേണ്ടിയാണ്. ഉപയോഗമുള്ള ചെടികളേയും വീട്ടുമൃഗങ്ങളേയും അവൻ ഒരു രാജ്യത്തു നിന്ന് മറ്റൊന്നിലേക്ക് കൊണ്ടുപോകുന്നു. അങ്ങനെ ഭൂഖണ്ഡങ്ങളുടെയാകെത്തന്നെ ജന്തുജീവിതത്തേയും സസ്യജീവിതത്തേയും മാറ്റുന്നു. മാത്രമല്ല, കൃത്രിമമായ പ്രജനനംവഴി മനുഷ്യൻ സസ്യങ്ങളിലും മൃഗങ്ങളിലും വമ്പിച്ച മാറ്റങ്ങൾ വരുത്തുന്നു. അവയെ തിരിച്ചറിയാൻപോലും കഴിയാതാക്കുന്നു. നമ്മുടെ ധാന്യജാതികൾക്ക് പിറവി നൽകിയ കാട്ടുചെടികളെ കണ്ടെത്താനുള്ള വ്യർഥമായ അന്വേഷണങ്ങൾ ഇന്നും തുടരുകയാണ്. നമ്മുടെ അനേകം ജാതിപട്ടികളുടെയോ അത്രതന്നെ വിവിധജാതികളുള്ള കുതിരകളുടെയോ പൂർവികരായിരുന്ന വന്യമൃഗങ്ങളെക്കുറിച്ച് ഇന്നും തർക്കമുണ്ട്.

കരുതിക്കൂട്ടി, ആസൂത്രിതമായ വിധത്തിൽ, പ്രവർത്തിക്കാനുള്ള മൃഗങ്ങളുടെ കഴിവിനെ ചോദ്യംചെയ്യുന്നതിനെപ്പറ്റി നാം ചിന്തിക്കുകയില്ലെന്ന് പറയേണ്ടതില്ലല്ലോ. നേരെമറിച്ച്, പ്രോട്ടോപ്ലാസം – ജീവനുള്ള അൽബ്യൂമൻ – നിലനിൽക്കുകയും പ്രതികരിക്കുകയും ചെയ്യുന്നിടത്തെല്ലാം, അതായത് നിശ്ചിതമായ ബാഹ്യചോദനങ്ങളുടെ ഫലമായി അത് അങ്ങേയറ്റം ലളിതമെങ്കിലും നിശ്ചിതമായ ചലനങ്ങൾ ഉളവാക്കുന്നിടത്തെല്ലാം, ആസൂത്രിതമായ പ്രവർത്തനരീതി ഭ്രൂണരൂപത്തിൽ നിലനിൽക്കുന്നുണ്ട്. നാഡീകോശം പോയിട്ട് യാതൊരു കോശവുമില്ലാത്തിടത്തുപോലും ഇത്തരം പ്രതികരണം നടക്കുന്നുണ്ട്. പ്രാണികളെ ഭക്ഷിക്കുന്ന ചെടികൾ ഇരപിടിക്കുന്നത് അബോധപൂർവമായിട്ടാണെങ്കിലും ആസൂത്രിതപ്രവർത്തനത്തിന്റെ അംശം അതിലടങ്ങിയിട്ടുണ്ട്. ജന്തുക്കളിൽ ബോധപൂർവവും ആസൂത്രിതവുമായ പ്രവർത്തനത്തിനുള്ള കഴിവ് നാഡീവ്യൂഹത്തിന്റെ വികാസത്തിന് ആനുപാതികമാണ്. സസ്തനികളിൽ അത് സാമാന്യം ഉയർന്ന നിലവാരത്തിലെത്തുന്നു. ഇംഗ്ലണ്ടിലെ കുറുനരിനായാട്ടിനിടയിൽ നിത്യേന കാണാൻ കഴിയുന്ന ഒരു കാര്യമുണ്ട്. അനുധാവകരുടെ കണ്ണുതെറ്റിക്കാൻവേണ്ടി കുറുക്കൻ ആ പ്രദേശത്തെക്കുറിച്ചുള്ള അതിന്റെ വിദഗ്ധമായ അറിവ് എത്ര അപ്രമാദമായിട്ടാണ് ഉപയോഗപ്പെടുത്തുന്നതെന്നും മണം നഷ്ടപ്പെടുത്താൻവേണ്ടി നിലത്തിന്റെ എല്ലാ അനുകൂലസവിശേഷതകളേയും എത്ര ഭംഗിയായിട്ടാണ് അറിഞ്ഞുപ്രയോജനപ്പെടുത്തുന്നതെന്നും നമുക്ക് കാണാം. മനുഷ്യരുമായുള്ള സംസർഗംമൂലം കൂടുതൽ വികാസംപ്രാപിച്ച വിട്ടുമൃഗങ്ങൾക്കിടയിൽ കുട്ടികളുടേതിന്റെ നിലവാരത്തിൽത്തന്നെയുള്ള സൂത്രപ്പണികൾ നിരന്തരം കണ്ടെത്താവുന്നതാണ്. പുഴുതൊട്ടുള്ള നമ്മുടെ മൃഗപൂർവികരുടെ കോടാനുകോടി സംവത്സരങ്ങളായുള്ള ശാരീരികപരിണാമചരിത്രത്തിന്റെ സംക്ഷിപ്താവർത്തനം മാത്രമാണ് അമ്മയുടെ ഗർഭപാത്രത്തിലെ മനുഷ്യഭ്രൂണത്തിന്റെ വികാസചരിത്രമെന്നതുപോലെതന്നെ, അതേ പൂർവികരുടെ – ചുരുങ്ങിയത് പിൽക്കാലത്തുള്ളവയുടെയെങ്കിലും – ധിഷണാത്മകവികാസത്തിന്റെ അതിലേറെ സംക്ഷിപ്തമായ ഒരാവർത്തനം മാത്രമാണ് മനുഷ്യശിശുവിന്റെ മാനസികവളർച്ച. എന്നാൽ

എല്ലാ മൃഗങ്ങളുടേയും എല്ലാ ആസൂത്രിതപ്രവർത്തനങ്ങൾക്കുംകൂടി ഭൂമിയിൽ അവയുടെ ഇച്ഛാശക്തിയുടെ മുദ്ര പതിപ്പിക്കാൻ കഴിഞ്ഞില്ല. അതിന് മനുഷ്യൻ വേണ്ടിവന്നു.

ചുരുക്കിപ്പറഞ്ഞാൽ മൃഗം അതിന്റെ പരിസരത്തെ ഉപയോഗപ്പെടുത്തുന്നു; സ്വന്തം സാന്നിധ്യംകൊണ്ട് മാത്രം അതിൽ മാറ്റങ്ങൾ വരുത്തുന്നു. മനുഷ്യനാകട്ടെ, അവന്റെ ഉദ്ദേശ്യസിദ്ധിക്കുവേണ്ടി അതിൽ മാറ്റങ്ങൾ വരുത്തുന്നു, അതിനെ വരുതിയിലാക്കുന്നു. മനുഷ്യനും മറ്റു ജന്തുക്കളും തമ്മിലുള്ള അന്തിമമായ, കാതലായ, വ്യത്യാസം ഇതാണ്. അധ്വാനമാണ് ഈ വ്യത്യാസം കൈവരുത്തുന്നത്.*

എങ്കിലും പ്രകൃതിയുടെമേൽ നമ്മൾ, മനുഷ്യർ, നേടിയ വിജയങ്ങളെച്ചൊല്ലി അതിർകടന്ന ആത്മപ്രശംസ നടത്തേണ്ടതില്ല. അത്തരം ഓരോ വിജയത്തിനും പ്രകൃതി നമ്മോട് പക വീട്ടുന്നുണ്ട്. ഓരോ വിജയവും ഒന്നാമത് ഉളവാക്കുന്നത് നമ്മൾ പ്രതീക്ഷിച്ച ഫലങ്ങളാണെന്നത് ശരിതന്നെ. എന്നാൽ രണ്ടാമതും മൂന്നാമതുമായി അതുളവാക്കുന്നത് തികച്ചും വ്യത്യസ്തവും അപ്രതീക്ഷിതവും പലപ്പോഴും ആദ്യത്തേതിനെ തട്ടിക്കിഴിക്കുന്നതുമായ ഫലങ്ങളാണ്. മെസൊപ്പൊട്ടേമിയയിലും ഗ്രീസിലും ഏഷ്യാമൈനറിലും മറ്റും കൃഷിഭൂമിക്കുവേണ്ടി വനങ്ങളെ നശിപ്പിച്ചവർ, വനങ്ങളോടൊപ്പം നനവിന്റെ ശേഖരണകേന്ദ്രങ്ങളേയും സംഭരണികളേയുംകൂടി ഇല്ലാതാക്കുന്നതിലൂടെ ആ രാജ്യങ്ങളുടെ ഇന്നത്തെ അനാഥാവസ്ഥയ്ക്ക് അടിത്തറയിടുകയായിരുന്നു തങ്ങൾ എന്ന് ഒരിക്കലും ഊഹിച്ചിരുന്നില്ല.[108] ആൽപ്സ് പർവതനിവാസികളായ ഇറ്റലിക്കാർ തെക്കൻ ചെരിവുകളിലെ പൈൻകാടുകൾ മുഴുവൻ വെട്ടിനശിപ്പിച്ചപ്പോൾ (വടക്കൻചെരുവുകളിലാകട്ടെ, ഈ കാടുകൾ ജാഗ്രതയോടെ കാത്തുസൂക്ഷിച്ചിരുന്നു) തങ്ങളുടെ പ്രദേശത്തെ കാലിവളർത്തലിന്റെ കടയ്ക്ക് കത്തിവയ്ക്കുകയാണ് തങ്ങൾ ചെയ്തതെന്ന് അവർ സംശയിച്ചതേയില്ല. അങ്ങനെ ചെയ്യുന്നതിലൂടെ തങ്ങൾ തങ്ങളുടെ മലയുറ്റുകൾക്ക് ആണ്ടിൽ ഏറിയ സമയത്തും വെള്ളം കിട്ടാതാക്കുകയായിരുന്നുവെന്നും മഴക്കാലങ്ങളിൽ അവ സമതലങ്ങളിലേക്ക് കൂടുതൽ ഉഗ്രമായി കുത്തിയൊലിച്ചൊഴുകാൻ ഇടയാക്കുകയായിരുന്നുണ്ടെന്നും അത്രപോലും അവർ സംശയിച്ചില്ല. യൂറോപ്പിൽ ഉരുളക്കിഴങ്ങ് പ്രചരിപ്പിച്ചവർക്ക്, നൂറുള്ള ആ കിഴങ്ങുകളോടൊപ്പം തങ്ങൾ കണ്ഠമാലരോഗംകൂടി പടർത്തുകയായിരുന്നുവെന്ന് അറിഞ്ഞുകൂടായിരുന്നു. ഇങ്ങനെ, അന്യജനതയെ കീഴടക്കിയ ജേതാവിനെപ്പോലെ, പ്രകൃതിയുടെ വെളിയിൽനിൽക്കുന്ന ഒരാളെപ്പോലെ, നമ്മൾ പ്രകൃതിയെ അടക്കിഭരിക്കുകയല്ലെന്നും, മാംസവും രക്തവും തലച്ചോറുമെല്ലാമായി നമ്മൾ പ്രകൃതിയുടെ വകയാണെന്നും, അതിന്റെ ഒത്ത നടുവിൽ സ്ഥിതിചെയ്യുന്നവരാണെന്നും, അതിന്റെ നിയമങ്ങൾ പഠിക്കാനും ശരിയായി പ്രയോഗിക്കാനും കഴിവുണ്ടെന്ന മെച്ചം മറ്റെല്ലാ ജന്തുക്കളേയും അപേക്ഷിച്ച് നമുക്കുണ്ടെന്നതിലാണ് അതിന്റെ

* കയ്യെഴുത്തുപ്രതിയുടെ മാർജിനിൽ "ഉൽകൃഷ്ടമാക്കൽ" എന്ന വാക്ക് പെൻസിൽ കൊണ്ട് എഴുതിയിട്ടുണ്ട്.

മേലുള്ള നമ്മുടെ എല്ലാ അധീശത്വവും അടങ്ങിയിരിക്കുന്നതെന്നും ഓരോ കാൽവയ്പും നമ്മെ അനുസ്മരിപ്പിക്കുന്നു.

വാസ്തവത്തിൽ ഓരോ ദിവസം ചെല്ലുന്തോറും നമ്മൾ ഈ നിയമങ്ങളെ പൂർവാധികം ഭംഗിയായി മനസിലാക്കിവരികയാണ്. പ്രകൃതിയുടെ പരമ്പരാഗതമായ ഗതിയിൽ നമ്മൾ ഉത്സാഹപൂർവം ഇടപെടുന്നതിന്റെ സമീപസ്ഥവും വിദൂരസ്ഥവുമായ അനന്തരഫലങ്ങൾ ഗ്രഹിച്ചുവരികയാണ്. വിശേഷിച്ചും ഈ നൂറ്റാണ്ടിൽ പ്രകൃതിശാസ്ത്രങ്ങളിലുണ്ടായിട്ടുള്ള വമ്പിച്ച പുരോഗതികൾക്കുശേഷം നമ്മുടെ ദൈനംദിന ഉൽപ്പാദനപ്രവർത്തനങ്ങളുടെ ഏറ്റവും വിദൂരസ്ഥമായ പ്രാകൃതിക ഭവിഷ്യത്തുകളെപ്പോലും മനസിലാക്കാനും അങ്ങനെ നിയന്ത്രിക്കാനും നമുക്ക് പൂർവാധികം കഴിയുന്നുണ്ട്. എന്നാൽ ഇത് കൂടുതൽ പുരോഗമിക്കുന്തോറും പ്രകൃതിയുമായുള്ള താദാത്മ്യം കൂടുതൽ അനുഭവപ്പെടാൻ മാത്രമല്ല, അറിയാനും മനുഷ്യർക്ക് കഴിയും. മനസും പദാർഥവും തമ്മിൽ, മനുഷ്യനും പ്രകൃതിയും തമ്മിൽ, ആത്മാവും ശരീരവും തമ്മിൽ, വേർതിരിച്ചുകാണണമെന്ന അർഥശൂന്യവും അസ്വാഭാവികവുമായ ആശയം കൂടുതൽ അസാധ്യമായിത്തീരുകയും ചെയ്യും. യൂറോപ്പിൽ ക്ലാസിക്കൽ പ്രാചീനതയുടെ പതനത്തിനുശേഷം പൊന്തിവന്നതും ക്രിസ്തുമതത്തിൽ ഏറ്റവും ഉയർന്ന ആവിഷ്കരണം ലഭിച്ചിട്ടുള്ളതുമായ ഒരാശയമാണിത്.

ഉൽപ്പാദനരംഗത്തെ നമ്മുടെ പ്രവൃത്തികളുടെ കൂടുതൽ അകന്ന പ്രാകൃതികഫലങ്ങൾ എങ്ങനെ കണക്കുകൂട്ടണമെന്ന് നമുക്ക് അൽപ്പം പഠിക്കാൻ പരസഹസ്രം വർഷങ്ങളിലെ അധ്വാനം വേണ്ടിവന്നു. എന്നാൽ ഈ പ്രവൃത്തികളുടെ കൂടുതലകന്ന സാമൂഹ്യഫലങ്ങളെ സംബന്ധിച്ചിടത്തോളം വിഷമതകൾ അതിലേറെയാണ്. ഉരുളക്കിഴങ്ങിന്റേയും അതിന്റെ ഫലമായി പ്രചരിച്ച കണ്ഠമാലരോഗത്തിന്റേയും കാര്യം പറഞ്ഞല്ലൊ. എന്നാൽ തൊഴിലാളികളുടെ ആഹാരക്രമം ഉരുളക്കിഴങ്ങുതീറ്റിയായി ചുരുങ്ങിയത് രാജ്യങ്ങളൊട്ടാകെയുള്ള ജനസാമാന്യത്തിന്റെ ജീവിതസാഹചര്യങ്ങളിലുളവാക്കിയ പ്രത്യാഘാതവുമായി തട്ടിച്ചുനോക്കുമ്പോൾ, അല്ലെങ്കിൽ മുഴുവനായോ ഒട്ടുമുക്കാലുമോ ഉരുളക്കിഴങ്ങുമാത്രം തിന്നു ജീവിച്ചുപോന്ന പത്തുലക്ഷം അയർലണ്ടുകാരെ കുഴിയിലാക്കിക്കൊണ്ടും മറ്റൊരു ഇരുപതുലക്ഷംപേരെ വിദേശത്തു കുടിയേറിപ്പാർക്കാൻ നിർബന്ധിച്ചുകൊണ്ടും ഉരുളക്കിഴങ്ങുരോഗം 1847–ൽ അയർലണ്ടിൽ വരുത്തിവച്ച ക്ഷാമവുമായി തട്ടിച്ചുനോക്കുമ്പോൾ, കണ്ഠമാലരോഗം എന്തിരിക്കുന്നു? അറബികൾ മദ്യം വാറ്റാൻ പഠിച്ചപ്പോൾ, അന്നും കണ്ടെത്താതെ കിടന്നിരുന്ന അമേരിക്കൻ ഭൂഖണ്ഡത്തിലെ ആദിവാസികളുടെ ഉന്മൂലനത്തിനുള്ള മുഖ്യായുധങ്ങളിലൊന്നാണ് തങ്ങൾ സൃഷ്ടിക്കുന്നതെന്ന ചിന്ത അവർക്ക് പോയതേയില്ല. പിന്നീട് കൊളംബസ് അമേരിക്ക കണ്ടുപിടിച്ചപ്പോൾ താൻ ആ പ്രവൃത്തിയിലൂടെ നീഗ്രോ അടിമക്കച്ചവടത്തിന് അടിത്തറയിടുകയായിരുന്നുവെന്നും യൂറോപ്പിൽ എന്നേ അവസാനിപ്പിച്ച അടിമത്തത്തിന് പുതുജീവൻ നൽകുകയായിരുന്നുവെന്നും അദ്ദേഹം അറിഞ്ഞിരുന്നില്ല. ആവിയന്ത്രം സൃഷ്ടിക്കാൻ പതിനേഴും പതിനെട്ടും നൂറ്റാണ്ടുകളിൽ പാടുപെട്ടവർക്ക്, ലോകമാസകലമുള്ള സാമൂ

ഹ്യബന്ധങ്ങളിൽ മറ്റെന്തിനെക്കാളുമധികം വിപ്ലവകരമായ പരിവർത്തനങ്ങളുളവാക്കാൻ പോകുന്ന ഒരു ഉപകരണമാണ് തങ്ങൾ തയാറാക്കുന്നതെന്ന ധാരണയേയുണ്ടായിരുന്നില്ല. വിശേഷിച്ചും യൂറോപ്പിൽ, ഒരു ന്യൂനപക്ഷത്തിന്റെ കൈകളിൽ സ്വത്തു സ്വരൂപിക്കുകയും വമ്പിച്ച ഭൂരിപക്ഷത്തെ സ്വത്തില്ലാതാക്കുകയും ചെയ്തുകൊണ്ട് ഈ ഉപകരണം ആദ്യം ബൂർഷ്വാസിക്ക് സാമൂഹ്യ-രാഷ്ട്രീയമേധാവിത്വം നൽകാനും എന്നാൽ പിന്നീട് ബൂർഷ്വാസിയും തൊഴിലാളിവർഗവും തമ്മിലുള്ള വർഗസമരത്തിന്-ബൂർഷ്വാസിയുടെ നിഷ്കാസനത്തിലും എല്ലാ വർഗവൈരങ്ങളുടെയും നിർമാർജനത്തിലും കലാശിക്കാതെ തരമില്ലാത്ത വർഗസമരത്തിന്-പിറവിനൽകാനും വിധിക്കപ്പെട്ടതായിരുന്നു. എന്നാൽ സുദീർഘവും പലപ്പോഴും ക്രൂരവുമായ അനുഭവത്തിലൂടെയും ചരിത്രവസ്തുതകളെ ശേഖരിച്ച് അപഗ്രഥിച്ചുകൊണ്ടും നമ്മൾ ഈ തുറയിലും നമ്മുടെ ഉൽപ്പാദന പ്രവർത്തനങ്ങളുടെ പരോക്ഷവും കൂടുതൽ അകന്നതുമായ സാമൂഹ്യഫലങ്ങളുടെ വ്യക്തമായൊരു വീക്ഷണം ലഭിക്കാൻ ക്രമേണ പഠിച്ചുവരികയാണ്. അങ്ങനെ ഈ ഫലങ്ങളെക്കൂടി നിയന്ത്രിക്കാനും ക്രമീകരിക്കാനുമുള്ള ഒരവസരം നമുക്ക് ലഭിക്കുന്നുണ്ട്.

എന്നാൽ ഈ ക്രമീകരണത്തിന് അറിവുമാത്രം പോരാ. ഇതേവരെയുള്ള ഉൽപ്പാദനരീതിയിൽ ഒരു പരിപൂർണവിപ്ലവവും അതോടൊപ്പം നമ്മുടെ സമകാലീനസാമൂഹ്യക്രമത്തിലാകെത്തന്നെ ഒരു വിപ്ലവവും അതിനാവശ്യമാണ്.

ഉടനടിയും നേരിട്ടും പ്രയോജനപ്പെടുന്ന അധ്വാനഫലം നേടുകയെന്നതായിരുന്നു ഇതേവരെ നിലനിന്നിട്ടുള്ള എല്ലാ ഉൽപ്പാദനരീതികളുടെയും ലക്ഷ്യം. പിന്നീട് മാത്രം പ്രത്യക്ഷപ്പെടുകയും ക്രമപ്രവൃദ്ധമായ ആവർത്തനവും സഞ്ചയവുംവഴി ഫലവത്താവുകയും ചെയ്യുന്ന അനന്തരഫലങ്ങൾ നിശ്ശേഷം അവഗണിക്കപ്പെട്ടു. തുടക്കത്തിലെ പൊതുഉടമസ്ഥത, ഒരുവശത്ത്, സാമാന്യമായി ഉടനടി ലഭ്യമായതിൽമാത്രം ഒതുങ്ങിനിന്നിരുന്ന ചക്രവാളത്തോടുകൂടിയ മനുഷ്യജീവികളുടെ വികാസനിലവാരത്തിന് അനുസൃതമായിരുന്നു. മറുവശത്ത്, ഇത്തരം പ്രാകൃത സമ്പദ്വ്യവസ്ഥയിൽനിന്നുളവാകാനിടയുള്ള ദുഷ്ഫലങ്ങൾ തിരുത്താൻ സാധ്യമാകത്തക്കവണ്ണം കുറച്ചു ഭൂമി അധികപ്പറ്റായിട്ടുണ്ടായിരിക്കുമെന്നത് അതിൽ അന്തർഭവിച്ചിരുന്നു. ആ മിച്ചഭൂമിയിൽനിന്ന് എടുക്കാവുന്നത് മുഴുവൻ എടുത്തുകഴിഞ്ഞപ്പോൾ പൊതുവുടമസ്ഥതയും ക്ഷയിച്ചു. എന്നാൽ കൂടുതലുയർന്ന ഉൽപ്പാദനരൂപങ്ങളെല്ലാം ജനങ്ങൾ വ്യത്യസ്തവർഗങ്ങളായി വിഭജിക്കപ്പെടുന്നതിലേക്കും അങ്ങനെ അധികാരിവർഗവും മർദിതവർഗവും തമ്മിലുള്ള വൈരത്തിലേക്കും വഴിതെളിച്ചു. അങ്ങനെ അധികാരവർഗത്തിന്റെ താൽപ്പര്യങ്ങൾ ഉൽപ്പാദനത്തിന്റെ പ്രേരകശക്തിയായിത്തീർന്നു. കാരണം, മർദിതർക്ക് കഷ്ടിച്ചു മതിയാവുന്ന ഉപജീവനോപാധികൾ നൽകുന്നതിൽ മാത്രമായി ഉൽപ്പാദനം ഇപ്പോൾ ഒതുക്കിനിർത്തപ്പെട്ടില്ല. ഇന്ന് പടിഞ്ഞാറൻ യൂറോപ്പിൽ നിലവിലുള്ള മുതലാളിത്തോൽപ്പാദനരീതിയിൽ ഇത് പൂർണമായും നടപ്പാക്കിക്കഴിഞ്ഞു. ഉൽപ്പാദനത്തിലും വിനിമയത്തിലും ആധിപത്യം വഹിക്കുന്ന മുതലാളിമാർക്ക്

ഒറ്റയ്ക്കൊറ്റയ്ക്ക് തങ്ങളുടെ പ്രവൃത്തികൾ ഉടനടി ഉളവാകുന്ന ഗുണകരമായ ഫലത്തിൽ മാത്രമേ ശ്രദ്ധപതിപ്പിക്കാൻ കഴിയുന്നുള്ളു. ഉൽപ്പാദിപ്പിക്കുകയോ കൈമാറുകയോ ചെയ്യുന്ന സാധനംകൊണ്ട് ഗുണമുണ്ടോ എന്നതാണ് പ്രശ്നമെന്ന അർഥത്തിൽ ഈ ഗുണകരമായ ഫലംപോലും പിൻപന്തിയിലേക്ക് പിൻവലിയുന്നു. വിൽക്കുമ്പോൾ കിട്ടുന്ന ആദായമായിത്തീരുന്നു ഒരേയൊരു ചോദനം.

ഉൽപ്പാദന – വിനിമയരംഗങ്ങളിലുള്ള മനുഷ്യന്റെ പ്രവൃത്തികളുമായി നേരിട്ട് ബന്ധപ്പെട്ട സാമൂഹ്യഫലങ്ങളെ മാത്രമേ ബൂർഷ്വാസിയുടെ സാമൂഹ്യശാസ്ത്രമായ ക്ലാസിക്കൽ അർഥശാസ്ത്രം മുഖ്യമായും പരിശോധിക്കുന്നുള്ളു. അത് ഏതൊന്നിന്റെ സൈദ്ധാന്തികപ്രകാശനമാണോ ആ സാമൂഹ്യസംഘടനയ്ക്ക് തികച്ചും അനുരൂപമാണിത്. മുതലാളിമാർ ഒറ്റയ്ക്കൊറ്റയ്ക്ക് ഉൽപ്പാദന – വിനിമയങ്ങളിൽ ഏർപ്പെടുന്നത് പ്രത്യക്ഷലാഭത്തെ ഉദ്ദേശിച്ചായതുകൊണ്ട് തൊട്ടടുത്തുണ്ടാകുന്ന പ്രത്യക്ഷഫലങ്ങളെ മാത്രമേ ആദ്യം കണക്കിലെടുക്കാനാവൂ. ഒരു വ്യവസായിയൊ വ്യാപാരിയൊ താൻ നിർമിച്ചതോ വാങ്ങിയതോ ആയ ചരക്ക് ആശിച്ചതുപോലെ പതിവുള്ള ലാഭത്തിന് വിറ്റഴിക്കുന്ന കാലത്തോളം അയാൾ സംതൃപ്തനാണ്. ആ ചരക്കിനും അത് വാങ്ങിച്ചവർക്കും പിന്നീടെന്തു സംഭവിക്കുന്നുവെന്നതിനെക്കുറിച്ച് അയാൾക്ക് താൽപ്പര്യമില്ല. അതേ പ്രവൃത്തികളുടെ പ്രാകൃതികഫലങ്ങളുടെ കാര്യത്തിലും ഇതുതന്നെയാണ് സ്ഥിതി. ക്യൂബയിലെ മലഞ്ചെരിവുകളിലുണ്ടായിരുന്ന വനങ്ങൾ ചുട്ടെരിച്ച്, അത്യന്തം ആദായകരമായ കാപ്പിച്ചെടികളുടെ ഒരു തലമുറയ്ക്ക് മതിയായ ചാരം അതിൽനിന്നീടാക്കിയ സ്പാനിഷ് തോട്ടമുടകൾക്ക്, യാതൊരു സംരക്ഷണവുമില്ലാത്ത മണ്ണിന്റെ മേൽത്തട്ട് കനത്ത ഉഷ്ണമേഖലാവർഷപാതത്തിൽ ഒലിച്ചുപോയിട്ട് നഗ്നമായ പാറകൾമാത്രം അവശേഷിച്ചതുകൊണ്ട് എന്തുചേതം? സമൂഹത്തെ സംബന്ധിച്ചെന്നപോലെ പ്രകൃതിയെ സംബന്ധിച്ചും ഇന്നത്തെ ഉൽപ്പാദനരീതിക്ക് ഏറ്റവുമധികം താൽപ്പര്യം, ഉടനടിയുള്ള – ഏറ്റവും കൂടുതൽ അനുഭവഗോചരമായ – ഫലത്തിലാണ്. എന്നിട്ടോ? ഈ ഉന്നംവച്ചുകൊണ്ട് ചെയ്യുന്ന പ്രവൃത്തികളുടെ കൂടുതൽ അകന്ന ഫലങ്ങൾ വ്യത്യസ്തവും മിക്കപ്പോഴും നേർവിപരീതസ്വഭാവത്തോടുകൂടിയതുമാണെന്നും, പത്തുവർഷം കൂടുമ്പോഴുള്ള വ്യാവസായിക ചാക്രികഗതിയിൽനിന്നു കാണാവുന്നതുപോലെ സപ്ലൈയും ഡിമാണ്ടും തമ്മിലുള്ള ചേർച്ച നേർവിപരീതമായി മാറുന്നുവെന്നും ("തകർച്ച"[109]യിലൂടെ ജർമനിക്കുപോലും ഇതിന്റെ ഒരു പ്രാരംഭാനുഭവം ചെറുതായിട്ടുണ്ടായി), അവനവന്റെ സ്വന്തം അധ്വാനത്തെ അടിസ്ഥാനപ്പെടുത്തിയ സ്വകാര്യയുടമസ്ഥത തൊഴിലാളികളുടെ സ്വത്ത് പിടിച്ചെടുക്കലായി അവശ്യമായും വളരാതെ തരമില്ലെന്നും, അതേസമയം എല്ലാ സ്വത്തും തൊഴിലാളികളല്ലാത്തവരുടെ കൈകളിൽ കൂടുതൽ കൂടുതൽ സ്വരൂപിക്കപ്പെടുന്നുവെന്നും കണ്ട് ആശ്ചര്യപ്രകടനങ്ങൾ നടക്കുന്നു. (.........)*

---

* കൈയെഴുത്തുപ്രതി ഇവിടെവച്ചു മുറിഞ്ഞുപോയിരിക്കുന്നു.

[കുറിപ്പുകളും നുറുങ്ങുകളും]

(ശാസ്ത്രത്തിന്റെ ചരിത്രത്തിൽനിന്ന്)

പ്രകൃതിശാസ്ത്രത്തിന്റെ പ്രത്യേകം പ്രത്യേകം ശാഖകളുടെ അനുക്രമമായ വികാസത്തെക്കുറിച്ചു പഠിക്കേണ്ടതാണ് – ഒന്നാമത് ജ്യോതിശാസ്ത്രം. ഋതുക്കൾ കാരണം അത് കാലിവളർത്തലും കൃഷിയും നടത്തിവന്ന ജനതകൾക്ക് തികച്ചും അനുപേക്ഷണീയമായിരുന്നു. ഗണിതശാസ്ത്രത്തിന്റെ സഹായത്തോടുകൂടി മാത്രമേ ജ്യോതിശാസ്ത്രത്തിനു വളരാൻ കഴിയൂ. അതുകൊണ്ട് ഗണിതശാസ്ത്രവും കൈകാര്യം ചെയ്യേണ്ടിവന്നു. തുടർന്ന്, കാർഷികവികാസത്തിന്റെ ഒരു പ്രത്യേകഘട്ടത്തിൽ ചില രാജ്യങ്ങളിൽ (ഈജിപ്തിൽ ജലസേചനത്തിനുവേണ്ടി വെള്ളം ലഭ്യമാക്കൽ). വിശേഷിച്ച്, പട്ടണങ്ങളുടേയും വലിയ കെട്ടിടങ്ങളുടെ നിർമാണത്തിന്റേയും ആവിർഭാവത്തോടും കൈത്തൊഴിലിന്റെ വളർച്ചയോടും കൂടി ബലതന്ത്രവും വളർന്നുവന്നു. താമസിയാതെ അത് കപ്പലോട്ടത്തിനും യുദ്ധത്തിനുംകൂടി ആവശ്യമായിവന്നു. അതിനും ഗണിതശാസ്ത്രത്തിന്റെ സഹായം വേണമെന്നുള്ളതുകൊണ്ട് അത് ആ ശാസ്ത്രത്തിന്റെ വികാസത്തിനും ഇടവരുത്തുന്നു. അങ്ങനെ തുടക്കംതൊട്ടുതന്നെ ശാസ്ത്രങ്ങളുടെ ഉത്ഭവത്തേയും വികാസത്തേയും നിർണയിച്ചത് ഉൽപ്പാദനമാണ്.

പൗരാണികകാലത്തൊട്ടാകെത്തന്നെ ശരിക്കുള്ള ശാസ്ത്രീയാന്വേഷണം ഈ മൂന്നു ശാഖകളിൽ ഒതുങ്ങിനിന്നു. സൂക്ഷ്മമായ, ചിട്ടയോടുകൂടിയ ഗവേഷണത്തിന്റെ രൂപത്തിൽ അത് ആദ്യമായി രംഗപ്രവേശം ചെയ്യുന്നത് ക്ലാസിക്കൽ കാലഘട്ടത്തിനുശേഷം മാത്രമാണ് (അലക്സാൺഡ്രിയക്കാർ, ആർക്കിമെഡീസ് തുടങ്ങിയവർ). ജനങ്ങളുടെ മനസിൽ അപ്പോഴും വേർതിരിക്കപ്പെട്ടിട്ടില്ലാതിരുന്ന ഭൗതികശാസ്ത്രവും രസതന്ത്രവും (മൂലകസിദ്ധാന്തം, രാസമൂലകമെന്ന ധാരണയുടെ അഭാവം),

സസ്യശാസ്ത്രം, ജന്തുശാസ്ത്രം, മനുഷ്യരുടേയും ജന്തുക്കളുടേയും ശരീരഘടനാശാസ്ത്രം – ഇവയിലെല്ലാം തന്നെ വസ്തുതകൾ സമാഹരിക്കാനും കഴിയുന്നത്ര ചിട്ടയായി അവയെ ക്രമീകരിക്കാനും മാത്രമേ അതുവരെ സാധ്യമായിരുന്നുള്ളു. ദഹനവും വിസർജനവുംപോലുള്ള ഏറ്റവും അനുഭവഗോചരമായ കാര്യങ്ങൾക്കപ്പുറത്തേക്ക് കടക്കുന്ന മാത്രയിൽ ശരീരക്രിയാശാസ്ത്രം വെറും ഊഹാപോഹമായിത്തീർന്നു. രക്തചംക്രമണത്തെക്കുറിച്ചുപോലും അറിവില്ലാതിരുന്ന ഒരു കാലത്ത് അത് മറിച്ചാവാൻ തരമില്ലായിരുന്നു – ആ കാലഘട്ടത്തിന്റെ അവസാനത്തിൽ രസവാദത്തിന്റെ (ആൽക്കെമി) പ്രാകൃതരൂപത്തിൽ രസതന്ത്രം രംഗത്തുവന്നു.

മധ്യകാലത്തിന്റെ കാളരാത്രിക്കുശേഷം ശാസ്ത്രങ്ങൾ പെട്ടെന്ന് വീണ്ടും ഉയർന്നുവരികയും അത്ഭുതാവഹമായ വേഗതയിൽ വളരുകയും ചെയ്തെങ്കിൽ, ആ അത്ഭുതത്തിനും നിദാനമായിരുന്നത് ഉൽപ്പാദനമായിരുന്നു. ഒന്നാമത്, കുരിശുയുദ്ധങ്ങളെത്തുടർന്ന് വ്യവസായത്തിന് വമ്പിച്ച വികാസമുണ്ടായി. യാന്ത്രികവും (നെയ്ത്ത്, ഘടികാരനിർമാണം, പൊടിക്കുന്ന യന്ത്രങ്ങൾ), രസതന്ത്രപരവും (ചായംമുക്കൽ, ലോഹകർമം, ആൽക്കഹോൾ), ഭൗതികശാസ്ത്രപരവും (കണ്ണട) ആയ ഒട്ടേറെ പുതിയ വസ്തുതകൾ അത് വെളിച്ചത്തുകൊണ്ടുവന്നു. ഇത് നിരീക്ഷണത്തിന് ധാരാളം വക നൽകിയെന്നതിനു പുറമെ മുമ്പത്തേതിൽനിന്നു തികച്ചും വ്യത്യസ്തമായ പരീക്ഷണമാർഗങ്ങൾ ലഭ്യമാക്കുകയും പുതിയ ഉപകരണങ്ങളുടെ നിർമാണത്തിന് ഇടവരുത്തുകയും ചെയ്തു. യഥാർഥത്തിൽ ചിട്ടയായ പരീക്ഷണാത്മകശാസ്ത്രം സാധ്യമായിത്തീർന്നത് ആദ്യമായിട്ട് ഇപ്പോഴാണെന്നു പറയാം. രണ്ടാമത്, പോളണ്ടുൾപ്പെടെ പശ്ചിമ – മധ്യയൂറോപ്പൊട്ടാകെതന്നെ ഇപ്പോൾ വളർന്നുവന്നത് പരസ്പരബദ്ധമായരൂപത്തിലാണ്. പഴയ നാഗരികതയുടെ പൈതൃകമുള്ളതുകൊണ്ട് ഇറ്റലി അപ്പോഴും മുന്നിലായിരുന്നുവെന്നുമാത്രം. മൂന്നാമത്, തികച്ചും ലാഭത്തെ ഉദ്ദേശിച്ചും അതുകൊണ്ടുതന്നെ അവസാന വിശകലനത്തിൽ ഉൽപ്പാദനത്തിനുവേണ്ടിയും നടത്തപ്പെട്ട ഭൂമിശാസ്ത്രപരമായ കണ്ടുപിടുത്തങ്ങൾ കാലാവസ്ഥാശാസ്ത്രത്തിന്റെയും ജന്തുശാസ്ത്രത്തിന്റെയും സസ്യശാസ്ത്രത്തിന്റെയും (മനുഷ്യന്റെ) ശരീരക്രിയാശാസ്ത്രത്തിന്റെയും തുറകളിൽ നിസ്സീമവും അതുവരെ അപ്രാപ്യവുമായിരുന്നതുമായ സാമഗ്രികൾ തുറന്നുവച്ചു. നാലാമത് അച്ചുകൂടം* ജന്മമെടുത്തു.

മുമ്പുതന്നെ നിലവിലുണ്ടായിരുന്ന ഗണിതശാസ്ത്രം, ജ്യോതിശാസ്ത്രം, ബലതന്ത്രം, എന്നിവയ്ക്കു പുറമേ ഇപ്പോൾ ഭൗതിക ശാസ്ത്രം രസതന്ത്രത്തിൽനിന്നു വ്യക്തമായും വ്യതിരിക്തമായിത്തീരുന്നു. (ടൊ

* കയ്യെഴുത്തുപ്രതിയുടെ മാർജിനിൽ ഈ ഖണ്ഡികയ്ക്കെതിരായി ഇങ്ങനെ എഴുതിയിട്ടുണ്ട്: "ഉൽപ്പാദനത്തിന് ശാസ്ത്രത്തോടുള്ള കടപ്പാടിനെക്കുറിച്ചാണ് ഇത്രനാളും വീമ്പടിച്ചിട്ടുള്ളത്. എന്നാൽ ശാസ്ത്രത്തിന് ഉൽപ്പാദനത്തോടുള്ള കടപ്പാട് അതിലും എത്രയോ കൂടുതലാണ്."

റിച്ചെല്ലി, ഗലീലിയൊ – ഇതിൽ ആദ്യത്തെയാൾ വ്യാവസായികമായ ജലസംഭരണശാലാ നിർമാണത്തോടനുബന്ധിച്ച് ആദ്യമായി ദ്രാവകചലനത്തെപ്പറ്റി പഠനംനടത്തി. ക്ലേർക്ക് മാക്സ്‌വെല്ലിന്റെ കൃതികൾ നോക്കുക). ബോയിൽ രസതന്ത്രത്തിന് ഒരു ശാസ്ത്രമെന്ന നിലയ്ക്ക് ഉറച്ചൊരു അടിത്തറ നൽകി. രക്തചംക്രമണത്തിന്റെ കണ്ടെത്തലിലൂടെ (മനുഷ്യരുടെയും ജന്തുക്കളുടെയും) ശരീരക്രിയാശാസ്ത്രത്തിന് ഹാർവെയും ഉറച്ച അടിത്തറ നൽകി. ജന്തുശാസ്ത്രവും സസ്യശാസ്ത്രവും ആദ്യമൊക്കെ വസ്തുതാസംഭരണശാസ്ത്രങ്ങളായിരുന്നു. ജീവാശ്മ വിജ്ഞാനം രംഗത്തുവരികയും (ക്യുവ്യെ) അതെത്തുടർന്ന് അധികം താമസിയാതെ കോശം കണ്ടെത്തപ്പെടുകയും ജൈവരസതന്ത്രം വളർച്ചപ്രാപിക്കുകയും ചെയ്യുന്നതുവരെ അതായിരുന്നു സ്ഥിതി. എന്നാൽ അതോടെ തുലനാത്മക ആകൃതിവിജ്ഞാനവും (comparative morphology) ശരീരക്രിയാവിജ്ഞാനവും സാധിതപ്രായമാവുകയും തുടർന്നങ്ങോട്ട് രണ്ടും യഥാർഥശാസ്ത്രങ്ങളായിത്തീരുകയും ചെയ്തു. കഴിഞ്ഞ (18–ാം) നൂറ്റാണ്ടിന്റെ അവസാനത്തിൽ ഭൂഗർഭശാസ്ത്രം സ്ഥാപിതമായി. സമീപകാലത്ത് നരവംശശാസ്ത്രവും (ആ പേര് അത്ര യോജിച്ചതല്ല) സ്ഥാപിക്കപ്പെട്ടിട്ടുണ്ട്. അത് മനുഷ്യന്റെയും മനുഷ്യവംശങ്ങളുടെയും ആകൃതിവിജ്ഞാനത്തിൽനിന്നും ശരീരക്രിയാവിജ്ഞാനത്തിൽനിന്നും ചരിത്രത്തിലേക്കുള്ള പരിവർത്തനം സാധ്യമാക്കിത്തീർക്കുന്നു. ഇത് കൂടുതൽ വിശദമായി പഠിക്കേണ്ടതും വികസിപ്പിക്കേണ്ടതുമാണ്.

പ്രാചീനരുടെ പ്രകൃതിവീക്ഷണം

(ഹെഗൽ, *തത്വശാസ്ത്രചരിത്രം*, വാല്യം I– യവനതത്വചിന്ത)[110]

ആദ്യത്തെ തത്വചിന്തകൾ താഴെപ്പറയുന്ന അഭിപ്രായക്കാരാണെന്നാണ് അവരെപ്പറ്റി അരിസ്റ്റോട്ടിൽ പറയുന്നത് (*മെറ്റാഫിസിക്സ്*, I, അധ്യായം 3) :

"എന്തൊന്നാണോ എല്ലാ വസ്തുക്കളിലും അടങ്ങിയിരിക്കുന്നത്, എന്തിൽനിന്നാണോ അവ ആദ്യം ആവിർഭവിക്കുന്നത്, എന്തിലേക്കാണോ അവ അവസാനം തിരിച്ചുപോകുന്നത്...... എന്തൊന്നാണോ ഭാവങ്ങളിൽ മാറ്റമുണ്ടാവുന്നുണ്ടെങ്കിലും സത്ത എന്ന നിലയ്ക്ക് അതേപടി തുടരുന്നത് – അതാണ് എല്ലാ അസ്തിത്വത്തിന്റെയും മൂലതത്വവും പ്രമാണവും. അതുകൊണ്ട് യാതൊന്നുംതന്നെ ആവിർഭവിക്കുകയോ തിരോഭവിക്കുകയോ ചെയ്യുന്നില്ലെന്ന് അവർ വിശ്വസിക്കുന്നു. കാരണം, ഒരേ പ്രകൃതമാണ് എപ്പോഴും നിലനിൽക്കുന്നത്" (പേജ് 198).

അങ്ങനെ ആദികാലത്തെ സ്വയംഭൂതഭൗതികവാദം അപ്പാടെതന്നെ നമുക്ക് ഇവിടെ കാണാൻ കഴിയുന്നുണ്ട്. തുടക്കത്തിൽ പ്രാകൃതികപ്രതിഭാസങ്ങളുടെ നിസ്സീമ വൈജാത്യത്തിലുള്ള ഏകത്വത്തെ സാധാരണഗതിയിലുള്ള ഒന്നായി അത് കരുതുന്നുവെന്നത് തികച്ചും സ്വാഭാവികമാ

ണ്. ഖണ്ഡിതമായും മൂർത്തിമത്തായ ഒന്നിൽ, ഒരു പ്രത്യേക വസ്തുവിൽ, അത് ആ ഏകത്വം തേടുന്നു. വെള്ളത്തിൽ താലെസ് തേടുന്നത് അതാണ്.

സിസെറോ പറയുന്നു:

"വെള്ളമാണ് വസ്തുക്കളുടെ അടിസ്ഥാനമെന്നും വെള്ളത്തിൽ നിന്നും സർവതും രൂപീകരിക്കുന്ന മനസാണ് ദൈവമെന്നും.... മിലെത്തോസിലെ താലെസ് പ്രഖ്യാപിച്ചു" (*ദൈവങ്ങളുടെ പ്രകൃതത്തെപ്പറ്റി*, I, 10).

സിസെറൊ കൂട്ടിച്ചേർത്തതാണ് ഇതെന്ന് ഹെഗൽ പ്രഖ്യാപിച്ചിരിക്കുന്നത് തികച്ചും ശരിയാണ്. അദ്ദേഹം പറയുന്നു:

"ഇതിനും പുറമേ താലെസ് ദൈവത്തിൽ വിശ്വസിച്ചിരുന്നോ എന്ന ചോദ്യത്തിൽ നമുക്കിവിടെ താൽപ്പര്യമില്ല. അഭ്യൂഹത്തിന്റെയും വിശ്വാസത്തിന്റെയും ജനങ്ങളുടെ മതത്തിന്റെയും പ്രശ്നമല്ല ഇവിടെയുള്ളത്... ദൈവമാണ് വെള്ളത്തിൽനിന്ന് എല്ലാ വസ്തുക്കളും സൃഷ്ടിച്ചതെന്ന് അദ്ദേഹം പറഞ്ഞിട്ടുണ്ടെങ്കിൽത്തന്നെ ആ സത്തയെപ്പറ്റി നമുക്ക് അതുവഴി കൂടുതൽ അറിവൊന്നും ലഭിക്കുന്നില്ല. ആശയമൊന്നുമില്ലാത്ത വെറുമൊരു പൊള്ളവാക്കാണ് അത്." പേജ് 209 [ഉദ്ദേശം 600 (ബി. സി)].

ഏറ്റവും പ്രാചീനരായ യവനദാർശനികർ അതേസമയംതന്നെ പ്രകൃതിഗവേഷകർകൂടിയായിരുന്നു. ഒരു വർഷത്തിൽ 365 ദിവസമുണ്ടെന്നു ക്ലിപ്തപ്പെടുത്തിയത് ജ്യാമിതീകാരനായ താലെസാണ്. അദ്ദേഹം ഒരു സൂര്യഗ്രഹണത്തെക്കുറിച്ച് പ്രവചിച്ചതായും പറയപ്പെടുന്നു. അനാക്സിമാന്ദർ ഒരു സൂര്യഘടികാരവും, കരയും കടലും അടയാളപ്പെടുത്തിയ ഒരു പ്രത്യേകഭൂപടവും, പലതരം ജ്യോതിശാസ്ത്രോപകരണങ്ങളും നിർമിച്ചു – പൈഥഗോറസ് ഒരു ഗണിതശാസ്ത്രജ്ഞനായിരുന്നു.

"മനുഷ്യൻ ഉണ്ടായത് മീനിൽനിന്നാണെന്നും അവൻ വെള്ളത്തിൽ നിന്ന് കരയിലേക്ക് കയറുകയാണുണ്ടായതെന്നുമായിരുന്നു" മിലെത്തോസിലെ അനാക്സിമാന്ദറിന്റെ അഭിപ്രായമെന്നു പ്ലൂട്ടാർക്ക് പറയുന്നു (*നർമഭാഷണം*, VIII, പേജ് 213). അദ്ദേഹത്തിന്റെ ദൃഷ്ടിയിൽ "ആരംഭവും മൂലതത്വവും അനന്തമാണ്." അദ്ദേഹം അതിനെ വായുവോ വെള്ളമോ മറ്റെന്തെങ്കിലും വസ്തുവോ ആയി നിർണയിക്കുന്നില്ല (ഡയോജെനെസ് ലയേർഷിയസ്, II ഖണ്ഡിക 1). ഈ അനന്തത്തെ ഹെഗൽ (215–ാമത്തെ പേജിൽ) "അനിർണീത പദാർഥം" എന്ന് പരാമർശിച്ചിരിക്കുന്നത് ശരിയാണ് (ഉദ്ദേശം 580–ാമാണ്ട് ബി സി).

മിലെത്തോസിലെ അനക്സിമെനിസ് വായുവിനെയാണ് മൂലതത്വവും അടിസ്ഥാനപ്രമാണവുമായി എടുക്കുന്നത്. അദ്ദേഹത്തിന്റെ ദൃഷ്ടിയിൽ അത് അനന്തമാണ് (സിസെറോ, *ദൈവങ്ങളുടെ പ്രകൃത്തെപ്പറ്റി*, I, പേജ് 10). അദ്ദേഹം പറയുന്നു:

"സർവതും അതിൽനിന്ന് ആവിർഭവിക്കുന്നു. സർവതും വീണ്ടും അതിൽ അലിഞ്ഞുചേരുന്നു" (പ്ലൂട്ടോർക്ക്, *ദാർശനികരുടെ അഭിമതങ്ങളെപ്പറ്റി*, I, 3).

ഇവിടെ വായു = ശ്വാസം, ആത്മാവ് (spirit):

"വായു ആകുന്ന നമ്മുടെ ജീവാത്മാവ് (soul) നമ്മെ നിലനിർത്തുന്നതുപോലെതന്നെ ആത്മാവും (spirit) വായുവും പ്രപഞ്ചത്തെയൊട്ടാകെ നിലനിർത്തുന്നു. ആത്മാവിനും വായുവിനും ഒരേ അർഥമാണുള്ളത്" (പ്ലൂട്ടാർക്ക്).[111] [പേജ് 215–16].

ജീവാത്മാവിനെയും വായുവിനെയും സാർവത്രികമാധ്യമമെന്ന നിലയ്ക്ക് പരിഗണിക്കുന്നു (ഉദ്ദേശം 555–ാമാണ്ട്).

ഈ പ്രാചീനദാർശനികൻ ആദിമസത്തയെ ഒരു പദാർഥരൂപത്തിലാണ് വീക്ഷിക്കുന്നതെന്ന് അരിസ്റ്റോട്ടിൽ പറയുന്നു: വായുവിന്റെയും വെള്ളത്തിന്റെയും (അനാക്സിമാന്ദറെ സംബന്ധിച്ചിടത്തോളം ഒരുപക്ഷേ രണ്ടിനുമിടയ്ക്കുള്ള വല്ലതിന്റേയും) പിന്നീട് ഹെറാക്ലിറ്റസിനെ സംബന്ധിച്ചിടത്തോളം തീയുടേയും രൂപത്തിൽ. പക്ഷേ, ഭൂമിയുടെ സങ്കീർണഘടന നിമിത്തം ആരുംതന്നെ ഭൂമിയുടെ രൂപത്തിൽ അതിനെ സങ്കൽപ്പിക്കുന്നില്ല. *മെറ്റാഫിസിക്സ്*, I, 8 (പേജ് 217).

അവ ഒന്നുംതന്നെ ചലനത്തിന്റെ ഉൽപ്പത്തിയെക്കുറിച്ച് യാതൊരു വിശദീകരണവും നൽകുന്നില്ലെന്ന് അരിസ്റ്റോട്ടിൽ ചൂണ്ടിക്കാണിച്ചിട്ടുള്ളത് ശരിയാണ് (218–നെത്തുടർന്നുള്ള പേജുകൾ).

സാമോസിലെ പൈഥഗോറസ് (ഉദ്ദേശം 540–ാമാണ്ട്): സംഖ്യയാണ് മൗലികതത്വം:

"സംഖ്യയാണ് എല്ലാ വസ്തുക്കളുടെയും സാരാംശം. നിർണയനങ്ങളെ സംബന്ധിച്ചിടത്തോളം പ്രപഞ്ചത്തിന്റെയൊട്ടാകെയുള്ള സംവിധാനം സംഖ്യകളുടെയും അവയുടെ ബന്ധങ്ങളുടെയും ഒരു സമഞ്ജസവ്യവസ്ഥയാണ് (അരിസ്റ്റോട്ടിൽ, *മെറ്റാഫിസിക്സ്*, I, അധ്യായം 5 പലേടത്തുനിന്നായി).

"എന്തൊന്നിനെയാണോ അസ്തിത്വമായോ സാരവത്തായോ (സത്യമായോ) ഭാവന കരുതുന്നത് അതിനെയെല്ലാറ്റിനേയും ഒറ്റയടിക്ക് തകർക്കുകയും സംവേദനക്ഷമമായ സത്തയെ ഉന്മൂലനം ചെയ്യുകയും സത്തയെ ഒരു തർക്കശാസ്ത്രഗണമായി (വളരെ സങ്കുചിതവും ഏകപക്ഷീയവുമായ ഒന്നാണതെങ്കിലും) വീക്ഷിക്കുകയും ചെയ്യുന്ന അത്തരം അഭിപ്രായപ്രകടനത്തിന്റെ 'കൂസലില്ലായ്മ'യിലേക്ക് ഹെഗൽ ന്യായമായും വിരൽ ചൂണ്ടുന്നുണ്ട് (പേജ് 237–38).

സംഖ്യയെപ്പോലെതന്നെ പ്രപഞ്ചവും നിശ്ചിതനിയമങ്ങൾക്കു വിധേയമാണ്. അതുവഴി പ്രപഞ്ചത്തിന്റെ നിയമവിധേയത്വം ആദ്യമായി പ്രകാശിപ്പിക്കപ്പെട്ടു. സംഗീതത്തിലെ സ്വരൈക്യത്തെ ഗണിതശാസ്ത്രബന്ധങ്ങളായി ചുരുക്കിക്കൊണ്ടുവന്നത് പൈഥഗോറസാണെന്നു കരുതപ്പെടുന്നു. അതുപോലെതന്നെ:

"പൈഥഗോറിയന്മാർ അഗ്നിയെ കേന്ദ്രത്തിൽ പ്രതിഷ്ഠിച്ചു. ആ കേന്ദ്രവസ്തുവിനു ചുറ്റും വട്ടത്തിൽ കറങ്ങുന്ന ഒരു നക്ഷത്രമായിട്ടാണ് അവർ ഭൂമിയെ വീക്ഷിച്ചത്." (അരിസ്റ്റോട്ടിൽ, *ആകാശത്തെപ്പറ്റി*, I, 13) [പേജ് 265].

ഈ അഗ്നി സൂര്യനല്ല, എങ്കിലും ഭൂമി ചലിക്കുന്നുണ്ടെന്നതിന്റെ ആദ്യത്തെ സൂചനയാണ് അത്.

ഗ്രഹവ്യവസ്ഥയെപ്പറ്റി ഹെഗൽ:

> ....[ഗ്രഹങ്ങൾ] തമ്മിലുള്ള ദൂരങ്ങളെ നിർണയിക്കുന്ന ഒരു സമഞ്ജസ്യനിയമം ചൂണ്ടിക്കാട്ടാൻ ഗണിതശാസ്ത്രത്തിന് ഇതുവരെ കഴിഞ്ഞിട്ടില്ല. നമുക്ക് ആനുഭാവിക (എംപിരിക്കൽ) സംഖ്യകൾ കൃത്യമായിട്ടറിയാം. പക്ഷേ, അവയ്ക്കെല്ലാം ആവശ്യകതയുടെ ഭാവമല്ല, യാദൃച്ഛികതയുടെ ഭാവമാണുള്ളത്. ദൂരങ്ങളെ സംബന്ധിച്ചിടത്തോളം ഏകദേശമായ ഒരു ക്രമവിന്യാസതത്വത്തെക്കുറിച്ച് നമുക്ക് അറിവുണ്ട്. അത് കാരണം ചൊവ്വയ്ക്കും വ്യാഴത്തിനും ഇടയ്ക്കുള്ള ഗ്രഹങ്ങളെക്കുറിച്ച് ഊഹം നടത്താൻ ഭാഗ്യവശാൽ കഴിഞ്ഞിട്ടുണ്ട്. പിന്നീട് സെറെസ്, വെസ്റ്റ, പല്ലാസ് തുടങ്ങിയവ കണ്ടെത്തിയിട്ടുള്ളത് അവിടെയാണ്. എന്നാൽ ജ്യോതിശാസ്ത്രം ഏതെങ്കിലും അർഥവും യുക്തിയുമുള്ള ഒരു സംഗതശ്രേണി പ്രസ്തുതദൂരങ്ങളിൽ ഇനിയും കണ്ടെത്തിയിട്ടില്ല. നേരെമറിച്ച് അങ്ങനെയൊരു ശ്രേണിയെ നിയതരൂപത്തിൽ അവതരിപ്പിക്കുന്നതിനെ അവജ്ഞയോടെയാണ് അത് വീക്ഷിക്കുന്നത്. എന്നാൽ അതിനെ സംബന്ധിച്ചിടത്തോളം അതിപ്രധാനമായ ഒരു സംഗതിയാണിത്. അത്തരത്തിലുള്ള ഒരു ശ്രേണി കണ്ടെത്താനുള്ള ശ്രമത്തിൽനിന്നു നാം പിന്മാറിക്കൂടാ. (പേജ് 267–68).

ലോകവീക്ഷണത്തിന് ശുദ്ധഗതിപൂണ്ട ഭൗതികാത്മകത എത്രതന്നെയുണ്ടായിരുന്നെങ്കിലും പിന്നീടുണ്ടായ ഭിന്നിപ്പിന്റെ ബീജം പ്രാചീന യവനർക്കിടയിൽത്തന്നെ ദൃശ്യമായിരുന്നു. താലെസിന്റെ അഭിപ്രായത്തിൽ ജീവാത്മാവ് വിശേഷപ്പെട്ട എന്തോ ആണ്, ശരീരത്തിൽനിന്നു വ്യത്യസ്തമായ എന്തോ ആണ് (കാന്തത്തിനും ജീവാത്മാവുണ്ടെന്നാണല്ലോ അദ്ദേഹം പറയുന്നത്). അനക്സിമെനിസിന്റെ ദൃഷ്ടിയിൽ അത് വായുവാണ് (*ഉൽപ്പത്തിപുസ്തക*ത്തിൽ പറയുന്നതുപോലെ).[112] പൈഥഗോറിയന്മാരുടെ വീക്ഷണത്തിൽ അത് അനശ്വരവും പ്രവാസസ്വഭാവമുള്ളതുമാണ്. അതിനെ സംബന്ധിച്ചിടത്തോളം വെറും യാദൃച്ഛികമായ ഒന്നാണ് ശരീരം. പൈഥഗോറിയന്മാർ ജീവാത്മാവിനെ “ഈഥറിന്റെ ഒരു ശകല”മായിട്ടുകൂടി കരുതുന്നു (ഡയോജെനെസ് ലയേർഷിയസ്, VIII, § 26–28). ഇവിടെ തണുത്ത ഈഥർ വായുവും, ഇടതൂർന്ന ഈഥർ കടലും ഈർപ്പവുമാണ്. (പേജ് 279–80)

അരിസ്റ്റോട്ടിൽ പൈഥഗോറിയന്മാരേയും താഴെപ്പറയുന്ന വിധത്തിൽ കുറ്റപ്പെടുത്തുന്നത് ശരിയാണ്:

“ചലനം എങ്ങനെ ഉണ്ടാകുന്നുവെന്നും ചലനവും മാറ്റവും കൂടാതെ ആവിർഭാവവും തിരോധാനവും – അല്ലെങ്കിൽ ഖഗോളവസ്തുക്കളുടെ അവസ്ഥകളും പ്രവർത്തനങ്ങളും – എങ്ങനെ ഉണ്ടാകുന്നുവെന്നും” തങ്ങ

ളുടെ സംഖ്യകൾ വച്ച് "അവർ വിശദീകരിക്കുന്നില്ല." (*മെറ്റാഫിസിക്സ്*,[113] I, അധ്യായം 8) [പേജ് 277].

പ്രഭാതനക്ഷത്രവും സന്ധ്യാനക്ഷത്രവും ഒന്നുതന്നെയാണെന്നും ചന്ദ്രന് അതിന്റെ പ്രകാശം ലഭിക്കുന്നത് സൂര്യനിൽനിന്നാണെന്നും കണ്ടുപിടിച്ചത് പൈഥഗോറസ് ആണെന്നാണ് വിശ്വസിക്കപ്പെടുന്നത്. അവസാനം അദ്ദേഹം പൈഥഗോറസ് ഉപപാദ്യവും കണ്ടുപിടിച്ചു.

പൈഥഗോറസ് പ്രസ്തുത ഉപപാദ്യം കണ്ടുപിടിച്ചപ്പോൾ അദ്ദേഹം നൂറ് കാളകളെ കശാപ്പുചെയ്തുവത്രെ..... അതിന്റെ പേരിൽ പണക്കാരെ മാത്രമല്ല നാട്ടുകാരെ മുഴുവനും ക്ഷണിച്ചുകൊണ്ട് വലിയൊരു സദ്യ നടത്താൻമാത്രം ആഹ്ലാദാതിരേകം അദ്ദേഹം പ്രകടിപ്പിച്ചത് എത്രതന്നെ അസാധാരണമായിരുന്നെങ്കിലും ആ പ്രമേയം അത് അർഹിക്കുന്നുണ്ടായിരുന്നു. ആനന്ദമാണ്, ആത്മാവിന്റെ (വിജ്ഞാനത്തിന്റെ) ആമോദമാണ്, കാളകളുടെ ചെലവിൽ അവിടെ നടന്നത്." (പേജ് 279)

എലിയാതതത്വചിന്തകർ

ലൂക്കിപ്പസും ഡെമോക്രിറ്റസും

മൂലകങ്ങൾ പൂർണമോ ശൂന്യമോ ആയിട്ടുള്ളവയാണെന്ന് ലൂക്കിപ്പസും അദ്ദേഹത്തിന്റെ ശിഷ്യനായ ഡെമോക്രിറ്റസും വിശ്വസിക്കുന്നു. അവർ ഒന്നിനെ 'ഉള്ളതെ'ന്നും മറ്റേതിനെ 'ഇല്ലാത്തതെ'ന്നും വിളിക്കുന്നു. അതിൽ പൂർണം അഥവാ ഖരം ആയിട്ടുള്ളവ (അതായത് അണുക്കൾ) 'ഉള്ളതും' ശൂന്യം അഥവാ വിരളം ആയിട്ടുള്ളവ 'ഇല്ലാത്തതും' ആണ്. അതുകൊണ്ട് ഉള്ളതിനോളംതന്നെ യഥാർഥമായിട്ടുള്ളതാണ് ഇല്ലാത്തത് എന്ന് അവർ കരുതുന്നു. അവയാണ് പദാർഥമെന്ന നിലയ്ക്ക് സംഗതികളുടെ ഭൗതിക ഹേതുക്കൾ എന്ന് അവർ പറയുന്നു. അടിസ്ഥാനപരമായ സത്തയുടെ ഐക്യത്തിൽ ഊന്നുന്ന ചിന്തകർ അതിന്റെ പ്രകാരഭേദങ്ങളിൽനിന്ന് മറ്റെല്ലാ സംഗതികളും ഉളവാക്കുന്നതുപോലെതന്നെ..... അടിസ്ഥാനപരമായ 'വ്യത്യാസങ്ങളാണ്' (അതായത് അണുക്കളുടെ വ്യത്യാസങ്ങളാണ്) മറ്റെല്ലാറ്റിനും കാരണമെന്ന് ഈ തത്വചിന്തകർ വിശ്വസിക്കുന്നു. ഈ വ്യത്യാസങ്ങൾ മൂന്നാണെന്ന് അവർ പറയുന്നു: ആകൃതി, വിന്യാസം, സ്ഥാനം. ഉദാഹരണത്തിന് A ആകൃതിയിൽ N-ൽനിന്ന് വ്യത്യസ്തമാണ്. AN വിന്യാസത്തിൽ NA-യിൽനിന്ന് വ്യത്യസ്തമാണ്. Z സ്ഥാനത്തിൽ N-ൽനിന്നു വ്യത്യസ്തമാണ്. (അരിസ്റ്റോട്ടിൽ, *മെറ്റാഫിസിക്സ്*, പുസ്തകം I, അധ്യായം 4).

ലൂക്കിപ്പസ്: അദ്ദേഹമാണ് ആദ്യമായി അണുക്കളെ ആരംഭബിന്ദുക്കളെന്ന നിലയ്ക്ക് പ്രതിഷ്ഠിച്ചത്.... അദ്ദേഹം അവയെ മൂലകങ്ങളെന്നു വിളിച്ചു. എണ്ണമറ്റ പ്രപഞ്ചങ്ങൾ ആവിർഭവിക്കുന്നത് അവയിൽനിന്നാണ്; അവ അലിഞ്ഞുചേരുന്നത് അവയിലേക്കാണ്. പ്രപ

ഞ്ചങ്ങൾ രൂപംകൊള്ളുന്നത് ഇപ്രകാരമാണ്: അനന്തതയിൽനിന്നു വേർപെടുന്തോറും നാനാരൂപത്തിലുള്ള അനേകം വസ്തുക്കൾ വിശാലമായ ശൂന്യാകാശത്തിലേക്ക് കൊണ്ടുവരപ്പെടുന്നു. അവ ഒന്നിച്ചുകൂടി ഒരൊറ്റ ഭ്രമിളമായി രൂപംകൊള്ളുന്നു. അവ പരസ്പരം തിക്കിത്തള്ളുകയും പലവിധത്തിൽ ചുറ്റിക്കറങ്ങുകയും ഒരേ തരത്തിലുള്ള അണുക്കൾ ഒന്നിച്ചുചേരത്തക്കവിധത്തിൽ പരസ്പരം വേർപിരിഞ്ഞുപോവുകയും ചെയ്യുന്നു. അണുക്കൾ നിരവധിയുള്ളതിനാൽ സന്തുലനം പാലിച്ചുകൊണ്ട് ചുറ്റിക്കറങ്ങാൻ അവയ്ക്ക് സാധ്യമാവാതെ വരുന്നു. പാറ്റിയിട്ടെന്നവണ്ണം ഭാരംകുറഞ്ഞവ വെളിയിലുള്ള ശൂന്യാകാശത്തിലേക്ക് പോകുന്നു. ബാക്കിയുള്ളവ കെട്ടുപിണഞ്ഞ് ഒന്നിച്ചുനിൽക്കുകയും ഒന്നിച്ചു ചുറ്റിക്കറങ്ങിക്കൊണ്ട് ഒരു പ്രാഥമിക ഗോളവ്യവസ്ഥ രൂപീകരിക്കുകയും ചെയ്യുന്നു. (ഡയോജെനെസ് ലയേർഷിയസ്, പുസ്തകം IX, അധ്യായം 6)

എപ്പിക്യൂറസിനെപ്പറ്റി:

അണുക്കൾ നിരന്തരം ചലിച്ചുകൊണ്ടിരിക്കുന്നു. അണുക്കൾ ഒരേ വേഗതയിലാണ് ചലിക്കുന്നതെന്ന് പിന്നീട് അദ്ദേഹം പറയുന്നു. കാരണം, ശൂന്യത അവയിൽ ഏറ്റവും ഭാരം കുറഞ്ഞതിനും ഏറ്റവും ഭാരം കൂടിയതിനും ഒരുപോലെ വഴിമാറിക്കൊടുക്കുന്നുണ്ട്....... രൂപവും വലിപ്പവും ഭാരവും ഒഴിച്ച് മറ്റു യാതൊരു ഗുണങ്ങളും അണുക്കൾക്കില്ല.... അവ എല്ലാ വലിപ്പത്തിലും ഇല്ല. എന്തായാലും നമ്മുടെ ഇന്ദ്രിയങ്ങൾക്ക് അണു ഒരിക്കലും ദൃശ്യമായിട്ടില്ല." (ഡയോജെനെസ് ലയേർഷിയസ്, പുസ്തകം X, § 43–44). "ശ്യൂന്യതയിലൂടെ സഞ്ചരിക്കുകയും യാതൊരു പ്രതിരോധവും നേരിടാതിരിക്കുകയും ചെയ്യുമ്പോൾ അണുക്കൾ തുല്യവേഗതയോടെ നീങ്ങിയേതീരൂ. വഴിക്ക് എന്തിനെയെങ്കിലും നേരിടാത്തകാലത്തോളം ഭാരംകൂടിയ അണുക്കൾ ഭാരം കുറഞ്ഞ ചെറിയ അണുക്കളെക്കാൾ വേഗത്തിൽ നീങ്ങുകയില്ല. പറ്റിയവഴി എപ്പോഴും കണ്ടെത്തുകയും തടസമൊന്നും നേരിടാതിരിക്കുകയും ചെയ്യുന്ന കാലത്തോളം ചെറിയ അണുക്കൾ വലിയവയെക്കാൾ വേഗത്തിൽ നീങ്ങുകയുമില്ല. (അതേ കൃതി § 61).

"അങ്ങനെ എല്ലാത്തരത്തിലും (അതായത് എല്ലാത്തരം വസ്തുക്കളിലും) ഏകമെന്നത് ഒരു നിശ്ചിതസ്വഭാവത്തോടുകൂടിയതാണെന്നും എന്നാൽ അവയിലൊന്നും തന്നെ ആ ഏകം അതിന്റെ സ്വഭാവം പ്രകടിപ്പിക്കുന്നില്ലെന്നും വ്യക്തമാണ്." (അരിസ്റ്റോട്ടിൽ, *മെറ്റാഫിസിക്സ്* പുസ്തകം I, അധ്യായം 2).

സമോസിലെ അരിസ്റ്റാർക്കസ് ബി സി 270–ാമാണ്ടിൽത്തന്നെ ഭൂമിയേയും സൂര്യനേയും സംബന്ധിച്ച കോപ്പർനിക്കൻ സിദ്ധാന്തം ഉന്നയിക്കുകയുണ്ടായി. (മെഡ്ലർ, പേജ് 44; വോൾഫ്, പേജ് 35–37)[114]

ക്ഷീരപഥം നമ്മുടെമേൽ ചൊരിയുന്നത് നിരവധി ചെറുനക്ഷത്രങ്ങളുടെ സംയുക്തപ്രകാശമാണെന്ന് ഡെമോക്രിറ്റസ് ഊഹിച്ചിരുന്നു. (വോൾഫ്, പേജ് 313).

പ്രാചീനലോകത്തിന്റെ അവസാനത്തിലേയും (ഉദ്ദേശം 300–ാമാണ്ട്) മധ്യകാലാവസാനത്തിലേയും (1453–ാമാണ്ട്) സ്ഥിതികൾ തമ്മിലുള്ള വ്യത്യാസം:

1. മധ്യധരണ്യാഴിയുടെ തീരത്ത് നിലനിന്നിരുന്നതും അങ്ങുമിങ്ങും മാത്രം വൻകരയുടെ ഉള്ളിലേക്ക് കൈവഴികൾ നീട്ടിക്കൊണ്ട് സ്പെയിൻ, ഫ്രാൻസ്, ഇംഗ്ലണ്ട് എന്നീ രാജ്യങ്ങളുടെ അറ്റ്ലാന്റിക് തീരംവരെ എത്തിയിരുന്നതും അതുകൊണ്ടുതന്നെ വടക്കുനിന്ന് ജർമൻകാർക്കും സ്ലാവുകാർക്കും തെക്കുകിഴക്കുനിന്ന് അറബികൾക്കും നിഷ്പ്രയാസം ഭേദിച്ചു കടന്നു പുറകോട്ട് തള്ളാൻ കഴിയുമായിരുന്നതുമായ നാഗരികതയുടെ നേരിയൊരു തുണ്ടിനുപകരം, പശ്ചിമയൂറോപ്പിനെ ഒട്ടാകെ ഉൾക്കൊള്ളുന്നതും സ്കാൻഡിനേവിയ, പോളണ്ട്, ഹങ്കറി എന്നീ രാജ്യങ്ങൾ ചൗക്കകളായി വർത്തിക്കുന്നതുമായ നാഗരികതയുടെ ഒരു സംവൃതമേഖലയാണ് ഇപ്പോൾ ഉണ്ടായിരിക്കുന്നത്.

2. ഒരുവശത്ത് യവനന്മാരും അല്ലെങ്കിൽ റോമാക്കാരും മറുവശത്ത് കിരാതന്മാരും തമ്മിലുണ്ടായിരുന്ന വൈപരീത്യത്തിന്റെ സ്ഥാനത്ത്, സ്കാൻഡിനേവിയക്കാരെയും മറ്റും കൂട്ടാതെ തന്നെ, പരിഷ്കൃതഭാഷകൾ സംസാരിക്കുന്ന ആറ് പരിഷ്കൃതജനതകളാണ് ഇപ്പോൾ ഉണ്ടായിരുന്നത്. അവർ എല്ലാവരുംതന്നെ അങ്ങേയറ്റം വളർച്ചപ്രാപിച്ചുകഴിഞ്ഞിരുന്നു. പതിനാലാം ശതകത്തിൽ സാഹിത്യരംഗത്തുണ്ടായ വമ്പിച്ച മുന്നേറ്റത്തിൽ അവർ ഭാഗഭാക്കുകളായിരുന്നു. പ്രാചീനയുഗത്തിന്റെ അവസാനകാലത്തുതന്നെ ജീർണിച്ചു മണ്ണടിയാൻ തുടങ്ങിയിരുന്ന യവന–ലത്തീൻ ഭാഷകളെക്കാൾ എത്രയോ വൈവിധ്യപൂർണമായൊരു വിദ്യാഭ്യാസത്തിന് അവർ ഉറപ്പുനൽകുകയുണ്ടായി.

3. വ്യാവസായികോൽപ്പാദനത്തിന്റെയും വാണിജ്യത്തിന്റെയും നിരുപമമാംവണ്ണം ഉയർന്ന വികാസം. മധ്യകാലത്തിലെ നഗരവാസികളുടെ സൃഷ്ടികളായിരുന്നു അവ. ഒരുവശത്ത് ഉൽപ്പാദനം കൂടുതൽ അന്യൂനതയും വൈവിധ്യവും വൈപുല്യവും ആർജിച്ചു. മറുവശത്ത് വാണിജ്യം ഗണ്യമായ തോതിൽ വളർന്നു. സാക്സൺമാരുടെയും ഫരീസിയന്മാരുടെയും നോർമക്കാരുടെയും കാലം തൊട്ടേ സമുദ്രയാനം കൂടുതൽ സാഹസികസ്വഭാവം കൈക്കൊണ്ടുകഴിഞ്ഞിരുന്നു. മറുവശത്ത് ഒട്ടേറെ കണ്ടുപിടുത്തങ്ങൾ നടത്തപ്പെടുകയും കിഴക്കുനിന്ന് കണ്ടുപിടുത്തങ്ങൾ ഇറക്കുമതിചെയ്യപ്പെടുകയും ചെയ്തു. അതിന്റെ ഫലമായി യവനസാഹിത്യത്തിന്റെയും കപ്പലോട്ട കണ്ടുപിടിത്തങ്ങളുടെ ബൂർഷാ മതവിപ്ലവത്തിന്റെയും ഇറക്കുമതിക്കും പ്രചാരണത്തിനും ഇദംപ്രഥമമായി സാധ്യതയുളവായെന്നു മാത്രമല്ല അവ അതിവിപുലമായ തോതിലും വേഗതയിലും

നടക്കുകയും ചെയ്തു. അതിനും പുറമേ അവ പ്രാചീനകാലം ഒരിക്കലും ദർശിച്ചിട്ടില്ലാത്തവണ്ണം ശാസ്ത്രീയവസ്തുതകളുടെ ബൃഹത്തായൊരു സമാഹാരം കാഴ്ചവച്ചു. ആ വസ്തുതകൾക്ക് ഇനിയും ചിട്ടയായ രൂപം നൽകിയിരുന്നില്ലെന്നുമാത്രം. കാന്തസൂചി, അച്ചടി, അച്ച്, ചണക്കടലാസ് (അറബികളും സ്പെയിനിലെ ജൂതന്മാരും പന്ത്രണ്ടാംശതകം മുതൽ ഉപയോഗിച്ചുവരുന്നതാണ് ഇത്. പരുത്തിക്കടലാസ് പത്താം ശതകംതൊട്ട് ക്രമേണ രംഗത്തുവരികയും പതിമൂന്നും പതിനാലും ശതകങ്ങളിൽ കൂടുതൽ പ്രചാരത്തിൽ വരികയും ചെയ്തു. അതേസമയം അറബികളുടെ കാലത്തിനുശേഷം ഈജിപ്തിൽ പുൽക്കടലാസ് നിശ്ശേഷം പ്രചാരലുപ്തമായിത്തീർന്നു), വെടിമരുന്ന്, കണ്ണട, സമയനിർണയത്തിലും ബലതന്ത്രത്തിലും ഒരുപോലെ വമ്പിച്ച പുരോഗതിയെ കുറിക്കുന്ന യാന്ത്രിക ഘടികാരങ്ങൾ.

(കണ്ടുപിടുത്തങ്ങളെ സംബന്ധിച്ച് 11–ാം നമ്പർ നോക്കുക.)*

ഇതിനുപുറമെ പര്യടനങ്ങളിൽനിന്ന് (ഉദ്ദേശം 1272–ൽ മാർക്കൊ പോളൊ നടത്തിയ സഞ്ചാരത്തിൽനിന്നും മറ്റും) ലഭിച്ച വിവരങ്ങൾ.

സാമാന്യ വിദ്യാഭ്യാസം ഇപ്പോഴും മോശമായിരുന്നെങ്കിലും സർവകലാശാലകളുണ്ടായിരുന്നതുകൊണ്ട് അത് വളരെക്കൂടുതൽ വ്യാപകമായിരുന്നു.

കോൺസ്റ്റാന്റിനോപ്പിളിന്റെ ഉയർച്ചയോടും റോമിന്റെ പതനത്തോടും കൂടി പ്രാചീനകാലം അവസാനിക്കുന്നു. മധ്യകാലത്തിന്റെ അവസാനം കോൺസ്റ്റാന്റിനോപ്പിളിന്റെ പതനവുമായി അഭേദ്യമാംവണ്ണം ബന്ധപ്പെട്ടിരിക്കുന്നു. പുതിയ യുഗമാകട്ടെ, യവനരിലേക്കുള്ള തിരിച്ചുവരവോടുകൂടിയാണ് ആരംഭിക്കുന്നത് – നിഷേധത്തിന്റെ നിഷേധം!

ചരിത്രത്തിന്റെ മണ്ഡലത്തിൽനിന്ന് – കണ്ടുപിടുത്തങ്ങൾ

ക്രിസ്തുവിന് മുമ്പ്:

ഉദ്ദേശം 200 ബി സി യിൽ അഗ്നിശമന നീർക്കുഴലും ജലഘടികാരവും. തെരുവുകളിൽ കല്ലുപാകൽ (റോം).

ഉദ്ദേശം 160–ാമാണ്ടിൽ ചർമപത്രം (തോൽകടലാസ്).

ക്രിസ്തുവർഷം:

ഉദ്ദേശം 340–ാമാണ്ടിൽ മൊസെൽനദിയിൽ ജലപേഷണി (വാട്ടർമിൽ): ജർമനിയിൽ മഹാനായ ചാറൽസിന്റെ കാലത്ത്.

ഉദ്ദേശം 370–ാമാണ്ടിൽ ചില്ലു ജനാലകളുടെ ആദ്യത്തെ ലക്ഷണങ്ങൾ. അന്റിയോക്കിൽ തെരുവുവിളക്കുകൾ.

---

* തന്റെ കുറിപ്പുകളുടെ 11–ാമത്തെ താളിനെയാണ് എംഗൽസ് പരാമർശിക്കുന്നത്. അതിൽ കൊടുത്തിട്ടുള്ള കണ്ടുപിടുത്തങ്ങളുടെ പട്ടിക ചുവടെ ചേർത്തിട്ടുണ്ട്.

ഉദ്ദേശം 550–ാമാണ്ടിൽ ഗ്രീസിൽ ചൈനയിൽനിന്നുള്ള പട്ടുനൂൽപ്പുഴുക്കൾ.

ആറാം നൂറ്റാണ്ടിൽ തൂവൽപേനകൾ.

ഏഴാം നൂറ്റാണ്ടിൽ പരുത്തിക്കടലാസ് ചൈനയിൽനിന്ന് അറബികളുടെ അടുത്തെത്തുന്നു. ഒമ്പതാം നൂറ്റാണ്ടിൽ അത് ഇറ്റലിയിലും വരുന്നു.

എട്ടാം നൂറ്റാണ്ടിൽ ഫ്രാൻസിൽ ജലചാലിത ഓർഗനുകൾ.

പത്താം നൂറ്റാണ്ടുതൊട്ട് ഹാർറ്റ്സിൽ (ആസ്ത്രിയ) വെള്ളിഖനികൾ പ്രവർത്തിക്കുന്നു.

ഉദ്ദേശം 1000–ാമാണ്ടിൽ വായുചാലിതപേഷണികൾ (Wind mills).

ഉദ്ദേശം 1000–ാമാണ്ടിൽ സ്വരക്കുറിപ്പുകളും അറെസൊയിലെ ഗ്വിദോയുടെ സ്വരവിന്യാസവും.

ഉദ്ദേശം 1100–ാമാണ്ടിൽ ഇറ്റലിയിൽ പട്ടുനൂൽപ്പുഴുവളർത്തൽ തുടങ്ങുന്നു.

അതേസമയത്തുതന്നെ ചക്രങ്ങൾ ഘടിപ്പിച്ച ഘടികാരങ്ങളും നിലവിൽവരുന്നു.

ഉദ്ദേശം 1180–ൽ കാന്തസൂചി അറബികളിൽനിന്ന് യൂറോപ്യന്മാരുടെ അടുത്തെത്തുന്നു.

1184–ൽ പാരീസിലെ തെരുവുകളിൽ കല്ലുപാകുന്നു.

പതിമൂന്നാം നൂറ്റാണ്ടിന്റെ രണ്ടാം പകുതിയിൽ: ഫ്ളോറൻസിൽ കണ്ണട, സ്ഫടികക്കണ്ണാടി, ഹെറിങ്മത്സ്യം ഉപ്പിടുന്നു. ചീർപ്പുകൾ, മണിയടിക്കുന്ന ഘടികാരങ്ങൾ, ഫ്രാൻസിൽ പരുത്തിക്കടലാസ്.

പതിനാലാം നൂറ്റാണ്ടാരംഭത്തിൽ പഴന്തുണിയിൽനിന്നും കടലാസ്.

ആ നൂറ്റാണ്ടിന്റെ മധ്യത്തിൽ വിനിമയബില്ലുകൾ.

1390–ൽ ജർമനിയിൽ (ന്യൂറംബർഗിൽ) ആദ്യത്തെ പേപ്പർമിൽ.

പതിനഞ്ചാം നൂറ്റാണ്ടിന്റെ തുടക്കത്തിൽ ലണ്ടനിൽ തെരുവുവിളക്കുകൾ.

അതേ സമയത്ത് വെനിസിൽ തപാൽ.

അതേസമയത്ത് മരത്തിലുള്ള കൊത്തുപണികളും അച്ചടിയും.

അതേ നൂറ്റാണ്ടിന്റെ മധ്യത്തിൽ ചെമ്പിൽ കൊത്തുപണികൾ.

1464–ൽ ഫ്രാൻസിൽ സവാരിക്കാർ മുഖേനയുള്ള തപാൽ.

1471–ൽ സാക്സൺ എർസ് ഗെബിർഗിൽ വെള്ളിഖനികൾ.

1472–ൽ ചവിട്ടോടുകൂടിയ ക്ലാവിക്കോർഡ് (ഒരു കമ്പിവാദ്യം) കണ്ടുപിടിക്കപ്പെടുന്നു.

പതിനഞ്ചാം നൂറ്റാണ്ടിന്റെ ഒടുവിൽ പോക്കറ്റ് വാച്ചുകൾ. എയർഗണ്ണുകൾ. ചക്കുമുക്കിത്തോക്ക്.

1530–ൽ റാട്ട്.

1538–ൽ ജലമജ്ജനയന്ത്രം (ഡൈവിങ് ബെൽ).

ചരിത്രത്തിന്റെ മണ്ഡലത്തിൽനിന്ന്[115]

യവനന്മാരുടെ സമുജ്വലങ്ങളായ അഭ്യൂഹങ്ങളിൽനിന്നും അറബികൾ പരസ്പരബന്ധമില്ലാതെ അങ്ങുമിങ്ങും നടത്തിയ അന്വേഷണങ്ങളിൽനിന്നും വ്യത്യസ്തമായി ഒരു ശാസ്ത്രമെന്ന നിലയ്ക്ക് നമുക്ക് പരിഗണിക്കപ്പെടാവുന്ന ഒരേയൊരു വിഷയം ആധുനിക പ്രകൃതിശാസ്ത്രമാണ്. ബർഗൻമാർ (നഗരവാസികൾ) നാടുവാഴിത്തത്തെ തച്ചുതകർത്ത മഹത്തായ യുഗത്തിലാണ് അതിന്റെ ആരംഭം. പട്ടണങ്ങളിലെ ബർഗർമാരും നാടുവാഴിപ്രഭുക്കളും തമ്മിലുള്ള സമരത്തിന്റെ പശ്ചാത്തലത്തിൽ കലാപകാരിയായ കർഷകന്റെ രൂപം ദൃശ്യമായിരുന്നു. കർഷകന്റെ പിന്നിൽ കയ്യിൽ ചെങ്കൊടിയും നാവിൻതുമ്പത്ത് കമ്യൂണിസവുമായി മുന്നേറുന്ന ആധുനികതൊഴിലാളിവർഗത്തിന്റെ വിപ്ലവാത്മകങ്ങളായ പ്രാരംഭരൂപങ്ങളും കാണാമായിരുന്നു. യൂറോപ്പിൽ വമ്പിച്ച രാജവാഴ്ചകൾക്ക് രൂപംനൽകുകയും മാർപ്പാപ്പയുടെ ആത്മീയസർവാധിപത്യം തകർക്കുകയും യവനപൗരാണികതയെ പുനരുദ്ധരിക്കുകയും അതോടൊപ്പം പുതുയുഗത്തിൽ ഏറ്റവും ഉയർന്ന കലാവികസനത്തിന് ഇടവരുത്തുകയും പഴയ ലോകത്തിന്റെ സീമകൾ ഭേദിച്ച് ഇദംപ്രഥമമായി ലോകത്തെ യഥാർഥത്തിൽ കണ്ടെത്തുകയും ചെയ്ത ഒരു കാലഘട്ടമായിരുന്നു അത്. ലോകം അതുവരെ കണ്ടിട്ടുള്ളതിൽവെച്ച് എറ്റവും വമ്പിച്ച വിപ്ലവമായിരുന്നു അത്. പ്രകൃതിശാസ്ത്രവും ആ വിപ്ലവത്തിൽ തഴച്ചുവളർന്നു. അത് അടിമുടി വിപ്ലവാത്മകമായിരുന്നു. മഹാന്മാരായ ഇറ്റലിക്കാരുടെ ഉണർന്നുവരുന്ന പുതിയ തത്വചിന്തയുമായി കൈകോർത്തുപിടിച്ചാണ് ഇത് മുന്നോട്ടു നീങ്ങിയത്. ചിതക്കുറ്റികൾക്കും തടവറകൾക്കുമായി അതും സ്വന്തം രക്തസാക്ഷികളെ പ്രദാനം ചെയ്തു. അതിനെ ദ്രോഹിക്കുന്ന കാര്യത്തിൽ പ്രൊട്ടസ്റ്റന്റുകാരും കത്തോലിക്കരും പരസ്പരം മത്സരിച്ചുവെന്നത് ആ കാലഘട്ടത്തിന്റെ സവിശേഷതയാണ്. ആദ്യത്തെ കൂട്ടർ സെർവിറ്റസിനെയാണ് ജീവനോടെ ദഹിപ്പിച്ചതെങ്കിൽ രണ്ടാമത്തെ കൂട്ടർ ജോർദാനൊ ബ്രൂനോയെയാണ് അങ്ങനെ ചെയ്തത്. അതികായന്മാരെ വേണ്ടിവരികയും അതികായന്മാരെ – പാണ്ഡിത്യത്തിലും ബുദ്ധിശക്തിയിലും സ്വഭാവബലത്തിലും അതികായന്മാരായിട്ടുള്ളവരെ – സൃഷ്ടിക്കുകയും ചെയ്ത ഒരു കാലമായിരുന്നു അത്. ഫ്രഞ്ചുകാർ അതിനെ നവോത്ഥാനം (രെനായ്സാൻസ്) എന്ന ശരിയായ പേരു വിളിച്ചു. പ്രൊട്ടസ്റ്റന്റുവിശ്വാസം വച്ചുപുലർത്തുന്ന യൂറോപ്പ് ഏകപക്ഷീയമായ മുൻവിധിയോടെ അതിനെ മതപരിഷ്കരണം (റിഫൊർമേഷൻ) എന്നു വിളിച്ചുപോന്നു.

ആ സമയത്ത് പ്രകൃതിശാസ്ത്രവും അതിന്റെ സ്വാതന്ത്ര്യപ്രഖ്യാപനം നടത്തി. ലൂതർ ആദ്യത്തെ പ്രൊട്ടസ്റ്റന്റ് ആയിരുന്നില്ലെന്നതുപോലെതന്നെ ആ പ്രഖ്യാപനം ആദ്യമേതന്നെ ഉണ്ടായില്ലെന്നതു ശരിതന്നെ. മാർപ്പാപ്പയുടെ നീട്ട് ലൂതർ കത്തിച്ചുകളഞ്ഞത് മതരംഗത്തെ സംബന്ധിച്ചിടത്തോളം ഒരു മഹാസംഭവമായിരുന്നതുപോലെതന്നെ മുപ്പത്താറു

വർഷം ശങ്കിച്ചുനിന്നശേഷം അറച്ചറച്ചും ഒരു തരത്തിൽ പറഞ്ഞാൽ മരണശയ്യയിൽ കിടന്നുകൊണ്ടും പൗരോഹിത്യ അന്ധവിശ്വാസത്തെ വെല്ലുവിളിച്ചുകൊണ്ട് കോപ്പർനിക്കസ് രചിച്ച മഹൽകൃതി പ്രകൃതിശാസ്ത്ര രംഗത്തെ സംബന്ധിച്ചിടത്തോളം ഒരു മഹാസംഭവമായിരുന്നു. അന്നുതൊട്ട് പ്രകൃതിശാസ്ത്രം സാരാംശത്തിൽ മതത്തിന്റെ പിടിയിൽനിന്നു വിമുക്തമായി. എല്ലാ വിശദാംശങ്ങളിലും രണ്ടും തമ്മിലുള്ള പരിപൂർണമായ ഒരു കണക്കുതീർക്കൽ ഇന്നുവരെ തുടർന്നുപോന്നിട്ടുണ്ടെന്നതും പലരുടേയും മനസിൽ അത് ഇപ്പോഴും അവസാനിച്ചിട്ടില്ലെന്നതും ശരി തന്നെ. എങ്കിലും അന്നുതൊട്ട് ശാസ്ത്രത്തിന്റെ വികാസം ഭീമമായ ചുവടുകൾ വച്ചാണ് മുന്നോട്ട് നീങ്ങിയത്. കാലഗണനവച്ചു നോക്കുമ്പോൾ ആരംഭബിന്ദുവിൽനിന്നുള്ള ദൂരത്തിന്റെ വർഗത്തിന്റെ അനുപാതത്തിലാണ് അതിന്റെ വേഗത വർധിച്ചതെന്നു പറയാം. അജൈവപദാർഥത്തിന്റെ ചലനത്തിനു ബോധകമായ നിയമത്തിനു നേർവിപരീതമായിട്ടുള്ള ഒന്നാണ് ജൈവപദാർഥത്തിന്റെ ഏറ്റവും ഉയർന്ന ഉലപ്പന്നമായ മനുഷ്യമനസിനു ബാധകമായിട്ടാണുള്ളതെന്ന് ലോകത്തിനു കാണിച്ചുകൊടുക്കാൻ അത് ആഗ്രഹിക്കുന്നതുപോലെ തോന്നി.

അജൈവപ്രപഞ്ചത്തെ സംബന്ധിച്ചിടത്തോളം ആധുനിക പ്രകൃതിശാസ്ത്രത്തിലെ ആദ്യത്തെ കാലഘട്ടം ന്യൂട്ടണോടുകൂടി അവസാനിക്കുന്നു. ലഭ്യമായ വിവരങ്ങൾ സ്വായത്തമാക്കിയത് ഇക്കാലത്താണ്. ഗണിതശാസ്ത്രം, ബലതന്ത്രം, ജ്യോതിശാസ്ത്രം, സ്ഥിതിവിജ്ഞാനം, ഗതിവിജ്ഞാനം എന്നീ തുറകളിലെല്ലാം – വിശേഷിച്ച് കെപ്ലറുടേയും ഗലീലിയൊയുടേയും സംഭാവനകൾമൂലം – അത് വമ്പിച്ച നേട്ടങ്ങൾ കൈവരിച്ചു. അവരുടെ രണ്ടുപേരുടേയും കൃതികളിൽനിന്നാണല്ലൊ ന്യൂട്ടൺ തന്റെ നിഗമനങ്ങളിൽ എത്തിച്ചേർന്നത്. എന്നാൽ ജൈവപ്രപഞ്ചത്തെ സംബന്ധിച്ചിടത്തോളം ആദ്യത്തെ കാൽവയ്പ്പുകൾക്കപ്പുറം യാതൊരു പുരോഗതിയും ഉണ്ടായില്ല. ചരിത്രപരമായി ഒന്നിനൊന്നു പിറകെയും ഒന്നിനൊന്നു പകരമായും വരുന്ന ജീവരൂപങ്ങളേയും അവയ്ക്കനുസൃതമായി മാറിമാറിവരുന്ന ജീവിതസാഹചര്യങ്ങളേയും കുറിച്ചുള്ള പഠനം, അതായത് ജീവാശ്മവിജ്ഞാനവും ഭൂവിജ്ഞാനവും, ഇനിയും നിലവിൽ വന്നിരുന്നില്ല. ചരിത്രപരമായി വികസിക്കുന്നതും കാലത്തിൽ നിലനിൽക്കുന്ന ഒരു ചരിത്രമുള്ളതുമായ ഒന്നായിട്ടല്ല പ്രകൃതി വീക്ഷിക്കപ്പെട്ടത്. സ്ഥലപരമായ വ്യാപനം മാത്രമേ കണക്കിലെടുക്കപ്പെട്ടുള്ളു. വിവിധരൂപങ്ങൾ ഒന്നിനുപിറകേ ഒന്നായിട്ടല്ല ഒന്നിനടുത്ത് ഒന്നായിട്ടാണ് തരംതിരിക്കപ്പെട്ടത്. ഗ്രഹങ്ങളുടെ ദീർഘവൃത്താകൃതിയിലുള്ള ഭ്രമണപഥങ്ങളെപ്പോലെ പ്രകൃതിചരിത്രം എല്ലാക്കാലത്തും ഒരുപോലെയാണെന്നു വിശ്വസിക്കപ്പെട്ടു. ജൈവഘടനയുടെ കൂടുതൽ അവഗാഢമായ വിശകലനത്തിന് ആവശ്യമായ രണ്ടു പ്രാഥമികാടിത്തറകളും – അതായത് രസതന്ത്രവും മുഖ്യ ജൈവഘടനാരൂപമായ കോശത്തെക്കുറിച്ചുള്ള വിജ്ഞാനവും – അന്നില്ലായിരുന്നു. സർവതും പ്രപഞ്ചാരംഭത്തിലുണ്ടാ

യിരുന്നതുപോലെതന്നെ ഇന്നും നിലനിൽക്കുന്നതും സർവതും ആരംഭത്തിലുണ്ടായിരുന്നതുപോലെതന്നെ പ്രപഞ്ചാവസാനം വരെ തുടരുന്നതുമായ തികച്ചും യാഥാസ്ഥിതികമായ ഒരു പ്രകൃതിയെയാണ്, തുടക്കത്തിൽ വിപ്ലവാത്മകമായിരുന്ന പ്രകൃതിശാസ്ത്രത്തിന് നേരിടേണ്ടിവന്നത്.

ജൈവമണ്ഡലത്തിലെന്നപോലെതന്നെ അജൈവമണ്ഡലത്തിലും പ്രകൃതിയെക്കുറിച്ചുള്ള ഈ യാഥാസ്ഥിതികവീക്ഷണം (......)*

ജ്യോതിശാസ്ത്രം	ഭൗതികശാസ്ത്രം	ഭൂവിജ്ഞാനം
ബലതന്ത്രം	രസതന്ത്രം	ജീവാശ്മവിജ്ഞാനം
ഗണിതശാസ്ത്രം		ഖനീജവിജ്ഞാനം
സസ്യശരീരക്രിയാവിജ്ഞാനം		ചികിത്സാശാസ്ത്രം
ജന്തുശരീരക്രിയാവിജ്ഞാനം	രോഗനിർണയശാസ്ത്രം	
ശരീരഘടനാശാസ്ത്രം		

ആദ്യത്തെ വിടവ് – കാന്റ് ലപ്ലാസും. രണ്ടാമത്തേത്: ഭൂവിജ്ഞാനവും ജീവാശ്മവിജ്ഞാനവും (ലയൽ, മന്ദമായ വികാസം). മൂന്നാമത്തേത്: ജൈവവസ്തുക്കളെ തയാറാക്കുകയും രസതന്ത്രനിയമങ്ങൾ ജൈവവസ്തുക്കൾക്ക് ബാധകമാണെന്നു തെളിയിക്കുകയും ചെയ്യുന്ന ജൈവരസതന്ത്രം. നാലാമത്തേത്: 1842–ാമാണ്ട്, ചൂടിനെ സംബന്ധിച്ച ബലകൃത (സിദ്ധാന്തം), ഗ്രോവ്. അഞ്ചാമത്തേത്: ഡാർവിൻ, ലമാർക്ക്, കോശം തുടങ്ങിയവ (സമരം, ക്യുവ്യെയും അഗസ്സിസും). ആറാമത്തേത്: ശരീരഘടനാശാസ്ത്രത്തിലും, കാലാവസ്ഥാശാസ്ത്രത്തിലും (ഐസോതേർമുകൾ), ജന്തു – സസ്യഭൂമിശാസ്ത്രത്തിലും (പതിനെട്ടാം നൂറ്റാണ്ടിന്റെ മധ്യം മുതൽക്കുള്ള ശാസ്ത്രീയപര്യടനങ്ങൾ), പൊതുവിൽ ഭൗതികഭൂമിശാസ്ത്രത്തിലും (ഹൂം ബോൾട്ട്) തുലനാത്മകപഠനരീതിയുടെ അംശം; പരസ്പരബന്ധം മുൻനിർത്തി സാമഗ്രികൾ ശേഖരിക്കൽ. ആകൃതിവിജ്ഞാനം (ഭ്രൂണവിജ്ഞാനം, ബേർ).**

പഴയ പാരമാർഥിക–ഹേതുവാദം (ടെലിയോളജി) തോട്ടിലെറിയപ്പെട്ടിരിക്കയാണ്. എങ്കിലും ഒരു നിശ്ചിതഘട്ടത്തിൽ അങ്ങുമിങ്ങുമായി ജീവികളിൽ ചിന്താശക്തിയുള്ള മനസിന് അവശ്യമായും ജന്മം നൽകുന്ന നിയമങ്ങളനുസരിച്ചാണ് പദാർഥം അതിന്റെ ശാശ്വതചക്രത്തിൽ നീങ്ങുന്നതെന്ന് ഇപ്പോൾ അസന്ദിഗ്ധമായി സ്ഥാപിക്കപ്പെട്ടിരിക്കുന്നു.
ജന്തുക്കളുടെ സാധാരണഗതിയിലുള്ള നിലനിൽപ്പിനെ നിർണയിക്കുന്നത് അവ ജീവിക്കുന്നതും പൊരുത്തപ്പെട്ടുപോകുന്നതുമായ സമകാലീന സാഹചര്യങ്ങളാണ്. എന്നാൽ ആ വാക്കിന്റെ സങ്കുചിതാർഥത്തിൽ ജന്തു

* വാചകം പൂർത്തിയല്ല.

** മുഖവുരയുടെ ഒന്നാം ഭാഗത്തിൽ ഉപയോഗിച്ചുവെന്ന നിലയ്ക്ക് (ഈ ഗ്രന്ഥത്തിലെ പേജ് 16–30 നോക്കുക) കയ്യെഴുത്തുപ്രതിയുടെ ഇതുവരെയുള്ള ഭാഗം നെടുകെ ഒരു വരവരച്ച് എംഗൽസ് വെട്ടിക്കളഞ്ഞിട്ടുണ്ട്. മുഖവുരയുടെ രണ്ടാംഭാഗത്തിൽ ഭാഗികമായി ഉപയോഗിച്ചിട്ടുള്ള (പേജ് 30–40) തുടർന്നുവരുന്ന രണ്ടു ഖണ്ഡികൾ അദ്ദേഹം വെട്ടിക്കളഞ്ഞിട്ടില്ല.

വിൽനിന്നും മനുഷ്യൻ വേർതിരിഞ്ഞുപോകുന്ന മാത്രയിൽ അവന്റെ നിലനിൽപ്പിനുള്ള സാഹചര്യങ്ങൾ ഇനിയും സജ്ജമാക്കപ്പെട്ടിട്ടില്ല. തുടർന്നുവരുന്ന ചരിത്രവികാസം അവയ്ക്ക് രൂപം നൽകേണ്ടതായിട്ടാണിരിക്കുന്നത്. വെറും ജന്തുവിന്റേതായ അവസ്ഥയിൽനിന്ന് സ്വന്തം അധ്വാനം വഴി പുറത്തുകടക്കാൻ കഴിവുള്ള ഒരേയൊരു ജന്തു മനുഷ്യനാണ്. അവന്റെ സാധാരണഗതിയിലുള്ള അവസ്ഥ അവന്റെ ബോധത്തിന് അനുരോധമായിട്ടുള്ളതും അവൻതന്നെ സൃഷ്ടിക്കേണ്ടിയിരിക്കുന്നതുമായ ഒന്നാണ്.

"ഫോയർബാഹി"ൽനിന്ന് വിട്ടുകളഞ്ഞത്[116]

[അമ്പതുകളിലെ ജർമനിയിൽ ഭൗതികവാദത്തെ പ്രാകൃതമാക്കുകയും അതിനെ ഒരു കച്ചവടച്ചരക്കാക്കി മാറ്റുകയും ചെയ്തവർ തങ്ങളുടെ ഗുരുനാഥന്മാരുടെ* ഈ പരിമിതികൾക്കപ്പുറം കടന്നില്ല. അതിനുശേഷം പ്രകൃതിശാസ്ത്രം കൈവരിച്ച എല്ലാ നേട്ടങ്ങളും] ഒരു പ്രപഞ്ചസ്രഷ്ടാവിൽ വിശ്വസിക്കുന്നതിനെതിരായ പുതിയ വാദമുഖങ്ങളെന്ന നിലയ്ക്ക് മാത്രമാണ് അവർക്ക് ഉപകരിച്ചത്. വാസ്തവത്തിൽ സിദ്ധാന്തത്തെ കൂടുതൽ വികസിപ്പിക്കുന്നതിനെപ്പറ്റി അവർ ചിന്തിച്ചതുപോലുമില്ല. 1848–ലെ വിപ്ലവം ആശയവാദത്തിന് കനത്ത ആഘാതമാണ് ഏൽപ്പിച്ചത്. എന്നാൽ പുതുക്കപ്പെട്ട ഈ രൂപത്തിൽ ഭൗതികവാദം അതിലും അധഃപതിച്ചു. ഈ ഭൗതികവാദത്തിനുള്ള ഉത്തരവാദിത്വത്തിൽനിന്ന് ഫോയർബാഹ് കയ്യൊഴിഞ്ഞത് തികച്ചും ശരിയായിരുന്നു. നാടോടിപ്രചാരകരുടെ സിദ്ധാന്തത്തെ പൊതുവിൽ ഭൗതികവാദവുമായി കൂട്ടിക്കുഴയ്ക്കാൻ അദ്ദേഹത്തിന്റെ യാതൊരു അവകാശവുമില്ലായിരുന്നുവെന്നുമാത്രം.

എന്നാൽ ഏതാണ്ട് അതേ കാലത്തുതന്നെ അനുഭവാധിഷ്ഠിത പ്രകൃതിശാസ്ത്രം വളരെയേറെ പുരോഗമിക്കുകയും ഉജ്വലങ്ങളായ നേട്ടങ്ങൾ കൈവരിക്കുകയും ചെയ്തു. അതിന്റെ ഫലമായി പതിനെട്ടാം നൂറ്റാണ്ടിലെ യാന്ത്രികമായ ഏകപക്ഷീയതയെ പൂർണമായും തരണം ചെയ്യാൻ കഴിഞ്ഞെന്നു മാത്രമല്ല, പ്രകൃതിയിലെ വിവിധ അന്വേഷണമണ്ഡലങ്ങൾ (ബലതന്ത്രം, ഭൗതികശാസ്ത്രം, രസതന്ത്രം, ജീവശാസ്ത്രം, തുടങ്ങിയവ) തമ്മിലുള്ള പരസ്പരബന്ധങ്ങൾ തെളിയിക്കപ്പെട്ടതുമൂലം പ്രകൃതിശാസ്ത്രംതന്നെ ഒരു അനുഭവാധിഷ്ഠിതശാസ്ത്രമെന്ന നിലവിട്ട് ഒരു സൈദ്ധാന്തികശാസ്ത്രമായും നേടിയിടത്തോളം ഫലങ്ങളെ ക്രോഡീകരിച്ചുകൊണ്ട് പ്രകൃതിയെക്കുറിച്ചുള്ള ഭൗതികവാദപരമായ ഒരു വിജ്ഞാന വ്യവസ്ഥയായും മാറി. വാതകങ്ങളുടെ ബലതന്ത്രം; ജൈവയൗഗികങ്ങളെന്നു പറയപ്പെടുന്നവയെ ഒന്നൊന്നായി അജൈവവസ്തുക്കളിൽനിന്നു തയാറാക്കിക്കൊണ്ട് അവയെക്കുറിച്ചുള്ള ദുർഗ്രാഹ്യത

* 18–ാം നൂറ്റാണ്ടിലെ ഫ്രഞ്ച് ഭൗതികവാദികളുടെ.

യുടെ അവസാനത്തെ അവശിഷ്ടങ്ങളും തുടച്ചുനീക്കിയ, പുതുതായി സൃഷ്ടിക്കപ്പെട്ട ജൈവരസതന്ത്രം; 1818 തൊട്ടുള്ള ശാസ്ത്രീയ ഭ്രൂണവിജ്ഞാനം; ഭൂവിജ്ഞാനവും ജീവാശ്മവിജ്ഞാനവും; സസ്യങ്ങളുടെയും ജന്തുക്കളുടെയും തുലനാത്മക ശരീരഘടനാശാസ്ത്രം - ഇവയെല്ലാം തന്നെ അഭൂതപൂർവമായ തോതിൽ പുതിയ സാമഗ്രികൾ പ്രദാനം ചെയ്തു. എങ്കിലും മഹത്തായ മൂന്നു കണ്ടുപിടുത്തങ്ങൾ നിർണായക പ്രാധാന്യമുള്ളവയായിരുന്നു.

(റോബർട്ട് മയ്യെറും ജൗളും കോൾഡിംഗും) ചൂടിന്റെ യാന്ത്രികതുല്യാങ്കം കണ്ടുപിടിച്ചതിന്റെ ഫലമായി ഊർജരൂപാന്തരണത്തെ സംബന്ധിച്ചു ലഭിച്ച തെളിവായിരുന്നു ആദ്യത്തേത്. യാന്ത്രികബലം, ചൂട്, വികിരണം (പ്രകാശവും വികിരണ-ഊഷ്മാവും), വിദ്യുച്ഛക്തി, കാന്തശക്തി, രാസസംയോജന - വിയോജനബലം, എന്നിങ്ങനെ ബലങ്ങളെന്ന പേരിൽ നിഗൂഢമായും ദുർഗ്രഹമായും ഇതുവരെ നിലനിന്നിരുന്നവ ഒരേ ഊർജത്തിന്റെ, അതായത്, ചലനത്തിന്റെ, പ്രത്യേകരൂപങ്ങളും അസ്തിത്വരീതികളുമാണെന്ന് ഇപ്പോൾ തെളിഞ്ഞിരിക്കുന്നു. പ്രകൃതിയിൽ നിരന്തരം നടന്നുകൊണ്ടിരിക്കുന്ന, ഒന്നിൽനിന്നു മറ്റൊന്നിലേക്കുള്ള അതിന്റെ രൂപാന്തരണം തെളിയിക്കാൻ മാത്രമല്ല, പരീക്ഷണശാലയിലും വ്യവസായത്തിലും പ്രസ്തുതരൂപാന്തരണം നടത്താനും നമുക്ക് കഴിയുന്നു. ഒരു രൂപത്തിലുള്ള ഊർജത്തിന്റെ നിശ്ചിത പരിമാണം എപ്പോഴും മറ്റേതെങ്കിലും രൂപത്തിലുള്ള ഊർജത്തിന്റെ നിശ്ചിത പരിമാണത്തിന് അനുരോധമായിരിക്കുന്ന തരത്തിൽ അത് നടത്താൻ നമുക്ക് കഴിയുന്നു. അങ്ങനെ ഊഷ്മമാത്രയെ കിലോഗ്രാം - മീറ്ററുകളായും വൈദ്യുത ഊർജത്തിന്റെയോ രാസഊർജത്തിന്റെയോ മാത്രകളെ അല്ലെങ്കിൽ അവയുടെ ഏതെങ്കിലും പരിമാണത്തെ ഊഷ്മമാത്രകളായും അതുപോലെതിരിച്ചും പ്രകാശിപ്പിക്കാൻ നമുക്ക് കഴിയുന്നു. അതുപോലെതന്നെ, ഒരു ജീവിക്കു ലഭിക്കുകയും അത് ഉപഭോഗിക്കുകയും ചെയ്യുന്ന ഊർജത്തെ അളക്കാനും അതിനെ ഇഷ്ടമുള്ള മാത്രയിൽ (ഉദാഹരണത്തിന് ഊഷ്മമാത്രകളിൽ) പ്രകാശിപ്പിക്കാനും നമുക്ക് കഴിയുന്നു. പ്രകൃതിയിലെ എല്ലാ ചലനത്തിന്റെയും ഏകത്വമെന്നത് ഒരു തത്വശാസ്ത്രപ്രസ്താവമെന്ന നില വിട്ട് ഒരു പ്രകൃതിശാസ്ത്രവസ്തുതയായിക്കഴിഞ്ഞിരിക്കുന്നു.

ഏറ്റവും താഴത്തെ തട്ടിലുള്ളവയെ ഒഴിച്ചാൽ എല്ലാ ജീവികളും രൂപംകൊള്ളുന്നതും വികസിക്കുന്നതും കോശമെന്ന മാത്രയുടെ പെരുകലിലൂടെയും തരംതിരിവിലൂടെയുമാണെന്ന ഷ്വാനിന്റെയും ഷ്ലൈഡെന്റെയും കണ്ടുപിടുത്തമായിരുന്നു. രണ്ടാമത്തേത്, കാലഗണന വച്ചുനോക്കിയാൽ ആദ്യത്തേതിലും മുമ്പേ നടന്നതാണ് ഇത്. കാർബണികമായ, ജീവനുള്ള, പ്രാകൃതികോൽപ്പന്നങ്ങളെ സംബന്ധിച്ച അന്വേഷണത്തിന്- തുലനാത്മക ശരീരഘടനാവിജ്ഞാനത്തിനും ശരീരക്രിയാവിജ്ഞാനത്തിനുമെന്നപോലെതന്നെ ഭ്രൂണവിജ്ഞാനത്തിനും - ഉറച്ച ഒരടിത്തറ ആദ്യമായി ലഭിച്ചത് ഈ കണ്ടുപിടുത്തത്തോടെയാണ്. ജീവികളുടെ ഉൽപ്പ

ത്തിയെയും വളർച്ചയെയും ഘടനയെയും ആവരണം ചെയ്തിരുന്ന നിഗൂഢത അതോടെ അപ്രത്യക്ഷമായി. ഇതുവരെ ദുർഗ്രഹമായി തോന്നിയിരുന്ന അത്ഭുതം, എല്ലാ ബഹുകോശജീവികളെ സംബന്ധിച്ചും സാരാംശത്തിൽ ഒന്നുതന്നെയായിട്ടുള്ള ഒരു നിയമമനുസരിച്ച് നടക്കുന്ന ഒരു പ്രക്രിയയാണെന്ന് തെളിഞ്ഞു.

എന്നാൽ സാരമായ ഒരു വിടവ് പിന്നെയും ശേഷിച്ചു. എല്ലാ ബഹുകോശജീവികളും - സസ്യങ്ങളെന്നപോലെതന്നെ മനുഷ്യനുൾപ്പെടെയുള്ള ജന്തുക്കളും - കോശവിഭജനനിയമമനുസരിച്ച് ഒരൊറ്റ കോശത്തിൽനിന്നാണ് വളർന്നുവരുന്നതെങ്കിൽ ഈ ജീവികളുടെ നിസ്സീമമായ വൈവിധ്യത്തിനു കാരണമെന്താണ്? മൂന്നാമത്തെ മഹത്തായ കണ്ടുപിടിത്തം - പരിണാമസിദ്ധാന്തം - ഈ ചോദ്യത്തിന് മറുപടി നൽകി. ആദ്യമായി അത് സമഗ്രമായ രൂപത്തിൽ ആവിഷ്കരിക്കുകയും തെളിയിക്കുകയും ചെയ്തത് ഡാർവിനാണ്. വിശദാംശങ്ങളെ സംബന്ധിച്ചിടത്തോളം പ്രസ്തുത സിദ്ധാന്തത്തിന് മേലിൽ എന്തെങ്കിലും രൂപാന്തരണങ്ങൾ സംഭവിച്ചാലും ശരി, മൊത്തത്തിൽ അത് പ്രശ്നത്തെ എത്രയും തൃപ്തികരമായ രീതിയിൽ പരിഹരിച്ചുകഴിഞ്ഞിരിക്കുന്നു. ലളിതമായ ഏതാനും രൂപങ്ങൾതൊട്ട് നാം ഇന്നു കാണുന്നതുപോലെ കൂടുതൽ കൂടുതൽ വൈവിധ്യപൂർണങ്ങളും സങ്കീർണങ്ങളുമായ രൂപങ്ങൾ വരെയുള്ളതും മനുഷ്യനിൽ അവസാനിക്കുന്നതുമായ ജീവികളുടെ പരിണാമപരമ്പര അതിന്റെ മുഖ്യലക്ഷണങ്ങളെ സംബന്ധിച്ചിടത്തോളം സ്ഥാപിക്കപ്പെട്ടുകഴിഞ്ഞു. അതിന്റെ ഫലമായി പ്രകൃതിയുടെ നിലവിലുള്ള ജൈവോൽപ്പന്നങ്ങൾക്ക് ഒരു വിശദീകരണം നൽകാൻ സാധിക്കുന്നുണ്ടെന്നു മാത്രമല്ല മനുഷ്യമനസിന്റെ പ്രാക്ചരിത്രത്തിന് ഒരു അടിത്തറ ലഭിക്കുകയും ചെയ്തിട്ടുണ്ട്. ഏറ്റവും താഴത്തെ പടിയിലുള്ള ജീവികളിലെ ഘടനാരഹിതമെങ്കിലും ഉത്തേജനങ്ങളോട് സംവേദനമുള്ള ലളിതമായ പ്രോട്ടോപ്ലാസം തൊട്ട് ചിന്താശക്തിയോടുകൂടിയ മനുഷ്യമസ്തിഷ്കംവരെയുള്ള അതിന്റെ വിവിധവികാസഘട്ടങ്ങൾ മനസിലാക്കാനുള്ള അടിത്തറ അതുവഴി ലഭിച്ചിട്ടുണ്ട്. ഈയൊരു പ്രാക്ചരിത്രം കൂടാതെ ചിന്താശക്തിയുള്ള മനുഷ്യമസ്തിഷ്കം ഒരു അത്ഭുതമായി തുടരുന്നതാണ്.

ഈ മൂന്ന് മഹത്തായ കണ്ടുപിടുത്തത്തിലൂടെ പ്രകൃതിയിലെ മുഖ്യപ്രക്രിയകൾക്ക് വിശദീകരണം നൽകാനും അവയ്ക്ക് പ്രകൃതിദത്തമായ കാരണങ്ങൾ കണ്ടെത്താനും കഴിഞ്ഞു. ഇവിടെ ഒരു കാര്യം ഇനിയും ചെയ്യേണ്ടതായിട്ടാണിരിക്കുന്നത്: അജൈവപ്രകൃതിയിൽനിന്ന് ജീവനെങ്ങനെ ഉണ്ടായി എന്നു വിശദീകരിക്കുക എന്നതാണത്. ശാസ്ത്രത്തിന്റെ ഇന്നത്തെ വികാസഘട്ടത്തിൽ അതിന്റെ അർഥം ഇത്രമാത്രമാണ്: അജൈവവസ്തുക്കളിൽനിന്ന് പ്രോട്ടീൻ വസ്തുക്കൾ നിർമിക്കുക. രസതന്ത്രം ഈ കടമയുടെ നിർവഹണത്തിന്റെ അടുത്തെത്തിക്കൊണ്ടിരിക്കുകയാണെങ്കിലും അതിപ്പോഴും വളരെ അകലെയാണ്. എങ്കിലും, വ്യോലർ അജൈവപദാർഥങ്ങളിൽനിന്ന് ആദ്യത്തെ ജൈവവസ്തുവായ യൂറിയ

തയാറാക്കിയത് 1828–ൽ മാത്രമാണെന്നും, ജൈവയൗഗികങ്ങളെന്നു വിളിക്കപ്പെടുന്നവയുടെ എത്രവളരെ എണ്ണമാണ് യാതൊരു ജൈവപദാർഥങ്ങളും കൂടാതെ കൃത്രിമമായി ഇപ്പോൾ നിർമിക്കുന്നതെന്നും ഓർക്കുമ്പോൾ, പ്രോട്ടീന്റെ മുമ്പിൽ പകച്ചുനിൽക്കണമെന്ന് രസതന്ത്രത്തോട് നാം തീർച്ചയായും ആവശ്യപ്പെടുകയില്ല. കൃത്യമായി അറിവുള്ള ഘടനയോടുകൂടിയ എല്ലാ ജൈവവസ്തുക്കളും തയാറാക്കാൻ രസതന്ത്രത്തിന് ഇപ്പോൾ കഴിവുണ്ട്. പ്രോട്ടീൻ വസ്തുക്കളുടെ ഘടനയെക്കുറിച്ച്അറിവുണ്ടാകുന്ന മാത്രയിൽത്തന്നെ ജീവനുള്ള പ്രോട്ടീൻ തയാറാക്കുന്നതിൽ ഏർപ്പെടാൻ രസതന്ത്രത്തിന് കഴിയും. എന്നാൽ പ്രകൃതിക്കുതന്നെ ചില ഖഗോളങ്ങളിൽ അനുകൂലസാഹചര്യങ്ങളിൽ കോടാനുകോടി വർഷങ്ങൾക്കുശേഷം മാത്രം ചെയ്യാൻ കഴിഞ്ഞത് രസതന്ത്രം രായ്ക്കുരാമാനം ചെയ്യണമെന്ന് ആവശ്യപ്പെടുന്നത് അതൊരു അത്ഭുതം പ്രവർത്തിക്കണമെന്ന് ആവശ്യപ്പെടുന്നതിന് തുല്യമാണ്.

അങ്ങനെ, കഴിഞ്ഞ നൂറ്റാണ്ടിനെ അപേക്ഷിച്ച് കൂടുതൽ സുദൃഢമായ ഒരു അടിത്തറയിന്മേലാണ് പ്രകൃതിയെക്കുറിച്ചുള്ള ഭൗതികവാദപരമായ വീക്ഷണം ഇപ്പോൾ നിലകൊള്ളുന്നത്. അന്ന് ഖഗോളങ്ങളുടെ ചലനവും ഗുരുത്വത്തിന്റെ സ്വാധീനത്താലുളവാകുന്ന ഭൂമിയിലെ ഖരവസ്തുക്കളുടെ ചലനവും മാത്രമേ ഒരതിരുവരെ പൂർണമായി മനസിലാക്കപ്പെട്ടിരുന്നുള്ളു. രസതന്ത്രത്തിന്റെ മണ്ഡലം ഏതാണ്ട് പൂർണമായും ജൈവപ്രകൃതി ഒട്ടാകെയും നിഗൂഢവും ദുർഗ്രഹവുമായി അവശേഷിച്ചു. ഇന്നാകട്ടെ, പരസ്പരസംബന്ധങ്ങളുടെയും പ്രക്രിയകളുടെയും ഒരു വ്യവസ്ഥയെന്ന നിലയ്ക്ക് പ്രകൃതിയാകെത്തന്നെ നമ്മുടെ മുമ്പിൽ നീണ്ടുപരന്നുകിടക്കുകയാണ്. ചുരുങ്ങിയത് അതിന്റെ മുഖ്യലക്ഷണങ്ങളെങ്കിലും വിശദീകരിക്കപ്പെടുകയും മനസിലാക്കപ്പെടുകയും ചെയ്തിട്ടുണ്ട്. എന്തായാലും, പ്രകൃതിയെക്കുറിച്ചുള്ള ഭൗതികവാദപരീക്ഷണമെന്നുവച്ചാൽ പുറമേനിന്ന് യാതൊന്നും കൂട്ടിച്ചേർക്കാതെ പ്രകൃതിയെ അതിന്റെ തത്സ്വരൂപത്തിൽ മനസിലാക്കുകയെന്നേ അർഥമുള്ളു. അതുകൊണ്ടാണ് യവനതത്വചിന്തകർക്കിടയിൽ ആദ്യകാലത്ത് അത് സ്വയം വ്യക്തമായ എന്തോ ഒന്നായി കരുതപ്പെട്ടിരുന്നത്. എന്നാൽ ലോകത്തെക്കുറിച്ച് സാരാംശത്തിൽ ആശയവാദപരമായ വീക്ഷണം നിലനിന്നുപോന്നിട്ടുള്ള രണ്ടായിരത്തിലധികം വർഷങ്ങളാണ് ആ പ്രാചീനയവനർക്കും നമുക്കുമിടയിൽ ഉള്ളത്. അതുകൊണ്ട് സ്വയംവ്യക്തമായ ധാരണയിലേക്ക് മടങ്ങുകയെന്നത് ഒറ്റനോട്ടത്തിൽ തോന്നുന്നതുപോലെ അത്ര എളുപ്പമല്ല. കാരണം, ആ രണ്ടായിരം വർഷത്തെ ആശയപരമായ ഉള്ളടക്കം മുഴുവനും വെറുതെയങ്ങ് വലിച്ചെറിയുകയെന്നതല്ല, പിന്നെയോ അതിനെ വിമർശനബുദ്ധിയോടെ പരിശോധിക്കുകയെന്നതാണ് പ്രശ്നം: അസത്യവും ആശയവാദപരവുമായിരുന്നെങ്കിലും അതിന്റെ കാലത്തേയും പരിണാമഗതിയെത്തന്നെയും സംബന്ധിച്ചിടത്തോളം അനിവാര്യമായിരുന്ന ഒരു രൂപത്തിന്റെ ചട്ടക്കൂട്ടിനുള്ളിൽ നേടിയെടുത്ത ഫലങ്ങളെ ആ താൽക്കാ

ലികരൂപത്തിൽനിന്ന് പിഴിഞ്ഞെടുക്കുകയെന്നതാണ് പ്രശ്നം. ഇത് എത്ര മാത്രം പ്രയാസകരമാണെന്നതിനുള്ള തെളിവാണ് അവരവരുടെ ശാസ്ത്രത്തിന്റെ കാര്യത്തിൽ ഉറച്ച ഭൗതികവാദികളും എന്നാൽ അതിന് വെളിയിൽവെറും ആശയവാദികൾ മാത്രമല്ല ഭക്തന്മാരും മാമൂൽപ്രിയരുമായ ക്രിസ്തുമതവിശ്വാസികൾപോലുമായിട്ടുള്ള നിരവധി പ്രകൃതിശാസ്ത്രജ്ഞന്മാർ.

പ്രകൃതിശാസ്ത്രത്തിന്റെ ഈ യുഗനിർണായകങ്ങളായ മുന്നേറ്റങ്ങളെല്ലാംതന്നെ സാരമായ യാതൊരു സ്വാധീനവും ചെലുത്താതെ ഫോയർബാഹിനെ കടന്നുപോയി. അത് അദ്ദേഹത്തിന്റെ കുറ്റമെന്നതിനെക്കാൾ ജർമനിയിലെ ശോചനീയ സാഹചര്യങ്ങളുടെ കുറ്റമായിരുന്നു. ആ സാഹചര്യങ്ങൾ കാരണം സർവകലാശാലാപീഠങ്ങൾ കരസ്ഥമാക്കിയിരുന്നത് തലയിലൊന്നുമില്ലാത്തവരും തലനാരിഴ കീറിവാദിക്കുന്നവരുമായ സങ്കലനവാദികളായിരുന്നു. അതേസമയം, അവരെക്കാൾ എത്രയോ ഉന്നതനായിരുന്ന ഫോയർബാഹാവട്ടെ, ഗ്രാമജീവിതത്തിന്റെ ഏകാന്തതയിൽ മിക്കവാറും ഒരു നാട്ടുമ്പുറത്തുകാരനായി ജീവിക്കാൻ നിർബന്ധിതനായി. അതുകൊണ്ടാണ് പ്രകൃതിയെപ്പറ്റി പറയുമ്പോൾ – ഉജ്വലങ്ങളായ ചുരുക്കം ചില സാമാന്യവൽക്കരണങ്ങളൊഴിച്ചാൽ – കഴമ്പില്ലാത്ത സാഹിത്യരചനയ്ക്കുവേണ്ടി അദ്ദേഹം ഇത്രയേറെ അധ്വാനം പാഴാക്കുന്നത്. ഉദാഹരണത്തിന്, അദ്ദേഹം പറയുന്നു:

“തീർച്ചയായും ജീവൻ ഒരു രാസപ്രക്രിയയുടെ ഉൽപ്പന്നമല്ല. പൊതുവിൽ അത് ഒരു ഒറ്റപ്പെട്ട പ്രകൃതിശക്തിയുടെയോ പ്രതിഭാസത്തിന്റേയോ സന്തതിയുമല്ല. അതിഭൗതികവാദികളായ ഭൗതികവാദികൾ അതിനെ ആ രൂപത്തിലേക്ക് ചുരുക്കിക്കൊണ്ടുവരികയാണല്ലൊ ചെയ്യുന്നത്. അത് മുഴുവൻ പ്രകൃതിയുടേയും പരിണതഫലമാണ്.”[117]

മുഴുവൻ പ്രകൃതിയുടേയും പരിണതഫലമാണ് ജീവൻ എന്ന വസ്തുത, പ്രകൃതിയുടെ ആകെയുള്ള പരസ്പരസംബന്ധത്താൽ നിർണയിക്കപ്പെടുന്ന നിശ്ചിതസാഹചര്യങ്ങളിലും എന്നാൽ തിട്ടമായും ഒരു രാസപ്രക്രിയയുടെ ഉൽപ്പന്നമെന്ന നിലയ്ക്കും ഉളവാകുന്ന ഒന്നാണ്. ജീവന്റെ ഒരേയൊരു സ്വതന്ത്രവാഹിയായ പ്രോട്ടീൻ എന്ന വസ്തുതയെ ഒരുതരത്തിലും ഖണ്ഡിക്കുന്നില്ല. പ്രകൃതിശാസ്ത്രത്തിന്റെ വികാസത്തെ ഉപരിപ്ലവമായിട്ടെങ്കിലും ശ്രദ്ധിക്കാൻ കഴിയുന്ന ഒരു ചുറ്റുപാടിലാണ് ഫോയർബാഹ് ജീവിച്ചിരുന്നതെങ്കിൽ രാസപ്രക്രിയ ഒരു ഒറ്റപ്പെട്ട പ്രകൃതിശക്തിയുടെ പരിണതഫലമാണെന്ന് അദ്ദേഹം പറയാൻ ഒരിക്കലും ഇടവരുമായിരുന്നില്ല.* ചിന്തയും ചിന്തയ്ക്കുള്ള അവയവമായ തലച്ചോറും തമ്മിലുള്ള ബന്ധത്തെപ്പറ്റി കഴമ്പില്ലാത്ത ഊഹാപോഹങ്ങളിൽ കിടന്ന് ഫോയർബാഹ് ചുറ്റിത്തിരിയുന്നതിനും ഇതേ ഏകാന്തതതന്നെയാണ് കാരണം. ഷ്ടാർക്കെ അദ്ദേഹത്തെ സസന്തോഷം പിന്തുടരുന്ന ഒരു മണ്ഡലമാണത്.

---

* ഈ വാചകം എംഗൽസ് വെട്ടിക്കളഞ്ഞിട്ടുണ്ട്.

എന്തായാലും, ഭൗതികവാദമെന്ന പേരിനോട് ഫോയർബാഹ് എതിർപ്പ് പ്രകടിപ്പിക്കുന്നുണ്ട്. അതിനുകാരണം ഇല്ലാതില്ല. എന്തെന്നാൽ, ആശയവാദത്തിൽനിന്ന് നിശേഷം വിട്ടുപോകാൻ അദ്ദേഹത്തിന് ഒരിക്കലും കഴിയുന്നില്ല. പ്രകൃതിയുടെ മണ്ഡലത്തിൽ അദ്ദേഹം ഒരു ഭൗതികവാദിയാണ്. പക്ഷേ മനുഷ്യന്റെ [.......]*

ദൈവവിശ്വാസികളായ പ്രകൃതിശാസ്ത്രജ്ഞരെപ്പോലെ ദൈവത്തോട് ഇത്ര നികൃഷ്ടമായി മറ്റാരും പെരുമാറിയിട്ടില്ല. ഭൗതികവാദികൾ വസ്തുതകളെ വിശദീകരിക്കുക മാത്രമേ ചെയ്യുന്നുള്ളു. അവർ അത്തരം പദപ്രയോഗങ്ങളെ അവലംബിക്കാറില്ല. അവരങ്ങനെ ചെയ്യുന്നത് പിടിവാശിക്കാരായ ദൈവവിശ്വാസികൾ അവരുടെമേൽ ദൈവത്തെ അടിച്ചേൽപ്പിക്കാൻ ശ്രമിക്കുമ്പോൾ മാത്രമാണ്. അപ്പോൾ അവർ ഒന്നുകിൽ ലപ്ലാസിനെപ്പോലെ "Sire, je n'avais pas....."[118] എന്ന് കാര്യമാത്രമായി പറയും. അല്ലെങ്കിൽ ജർമൻ വാണിഭസഞ്ചാരികൾ തങ്ങളുടെ ഒന്നിനും കൊള്ളാത്ത ചരക്കുകൾ കെട്ടിയേൽപ്പിക്കാൻ ശ്രമിക്കുമ്പോൾ "Ik kan die zaken niet gebriuken"** എന്നും പറഞ്ഞ് അവരെ ആട്ടിയോടിക്കുന്ന ലന്തക്കാരായ കച്ചവടക്കാരെപ്പോലെ കുറെക്കൂടി പരുഷമായി സംസാരിച്ചെന്നും വരും. അതോടെ സംഗതി തീരുന്നു. പക്ഷേ ദൈവത്തിന് തന്റെ സംരക്ഷകരിൽനിന്ന് എന്തെല്ലാമാണ് സഹിക്കേണ്ടിവന്നിട്ടുള്ളത്! യേനായുദ്ധത്തിന്റെ സമയത്ത് ഫ്രെഡറിക് വില്യം മൂന്നാമനോട് അദ്ദേഹത്തിന്റെ ജനറൽമാരും ഉദ്യോഗസ്ഥന്മാരും പെരുമാറിയതുപോലെയാണ് ആധുനികപ്രകൃതിശാസ്ത്രത്തിന്റെ ചരിത്രത്തിൽ ദൈവത്തിന്റെ സംരക്ഷകർ ദൈവത്തോട് പെരുമാറുന്നത്. പട്ടാളഡിവിഷനുകൾ ഒന്നൊന്നായി ആയുധംവച്ച് കീഴടങ്ങുന്നു. ശാസ്ത്രത്തിന്റെ ആക്രമണത്തിന് മുമ്പിൽ ദുർഗങ്ങൾ ഒന്നൊന്നായി അടിയറവ് പറയുന്നു. അവസാനം പ്രകൃതിയുടെ നിസ്സീമമായ മണ്ഡലമൊട്ടാകെത്തന്നെ ശാസ്ത്രത്തിന്റെ വരുതിയിലാകുന്നു. അതിൽ സ്രഷ്ടാവിന് സ്ഥാനമില്ല. ന്യൂട്ടൺ അപ്പോഴും ദൈവത്തിന് "ആദ്യത്തെ തള്ള്' വകവച്ചുകൊടുത്തെങ്കിലും തന്റെ സൗരയൂഥത്തിൽ കൂടുതൽ കൈകടത്തുന്നതിനെ വിലക്കി. വൈദികവിധിപ്രകാരമുള്ള എല്ലാ ബഹുമതികളോടുകൂടിയാണെങ്കിലും അസന്ദിഗ്ധമായി ഫാദർ സെക്കി ദൈവത്തെ സൗരയൂഥത്തിൽനിന്നു നിശ്ശേഷം പുറന്തള്ളി. ആദിമനീഹാരികയെ സംബന്ധിച്ച് മാത്രമാണ് അദ്ദേഹം ദൈവത്തിന് സൃഷ്ടികർമം അനുവദിച്ചത്. എല്ലാ രംഗങ്ങളിലേയും സ്ഥിതി ഇതുതന്നെ. ജീവശാസ്ത്രരംഗത്ത് ദൈവത്തിന്റെ അവസാനത്തെ ഡോൺകി

** "ലുഡ്വിഗ് ഫോയർബാഹി"ന്റെ ആദ്യത്തെ കയ്യെഴുത്തുപ്രതിയുടെ 19-ാമത്തെ പേജ് ഇവിടെ അവസാനിക്കുന്നു. വാചകം അവസാനിക്കുന്ന അടുത്ത പേജ് നമുക്ക് കിട്ടിയിട്ടില്ല. ഈ വാചകം ഏതാണ്ട് താഴെക്കൊടുത്തിരിക്കുന്ന പ്രകാരമായിരിക്കുമെന്ന് "ലുദ്വിഗ് ഫോയർബാഹി"ന്റെ അച്ചടിച്ച കോപ്പിയിൽനിന്ന് നമുക്ക് ഊഹിക്കാം: "മനുഷ്യന്റെ ചരിത്രത്തിന്റെ മണ്ഡലത്തിൽ അദ്ദേഹം ഒരു ആശയവാദിയാണ്."

* "എനിക്ക് ഇത്തരം സാധനങ്ങൾ വേണ്ട."

ക്സോട്ടായ അഗസ്സിസ് എന്ന മഹാൻ ശുദ്ധ അസംബന്ധംവരെ ദൈവത്തിൽ ആരോപിക്കുന്നുണ്ട്: ദൈവം യഥാർഥത്തിലുള്ള ജന്തുക്കളെ മാത്രമല്ല, അമൂർത്തമായ ജന്തുക്കളെക്കൂടി, മത്സ്യത്തെ മത്സ്യമെന്ന നിലയ്ക്ക്, സൃഷ്ടിച്ചുവത്രെ! അവസാനം ടിൻഡാൽ ദൈവത്തിന് പ്രകൃതിയിലേക്കുള്ള പ്രവേശനംതന്നെ പാടേ നിഷേധിക്കുന്നു. അദ്ദേഹം ദൈവത്തെ വികാരങ്ങളുടെ പ്രപഞ്ചത്തിലേക്ക് തള്ളിവിടുന്നു. ഈവക കാര്യങ്ങളെ (പ്രകൃതിയെ)ക്കുറിച്ച് ജോൺ ടിൻഡാലിനെക്കാൾ അറിവുള്ള ആരെങ്കിലും ഉണ്ടാവാതെ തരമില്ലെന്നതുകൊണ്ട് മാത്രമാണ് അദ്ദേഹം ദൈവമുണ്ടെന്നു സമ്മതിക്കുന്നത്![119] സ്വർഗത്തിന്റെയും ഭൂമിയുടെയും സ്രഷ്ടാവായ, സർവചരാചരങ്ങളുടെയും പരിപാലകനായ, തലയിൽനിന്ന് ഒരു മുടി കൊഴിയുന്നതിനുപോലും ഹേതുഭൂതനായ, ആ പണ്ടത്തെ ദൈവത്തിൽനിന്ന് എത്രദൂരം എത്തിയിരിക്കുന്നു!

ടിൻഡാലിന്റെ വൈകാരികാവശ്യം യാതൊന്നും തെളിയിക്കുന്നില്ല. മനോൻ ലെസ്കോയെ പ്രേമിക്കുകയും സ്വന്തമാക്കുകയും ചെയ്യുകയെന്നത് ഷെവലിയർ ഡി ഗ്രിയോയുടെയും ഒരു വൈകാരികാവശ്യമായിരുന്നു. അവൾ അദ്ദേഹത്തെയും അവളെത്തന്നെയും പലവുരു വിൽപ്പനച്ചരക്കുകളാക്കി മാറ്റി. അവൾക്കുവേണ്ടി അദ്ദേഹം ചീട്ടുകളിയിൽ കള്ളക്കളി നടത്തുന്നവനും കൂട്ടിക്കൊടുപ്പുകാരനുമായി. ടിൻഡാൽ അദ്ദേഹത്തെ അപലപിക്കാൻ ആഗ്രഹിക്കുന്നുണ്ടെങ്കിൽ അദ്ദേഹം മറുപടിയായി തന്റെ "വൈകാരികാവശ്യ"ത്തെപ്പറ്റി പറയും!

ദൈവം = "nescio";* പക്ഷേ "ignorantia non est argumentum"** (സ്പിനോസ).

* "അറിഞ്ഞുകൂടാ."

** "അജ്ഞത ഒരു വാദമുഖമല്ല."

പ്രകൃതിശാസ്ത്രവും തത്വശാസ്ത്രവും

ബ്യൂഹ്നർ[120]

പ്രവണതയുടെ ആവിർഭാവം. ജർമൻ തത്വശാസ്ത്രം ഭൗതികവാദത്തിലേക്ക് കടക്കുന്നു. ശാസ്ത്രത്തിന്റെ മേലുള്ള നിയന്ത്രണം എടുത്തുകളയുന്നു. ഉപരിപ്ലവമായ ഭൗതികവാദപ്രചരണം പടർന്നുപിടിക്കുന്നു. ഇവിടെ ശാസ്ത്രത്തിന്റെ കുറവ് നികത്തുകയെന്നതായിരുന്നു ഭൗതികവാദത്തിന്റെ കടമ. അത് തഴച്ചുവളർന്നത് ബൂർഷ്വാ ജർമനിയുടെയും ഔദ്യോഗികജർമൻ ശാസ്ത്രത്തിന്റെയും അങ്ങേയറ്റത്തെ അധഃപതനത്തിന്റെ കാലത്താണ് (1850–60). ഫോഗ്റ്റ്, മൊലെഷോട്ട്, ബ്യൂഹ്നർ. പരസ്പരം ഈടുനൽകൽ. ഡാർവനിസം ഫാഷനായിത്തീർന്നതോടെ പുതിയ ഉത്തേജനം ലഭിക്കുന്നു. ഡാർവിനിസത്തെ ഈ മാന്യന്മാർ ഉടൻതന്നെ തങ്ങളുടെ കുത്തകയാക്കുന്നു.

ജർമൻ ഫിലിസ്റ്റൈനെ നിരീശ്വരവാദവും മറ്റും പഠിപ്പിക്കുകയെന്ന സങ്കുചിതമെങ്കിലും അത്ര മോശമല്ലാത്ത അവരുടെ പണി നടത്തിക്കൊള്ളട്ടെയെന്ന് കരുതി അവരെ അവരുടെ പാട്ടിനു വിടാമായിരുന്നു. പക്ഷേ 1) മറ്റെന്തൊക്കെപ്പറഞ്ഞാലും ജർമനിയുടെ അഭിമാനമായ തത്വശാസ്ത്രത്തിനെതിരെ അവർ ശകാരവർഷം ചൊരിയുന്നു (ഉദ്ധാരണങ്ങൾ നൽകുക)* 2) പ്രകൃതിശാസ്ത്രസിദ്ധാന്തങ്ങൾ സമൂഹത്തിനു ബാധകമാ

---

* ഒരു വരട്ടുതത്വവാദിയെന്ന നിലയ്ക്ക് മാത്രമാണ് ബ്യൂഹ്നർക്ക് തത്വശാസ്ത്രം അറിയാവുന്നത്. ജർമനിയിലെ ജ്ഞാനോദ്ദീപനത്തിന്റെ ഏറ്റവും ഉപരിപ്ലവമായ പ്രതിഫലനത്തെ കുറിക്കുന്ന വരട്ടുതത്വവാദിയാണ് അദ്ദേഹം. വോൾട്ടയറിന്റെ ചേതന നിക്കൊലായെ തൊട്ടുതീണ്ടിയിരുന്നില്ലെന്നതുപോലെതന്നെ മഹാന്മാരായ ഫ്രഞ്ച് ഭൗതികവാദികളുടെ ചേതനയും ചലനവും (അവരെപ്പറ്റി ഹെഗൽ പറയുന്നത്) അത്തരത്തിലുള്ള ഒരു വരട്ടുതത്വവാദിയെ തൊട്ടുതീണ്ടിയിട്ടില്ല. “ചത്ത പട്ടിയാണ് സ്പിനോസ” എന്ന ലെസിങ്ങിന്റെ പരാമർശം[121] (ഹെഗൽ), *എൻസൈക്ലോപ്പീഡിയ*, മുഖവുര, പേജ് 19) (എംഗൽസിന്റെ കുറിപ്പ്).

ക്കാനും സോഷ്യലിസത്തെ പരിഷ്കരിക്കാനും അവർ സാഹസപ്പെടുന്നു. അതുകാരണം അവരെ ശ്രദ്ധിക്കാൻ നാം നിർബന്ധിതരായിത്തീരുന്നു.

ഒന്നാമത്, അവരുടെതന്നെ മണ്ഡലത്തിൽ അവർ എന്താണ് നേടിയിട്ടുള്ളത്? ഉദ്ധരണികൾ.

2) വഴിത്തിരിവ്, പേജ് 170–171 ഈ ഹെഗലിയനിസം പെട്ടെന്ന് എവിടന്നു വന്നു?[122] വൈരുധ്യവാദത്തിലേക്ക് കടക്കുന്നു.

രണ്ടു തത്വശാസ്ത്രപ്രവണതകൾ: സ്ഥിരഗണങ്ങളോടുകൂടിയ അതിഭൗതികവാദപ്രവണതയും അസ്ഥിരഗണങ്ങളോടുകൂടിയ വൈരുധ്യവാദപ്രവണതയും (അരിസ്റ്റോട്ടിലും വിശേഷിച്ച് ഹെഗലും) അടിസ്ഥാനവും പരിണതഫലവും, കാരണവും കാര്യവും, അഭേദവും ഭേദവും, പ്രത്യക്ഷതയും സത്തയും എന്നീ സ്ഥിരവിപരീതങ്ങൾ അസമർഥനീയങ്ങളാണെന്നും ഒരു ധ്രുവം മറ്റേതിൽ ബീജരൂപത്തിൽ സന്നിഹിതമാണെന്നും ഒരു നിശ്ചിതബിന്ദുവിൽ ഒരു ധ്രുവം മറ്റേതായി രൂപാന്തരപ്പെടുന്നുവെന്നും, മുന്നോട്ടു നീങ്ങുന്ന ഈ വൈരുധ്യങ്ങളിൽനിന്നു മാത്രമാണ് തർക്കശാസ്ത്രമൊട്ടാകെ വികസിക്കുന്നതെന്നുമുള്ളതിന് തെളിവുകൾ. ഹെഗലിനെ സംബന്ധിച്ചിടത്തോളം ഇവയെല്ലാം ഗൂഢാർഥപ്രധാനങ്ങളാണ്. കാരണം, ഗണങ്ങൾ നേരത്തെതന്നെ നിലനിൽക്കുന്നവയും യഥാർഥപ്രപഞ്ചത്തിന്റെ വൈരുധ്യാത്മകത അവയുടെ വെറും പ്രതിഫലനവുമായിട്ടാണ് അദ്ദേഹം കാണുന്നത്. യഥാർഥത്തിൽ സംഗതി നേരെ തിരിച്ചാണ്. പ്രകൃതിയെ സംബന്ധിച്ചെന്നപോലെതന്നെ ചരിത്രത്തെ സംബന്ധിച്ചും മനസിന്റെ വൈരുധ്യാത്മകത യഥാർഥപ്രപഞ്ചത്തിന്റെ ചലനരൂപങ്ങളുടെ പ്രതിഫലനം മാത്രമാണ്. കഴിഞ്ഞ നൂറ്റാണ്ടിന്റെ അവസാനംവരെ, ശരിക്ക് പറഞ്ഞാൽ 1830 വരെ, അതിഭൗതികവാദത്തിന്റെ സഹായത്തോടെ കാര്യങ്ങൾ ഒരുവിധം ഭംഗിയായി നടത്താൻ പ്രകൃതിശാസ്ത്രജ്ഞർക്ക് കഴിഞ്ഞിരുന്നു. കാരണം, യഥാർഥശാസ്ത്രം ഭൗമ – ഖഗോളീയ ബലതന്ത്രത്തിന്റെ അപ്പുറത്തേക്ക് കടന്നിരുന്നില്ല. എന്നാൽ ഉപരിഗണിതം അതിനകംതന്നെ കുറെ കുഴപ്പം സൃഷ്ടിച്ചുകഴിഞ്ഞിരുന്നു. അത് നിമ്നഗണിതത്തിന്റെ സനാതനസത്യത്തെ തള്ളിക്കളയപ്പെട്ട ഒരു വീക്ഷണമായിട്ടാണ് കരുതുന്നത്. പലപ്പോഴും അത് നേർവിപരീതമായ വീക്ഷണം ഉന്നയിക്കുകയും നിമ്നഗണിതശാസ്ത്രജ്ഞന് തനി അസംബന്ധമായി തോന്നുന്ന പ്രമേയങ്ങൾ മുന്നോട്ടുവയ്ക്കുകയും ചെയ്യുന്നു. ദൃഢമായ ഗണങ്ങൾ ഇവിടെ അപ്രത്യക്ഷമായി. വെറും അമൂർത്തപരിമാണത്തിന്റേയും വികല–അനന്തത്തിന്റേയും (bad infinity) ബന്ധങ്ങളെപ്പോലുള്ള ലളിതബന്ധങ്ങൾപോലും തികച്ചും വൈരുധ്യാത്മകരൂപം കൈക്കൊള്ളുകയും ഗണിതശാസ്ത്രജ്ഞരെ അബോധപൂർവമായും അവരുടെ ഇഷ്ടത്തിനെതിരായും വൈരുധ്യവാദികളാവാൻ നിർബന്ധിതരാക്കുകയും ചെയ്ത ഒരു രംഗത്തേക്ക് ഗണിതശാസ്ത്രം കടന്നു. ഈ വൈരുധ്യം പരിഹരിക്കാനും ഉപരിഗണിത

ത്തെയും നിമ്നഗണിതത്തെയും പരസ്പരം പൊരുത്തപ്പെടുത്താനും ഒരു അനിഷേധ്യഫലമെന്ന നിലയ്ക്ക് തങ്ങൾക്ക് ലഭിച്ചത് ശുദ്ധ അസംബന്ധമല്ലെന്ന് സ്വയം ബോധ്യപ്പെടുത്താനും പൊതുവിൽ അനന്ത – ഗണിതത്തിന്റെ ആരംഭബിന്ദുവിനും രീതിക്കും ഫലത്തിനും യുക്തിയുക്തമായ ഒരു വിശദീകരണം നൽകാനും വേണ്ടി ഗണിതശാസ്ത്രജ്ഞർ പ്രയോഗിക്കുന്ന സൂത്രങ്ങളും മുട്ടുശാന്തികളും അങ്ങേയറ്റം പരിഹാസ്യമാണ്.

എന്നാലിപ്പോൾ എല്ലാം തികച്ചും വ്യത്യസ്തമാണ്. രസതന്ത്രം, ഭൗതികവസ്തുക്കളുടെ അമൂർത്തവിഭാജ്യത, വികല – അനന്തം – അണുവാദം (അണുക്കൾ നിരന്നു പ്രപഞ്ചം ഉണ്ടായി എന്ന തത്വം) (അറ്റോമിസ്റ്റിക്സ്), ശരീരക്രിയാശാസ്ത്രം – കോശം (വ്യക്തിയെന്നപോലെതന്നെ ജാതിയും തരംതിരിവിലൂടെ വികസിക്കുന്നതിന്റെ ജൈവപ്രക്രിയ യുക്തിയുക്തമായ വൈരുധ്യവാദത്തിന്റെ ഏറ്റവും പ്രകടമായ സ്ഥിരീകരണമാണ്), അവസാനമായി, പ്രകൃതിശക്തികളുടെ അഭിന്നതയും പരസ്പരരൂപാന്തരണക്ഷമതയും (ഗണങ്ങളുടെ എല്ലാത്തരം സ്ഥിരതയ്ക്കും അതോടെ വിരാമമിടപ്പെട്ടു). എങ്കിലും ഭൂരിപക്ഷം പ്രകൃതിശാസ്ത്രജ്ഞരും ഇപ്പോഴും പഴയ അതിഭൗതികവാദഗണങ്ങളുടെ പിടിയിലാണ്. പ്രകൃതിയിലെ വൈരുധ്യാത്മകതയ്ക്കുള്ള തെളിവുകളാണെന്ന് പറയാവുന്ന ഈ നവീനവസ്തുക്കളെ യുക്തിപൂർവം വിശദീകരിക്കുകയും പരസ്പരം ബന്ധപ്പെടുത്തുകയും ചെയ്യേണ്ടിവരുമ്പോൾ അവർ നിസ്സഹായരാണ്. ഇവിടെ ചിന്ത ആവശ്യമായി വരുന്നു. അണുക്കളേയും തന്മാത്രകളേയും മറ്റും സൂക്ഷ്മദർശിനിയിലൂടെ നിരീക്ഷിക്കാൻ സാധ്യമല്ല. ചിന്താപ്രക്രിയയിലൂടെ മാത്രമേ അവയെ നിരീക്ഷിക്കാൻ കഴിയൂ. (ഹെഗലിനെക്കുറിച്ച് അറിയാവുന്ന ഷോർലെമ്മെർ ഒഴിച്ചുള്ള) രസതന്ത്രജ്ഞരേയും ഒടുവിൽ പൊതുവായ പദപ്രയോഗങ്ങൾകൊണ്ട് ഗ്രന്ഥകാരന്റെ നിസ്സഹായതയെ മൂടിവയ്ക്കേണ്ടിവരുന്ന വിർഹൊവിന്റെ *കോശരോഗവിജ്ഞാന*ത്തേയും താരതമ്യപ്പെടുത്തി നോക്കുക. ദൃഢഗണങ്ങൾ പര്യാപ്തമായിരുന്ന രംഗത്തെ വിട്ടൊഴിഞ്ഞിട്ടുള്ളതും തർക്കശാസ്ത്രത്തിലെ നിമ്നഗണിതത്തേയും അതിന്റെ ദൈനംദിനായുധങ്ങളേയും പ്രതിനിധീകരിക്കുന്നുവെന്നു പറയാവുന്നതുമായ പ്രകൃതിശാസ്ത്രത്തെ സംബന്ധിച്ചിടത്തോളം, നിഗൂഢാത്മകതയിൽനിന്നു വിമുക്തമായ വൈരുധ്യവാദം കേവലമായ ഒരു ആവശ്യമായിത്തീരുന്നു. തത്വശാസ്ത്രത്തെ കൈവെടിഞ്ഞതിന് അത് അതിന്റെ കാലശേഷം പ്രകൃതിശാസ്ത്രത്തോട് പകവീട്ടുകയാണ്. എന്നാൽ തങ്ങളുടെ പ്രത്യേകമണ്ഡലത്തിൽപ്പോലും തങ്ങളെക്കാൾ മികച്ച എന്തോ ഒന്ന് തത്വശാസ്ത്രത്തിന്റെ കൈവശമുണ്ടെന്ന് പ്രകൃതിശാസ്ത്രരംഗത്ത് അത് കൈവരിച്ചിട്ടുള്ള നേട്ടങ്ങളിൽനിന്നുതന്നെ പ്രകൃതിശാസ്ത്രജ്ഞർക്ക് മനസിലാക്കാൻ കഴിയുമായിരുന്നു (ലൈബ്നിത്സ് – അനന്തഗണിതത്തിന്റെ സ്ഥാപകൻ: അദ്ദേഹവുമായി താരതമ്യപ്പെടുത്തുമ്പോൾ ആഗമനികഗർദഭം (inductive ass) ആയ ന്യൂട്ടൺ[123] കാര്യം മുഴുവൻ വഷളാക്കിയ ഒരു ആശയചോരനായിട്ടാണ് പ്രത്യ

ക്ഷപ്പെടുന്നത്.[124] കാന്റ് – ലപ്ലാസിന് മുമ്പ് – പ്രപഞ്ചോൽപ്പത്തിയെക്കുറിച്ചുള്ള സിദ്ധാന്തം; ഓക്കൻ – ജർമനിയിൽ പരിണാമസിദ്ധാന്തം ആദ്യമായി സ്വീകരിച്ചയാൾ; ഹെഗൽ – പ്രകൃതിശാസ്ത്രങ്ങളെക്കുറിച്ചുള്ള അദ്ദേഹത്തിന്റെ (.......)* സമഗ്രമായ സംശ്ലേഷണവും യുക്തിയുക്തമായ വർഗീകരണവും എല്ലാ ഭൗതികവാദ അസംബന്ധങ്ങളേയും ഒന്നിച്ചെടുത്താലുള്ളതിനെക്കാൾ മഹത്തായ ഒരു നേട്ടമാണ്.

ജീവിതസമരത്തിന്റെ അടിസ്ഥാനത്തിൽ സോഷ്യലിസത്തിന്റേയും അർഥശാസ്ത്രത്തിന്റേയുംമേൽ വിധികൽപ്പിക്കാമെന്ന ബ്യുഹനറുടെ അവകാശവാദത്തെപ്പറ്റി: ചെരിപ്പുണ്ടാക്കുന്നതിനെക്കുറിച്ച് ഹെഗൽ പറഞ്ഞിട്ടുള്ളത് (*എൻസൈക്ലോപ്പീഡിയ* I, പേജ് 9).[125]

രാഷ്ട്രീയത്തേയും സോഷ്യലിസത്തേയുംപറ്റി: ധാരണയ്ക്കുവേണ്ടി ലോകം കാത്തുനിന്നത്, പേജ് 11.[126]

വേർതിരിയൽ, സഹവർത്തിത്വം, പിന്തുടർച്ച, ഇന്ദ്രിയഗതമായതിന്റെയും ആശയത്തിന്റേയും നിർണയനമെന്ന നിലയ്ക്ക് ഹെഗൽ പറഞ്ഞത്, *എൻസൈക്ലോപ്പീഡിയ*, പേജ് 35.[127]

ഹെഗൽ, *എൻസൈക്ലോപ്പീഡിയ*, പേജ് 40. പ്രാകൃതികപ്രതിഭാസങ്ങൾ[128] – പക്ഷേ ബ്യുഹനർ അതെപ്പറ്റി ചിന്തിച്ചിട്ടില്ല, അത് വെറുതെ പകർത്തിവെച്ചിട്ടേയുള്ളു. അതുകാരണം അത് അധികപ്പറ്റാണ്.

പേജ് 42. സോളൻ തന്റെ നിയമങ്ങൾ 'സ്വന്തം തലയിൽനിന്ന് ഉൽപ്പാദിപ്പിച്ച'താണ്. അതുതന്നെ ആധുനികസമൂഹത്തിനുവേണ്ടി ചെയ്യാൻ ബ്യൂഷ്നർക്ക് കഴിയുന്നു.

പേജ് 45. അതിഭൗതികവാദം – അത് വസ്തുക്കളെക്കുറിച്ചുള്ള ശാസ്ത്രമാണ്, ചലനങ്ങളെക്കുറിച്ചുള്ളതല്ല.

പേജ് 53. 'അനുഭവത്തെ സംബന്ധിച്ചിടത്തോളം എല്ലാം ആശ്രയിച്ചിരിക്കുന്നത്, എത്തരം മനസാണ് യാഥാർഥ്യത്തെക്കുറിച്ച് പഠിക്കുന്നത് എന്നതിനെയാണ്. മഹത്തായ മനസിന്റെ അനുഭവവും മഹത്തരമാണ്. പരസ്പരപ്രവർത്തനം നടത്തുന്ന പ്രതിഭാസസമ്മിശ്രത്തിൽ കാതലായിട്ടുള്ളതേതാണെന്ന് അത് തൽക്ഷണം മനസിലാക്കുന്നു.'

പേജ് 56. വ്യക്തിയായ മനുഷ്യനും ചരിത്രവും തമ്മിലുള്ള സമാന്തരത്വം[129] – ഭ്രൂണവിജ്ഞാനവും ജീവാശ്മവിജ്ഞാനവും തമ്മിലുള്ള സമാന്തരതത്വം.

ഫുര്യേ ഇപ്പോഴും പ്രചാരത്തിലുള്ള ഒരു ഗണിതശാസ്ത്രകവിതയാണെന്നതുപോലെതന്നെ[130] ഹെഗൽ ഒരു വൈരുധ്യാത്മക കവിതയാണ്.

കലോറി തുടങ്ങിയ പലതരം വ്യാജപദാർഥങ്ങൾ ഒന്നു മറ്റേതിന്റെ രന്ധ്രങ്ങളിൽ സ്ഥിതിചെയ്യുന്നുണ്ടെന്നും എന്നാൽ പരസ്പരം പ്രവേശിക്കുന്നില്ലെന്നും പ്രതിപാദിക്കുന്ന തെറ്റായ സരന്ധ്രതാസിദ്ധാന്തത്തെ തനി

---

* കയ്യെഴുത്തുപ്രതിയിൽ മഷി വീണതുകൊണ്ട് ഒരുവാക്ക് വ്യക്തമല്ല.

ഭാവനാസൃഷ്ടിയായിട്ടാണ് ഹെഗൽ അവതരിപ്പിക്കുന്നത് (*എൻസൈക്ലോപ്പീഡിയ*, I, പേജ് 259. അദ്ദേഹത്തിന്റെ *തർക്കശാസ്ത്രവും*[131] നോക്കുക.

ഹെഗൽ, *എൻസൈക്ലോപ്പീഡിയ*, I, പേജ് 205–206[132]. നിലവിലുള്ള ഭൗതികശാസ്ത്രവീക്ഷണങ്ങളിൽനിന്ന് വ്യത്യസ്തമായി അണുഭാരങ്ങളെക്കുറിച്ചും തീരുമാനത്തിലെത്താൻ ചിന്ത ആവശ്യമായിവരുന്ന ചിന്താനിർണയങ്ങൾ (thought determinations) എന്ന നിലയ്ക്ക് അണുക്കളേയും തന്മാത്രകളേയും കുറിച്ചും പ്രവചനപരമായ ഒരു ഭാഗം.

അന്യതാഭാവത്തിലുള്ള സനാതന 'ആശയ'ത്തിന്റെ ബഹിർസ്ഫുരണമായിട്ടാണ് ഹെഗൽ പ്രകൃതിയെ കരുതുന്നതെങ്കിൽ, അത് അത്ര വലിയ ഒരു അപരാധമാണെങ്കിൽ, താഴെപ്പറയുന്ന വിധത്തിൽ എഴുതുന്ന റിച്ചാർഡ് ഓവനെപ്പറ്റി എന്തുപറയാനാണ്:

"മൂലരൂപത്തിലുള്ള ആശയത്തെ ഇപ്പോൾ സാക്ഷാൽക്കരിക്കുന്ന ജന്തുജാതികൾ നിലവിൽവരുന്നതിന് എത്രയോ മുമ്പ് ആ ആശയം വിവിധരൂപഭേദങ്ങളിൽ ഈ ഗ്രഹത്തിൽ മൂർത്തീകരിക്കപ്പെട്ടിരുന്നു." ('അംഗങ്ങളുടെ പ്രകൃതം', 1849)[133]

ഗൂഢാർഥവാദിയായ ഒരു പ്രകൃതിശാസ്ത്രജ്ഞൻ യാതൊന്നും അർഥമാക്കാതെ ഇങ്ങനെ പറഞ്ഞാൽ എല്ലാവരും അത് ശാന്തമായി കേൾക്കുന്നു. പക്ഷേ, അതേ കാര്യംതന്നെ ഒരു അർഥംവച്ചുകൊണ്ട്, അതും തലതിരിച്ച രൂപത്തിലാണെങ്കിലും സാരാംശത്തിൽ ശരിയായ അർഥം കൽപ്പിച്ചുകൊണ്ട്, ഒരു തത്വചിന്തകൻ പറഞ്ഞാൽ അത് ഗൂഢാർഥവാദമായി, ഒരു കൊടുംപാതകമായി.

പ്രകൃതിശാസ്ത്രചിന്ത. അഗസ്സിസിന്റെ സൃഷ്ടിപദ്ധതിയനുസരിച്ച് ദൈവം തന്റെ സൃഷ്ടികർമത്തിൽ സാമാന്യത്തിൽനിന്നു തുടങ്ങി സവിശേഷതയിലേക്കും പിന്നീട് വ്യഷ്ടിയിലേക്കും കടക്കുകയാണ് ചെയ്തത്. ആദ്യം കശേരുകിയെ കശേരുകിയെന്ന രൂപത്തിലും പിന്നീട് സസ്തനജീവിയെ സസ്തനജീവിയെന്ന രൂപത്തിലും ഹിംസ്രജന്തുവിനെ ഹിംസ്രജന്തുവെന്ന രൂപത്തിലും മാർജാരവർഗത്തെ മാർജാരവർഗമെന്ന രൂപത്തിലും സൃഷ്ടിച്ചു. അവസാനം മാത്രമാണ് സിംഹത്തേയും മറ്റും സൃഷ്ടിച്ചത്! അതായത്, ആദ്യം മൂർത്തവസ്തുക്കളുടെ രൂപത്തിൽ അമൂർത്താശയങ്ങളേയും പിന്നീട് മൂർത്തവസ്തുക്കളേയും സൃഷ്ടിച്ചു! (ഹെക്കലിന്റെ കൃതിയുടെ 59–ാമത്തെ പേജ് നോക്കുക).[134]

പ്രകൃതിശാസ്ത്രവും തത്വശാസ്ത്രവും തമ്മിലുള്ള ദ്വിത്വത്തിൽനിന്ന് ഉളവായിട്ടുള്ള അസംബന്ധം ഓക്കന്റെ കാര്യത്തിൽ പ്രകടമാണ് (ഹെക്കൽ, 85–ാം പേജും തുടർന്നുള്ളവയും). ചിന്തയുടെ പാതയിലൂടെ ഓക്കൻ പ്രോട്ടോപ്ലാസവും കോശവും കണ്ടെത്തുന്നു. പക്ഷേ, പ്രകൃതിശാസ്ത്രഗവേഷണത്തിലൂടെ ഈ പ്രശ്നം പരിശോധിക്കുന്നതിനെപ്പറ്റി ആരും ആലോചിക്കുന്നില്ല. അത് ചിന്തയിലൂടെ സാധിച്ചേ തീരു! പ്രോട്ടോപ്ലാസവും കോശവും കണ്ടെത്തപ്പെട്ടപ്പോൾ ഓക്കനെ സർവരും കയ്യൊഴിഞ്ഞു!

ഹോഫ്മാൻ പ്രാകൃതികതത്വശാസ്ത്രത്തെ ഉദ്ധരിക്കുന്നുണ്ട് ('ഹോഹന്റ്സൊള്ളൺമാരുടെ കീഴിൽ രസതന്ത്രത്തിന്റെ നൂറു വർഷം'). യഥാർഥ ഹെഗലിയനായ ഒരൊറ്റയാൾപോലും അംഗീകരിക്കാത്ത റോസൻക്രാന്റ്സ് എന്ന ലളിതസാഹിത്യകാരന്റെ കൃതിയിൽനിന്നുള്ള ഉദ്ധാരണം. റോസൻക്രാന്റ്സിന്റെ പ്രസ്താവനകൾക്കുള്ള ഉത്തരവാദിത്വം പ്രാകൃതികതത്വശാസ്ത്രത്തിന്റെമേൽ ആരോപിക്കുന്നത്, ബീറ്റ്റൂട്ട് പഞ്ചസാര മർഗ്രാഫ് കണ്ടുപിടിച്ചതിനുള്ള ഉത്തരവാദിത്വം ഹോഫ്മാൻ ഹൊഹന്റ്സൊള്ളൺമാരുടെമേൽ ആരോപിക്കുന്നത് പോലെതന്നെ അസംബന്ധമാണ്.[135]

സിദ്ധാന്തവും അനുഭവമാത്രവാദവും. ഭൂമിയുടെ ലഘ്വു – അക്ഷത ന്യൂട്ടൺ സൈദ്ധാന്തികമായി സ്ഥാപിച്ചിരുന്നു. ഭൂമി ദീർഘവൃത്തജമാണെന്നും ധ്രുവീയ അക്ഷമാണ് ഏറ്റവും നീളംകൂടിയതെന്നും വളരെക്കാലം കഴിഞ്ഞ് തങ്ങളുടെ അനുഭവാധിഷ്ഠിതമാപനങ്ങളുടെ അടിസ്ഥാനത്തിൽ കാസ്സിനിമാരും[136] മറ്റു ഫ്രഞ്ചുകാരും വാദിച്ചു.

ഡേവിയേയും ഫാരഡയേയും പോലുള്ളവർ ഇരുട്ടത്തു തപ്പുകയും (വൈദ്യുതസ്ഫുലിംഗത്തേയും മറ്റും കുറിച്ചുള്ള അധ്യായം) ഭൗതിക - രാസപ്രതിഭാസങ്ങളെക്കുറിച്ചുള്ള അരിസ്റ്റോട്ടിലിന്റെയും പ്ലിനിയുടെയും കഥകളെ അനുസ്മരിപ്പിക്കുന്ന പരീക്ഷണങ്ങൾ നടത്തുകയും ചെയ്യുന്നതിനെപ്പറ്റി ഉദാഹരണത്തിന് ടി തോംസൺ എഴുതിയിരിക്കുന്നത് (*വിദ്യുച്ഛക്തിയെപ്പറ്റി*)[137] വായിക്കുമ്പോഴാണ് യവനന്മാരെക്കുറിച്ചുള്ള അനുഭവമാത്രവാദികളുടെ അവജ്ഞയെപ്പറ്റി സവിശേഷമായ ഒരു രൂപം കിട്ടുന്നത്. പ്രാചീനർ കണ്ണുമടച്ചു നടത്തിയ തപ്പിത്തടയലിനെ അനുഭവമാത്രവാദികൾ അതേപടി പകർത്തുന്നത് ഈ പുതിയ ശാസ്ത്രത്തിലല്ലാതെ മറ്റൊന്നിലുമല്ല. പ്രതിഭാധനനായ ഫാരഡേ ശരിയായ വഴിയിലേക്ക് കടക്കുമ്പോൾ ഫിലിസ്റ്റൈനായ തോംസൺ അതിനെതിരെ പ്രതിഷേധിക്കുന്നു (പേജ് 397).

ഹെക്കൽ, *മനുഷ്യോൽപ്പത്തിവിജ്ഞാനം*, പേജ് 707:

"പ്രപഞ്ചത്തെക്കുറിച്ചുള്ള ഭൗതികവാദവീക്ഷണമനുസരിച്ച് ചലനം അഥവാ സജീവബലം നിലവിൽ വരുന്നതിനു മുമ്പുതന്നെ പദാർഥം അഥവാ ദ്രവ്യം നിലവിലുണ്ടായിരുന്നു; പദാർഥമാണ് ബലത്തെ സൃഷ്ടിച്ചത്. ബലം പദാർഥത്തെ സൃഷ്ടിച്ചുവെന്നു പറയുന്നതുപോലെതന്നെ അസത്യമാണ് ഇത്. കാരണം, ബലവും പദാർഥവും അഭേദ്യമാണ്.[138]

തന്റെ ഭൗതികവാദം അദ്ദേഹത്തിന് കിട്ടിയത് എവിടെനിന്നാണ്?

അന്തിമഹേതുവിനേയും പ്രവർത്തനക്ഷമമായ ഹേതുവിനേയും ഹെക്കൽ (പേജ് 89, 90) സോദ്ദേശ്യമായി പ്രവർത്തിക്കുന്ന ഹേതുവും യാന്ത്രികമായി പ്രവർത്തിക്കുന്ന ഹേതുവുമായി മാറ്റിയിരിക്കുന്നു. കാരണം, അദ്ദേഹത്തിന്റെ ദൃഷ്ടിയിൽ അന്തിമഹേതു = ദൈവം! അതുപോലെതന്നെ കാന്റിന്റെ പക്കൽനിന്ന് കൂടുതൽ ആലോചിക്കാതെ കടമെടുത്തിട്ടുള്ള 'യാന്ത്രികം' = അദ്വൈതാത്മകം. ബലതന്ത്രാർഥത്തിൽ

യാന്ത്രികം എന്നല്ല. സംജ്ഞകളെ സംബന്ധിച്ചിടത്തോളം ഇത്തരം ആശയക്കുഴപ്പമുള്ളപ്പോൾ അർഥശൂന്യത അനിവാര്യമാണ്. കാന്റിന്റെ 'നിർണയശക്തിയെക്കുറിച്ചുള്ള നിരൂപണ'ത്തെപ്പറ്റി ഹെക്കൽ ഇവിടെ നടത്തുന്ന പരാമർശം ഹെഗലിന്റെ അഭിപ്രായവുമായി യോജിക്കുന്നില്ല. (*തത്വശാസ്ത്രചരിത്രം*, വാല്യം III, പേജ് 603).

ഹെക്കലിൽ ധ്രുവതയുടെ മറ്റൊരു ദൃഷ്ടാന്തം: യാന്ത്രികവാദം = അദ്വൈതവാദം; സജീവതാവാദം അഥവാ പ്രയോജനവാദം = ദ്വൈതവാദം. കാന്റിന്റെയും ഹെഗലിന്റെയും അഭിപ്രായത്തിൽ ആന്തരികോദ്ദേശ്യം അർഥമാക്കുന്നത് ദ്വൈതവാദത്തിനെതിരായ പ്രതിഷേധത്തെയാണ്. ജീവിതത്തിന് ബാധകമാക്കുമ്പോൾ യാന്ത്രികവാദം നിസ്സഹായമായ ഒരു ഗണമാണ്; വാക്കുകളുടെ അർഥത്തെ നിശ്ശേഷം കൈവെടിയാൻ ആഗ്രഹിക്കുന്നില്ലെങ്കിൽ നമുക്ക് ഏറിവന്നാൽ രസതന്ത്രവാദമെന്നു പറയാൻ കഴിയുമായിരിക്കും. ലക്ഷ്യം: ഹെഗൽ, V, പേജ് 205.[139]

പ്രകൃതിയെ പ്രകൃതിയായിത്തന്നെ മൊത്തത്തിൽ മനസിലാക്കാനുള്ള ഒരു ശ്രമമെന്ന നിലയ്ക്ക് ഒരു സാകല്യോന്മുഖപ്രവണതയായിട്ടാണ് യാന്ത്രികവാദം പ്രകടമാകുന്നത്. അത്തരത്തിലുള്ള ഒരു ധാരണയ്ക്ക് മറ്റൊന്നിന്റേയും ആവശ്യമില്ല. ലക്ഷ്യത്തിലും അതിനോടനുബന്ധിച്ച പ്രപഞ്ചാതീതധാരണയിലും കണ്ടെത്താൻ കഴിയാത്ത ഒന്നാണ് ഈ സാകല്യം.

എന്നാൽ യാന്ത്രികവാദത്തിനും (കൂടാതെ പതിനെട്ടാം നൂറ്റാണ്ടിലെ ഭൗതികവാദത്തിനും) അമൂർത്തമായ ആവശ്യകതയിൽനിന്നും അതുകൊണ്ടുതന്നെ യാദൃച്ഛികതയിൽനിന്നും വിട്ടുപോകാൻ കഴിയുന്നില്ലെന്നതാണ് കാര്യം. പദാർഥം അതിൽനിന്നുതന്നെ ചിന്താശക്തിയുള്ള മനുഷ്യ മസ്തിഷ്കത്തെ രൂപപ്പെടുത്തിയെടുക്കുന്നുവെന്ന വസ്തുതയെ – അത് സംഭവിക്കുന്നിടത്ത് അത് അവശ്യമായും പടിപടിയായി നിർണയിക്കപ്പെടുകയാണ് ചെയ്യുന്നതെങ്കിലും – കേവലം ഒരു യാദൃച്ഛികസംഭവമായിട്ടാണ് യാന്ത്രികവാദം കാണുന്നത്. എന്നാൽ ചിന്താശക്തിയുള്ള ജീവികളുടെ പരിണാമത്തിലേക്ക് പുരോഗമിക്കുകയെന്നത് പദാർഥത്തിന്റെ പ്രകൃതമാണെന്നതാണ് പരമാർഥം. അതുകൊണ്ട് അതിനുള്ള ഉപാധികൾ ഉള്ളിടത്തെല്ലാം (അവ എല്ലായിടത്തും എല്ലായ്പ്പോഴും ഒന്നു തന്നെയായിരിക്കണമെന്നില്ല) അത് അവശ്യമായും സംഭവിക്കുന്നു.

തുടർന്ന്, ഹെഗൽ പറയുന്നു (V, പേജ് 206):

"അതുകൊണ്ട് അതിന്റെ ബാഹ്യാവശ്യകതാബന്ധത്തെ സംബന്ധിച്ചിടത്തോളം ഈ തത്വം" (അതായത് യാന്ത്രികതാ തത്വം) "പ്രയോജനവാദത്തെ അപേക്ഷിച്ച് നിസ്സീമമായ സ്വാതന്ത്ര്യബോധമാണ് ഉളവാക്കുന്നത്. പ്രയോജനവാദം അതിലടങ്ങിയിട്ടുള്ള നിസ്സാരകാര്യങ്ങളെ മാത്രമല്ല നിന്ദ്യമായ കാര്യങ്ങളെപ്പോലും കേവലമായ സംഗതികളായി അവതരിപ്പിക്കുന്നു. കൂടുതൽ സാർവത്രികമായ ചിന്തയ്ക്ക് അതിൽ എന്തെന്നില്ലാത്ത ഞെരുക്കം മാത്രമല്ല മനംപുരട്ടൽപോലും അനുഭവപ്പെടും."

ഇവിടെയും പദാർഥത്തിന്റേയും ചലനത്തിന്റേയും ഭീമമായ പാഴ്ചെലവാണ് പ്രകൃതിയിൽ കാണുന്നത്. ഇന്നത്തെ സാഹചര്യങ്ങളിൽ ജീവനും ജീവികൾക്കും നിലനിൽക്കാൻ സാധ്യതയുള്ള ഒരുപക്ഷേ, ഏറിയാൽ മൂന്നുഗ്രഹങ്ങളാണ് സൗരയൂഥത്തിലുള്ളത്. ഈ ബൃഹത്തായ സംവിധാനം മുഴുവൻ അവയ്ക്കുവേണ്ടിയാണ്!

ഹെഗലിന്റെ അഭിപ്രായത്തിൽ (V,പേജ് 244) ജീവികളിലെ ആന്തരികലക്ഷ്യം പ്രവർത്തിക്കുന്നത് അന്ത:പ്രേരണയിലൂടെയാണ്. ഇത് ഒരു അതിശയോക്തിയാണ്. അന്ത:പ്രേരണ ഒറ്റയ്ക്കൊറ്റയ്ക്കുള്ള ജീവിയെ അതിനെപ്പറ്റിത്തന്നെയുള്ള ധാരണയുമായി ഏറെക്കുറെ പൊരുത്തപ്പെടുത്തുമെന്നാണ് അദ്ദേഹത്തിന്റെ പക്ഷം. ഈ ആന്തരികലക്ഷ്യമാകെത്തന്നെ എത്രമാത്രം ഒരു പ്രത്യയശാസ്ത്ര നിർണയം ആണെന്ന് ഇതിൽ നിന്ന് വ്യക്തമാണ്. എന്നിട്ടും ലമാർക്കിന്റെ സാരാംശം അടങ്ങിയിരിക്കുന്നത് ഇതിലാണ്.

തത്വശാസ്ത്രത്തെ അവഗണിക്കുകയോ അപലപിക്കുകയോ ചെയ്യുന്നതുവഴി തങ്ങൾ അതിൽനിന്നു സ്വാതന്ത്ര്യം നേടുന്നുവെന്നാണ് പ്രകൃതിശാസ്ത്രജ്ഞരുടെ വിശ്വാസം. എന്നാൽ ചിന്തകൂടാതെ അവർക്ക് ഒരടി മുന്നോട്ടുവയ്ക്കാൻ സാധ്യമല്ല. ചിന്തയ്ക്കാകട്ടെ, തർക്കശാസ്ത്രഗണങ്ങൾ ആവശ്യമാണ്. പക്ഷേ, ഗുണദോഷവിചിന്തനമൊന്നും കൂടാതെ അവർ ഈ ഗണങ്ങൾ എടുക്കുന്നത് ഒന്നുകിൽ എത്രയോ മുമ്പു കാലഹരണം വന്നുകഴിഞ്ഞ തത്വശാസ്ത്രാവശിഷ്ടങ്ങളുടെ വരുതിയിലുള്ള അഭ്യസ്തവിദ്യരെന്നു പറയപ്പെടുന്നവരുടെ പൊതുബോധത്തിൽനിന്നോ, അല്ലെങ്കിൽ സർവകലാശാലകളിൽവച്ച് നിർബന്ധമായും ശ്രദ്ധിക്കേണ്ടിവരുന്ന (തുണ്ടുതുണ്ടായവയെന്നു മാത്രമല്ല, നാനാവിധത്തിലുള്ളതും പലപ്പോഴും ഏറ്റവും മോശപ്പെട്ടതുമായ സരണികളിൽപ്പെട്ടവരുടെ വീക്ഷണങ്ങളുടെ ഒരു സമ്മിശ്രവുമായ) തത്വശാസ്ത്രശകലങ്ങളിൽനിന്നോ, അതുമല്ലെങ്കിൽ എല്ലാത്തരം തത്വശാസ്ത്രകൃതികളും വിമർശനബുദ്ധി ചെലുത്താതെയും യാതൊരു ചിട്ടയുമില്ലാതെയും വായിച്ചുകൂട്ടുന്നതിൽനിന്നോ ആണ്. അതുകൊണ്ട് അവർ തത്വശാസ്ത്രത്തിന്റെ അടിമകളാണെന്ന് മാത്രമല്ല, മിക്കപ്പോഴും അത് നിർഭാഗ്യവശാൽ ഏറ്റവും മോശപ്പെട്ട തത്വശാസ്ത്രവുമായിരിക്കും. തത്വശാസ്ത്രത്തെ ഏറ്റവും കൂടുതൽ അപലപിക്കുന്നവരാണ് ഏറ്റവും മോശപ്പെട്ട തത്വശാസ്ത്രങ്ങളുടെ ഏറ്റവും മോശപ്പെട്ടതും ഗ്രാമ്യമാക്കപ്പെട്ടതുമായ അവശിഷ്ടങ്ങളുടെ അടിമകളായിരിക്കുന്നത്.

പ്രകൃതിശാസ്ത്രജ്ഞർ ഇഷ്ടമുള്ള ഭാവം നടിച്ചുകൊള്ളട്ടെ. എന്നാലും അവർ തത്വശാസ്ത്രത്തിന്റെ വരുതിയിലായിരിക്കും. മോശപ്പെട്ടതും ഫാഷനായിട്ടുള്ളതുമായ ഏതെങ്കിലും ഒരു തത്വശാസ്ത്രത്തിന്റെ വരുതിയിലാവാനാണോ അതോ ചിന്തയുടെയും അതിന്റെ നേട്ടങ്ങളുടെയും ചരിത്രത്തെക്കുറിച്ചുള്ള അറിവിൽ അധിഷ്ഠിതമായ ഒരു സൈദ്ധാന്തികചിന്താരൂപത്തിന്റെ വരുതിയിലാവാനാണോ അവർക്കിഷ്ടം എന്നത് മാത്രമാണ് പ്രശ്നം.

"ഭൗതികശാസ്ത്രമേ, അതിഭൗതികവാദത്തെ സൂക്ഷിച്ചുകൊള്ളുക!" എന്നത് തികച്ചും ശരിയാണ് – അത് മറ്റൊരു അർഥത്തിലാണെന്നു മാത്രം.[140]

പഴയ അതിഭൗതികവാദത്തിന്റെ ഉച്ഛിഷ്ടങ്ങൾകൊണ്ടു തൃപ്തിപ്പെട്ട പ്രകൃതിശാസ്ത്രജ്ഞർ തത്വശാസ്ത്രത്തെ അതിന്റെ മിഥ്യയായ നിലനിൽപ്പ് നീട്ടിക്കൊണ്ടുപോവാൻ അനുവദിക്കുന്നു. പ്രകൃതിശാസ്ത്രവും ചരിത്രശാസ്ത്രവും വൈരുധ്യവാദത്തെ ഉൾക്കൊള്ളുമ്പോൾ മാത്രമേ ശുദ്ധ ചിന്താസിദ്ധാന്തമൊഴികെ എല്ലാ തത്വശാസ്ത്രചപ്പുചവറുകളും അധികപ്പറ്റായിത്തീരുകയും അവ ക്രിയാത്മകശാസ്ത്രത്തിൽ അപ്രത്യക്ഷമാവുകയും ചെയ്യൂ.

(വൈരുധ്യവാദം)

A – വൈരുധ്യവാദത്തിന്റെ പൊതുപ്രശ്നങ്ങൾ. വൈരുധ്യവാദത്തിന്റെ അടിസ്ഥാനനിയമങ്ങൾ

വസ്തുനിഷ്ഠമെന്നു പറയപ്പെടുന്ന വൈരുധ്യാത്മകത പ്രകൃതിയിലൊട്ടാകെ പ്രാബല്യത്തിലുണ്ട്. ആത്മനിഷ്ഠമെന്നു പറയപ്പെടുന്ന വൈരുധ്യാത്മകത അഥവാ വൈരുധ്യാത്മക ചിന്തയാകട്ടെ, പ്രകൃതിയിലെവിടെയും വാണരുളുന്ന വിപരീതങ്ങളിലൂടെയുള്ള ചലനത്തിന്റെ പ്രതിഫലനം മാത്രമാണ്. നിരന്തരസംഘട്ടനങ്ങളിലൂടെയും ഒന്നു മറ്റൊന്നിലേക്കോ കൂടുതലുയർന്ന രൂപങ്ങളിലേക്കോ അന്തിമമായി കടന്നുകൊണ്ടും പ്രകൃതിയുടെ ജീവിതത്തെ നിർണയിക്കുന്നവയാണ് ഈ വിപരീതങ്ങൾ: ആകർഷണവും വികർഷണവും. ധ്രുവത കാന്തശക്തിയിൽ ആരംഭിക്കുന്നു. ഇവിടെ അത് ഒരേ വസ്തുവിൽത്തന്നെയാണ് പ്രകടമാവുന്നത്. വിദ്യുച്ഛക്തിയിൽ അത് വിപരീതമായി ചാർജിതമാകുന്ന രണ്ടോ അതിലധികമോ വസ്തുക്കൾക്കിടയിലായി വിതരണംചെയ്യപ്പെടുന്നു. എല്ലാ രാസപ്രക്രിയകളും രാസാകർഷണ – വികർഷണ പ്രക്രിയകളായി ചുരുങ്ങുന്നു. അവസാനമായി, ഓർഗാനിക് ജീവിതത്തിൽ കോശകേന്ദ്രത്തിന്റെ രൂപീകരണത്തേയും ജീവനുള്ള പ്രോട്ടീൻവസ്തുവിന്റെ ധ്രുവീകരണമായിട്ടു വേണം കരുതാൻ. ലളിതമായ കോശംതൊട്ട് ഒരു വശത്ത് ഏറ്റവും സങ്കീർണമായ സസ്യംവരെയും മറുവശത്ത് മനുഷ്യൻവരെയുമുള്ള പുരോഗതിയിലെ ഓരോ കാൽവയ്പും, പാരമ്പര്യവും (heredity) രൂപാന്തരീകരണവും (adaptation) തമ്മിലുള്ള നിരന്തരസമരത്തിലൂടെയാണ് കരഗതമാവുന്നതെന്ന് പരിണാമസിദ്ധാന്തം കാണിച്ചുതരുന്നു. 'ക്രിയാത്മകം' (positive) 'നിഷേധാത്മകം' (negative) എന്നിങ്ങനെയുള്ള ഗണങ്ങൾ ഇത്തരം പരിണാമരൂപങ്ങൾക്ക് എത്രയോ കുറ

ച്ചുമാത്രമേ ബാധകമാകുന്നുള്ളുവെന്ന് ഇതിൽനിന്ന് വ്യക്തമാണല്ലോ. പാരമ്പര്യത്തെ ക്രിയാത്മകവും സംരക്ഷണാത്മകവുമായ വശമായും രൂപാന്തരീകരണത്തെ പരമ്പരാർജിതമായ സർവതിനേയും നിരന്തരം നശിപ്പിക്കുന്ന നിഷേധാത്മകവശമായും കരുതാവുന്നതാണ്. എന്നാൽ രൂപാന്തരീകരണത്തെ സർഗാത്മകവും സജീവവും ക്രിയാത്മകവുമായ പ്രവർത്തനമായും പാരമ്പര്യത്തെ പ്രതിരോധാത്മകവും നിഷ്ക്രിയവും നിഷേധാത്മകവുമായ പ്രവർത്തനമായും അത്രതന്നെ സാധുതയോടെ കരുതാൻ കഴിയും. എങ്കിലും ചരിത്രത്തിൽ പുരോഗതി പ്രത്യക്ഷപ്പെടുന്നത് നിലവിലുള്ള പരിതസ്ഥിതിയുടെ നിഷേധത്തിന്റെ രൂപത്തിലാണെന്നതുപോലെതന്നെ, കേവലം പ്രായോഗികകാരണങ്ങളാൽ, രൂപാന്തരീകരണ നിഷേധാത്മകപ്രവർത്തനമായി പരിഗണിക്കുന്നതാണ് കൂടുതൽ നല്ലത്. ചരിത്രത്തിൽ, മുൻപന്തിയിലുള്ള ജനതകളുടെ ജീവിതത്തിലെ എല്ലാ നിർണായകഘട്ടങ്ങളിലും വിപരീതങ്ങളിലൂടെയുള്ള ചലനം വിശേഷിച്ചും പ്രകടമാണ്. അത്തരം സന്ദർഭങ്ങളിൽ ജനതകൾ രണ്ടിലൊന്നു – 'അതോ ഇതോ' – സ്വീകരിക്കാൻ നിർബന്ധിതരായിത്തീരുന്നു. എല്ലാക്കാലത്തും രാഷ്ട്രീയത്തിൽ വിലസുന്ന ഫിലിസ്റ്റൈനുകളുടെ അഭീഷ്ടത്തിൽനിന്നും തികച്ചും വ്യത്യസ്തമായ രീതിയിലാണ് ഈ പ്രശ്നം എപ്പോഴും ഉന്നയിക്കപ്പെടുന്നത്. 1848–ലെ ഉൽപ്പതിഷ്ണുവായ ജർമൻ ഫിലിസ്റ്റൈനെപ്പോലും 1849–ൽ പെട്ടെന്നും ഓർക്കാപ്പുറത്തും സ്വഹിതത്തിനെതിരായും ഒരു പ്രശ്നം നേരിട്ടു. കൂടുതൽ തീവ്രമായ രൂപത്തിലുള്ള പഴയ പിന്തിരിപ്പൻ വാഴ്ചയിലേക്ക് തിരിച്ചുപോകണോ, അതോ റിപ്പബ്ലിക്കിൽ – ഒരുപക്ഷേ സോഷ്യലിസ്റ്റ് പശ്ചാത്തലത്തോടുകൂടിയ ഒരൊറ്റ അവിഭാജ്യറിപ്പബ്ലിക്കിൽപോലും – ചെന്നെത്തുന്നതുവരെ വിപ്ലവം തുടരണമോ എന്നതായിരുന്നു ആ പ്രശ്നം. അയാൾ അധികം ആലോചിച്ചുനിന്നില്ല. ജർമൻ ഉൽപ്പതിഷ്ണുത്വത്തിന്റെ സുവർണപുഷ്പമായി മന്തൊയ്ഫെൽ പിന്തിരിപ്പത്തത്തെ വാർത്തെടുക്കാൻ അയാൾ സഹായിച്ചു. രണ്ടിലൊന്നു സ്വീകരിച്ചേ തീരൂ എന്നൊരു സ്ഥിതിയെ തികച്ചും അപ്രതീക്ഷിതമായി നേരിട്ടപ്പോൾ 1851–ൽ ഫ്രഞ്ച് ബൂർഷ്വാസി പ്രവർത്തിച്ചതും അങ്ങനെതന്നെയാണ്. സാമ്രാജ്യത്തിന്റെ ഒരു വികൃതാനുകരണവും സ്വേച്ഛാധിപത്യവാഴ്ചയും ഫ്രാൻസിന്റെ നേർക്കുള്ള തെമ്മാടിപ്പരിഷയുടെ ചൂഷണവും വേണോ അതോ ഒരു സോഷ്യൽ ജനാധിപത്യറിപ്പബ്ലിക്ക് വേണോ എന്നതായിരുന്നു പ്രശ്നം. തെമ്മാടിപ്പരിഷയുടെ തണലിൽ തൊഴിലാളികളുടെ നേർക്കുള്ള ചൂഷണം തുടരാൻവേണ്ടി ഫ്രഞ്ച് ബൂർഷ്വാസി ആ പരിഷയുടെ മുമ്പിൽ താണുവണങ്ങി.

അറുത്തുമുറിച്ച മട്ടിലുള്ള വരകൾ പരിണാമസിദ്ധാന്തവുമായി പൊരുത്തപ്പെടുന്നവയല്ല. ജന്തുക്കളിൽ നട്ടെല്ലുള്ളവയും ഇല്ലാത്തവയും തമ്മിലുള്ള വിഭജനരേഖപോലും ദൃഢമില്ലാതായിത്തീർന്നിരിക്കുന്നു. മത്സ്യങ്ങളും ഉഭയവാസികളും (ആംഫിബിയനുകൾ) തമ്മിലുള്ള വിഭജനരേഖയും അങ്ങനെതന്നെ. പക്ഷികളും ഇഴജന്തുക്കളും തമ്മിലുള്ള

വിടവ് അനുദിനം കുറഞ്ഞുവരികയാണ്. 'കൊംപ്സൊഗ്നാറ്റസ്സി'നും 'ആർക്കിയോപ്ടെറിക്സിനും'[141] ഇടയിൽ ചില കണ്ണികളുടെ കുറവേയുള്ളു. പല്ലുള്ള പക്ഷിക്കൊക്കുകൾ ഇരു ഭൂഗോളാർധങ്ങളിലും കണ്ടെത്തപ്പെട്ടിട്ടുണ്ട്. 'അതോ ഇതോ' എന്നത് കൂടുതൽ കൂടുതൽ അപര്യാപ്തമായിവരികയാണ്. താഴെക്കിടയിലുള്ള ജന്തുക്കളെ സംബന്ധിച്ചിടത്തോളം വ്യക്തിയെന്ന ധാരണയ്ക്ക് ഖണ്ഡിതമായൊരു രൂപം നൽകാൻ സാധ്യമല്ല. ഒരു പ്രത്യേകജന്തു വ്യക്തിയാണോ കൂട്ടമാണോ എന്നതിനെ സംബന്ധിച്ചു മാത്രമല്ല, വികാസപ്രക്രിയയിൽ ഒരു വ്യക്തി എവിടെ അവസാനിക്കുന്നു, മറ്റേ വ്യക്തി എവിടെ തുടങ്ങുന്നു, എന്നതിനെ സംബന്ധിച്ചും അതാണു സ്ഥിതി (nurses– 'പരിപാലകർ'[142]). പ്രകൃതിയെ സംബന്ധിച്ചിടത്തോളം എല്ലാ വ്യത്യാസങ്ങളും അന്തരാളദശകളിൽ ലയിച്ചുചേരുകയും എല്ലാ വിപരീതങ്ങളും ഇടയ്ക്കുള്ള കണ്ണികളിലൂടെ പരസ്പരം പ്രവേശിപ്പിക്കുകയും ചെയ്യുന്ന ഒരു ഘട്ടത്തിന് അതിഭൗതികവാദപരമായ പഴയ ചിന്താരീതി പോരാതെ വന്നിരിക്കുന്നു. അറുത്തുമുറിച്ച മട്ടിലുള്ള വിഭജനരേഖകളെ അംഗീകരിക്കാത്തതും, നിരുപാധികവും സാർവത്രികസാധുതയുള്ളതുമായ 'അതോ ഇതോ'യെ സ്വീകരിക്കാത്തതും അചഞ്ചലങ്ങളായ അതിഭൗതികവാദ അന്തരങ്ങളെ നികത്തുന്നതും, 'അതോ ഇതോ'യ്ക്കു പുറമെ യഥാസ്ഥാനത്ത് 'അതും ഇതും' അംഗീകരിക്കുന്നതും വിപരീതങ്ങളെ പരസ്പരം പൊരുത്തപ്പെടുത്തുന്നതുമായ വൈരുധ്യവാദമാണ് ഈ ഘട്ടത്തിന് ഏറ്റവും അനുയോജ്യമായ ഒരേയൊരു ചിന്താരീതി. തീർച്ചയായും നിത്യോപയോഗത്തിന്, ശാസ്ത്രത്തിന്റെ ചില്ലറ ആവശ്യങ്ങളെ സംബന്ധിച്ചിടത്തോളം, അതിഭൗതികവാദഗണങ്ങൾക്ക് ഇപ്പോഴും പ്രസക്തിയുണ്ട്.

അളവ് ഗുണമായി മാറൽ = 'യാന്ത്രിക' ലോകവീക്ഷണം. അളവിലുള്ള മാറ്റം ഗുണത്തിലും മാറ്റം വരുത്തുന്നു. ഈ മാന്യന്മാർ അക്കാര്യം ഒരിക്കലും സംശയിച്ചിരുന്നില്ല!

യുക്തിയുടെ ചിന്താനിർണയങ്ങളിലെ പരസ്പരവൈപരീത്യം: ധ്രുവീകരണം. വിദ്യുച്ഛക്തിയും കാന്തശക്തിയും മറ്റും ധ്രുവീകൃതമായിത്തീർന്ന് വിപരീതങ്ങളായി ചലിക്കുന്നതുപോലെതന്നെയാണ് ചിന്തകളും. ആദ്യം പറഞ്ഞതിൽ ഏതെങ്കിലും തരത്തിലുള്ള ഏകപക്ഷീയത നിലനിർത്താൻ സാധ്യമല്ലല്ലോ. അങ്ങനെയൊന്നു ചെയ്യുന്നതിനെപ്പറ്റി ഒരൊറ്റ പ്രകൃതിശാസ്ത്രജ്ഞനും ചിന്തിക്കുകപോലുമില്ല. അതുതന്നെയാണ് രണ്ടാമതു പറഞ്ഞതിന്റേയും സ്ഥിതി.

'സത്ത'യുടെ നിർണയങ്ങളുടെ നിജസ്വഭാവത്തെ ഹെഗൽതന്നെ പ്രകാശിപ്പിക്കുന്നുണ്ട് (*എൻസൈക്ലോപ്പീഡിയ*, I, § 111, അനുബന്ധം): 'സത്തയിൽ സർവതും ആപേക്ഷികമാണ്' (ഉദാഹരണത്തിന് ക്രിയാത്മകവും നിഷേധാത്മകവും. പരസ്പരബന്ധത്തിൽ മാത്രമേ അവയ്ക്ക് അർഥമുള്ളു. ഒറ്റയ്ക്കൊറ്റയ്ക്കെടുക്കുമ്പോൾ അവയ്ക്ക് യാതൊരു അർഥവുമില്ല.)

ഉദാഹരണത്തിന്, ഭാഗവും മൊത്തവും. ഇവ ജൈവപ്രകൃതിയിൽ അപര്യാപ്തമായിത്തീർന്നിരിക്കുന്ന ഗണങ്ങളാണ്. ബീജനിഷ്കാസനത്തെ അഥവാ ഭ്രൂണത്തേയും പെറ്റുവീണ ജന്തുവിനേയും 'മൊത്ത'ത്തിൽനിന്നു വേർതിരിക്കപ്പെട്ട ഒരു 'ഭാഗ'മായി കരുതാൻ സാധ്യമല്ല. അത് ഒരു വികലചിത്രമായിരിക്കും നൽകുന്നത്. ഒരു മൃതദേഹത്തിനു മാത്രമേ ഭാഗങ്ങളുള്ളു. (*എൻസൈക്ലോപ്പീഡിയ*, I, പേജ് 268)[143]

ലളിതവും മിശ്രവും – ജൈവപ്രകൃതിയിൽപ്പോലും നിരർഥകവും അപ്രായോഗികവുമായിത്തീരുന്ന ഗണങ്ങളാണ് ഇവയും. അസ്ഥികൾ, രക്തം, ഉപാസ്ഥികൾ, പേശികൾ, കലകൾ തുടങ്ങിയവയുടെ യാന്ത്രിക സംയോഗമോ മൂലകങ്ങളുടെ രാസസംയോഗമോ ഒരു ജന്തുവിനു രൂപം നൽകുന്നില്ല. (ഹെഗൽ *എൻസൈക്ലോപ്പീഡിയ*, I, പേജ് 256).[144] എത്ര തന്നെ സങ്കീർണമായിട്ടുള്ളതായാലും ഒരു ജീവി ലളിതമോ മിശ്രമോ രണ്ടുമല്ല.

അമൂർത്തമായ അഭേദം (abstract identity) (a-a നിഷേധരൂപത്തിൽ പറഞ്ഞാൽ, a-യ്ക്ക് ഒരേ സമയത്ത് a = a;യോടു സമവും അസമവും ആയിരിക്കാൻ സാധ്യമല്ല) – ഇതും ജൈവപ്രകൃതിയിൽ അപ്രായോഗികമാണ്. സസ്യവും ജന്തുവുമെന്നല്ല ഓരോ കോശവും അതിന്റെ ജീവിതത്തിലെ ഓരോ നിമിഷത്തിലും അതിൽനിന്ന് അഭിന്നമാണ്, എന്നാൽ അതേസമയം അതിൽനിന്ന് വിഭിന്നമായിക്കൊണ്ടിരിക്കുകയാണ്. സാധനങ്ങളുടെ അവശോഷണവും വിസർജനവും, ശ്വാസോച്ഛ്വാസം, കോശങ്ങളുടെ ജനനവും മരണവും, എന്നിവയിലൂടെയാണ്; അതിൽ നടക്കുന്ന ചംക്രമണപ്രക്രിയയിലൂടെയാണ്. ചുരുക്കിപ്പറഞ്ഞാൽ ജീവനു രൂപം നൽകുന്ന അവിരാമമായ തന്മാത്രാപരിവർത്തനങ്ങളിലൂടെയാണ്, ഇങ്ങനെ സംഭവിക്കുന്നത്. ഈ പരിവർത്തനങ്ങളുടെ മൊത്തം പരിണിത ഫലങ്ങളാവട്ടെ ഭ്രൂണജീവിതം, യൗവനം, ലൈംഗികപരിപക്വത, സന്താനോൽപ്പാദനപ്രക്രിയ, വാർധക്യം, മരണം എന്നീ ജീവിതദശകളിൽ ദൃശ്യവുമാണ്. ശരീരക്രിയാശാസ്ത്രം കൂടുതൽ വികസിക്കുന്തോറും അവിരാമവും അതിസൂക്ഷ്മവുമായ ഈ മാറ്റങ്ങൾ അതിനെ സംബന്ധിച്ചിടത്തോളം കൂടുതൽ പ്രധാനമായിത്തീരുന്നു. അഭേദത്തെക്കുറിച്ചുള്ള അമൂർത്തവും ഔപചാരികവുമായ പഴയ വീക്ഷണം, അതായത് ഒരു ഓർഗാനിക് ജീവിയെ അതിൽനിന്നും അഭിന്നമായിട്ടുള്ള, സ്ഥിരമായ, ഒന്നായി മാത്രം ഗണിച്ചാൽ മതിയെന്ന ധാരണ, കാലഹരണപ്പെട്ടു പോകുന്നു.* എന്നിരുന്നാലും അതിൽ അധിഷ്ഠിതമായ ചിന്താരീതിയും അതിന്റെ ഗണങ്ങളും തുടർന്നുനിലനിൽക്കുന്നു. പക്ഷേ, അജൈവപ്രകൃതിയിൽപ്പോലും അഭേദമെന്നൊന്ന് ആ രൂപത്തിൽ യഥാർഥത്തിൽ നിലനിൽക്കുന്നില്ല. ഓരോ വസ്തുവും ബലകൃതവും ഭൗതികവും രാസീയ

---

* കയ്യെഴുത്തുപ്രതിയുടെ മാർജിനിൽ ഇങ്ങനെയൊരു കുറിപ്പുണ്ട്: "കൂടാതെ ജാതികളുടെ പരിണാമത്തെപ്പറ്റി പ്രത്യേകം പറയേണ്ടതില്ലല്ലൊ."

വുമായ സ്വാധീനങ്ങൾക്ക് നിരന്തരം വിധേയമായിക്കൊണ്ടിരിക്കയാണ്. അവ അതിൽ മാറ്റം വരുത്തുകയും അതിന്റെ അഭേദത്തിൽ വ്യത്യാസങ്ങൾ ഉളവാക്കുകയും ചെയ്യുന്നു. അമൂർത്തമായ അഭേദത്തിനും ഭേദത്തോടുള്ള അതിന്റെ വൈപരീത്യത്തിനും ഗണിതശാസ്ത്രത്തിൽ മാത്രമേ സ്ഥാനമുള്ളൂ. ചിന്താസൃഷ്ടികളെ - അവ യാഥാർഥ്യത്തിന്റെ പ്രതിഫലനങ്ങളാണെങ്കിലും - കൈകാര്യം ചെയ്യുന്ന ഒരു അമൂർത്തശാസ്ത്രമാണല്ലോ ഗണിതം. അവിടെപ്പോലും അതിനു നിരന്തരം സ്ഥാനഭ്രംശം സംഭവിച്ചുകൊണ്ടിരിക്കുകയാണ്. (ഹെഗൽ *എൻസൈക്ലോപ്പീഡിയ*, I, പേജ് 235)[145] അഭേദത്തിനുള്ളിൽത്തന്നെ ഭേദം അടങ്ങിയിട്ടുണ്ടെന്ന വസ്തുത ഓരോ വാചകത്തിലും പ്രകടമാണ്. ഒരു വാചകത്തിൽ ആഖ്യാതം ആഖ്യയിൽനിന്ന് അവശ്യമായും വ്യത്യസ്തമാണ്. ലില്ലി ഒരു സസ്യമാണ്. റോസാപ്പൂവ് ചുവന്നതാണ്. ഇവിടെ ആഖ്യയിലായാലും ആഖ്യാതത്തിലായാലും ആഖ്യാതമോ ആഖ്യയോ ഉൾക്കൊള്ളാത്ത എന്തോ ഒന്ന് അടങ്ങിയിട്ടുണ്ട്. (ഹെഗൽ, വാല്യം VI, പേജ് 231[146]) അതിനോടുതന്നെയുള്ള അഭേദത്തിന് അതിന്റെ അനുപൂരകമെന്ന നിലയ്ക്ക് തുടക്കംതൊട്ടേ ആവശ്യമായിട്ടുള്ള ഒന്നാണ് മറ്റെല്ലാറ്റിൽനിന്നുമുള്ള ഭേദം എന്നത് സ്വയംവ്യക്തമാണ്.

നിരന്തരമായ മാറ്റം, അതായത് അതിനോടുതന്നെയുള്ള അമൂർത്തമായ അഭേദത്തിന്റെ നിരാകരണം, അജൈവപ്രകൃതിയെന്നു പറയപ്പെടുന്നതിലും കാണാം. ഭൂവിജ്ഞാനം ഈ നിരന്തരമായ മാറ്റത്തിന്റെ ചരിത്രത്തെ കുറിക്കുന്നു. ഉപരിതലത്തിൽ ബലകൃതമാറ്റങ്ങൾ (മണ്ണൊലിപ്പ്, കൊടുംമഞ്ഞ്), രാസപരിവർത്തനങ്ങൾ (അപക്ഷയം - weathering), ആന്തരികമായി, ബലകൃതമാറ്റങ്ങൾ (മർദം), ചൂട് (അഗ്നിപർവതസംബന്ധി), രാസപരിവർത്തനങ്ങൾ (വെള്ളം, അമ്ലങ്ങൾ, സംശ്ലേഷകപദാർഥങ്ങൾ); വലിയ തോതിൽ - വിക്ഷോഭങ്ങൾ, ഭൂമികുലുക്കങ്ങൾ തുടങ്ങിയവ. ഇന്നത്തെ സ്ലേറ്റ് അതിനുരൂപം നൽകിയ കടൽച്ചെളിയിൽനിന്ന് സമൂലം വ്യത്യസ്തമാണ്. ചോക്ക്, അതിനുരൂപം നൽകുന്ന അയഞ്ഞവയും അതിസൂക്ഷ്മങ്ങളുമായ ഷെല്ലുകളിൽനിന്ന് വിഭിന്നമാണ്. അവയിൽനിന്ന് അതിലും കൂടുതൽ വ്യത്യാസമുള്ളതാണ് തികച്ചും കാർബണികഉൽപ്പത്തി ഉള്ളതായി ചിലർ കരുതുന്ന ചുണ്ണാമ്പുകല്ല്. മണൽക്കല്ല് അയഞ്ഞ കടൽമണലിൽനിന്ന് വ്യത്യസ്തമാണ്. കടൽമണൽതന്നെ ഉണ്ടായിട്ടുള്ളത് ശിഥിലീകൃതമായ പാറയിൽനിന്നാണ്. കൽക്കരിയുടെ കാര്യം പറയാനില്ലല്ലൊ.

a = a എന്ന പഴയ വീക്ഷണത്തിന്റെ അടിസ്ഥാനതത്വമാണ് പഴയ അതിഭൗതികവാദപരമായ അർഥത്തിലുള്ള അഭേദനിയമം. ഓരോ വസ്തുവും അതിനുതന്നെ സമമാണ്. സൗരയൂഥം നക്ഷത്രങ്ങളും ജീവികളുമെന്നുവേണ്ട സർവതും സ്ഥിരമായവയായിട്ടാണ് കരുതപ്പെട്ടത്. ഈ നിയമം തെറ്റാണെന്ന് പ്രകൃതിശാസ്ത്രം ഓരോരോ പ്രത്യേകദൃഷ്ടാന്തങ്ങളിലായി, പടിപടിയായി, തെളിയിച്ചിട്ടുണ്ട്. പക്ഷേ, സൈദ്ധാന്തികത

ലത്തിൽ അത് ഇപ്പോഴും നിലനിൽക്കുന്നുണ്ട്. പഴയതിന്റെ അനുകൂലികൾ പുതിയതിനെതിരായി അതിനെ ഇപ്പോഴും മുന്നോട്ട് വയ്ക്കുന്നുണ്ട്: "ഒരു വസ്തുവിന് ഒരേ സമയത്ത് അതാകാനും മറ്റൊന്നാകാനും സാധ്യമല്ല." എന്നാൽ യഥാർഥമായ, മൂർത്തമായ, അഭേദത്തിൽ ഭേദം കൂടി, മാറ്റംകൂടി, ഉൾപ്പെടുന്നുണ്ടെന്ന വസ്തുത പ്രകൃതിശാസ്ത്രം സമീപകാലത്ത് വിശദമായി തെളിയിച്ചിട്ടുണ്ട് (മുകളിൽ നോക്കുക. ദൈനംദിനാവശ്യങ്ങൾക്ക്, അതായത് നാം ചെറിയ തോതുകളെയോ കാലയളവുകളെയോ കൈകാര്യം ചെയ്യുമ്പോൾ, മറ്റെല്ലാ അതിഭൗതികവാദ ഗണങ്ങളെയുംപോലെ അമൂർത്തമായ അഭേദം മതിയാകും. ഏതു പരിധികൾക്കുള്ളിൽ അതിനെ ഉപയോഗിക്കാമെന്നത് മിക്കവാറും ഓരോ ദൃഷ്ടാന്തത്തിലും ഓരോ വിധത്തിലായിരിക്കും. അത് വിഷയവസ്തുവിന്റെ സ്വഭാവത്തെ ആശ്രയിച്ചാണിരിക്കുന്നത്. ജ്യോതിശാസ്ത്രപരമായ സാധാരണ കണക്കുക്കൂട്ടലിന് ദീർഘവൃത്തത്തെ അടിസ്ഥാനരൂപമായി വലിയ തെറ്റുകൂടാതെ എടുക്കാവുന്ന ഗ്രഹവ്യവസ്ഥയെ സംബന്ധിച്ചിടത്തോളം ഈ പരിധികൾ, ഏതാനും ആഴ്ചകൾക്കുള്ളിൽ കായാന്തരണം പൂർത്തിയാക്കുന്ന ഒരു പ്രാണിയുടെ കാര്യത്തിലുള്ളതിനെക്കാൾ എത്രയോ വിപുലമായിരിക്കും (മറ്റ് ദൃഷ്ടാന്തങ്ങൾ നൽകുക. ഉദാഹരണത്തിന്, ജാതികളിലുണ്ടാകുന്ന മാറ്റങ്ങൾ എത്രയോ സഹസ്രാബ്ധങ്ങൾകൊണ്ടാണ് അവ സംഭവിക്കുന്നത്). എന്നാൽ സാമാന്യവൽക്കരിക്കുന്ന ശാസ്ത്രമായ പ്രകൃതിശാസ്ത്രത്തെ സംബന്ധിച്ചിടത്തോളം അമൂർത്തമായ അഭേദം ഒരൊറ്റ ശാഖയിൽപ്പോലും തെല്ലും പര്യാപ്തമല്ല. ആകെക്കൂടിയെടുത്താൽ പ്രായോഗികതലത്തിൽ അതിനെ നിർമാർജനം ചെയ്തുകഴിഞ്ഞെങ്കിലും സൈദ്ധാന്തികരൂപത്തിൽ അതിപ്പോഴും ആളുകളുടെ മനസിനെ അടക്കിഭരിക്കുന്നുണ്ട്. പരസ്പരപ്രവർത്തനത്തിൽമാത്രം, ഭേദത്തെ അഭേദത്തിനുള്ളിൽ ഉൾക്കൊള്ളിക്കുന്നതിലൂടെ മാത്രം സത്യത്തെ പ്രതിനിധീകരിക്കുന്ന ഏകപക്ഷീയധ്രുവങ്ങളെന്ന നിലയ്ക്കല്ല, പരസ്പരം പൊരുത്തപ്പെടുത്താനാവാത്ത വിപരീതങ്ങളെന്ന നിലയ്ക്കാണ്, മിക്ക പ്രകൃതിശാസ്ത്രജ്ഞരും അഭേദത്തേയും ഭേദത്തേയും കാണുന്നത്.

അഭേദവും ഭേദവും – ആവശ്യകതയും യാദൃച്ഛികതയും – കാരണവും കാര്യവും – ഇവയാണ്, പ്രത്യേകം പ്രത്യേകമെടുത്താൽ ഒന്നു മറ്റൊന്നായി രൂപാന്തരപ്പെടുന്ന രണ്ട് മുഖ്യവിപരീതങ്ങൾ.* അപ്പോഴാണ് 'മൂലതത്വങ്ങൾ' സഹായത്തിനെത്തേണ്ടത്.

അനുരോധകവും (positive) നിഷേധാത്മകവും (negative). ഇതേ പേരുകൾ തിരിച്ചും ഇടാം. വിദ്യുച്ഛക്തിയിലും മറ്റും. വടക്കും തെക്കും

---

* 'die beiden Hauptgegensatze' ('രണ്ട് മുഖ്യവിപരീതങ്ങൾ') എന്നാണ് കൈയെഴുത്തുപ്രതിയിലുള്ളത്. 1) അഭേദവും ഭേദവും എന്ന വിപരീതം; 2) കാരണവും കാര്യവും എന്ന വിപരീതം – ഇവയെയാണ് എംഗൽസ് ഉദ്ദേശിക്കുന്നത്. 'ആവശ്യകതയും യാദൃച്ഛികതയും' എന്നത് വരികൾക്കിടയിലായി പിന്നീട് എഴുതിച്ചേർത്തതാണ്.

എന്നുപറയുന്നതും അങ്ങനെതന്നെ. അതും തിരിച്ചിടുകയും ശേഷമുള്ള പേരുകളെല്ലാം അതനുസരിച്ചു മാറ്റുകയും ചെയ്താലും എല്ലാം ശരിയായിത്തന്നെ തുടരും. നമുക്ക് പടിഞ്ഞാറിനെ കിഴക്കെന്നും കിഴക്കിനെ പടിഞ്ഞാറെന്നും വിളിക്കാം. അപ്പോൾ സൂര്യൻ പടിഞ്ഞാറ് ഉദിക്കുകയും ഗ്രഹങ്ങൾ കിഴക്കുനിന്നു പടിഞ്ഞാറോട്ട് പരിക്രമണം ചെയ്യുകയും മറ്റും ചെയ്യും. പേരുകൾ മാത്രമേ മാറുന്നുള്ളു. മാത്രമല്ല, കാന്തത്തിന്റെ യഥാർഥത്തിലുള്ള ദക്ഷിണധ്രുവത്തെയാണ് – അതായത് ഭൂമിയുടെ കാന്തശക്തിയുടെ ഉത്തരധ്രുവത്താൽ ആകർഷിക്കപ്പെടുന്ന ധ്രുവത്തെയാണ് – ഭൗതികശാസ്ത്രത്തിൽ നാം ഉത്തരധ്രുവമെന്നു വിളിക്കുന്നത്. എന്നിട്ട് യാതൊരു കുഴപ്പവുമില്ലല്ലൊ.

അനുരോധകവശവും നിഷേധാത്മകവശവും ഏതായാലും, അനുരോധകവും നിഷേധാത്മകവും തുല്യമാണെന്നത് വിശ്ലേഷകജ്യാമിതിയെ സംബന്ധിച്ചു മാത്രമല്ല, അതിലേറെ ഭൗതികത്തെ സംബന്ധിച്ചു ശരിയാണ് (ക്ലൗസിയസ്, 87–ാമത്തെ പേജും തുടർന്നുള്ളവയും നോക്കുക).[147]

ധ്രുവത

ഒരു കാന്തത്തെ രണ്ടായി മുറിച്ചാൽ അത് നിഷ്പക്ഷമായ നടുഭാഗത്തെ ധ്രുവീകരിക്കുന്നു. പക്ഷേ, പഴയ ധ്രുവങ്ങൾ അതേപടി തുടരുന്ന വിധത്തിലാണ് അത് ഇങ്ങനെ ചെയ്യുന്നത്. നേരെമറിച്ച് ഒരു പുഴുവിനെ രണ്ടായി മുറിച്ചാൽ അത് ഗ്രാഹിയായ മുഖം അനുരോധകധ്രുവത്തിൽ നിലനിർത്തുകയും വിസർജകഗുദമുള്ള മറ്റേ അറ്റത്ത് പുതിയൊരു നിഷേധകധ്രുവം രൂപീകരിക്കുകയും ചെയ്യുന്നു. പക്ഷേ, പഴയ നിഷേധകധ്രുവം (ഗുദം) ഇപ്പോൾ അനുരോധകധ്രുവമായിത്തീരുന്നു, അതായത് മുഖമായിത്തീരുന്നു. മുറിച്ച ഇടത്ത് പുതിയൊരു ഗുദം അഥവാ നിഷേധകധ്രുവം രൂപമെടുക്കുന്നു. അങ്ങനെ അനുരോധകം നിഷേധകമായി രൂപാന്തരപ്പെടുന്നു.

ധ്രുവീകരണം

ഏതൊരു ജർമൻ ദേശ്യഭാഷയും ഒന്നുകിൽ ദക്ഷിണജർമൻ ഭാഷയോ അല്ലെങ്കിൽ ഉത്തരജർമൻ ഭാഷയോ ആയേ തീരു എന്നായിരുന്നു ജെ ഗ്രിമ്മിന്റെ ദൃഢവിശ്വാസം. പക്ഷേ, അദ്ദേഹം ഫ്രാങ്കിഷ് ഭാഷയെ പാടേ വിട്ടുകളഞ്ഞു.[148] ഉത്തരകാർലോവിൻഗിയൻ കാലഘട്ടത്തിലെ ഫ്രാങ്കിഷ് വരമൊഴി ദക്ഷിണജർമൻ ഭാഷയായിരുന്നതിനാൽ (ദക്ഷിണജർമൻ ഭാഷയിലെ വ്യഞ്ജനമാറ്റങ്ങൾ ഫ്രാങ്കിഷ് തെക്കുകിഴക്കൻ ഭാഗത്ത് വേരൂന്നിക്കഴിഞ്ഞിരുന്നു) ഫ്രാങ്കിഷ്ഭാഷ ഒരിടത്ത് ദക്ഷിണ ജർമനിയിലും മറ്റൊരിടത്ത് ഫ്രഞ്ചിലും നിശ്ശേഷം അലിഞ്ഞുചേർന്നെന്ന് അദ്ദേഹം വിശ്വസിച്ചു. അപ്പോൾ പ്രാചീന സാലിക് പ്രദേശങ്ങളിലെ നെതെർലാൻഡ് ഭാഷ എവിടന്നു വന്നുവെന്നതിന് ഒരു വിശദീകരണം നൽകാൻ തീർത്തും സാധ്യമല്ലെന്നായി. ഗ്രിമ്മിന്റെ മരണശേഷം മാത്ര

മാണ് ഫ്രാങ്കിഷ് ഭാഷ വീണ്ടും കണ്ടെത്തപ്പെട്ടത്. സാലിക്ഭാഷനെ തെർലാൻഡ് ഭാഷയുടെ രൂപത്തിലും റിപ്വാറിക് ഭാഷ, മധ്യ-നിമ്ന റൈൻ ദേശ്യഭാഷകളുടെ രൂപത്തിലും, പുനരുജ്ജീവിക്കുന്നു. ഈ ദേശ്യഭാഷകൾ ഭാഗികമായി ദക്ഷിണജർമൻ ഭാഷയുമായി വിവിധതോതുകളിൽ ഇടകലരുകയും ഭാഗികമായി ഉത്തരജർമൻ ഭാഷയായി തുടരുകയും ചെയ്തിട്ടുണ്ട്. അങ്ങനെ ഫ്രാങ്കിഷ്ഭാഷ ദക്ഷിണജർമൻ ഭാഷയാണെന്നതുപോലെതന്നെ ഉത്തരജർമൻഭാഷയുമാണ്.

യാദൃച്ഛികതയും അനിവാര്യതയും

അതിഭൗതികവാദം കൂട്ടിക്കുഴയ്ക്കുന്ന മറ്റൊരു വൈപരീത്യമാണ് യാദൃച്ഛികതയും അനിവാര്യതയും. ഈ രണ്ട് തർക്കശാസ്ത്രഗണങ്ങളെക്കാൾ പരസ്പരവിരുദ്ധമായി വേറെന്തുണ്ട്? ഇവ രണ്ടും അഭേദമാകാൻ, യാദൃച്ഛികമായത് അനിവാര്യവും അനിവാര്യവുമായത് യാദൃച്ഛികവുമാവാൻ, എങ്ങനെ കഴിയും? സാമാന്യബുദ്ധിയും അതോടൊപ്പം ഭൂരിപക്ഷം പ്രകൃതിശാസ്ത്രജ്ഞരും അനിവാര്യതയെയും യാദൃച്ഛികതയെയും വീക്ഷിക്കുന്നത് പരസ്പരം എന്നെന്നേക്കുമായി ഒഴിവാക്കുന്ന രണ്ടു നിർണയങ്ങളെന്ന നിലയ്ക്കാണ്. ഒരു വസ്തു, ഒരു സാഹചര്യം, ഒരു പ്രക്രിയ, ഒന്നുകിൽ യാദൃച്ഛികമാണ്, അല്ലെങ്കിൽ അനിവാര്യമാണ്, രണ്ടും കൂടിയല്ല. അതുകൊണ്ട് പ്രകൃതിയിൽ ഇവ രണ്ടും ഒപ്പമൊപ്പം നിലനിൽക്കുന്നു. പ്രകൃതിയിൽ പലതരം വസ്തുക്കളും പ്രക്രിയകളുമുണ്ട്. അവയിൽ ചിലത് യാദൃച്ഛികവും ചിലത് അനിവാര്യവുമാണ്. രണ്ടും തമ്മിൽ കൂട്ടിക്കുഴയ്ക്കരുതെന്നത് മാത്രമാണ് പ്രശ്നം. ഉദാഹരണത്തിന് ഒരു ജാതിയുടെ നിർണായകലക്ഷണങ്ങളെ അനിവാര്യവും അതേ ജാതിയിൽപ്പെട്ട വ്യക്തികൾ തമ്മിലുള്ള വ്യത്യാസങ്ങളെ യാദൃച്ഛികവുമായിട്ടാണ് കരുതുന്നത്. ക്രിസ്റ്റലുകൾക്കെന്നപോലെതന്നെ സസ്യങ്ങൾക്കും ജന്തുക്കൾക്കും ബാധകമാണിത്. അതിൽത്തന്നെ ഉയർന്ന ഗ്രൂപ്പിൽപ്പെട്ട ജാതികളെ അപേക്ഷിച്ച് യാദൃച്ഛികമായിട്ടാണ് താഴത്തെ ഗ്രൂപ്പിൽപ്പെട്ടവയെ വീക്ഷിക്കുന്നത്. അതുകൊണ്ട് മാർജാരവംശത്തെ (felis) അല്ലെങ്കിൽ അശ്വവംശത്തിൽ (equus) എത്ര വ്യത്യസ്തജാതികളുണ്ട്, ഒരു വർഗത്തിൽ എത്ര വംശങ്ങളും ഗോത്രങ്ങളുമുണ്ട്, ഈ ജാതികളിലോരോന്നിലും എത്ര വ്യക്തികൾ വീതമുണ്ട്, ഏതെങ്കിലും ഒരു പ്രത്യേക പ്രദേശത്ത് എത്രതരം ജാതികളുണ്ട്, പൊതുവിൽ ജന്തുജാലവും സസ്യജാലവും എങ്ങനെയുള്ളതാണ് - ഇതെല്ലാം യാദൃച്ഛികമാണെന്ന നിലയ്ക്കാണ് കരുതപ്പെടുന്നത്. അനിവാര്യമായതിനാൽ മാത്രമേ ശാസ്ത്രത്തിന് താൽപ്പര്യമുള്ളുവെന്നും യാദൃച്ഛികമായതിൽ ശാസ്ത്രത്തിനു യാതൊരു താൽപ്പര്യവുമില്ലെന്നും തുടർന്നു പ്രഖ്യാപിക്കപ്പെടുന്നു. അതായത് നിയമത്തിൻ കീഴിൽ കൊണ്ടുവരാവുന്നതും അക്കാരണത്താൽ നമുക്ക് അറിയാവുന്നതും എന്തോ അത് താൽപ്പര്യപ്രദമാണ്. നിയമത്തിൻകീഴിൽ കൊണ്ടുവരാൻ സാധ്യമല്ലാത്തതും അക്കാരണ

ത്താൽ നമുക്ക് അറിഞ്ഞുകൂടാത്തതുമെന്തോ, അതിൽ നമുക്ക് യാതൊരു താൽപ്പര്യവുമില്ല. അതിനെ അവഗണിക്കാവുന്നതാണ്. പക്ഷേ, അതുവഴി ശാസ്ത്രമൊട്ടാകെത്തന്നെ അവസാനിക്കുകയാണ് ചെയ്യുന്നത്. കാരണം, നമുക്ക് അറിഞ്ഞുകൂടാത്ത കാര്യങ്ങളെക്കുറിച്ചുതന്നെയാണ് അത് അന്വേഷണം നടത്തേണ്ടത്. അതായത്, പൊതുനിയമങ്ങൾക്ക് കീഴിൽ കൊണ്ടുവരാവുന്നവയെ അനിവാര്യതയായും അങ്ങനെ ചെയ്യാൻ സാധ്യമല്ലാത്തവയെ യാദൃച്ഛികതയായും കരുതാമെന്നർഥം. വിശദീകരിക്കാൻ കഴിയുന്നതെല്ലാം സ്വാഭാവികമായിട്ടുള്ളതാണെന്ന് പ്രഖ്യാപിക്കുകയും വിശദീകരിക്കാൻ കഴിയാത്തവയുടെ കാര്യത്തിൽ പ്രകൃത്യതീതകാരണങ്ങൾ ആരോപിക്കുകയും ചെയ്യുന്ന തരത്തിലുള്ള ശാസ്ത്രമാണിതെന്ന് ആർക്കും കാണാൻ കഴിയും. വിശദീകരിക്കാനാവാത്തതിന്റെ കാരണത്തെ ഞാൻ യാദൃച്ഛികതയെന്നു വിളിക്കുന്നോ അതോ ദൈവമെന്നു വിളിക്കുന്നോ എന്നതിന് ആ വസ്തുവിനെ സംബന്ധിച്ചിടത്തോളം യാതൊരു പ്രസക്തിയുമില്ല. എനിക്കറിഞ്ഞുകൂടാ, അതുകൊണ്ട് ശാസ്ത്രത്തിൽപ്പെട്ടതല്ല, എന്നു പറയുന്നതിന് തുല്യമാണ് രണ്ടും. ആവശ്യമായ ബന്ധം ഇല്ലാത്തിടത്ത് ശാസ്ത്രം അവസാനിക്കുന്നു.

ഇതിനെതിരാണ് നിയതത്വവാദം (determinism). ഫ്രഞ്ച് ഭൗതികവാദത്തിൽനിന്ന് പ്രകൃതിശാസ്ത്രരംഗത്തേക്ക് കടന്നുവന്നിട്ടുള്ള പ്രസ്തുത വീക്ഷണം യാദൃച്ഛികതയെ പാടേ നിഷേധിച്ചുകൊണ്ട് അതിന് വിരാമമിടാൻ ശ്രമിക്കുന്നു. ആ ധാരണയനുസരിച്ച് ലളിതവും പ്രത്യക്ഷവുമായ ആവശ്യകത മാത്രമാണ് പ്രകൃതിയിലുള്ളത്. ഒരു പ്രത്യേക പയറ്റിൻ തോടിൽ നാലോ ആറോ പയർമണികൾക്കുപകരം അഞ്ചെണ്ണമാണുള്ളതെന്നും, ഒരു പ്രത്യേക പട്ടിയുടെ വാലിന് ഒരു തരിപോലും കൂടുതലോ കുറവോ ഇല്ലാതെ കൃത്യം അഞ്ചിഞ്ചു നീളമാണുള്ളതെന്നതും, ഇക്കൊല്ലം ഒരു തേനീച്ച ഒരു പ്രത്യേക ക്ലോവർപ്പൂവിലാണ് മറ്റൊന്നിലല്ല പരാഗവിതരണം നടത്തിയതെന്നതും, അതുതന്നെ ഒരു പ്രത്യേക തേനീച്ച ഒരു പ്രത്യേക സമയത്താണ് നടത്തിയതെന്നതും, കാറ്റത്തു പറന്നുവീണ ഒരു പ്രത്യേക ജമന്തിവിത്തു മുളച്ചപ്പോൾ മറ്റൊരെണ്ണം മുളച്ചില്ലെന്നതും, ഇന്നു വെളുപ്പിന് നാലുമണിക്ക് – മൂന്നു മണിക്കോ അഞ്ചുമണിക്കോ അല്ല – എന്നെ ഒരു മൂട്ട കടിച്ചതും, അത് ഇടത്തെ കാൽവണ്ണയിലായിരുന്നില്ല വലത്തെ തോളത്തായിരുന്നു എന്നതുമെല്ലാം കാര്യകാരണങ്ങളുടെ മാറ്റാനാവാത്ത ഒരു ശൃംഖലയിൽനിന്നുളവായ വസ്തുതകളാണ്. സൗരയൂഥത്തിനു ജന്മം നൽകിയ വാതകഗോളംതന്നെ സംഘടിപ്പിക്കപ്പെട്ടത് ഈ സംഭവങ്ങൾ ഇങ്ങനെയല്ലാതെ മറ്റൊരു തരത്തിലും ഉണ്ടാവാൻ നിവൃത്തിയില്ലാത്ത വിധത്തിലാണ്. അത്രയ്ക്ക് അചഞ്ചലമായ ആവശ്യകതയിൽനിന്ന് ഉളവായതാണ് അവ. ഇത്തരം ആവശ്യകത വച്ചുകൊണ്ട് നമുക്കും പ്രകൃതിയെക്കുറിച്ചുള്ള പുരോഹിതധാരണയിൽനിന്നു രക്ഷപ്പെടാൻ സാധ്യമല്ല. നാം അതിനെ അഗസ്റ്റിനെയും കാൽവിനെയുംപോലെ ശാശ്വതമായ ദൈവകൽപ്പനയെന്നു വിളിച്ചാലും തുർക്കികളെപ്പോലെ "കിസ്മത്ത്"[149] എന്നു വിളിച്ചാലും ആവശ്യകതയെന്നു വിളിച്ചാലും ശാസ്

ത്രത്തെ സംബന്ധിച്ചിടത്തോളം എല്ലാം ഒരുപോലെയാണ്. ഈ ദൃഷ്ടാന്തങ്ങളിലൊന്നിലും തന്നെ കാര്യകാരണശൃംഖലയിലെ കണ്ണികൾ കണ്ടെത്തുന്ന പ്രശ്നമില്ല. ഒരൊറ്റ ദൃഷ്ടാന്തത്തിലും നാം കൂടുതൽ അഭിജ്ഞരായിത്തീരുന്നില്ല. ആവശ്യകതയെന്നു പറയപ്പെടുന്നത് വെറുമൊരു പൊള്ളവാക്കായി തുടരുന്നു. അതോടൊപ്പം യാദൃച്ഛികതയും പഴയപടി നിലനിൽക്കുന്നു. പയറ്റിൻതോടിൽ എത്ര പയർമണികളുണ്ടെന്നത് എന്തിനെ ആശ്രയിച്ചിരിക്കുന്നുവെന്നു കാണിക്കാൻ കഴിയാത്തിടത്തോളം കാലം, അത് വെറും യാദൃച്ഛികതയായി അവശേഷിക്കുന്നു. ഇതിങ്ങനെ ആയിരിക്കണമെന്ന് സൗരയൂഥത്തിന്റെ ആദിമസംവിധാനത്തിൽത്തന്നെ മുൻകൂട്ടി കണ്ടിരുന്നുവെന്നു തറപ്പിച്ചു പറയുന്നതുകൊണ്ട് നാം ഒരടി പോലും മുന്നോട്ട് നീങ്ങുന്നില്ല. മാത്രമല്ല, ഈയൊരു പയറ്റിൻതോട് വച്ചുകൊണ്ട് അതിന്റെ കാര്യകാരണശൃംഖല തേടിപ്പുറപ്പെടുന്ന ശാസ്ത്രം ഒരു ശാസ്ത്രമായിരിക്കില്ല. അത് വെറുമൊരു തമാശമാത്രമായിരിക്കും. കാരണം, അതേപയറ്റിൻതോടിന് അതിനു പുറമെ നിറഭേദം, തോടിന്റെ കട്ടിയും ഉറപ്പും, മണികളുടെ വലുപ്പം, എന്നിങ്ങനെ യാദൃച്ഛികമായി പ്രത്യക്ഷപ്പെടുന്ന മറ്റെത്രയോ വ്യക്തിഗത ലക്ഷണങ്ങളുണ്ട്. സൂക്ഷ്മദർശിനിയിലൂടെ വെളിപ്പെടുന്ന വ്യക്തിഗത സവിശേഷതകളെപ്പറ്റി പിന്നെ പറയേണ്ടതില്ലല്ലോ. അതുകൊണ്ട് ലോകത്തുള്ള എല്ലാ സസ്യശാസ്ത്രജ്ഞർക്കുംകൂടി മനസിലാക്കാൻ കഴിയുന്നതിലും കൂടുതൽ കാര്യകാരണബന്ധങ്ങളായിരിക്കും ഈയൊരൊറ്റ പയറ്റിൻതോടിൽനിന്നു ലഭിക്കുന്നത്.

അതുകൊണ്ട് ഇവിടെ യാദൃച്ഛികത അനിവാര്യതയാൽ വിശദീകരിക്കപ്പെടുകയല്ല, നേരെമറിച്ച്, വെറും യാദൃച്ഛികമായതിനെ ഉൽപ്പാദിപ്പിക്കുകയെന്ന അവസ്ഥയിലേക്ക് അനിവാര്യത തരംതാഴ്ത്തപ്പെടുകയാണ് ചെയ്യുന്നത്. ഒരു പ്രത്യേക പയറിൻതോടിൽ അഞ്ചോ ഏഴോ പയർ മണികളല്ല ആറെണ്ണമാണുള്ളത് എന്ന വസ്തുത സൗരയൂഥത്തിന്റെ ചലന നിയമത്തിന്റെയോ അല്ലെങ്കിൽ ഊർജരൂപാന്തരണ നിയമത്തിന്റെയോ തരത്തിൽപ്പെട്ടതാണെങ്കിൽ, വാസ്തവത്തിൽ യാദൃച്ഛികത അനിവാര്യതയുടെ നിലവാരത്തിലേക്ക് ഉയർത്തപ്പെടുകയല്ല മറിച്ച് യാദൃശ്ചികതയുടെ നിലവാരത്തിലേക്ക് തരംതാഴ്ത്തപ്പെടുകയാണ് ചെയ്യുന്നത്. മാത്രമല്ല, ഒരു നിശ്ചിതപ്രദേശത്ത് ഒപ്പമൊപ്പം നിലനിൽക്കുന്ന ജൈവവും അജൈവവുമായ ജാതികളുടെയും വ്യക്തികളുടെയും വൈവിധ്യം അലംഘനീയമായ അനിവാര്യതയിൽ അധിഷ്ഠിതമാണെന്ന് എത്രതന്നെ ഊന്നിപ്പറഞ്ഞാലും ശരി, പ്രത്യേകം പ്രത്യേകം ജാതികളെയും വ്യക്തികളെയും സംബന്ധിച്ചിടത്തോളം അത് മുമ്പത്തെപ്പോലെ യാദൃച്ഛികതയായി തുടരുന്നതാണ്. ഒരു പ്രത്യേക ജന്തുവിനെ സംബന്ധിച്ചിടത്തോളം, അത് ജനിച്ചത് എവിടെയാണ്, അത് ജീവിക്കുന്നത് ഏതു ചുറ്റുപാടിലാണ്, അതിനെ ഭീഷണിപ്പെടുത്തുന്നത് ഏതു ശത്രുക്കളാണ്, അവയുടെ എണ്ണം എത്രയാണ്, എന്നതെല്ലാം യാദൃച്ഛികകാര്യങ്ങളാണ്. ഒരു തള്ളച്ചെടിയെ സംബന്ധിച്ചിടത്തോളം അതിന്റെ വിത്തുകൾ കാറ്റത്ത് എവിടെ പറന്നു

വീഴുന്നുവെന്നതും പിള്ളച്ചെടിയെ സംബന്ധിച്ചിടത്തോളം വിത്തു മുളയ്ക്കുന്നത് ഏതു മണ്ണിലാണെന്നതും യാദൃച്ഛിക കാര്യങ്ങളാണ്. ഇവിടെയും സർവതും ആശ്രയിച്ചിരിക്കുന്നത് അലംഘനീയമായ അനിവാര്യതയെന്നതാണെന്ന് നമുക്ക് ഉറപ്പുതരുന്നതുകൊണ്ട് നമുക്ക് പറയത്തക്ക ആശ്വാസമൊന്നും ലഭിക്കുന്നില്ല. അനാദികാലം മുതൽക്കുള്ള ആദിമനിയതത്വം എന്തുതന്നെയായിരുന്നാലും ശരി, ഒരു നിശ്ചിത പ്രദേശത്തെന്നു മാത്രമല്ല, അതിലുപരി ലോകത്തൊട്ടാകെത്തന്നെ പ്രാകൃതികവസ്തുക്കൾ കൂടിക്കലർന്നു കിടക്കുന്നുവെന്നതു മുമ്പത്തെപ്പോലെതന്നെ ഒരു യാദൃച്ഛികകാര്യമായി അവശേഷിക്കുന്നു.

ഈ രണ്ടു ധാരണകളിൽനിന്നും വ്യത്യസ്തമായി, അതുവരെ കേൾക്കാത്ത ചില പ്രമേയങ്ങളുമായി ഹെഗൽ മുന്നോട്ടുവന്നു. യാദൃച്ഛികമായത് യാദൃച്ഛികമായതുകൊണ്ട് അതിനൊരു കാരണമുണ്ടെന്നും, അതുപോലെതന്നെ യാദൃച്ഛികമായതുകൊണ്ട് അതിനൊരു കാരണമില്ലെന്നും അദ്ദേഹം പറഞ്ഞു. യാദൃച്ഛികമായത് അനിവാര്യമാണെന്നും അനിവാര്യത യാദൃച്ഛികതയായിട്ടാണ് സ്വയം നിർണയിക്കുന്നതെന്നും മറുവശത്ത് ഈ യാദൃച്ഛികത കേവലമായ ഒരു അനിവാര്യതയാണെന്നും അദ്ദേഹം വാദിച്ചു. (*വിചിന്തനശാസ്ത്രം*, II, ഖണ്ഡം III, അധ്യായം 2 : "യാഥാർഥ്യം"). വിരോധാഭാസപരമായ വാചകക്കസർത്തും പരസ്പരവിരുദ്ധമായ അസംബന്ധവുമെന്നു കരുതി പ്രകൃതിശാസ്ത്രം ഈ പ്രമേയങ്ങളെ വെറുതെയങ്ങ് തള്ളിക്കളഞ്ഞിരിക്കുകയാണ്. സൈദ്ധാന്തികതലത്തിലാവട്ടെ, ഒരു വശത്ത് ഒരു വസ്തു ഒന്നുകിൽ യാദൃച്ഛികമോ അല്ലെങ്കിൽ അനിവാര്യമോ ആണെന്നും അതിന് ഒരേ സമയത്ത് രണ്ടും കൂടിയാവാൻ സാധ്യമല്ലെന്നും വാദിക്കുന്ന കഴമ്പില്ലാത്ത വോൾഫിയർ അതിഭൗതികവാദത്തിലും, മറുവശത്ത് വാക്കിൽ യാദൃച്ഛികതയെ പൊതുവിൽ നിഷേധിക്കുകയും എന്നാൽ പ്രവൃത്തിയിൽ ഓരോ പ്രത്യേകദൃഷ്ടാന്തത്തിലും അതിനെ അംഗീകരിക്കുകയും ചെയ്യുന്ന അത്രതന്നെ ചിന്താശൂന്യമായ യാന്ത്രിക നിയതത്വവാദത്തിലും അത് അടിയുറച്ചു നിൽക്കുന്നു.

പ്രകൃതിശാസ്ത്രം ഇത്തരത്തിൽ ചിന്തിച്ചുകൊണ്ടിരുന്നപ്പോൾത്തന്നെ ഡാർവിനിലൂടെ അത് ചെയ്തത് എന്താണ്?

ഏറ്റവും വിപുലമായതും യാദൃച്ഛികതയെ ആശ്രയിച്ചു നിലകൊള്ളുന്നതുമായ വസ്തുതാപരമായ അടിത്തറയിൽനിന്നാണ് ചരിത്രം സൃഷ്ടിച്ച തന്റെ കൃതി[150]യിൽ ഡാർവിൻ തുടങ്ങുന്നത്. ഒരേ ഇനങ്ങൾക്കുള്ളിലെ വ്യക്തികൾതമ്മിലുള്ള എണ്ണമറ്റ യാദൃച്ഛികവ്യത്യാസങ്ങളാണ്, ഇനങ്ങളുമായി ബന്ധപ്പെട്ട ലക്ഷണങ്ങളുടെ സീമകളെ ഭേദിക്കുന്നത്ര സുശക്തമായിത്തീരുന്നവയും അടിയന്തരകാരണങ്ങൾപോലും അപൂർവം ചില ദൃഷ്ടാന്തങ്ങളിൽ മാത്രം തെളിയിക്കാൻ കഴിയുന്നവയുമായ വ്യത്യാസങ്ങളാണ്, ജീവശാസ്ത്രത്തിലെ എല്ലാ ക്രമബദ്ധതയുടേയും മുമ്പത്തെ അടിസ്ഥാനത്തെ – അതായത്, അതിഭൗതികവാദപരമായ അയവില്ലാ

യ്മയോടും അപരിവർത്തനീയതയോടുംകൂടിയ ഇനങ്ങളെ ധാരണയെ – ചോദ്യം ചെയ്യാൻ അദ്ദേഹത്തെ നിർബന്ധിതനാക്കിയത്. എന്നാൽ ഇനങ്ങളെ ധാരണ കൂടാതെ ശാസ്ത്രം ഒന്നുമായിരുന്നില്ല. അതിന്റെ എല്ലാ ശാഖകൾക്കും അടിത്തറയെന്ന നിലയ്ക്ക് ജനങ്ങളെ ധാരണയുടെ ആവശ്യമുണ്ടായിരുന്നു. ഇനങ്ങളെന്ന ധാരണയില്ലെങ്കിൽ മനുഷ്യശരീരഘടനാശാസ്ത്രം, തുലനാത്മക ശരീരഘടനാശാസ്ത്രം, ഭ്രൂണവിജ്ഞാനം, ജന്തുശാസ്ത്രം, ജീവാശ്മവിജ്ഞാനം, സസ്യശാസ്ത്രം തുടങ്ങിയവയുടെ സ്ഥിതി എന്താകുമായിരുന്നു? അവയുടെ എല്ലാ ഫലങ്ങളും ചോദ്യം ചെയ്യപ്പെട്ടുവെന്നുമാത്രമല്ല, നേരെ തോട്ടിലെറിയപ്പെടുകയും ചെയ്തു. യാദൃച്ഛികത അനിവാര്യതയെസംബന്ധിച്ച അതുവരെയുള്ള ധാരണയെ നിഷ്കാസനം ചെയ്യുന്നു.* അനിവാര്യതയെക്കുറിച്ചുള്ള പഴയ ധാരണ നിലംപരിശാവുന്നു. അതിനെ നിലനിർത്തുകയെന്നുവച്ചാൽ, മനുഷ്യന്റെ സ്വേച്ഛാപരമായ ഒരു നിശ്ചയത്തെ – അതിനോടുതന്നെയും യാഥാർഥ്യത്തിനും വിരുദ്ധമായിട്ടുള്ള ഒരു നിശ്ചയത്തെ – ഒരു നിയമമെന്ന നിലയ്ക്ക് പ്രകൃതിയുടെമേൽ അടിച്ചേൽപ്പിക്കുകയെന്നാണർഥം; സചേതനപ്രകൃതിയിൽ എല്ലാ ആന്തരികാനിവാര്യകതയേയും അതുവഴി നിഷേധിക്കുകയെന്നാണർഥം; യാദൃച്ഛികതയുടെ അനിയതവാഴ്ചയെ സചേതനപ്രകൃതിയുടെ ഒരേയൊരു നിയമമായി പ്രഖ്യാപിക്കുകയാണെന്നർഥം.

" 'തൗസ്ഫെസ് – യോന്റഫ്' പോരെന്നോ?"[151] എന്ന് എല്ലാ സരണികളിലുംപെട്ട ജീവശാസ്ത്രജ്ഞർ വിളിച്ചുപറഞ്ഞതിന് തക്കതായ കാരണമുണ്ടായിരുന്നു.

ഡാർവിൻ.

ഹെഗൽ, "തർക്കശാസ്ത്രം", വാല്യം I[152]

"ഏതെങ്കിലുമൊന്നിന് വിപരീതമായ ഒന്നുമില്ലായ്മ, ഏതെങ്കിലുമൊന്നിന്റെ ഒന്നുമില്ലായ്മ, നിർണീതമായ ഒന്നുമില്ലായ്മയാണ്." (പേജ് 74)**

"ഒരൊറ്റ മൺതരിപോലും നശിപ്പിച്ചാൽ പ്രപഞ്ചമൊട്ടാകെ തകർന്നുവീഴുമെന്ന് (യഥാർഥത്തിൽ അതൊരു പുനരുക്തിയാണ്) (പ്രാപഞ്ചിക) സമഷ്ടിയുടെ പരസ്പരനിർണായകസംബന്ധത്തെ കണക്കിലെടുത്തുകൊണ്ടു വാദിക്കാൻ അതിഭൗതികവാദത്തിനു കഴിഞ്ഞു." (പേജ് 78)

"നിഷേധ"ത്തെക്കുറിച്ചുള്ള പ്രധാനഭാഗം. *മുഖവുര*, പേജ് 38.

"സ്വതഃവിരുദ്ധമായത് സ്വയം നിർണയിക്കുന്നത് പൂജ്യമെന്ന നിലയിലേക്കല്ല, അമൂർത്തമായ ശൂന്യതയെന്ന നിലയിലേക്കല്ല, പിന്നെയോ, അതിന്റെ നിശ്ചിത ഉള്ളടക്കത്തിന്റെ നിഷേധമെന്ന നിലയിലേക്കാണ്," മറ്റും മറ്റും.

---

* കയ്യെഴുത്തുപ്രതിയുടെ മാർജിനിൽ ഇങ്ങനെയൊരു കുറിപ്പുണ്ട്: "യാദൃച്ഛികസംഭവങ്ങളെക്കുറിച്ച് ഇതിനകം കുമിഞ്ഞുകൂടിയിട്ടുള്ള സാമഗ്രികൾ ആവശ്യകതയെക്കുറിച്ചുള്ള പഴയ ധാരണയെ തള്ളിക്കളയുകയും തകർക്കുകയും ചെയ്തിരിക്കുന്നു."

** പൂജ്യത്തെക്കുറിച്ചുള്ള കുറിപ്പിൽ എംഗൽസ് ഈ ഉദ്ധരണി ഉപയോഗിച്ചിട്ടുണ്ട്.

നിഷേധത്തിന്റെ നിഷേധം. *പ്രതിഭാസവിജ്ഞാനം*, മുഖവുര, പേജ് 4: മൊട്ട്, പൂവ്, കായ്, മുതലായവ.[153]

B "വൈരുധ്യാത്മകതർക്കശാസ്ത്രവും വിജ്ഞാനസിദ്ധാന്തവും. വിജ്ഞാനത്തിന്റെ പരിധി"കളെപ്പറ്റി

പ്രകൃതിയുടെയും മനസിന്റെയും ഏകത്വം. പ്രകൃതിക്ക് യുക്തിരഹിതമാവാൻ സാധ്യമല്ലെന്നത് യവനന്മാർക്ക് സ്വയംവ്യക്തമായിരുന്നു. എന്നാൽ പ്രകൃതിക്ക് യുക്തിരഹിതമാവാനോ യുക്തിക്ക് പ്രകൃതിക്കെതിരാവാനോ സാധ്യമല്ലെന്ന് തുടക്കംതൊട്ടേ തങ്ങൾക്കു ബോധ്യമായിരിക്കുന്നതായി ഏറ്റവും മൂഢന്മാരായ അനുഭവമാത്രവാദികൾ ഇന്നും തങ്ങളുടെ ന്യായവാദത്തിലൂടെ (അതെത്രതന്നെ അബദ്ധമായിക്കൊള്ളട്ടെ) തെളിയിക്കുന്നു.

ജീവാശ്മവിജ്ഞാനത്തിൽ ഒരു ജീവിയുടെ പരിണാമം ഭ്രൂണവിജ്ഞാനത്തിലുള്ള (അഥവാ ചരിത്രത്തിലും പ്രത്യേകം പ്രത്യേകം ഭ്രൂണത്തിലുമുള്ള) അതിന്റെ വികാസത്തോടു ബന്ധപ്പെട്ടിരിക്കുന്നതുപോലെതന്നെ, ചിന്തയുടെ ചരിത്രത്തിൽ ധാരണയുടെ അഥവാ ധാരണാത്മകബന്ധത്തിന്റെ (ക്രിയാത്മകവും നിഷേധാത്മകവും) കാരണവും കാര്യവും. ദ്രവ്യവും (substance) ആഗന്തുകത്വവും (accidency) എന്നിങ്ങനെയുള്ളവയുടെ) പരിണാമം പ്രത്യേകം പ്രത്യേകം വൈരുധ്യവാദികളുടെ മനസിലുള്ള അതിന്റെ വികാസത്തോടു ബന്ധപ്പെട്ടാണിരിക്കുന്നത്. ഇതങ്ങനെയാണെന്ന് ധാരണകളെ സംബന്ധിച്ചിടത്തോളം ആദ്യമായി കണ്ടുപിടിച്ചത് ഹെഗലാണ്. ചരിത്രവികാസത്തിൽ യാദൃച്ഛികതയ്ക്ക് അതിന്റേതായ പങ്കുണ്ട്. ഭ്രൂണവികാസത്തിലെന്നപോലെതന്നെ വൈരുധ്യാത്മകചിന്തയിൽ അത് ആവശ്യകതയായി ക്രോഡീകരിക്കപ്പെടുന്നു.

അമൂർത്തവും മൂർത്തവും: ചലനരൂപാന്തരണത്തെക്കുറിച്ചുള്ള സാമാന്യനിയമം അതിന്റെ "മൂർത്തമായ" ഏതൊരു ദൃഷ്ടാന്തത്തെക്കാളും എത്രയോ മൂർത്തമാണ്.

ഗ്രഹണശക്തിയും യുക്തിയും: ഈ ഹെഗലിയൻ വ്യത്യാസത്തിന് (അതനുസരിച്ച് വൈരുധ്യാത്മകചിന്ത മാത്രമാണ് യുക്തിപൂർവകമായിട്ടുള്ളത്) കൃത്യമായ ഒരർഥമുണ്ട്. നമുക്കും ജന്തുക്കൾക്കും പൊതുവായിട്ടുള്ള ഗ്രഹണപ്രക്രിയയുടെ എല്ലാത്തരം പ്രവർത്തനങ്ങളുമുണ്ട്: ആഗമനം (induction), നിഗമനം (deduction), അതുകൊണ്ടുതന്നെ അതിനും പുറമെ അമൂർത്തവൽക്കരണം (abstraction) (ഡിഡൊ[154]വിന്റെ ഇനങ്ങളെ സംബന്ധിച്ച ധാരണകൾ: നാൽക്കാലികളും ഇരുകാലികളും), അജ്ഞാതവസ്തുക്കളെക്കുറിച്ചുള്ള അപഗ്രഥനം (analysis) (ഒരു അണ്ടി ഉടയ്ക്കുന്നതുപോലും അപഗ്രഥനത്തിന്റെ ആരംഭമാണ്), ഉദ്ഗ്രഥനം (synthesis) (ജന്തുക്കളുടെ കൗശലങ്ങളിൽ), ഇവയുടെ രണ്ടിന്റേയും സംയോജനമെന്ന നിലയ്ക്ക് പരീക്ഷണം (experiment) (പുതിയ തടസങ്ങളും അപരിചിത പരിതസ്ഥിതികളും നേരിടുമ്പോൾ - ഇവയെല്ലാം നമുക്കും

ജന്തുക്കൾക്കും പൊതുവായിട്ടുളളതാണ്. അവയുടെ സ്വഭാവത്തെ സംബന്ധിച്ചിടത്തോളം ഈ രീതികളെല്ലാം – അതുകൊണ്ടുതന്നെ സാധാരണ തർക്കശാസ്ത്രത്തിൽ അംഗീകരിക്കപ്പെട്ടിട്ടുള്ള എല്ലാ ശാസ്ത്രീയാന്വേഷണോപാധികളും – മനുഷ്യരിലും ഉയർന്ന ജൈവഘടനയുള്ള ജന്തുക്കളിലും തികച്ചും ഒന്നുതന്നെയാണ്. (അതാതുരീതിയുടെ വികാസത്തിന്റെ) മാത്രയെ സംബന്ധിച്ചു മാത്രമേ അവ തമ്മിൽ വ്യത്യാസമുള്ളു. രണ്ടുകൂട്ടരും ഈ പ്രാഥമികരീതികൾവച്ചു പ്രവർത്തിക്കുന്നതിനാൽ, അഥവാ അവകൊണ്ട് തൃപ്തിപ്പെടുന്നതിനാൽ, രീതിയുടെ മൗലികലക്ഷണങ്ങളും അവ ഉളവാക്കുന്ന ഫലങ്ങളും മനുഷ്യനിലും ജന്തുക്കളിലും ഒന്നുതന്നെയാണ്. നേരെമറിച്ച്, വൈരുധ്യാത്മകചിന്തയാവട്ടെ, – ധാരണകളുടെതന്നെ സ്വഭാവത്തെക്കുറിച്ചുള്ള അന്വേഷണം അതിനൊരു ഉപാധിയാണെന്നതുകൊണ്ടുതന്നെ – മനുഷ്യനു മാത്രം സാധ്യമായിട്ടുള്ള ഒന്നാണ്. അതുതന്നെ താരതമ്യേന ഉയർന്നൊരു വികാസഘട്ടത്തിൽ മാത്രമാണ് അവനു സാധ്യമാവുന്നത് (ബുദ്ധമതക്കാരും യവനന്മാരും). വളരെക്കാലം കഴിഞ്ഞ് ആധുനികതത്വശാസ്ത്രത്തിൽ മാത്രമാണ് അത് പൂർണവികാസം പ്രാപിക്കുന്നത്. എന്നിട്ടും യവനന്മാർ എത്ര ബൃഹത്തായ നേട്ടങ്ങളാണ് കൈവരിച്ചിട്ടുള്ളത്! അന്വേഷണങ്ങൾ നടക്കുന്നതിന് എത്രയോ കാലം മുമ്പാണ് ആ നേട്ടങ്ങളുണ്ടായത്!

തീർപ്പുകളെ തരംതിരിക്കുന്നതിനെപ്പറ്റി

വെറും ഔപചാരികമായ പഴയ വിചിന്തനശാസ്ത്രത്തിൽനിന്നു വ്യത്യസ്തമായി വൈരുധ്യാത്മകവിചിന്തനശാസ്ത്രം ചിന്തയുടെ ചലനരൂപങ്ങളെ, അതായത് വിവിധരൂപങ്ങളിലുള്ള തീർപ്പുകളേയും നിഗമനങ്ങളേയും, എണ്ണിപ്പറയുന്നതുകൊണ്ടും യാതൊരു ബന്ധവുമില്ലാതെ തൊട്ടുതൊട്ടു വയ്ക്കുന്നതുകൊണ്ടും തൃപ്തിപ്പെടുന്നില്ല. നേരെമറിച്ച്, അത് ഈ രൂപങ്ങളെ ഒന്നു മറ്റേതിൽനിന്നായി വ്യുൽപ്പാദിപ്പിച്ചെടുക്കുകയും അവയെ ഒരേ നിലവാരത്തിൽ വയ്ക്കുന്നതിനുപകരം ഒന്നിനെ മറ്റൊന്നിന് അധീനമാക്കുകയും കൂടുതലുയർന്ന രൂപങ്ങളെ താണരൂപങ്ങളിൽനിന്നു വികസിപ്പിച്ചെടുക്കുകയുമാണ് ചെയ്യുന്നത്. വിചിന്തനശാസ്ത്രത്തെയൊട്ടാകെ താൻ വിഭജിച്ചിട്ടുള്ളതിന് അനുസൃതമായി ഹെഗൽ തീർപ്പുകളെ തരംതിരിക്കുന്നത് താഴെ പറയുന്ന വിധത്തിലാണ്.[155]

1. നിലനിൽപ്പിനെ സംബന്ധിച്ച തീർപ്പ്. തീർപ്പിന്റെ ഏറ്റവും ലളിതമായ രൂപമാണിത്. ഇവിടെ ഏതെങ്കിലും ഒരു വസ്തുവിന്റെ ഏതെങ്കിലും ഒരു സാമാന്യഗുണത്തെപ്പറ്റി ക്രിയാത്മകരൂപത്തിലോ നിഷേധരൂപത്തിലോ പറയുന്നു (ക്രിയാത്മകമായ തീർപ്പ്: "റോസാപ്പൂ ചുവന്നതാണ്;" നിഷേധാത്മകമായ തീർപ്പ്: "റോസാപ്പൂ നീലയല്ല:" അനന്തമായ തീർപ്പ്: "റോസാപ്പൂ ഒട്ടകമല്ല.")

2. അനുചിന്തനത്തെ സംബന്ധിച്ച തീർപ്പ്. ഇവിടെ ഒരു വസ്തുവിന്റെ ഒരു ബന്ധനിർണയത്തെപ്പറ്റി പറയുന്നു (ഏകാത്മകമായ (singular) തീർപ്പ്: "ഈ മനുഷ്യൻ നശ്വരനാണ്;" പ്രത്യേകമായ (particular) തീർപ്പ്: "ചില മനുഷ്യർ, വളരെയേറെ മനുഷ്യർ, നശ്വരരാണ്;" സാർവത്രികമായ (universal) തീർപ്പ്: "എല്ലാ മനുഷ്യരും നശ്വരരാണ്," അല്ലെങ്കിൽ "മനുഷ്യൻ നശ്വരനാണ്").[156]

3. അനിവാര്യതയെ സംബന്ധിച്ച തീർപ്പ്. ഇവിടെ ഒരു വസ്തുവിന്റെ ദ്രവ്യാത്മകഗുണത്തെപ്പറ്റി പറയുന്നു (അസന്ദിഗ്ധമായ തീർപ്പ്: "റോസ ഒരു സസ്യമാണ്;" പരികൽപ്പനാത്മകമായ തീർപ്പ്: "സൂര്യനുദിക്കുമ്പോൾ പകലാകുന്നു;" വിയോജകമായി തീർപ്പ്: "ചെതുമ്പലുള്ള ജന്തു ഒന്നുകിൽ മീനാണ്, അല്ലെങ്കിൽ ഉഭയജീവിയാണ്").

4. ധാരണയെ സംബന്ധിച്ച തീർപ്പ്. ഒരു വസ്തു അതിന്റെ സാമാന്യസ്വഭാവവുമായി, അഥവാ ഹെഗലിന്റെ വാക്കുകളിൽ പറഞ്ഞാൽ അതെപ്പറ്റിയുള്ള ധാരണയുമായി, എത്രമാത്രം പൊരുത്തപ്പെടുന്നുവെന്ന് ഇവിടെ പറയുന്നു (പ്രഖ്യാപനപരമായ തീർപ്പ്: "ഈ വീട് ചീത്തയാണ്"; സന്ദിഗ്ധമായ തീർപ്പ്: "വീട് ഇന്ന വിധത്തിലാണ് പണിതിട്ടുള്ളതെങ്കിൽ അതു നല്ലതാണ്;" സ്വയം സ്പഷ്ടമായ തീർപ്പ്: "ഇന്ന വിധത്തിൽ പണിതിട്ടുള്ള വീട് നല്ലതാണ്").

ഒന്നാമത്തെ ഗ്രൂപ്പ് വൈയക്തികമായ തീർപ്പ്; രണ്ടാമത്തേതും മൂന്നാമത്തേതും സവിശേഷമായ തീർപ്പ്; നാലാമത്തേത് സാമാന്യമായ തീർപ്പ്.

ഇത് എത്ര ശുഷ്കമെന്നു തോന്നിയാലും, തീർപ്പുകളുടെ ഈ തരംതിരിവ് അങ്ങുമിങ്ങും എത്ര സ്വേച്ഛാപരമാണെന്ന് ഒറ്റ നോട്ടത്തിൽ തോന്നിയാലും *ബൃഹദ്‌വിചിന്തനശാസ്ത്ര*ത്തിൽ (കൃതികൾ, വാള്യം V, പേജ് 63–115)[157] ഈ വിഷയത്തെക്കുറിച്ചുള്ള ഹെഗലിന്റെ ഉജ്വലമായ പ്രതിപാദനം വായിച്ചുമനസിലാക്കിയിട്ടുള്ള ഏതൊരാൾക്കും ഇങ്ങനെയൊരു തരംതിരിവിന്റെ ആന്തരികസത്യവും അനിവാര്യതയും വ്യക്തമാവും. ചിന്താനിയമങ്ങളിൽ മാത്രമല്ല പ്രകൃതിനിയമങ്ങളിൽക്കൂടി എത്രമാത്രം അധിഷ്ഠിതമാണ് ഈ തരംതിരിവെന്ന് കാണിക്കാൻവേണ്ടി ഈ ബന്ധത്തിനു വെളിയിലുള്ള സുവിദിതമായ ഒരു ദൃഷ്ടാന്തം എടുത്തുകാണിക്കാം.

ഘർഷണം അഥവാ ഉരസൽ ചൂടുളവാക്കുന്നുവെന്നത് പ്രായോഗികമണ്ഡലത്തിൽ പ്രാക്ചരിത്രമനുഷ്യനുതന്നെ അറിയാമായിരുന്നു. ഉരസലിലൂടെ തീയുണ്ടാക്കാൻ കഴിയുമെന്ന് ഒരുപക്ഷേ, ഒരു ലക്ഷം വർഷങ്ങൾക്കു മുമ്പുതന്നെ അവൻ കണ്ടുപിടിച്ചിരുന്നു. അതിനും മുമ്പ് അവൻ ശരീരത്തിലെ തണുത്ത ഭാഗങ്ങൾ കൈകൊണ്ടുരച്ചു ചൂടാക്കുമായിരുന്നു. പക്ഷേ, അതു കഴിഞ്ഞ് എത്ര സഹസ്രാബ്ദങ്ങൾക്കു ശേഷമാണ് പൊതുവിൽ ഘർഷണം ചൂടിന്റെ ഉറവിടമാണെന്ന കണ്ടുപിടുത്തം നടത്തിയതെന്ന് ആർക്കറിയാം? എന്തായാലും, ഘർഷണം ചൂടിന്റെ ഉറവിടമാണ് എന്ന തീർപ്പിനു രൂപംനൽകാൻ കഴിയുന്നിടത്തോളം മനുഷ്യന്റെ തലച്ചോറ് വികാസം പ്രാപിച്ച ഒരു കാലം വന്നുവെന്നു പറഞ്ഞാൽ മതി

യല്ലോ. നിലനിൽപ്പിനെ സംബന്ധിച്ച, അതും ക്രിയാത്മകമായ, ഒരു തീർപ്പാണത്.

പരസഹസ്രം വർഷങ്ങൾ പിന്നെയും കടന്നുപോയി. അവസാനം, 1842–ൽ അക്കാലത്തിനിടയ്ക്കു നടന്ന അതേ തരത്തിലുള്ള ഇതരപ്രക്രിയ കളുമായി ബന്ധപ്പെടുത്തിക്കൊണ്ട്, അതായത് അതിന്റെ അടിയന്തര സാമാന്യസാഹചര്യങ്ങളെ സംബന്ധിച്ചിടത്തോളം, മയ്യെറും ജൗളും കോൾഡിംഗും ഈ പ്രത്യേക പ്രക്രിയയെക്കുറിച്ചു ഗവേഷണം നടത്തു കയും "എല്ലാ ബലകൃതചലനത്തേയും ഘർഷണത്തിലൂടെ ചൂടാക്കി മാറ്റാൻ കഴിയും" എന്നൊരു തീർപ്പിന് രൂപംനൽകുകയും ചെയ്തു. മുക ളിലത്തെ നിലനിൽപ്പുസംബന്ധിയായ ക്രിയാത്മകതീർപ്പിൽനിന്ന് അനു ചിന്തനസംബന്ധിയായ ഈ സാർവത്രികതീർപ്പിലെത്തത്തക്കവണ്ണം വിഷയത്തെക്കുറിച്ചുള്ള പരിജ്ഞാനത്തിൽ പുരോഗമിക്കുന്നതിന് എത്രയോ കാലവും എത്രയോ ബൃഹത്തായ അനുഭവാധിഷ്ഠിത വിജ്ഞാനവുമാണ് വേണ്ടിവന്നത്.

പക്ഷേ, അതു മുതൽക്ക് കാര്യങ്ങൾ വേഗം നീങ്ങി. മൂന്നു വർഷം കഴിഞ്ഞ്, ചുരുങ്ങിയത് സാരാംശത്തിലെങ്കിലും മയ്യെർക്ക് ഈ അനുചി ന്തനസംബന്ധിയായ തീർപ്പിനെ അതിന്റെ ഇന്നത്തെ നിലവാരത്തിലേക്ക് ഉയർത്താൻ കഴിഞ്ഞു: അതാതു ദൃഷ്ടാന്തത്തെ സംബന്ധിച്ചിടത്തോളം നിജപ്പെടുത്തപ്പെട്ടിട്ടുള്ള സാഹചര്യങ്ങളിൽ ഏതൊരു ചലനരൂപത്തിനും പ്രത്യക്ഷമായോ പരോക്ഷമായോ മറ്റേതൊരു ചലനരൂപവുമായി മാറാ നുള്ള കഴിവുണ്ട്, അങ്ങനെ ചെയ്യാൻ അതു നിർബന്ധിതമാണ്. ഇത് ധാരണാസംബന്ധിയായ, അതും സ്വയംസ്പഷ്ടമായ, ഒരു തീർപ്പാണ്. തീർപ്പുകളിൽവച്ച് ഏറ്റവും ഉയർന്ന രൂപമാണിത്.

അതുകൊണ്ട് ഹെഗലിന്റെ ദൃഷ്ടിയിൽ തീർപ്പെന്ന ചിന്താരൂപ ത്തിന്റെ വികാസമെന്ന നിലയ്ക്ക് പ്രത്യക്ഷപ്പെടുന്നതെന്തോ അത് പൊതുവിൽ ചലനത്തിന്റെ സ്വഭാവത്തെക്കുറിച്ചുള്ള നമ്മുടെ അനുഭവാ ധിഷ്ഠിത സൈദ്ധാന്തികപരിജ്ഞാനത്തിന്റെ വികാസമെന്ന നിലയ്ക്കാണ് ഇവിടെ നമ്മെ അഭിമുഖീകരിക്കുന്നത്. എന്നാൽ ചിന്താനിയമങ്ങളെക്കു റിച്ചും പ്രകൃതിനിയമങ്ങളെക്കുറിച്ചും ശരിയായ അറിവുണ്ടെങ്കിൽ അവ ആവശ്യമായും പരസ്പരം പൊരുത്തപ്പെട്ടിരിക്കുമെന്ന് ഇതു തെളിയി ക്കുന്നു.

ആദ്യത്തെ തീർപ്പിനെ വൈയക്തികതാരൂപത്തിലുള്ള തീർപ്പായി കണക്കാക്കാം: ഘർഷണം ചൂടുളവാക്കുന്നുവെന്ന ഒരേയൊരു വസ്തുത അതിൽ രേഖപ്പെടുത്തിയിരിക്കുന്നു. രണ്ടാമത്തേത് സവിശേഷതാരൂപ ത്തിലുള്ള തീർപ്പാണ്: ചലനത്തിന്റെ ഒരു സവിശേഷരൂപം (ബലകൃത ചലനം) സവിശേഷസാഹചര്യങ്ങളിൽ (ഘർഷണത്തിലൂടെ) ചലന ത്തിന്റെ മറ്റൊരു സവിശേഷരൂപത്തിലേക്ക് (ചൂടിലേക്ക്) കടക്കുകയെന്ന ഗുണം വെളിപ്പെടുത്തുന്നു. മൂന്നാമത്തേത് സാർവത്രികതാരൂപത്തിലുള്ള തീർപ്പാണ്; ഏതൊരു ചലനരൂപത്തിനും മറ്റേതൊരു ചലനരൂപവുമായി

മാറാൻ കഴിയുമെന്നും അങ്ങനെ ചെയ്യാൻ അത് നിർബന്ധിതമാണെന്നും തെളിഞ്ഞിരിക്കുന്നു. ഈ രൂപത്തിൽ നിയമം അതിന്റെ അന്തിമമായ അഭിവ്യഞ്ജനം ആർജിക്കുന്നു. പുതിയ കണ്ടുപിടുത്തങ്ങളിലൂടെ നമുക്കതിന് പുതിയ സ്ഥിരീകരണങ്ങൾ നൽകാൻ കഴിയും, കൂടുതൽ സമ്പുഷ്ടമായ പുതിയ ഉള്ളടക്കം നൽകാൻ കഴിയും. പക്ഷേ, ഇവിടെ പ്രതിപാദിച്ചിരിക്കുന്ന രൂപത്തിലുള്ള ആ നിയമത്തിൽ എന്തെങ്കിലും കൂട്ടിച്ചേർക്കാൻ നമുക്കു സാധ്യമല്ല. രൂപത്തിലും ഉള്ളടക്കത്തിലും ഒരുപോലെ സാർവത്രികമായിട്ടുള്ള അതിന്റെ സാർവത്രികത വച്ചുകൊണ്ട് അതിനെ കൂടുതൽ വികസിപ്പിക്കാൻ സാധ്യമല്ല. അതൊരു കേവലമായ പ്രകൃതിനിയമമാണ്.

നിർഭാഗ്യവശാൽ, പ്രോട്ടീൻ ഉൽപ്പാദിപ്പിക്കാൻ നമുക്ക് കഴിയാത്തിടത്തോളം കാലം പ്രോട്ടീന്റെ അഥവാ ജീവന്റെ ചലനരൂപത്തിന്റെ കാര്യത്തിൽ നമുക്കു വൈഷമ്യങ്ങൾ നേരിടുന്നു.

എന്നാൽ മുകളിൽ മറ്റൊരു കാര്യംകൂടി തെളിയിച്ചിട്ടുണ്ട്: തീർപ്പു കൽപ്പിക്കാൻ കാന്റു പറഞ്ഞിട്ടുള്ള "തീർപ്പു കൽപ്പിക്കാനുള്ള ശേഷി" മാത്രം പോരെന്നും നേരേ മറിച്ച് (......)*

വൈയക്തികത, സവിശേഷത, സാർവത്രികത – ഈ മൂന്ന് നിർണയങ്ങളിലാണ് "ധാരണാസിദ്ധാന്തം"[158] ആകെത്തന്നെ നീങ്ങുന്നത്. ഇവയുടെ കീഴിൽ വൈയക്തികത്തിൽനിന്നു സവിശേഷത്തിലേക്കും സവിശേഷത്തിൽനിന്നു സാർവത്രികത്തിലേക്കുമുള്ള മുന്നേറ്റം ഒരു വഴിക്കല്ല പല വഴിക്കു നടക്കുന്നു. വ്യക്തിയിൽനിന്നു ജാതിയിലേക്കും വംശത്തിലേക്കുമുള്ള മുന്നേറ്റം ഇതിനുദാഹരണമായി ഹെഗൽ പലപ്പോഴും എടുത്തുകാട്ടാറുണ്ട്. ഇപ്പോഴിതാ ഹെക്കൽമാർ തങ്ങളുടെ ആഗമനവുമായി (induction) മുന്നോട്ടു വരികയും, വൈയക്തികത്തിൽനിന്നു സവിശേഷത്തിലേക്കും പിന്നീട് സാർവത്രികത്തിലേക്കുമാണ് – വ്യക്തിയിൽനിന്നു ജാതിയിലേക്കും പിന്നീട് വംശത്തിലേക്കുമാണ് – മുന്നേറ്റം നടക്കേണ്ടതെന്നത് ഹെഗലിനെതിരായ ഒരു മഹാകാര്യമായി കൊട്ടിഘോഷിക്കുകയും ചെയ്യുന്നു. അതുകഴിഞ്ഞ് അവർ അവിടന്നും മുന്നോട്ടു നയിക്കുന്നുവെന്ന് അവകാശപ്പെടുന്ന നിഗമനാത്മക അനുമാനങ്ങൾ കൈക്കൊള്ളുന്നു. ആഗമനവും നിഗമനവും തമ്മിലുള്ള വൈപരീത്യം ഇക്കൂട്ടരെ നിശേഷം ഗ്രസിച്ചിരിക്കുന്നതുകൊണ്ട് അനുമാനത്തിന്റെ എല്ലാ താർക്കികരൂപങ്ങളേയും അവർ ഈ രണ്ടെണ്ണമായി ചുരുക്കുന്നു. അങ്ങനെ ചെയ്യുമ്പോൾ തങ്ങൾ (1) തികച്ചും വ്യത്യസ്തമായ അനുമാനരൂപങ്ങളെ ഈ

* മുഴുമിപ്പിക്കാത്ത ഈ ചെറിയ കുറിപ്പ് ഒരു ഇരട്ടത്താളിന്റെ അവസാനത്തിലാണ് എഴുതിയിരിക്കുന്നത്. തീർപ്പുകളുടെ തരംതിരിവുകളെ സംബന്ധിച്ച അതിനു മുമ്പുള്ള വലിയ ഖണ്ഡം രണ്ടാമത്തേയും മൂന്നാമത്തേയും പേജുകളിലും നാലാമത്തെ പേജിന്റെ തുടക്കത്തിലുമാണുള്ളത്. കാന്റിന്റെ അനുഭവനിരപേക്ഷവാദത്തിനെതിരായി എല്ലാ അറിവും അനുഭവാധിഷ്ഠിതമാണെന്ന തന്റെ പ്രമേയം ഉന്നയിച്ചുകൊണ്ട് ഈ കുറിപ്പ് അവസാനിപ്പിക്കാനായിരുന്നു എംഗൽസിന്റെ ഉദ്ദേശ്യമെന്നു തോന്നുന്നു.

പേരുകളിൽ അബോധപൂർവം പ്രയോഗിക്കുന്നുണ്ടെന്നും, (2) അനുമാനരൂപങ്ങളുടെ മുഴുവൻ സമ്പത്തിനേയും ഈ രണ്ടു രൂപങ്ങൾക്കുള്ളിൽ ഒതുക്കിനിർത്താൻ സാധ്യമല്ലാത്തതുകൊണ്ട് അത് സ്വയം നഷ്ടപ്പെടുത്തുന്നുവെന്നും, (3) അങ്ങനെ ആഗമനവും നിഗമനവുമെന്ന ഈ രണ്ടു രൂപങ്ങളേയും വെറും അസംബന്ധമാക്കി മാറ്റുന്നുവെന്നും അവർ അറിയുന്നില്ല.

ആഗമനവും നിഗമനവും (induction and deduction). ഹെക്കൽ, 75–ാമത്തെ പേജും തുടർന്നുള്ളവയും. സാധാരണഗതിയിൽ ജംഭികാപൂർവി (premaxiallry bone) എന്നൊന്നില്ലാത്ത മനുഷ്യന് അതുണ്ടാവാതെ തരമില്ല എന്ന ഗ്യേഥെയുടെ ആഗമനാത്മകമായ അനുമാനം അവിടെ കൊടുത്തിരിക്കുന്നു. അങ്ങനെ തെറ്റായ ആഗമനത്തിലൂടെ ശരിയായ ഒരു കാര്യത്തിൽ ഗ്യേഥെ എത്തിച്ചേർന്നിരിക്കുന്നു![159]

ഹെക്കലിന്റെ അസംബന്ധം: ആഗമനത്തെ നിഗമനത്തിനെതിരാക്കുന്നു. ഇതുകണ്ടാൽ തോന്നും, നിഗമനം = അനുമാനം അല്ലെന്ന്. അതുകൊണ്ട് ആഗമനവും ഒരു നിഗമനമാണ്. ധ്രുവീകരണത്തിൽനിന്ന് ഉളവാകുന്ന ഒന്നാണിത്. ഹെക്കലിന്റെ *സൃഷ്ടിയുടെ പ്രാകൃതികചരിത്രം*, പേജ് 76–77. അനുമാനം ആഗമനവും നിഗമനവുമായി ധ്രുവീകരിക്കപ്പെട്ടിരിക്കുന്നു!

ചിറ്റക്കൊഞ്ചും (crayfish) എട്ടുകാലിയും കീടങ്ങളാണെന്നും അവയെക്കാൾ താണ തരത്തിലുള്ള എല്ലാ ജന്തുക്കളും പുഴുക്കളാണെന്നും ആഗമനത്തിലൂടെ നൂറു വർഷം മുമ്പു കണ്ടുപിടിക്കുകയുണ്ടായി. അത് അസംബന്ധമാണെന്നും x വർഗങ്ങളുണ്ടെന്നും ആഗമനത്തിലൂടെ ഇപ്പോൾ കണ്ടുപിടിച്ചിരിക്കുന്നു. അപ്പോൾ പിന്നെ ആഗമനാത്മകമെന്നു പറയപ്പെടുന്ന അനുമാനത്തിന്റെ മെച്ചമെന്താണ്? വർഗീകരണത്തെ അടിസ്ഥാനപ്പെടുത്തിയ നിഗമനാത്മക അനുമാനത്തോളം തന്നെ അസത്യമാവാൻ കഴിയുന്ന ഒന്നല്ലേ അത്?

ക്ഷീരവാഹിഗ്രന്ഥികൾ (lacteal glands) ഇല്ലാത്ത ഒരു സസ്തനജീവി എന്നെങ്കിലുമുണ്ടാവില്ലെന്നു തെളിയിക്കാൻ ആഗമനത്തിന് ഒരിക്കലും സാധ്യമല്ല. മുമ്പ് മുലക്കണ്ണുകൾ ഒരു സസ്തനജീവിയുടെ ലക്ഷണമായിരുന്നു. പക്ഷേ ഡക്ക് ബില്ലിന് അവയില്ല.

ആഗമനമെന്ന തട്ടിപ്പുമുഴുവനും വന്നിരിക്കുന്നത് ഇംഗ്ലീഷുകാരിൽ നിന്നാണ്; വെവലിന്റെ ആഗമനാത്മകശാസ്ത്രങ്ങളിൽ[160] തനി ഗണിതാത്മകശാസ്ത്രങ്ങളാണ് അടങ്ങിയിട്ടുള്ളത്. അങ്ങനെയാണ് ആഗമനവും നിഗമനവും തമ്മിലുള്ള വൈപരീത്യം കെട്ടിച്ചമയ്ക്കപ്പെട്ടത്. പഴയതും പുതിയതുമായ തർക്കശാസ്ത്രത്തിന് അതെപ്പറ്റി യാതൊരു അറിവുമില്ല. വ്യക്തിയിൽനിന്നു തുടങ്ങുന്ന എല്ലാ രൂപത്തിലുള്ള അനുമാനവും പരീക്ഷണാത്മകവും അനുഭവാധിഷ്ഠിതവുമാണ്. ആഗമനാത്മകമായ അനുമാനം തുടങ്ങുന്നതുപോലും സാ–വൈ–സ[161]യിൽ (സാർവത്രികത്തിൽ) നിന്നാണ്.

ആഗമനത്തിന്റെ ഫലങ്ങൾ, അതായത് വർഗീകരണങ്ങൾ, സർവത്ര ചോദ്യം ചെയ്യപ്പെടുന്ന സമയത്താണ് (ലിമുലസ് - എട്ടുകാലി; എസിഡിയ - നട്ടെല്ലുള്ള ജന്തുവോ (vertebrate) നോട്ടോ കോർഡുള്ള ജന്തുവോ (chordate); ആദ്യം ഉഭയവാസികളെന്നു കരുതപ്പെട്ടിരുന്ന ഡിപ്നോയി ഇപ്പോൾ മത്സ്യങ്ങളാണെന്നു തെളിഞ്ഞിരിക്കുന്നു), ആഗമനം വഴിക്കുള്ള മുമ്പത്തെ വർഗീകരണത്തെ അപ്പാടെതന്നെ തൂത്തെറിയുന്ന പുതിയ വസ്തുതകൾ ദിവസേന കണ്ടെത്തിക്കൊണ്ടിരിക്കുന്ന സമയത്താണ്, ഹെക്കൽ പിടിവാശിയോടെ ആഗമനത്തിനുവേണ്ടി വക്കാലത്ത് പിടിക്കുന്നതെന്നത് നമ്മുടെ പ്രകൃതിശാസ്ത്രജ്ഞരുടെ ചിന്താശക്തിയെ വിളിച്ചറിയിക്കുന്നുമുണ്ട്. ആഗമനാത്മകമായ അനുമാനം സാരാംശത്തിൽ പ്രശ്നാത്മകമാണെന്ന ഹെഗലിന്റെ പ്രമേയം എത്ര ഭംഗിയായി സ്ഥിരീകരിക്കപ്പെട്ടിരിക്കുന്നു! പരിണാമസിദ്ധാന്തം കാരണം ജീവികളുടെ വർഗീകരണമാകെത്തന്നെ ആഗമനത്തിൽനിന്ന് വിടർത്തിമാറ്റപ്പെട്ട് നിഗമനത്തിലേക്കും വംശാവലിയെക്കുറിച്ചുള്ള സിദ്ധാന്തത്തിലേക്കും കൊണ്ടുവരപ്പെട്ടിരിക്കുന്നു. വംശാവലി നോക്കി ഒരു ജാതിയെ മറ്റൊന്നിൽനിന്ന് അക്ഷരാർഥത്തിൽത്തന്നെ നിഗമനം ചെയ്തെടുക്കുകയാണ് ചെയ്യുന്നത്. ആഗമനം മാത്രംവച്ച് പരിണാമസിദ്ധാന്തം തെളിയിക്കാൻ സാധ്യമല്ല. കാരണം, അത് തികച്ചും ആഗമനവിരുദ്ധമാണ്. ആഗമനം കൈകാര്യം ചെയ്യുന്ന ജാതി, ഗണം, വർഗം എന്നിങ്ങനെയുള്ള ധാരണകൾ പരിണാമസിദ്ധാന്തംമൂലം അയവേറിയവയും അങ്ങനെ ആപേക്ഷികവും ആയിത്തീർന്നിരിക്കുന്നു. പക്ഷേ ആപേക്ഷികധാരണകൾ ആഗമനത്തിനു പറ്റുന്നവയല്ല.

സർവാഗമനവാദികളോട്.* ആഗമനപ്രക്രിയയെക്കുറിച്ച് നമുക്ക് വ്യക്തമാക്കിത്തരാൻ ലോകത്തുള്ള ഒരു ആഗമനത്തിനും ഒരിക്കലും സാധ്യമാവുമായിരുന്നില്ല. ആ പ്രക്രിയയുടെ അപഗ്രഥനത്തിന് മാത്രമാണ് അത് കഴിഞ്ഞത്. ഉദ്ഗ്രഥനവും അപഗ്രഥനവും എങ്ങനെയോ അത്രതന്നെ അവശ്യമായും പരസ്പരബദ്ധമാണ് ആഗമനവും നിഗമനവും.** ഒന്നിനെ മറ്റൊന്നിന്റെ ചെലവിൽ ഏകപക്ഷീയമായി വാനോളം വാഴ്ത്തുന്നതിന് പകരം രണ്ടിനേയും യഥാസ്ഥാനത്ത് പ്രയോഗിക്കാനാണ് നാം ശ്രമിക്കേണ്ടത്. അവ പരസ്പരബദ്ധവും പരസ്പരപൂരകവുമാണെന്ന സംഗതി ഓർമയിൽ വച്ചാൽ മാത്രമേ അത് സാധിക്കൂ. ആഗമനം അപ്രമാദമായ ഒരു രീതിയാണെന്നാണ് ആഗമനവാദികളുടെ പക്ഷം. അതിന്റെ അപ്രമാദിത്വം എത്രയോ കുറച്ചാണ്. പ്രത്യക്ഷത്തിൽ ഏറ്റവും തീർച്ചയുള്ള അതിന്റെ ഫലങ്ങൾ പുതിയപുതിയ കണ്ടുപിടുത്തങ്ങളാൽ ദിവസേന അസാധുവായിക്കൊണ്ടിരിക്കുകയാണ്. പ്രകാശകണികകളും (light cor-

* 'Den Allinduktionisten', അതായത് ആഗമനത്തെ ശരിയായ ഒരേയൊരു രീതിയായി കരുതുന്നവരോട്, എന്നാണ് കയ്യെഴുത്തുപ്രതിയിലുള്ളത്.

** മാർജിനിലുള്ള കുറിപ്പ്: "അപഗ്രഥനം മുഖ്യമായ അന്വേഷണരൂപമായിട്ടുള്ള രസതന്ത്രം അതിന്റെ വിപരീതമായ ഉദ്ഗ്രഥനംകൂടാതെ ഒന്നുമല്ല."

puscles) കലോറിക്കും (caloric) ആഗമനത്തിന്റെ സന്തതികളായിരുന്നു. എന്നിട്ട് അവ ഇപ്പോൾ എവിടെ? എല്ലാ കശേരുകികൾക്കും തലച്ചോറായും സുഷുമ്നയായും വിഭേദിക്കപ്പെട്ടിട്ടുള്ള കേന്ദ്രനാഡീവ്യൂഹമാണുള്ളതെന്നും സുഷുമ്ന ഉപാസ്ഥിരൂപത്തിലോ അസ്ഥിരൂപത്തിലോ ഉള്ള കശേരുകകളാൽ ആവൃതമാണെന്നും (അങ്ങനെയാണ് കശേരുകിയെന്ന പേർ വന്നത്) ആഗമനം നമ്മെ പഠിപ്പിച്ചു. അപ്പോഴാണ് അവിഭേദിത കേന്ദ്ര നാഡീതന്തുവിനോടു കൂടിയതും കശേരുകകളില്ലാത്തതുമായ ഒരു കശേരുകിയാണ് "ആംഫിയോക്സസ്" എന്നു വെളിപ്പെട്ടത്. ആയുഷ്കാലം മുഴുവൻ ചെകിളകളിലൂടെ മാത്രം ശ്വാസോച്ഛ്വാസം ചെയ്യുന്ന കശേരുകികളാണ് മത്സ്യങ്ങളെന്ന് ആഗമനം നമ്മെ പഠിപ്പിച്ചു. അപ്പോഴാണ് മത്സ്യങ്ങളെന്നു സാർവത്രികമായി അംഗീകരിക്കപ്പെട്ടവയും എന്നാൽ ചെകിളകൾക്കു പുറമെ വളർച്ചയെത്തിയ ശ്വാസകോശങ്ങളുള്ളവയുമായ ജന്തുക്കളുണ്ടെന്നു വെളിപ്പെട്ടത്, മാത്രമല്ല, ഓരോ മത്സ്യവും അതിന്റെ വാതാശയത്തിൽ (swimbladder) ശ്വാസകോശമാകാൻ കെൽപ്പുള്ള ഒരു അവയവം വഹിക്കുന്നുണ്ടെന്നും തെളിഞ്ഞിരിക്കുന്നു. ഈ വൈരുധ്യങ്ങളിൽ കിടന്നുഴലുന്ന ആഗമനവാദികളെ ഹെക്കലിനു രക്ഷിക്കാൻ കഴിഞ്ഞത് പരിണാമസിദ്ധാന്തത്തിന്റെ നിർഭയമായ പ്രയോഗത്തിലൂടെ മാത്രമാണ്. ആഗമനം അപ്രമാദമാണെങ്കിൽ ജൈവപ്രപഞ്ചത്തിലെ വർഗീകരണത്തിൽ ഒന്നിനൊന്നു പുറകെ ദ്രുതഗതിയിലുണ്ടായ വിപ്ലവങ്ങൾ എവിടെന്നു വന്നു? ആഗമനത്തിന്റെ ഏറ്റവും സവിശേഷമായ ഉൽപ്പന്നങ്ങളാണവ. എന്നിട്ടും അവ പരസ്പരം ഉന്മൂലനം ചെയ്യുന്നു.

ആഗമനവും അപഗ്രഥനവും: ശാസ്ത്രീയകണ്ടുപിടുത്തത്തിന്റെ ഒരേയൊരു രൂപം പോയിട്ട് മുഖ്യരൂപം പോലുമാകാൻ ആഗമനത്തിന് എത്രയോ കുറച്ച് അവകാശമേയുള്ളുവെന്നതിന്റെ പ്രകടമായ ഒരു ദൃഷ്ടാന്തം ഊഷ്മഗതിവിജ്ഞാനത്തിൽ (thermodynamics) കാണാം. ചൂട് പകർന്നിട്ട് യാന്ത്രികചലനം ലഭിക്കാമെന്നതിന്റെ ഏറ്റവും പ്രകടമായ തെളിവാണ് ആവിയന്ത്രം. ഒരു ലക്ഷം ആവിയന്ത്രങ്ങൾ ഇക്കാര്യം ഒരൊറ്റ ആവിയന്ത്രത്തെക്കാൾ കൂടുതലായിട്ടൊന്നും തെളിയിച്ചില്ല. അക്കാര്യം വിശദീകരിക്കാൻ അവ ഭൗതികശാസ്ത്രജ്ഞരെ കൂടുതൽ കൂടുതൽ നിർബന്ധിച്ചുവെന്നുമാത്രം. സാദി കർനോയാണ് ആദ്യമായി ഈ കടമ ഗൗരവപൂർവം ഏറ്റെടുത്തത്. പക്ഷേ ആഗമനത്തിന്റെ മാർഗമല്ല അദ്ദേഹം സ്വീകരിച്ചത്. അദ്ദേഹം ആവിയന്ത്രത്തെക്കുറിച്ച് പഠനം നടത്തി, അതിനെ അപഗ്രഥിച്ചു. കാതലായിട്ടുള്ള പ്രക്രിയ അതിൽ ശുദ്ധരൂപത്തിൽ പ്രത്യക്ഷപ്പെടുന്നില്ലെന്നും അപ്രധാനങ്ങളായ നാനാതരം പ്രക്രിയകളുടെ പിന്നിൽ അത് മറഞ്ഞുകിടക്കുകയാണെന്നും അദ്ദേഹം കണ്ടു. കാതലായ പ്രക്രിയയെ സംബന്ധിച്ചിടത്തോളം യാതൊരു പ്രസക്തിയുമില്ലാത്ത ഈ അപ്രധാനസാഹചര്യങ്ങളെ ഒഴിച്ചുനിർത്തിക്കൊണ്ട് അദ്ദേഹം മാതൃകാപരമായ ഒരു ആവിയന്ത്രം (അഥവാ വാതകയന്ത്രം) നിർമിച്ചു. ഒരു ജ്യാമിതീയരേഖയെയോ ജ്യാമിതീയപ്രതലത്തെയോ

പോലെതന്നെ സാക്ഷാൽക്കരണ സാധ്യതയില്ലാത്ത ഒന്നാണതെന്നത് നേരുതന്നെ. എങ്കിലും ആ ഗണിതശാസ്ത്ര അമൂർത്ത സങ്കൽപ്പങ്ങളെപ്പോലെതന്നെ അതും അതിന്റെ വഴിക്ക് പ്രയോജനപ്രദമാണ്: അത് പ്രക്രിയയെ ശുദ്ധവും സ്വതന്ത്രവും കലർപ്പില്ലാത്തതുമായ രൂപത്തിൽ അവതരിപ്പിക്കുന്നു. അദ്ദേഹം ചൂടിന്റെ യാന്ത്രികതുല്യാങ്കംവരെ വന്നെത്തിയതാണ് (അദ്ദേഹത്തിന്റെ ഫലനം C-യുടെ പ്രാധാന്യം നോക്കുക). അദ്ദേഹം അത് കണ്ടുപിടിക്കാതിരുന്നതും കാണാതിരുന്നതും കലോറിക്കിലുള്ള അദ്ദേഹത്തിന്റെ വിശ്വാസം ഒന്നുകൊണ്ടുമാത്രമാണ്. അബദ്ധസിദ്ധാന്തങ്ങൾ വരുത്തിവയ്ക്കുന്ന ദ്രോഹത്തിനുള്ള മറ്റൊരു തെളിവാണിത്.

നിരീക്ഷണത്തിന്റെ അനുഭവാത്മകതയ്ക്ക് മാത്രം അനിവാര്യതയെ വേണ്ടത്ര തെളിയിക്കാൻ ഒരിക്കലും സാധ്യമല്ല. "Post hoc", പക്ഷേ "propter hoc" അല്ല – അതായത്, "അതിനുശേഷ"മാണ്, പക്ഷേ "അതുകാരണ"മല്ല (*എൻസൈക്ലോപ്പീഡിയ*, I,പേജ് 84).[162] ഇത് എത്രയും ശരിയാണ്. സൂര്യൻ തുടർച്ചയായി രാവിലെ ഉദിക്കുന്നു എന്നതിൽനിന്ന് അത് നാളെ വീണ്ടും ഉദിക്കും എന്നു സിദ്ധിക്കുന്നില്ല. ഒരു സുപ്രഭാതത്തിൽ സൂര്യൻ ഉദിക്കാത്ത ഒരു കാലം വരുമെന്ന് ഇന്നു നമുക്ക് വാസ്തവത്തിൽ അറിയുകയും ചെയ്യാം. പക്ഷേ ആവശ്യകതയുടെ തെളിവ് സ്ഥിതിചെയ്യുന്നത് മനുഷ്യന്റെ പ്രവർത്തനത്തിലാണ്, പരീക്ഷണത്തിലും പ്രവൃത്തിയിലുമാണ്. എനിക്ക് "post hoc" ഉണ്ടാക്കാൻ കഴിഞ്ഞാൽ അത് "propter hoc"-ൽ നിന്ന് അഭിന്നമായിത്തീരുന്നു.

ആകസ്മികത: ചലിക്കുന്ന പദാർഥത്തെ പരിഗണിക്കുമ്പോൾ നമ്മുടെ ശ്രദ്ധയിൽ ആദ്യംപെടുന്നത് ഓരോരോ വസ്തുക്കളുടെ ഓരോരോചലനങ്ങൾ തമ്മിലുള്ള പരസ്പരസംബന്ധവും അവയുടെ പരസ്പരസോപാധികത്വവുമാണ്. ഒരു പ്രത്യേകചലനത്തിന്റെ പിറകേ മറ്റൊരു ചലനം വരുന്നുവെന്ന് മാത്രമല്ല നാം കാണുന്നത്. ഒരു പ്രത്യേകചലനം പ്രകൃതിയിൽ നടക്കുന്നതിന്റെ സാഹചര്യങ്ങൾ സൃഷ്ടിച്ചുകൊണ്ട് നമുക്ക് ആ ചലനം നിലവിൽക്കൊണ്ടുവരാൻ കഴിയുമെന്നും, പ്രകൃതിയിൽ ഒരിക്കലും നടക്കാത്ത – ചുരുങ്ങിയത് ആ വഴിക്ക് നടക്കാത്ത – ചലനങ്ങൾ (വ്യവസായം) സൃഷ്ടിക്കാൻപോലും നമുക്ക് കഴിയുമെന്നും, മുൻകൂട്ടി നിശ്ചയിച്ച ഗതിയും വ്യാപ്തിയും പ്രസ്തുതചലനങ്ങൾക്കു പകരാൻ നമുക്ക് കഴിയുമെന്നുംകൂടി നാം കാണുന്നു. ഇങ്ങനെ, മനുഷ്യരുടെ പ്രവർത്തനത്തിലൂടെ, കാര്യകാരണബന്ധമെന്ന ആശയം, ഒരു ചലനം മറ്റൊരു ചലനത്തിന്റെ കാരണമാണെന്ന ആശയം, സ്ഥാപിക്കപ്പെടുന്നു. ചില പ്രാകൃതികപ്രതിഭാസങ്ങളുടെ നിയതമായ പിന്തുടർച്ചയ്ക്ക് കാര്യകാരണബന്ധമെന്ന ആശയമുളവാക്കാൻ കഴിയുമെന്നതു ശരിയാണ്. ഉദാഹരണത്തിന് സൂര്യനോടൊപ്പം വരുന്ന ചൂടും വെളിച്ചവും. പക്ഷേ, അതൊരു തെളിവല്ല; മുറയ്ക്ക് ആവർത്തിക്കപ്പെടുന്ന "post hoc"-ന് ഒരു "propter hoc"-നെ സ്ഥാപിക്കാൻ ഒരിക്കലും സാധ്യമല്ലെന്നു

പറയുന്ന ഹ്യൂമിന്റെ സംശയവാദം അത്രത്തോളം ശരിയുമായിരുന്നു. പക്ഷേ, മനുഷ്യരുടെ പ്രവർത്തനമാണ് കാര്യകാരണബന്ധത്തിന്റെ ഉരകല്ല്. അകത്തോട്ട് വളഞ്ഞ ഒരു കണ്ണാടി ഉപയോഗിച്ച് നാം സൂര്യരശ്മികളെ ഒരൊറ്റ ബിന്ദുവിൽ കേന്ദ്രീകരിക്കുകയും സാധാരണ അഗ്നികിരണങ്ങൾ കേന്ദ്രീകരിച്ചാലെങ്ങനെയോ അതേ ഫലമുളവാക്കുകയും ചെയ്താൽ, ചൂട് വരുന്നത് സൂര്യനിൽനിന്നാണെന്ന് അതുവഴി നാം തെളിയിക്കുകയാണ് ചെയ്യുന്നത്. ഒരു തോക്കിനകത്ത് പെർക്കഷൻകാപ്പും സ്ഫോടകചാർജും വെടിയുണ്ടയും വച്ചിട്ട് കാഞ്ചി വലിച്ചാൽ മുന്നനുഭവത്തിൽനിന്നറിയാവുന്ന ഫലത്തെ നാം പ്രതീക്ഷിക്കുകയാണ് ചെയ്യുന്നത്. കാരണം, ജ്വലനം, ദഹനം, പെട്ടെന്ന് വാതകമായി മാറുന്നതു മൂലമുണ്ടാകുന്ന സ്ഫോടനം, വാതകം വെടിയുണ്ടയുടെമേൽ ചെലുത്തുന്ന മർദം എന്നീ പ്രക്രിയയെ ഒട്ടാകെ അതിന്റെ എല്ലാ വിശദാംശങ്ങളിലും മനസിലാക്കാൻ നമുക്ക് കഴിയുന്നു. അടുത്ത തവണയും അതുപോലെ തന്നെയാവും സംഭവിക്കുകയെന്ന് മുന്നനുഭവത്തിൽനിന്നു സിദ്ധിക്കുന്നില്ലെന്നു പറയാൻ ഇവിടെ സംശയവാദിക്ക് അവകാശമില്ല. ചിലപ്പോൾ വാസ്തവത്തിൽ അതുപോലെയല്ല സംഭവിക്കുന്നതെന്നും വരും. പെർക്കഷൻ കാപ്പോ വെടിമരുന്നോ പ്രവർത്തിച്ചില്ലെന്നും തോക്കിന്റെ കുഴൽ പൊട്ടിത്തെറിച്ചെന്നുമൊക്കെ വരാം. പക്ഷേ, ഇത് കാര്യകാരണബന്ധത്തെ നിഷേധിക്കുന്നതിനുപകരം തെളിയിക്കുകയാണ് ചെയ്യുന്നത്. എന്തെന്നാൽ നിയമത്തിൽനിന്നുള്ള ഓരോ വ്യതിയാനത്തിന്റെയും കാരണമെന്താണെന്ന് തക്കതായ അന്വേഷണത്തിലൂടെ കണ്ടുപിടിക്കാൻ നമുക്ക് കഴിയും. പെർക്കഷൻകാപ്പിന്റെ രാസവിഘടനം, വെടിമരുന്നിന്റെ ഈർപ്പം, കുഴലിന്റെ തകരാറ്, ഇങ്ങനെ പലതുമാവാം ആ കാരണം. അങ്ങനെ കാര്യകാരണബന്ധത്തിന്റെ ദ്വിവിധപരിശോധനയാണ് ഇവിടെ നടക്കുന്നതെന്നു പറയാം.

മനുഷ്യരുടെ പ്രവർത്തനത്തിന് അവരുടെ ചിന്തയുടെ മേലുള്ള സ്വാധീനത്തെ തത്വശാസ്ത്രത്തെപ്പോലെ പ്രകൃതിശാസ്ത്രവും ഇതുവരെ നിശ്ശേഷം അവഗണിക്കുകയാണ് ചെയ്തിട്ടുള്ളത്. ഒരുവശത്ത് പ്രകൃതിയെമാത്രവും മറുവശത്ത് ചിന്തയെ മാത്രവുമാണ് അവയ്ക്ക് അറിയാവുന്നത്. പക്ഷേ വെറും പ്രകൃതിയല്ല, പ്രകൃതിയിൽ മനുഷ്യൻ വരുത്തുന്ന മാറ്റമാണ്, മാനവചിന്തയുടെ കാതലായിട്ടുള്ളതും നേരിട്ടുള്ളതുമായ അടിത്തറ. പ്രകൃതിയിൽ മാറ്റം വരുത്താൻ പഠിച്ചിട്ടുള്ളതനുസരിച്ചാണ് മനുഷ്യന്റെ ബുദ്ധിശക്തി വികസിച്ചിട്ടുള്ളത്. ഉദാഹരണത്തിന്, പ്രകൃതി മാത്രമാണ് മനുഷ്യനെ സ്വാധീനിക്കുന്നതെന്നും പ്രകൃതിസാഹചര്യങ്ങൾ മാത്രമാണ് എവിടെയും അവന്റെ ചരിത്രവികാസത്തെ നിർണയിച്ചിട്ടുള്ളതെന്നുമുള്ള വീക്ഷണം കൂടിയ തോതിലോ കുറഞ്ഞ തോതിലോ വച്ചുപുലർത്തുന്ന ഡ്രേപ്പർക്കും മറ്റു ശാസ്ത്രജ്ഞർക്കും ചരിത്രത്തെക്കുറിച്ചുള്ള പ്രാകൃതികധാരണ അതിനാൽ ഏകപക്ഷീയമാണ്. പ്രകൃതിയെ മനുഷ്യനും സ്വാധീനിക്കുന്നുണ്ടെന്നും അവൻ അതിൽ മാറ്റം വരുത്തുകയും

സ്വന്തം നിലനിൽപ്പിനുള്ള പുതിയ സാഹചര്യങ്ങൾ സൃഷ്ടിക്കുകയും ചെയ്യുന്നുണ്ടെന്നുമുള്ള കാര്യം അത് വിസ്മരിക്കുന്നു. ജർമാനിക് ജനതകൾ കുടിയേറിപ്പാർത്തപ്പോഴത്തെ ജർമനിയിലുണ്ടായിരുന്ന "പ്രകൃതി"യുടെ എത്രയോ തുച്ഛമായ അംശം മാത്രമാണ് ഇന്ന് അവശേഷിച്ചിട്ടുള്ളത്. ഭൂമിയുടെ ഉപരിതലവും ശീതോഷ്ണസ്ഥിതിയും സസ്യജാലവും ജന്തുലോകവും മനുഷ്യർതന്നെയും നിസ്സീമമായി മാറിയിരിക്കുന്നു. ഇതെല്ലാം മനുഷ്യന്റെ പ്രവർത്തനംകൊണ്ടുണ്ടായിട്ടുള്ളതാണ്. അതേസമയം, ഇക്കാലത്തിനിടയിൽ മനുഷ്യന്റെ ഇടപെടൽ കൂടാതെ ജർമനിയിലെ പ്രകൃതിയിലുണ്ടായിട്ടുള്ള മാറ്റങ്ങൾ എത്രയോ നിസ്സാരമാണ്.

പരസ്പരപ്രവർത്തനം: ഇതാണ് ആധുനിക പ്രകൃതിശാസ്ത്രത്തിന്റെ നിലപാടിൽനിന്ന് ചലനാവസ്ഥയിലുള്ള പദാർഥത്തെ മൊത്തത്തിൽ പരിഗണിക്കുമ്പോൾ നമ്മെ അഭിമുഖീകരിക്കുന്ന ആദ്യത്തെ സംഗതി. യാന്ത്രികചലനം, ചൂട്, വെളിച്ചം, വിദ്യുച്ഛക്തി, കാന്തശക്തി, രാസസംയോഗവും വിഘടനയും, സമുച്ചയാവസ്ഥകളിലുള്ള പരിവർത്തനങ്ങൾ, ഓർഗാനിക് ജീവിതം എന്നിങ്ങനെ ചലനരൂപങ്ങളുടെ ഒരു പരമ്പരയാകെ നാം കാണുന്നു. ഓർഗാനിക് ജീവിതത്തെ തൽക്കാലം ഒഴിച്ചുനിർത്തിയാൽ, അവയെല്ലാംതന്നെ പരസ്പരം രൂപാന്തരം പ്രാപിക്കുകയും പരസ്പരം നിർണയിക്കുകയും ചെയ്യുന്നു. അവ ഒരിടത്ത് കാരണമാണെങ്കിൽ വേറൊരിടത്ത് കാര്യമാണ്. ഈ രൂപാന്തരണങ്ങളെല്ലാം നടത്തുന്ന ചലനത്തിന്റെ ആകത്തുകയ്ക്ക് യാതൊരു മാറ്റവുമുണ്ടാകുന്നില്ല (ദ്രവ്യം (substance) സ്വയം ഹേതുവാണെന്ന സ്പിനോസയുടെ പ്രസ്താവന പരസ്പരപ്രവർത്തനത്തെ ഭംഗിയായി പ്രകാശിപ്പിക്കുന്നു). യാന്ത്രികചലനം ചൂടും വിദ്യുച്ഛക്തിയും കാന്തശക്തിയും പ്രകാശവും മറ്റുമായി രൂപാന്തരപ്പെടുന്നു. അതുപോലെ തിരിച്ചും. അങ്ങനെ, പരസ്പരപ്രവർത്തനമാണ് സംഗതികളുടെ യഥാർഥത്തിലുള്ള അന്തിമഹേതുവെന്ന് ഹെഗൽ പറഞ്ഞിട്ടുള്ളതിനെ (എവിടെ?) പ്രകൃതിശാസ്ത്രം സ്ഥിരീകരിക്കുന്നു. ഈ പരസ്പരപ്രവർത്തനത്തെക്കുറിച്ചുള്ള അറിവിന് അപ്പുറത്തേക്ക് പോകാൻ നമുക്ക് നിവൃത്തിയില്ല. അതിനപ്പുറത്ത് അറിയാനൊന്നുമില്ലെന്നതുതന്നെ കാരണം. പദാർഥത്തിന്റെ ചലനരൂപങ്ങളെക്കുറിച്ച് നമുക്കറിയാമെങ്കിൽ (പ്രകൃതിശാസ്ത്രം നിലവിൽ വന്നിട്ട് കുറച്ചുകാലമേ ആയിട്ടുള്ളുവെന്നതിനാൽ ഈ അറിവിൽ എപ്പോഴും വളരെയേറെ കുറവുകളുണ്ടെന്നത് ശരിതന്നെ) നമുക്ക് പദാർഥത്തെക്കുറിച്ചുതന്നെ അറിയാമെന്നാണർഥം. അതോടെ നമ്മുടെ അറിവ് പൂർണമായിത്തീരുന്നു. (പരസ്പരപ്രവർത്തനമെന്ന ഗണം ഗ്രോവിന് കൈകാര്യം ചെയ്യാൻ സാധിക്കുന്നില്ലെന്നതാണ് കാര്യകാരണബന്ധത്തെക്കുറിച്ച് അദ്ദേഹത്തിനുള്ള മുഴുവൻ തെറ്റിദ്ധാരണയുടേയും അടിസ്ഥാനം; കാര്യത്തിന്റെ കാതൽ അദ്ദേഹത്തിനു മനസിലായിട്ടുണ്ട്. പക്ഷേ അദ്ദേഹം അത് അമൂർത്തചിന്തയുടെ രൂപത്തിൽ പ്രകാശിപ്പിക്കുന്നില്ല. അതുകൊണ്ടാണ് ഈ ആശ

യക്കുഴപ്പം – പേജ് 10–14[163]) സാർവത്രികമായ ഈ പരസ്പര പ്രവർത്ത നത്തിൽനിന്നു മാത്രമാണ് നാം യഥാർഥ കാര്യകാരണബന്ധത്തിൽ എത്തിച്ചേരുന്നത്. പ്രത്യേകം പ്രത്യേകം പ്രതിഭാസങ്ങളെ മനസിലാക്കാൻ അവയെ സാർവത്രിക പരസ്പരസംബന്ധത്തിൽനിന്ന് അടർത്തി മാറ്റി ഒറ്റപ്പെട്ട നിലയിൽ പരിഗണിക്കണം. മാറിമാറിവരുന്ന ചലനങ്ങൾ അപ്പോൾ നമ്മുടെ മുമ്പിൽ ഒന്നു കാരണമായും മറ്റേതു കാര്യമായും പ്രത്യക്ഷപ്പെടുന്നതാണ്.

കാര്യകാരണബന്ധത്തെ നിഷേധിക്കുന്ന ഒരാളുടെ ദൃഷ്ടിയിൽ പ്രിസം-സ്പെക്ട്രം മുഖേനയുള്ള ഖഗോളങ്ങളുടെ രാസവിശ്ലേഷണ മുൾപ്പെടെ എല്ലാ പ്രകൃതിനിയമങ്ങളും പരികൽപ്പനകളാണ്. അതിനപ്പുറത്തേക്ക് കടക്കാത്തവർ എത്രമാത്രം ഉപരിപ്ലവമായിട്ടാണ് ചിന്തിക്കുന്നത്!

അപരിമിതമായതിനെ അറിയാനുള്ള നെഗേലിയുടെ കഴിവുകേടിനെപ്പറ്റി[164]

നെഗേലി, പേജ് 12–13

യഥാർഥത്തിൽ ഗുണപരമായിട്ടുള്ള വ്യത്യാസങ്ങൾ അറിയാൻ നമുക്ക് സാധ്യമല്ലെന്ന് നെഗേലി ആദ്യം പറയുന്നു. അതിന്റെ തൊട്ടുപിന്നാലെ അദ്ദേഹം പറയുന്നു, അത്തരം കേവലവ്യത്യാസങ്ങൾ പ്രകൃതിയിൽ നിലനിൽക്കുന്നില്ലെന്ന്! (പേജ് 12).

ഒന്നാമത് ഓരോ ഗുണത്തിനും അപരിമിതമാംവണ്ണം അനേകം പരിമാണാത്മക തരംതിരിവുകളുണ്ട്. ഉദാ: നിറഭേദങ്ങൾ, കാഠിന്യവും മാർദവവും, ആയുർദൈർഘ്യം മുതലായവ. ഗുണപരമായി വ്യതിരിക്തമാണെങ്കിലും അവയെ അളക്കാനും അറിയാനും കഴിയും.

രണ്ടാമത്, ഗുണങ്ങൾ നിലനിൽക്കുന്നില്ല. ഗുണങ്ങളുള്ള വസ്തുക്കൾ (വാസ്തവത്തിൽ അനന്തമാംവിധം അനേകഗുണങ്ങളുള്ള) മാത്രമാണ് നിലനിൽക്കുന്നത്. രണ്ടു വ്യത്യസ്തവസ്തുക്കളിൽ എപ്പോഴും ചില ഗുണങ്ങൾ പൊതുവായിട്ടുള്ളവയായിരിക്കും. (ചുരുങ്ങിയത് അവയുടെ ഭൗതികത്വമെങ്കിലും), ചിലത് കൂടിയും കുറഞ്ഞുമിരിക്കും, വേറെ ചിലത് അവയിലൊന്നിൽ അശേഷം ഉണ്ടായിരിക്കില്ല. അങ്ങേയറ്റം വ്യത്യസ്തങ്ങളായ അത്തരം രണ്ടു വസ്തുക്കളെ – ഉദാഹരണത്തിന് ഒരു ഉൽക്കയേയും ഒരു മനുഷ്യനേയും – വെവ്വേറെ പരിഗണിക്കുകയാണെങ്കിൽ നമുക്ക് വലുതായിട്ടൊന്നും അറിയാൻ കഴിയുകയില്ല. ഭാരം തുടങ്ങി വസ്തുക്കൾക്കുള്ള സാമാന്യഗുണങ്ങൾ രണ്ടിനും പൊതുവായിട്ടുണ്ടെന്നതാണ് ഏറിവന്നാൽ നമുക്ക് അറിയാൻ കഴിയുക. പക്ഷേ, പ്രാകൃതികവസ്തുക്കളുടെയും പ്രാകൃതികപ്രക്രിയകളുടെയും അപരിമിതമായ ഒരു ശ്രേണി ഇവ രണ്ടിനുമിടയ്ക്കുണ്ട്. അങ്ങനെ ഉൽക്കതൊട്ട് മനുഷ്യൻ വരെയുള്ള ശ്രേണി പൂർത്തിയാക്കാനും പ്രകൃതിയുടെ സംവിധാനത്തിൽ

ഓരോന്നിനും അതിന്റെ സ്ഥാനം നൽകാനും അതുവഴി അവയെ അറിയാനും നമുക്കു കഴിയുന്നു. നെഗേലിതന്നെ സമ്മതിക്കുന്ന കാര്യമാണ് ഇത്.

മൂന്നാമത്, നമ്മുടെ പഞ്ചേന്ദ്രിയങ്ങൾ ഗുണപരമായി തികച്ചും വ്യത്യസ്തങ്ങളായ പ്രതീതികൾ നമ്മിൽ ഉളവാക്കിയെന്നു വരാം. അങ്ങനെ വരുമ്പോൾ ദർശനം, ശ്രവണം, ഗന്ധം, രുചി, സ്പർശനം എന്നിവയിലൂടെ നമുക്ക് അനുഭവപ്പെടുന്ന ഗുണങ്ങൾ തികച്ചും വ്യത്യസ്തമായിരിക്കും. എന്നാൽ ഇവിടെപ്പോലും പരിശോധനയുടെ പുരോഗതിയനുസരിച്ച് വ്യത്യാസങ്ങൾ അപ്രത്യക്ഷമാകുന്നു. ഗന്ധവും രുചിയും ഒരേ വർഗത്തിൽപ്പെട്ട സഹസംവേദനങ്ങളാണെന്ന് പണ്ടേ അഗീകരിക്കപ്പെട്ടിട്ടുള്ളതാണ്. ഒരേ ഗുണങ്ങളെയല്ലെങ്കിൽ ഒരേ തരത്തിൽപ്പെട്ട ഗുണങ്ങളെയാണ് അവ ഗ്രഹിക്കുന്നത്. ദർശനവും ശ്രവണവും രണ്ടും തരംഗദോലനങ്ങളെയാണു ഗ്രഹിക്കുന്നത്. സ്പർശനവും ദർശനവും വലിയൊരു പരിധിവരെ പരസ്പരം പൂരിപ്പിക്കുന്നുണ്ട്. പലപ്പോഴും ഒരു വസ്തുവിന്റെ സ്പർശനഗുണം കാഴ്ചയിൽനിന്നുതന്നെ നമുക്കു പറയാൻ കഴിയും. അവസാനമായി, എപ്പോഴും ഒരേയൊരു 'അഹം' ആണ് വ്യത്യസ്തങ്ങളായ ഈ ഇന്ദ്രിയപ്രതീതികളെയെല്ലാം ഗ്രഹിക്കുകയും സംസ്കരിക്കുകയും അതുവഴി ഒരൊറ്റ ഒന്നായി ഏകോപിപ്പിക്കുകയും ചെയ്യുന്നത്. അതുപോലെതന്നെ ഈ വ്യത്യസ്ത പ്രതീതികൾ ഉളവാക്കുന്നത് ഒരേ വസ്തുവാണ്. അവ അതിന്റെ പൊതുഗുണങ്ങളായി പ്രത്യക്ഷപ്പെടുകയും അതുവഴി അതിനെ അറിയാൻ നമ്മെ സഹായിക്കുകയും ചെയ്യുന്നു. വ്യത്യസ്ത ജ്ഞാനേന്ദ്രിയങ്ങൾക്കു മാത്രം പ്രാപ്യമായ ഈ വ്യത്യസ്തഗുണങ്ങളെ വിശദീകരിക്കുകയും പരസ്പരം ബന്ധപ്പെടുത്തുകയും ചെയ്യുകയെന്നത് ശാസ്ത്രത്തിന്റെ കടമയാണ്. ഈ അഞ്ചു പ്രത്യേക സംവേദനങ്ങൾക്കുപകരം പൊതുവായ ഒരൊറ്റ സംവേദനമില്ലെന്നും നമുക്ക് രുചികളും ഗന്ധങ്ങളും കാണാനോ കേൾക്കാനോ കഴിയുന്നില്ലെന്നും അത് ഇതുവരെ പരാതിപ്പെട്ടിട്ടില്ല.

നാം എവിടെ നോക്കിയാലും ശരി, ദുർഗ്രഹങ്ങളെന്ന് അവകാശപ്പെടുന്ന 'ഗുണപരമായി, അഥവാ കേവലമായി, വ്യത്യസ്തങ്ങളായ മണ്ഡലങ്ങൾ' (പേജ് 12) പ്രകൃതിയിലൊരിടത്തും നാം കണ്ടുമുട്ടുന്നില്ല. ഈ ആശയക്കുഴപ്പം മുഴുവനും വരുന്നത് അളവിനെയും ഗുണത്തെയും കുറിച്ചുള്ള ആശയക്കുഴപ്പത്തിൽനിന്നാണ്. പരിമാണാത്മകമായ വ്യത്യാസങ്ങളായി ചുരുക്കാവുന്നിടത്തോളം മാത്രമേ ഗുണപരമായ വ്യത്യാസങ്ങളെ വിശദീകരിക്കാൻ കഴിയൂ എന്ന് നിലവിലുള്ള യാന്ത്രികവീക്ഷണത്തിന് അനുരോധമായി നെഗേലി കരുതുന്നു (ഇതെപ്പറ്റി വേറൊരിടത്തു പറയാം). അദ്ദേഹത്തിന്റെ ദൃഷ്ടിയിൽ ഗുണവും അളവും കേവലം വ്യത്യസ്തങ്ങളായ ഗണങ്ങളാണ്. അതിഭൗതികവാദം.

"നിയതമായതു മാത്രമേ നമുക്ക് അറിയാൻ കഴിയൂ, ഇത്യാദി (പേജ് 13).

നിയതമായ (finite) വസ്തുക്കൾ മാത്രം നമ്മുടെ വിജ്ഞാനമണ്ഡലത്തിൽ പ്രവേശിക്കുന്നിടത്തോളം ഇതു തികച്ചും ശരിയാണ്. പക്ഷേ, ഈ പ്രമേയത്തോട് ഇങ്ങനെയൊന്നുകൂടി കൂട്ടിച്ചേർക്കേണ്ടതുണ്ട്: "സാരാംശത്തിൽ നമുക്ക് അപരിമിതമായതു മാത്രമേ അറിയാൻ കഴിയൂ." ചിന്തയിൽ വൈയക്തികമായിട്ടുള്ളതിനെ വൈയക്തികതയിൽനിന്ന് സവിശേഷതയിലേക്കും അവിടന്ന് സാർവത്രികതയിലേക്കും ഉയർത്തിക്കൊണ്ടുവരുന്നതിൽ മാത്രമാണ്, നിയതമായതിൽ അമേയമായ അപാരമായതിനെയും ക്ഷണികമായതിൽ ശാശ്വതമായതിനെയും അന്വേഷിച്ചറിയുന്നതിലാണ്, യഥാർഥവും സമഗ്രവുമായ എല്ലാ വിജ്ഞാനവും അടങ്ങിയിരിക്കുന്നത്. എന്നാൽ സാർവത്രികതയുടെ രൂപം സ്വയംസമ്പൂർണതയുടെ രൂപമാണ്, അതായത് അപരിമിതത്വത്തിന്റെ രൂപമാണ്. നിയതമായ അനേകം വസ്തുക്കളെ അമേയമായ ഒന്നിൽ ഏകോപിപ്പിക്കലാണ് അത്. താപമർദങ്ങളുടെ നിശ്ചിതപരിധികൾക്കുള്ളിലും പ്രകാശത്തിന്റെ സ്വാധീനഫലമായും ക്ലോറിനും ഹൈഡ്രജനും ഒരു സ്ഫോടനത്തോടെ ഒന്നിച്ചുചേരുകയും ഹൈഡ്രോക്ലോറിക് ആസിഡ് വാതകം രൂപീകരിക്കുകയും ചെയ്യുന്നുണ്ടെന്നു നമുക്കറിയാം. ഇത്രയുമറിഞ്ഞാൽ പ്രസ്തുതസാഹചര്യങ്ങൾ നിലവിലുള്ള എവിടെയും എപ്പോഴും സംഭവിക്കുന്നതാണ് ഇതെന്നും നമുക്കറിയാം. അത് ഒരിക്കലാണോ സംഭവിക്കുന്നത്, അതോ ഒരുലക്ഷം തവണ ആവർത്തിക്കപ്പെടുന്നുണ്ടോ, എത്ര ഖഗോളങ്ങളിൽ സംഭവിക്കുന്നു, എന്നതിനൊന്നും യാതൊരു പ്രസക്തിയുമില്ല. പ്രകൃതിയിൽ സാർവത്രികതാ രൂപമെന്നത് നിയമമാണ്. പ്രകൃതിനിയമങ്ങളുടെ ശാശ്വതസ്വഭാവത്തെപ്പറ്റി ഏറ്റവും കൂടുതൽ സംസാരിക്കുന്നത് പ്രകൃതിശാസ്ത്രജ്ഞരാണു താനും. അതുകൊണ്ട് നിയതമായതിനെക്കുറിച്ചുള്ള അന്വേഷണത്തിൽ ഒതുങ്ങിനിൽക്കാതെ ശാശ്വതമായതുകൂടി അതിന്റെകൂടെ ചേർത്താൽ നാം നിയതമായതിനെ ദുർഗ്രഹമാക്കിത്തീർക്കുകയാണു ചെയ്യുന്നതെന്ന് നെഗേലി പറയുമ്പോൾ ഒന്നുകിൽ പ്രകൃതിനിയമങ്ങളെ അറിയാനുള്ള സാധ്യതയെയോ അല്ലെങ്കിൽ അവയുടെ ശാശ്വതസ്വഭാവത്തെയോ നിഷേധിക്കുകയാണ് അദ്ദേഹം ചെയ്യുന്നത്. പ്രകൃതിയെക്കുറിച്ചുള്ള എല്ലാ യഥാർഥപരിജ്ഞാനവും, ശാശ്വതവും അമേയവുമായതിനെക്കുറിച്ചുള്ള പരിജ്ഞാനമാണ്. അതുകൊണ്ട് അത് സാരാംശത്തിൽ കേവലമായിട്ടുള്ളതാണ്.

എന്നാൽ ഈ കേവലപരിജ്ഞാനത്തിന് കാര്യമായ ഒരു ന്യൂനതയുണ്ട്. ജ്ഞേയങ്ങളായ വസ്തുക്കളുടെ അമേയത്വത്തിൽ അടങ്ങിയിട്ടുള്ളത് തികച്ചും നിയതങ്ങളായ വസ്തുക്കളാണെന്നതുപോലെതന്നെ, കേവലമായതിനെക്കുറിച്ച് അറിവുള്ള ചിന്തയുടെ അമേയത്വത്തിൽ അടങ്ങിയിട്ടുള്ളത് നിയതങ്ങളായ മനുഷ്യമനസുകളുടെ അമേയസംഖ്യയാണ്. അവ ഈ അമേയപരിജ്ഞാനത്തിനുവേണ്ടി ഒപ്പത്തിനൊപ്പവും അനുക്രമമായും പ്രവർത്തിക്കുന്നു, പ്രായോഗികവും സൈദ്ധാന്തികവുമായ അബദ്ധങ്ങൾ വരുത്തുന്നു, തെറ്റും ഏകപക്ഷീയവും വ്യാജവുമായ പ്രമേ

യങ്ങളിൽനിന്നു തുടങ്ങുന്നു, വ്യാജവും വളഞ്ഞു തിരിഞ്ഞതും തീർച്ചയില്ലാത്തതുമായ വഴികളിലൂടെ നീങ്ങുന്നു, ശരിയായ പരിഹാരം മൂക്കിൽ വന്നുമുട്ടുമ്പോൾപോലും അവരതു പലപ്പോഴും കാണാതെപോകുന്നു (പ്രീസ്റ്റ്ലി[165]). അതുകൊണ്ട് അമേയമായതിനെക്കുറിച്ചുള്ള സംജ്ഞാനം ദ്വിവിധമായ വൈഷമ്യത്തെ നേരിടുന്നു. അമേയമായ അനന്തസ്പർശീയ പുരോഗതിയുടെ (asymptotic progress) രൂപത്തിൽ മാത്രമേ പ്രകൃത്യാതന്നെ അതിന് നടക്കാൻ കഴിയൂ. അജ്ഞേയമായതിനോളംതന്നെ ജ്ഞേയമാണ് അമേയം എന്നു നമുക്കു പറയാൻ കഴിയുന്നതിന് അത്രയും മതി. നമുക്ക് അത്രയേ വേണ്ടൂ.

വിചിത്രമെന്നു പറയട്ടെ, നെഗേലിയും അതേ കാര്യംതന്നെ പറയുന്നുണ്ട്:

"നിയതമായതു മാത്രമേ നമുക്ക് അറിയാൻ കഴിയൂ. എന്നാൽ നമ്മുടെ ഇന്ദ്രിയാനുഭൂതികളുടെ മണ്ഡലത്തിൽപ്പെടുന്ന നിയതമായ സർവതും നമുക്ക് അറിയാൻ കഴിയും."

ആ മണ്ഡലത്തിൽപ്പെടുന്ന നിയതമായതിന്റെ ആകെമൊത്തമാണ് അമേയമാകുന്നത്. കാരണം, ഈ ആകെമൊത്തത്തിൽനിന്നുതന്നെയാണ് നെഗേലിക്ക് അമേയമായതിനെക്കുറിച്ചുള്ള തന്റെ ധാരണ ലഭിച്ചത്. മേൽപ്പറഞ്ഞ നിയതം കൂടാതെ അമേയത്തെപ്പറ്റി അദ്ദേഹത്തിന് യാതൊരു ധാരണയുമുണ്ടാകുമായിരുന്നില്ല!

(വികല അനന്തത്തെപ്പറ്റി പിന്നീട് പരിശോധിക്കുന്നതാണ്)

അമേയത്വത്തെക്കുറിച്ചുള്ള ഈ പരിശോധനയ്ക്കു മുമ്പ് നെഗേലി ഇങ്ങനെ പറയുന്നു:

1. സ്ഥലകാലങ്ങളിലുള്ള "അപ്രധാനമണ്ഡലം."
2. "ജ്ഞാനേന്ദ്രിയങ്ങളുടെ അപര്യാപ്തമായേക്കാവുന്ന വികാസം."
3. "നിയതവും പരിവർത്തകവും ക്ഷണികവുമായവയെ മാത്രമേ, തീവ്രതയിൽ വ്യത്യസ്തവും ആപേക്ഷികവുമായതുമാത്രമേ, നമുക്ക് അറിഞ്ഞുകൂടൂ. കാരണം, ഗണിതാത്മകധാരണകളെ പ്രകൃതിവസ്തുക്കളിലേക്കു പകർത്താനേ നമുക്ക് കഴിയൂ. അവയിൽനിന്നു തന്നെ ലഭിച്ച മാനദണ്ഡങ്ങൾവച്ച് അവയെ വിലയിരുത്താനേ നമുക്ക് കഴിയൂ. അമേയമോ ശാശ്വതമോ ആയതിനെയും സ്ഥിരവും അചഞ്ചലവുമായതിനെയും സംബന്ധിച്ചിടത്തോളം, കേവലമായ വ്യത്യാസങ്ങളെ സംബന്ധിച്ചിടത്തോളം, നമുക്ക് യാതൊരു ധാരണകളുമില്ല. ഒരുമണിക്കൂർ, ഒരുമീറ്റർ, ഒരു കിലോഗ്രാം – ഇവയുടെ അർഥം നമുക്ക് കൃത്യമായിട്ടറിയാം. എന്നാൽ സ്ഥലകാലങ്ങൾ എന്നാൽ എന്താണെന്ന്, ബലവും പദാർഥവുമെന്നാൽ എന്താണെന്ന്, ചലനവും വിശ്രമവുമെന്നാലെന്താണെന്ന്, കാരണവും കാര്യവുമെന്നാൽ എന്താണെന്ന് നമുക്കറിഞ്ഞുകൂടാ." (പേജ് 13)

ഇത് പഴയ കഥയാണ്. ആദ്യം ഇന്ദ്രിയഗതങ്ങളായ വസ്തുക്കളെ അമൂർത്തസങ്കൽപ്പങ്ങളാക്കുന്നു. എന്നിട്ട് ജ്ഞാനേന്ദ്രിയങ്ങളിലൂടെ അവയെ അറിയാൻ ആഗ്രഹിക്കുന്നു. കാലത്തെ കാണാനും സ്പേസിനെ

ഘ്രാണിക്കാനും ആഗ്രഹിക്കുന്നു. അനുഭവമാത്രവാദി ഇന്ദ്രിയാനുഭവത്തിലൂടെയുള്ള സംജ്ഞാനമെന്ന ശീലത്തിൽ അടിമുടി മുങ്ങിക്കുളിച്ചിട്ടുള്ളതുകൊണ്ട് അമൂർത്തസങ്കൽപ്പങ്ങളെ കൈകാര്യം ചെയ്യുമ്പോഴും അനുഭവാധിഷ്ഠിത സംജ്ഞാനത്തിന്റെ മണ്ഡലത്തിലാണ് താനെന്നാണ് അയാളുടെ വിചാരം. നമുക്ക് മണിക്കൂറും മീറ്ററുമെന്താണെന്നറിയാം. പക്ഷേ, കാലവും സ്പേസും എന്താണെന്ന് അറിഞ്ഞുകൂടാപോലും! കാലമെന്നത് വെറും മണിക്കൂറുകളല്ലാത്ത എന്തോ ഒന്നാണെന്ന്, സ്പേസ് എന്നത് വെറും ഘനമീറ്ററുകളല്ലാത്ത എന്തോ ഒന്നാണെന്ന്, ഇതുകേട്ടാൽ തോന്നും! പദാർഥത്തിന്റെ ഈ രണ്ട് അസ്തിത്വരൂപങ്ങൾ പദാർഥത്തെക്കൂടാതെ സ്വാഭാവികമായും യാതൊന്നുമല്ല. അവ പൊള്ളയായ ധാരണകളാണ്. നമ്മുടെ മനസിൽമാത്രം നിലനിൽക്കുന്ന അമൂർത്തസങ്കൽപ്പങ്ങളാണ്. പക്ഷേ, പദാർഥവും ചലനവുമെന്നുവച്ചാൽ എന്താണെന്നും നമുക്ക് അറിഞ്ഞുകൂടെന്നാണല്ലോ പറയുന്നത്! തീർച്ചയായും അറിഞ്ഞുകൂടാ, കാരണം, പദാർഥമെന്ന നിലയ്ക്ക് പദാർഥത്തെയും ചലനമെന്ന നിലയ്ക്ക് ചലനത്തെയും ഇതുവരെ ആരും കണ്ടിട്ടില്ല, മറ്റേതെങ്കിലും വിധത്തിൽ ആർക്കും അവ അനുഭവപ്പെട്ടിട്ടുമില്ല. യഥാർഥത്തിൽ നിലനിൽക്കുന്ന പലതരം പാദാർഥിക വസ്തുക്കളും ചലനരൂപങ്ങളും മാത്രമാണ് നാം കണ്ടിട്ടുള്ളത്. പദാർഥമെന്നത് പാദാർഥിക വസ്തുക്കളുടെ ആകത്തുകയല്ലാതെ മറ്റൊന്നുമല്ല. അതിൽനിന്ന് ആ ധാരണ അമൂർത്തവൽക്കരിക്കപ്പെടുകയാണ് ചെയ്യുന്നത്. അതുപോലെതന്നെ ചലനമെന്നത് ഇന്ദ്രിയഗോചരങ്ങളായ എല്ലാ ചലനരൂപങ്ങളുടേയും ആകത്തുകയല്ലാതെ മറ്റൊന്നുമല്ല. പദാർഥം, ചലനം എന്നിങ്ങനെയുള്ള വാക്കുകൾ വെറും സംക്ഷേപസംജ്ഞകൾ മാത്രമാണ്. ഇന്ദ്രിയഗോചരങ്ങളായ അനേകം വ്യത്യസ്തവസ്തുക്കളെ അവയുടെ പൊതുലക്ഷണങ്ങൾ നോക്കി നാം പ്രസ്തുതസംജ്ഞകളിൽ ഉൾപ്പെടുത്തുന്നു. അതുകൊണ്ട് വെവ്വേറെയുള്ള പാദാർഥികവസ്തുക്കളെയും ചലനരൂപങ്ങളെയും കുറിച്ചു പഠിക്കുന്നതു വഴി മാത്രമേ പദാർഥത്തെയും ചലനത്തെയും അറിയാൻ കഴിയൂ. അവയെ അറിയുന്നത് എത്രത്തോളമാണോ അത്രത്തോളം നാം പദാർഥത്തെ പദാർഥമെന്ന നിലയ്ക്കും ചലനത്തെ ചലനമെന്ന നിലയ്ക്കും അറിയുന്നു. അതുകൊണ്ട് സ്ഥലകാലങ്ങളും പദാർഥവും ചലനവും കാരണവും കാര്യവുമെന്നാലെന്താണെന്ന് നമുക്ക് അറിഞ്ഞുകൂടെന്ന് നെഗേലി പറയുമ്പോൾ അദ്ദേഹം അർഥമാക്കുന്നത് ഇത്രമാത്രമാണ്: ആദ്യം നാം നമ്മുടെ മനസുകൊണ്ട് യഥാർഥപ്രപഞ്ചത്തെ അമൂർത്തസങ്കൽപ്പങ്ങളാക്കുന്നു. പിന്നീട് നമ്മൾ സ്വന്തം സൃഷ്ടികളായ ആ അമൂർത്തസങ്കൽപ്പങ്ങളെ അറിയാൻ നിവൃത്തിയില്ലാത്ത സ്ഥിതിയിലാവുന്നു. കാരണം, അവ ചിന്താസൃഷ്ടികളാണ്, ഇന്ദ്രിയഗതങ്ങളായ വസ്തുക്കളല്ല. അതേസമയം, നെഗേലിയുടെ അഭിപ്രായത്തിൽ എല്ലാ സംജ്ഞാനവും ഇന്ദ്രിയഗതമായ മാപനമാണ്! ഹെഗൽ പറഞ്ഞ വൈഷമ്യം പോലെതന്നെയാണിത്. ചെറിയും പ്ലമ്മും തിന്നാൻ നമുക്ക് കഴിയും,

പക്ഷേ പഴം തിന്നാൻ കഴിയില്ല. കാരണം, ഇതുവരെ ആരും പഴം പഴമെന്ന രൂപത്തിൽ തിന്നിട്ടില്ല.[166]

നമുക്ക് പഞ്ചേന്ദ്രിയങ്ങളിലൂടെ ഗ്രഹിക്കാൻ കഴിയാത്ത അനേകം ചലനരൂപങ്ങൾ പ്രകൃതിയിലുണ്ടായിരിക്കാമെന്നു നെഗേലി ഉറപ്പിച്ചുപറയുമ്പോൾ അത് കഴമ്പില്ലാത്ത ഒരു ഒഴിവുകഴിവു മാത്രമാണ്. ചലനത്തെ സൃഷ്ടിക്കാനാവില്ലെന്ന നിയമത്തെ നമ്മുടെ സംജ്ഞാനത്തെ സംബന്ധിച്ചിടത്തോളമെങ്കിലും നിരാകരിക്കുന്നതിനു തുല്യമാണത്. കാരണം, തീർച്ചയായും അവയെ നമുക്ക് ഗോചരമായ ചലനമാക്കി മാറ്റാൻ കഴിയുന്നതാണ്! ഉദാഹരണത്തിന് സമ്പർക്കവിദ്യുച്ഛക്തിയെ ഈ വിധത്തിൽ എളുപ്പം വിശദീകരിക്കാൻ കഴിയും!

നെഗേലിയെ സംബന്ധിച്ച്: അമേയമായതിനെ മനസിലാക്കാനുള്ള അസാധ്യത. പദാർഥവും ചലനവും സൃഷ്ടിക്കപ്പെട്ടവയല്ലെന്നും അവയെ നശിപ്പിക്കാനാവില്ലെന്നും നാം പറയുമ്പോൾ, അപരിമിതമായ പുരോഗതിയെന്ന നിലയ്ക്ക്, അതായത് വികല അനന്തത്തിന്റെ രൂപത്തിൽ, പ്രപഞ്ചം നിലനിൽക്കുന്നുവെന്നു പറയുകയാണ് നാം ചെയ്യുന്നത്. അങ്ങനെ ആ പ്രക്രിയയെ സംബന്ധിച്ചിടത്തോളം മനസിലാക്കേണ്ടത് മുഴുവനും മനസിലാക്കിയിരിക്കുന്നുവെന്നർഥം. ഈ പ്രക്രിയ വൻചക്രങ്ങളുടെ രൂപത്തിലുള്ള ആവർത്തനമാണോ അതോ ആ ചക്രങ്ങൾക്ക് അവരോഹികശാഖകളും ആരോഹികശാഖകളുമുണ്ടോ എന്ന പ്രശ്നം മാത്രമാണ് ഏറിവന്നാൽ പിന്നെയും ഉദിക്കുന്നത്.

വികല അനന്തം (അമേയം): നേരത്തെതന്നെ ഹെഗൽ യഥാർഥ അനന്തത്തെ പൂരിതമായ സ്ഥലകാലങ്ങളിലും പ്രാകൃതികപ്രക്രിയയിലും ചരിത്രത്തിലും ശരിയായി നിവേശിപ്പിച്ചുകഴിഞ്ഞിരുന്നു. ഇപ്പോൾ പ്രകൃതിയാകെത്തന്നെയും ചരിത്രത്തിൽ ലയിച്ചുചേർന്നിരിക്കുകയാണ്. ആത്മബോധമുള്ള ജീവികളുടെ പരിണാമപ്രക്രിയയാണ് ചരിത്രം എന്നതാണ് അതും പ്രകൃതിചരിത്രവും തമ്മിലുള്ള ഒരേയൊരു വ്യത്യാസം.

പ്രകൃതിയുടെയും ചരിത്രത്തിന്റെയും ഈ അമേയമായ സങ്കീർണതയ്ക്കുള്ളിൽ സ്ഥലകാലങ്ങളുടെ അമേയത്വം – വികല അനന്തം – അടങ്ങിയിരിക്കുന്നത് അവശ്യമെങ്കിലും പ്രമുഖമല്ലാത്ത ഒരു നിഷ്കാസിത ഘടകമെന്ന നിലയ്ക്ക് മാത്രമാണ്. ഇതുവരെ നമ്മുടെ പ്രകൃതിശാസ്ത്രത്തിന്റെ പരമസീമ നമ്മുടെ പ്രപഞ്ചമായിരുന്നു. പ്രകൃതിയെക്കുറിച്ചുള്ള സംജ്ഞാനത്തിന് നമ്മുടെ പ്രപഞ്ചത്തിന് വെളിയിലുള്ള അപരിമിതമാംവണ്ണം ബഹുലമായ പ്രപഞ്ചങ്ങളുടെ ആവശ്യമില്ല. വാസ്തവത്തിൽ ദശലക്ഷം സൂര്യന്മാർക്കിടയിലുള്ള ഒരൊറ്റ സൂര്യനും അതിന്റെ സൗരയൂഥവുമാണ് നമ്മുടെ ജ്യോതിശാസ്ത്രഗവേഷണങ്ങളുടെ കാതലായ അടിത്തറയായി വർത്തിക്കുന്നത്. ഭൗമബലതന്ത്രം, ഭൗതികശാസ്ത്രം, രസതന്ത്രം എന്നിവയെ സംബന്ധിച്ചിടത്തോളം പൂർണമായും നമുക്ക് നമ്മുടെ കൊച്ചുഭൂമിയിൽ ഒതുങ്ങി നിൽക്കേണ്ടിവന്നിരിക്കുന്നു. എന്നാൽ പ്രതിഭാസങ്ങളുടെയും പ്രകൃതിവിജ്ഞാനത്തിന്റെയും, ഫലത്തിൽ അമേയ

മായ വൈവിധ്യത്തിന് ഇത് സാരമായ യാതൊരു ദോഷവും വരുത്തുന്നില്ല. അതുപോലെതന്നെയെന്നു മാത്രമല്ല കുറെക്കൂടി വലിയ തോതിൽ ഭൂമിയുടെ താരതമ്യേന ചെറിയൊരു കാലയളവിലും കുറച്ചു ഭാഗത്തുമായി ഒതുങ്ങിനിൽക്കുന്നുവെന്നതുകൊണ്ട് ചരിത്രത്തിന് യാതൊരു ദോഷവും വരാത്തതുപോലെതന്നെയാണിത്.

1) ഹെഗലിന്റെ അഭിപ്രായത്തിൽ അമേയമായ പുരോഗതി വെറും പാഴ്ഭൂമിയാണ്. കാരണം, ഒരേ വസ്തുവിന്റെ ശാശ്വതാവർത്തനമായി മാത്രമാണ് അത് പ്രത്യക്ഷപ്പെടുന്നത്: 1+1+1, ഇത്യാദി.

2) എന്നാൽ യഥാർഥത്തിൽ അത് ആവർത്തനമല്ല, വികസനമാണ്, മുമ്പോട്ടോ പുറകോട്ടോ ഉള്ള നീക്കമാണ്. അങ്ങനെ അത് ചലനത്തിന്റെ ഒരു അവശ്യരൂപമായിത്തീരുന്നു. അത് അമേയമല്ലെന്ന കാര്യം പറയേണ്ടതില്ലല്ലോ. ഭൂമിയുടെ ആയുഷ്കാലത്തിന്റെ അവസാനം ഇപ്പോൾത്തന്നെ ദീർഘദർശനം ചെയ്യാൻ കഴിയും. പക്ഷേ, ഭൂമി പ്രപഞ്ചമൊട്ടാകെയാവുകയില്ലല്ലൊ. ഹെഗലിന്റെ വ്യവസ്ഥയിൽ പ്രകൃതിയുടെ കാലികചരിത്രത്തെ സംബന്ധിച്ചിടത്തോളം എല്ലാത്തരം വികസനവും ഒഴിവാക്കപ്പെട്ടിരുന്നു. അല്ലെങ്കിൽ പ്രകൃതി ആത്മാവിന്റെ അഹത്തിനതീതമായ അസ്തിത്വമാവുകയില്ലല്ലൊ. പക്ഷേ, മാനവചരിത്രത്തെ സംബന്ധിച്ചിടത്തോളം അമേയമായ പുരോഗതിയാണ് "ആത്മാവി"ന്റെ യഥാർഥത്തിലുള്ള ഒരേയൊരു അസ്തിത്വരൂപമെന്ന് ഹെഗൽ അംഗീകരിക്കുന്നുണ്ട്. ഹെഗലിയൻ ദർശനത്തിന്റെ ആവിഷ്കരണത്തിൽ ആ വികസനം അതിന്റെ അവസാനത്തിലെത്തുന്നുവെന്ന അത്ഭുതകരമായൊരു അനുമാനം അദ്ദേഹം നടത്തുന്നുണ്ടെന്നുമാത്രം.

3) അമേയമായ സംജ്ഞാനവും നിലനിൽക്കുന്നുണ്ട്:* "വസ്തുക്കൾക്ക് മുന്നോട്ടു നീങ്ങുമ്പോഴില്ലാത്ത അമേയത്വം വട്ടത്തിൽ ചുറ്റുമ്പോഴുണ്ട്."[168] ഇങ്ങനെ ചലനത്തിന്റെ രൂപഭേദമെന്ന നിയമം അമേയമായ ഒന്നാണ്. അത് അതിൽത്തന്നെ ഉൾപ്പെടുന്നുണ്ട്. എന്നാൽ ഇത്തരം അമേയത്വങ്ങളെ അവയുടെ മുറയ്ക്ക് നിയത്ത്വം ബാധിക്കുന്നുണ്ട്. അവ അൽപ്പാൽപ്പമായി മാത്രമേ സംഭവിക്കാറുള്ളു. $\frac{1}{r^2}$ –ന്റെ സ്ഥിതിയും അതുതന്നെ.[169]

ശാശ്വതങ്ങളായ പ്രകൃതിനിയമങ്ങളും ചരിത്രനിയമങ്ങളുമായി കൂടുതൽ കൂടുതൽ രൂപാന്തരപ്പെടുന്നു. 0° മുതൽ 100° സെ.വരെ വെള്ളം ദ്രവാവസ്ഥയിലാണെന്നത് ശാശ്വതമായ ഒരു പ്രകൃതിനിയമമാണ്. പക്ഷേ അത് സാധുവാകണമെങ്കിൽ, 1) വെള്ളം, 2) നിശ്ചിതതാപം, 3) സാധാരണമർദം എന്നിത്രയുമുണ്ടായിരിക്കണം. ചന്ദ്രനിൽ വെള്ളമില്ല. സൂര്യനിൽ അതിന്റെ മൂലകങ്ങളേയുള്ളു. അതുകൊണ്ട് ആ രണ്ടു ഖഗോളങ്ങളിലും ഈ നിയമം നിലനിൽക്കുന്നില്ല. കാലാവസ്ഥാശാസ്ത്രത്തിന്റെ നിയമ

---

* കയ്യെഴുത്തുപ്രതിയിൽ ഇത്രയുംകൂടി എംഗൽസ് പിന്നീട് കൂട്ടിച്ചേർത്തിട്ടുണ്ട്: "(പരിമാണം, പേജ് 259. ജ്യോതിശാസ്ത്രം)"[167]

ങ്ങളും ശാശ്വതമാണ്. പക്ഷേ, അവ ശാശ്വതമായിട്ടുള്ളത് ഭൂമിയെയോ ഭൂമിയുടെ അതേ വലുപ്പവും ഘനത്വവും അച്ചുതണ്ടിന്റെ ചെരിവും താപനിലയുമുള്ള ഒരു ഖഗോളത്തെയോ സംബന്ധിച്ചു മാത്രമാണ്, അതും ആ ഖഗോളത്തിന് ഓക്സിജന്റെയും നൈട്രജന്റെയും അതേ ചേരുവയോടുകൂടിയതും അത്രതന്നെ നീരാവി ബാഷ്പീകരിക്കുകയും അവകർഷിക്കുകയും ചെയ്യുന്നതുമായ ഒരു വായുമണ്ഡലമുണ്ടെങ്കിൽ. ചന്ദ്രന് വായുമണ്ഡലമില്ല. ദീപ്തമായ ലോഹബാഷ്പങ്ങളടങ്ങിയ വാതകമണ്ഡലമാണ് സൂര്യനുള്ളത്. അതുകൊണ്ട് ചന്ദ്രനിൽ കാലാവസ്ഥാശാസ്ത്രമെന്നൊന്ന് ഇല്ലേയില്ല. സൂര്യനിലുള്ളതാവട്ടെ, നമ്മുടേതിൽനിന്നും തികച്ചും വ്യത്യസ്തമായ ഒന്നാണ്. നമ്മുടെ ഔദ്യോഗികഭൗതികശാസ്ത്രവും രസതന്ത്രവും ജീവശാസ്ത്രവുമെല്ലാംതന്നെ തികച്ചും ഭൂകേന്ദ്രീയമാണ്. ഭൂമിക്കുവേണ്ടിമാത്രം കണക്കുകൂട്ടപ്പെട്ടിട്ടുള്ളതാണ് അവ. സൂര്യനിലും സ്ഥിരനക്ഷത്രങ്ങളിലും നീഹാരികകളിലുമെന്നു മാത്രമല്ല നമ്മുടേതിൽനിന്നു വ്യത്യസ്തമായ ഘനത്വമുള്ള മറ്റു ഗ്രഹങ്ങളിൽപ്പോലും വൈദ്യുത-കാന്തിക ടെൻഷനുകളുടെ സ്ഥിതിയെന്താണെന്ന് നമുക്ക് യാതൊരു രൂപവുമില്ല. ഉയർന്ന താപനില കാരണം സൂര്യനിൽ മൂലകങ്ങളുടെ രാസസംയോഗത്തെ സംബന്ധിച്ച നിയമങ്ങൾ പ്രവർത്തിക്കുന്നില്ല, അഥവാ സൗരവാതകമണ്ഡലത്തിന്റെ സീമകളിൽ അൽപ്പനേരത്തേക്കു മാത്രമാണ് അവ പ്രവർത്തിക്കുന്നത്. സൂര്യനെ സമീപിക്കുന്നതോടെ യൗഗികങ്ങൾ വീണ്ടും വിഘടിക്കുന്നു. സൗരരസതന്ത്രം ജന്മം കൊള്ളുന്നതേയുള്ളു. അവശ്യമായും അത് ഭൗമരസതന്ത്രത്തിൽനിന്നു തികച്ചും വ്യത്യസ്തമാണ്. അത് ഭൗമരസതന്ത്രത്തെ നിഷ്കാസനം ചെയ്യുന്നില്ല, അതിനു പുറത്തു നിലകൊള്ളുകയാണ് ചെയ്യുന്നത്. 65 മൂലകങ്ങളുള്ളതിൽ ഒരു പക്ഷേ, യൗഗികസ്വഭാവത്തോടുകൂടിയവ നീഹാരികകളിൽ ഇല്ലെന്നു വരാം. അതുകൊണ്ട് നീഹാരികതൊട്ട് മനുഷ്യൻവരെയുള്ള എല്ലാ വസ്തുക്കൾക്കും ഒരുപോലെ ബാധകമായ സാമാന്യ പ്രകൃതിനിയമങ്ങളെക്കുറിച്ച് സംസാരിക്കണമെന്നുണ്ടെങ്കിൽ, ഗുരുത്വവും ഊർജരൂപാന്തരണസിദ്ധാന്തത്തിന്റെ ഏറ്റവും സാമാന്യമായ ഒരു രൂപവും പച്ചയായി പറഞ്ഞാൽ, ചൂടിനെക്കുറിച്ചുള്ള ബലകൃതസിദ്ധാന്തവും മാത്രമാണ് ശേഷിക്കുന്നത്. എന്നാൽ പ്രകൃതിയുടെ എല്ലാ പ്രതിഭാസങ്ങൾക്കും നീക്കുപോക്കില്ലാതെ ബാധകമാക്കുന്നപക്ഷം ഈ സിദ്ധാന്തംതന്നെ പ്രപഞ്ചവ്യവസ്ഥയുടെ ആവിർഭാവം മുതൽ വിനാശംവരെ അതിൽ നടക്കുന്ന അനുക്രമമായ മാറ്റങ്ങളുടെ ചരിത്രപരമായ ഒരു പ്രതിപാദനമായി രൂപാന്തരപ്പെടുന്നു: എന്നുവച്ചാൽ, ഓരോ ഘട്ടത്തിലും വ്യത്യസ്തനിയമങ്ങൾ, അതായത്, ഒരേ സാർവത്രികചലനത്തിന്റെ വ്യത്യസ്തങ്ങളായ പ്രകടനരൂപങ്ങൾ പ്രാബല്യത്തിലുള്ളതും അതുകൊണ്ട് ചലനമൊഴിച്ച് മറ്റൊന്നിനുംതന്നെ കേവലവും സാർവത്രികവുമായ സാധുതയില്ലാത്തതുമായ ഒരു ചരിത്രമായി രൂപാന്തരപ്പെടുന്നുവെന്നർഥം.

ജ്യോതിശാസ്ത്രത്തിൽ ഭൂകേന്ദ്രീയ നിലപാട് സങ്കുചിതമെന്ന നിലയ്ക്ക് നിരാകരിക്കപ്പെട്ടിരിക്കുന്നത് ന്യായമാണ്. പക്ഷേ നമ്മുടെ ഗവേഷണങ്ങൾ മുന്നോട്ടു പോകുന്തോറും അത് സ്വന്തം നിലയ്ക്ക് കൂടുതൽ കൂടുതൽ രംഗത്തു വരുന്നുണ്ട്. സൂര്യനും മറ്റും ഭൂമിക്ക് ഉപകരിക്കുന്നു (ഹെഗൽ, *പ്രാകൃതികതത്വശാസ്ത്രം*, പേജ് 155).[170] (ബൃഹത്തായ സൂര്യനാകെത്തന്നെ നിലനിൽക്കുന്നത് കൊച്ചുഗ്രഹങ്ങൾക്കു വേണ്ടിയാണ്) ഭൂകേന്ദ്രീയഭൗതികശാസ്ത്രവും രസതന്ത്രവും ജീവശാസ്ത്രവും കാലാവസ്ഥാശാസ്ത്രവും മറ്റും മാത്രമേ നമ്മെ സംബന്ധിച്ചിടത്തോളം സാധ്യമായിട്ടുള്ളു. അവ ഭൂമിക്കു മാത്രമാണ് ബാധകമെന്നും അതുകൊണ്ട് ആപേക്ഷികമായിട്ടുള്ളവ മാത്രമാണെന്നും പറയുന്നതുകൊണ്ട് ഈ ശാസ്ത്രങ്ങൾക്ക് യാതൊന്നും നഷ്ടപ്പെടുന്നില്ല. ഇതു കാര്യമായെടുത്തുകൊണ്ട് കേന്ദ്രമില്ലാത്ത ഒരു ശാസ്ത്രം വേണമെന്നു പറഞ്ഞാൽ നാം എല്ലാ ശാസ്ത്രത്തിനും അറുതിവരുത്തുന്നുവെന്നാണ് അതിനർഥം. എല്ലായിടത്തും – ഭൂമിയിൽനിന്നു സൂര്യനിലേക്കുള്ളതിന്റെ കോടാനുകോടി മടങ്ങുദൂരത്തിൽപ്പോലും നമ്മുടെ വലത്തും ഇടത്തും – ഒരേസാഹചര്യങ്ങളിൽ ഒരേ കാര്യങ്ങൾ നടന്നേ തീരൂവെന്ന് അറിയുകയേ നമുക്ക് വേണ്ടൂ.

സംജ്ഞാനം: നമ്മുടേതിൽനിന്നു വ്യത്യസ്തമായ കണ്ണുകളാണ് ഉറുമ്പുകൾക്കുള്ളത്. രാസിക(?) പ്രകാശകിരണങ്ങൾ അവയ്ക്ക് കാണാം (*നേച്ചർ*, ജൂൺ 8, 1882, ലബ്ബോക്ക്). പക്ഷേ, നമുക്ക് അദൃശ്യങ്ങളായ ഈ കിരണങ്ങളെക്കുറിച്ചുള്ള അറിവിന്റെ കാര്യത്തിൽ നാം ഉറുമ്പുകളെക്കാൾ എത്രയോ മുമ്പിലാണ്. നമുക്ക് കാണാൻ കഴിയാത്ത കാര്യങ്ങൾ ഉറുമ്പുകൾക്കു കാണാമെന്ന് തെളിയിക്കാൻ നമുക്ക് സാധിക്കുന്നുണ്ടെന്നും നമ്മുടെ കണ്ണുകളിലൂടെയുള്ള ഇന്ദ്രിയാനുഭൂതികളെ മാത്രം അടിസ്ഥാനപ്പെടുത്തിയ തെളിവാണതെന്നുമുള്ള വസ്തുതതന്നെ കാണിക്കുന്നത് മനുഷ്യനേത്രത്തിന്റെ പ്രത്യേകഘടന മാനവസംജ്ഞാനത്തിന്റെ കേവലമായ യാതൊരു പരിധിയും കൽപ്പിക്കുന്നില്ലെന്നാണ്.

കണ്ണിനു പുറമെ നമുക്ക് മറ്റു ജ്ഞാനേന്ദ്രിയങ്ങൾ മാത്രമല്ല, നമ്മുടെ ചിന്താപ്രവർത്തനംകൂടിയുണ്ട്. കാഴ്ചയുടെ അതേ സ്ഥിതിതന്നെയാണ് അതിനെ സംബന്ധിച്ചുമുള്ളത്. നമ്മുടെ ചിന്തകൊണ്ട് എന്തെല്ലാം കണ്ടെത്താൻ കഴിയുമെന്ന് അറിയാൻവേണ്ടി, യുക്തിയുടെ നിരൂപണത്തിൽനിന്നും സംജ്ഞാനോപകരണത്തിന്റെ അന്വേഷണത്തിൽനിന്നും ചിന്തയുടെ പരിധിയേതെന്ന് കാന്റിന്റെ കാലശേഷം നൂറു വർഷം കഴിഞ്ഞു കണ്ടുപിടിക്കാൻ ശ്രമിക്കുന്നത് വ്യർഥമാണ്. കാണപ്പെടുന്ന വസ്തുവിന്റെ പ്രകൃതത്തെ തെറ്റായിട്ടാണ് അഥവാ വിശ്വസനീയമല്ലാത്ത വിധത്തിലാണ് നമ്മുടെ കണ്ണുകൾ നമുക്ക് ചിത്രീകരിച്ചുതരുന്നതെന്നതിനുള്ള തെളിവായി ഹെംഹോൾറ്റ്സ് നമ്മുടെ കാഴ്ചയുടെ അപൂർണതയെയും (അവശ്യമായ ഒരു അപൂർണതയാണ് അത്; കാരണം, എല്ലാ കിരണങ്ങളും കാണാൻ കഴിയുന്ന കണ്ണിന് അതുകൊണ്ടു

തന്നെ യാതൊന്നും കാണാൻ കഴിയുകയില്ല) കാഴ്ചയെ നിശ്ചിതപരിധിക്കുള്ളിൽ പരിമിതപ്പെടുത്തുകയും അപ്പോൾപോലും വസ്തുവിനെ തികച്ചും കൃത്യമായി പകർത്താതിരിക്കുകയും ചെയ്യുന്ന നമ്മുടെ നേത്രഘടനയെയും എടുത്തുകാട്ടുന്നത്രതന്നെ വ്യർഥമാണത്. നമ്മുടെ ചിന്തയ്ക്ക് എന്തെല്ലാം കണ്ടുപിടിക്കാൻ കഴിയുമെന്നത് അത് ഇതിനകം തന്നെ കണ്ടുപിടിച്ചിട്ടുള്ളതും ദിവസേന കണ്ടുപിടിച്ചുകൊണ്ടിരിക്കുന്നതുമായ വസ്തുതകളിൽനിന്ന് കൂടുതൽ വ്യക്തമാണ്. അളവിനെ സംബന്ധിച്ചായാലും ഗുണത്തെ സംബന്ധിച്ചായാലും അത്രയും ധാരാളം മതി. നേരെമറിച്ച് ചിന്താരൂപങ്ങളെക്കുറിച്ചും തർക്കശാസ്ത്രഗണങ്ങളെക്കുറിച്ചുമുള്ള അന്വേഷണം വളരെയേറെ പ്രയോജനപ്രദവും ആവശ്യകവുമാണ്. അരിസ്റ്റോട്ടിലിനുശേഷം ഹെഗൽ മാത്രമാണ് ഇത് ചിട്ടയായി ചെയ്തിട്ടുള്ളത്.

എന്തായാലും രാസകിരണങ്ങൾ ഏതു വിധത്തിലാണ് ഉറുമ്പുകൾക്ക് ഗോചരമാവുന്നതെന്ന് നമുക്ക് ഒരിക്കലും അറിയാൻ നിവൃത്തിയില്ല. അതോർത്ത് സങ്കടപ്പെടുന്നവരുടെ ദു:ഖം തീർക്കാൻ ഒന്നുകൊണ്ടും സാധ്യവുമല്ല.

പ്രകൃതിശാസ്ത്രം ചിന്തിക്കുന്നുവെന്നിടത്തോളം അത് ആർജിക്കുന്ന വികാസരൂപമാണ് പരികൽപ്പന. അതേ ഗ്രൂപ്പിൽപ്പെട്ട വസ്തുതകളെ അതുവരെ വിശദീകരിച്ചുവന്ന രീതിയെ അസാധ്യമാക്കിത്തീർക്കുന്ന പുതിയൊരു വസ്തുത നിരീക്ഷിക്കപ്പെടുന്നു. ആ നിമിഷം തൊട്ട് പുതിയ വിശദീകരണരീതികൾ ആവശ്യമായിവരുന്നു. തുടക്കത്തിൽ അവ പരിമിതമായ വസ്തുതകളിലും നിരീക്ഷണങ്ങളിലുംമാത്രം അധിഷ്ഠിതമായിരിക്കും. കൂടുതലായി നിരീക്ഷിക്കപ്പെടുന്ന സാമഗ്രികൾ ഈ പരികൽപ്പനകളിൽ നെല്ലും പതിരും വേർതിരിക്കുന്നു. ചിലത് നിരാകരിക്കപ്പെടുകയും വേറെ ചിലത് തെറ്റ് തിരുത്തപ്പെടുകയും ചെയ്യുന്നു. അവസാനം ഒരു നിയമം അതിന്റെ ശുദ്ധമായ രൂപത്തിൽ സ്ഥാപിതമാവുന്നു. ഒരു നിയമത്തിനുള്ള സാമഗ്രികൾ ശുദ്ധമായ രൂപത്തിൽ തയാറാവുന്നതുവരെ കാത്തുനിൽക്കുകയെന്നുവച്ചാൽ അന്വേഷണത്തിലുള്ള ചിന്താപ്രക്രിയ അതുവരെ നിർത്തിവെക്കുകയെന്നാണർഥം. ഈയൊരൊറ്റ കാരണംകൊണ്ടുതന്നെ ആ നിയമം ഒരിക്കലും ലഭ്യമാവുകയില്ല.

തർക്കശാസ്ത്രത്തിലും വൈരുധ്യവാദത്തിലും വേണ്ടത്ര തഴക്കമില്ലാത്ത പ്രകൃതിശാസ്ത്രജ്ഞർ അനേകം പരികൽപ്പനകൾ ഒന്നിനുപുറകെ ഒന്നായി മാറിമാറിവരുന്നതു കാണുമ്പോൾ വസ്തുക്കളുടെ സാരാംശം അഥവാ സത്ത മനസിലാക്കാൻ നമുക്ക് സാധ്യമല്ലെന്ന ഒരു ധാരണ അവർക്കിടയിൽ എളുപ്പം പൊന്തിവരുന്നു (ഹാല്ലറും ഗ്യേഥെയും).[171] പ്രകൃതിശാസ്ത്രത്തിന് മാത്രമായിട്ടുള്ള ഒരു സവിശേഷതയല്ല ഇത്. കാരണം മാനവസംജ്ഞാനമാകെത്തന്നെ അങ്ങേയറ്റം വളഞ്ഞുപിരിഞ്ഞ ഒരു വക്രത്തിലൂടെയാണ് വികസിക്കുന്നത്. തത്വശാസ്ത്രമുൾപ്പെ

ടെയുള്ള ചരിത്രശാസ്ത്രങ്ങളിലും സിദ്ധാന്തങ്ങൾ ഒന്നിനൊന്നുപകരം വന്നുകൊണ്ടിരിക്കുന്നുണ്ട്. എന്നാൽ അക്കാരണംകൊണ്ട് ഉദാഹരണത്തിന് ഔപചാരികതർക്കശാസ്ത്രം അസംബന്ധമാണെന്ന നിഗമനത്തിൽ ആരും എത്തുകയില്ല. ഈ വീക്ഷണത്തിന്റെ അവാസനരൂപമാണ് "സാക്ഷാദ്വസ്തു" ("thing-in' itself"). ഒന്നാമത്, സാക്ഷാദ്വസ്തുവിനെ അറിയാൻ നമുക്ക് നിവൃത്തിയില്ലെന്ന ഈ വാദം (ഹെഗൽ, *എൻസൈ ക്ലോപ്പീഡിയ*, § 44) ശാസ്ത്രത്തിന്റെ മണ്ഡലംവിട്ട് അതികൽപ്പനയുടെ മണ്ഡലത്തിലേക്ക് കടക്കുന്നു. രണ്ടാമത് അത് നമ്മുടെ ശാസ്ത്രവിജ്ഞാനത്തെ കടുകിടപോലും വർധിപ്പിക്കുന്നില്ല. കാരണം, നമുക്ക് വസ്തുക്കൾ കൈകാര്യം ചെയ്യാനുള്ള കഴിവില്ലെങ്കിൽ നമ്മെ സംബന്ധിച്ചിടത്തോളം അവ നിലനിൽക്കുന്നില്ല. മൂന്നാമത് അത് വെറുമൊരു പദപ്രയോഗം മാത്രമാണ്. അതിനെ ഒരിക്കലും പ്രാവർത്തികമാക്കാറില്ല. അമൂർത്തമായിട്ടെടുക്കുമ്പോൾ തികച്ചും അർഥവത്തായ ഒന്നാണതെന്നു തോന്നാം. പക്ഷേ, അതൊന്നു പ്രയോഗിച്ചു നോക്കൂ. "ഒരു പട്ടിക്ക് നാലു കാലുകളുണ്ടെന്ന് തോന്നുന്നു, പക്ഷേ യഥാർഥത്തിൽ അതിന് നാൽപ്പതുലക്ഷം കാലുകളുണ്ടോ അതോ ഒരു കാലുപോലുമില്ലയോ എന്നു നമുക്കറിഞ്ഞുകൂടാ" എന്നു പറയുന്ന ഒരു ജന്തുശാസ്ത്രജ്ഞനെപ്പറ്റി നാം എന്താണ് വിചാരിക്കുക? അല്ലെങ്കിൽ മൂന്നു വശങ്ങളുള്ള ഒരു രൂപമാണ് ത്രികോണമെന്ന് ആദ്യം നിർവചിക്കുകയും അതിന് 25 വശങ്ങളുണ്ടോയെന്നു തനിക്കറിയില്ലെന്നു പിന്നീട് പ്രഖ്യാപിക്കുകയും ചെയ്യുന്ന, അല്ലെങ്കിൽ 2 X 2 = 4 ആണെന്നു തോന്നുന്നുവെന്നു പറയുന്ന, ഒരു ഗണിതശാസ്ത്രജ്ഞനെപ്പറ്റി എന്താണ് വിചാരിക്കുക? പക്ഷേ സാക്ഷാദ്വസ്തുവെന്ന ഈ സംജ്ഞയെ പ്രകൃതിശാസ്ത്രത്തിൽ പ്രയോഗിക്കാതിരിക്കാൻ ശാസ്ത്രജ്ഞർ നിഷ്കർഷിക്കുന്നുണ്ട്. തത്വശാസ്ത്രത്തിലേക്ക് കടക്കുമ്പോൾ മാത്രമാണ് അവരത് ഉപയോഗിക്കുന്നത്. അവർ എത്രയോ കുറച്ചു ഗൗരവത്തോടെയാണ് അതെടുക്കുന്നതെന്നും അതിന് സ്വയം എത്രയോ കുറച്ചു വിലയേയുള്ളുവെന്നുമുള്ളതിന്റെ ഏറ്റവും നല്ല തെളിവാണത്. അവരത് കാര്യമായിട്ടെടുത്തിട്ടുണ്ടെങ്കിൽ എന്തിനെക്കുറിച്ചെങ്കിലും അന്വേഷണം നടത്തിയിട്ട് എന്തു ഗുണമാണുള്ളത്?

ചരിത്രപരമായ വീക്ഷണകോണിൽനിന്നു നോക്കുമ്പോൾ അതിന് ഒരർഥമുണ്ട്: നമ്മുടെ കാലഘട്ടത്തിന്റെ സാഹചര്യങ്ങളിലും അവ അനുവദിക്കുന്നിടത്തോളവും മാത്രമേ നമുക്ക് അറിയാൻ കഴിയൂ.

സാക്ഷാദ്വസ്തു: ഹെഗൽ, *തർക്കശാസ്ത്രം*, 2, പേജ് 10 (പിന്നീട് ഒരു ഖണ്ഡം മുഴുവനും അതെക്കുറിച്ചുണ്ട്).[172]

'ആണ്' എന്ന് ഉറപ്പിച്ചുപറയാൻ സംശയവാദം ധൈര്യപ്പെട്ടില്ല. സംജ്ഞാനത്തെ സാക്ഷാദ്വസ്തുവിനെക്കുറിച്ചുള്ള അറിവായി കരുതാൻ ആധുനിക ആശയവാദം (അതായത് കാന്റും ഫിഹ്റ്റെ

യും) ധൈര്യപ്പെട്ടില്ല*...... എന്നാലതേ സമയംതന്നെ സ്വന്തം തോന്നലിന് നാനാരൂപത്തിലുള്ള നിർണയങ്ങളുണ്ടെന്ന് സംശയ വാദം സമ്മതിച്ചു. അഥവാ, കുറെക്കൂടി കൃത്യമായി പറഞ്ഞാൽ, പ്രപഞ്ചത്തിന്റെ നാനാരൂപത്തിലുള്ള മുഴുവൻ സമ്പത്തും അതിന്റെ തോന്നലിൽ ഉള്ളടങ്ങിയിട്ടുണ്ടായിരുന്നു. അതുപോലെ തന്നെ ആശയവാദത്തിന്റെ 'പ്രത്യക്ഷത'യിൽ (അതായത് ആശ യവാദം പ്രത്യക്ഷതയെന്നു വിളിക്കുന്നതിൽ) നാനാരൂപത്തിലുള്ള ഈ നിർണയങ്ങളുടെ സമുച്ചയമൊട്ടാകെത്തന്നെ ഉൾപ്പെടുന്നു ണ്ട്..... ആ ഉള്ളടക്കത്തിന്റെ അടിത്തറയായി യാതൊരു അസ്തി ത്വവും വസ്തുവും അല്ലെങ്കിൽ സാക്ഷാദ്വസ്തുവും ഇല്ലെന്നിരി ക്കട്ടെ, ആ ഉള്ളടക്കം സ്വയം അതേ രൂപത്തിൽത്തന്നെ തുടരു ന്നു. അത് അസ്തിത്വമെന്ന നിലയിൽനിന്ന് തോന്നലായി സ്ഥാനാ ന്തരണം ചെയ്യപ്പെട്ടിട്ടുണ്ടെന്നേയുള്ളു.

അങ്ങനെ ഇവിടെ ഹെഗൽ ആധുനിക പ്രകൃതിശാസ്ത്രജ്ഞരെ ക്കാൾ എത്രയോ കൂടുതൽ അടിയുറച്ച ഭൗതികവാദിയാണ്.

കാന്റിന്റെ സാക്ഷാദ്വസ്തുവിനെക്കുറിച്ചുള്ള വിലപ്പെട്ട സ്വയം വിമർശനം. ചിന്തിക്കുന്ന അഹത്തിന്റെ പ്രശ്നത്തിലും കാന്റിന് നിൽക്ക ക്കള്ളിയില്ലെന്നും അജ്ഞേയമായ ഏതോ സാക്ഷാദ്വസ്തുവിനെ അതിലും അദ്ദേഹം കണ്ടെത്തുന്നുണ്ടെന്നും പ്രസ്തുത സ്വയം വിമർശനം കാണിച്ചുതരുന്നു. (ഹെഗൽ, 5, 256-ാമത്തെ പേജും തുടർന്നുള്ളവയും)[174].

* മാർജിനിൽ ഇങ്ങനെ എഴുതിയിട്ടുണ്ട്: *എൻസൈക്ലോപ്പീഡിയ*, I, 552[173]-ാമത്തെ പേജുമായി താരതമ്യപ്പെടുത്തുക.

(പദാർഥത്തിന്റെ ചലനരൂപങ്ങൾ. ശാസ്ത്രങ്ങളുടെ വർഗീകരണം)

അന്തിമഹേതു: പദാർഥവും അതിൽ അന്തർലീനമായിട്ടുള്ള ചലനവും. ഈ പദാർഥം അമൂർത്തസങ്കൽപ്പമല്ല. സൂര്യനിൽപോലും വിവിധ ദ്രവ്യങ്ങൾ (substances) വിയോജിതങ്ങളാണ്. പ്രവർത്തനത്തെ സംബന്ധിച്ചിടത്തോളം അവ തമ്മിൽ വ്യത്യാസമില്ല. എന്നാൽ നീഹാരികയുടെ വാതകഗോളത്തിൽ എല്ലാ ദ്രവ്യങ്ങളും വെവ്വേറെയായിട്ടാണ് നിലനിൽക്കുന്നതെങ്കിലും അവ ശുദ്ധപദാർഥത്തിൽ ലയിച്ചുചേരുന്നു. പദാർഥമെന്ന നിലയ്ക്ക് മാത്രമാണ്, അവയുടെ സവിശേഷഗുണങ്ങളനുസരിച്ചല്ല, അവ പ്രവർത്തിക്കുന്നത്.

(മാത്രമല്ല, ഹെഗലിന്റെ തത്വസംഹിതയിൽത്തന്നെ പ്രവർത്തകഹേതുവും അന്തിമഹേതുവും തമ്മിലുള്ള പ്രതിപക്ഷത പരസ്പരപ്രവർത്തനമെന്ന ഗണത്തിൽ നിഷ്കാസിതമാവുന്നുണ്ട്).

ആദിമപദാർഥം:

"പ്രാഗസ്തിത്വമുള്ളതും സ്വയം അരൂപിയുമായ ഒന്നാണ് പദാർഥമെന്ന ധാരണ വളരെ പ്രാചീനമായിട്ടുള്ളതാണ്. യവനരുടെ ഇടയിൽത്തന്നെ, ഒന്നാമത് അവ്യവസ്ഥയുടെ (chaos) കൽപ്പിതരൂപത്തിൽ, നാം അത് കണ്ടുമുട്ടുന്നുണ്ട്. നിലവിലുള്ള പ്രപഞ്ചത്തിന്റെ അരൂപിയായ അടിസ്ഥാനമെന്ന നിലയ്ക്കാണ് ആ അവ്യവസ്ഥ സങ്കൽപ്പിക്കപ്പെട്ടുപോന്നത്." (ഹെഗൽ, *എൻസൈക്ലോപ്പീഡിയ*, 1, പേജ് 258).[175]

ഈ അവ്യവസ്ഥ ലപ്ലാസിന്റെ കൃതികളിലും അതിനോടടുത്ത ഒന്ന് നീഹാരികയിലും നാം കണ്ടുമുട്ടുന്നുണ്ട്. നീഹാരികയ്ക്കും രൂപത്തിന്റെ ആരംഭം മാത്രമേയുള്ളു. വിഭേദനം വരുന്നത് പിന്നീടാണ്.

ഗുരുത്വമാണ് പാദാർഥികതയുടെ ഏറ്റവും സാമാന്യമായ നിർണയം

എന്നാണ് പൊതുവിൽ അംഗീകരിക്കപ്പെട്ടിട്ടുള്ളത്. അതായത്, ആകർഷണം പദാർഥത്തിന്റെ ഒരു അവശ്യഗുണമാണ്, പക്ഷേ വികർഷണം അങ്ങനെയല്ലത്രെ. എന്നാൽ ക്രിയാത്മകവും നിഷേധാത്മകവും പോലെ തന്നെ അഭേദ്യമായിട്ടുള്ളവയാണ് ആകർഷണവും വികർഷണവും. അതുകൊണ്ട് ശരിയായ പദാർഥസിദ്ധാന്തത്തിൽ ആകർഷണത്തോളംതന്നെ പ്രധാനപ്പെട്ട ഒരു സ്ഥാനം വികർഷണത്തിനുമുണ്ടായിരിക്കണമെന്നും വെറും ആകർഷണത്തിൽമാത്രം അധിഷ്ഠിതമായ ഒരു പദാർഥസിദ്ധാന്തം തെറ്റും അപര്യാപ്തവും ഏകപക്ഷീയവുമായിരിക്കുമെന്നും വൈരുധ്യവാദത്തിന്റെതന്നെ അടിസ്ഥാനത്തിൽ പ്രവചിക്കാൻ കഴിയും. വാസ്തവത്തിൽ ഇത് മുൻകൂട്ടി തെളിയിക്കുന്ന പ്രതിഭാസങ്ങൾ വേണ്ടത്രയുണ്ട്. പ്രകാശമെന്ന ഒരൊറ്റക്കാരണം കൊണ്ടുതന്നെ ഈഥറിനെ കയ്യൊഴിയാവുന്നതല്ല. ഈഥർ പാദാർഥികമാണോ? അങ്ങനെയൊന്ന് നിലനിൽക്കുന്നുണ്ടെങ്കിൽ അത് പാദാർഥികമാവാതെ തരമില്ല, പദാർഥമെന്ന സങ്കൽപ്പത്തിൽപ്പെടാതെ നിവൃത്തിയില്ല. പക്ഷേ, ഗുരുത്വം അതിന് ബാധകമല്ല. ഒരു വാൽനക്ഷത്രത്തിന്റെ വാല് പാദാർഥികമാണെന്ന് എല്ലാവരും സമ്മതിക്കുന്നുണ്ട്. അത് അതിശക്തമായ വികർഷണമാണ് വെളിപ്പെടുത്തുന്നത്. വാതകത്തിൽ ചൂട് വികർഷണമുളവാക്കുന്നു, ഇത്യാദി.

ആകർഷണവും ഗുരുത്വാകർഷണവും: ആകർഷണമാണ് പദാർഥത്തിന്റെ സാരാംശം എന്ന പ്രസ്താവത്തിലാണ് ഗുരുത്വാകർഷണസിദ്ധാന്തമാകെത്തന്നെ അധിഷ്ഠിതമായിരിക്കുന്നത്. ഇത് തീർച്ചയായും തെറ്റാണ്. ആകർഷണമുള്ളിടത്ത് അതിന് പൂരകമായി വികർഷണവുമുണ്ടായേ തീരൂ. അതുകൊണ്ട് പദാർഥത്തിന്റെ സാരാംശം ആകർഷണത്തോടൊപ്പം വികർഷണവുമാണ് എന്ന് ഹെഗൽ പറഞ്ഞിട്ടുള്ളത്[176] തികച്ചും ശരിയാണ്. മാത്രമല്ല, ആകർഷണം വികർഷണമായി രൂപാന്തരപ്പെടുമ്പോൾ പദാർഥത്തിന്റെ വിസരണത്തിന് ഒരു പരിധിയുണ്ടെന്നും അതുപോലെതന്നെ തിരിച്ച് വികർഷണം ആകർഷണമായിത്തീരുമ്പോൾ വികർഷിതപദാർഥത്തിന്റെ ഘനീകരണത്തിന് ഒരു പരിധിയുണ്ടെന്നും അംഗീകരിക്കാൻ നാം വാസ്തവത്തിൽ കൂടുതൽ കൂടുതൽ നിർബന്ധിതരായിവരികയാണ്.*

ആകർഷണത്തിന്റെയും വികർഷണത്തിന്റെയും പരസ്പരരൂപാന്തരണത്തെ നിഗൂഢമായ എന്തോ ഒന്നായിട്ടാണ് ഹെഗൽ കാണുന്നത്. എങ്കിലും സാരാംശത്തിൽ അദ്ദേഹം പിന്നീടുണ്ടായ ശാസ്ത്രീയകണ്ടുപിടുത്തത്തെ മുൻകൂട്ടി കാണുകയാണ് ചെയ്തത്. വാതകത്തിൽപ്പോലും തന്മാത്രകളുടെ വികർഷണം നടക്കുന്നുണ്ട്. കുറെക്കൂടി സൂക്ഷ്മമായി വിഭജിക്കപ്പെട്ട പദാർഥത്തിൽ അത് വിശേഷിച്ചും കൂടുതലാണ്. ഉദാഹരണത്തിന് ഒരു വാൽനക്ഷത്രത്തിന്റെ വാലിൽ അത് വമ്പിച്ച ബലത്തോടെ പ്രവർത്തിക്കുകപോലും ചെയ്യുന്നുണ്ട്. ആകർഷണത്തെ അതിനുമുമ്പുള്ള വികർഷണത്തിൽനിന്ന് ഒരു ദ്വിതീയഘടകമെന്ന നിലയ്ക്ക് ഹെഗൽ

---

* സംസക്തിയെ (cohesion) സംബന്ധിച്ച കുറിപ്പുകൂടി നോക്കുക

വ്യുൽപ്പാദിപ്പിച്ചെടുക്കുകപോലും ചെയ്തുവെന്ന വസ്തുത അദ്ദേഹത്തിന്റെ പ്രതിഭയെ വിളിച്ചറിയിക്കുന്നു: ആദ്യം പ്രബലമായിരുന്ന വികർഷണത്തിന്റെമേൽ ആകർഷണം ക്രമേണ ആർജിക്കുന്ന മുൻതൂക്കത്തിന്റെ ഫലമായി മാത്രമാണ് ഒരു സൗരയൂഥം രൂപംകൊള്ളുന്നത്. ചൂടു മുഖേനയുള്ള വികസനം = വികർഷണം. വാതകങ്ങളെ സംബന്ധിച്ച ഗതികസിദ്ധാന്തം.

പദാർഥത്തിന്റെ വിഭാജ്യത: ശാസ്ത്രത്തെ സംബന്ധിച്ചിടത്തോളം ഈ പ്രശ്നത്തിന് യാതൊരു പ്രായോഗികപ്രസക്തിയുമില്ല. രസതന്ത്രത്തിൽ വിഭാജ്യതയ്ക്ക് ഒരു നിശ്ചിതപരിധിയുണ്ടെന്നും അതിനപ്പുറത്തേക്ക് വസ്തുക്കൾക്ക് രാസപ്രവർത്തനം നടത്താൻ സാധ്യമല്ലെന്നും നമുക്കറിയാം. ആ പരിധിയാണ് അണു. ഏതാനും അണുക്കൾ എപ്പോഴും ഏകോപിച്ചിരിക്കുമെന്നും നമുക്കറിയാം. അതാണ് തന്മാത്ര. അതുപോലെ തന്നെ ഭൗതികശാസ്ത്രത്തിലും ഭൗതികാപഗ്രഥനത്തിനുവേണ്ടി അതിസൂക്ഷ്മങ്ങളായ ചില കണികകളെ അംഗീകരിക്കാൻ നാം നിർബന്ധിതരാണ്. അവയുടെ വിന്യാസം വസ്തുക്കളുടെ രൂപത്തെയും സംസക്തിയെയും നിർണയിക്കുന്നു. അവയുടെ കമ്പനങ്ങൾ ചൂടായും മറ്റും പ്രകടമാവുന്നു. പക്ഷേ ഭൗതികതന്മാത്രകളും രാസതന്മാത്രകളും ഒന്നാണോ വേറെയാണോ എന്ന് നമുക്ക് ഇനിയും അറിഞ്ഞുകൂടാ. പദാർഥം വിഭാജ്യവും തുടർച്ചയുള്ളതുമാണെന്നും എന്നാൽ അതേ സമയംതന്നെ രണ്ടുമല്ലെന്നും പറഞ്ഞുകൊണ്ട് ഹെഗൽ വിഭാജ്യതാപ്രശ്നത്തെ എളുപ്പം തരണം ചെയ്യുന്നുണ്ട്.[177] അത് ഒരു മറുപടിയാകുന്നില്ല. എങ്കിലും അതിപ്പോൾ മിക്കവാറും തെളിയിക്കപ്പെട്ടിരിക്കുന്നു. (5-ാമത്തെ താളിൽ 3-ന്റെ ചുവട്ടിൽ ക്ലൗസിയസ് നോക്കുക*).

വിഭാജ്യത: സസ്തനജീവി അവിഭാജ്യമാണ്. ഇഴജന്തുവിന്റെ കാലു മുറിച്ചാൽ അതുവീണ്ടും വളരും - ഈഥർതരംഗങ്ങൾ അനന്തസൂക്ഷ്മമായേടത്തോളം വിഭാജ്യവും മാപനീയവുമാണ് - ഏതൊരു വസ്തുവും ഫലത്തിൽ ചില പരിധികൾക്കുള്ളിൽ വിഭാജ്യമാണ്. ഉദാ: രസതന്ത്രത്തിൽ.

"സ്ഥലകാലങ്ങളുടെ പ്രത്യക്ഷമായ ഏകത്വത്തിലാണ് അതിന്റെ" (ചലനത്തിന്റെ) "സാരാംശം അടങ്ങിയിരിക്കുന്നത്..... സ്ഥലകാലങ്ങൾ ചലനത്തിൽപ്പെടുന്നു; പ്രവേഗം, ചലനത്തിന്റെ പരിമാണം, എന്നുപറയുന്നത്, കടന്നുപോയ ഒരു നിശ്ചിതസമയവുമായി ബന്ധപ്പെട്ട സ്പേസാണ്." (ഹെഗൽ) *പ്രകൃതിതത്വശാസ്ത്രം*, പേജ് 65). ".......സ്ഥലകാലങ്ങൾ പദാർഥത്താൽ പൂരിതമാണ്... പദാർഥം കൂടാതെ ചലനമില്ലാത്തതുപോലെ തന്നെ ചലനംകൂടാതെ പദാർഥവുമില്ല." (പേജ് 67)[178]

---

* *പ്രകൃതിയുടെ വൈരുധ്യാത്മകതയുടെ* കയ്യെഴുത്തുപ്രതിയിലെ 5-ാമത്തെ ഇരട്ടിത്താളിൽ 3-ാമത്തെ പേജിന്റെ ചുവട്ടിലുള്ള "വാതകങ്ങളെ സംബന്ധിച്ച ഗതികസിദ്ധാന്തം" എന്ന കുറിപ്പിനെയാണ് എംഗൽസ് പരാമർശിക്കുന്നത്.

പ്രപഞ്ചത്തിൽ എപ്പോഴും ചലനത്തിന്റെ ഒരേ പരിമാണമാണ് അടങ്ങിയിരിക്കുന്നത്[179] എന്ന ദെക്കാർത്തിന്റെ പ്രമേയത്തിൽ പ്രകാശിപ്പിച്ചിട്ടുള്ള ചലനത്തിന്റെ അവിനാശ്യത. "ബലത്തിന്റെ അവിനാശ്യത" എന്നു പറയുമ്പോൾ പ്രകൃതിശാസ്ത്രജ്ഞർ ഈ ആശയം തികച്ചും ശരിയായിട്ടല്ല പ്രകാശിപ്പിക്കുന്നത്. ദെക്കാർത്തിന്റെ തനി പരിമാണാത്മകമായ പ്രതിപാദനം അപര്യാപ്തമാണ്: പദാർഥത്തെപ്പോലെതന്നെ ചലനവും ചലനമെന്ന നിലയ്ക്ക്, സാരവത്തായ ഒരു പ്രവർത്തനമെന്ന നിലയ്ക്ക്, പദാർഥത്തിന്റെ അസ്തിത്വരൂപമെന്ന നിലയ്ക്ക്, അവിനാശ്യമാണ്. ഈ പ്രമേയത്തിൽ കാര്യത്തിന്റെ പരിമാണാത്മകവശം അടങ്ങിയിട്ടുണ്ട്. അങ്ങനെ ഇവിടെയും തത്വശാസ്ത്രജ്ഞൻ പറഞ്ഞകാര്യം ഇരുനൂറുവർഷങ്ങൾക്കു ശേഷം പ്രകൃതിശാസ്ത്രജ്ഞൻ സ്ഥിരീകരിക്കുകയാണ് ചെയ്തിട്ടുള്ളത്.

ചലനത്തിന്റെ അവിനാശ്യത: ഗ്രോവിന്റെ കൃതിയിൽ നല്ലൊരു ഭാഗമുണ്ട് – 20–ാമത്തെ പേജും തുടർന്നുള്ളവയും.[180]

ചലനവും സന്തുലനവും: ചലനത്തിൽനിന്ന് അഭേദ്യമായിട്ടുള്ള ഒന്നാണ് സന്തുലനം.* ഖഗോളചലനത്തെ സംബന്ധിച്ചിടത്തോളം സന്തുലനത്തിൽ ചലനവും ചലനത്തിൽ സന്തുലനവും (ആപേക്ഷികമായി) ഉണ്ട്. എന്നാൽ പ്രത്യേകമായിട്ടുള്ള എല്ലാ ആപേക്ഷികചലനവും – ഈ ദൃഷ്ടാന്തത്തിൽ, ചലിച്ചുകൊണ്ടിരിക്കുന്ന ഏതെങ്കിലുമൊരു ഖഗോളത്തിലുള്ള വസ്തുക്കളുടെ വെവ്വേറെയുള്ള എല്ലാ ചലനവും – ആപേക്ഷിക വിശ്രമം, അതായത് സന്തുലനം, സ്ഥാപിക്കാനുള്ള ഒരു ശ്രമമാണ്. വസ്തുക്കളുടെ ആപേക്ഷികവിശ്രമത്തിനുള്ള സാധ്യത, താൽക്കാലികമായ സന്തുലിതാവസ്ഥയ്ക്കുള്ള സാധ്യത, പദാർഥത്തിന്റെ വ്യതിരിക്തതയ്ക്കും അങ്ങനെ ജീവനും ഉള്ള അവശ്യോപാധിയാണ്. സൂര്യനിൽ വിവിധവസ്തുക്കളുടെ സന്തുലനമെന്നൊന്നില്ല. പിണ്ഡത്തിന്റെ മൊത്തത്തിലുള്ള സന്തുലനമേയുള്ളു. അഥവാ വ്യത്യസ്തവസ്തുക്കളുടെ സന്തുലനമുണ്ടെങ്കിൽത്തന്നെ, അത് ഘനത്വത്തിലുള്ള ഗണ്യമായ വ്യത്യാസത്തിന്റെ ഫലമായുള്ള വളരെ പരിമിതമായ ഒന്നു മാത്രമാണ്. ശാശ്വതമായ ചലനവും അസ്വസ്ഥതയും വിയോജനവുമാണ് അതിന്റെ ഉപരിതലത്തിൽ നടക്കുന്നത്. ചന്ദ്രനിൽ ആപേക്ഷികമായ യാതൊരു ചലനവുമില്ലാതെ സന്തുലനം മാത്രം – മരണം – വാണരുളുന്നുവെന്നാണ് തോന്നുന്നത് (ചന്ദ്രൻ = നിഷേധാത്മകത). ഭൂമിയിൽ ചലനത്തിന്റെയും സന്തുലനത്തിന്റെയും പരസ്പരമാറ്റമായി ചലനം വേർതിരിക്കപ്പെട്ടിരിക്കുകയാണ്. വ്യക്തിഗതമായ ചലനം സന്തുലനത്തിനുവേണ്ടി ശ്രമിക്കുമ്പോൾ മൊത്തത്തിലുള്ള ചലനം വ്യക്തിഗതമായ സന്തുലനത്തെ വീണ്ടും നശിപ്പിക്കുന്നു. പാറ വിശ്രമാവസ്ഥയിലെത്തുന്നു. പക്ഷേ, അപക്ഷയവും (weathering) സമുദ്രതരംഗങ്ങളുടെയും നദികളുടെയും ഹിമപ്രവാഹങ്ങളുടെയും പ്രവർത്തനവും സന്തുലിതാവസ്ഥയെ നിരന്തരം നശിപ്പിക്കുന്നു. ബാഷ്പീ

* കയ്യെഴുത്തുപ്രതിയുടെ മാർജിനിൽ ഇങ്ങനെയൊരു കുറിപ്പുണ്ട്: "സന്തുലനം = ആകർഷണത്തിന് വികർഷണത്തിന്റെ മേലുള്ള മുൻതൂക്കം."

കരണവും മഴയും കാറ്റും ചൂടും വൈദ്യുത-കാന്തിക പ്രതിഭാസങ്ങളുമെല്ലാം ഇതേ ദൃശ്യം തന്നെയാണ് കാഴ്ചവയ്ക്കുന്നത്. അവസാനമായി, ജീവികളിൽ നാം കാണുന്നത് അതിസൂക്ഷ്മങ്ങളായ എല്ലാ കണികകളുടേയുമെന്നപോലെതന്നെ കൂടുതൽ വലിയ അവയവങ്ങളുടേയും അനുസ്യൂതചലനമാണ്. ഈ ചലനത്തിന്റെ ഫലമായി സാധാരണഗതിയിലുള്ള ആയുഷ്ക്കാലത്തിനിടയിൽ ജീവി മൊത്തത്തിൽ സന്തുലനം പാലിക്കുന്നു. എന്നാലതേസമയംതന്നെ അത് എപ്പോഴും ചലനാവസ്ഥയിലാണുതാനും. ചലനത്തിന്റെയും സന്തുലനത്തിന്റെയും ജീവത്തായ ഏകത്വമാണത്.

എല്ലാ സന്തുലനവും ആപേക്ഷികവും താൽക്കാലികവും മാത്രമാണ്.

1) ഖഗോളങ്ങളുടെ ചലനം. ചലനത്തിൽ ആകർഷണത്തിന്റെയും വികർഷണത്തിന്റെയും ഏകദേശസന്തുലനം.

2) ഓരോ ഖഗോളത്തിലേയും ചലനം, പിണ്ഡം, തനി ബലകൃത കാരണങ്ങളാലാണ് ഈ ചലനം ഉളവാകുന്നതെന്നതുകൊണ്ട് ഇവിടെയും സന്തുലനമുണ്ട്. പിണ്ഡങ്ങൾ അവയുടെ അടിസ്ഥാനത്തിൽ വിശ്രമിക്കുന്നു. ചന്ദ്രനിൽ ഇത് പൂർണമായിരിക്കുന്നുവെന്നു തോന്നുന്നു. ബലകൃതാകർഷണം ബലകൃതവികർഷണത്തെ കീഴ്പ്പെടുത്തിയിരിക്കുന്നു. ശുദ്ധബലതന്ത്രത്തിന്റെ വീക്ഷണംവച്ചുനോക്കുമ്പോൾ വികർഷണത്തിന് എന്തു സംഭവിച്ചെന്നു നമുക്കറിഞ്ഞുകൂടാ. അതുപോലെതന്നെ, ഇങ്ങനെയൊക്കെയായിട്ടും ഉദാഹരണത്തിന് ഭൂമിയിൽ പിണ്ഡങ്ങളെ ഗുരുത്വത്തിനെതിരായ ദിശയിൽ ചലിപ്പിക്കുന്ന "ബലങ്ങൾ" എവിടന്നു വന്നുവെന്നതിന് ശുദ്ധബലതന്ത്രം യാതൊരു വിശദീകരണവും തരുന്നില്ല. അത് ആ വസ്തുതയെ അതേപടി അംഗീകരിക്കുന്നതേയുള്ളു. അതുകൊണ്ട് വികർഷകവും വിസ്ഥാപകവുമായ ചലനം ഒരു പിണ്ഡത്തിൽനിന്നു മറ്റൊരു പിണ്ഡത്തിലേക്ക് വെറുതെ പകർത്തപ്പെടുന്നുവെന്നതാണ് ഇവിടെ നടക്കുന്നത്. ആകർഷണവും വികർഷണവും പരസ്പരം തുല്യമാണ്.

3) എന്നാൽ ഭൂമിയിൽ നടക്കുന്ന എല്ലാ ചലനങ്ങളുടെയും ബഹുഭൂരിഭാഗവും, ചലനത്തിന്റെ ഒരു രൂപത്തിൽനിന്നു മറ്റൊരു രൂപത്തിലേക്കുള്ള മാറ്റത്തേയും – ബലകൃതചലനം ചൂടായും വിദ്യുച്ഛക്തിയായും രാസചലനമായും മാറൽ – ഓരോ രൂപവും മറ്റേത് രൂപമായും മാറുന്നുവെന്ന വസ്തുതയേയുമാണ് കുറിക്കുന്നത്. അതായത് ഒന്നുകിൽ* ആകർഷണം വികർഷണമായി മാറുന്നതിനെ, ബലകൃതചലനം ചൂടായും വിദ്യുച്ഛക്തിയായും രാസവിഘടനമായും മാറുന്നതിനെ, (ആദ്യത്തെ

* "ഒന്നുകിൽ" എന്നതിനെത്തുടർന്ന് "അല്ലെങ്കിൽ" എന്നില്ല. നേരെ തിരിച്ചുള്ള രൂപാന്തരണത്തെക്കുറിച്ച്, അതായത് വികർഷണം ആകർഷണമായി മാറുന്നതിനെക്കുറിച്ച്, വാചകാന്ത്യത്തിൽ പറയണമെന്ന് എംഗൽസ് ഉദ്ദേശിച്ചിട്ടുണ്ടാവും. പക്ഷേ, അദ്ദേഹം അങ്ങനെ ചെയ്തിട്ടില്ല. ഊഹനീയമായ വാചകാന്ത്യമാണ് ബ്രാക്കറ്റിൽ കൊടുത്തിട്ടുള്ളത്.

ഉത്ഥാപക ബലകൃതചലനമാണ്, ഒറ്റനോട്ടത്തിൽ തോന്നുന്നതുപോലെ പതനചലനമല്ല ചൂടായി മാറുന്നത്) (അല്ലെങ്കിൽ വികർഷണം ആകർഷ ണമായി മാറുന്നതിനെ ആണ് അത് കുറിക്കുന്നത്).

4) ഇപ്പോൾ ഭൂമിയിൽ പ്രാവർത്തികമായിട്ടുള്ള മുഴുവൻ ഊർജവും രൂപാന്തരണം പ്രാപിച്ച സൂര്യന്റെ ചൂടാണ്.[181]

ബലകൃതചലനം: ചലനമെന്നാൽ ബലകൃതചലനമെന്നാണ്, സ്ഥാനാന്തരമെന്നാണ്, പ്രകൃതിശാസ്ത്രജ്ഞർ എപ്പോഴും അർഥമാക്കുന്നത്. രസതന്ത്രത്തിന്റെ ആവിർഭാവത്തിനുമുമ്പുള്ള പതിനെട്ടാം നൂറ്റാണ്ടിന്റെ പൈതൃകമായി കിട്ടിയ ഈ വീക്ഷണം പ്രക്രിയകളെക്കുറിച്ച് വ്യക്തമായ ഒരു ധാരണ ലഭിക്കുന്നതിനെ കൂടുതൽ വിഷമകരമാക്കുന്നു. പദാർഥത്തിന്റെ കാര്യത്തിൽ പ്രയോഗിക്കുമ്പോൾ ചലനമെന്നത് പൊതുവിൽ മാറ്റമാണ്. എല്ലാറ്റിനേയും ബലകൃതചലനമായി ചുരുക്കാനുള്ള വ്യഗ്രതയും ഈ തെറ്റിദ്ധാരണയിൽനിന്നാണ് വന്നിട്ടുള്ളത്. ഗ്രോവ് പോലും "പദാർഥത്തിന്റെ മറ്റ് അവസ്ഥകൾ (Affections) ചലനത്തിന്റെ രൂപഭേദങ്ങളാണെന്നും അവ അന്തിമമായി ആ നിലയിലേക്ക് ചുരുങ്ങുമെന്നും വിശ്വസിക്കാൻ തയാറാണ്" (പേജ് 16).[182]

മറ്റു ചലനരൂപങ്ങളുടെ സവിശേഷസ്വഭാവത്തെ മായ്ച്ചുകളയുന്ന ഒന്നാണ് ഈ വീക്ഷണം. കൂടുതലുയർന്ന ചലനരൂപങ്ങൾ അതേസമയം മറ്റു ചലനരൂപങ്ങളും ഉളവാക്കുന്നുണ്ടെന്നതുപോലെതന്നെ, താപമാറ്റവും വൈദ്യുതമാറ്റങ്ങളും കൂടാതെ രാസപ്രവർത്തനം സാധ്യമല്ലാത്തതുപോലെയും ബലകൃതവും തന്മാത്രീയവും രാസികവും താപീയവും മറ്റുമായ മാറ്റങ്ങൾ കൂടാതെ ഓർഗാനിക് ജീവിതം സാധ്യമല്ലാത്തതുപോലെയും തന്നെ, കൂടുതലുയർന്ന ചലനരൂപങ്ങളിലോരോന്നും യഥാർഥത്തിലുള്ള ഏതെങ്കിലുമൊരു ബലകൃത (ബാഹ്യമോ തന്മാത്രീയമോ ആയ) ചലനവുമായി അവശ്യമായും എപ്പോഴും ബന്ധപ്പെട്ടിരിക്കില്ലെന്ന് ഇപ്പറഞ്ഞതിന് അർഥമില്ല. പക്ഷേ ഓരോ ദൃഷ്ടാന്തത്തിലും ഈ ഉപരൂപങ്ങളുടെ സാന്നിധ്യംമൂലം മുഖ്യരൂപത്തിന്റെ സാരാംശം തീർന്നുപോകുന്നില്ല. ഒരു ദിവസം നമ്മൾ ചിന്തയെ പരീക്ഷണാത്മകമായി തലച്ചോറിലെ തന്മാത്രീയ–രാസികചലനങ്ങളാക്കി "ചുരുക്കു"മെന്നത് തീർച്ചയാണ്. പക്ഷേ ചിന്തയുടെ സാരാംശം അതുകൊണ്ട് തീരുന്നുണ്ടോ?

പ്രകൃതിശാസ്ത്രത്തിന്റെ വൈരുധ്യാത്മകത: വിഷയം – ചലിക്കുന്ന പദാർഥം. പദാർഥത്തിന്റെതന്നെ വിവിധരൂപങ്ങളും ഭാരങ്ങളും ചലനത്തിലൂടെ മാത്രമേ അറിയാൻ കഴിയൂ. ചലനത്തിലൂടെ മാത്രമാണ് വസ്തുക്കളുടെ ഗുണങ്ങൾ പ്രകടമാകുന്നത്; ചലിക്കാത്ത ഒരു വസ്തുവിനെപ്പറ്റി യാതൊന്നും പറയാനില്ല. അതുകൊണ്ട് ചലിക്കുന്ന വസ്തുക്കളുടെ സ്വഭാവം ഉളവാകുന്നത് ചലനത്തിന്റെ രൂപങ്ങളിൽനിന്നാണ്:

1. ഒന്നാമത്തേതും ഏറ്റവും ലളിതവുമായ ചലനരൂപം ബലകൃതചലനമാണ്, അതായത് വെറും സ്ഥാനമാറ്റം:

a) ഒരൊറ്റ വസ്തുവിന്റെ ചലനമെന്നൊന്ന് നിലനിൽക്കുന്നില്ല – ആപേക്ഷികാർഥത്തിൽ മാത്രമേ (അതെപ്പറ്റി പറയാൻ കഴിയൂ)* – വീഴ്ച.

b) വേർതിരിക്കപ്പെട്ട വസ്തുക്കളുടെ ചലനം: പ്രക്ഷേപപഥം, ജ്യോതിശാസ്ത്രം – പ്രത്യക്ഷത്തിലുള്ള സന്തുലനം – അവസാനം എപ്പോഴും സമ്പർക്കം.

c) അന്യോന്യം സ്പർശിക്കുന്ന വസ്തുക്കളുടെ പരസ്പരചലനം– മർദം. സ്ഥിതിതന്ത്രം. ജലസ്ഥിതിതന്ത്രവും വാതകങ്ങളും. ഉത്തോലകവും സാക്ഷാൽബലതന്ത്രത്തിന്റെ മറ്റു രൂപങ്ങളും അവയുടെ ഏറ്റവും ലളിതമായ സമ്പർക്കരൂപത്തെ സംബന്ധിച്ചിടത്തോളം അവയെല്ലാം തന്നെ ഘർഷണമോ സംഘട്ടനമോ ആയി ചുരുങ്ങുന്നു. ഘർഷണവും സംഘട്ടനവും തമ്മിൽ തീവ്രതയിലുള്ള വ്യത്യാസമേയുള്ളൂ. എന്നാൽ ഘർഷണത്തിനും സംഘട്ടനത്തിനും, അതായത് സാരാംശത്തിൽ സമ്പർക്കത്തിന്, പ്രകൃതിശാസ്ത്രജ്ഞർ ഇവിടെ ഒരിക്കലും ചൂണ്ടിക്കാണിക്കാത്ത വേറേയും അനന്തരഫലങ്ങളുണ്ട്: അതായത്, സാഹചര്യങ്ങളനുസരിച്ച് അവ ശബ്ദവും ചൂടും പ്രകാശവും വിദ്യുച്ഛക്തിയും കാന്തശക്തിയും ഉളവാക്കുന്നു.

2. ഈ വ്യത്യസ്തബലങ്ങൾ (ശബ്ദമൊഴിച്ചുള്ളവ) – ഖഗോളങ്ങളുടെ ഭൗതികം –

a) ഒന്നു മറ്റൊന്നായി മാറുകയും ഒന്നു മറ്റൊന്നിനു പകരമാവുകയും ചെയ്യുന്നു;

b) ഓരോ വസ്തുവിനും വ്യത്യസ്തമായിട്ടുള്ള ഈ ബലങ്ങളിലോരോന്നിനും പരിമാണാത്മകമായി നിശ്ചിതവികാസമുണ്ടാവുകയും, വസ്തുക്കൾ – അവ രാസികമായി സംയുക്തമായിട്ടുള്ള വസ്തുക്കളായാലും രാസികമായി ലളിതമായിട്ടുള്ള ഏതാനും വസ്തുക്കളായാലും – അതിന് വിധേയമാവുകയും ചെയ്യുമ്പോൾ രാസപരിവർത്തനങ്ങൾ സംഭവിക്കുന്നു. നാം രസതന്ത്രത്തിന്റെ മേഖലയിലേക്ക് കടക്കുന്നു. ഖഗോളരസതന്ത്രം. ക്രിസ്റ്റൽവിജ്ഞാപനം – രസതന്ത്രത്തിന്റെ ഭാഗം.

3. ഭൗതികത്തിന്റെ പരിഗണനയിൽനിന്നു ജീവനുള്ള ഓർഗാനിക് വസ്തുവിനെ ഒഴിവാക്കേണ്ടതായിരുന്നു, അഥവാ ഒഴിവാക്കാൻ കഴിയുമായിരുന്നു. ഓർഗാനിക് യൗഗികങ്ങളെക്കുറിച്ചുള്ള അന്വേഷണത്തിൽ മാത്രമാണ് രസതന്ത്രം ഏറ്റവും പ്രധാനപ്പെട്ട വസ്തുക്കളുടെ നിജസ്വഭാവത്തിനുള്ള യഥാർഥ ഉത്തരം കണ്ടെത്തുന്നത്. മറുവശത്ത് അത് ജൈവപ്രകൃതിയിൽ മാത്രം നിലനിൽക്കുന്ന വസ്തുക്കളെ ഉദ്ഗ്രഥിക്കുന്നു. ഇവിടെ രസതന്ത്രം ഓർഗാനിക് ജീവിതത്തിലേക്ക് കടക്കുന്നു. അത് വേണ്ടത്ര മുന്നോട്ടു പോയിക്കഴിഞ്ഞിട്ടുള്ളതിനാൽ ജീവിയിലേക്കുള്ള വൈരുധ്യാത്മകപരിവർത്തനത്തിന് ഒരു വിശദീകരണം തരാൻ അതിന് മാത്രമാണ് കഴിയുന്നത് എന്ന് നമുക്ക് ഉറപ്പിക്കാം.

---

* ബ്രാക്കറ്റിൽ കൊടുത്തിരിക്കുന്ന വാക്കുകൾ 1873 മേയ് 30–ാംന് എംഗൽസ് മാർക്സിന് അയച്ച കത്തിൽനിന്ന് എടുത്തതാണ്.

4. എങ്കിലും യഥാർഥപരിവർത്തനം നടക്കുന്നത് ചരിത്രത്തിലാണ്– സൗരയൂഥത്തിന്റെയും ഭൂമിയുടെയും ചരിത്രത്തിൽ; ജൈവപ്രകൃതിക്കുള്ള യഥാർഥ പൂർവോപാധി.

5. ജൈവപ്രകൃതി.

ശാസ്ത്രങ്ങളുടെ വർഗീകരണം. ഈ ശാസ്ത്രങ്ങളിലോരോന്നും ഒരൊറ്റ ചലനരൂപത്തെയോ പരസ്പരബദ്ധവും ഒന്നു മറ്റൊന്നായി മാറുന്നതുമായ ചലനരൂപങ്ങളുടെ ഒരു പരമ്പരയെയോ അപഗ്രഥിക്കുന്നു. അതുകൊണ്ട് അങ്ങനെയുള്ള ഈ ശാസ്ത്രങ്ങളുടെ വർഗീകരണം ആന്തരികാനുക്രമമനുസരിച്ചുള്ള ഈ ചലനരൂപങ്ങളുടെതന്നെ വർഗീകരണമാണ്, ക്രമീകരണമാണ്. ഇതിലാണ് അതിന്റെ പ്രാധാന്യം സ്ഥിതിചെയ്യുന്നത്.

പഴയ ന്യൂട്ടൺ–ലിന്നേയസ് സരണിയിൽപ്പെട്ട പ്രകൃതിശാസ്ത്രത്തെയൊട്ടാകെ സർവവിജ്ഞാനാത്മകമായവിധത്തിൽ ക്രോഡീകരിക്കുകയെന്നത് കഴിഞ്ഞ (18–ാം) നൂറ്റാണ്ടിന്റെ അവസാനത്തിൽ, മുഖ്യമായും യാന്ത്രികവാദികളായിരുന്ന ഫ്രഞ്ച് ഭൗതികവാദികൾക്കുശേഷം, ഒരു ആവശ്യമായിത്തീർന്നു. അത്യന്തം പ്രതിഭാശാലികളായ രണ്ടു മഹാരഥന്മാർ ആ കൃത്യം ഏറ്റെടുത്തു. അവരാണ് സാൻ സിമോണും (അദ്ദേഹം അത് പൂർത്തിയാക്കിയില്ല) ഹെഗലും. പ്രകൃതിയെക്കുറിച്ചുള്ള പുതിയ വീക്ഷണം അതിന്റെ മൗലികസവിശേഷതകളെ സംബന്ധിച്ചിടത്തോളം പൂർത്തിയായിരിക്കുന്ന ഇന്ന് അതേ ആവശ്യകതതന്നെ അനുഭവപ്പെടുന്നുണ്ട്. ആ വഴിക്കുള്ള ശ്രമങ്ങൾ നടക്കുന്നുമുണ്ട്. എന്നാൽ ഇപ്പോൾ പ്രകൃതിയിലുള്ള പൊതുപരിണാമബന്ധം തെളിയിക്കപ്പെട്ടുകഴിഞ്ഞിരിക്കുന്നതിനാൽ വെറുതെ ചേർത്തുചേർത്തുവച്ചു കൊണ്ടുള്ള ബാഹ്യമായ ഒരു ക്രമീകരണം ഹെഗലിന്റെ കൃത്രിമനിർമിതങ്ങളായ വൈരുധ്യാത്മകപരിവർത്തനങ്ങളെപ്പോലെതന്നെ അപര്യാപ്തമാണ്. പരിവർത്തനങ്ങൾ സ്വയം നടക്കണം, അവ സ്വാഭാവികമായിരിക്കണം. ഒരു ചലനരൂപം മറ്റൊന്നിൽനിന്ന് വികസിച്ചുവരുന്നതുപോലെതന്നെ ആ രൂപങ്ങളുടെ പ്രതിഫലനങ്ങളായ വിവിധശാസ്ത്രങ്ങൾ അവശ്യമായും ഒന്നു മറ്റൊന്നിൽനിന്ന് ജന്മമെടുക്കേണ്ടതാണ്.

സാൻ സിമോണിൽനിന്നു കോപ്പിയടിച്ച പ്രകൃതിശാസ്ത്രങ്ങളുടെ സർവവിജ്ഞാനാത്മകമായ ക്രമീകരണത്തിന്റെ[183] ഉപജ്ഞാതാവ് കോന്ത് ആവാനുള്ള സാധ്യത എത്രയോ കുറവാണ്. ബോധനസാമഗ്രികൾ ക്രമീകരിക്കുന്നതിനും അധ്യയനലക്ഷ്യങ്ങൾക്കും മാത്രമാണ് അദ്ദേഹത്തിന് അത് ഉപകരിക്കുന്നതെന്ന വസ്തുതയിൽനിന്നും വ്യക്തമാണത്. അസംബന്ധമായ "സമകാലബോധന"ത്തിലാണ് അത് ചെന്നെത്തുന്നത്. അതുപ്രകാരം ഓരോ ശാസ്ത്രവും നിശ്ശേഷം തീർത്തുകഴിഞ്ഞിട്ടേ അടുത്തതിനെ സമീപിക്കുകപോലും ചെയ്യുന്നുള്ളു. മൗലികമായി ശരിയായ ഒരാശയത്തെ ഗണിതശാസ്ത്രപരമായ അസംബന്ധമാക്കുകയാണ് ഇവിടെ ചെയ്യുന്നത്.

ബലവിജ്ഞാനം (mechanics), രസവിജ്ഞാനം (chemics), ജീവവിജ്ഞാനം (organics) എന്ന ഹെഗലിന്റെ (ആദ്യത്തെ) വിഭജനം[184] അക്കാലത്തിന് തികച്ചും പര്യാപ്തമായിരുന്നു. ബലവിജ്ഞാനം: എന്നുവച്ചാൽ പിണ്ഡങ്ങളുടെ ചലനം. രാസവിജ്ഞാനം: എന്നുവച്ചാൽ തന്മാത്രീയ ചലനവും (കാരണം ഇതിൽ ഭൗതികശാസ്ത്രവും ഉൾപ്പെടുന്നു; വാസ്തവത്തിൽ ഭൗതികശാസ്ത്രവും രസതന്ത്രവും രണ്ടും ഒരേ വർഗത്തിൽപ്പെട്ടതാണ്) അണുചലനവും. ജീവിവിജ്ഞാനം: എന്നുവച്ചാൽ ഇവ രണ്ടും അഭേദ്യമായിട്ടുള്ള, വസ്തുക്കളുടെ ചലനം. കാരണം, ബലതന്ത്രത്തെയും ഭൗതികശാസ്ത്രത്തെയും രസതന്ത്രത്തെയും സ്വന്തം അസ്തിത്വത്തിനുള്ളിൽത്തന്നെ ഏകോപിപ്പിക്കുന്ന കൂടുതലുയർന്ന ഒരു ഏകത്വമാണ് ജീവി എന്നതിനു സംശയമില്ല. അതിൽ ഈ ത്രിത്വത്തെ വേർതിരിക്കാനാവില്ല. ഒരു ജീവിയിൽ ഭൗതികവും രാസികവുമായ മാറ്റങ്ങളിൽനിന്നു നേരിട്ടുളവാകുന്ന ഒന്നാണ് ബലകൃതചലനം. തനി പേശീയചലനത്തിന്റെ കാര്യത്തിലെന്നപോലെതന്നെ പോഷണം, ശ്വാസോച്ഛ്വാസം, ശ്രവണം തുടങ്ങിയവയുടെ കാര്യത്തിലും ബാധകമാണ് ഇത്.

ഓരോ ഗ്രൂപ്പിനും അതിന്റെ മുറയ്ക്ക് രണ്ടു ഭാഗങ്ങളുണ്ട്. ബലതന്ത്രം: 1) ഖഗോളീയം, 2) ഭൗമം. തന്മാത്രീയചലനം: 1) ഭൗതികശാസ്ത്രം, 2) രസതന്ത്രം. ജീവവിജ്ഞാനം: 1) സസ്യങ്ങളെ സംബന്ധിച്ചത്, 2) ജന്തുക്കളെ സംബന്ധിച്ചത്.

ഭൂ-ആകൃതിവിജ്ഞാനം (physiography): രസതന്ത്രത്തിൽനിന്നു ജീവനിലേക്കുള്ള പരിവർത്തനം നടത്തിയതിനുശേഷം, ജീവൻ ഉളവായതിന്റെയും തുടർന്ന് നിലനിൽക്കുന്നതിന്റെയും സാഹചര്യങ്ങൾ അപഗ്രഥിക്കുകയാണ് ആദ്യം വേണ്ടത്. അതായത് ഭൂവിജ്ഞാനവും കാലാവസ്ഥാവിജ്ഞാനവും മറ്റുമാണ് ആദ്യം വേണ്ടത്. അതെത്തുടർന്ന് ജീവന്റെ വിവിധരൂപങ്ങൾ. അവയാകട്ടെ അതുകൂടാതെ ദുർഗ്രഹവുമാണ്.

പ്രകൃതിയെക്കുറിച്ചുള്ള "ബലകൃത"ധാരണയെപ്പറ്റി[185]

പേജ് 46-നെ സംബന്ധിച്ച്*: ചലനത്തിന്റെ വിവിധരൂപങ്ങളും അവയെ കൈകാര്യം ചെയ്യുന്ന ശാസ്ത്രങ്ങളും

ഈ ലേഖനം പുറത്തുവന്നതിനുശേഷം ("ഫോർവേർട്സ്," ഫെബ്രുവരി 9, 1877)** കെക്കുലേ ("രസതന്ത്രത്തിന്റെ ശാസ്ത്രീയലക്ഷ്യങ്ങളും നേട്ടങ്ങളും") ബലതന്ത്രത്തിനും ഭൗതികശാസ്ത്രത്തിനും രസതന്ത്രത്തിനു തികച്ചും സദൃശമായ ഒരു നിർവചനം നൽകിയിരിക്കുന്നു:

---

* എഫ് എംഗൽസ്, *ആന്റിഡ്യൂറിങ്* (ഇംഗ്ലീഷ് പതിപ്പ്), മോസ്കോ, 1962, പേജ് 95.

** *ആന്റിഡ്യൂറിങ്ങി*ന്റെ ഒന്നാം ഭാഗത്തിലെ ഏഴാമത്തെ അധ്യായത്തെയാണ് എംഗൽസ് പരാമർശിക്കുന്നത്.

"പദാർഥത്തിന്റെ സ്വഭാവത്തെ സംബന്ധിച്ച ഈ ആശയത്തെ ആധാരമായിട്ടെടുക്കുകയാണെങ്കിൽ രസതന്ത്രത്തെ അണുക്കളുടെ ശാസ്ത്രമായും ഭൗതികശാസ്ത്രത്തെ തന്മാത്രകളുടെ ശാസ്ത്രമായും നിർവചിക്കാവുന്നതാണ്. അപ്പോൾ ആധുനികഭൗതികശാസ്ത്രത്തിൽ പിണ്ഡങ്ങളെ സംബന്ധിക്കുന്ന ഭാഗം ഒരു പ്രത്യേകശാസ്ത്രമായി വേർതിരിക്കുകയും ബലതന്ത്രമെന്ന പേർ അതിനുവേണ്ടി നീക്കിവയ്ക്കുകയും ചെയ്യുന്നത് സ്വാഭാവികമായിരിക്കും. അങ്ങനെ ബലതന്ത്രം ഭൗതികശാസ്ത്രത്തിന്റെയും രസതന്ത്രത്തിന്റെയും അടിസ്ഥാനമാണെന്നുവരുന്നു. കാരണം, ചില വശങ്ങളെ സംബന്ധിച്ചും വിശേഷിച്ച് ചില കണക്കുകൂട്ടലുകളെ സംബന്ധിച്ചും ഇവയ്ക്ക് രണ്ടിനും അവയുടെ തന്മാത്രകളെയും അണുക്കളെയും പിണ്ഡങ്ങളായി കരുതേണ്ടി വരുന്നു.[186]

പാഠത്തിലും അതിന്റെ മുമ്പിലത്തെ കുറിപ്പിലും* നൽകിയിട്ടുള്ളിടത്തോളം ഖണ്ഡിതമല്ലാത്ത ഒന്നാണ് ഈ നിർവചനം എന്നതാണ് രണ്ടും തമ്മിലുള്ള ഒരേയൊരു വ്യത്യാസമെന്നു കാണാം. പക്ഷേ, ബലതന്ത്രം പിണ്ഡങ്ങളുടെ സ്ഥിതികവും (statics) ഗതീയവും (dynamics) ആണെന്നും, ഭൗതികശാസ്ത്രം തന്മാത്രകളുടെ സ്ഥിതികവും ഗതീയവുമാണെന്നും, രസതന്ത്രം അണുക്കളുടെ സ്ഥിതികവും ഗതീയവുമാണെന്നുമുള്ള രൂപത്തിൽ കെക്കുലേയുടെ മേൽപ്പറഞ്ഞ പ്രസ്താവനയെ ഒരു ഇംഗ്ലീഷ് പത്രിക (*നേച്ചർ*) അവതരിപ്പിക്കുമ്പോൾ, രാസപ്രക്രിയകളെപ്പോലും വെറും ബലകൃതപ്രക്രിയകളായി ഇങ്ങനെ നിരുപാധികം ചുരുക്കുന്നത് സംഗതമണ്ഡലത്തെ, കുറഞ്ഞപക്ഷം രസതന്ത്രത്തിന്റെ മണ്ഡലത്തെയെങ്കിലും, ക്രമാധികം സങ്കുചിതമാക്കുന്നുണ്ടെന്നാണ് എനിക്ക് തോന്നുന്നത്. എന്നിട്ടും അത് വലിയ കമ്പമായിരിക്കുകയാണ്. ഉദാഹരണത്തിന് "ബലകൃതം" എന്നും "അദ്വൈതം" എന്നുമുള്ള വാക്കുകൾ ഹെക്കൽ ഒരേ അർഥത്തിൽ തുടർച്ചയായി ഉപയോഗിക്കുന്നുണ്ട്. അദ്ദേഹത്തിന്റെ അഭിപ്രായത്തിൽ,

"ഭൗതിക-രാസിക ബലങ്ങൾക്കു മാത്രമേ, അഥവാ കുറെക്കൂടി വിപുലമായ അർഥത്തിൽ ബലകൃതബലങ്ങൾക്കു മാത്രമേ, ആധുനിക ശരീരക്രിയാശാസ്ത്രത്തിൽ സ്ഥാനമുള്ളു" ("പരിജനനം" – [perigenesis]).[187]

ഭൗതികശാസ്ത്രത്തെ തന്മാത്രകളുടെ ബലതന്ത്രമെന്നും രസതന്ത്രത്തെ അണുക്കളുടെ ഭൗതികശാസ്ത്രമെന്നും അതിനപ്പുറത്തേക്ക് കടന്നു ജീവശാസ്ത്രത്തെ പ്രോട്ടീനുകളുടെ രസതന്ത്രമെന്നും വിളിക്കുമ്പോൾ, ഈ ശാസ്ത്രങ്ങളിലോരോന്നും മറ്റൊന്നിലേക്ക് കടക്കുന്നുവെന്നതിനെയും അങ്ങനെ അവ രണ്ടും തമ്മിലുള്ള സംബന്ധത്തെയും

---

* അതായത്, ആന്റിഡ്യൂറിങ്ങിന്റെ പാഠത്തിലും യഥാർഥപ്രപഞ്ചത്തിലെ ഗണിതാത്മക അനന്തത്തിന്റെ പ്രാഗ്‌രൂപങ്ങളെപ്പറ്റി എന്ന കുറിപ്പിലും നൽകിയിട്ടുള്ളത്. (*ആന്റീ ഡ്യൂറിങ്*, മോസ്കോ, 1962, പേജ് 95.)

വേർതിരിവിനെയും അതുവഴി പ്രകാശിപ്പിക്കാനാണ് ഞാൻ ആഗ്രഹിക്കുന്നത്. അതിനുമപ്പുറത്തേക്ക് കടന്ന് രസതന്ത്രത്തെക്കൂടി ഒരുതരം ബലതന്ത്രമെന്നു വിളിക്കുന്നത് അനുവദനീയമല്ലെന്നാണ് എനിക്ക് തോന്നുന്നത്. വ്യാപകമായ അർഥത്തിലായാലും സങ്കുചിതമായ അർഥത്തിലായാലും ബലതന്ത്രത്തിന് അറിയാവുന്നത് പരിമാണങ്ങൾ മാത്രമാണ്. പ്രവേഗങ്ങളും ദ്രവ്യമാനങ്ങളും ഏറിയാൽ വ്യാപ്തങ്ങളും വച്ചാണ് അത് കണക്കുകൂട്ടലുകൾ നടത്തുന്നത്. ജലസ്ഥിതികത്തിലും (hydrostatics) വായുസ്ഥിതികത്തിലും (aerostatics) എന്നപോലെ അത് അതിന്റെ വഴിയിൽ വസ്തുക്കളുടെ ഗുണത്തെ നേരിടുമ്പോൾ തന്മാത്രീയാവസ്ഥകളെയും തന്മാത്രീയചലനങ്ങളെയും പരിഗണിക്കാത്ത അതിന് അപ്പുറം കടക്കാൻ പറ്റില്ല; ഇവിടെ അതുതന്നെ ഭൗതികശാസ്ത്രത്തിന്റെ പൂർവോപാധിയായ ഒരു ഉപശാസ്ത്രമായിട്ട് മാത്രമാണ് വർത്തിക്കുന്നത്. എന്നാൽ ഭൗതികശാസ്ത്രത്തിലും അതിലേറെ രസതന്ത്രത്തിലും പരിമാണാത്മകമായ മാറ്റത്തിന്റെ ഫലമായി ഗുണപരമായ മാറ്റം, അതായത് അളവ് ഗുണമായി മാറൽ, തുടർച്ചയായി നടക്കുന്നുണ്ടെന്നു മാത്രമല്ല, പരിമാണാത്മകമായ മാറ്റങ്ങൾക്ക് ഉപാധികമായവയെന്നു തെല്ലും തെളിയിക്കപ്പെട്ടിട്ടില്ലാത്ത ഗുണപരമായ പല മാറ്റങ്ങൾകൂടി കണക്കിലെടുക്കേണ്ടതുണ്ട്. ശാസ്ത്രത്തിന്റെ ഇന്നത്തെ പ്രവണത ഈ വഴിക്കാണ് നീങ്ങുന്നതെന്ന് സസന്തോഷം സമ്മതിക്കാം. പക്ഷേ, ഈ വഴിയാണ് ശരിയായിട്ടുള്ള ഒരേയൊരു വഴിയെന്നും ഈ പ്രവണതയെ പിന്തുടരുന്നതിലൂടെ ഭൗതികശാസ്ത്രത്തെയും രസതന്ത്രത്തേയുമൊട്ടാകെ പഠിച്ചുതീർക്കാമെന്നും അത് തെളിയിക്കുന്നില്ല. ബലകൃതചലനം, അതായത് പദാർഥത്തിന്റെ ഏറ്റവും വലുതോ ചെറുതോ ആയ അംശങ്ങളുടെ സ്ഥാനാന്തരണം, എല്ലാ ചലനത്തിലും അടങ്ങിയിട്ടുണ്ട്. ആ ചലനത്തെക്കുറിച്ചുള്ള അറിവ് നേടുകയെന്നതാണ് ശാസ്ത്രത്തിന്റെ ആദ്യത്തെ കടമ. പക്ഷേ അത് ആദ്യത്തെ കടമ മാത്രമാണ്. ഈ ബലകൃതചലനം കൊണ്ട് ചലനമൊട്ടാകെ തീർന്നുപോകുന്നില്ല. ചലനമെന്നത് വെറും സ്ഥാനത്തിലുള്ള മാറ്റം മാത്രമല്ല, ബലതന്ത്രത്തെക്കാൾ ഉയർന്ന മേഖലകളിൽ അത് ഗുണത്തിലുള്ള മാറ്റംകൂടിയാണ്. ചൂട് ഒരു തന്മാത്രീയചലനമാണെന്നത് യുഗനിർണായകമായ ഒരു കണ്ടുപിടുത്തമായിരുന്നു. പക്ഷേ തന്മാത്രകളുടെ ഒരു നിശ്ചിത വിസ്ഥാപനമാണ് ചൂട് എന്നതിൽ കവിഞ്ഞ് എനിക്ക് അതെപ്പറ്റി ഒന്നും പറയാനില്ലെങ്കിൽ ഞാൻ മിണ്ടാതിരിക്കുന്നതാണ് നല്ലത്. അണുവ്യാപ്തങ്ങൾക്ക് അണുഭാരങ്ങളോടുള്ള അംശബന്ധത്തെ ആസ്പദമാക്കി മൂലകങ്ങളുടെ രാസികവും ഭൗതികവുമായ പല ഗുണങ്ങൾക്കും വിശദീകരണം നൽകുന്നതിലേക്ക് നീങ്ങുകയാണ് രസതന്ത്രമെന്നു തോന്നുന്നു. എന്നാൽ ലോതർ മെയ്യർ വക്ര[188]ത്തിലെ സ്ഥാനമൊന്നുകൊണ്ടുമാത്രം ഒരു മൂലകത്തിന്റെ എല്ലാ ഗുണങ്ങളും പൂർണമായി വെളിപ്പെടുമെന്ന് ഒരു രസതന്ത്രജ്ഞനും അവകാശപ്പെടുകയില്ല. ഉദാഹരണത്തിന് കാർബണെ ഓർഗാനിക് ജീവന്റെ മുഖ്യ

വാഹിയാക്കിത്തീർക്കുന്ന അതിന്റെ പ്രത്യേകഘടനയെക്കുറിച്ചോ തല ച്ചോറിൽ ഫോസ്ഫറസ് ഉണ്ടായിരിക്കേണ്ടതിന്റെ ആവശ്യകതയെക്കു റിച്ചോ ആ ഒരൊറ്റ സംഗതി വച്ചുകൊണ്ടുമാത്രം ഒരു വിശദീകരണം നൽകാൻ കഴിയുമെന്ന് അവർ ശഠിക്കുകയില്ല. എന്നാൽ "ബലകൃത" ധാരണയെന്നു പറയുന്നത് ഇതല്ലാതെ മറ്റൊന്നുമല്ല. അത് എല്ലാ മാറ്റ ത്തേയും സ്ഥാനമാറ്റത്തിന്റെ അടിസ്ഥാനത്തിലും ഗുണപരമായ എല്ലാ വ്യത്യാസങ്ങളെയും പരിമാണാത്മകവ്യത്യാസങ്ങളുടെ അടിസ്ഥാനത്തി ലുമാണ് വിശദീകരിക്കുന്നത്. ഗുണവും അളവും തമ്മിലുള്ളത് പരസ്പ രബന്ധമാണെന്നും അളവ് ഗുണമായി മാറുന്നേടത്തോളംതന്നെ ഗുണം അളവായി മാറുന്നുണ്ടെന്നും പരസ്പരപ്രവർത്തനമാണ് വാസ്തവത്തിൽ ഇവിടെ നടക്കുന്നതെന്നുമുള്ള വസ്തുതയെ അത് അവഗണിക്കുന്നു. ഗുണത്തിലുള്ള എല്ലാ വ്യത്യാസങ്ങളെയും മാറ്റങ്ങളെയും അളവിലുള്ള വ്യത്യാസങ്ങളും മാറ്റങ്ങളുമായി, ബലകൃതവിസ്ഥാപനമായി, ചുരുക്കു കയാണെങ്കിൽ, എല്ലാ പദാർഥത്തിലും അടങ്ങിയിരിക്കുന്നത് അഭിന്നങ്ങ ളായ അതിസൂക്ഷ്മകണികകളാണെന്നും, പരിമാണാത്മകവ്യത്യാസങ്ങ ളാണ് - എണ്ണത്തിലുള്ള വ്യത്യാസങ്ങളും അണുക്കളായി ഏകോപിക്കുന്ന ആ അതിസൂക്ഷ്മകണികകളുടെ സ്ഥാനികസമൂഹനവും (spatial grouping) ആണ് - പദാർഥത്തിന്റെ രാസമൂലകങ്ങൾ തമ്മിലുള്ള ഗുണപര മായ എല്ലാ വ്യത്യാസങ്ങൾക്കും കാരണമെന്നുമുള്ള പ്രമേയത്തിലായി രിക്കും നാം അനിവാര്യമായും എത്തിച്ചേരുന്നത്. പക്ഷേ, നാം ഇനിയും അത്രത്തോളം എത്തിയിട്ടില്ല.

ഇപ്പോൾ ജർമൻ സർവകലാശാലകളിൽ പ്രചാരത്തിലുള്ളതുപോ ലുള്ള സർവസാധാരണവും പ്രാകൃതവുമായ തത്വശാസ്ത്രമൊഴിച്ച് മറ്റൊരു തത്വശാസ്ത്രവും അറിഞ്ഞുകൂടാത്തതുകൊണ്ടാണ് "ബല കൃതം" എന്നതുപോലുള്ള വാക്കുകൾ ഈ വിധത്തിൽ ഉപയോഗിക്കാൻ നമ്മുടെ ആധുനിക പ്രകൃതിശാസ്ത്രജ്ഞർ മടിക്കാത്തത്. അതുവഴി തങ്ങൾ അനിവാര്യമായും തലയിൽ വലിച്ചുവയ്ക്കുന്ന ഭവിഷ്യത്തുകളെ കണക്കിലെടുക്കുകയോ അതെപ്പറ്റി സംശയിക്കുകപോലുമോ അവർ ചെയ്യുന്നില്ല. പദാർഥത്തിന്റെ കേവലമായ ഗുണാത്മക അഭേദമെന്ന സിദ്ധാന്തത്തിന് അതിന്റേതായ അനുയായികളുണ്ട്. അനുഭവാധിഷ്ഠി തമായി അതിനെ നിഷേധിക്കാനും തെളിയിക്കാനും ഒരുപോലെ അസാധ്യ മാണ്. എന്നാൽ എല്ലാറ്റിനും ഒരു "ബലകൃത"വ്യാഖ്യാനം നൽകാൻ ആഗ്രഹിക്കുന്ന ഇക്കൂട്ടരോട് അവർ ഇങ്ങനെയൊരു ഭവിഷ്യത്തിന്റെ അനി വാര്യതയെക്കുറിച്ച് ബോധവാന്മാരാണോയെന്നും പദാർഥത്തിന്റെ അഭേദ ത്തെ അംഗീകരിക്കുന്നുണ്ടോയെന്നും ചോദിച്ചാൽ എന്തെല്ലാം തരം മറു പടികളായിരിക്കും നമ്മൾ കേൾക്കുന്നത്!

"ബലകൃതം" അഥവാ "യാന്ത്രികം" എന്ന വാക്ക് കൂട്ടിച്ചേർത്തു കൊണ്ട് ഭൗതികവാദത്തെ നിന്ദിക്കാൻ ആഗ്രഹിച്ച ഹെഗലിൽനിന്നാണ് "ഭൗതികവാദപര"മെന്നതിനെയും "ബലകൃതം" എന്നതിനെയും പരസ്

പരസമാനമാക്കാനുള്ള ഈ സംരംഭം വന്നിട്ടുള്ളത് എന്നതാണ് ഏറ്റവും കൗതുകകരമായിട്ടുള്ളത്. ഹെഗലിന്റെ വിമർശനത്തിനു വിധേയമായ ഭൗതികവാദം - പതിനെട്ടാം നൂറ്റാണ്ടിലെ ഫ്രഞ്ച് ഭൗതികവാദം - വാസ്തവത്തിൽ തികച്ചും യാന്ത്രികമായിരുന്നു. അതിന് തികച്ചും സ്വാഭാവികമായ ഒരു കാരണവുമുണ്ടായിരുന്നു. അക്കാലത്ത് ഭൗതികശാസ്ത്രവും രസതന്ത്രവും ജീവശാസ്ത്രവും അവയുടെ ശൈശവദശയിലായിരുന്നു. പ്രകൃതിയെസംബന്ധിച്ച ഒരു സാമാന്യവീക്ഷണത്തിനുള്ള അടിത്തറയായി വർത്തിക്കാൻ അവയ്ക്ക് കഴിഞ്ഞിരുന്നില്ല. അതുപോലെതന്നെ "cause efficientes" = “യാന്ത്രികമായി പ്രവർത്തിക്കുന്ന കാരണങ്ങൾ” എന്നും "cause finales" = “സോദ്ദേശകമായി പ്രവർത്തിക്കുന്ന കാരണങ്ങൾ” എന്നുമുള്ള ഹെഗലിന്റെ പരിഭാഷ ഹെക്കൽ സ്വീകരിക്കുന്നുണ്ട്. പക്ഷേ “യാന്ത്രികം” എന്നതിന് ഹെക്കൽ കൽപ്പിക്കുന്ന അർഥത്തിലല്ല, “ബന്ധമായി പ്രവർത്തിക്കുന്ന” “അബോധപൂർവം പ്രവർത്തിക്കുന്ന”, എന്ന അർഥത്തിലാണ് ഹെഗൽ ഇവിടെ “യാന്ത്രികം” എന്ന വാക്കുപയോഗിക്കുന്നത്. എന്നാൽ ഹെഗലിനെ സംബന്ധിച്ചുതന്നെ ഈ പ്രതിപക്ഷതയൊട്ടാകെ തീർത്തും ഉപേക്ഷിക്കപ്പെട്ടുകഴിഞ്ഞ ഒരു വീക്ഷണമാണ്. തന്റെ “തർക്കശാസ്ത്ര”ത്തിൽ കാര്യകാരണബന്ധത്തെപ്പറ്റി പ്രതിപാദിക്കുന്ന രണ്ടുഭാഗങ്ങളിലും അദ്ദേഹം അതേപ്പറ്റി മിണ്ടുന്നതുപോലുമില്ല. തന്റെ തത്വചരിത്രത്തിൽ ഒരു ചരിത്ര വസ്തുത എന്നനിലയ്ക്ക് അതു പ്രത്യക്ഷപ്പെടുന്ന ഇടങ്ങളിൽ മാത്രവും (അങ്ങനെ ഉപരിപ്ലവത്വംമൂലം സംഭവിച്ച ഹെക്കലിന്റെ വെറുമൊരു തെറ്റിദ്ധാരണയാണ് നാമിവിടെ കാണുന്നത്) പ്രയോജനവാദ (ടെലിയോളജി) ത്തെപ്പറ്റി പ്രതിപാദിക്കുന്നതിനിടയിൽ (*തർക്കശാസ്ത്രം*, III, രണ്ടാംഖണ്ഡം, അധ്യായം 3) വെറും ആനുഷംഗികമായി മാത്രവുമാണ് അദ്ദേഹം അതെപ്പറ്റി പരാമർശിക്കുന്നത്. യാന്ത്രികവാദവും പ്രയോജകവാദവും തമ്മിലുള്ള പ്രതിപക്ഷതയെപ്പറ്റി പഴയ അതിഭൗതികവാദം സങ്കൽപ്പിച്ചിരുന്നത് ഈ രൂപത്തിലാണെന്ന നിലയ്ക്കാണ് അത് പരാമർശിക്കപ്പെട്ടിരിക്കുന്നത്. ഇത്രയും ഒഴിച്ചുനിർത്തിയാൽ എത്രയോ മുമ്പ് ഉപേക്ഷിക്കപ്പെട്ട ഒരു വീക്ഷണമായിട്ടാണ് അദ്ദേഹം അതിനെ പരിഗണിക്കുന്നത്. അങ്ങനെ തന്റെ “യാന്ത്രിക” ധാരണയ്ക്ക് സ്ഥിരീകരണം കണ്ടെത്തിയതിലുള്ള ആഹ്ലാദത്തോടെ ഹെക്കൽ ഹെഗലിൽനിന്നു പകർത്തിയെടുത്തത് തെറ്റായിട്ടാണ്. ഒരു ജന്തുവിലോ സസ്യത്തിലോ ഒരു പ്രത്യേകമാറ്റമുണ്ടാകുന്നത് പ്രാകൃതികനിർധാരണത്തിലൂടെയാണെങ്കിൽ അത് "causa efficiens"-ന്റെ ഫലമാണെന്നും എന്നാൽ അതേ മാറ്റം തന്നെ കൃത്രിമനിർധാരണത്തിലൂടെയാണ് ഉണ്ടാകുന്നതെങ്കിൽ അത് "causa finalis"-ന്റെ ഫലമാണെന്നുമുള്ള സുന്ദരമായ നിഗമനത്തിലാണ് അതുവഴി അദ്ദേഹം എത്തിച്ചേരുന്നത്! പുതിയ പുതിയ ഇനങ്ങൾ വളർത്തിയെടുക്കുന്നയാൾ causa finalis ആണത്രെ! തീർച്ചയായും ഹെഗലിന്റെ പ്രതിഭാശക്തിയുള്ള ഒരു വൈരുധ്യവാദി causa efficiens-ന്റെയും causa finalis-ന്റെയും സങ്കുചിതമായ

പ്രതിപക്ഷതയുടെ വിഷമവൃത്തത്തിൽ കുടുങ്ങാനുള്ള യാതൊരു സാധ്യതയുമില്ലായിരുന്നു. ശാസ്ത്രത്തിന്റെ ഇന്നത്തെ വികാസഘട്ടത്തെ സംബന്ധിച്ച് പറയുകയാണെങ്കിൽ, ഈ പ്രതിപക്ഷതയെക്കുറിച്ചുള്ള വ്യർഥമായ ജൽപ്പനത്തിനാകെത്തന്നെ ഒരറുതി വന്നിരിക്കുന്നു. എന്തുകൊണ്ടെന്നാൽ, പദാർഥവും അതിന്റെ അസ്തിത്വരൂപമായ ചലനവും സൃഷ്ടിക്കാനാവാത്തതും അതുകൊണ്ട് അവ അവയുടെതന്നെ അന്തിമഹേതുവുമാണെന്ന് അനുഭവത്തിൽ നിന്നെന്നപോലെതന്നെ സിദ്ധാന്തത്തിൽനിന്നും നമുക്കറിയാം. പ്രപഞ്ചചലനത്തിന്റെ പരസ്പരപ്രവർത്തനത്തിന്റെ ചട്ടക്കൂടിനുള്ളിൽ ചില നിമിഷങ്ങളിലും ചില ഇടങ്ങളിലും ഒറ്റപ്പെട്ടുപോവുകയോ നമ്മുടെ മനസിനാൽ ഒറ്റപ്പെടുത്തപ്പെടുകയോ ചെയ്യുന്ന പ്രത്യേകം പ്രത്യേകം കാരണങ്ങളെ പ്രവർത്തകകാരണങ്ങളെന്നു നാമകരണം ചെയ്യുന്നതുകൊണ്ട് ആശയക്കുഴപ്പത്തിന്റെ അംശമൊഴിച്ച് പുതിയ നിർണയങ്ങൾ ഒന്നും തന്നെ കൂട്ടിച്ചേർക്കപ്പെടുന്നില്ല. പ്രവർത്തകമല്ലാത്ത ഒരു കാരണം കാരണമല്ല.

N.B.പദാർഥം പദാർഥമെന്ന നിലയ്ക്ക് ശുദ്ധമായ ഒരു ചിന്താസൃഷ്ടിയും അമൂർത്തസങ്കൽപ്പവുമാണ്. പഞ്ചഭൂതാത്മകമായി നിലനിൽക്കുന്ന വസ്തുക്കളെന്ന നിലയ്ക്ക് പദാർഥമെന്ന ധാരണയിൻകീഴിൽ ഒന്നിച്ചുകൂട്ടുമ്പോൾ നാം വസ്തുക്കൾതമ്മിലുള്ള ഗുണപരമായ വ്യത്യാസങ്ങൾ കണക്കിലെടുക്കുന്നില്ല. അതുകൊണ്ട് നിശ്ചിതമായ നിലനിൽപ്പുള്ള പദാർഥാംശങ്ങളിൽനിന്ന് വ്യത്യസ്തമായി പദാർഥം പദാർഥമെന്ന നിലയ്ക്ക് ഇന്ദ്രിയഗതമായി നിലനിൽക്കുന്നില്ല. പദാർഥമെന്ന നിലയ്ക്ക് നിലനിൽക്കുന്ന ഒരു ഏകസമാനപദാർഥം കണ്ടെത്തുകയും ഗുണപരമായ വ്യത്യാസങ്ങളെ അഭിന്നങ്ങളായ അതിസൂക്ഷ്മകണങ്ങളുടെ സംയോജനത്തിലുള്ള വെറും പരിമാണാത്മകവ്യത്യാസങ്ങളായി ചുരുക്കുകയും ചെയ്യുകയെന്ന ലക്ഷ്യം പ്രകൃതിശാസ്ത്രം മുന്നോട്ടുവയ്ക്കുമ്പോൾ, ചെറിക്കും പയറിനും ആപ്പിളിനും പകരം പഴമെന്ന നിലയ്ക്കുള്ള പഴത്തെയും[189] പൂച്ചയ്ക്കും പട്ടിക്കും ആടിനും മറ്റും പകരം സസ്തനജീവിയെന്ന നിലയ്ക്കുള്ള സസ്തനജീവിയെയും വാതകമെന്ന നിലയ്ക്കുള്ള വാതകത്തെയും ലോഹമെന്ന നിലയ്ക്കുള്ള ലോഹത്തെയും ശിലയെന്ന നിലയ്ക്കുള്ള ശിലയെയും രാസയൗഗികമെന്ന നിലയ്ക്കുള്ള രാസയൗഗികത്തെയും ചലനമെന്ന നിലയ്ക്കുള്ള ചലനത്തെയും കാണണമെന്ന് ആവശ്യപ്പെടുന്നതിന് തുല്യമാണത്. അത്തരത്തിലുള്ള ഒരു ആദിമസസ്തനജീവി, ഹെക്കലിന്റെ പൂർവസസ്തനജീവി ("Promammale"), ഡാർവിന്റെ സിദ്ധാന്തപ്രകാരം ഉണ്ടായിരുന്നിരിക്കേണ്ടതാണ്. പക്ഷേ, വരാനിരിക്കുന്നതും നിലവിലുള്ളതുമായ എല്ലാ സസ്തനജീവികളും ബീജരൂപത്തിൽ ആ പൂർവസസ്തനജീവിയിൽ അടങ്ങിയിരുന്നെങ്കിൽ യഥാർഥത്തിൽ അത് ഇന്നത്തെ എല്ലാ സസ്തനജീവികളെക്കാളും താണ പടിയിൽനിന്നിരുന്നതും പ്രാകൃതവും അക്കാരണത്താൽ അവയെക്കാളെല്ലാം പരിവർത്തനാത്മകവുമായിരുന്നുവെന്ന് ആ

സിദ്ധാന്തത്തിന് അതേ സമയംതന്നെ സമ്മതിക്കേണ്ടിവരുന്നുണ്ട്. ഹെഗൽ തെളിയിച്ചുകഴിഞ്ഞിട്ടുള്ളതുപോലെ (*എൻസൈക്ലോപ്പീഡിയ*, I, പേജ് 199), ഈ വീക്ഷണം – പദാർഥത്തിന് പരിമാണാത്മകമായ നിർണയം മാത്രമേയുള്ളുവെന്നും ഗുണപരമായി അത് അനാദികാലംതൊട്ടേ അഭിന്നമാണെന്നും കരുതുന്ന ഈ "ഏകപക്ഷീയമായ ഗണിതാത്മക വീക്ഷണം" – പതിനെട്ടാം നൂറ്റാണ്ടിലെ ഫ്രഞ്ച് ഭൗതികവാദത്തിന്റെ "വീക്ഷണമല്ലാതെ മറ്റൊന്നുമല്ല."[190] എണ്ണത്തെ, പരിമാണാത്മകനിർണയത്തെ, വസ്തുക്കളുടെ സാരാംശമായി കരുതിയിരുന്ന പൈഥഗോറസിലേക്കുള്ള ഒരു തിരിച്ചുപോക്കുപോലുമാണ് അത്.

ഒന്നാമത്, കെക്കുലേ.[191] പിന്നീട്: ഇപ്പോൾ കൂടുതൽ കൂടുതൽ ആവശ്യമായിവരുന്ന പ്രകൃതിശാസ്ത്രത്തിന്റെ വർഗീകരണം പ്രതിഭാസങ്ങളുടെതന്നെ പരസ്പരസംബന്ധങ്ങളിലല്ലാതെ മറ്റൊരു വഴിക്കും കണ്ടെത്താൻ സാധ്യമല്ല. ഉദാഹരണത്തിന് ഏത് ഖഗോളത്തിലും ചെറിയ പിണ്ഡങ്ങളുടെ ബലകൃതചലനം പര്യവസാനിക്കുന്നത് രണ്ടു വസ്തുക്കളുടെ സമ്പർക്കത്തിലാണ്. ആ സമ്പർക്കത്തിന് തീവ്രതയിൽ മാത്രം വ്യത്യാസമുള്ള രണ്ട് രൂപങ്ങളുണ്ട് – ഘർഷണവും സംഘട്ടനവും. അതുകൊണ്ട് നാം ആദ്യം ഘർഷണത്തിന്റെയും സംഘട്ടനത്തിന്റെയും ബലകൃതഫലത്തെപ്പറ്റി പഠിക്കുന്നു. പക്ഷേ സംഗതി അവിടംകൊണ്ടു തീരുന്നില്ലെന്നു നാം മനസിലാക്കുന്നു: ഘർഷണം ചൂടും വെളിച്ചവും വിദ്യുച്ഛക്തിയും ഉളവാക്കുന്നു. സംഘട്ടനം ചൂടും വെളിച്ചവും അതിനുപുറമെ ഒരുപക്ഷേ വിദ്യുച്ഛക്തിയും ഉളവാക്കുന്നു. അങ്ങനെ പിണ്ഡങ്ങളുടെ ചലനം തന്മാത്രീയചലനമായി മാറുന്നതാണ് നാം കാണുന്നത്. തന്മാത്രീയചലനത്തിന്റെ ഭൗതികശാസ്ത്രത്തിന്റെ, മണ്ഡലത്തിലേക്ക് കടന്നുകൊണ്ട് നാം അന്വേഷണം തുടരുന്നു. പക്ഷേ ഇവിടെയും തന്മാത്രീയചലനം നമ്മുടെ അന്വേഷണത്തിന്റെ പരിസമാപ്തിയെ കുറിക്കുന്നില്ലെന്നു നാം കാണുന്നു. വിദ്യുച്ഛക്തി രാസരൂപാന്തരണത്തിലേക്ക് കടക്കുകയും അതിൽനിന്ന് ഉളവാകുകയും ചെയ്യുന്നു. ചൂടിന്റെയും വെളിച്ചത്തിന്റെയും കാര്യവും ഇതുതന്നെ. തന്മാത്രീയചലനം അണുക്കളുടെ ചലനമായി രൂപാന്തരപ്പെടുന്നു – രസതന്ത്രം. രാസപ്രക്രിയകളെക്കുറിച്ചുള്ള പഠനത്തിന്റെ മുമ്പിൽ ജൈവപ്രപഞ്ചം ഒരു ഗവേഷണരംഗമെന്ന നിലയ്ക്ക് പ്രത്യക്ഷപ്പെടുന്നു. അതിൽ രാസപ്രക്രിയകൾ നടക്കുന്നത് അജൈവപ്രപഞ്ചത്തിലെ അതേ നിയമങ്ങളനുസരിച്ചാണെങ്കിലും വ്യത്യസ്തസാഹചര്യങ്ങളിലാണ്. അജൈവപ്രപഞ്ചത്തിലെ രാസപ്രക്രിയകളെ വിശദീകരിക്കാൻ രസതന്ത്രം മതി. നേരെമറിച്ച് ജൈവപ്രപഞ്ചത്തിലാവട്ടെ, രസതന്ത്രപരമായ എല്ലാ അന്വേഷണങ്ങളും അവസാനവിശകലനത്തിൽ നമ്മെ കൊണ്ടെത്തിക്കുന്നത് പ്രോട്ടീൻ എന്ന വസ്തുവിലാണ്. സാധാരണ രാസപ്രക്രിയകളുടെ ഫലമായിട്ട് ഉളവാകുന്ന ഒന്നാണ് ഇതെങ്കിലും സ്വയം നടക്കുന്ന സ്ഥായിയായ ഒരു രാസപ്രക്രിയയാണിത് എന്നതാണ് മറ്റെല്ലാ വസ്തുക്കളിൽനിന്നും ഇതിനുള്ള വ്യത്യാസം. ഈ പ്രോട്ടീനിനെ

അത് പ്രത്യക്ഷമായും ഉളവായ നിശ്ചിതരൂപത്തിൽ, പ്രോട്ടോപ്ലാസമെന്നു പറയുന്ന രൂപത്തിൽ – പ്രോട്ടീന്റെ മറ്റെല്ലാ രൂപങ്ങളും അന്തർലീനമായിട്ടുള്ളത് ഏത് നിശ്ചിതരൂപത്തിലാണോ അഥവാ നിശ്ചിതമല്ലാത്ത രൂപത്തിലാണോ ആ രൂപത്തിൽ (പ്രോട്ടോപ്ലാസത്തിന്റെ ഒരൊറ്റ രൂപം മാത്രമേയുള്ളുവെന്നു സങ്കൽപ്പിക്കേണ്ട ആവശ്യമില്ലെങ്കിലും) – തയാറാക്കാൻ രസതന്ത്രത്തിന് കഴിഞ്ഞാൽ, വൈരുധ്യാത്മകമായ പരിവർത്തനം യഥാർഥത്തിൽ, അതായത് പരിപൂർണമായി, തെളിയിക്കപ്പെടുന്നതാണ്. അതുവരെ അത് ചിന്തയുടെ അഥവാ പരികൽപ്പനയുടെ മണ്ഡലത്തിൽത്തന്നെ തുടരുന്നതാണ്. രസതന്ത്രം പ്രോട്ടീൻ ഉൽപ്പാദിപ്പിക്കുമ്പോൾ, മുകളിൽ ബലകൃതപ്രക്രിയയുടെ കാര്യത്തിൽ നാം കണ്ടതുപോലെ രാസപ്രക്രിയ അതിന്റെ നൈസർഗികപരിധിക്ക് അപ്പുറം കടക്കും. അതായത് അത് കുറെക്കൂടി സാരസമ്പുഷ്ടമായ ഒരു മണ്ഡലത്തിലേക്ക്, ഓർഗാനിക് ജീവിതത്തിന്റെ മണ്ഡലത്തിലേക്ക്, പ്രവേശിക്കും. ശരീരക്രിയാശാസ്ത്രം ജീവനുള്ള ശരീരത്തിന്റെ ഭൗതികവും വിശേഷിച്ച് രസതന്ത്രവുമാണെന്നതിന് സംശയമില്ല. പക്ഷേ അതോടുകൂടി അത് പ്രത്യേകിച്ച് രസതന്ത്രമാണെന്ന നില കൈവിടുന്നു. ഒരുവശത്ത് അതിന്റെ പ്രവർത്തനമണ്ഡലം ചുരുങ്ങുന്നു. എന്നാൽ മറുവശത്ത് ആ മണ്ഡലത്തിനുള്ളിൽ അത് കൂടുതലുയർന്ന പടിയിലേക്ക് കയറുന്നു.

ഗണിതശാസ്ത്രം

ഗണിതശാസ്ത്രത്തിലെ ആക്സിയങ്ങൾ (സ്വയംപ്രമാണങ്ങൾ) എന്നു പറയുന്നവ പ്രാരംഭബിന്ദുവെന്ന നിലയ്ക്ക് ഗണിതശാസ്ത്രത്തിന് ആവശ്യമായ ഏതാനും ചിന്താനിർണയങ്ങളാണ്. രാശികളുടെ ശാസ്ത്രമാണ് ഗണിതം. രാശിയെന്ന സങ്കൽപ്പമാണ് അതിന്റെ പ്രാരംഭബിന്ദു. അത് രാശിയെക്കുറിച്ച് അപര്യാപ്തമായ ഒരു നിർവചനം നൽകുന്നു. എന്നിട്ട് ആ നിർവചനത്തിലടങ്ങാത്ത, രാശിയുടെ മറ്റു പ്രാഥമിക നിർണയങ്ങളെ ആക്സിയങ്ങളെന്ന നിലയ്ക്ക് പുറമെനിന്ന് കൂട്ടിച്ചേർക്കുന്നു. അങ്ങനെ അവ തെളിയിക്കപ്പെടാത്തവയായും സ്വഭാവികമായും ഗണിതശാസ്ത്രപരമായി തെളിയിക്കാൻ സാധ്യമല്ലാത്തവയായും പ്രത്യക്ഷപ്പെടുന്നു. ആക്സിയങ്ങളുടെ രൂപത്തിലുള്ള ഈ നിർണയങ്ങളെല്ലാം രാശിയുടെ അവശ്യമായ നിർണയങ്ങളാണെന്ന് രാശിയുടെ അപഗ്രഥനത്തിൽ നിന്ന് വ്യക്തമാവുന്നതാണ്. ഈ ആക്സിയങ്ങളുടെ സ്വയംസിദ്ധസ്വഭാവമായി നമുക്കു തോന്നുന്നത് നമുക്ക് പരമ്പരയായി സിദ്ധിച്ചിട്ടുള്ളതാണെന്ന കാര്യത്തിൽ സ്പെൻസർ പറഞ്ഞത് ശരിയാണ്. ശുദ്ധപുനരുക്തി അല്ലാത്തിടത്തോളം അവയെ വൈരുധ്യാത്മകമായി തെളിയിക്കാൻ കഴിയും.

ഗണിതശാസ്ത്രം: എല്ലാ ഗണിതശാസ്ത്രത്തിന്റേയും മൗലികാംശങ്ങളായ നാല് അങ്കഗണിത സംക്രിയകൾ (arithmetical operations) തമ്മിലുള്ള വ്യത്യാസത്തെക്കാൾ ദൃഢാധിഷ്ഠിതമായി മറ്റൊന്നുംതന്നെയില്ലെന്നാണ് നമുക്ക് തോന്നുന്നത്. എന്നാൽ ഗുണനം അതേ സംഖ്യകളുടെ നിശ്ചിതപരിമാണത്തിന്റെ സംക്ഷിപ്ത സങ്കലനവും ഹരണം അവയുടെ സംക്ഷിപ്ത വ്യവകലനവുമാണെന്ന് തുടക്കത്തിൽത്തന്നെ കാണാം. ഒരു ദൃഷ്ടാന്തത്തിൽ – അതായത്, ഹാരകം ഒരു ഭിന്നസംഖ്യയായിരിക്കുമ്പോൾ – വ്യുൽക്രമിതഭിന്നസംഖ്യകൊണ്ട് ഗുണിച്ചിട്ടാണ്

ഹരണം നടത്തുന്നത്. ബീജഗണിതത്തിലാവട്ടെ, സംഗതി ഇതിലും വളരെയേറെ മുന്നോട്ടുപോകുന്നുണ്ട്. ഓരോ വ്യവകലനത്തെയും (a-b) സങ്കലനമായും (-b+a) ഓരോ ഹരണത്തെയും $\frac{a}{b}$ ഗുണനമായും (a x $\frac{1}{b}$) ചിത്രീകരിക്കാൻ കഴിയും. രാശികളുടെഘാതങ്ങൾ വച്ചുകൊണ്ടുള്ള കണക്കുകൂട്ടലുകളിൽ ഇതിലും എത്രയോ അപ്പുറത്താണ് നാം എത്തുന്നത്. ഗണിതശാസ്ത്രപരികലനങ്ങൾ തമ്മിലുള്ള അയവില്ലാത്ത എല്ലാ വ്യത്യാസങ്ങളും അപ്രത്യക്ഷമാകുന്നു. എന്തിനേയും അതിന്റെ വിപരീതരൂപത്തിൽ ചിത്രീകരിക്കാൻ കഴിയുന്നു. ഘാതത്തെ മൂലമായും ($\sqrt{x^2} = x^4$) മൂലത്തെ ഘാതമായും ($\sqrt{x} = x^{\frac{1}{2}}$) പ്രകാശിപ്പിക്കാം. ഘാതം കൊണ്ടോ മൂലംകൊണ്ടോ ഹരിക്കപ്പെടുന്ന ഏകത്തെ ഹാരകത്തിന്റെ ഘാതമായി പ്രകാശിപ്പിക്കാം ($1/\sqrt{x^3} = x^{-\frac{1}{2}}; 1/x^3 = x^{-3}$). ഒരു രാശിയുടെ ഘാതങ്ങളുടെ ഗുണനമോ ഹരണമോ അവയുടെ ഘാതാങ്കങ്ങളുടെ സങ്കലനമോ വ്യവകലനമോ ആയി മാറുന്നു. ഏതൊരു സംഖ്യയേയും മറ്റേതു സംഖ്യയുടേയും ഘാതമായി സങ്കൽപ്പിക്കാനും പ്രകാശിപ്പിക്കാനും കഴിയും (ലോഗരിതങ്ങൾ, $y = a^x$). വിപരീതരൂപത്തിലേക്കുള്ള ഒരു രൂപത്തിന്റെ ഈ അന്തരണം വെറും നിസ്സാരകാര്യമല്ല. ഗണിതശാസ്ത്രത്തിന്റെ ഏറ്റവും സുശക്തമായ ഉത്തോലകങ്ങളിലൊന്നാണ് അത്. കൂടുതൽ വിഷമകരങ്ങളായ യാതൊരു കണക്കുകൂട്ടലുകളും ഇന്ന് അതുകൂടാതെ സാധ്യമല്ലെന്നു പറയാം. ഗണിതശാസ്ത്രത്തിൽനിന്ന് ഋണഘാതങ്ങളെയും ഭിന്നിതഘാതങ്ങളെയും എടുത്തുകളഞ്ഞാൽ നമുക്ക് മുമ്പോട്ട് എത്രത്തോളം പോകാൻ കഴിയും?

($- \cdot - = +, -/- = +, \sqrt{-1}$ തുടങ്ങിയവയെ നേരത്തെ പരിശോധിക്കേണ്ടതാണ്).

ഗണിതശാസ്ത്രത്തിലുള്ള ഒരു വഴിത്തിരിവായിരുന്നു ദെക്കാർത്തിന്റെ ചരരാശി (variable magnitude). അതിന്റെ ഫലമായി ഗണിതശാസ്ത്രത്തിലേക്ക് ചലനവും അങ്ങനെ വൈരുധ്യവാദവും കടന്നുവന്നു. കൂടാതെ അപ്പോൾത്തന്നെ അവശ്യമായും അവകലനവും (differential calculus) സമാകലനവും (integral calculus) ജന്മമെടുത്തു. അവ ഉടനടി രംഗത്തുവരികയും ചെയ്തു. ആകെക്കൂടിയെടുത്താൽ ന്യൂട്ടണും ലൈബ്നിത്സും അവ കണ്ടുപിടിക്കുകയല്ല, പൂർത്തിയാക്കുകയാണ് ചെയ്തത്.

അളവും ഗുണവും: നമുക്കറിയാവുന്നതിൽവച്ച് ഏറ്റവും പരിശുദ്ധമായ പരിമാണാത്മകനിർണയമാണ് സംഖ്യ. പക്ഷേ ഗുണപരമായ വ്യത്യാസങ്ങൾകൊണ്ട് നിബിഡമാണ് അത്. 1. ഹെഗൽ, സംഖ്യയും ഏകവും, ഗുണനം, ഹരണം, ഘാതത്തിലാക്കൽ, മൂലകങ്ങൾ കണ്ടുപിടിക്കൽ. അങ്ങനെ ഇതുവഴി ഗുണപരമായ വ്യത്യാസങ്ങൾ രംഗത്തുവരുന്നു (ഹെഗൽ ചൂണ്ടിക്കാണിക്കാത്ത കാര്യമാണിത്): അവിഭാജ്യസംഖ്യകളും ഗുണനഫലങ്ങളും, ലളിതമൂലങ്ങളും ഘാതങ്ങളും. 16 എന്നു പറയുന്നത് 16 ഒന്നുകളുടെ തുക മാത്രമല്ല, അത് 4-ന്റെ വർഗവും 2-ന്റെ

നാലാം ഘാതവും കൂടിയാണ്. മാത്രമല്ല, അവിഭാജ്യസംഖ്യകൾ, മറ്റു സംഖ്യകളുമായുള്ള ഗുണനം വഴി അവയിൽനിന്നു ലഭിക്കുന്ന സംഖ്യകൾക്ക് തികച്ചും നിശ്ചിതങ്ങളായ പുതിയ ഗുണങ്ങൾ പകരുന്നു: ഇരട്ട സംഖ്യകളെ മാത്രമേ 2 കൊണ്ട് ഹരിക്കാൻ കഴിയൂ. 4–നെയും 8–നെയും സംബന്ധിച്ചും ഇതുപോലുള്ള നിർണയമുണ്ട്. 3കൊണ്ട് ഹരിക്കാൻ അക്കങ്ങൾ കൂട്ടിനോക്കുകയെന്ന നിയമമുണ്ട്. അതുതന്നെ 9–നും 6–നും ബാധകമാണ്. 6–ന്റെ കാര്യത്തിൽ സംഖ്യ ഇരട്ടയായിരിക്കണമെന്ന ഒരു നിബന്ധനകൂടിയുണ്ട്. 7–ന് ഒരു പ്രത്യേകനിയമമുണ്ട്. ഇതെപ്പറ്റിയൊന്നും പിടിയില്ലാത്തവർക്ക് ദുർഗ്രഹങ്ങളായിത്തോന്നുന്ന, സംഖ്യകൾകൊണ്ടുള്ള ചെപ്പടിവിദ്യകൾക്കെല്ലാം അടിസ്ഥാനം ഇവയാണ്. അതുകൊണ്ട് അങ്കഗണിതത്തിൽ ചിന്തയ്ക്കു സ്ഥാനമില്ലെന്ന് ഹെഗൽ പറഞ്ഞിട്ടുള്ളത് (*പരിമാണം*, പേജ് 237) ശരിയല്ല. പക്ഷേ "മാപനത്തെ" താരതമ്യപ്പെടുത്തി നോക്കുക.[192]

അനന്തബൃഹത്തെന്നും അനന്തസൂക്ഷ്മമെന്നും പറയുമ്പോൾ ഗണിതശാസ്ത്രം ഗുണപരമായ ഒരു വ്യത്യാസമാണ് അവതരിപ്പിക്കുന്നത്. നികത്താനാവാത്ത ഗുണപരമായ വൈപരീത്യത്തിന്റെ രൂപം പോലും ആർജിക്കുന്ന ഒരു വ്യത്യാസമാണത്. ഈ പരിമാണങ്ങൾ തമ്മിലുള്ള അന്തരം അതിഭീമമായതുകൊണ്ട് അവ തമ്മിൽ സയുക്തികമായ എല്ലാ ബന്ധവും എല്ലാ താരതമ്യവും അവസാനിക്കുന്നു. അവ പരിമാണാത്മകമായി അസമ്മേയം (incommensurable) ആയിത്തീരുന്നു. സാധാരണഗതിയിലുള്ള അസമ്മേയതയും, ഉദാഹരണത്തിന് വൃത്തത്തിന്റെയും ഋജുരേഖയുടെയും അസമ്മേയത, ഒരു വൈരുധ്യാത്മകമായ ഗുണാത്മകവ്യത്യാസമാണ്. പക്ഷേ ഇവിടെ* ഒരേതരം രാശികളുടെ അളവിലുള്ള വ്യത്യാസമാണ് ഗുണപരമായ വ്യത്യാസത്തെ അസമ്മേയതയോളം വർധിപ്പിക്കുന്നത്.

സംഖ്യ. ഒരു പ്രത്യേകസംഖ്യക്ക് സംഖ്യാവ്യവസ്ഥയിൽനിന്നുതന്നെ നിശ്ചിതഗുണം ലഭിക്കുന്നുണ്ട്. ഗുണമെന്താണെന്നത് വ്യവസ്ഥയെ ആശ്രയിച്ചിരിക്കുന്നു. 1 (ഒന്ന്) ഒമ്പതു തവണ കൂടുമ്പോൾ കിട്ടുന്നതു മാത്രമല്ല 9. അത് 90, 99, 900, 000 തുടങ്ങിയവയുടെ അടിസ്ഥാനം കൂടിയാണ്. എല്ലാ സംഖ്യാത്മകനിയമങ്ങളും വ്യവസ്ഥയെ ആശ്രയിച്ചിരിക്കുന്നു, അതിനാൽ നിർണയിക്കപ്പെടുന്നു. ദ്വയകീയ (dyadic) വ്യവസ്ഥയിലും തൃകീയ (triadic) വ്യവസ്ഥയിലും 2 x 2 = 4 അല്ല, പിന്നെയോ = 100, അല്ലെങ്കിൽ =11 ആണ്. ഒറ്റസംഖ്യ മൂലസംഖ്യയായിട്ടുള്ള എല്ലാ വ്യവസ്ഥകളിലും ഒറ്റസംഖ്യയും ഇരട്ടസംഖ്യയും തമ്മിലുള്ള വ്യത്യാസം അപ്രത്യക്ഷമാകുന്നു. ഉദാഹരണത്തിന് 5 മൂലസംഖ്യയായിട്ടുള്ള വ്യവസ്ഥയിൽ 5 = 10, 10 = 20, 15 = 30. അതുപോലെ തന്നെ 3–ഉം 9–ഉം കൊണ്ടു ഹരിക്കാൻ പറ്റുന്നതാണോ എന്നറിയാൻ അക്കങ്ങൾ കൂട്ടിനോക്കുകയെന്ന നിയമത്തിനും ഈ വ്യവസ്ഥയിൽ സാധുതയില്ല (6 =

* അതായത് അനന്ത ഗണിതത്തിൽ.

11, 9 = 14). അതുകൊണ്ട് മൂലസംഖ്യ സ്വന്തം ഗുണത്തെ മാത്രമല്ല മറ്റെല്ലാ സംഖ്യകളുടെയും ഗുണത്തെക്കൂടി നിർണയിക്കുന്നുണ്ട്.

സംഖ്യകളുടെ ഘാതമെടുത്താൽ സംഗതി അവിടെയും നിൽക്കുന്നില്ല. ഏതൊരു സംഖ്യയെയും മറ്റേതു സംഖ്യയുടെയും ഘാതമായി സങ്കൽപ്പിക്കാൻ കഴിയും – പൂർണസംഖ്യകളും ഭിന്നസംഖ്യകളും എത്രയുണ്ടോ അത്രതന്നെ ലോഗരിതവ്യവസ്ഥകളുമുണ്ട്.

ഒന്ന്. പരിമാണാത്മകമായ ഏകത്തെക്കാൾ ലളിതമായി മറ്റൊന്നുമില്ലെന്നാണ് കാഴ്ചയിൽ തോന്നുക. എന്നാൽ സംഗതമായ ബഹുത്വത്തോടനുബന്ധിച്ചും ആ ബഹുത്വത്തിൽനിന്നുള്ള അതിന്റെ ഉത്ഭവത്തിന്റെ വിവിധരീതികളുടെ വീക്ഷണത്തിൽനിന്നും നാം അതിനെ പരിശോധിക്കുന്ന മാത്രയിൽ അത് മറ്റെന്തിനെക്കാളുമധികം വൈവിധ്യപൂർണമാണെന്നു തെളിയുന്നു. ഒന്നാമത്, ധനസംഖ്യകളുടെയും ഋണസംഖ്യകളുടെയും വ്യവസ്ഥയുടെയൊട്ടാകെത്തന്നെ മൂലസംഖ്യയാണ് ഒന്ന്. ഒന്നിനെ അതിനോടുതന്നെ തുടർച്ചയായി കൂട്ടുമ്പോൾ കിട്ടുന്നതാണ് മറ്റെല്ലാ സംഖ്യകളും. ഒന്നിന്റെ എല്ലാ ധനഘാതങ്ങളുടെയും ഋണഘാതങ്ങളുടെയും ഭിന്നിതഘാതങ്ങളുടെയും അഭിവ്യഞ്ജനമാണ് ഒന്ന്. 1^2–ഉം, $\sqrt{1}$ ഉം 1^{-2}ഉം എല്ലാം 1–ന് സമമാണ്. ഹാര്യവും ഹാരകവും തുല്യമായിട്ടുള്ള എല്ലാ ഭിന്നസംഖ്യകളെയും അതു വിവക്ഷിക്കുന്നു. അത് ഏതു സംഖ്യയുടെയും പൂജ്യഘാതത്തെ അഭിവ്യഞ്ജിപ്പിക്കുന്നു. അതുകാരണം എല്ലാ വ്യവസ്ഥകളിലും 0 എന്ന ഒരേ ലോഗരിതമുള്ള ഒരേയൊരു സംഖ്യയാണത്. അങ്ങനെ, സാധ്യമായിട്ടുള്ള എല്ലാ ലോഗരിത വ്യവസ്ഥകളേയും രണ്ടു ഭാഗങ്ങളായി തിരിക്കുന്ന അതിർത്തിരേഖയാണ് ഒന്ന്: ആധാരം ഒന്നിൽ കൂടുതലാണെങ്കിൽ ഒന്നിൽ കവിഞ്ഞ എല്ലാ സംഖ്യകളുടെയും ലോഗരിതങ്ങൾ ധനാത്മകവും ഒന്നിൽ കുറഞ്ഞ എല്ലാ സംഖ്യകളുടെയും ലോഗരിതങ്ങൾ ഋണാത്മകവുമാണ്. ആധാരം ഒന്നിൽ കുറവാണെങ്കിൽ ഇതു നേരെ തിരിച്ചാകും.

അതുകൊണ്ട്, പരസ്പരം കൂട്ടിച്ചേർക്കപ്പെട്ട ഒന്നുകളിൽ രൂപം കൊണ്ടിട്ടുള്ളതാണെന്ന അർഥത്തിൽ ഏതൊരു സംഖ്യയിലും ഒന്ന് അടങ്ങിയിട്ടുണ്ടെങ്കിൽ, അതുപോലെതന്നെ ഒന്നിൽ മറ്റെല്ലാ സംഖ്യകളും അടങ്ങിയിട്ടുമുണ്ട്. ഒന്നുകളെക്കൊണ്ടു മാത്രം ഏതു സംഖ്യയുമുണ്ടാക്കാമെന്ന നിലയ്ക്ക് ഒരു സാധ്യത മാത്രമല്ല ഇത്, മറ്റേതൊരു സംഖ്യയുടേയും ഒരു നിശ്ചിതഘാതമാണ് ഒന്ന് എന്ന നിലയ്ക്ക് ഒരു യാഥാർഥ്യം കൂടിയാണ് ഇത്. പക്ഷേ സൗകര്യം കിട്ടുമ്പോഴെല്ലാം യാതൊരു കൂസലും കൂടാതെ തങ്ങളുടെ കണക്കുകൂട്ടലുകളിൽ $X^0 = 1$ എന്നോ അല്ലെങ്കിൽ ഹാര്യവും ഹാരകവും തുല്യമായിട്ടുള്ളതും അങ്ങനെ 1–നെ കുറിക്കുന്നതുമായ ഒരു ഭിന്നസംഖ്യയോ എഴുതിച്ചേർക്കുകയും ഏകത്തിലടങ്ങിയിട്ടുള്ള ബഹുത്വത്തെ ഗണിതശാസ്ത്രപരമായി അതുവഴി പ്രയോഗിക്കുകയും ചെയ്യുന്ന അതേ ഗണിതശാസ്ത്രജ്ഞർതന്നെ, അഭേദ്യങ്ങളും പരസ്പരപ്രവേശകങ്ങളുമായ സങ്കൽപ്പങ്ങളാണ് ഏകവും ബഹുത്വവു

മെന്നും ബഹുത്വത്തിൽ ഏകം അടങ്ങിയിട്ടുള്ളിടത്തോളംതന്നെ ഏകത്തിൽ ബഹുത്വവും അടങ്ങിയിട്ടുണ്ടെന്നും കേട്ടാൽ നെറ്റിചുളിക്കുകയും മുഖം കോട്ടുകയും ചെയ്യും. ഇത് എത്രമാത്രം ശരിയാണെന്ന് ശുദ്ധസംഖ്യകളുടെ മണ്ഡലം വിടുന്ന നിമിഷംതന്നെ നമുക്കു കാണാൻ കഴിയും. രേഖകളും വിസ്തീർണങ്ങളും വ്യാപ്തങ്ങളും അളക്കുമ്പോൾ അതാതു ഗണത്തിൽപ്പെട്ട ഇഷ്ടമുള്ള ഏതുരാശിയെ വേണമെങ്കിലും ഏകകമായിട്ടെടുക്കാമെന്നു വ്യക്തമാണ്. സമയം, ഭാരം, ചലനം തുടങ്ങിയവയുടെയെല്ലാം മാപനത്തിന് ബാധകമാണ് ഇത്, കോശങ്ങൾ അളക്കാൻ മില്ലിമീറ്ററും മില്ലിഗ്രാമുംപോലും ക്രമാധികം വലുതാണ്. നക്ഷത്രങ്ങളുടെ ദൂരങ്ങളും പ്രകാശപ്രവേഗവും അളക്കാനാവട്ടെ, കിലോമീറ്റർപോലും അസുഖകരമാംവണ്ണം ചെറുതാണ്. ഗ്രഹീയപിണ്ഡങ്ങളെയും വിശേഷിച്ച് സൗരപിണ്ഡങ്ങളെയും അളക്കാൻ കിലോഗ്രാം ഉപയോഗിക്കുമ്പോഴും ഇതുതന്നെയാണ് സ്ഥിതി. ഒറ്റനോട്ടത്തിൽ എത്രയും ലളിതമായിത്തോന്നുന്ന ഏകത്വമെന്ന സങ്കൽപ്പത്തിൽ എത്രമാത്രം വൈവിധ്യവും ബാഹുല്യവുമാണ് അടങ്ങിയിട്ടുള്ളതെന്ന് ഇതിൽനിന്നു വ്യക്തമാണ്.

ഏതെങ്കിലുമൊരു നിശ്ചിതപരിമാണത്തിന്റെ നിഷേധമാണ് പൂജ്യം എന്നതുകൊണ്ട് അതിൽ യാതൊന്നും അടങ്ങിയിട്ടില്ലെന്ന് അർഥമില്ല. നേരെമറിച്ച് പൂജ്യത്തിന് വളരെ നിശ്ചിതമായ ഒരു ഉള്ളടക്കമുണ്ട്. ധനാത്മകവും ഋണാത്മകവുമായ എല്ലാ രാശികൾക്കും നടുവിലുള്ള അതിർത്തി രേഖയെന്ന നിലയ്ക്ക്, ധനാത്മകമോ ഋണാത്മകമോ ആവാൻ നിവൃത്തിയില്ലാത്ത യഥാർഥത്തിൽ നിഷ്പക്ഷമായ ഒരേയൊരു സംഖ്യയെന്ന നിലയ്ക്ക്, അത് വളരെ നിശ്ചിതമായ സംഖ്യയാണെന്നും മാത്രമല്ല, അതിനാൽ പരിബദ്ധമാക്കപ്പെട്ട മറ്റെല്ലാ സംഖ്യകളെക്കാളും പ്രധാനമാണുതാനും. വാസ്തവത്തിൽ ഉള്ളടക്കത്തെ സംബന്ധിച്ചിടത്തോളം മറ്റേതൊരു സംഖ്യയെക്കാളും സമ്പുഷ്ടമാണ് പൂജ്യം. മറ്റേത് സംഖ്യയുടെ വലതുവശത്ത് പൂജ്യമിട്ടാലും അത് നമ്മുടെ സംഖ്യാവ്യവസ്ഥയിൽ പ്രസ്തുതസംഖ്യയെ പത്തിരട്ടിയാക്കുന്നു. പൂജ്യത്തിനുപകരം മറ്റേതെങ്കിലും അടയാളം ഉപയോഗിക്കാം – ആ അടയാളം സ്വയം പൂജ്യത്തെ കുറിക്കണമെന്നു മാത്രം, പൂജ്യത്തിന് തുല്യമായിരിക്കണമെന്നു മാത്രം. അതുകൊണ്ട് അങ്ങനെയൊരു പ്രയോഗം അതുകണ്ടെത്തുന്നുവെന്നതും അതിനെ മാത്രമേ അങ്ങനെ പ്രയോഗിക്കാൻ കഴിയൂ എന്നതും പൂജ്യത്തിന്റെതന്നെ സ്വഭാവത്തിന്റെ ഭാഗമാണ്. അതുമായി ഗുണിക്കപ്പെടുന്ന ഏതു സംഖ്യയേയും പൂജ്യം വകവരുത്തുന്നു. ഹാരകമെന്ന നിലയ്ക്കോ ഹാര്യമെന്ന നിലയ്ക്കോ മറ്റേതെങ്കിലും സംഖ്യയുമായി യോജിപ്പിച്ചാൽ അത് ആ സംഖ്യയെ ആദ്യത്തെ ദൃഷ്ടാന്തത്തിൽ അപരിമിതമാംവണ്ണം വലുതും രണ്ടാമത്തെ ദൃഷ്ടാന്തത്തിൽ അപരിമിതമാംവണ്ണം ചെറുതുമാക്കുന്നു. മറ്റേത് സംഖ്യയുമായും അനന്തതാബന്ധം പുലർത്തുന്ന ഒരേയൊരു സംഖ്യയാണ് പൂജ്യം. $\frac{0}{0}$ എന്ന ഭിന്നസസംഖ്യയ്ക്ക് $-\infty$ -നും $+\infty$-നുമിടയ്ക്കുള്ള ഏത് സംഖ്യയെ വേണമെങ്കിലും പ്രകാശിപ്പിക്കാൻ

കഴിയും. ഓരോ ദൃഷ്ടാന്തത്തിലും അത് കുറിക്കുന്നത് ഒരു യഥാർഥരാശിയെ ആയിരിക്കും. ഒരു സമീകരണത്തിലെ എല്ലാ അംഗങ്ങളേയും ഒരു ഭാഗത്ത് കൊണ്ടുവരികയും അങ്ങനെ ആ സമീകരണത്തെത്തന്നെ പൂജ്യത്തിന് തുല്യമാക്കുകയും ചെയ്യുമ്പോൾ മാത്രമാണ് ആ സമീകരണത്തിന്റെ യഥാർഥ ഉള്ളടക്കം തികഞ്ഞ വ്യക്തതയോടെ വെളിപ്പെടുന്നത്. ദ്വിഘാത (quadratic) സമീകരണങ്ങളുടെ കാര്യത്തിൽ ഇതാണ് സംഭവിക്കുന്നത്. ഉപരിബീജഗണിതത്തെ സംബന്ധിച്ചിടത്തോളം ഇത് ഒട്ടുമുക്കാലും ഒരു സാമാന്യനിയമമാണെന്നു തന്നെ പറയാം. അങ്ങനെ വരുമ്പോൾ $F(x, y) = 0$ എന്ന ഫലനത്തെ z-നു തുല്യമാക്കുകയും ആ z-നെ (അത് = 0 ആണെങ്കിലും) ഒരു സാധാരണ ആശ്രിതചരം (dependent variable) എന്ന നിലയ്ക്ക് അവകലനം ചെയ്യുകയും അതിന്റെ ആംശിക - അവകലനത്തെ (partial derivative) നിർണയിക്കുകയും ചെയ്യാവുന്നതാണ്.

എന്നാൽ ഓരോ നിശ്ചിതപരിമാണത്തിലേയും ഒന്നുമില്ലായ്മതന്നെ പരിമാണാത്മകമായി നിർണയിക്കപ്പെടുന്നുണ്ട്. അതുകൊണ്ട് മാത്രമാണ് പൂജ്യംവച്ച് കണക്കുകൂട്ടലുകൾ നടത്താൻ കഴിയുന്നത്. മേൽപ്പറഞ്ഞവിധത്തിൽ പൂജ്യംവച്ച് കണക്കുകൂട്ടുന്നതിൽ, അതായത് ഒരു നിശ്ചിതപരിമാണാത്മക സങ്കൽപ്പം എന്ന നിലയ്ക്ക് അതിനെ കൈകാര്യം ചെയ്യുകയും മറ്റു പരിമാണാത്മക സങ്കൽപ്പങ്ങളുമായി അതിനെ പരിമാണാത്മകമായി ബന്ധപ്പെടുത്തുകയും ചെയ്യുന്നതിൽ, യാതൊരു ലജ്ജയും കാണിക്കാത്ത അതേ ഗണിതശാസ്ത്രജ്ഞർതന്നെ, എന്തിന്റെയെങ്കിലും ഒന്നുമില്ലായ്മയെന്നു പറയുന്നത് നിർണീതമായ ഒന്നുമില്ലായ്മയാണ് എന്നിങ്ങനെ ഹെഗൽ അതിന് നൽകിയിട്ടുള്ള സാമാന്യവൽകൃതരൂപം വായിക്കുമ്പോൾ പേടിച്ചു നിലവിളിക്കുന്നു.

നമുക്കിനി (വൈശ്ലേഷിക) ജ്യാമിതിയിലേക്ക് കടക്കാം. ഇവിടെ പൂജ്യമെന്നത് ഒരു നിശ്ചിതബിന്ദുവാണ്. അതിൽനിന്നും നേർവരയുടെ ഒരു ഭാഗത്തേക്ക് അനുരോധകമായും മറുഭാഗത്തേക്ക് നിഷേധകമായും അളവെടുക്കപ്പെടുന്നു. അതുകൊണ്ട് ഇവിടെ ഒരു ധനരാശിയാലോ ഋണരാശിയാലോ കുറിക്കപ്പെടുന്ന ബിന്ദുവിനുള്ളത്ര പ്രാധാന്യമല്ല പൂജ്യബിന്ദുവിനുള്ളത്. അവയ്ക്കെല്ലാംകൂടിയുള്ളതിലും എത്രയോ കൂടുതൽ പ്രാധാന്യം അതിനുണ്ട്. അവയെല്ലാം ആശ്രയിച്ചുനിൽക്കുന്നതും ബന്ധപ്പെട്ടുനിൽക്കുന്നതുമായ, അവയെ നിർണയിക്കുന്ന, ബിന്ദുവാണത്. പലപ്പോഴും അതിനെ തികച്ചും സ്വേച്ഛാപരമായിട്ടുപോലും എടുക്കാവുന്നതാണ്. പക്ഷേ ഒരിക്കൽ എടുത്തുകഴിഞ്ഞാൽ അത് മുഴുവൻ പ്രവർത്തനത്തിന്റെയും കേന്ദ്രബിന്ദുവായിത്തന്നെ തുടരുന്നു. മറ്റു ബിന്ദുക്കളെ - ഭുജാഗ്രങ്ങളെ - രേഖയുടെ ഏത് ദിശയിലാണ് അടയാളപ്പെടുത്തേണ്ടതെന്നുപോലും പലപ്പോഴും നിർണയിക്കുന്നത് അതാണ്. ഉദാഹരണത്തിന് വൃത്തത്തിന്റെ സമീകരണം കിട്ടാൻ അതിന്റെ പരിധിയിലെ ഏതെങ്കിലുമൊരു ബിന്ദുവിനെ പൂജ്യബിന്ദുവായി തിരഞ്ഞെടുക്കുകയാണെങ്കിൽ

ഭുജങ്ങളുടെ രേഖ വൃത്തത്തിന്റെ കേന്ദ്രത്തിലൂടെ കടന്നുപോയേ പറ്റൂ. ഇതെല്ലാംതന്നെ ബലതന്ത്രത്തിന്റെ രംഗത്തിനും ബാധകമാണ്. അവിടെയും ചലനത്തിന്റെ കണക്കുകൂട്ടലിനെ സംബന്ധിച്ചിടത്തോളം അതാത് ദൃഷ്ടാന്തത്തിൽ പൂജ്യമായിട്ടെടുക്കുന്ന ബിന്ദുവാണ് മുഴുവൻ പ്രവർത്തനത്തിന്റെയും മുഖ്യബിന്ദുവും തിരുകുറ്റിയുമായി വർത്തിക്കുന്നത്. ഉഷ്ണമാപിനിയിലെ പൂജ്യബിന്ദുവാണ് ഇഷ്ടമുള്ളത്ര ഡിഗ്രികളായി വിഭജിക്കാവുന്ന അതിലെ താപസൂചകഖണ്ഡത്തിന്റെ എത്രയും നിശ്ചിതമായ നിമ്നപരിധി. അങ്ങനെ അത് പ്രസ്തുത ഖണ്ഡത്തിനകത്തെ താപനിലകളെന്നപോലെതന്നെ അതിലും കൂടിയതോ കുറഞ്ഞതോ ആയ താപനിലകളുംകൂടി അളക്കാനുള്ള ഒരു മാനദണ്ഡമായി വർത്തിക്കുന്നു. അതുകൊണ്ട് ഇവിടെയും പൂജ്യബിന്ദു അത്യന്തം സാരവത്തായ ഒരു ബിന്ദുവാണ്. ഉഷ്ണമാപിനിയിലെ പരമപൂജ്യം (absolute zero) പോലും തനി അമൂർത്തമായ ഋണാത്മകതയെയല്ല, പിന്നെയോ, പദാർഥത്തിന്റെ എത്രയും നിശ്ചിതമായ ഒരവസ്ഥയെയാണ് കുറിക്കുന്നത്. സ്വതന്ത്ര തന്മാത്രീയ ചലനത്തിന്റെ അവസാനത്തെ അവശിഷ്ടവും അപ്രത്യക്ഷമായി പദാർഥം വെറും പിണ്ഡമായി പ്രവർത്തിക്കുന്ന പരിധിയാണത്.

അങ്ങനെ നാം പൂജ്യത്തെ നേരിടുന്നത് എവിടെയായാലും ശരി, എത്രയും നിശ്ചിതമായ എന്തെങ്കിലുമൊന്നിനെയാണ് അത് എപ്പോഴും കുറിക്കുന്നത്. ഒരു പരിധിയെന്ന നിലയ്ക്ക് അത് അതിനാൽ പരിബദ്ധമായ എല്ലാ യഥാർഥരാശികളെക്കാളും പ്രധാനപ്പെട്ടതാണെന്ന് ജ്യാമിതിയിലും ബലതന്ത്രത്തിലും മറ്റുമുള്ള അതിന്റെ പ്രയോഗം തെളിയിക്കുന്നു.

പൂജ്യഘാതങ്ങൾ: $\begin{matrix} 0 & 1 & 2 & 3\log \\ 10^0 & 10^1 & 10^2 & 10^3 \end{matrix}$ എന്ന ലോഗരിതശ്രേണിയിൽ അവയ്ക്കുള്ള പ്രാധാന്യം: എല്ലാ ചരങ്ങളും എവിടെയെങ്കിലും വച്ച് ഏകത്തിലൂടെ കടന്നുപോകുന്നുണ്ട്. അതുകൊണ്ട് $x = 0$ ആണെങ്കിൽ, $(a^x) = 1$; അതായത് ഒരു സ്ഥിരാങ്കത്തിന്റെ ചരഘാതം ഏകത്തിനു തുല്യമായിരിക്കും. ഏകത്തെ a ഘാതശ്രേണിയിലെ മറ്റംഗങ്ങളോടു ബന്ധപ്പെടുത്തി കാണുകയെന്നു മാത്രമേ $a^0 = 1$ എന്ന വ്യഞ്ജകത്തിന് അർഥമുള്ളൂ, $\sum x^0 = \frac{x}{\omega}$ എന്ന ഫലം അതിൽനിന്നും ലഭിക്കൂ. അല്ലെങ്കിൽ യാതൊരു ഫലവും ലഭിക്കുകയില്ല. ഏകമെന്നത് അതിൽനിന്നുതന്നെ അഭിന്നമാണെന്ന് എത്രമാത്രം തോന്നിയാലും അതിന് മറ്റേതൊരു സംഖ്യയുടേയും പൂജ്യഘാതമാവാൻ കഴിയുമെന്നതുകൊണ്ട് അതിൽ അനന്തമായ വൈവിധ്യം അടങ്ങിയിട്ടുണ്ടെന്ന് ഇതിൽനിന്ന് സിദ്ധിക്കുന്നു. ഈ വൈവിധ്യം വെറും സാങ്കൽപ്പികമായിട്ടുള്ളതല്ലെന്ന വസ്തുത ഏകത്തെ ഒരു നിർണീത ഏകമെന്ന നിലയ്ക്ക് വീക്ഷിക്കുന്ന ഓരോ സന്ദർഭത്തിലും, അതിനെ ഏതെങ്കിലുമൊരു പ്രക്രിയയോടനുബന്ധിച്ച് ആ പ്രക്രിയയുടെ പല ഫലങ്ങളിലൊന്നായി (ഒരു നൈമിഷികരാശിയായിട്ടോ ഒരു ചര

ത്തിന്റെ രൂപമായിട്ടോ) വീക്ഷിക്കുന്ന ഓരോ സന്ദർഭത്തിലും, വെളിപ്പെടുന്നുണ്ട്.

$\sqrt{-1}$ ധനരാശികളുമായി ബദ്ധമായിട്ടുള്ളിടത്തോളം മാത്രമാണ്, അവയുമായുള്ള ബന്ധത്തിന്റെ ചട്ടക്കൂട്ടിനുള്ളിൽ മാത്രമാണ്, ബീജഗണിതത്തിൽ ഋണരാശികൾ യഥാർഥമായിട്ടുള്ളത്. ആ ബന്ധത്തിനു വെളിയിൽ സ്വന്തമായി അവയ്ക്ക് തനി സാങ്കൽപ്പികസ്വഭാവമാണുള്ളത്. ത്രികോണമിതിയിലും വൈശ്ലേഷിക ജ്യാമിതിയിലും അതോടൊപ്പം അവയെ അടിസ്ഥാനപ്പെടുത്തിയ ഉപരിഗണിതശാഖകളിലും അവ അനുരോധക ദിശയ്ക്ക് വിപരീതമായ ഒരു നിശ്ചിതചലനദിശയെ പ്രകാശിപ്പിക്കുന്നു. പക്ഷേ, ഒരു വൃത്തത്തിന്റെ സൈനും ടാൻജന്റും ഒന്നാമത്തെ പാദത്തിൽനിന്നെന്നപോലെ തന്നെ നാലാമത്തെ പാദത്തിൽനിന്നും കണക്കുകൂട്ടാം. അങ്ങനെ അധികവും (+) ന്യൂനവും (–) നേരെ തിരിച്ചാക്കാം. അതുപോലെതന്നെ വൈശ്ലേഷിക ജ്യാമിതിയിൽ ഭുജങ്ങളെ വൃത്തത്തിന്റെ പരിധിയിൽനിന്നോ കേന്ദ്രത്തിൽനിന്നോ കണക്കുകൂട്ടാവുന്നതാണ്. പൊതുവിൽ എല്ലാ വക്രങ്ങളിലുംതന്നെ ഭുജങ്ങളെ വക്രത്തിൽനിന്നും സാധാരണ ന്യൂനമായി കരുതുന്ന ദിശയിലേക്കോ വേറെ ഇഷ്ടമുള്ള ദിശയിലേക്കോ കണക്കാക്കാം. എന്തായാലും നമുക്ക് വക്രത്തിന്റെ ശരിയും സയുക്തികവുമായ ഒരു സമീകരണം ലഭിക്കുന്നതാണ്. ഇവിടെ അധികം ന്യൂനത്തിന്റെയും ന്യൂനം അധികത്തിന്റെയും പൂരകമായിമാത്രമാണ് നിലനിൽക്കുന്നത്. പക്ഷേ ബീജഗണിതാത്മകമായ അമൂർത്തവൽക്കരണ ഋണരാശികളെ കൂടുതൽ വലിയ ധനരാശിയുമായുള്ള ബന്ധത്തിന് വെളിയിൽപോലും യഥാതഥവും സ്വതന്ത്രവുമായ രാശികളായി കണക്കാക്കുന്നുണ്ട്.

ഗണിതശാസ്ത്രം: ഒരു നിശ്ചിതരാശിയെ, ഉദാഹരണത്തിന് ഒരു ദ്വിപദവ്യഞ്ജകത്തെ (binomial expression) ഒരു അനന്തശ്രേണിയായി, അതായത് അനിശ്ചിതമായിട്ടുള്ള ഒന്നായി, ഖണ്ഡിക്കുന്നത് അസംബന്ധമായിട്ടാണ് സാമാന്യബുദ്ധിക്ക് തോന്നുക. പക്ഷേ അനന്തശ്രേണിയും ദ്വിപദപ്രമേയവുമില്ലായിരുന്നെങ്കിൽ നമുക്ക് എവിടംവരെ പോകാൻ കഴിയുമായിരുന്നു?

അനന്തസ്പർശികൾ (asymptotes): ഋജുവും വക്രവും കേവല വിപരീതങ്ങളാണെന്നും ഋജുവായതിനെ വക്രമായതിലും വക്രമായതിനെ ഋജുവായതിലും അഭിവ്യഞ്ജിപ്പിക്കാൻ തീർത്തും അസാധ്യമാണെന്നും രണ്ടും അസമ്മേയങ്ങളാണെന്നുമുള്ള കണ്ടുപിടുത്തത്തിൽനിന്നാണ് ജ്യാമിതി തുടങ്ങുന്നത്. എന്നാൽ വക്രത്തിന്റെ പരികലനംപോലും സാധ്യമാകുന്നത് അതിന്റെ പരിധിയെ ഋജുരേഖകളായി അഭിവ്യഞ്ജിപ്പിക്കുമ്പോൾ മാത്രമാണ്. അനന്തസ്പർശികളുള്ള വക്രങ്ങളെ സംബന്ധിച്ചാവട്ടെ, ഋജുവായത് വക്രമായതിലും വക്രമായത് ഋജുവായതിലും പൂർണമായി ലയിച്ചുചേരുന്നു. സമാന്തരതയെന്ന സങ്കൽപ്പത്തിന്റെ കാര്യത്തിലും ഇതുതന്നെയാണ് നടക്കുന്നത്. രേഖകൾ സമാന്തരമല്ല, അവ അനു

സ്യൂതം പരസ്പരം സമീപിക്കുന്നു, പക്ഷേ കൂട്ടിമുട്ടുന്നില്ല. വക്രത്തിന്റെ ഭുജം കൂടുതൽ കൂടുതൽ ഋജുവായിത്തീരുന്നു, പക്ഷേ ഒരിക്കലും നിശ്ശേഷം ഋജുവാകുന്നില്ല. അതുപോലെതന്നെ വൈശ്ലേഷികജ്യാമിതിയിൽ ഋജുരേഖയെ പരിഗണിക്കുന്നത് അനന്തസൂക്ഷ്മമായ വക്രതയോടുകൂടിയ, ഒന്നാംക്രമത്തിൽപ്പെട്ട ഒരു വക്രമായിട്ടാണ്. ഒരു ലോഗരിതവക്രത്തിലെ -x എത്രതന്നെ വലുതായാലും y ഒരിക്കലും = 0 ആവുകയില്ല.

ഋജുവും വക്രവും: അവകലനത്തിൽ അവ അവസാനവിശകലനത്തിൽ പരസ്പരതുല്യമായിത്തീരുന്നു: (ടാൻജന്റ് രീതി ഉപയോഗിക്കുമ്പോൾ) കർണം ചാപത്തിന്റെ അവകലജമായിരിക്കുന്ന അവകലത്രികോണത്തിൽ, കർണത്തെ "ഒരേ സമയത്ത് ചാപത്തിന്റെ അംശവും സ്പർശരേഖയുടെ അംശവുമായിട്ടുള്ള ചെറിയൊരു ഋജുരേഖയായി" കരുതാവുന്നതാണ് – വക്രത്തെ അസംഖ്യം ഋജുരേഖകളാൽ വിരചിതമായതെന്ന നിലയ്ക്കാണോ അതോ "കൃത്യമായും ഒരു വക്രമായിട്ടാണോ" കരുതുന്നതെന്നത് പ്രസക്തമല്ല. "കാരണം, M എന്ന ഓരോ ബിന്ദുവിലും വക്രത അനന്തസൂക്ഷ്മമാണ്. സ്പർശരേഖയുടെ അംശത്തോട് വക്രത്തിന്റെ അംശത്തിനുള്ള അവസാനത്തെ അംശബന്ധം പ്രത്യക്ഷമായും തുല്യതയുടെ അംശബന്ധമാണ്."

ഇവിടെ അംശബന്ധം അനുസ്യൂതമായി തുല്യതയെ സമീപിക്കുന്നുണ്ട്, പക്ഷേ വക്രത്തിന്റെ സ്വഭാവത്തിന് അനുരോധമായി അനന്തസ്പർശകമായിട്ടാണ് അത് സമീപിക്കുന്നത്. എങ്കിലും, നീളമില്ലാത്ത ഒരൊറ്റ ബിന്ദുവിൽ ഒതുങ്ങിനിൽക്കുന്ന സമ്പർക്കമേയുള്ളുവെന്നതുകൊണ്ട് ഋജുവായതിന്റെയും വക്രമായതിന്റെയും തുല്യത കൈവന്നിരിക്കുന്നുവെന്ന് അവസാനം സങ്കൽപ്പിക്കപ്പെടുന്നു. (ബൊസ്യൂ, "അവകലനവും സമാകലനവും," പാരീസ്, An VI, I, പേജ് 149).[193] ധ്രുവീയ വക്രങ്ങളിൽ[194] അവകല സാങ്കൽപ്പികഭുജങ്ങൾ യഥാർഥഭുജങ്ങൾക്ക് സമാന്തരമാണെന്ന് കരുതുന്നുണ്ട്. അതിന്റെ അടിസ്ഥാനത്തിലാണ് തുടർന്നുള്ള കണക്കുകൂട്ടലുകൾ നടക്കുന്നത്. എന്നാൽ ഇവ രണ്ടും ധ്രുവത്തിൽ കൂട്ടിമുട്ടുന്നുണ്ട്. രണ്ടു ത്രികോണങ്ങൾ പരസ്പരസദൃശമാണെന്ന അനുമാനം പോലും ഇതിൽനിന്നു നടത്തുന്നുണ്ട്. ഏതവയുടെ സമാന്തരതയാണോ ഈ സാദൃശ്യത്തിന്റെ ഒട്ടാകെയുള്ള അടിത്തറയായി വർത്തിക്കുന്നത് ആ രേഖകളുടെ പ്രതിച്ഛേദബിന്ദുവിലാണ് ഈ ത്രികോണങ്ങളിലൊന്നിന്റെ ഒരു കോണം! (ചിത്രം 17).[195]

ഋജുരേഖകളുടെയും വക്രരേഖകളുടെയും ഗണിതത്തിൽ ഇനി വലുതായൊന്നും ശേഷിച്ചിട്ടില്ല എന്ന സ്ഥിതിയിലാണ് വക്രമായതിനെ ഋജുവായും (അവകലത്രികോണം) ഋജുവായതിനെ വക്രമായും (അനന്തസൂക്ഷ്മമായ വക്രതയോടുകൂടി ഒന്നാംക്രമത്തിലുള്ള വക്രം) കരുതുന്ന ഗണിതം ഒട്ടുമുക്കാലും നിസ്സീമമായ പുതിയൊരു രംഗം അനാവരണം ചെയ്യുന്നത്. അഹോ അതിഭൗതികവാദം!

ത്രികോണമിതി: സംശ്ലേഷികജ്യാമിതി ഒരു ത്രികോണമെന്ന നിലയ്ക്കുള്ള ത്രികോണത്തിന്റെ ഗുണങ്ങളെ പരിശോധിച്ചുതീർക്കുകയും അതിന് പുതുതായിട്ടൊന്നും പറയാനില്ലാതാവുകയും ചെയ്തശേഷം വളരെ ലളിതവും അടിമുടി വൈരുധ്യാത്മകവുമായ ഒരു ചുവടുവയ്പിന്റെ ഫലമായി കൂടുതൽ വിപുലമായൊരു ചക്രവാളം നമ്മുടെ മുമ്പിൽ തുറന്നിരിക്കുന്നു. ത്രികോണത്തെ അതിൽത്തന്നെയും ആ നിലയ്ക്കുമല്ല, പിന്നെയോ, വൃത്തമെന്ന മറ്റൊരു രൂപവുമായി ബന്ധപ്പെടുത്തിയാണ് ഇപ്പോൾ പരിശോധിക്കുന്നത്. ഓരോ സമകോണത്രികോണത്തെയും ഏതെങ്കിലുമൊരു വൃത്തത്തിന്റെ ഭാഗമായി കരുതാവുന്നതാണ്. കർണം = r ആണെങ്കിൽ, സമകോണം അടങ്ങിയിരിക്കുന്ന വശങ്ങൾ സൈനും കൊസൈനുമാണ്. ആ വശങ്ങളിലൊരെണ്ണം = r–ഉം മറ്റേത് = ടാനും (tan) കർണം = സെക്കും (sec) ആണ്. അങ്ങനെ വശങ്ങളും കോണങ്ങളും തികച്ചും വ്യത്യസ്തങ്ങളായ നിശ്ചിതപരസ്പരബന്ധങ്ങൾ ആർജിക്കുന്നു. ത്രികോണത്തിന് വൃത്തത്തോടുള്ള ഈ ബന്ധമില്ലാതെ അവയെ കണ്ടുപിടിക്കാനും ഉപയോഗപ്പെടുത്താനും സാധ്യമാകുമായിരുന്നില്ല. പഴയതിനെ കവച്ചുവയ്ക്കുന്ന തികച്ചും പുതിയൊരു ത്രികോണസിദ്ധാന്തം ജന്മമെടുക്കുന്നു. എവിടെയും പ്രയോഗിക്കാവുന്ന ഒന്നാണത്. കാരണം, ഓരോ ത്രികോണത്തെയും രണ്ടു സമകോണത്രികോണങ്ങളായി വിയോജിപ്പിക്കാൻ കഴിയും. വസ്തുക്കളെ ഒറ്റപ്പെട്ട നിലയ്ക്കല്ലാതെ പരസ്പരബന്ധത്തിൽ വീക്ഷിക്കുന്ന വൈരുധ്യവാദത്തിന്റെ നല്ലൊരു ദൃഷ്ടാന്തമാണ് സംശ്ലേഷികജ്യാമിതിയിൽനിന്നുള്ള ത്രികോണമിതിയുടെ ഈ വികാസം.

അഭേദവും ഭേദവും: വൈരുധ്യാത്മകബന്ധം അവകലനത്തിൽ ദൃശ്യമാണ്. അവിടെ dx അനന്തസൂക്ഷ്മമാണെങ്കിലും ഫലപ്രദമാണ്. അതാണ് എല്ലാം ചെയ്യുന്നത്.

തന്മാത്രയും അവകലജവും. വിഡെമൻ (III, പേജ് 636)[196] പരിമിതദൂരങ്ങളെയും തന്മാത്രീയ ദൂരങ്ങളെയും പരസ്പരം നേർവിപരീതമാക്കുന്നു.

യഥാർഥപ്രപഞ്ചത്തിലെ ഗണിതാത്മക അനന്തത്തിന്റെ പ്രാഗ്രൂപങ്ങളെപ്പറ്റി[197]

പേജ് 17–18 നെ സംബന്ധിച്ച്,* ചിന്തയും അസ്തിത്വവും തമ്മിലുള്ള പൊരുത്തം – ഗണിതത്തിലെ അനന്തം

നമ്മുടെ ആത്മനിഷ്ഠമായ ചിന്തയും വസ്തുനിഷ്ഠമായ ലോകവും ഒരേ നിയമങ്ങൾക്ക് അധീനമാണെന്നും അതുകൊണ്ട് അവസാനഫലങ്ങളെ സംബന്ധിച്ചിടത്തോളം അവ പരസ്പരവിരുദ്ധമാകാൻ തരമില്ലെന്നും മറിച്ച് പരസ്പരം പൊരുത്തപ്പെട്ടിരിക്കണമെന്നുമുള്ള വസ്തുത നമ്മുടെ സൈദ്ധാന്തികചിന്തയുടെമേൽ കേവലമായ ആധിപത്യം പുലർത്തുന്നുണ്ട്. അത് സൈദ്ധാന്തികചിന്തയുടെ അബോധപൂർവവും

നിരുപാധികവുമായ പൂർവപക്ഷമായി വർത്തിക്കുന്നു. പതിനെട്ടാം നൂറ്റാണ്ടിലെ ഭൗതികവാദം സാരാംശത്തിൽ അതിഭൗതികവാദപരമായിരുന്നതിനാൽ അത് ഈ പൂർവപക്ഷത്തെ അതിന്റെ ഉള്ളടക്കത്തിന്റെ ഭാഗത്തുനിന്നു മാത്രമേ പരിശോധിച്ചുള്ളു. എല്ലാ ചിന്തയുടെയും അറിവിന്റെയും ഉള്ളടക്കം ഇന്ദ്രിയാനുഭൂതിയിൽനിന്ന് ഉൽഭൂതമായേ തീരൂവെന്ന തെളിവിൽ അത് ഒതുങ്ങിനിന്നു. "Nihil est in intellectu, quod non fuerit in sensu" ("സംവേദനങ്ങളിൽ നേരത്തേ ഇല്ലാതിരുന്ന യാതൊന്നും മനസിൽ ഇല്ല")[198] എന്ന തത്വത്തെ അത് പുനരുദ്ധരിച്ചു. ആശയവാദപരവും അതോടൊപ്പം വൈരുധ്യവാദപരവുമായ ആധുനിക തത്വശാസ്ത്രമാണ്, വിശേഷിച്ച് ഹെഗലാണ്, ഈ പൂർവപക്ഷത്തെ അതിന്റെ രൂപത്തിന്റെ ഭാഗത്തുനിന്നുകൂടി ആദ്യമായി പരിശോധിച്ചത്. സ്വേച്ഛാപരമായ നിരവധി നിർമിതികളും വിചിത്രകൽപ്പനകളും നാമിവിടെ കണ്ടുമുട്ടുന്നുണ്ടെങ്കിലും, ചിന്തയുടെയും അസ്തിത്വത്തിന്റെയും ഏകത്വമെന്ന അതിന്റെ ഫലം ആശയവാദപരവും തലതിരിഞ്ഞതുമായ രൂപത്തിലാണ് പ്രത്യക്ഷപ്പെടുന്നതെങ്കിലും, അങ്ങേയറ്റം വൈവിധ്യമാർന്ന മണ്ഡലങ്ങളിൽനിന്ന് നിരവധി ദൃഷ്ടാന്തങ്ങളെടുത്തുകൊണ്ട് ഈ തത്വശാസ്ത്രം ചിന്താപ്രക്രിയകളും പ്രാകൃതികവും ചരിത്രപരവുമായ പ്രക്രിയകളും തമ്മിലുള്ള പരസ്പരസാദൃശ്യവും ഈ പ്രക്രിയകളെല്ലാം തന്നെ ഒരേ നിയമങ്ങൾക്ക് അധീനമാണെന്ന വസ്തുതയും തെളിയിച്ചു. മറുഭാഗത്ത്, ചിന്തയുടെ എല്ലാ ഉള്ളടക്കത്തിന്റേയും ഉറവിടം അനുഭവമാണെന്ന പ്രമേയം ആധുനികപ്രകൃതിശാസ്ത്രം വിപുലീകരിച്ചിട്ടുണ്ട്. അതിഭൗതികവാദപരമായ അതിന്റെ പഴയ പരിമിതികളും നിർവചനവും നിശ്ശേഷം ദുരീകരിക്കപ്പെട്ടിട്ടുണ്ട്. ആർജിതലക്ഷണങ്ങൾ പരമ്പരാഗതമാണെന്ന് അംഗീകരിച്ചുകൊണ്ട് ആധുനികപ്രകൃതിശാസ്ത്രം അനുഭവമെന്ന വിഷയത്തെ വ്യക്തിയിൽനിന്നു ജാതിയിലേക്ക് വ്യാപിപ്പിക്കുന്നു. ഓരോ വ്യക്തിക്കും സ്വന്തമായ അനുഭവമുണ്ടായേ തീരൂവെന്ന് ഇപ്പോൾ കരുതുന്നില്ല. വ്യക്തിയുടെ വൈയക്തികാനുഭവത്തിനുപകരം ഒരു പരിധിവരെ ഏതാനും പൂർവികരുടെ അനുഭവങ്ങളുടെ ഫലങ്ങളെ അവരോധിക്കാവുന്നതാണ്. ഉദാഹരണത്തിന് ഗണിതശാസ്ത്രത്തിലെ ആക്സിയങ്ങൾ സ്വയംവ്യക്തമാണെന്നും അനുഭവത്തിൽനിന്ന് അവയെ തെളിയിക്കേണ്ട ആവശ്യമില്ലെന്നും നമ്മുടെ ഇടയിൽ എട്ടു വയസുള്ള സകലകുട്ടികൾക്കും തോന്നുന്നുണ്ടെങ്കിൽ "സഞ്ചിതപാരമ്പര്യ"ത്തിന്റെ മാത്രം ഫലമാണത്. തെളിവു ഹാജരാക്കിക്കൊണ്ട് അവയെ ഒരു ആഫ്രിക്കൻ ബുഷ്മാനോ ആസ്ത്രേലിയൻ നീഗ്രോക്കോ പഠിപ്പിച്ചുകൊടുക്കാൻ വിഷമമായിരിക്കും.

ഈ കൃതിയിൽ* വൈരുധ്യവാദത്തെ വീക്ഷിക്കുന്നത് എല്ലാ ചലനത്തിന്റേയും സർവസാമാന്യമായ നിയമങ്ങളുടെ ശാസ്ത്രമെന്ന നിലയ്ക്കാണ്. അതിന്റെ നിയമങ്ങൾ പ്രകൃതിയിലെയും മാനവചരിത്രത്തിലെയും ചലനത്തിനെന്നപോലെതന്നെ ചിന്തയുടെ ചലനത്തിനും ബാധക

---

* *ആന്റിഡ്യൂറിങ്* (ഇംഗ്ലീഷ് പതിപ്പ്), മോസ്കോ, 1962, പേജ് 55 നോക്കുക.

മായിരിക്കണമെന്നാണ് അതിന്റെ അർഥം. ഈ മൂന്നു മണ്ഡലങ്ങളിൽ രണ്ടിലുമെന്നു മാത്രമല്ല മൂന്നിലുംതന്നെ ഇത്തരത്തിലുള്ള നിയമം തിരിച്ചറിയാൻ കഴിയും. താൻ ഒരേ നിയമമാണ് കൈകാര്യം ചെയ്യുന്നതെന്ന് അതിഭൗതികവാദിയായ ഫിലിസ്റ്റൈന് വ്യക്തമായിട്ടില്ലെന്നുമാത്രം.

നമുക്ക് ഒരു ദൃഷ്ടാന്തമെടുക്കാം. സൈദ്ധാന്തികതലത്തിലുണ്ടായിട്ടുള്ള നേട്ടങ്ങളെയൊട്ടാകെയെടുത്താൽ, പതിനേഴാം നൂറ്റാണ്ടിന്റെ ഉത്തരാർധത്തിൽ നടന്ന അനന്തസൂക്ഷ്മ അവകലനത്തിന്റെ കണ്ടുപിടുത്തത്തോളം മറ്റൊന്നുംതന്നെ മനുഷ്യമനസിന്റെ ഉന്നതവിജയമായി കരുതപ്പെടുന്നില്ല. തികച്ചും മനുഷ്യന്റെ ബുദ്ധിശക്തിയുടെ മാത്രമായ ഒരു വിജയം എവിടെയെങ്കിലും നടന്നിട്ടുണ്ടെങ്കിൽ അത് ഇവിടെയാണ്. അനന്തസൂക്ഷ്മ അവകലനത്തിൽ പ്രയോഗിക്കുന്ന രാശികളെ – വിവിധഘാതങ്ങളിലുള്ള അവകലനങ്ങളെയും അനന്തങ്ങളെയും – ഇക്കാലത്തുപോലും ആവരണം ചെയ്തിട്ടുള്ള നിഗൂഢത, മനുഷ്യമനസിന്റെ തികച്ചും "സ്വതന്ത്രസൃഷ്ടികളും കൽപ്പനകളു"മാണ് ഇവിടെ കൈകാര്യം ചെയ്യപ്പെടുന്നതെന്നും വസ്തുനിഷ്ഠലോകത്തിൽ അവയ്ക്ക് സദൃശമായി യാതൊന്നുമില്ലെന്നുമാണ് ഇപ്പോഴും സങ്കൽപ്പിക്കപ്പെടുന്നതെന്നതിനുള്ള ഏറ്റവും നല്ല തെളിവാണ്. എന്നാൽ നേരെ തിരിച്ചാണ് വാസ്തവം. ഈ സാങ്കൽപ്പികരാശികൾക്കെല്ലാംതന്നെ പ്രാഗ്രൂപങ്ങൾ പ്രകൃതിയിൽനിന്ന് ലഭ്യമാണ്.

നമ്മുടെ ഭൗമസാഹചര്യങ്ങൾക്ക് അനുരോധമായ, അതായത് പിണ്ഡങ്ങളെന്ന് – ഭൂമിയിലുള്ളതും മനുഷ്യർ ചലിപ്പിക്കുന്നതുമായ പിണ്ഡങ്ങളെന്ന് – ബലതന്ത്രം വിളിക്കുന്നത് വസ്തുക്കളുടെ ഏത് രാശിയെയാണോ ആ രാശിക്ക് അനുരോധമായ, സ്ഥാനീയബന്ധങ്ങളെ നമ്മുടെ ജ്യാമിതിയും സംഖ്യാത്മകരാശികളെ നമ്മുടെ അങ്കഗണിതവും ബീജഗണിതവും ആരംഭബിന്ദുവായിട്ടെടുക്കുന്നു. ഈ പിണ്ഡങ്ങളുമായി താരതമ്യപ്പെടുമ്പോൾ ഭൂമിയുടെ പിണ്ഡം നിസ്സീമമാംവണ്ണം വലുതാണ്. ഭൗമബലതന്ത്രം അതിനെ വാസ്തവത്തിൽ പരിഗണിക്കുന്നതും അനന്തബൃഹത്തായ രാശിയായിട്ടാണ്. ഭൂമിയുടെ വ്യാസാർധം = ∞. ഇതാണ് പതനനിയമത്തെ സംബന്ധിച്ചിടത്തോളം മുഴുവൻ ബലതന്ത്രത്തിന്റെയും മൗലികതത്വം. എന്നാൽ ദൂരദർശനിയിലൂടെ നമുക്ക് ദൃശ്യമായ താരാവ്യവസ്ഥയിലെ പ്രകാശവർഷങ്ങളിൽ കണക്കാക്കപ്പെടുന്ന ദൂരങ്ങളെ കൈകാര്യംചെയ്യുന്ന മാത്രയിൽത്തന്നെ ഭൂമിമാത്രമല്ല സൗരയൂഥമാകെയും അതിലെ ദൂരങ്ങളും അനന്തസൂക്ഷ്മങ്ങളായി നമുക്ക് തോന്നുന്നു. അങ്ങനെ ഒന്നാം ഘാതത്തിലുള്ള അനന്തത്തെ മാത്രമല്ല രണ്ടാം ഘാതത്തിലുള്ള അനന്തത്തെക്കൂടിയാണ് നാം അഭിമുഖീകരിക്കുന്നത്. അനന്തമായ സ്പേസിൽ കൂടുതലുയർന്ന ഘാതങ്ങളിലുള്ള അനന്തങ്ങൾക്ക്

---

* അതായത്, *ആന്റിഡ്യൂറിങ്ങിൽ.*

രൂപം നൽകാൻ വായനക്കാർക്ക് ഇഷ്ടമാണെങ്കിൽ ആ ജോലി നമുക്ക് അവരുടെ ഭാവനാശക്തിക്ക് വിടാം.

എന്നാൽ ഭൗതികശാസ്ത്രത്തിലും രസതന്ത്രത്തിലും ഇന്നു നിലവിലുള്ള വീക്ഷണമനുസരിച്ച്, ഭൗമപിണ്ഡങ്ങളിൽ – അതായത് ബലതന്ത്രം കൈകാര്യം ചെയ്യുന്ന വസ്തുക്കളിൽ – അടങ്ങിയിരിക്കുന്നത് തന്മാത്രകളാണ്. സംഗതവസ്തുവിന്റെ ഭൗതികവും രാസികവുമായ അഭേദത്തെ നശിപ്പിക്കാതെ കൂടുതൽ വിഭജിക്കാൻ നിവൃത്തിയില്ലാത്ത അതിസൂക്ഷ്മ കണികകളാണ് അവ. ഡബ്ലിയു തോംസന്റെ കണക്കുകൂട്ടലനുസരിച്ച് ഈ തന്മാത്രകളിലേറ്റവും ചെറുതിന്റെ വ്യാസം ഒരു മില്ലിമീറ്ററിന്റെ അഞ്ചു കോടിയിലൊരംശത്തിൽ കുറയാൻ സാധ്യമല്ല. ഏറ്റവും വലിയ തന്മാത്രയ്ക്ക് ഒരു മില്ലിമീറ്ററിന്റെ രണ്ടരക്കോടിയിലൊരംശം വ്യാസമുണ്ടെന്നു കരുതുകയാണെങ്കിൽത്തന്നെ, ബലതന്ത്രവും ഭൗതികശാസ്ത്രവും മാത്രമല്ല രസതന്ത്രംപോലും കൈകാര്യം ചെയ്യുന്ന ഏറ്റവും ചെറിയ പിണ്ഡത്തെ അപേക്ഷിച്ച് അത് അപ്പോഴും അനന്തസൂക്ഷ്മമായ ഒരു രാശിയായിത്തുടരും. എങ്കിലും സംഗതപിണ്ഡത്തിന് സവിശേഷമായ എല്ലാ ഗുണങ്ങളും അതിനുണ്ട്. അതിന് ആ പിണ്ഡത്തെ ഭൗതികമായും രാസികമായും പ്രതിനിധീകരിക്കാം. എല്ലാ രാസസമീകരണങ്ങളിലും അത് പിണ്ഡത്തെ വാസ്തവത്തിൽ പ്രതിനിധീകരിക്കുന്നുമുണ്ട്. ചുരുക്കത്തിൽ ഗണിതാത്മക അഭേദകത്തിന് അതിന്റെ ചരത്തെ അപേക്ഷിച്ചുള്ള അതേ ഗുണങ്ങൾതന്നെ തന്മാത്രയ്ക്ക് സംഗതപിണ്ഡത്തെ അപേക്ഷിച്ചുണ്ട്. അഭേദകത്തിന്റെ കാര്യത്തിൽ, ഗണിതാത്മക അമൂർത്തവൽക്കരണത്തിൽ, നിഗൂഢവും ദുർഗ്രഹവുമായിത്തോന്നുന്നത് ഇവിടെ തികച്ചും സാധാരണവും വ്യക്തവുമായിത്തോന്നുന്നുവെന്നതാണ് ഒരേയൊരു വ്യത്യാസം.

ഗണിതശാസ്ത്രം അതിന്റെ അമൂർത്ത അഭേദകങ്ങളെ കൈകാര്യം ചെയ്യുന്ന, കൃത്യമായും അതേ വിധത്തിലും അതേ നിയമങ്ങളനുസരിച്ചുമാണ് പ്രകൃതി അതിന്റെ അഭേദകങ്ങളായ തന്മാത്രകളെ കൈകാര്യം ചെയ്യുന്നത്. ഉദാഹരണത്തിന്, x^3–ന്റെ അഭേദകം $=3x^2dx$. ഇവിടെ $3xdx^2$–ഉം dx^3–ഉം അവഗണിക്കപ്പെട്ടിരിക്കുന്നു. നാം ഇതിന് ഒരു ജ്യാമിതീയരൂപം നൽകുന്നപക്ഷം നമ്മുടെ മുമ്പിലുള്ളത് dx എന്ന അനന്തസൂക്ഷ്മമായ അംശംവച്ച് വർധിക്കുന്ന x എന്ന നീളത്തോടുകൂടിയ വശങ്ങളുള്ള ഒരു ക്യൂബാണ്. എളുപ്പം ഉൽപ്പതിതം (sublimated) ആകുന്ന ഒരു രാസമൂലകമാണ് (ഉദാ: സൾഫർ) ഈ ക്യൂബിൽ അടങ്ങിയിരിക്കുന്നതെന്നു വിചാരിക്കാം. അതിന്റെ ഒരു കോണിനു ചുറ്റുമുള്ള മൂന്നു വശങ്ങൾ സംരക്ഷിതവും ബാക്കി മൂന്നു വശങ്ങൾ സ്വതന്ത്രവുമാണെന്നും വിചാരിക്കാം. ഈ സൾഫർ ക്യൂബിനെ ഒരു സൾഫർബാഷ്പമണ്ഡലത്തിൽ വയ്ക്കുകയും താപനില വേണ്ടത്ര താഴ്ത്തുകയും ചെയ്താൽ ക്യൂബിന്റെ മൂന്നു സ്വതന്ത്രവശങ്ങളിൽ സൾഫർ നിക്ഷേപിക്കപ്പെടുന്നതാണ്. ഈ വശങ്ങളിലോരോന്നിലും ഒരൊറ്റ തന്മാത്രയുടെ കട്ടിയുള്ള

അട്ടിയാണ് ആദ്യം നിക്ഷേപിക്കപ്പെടുന്നതെന്ന് പ്രക്രിയയെ അതിന്റെ ശുദ്ധരൂപത്തിൽ സങ്കൽപ്പിക്കണമെന്ന ഉദ്ദേശ്യത്തോടെ നാം കരുതുകയാണെങ്കിൽ നാം ഭൗതികശാസ്ത്രത്തിന്റെയും രസതന്ത്രത്തിന്റെയും സാധാരണ രീതികൾക്കപ്പുറം പോകുന്നില്ല. ക്യൂബിന്റെ വശങ്ങളുടെ നീളമായ x-ൽ ഒരു തന്മാത്രയുടെ വ്യാസമായ dx-ന്റെ വർധനവുണ്ടായിരിക്കുന്നു. x^3-ഉം $x^3+3x^2dx+3xdx^2+dx^3$-ഉം തമ്മിലുള്ള വ്യത്യാസത്തിന്റെ അത്രയും വർധനവ് ക്യൂബിന്റെ വ്യാപ്തമായ x^3-ൽ ഉണ്ടായിരിക്കുന്നു. ഇവിടെ ഒരൊറ്റ തന്മാത്രയായ dx^3-നേയും രേഖീയമായി വിന്യസിക്കപ്പെട്ടിട്ടുള്ള തന്മാത്രകളുടെ x+dx നീളമുള്ള മൂന്നു വരികളായ $3xdx^2$-നേയും ഗണിതശാസ്ത്രത്തിലുള്ളത്രതന്നെ ന്യായീകരണത്തോടെ നമുക്ക് അവഗണിക്കാവുന്നതാണ്. അങ്ങനെ ഫലം ഒന്നുതന്നെ: ക്യൂബിന്റെ ദ്രവ്യമാനത്തിലുള്ള വർധനവ് $3x^2dx$ആണ്.

കൃത്യമായിപ്പറഞ്ഞാൽ സൾഫർക്യൂബിനെ സംബന്ധിച്ചിടത്തോളം dx^3നും $3xdx^2$നും സ്ഥാനമില്ല. കാരണം, രണ്ടോ മൂന്നോ തന്മാത്രകൾക്ക് ഒരേ ഇടത്ത് നിലനിൽക്കാൻ സാധ്യമല്ലല്ലോ. അതുകൊണ്ട് ക്യൂബിന്റെ ദ്രവ്യമാനത്തിലുണ്ടാവുന്ന വർധനവ് കൃത്യം $3x^2dx+3xdx^2+dx$ ആണ്. ഇതിന് തക്കതായ കാരണമുണ്ട്. ഗണിതശാസ്ത്രത്തിൽ dx എന്നത് ഒരു രേഖീയ രാശിയാണ്. അതേസമയം, വണ്ണമോ വീതിയോ ഇല്ലാത്ത അത്തരം രേഖകൾ പ്രകൃതിയിൽ സ്വതന്ത്രമായി നിലനിൽക്കുന്നില്ലെന്നത് സുവിദിതമാണ്. അതുകൊണ്ട് ഗണിതാത്മകഅമൂർത്തവൽക്കരണങ്ങൾക്കും നിരുപാധികമായ സാധുതയുള്ളത് ശുദ്ധഗണിതത്തിന്റെ മണ്ഡലത്തിൽ മാത്രമാണ്. അത് $3xdx^2+dx^3$-നെ അവഗണിക്കുന്നതുകൊണ്ട് വ്യത്യാസമൊന്നുംതന്നെ വരുന്നില്ല.

ബാഷ്പീകരണത്തെ സംബന്ധിച്ചും ഇതുതന്നെയാണ് സ്ഥിതി. ഒരു ഗ്ലാസിലുള്ള വെള്ളത്തിലെ ഏറ്റവും മുകളിലത്തെ തന്മാത്രീയസ്തരം ബാഷ്പീകരിക്കുമ്പോൾ മൊത്തം ജലസ്തരത്തിന്റെ പൊക്കമായ x-ൽ dx-ന്റെ കുറവുണ്ടാക്കുന്നു. തുടർന്നു തന്മാത്രീയസ്തരങ്ങളുടെ ഒന്നിനുപിറകേ ഒന്നായുള്ള ബാഷ്പീകരണം യഥാർഥത്തിൽ തുടർച്ചയായി നടക്കുന്ന അവകലനമാണ്. മർദവും ശീതളനവുംകൊണ്ട് ഒരു പാത്രത്തിലെ ചൂടുള്ള നീരാവിയെ വീണ്ടും വെള്ളമായി ഘനീഭവിപ്പിക്കുകയും തന്മാത്രീയസ്തരങ്ങൾ ഒന്നിനുമീതെ ഒന്നായി നിക്ഷേപിക്കപ്പെടുകയും (ഈ പ്രക്രിയയെ അശുദ്ധമാക്കുന്ന ആനുഷംഗികസാഹചര്യങ്ങളെ അവഗണിക്കാവുന്നതാണ്) അവസാനം പാത്രം നിറയുകയും ചെയ്യുമ്പോൾ അക്ഷരാർഥത്തിൽത്തന്നെ ഒരു സമാകലനമാണ് നടക്കുന്നത്. ഗണിതാത്മക സമാലകനവുമായി ഇതിന് ഒരേയൊരു വ്യത്യാസമേയുള്ളു. ഒന്ന് മനുഷ്യന്റെ മസ്തിഷ്കം ബോധപൂർവം നടത്തുമ്പോൾ മറ്റേത് പ്രകൃതി അബോധപൂർവം നടത്തുന്നു.

പക്ഷേ, ദ്രവാവസ്ഥയിൽനിന്ന് വാതകാവസ്ഥയിലേക്കും തിരിച്ചുമുള്ള പരിവർത്തനത്തിൽ മാത്രമല്ല അനന്തസൂക്ഷ്മകലനത്തിലേതി

നോടു പൂർണമായും സദൃശമായ പ്രക്രിയകൾ നടക്കുന്നത്. സംഘട്ടന ഫലമായി പിണ്ഡചലനം ആ നിലയ്ക്ക് അവസാനിക്കുകയും അത് ചൂടായി, തന്മാത്രീയചലനമായി, രൂപാന്തരപ്പെടുകയും ചെയ്യുമ്പോൾ പിണ്ഡചലനത്തിന്റെ അവകലനമല്ലാതെ മറ്റെന്താണ് നടക്കുന്നത്? ഒരു ആവിയന്ത്രത്തിന്റെ സിലിണ്ടറിനകത്തെ നീരാവിയുടെ തന്മാത്രീയചലനങ്ങൾ ഒന്നിച്ചുചേർന്ന് ഒരു നിശ്ചിത ഉയരത്തിൽ പിസ്റ്റൺ പൊക്കുകയും അങ്ങനെ പിണ്ഡചലനമായി രൂപാന്തരപ്പെടുകയും ചെയ്യുമ്പോൾ അവ സമാകലിതമാവുകയല്ലേ ചെയ്യുന്നത്? രസതന്ത്രം തന്മാത്രകളെ അണുക്കളായി വിഘടിപ്പിക്കുന്നു. തന്മാത്രകളെക്കാൾ ദ്രവ്യമാനവും വ്യാപ്തിയും കുറവാണെങ്കിലും അതേ ക്രമത്തിൽപ്പെട്ട രാശികളാണ് അണുക്കൾ. അങ്ങനെ നിശ്ചിതമായ, പരിമിതമായ, പരസ്പരബന്ധത്തിൽ വർത്തിക്കുന്നവയാണ് തന്മാത്രകളും അണുക്കളും. അതുകൊണ്ട് വസ്തുക്കളുടെ തന്മാത്രീയഘടനയെ പ്രകാശിപ്പിക്കുന്ന എല്ലാ രാസസമീകരണങ്ങളും അവയുടെ രൂപത്തെ സംബന്ധിച്ചിടത്തോളം അവകല സമീകരണങ്ങളാണ്. എന്നാൽ അവയിൽ അണുഭാരങ്ങൾക്ക് ഒരു സ്ഥാനമുള്ളതുകൊണ്ട് അവ യഥാർഥത്തിൽ സമാകലിതമായിക്കഴിഞ്ഞിരിക്കുന്നു. രാശികളുടെ പരസ്പരബന്ധം ജ്ഞാതമായിട്ടുള്ള അവകലജങ്ങൾവച്ചാണ് രസതന്ത്രം കണക്കുകൂട്ടലുകൾ നടത്തുന്നത്.

എന്നാൽ അണുക്കൾ ലളിതമായിട്ടുള്ളവയാണെന്നോ പൊതുവിൽ അറിയാവുന്നതിൽവച്ച് ഏറ്റവും ചെറിയ പദാർഥകണങ്ങളാണെന്നോ തെല്ലും കരുതപ്പെടുന്നില്ല. അണുക്കൾക്ക് സംയുക്തഘടനയാണുള്ളതെന്നവീക്ഷണത്തോട് രസതന്ത്രംതന്നെ കൂടുതൽ കൂടുതൽ ചായ്‌വ് കാട്ടുന്നുണ്ടെന്നതിനു പുറമെ, പ്രകാശത്തിന്റെയും ചൂടിന്റെയും വികിരണങ്ങളുടെ വാഹിയായി വർത്തിക്കുന്ന പ്രാപഞ്ചിക ഈഥർ വിവിക്തകരണങ്ങൾ അടങ്ങിയതാണെന്ന അഭിപ്രായമാണ് ഭൂരിപക്ഷം ഭൗതികശാസ്ത്രജ്ഞരും വച്ചു പുലർത്തുന്നത്. എന്നാൽ ഈ കണങ്ങൾ അങ്ങേയറ്റം ചെറുതായതുകൊണ്ട് രാസഅണുക്കൾക്കും ഭൗതികതന്മാത്രകൾക്കും ബലകൃതപിണ്ഡങ്ങളോടുള്ള, അതായത് d^2xന് dxനോടുള്ള, അതേ ബന്ധംതന്നെയാണ് പ്രസ്തുതകണങ്ങൾക്ക് അവയോട് രണ്ടിനോടുമുള്ളത്. അങ്ങനെ പദാർഥഘടനയെക്കുറിച്ചുള്ള ഇന്നത്തെ അംഗീകൃത ധാരണ വച്ചുനോക്കുമ്പോൾ നമ്മുടെ മുമ്പിൽ ഇപ്പോഴുള്ളതും രണ്ടാം ഘാതത്തിലുള്ള ഒരു അഭേദകമാണ്. അതുപോലെതന്നെ, d^3x, d^4x തുടങ്ങിയവയ്ക്കും പ്രകൃതിയിൽ സാദൃശ്യങ്ങളുണ്ടെന്ന സങ്കൽപ്പം ആർക്കെങ്കിലും സംതൃപ്തിയരുളുമെങ്കിൽ അതിന് തടസമായി യാതൊന്നുമില്ല.

അങ്ങനെ, പദാർഥഘടനയെക്കുറിച്ച് വച്ചുപുലർത്തുന്ന അഭിപ്രായം എന്തുതന്നെയായാലും ശരി, ഒരു കാര്യം തീർച്ചയാണ്. കൃത്യമായ സീമകളോടും ആപേക്ഷികമായി വ്യത്യസ്തമായ ദ്രവ്യമാനങ്ങളോടും കൂടിയ വലിയ ഗ്രൂപ്പുകളുടെ ഒരു ശ്രേണിയായി പദാർഥം വിഭജിക്കപ്പെട്ടിരിക്കുന്നു. വെവ്വേറെയുള്ള ഓരോ ഗ്രൂപ്പിലേയും അംഗങ്ങൾക്ക് അവയുടെ ദ്രവ്യ

മാനത്തെ സംബന്ധിച്ചിടത്തോളം നിശ്ചിതവും പരിമിതവുമായ ബന്ധമാണ് പരസ്പരമുള്ളത്. എന്നാൽ അടുത്ത ഗ്രൂപ്പിലെ അംഗങ്ങളോട് ഗണിതാത്മക അർഥത്തിൽ അനന്തബൃഹത്തോ അനന്തസൂക്ഷ്മമോ ആയ ബന്ധമാണ് അവ വച്ചുപുലർത്തുന്നത്. ദൃശ്യമായ താരവ്യൂഹം, സൗരയൂഥം, ഭൗമപിണ്ഡങ്ങൾ, തന്മാത്രകൾ, അണുക്കൾ, അവസാനമായി ഈഥർ കണങ്ങൾ – ഇവയോരോന്നും അത്തരത്തിലുള്ള ഓരോ ഗ്രൂപ്പാണ്. വെവ്വേറെയുള്ള ഗ്രൂപ്പുകൾക്കിടയിൽ ഇടക്കണ്ണികൾ കണ്ടെത്തുന്നതുകൊണ്ട് ഇതിന് മാറ്റം വരുന്നില്ല. ഉദാഹരണത്തിന് സൗരയൂഥത്തിലെ പിണ്ഡങ്ങൾക്കും ഭൗമപിണ്ഡങ്ങൾക്കുമിടയിൽ ക്ഷുദ്രഗ്രഹങ്ങളും (അവയിൽ ചിലതിന് റെയിസ് നാട്ടുരാജ്യത്തിന്റെ ഇളയ ശാഖയ്ക്ക്[199] ഉള്ളത്ര വ്യാസമേയുള്ളു) ഉൽക്കാപിണ്ഡങ്ങളും മറ്റുമുണ്ട്. അതുപോലെതന്നെ, ജൈവപ്രപഞ്ചത്തിൽ ഭൗമപിണ്ഡങ്ങൾക്കും തന്മാത്രകൾക്കുമിടയിലാണ് കോശം വരുന്നത്. പ്രകൃതിമൊത്തത്തിൽ കുതിച്ചുചാട്ടങ്ങളാൽ നിർമിതമായതുകൊണ്ടുതന്നെ പ്രകൃതിയിൽ കുതിച്ചു ചാട്ടങ്ങളില്ലെന്നു മാത്രമേ ഈ ഇടക്കണ്ണികൾ തെളിയിക്കുന്നുള്ളു.

യഥാർഥരാശികൾ വച്ച് കണക്കുകൂട്ടലുകൾ നടത്തുമ്പോൾ ഗണിതശാസ്ത്രവും ഈ വീക്ഷണം നിസ്സങ്കോചം അംഗീകരിക്കുന്നുണ്ട്. ഭൗമബലതന്ത്രത്തെ സംബന്ധിച്ചിടത്തോളം ഭൂമിയുടെ പിണ്ഡം അനന്തബൃഹത്താണ്. ജ്യോതിശാസ്ത്രത്തിലാവട്ടെ, ഭൗമപിണ്ഡങ്ങളും അവയ്ക്കനുരോധമായ ഉൽക്കാപിണ്ഡങ്ങളും അനന്തസൂക്ഷ്മമെന്ന നിലയ്ക്കാണ് കരുതപ്പെടുന്നത്. അതുപോലെതന്നെ, ജ്യോതിശാസ്ത്രം ഏറ്റവുമടുത്തുള്ള സ്ഥിരതാരത്തിനപ്പുറത്തേക്ക് കടന്ന് നമ്മുടെ താരവ്യൂഹത്തിന്റെ ഘടനയെക്കുറിച്ച് അന്വേഷണം തുടങ്ങുന്ന മാത്രയിൽ സൗരയൂഥത്തിലെ ദൂരങ്ങളും ഗ്രഹങ്ങളുടെ പിണ്ഡങ്ങളും ഒന്നുമല്ലാതായി ചുരുങ്ങുന്നു. എന്നാൽ ഗണിതശാസ്ത്രജ്ഞർ അമൂർത്തവൽക്കരണമെന്ന – അഥവാ, ശുദ്ധഗണിതമെന്നു പറയപ്പെടുന്ന – അവരുടെ അഗമ്യദുർഗത്തിനുള്ളിലേക്ക് പിൻവലിയുന്ന നിമിഷത്തിൽ ഈ സാദൃശ്യങ്ങളെല്ലാം വിസ്മരിക്കപ്പെടുന്നു. അനന്തമെന്നത് തികച്ചും നിഗൂഢമായ എന്തോ ഒന്നായിത്തീരുന്നു. വിശ്ലേഷണത്തിൽ അത് വച്ചു കണക്കുകൂട്ടലുകൾ നടത്തുന്ന രീതി നിശ്ശേഷം ദുർഗ്രഹവും അനുഭവത്തിനും യുക്തിക്കുമാകെ വിരുദ്ധവുമായ എന്തോ ഒന്നായിതോന്നുന്നു. എപ്പോഴും ശരിയായ ഫലങ്ങളിലേക്ക് വിചിത്രമാംവണ്ണം വഴിതെളിക്കുന്ന തങ്ങളുടെ രീതിക്ക് വിശദീകരണം നൽകാനെന്നതിനെക്കാൾ മാപ്പുകൊടുക്കാൻവേണ്ടി ഗണിതശാസ്ത്രജ്ഞർ തട്ടിവിട്ടിട്ടുള്ള വിവരക്കേടുകളും അസംബന്ധങ്ങളും, യഥാർഥത്തിലുള്ളതും ഇല്ലാത്തതുമായ ഏറ്റവും മോശപ്പെട്ട വിചിത്രഭാവനകളെപ്പോലും അതിശയിക്കുന്നവയാണ്. ഉദാഹരണത്തിന്, എന്തിനെ ച്ചൊല്ലിയാണോ ഗണിതശാസ്ത്രജ്ഞർക്കും പ്രകൃതിശാസ്ത്രജ്ഞർക്കും തങ്ങളുടെ ഭീതി എത്ര പ്രകടിപ്പിച്ചാലും മതിവരാത്തത് ആ ഹെഗലിയൻ പ്രാകൃതികതത്വശാസ്ത്രത്തിലെ അതിഭാവനകളെപ്പോലും നിഷ്പ്ര

ഭമാക്കുന്നവയാണ് അവ. അവർ ഹെഗലിൽ ആരോപിക്കുന്ന അതേ കുറ്റം തന്നെ – അതായത് അമൂർത്തവൽക്കരണങ്ങളെ അങ്ങേയറ്റംവരെ കൊണ്ടുപോകുന്നുവെന്നത് – അതിലുമെത്രയോ വലിയ തോതിൽ അവർതന്നെ ചെയ്യുന്നു. ശുദ്ധഗണിതമെന്നു പറയപ്പെടുന്നതാകെത്തന്നെ കൈകാര്യം ചെയ്യുന്നത് അമൂർത്തവൽക്കരണങ്ങളെയാണെന്നും അതിലെ രാശികൾ എല്ലാംതന്നെ ശരിക്ക് പറഞ്ഞാൽ സാങ്കൽപ്പികങ്ങളാണെന്നും, ഏത് അമൂർത്തവൽക്കരണങ്ങളേയും അങ്ങേയറ്റംവരെ കൊണ്ടുപോയാൽ അവ തനി അസംബന്ധമോ അവയുടെ നേർവിപരീതമോ ആയി രൂപാന്തരപ്പെടുമെന്നുമുള്ള സംഗതി അവർ മറന്നുപോകുന്നു. അബോധപൂർവമായിട്ടാണെങ്കിലും യാഥാർഥ്യത്തിൽനിന്ന് എടുത്തിട്ടുള്ള ഒന്നാണ് ഗണിതാത്മക അനന്തം അതുകൊണ്ട് അതിൽനിന്നുതന്നെയല്ല, ഗണിതാത്മക അമൂർത്തവൽക്കരണത്തിൽനിന്നല്ല, പിന്നെയോ, യാഥാർഥ്യത്തിൽനിന്നു മാത്രമാണ് അതിന് വിശദീകരണം നൽകാൻ കഴിയുന്നത്. നാം യാഥാർഥ്യത്തെക്കുറിച്ച് ഈ വഴിക്ക് അന്വേഷണം നടത്തുമ്പോൾ, നേരത്തേ കണ്ടുകഴിഞ്ഞതുപോലെ, അനന്തമെന്ന ഗണിതാത്മക ബന്ധമെടുത്തിട്ടുള്ളത് ഏത് മണ്ഡലത്തിൽനിന്നാണോ ആ യഥാർഥ ബന്ധങ്ങളിലും നാം എത്തിച്ചേരുന്നു. ഈ ബന്ധം (അനന്തം) പ്രവർത്തിക്കുന്ന ഗണിതാത്മകരീതിക്ക് പ്രകൃതിയിലുള്ള സാദൃശ്യങ്ങളിൽപ്പോലും നാം എത്തിച്ചേരുന്നു. ഇതാണ് പ്രശ്നത്തിനുള്ള വിശദീകരണം.

(ചിന്തയുടെയും അസ്തിത്വത്തിന്റെയും അഭേദത്തെപ്പറ്റി ഹെക്കലിന്റെ മോശമായ ചിത്രീകരണം. മാത്രമല്ല, അവിരതപദാർഥവും വിവിക്തപദാർഥവും തമ്മിലുള്ള വൈരുധ്യവും; ഹെഗൽ പറഞ്ഞിട്ടുള്ളത് നോക്കു).[200]

അവസ്ഥകളെ മാത്രമല്ലാതെ പ്രക്രിയകളെക്കൂടി ഗണിതാത്മകമായി ചിത്രീകരിക്കാനുള്ള സാധ്യത പ്രകൃതിശാസ്ത്രത്തിന് ആദ്യമായി ഉണ്ടാക്കിക്കൊടുത്തത് അവകലനമാണ്: ചലനം.

ഗണിതശാസ്ത്രത്തിന്റെ പ്രയോഗം: അത് ഖരവസ്തുക്കളുടെ ബലതന്ത്രത്തിൽ കേവലവും, വാതകങ്ങളുടെ ബലതന്ത്രത്തിൽ ഏകദേശവും, ദ്രാവകങ്ങളുടെ ബലതന്ത്രത്തിൽ കൂടുതൽ വിഷമകരവുമാണ്. ഭൗതികശാസ്ത്രത്തിൽ അത് കൂടുതൽ പരീക്ഷണാർഥവും ആപേക്ഷികവുമാണ്. രസതന്ത്രത്തിലുള്ളത് ഒന്നാം ഘാതത്തിലുള്ള ഏറ്റവും ലളിതമായ സമീകരണങ്ങളാണ്. ജീവശാസ്ത്രത്തിൽ അത് = 0 ആണ്.

ബലതന്ത്രവും ജ്യോതിശാസ്ത്രവും

വൈരുധ്യാത്മകമായി ചിന്തിക്കേണ്ടതാവശ്യമാണെന്നതിനും അചഞ്ചലമായ ഗണങ്ങളും ബന്ധങ്ങളും പ്രകൃതിയിലില്ലെന്നതിനും ഒരു ഉദാഹരണം: പതനനിയമം. ഏതാനും മിനിട്ടുകൾ നീണ്ടുനിൽക്കുന്ന ഒരു പതനത്തെ സംബന്ധിച്ചിടത്തോളംതന്നെ ഈ നിയമം തെറ്റായിത്തീരുന്നു. കാരണം, അപ്പോൾ ഭൂമിയുടെ വ്യാസാർധം = ∞ എന്ന് തെറ്റുകൂടാതെ കരുതാൻ സാധ്യമല്ല. മാത്രമല്ല, ഗലീലിയോയുടെ പതനനിയമം സങ്കൽപ്പിക്കുന്നതുപോലെ ഭൂമിയുടെ ആകർഷണം ഒരുപോലെ തുടരുകയല്ല, വർധിക്കുകയാണ് ചെയ്യുന്നത്. എന്നിട്ടും സംഗതമായ തിരുത്തൽകൂടാതെതന്നെ ഈ നിയമം ഇപ്പോഴും പഠിപ്പിച്ചുകൊണ്ടിരിക്കുകയാണ്.

ന്യൂട്ടന്റെ ആകർഷണവും അപകേന്ദ്രബലവും: അതിഭൗതികവാദപരമായ ചിന്തയ്ക്കുള്ള ഒരു ഉദാഹരണം: പ്രശ്നം പരിഹരിക്കുന്നതിന് പകരം ഉന്നയിക്കുകയേ ചെയ്യുന്നുള്ളു. എന്നിട്ട് അത് പരിഹാരമാണെന്ന് പ്രചരിപ്പിക്കുന്നു – ക്ലൗസിയസിന്റെ ഊഷ്മവിസരണത്തെ സംബന്ധിച്ചും ഇതുതന്നെയാണ് സ്ഥിതി.[201]

ന്യൂട്ടന്റെ ഗുരുത്വാകർഷണം: അത് ഗ്രഹചലനത്തെ വിശദീകരിക്കുന്നതിനുപകരം പ്രസ്തുതചലനത്തിന്റെ ഇന്നത്തെ സ്ഥിതിയെ ചിത്രീകരിച്ചുകാട്ടുന്നുവെന്നതാണ് അതെപ്പറ്റി ഏറിവന്നാൽ പറയാവുന്നത്. ചലനം തന്നിട്ടുണ്ട്. സൂര്യന്റെ ആകർഷണബലവും തന്നിട്ടുണ്ട്. ഇത്രയും വിവരങ്ങൾ വച്ചുകൊണ്ട് ചലനത്തെ എങ്ങനെ വിശദീകരിക്കാൻ കഴിയും? ബലങ്ങളുടെ സമാന്തരചതുർഭുജത്തിന്റെ അടിസ്ഥാനത്തിൽ, സ്പർശരേഖീയബലത്തിന്റെ അടിസ്ഥാനത്തിൽ. അതിപ്പോൾ നാം അവശ്യം അംഗീകരിക്കേണ്ട ഒരു അഭിഗൃഹീതമായിത്തീരുന്നു. നമ്മൾ നിലവിലുള്ള സ്ഥിതിയുടെ ശാശ്വതത്വം വകവച്ചുകൊടുക്കണമെന്നും ആദ്യത്തെ

തള്ളിനെ, അതായത് ദൈവത്തെ, അംഗീകരിക്കണമെന്നുമാണ് ഇതിനർഥം. പക്ഷേ, ഗ്രഹങ്ങളുടെ നിലവിലുള്ള സ്ഥിതി ശാശ്വതമല്ല. ചലനം തുടക്കത്തിൽ സങ്കീർണമല്ല, പിന്നെയോ, ലളിതമായ ഭ്രമണമാണ്. ബലങ്ങളുടെ സമാന്തരചതുർഭുജത്തെ ഇവിടെ പ്രയോഗിക്കുന്നത് തെറ്റാണ്. കാരണം, അത് ഇനിയും കണ്ടെത്തേണ്ടിയിരിക്കുന്ന X എന്ന അജ്ഞാത രാശിയെ വെളിപ്പെടുത്തുക മാത്രമല്ല, അതായത്, പ്രശ്നത്തെ ഉന്നയിക്കുക മാത്രമല്ല, പരിഹരിക്കുകകൂടി ചെയ്തിരിക്കുന്നുവെന്നതാണ് ന്യൂട്ടൺ അവകാശപ്പെട്ടിട്ടുള്ളത്.

ന്യൂട്ടന്റെ ബലസമാന്തരചതുർഭുജം സൗരയൂഥത്തിൽ സാധുവായി വരുന്നത് ഏറിവന്നാൽ വലയങ്ങൾ വിട്ടുപോകുന്ന നിമിഷത്തിലാണ്. കാരണം, അപ്പോൾ ഭ്രമണചലനത്തിന് അതിനോടുതന്നെ വൈരുധ്യമുളവാകുന്നു. അത് ഒരുവശത്ത് ആകർഷണമായും മറുവശത്ത് സ്പർശരേഖീയബലമായും പ്രത്യക്ഷപ്പെടുന്നു. എന്നാൽ വേർപെടൽ പൂർത്തിയാവുന്ന മാത്രയിൽ ചലനം വീണ്ടും ഒന്നാകുന്നു. ഈ വേർപെടൽ നടന്നേ തീരുവെന്നത് വൈരുധ്യാത്മകപ്രക്രിയയുടെ തെളിവാണ്.

ലപ്ലാസിന്റെ സിദ്ധാന്തപ്രകാരം ചലനാവസ്ഥയിലുള്ള പദാർഥം മാത്രമേയുള്ളു – പ്രപഞ്ചത്തിന്റെ സ്പേസിൽ തൂങ്ങിക്കിടക്കുന്ന എല്ലാ വസ്തുക്കൾക്കും ഭ്രമണം ആവശ്യമാണ്.

മെഡ്ലർ, സ്ഥിരതാരങ്ങൾ[202]

മൂന്നു നക്ഷത്രങ്ങളെക്കുറിച്ച് ഹിപ്പാർക്കസും ഫ്ളെംസ്റ്റീഡും നൽകിയവിവരങ്ങൾ തമ്മിലുള്ള വ്യത്യാസത്തിന്റെ അടിസ്ഥാനത്തിൽ ഹാല്ലെയ് പതിനെട്ടാം നൂറ്റാണ്ടിന്റെ തുടക്കത്തിൽ നക്ഷത്രങ്ങളുടെ നിജചലനത്തെക്കുറിച്ചുള്ള ഒരു ധാരണയിൽ ആദ്യമായി എത്തിച്ചേർന്നു (പേജ് 410) – ഫ്ളെംസ്റ്റീഡിന്റെ "ബ്രിട്ടീഷ് നക്ഷത്രസൂചിക." ഏറെക്കുറെ കൃത്യമായിട്ടുള്ളതും സമഗ്രമായിട്ടുള്ളതുമായ ആദ്യത്തെ നക്ഷത്രസൂചികയാണ് അത് (പേജ് 420). പിന്നീട്, 1750– നോടടുപ്പിച്ച് ബ്രാഡ്‌ലി, മസ്കെലൈൻ, ലലാന്ദ് എന്നിവരുടെ നിരീക്ഷണങ്ങൾ.

ഭീമാകാരവസ്തുക്കളെ സംബന്ധിച്ചിടത്തോളം പ്രകാശകിരണങ്ങളുടെ ദൂരവ്യാപ്തിയെക്കുറിച്ചുള്ള വിചിത്രസിദ്ധാന്തവും അതിനെ അടിസ്ഥാനപ്പെടുത്തി മെഡ്ലർ നടത്തിയ കണക്കുകൂട്ടലും. ഹെഗലിന്റെ "പ്രാകൃതികതത്വശാസ്ത്ര"ത്തിലെ ചിലതിനോടു കിടപിടിക്കുന്ന ഒരു വിചിത്രസിദ്ധാന്തം (പേജ് 424 – 425).

ഒരു നക്ഷത്രത്തിന്റെ ഏറ്റവും കൂടിയ (ദൃശ്യമായ) നിജചലനം ഒരു നൂറ്റാണ്ടിൽ 701″ =11′41″= സൂര്യന്റെ വ്യാസത്തിന്റെ മൂന്നിലൊന്ന്. 921 ദൂരദർശകനക്ഷത്രങ്ങളുടെ ഏറ്റവും കുറഞ്ഞ ശരാശരി 8.65″, ചിലതിന്റേത് 4″ (പേജ് 425–426).

പൊതുവായ ഗുരുത്വകേന്ദ്രമുള്ള വലയങ്ങളുടെ ഒരു ശ്രേണിയാണ് ക്ഷീരപഥം (പേജ് 434).

പ്ലിയാഡിസ് ഗ്രൂപ്പും അതിൽ ആൽസിയോണി (η ടൗറി)യും - "ക്ഷീരപഥത്തിന്റെ അതിവിദൂരമേഖലകൾവരെ" വ്യാപിച്ചുകിടക്കുന്ന നമ്മുടെ പ്രപഞ്ചദ്വീപിന്റെ ചലനകേന്ദ്രം (പേജ് 448). പ്ലിയാഡിസ് ഗ്രൂപ്പിനുള്ളിലെ പരിക്രമണകാലയളവുകൾ ശരാശരി ഉദ്ദേശം ഇരുപതുലക്ഷം വർഷങ്ങൾ (പേജ് 449). പ്ലിയാഡിസിനു ചുറ്റുമായി ഒന്നിടവിട്ട് നക്ഷത്രദരിദ്രവും നക്ഷത്രസമ്പന്നവുമായ, വലയരൂപങ്ങളിലുള്ള നക്ഷത്രഗ്രൂപ്പുകളുണ്ട് - ഏതെങ്കിലുമൊരു കേന്ദ്രം ഇപ്പോൾ നിശ്ചയിക്കുന്നതിനുള്ള സാധ്യതയെ സെക്കി ചോദ്യം ചെയ്യുന്നു.

സിരിയസും പ്രോസിയോണും സാമാന്യചലനത്തിനു പുറമെ ഏതോ ഒരു ഇരുണ്ട വസ്തുവിന് ചുറ്റും വേറൊരു ഭ്രമണപഥംകൂടി ചമയ്ക്കുന്നുണ്ടെന്നാണ് ബെസെലിന്റെ അഭിപ്രായം (പേജ് 450).

അൽഗോളിന്റെ ഗ്രഹണം മൂന്നു ദിവസം കൂടുമ്പോൾ ഉണ്ടാവുന്നുവെന്നും അത് 8 മണിക്കൂർ നീണ്ടുനിൽക്കുന്നുവെന്നും സ്പെക്ട്രവിശ്ലേഷണത്തിലൂടെ സ്ഥിരീകരിക്കപ്പെട്ടിരിക്കുന്നു (സെക്കി, പേജ് 786).

ക്ഷീരപഥത്തിന്റെ മേഖലയിലും എന്നാൽ അതിന്റെ വളരെയേറെ ഉള്ളിലും 7-11 പ്രകാശമാനങ്ങളോടുകൂടിയ നക്ഷത്രങ്ങളുടെ ഇടതൂർന്ന ഒരു വലയമുണ്ട്. ഈ വലയത്തിന് എത്രയോ വെളിയിലാണ് ക്ഷീരപഥത്തിന്റെ സംകേന്ദ്രവലയങ്ങൾ സ്ഥിതിചെയ്യുന്നത്. അത്തരം രണ്ടു വലയങ്ങൾ നാം കാണുന്നുണ്ട്. ക്ഷീരപഥത്തിൽ തന്റെ ദൂരദർശനിയിലൂടെ ദൃശ്യമായ നക്ഷത്രങ്ങൾ 180 ലക്ഷത്തോളം വരുമെന്നാണ് ഹെർഷൽ പറയുന്നത്. വലയത്തിനുള്ളിൽ സ്ഥിതിചെയ്യുന്ന നക്ഷത്രങ്ങൾ ഇരുപതു ലക്ഷമോ അതിലധികമോ വരും. അങ്ങനെ മൊത്തം രണ്ടുകോടിയിലധികം. ഇതിനും പുറമെ ക്ഷീരപഥത്തിൽ വേർതിരിച്ചുകാണാവുന്ന നക്ഷത്രങ്ങൾക്കും പുറകിലായി വേർതിരിച്ചുകാണാനാവാത്ത ഒരു തിളക്കം എപ്പോഴുമുണ്ട്. കൂടുതൽ അകലെയായി ദൂരദർശനനിയമപ്രകാരം നമ്മുടെ ദൃഷ്ടിയിൽനിന്നു മറഞ്ഞുകിടക്കുന്ന വേറെയും വലയങ്ങൾ ഒരു പക്ഷേ ഉണ്ടായിരിക്കുമോ? (പേജ് 451-52).

സൂര്യനിൽനിന്നും 573 പ്രകാശവർഷങ്ങൾ അകലെയാണ് ആൽസിയോണി സ്ഥിതിചെയ്യുന്നത്. വെവ്വേറെയുള്ള ദൃശ്യനക്ഷത്രങ്ങളോടുകൂടിയ ക്ഷീരപഥവലയത്തിന്റെ വ്യാസം കുറഞ്ഞത് 8,000 പ്രകാശവർഷങ്ങളാണ് (പേജ് 462-63).

സൂര്യനും ആൽസിയോണിക്കുമിടയ്ക്കുള്ള 573 പ്രകാശവർഷങ്ങളുടെ വ്യാസാർധത്തിനുള്ളിൽ ചലിക്കുന്ന വസ്തുക്കളുടെ ദ്രവ്യമാനം 1180 ലക്ഷം സൂര്യദ്രവ്യമാനങ്ങളാണെന്നാണ് കണക്കാക്കപ്പെട്ടിട്ടുള്ളത് (പേജ് 462). അതിനുള്ളിൽ ചലിക്കുന്ന നക്ഷത്രങ്ങളുടെ എണ്ണം ഏറിയാൽ 20 ലക്ഷമാണെന്നതുമായി ഇതു പൊരുത്തപ്പെടുന്നില്ല. ഇരുണ്ട വസ്തുക്കളോ? എന്തായാലും ഇവിടെ എന്തോ കുഴപ്പമുണ്ട്. നമ്മുടെ നിരീക്ഷണങ്ങൾക്കുള്ള പൂർവോപാധികൾ ഇപ്പോഴും വളരെയേറെ അപൂർണമാണെന്നതിന്റെ തെളിവാണിത്.

ആയിരക്കണക്കിനും ഒരുപക്ഷേ ലക്ഷക്കണക്കിനും പ്രകാശവർഷങ്ങൾ അകലെയാണ് ക്ഷീരപഥത്തിന്റെ ഏറ്റവും പുറമെയുള്ള വലയം സ്ഥിതിചെയ്യുന്നതെന്ന് മെഡ്‌ലർ സങ്കൽപ്പിക്കുന്നു (പേജ് 464).

പ്രകാശം വലിച്ചെടുക്കപ്പെടുന്നുവെന്നു പറയപ്പെടുന്നതിനെതിരായ സുന്ദരമായ ഒരു വാദം:

"എന്തായാലും യാതൊരു പ്രകാശവും നമ്മുടെ അടുത്തെത്താൻ നിവൃത്തിയില്ലാത്ത ഒരു ദൂരമുണ്ട്. പക്ഷേ അതിന്റെ കാരണം തികച്ചും മറ്റൊന്നാണ്. പ്രകാശത്തിന്റെ പ്രവേഗം പരിമിതമാണ്; സൃഷ്ടിയുടെ ആരംഭംതൊട്ട് ഇന്നുവരെ ഒരു പരിമിതസമയമാണ് കടന്നുപോയിട്ടുള്ളത്. അതുകൊണ്ട് ഈ പരിമിതസമയത്തിൽ പ്രകാശം സഞ്ചരിച്ചിട്ടുള്ള ദൂരംവരെ മാത്രമാണ് നമുക്ക് ഖഗോളങ്ങളെ കാണാൻകഴിയുന്നത്"! (പേജ് 466).

ദൂരത്തിന്റെ വർഗത്തിന്റെ അനുപാതത്തിൽ തീവ്രത കുറയുന്ന പ്രകാശം ഒരു നിശ്ചിതബിന്ദുവിലെത്തുമ്പോൾ അത് നമ്മുടെ കണ്ണുകൾക്ക് അദൃശ്യമാവാതെ തരമില്ലെന്നും നമ്മുടെ കണ്ണുകളെ എത്രമാത്രം ബലപ്പെടുത്തിയാലും സുസജ്ജമാക്കിയാലും ഇതിനൊരു വ്യത്യാസം വരികയില്ലെന്നുമുള്ളത് എത്രയും വ്യക്തമാണ്. അനന്തമായ ദൂരത്തോളം എല്ലാ ദിശകളിലും ഉജ്വലങ്ങളായ നക്ഷത്രങ്ങളെക്കൊണ്ട് നിറഞ്ഞിരുന്നിട്ടും ആകാശം ഇരുണ്ടിരിക്കുന്നത് പ്രകാശം വലിച്ചെടുക്കപ്പെടുന്നതുകൊണ്ടു മാത്രമാവാനേ തരമുള്ളുവെന്ന ഒൽബെർസിന്റെ അഭിപ്രായത്തെ ഖണ്ഡിക്കാൻ അതുമതി. എന്നാൽ ഈഥറിലൂടെ പ്രകാശം ഒട്ടും തന്നെ കടക്കാത്ത ഒരു ദൂരമില്ലെന്ന് ഇപ്പറഞ്ഞതിന് അർഥമില്ല.

നീഹാരികകൾ. കൃത്യമായും വട്ടത്തിലുള്ളത്, ദീർഘവൃത്തീയമായിട്ടുള്ളത്, നിശ്ചിതമായ രൂപമൊന്നുമില്ലാത്തത്, കൂർത്തുമൂർത്ത വശങ്ങളോടുകൂടിയത്, എന്നിങ്ങനെ എല്ലാ രൂപങ്ങളിലുമുണ്ട് ഇവ. വ്യതിരിക്തതയുടെ എല്ലാ തോതുകളുമുണ്ട്. വേർതിരിച്ചുകാണാൻ തീർത്തും സാധ്യമല്ലാത്ത അവസ്ഥവരെ അതെത്തുന്നു. കേന്ദ്രത്തോടടുക്കുമ്പോൾ കട്ടി കൂടുതലുണ്ടെന്നതാണ് അവയിൽ തിരിച്ചറിയാൻ കഴിയുന്ന ഒരേയൊരു സംഗതി. വേർതിരിച്ചുകാണാവുന്ന ചില നീഹാരികകളിൽ പതിനായിരം നക്ഷത്രങ്ങൾവരെ ദൃശ്യമാണ്. മധ്യഭാഗം മിക്കവാറും കൂടുതൽ സാന്ദ്രമാണ്. കൂടുതൽ ദീപ്തിയുള്ള ഒരു കേന്ദ്രനക്ഷത്രത്തെ വളരെ അപൂർവമായേ കാണാൻ കഴിയൂ. റോസിന്റെ കൂറ്റൻ ദൂരദർശിനി അവയിൽ പലതിനേയും വേർതിരിച്ചുകഴിഞ്ഞു. ഹെർഷൽ ഒന്നാമൻ 197 നക്ഷത്രസമൂഹങ്ങളെയും 2,300 നീഹാരികകളെയും എണ്ണിപ്പറയുന്നുണ്ട്. ഹെർഷൽ രണ്ടാമൻ ദക്ഷിണനഭസിന്റെ നക്ഷത്രസൂചികയിൽ പ്രതിപാദിച്ചിട്ടുള്ള നീഹാരികകളെ ഇതിന്റെകൂടെ കൂട്ടണം. അനിയതരൂപങ്ങളോടുകൂടിയ നീഹാരികകൾ വിദൂരപ്രപഞ്ചദ്വീപുകളായിരിക്കണം. കാരണം, ഗോളത്തിന്റേയോ ദീർഘവൃത്തത്തിന്റേയോ രൂപത്തിൽ മാത്രമേ ബാഷ്പപിണ്ഡങ്ങൾക്ക് സന്തുലനം പാലിച്ചുകൊണ്ട് നിലനിൽക്കാൻ കഴിയൂ. മാത്രമല്ല, അവയിൽ മിക്കതും ഏറ്റവും ശക്തിയുള്ള ദൂരദർശിനികളിലൂടെ

പ്പോലും കഷ്ടിച്ച് കാണാമെന്നേയുള്ളു. എന്തായാലും വട്ടത്തിലുള്ളവ ബാഷ്പപിണ്ഡങ്ങളാവാനിടയുണ്ട്. മുകളിൽപ്പറഞ്ഞ 2,500–ൽ 78 എണ്ണം അത്തരത്തിലുള്ളവയാണ്. നമ്മിൽനിന്നുള്ള ഈ നീഹാരികകളുടെ ദൂരത്തെ സംബന്ധിച്ചാണെങ്കിൽ, അത് 20 ലക്ഷം പ്രകാശവർഷങ്ങളാണെന്നാണ് ഹെർഷൽ സങ്കൽപ്പിക്കുന്നത്. നീഹാരികകളുടെ യഥാർഥ വ്യാസം 8,000 പ്രകാശവർഷങ്ങളാണെന്ന അനുമാനത്തിന്റെ അടിസ്ഥാനത്തിൽ ഈ ദൂരം 3 കോടി പ്രകാശവർഷങ്ങളാണെന്നാണ് മെഡ്ലറുടെ സങ്കൽപ്പം. ഒരു ഖഗോളീയ വ്യൂഹവും അതിനടുത്തതും തമ്മിലുള്ള ദൂരം ആ വ്യൂഹത്തിന്റെ വ്യാസത്തിന്റെ കുറഞ്ഞത് നൂറുമടങ്ങെങ്കിലും വരുമെന്നുള്ളതുകൊണ്ട് നമ്മുടെ പ്രപഞ്ചദ്വീപ് അതിനടുത്തതിൽനിന്ന് ചുരുങ്ങിയത് 8,000 X 50 = 400,000 പ്രകാശവർഷമെങ്കിലും അകലെയാണ്. കുറെ ആയിരം നീഹാരികകൾകൂടി കൂട്ടുമ്പോൾ നാം ഹെർഷൽ ഒന്നാമൻ പറഞ്ഞിട്ടുള്ള 20 ലക്ഷം പ്രകാശവർഷത്തിനും വളരെ അപ്പുറം കടക്കുന്നു (മെഡ്ലർ പേജ് 485–492).

സെക്കി:

തുടർച്ചയുള്ളതും സാധാരണവുമായ താരകീയസ്പെക്ട്രമാണ് വേർതിരിച്ചുകാണാവുന്ന നീഹാരികകൾ കാഴ്ചവയ്ക്കുന്നത്. സാക്ഷാൽ നീഹാരികകളാകട്ടെ, "ആൻഡ്രോമീഡയെന്ന നക്ഷത്രവ്യൂഹത്തിലെ നീഹാരികയെപ്പോലെ ചില ഭാഗങ്ങളിൽ തുടർച്ചയായുള്ളസ്പെക്ട്രം നൽകുന്നുണ്ടെങ്കിലും, ഒന്നോ വളരെക്കുറച്ചോ ദീപ്തരേഖകളടങ്ങുന്ന സ്പെക്ട്രമാണ് കൂടുതൽ ഭാഗങ്ങളിലും നൽകുന്നത്. ഒറിയോൺ, സാജിറ്ററിയസ്, ലൈറ എന്നിവയിലെ നീഹാരികകളും *ഗ്രഹീയ* (വർത്തുള) "നീഹാരികകളെന്ന പേരിൽ അറിയപ്പെടുന്നവയിൽ ഭൂരിഭാഗവും ഇത്തരത്തിലുള്ളവയാണ്" (പേജ് 787).

[മെഡ്ലറുടെ അഭിപ്രായത്തിൽ (പേജ് 495) ആൻഡ്രോമീഡയിലെ നീഹാരിക വിയോജനക്ഷമമല്ല – ഒറിയോണിലെ നീഹാരിക അനിയതമായും ശൽക്കരൂപത്തിലും കൈകൾ നിവർത്തിപ്പിടിച്ചിരിക്കുന്നതുപോലെയുമാണിരിക്കുന്നത് (പേജ് 495) – ലൈറയുടെ നീഹാരിക മോതിരത്തെ അനുസ്മരിപ്പിക്കുന്നു. അത് അൽപ്പം ദീർഘവൃത്തമാണെന്നു പറയാം (പേജ് 498).]

"ഹെർഷെലിന്റെ 4374–ാം നമ്പർ നീഹാരികയുടെ സ്പെക്ട്രത്തിൽ ഹഗിൻസ് മൂന്നു ദീപ്തരേഖകൾ കണ്ടു. "ആ നീഹാരിക വെവ്വേറെയുള്ള നക്ഷത്രങ്ങളുടെ സമുച്ചയമല്ലെന്നും നേരെമറിച്ച് അതൊരു യഥാർഥ നീഹാരികയാണെന്നും വാതകാവസ്ഥയിലുള്ള തിളക്കമാർന്ന ഒരു പദാർഥമാണതെന്നും ഇതിൽനിന്നു നേരിട്ടു സിദ്ധിക്കുന്നു" (പേജ് 787).

രേഖകൾ നൈട്രജനെയും (1) ഹൈഡ്രജനെയും (1) കുറിക്കുന്നു. മൂന്നാമത്തേത് അജ്ഞാതമാണ്. ഒറിയോണിലെ നീഹാരികയും അങ്ങനെതന്നെ. മിന്നുന്ന ബിന്ദുക്കളുള്ള നീഹാരികകൾക്കുപോലും (ഹൈ

ഡ്ര, സാജിറ്റാറിയസ്) ഈ ദീപ്തരേഖകളുണ്ട്. ഘനീഭവിച്ചുകൊണ്ടിരിക്കുന്ന നക്ഷത്രപിണ്ഡങ്ങൾ ഇനിയും ഖരാവസ്ഥയോ ദ്രവാവസ്ഥയോ പ്രാപിച്ചിട്ടില്ലെന്നാണ് ഇതിൽനിന്ന് അനുമാനിക്കേണ്ടത് (പേജ് 789). ലൈറയിലെ നീഹാരികയിൽ ഒരു നൈട്രജൻരേഖ മാത്രമേ കാണുന്നുള്ളു (പേജ് 789). ഒറിയോണിലെ നീഹാരികയിലെ ഏറ്റവും സാന്ദ്രമായ ഭാഗം 1^0–യിലാണ്. അതിന്റെ ഒട്ടാകെയുള്ള വ്യാപ്തി 4^0 ആണ് (പേജ് 790–91).

സെക്കി: "സിരിയസ്":

"(ബെസെലിന്റെ കണക്കുകൂട്ടലിനെത്തുടർന്ന് – മെഡ്‌ലർ, പേജ് 450) പതിനൊന്നു വർഷങ്ങൾക്കുശേഷം...... ആറാം പ്രകാശമാനമുള്ള ഒരു സ്വയം ദീപ്തനക്ഷത്രത്തിന്റെ രൂപത്തിൽ സിരിയസിന്റെ ഉപഗ്രഹം കണ്ടെത്തപ്പെട്ടുവെന്നു മാത്രമല്ല, അതിന്റെ ഭ്രമണപഥം ബെസെൽ ഗണിച്ചെടുത്തതുമായി ഒത്തിരുന്നുവെന്നു തെളിയിക്കപ്പെടുകകൂടി ചെയ്തു. പിന്നീട് ഔവേഴ്സ് എന്ന ശാസ്ത്രജ്ഞൻ പ്രോസിയോണിന്റെയും അതിന്റെ ഉപഗ്രഹത്തിന്റെയും ഭ്രമണപഥം നിർണയിക്കപ്പെടുകയുണ്ടായെങ്കിലും ആ ഉപഗ്രഹം കണ്ടെത്താൻ ഇതുവരെ കഴിഞ്ഞിട്ടില്ല" (പേജ് 793).

സെക്കി: സ്ഥിരതാരങ്ങൾ:

"രണ്ടോ മൂന്നോ എണ്ണമൊഴിച്ച് സ്ഥിരതാരങ്ങൾക്കൊന്നും ദൃഷ്ടിഗോചരമായ ലംബനം (parallax) ഇല്ലാത്തതിനാൽ അവ നമ്മിൽനിന്ന് ചുരുങ്ങിയത്" 30 പ്രകാശവർഷത്തോളമെങ്കിലും അകലെയായിരിക്കും സ്ഥിതിചെയ്യുന്നത് (പേജ് 799).

16–ാം പ്രകാശമാനമുള്ള നക്ഷത്രങ്ങൾ (ഹെർഷെലിന്റെ വലിയ ദൂരദർശിനിയിലൂടെ തിരിച്ചറിയാൻ കഴിയുന്നവ) 7,560 പ്രകാശവർഷം അകലെയും റോസിന്റെ ദൂരദർശനിയിലൂടെ തിരിച്ചറിയാവുന്നവ ചുരുങ്ങിയത് 20,900 പ്രകാശവർഷം അകലെയുമാണെന്നാണ് സെക്കി പറയുന്നത് (പേജ് 802).

സെക്കിതന്നെ ഇങ്ങനെയൊരു ചോദ്യം ഉന്നയിക്കുന്നുണ്ട് (പേജ് 810):

സൂര്യനും സൗരയൂഥമാകെയും കെട്ടടങ്ങിക്കഴിയുമ്പോൾ "ആ മൃതവ്യൂഹത്തെ ദീപ്തിമത്തായ നീഹാരികയെന്ന ആദിമാവസ്ഥയിലേക്കു തിരിച്ചുമാറ്റാനും അതിനെ പുനരുജ്ജീവിപ്പിക്കാനും കഴിവുള്ള ശക്തികൾ പ്രകൃതിയിലുണ്ടോ? നമുക്ക് അറിഞ്ഞുകൂടാ."

സെക്കിയും മാർപ്പാപ്പയും.

വേലിയേറ്റവും വേലിയിറക്കവുമുണ്ടാകുന്നത് ചന്ദ്രന്റെ ആകർഷണം മൂലമാണെന്ന് ദെക്കാർത്ത് കണ്ടുപിടിച്ചു. സ്നെൽ കണ്ടുപിടിച്ച അതേ സമയത്തുതന്നെ അദ്ദേഹം പ്രകാശാപവർത്തനത്തെ സംബന്ധിച്ച അടിസ്ഥാനനിയമവും കണ്ടുപിടിച്ചു,* അതും സ്നെല്ലിന്റേതിൽനിന്ന് വ്യത്യസ്തമായിട്ടുള്ള, സ്വതസിദ്ധമായ രൂപത്തിൽ.

---

* കയ്യെഴുത്തുപ്രതിയുടെ മാർജിനിലുള്ള കുറിപ്പ്. "വോൾഫ് ഇതിനെ ചോദ്യംചെയ്യുന്നുണ്ട്, പേജ് 325."[203]

മയ്യെർ, "ചൂടിനെക്കുറിച്ചുള്ള ബലകൃതസിദ്ധാന്തം", പേജ് 328. വേലിയേറ്റവും വേലിയിറക്കവും ഭൂമിയുടെ ഭ്രമണത്തെ മന്ദീഭവിപ്പിക്കുന്ന തരത്തിലുള്ള മർദം ചെലുത്തുന്നുണ്ടെന്ന് കാന്റ് നേരത്തേതന്നെ പറഞ്ഞിട്ടുണ്ട്. (ഇപ്പോൾ നക്ഷത്രദിനത്തിന്റെ ദൈർഘ്യം ആയിരം വർഷത്തിൽ 1/100 സെക്കണ്ടുവച്ച് വർധിച്ചുകൊണ്ടിരിക്കുകയാണെന്ന ആഡംസിന്റെ കണക്കുകൂട്ടൽ).

ഊർജതന്ത്രം (ഭൗതികശാസ്ത്രം)

സംഘട്ടനവും ഘർഷണവും. സംഘട്ടനത്തിന്റെ പ്രഭാവം ശുദ്ധ രൂപത്തിൽ നടക്കുന്നതായിട്ടാണ് ബലതന്ത്രം കരുതുന്നത്. എന്നാൽ യഥാർഥത്തിൽ സംഗതി നടക്കുന്നത് അങ്ങനെയല്ല. ഓരോ സംഘട്ടനം നടക്കുമ്പോഴും ബലകൃതചലനത്തിന്റെ കുറെ ഭാഗം ചൂടായി രൂപാന്തര പ്പെടുന്നു. ഘർഷണമെന്നു പറയുന്നത് ബലകൃതചലനത്തെ നിരന്തരം ചൂടായി മാറ്റുന്ന ഒരു സംഘട്ടനരൂപമല്ലാതെ മറ്റൊന്നുമല്ല (ഘർഷണം വഴി തീയുണ്ടാക്കാമെന്ന് പ്രാചീനകാലത്തുതന്നെ അറിയാമായിരുന്നു).

ഗതിവിജ്ഞാന (dynamics) രംഗത്ത് ഗതീയോർജത്തിന്റെ (kinetic energy) ഉപഭോഗം എപ്പോഴും ദ്വിമുഖസ്വഭാവത്തോടുകൂടിയതും ദ്വിമുഖ ഫലമുളവാക്കുന്നതുമാണ്: 1) ഗതികപ്രവൃത്തിയുടെ നിർവഹണവും സ്ഥിതിജ–ഊർജത്തിന്റെ (potential energy) സംഗതപരിമാണത്തിന്റെ ഉൽപ്പാദനവും. എന്നാൽ ചെലുത്തപ്പെട്ട ഗതീയോർജത്തെക്കാൾ എപ്പോഴും കുറവായിരിക്കും അത്; 2) ഗുരുത്വത്തിനു പുറമെ ഉപഭുക്ത ഗതീയോർജത്തിന്റെ (used up kinetic energy) അവശിഷ്ടത്തെ ചൂടാക്കി മാറ്റുന്ന ഘർഷണത്തിന്റേയും മറ്റും പ്രതിരോധങ്ങളെ തരണംചെയ്യൽ – അതുപോലെതന്നെ തിരിച്ചുമാറ്റപ്പെടുമ്പോഴും: അത് ഏതുവിധത്തിൽ സംഭവിക്കുന്നുവെന്നതിനെ ആശ്രയിച്ച് ഘർഷണത്തിൽനിന്നും മറ്റുമുള്ള നഷ്ടത്തിന്റെ ഒരു ഭാഗം ചൂടായി വ്യയംചെയ്യപ്പെടുന്നു. ഇതെല്ലാം എത്രയോ പുരാതനമാണ്!

നിർദോഷമായ ആദ്യത്തെ വീക്ഷണം അതിഭൗതികവാദപരമായ രണ്ടാമത്തെ വീക്ഷണത്തെക്കാൾ സാമാന്യേന കൂടുതൽ ശരിയായിട്ടു ള്ളതാണ്. ഉദാഹരണത്തിന് ചൂട് ചലനമാണെന്ന് ബേക്കൺ (കൂടാതെ, അദ്ദേഹത്തിനുശേഷം ബോയിലും ന്യൂട്ടണും ഏതാണ്ടെല്ലാ ഇംഗ്ലീഷു

കാരും) പറയുകയുണ്ടായി[204] (അത് തന്മാത്രീയചലനമാണെന്നുപോലും ബോയിൽ പറഞ്ഞു). പതിനെട്ടാം നൂറ്റാണ്ടിൽ മാത്രമാണ് ഫ്രാൻസിൽ കലോറിക് സിദ്ധാന്തം പൊന്തിവരികയും അത് യൂറോപ്യൻ വൻകരയിൽ ഏറെക്കുറെ അംഗീകരിക്കപ്പെടുകയും ചെയ്തത്.

ഊർജസംരക്ഷണം. ചലനത്തിന്റെ പരിമാണാത്മകമായ സ്ഥിരതയെപ്പറ്റി ദെക്കാർത്ത്തന്നെ, അതും ഇന്നത്തെ (ക്ലൊസിയസിന്റെയോ അതോ റോബർട്ട് മയ്യെറുടെയോ?) ഏതാണ്ടതേ വാക്കുകളിൽ, പ്രതിപാദിച്ചിട്ടുണ്ട്. എന്നാൽ ചലനത്തിന്റെ രൂപത്തിലുണ്ടാകുന്ന മാറ്റം കണ്ടുപിടിക്കപ്പെട്ടത് 1842–ൽ മാത്രമാണ്. പുതുതായിട്ടുള്ളത് ഇതാണ്, പരിമാണാത്മകസ്ഥിരതാനിയമമല്ല.

ബലവും ബലസംരക്ഷണവും. ജെ ആർ മയ്യെറുടെ ആദ്യത്തെ പേജ് 208:

രണ്ടു പ്രബന്ധങ്ങളിലെ ഭാഗങ്ങൾ ഹെംഹോൽറ്റ്സിനെതിരായി ഉദ്ധരിക്കുക.

ബലം.* ഹെഗൽ പറയുന്നു ("തത്വശാസ്ത്രചരിത്രം", വാല്യം I), "കാന്തത്തിന് ആകർഷണബലമുണ്ടെന്നു പറയുന്നതിലും ഭേദം" (താലെസ് പറഞ്ഞിട്ടുള്ളതുപോലെ), "അതിന് ആത്മാവുണ്ടെന്നു പറയുന്നതായിരിക്കും. പദാർഥത്തിൽനിന്നു വേർപെടുത്താവുന്ന ഒന്നെന്ന നിലയ്ക്ക് വിധേയം (predicate) ആയി നാം സങ്കൽപ്പിക്കുന്ന ഒരു ഗുണമാണ് ബലം. നേരെമറിച്ച് പദാർഥത്തിന്റെ സ്വഭാവവുമായി അഭിന്നമായിട്ടുള്ള ആ ചലനം തന്നെയാണ് ആത്മാവ്."

ബലവും അതിന്റെ അഭിവ്യഞ്ജനവും – കാരണവും കാര്യവും – ഒന്നാണെന്ന ഹെഗലിന്റെ ധാരണ പദാർഥത്തിന്റെ രൂപാന്തരണത്തിൽ ഇപ്പോൾ തെളിയിക്കപ്പെട്ടിട്ടുണ്ട്. അവിടെ അവയുടെ തുല്യത ഗണിതാത്മകമായി തെളിയിക്കപ്പെടുന്നു. അളവെടുപ്പിന്റെ കാര്യത്തിൽ ഈ തുല്യത നേരത്തേതന്നെ അംഗീകരിക്കപ്പെട്ടിട്ടുള്ളതാണ്: ബലത്തെ അതിന്റെ അഭിവ്യഞ്ജനം വച്ചാണ്, കാരണത്തെ കാര്യംവച്ചാണ്, അളക്കുന്നത്.

ബലം. ഒരു വസ്തുവിൽനിന്നു മറ്റൊന്നിലേക്ക് ഏതെങ്കിലും ചലനത്തിന്റെ സ്ഥാനമാറ്റം നടക്കുമ്പോൾ, സ്ഥാനം മാറ്റുന്നതിനാൽ സജീവമായ ആ ചലനത്തെ, സ്ഥാനം മാറ്റപ്പെടുന്നതിനാൽ നിഷ്ക്രിയമായ ചലനത്തിന്റെ കാരണമായി കരുതാവുന്നതാണ്. അങ്ങനെ വരുമ്പോൾ ഈ കാരണം, അതായത് സജീവചലനം, ബലമായും നിഷ്ക്രിയചലനം അതിന്റെ അഭിവ്യഞ്ജനമായും പ്രത്യക്ഷപ്പെടുന്നു. ബലം അതിന്റെ അഭിവ്യഞ്ജനത്തിന് കൃത്യം തുല്യമാണെന്ന് ചലനത്തിന്റെ അവിനാശ്യതാനിയമപ്രകാരം ഇതിൽനിന്നു സിദ്ധിക്കുന്നു. കാരണം, രണ്ടിലുമുള്ളത്

** "ചലനത്തിന്റെ അടിസ്ഥാനരൂപങ്ങൾ" എന്ന അധ്യായത്തിൽ എംഗൽസ് ഈ കുറിപ്പ് ഉപയോഗപ്പെടുത്തിയിട്ടുണ്ട്.

ഒരേ ചലനമാണല്ലോ. എന്നാൽ സ്ഥാനാന്തരണം നടത്തുന്ന ചലനത്തെ പരിമാണാത്മകമായി നിർണയിക്കാൻ ഏറെക്കുറെ സാധ്യമാണ്. കാരണം അത് രണ്ടു വസ്തുക്കളിൽ പ്രത്യക്ഷപ്പെടുന്നുണ്ടല്ലോ. അതിലൊന്നിന് മറ്റേതിലെ ചലനമളക്കാനുള്ള മാപനമാത്രയായി വർത്തിക്കാൻ കഴിയും. ചലനത്തിന്റെ മാപനക്ഷമതയാണ് ബലമെന്ന ഗണത്തെ വിലയുള്ളതാക്കിത്തീർക്കുന്നത്. അതില്ലെങ്കിൽ ബലത്തിന് യാതൊരു വിലയുമില്ല. അതുകൊണ്ട് ചലനം എത്ര കൂടുതൽ മാപനക്ഷമമാണോ അത്രയും കൂടുതൽ ചലനത്തിന്റെയും അതിന്റെ അഭിവ്യഞ്ജനത്തിന്റെയും ഗണങ്ങളെ ഗവേഷണത്തിൽ ഉപയോഗിക്കാൻ കഴിയുന്നതാണ്. ബലതന്ത്രത്തിൽ അത് വിശേഷിച്ചും ഉപയോഗപ്രദമാവാനുള്ള കാരണം ഇതാണ്. അവിടെ ബലങ്ങൾ സമ്മിശ്രമാണെന്നു ഗണിച്ചുകൊണ്ട് അവയെ കൂടുതൽ വിയോജിപ്പിക്കുകയും അങ്ങനെ പലപ്പോഴും പുതിയ ഫലങ്ങളിൽ എത്തിച്ചേരുകയും ചെയ്യുന്നു. എന്നാൽ ഇതൊരു മാനസികപ്രവർത്തനം മാത്രമാണെന്ന സംഗതി മറക്കരുത്. ബലസമാന്തരചതുർഭുജത്തിൽ (Parallelogram of forces) ചിത്രീകരിക്കുന്നതുപോലുള്ള യഥാർഥത്തിൽ സമ്മിശ്രമായ ബലങ്ങളുമായുള്ള അനുരൂപതയെ യഥാർഥത്തിൽ ലളിതമായ ബലങ്ങൾക്ക് ബാധകമാക്കുന്നതുകൊണ്ട് അവ യഥാർഥത്തിൽ സമ്മിശ്രമായിത്തീരുകയില്ല. സ്ഥിതിവിജ്ഞാനത്തിൽ നടക്കുന്നതും ഇതുതന്നെയാണ്. മറ്റു ചലനരൂപങ്ങളെ ബലകൃതചലനമാക്കി മാറ്റുമ്പോഴും (ചൂട്, വിദ്യുച്ഛക്തി, ഇരുമ്പിന്റെ ആകർഷണത്തിലുള്ള കാന്തശക്തി) ഇതുതന്നെയാണ് സ്ഥിതി. ഇവിടെ പ്രാരംഭചലനത്തെ അതുളവാക്കുന്ന ബലകൃതപ്രഭാവംകൊണ്ട് അളക്കാൻ കഴിയും. എന്നാൽ വിവിധചലനരൂപങ്ങൾ ഒരേസമയത്ത് പരിഗണിക്കപ്പെടുന്ന ഇവിടെ ബലമെന്ന ഗണത്തിന്റെ അഥവാ സംക്ഷേപസംജ്ഞയുടെ പരിമിതി വെളിപ്പെടുന്നുണ്ട്. ഒരൊറ്റ യഥാർഥ ഭൗതികശാസ്ത്രജ്ഞനും വിദ്യുച്ഛക്തിയെയോ കാന്തശക്തിയെയോ ചൂടിനെയോ പദാർഥങ്ങളായും ഭാരഹീനദ്രവ്യങ്ങളായും കരുതാത്തതുപോലെതന്നെ വെറും ബലങ്ങളായും ഇപ്പോൾ കരുതുന്നില്ല. ഊഷ്മചലനത്തിന്റെ ഒരു നിശ്ചിത പരിമാണം എത്രമാത്രം ബലകൃതചലനമായിട്ടാണ് രൂപാന്തരപ്പെടുന്നതെന്ന് നമുക്ക് അറിയാമെങ്കിലും ചൂടിന്റെ സ്വഭാവത്തെപ്പറ്റി നമുക്ക് യാതൊന്നും അറിഞ്ഞുകൂടാ. ചൂടിന്റെ ഈ സ്വഭാവത്തെക്കുറിച്ചുള്ള പഠനത്തിന് ഈ രൂപാന്തരണങ്ങളെക്കുറിച്ചുള്ള അന്വേഷണം എത്രമാത്രം ആവശ്യമാണെങ്കിലും അതാണ് സ്ഥിതി. ചൂടിനെ ചലനത്തിന്റെ രൂപമായി കാണുകയെന്നത് ഭൗതികശാസ്ത്രത്തിന്റെ ഏറ്റവും പുതിയ നേട്ടമാണ്. അങ്ങനെ ബലമെന്ന ഗണം അതിൽനിന്ന് നീക്കംചെയ്യപ്പെട്ടിരിക്കുന്നു: ചില സംബന്ധങ്ങളിൽ – സ്ഥാനാന്തരണത്തിന്റെ സംബന്ധങ്ങളിൽ – ബലങ്ങളായി പ്രത്യക്ഷപ്പെടാനും അങ്ങനെ മാപനീയമാവാനും അവയ്ക്ക്* കഴിയും. ഉദാഹരണത്തിന് ചൂടുപിടിക്കു

---

* അതായത്, ബലകൃതചലനം, ചൂട്, വിദ്യുച്ഛക്തി, മുതലായവയ്ക്ക്.

മ്പോൾ ഒരു വസ്തുവിന് സംഭവിക്കുന്ന വികസനം വച്ചാണ് ചൂടിനെ അളക്കുന്നത്. ഇവിടെ ചൂട് ഒരു വസ്തുവിൽനിന്ന് മാപകമായി വർത്തിക്കുന്ന മറ്റൊന്നിലേക്ക് കടക്കുന്നില്ലെങ്കിൽ, അതായത്, മാപകമായി വർത്തിക്കുന്ന വസ്തുവിന്റെ ചൂടിൽ മാറ്റമുണ്ടാകുന്നില്ലെങ്കിൽ, മാപനത്തിന്റെയും രാശിയിലെ മാറ്റത്തിന്റെയും പ്രശ്നമേ ഉദിക്കുന്നില്ല. വെറുതെ "ചൂട് വസ്തുവിനെ വികസിപ്പിക്കുന്നു" എന്നാണ് പറയുന്നത്. "വസ്തുവിനെ വികസിപ്പിക്കാനുള്ള ബലം ചൂടിനുണ്ട്" എന്നുപറഞ്ഞാൽ അതൊരു പുനരുക്തി മാത്രമായിരിക്കും. "വസ്തുക്കളെ വികസിപ്പിക്കുന്ന ബലമാണ് ചൂട്" എന്നു പറഞ്ഞാൽ അത് ശരിയായിരിക്കില്ല. കാരണം 1) വികസനം – ഉദാഹരണത്തിന് വാതകങ്ങളിൽ – വേറെ വഴിക്കും ഉളവാക്കപ്പെടുന്നുണ്ട്; 2) ചൂട് പൂർണമായും ഈ വിധത്തിൽ പ്രകാശിപ്പിക്കപ്പെടുന്നില്ല.

യൗഗികങ്ങളെ നിർമിക്കുകയും നിലനിർത്തുകയും ചെയ്യുന്ന ബലങ്ങളെന്ന നിലയ്ക്ക് രാസബലങ്ങളെപ്പറ്റിയും ചില രസതന്ത്രജ്ഞർ പറയാറുണ്ട്. എന്നാൽ ഇവിടെ സ്ഥാനാന്തരണമെന്നൊന്ന് യഥാർഥത്തിൽ നടക്കുന്നില്ല. വിവിധവസ്തുക്കളുടെ ചലനം ഒറ്റ ഒന്നായി ലയിച്ചുചേരുകയാണ് ചെയ്യുന്നത്. അതുകൊണ്ട് ഇവിടെ "ബലം" അതിന്റെ പ്രയോഗത്തിന്റെ സീമയിലെത്തുന്നു. ചൂടിന്റെ ഉൽപ്പാദനംവച്ച് ഈ "ബല"ത്തെ ഇപ്പോഴും അളക്കാവുന്നതാണ്. പക്ഷേ അതുകൊണ്ട് ഇതുവരെ കാര്യമായ നേട്ടങ്ങളൊന്നുമുണ്ടായിട്ടില്ല. "ബല"മെന്ന സങ്കൽപ്പം ഇവിടെ കഴമ്പില്ലാത്ത ഒരു പദപ്രയോഗമായി മാറുന്നു. അന്വേഷിക്കപ്പെടാത്ത ചലനരൂപങ്ങളെക്കുറിച്ച് അന്വേഷണം നടത്തുന്നതിനുപകരം അവയെ വിശദീകരിക്കാൻ ബലമെന്നു പറയപ്പെടുന്ന ഒന്നിനെ (ഉദാഹരണത്തിന് വെള്ളത്തിൽ മരത്തടി പൊങ്ങിക്കിടക്കുന്നതിനെ വിശദീകരിക്കാൻ ഉൽപ്ലവന ബലവും പ്രകാശത്തിന്റെ അപവർത്തനത്തെ വിശദീകരിക്കാൻ അപവർത്തനബലവും) കെട്ടിച്ചമയ്ക്കുന്ന എല്ലായിടത്തുമെന്നപോലെ ഇവിടെയും സംഭവിക്കുന്നത് അതാണ്. അങ്ങനെ വിശദീകരണം കാണാത്ത പ്രതിഭാസങ്ങളുടെ അത്രതന്നെ ബലങ്ങളുമുണ്ടെന്നു വരുന്നു. ഒരു ബാഹ്യപ്രതിഭാസത്തെ ഏതെങ്കിലുമൊരു ആന്തരികപദപ്രയോഗമായി പരിഭാഷപ്പെടുത്തുകയെന്നത് മാത്രമാണ് സാരാംശത്തിൽ ഇവിടെ നടക്കുന്നത്. (ആകർഷണവും വികർഷണവുംപോലുള്ള ഗണങ്ങളെ ഉപയോഗപ്പെടുത്തുന്നത് കുറെക്കൂടി ക്ഷന്തവ്യമാണ്. ഭൗതികശാസ്ത്രജ്ഞനെ സംബന്ധിച്ചിടത്തോളം അവ്യാഖ്യേയങ്ങളായിട്ടുള്ള അനേകം പ്രതിഭാസങ്ങളെ അവയുടെ ആന്തരികബന്ധങ്ങളെക്കുറിച്ച് ചില സൂചനകൾ നൽകുന്ന ഒരൊറ്റ സംജ്ഞയിൽ ഉൾപ്പെടുത്തുകയാണ് ഇവിടെ ചെയ്തിട്ടുള്ളത്.)

അവസാനമായി, ജൈവപ്രകൃതിയിൽ ബലമെന്ന ഗണം തികച്ചും അപര്യാപ്തമാണെങ്കിലും അത് നിരന്തരം പ്രയോഗിക്കപ്പെട്ടുവരുന്നുണ്ട്. പേശികളുടെ പ്രവർത്തനത്തെ അതിന്റെ ബലകൃതഫലം നോക്കി പേശീ

ബലമെന്നു വിളിക്കാമെന്നതും അതിനെ അളക്കാൻ കഴിയുമെന്നതും ശരി തന്നെ. അളക്കപ്പെടാവുന്ന മറ്റു ധർമ്മങ്ങളേയും വേണമെങ്കിൽ ബലങ്ങളായി വീക്ഷിക്കാൻ കഴിയും. ഉദാഹരണത്തിന് വിവിധ ആമാശയങ്ങളുടെ ദഹനശേഷി. പക്ഷേ നാം വളരെ വേഗംതന്നെ തനി അസംബന്ധത്തിൽ എത്തിച്ചേരുന്നു (ഉദാഹരണത്തിന് നാഡീബലം). എന്തായാലും വളരെ സങ്കുചിതവും ആലങ്കാരികവുമായ അർഥത്തിൽ മാത്രമേ നമുക്കിവിടെ ബലങ്ങളെപ്പറ്റി പറയാൻ കഴിയൂ ("ബലം പിടിക്കുക"യെന്നത് ഒരു സാധാരണ പ്രയോഗമാണല്ലൊ.) എന്നാൽ ജൈവബലത്തെപ്പറ്റിയുള്ള പരാമർശത്തിലാണ് ഈ ദുരുപയോഗം ചെന്നെത്തിയിരിക്കുന്നത്. ജൈവ വസ്തുവിലെ ചലനരൂപം ബലകൃതമോ രാസികമോ ആയ രൂപത്തിൽനിന്ന് വ്യത്യസ്തമാണെന്നും അവയെല്ലാം അതിൽ വിയുക്തനിലയിൽ അടങ്ങിയിട്ടുണ്ടെന്നുമാണ് ഇതുകൊണ്ട് വിവക്ഷിക്കുന്നതെങ്കിൽ അത് വളരെ അയഞ്ഞ മട്ടിലുള്ള പ്രസ്താവനയാണ്. ചലനത്തിന്റെ സ്ഥാനാന്തരണം നടക്കുന്നുണ്ടെന്നു സങ്കൽപ്പിക്കപ്പെടുന്ന സ്ഥിതിക്ക്, ജീവിക്ക് സഹജവും അതിൽനിന്ന് അഭേദ്യവുമായിട്ടുള്ള ഒന്നെന്ന നിലയ്ക്കല്ലാത്ത പുറമേ നിന്ന് ജീവിയിലേക്ക് കടത്തിവിടപ്പെടുന്ന ഒന്നായിട്ടാണ് ബലം ഇവിടെ പ്രത്യക്ഷപ്പെടുന്നതെന്നതുകൊണ്ട് വിശേഷിച്ചും അങ്ങനെയാണ്. ഇതുകൊണ്ടാണ് ഈ ജൈവബലം എല്ലാ പ്രകൃത്യതീതവാദികളുടെയും അവസാനത്തെ അഭയസ്ഥാനമായിരിക്കുന്നത്.

പോരായ്മ: 1) സ്വതന്ത്രമായി നിലനിൽക്കുന്ന ഒന്നായിട്ടാണ് ബലത്തെ സാധാരണ പരിഗണിക്കുന്നത് (ഹെഗൽ, *പ്രാകൃതിക തത്വശാസ്ത്രം*, പേജ് 79).[205]

2) ഒളിഞ്ഞുകിടക്കുന്നതും ഉറങ്ങിക്കിടക്കുന്നതുമായ ബലം – ചലനവും വിശ്രമവും (ജഡത്വം, സന്തുലനം) തമ്മിലുള്ള ബന്ധത്തിന്റെ അടിസ്ഥാനത്തിൽ ഇത് വിശദീകരിക്കേണ്ടതാണ്. ബലങ്ങളെ തട്ടിയുണർത്തുന്ന പ്രശ്നവും അവിടെ കൈകാര്യം ചെയ്യണം.

ബലം (മുകളിൽ കൊടുത്തിരിക്കുന്നത് നോക്കുക). വ്യത്യസ്തങ്ങളായ എല്ലാ സാഹചര്യങ്ങളുമുള്ളപ്പോൾ മാത്രമാണ് ബലത്തിന്റെ സ്ഥാനാന്തരണം നടക്കുന്നത്. ഈ സാഹചര്യങ്ങൾ പലപ്പോഴും നാനാരൂപത്തിലുള്ളതും സങ്കീർണവുമായിരിക്കും – വിശേഷിച്ചും യന്ത്രങ്ങളിൽ (ആവിയന്ത്രം, താഴും കാഞ്ചിയും പെർക്കഷൻക്യാപ്പും വെടിമരുന്നുമടങ്ങിയ തോക്ക്). ഏതെങ്കിലും ഒരു സാഹചര്യം ഇല്ലെങ്കിൽ അതുണ്ടാവുന്നതുവരെ സ്ഥാനാന്തരണം നടക്കില്ല. അതുകൊണ്ട് ഈ അവസാനത്തെ സാഹചര്യം നിലവിൽകൊണ്ടുവരുന്നതിലൂടെ തട്ടിയുണർത്തപ്പെടേണ്ട ഒന്നാണ് ബലമെന്നും അത് ഒരു വസ്തുവിൽ – ബലത്തിന്റെ വാഹിയെന്നു പറയപ്പെടുന്ന ഒരു വസ്തുവിൽ (വെടിമരുന്ന്, കരി) – ഒളിഞ്ഞുകിടക്കുകയാണെന്നും സങ്കൽപ്പിക്കാൻ കഴിയും. എന്നാൽ യഥാർഥത്തിൽ ചലനത്തിന്റെ ഈ പ്രത്യേകസ്ഥാനാന്തരണം ഉളവാക്കുന്നതിന് ആ വസ്തു മാത്രം പോരാ. മറ്റെല്ലാ സാഹചര്യങ്ങളും സന്നിഹിതമായിരിക്കണം.

ചലനത്തിന്റെ സ്ഥാനാന്തരണത്തിനുള്ള ഉപാധികൾ നമ്മുടെ ശരീരത്തിൽത്തന്നെയുള്ളതുകൊണ്ടാണ് ചലനമെന്ന ധാരണ നമ്മിൽ സ്വയമേവ ഉളവാകുന്നത്. ചില പരിധികൾക്കുള്ളിൽ ഈ ഉപാധികളെ നമ്മുടെ ഇച്ഛാശക്തികൊണ്ട് കർമനിരതമാക്കാൻ കഴിയും. കൈകളിലെ മാംസപേശികൾക്ക് വിശേഷിച്ചും ബാധകമാണിത്. അവ മുഖേന നമ്മൾ പൊക്കിയും ചുമന്നും എറിഞ്ഞും അടിച്ചും മറ്റും ഇതരവസ്തുക്കളിൽ ബലകൃതസ്ഥാനാന്തരണം – ചലനം – ഉളവാക്കുകയും പ്രയോജനപ്രദങ്ങളായ നിശ്ചിതഫലങ്ങൾ അതുവഴി നമുക്ക് ലഭിക്കുകയും ചെയ്യുന്നു. ഇവിടെ ചലനം പ്രത്യക്ഷത്തിൽ ഉളവാക്കപ്പെടുകയാണ്, പകർത്തപ്പെടുകയല്ല ചെയ്യുന്നത്. ഇതിൽനിന്നാണ് ബലം പൊതുവിൽ ചലനത്തെ ഉളവാക്കുന്നുവെന്ന ധാരണ വരുന്നത്. പേശീബലവും ചലനത്തിന്റെ വെറും സ്ഥാനാന്തരണം മാത്രമാണെന്ന വസ്തുത ശരീരക്രിയാത്മകമായി തെളിയിക്കപ്പെട്ടത് ഇപ്പോൾ മാത്രമാണ്.

ബലം. നിഷേധാത്മകവശംകൂടി വിശകലനം ചെയ്യേണ്ടതാണ്: ചലനത്തിന്റെ സ്ഥാനാന്തരണത്തിനു വിപരീതമായ പ്രതിരോധം.

പ്രപഞ്ചസ്പേസിലേക്കുള്ള ചൂടിന്റെ വികിരണം. കെട്ടടങ്ങിയ ഖഗോളങ്ങളുടെ പുനരുജ്ജീവനത്തെക്കുറിച്ച് ലവ്രോവ് ഉദ്ധരിക്കുന്ന എല്ലാ പരികൽപ്പനകളും (പേജ് 190)[206] ചലനനഷ്ടത്തെ ആവശ്യമാക്കുന്നുണ്ട്. ഒരിക്കൽ വികിരണം ചെയ്യപ്പെട്ടുകഴിഞ്ഞ ചൂട്, അതായത് മൂലചലനത്തിന്റെ നിസ്സീമമാംവണ്ണം ബൃഹത്തായ ഒരു ഭാഗം, തിരിച്ചു കിട്ടാത്തവണ്ണം നഷ്ടപ്പെട്ടുപോകുന്നു. 453/454 ഭാഗം ഇതുവരെ നഷ്ടപ്പെട്ടിട്ടുണ്ടെന്നാണ് ഹെംഹോൽറ്റ്സ് പറയുന്നത്. എന്തൊക്കെപ്പറഞ്ഞാലും അങ്ങനെ ഒടുവിൽ നമ്മൾ എത്തിച്ചേരുന്നത് ചലനത്തിന്റെ ക്ഷയത്തിലും അവസാനിക്കലിലുമാണ്. സ്പേസിലേക്ക് വികിരണം ചെയ്യപ്പെടുന്ന ചൂട് വീണ്ടും ഉപയോഗയോഗ്യമാവുന്നത് എങ്ങനെയാണെന്ന് കാണിക്കുമ്പോൾ മാത്രമേ പ്രശ്നം അന്തിമമായി പരിഹരിക്കപ്പെടുകയുള്ളു. ചലനരൂപാന്തരണ സിദ്ധാന്തം ഈ പ്രശ്നത്തെ ഖണ്ഡിതമായി ഉന്നയിക്കുന്നുണ്ട്. മറുപടി പറയുന്നത് നീട്ടിവച്ചതുകൊണ്ടോ അതിൽ നിന്നൊഴിഞ്ഞുമാറിയതുകൊണ്ടോ പ്രശ്നം ഒഴിവാക്കാനാവില്ല. എന്നാൽ പ്രശ്നം ഉന്നയിക്കപ്പെടുന്നതോടൊപ്പംതന്നെ അതിന്റെ പരിഹാരത്തിനുള്ള ഉപാധികൾകൂടി ലഭ്യമാണെന്നത് മറ്റൊരു കാര്യമാണ്. ചലനത്തിന്റെ രൂപാന്തരണവും അവിനാശ്യതയും കണ്ടുപിടിച്ചിട്ട് കഷ്ടിച്ച് മുപ്പതു വർഷങ്ങളേ ആകുന്നുള്ളു. അതിൽനിന്നുള്ള കൂടുതൽ നിഗമനങ്ങൾ വികസിപ്പിച്ചെടുത്തത് ഈയിടെ മാത്രമാണ്. നഷ്ടപ്പെട്ടതായിത്തോന്നുന്ന ചൂടിന് എന്തു സംഭവിക്കുന്നുവെന്ന പ്രശ്നം ഒരുതരത്തിൽ പറഞ്ഞാൽ നഗ്നരൂപത്തിൽ ഉന്നയിക്കപ്പെട്ടത് 1867–ന് ശേഷം മാത്രമാണ് (ക്ലൗസിയസ്).[207] അതിന് ഇതുവരെ പരിഹാരം കാണാത്തതിൽ അത്ഭുതപ്പെടേണ്ടതില്ല. നമ്മുടെ പക്കലുള്ള പരിമിതമായ ഉപാധികൾ വച്ച് അതിനു പരിഹാരം കാണാൻ ഇനിയും വളരെക്കാലമെടുത്തേക്കാം. പക്ഷേ, അത് പരിഹരിക്കപ്പെടുക

തന്നെ ചെയ്യും. പ്രകൃതിയിൽ അത്ഭുതങ്ങളൊന്നും നടക്കുന്നില്ലെന്നും നീഹാരികയുടെ ആദ്യത്തെ ചൂട് പ്രപഞ്ചത്തിനു വെളിയിൽനിന്ന് അത്ഭുതകരമായവിധത്തിൽ അതിലേക്കു പകർത്തപ്പെട്ടതല്ലെന്നുമുള്ളത്രതന്നെ തീർച്ചയായിട്ടുള്ള കാര്യമാണത്. ചലനത്തിന്റെ മൊത്തം പരിമാണം അപരിമിതവും അതിനാൽ അക്ഷയവുമാണെ പൊതുപ്രസ്താവവും, ഓരോരോ ദൃഷ്ടാന്തങ്ങളിൽ നേരിടുന്ന വൈഷമ്യങ്ങളെ തരണം ചെയ്യുന്നതിൽ അത്രതന്നെ കുറച്ചേ സഹായകമാകുന്നുള്ളു. കെട്ടടങ്ങിയ പ്രപഞ്ചങ്ങളെ പുനരുജ്ജീവിപ്പിക്കാൻ – മുകളിൽ കൊടുത്ത പരികൽപ്പനകളിൽ വിഭാവനംചെയ്യുന്ന ദൃഷ്ടാന്തങ്ങളിലൊഴിച്ച് – ഇതും പര്യാപ്തമല്ല. അവയാകട്ടെ എപ്പോഴും ബലനഷ്ടവുമായി ബദ്ധവും അതുകൊണ്ട് താൽക്കാലികദൃഷ്ടാന്തങ്ങൾ മാത്രവുമാണ്. ചക്രം ഇനിയും പൂർത്തിയായിട്ടില്ല. വികിരണംചെയ്യപ്പെട്ട ചൂടിനെ വീണ്ടും ഉപയോഗപ്പെടുത്താനുള്ള സാധ്യത കണ്ടുപിടിക്കുന്നതുവരെ അത് പൂർത്തിയാവുകയുമില്ല.

ഞാൻ മനസിലാക്കിയിട്ടുള്ളത് ശരിയായിട്ടാണെങ്കിൽ, പ്രപഞ്ചം സൃഷ്ടിക്കപ്പെട്ടിരിക്കുന്നുവെന്നാണ് ക്ലൗസിയസ് തെളിയിക്കുന്നത്. തദ്വാരാ പദാർഥത്തെ സൃഷ്ടിക്കാൻ കഴിയുമെന്ന്, തദ്വാരാ ബലത്തെ അഥവാ ചലനത്തേയും സൃഷ്ടിക്കാനും നശിപ്പിക്കാനും കഴിയുമെന്ന്, തദ്വാരാ "ബലസംരക്ഷണ" സിദ്ധാന്തമാകെത്തന്നെ അസംബന്ധമാണെന്ന്, തദ്വാരാ അതിൽനിന്നുള്ള തന്റെ എല്ലാ നിഗമനങ്ങളും അസംബന്ധമാണെന്ന്, അദ്ദേഹം തെളിയിക്കുന്നു.

ക്ലൗസിയസിന്റെ രണ്ടാമത്തെ പ്രമേയവും മറ്റും നമ്മുടെ മുമ്പിൽ അവതരിപ്പിക്കപ്പെടുന്നത് ഏത് രൂപത്തിലായാലും ശരി, അതുപ്രകാരം ഊർജത്തിന് അളവിലല്ലെങ്കിൽ ഗുണത്തിൽ നഷ്ടം സംഭവിക്കുന്നുണ്ട്. എൻട്രോപ്പിയെ സ്വാഭാവികമാർഗത്തിലൂടെ നശിപ്പിക്കാനാവില്ല, പക്ഷേ തീർച്ചയായും സൃഷ്ടിക്കാൻ കഴിയും. പ്രപഞ്ചഘടികാരത്തിന് ആദ്യം ചാവി കൊടുക്കണം. പിന്നീട് അത് ഓടിത്തുടങ്ങുന്നു. ഓടിയോടി അത് അവസാനം സന്തുലിതാവസ്ഥയിലെത്തുന്നു. ഒരു അത്ഭുതശക്തിക്ക് മാത്രമേ അതിനെ വീണ്ടും നടത്താൻ കഴിയൂ. ചാവികൊടുത്തതിൽ ചെലവഴിക്കപ്പെട്ട ഊർജം ഗുണപരമായിട്ടെങ്കിലും അപ്രത്യക്ഷമായിരിക്കുന്നു. വെളിയിൽനിന്നുള്ള ഒരു തള്ളിനു മാത്രമേ അതിനെ പുനഃസ്ഥാപിക്കാൻ കഴിയൂ. എന്നുവച്ചാൽ വെളിയിൽനിന്നുള്ള ഒരു തള്ള് തുടക്കത്തിലും ആവശ്യമായിരുന്നു. എന്നുവച്ചാൽ നിലവിലുള്ള ചലനത്തിന്റെ അഥവാ ഊർജത്തിന്റെ പരിമാണം എക്കാലത്തും ഒരുപോലെയായിരുന്നില്ല. എന്നുവച്ചാൽ ഊർജം സൃഷ്ടിക്കപ്പെട്ടിരിക്കണം. എന്നുവച്ചാൽ ഊർജത്തെ സൃഷ്ടിക്കാനും അതുകൊണ്ടുതന്നെ നശിപ്പിക്കാനും കഴിയണം. ഇങ്ങനെ തനി അസംബന്ധത്തിലാണ് നാം എത്തിച്ചേരുന്നത്!

തോംസൺ, ക്ലൗസിയസ്, ലോഷ്മിഡ്റ്റ്, എന്നിവരെ സംബന്ധിച്ചിടത്തോളമുള്ള നിഗമനം: വികർഷണം അതിനെത്തന്നെ വികർഷിക്കുകയും അതുവഴി മാധ്യമത്തിൽനിന്ന് മൃതഖഗോളങ്ങളിലേക്കു മടങ്ങിവരികയും ചെയ്യുന്നുവെന്നതിലാണ് ഉൽക്രമണം അടങ്ങിയിരിക്കുന്നത്.

എന്നാൽ വികർഷണമാണ് ചലനത്തിന്റെ യഥാർഥത്തിൽ സജീവമായ വശമെന്നും ആകർഷണം അതിന്റെ നിഷ്ക്രിയവശമാണെന്നുമുള്ളതിന്റെ തെളിവും ഇതിലാണ് അടങ്ങിയിരിക്കുന്നത്.

വാതകങ്ങളുടെ ചലനത്തിൽ – ബാഷ്പീകരണപ്രക്രിയയിൽ – പിണ്ഡചലനം നേരിട്ട് തന്മാത്രീയ ചലനത്തിലേക്കു കടക്കുന്നു. അതുകൊണ്ട് ഇവിടെ സംക്രമണം നടത്തേണ്ടിയിരിക്കുന്നു.

സമുച്ചയാവസ്ഥകൾ (states of aggregation) – അളവിലുള്ള മാറ്റം ഗുണത്തിലുള്ള മാറ്റമായി രൂപാന്തരപ്പെടുന്ന നിസ്പന്ദബിന്ദുക്കൾ (nodal points).

സംസക്തി (cohesion) – വാതകങ്ങളിൽ ഇത് നിഷേധാത്മകമാണ് – ആകർഷണം വികർഷണമായി രൂപാന്തരപ്പെടൽ, അവസാനം പറഞ്ഞത് യഥാർഥമായിട്ടുള്ളത് വാതകങ്ങളിലും ഈഥറിലും (?) മാത്രമാണ്.

പരമ 0°-യിൽ യാതൊരു വിധത്തിലുള്ള വാതകവും സാധ്യമല്ല. തന്മാത്രകളുടെ എല്ലാ ചലനവും നിലയ്ക്കുന്നു. ഏറ്റവും ചെറിയ മർദം, അതായത് അവയുടെതന്നെ ആകർഷണം, അവയെ ഒന്നിച്ചാക്കുന്നു. അതുകൊണ്ട്, സ്ഥിരവാതകമെന്നൊന്ന് അസാധ്യമാണ്.

വാതകങ്ങളെ സംബന്ധിച്ച ഗതീയസിദ്ധാന്തം കാരണം വാതകതന്മാത്രകളുടെ കാര്യത്തിലും mv^2 തെളിയിക്കപ്പെട്ടിരിക്കുന്നു. അങ്ങനെ തന്മാത്രീയചലനത്തിനും പിണ്ഡചലനത്തിനും ഒരേ നിയമമാണെന്നു വരുന്നു. രണ്ടും തമ്മിലുള്ള വ്യത്യാസം ഇവിടെ തുടച്ചുനീക്കപ്പെടുന്നു.

മുകളിലോട്ടു നീങ്ങാൻ ശ്രമിക്കുന്ന തന്മാത്രകൾ അതേസമയം താഴോട്ടു മർദം ചെലുത്തുന്നത് എങ്ങനെ, – പ്രപഞ്ചസ്പേസിനെ അപേക്ഷിച്ച് ഏറെക്കുറെ സ്ഥായിയായിട്ടുള്ള ഒന്നാണ് വായുമണ്ഡലമെന്ന സങ്കൽപ്പത്തിൽ – അവയ്ക്ക് ഗുരുത്വബലത്തെ വകവയ്ക്കാതെ ഭൂമിയുടെ കേന്ദ്രത്തിൽനിന്നു കുറെ ദൂരം പോകാൻ കഴിയുന്നത് എങ്ങനെ, എന്നാൽ, ഒരു നിശ്ചിത ദൂരത്തിലെത്തുമ്പോൾ ദൂരത്തിന്റെ വർഗത്തിന്റെ അനുപാതത്തിൽ ഗുരുത്വബലം കുറഞ്ഞിട്ടുണ്ടെങ്കിലും ആ ബലം കാരണം ചലനം നിർത്താനോ തിരിച്ചുപോരാനോ അവ നിർബന്ധിതമാകുന്നത് എന്തുകൊണ്ട് – ഇതെല്ലാം ഗതീയസിദ്ധാന്തം തെളിയിക്കേണ്ടിയിരിക്കുന്നു.

വാതകങ്ങളെ സംബന്ധിച്ച ഗതീയസിദ്ധാന്തം:

“ഒരു അന്യൂനവാതകത്തിൽ...... തന്മാത്രകൾ പരസ്പരം വളരെയേറെ അകലെയായതുകൊണ്ട് അവയുടെ പരസ്പരപ്രവർത്തനം അവഗണിക്കാവുന്നതാണ്” (ക്ലൗസിയസ്, പേജ് 6).[208]

അവയ്ക്കിടയിലുള്ള വിടവുകൾ നികത്തുന്നത് എന്താണ്? ഈഥർ തന്നെ.[209] എന്നുവച്ചാൽ തന്മാത്രീയകോശങ്ങളായോ അണുകോശങ്ങളായോ വിച്ഛേദിക്കപ്പെടാത്ത ഒരു പദാർഥമുണ്ടെന്ന് ഇവിടെ സങ്കൽപ്പിക്കപ്പെട്ടിരിക്കുന്നു.

സൈദ്ധാന്തികവികാസത്തിൽ ഒരു വൈപരീത്യത്തിൽനിന്നു മറ്റൊന്നിലേക്കുള്ള സംക്രമണം. "Horror vacui"[210]-യിൽ നിന്ന് ഉടനടി കടന്നത് കേവലശൂന്യമായ പ്രപഞ്ച സ്പേസിലേക്കാണ്. പിന്നീട് മാത്രമാണ് ഈഥർ വരുന്നത്.

ഈഥർ. ഈഥർ പൊതുവിൽ എന്തിനോടെങ്കിലും പ്രതിരോധം കാട്ടുന്നുണ്ടെങ്കിൽ അത് പ്രകാശത്തോടും പ്രതിരോധം കാട്ടേണ്ടതാണ്. അങ്ങനെ ഒരു നിശ്ചിതദൂരത്തിൽ അത് പ്രകാശത്തിന് ദുർഗമമാവേണ്ടതാണ്. എന്നാൽ ഈഥർ പ്രകാശം പരത്തുകയും അതിന്റെ മാധ്യമമായി വർത്തിക്കുകയും ചെയ്യുന്നുവെന്നത് അവശ്യമായും വിവക്ഷിക്കുന്നത് അത് പ്രകാശത്തോടു പ്രതിരോധം കാട്ടുന്നുണ്ടെന്നു കൂടിയാണ്. അല്ലെങ്കിൽ പ്രകാശത്തിന് അതിനെ കമ്പനം കൊള്ളിക്കാൻ സാധ്യമല്ല - മെഡ്‌ലർ ഉന്നയിക്കുകയും ലവ്രോവ്[211] പരാമർശിക്കുകയും ചെയ്ത വിവിധ പ്രശ്നങ്ങൾക്കുള്ളപരിഹാരം ഇതാണ്.

ഇരുട്ടും വെളിച്ചവുമാണ് പ്രകൃതിയിലെ ഏറ്റവും പ്രകടവും ഖണ്ഡിതവുമായ വിപരീതങ്ങളെന്ന കാര്യത്തിൽ സംശയമില്ല. നാലാം സുവിശേഷത്തിന്റെ കാലംതൊട്ട് പതിനെട്ടാം നൂറ്റാണ്ടിലെ ജ്ഞാനോദ്ദീപന പ്രസ്ഥാനംവരെ അവ എക്കാലത്തും മതത്തിനും തത്വചിന്തയ്ക്കുമുള്ള ഒരു ആലങ്കാരികപദപ്രയോഗമായി വർത്തിച്ചിട്ടുണ്ട്.

ഫിക്ക്[212] പേജ് 9: "വികിരണ-ഊഷ്മാവെന്നു വിളിക്കപ്പെടുന്ന ചലനരൂപവും പ്രകാശമെന്നു നാം വിളിക്കുന്ന ചലനരൂപവും കാതലായ എല്ലാ കാര്യങ്ങളിലും ഒന്നുതന്നെയാണെന്ന പ്രമേയം..... ഭൗതികശാസ്ത്രത്തിൽ പണ്ടുതന്നെ കർശനമായും തെളിയിക്കപ്പെട്ടുകഴിഞ്ഞതാണ്. ക്ലെർക്ക് മാക്സ്‌വെൽ,[213]പേജ് 14: "ഈ (അതായത് വികിരണ-ഊഷ്മാവിന്റെ) കിരണങ്ങൾക്ക് പ്രകാശകിരണങ്ങളുടെ എല്ലാ ഭൗതികഗുണങ്ങളുമുണ്ട്. പ്രതിഫലനത്തിനും മറ്റുമുള്ള കഴിവ് അവയ്ക്കുണ്ട്.... ഊഷ്മകിരണങ്ങളിൽ ചിലത് പ്രകാശകിരണങ്ങളിൽനിന്ന് അഭിന്നമാണ്, ഊഷ്മകിരണങ്ങളുടെ മറ്റു രൂപങ്ങളാവട്ടെ, നമ്മുടെ കണ്ണുകളിൽ യാതൊരു പ്രതീതിയും ഉളവാക്കുന്നില്ല."

അങ്ങനെ ഇരുണ്ട പ്രകാശകിരണങ്ങളുണ്ടെന്നു വരുന്നു. ഇരുട്ടും വെളിച്ചവും തമ്മിലുള്ള വിശ്രുതവൈപരീത്യം കേവലവൈപരീത്യമെന്ന അർഥത്തിൽ പ്രകൃതിശാസ്ത്രത്തിൽനിന്ന് അപ്രത്യക്ഷമാകുന്നു. കുറ്റാക്കൂറ്റിരുട്ടിനും ഏറ്റവും ഉജ്വലവും തീക്ഷ്ണവുമായ വെളിച്ചത്തിനും നമ്മുടെ കണ്ണു കാണാതാക്കുകയെന്ന ഒരേ ഫലമാണുള്ളതെന്ന് കൂട്ടത്തിൽ പറയട്ടെ. അങ്ങനെ നമ്മെ സംബന്ധിച്ചിടത്തോളം രണ്ടും അഭിന്നമാണ്. വാസ്തവം പറഞ്ഞാൽ, കമ്പനദൈർഘ്യമനുസരിച്ച് സൂര്യകിരണങ്ങൾ വ്യത്യസ്തഫലങ്ങൾ ഉളവാക്കുന്നു: തരംഗദൈർഘ്യം ഏറ്റവും കൂടിയവ ചൂടും ഇടത്തരമുള്ളവ പ്രകാശവും ഏറ്റവും കുറഞ്ഞവ രാസപ്രവർത്തനവും പകരുന്നു (സെക്കി, 632-ാമത്തെ പേജും തുടർന്നുള്ളവയും). ഈ മൂന്നു പ്രവർത്തനങ്ങളുടെയും ഉച്ചസീമകൾ പരസ്പരം അടു

ത്തടുത്താണ് സ്ഥിതിചെയ്യുന്നത്. ഏറ്റവും പുറമെയുള്ള കിരണഗ്രൂപ്പുകളുടെ ആന്തരിക നിമ്നസീമകൾ അവയുടെ പ്രവർത്തനത്തെ സംബന്ധിച്ചിടത്തോളം പ്രകാശകിരണഗ്രൂപ്പിൽപ്പെടുന്നു.[214] ഏതാണ് പ്രകാശം, ഏതാണ് പ്രകാശമല്ലാത്തത് എന്നത് നേത്രഘടനയെ ആശ്രയിച്ചിരിക്കുന്നു. നമുക്ക് കാണാൻ സാധ്യമല്ലാത്ത കിരണങ്ങളുടെ – ഊഷ്മകിരണങ്ങളുടെയല്ല, രാസകിരണങ്ങളുടെ – ഒരു ഭാഗംപോലും നിശാജീവികളായ ജന്തുക്കൾക്ക് കാണാമായിരിക്കാം. കാരണം, അവയുടെ കണ്ണുകൾ നമ്മുടേതിനെക്കാൾ ചെറിയ തരംഗദൈർഘ്യങ്ങൾക്ക് അനുയോജ്യമായിട്ടുള്ളവയാണ്. മൂന്നുതരം കിരണങ്ങൾക്ക് പകരം തരംഗദൈർഘ്യമനുസരിച്ച് വ്യത്യസ്തവും എന്നാൽ സങ്കുചിതപരിധികൾക്കുള്ളിൽ പരസ്പരപ്പൊരുത്തമുള്ളതുമായ ഒരൊറ്റതരം കിരണമാണുള്ളതെന്നു സങ്കൽപ്പിക്കുന്നപക്ഷം (ശാസ്ത്രീയമായി നമുക്ക് ഒന്നിനെക്കുറിച്ചേ അറിയാവൂ. മറ്റെല്ലാം തിടുക്കത്തിലുള്ള അനുമാനങ്ങളാണ്) ഈ വൈഷമ്യം മാറിക്കിട്ടും.

ശുദ്ധചിന്തയിൽനിന്നാണ് ഹെഗൽ പ്രകാശത്തെയും വർണത്തെയും കുറിച്ചുള്ള സിദ്ധാന്തം കരുപ്പിടിപ്പിക്കുന്നത്. അങ്ങനെ ചെയ്യുമ്പോൾ അദ്ദേഹം പരുക്കനായ ഫിലിസ്റ്റൈൻ അനുഭവംവച്ചുകൊണ്ടുള്ള നഗ്നമായ അനുഭവമാത്രവാദത്തിലേക്ക് വഴുതിവീഴുന്നു (എങ്കിലും, അക്കാലത്ത് ഇക്കാര്യം വിശദീകരിക്കപ്പെട്ടിരുന്നില്ലെന്നതുകൊണ്ട് ഇത് കുറച്ചൊക്കെ സാധൂകരിക്കാവുന്നതായിരുന്നു). ഉദാഹരണത്തിന് ചിത്രകാരന്മാർ ഉപയോഗിക്കുന്ന ചായക്കൂട്ടുകളെ ന്യൂട്ടനെതിരായ വാദമുഖമായി ഉയർത്തിപ്പിടിക്കുമ്പോൾ അതാണ് അദ്ദേഹം ചെയ്യുന്നത് (താഴെ 314 –ാമത്തെ പേജ്).[215]

വിദ്യുച്ഛക്തി. തോംസന്റെ കെട്ടുകഥകളെക്കുറിച്ച് ഹെഗൽ പറഞ്ഞിട്ടുള്ളതുമായി (പേജ് 346–47) താരതമ്യപ്പെടുത്തി നോക്കുക. കൃത്യമായും ഇതുതന്നെയാണ് അവിടെയും കാണാവുന്നത്. – എന്നാൽ അതേ സമയംതന്നെ, ദ്രാവകസിദ്ധാന്തത്തിനും വൈദ്യുതപദാർഥസിദ്ധാന്തത്തിനും വിപരീതമായി ഹെഗൽ ഘർഷണവിദ്യുച്ഛക്തിയെ ടെൻഷനായി വ്യക്തമായും കാണുന്നുണ്ട് (പേജ് 346).

"വിദ്യുച്ഛക്തിയുടെ കണങ്ങൾ അവ തമ്മിലുള്ള ദൂരത്തിന്റെ വർഗത്തിന്റെ വിപരീതാനുപാതത്തിൽ പരസ്പരം വികർഷിക്കുന്നു"വെന്ന് കുലോൻ പറയുമ്പോൾ അത് തെളിയിക്കപ്പെട്ടുകഴിഞ്ഞ ഒന്നായി തോംസൺ ശാന്തമായി അംഗീകരിക്കുന്നു (പേജ് 358).[216] "പരസ്പരം വികർഷിക്കുന്ന കണങ്ങളോടുകൂടിയ അനുരോധകവും നിഷേധകവുമായ രണ്ടു ദ്രാവകങ്ങൾ" അടങ്ങിയതാണ്. വിദ്യുച്ഛക്തിയെന്ന പരികൽപ്പനയുടെ കാര്യത്തിലും അതുതന്നെയാണ് സംഭവിക്കുന്നത് (പേജ് 366). ഒരു ചാർജിതവസ്തുവിൽ വിദ്യുച്ഛക്തി നിലനിർത്തപ്പെടുന്നത് വായുമണ്ഡലമർദമൊന്നുകൊണ്ടുമാത്രമാണെന്നു പറഞ്ഞിരിക്കുന്നു. (പേജ് 360) അണുക്കളുടെ (അല്ലെങ്കിൽ തന്മാത്രകളുടെ – ഇതെപ്പറ്റി ഇപ്പോഴും ആശ

യക്കുഴപ്പമുണ്ട്) വിപരീതധ്രുവങ്ങളാണ് വിദ്യുച്ഛക്തിയുടെ ഇരിപ്പിടങ്ങളെന്നു ഫാരഡേ പറഞ്ഞു. അങ്ങനെ വിദ്യുച്ഛക്തിയെന്നത് ഒരു ദ്രാവകമല്ല, ഒരു ചലനരൂപമാണ്, ഒരു "ബല"മാണ് (പേജ് 378), എന്ന ആശയം ആദ്യമായി അദ്ദേഹം പ്രകാശിപ്പിച്ചു. സ്ഫുലിംഗംതന്നെയാണ് പാദാർഥികമായിട്ടുള്ളതെന്ന സംഗതിയാണ് വൃദ്ധനായ തോംസന്റെ തലയിൽ കയറാത്തത്!

ക്ഷണികപ്രേരിതകറന്റിന് – ആദ്യത്തേതിനെന്നപോലെതന്നെ രണ്ടാമത്തെ പ്രതീപമായ കറന്റ് – "വോൾട്ടീയബാറ്ററി ഉൽപ്പാദിപ്പിക്കുന്ന കറന്റിനെക്കാൾ ലീഡൻജാറിന്റെ വിസർജനം ഉൽപ്പാദിപ്പിക്കുന്ന കറന്റുമായി പങ്കുചേരുന്നുവെ"ന്ന് 1822–ൽത്തന്നെ ഫാരഡേ കണ്ടുപിടിക്കുകയുണ്ടായി. മുഴുവൻ രഹസ്യവും അടങ്ങിയിരുന്നത് അതിലാണ് (പേജ് 385).

സ്ഫുലിംഗത്തെച്ചുറ്റിപ്പറ്റി എന്തെല്ലാം തരം കെട്ടുകഥകളാണുണ്ടായിട്ടുള്ളത്. അവയെല്ലാംതന്നെ ഒന്നുകിൽ പ്രത്യേകദൃഷ്ടാന്തങ്ങളോ അല്ലെങ്കിൽ മതിഭ്രമങ്ങളോ ആണെന്ന് ഇപ്പോൾ അംഗീകരിക്കപ്പെട്ടിട്ടുണ്ട്; ഒരു അനുരോധകവസ്തുവിൽനിന്നുള്ള സ്ഫുലിംഗം ഒരു "കിരണകൂർച്ചികയോ, ബ്രഷോ, കോണോ" ആണെന്നും അതിന്റെ അറ്റമാണ് വിസർജനബിന്ദുവെന്നും നേരെമറിച്ച് ഒരു നിഷേധകസ്ഫുലിംഗം ഒരു "നക്ഷത്ര"മാണെന്നും (പേജ് 396) ആണ് അവകാശപ്പെടുന്നത്. ഒരു ഹ്രസ്വസ്ഫുലിംഗം എപ്പോഴും വെളുത്തതും ഒരു ദീർഘസ്ഫുലിംഗം മിക്കപ്പോഴും ചുവപ്പ് അല്ലെങ്കിൽ വയലറ്റുനിറത്തിലുള്ളതുമായിരിക്കുമത്രെ. (സ്ഫുലിംഗത്തെക്കുറിച്ച് ഫാരഡേയുടെ പൊടിപൊടിപ്പൻ അസംബന്ധം, പേജ് 400) (ഒരു വൈദ്യുതയന്ത്രത്തിന്റെ) പ്രഥമചാലകത്തിൽനിന്ന് ഒരു ലോഹഗോളത്താൽ വലിച്ചെടുക്കപ്പെടുന്ന സ്ഫുലിംഗം വെളുത്തും കൈകൊണ്ടു വലിച്ചെടുക്കുന്നത് വയലറ്റു നിറത്തിലും ജലാംശംകൊണ്ടു വലിച്ചെടുക്കുന്നത് ചുവന്നുമിരിക്കുമത്രെ (പേജ് 405). സ്ഫുലിംഗം, അതായത് പ്രകാശം, "വിദ്യുച്ഛക്തിക്ക് നൈസർഗികമായിട്ടുള്ളതല്ലെ"ന്നും "വായുവിന്റെ സമ്മർദനഫലം മാത്രമാണെ"ന്നുമാണ് പറയുന്നത്. "വൈദ്യുതസ്ഫുലിംഗം അതിലൂടെ കടന്നുപോകുമ്പോൾ വായു പ്രക്ഷുബ്ധമായും പെട്ടെന്നും സമ്മർദിതമായിത്തീരുന്നുവെന്നത്" ഫിലാഡെൽഫിയയിൽവച്ച് കിന്നെർസ്ലി നടത്തിയ പരീക്ഷണം തെളിയിച്ചിട്ടുണ്ടുപോലും. ആ പരീക്ഷണമനുസരിച്ച് സ്ഫുലിംഗം "കുഴലിലുള്ള വായുവിന്റെ പെട്ടെന്നുള്ള സാന്ദ്രതക്കുറവ്" ഉളവാക്കുകയും വെള്ളത്തെ കുഴലിലേക്ക് തള്ളിവിടുകയും ചെയ്യുന്നു (പേജ് 407). സ്ഫുലിംഗം അഥവാ വൈദ്യുതപ്രകാശം "തീ"യുടെ അതേ പ്രകൃതത്തോടുകൂടിയ ഒന്നാണെന്നും രണ്ടു വിദ്യുച്ഛക്തികളുടെ സംയോഗഫലമായിട്ടുണ്ടാവുന്നതാണെന്നുമായിരുന്നു മുപ്പതുവർഷം മുമ്പ് ജർമനിയിൽ വിന്റേലിന്റേയും മറ്റും വിശ്വാസം. അതിനെ ഖണ്ഡിച്ചുകൊണ്ട് ഇരുവിദ്യുച്ഛക്തികളും സംയോജിക്കുന്ന ഇടത്തുതന്നെയാണ് ഏറ്റവും കുറച്ചുപ്രകാ

ശമുള്ളതെന്നും മൂന്നിൽ രണ്ടുഭാഗം അനുരോധക-അന്തത്തിൽനിന്നും മൂന്നിലൊരു ഭാഗം നിഷേധക - അന്തത്തിൽനിന്നുമാണുളവാകുന്നതെന്നും തോംസൺ സഗൗരവം തെളിയിക്കുന്നു! (പേജ് 409–10). പൗരാണികമായ എന്തോ ഒന്നായിട്ടാണ് തീ ഇവിടെ വീക്ഷിക്കപ്പെടുന്നതെന്ന് വ്യക്തമാണ്.

ഇത്രതന്നെ ഗൗരവമായിട്ടാണ് ദെസേനിന്റെ പരീക്ഷണങ്ങളും തോംസൺ ഉദ്ധരിക്കുന്നത്. അവയനുസരിച്ച് വായുമണ്ഡലത്തിന്റെ മർദം കൂടുകയും താപനില കുറയുകയും ചെയ്യുമ്പോൾ മെർക്കുറിയിൽ മുക്കുന്ന സ്ഫടികവും ആംബറും പട്ടും മറ്റും നിഷേധകമായി വൈദ്യുതീകരിക്കപ്പെടുന്നു. എന്നാൽ മർദം കുറയുകയും താപനില കൂടുകയും ചെയ്യുമ്പോഴാണ് ഇങ്ങനെ ചെയ്യുന്നതെങ്കിൽ അവ അനുരോധകമായി വൈദ്യുതീകരിക്കപ്പെടുന്നു; വേനൽക്കാലത്ത് അവ അശുദ്ധ മെർക്കുറിയിൽ എപ്പോഴും അനുരോധകവും ശുദ്ധമെർക്കുറിയിൽ എപ്പോഴും നിഷേധകവുമായിത്തീരുന്നു; വേൽക്കാലത്ത് സ്വർണവും മറ്റു പല ലോഹങ്ങളും ചൂടാകുമ്പോൾ അനുരോധകവും തണുക്കുമ്പോൾ നിഷേധകവുമായിത്തീരുന്നു; ശൈത്യകാലത്ത് നേരെ മറിച്ചാണ് സംഭവിക്കുക; ഉയർന്ന വായുമണ്ഡലമർദവും വടക്കൻകാറ്റുമുള്ളപ്പോൾ അവ "വളരെയേറെ വൈദ്യുതാത്മ"കമാണ്; താപനില കൂടുകയാണെങ്കിൽ അനുരോധകവും കുറയുകയാണെങ്കിൽ നിഷേധകവും. ഇങ്ങനെ പോകുന്നു (പേജ് 416).

ചൂടിനെ സംബന്ധിച്ച് എന്തായിരുന്നു സ്ഥിതി? "താപ-വൈദ്യുത പ്രഭാവങ്ങൾ ഉളവാക്കാൻ ചൂടുപയോഗിക്കേണ്ട ആവശ്യമില്ല. ബാറ്ററിയുടെ ഒരു ഭാഗത്ത് താപനിലയിൽ മാറ്റം വരുത്തുന്ന സർവതും..... കാന്തസൂചിയുടെ ദിക്പാതത്തിൽ മാറ്റം വരുത്തുന്നു." ഉദാഹരണത്തിന് ഐസുവച്ചോ ഈഥറിന്റെ ബാഷ്പീകരണംകൊണ്ടോ ലോഹത്തെ തണുപ്പിക്കൽ! (പേജ് 419).

"ചുരുങ്ങിയപക്ഷം അങ്ങേയറ്റം വിചക്ഷണവും സംഭാവ്യവു"മായ ഒന്നായി വിദ്യുത് - രാസസിദ്ധാന്തം അംഗീകരിക്കപ്പെടുന്നുണ്ട് (പേജ് 438).

വോൾട്ടീയ വിദ്യുച്ഛക്തി രാസപ്രക്രിയകളുടെ വെറും അനന്തരഫലമാണെന്ന് വളരെക്കാലം മുമ്പ് ഫബ്രോണിയും വൊല്ലാസ്റ്റണും അടുത്തകാലത്ത് ഫാരഡേയും വാദിക്കുകയുണ്ടായി. ദ്രാവകത്തിലെ അണുക്കളുടെ ചലനത്തിന് ഫാരഡേ ശരിയായൊരു വിശദീകരണം നൽകുകപോലും ചെയ്തു. വൈദ്യുതാപഘടനോൽപ്പന്നത്തിന്റെ പരിമാണം വച്ചാണ് വിദ്യുച്ഛക്തിയുടെ പരിമാണത്തെ അളക്കേണ്ടതെന്ന് അദ്ദേഹം സ്ഥാപിച്ചു.

ഫാരഡേയുടെ സഹായത്തോടെ തോംസൺ താഴെപ്പറയുന്ന നിയമത്തിൽ എത്തിച്ചേരുന്നു:

"ഓരോ അണുവിനും ചുറ്റും ഒരേ അളവിലുള്ള വിദ്യുച്ഛക്തി സ്വാഭാവികമായും ഉണ്ടായിരിക്കണം; അങ്ങനെ ഇക്കാര്യത്തിൽ ചൂടിനും വിദ്യുച്ഛക്തിക്കും തമ്മിൽ സാദൃശ്യമുണ്ട്!" (പേജ് 454).

സ്ഥിരവിദ്യുച്ഛക്തിയും ഗതീയവിദ്യുച്ഛക്തിയും. വിദ്യുച്ഛക്തിയുടെ രൂപത്തിൽ ഇപ്പോൾത്തന്നെ പ്രകൃതിയിൽ നിലവിലുള്ളതും എന്നാൽ സന്തുലിതമായ, ഉദാസീനമായ, അവസ്ഥയിൽ നിലനിൽക്കുന്നതുമായ വിദ്യുച്ഛക്തിയെ ടെൻഷന്റെ അവസ്ഥയിലാക്കുന്നതിലൂടെയാണ് സ്ഥിര വിദ്യുച്ഛക്തി അഥവാ ഘർഷണവിദ്യുച്ഛക്തി ലഭിക്കുന്നത്. അതുകൊണ്ട്– സംചരണത്തിനിടയിൽ വിദ്യുച്ഛക്തിയെ ചാലനം ചെയ്യാമെന്നുണ്ടെങ്കിലും ചാലനം ചെയ്യാവുന്നിടത്തോളവും – ഈ ടെൻഷന്റെ നിഷ്കാസനവും പെട്ടെന്നാണ്, ഒരു സ്ഫുലിംഗംവഴിക്കാണ്, സംഭവിക്കുന്നത്. അത് ഉദാസീനാവസ്ഥ പുനഃസ്ഥാപിക്കുന്നു.

നേരെമറിച്ച് ഗതീയ അഥവാ വോൾട്ടീയ വിദ്യുച്ഛക്തിയെന്നു പറയുന്നത് രാസചലനത്തെ വിദ്യുച്ഛക്തിയായി രൂപാന്തരപ്പെടുത്തുന്നതിലൂടെയാണ് ഉൽപ്പാദിപ്പിക്കപ്പെടുന്നത്. ചില നിശ്ചിതസാഹചര്യങ്ങളിൽ സിങ്ക്, കോപ്പർ തുടങ്ങിയവയുടെ ലായനികൾ അതിൽ ഉൽപ്പാദിപ്പിക്കുന്നു. ഇവിടെ ടെൻഷൻ നിശിതമല്ല. ദീർഘകാലികമാണ്. ഓരോ നിമിഷത്തിലും മറ്റേതെങ്കിലും ചലനരൂപത്തിൽനിന്ന് പുതിയ അനുരോധകവിദ്യുച്ഛക്തിയും നിഷേധകവിദ്യുച്ഛക്തിയും ജന്മമെടുക്കുകയാണ് ചെയ്യുന്നത്, അല്ലാതെ, നേരത്തേതന്നെയുള്ള ± വിദ്യുച്ഛക്തി + ഉം – ഉം ആയി വേർതിരിക്കപ്പെടുകയല്ല ചെയ്യുന്നത്. ഒരു അനുസ്യൂതപ്രക്രിയയാണ് ഇത്. അതുകൊണ്ട് അതിന്റെ ഫലമായ വിദ്യുച്ഛക്തിയും പ്രത്യക്ഷപ്പെടുന്നത് നൈമിഷിക ടെൻഷനും വിസർജനവുമായിട്ടല്ല. പിന്നെയോ, ഒരു തുടർച്ചയായ കറന്റായിട്ടാണ്. ഏതിൽനിന്നാണോ ഈ തുടർച്ചയായ കറന്റ് ഉദ്ഭൂതമായത് ആ രാസചലനമായി അതിനെ ധ്രുവങ്ങളിൽവച്ച് വീണ്ടും മാറ്റാൻ കഴിയും (ഇതിന് വൈദ്യുതാപഘടനമെന്നു പറയുന്നു). ഈ പ്രക്രിയയിലും രാസസംയോഗത്തിലൂടെയുള്ള വിദ്യുച്ഛക്തിയുടെ ഉൽപ്പാദനത്തിലും (ഇവിടെ ചൂടിനുപകരം വിദ്യുച്ഛക്തിയാണ് തുറന്നുവിടപ്പെടുന്നത്; എന്നുമാത്രമല്ല, മറ്റു സാഹചര്യങ്ങളിൽ എത്രമാത്രം ചൂട് തുറന്നുവിടപ്പെടുന്നുണ്ടോ അത്രതന്നെ വിദ്യുച്ഛക്തി തുറുന്നുവിടപ്പെടുന്നുണ്ട്, ഗത്രി, പേജ് 210)[217] കറന്റിന്റെ ചലനത്തെ ദ്രാവകത്തിൽ നിരീക്ഷിക്കാൻ കഴിയും. (തൊട്ടടുത്ത തന്മാത്രകളിലെ അണുവിനിമയത്തിനാണ് കറന്റെന്നു പറയുന്നത്).

ഈ വിദ്യുച്ഛക്തിക്ക് കറന്റിന്റെ (പ്രവാഹത്തിന്റെ) സ്വഭാവമാണെന്ന കാരണം കൊണ്ടുതന്നെ അതിനെ സ്ഥിരവിദ്യുച്ഛക്തിയായി നേരിട്ടുമാറ്റാൻ സാധ്യമല്ല. എങ്കിലും നേരത്തേതന്നെ നിലനിൽക്കുന്ന ഉദാസീന വിദ്യുച്ഛക്തിയെ പ്രേരണം (induction) വഴി ഉദാസീനമല്ലാതാക്കാൻ കഴിയും. പ്രകൃത്യാതന്നെ പ്രേരിതവിദ്യുച്ഛക്തി പ്രേരകത്തിന്റെ സ്വഭാവം ആർജിച്ചേ പറ്റു. അതുകൊണ്ട് അതും പ്രവാഹരൂപത്തിലുള്ള ഒന്നാവാതെ

തരമില്ല. എന്നാൽ കറന്റിനെ ഘനീഭവിപ്പിച്ച് സ്ഥിരവിദ്യുച്ഛക്തിയാക്കി മാറ്റാനുള്ള, അഥവാ കറന്റിന്റെയും ടെൻഷന്റെയും ഗുണങ്ങളെ ഒന്നിച്ച് പ്രകടിപ്പിക്കുന്ന കൂടുതലുയർന്ന ഒരു രൂപമാക്കി മാറ്റാനുള്ള, സാധ്യത ഇവിടെ വ്യക്തമായും ഉളവാകുന്നുണ്ട്. റുംകോർഫിന്റെ യന്ത്രത്തിൽ ഇത് സാക്ഷാൽക്കരിക്കപ്പെടുന്നു. ഇതേ ഗുണങ്ങളുള്ള പ്രേരിത വിദ്യുച്ഛക്തി യാണ് അത് പ്രദാനം ചെയ്യുന്നത്.

ആധുനികസിദ്ധാന്തമനുസരിച്ച് സജാതീയ കാന്തികധ്രുവങ്ങളുടെ വികർഷണം സജാതീയവൈദ്യുതധാരകളുടെ ആകർഷണത്താൽ വിശദീകരിക്കപ്പെടുന്ന രീതി പ്രകൃതിയുടെ വൈരുധ്യാത്മകതയ്ക്കുള്ള നല്ലൊരു ദൃഷ്ടാന്തമാണ് (ഗത്രി, പേജ് 264).

വൈദ്യുതരസതന്ത്രം. രാസവിഘടനത്തിലും ഉദ്ഗ്രഥനത്തിലും വൈദ്യുതസ്ഫുലിംഗത്തിന്റെ പ്രഭാവത്തെ വിവരിക്കുമ്പോൾ, അതു കൂടുതലും രസതന്ത്രത്തെ സംബന്ധിക്കുന്നതാണെന്നു വിഡെമൻ പ്രഖ്യാപിക്കുന്നുണ്ട്.[218] എന്നാൽ കൂടുതലും ഭൗതികശാസ്ത്രത്തെ സംബന്ധിക്കുന്ന ഒന്നാണതെന്നാണ് അതേ കാര്യത്തെപ്പറ്റി രസതന്ത്രജ്ഞർ പ്രഖ്യാപിക്കുന്നത്. അങ്ങനെ തന്മാത്രകളെക്കുറിച്ചുള്ള ശാസ്ത്രവും അണുക്കളെക്കുറിച്ചുള്ളശാസ്ത്രവും കൂട്ടിമുട്ടുന്ന ഇടത്തുവെച്ച് രണ്ടുകൂട്ടരും അവരവരുടെ അർഹതയില്ലായ്മ വിളിച്ചറിയിക്കുകയാണ്. എന്നാൽ ഏറ്റവും കൂടുതൽ ഫലങ്ങൾ പ്രതീക്ഷിക്കേണ്ടതും ഇവിടെത്തന്നെയാണ്.

ഘർഷണവും സംഘട്ടനവും സംഗതവസ്തുക്കളുടെ ആന്തരികചലനം, തന്മാത്രീയചലനം ഉളവാക്കുന്നു. സന്ദർഭമനുസരിച്ച് അത് ചൂടും വിദ്യുച്ഛക്തിയും മറ്റുമായി വിഭേദിക്കപ്പെടുന്നു. എന്നാൽ ഈ ചലനം താൽക്കാലികം മാത്രമാണ്; കാരണം തീരുമ്പോൾ കാര്യവും തീരുന്നു. ഒരു നിശ്ചിതഘട്ടത്തിൽ അവയെല്ലാം സ്ഥായിയായ തന്മാത്രീയ പരിവർത്തനമായി, രാസപരിവർത്തനമായി രൂപാന്തരപ്പെടുന്നു.

രസതന്ത്രം

യഥാർഥത്തിൽ രാസ–ഐകരൂപ്യമുള്ള പദാർഥത്തെ സംബന്ധിച്ച ധാരണ എത്രതന്നെ പ്രാചീനമാണെങ്കിലും, രണ്ടു വസ്തുക്കളുടെ രാസബന്ധുത അവയിലോരോന്നിലും അടങ്ങിയിരിക്കുന്ന അവയ്ക്കു രണ്ടിനും പൊതുവായിട്ടുള്ള മൂന്നാമതൊരു വസ്തുവിനെ ആശ്രയിച്ചാണിരിക്കുന്നതെന്ന, ലവ്വാസ്യെയുടെ കാലംവരെപ്പോലും നിലനിന്ന ബാലിശമായ വീക്ഷണത്തിന് പൂർണമായും അനുരോധനമായിട്ടുള്ള ഒന്നാണത് (കോപ്പ്, “രസതന്ത്രവികാസം” പേജ് 105).[219]

മുമ്പത്തെ പതിവുമായി പൊരുത്തപ്പെട്ടുപോന്നിരുന്ന സൗകര്യപ്രദങ്ങളായ പഴയ രീതികൾ മറ്റു വിജ്ഞാനശാഖകളിലേക്കു മാറ്റപ്പെടുകയും അവിടെ അവ ഒരു പ്രതിബന്ധമായിത്തീരുകയും ചെയ്യുന്നതെങ്ങനെ: രസതന്ത്രത്തിൽ യൗഗികങ്ങളുടെ ഘടനയെ ശതമാനത്തിൽ കണക്കുകൂട്ടുകയെന്നത് സംയോഗത്തിലെ സ്ഥിരാനുപാതത്തിന്റെയും ഗുണിതാനുപാതത്തിന്റെയും നിയമങ്ങളുടെ കണ്ടുപിടുത്തത്തെ അസാധ്യമാക്കിത്തീർക്കാനുള്ള ഏറ്റവും പറ്റിയ രീതിയായിരുന്നു; വളരെക്കാലത്തേക്ക് അത് ആ കണ്ടുപിടുത്തത്തെ യഥാർഥത്തിൽ അസാധ്യമാക്കുകയും ചെയ്തു.

പുതിയ യുഗം ആരംഭിക്കുന്നത് രസതന്ത്രത്തിൽ അണുശാസ്ത്രത്തോടെയും (അങ്ങനെ ലവ്വാസ്യെയല്ല ഡാൽട്ടണാണ് ആധുനിക രസതന്ത്രത്തിന്റെ പിതാവ്) തദനുസൃതമായി ഭൗതികശാസ്ത്രത്തിൽ തന്മാത്രീയ സിദ്ധാന്തത്തോടെയും (മറ്റൊരു രൂപത്തിലാണെങ്കിലും സാരാംശത്തിൽ ആ പ്രക്രിയയുടെ മറുവശത്തെ കുറിക്കുക മാത്രം ചെയ്യുന്ന, ചലന രൂപങ്ങളുടെ പരസ്പരാന്തരണത്തിന്റെ കണ്ടുപിടുത്തത്തോടെയും) ആണ്. പദാർഥം വിവിക്തമായിട്ടുള്ളതു മാത്രമാണെന്ന് (മായന്മാരെ ഒഴി

ച്ചുനിർത്തിയാൽ) പുതിയ അണുശാസ്ത്രം വാദിക്കുന്നില്ല. വ്യത്യസ്ത ഘട്ടങ്ങളിലുള്ള വിവിക്തഭാഗങ്ങൾ (ഈഥർ അണുക്കൾ, രാസഅണുക്കൾ, പിണ്ഡങ്ങൾ, ഖഗോളങ്ങൾ) പൊതുവിൽ പദാർഥം നിലനിൽക്കുന്ന ഗുണപരമായ വ്യത്യസ്തരൂപങ്ങളെ – ഭാരവിഹീനതയിലും വികർഷണത്തിലും വരെ ചെന്നെത്തുന്ന രൂപങ്ങളെ – നിർണയിക്കുന്ന വ്യത്യസ്ത സന്ധിബിന്ദുക്കളാണെന്ന് അത് അംഗീകരിക്കുന്നു. ഇതാണ് പുതിയ അണുശാസ്ത്രവും അതുവരെയുള്ള എല്ലാ അണുശാസ്ത്രവും തമ്മിലുള്ള വ്യത്യാസം.

അളവു ഗുണമായി മാറൽ: ഓക്സിജനും ഓസോണുമാണ് ഏറ്റവും ലളിതമായ ഉദാഹരണം. ഇവിടെ 2:3 തികച്ചും വ്യത്യസ്തഗുണങ്ങൾ ഉളവാക്കുന്നു: മണംപോലും മാറുന്നു. മറ്റ് അപരരൂപ (allotropic) വസ്തുക്കൾക്കുള്ള വിശദീകരണവും രസതന്ത്രം നൽകുന്നത് തന്മാത്രയിലെ അണുക്കളുടെ എണ്ണത്തിലുള്ള വ്യത്യാസത്തിന്റെ മാത്രം അടിസ്ഥാനത്തിലാണ്.

പേരുകളുടെ പ്രാധാന്യം: ജൈവരസതന്ത്രത്തിൽ ഒരു വസ്തുവിന്റെ പ്രാധാന്യവും അങ്ങനെ അതിന്റെ പേരും നിർണയിക്കപ്പെടുന്നത് അതിന്റെ ഘടനമാത്രം നോക്കിയല്ല, അതുൾപ്പെടുന്ന ശ്രേണിയിൽ അതിന്റെ സ്ഥാനമേതെന്നു നോക്കിയാണ്. അതുകൊണ്ട് ഒരു വസ്തു അത്തരത്തിലുള്ള ഏതെങ്കിലുമൊരു ശ്രേണിയിൽപ്പെട്ടതാണെന്നു നാം കണ്ടുപിടിക്കുകയാണെങ്കിൽ അതിനെക്കുറിച്ചു മനസിലാക്കാൻ അതിന്റെ പഴയപേര് ഒരു തടസമായിത്തീരുന്നു. അപ്പോൾ പഴയ പേരു മാറ്റി ശ്രേണീസൂചകമായ പേരിടണം (പാരഫിനുകൾ തുടങ്ങിയവ).

ജീവശാസ്ത്രം

പ്രതിക്രിയ. പ്രതിക്രിയയുടെ ഓരോ സംഭവത്തോടുംകൂടി തീർന്നുപോകുന്ന ഒന്നാണ് ബലകൃതമായ, ഭൗതികമായ പ്രതിക്രിയ (അതായത് ചൂടും മറ്റും). രാസപ്രക്രിയ പ്രതികരിക്കുന്ന വസ്തുവിന്റെ ഘടനയെ മാറ്റുന്നു. ആ വസ്തു കൂടുതലായി ചേർത്താൽ മാത്രമേ അതിനെ പുനരുദ്ധരിക്കാൻ കഴിയൂ. ജൈവവസ്തു മാത്രമാണ് സ്വതന്ത്രമായി പ്രതിക്രിയ നടത്തുന്നത്. സ്വാഭാവികമായും അതിന്റെ സാധ്യതയുടെ പരിധികൾക്കുള്ളിലും (നിദ്ര) പോഷണം ലഭിക്കുന്നുണ്ടെങ്കിലും മാത്രമാണിത്. എന്നാൽ ലബ്ധമായ ഈ പോഷണം ഫലപ്രദമായിത്തീരുന്നത് താഴത്തെ തട്ടുകളിലെപ്പോലെ ഉടനടിയല്ല, അതിന്റെ സ്വാംശീകരണത്തിനുശേഷം മാത്രമാണ്. അങ്ങനെ ഇവിടെ ജൈവവസ്തുവിന് സ്വതന്ത്രമായൊരു പ്രതിക്രിയാശക്തിയുണ്ട്. പുതിയ പ്രതിക്രിയയ്ക്ക് അതിന്റെ മാധ്യസ്ഥം ആവശ്യമാണ്.

ജീവനും മരണവും: മരണത്തെ ജീവന്റെ കാതലായ ഒരംശമായി വീക്ഷിക്കുകയും (കുറിപ്പ്: ഹെഗൽ, *എൻസൈക്ലോപ്പീഡിയ*, II, പേജ് 152–13)[220], ജീവന്റെ നിഷേധം ജീവനിൽത്തന്നെ സാരാംശത്തിൽ അടങ്ങിയിട്ടുണ്ടെന്നു മനസിലാക്കുകയും അങ്ങനെ ജീവന്റെ അവശ്യഫലവും ബീജരൂപത്തിൽ അതിൽ സ്ഥായിയായി അടങ്ങിയിട്ടുള്ളതുമായ മരണവുമായി ബന്ധപ്പെടുത്തി ജീവനെപ്പറ്റി എപ്പോഴും ചിന്തിക്കുകയും ചെയ്യാത്ത ശരീരക്രിയാശാസ്ത്രത്തെ ശാസ്ത്രീയമായിട്ടുള്ള ഒന്നായി ഇപ്പോൾ ആരും പരിഗണിക്കാറില്ല. ജീവനെക്കുറിച്ചുള്ള വൈരുധ്യാത്മകധാരണ ഇതല്ലാതെ മറ്റൊന്നുമല്ല. എന്നാൽ ഇത് ഒരിക്കൽ മനസിലാക്കിക്കഴിഞ്ഞിട്ടുള്ളവരെ സംബന്ധിച്ചിടത്തോളം ആത്മാവിന്റെ അനശ്വരതയെക്കുറിച്ചുള്ള എല്ലാ സംസാരത്തിനും അറുതിവരുന്നു. മരണം ഒന്നുകിൽ ജൈവ

വസ്തുവിന്റെ ദ്രവ്യാംശമായിരുന്ന രാസഘടകങ്ങളൊഴികെ മറ്റൊന്നും അവശേഷിപ്പിക്കാതെ ജൈവവസ്തുവിന് സംഭവിക്കുന്ന വിയോഗമാണ്, അല്ലെങ്കിൽ ആത്മാവെന്നുതന്നെ പറയാവുന്ന ജീവത്തായ ഏതോ ഒരു തത്വത്തെ പിന്നിൽ അവശേഷിപ്പിക്കുന്നുണ്ട്. മനുഷ്യരെ മാത്രമല്ല എല്ലാ ജീവികളേയും അതിജീവിപ്പിക്കുന്ന ഒന്നാണ് ഈ തത്വം. അങ്ങനെ ഇവിടെ വൈരുധ്യവാദത്തിലൂടെ ജീവന്റെയും മരണത്തിന്റെയും സ്വഭാവത്തെക്കുറിച്ച് ലഭിക്കുന്ന വ്യക്തമായ ധാരണയെന്നു മാത്രം പ്രാചീനമായൊരു അന്ധവിശ്വാസത്തെ നിർമാർജനം ചെയ്യാൻ പര്യാപ്തമായിത്തീരുന്നു. ജീവിക്കുകയെന്നാൽ മരിക്കുകയെന്നാണർഥം.

സ്വതഃജനനം ("generatio aequivoca"). ഇതേവരെ നടന്നിട്ടുള്ള എല്ലാ അന്വേഷണത്തിന്റെയും രത്നച്ചുരുക്കം ഇതാണ്: വിഘടിക്കുന്ന ജൈവപദാർഥം അടങ്ങിയിട്ടുള്ളതും വായുവിന് ഗമ്യമായിട്ടുള്ളതുമായ ദ്രാവകങ്ങളിൽ പ്രൊട്ടിസ്റ്റ, ഫങ്കൈ, ഇൻഫുസോറിയ എന്നീ അധഃസ്ഥ ജീവികൾ ആവിർഭവിക്കുന്നു. അവ എവിടുന്നാണ് ഉണ്ടാവുന്നത്? സ്വതഃ ജനനം വഴിയാണോ അതോ വായുമണ്ഡലത്തിൽനിന്നു കൊണ്ടുവരപ്പെട്ട ബീജങ്ങളിൽനിന്നാണോ അവ ആവിർഭവിച്ചത്? അങ്ങനെ അന്വേഷണം വളരെ സങ്കുചിതമായ ഒരു മണ്ഡലത്തിൽ – പ്ലാസ്മോഗൊണി[221] യുടെ പ്രശ്നമായി – ഒതുക്കപ്പെടുന്നു.

ജാതികൾ അപരിവർത്തനീയമാണെന്ന് വിശ്വസിച്ചുപോന്നിരുന്ന കാലഘട്ടത്തിൽ മുഖ്യമായും വച്ചുപുലർത്തിയിരുന്ന ഒരു സങ്കൽപ്പമാണ് മറ്റു ജീവികളുടെ വിഘടനത്തിലൂടെ പുതിയ ജീവികൾക്ക് ആവിർഭവിക്കാൻ കഴിയുമെന്നത്. എല്ലാ ജീവികളുടെയും, ഏറ്റവും സങ്കീർണമായവയുടെപോലും, ആവിർഭാവം അജീവസാമഗ്രികളിൽനിന്നുള്ള പ്രാരംഭ ജനനം വഴിക്കാണെന്ന് ആളുകൾക്ക് അക്കാലത്ത് സങ്കൽപ്പിക്കേണ്ടിവന്നു. സൃഷ്ടികർമത്തെ അഭയം പ്രാപിക്കാൻ ആഗ്രഹിക്കാത്തവർ, ജൈവപ്രപഞ്ചത്തിൽനിന്നു നേരത്തെതന്നെ ഉൽപ്പാദിപ്പിക്കപ്പെട്ടിട്ടുള്ള ഒരു രൂപീകരണസാമഗ്രിയുണ്ടെന്ന സങ്കൽപ്പത്തിന്റെ അടിസ്ഥാനത്തിൽ കൂടുതൽ എളുപ്പം വിശദീകരിക്കാൻ കഴിയുന്ന ഒന്നാണ് ഈ പ്രക്രിയയെന്ന അഭിപ്രായത്തിൽ നിഷ്പ്രയാസം എത്തിച്ചേർന്നു. അജൈവപദാർഥത്തിൽനിന്ന് രാസമാർഗത്തിലൂടെ ഒരു സസ്തനജീവിയെ നേരിട്ട് ജനിപ്പിക്കാൻ കഴിയുമെന്ന് ആരും വിശ്വസിച്ചില്ല.

എന്നാൽ ഇങ്ങനെയൊരു സങ്കൽപ്പം ശാസ്ത്രത്തിന്റെ ഇന്നത്തെ സ്ഥിതിയുമായി നേരിട്ട് ഏറ്റുമുട്ടുന്നു. മൃതമായ ജൈവവസ്തുക്കളിലെ വിഘടനപ്രക്രിയയെ അപഗ്രഥിച്ചുകൊണ്ട് രസതന്ത്രം ഒരു കാര്യം തെളിയിച്ചിട്ടുണ്ട്. ഓരോ അടുത്ത പടിയിലും ഈ പ്രക്രിയ അവശ്യമായും ഉളവാക്കുന്നത് കൂടുതൽ കൂടുതൽ മൃതവും അജൈവപ്രപഞ്ചത്തോടു കൂടുതൽ അടുത്തതും ജൈവപ്രപഞ്ചത്തിൽ ഉപയോഗപ്രദമാവാൻ കൂടുതൽ കൂടുതൽ അപ്രാപ്തവുമായ ഉൽപ്പന്നങ്ങളെയാണ്. ഈ പ്രക്രിയയെ മറ്റൊരു വഴിക്ക് തിരിച്ചുവിടാൻ കഴിയും. സമുചിതവും നേരത്തേതന്നെ

നിലവിലുള്ളതുമായ ഒരു ജീവിയിൽ ഈ വിഘടനോൽപ്പന്നങ്ങൾ തക്ക സമയത്ത് അകപ്പെട്ടാൽ മാത്രം അവ ഉപയോഗയോഗ്യമായിത്തീരുന്നു. കോശരൂപീകരണത്തിന്റെ ഏറ്റവും കാതലായ വാഹിയായ പ്രോട്ടീനാണ് ഏറ്റവുമാദ്യം വിഘടിക്കുന്നത്. അതിനെ വീണ്ടും ഉൽഗ്രഥിക്കാൻ ഇതുവരെ കഴിഞ്ഞിട്ടില്ല.

ഇതുമാത്രമല്ല, ഓർഗാനിക് ദ്രാവകങ്ങളിൽനിന്നു ജീവികൾക്കുണ്ടാവുന്ന പ്രാരംഭജനനമാണല്ലോ ഈ അന്വേഷണങ്ങളുടെ മുമ്പിലുള്ള പ്രശ്നം. ആ ജീവികൾ താരതമ്യേന താണ പടിയിലുള്ളവയാണെങ്കിലും ബാക്ടീരിയ, കിണ്വം (yeasts) തുടങ്ങി വ്യക്തമായി വേർതിരിക്കപ്പെട്ടവയാണ്: വ്യത്യസ്ത ദശകളടങ്ങുന്ന ജീവിതചക്രമുള്ളവയും ഭാഗികമായി (ഇൻഫുസോറിയയെപ്പോലെ) സാമാന്യം വളർച്ച പ്രാപിച്ച അവയവങ്ങളോടുകൂടിയവയുമാണ് അവ. അവയെല്ലാംതന്നെ ചുരുങ്ങിയത് ഏകകോശകങ്ങളെങ്കിലുമാണ്. എന്നാൽ ഘടനയില്ലാത്ത മൊണേറയെക്കുറിച്ച് അറിവായതിനുശേഷം, ഘടനാരഹിതവും ജീവനുള്ളതുമായ പ്രോട്ടീനിൽനിന്നല്ലാതെ മൃതപദാർഥത്തിൽനിന്നു നേരിട്ട് ഒരൊറ്റ കോശത്തിന്റെപോലും ഉത്ഭവത്തെ വിശദീകരിക്കാൻ ആഗ്രഹിക്കുന്നത് അസംബന്ധമായിത്തീർന്നിരിക്കുന്നു. പ്രകൃതി പരസഹസ്രം വർഷങ്ങളെടുത്ത ഒരു കാര്യം നാറുന്ന കുറച്ചു വെള്ളമുപയോഗിച്ച് അതിനെക്കൊണ്ട് ഇരുപത്തിനാലു മണിക്കൂറിനകം നിർബന്ധിച്ചു ചെയ്യിക്കാൻ സാധ്യമാണെന്നു വിശ്വസിക്കുന്നത് വിഡ്ഢിത്തമാണ്.

ഇതു സംബന്ധിച്ച പാസ്റ്ററുടെ പരീക്ഷണങ്ങൾ[222] നിഷ്പ്രയോജനമാണ്. സ്വതഃജനനം സാധ്യമാണെന്നു വിശ്വസിക്കുന്നവരെ അത് അസാധ്യമാണെന്നു തെളിയിച്ചുകാണിക്കാൻ ഈ പരീക്ഷണങ്ങൾ മാത്രം വഴി അദ്ദേഹത്തിന് ഒരിക്കലും സാധിക്കുകയില്ല. എങ്കിലും അവ പ്രധാനമാണ്. കാരണം, ഈ ജീവികളെയും അവയുടെ ജീവിതത്തെയും അവയുടെ ബീജങ്ങളെയും മറ്റും സംബന്ധിച്ച് അവ വളരെയേറെ വെളിച്ചം വീശുന്നുണ്ട്.

മോറിസ് വാഗ്നർ, "പ്രകൃതിശാസ്ത്രത്തിലെ വിവാദപ്രശ്നങ്ങൾ",I (ഔഗ്സ്ബർഗിലെ *അൽഗെമൈനെ സൈറ്റുങ്*, 1874 ഒക്ടോബർ 6, 7, 8-ലെ ലക്കങ്ങളിൽനിന്നുള്ള ഭാഗങ്ങൾ)[223]

ലിബിഹ് തന്റെ ജീവിതസായാഹ്നത്തിൽ (1868-ൽ) വാഗ്നറോടു പ്രകടിപ്പിച്ച അഭിപ്രായം:

"പദാർഥത്തോളം തന്നെ പഴക്കമുള്ളതും ശാശ്വതവുമായ ഒന്നാണ് ജീവൻ എന്നു നമ്മൾ സങ്കൽപ്പിച്ചാൽ മതി. ജീവോൽപ്പത്തിയെക്കുറിച്ചുള്ള തർക്കമാകെത്തന്നെ ലളിതമായ ഈയൊരു സങ്കൽപ്പംകൊണ്ടു തീർക്കാൻ കഴിയുമെന്ന് എനിക്കു തോന്നുന്നു. വാസ്തവം പറഞ്ഞാൽ, കാർബണെയും അതിന്റെ യൗഗികങ്ങളെയും (!) പോലെ, അല്ലെങ്കിൽ പൊതുവിലെടുത്താൽ സൃഷ്ടിക്കാനാവാത്തതും നശിപ്പിക്കാനാവാത്ത

തുമായ പദാർഥത്തെയൊട്ടാകെയെന്നപോലെ, പ്രാപഞ്ചികസ്പേസിലുള്ള പദാർഥചലനത്തോടു ശാശ്വതമായി ബദ്ധമായ ബലങ്ങളെപ്പോലെ, ഓർഗാനിക് ജീവനും ആരംഭം മുതൽക്കേ ഉണ്ടായിരുന്നുവെന്ന് എന്തുകൊണ്ടു സങ്കൽപ്പിച്ചുകൂടാ?"

"ഓർഗാനിക് ജീവനെ പ്രാപഞ്ചികസ്പേസിൽനിന്നു നമ്മുടെ ഗ്രഹത്തിലേക്ക് "ഇറക്കുമതി" ചെയ്തതാണെന്ന പരികൽപ്പന "സ്വീകാര്യ" മായി താൻ കരുതുന്നുവെന്ന് ലിബിഹ് പിന്നീടു പറയുകയുണ്ടായി (1868 നവംബറിലാണെന്നാണ് വാഗ്നറുടെ വിശ്വാസം).

ഹെംഹോൽറ്റ്സ് (*സൈദ്ധാന്തികഭൗതിക സംഗ്രഹം* (ജർമൻ പതിപ്പ്, രണ്ടാം ഭാഗം) എന്ന തോംസന്റെ കൃതിക്കുള്ള മുഖവുര):

"അജീവപദാർഥത്തിൽനിന്ന് ജീവികളെ സൃഷ്ടിക്കാനുള്ള നമ്മുടെ എല്ലാ ശ്രമങ്ങളും വിഫലമാകുന്നപക്ഷം നമ്മൾ ഈയൊരു ചോദ്യം ഉന്നയിക്കുന്നതു തികച്ചും ശരിയായിരിക്കുമെന്ന് എനിക്കു തോന്നുന്നു: ജീവൻ എന്നെങ്കിലും ആവിർഭവിച്ചിട്ടുണ്ടോ? അതിന് പദാർഥത്തോളംതന്നെ പഴക്കമില്ലേ? അതിന്റെ ബീജങ്ങൾ ഒരു ഖഗോളത്തിൽ നിന്നു മറ്റൊന്നിലേക്കു വഹിച്ചുകൊണ്ടുപോകപ്പെടുകയും അനുകൂലമായ മണ്ണുള്ളിടത്തെല്ലാം വളരുകയുമല്ലേ ചെയ്യുന്നത്?"[224]

വാഗ്നർ:

"രസതന്ത്രജ്ഞനെ സംബന്ധിച്ചിടത്തോളം, പദാർഥം സൃഷ്ടിക്കാനാവാത്തതു"മാണെന്നു കരുതാൻ അത് അവിനാശ്യവും നിത്യവുമാണെന്ന വസ്തുത.... അതിനെ ഒന്നുമല്ലാതാക്കാൻ ഒരൊറ്റ ശക്തിക്കും സാധ്യമല്ലെന്ന വസ്തുത, മതിയാകും..... എന്നാൽ ഇപ്പോൾ പ്രാബല്യത്തിലുള്ള വീക്ഷണഗതിയനുസരിച്ച്"(?) "ഏറ്റവും താഴത്തെ പടിയിലുള്ള ജീവികളിലടങ്ങിയിരിക്കുന്ന ചില ലളിതമൂലകങ്ങളുടെ നൈസർഗികഗുണമായിട്ടു മാത്രമാണ് ജീവനെ പരിഗണിക്കുന്നത്. സ്വാഭാവികമായും ഈ മൗലികപദാർഥങ്ങളുടേയും അവയുടെ യൗഗികങ്ങളുടേയും" (!!) "അത്രതന്നെ പഴക്കമുള്ള, അതായത് അത്രതന്നെ ആദ്യംതൊട്ടേ നിലനിൽക്കുന്ന, ഗുണമായിരിക്കണം അത്. ഈ അർഥത്തിൽ, ലിബിഹ് ചെയ്യുന്നതുപോലെ (*രസതന്ത്രത്തെക്കുറിച്ചുള്ള കത്തുകൾ*, 4–ാം പതിപ്പ്) ഒരു ജൈവബലത്തെക്കുറിച്ചും പറയാൻ കഴിയും. 'ഭൗതികബലങ്ങൾക്കുള്ളിലും അവയിലൂടെയും', അതായത് പദാർഥത്തിന്റെ വെളിയിലല്ലാതെ, 'പ്രവർത്തിക്കുന്ന ഒരു രൂപീകരണതത്വം'[225] എന്ന അർഥത്തിലാണിത്. എന്നാൽ ഒരു 'പദാർഥഗുണ'മെന്ന നിലയ്ക്ക് ഈ ജൈവബലം..... സമുചിതസാഹചര്യങ്ങളിൽ മാത്രമേ പ്രകടമാവൂ. അവ അനന്തമായ പ്രാപഞ്ചികസ്പേസിലെ അസംഖ്യം ഇടങ്ങളിൽ ശാശ്വതമായി നിലനിന്നുപോന്നിട്ടുണ്ടെങ്കിലും വ്യത്യസ്ത കാലയളവുകളിൽ പലപ്പോഴും സ്ഥാനം മാറിയിട്ടുണ്ടാവണം. അതുകൊണ്ട് ദ്രവാവസ്ഥയിലായിരുന്ന അനാദികാലത്തെ ഭൂമിയിലും ഇന്നത്തെ സൂര്യനിലും ജീവനുണ്ടാവാൻ സാധ്യമല്ല.

എന്നാൽ താപദീപ്തങ്ങളായ ഖഗോളങ്ങൾക്ക് അങ്ങേയറ്റം വിസ്തൃതമായ അന്തരീക്ഷങ്ങളാണുള്ളത്. ആധുനികവീക്ഷണമനുസരിച്ച് അതിവിരളിതരൂപത്തിൽ പ്രപഞ്ചസ്പേസിലൊട്ടാകെ നിറഞ്ഞിരിക്കുന്നതും ഖഗോളങ്ങളാൽ ആകർഷിക്കപ്പെടുന്നതുമായ അതേ സാമഗ്രികളാണ് ഈ അന്തരീക്ഷങ്ങളിലുമുള്ളത്. സൗരയൂഥത്തിനു ജന്മം നൽകുകയും നെപ്ട്യൂണിന്റെ ഭ്രമണപഥത്തിനപ്പുറത്തേക്ക് വ്യാപിക്കുകയും ചെയ്ത, ഭ്രമണം ചെയ്തുകൊണ്ടിരുന്ന നീഹാരികയിൽ, "അത്യുന്നതങ്ങൾവരെ കാർബോണിക് ആസിഡ്"(!) "കൊണ്ടു പരിപൂരിതമായിരുന്ന അന്തരീക്ഷത്തിൽ ബാഷ്പരൂപത്തിൽ അലിഞ്ഞുചേരുന്ന മുഴുവൻ വെള്ളവും"(!) "അതോടൊപ്പം ഏറ്റവും താഴത്തെ പടിയിലുള്ള ജൈവബീജങ്ങളുടെ നിലനിൽപ്പിന്" (?) "ആവശ്യമായ മൗലികസാമഗ്രികളുമുണ്ടായിരുന്നു." അതിൽ "അങ്ങേയറ്റം വ്യത്യസ്തങ്ങളായ മേഖലകളിൽ അങ്ങേയറ്റം വ്യത്യസ്തങ്ങളായ താപനിലകളാണ്" ഉണ്ടായിരുന്നത്. "അതുകൊണ്ട് ഓർഗാനിക് ജീവന് ആവശ്യമായ സാഹചര്യങ്ങൾ എല്ലാ സമയത്തും എവിടെയെങ്കിലുമുണ്ടായിരുന്നുവെന്ന അനുമാനം തികച്ചും നീതികരിക്കാവുന്ന ഒന്നാണ്. അതുകൊണ്ട് ഖഗോളങ്ങളുടെയും ഭ്രമണംചെയ്യുന്ന ബഹിരാകാശനീഹാരികകളുടെയും അന്തരീക്ഷങ്ങളെ ജീവനുള്ള രൂപത്തിന്റെ സ്ഥിരം കലവറകളായി ജൈവബീജങ്ങളുടെ ശാശ്വതവിളനിലങ്ങളായി, കരുതാവുന്നതാണ്." ഭൂമധ്യരേഖയുടെ താഴെയുള്ള അൻഡീസ് പർവതനിരകളിൽ ജീവനുള്ള ഏറ്റവും ചെറിയ പ്രൊട്ടിസ്റ്റയും അവയുടെ അദൃശ്യബീജങ്ങളും 16,000 അടി ഉയരംവരെ അന്തരീക്ഷത്തിൽ ഇപ്പോഴും കൂട്ടത്തോടെ നിലവിലുണ്ട്. അവ "ഒട്ടുമുക്കാലും സർവവ്യാപി"യാണെന്നാണ് പെർട്ടി പറയുന്നത്. പൊള്ളുന്ന ചൂടേറ്റ് ചാവുന്ന ഇടങ്ങളിൽ മാത്രമാണ് അവ ഇല്ലാത്തത്. എല്ലാ ഖഗോളങ്ങളുടെയും അന്തരീക്ഷങ്ങളിൽ എവിടെല്ലാം സമുചിതസാഹചര്യങ്ങളുണ്ടോ അവിടെല്ലാം" ഇത്തരം ജീവികളും ബീജങ്ങളും (വിബ്രിയോനിഡ മുതലായവ) നിലനിൽക്കുന്നുണ്ടെന്നു സങ്കൽപ്പിക്കാവുന്നതാണ്.

"കോനി(Cohn)ന്റെ അഭിപ്രായത്തിൽ ബാക്ടീരിയ അതിസൂക്ഷ്മജീവികളാണ്. ഒരു ഘനമില്ലിമീറ്റർ ഇടത്തിൽ അവയുടെ 6330 ലക്ഷം എണ്ണമാണുള്ളത്. 63600 കോടി എണ്ണത്തിനുംകൂടി ഒരു ഗ്രാം ഭാരമേ വരൂ. മൈക്രോക്കോക്കസുകൾ അതിലും ചെറുതാണ്." ഒരുപക്ഷേ അവപോലുമായിരിക്കില്ല ഏറ്റവും ചെറുത്. എങ്കിലും അവ പല രൂപങ്ങളിലുമുണ്ട്. "വിബ്രിയോനിഡയിൽ..... ഗോളാകൃതിയും ചിലതിന് അണ്ഡാകൃതിയും ചിലതിന് കമ്പിന്റെയോ സർപ്പിലത്തിന്റെയോ ആകൃതിയുമാണുള്ളത്." (അതായത്, അവയെ സംബന്ധിച്ചിടത്തോളം രൂപത്തിന് ഇപ്പോൾത്തന്നെ ഗണ്യമായ പ്രാധാന്യമുണ്ടെന്നർഥം). "സസ്യങ്ങളുടെയും ജന്തുക്കളുടെയുമിടയിൽ ആടിക്കളിക്കുന്ന അതിലളിതവും" (!!) "നിഷ്പക്ഷവുമായ ഇത്തരമോ ഇതുപോലുള്ളതോ ആയ ആദിമാസ്തിത്വങ്ങളിൽനിന്ന്.... വൈയക്തികമായ പരിവർത്തനക്ഷമതയുടെ അടിസ്ഥാനത്തിലും

ഖഗോളങ്ങളിലെ ഭൗതികസാഹചര്യങ്ങൾ മാറുമ്പോഴും വൈയക്തിക വകഭേദങ്ങൾ സ്ഥാനികമായി വേർതിരിയുമ്പോഴും നവാർജിതലക്ഷണങ്ങളെ സന്തതികളിലേക്ക് പരമ്പരയായി കൈമാറ്റാനുള്ള കഴിവിന്റെ അടിസ്ഥാനത്തിലും വളരെ നീണ്ട കാലയളവുകൾക്കുള്ളിൽ വളർന്നുവന്നതായിരിക്കാം, ആയിരിക്കണം പ്രകൃതിയുടെ ഇരുസാമ്രാജ്യങ്ങളിലുംപെട്ട കൂടുതലുയർന്ന ജൈവഘടനയുള്ള നാനാതരം ജീവികളെല്ലാമെന്ന തികച്ചും ന്യായമായ പരികൽപ്പനയ്ക്കെതിരായി കാര്യമായ യാതൊരു തടസവും ഇതുവരെ ഉന്നയിക്കപ്പെട്ടിട്ടില്ല."

രസതന്ത്രത്തോട് വളരെയേറെ അടുപ്പമുള്ള ജീവശാസ്ത്രത്തെ സംബന്ധിച്ചിടത്തോളം ലിബിഹ് എത്രമാത്രം ഒരു അഭിനിവേശമുള്ളവനായിരുന്നുവെന്നു തെളിയിക്കുന്ന വസ്തുതകൾ ശ്രദ്ധേയമാണ്.

അദ്ദേഹം ഡാർവിന്റെ കൃതികൾ ആദ്യമായി വായിച്ചത് 1861-ലാണ്. പിന്നീടെത്രയോ കഴിഞ്ഞാണ് അദ്ദേഹം ഡാർവിനുശേഷമിറങ്ങിയ പ്രധാനപ്പെട്ട ജീവശാസ്ത്രകൃതികളും ജീവാശ്മവിജ്ഞാന-ഭൂവിജ്ഞാനകൃതികളും വായിച്ചത്. ലമാർക്കിന്റെ കൃതികൾ അദ്ദേഹം "വായിച്ചിട്ടേയില്ല." "അതുപോലെതന്നെ സെഫാലോഡസ് ഫോസിലിനെപ്പറ്റി എൽ ഫോൺ ബുഹ്, ഡി' ഒർബിനി, മ്യുൻസ്റ്റെർ, ക്ലിപ് ഷ്ടൈൻ, ഹൗവർ, ക്വെൻഷ്ടെഡ്റ്റ്, എന്നിവർ പ്രത്യേകം നടത്തിയ ജീവാശ്മഗവേഷണങ്ങളെക്കുറിച്ചും അദ്ദേഹത്തിന് യാതൊരറിവുമില്ലായിരുന്നു. 1859-ന് മുമ്പു തന്നെ ഇറങ്ങിയ ആ ഗവേഷണകൃതികൾ വിവിധ സൃഷ്ടികൾതമ്മിലുള്ള ആനുവംശികസംബന്ധത്തിന്മേൽ വളരെയേറെ വെളിച്ചം വീശുന്നവയാണ്. വസ്തുതകളുടെ ബലമൊന്നുകൊണ്ടുമാത്രം, തങ്ങളുടെ ഇംഗിതത്തിനെതിരായിട്ടെന്നു തന്നെ പറയാം, ജീവികളുടെ ഉൽപ്പത്തിയെക്കുറിച്ചുള്ള ലമാർക്കിന്റെ പരികൽപ്പന അംഗീകരിക്കാൻ" – അതും ഡാർവിന്റെ പുസ്തകം ഇറങ്ങുന്നതിനുമുമ്പ് – "നിർബന്ധിതരായവരാണ് ഇപ്പറഞ്ഞ ശാസ്ത്രജ്ഞരെല്ലാവരും. അങ്ങനെ ഫോസിൽ ജീവികളെക്കുറിച്ചുള്ള തുലനാത്മകപഠനത്തിൽ കൂടുതൽ അവഗാഢമായി ഏർപ്പെട്ടിരുന്ന ശാസ്ത്രജ്ഞരുടെ വീക്ഷണങ്ങളിൽ പരിണാമസിദ്ധാന്തം ഇതിനകം തന്നെ അദൃശ്യമായി വേരൂന്നിക്കഴിഞ്ഞിരുന്നു..... 1832-ൽത്തന്നെ *അമൊണൈറ്റീസിനേയും കുടുംബങ്ങളായുള്ള അവയുടെ വിഭജനത്തേയുംപറ്റി* എന്ന കൃതിയിലും 1848-ൽ ബർലിൻ അക്കാഡമിയുടെ മുമ്പാകെ വായിച്ച ഒരു പ്രബന്ധത്തിലും എൽ ഫോൺ ബുഹ് "ജൈവരൂപങ്ങളുടെ പ്രരൂപാത്മകബന്ധുത അവയുടെ പൊതുവായ ഉൽപ്പത്തിയുടെ ലക്ഷണമാണെന്ന ലമാർക്കിന്റെ ആശയ'ത്തെ ശിലീകൃതവസ്തുക്കളെ സംബന്ധിച്ച ശാസ്ത്രത്തിൽ" (!) "ഖണ്ഡിതമായും അവതരിപ്പിക്കുകയുണ്ടായി." അമൊണൈറ്റീസിനെക്കുറിച്ചുള്ള തന്റെ ഗവേഷണങ്ങളുടെ അടിസ്ഥാനത്തിൽ 1848-ൽ അദ്ദേഹം ഇങ്ങനെയൊരു പ്രമേയം മുന്നോട്ടുവച്ചു: "പഴയരൂപങ്ങളുടെ തിരോധാനവും പുതിയവയുടെ ആവിർഭാവവും ജൈവസൃഷ്ടികളുടെ സമ്പൂർണനാശത്തിന്റെ അനന്തരഫലമല്ല. പുതിയ ജാതി

കൾ കൂടുതൽ പഴക്കമുള്ള രൂപങ്ങളിൽനിന്ന് ആവിർഭവിക്കുന്നത് മാറിയ ജീവിതസാഹചര്യങ്ങളുടെ മാത്രം ഫലമായിട്ടാവാൻ എല്ലാ സാധ്യതയുമുണ്ട്."

വിമർശനക്കുറിപ്പുകൾ: "ശാശ്വതജീവനെ"ക്കുറിച്ചും അതിന്റെ ബീജങ്ങളെ പുറമേനിന്ന് ഇറക്കുമതിചെയ്യുന്നതിനെക്കുറിച്ചുമുള്ള മേൽപ്പറഞ്ഞ പരികൽപ്പനയിൽ താഴെപ്പറയുന്ന കാര്യങ്ങൾ സങ്കൽപ്പിക്കപ്പെട്ടിട്ടുണ്ട്:

1) പ്രോട്ടീന്റെ ശാശ്വതത്വം.

2) ഏതിൽനിന്നാണോ ജൈവമായ സർവതിനും വളർന്നുവരാൻ കഴിയുന്നത് ആ ആദിമരൂപങ്ങളുടെ ശാശ്വതത്വം. ഇവ രണ്ടും സ്വീകാര്യമല്ല.

1–ാമത്തെ പോയിന്റിനുള്ള അനുബന്ധം. കാർബണോളംതന്നെ ശാശ്വതമാണ് കാർബൺ യൗഗികങ്ങളെന്ന ലിബിഹിന്റെ വാദം അസത്യമല്ലെങ്കിൽ സംശയാസ്പദമെങ്കിലുമാണ്.

a) കാർബൺ ലളിതമായിട്ടുള്ള ഒന്നാണോ? അല്ലെങ്കിൽ അത് ആ നിലയ്ക്ക് ശാശ്വതമല്ല.

b) മിശ്രണത്തിന്റെയും താപനിലയുടെയും മർദത്തിന്റെയും വൈദ്യുത പൊട്ടൻഷ്യലിന്റെയും മറ്റും അതേ സാഹചര്യങ്ങളിൽ കാർബൺ യൗഗികങ്ങൾ എപ്പോഴും പുനരുൽപ്പാദിപ്പിക്കപ്പെടുന്നുവെന്ന അർഥത്തിൽ അവ ശാശ്വതമാണ്. എന്നാൽ സ്വന്തം മൂലകങ്ങളിൽനിന്നു വീണ്ടും വീണ്ടും നിരന്തരം ഉൽപ്പാദിപ്പിക്കപ്പെടുകയും സ്വന്തം മൂലകങ്ങളായി വീണ്ടും വീണ്ടും നിരന്തരം വിഘടിക്കുകയും ചെയ്യുന്നുവെന്ന അർഥത്തിലല്ലാതെ എല്ലാക്കാലത്തും ഏറെക്കുറെ എല്ലായിടത്തും സ്ഥിതിചെയ്യുന്നുവെന്ന അർഥത്തിൽ ശാശ്വതമായിട്ടുള്ളവ ഉദാഹരണത്തിന് കാർബണിന്റെ ഏറ്റവും ലളിതമായ യൗഗികങ്ങളായ CO^2, അല്ലെങ്കിൽ CH^4 മാത്രമാണെന്ന് ഇതുവരെ ആരും വാദിച്ചിട്ടില്ല. മറ്റു കാർബൺ യൗഗികങ്ങളെപ്പോലെ അതേ അർഥത്തിലാണ് ജീവനുള്ള പ്രോട്ടീൻ ശാശ്വതമായിട്ടുള്ളതെങ്കിൽ അത് നിരന്തരം അതിന്റെ മൂലകങ്ങളായി വിഘടിച്ചാൽ മാത്രം പോരാ (അങ്ങനെ സംഭവിക്കുന്നുണ്ടെന്നു നമുക്കറിയാം) അത് മുമ്പത്തെയത്ര നിലവിലുള്ള പ്രോട്ടീനുമായുള്ള സഹപ്രവർത്തനം കൂടാതെ തന്നെ സ്വന്തം മൂലകങ്ങളിൽനിന്ന് നിരന്തരം വീണ്ടും വീണ്ടും ഉൽപ്പാദിപ്പിക്കപ്പെടുകകൂടി വേണം. അതാകട്ടെ, ലിബിഹ് എത്തിച്ചേരുന്ന ഫലത്തിന് നേർവിപരീതവുമാണ്.

c) നമുക്കറിയാവുന്നതിൽവച്ച് ഏറ്റവും അസ്ഥിരമായ കാർബൺ യൗഗികമാണ് പ്രോട്ടീൻ. അതിന് സഹജമായ ധർമങ്ങൾ (നാം അവയെ ജീവൻ എന്നുവിളിക്കുന്നു) നിറവേറ്റാനുള്ള കഴിവു നഷ്ടപ്പെടുന്ന മാത്രയിൽത്തന്നെ അത് വിഘടിക്കുന്നു. ഈ കഴിവുകേട് എപ്പോഴെങ്കിലും പ്രത്യക്ഷപ്പെടാതിരിക്കില്ലെന്നത് അതിന്റെ സ്വഭാവത്തിൽ അന്തർലീനമാണ്. ശാശ്വതമെന്നും, പ്രപഞ്ചസ്പേസിലെ താപനിലയിലും മർദത്തി

ലുമുണ്ടാകുന്ന എല്ലാ മാറ്റങ്ങളേയും പോഷണത്തിലും വായുവിലുമുണ്ടാവുന്ന കുറവിനെയും സഹിക്കാൻ കഴിവുള്ളതെന്നും അവകാശപ്പെടുന്നത് ഈ യൗഗികത്തെക്കുറിച്ചാണ്. അതേസമയം, അതിന്റെ താപനിലയുടെ ഉച്ചസീമ എത്രയോ കുറവാണ്. 100° സെന്റിഗ്രേഡിൽ താഴെയാണത്! പ്രോട്ടീന്റെ നിലനിൽപ്പിനുള്ള സാഹചര്യങ്ങൾ നമുക്കറിവുള്ള മറ്റേത് കാർബൺ യൗഗികത്തിന്റേതിനെക്കാളും നിസ്സീമമാംവണ്ണം കൂടുതൽ സങ്കീർണമാണ്. കാരണം, പുതിയ ഭൗതിക-രാസിക ധർമങ്ങൾക്കുപുറമേ പോഷണത്തിന്റെയും ശ്വാസോച്ഛ്വാസത്തിന്റെയും ധർമങ്ങൾകൂടി ഇവിടെ രംഗത്തു വരുന്നുണ്ട്. അവയ്ക്കാകട്ടെ ഭൗതികമായും രാസികമായും സങ്കുചിതമായ പരിധികളോടുകൂടിയ ഒരു മാധ്യമം ആവശ്യമാണ്. പല കാലത്തായി എല്ലാത്തരം മാറ്റങ്ങളുണ്ടായിട്ടും ശാശ്വതമായി നിലനിന്നുപോന്നിട്ടുള്ളത് ഈ മാധ്യമമാണെന്നാണോ നാം സങ്കൽപ്പിക്കേണ്ടത്? “മറ്റെല്ലാം ഒരുപോലാണെങ്കിൽ ഈ രണ്ടു പരികൽപ്പനകളിൽ കൂടുതൽ ലളിതമായതാണ്” ലിബിഹ് ഇഷ്ടപ്പെടുന്നത്. പക്ഷേ ഒരു കാര്യം വളരെ ലളിതമെന്നു പുറമേക്കു തോന്നാമെങ്കിലും വളരെ സങ്കീർണമാണെന്നു വന്നേക്കാം. ജീവനുള്ള പ്രോട്ടീൻ വസ്തുക്കളുടെ അസംഖ്യം അനുസ്യൂതപരമ്പരകൾ അനാദികാലംതൊട്ടേ ഒന്നു മറ്റേതിൽനിന്നായി ജന്മംകൊണ്ടിട്ടുണ്ടെന്നും, തരംതിരിക്കപ്പെട്ട അവസ്ഥയിൽ അവയുടെ വേണ്ടത്ര എണ്ണം ഏത് സാഹചര്യങ്ങളിലും അവശേഷിക്കാറുണ്ടെന്നുമുള്ള അഭ്യൂഹമാണ് സാധ്യമായിട്ടുള്ളതിൽവച്ച് ഏറ്റവും കൂടുതൽ തലപുണ്ണാക്കുന്ന അഭ്യൂഹം - പോരെങ്കിൽ, ഖഗോളങ്ങളുടെയും വിശേഷിച്ച് നീഹാരികകളുടെയും അന്തരീക്ഷങ്ങൾ തുടക്കത്തിൽ താപദീപ്തങ്ങളായിരുന്നു. അതുകൊണ്ട് പ്രോട്ടീൻ വസ്തുക്കൾക്ക് അവിടെ യാതൊരു ഇടവുമില്ലായിരുന്നു. അങ്ങനെ അവസാനവിശകലനത്തിൽ പ്രപഞ്ചസ്പേസ് ജീവന്റെ ഒരു കൂറ്റൻ കലവറയായി വർത്തിക്കേണ്ടിയിരിക്കുന്നു - വായുവോ പോഷകവസ്തുക്കളോ ഇല്ലാത്തതും തീർച്ചയായും ഒരൊറ്റ പ്രോട്ടീനും പ്രവർത്തിക്കാനോ തുടർന്നു നിലനിൽക്കാനോ സാധ്യമല്ലാത്ത താപനിലയോടു കൂടിയതുമായ ഒരു കലവറ!

2-ാമത്തെ പോയിന്റിനുള്ള അനുബന്ധം - ഇവിടെ പരാമർശിച്ചിട്ടുള്ള വിബ്രിയോകളും മൈക്രോകോക്കസുകളും മറ്റും വേണ്ടത്ര വിഭേദിക്കപ്പെട്ടിട്ടുള്ള അസ്തിത്വങ്ങളാണ്. ഒരു ബാഹ്യചർമത്തെ വിസർജിച്ചിട്ടുണ്ടെങ്കിലും കോശകേന്ദ്രമില്ലാത്ത പ്രോട്ടീൻമണികളാണ് അവ. എന്നാൽ വികസനക്ഷമതയുള്ള പ്രോട്ടീൻവസ്തുക്കൾ ആദ്യംതന്നെ ഒരു കോശകേന്ദ്രം രൂപീകരിച്ച് ഒരു കോശമായിത്തീരുകയാണ് ചെയ്യുന്നത്. കോശചർമം മുന്നോട്ടേക്കുള്ള ഒരു ചുവടുവയ്പുകൂടിയാണ് (Amoeba sphaerococcus). അതുകൊണ്ട് നമുക്ക് ഇതേവരെ അറിവുള്ള ഏതുമായി സാദൃശ്യപ്പെടുത്തിയാലും വഴിമുട്ടി നിൽക്കുന്ന ഒരവസ്ഥയിലേക്ക് വ്യർഥമായി നീങ്ങുന്ന ഒരു ശ്രേണിയിൽപ്പെട്ടതാണ് ഇവിടെ പരിഗണി

ക്കപ്പെട്ടിട്ടുള്ള ജീവികൾ. കൂടുതലുയർന്ന പടിയിൽ നിൽക്കുന്ന ജീവികളുടെ പൂർവികരിൽ അവയെ ഉൾപ്പെടുത്താൻ സാധ്യമല്ല.

ജീവനെ കൃത്രിമമായി ഉൽപ്പാദിപ്പിക്കാനുള്ള ശ്രമങ്ങളുടെ വ്യർഥതയെപ്പറ്റി ഹെംഹോൽറ്റ്സ് പറയുന്ന കാര്യങ്ങൾ തികച്ചും ബാലിശമാണ്. പ്രോട്ടീൻവസ്തുക്കളുടെ അസ്തിത്വരീതിയാണ് ജീവൻ. അവയ്ക്ക് വെളിയിലുള്ള പ്രകൃതിപരിസരങ്ങളുമായുള്ള നിരന്തരമായ ചയാപചയമാണ് അതിന്റെ കാതലായ അംശം. ആ ചയാപചയം നിലയ്ക്കുമ്പോൾ അതും നിലയ്ക്കുന്നു. പ്രോട്ടീൻ വിഘടിക്കപ്പെടുകയും ചെയ്യുന്നു.* രാസികമായി പ്രോട്ടീൻ വസ്തുക്കൾ ഉൽപ്പാദിപ്പിക്കുന്നതിൽ എന്നെങ്കിലും വിജയിച്ചാൽ, അവ എത്രതന്നെ ദുർബലവും അൽപ്പായുസുമാണെങ്കിലും ശരി, അവ ജീവന്റെ പ്രതിഭാസങ്ങൾ പ്രകടിപ്പിക്കുകയും ചയാപചയം നടത്തുകയും ചെയ്യുമെന്നതിൽ സംശയമില്ല. എന്നാൽ ഏറിവന്നാൽ ഏറ്റവും പ്രാകൃതമായ മൊണേറയുടെ രൂപവും ഒരുപക്ഷേ അതിലും താണരൂപങ്ങളും ആർജിക്കാനേ ആ വസ്തുക്കൾക്കു കഴിയൂ എന്നതും തീർച്ചയാണ്. പരസഹസ്രം വർഷങ്ങൾ നീണ്ടുനിന്ന പരിണാമത്തിലൂടെ വിഭേദിതമായിത്തീരുകയും കോശത്തിന്റെ ചർമത്തെ അതിന്റെ ഉള്ളടക്കത്തിൽനിന്നു വേർതിരിച്ചെടുക്കുകയും പരമ്പരാർജിതമായ ഒരു നിശ്ചിത ഘടന സ്വീകരിക്കുകയും ചെയ്ത ജീവികളുടെ രൂപം അവയ്ക്ക് ആർജിക്കാൻ കഴിയുകയില്ലെന്നത് നിസ്തർക്കമാണ്. എന്നാൽ പ്രോട്ടീന്റെ രാസഘടനയെക്കുറിച്ച് ഇന്നത്തേതിനെക്കാൾ കൂടുതലായി നമുക്ക് യാതൊന്നും അറിയില്ലെന്നുവച്ച് – അക്കാരണത്താൽ വരുന്ന ഒരു നൂറു വർഷത്തേക്ക് അതിന്റെ കൃത്രിമോൽപ്പാദനത്തെപ്പറ്റി നമുക്ക് ചിന്തിക്കാനാവില്ലെന്നുവച്ച് – നമ്മുടെ എല്ലാ ശ്രമങ്ങളും മറ്റും "വ്യർഥമായെ"ന്നു പരാതിപ്പെടുന്നത് പരിഹാസ്യമാണ്!

ചയാപചയം പ്രോട്ടീൻവസ്തുക്കൾക്ക് സവിശേഷമായ പ്രവർത്തനമാണെന്ന മേൽപ്പറഞ്ഞ വാദത്തിനെതിരായ ഒരു തടസവാദമെന്ന നിലയ്ക്ക് ട്രൗബെയുടെ "കൃത്രിമകോശങ്ങ"ളുടെ[226] വളർച്ചയെ ചൂണ്ടിക്കാണിച്ചേക്കാം. എന്നാൽ അന്തഃപരാസരണം (endosmosis) മുഖേന ഒരു ദ്രാവകം യാതൊരു മാറ്റവും കൂടാതെ വലിച്ചെടുക്കപ്പെടുന്നു എന്നത് മാത്രമാണ് അവിടെ നടക്കുന്നത്. എന്നാൽ ചയാപചയത്തിലാവട്ടെ, അതിനിടയിൽ വലിച്ചെടുക്കപ്പെടുന്ന പദാർഥങ്ങളുടെ രാസഘടന മാറുന്നു. ജീവി അവയെ സ്വാംശീകരിക്കുന്നു. അവയുടെ അവശിഷ്ടങ്ങൾ, ജീവിതപ്രക്രിയയുടെ ഫലമായുണ്ടാവുന്ന ജീവിയുടെതന്നെ വിഘടനോൽപ്പ

---

* ഇത്തരം ചയാപചയം അജൈവവസ്തുക്കളിലും നടക്കാവുന്നതാണ്. കാലാന്തരത്തിൽ അത് സർവത്ര നടക്കുന്നുമുണ്ട്, കാരണം, അങ്ങേയറ്റം പതുക്കെയാണെങ്കിൽപ്പോലും രാസപ്രവർത്തനങ്ങൾ എല്ലായിടത്തും നടക്കുന്നുണ്ടല്ലോ. ഈ ചയാപചയം അജൈവവസ്തുക്കളെ നശിപ്പിക്കുമ്പോൾ ജൈവവസ്തുക്കളുടെ നിലനിൽപ്പിനുള്ള ഒരു അവശ്യോപാധിയാണെതെന്നതാണ് രണ്ടും തമ്മിലുള്ള വ്യത്യാസം. (എംഗൽസിന്റെ കുറിപ്പ്).

ന്നങ്ങളോടൊപ്പം വിസർജിക്കപ്പെടുന്നു.* കാർബണൊന്നും കൂടാതെ അജൈവപ്രകൃതിയിൽനിന്നുകൂടി ലഭിക്കാൻ കഴിയുന്ന രണ്ടു പ്രതിഭാസങ്ങളെയാണ് അന്തഃപരാസരണവും വളർച്ചയും കുറിക്കുന്നതെന്ന് ട്രൗബെയുടെ "കോശങ്ങൾ" കാണിച്ചുതരുന്നുവെന്നതിലാണ് അവയുടെ പ്രാധാന്യം സ്ഥിതിചെയ്യുന്നത്.

ആദ്യമായി ആവിർഭവിച്ച പ്രോട്ടീൻകണികയ്ക്ക് ഓക്സിജൻ, കാർബൺ ഡയോക്സൈഡ്, അമോണിയ എന്നിവയിൽനിന്നും ചുറ്റിനുമുള്ള വെള്ളത്തിൽ അലിഞ്ഞുചേർന്നിട്ടുള്ള ലവണങ്ങളിൽ ചിലതിൽ നിന്നും സ്വയം പോഷണം ലഭിക്കാനുള്ള കഴിവുണ്ടായിരുന്നിരിക്കണം. ജൈവപോഷകവസ്തുക്കൾ ഉണ്ടായിരുന്നില്ല. കാരണം പ്രോട്ടീൻ കണികകൾക്ക് പരസ്പരം ഭക്ഷിക്കാൻ നിവൃത്തിയുണ്ടായിരുന്നില്ലല്ലോ. ഡയാറ്റങ്ങളും മറ്റും തിന്നുജീവിക്കുന്ന, കോശങ്ങൾപോലുമില്ലാത്ത ഇന്നത്തെ മൊണേറ അവയെക്കാൾ എത്രയോ ഉയർന്നാണ് നിലകൊള്ളുന്നതെന്ന്, അതായത് വിഭേദിതജീവികളുടെ ഒരു ശ്രേണിയെ ഒട്ടാകെത്തന്നെ വിവക്ഷിക്കുന്നുണ്ടെന്ന്, ഇത് തെളിയിക്കുന്നു.

"പ്രകൃതിയുടെ വൈരുധ്യാത്മകത" – പരാമർശങ്ങൾ.

നേച്ചർ, 294–ാം ലക്കവും തുടർന്നുള്ളവയും. ഇൻഫുസോറിയയെക്കുറിച്ച് അൽമൻ.[227] ഏകകോശകസ്വഭാവം പ്രധാനം.

ഹിമദശകങ്ങളെക്കുറിച്ചും ഭൂവൈജ്ഞാനിക കാലത്തെക്കുറിച്ചും ക്രോൾ.[228]

നേച്ചർ, ലക്കം 326. ഉൽപ്പത്തിയെക്കുറിച്ച് ടിൻഡാൽ.[229] വിശിഷ്ടക്ഷയവും (specific decay) കിണ്വനപരീക്ഷണങ്ങളും.

പ്രോട്ടിസ്റ്റ. 1. അകോശകീയമായ ഇവയുടെ വികാസം ആരംഭിക്കുന്നത് കപടപാദങ്ങളെ (psecudopodia) രൂപത്തിൽ നീട്ടുകയും ഏതെങ്കിലും ചുരുക്കുകയും ചെയ്യുന്ന ലളിതമായ പ്രോട്ടീൻകണികയോടെയാണ്, മൊണേറയോടെയാണ്. ഇന്നത്തെ മൊണേറ തീർച്ചയായും അവയുടെ മൂലരൂപങ്ങളിൽനിന്ന് വളരെയേറെ വിഭിന്നമാണ്. കാരണം, ജൈവവസ്തുക്കളെ ഭക്ഷിച്ചുകൊണ്ടാണ്, ഡയാറ്റങ്ങളെയും ഇൻഫുസോറിയകളെയും (അതായത് അവയെക്കാൾ ഉയർന്ന പിടിയിലുള്ളതും അവയ്ക്കുശേഷം മാത്രം ആവിർഭവിച്ചതുമായവയെ) വിഴുങ്ങിക്കൊണ്ടാണ്, അവ ഒട്ടുമുക്കാലും ജീവിക്കുന്നത്. ഹെക്കലിന്റെ 1–ാമത്തെ പട്ടിക[230]യിൽ കാണിച്ചിരിക്കുന്നതുപോലെ, അകോശ സിലിയാമയ ബീജാണുക്കളുടെ

* N.B. അകശേരുകികളായ കശേരുകികളെപ്പറ്റി നമുക്ക് സംസാരിക്കേണ്ടിവരുന്നതുപോലെതന്നെയാണ് ജൈവഘടനയോ രൂപമോ ഇല്ലാത്തവയും വിഭേദിതങ്ങളല്ലാത്തവയുമായ പ്രോട്ടീൻകണികയെ ജീവിയെന്നു വിളിച്ചിരിക്കുന്നത്. വൈരുധ്യാത്മകമായി ഇത് അനുവദനീയമാണ്. കാരണം, നോട്ടോകോർഡിന്റെ ബീജത്തിൽ കശേരുകദണ്ഡ് അടങ്ങിയിട്ടുണ്ടെന്നതുപോലെതന്നെ ആദ്യം ആവിർഭവിക്കുന്ന പ്രോട്ടീൻ കണികയിൽ കൂടുതലുയർന്ന പരിണാമദശകളിലുള്ള ജീവികളുടെ അനന്തശ്രേണിയൊട്ടാകെ "അതിൽത്തന്നെ" ബീജരൂപത്തിലെന്നപോലെ അടങ്ങിയിട്ടുണ്ട്. (എംഗൽസിന്റെ കുറിപ്പ്).

രൂപത്തിലൂടെ കടന്നുപോകുന്ന ഒരു വികാസചരിത്രമാണ് അവയ്ക്കുള്ളത്. രൂപമാർജിക്കാനുള്ള പ്രവണത – എല്ലാ പ്രോട്ടീൻവസ്തുക്കൾക്കും സവിശേഷമായിട്ടുള്ള ആ പ്രവണത – ഇവിടെത്തന്നെ ദൃശ്യമാണ്. അകോശകീയങ്ങളായ ഫൊറാമിനിഫെറയിൽ ഈ പ്രവണത കൂടുതൽ പ്രകടമാണ്. അത്യന്തം കലാഭംഗിയുള്ള ഷെല്ലുകളെ (കോളനികളുടെ മുന്നോടിയാണോ? കോറലുകൾ തുടങ്ങിയവ) വിസർജിക്കുന്ന അവ രൂപത്തെ സംബന്ധിച്ചിടത്തോളം മൊളസ്കുകളുടെ മുന്നോടിയാണ്. നളികാകാര ആൽഗകൾ (സൈഫോണിയ) കൂടുതലുയർന്ന സസ്യങ്ങളുടെ സ്തംഭം, തായ്ത്തടി, വേര്, പൂർണരൂപം എന്നിവയുടെ മുന്നോടിയായിരിക്കുന്നതുപോലെ തന്നെയാണിത്. എങ്കിലും അവ ഘടനയില്ലാത്ത വെറും പ്രോട്ടീൻ മാത്രമാണ്. അതുകൊണ്ട് പ്രോട്ടമീവയെ അമീബയിൽനിന്നു വേർതിരിക്കണം.*

2. ഒരുവശത്ത് Actinophrys sol എന്ന സൂര്യജന്തുകത്തിൽ ചർമവും (ectosarc) അന്തഃസ്തരവും (endosarc) തമ്മിൽ വ്യത്യാസം പ്രത്യക്ഷപ്പെടുന്നു (നിക്കൊൽസൺ[231],പേജ് 49) ചർമസ്തരത്തിൽനിന്ന് കപടപാദങ്ങൾ മുളയ്ക്കുന്നു (Protomyxa aurantiaca-യിൽ ഇത് ഒരു പരിവർത്തനദശയാണ്. ഹെക്കൽ, 1–ാമത്തെ പട്ടിക നോക്കുക). ഈ പരിണാമപാതയിലൂടെ പ്രോട്ടീൻ അധികദൂരം സഞ്ചരിച്ചിട്ടുണ്ടെന്ന് തോന്നുന്നില്ല.

3. മറുവശത്ത് പ്രോട്ടീനിൽ കോശകേന്ദ്രവും ഉപകോശകേന്ദ്രവും വിഭേദിതമായിത്തീരുന്നു – നഗ്ന അമീബിയ. ഈ നിമിഷം തൊട്ട് രൂപവികാസം ദ്രുതഗതിയിൽ പുരോഗമിക്കുന്നു. ജീവിയിലെ ശൈശവാവസ്ഥയിലുള്ള കോശത്തിന്റെ വികാസത്തിനും ഇതുതന്നെ സംഭവിക്കുന്നു. ഇതെക്കുറിച്ച് വുൻഡ്റ്റ് (തുടക്കത്തിൽ) പറഞ്ഞിട്ടുള്ളതുമായി താരതമ്യപ്പെടുത്തുക.[232] പ്രോട്ടോമിക്സയിലെന്നപോലെ തന്നെ അമീബ സ്ഫെറോകോക്കസിലും കോശചർമത്തിന്റെ രൂപവൽക്കരണം ഒരു പരിവർത്തനദശ മാത്രമാണ്. എങ്കിലും സങ്കുഞ്ചനശീലരിക്തകയിലെ (contractile vacuole) ചംക്രമണം ഇവിടെപ്പോലും ദൃശ്യമാണ് (ഹെക്കൽ,പേജ് 380). ഒന്നുകിൽ പുഴുക്കളിലും കീടങ്ങളുടെ ലാർവകളിലും കാണാവുന്നതുപോലെ മണൽത്തരികൾ ഒട്ടിച്ചേർന്നുകൊണ്ടുള്ള ഷെല്ലുകളോ ("Difflugia", നിക്കൊൽസൺ, പേജ് 47), അല്ലെങ്കിൽ യഥാർഥത്തിൽ വിസർജിതമായ ഷെല്ലുകളോ നാം താമസിയാതെ കണ്ടുമുട്ടുന്നു. അവസാനമായി,

4. സ്ഥായിയായ കോശചർമത്തോടുകൂടിയ കോശം. ഹെക്കലിന്റെ അഭിപ്രായത്തിൽ (പേജ് 382) ഇതിൽനിന്നാണ് കോശചർമത്തിന്റെ കാഠിന്യം അനുസരിച്ച് ഒന്നുകിൽ സസ്യമോ അല്ലെങ്കിൽ – ചർമം മൃദുലമാണെങ്കിൽ – ജന്തുവോ ആവിർഭവിച്ചിട്ടുള്ളത് (? ഇങ്ങനെ സാമാന്യമായി ഇത് ഉറപ്പിച്ചു പറയാൻ തീർച്ചയായും സാധ്യമല്ല). കോശചർമത്തോ

---

* ഈ ഖണ്ഡികയ്ക്കെതിരായി മാർജിനിൽ ഒരു കുറിപ്പുണ്ട്: "വ്യഷ്ടീകരണം നിസ്സാരമാണ്. അവ വിഭജിക്കുന്നുമുണ്ട്, ഒന്നിച്ചു ചേരുന്നുമുണ്ട്."

ടൊപ്പം നിശ്ചിതവും എന്നാലതേ സമയംതന്നെ പ്ലാസ്തികവുമായ രൂപം പ്രത്യക്ഷപ്പെടുന്നു. ഇവിടേയും ലളിതമായ കോശചർമവും വിസർജിത ഷെല്ലും തമ്മിൽ വ്യത്യാസമുണ്ട്. എങ്കിലും (3-ാമത്തേതിൽനിന്ന് വ്യത്യസ്തമായി) കപടപാദങ്ങളുടെ മുളച്ചുവരൽ ഈ കോശചർമത്തോടും ഈ ഷെല്ലിനോടുംകൂടി അവസാനിക്കുന്നു. പൂർവരൂപങ്ങളുടെ (സിലിയാമയ ബീജാണുക്കൾ) ആവർത്തനവും രൂപവൈവിധ്യവും. ലാബിറിന്തുല (Labyrinthuleae) പരിവർത്തനദശയെ കുറിക്കുന്നു (ഹെക്കൽ, പേജ് 385). അവ തങ്ങളുടെ കപടപാദങ്ങളെ പുറത്തേക്ക് നീട്ടുകയും സാധാരണഗതിയിലുള്ള അവയുടെ കീലരൂപത്തെ നിശ്ചിതപരിധിക്കുള്ളിൽ മാറ്റിക്കൊണ്ട് ആ വലക്കെട്ടിനകത്ത് ഇഴഞ്ഞു നടക്കുകയും ചെയ്യുന്നു. കൂടുതലുയർന്ന പടികളിലുള്ള പരജീവികളുടെ ജീവിതരീതിയുടെ മുന്നോടിയാണ് ഗ്രിഗറൈന. അവയിൽ ചിലത് വെറും ഒറ്റക്കോശമല്ല, കോശശൃംഖലകളാണ് (ഹെക്കൽ, പേജ് 451). എങ്കിലും അവയിൽ 2-3 കോശങ്ങൾ മാത്രമാണ് അടങ്ങിയിട്ടുള്ളത്. ദുർബലമായ തുടക്കം ഇൻഫുസോറിയ യഥാർഥത്തിൽ ഏകകോശകീയങ്ങളാണെന്ന അർഥത്തിൽ അവ ഏകകോശജീവികളുടെ ഏറ്റവും ഉയർന്ന വികാസത്തെ കുറിക്കുന്നു. ഇവിടെ ഗണ്യമായ വിഭേദനമുണ്ട് (നിക്കൊൽസന്റെ കൃതി നോക്കുക). കോളനികളും സുവോഫൈറ്റുകളും[233] (Epistylish) വീണ്ടും വരുന്നു. അതുപോലെതന്നെ ഏകകോശസസ്യങ്ങൾക്കിടയിലും രൂപത്തിന്റെ ഉയർന്ന വികാസം നടക്കുന്നു (Desmidiaceae, ഹെക്കൽ, പേജ് 410).*

5. ഏതാനും കോശങ്ങൾ കോളനിയിലല്ലാതെ ഒരൊറ്റ ശരീരത്തിൽ ഏകോപിക്കുന്നതാണ് മുന്നോട്ടുള്ള അടുത്ത കാൽവയ്പ്പ്. ഒന്നാമത് ഹെക്കലിന്റെ കറ്റല്ലക്റ്റ്, Magosphaera planula (ഹെക്കൽ, പേജ് 384). ഇവിടെ കോശങ്ങളുടെ ഏകോപനം ഒരു വികാസദശ മാത്രമാണ്. എങ്കിലും ഇവിടെ കപടപാദങ്ങൾ ഇല്ലാതായിക്കഴിഞ്ഞിരിക്കുന്നു. (അവ പരിവർത്തനഘട്ടമാണോ എന്ന് ഹെക്കൽ കൃത്യമായി പറയുന്നില്ല). നേരേമറിച്ച് റേഡിയോ ലാറിയ – അവയും അവിഭേദികോശസമൂഹങ്ങളാണ് – അവയുടെ കപടപാദങ്ങൾ നിലനിർത്തുകയും ഷെല്ലിന്റെ ജ്യാമിതീയനിയതത്വത്തെ അങ്ങേയറ്റംവരെ വികസിപ്പിക്കുകയും ചെയ്തിട്ടുണ്ട്. ശരിക്കും അകോശകീയങ്ങളായ റൈസോപോഡുകളിൽപ്പോലും ഷെല്ല് ഒരു പങ്ക് വഹിക്കുന്നുണ്ട്. ഒരുതരത്തിൽ പറഞ്ഞാൽ കോശം അതിന്റെ ക്രിസ്റ്റലീയരൂപംകൊണ്ട് അതിനെത്തന്നെ ആവരണം ചെയ്യുന്നു.

6. Magosphaera planula യഥാർഥ Planula-യിലേക്കും Gastrula-യിലേക്കും മറ്റുമുള്ള പരിവർത്തനത്തെ കുറിക്കുന്നു. കൂടുതൽ വിവരങ്ങൾക്ക് ഹെക്കലിന്റെ കൃതി നോക്കുക (452-ാമത്തെ പേജും തുടർന്നുള്ളവയും).[234]

---

* ഈ ഭാഗത്തിനെതിരായി മാർജിനിൽ ഒരു കുറിപ്പുണ്ട്: "കൂടുതലുയർന്ന വിഭേദനത്തിന്റെ മുന്നോടി."

"Bathybius"[235] അതിന്റെ ശരീരത്തിലെ കല്ലുകൾ ഒരു കാര്യം തെളിയിക്കുന്നു. രൂപത്തിന്റെ വിഭേദനം ഇനിയും കൈവന്നിട്ടില്ലാത്ത പ്രോട്ടീന്റെ ആദിമരൂപത്തിനുള്ളിൽ അസ്ഥിരൂപീകരണത്തിന്റെ ബീജവും അതിനുള്ള കഴിവും അടങ്ങിയിട്ടുണ്ടെന്നതാണ് അത്.

വ്യക്തി. ഈ ധാരണയും തികച്ചും ആപേക്ഷികമായ ഒന്നായി മാറിയിരിക്കുന്നു. കോർമസ്, കോളനി, നാടപ്പുഴു – മറുവശത്ത് കോശവും മെറ്റാമെറും ഒരർഥത്തിൽ വ്യക്തികളാണ് (*മനുഷ്യോൽപ്പത്തിവിജ്ഞാനവും ആകൃതികവിജ്ഞാനവും*).[236]

രൂപത്തിന്റെയും ഉള്ളടക്കത്തിന്റെയും അഭേദത്തിന്റെ അഥവാ അഭേദ്യതയുടെ ഒരൊറ്റ അനുസ്യൂത തെളിവാണ് ജൈവപ്രകൃതിയാകെത്തന്നെ. ആകൃതികവും ശരീരക്രിയാത്മകവുമായ പ്രതിഭാസങ്ങൾ, രൂപവും ധർമവും അന്യോന്യം നിർണയിക്കുന്നു. രൂപത്തിന്റെ (കോശത്തിന്റെ) വിഭേദനം പേശിയും ചർമവും അസ്ഥിയും ഉപകലയും മറ്റുമായി ദ്രവ്യം വിഭേദിക്കപ്പെടുന്നതിനുള്ള ഉപാധിയാണ്. മറിച്ച് ദ്രവ്യത്തിന്റെ വിഭേദനം രൂപവിഭേദനത്തിനുള്ള ഉപാധിയുമാണ്.

പരിണാമത്തിന്റെ എല്ലാ ഘട്ടങ്ങളിലും മോർഫോളജിക്കൽ രൂപങ്ങളുടെ ആവർത്തനം: കോശരൂപങ്ങൾ (മുഖ്യമായ രണ്ട് രൂപങ്ങൾ ഗസ്ത്രുലയിലുണ്ട്) – ഒരു പ്രത്യേകഘട്ടത്തിൽ മെറ്റാമെറുകളുടെ രൂപീകരണം: അന്നേലിഡുകൾ, ആർത്രോപ്പോഡുകൾ, കശേരുകികൾ. ഉഭയവാസികളുടെ ടാഡ്പോളുകളിൽ അസിഡിയൻ ലാർവകളുടെ പ്രാകൃതരൂപം ആവർത്തിക്കപ്പെടുന്നു – (ഇപ്പോൾ നിലവിലുള്ള മാർസൂപിയാലുകളെ മാത്രമെടുത്താൽത്തന്നെ) മാർസൂപിയാലുകളുടെ വിവിധരൂപങ്ങൾ പ്ലാസെന്റാലുകളിൽ ആവർത്തിക്കപ്പെടുന്നു.

പ്രാരംഭബിന്ദുവിൽനിന്നുള്ള സമയദൂരത്തിന്റെ വർഗത്തിന് ആനുപാതികമായി ത്വരണം (acceleration) നടക്കുന്നുവെന്ന നിയമത്തെ ജീവികളുടെ പരിണാമചരിത്രത്തെയൊട്ടാകെ സംബന്ധിച്ചിടത്തോളം സ്വീകരിക്കേണ്ടതാണ്. *സൃഷ്ടിയുടെ പ്രാകൃതചരിത്രം, മനുഷ്യോൽപ്പത്തിവിജ്ഞാനം* എന്നീ ഹെക്കലിന്റെ കൃതികളുമായി താരതമ്യപ്പെടുത്തിനോക്കുക. വിവിധ ജിയോളജീയഘട്ടങ്ങൾക്കനുസൃതമായ ജൈവരൂപങ്ങൾ മുകളിലോട്ടു ചെല്ലുന്തോറും പ്രക്രിയ കൂടുതൽ ദ്രുതഗതിയിലാവുന്നു.

ആവശ്യകതയും യാദൃച്ഛികതയും തമ്മിലുള്ള ആന്തരികസംബന്ധത്തെക്കുറിച്ച് ഹെഗൽ പറഞ്ഞിരിക്കുന്നതിനുള്ള പ്രായോഗിക തെളിവാണ് ഡാർവിന്റെ സിദ്ധാന്തമെന്നു ചൂണ്ടിക്കാണിക്കുക.

നിലനിൽപ്പിനുവേണ്ടിയുള്ള സമരം. സർവോപരി ഇതിനെ സസ്യങ്ങളുടേയും ജന്തുക്കളുടേയും ആധിക്യത്തിൽനിന്നുളവാകുന്ന സമരങ്ങളിൽ കർശനമായും ഒതുക്കിനിർത്തേണ്ടതാണ്. സസ്യങ്ങളുടേയും താണപടികളിലുള്ള ജന്തുക്കളുടേയും വികാസത്തിന്റെ ചില ഘട്ടങ്ങളിൽ ഈ സമരം യഥാർഥത്തിൽ നടക്കുന്നുണ്ട്. എന്നാൽ ഈ ആധിക്യം കൂടാതെതന്നെ ജാതികൾ മാറിവരുന്ന സാഹചര്യങ്ങളെ – പഴയവ നശിക്കു

കയും കൂടുതൽ വികാസം പ്രാപിച്ച പുതിയവ തൽസ്ഥാനത്തു വരികയും ചെയ്യുന്ന സാഹചര്യങ്ങളെ – ഇതിൽനിന്നു കർശനമായും വേർതിരിച്ചു കാണണം. ഉദാഹരണത്തിന് ജന്തുക്കളും സസ്യങ്ങളും പുതിയ മേഖലകളിലേക്ക് പ്രവാസം നടത്തുമ്പോൾ ശീതോഷ്ണാവസ്ഥയെയും മണ്ണിനെയും മറ്റും സംബന്ധിച്ചിടത്തോളം അവിടെയുള്ള പുതിയ സാഹചര്യങ്ങൾ അവയിൽ മാറ്റം വരുത്തുന്നു. അവിടെ, ചുറ്റുപാടുമായി ഇണങ്ങിച്ചേരുന്ന വ്യക്തികൾ അതിജീവിക്കുകയും നിരന്തരം കൂടുതൽ കൂടുതൽ ഇണങ്ങിച്ചേർന്നുകൊണ്ട് അവ പുതിയൊരു ജാതിയായി വികസിക്കുകയും അതേസമയം കൂടുതൽ സ്ഥിരതയുള്ള മറ്റു വ്യക്തികൾ നശിക്കുകയും അവസാനം അവയും അവയോടൊപ്പം അപൂർണങ്ങളായ പരിവർത്തനരൂപങ്ങളും നാമാവശേഷമാവുകയും ചെയ്താൽ ഇത് യാതൊരുവിധ മാൽത്തൂസിയനിസവും കൂടാതെതന്നെ സംഭവിക്കാവുന്നതാണ്. യഥാർഥത്തിൽ അങ്ങനെ സംഭവിക്കുന്നുമുണ്ട്. ഇനി അഥവാ മാൽത്തൂസിയനിസം ഇവിടെ എന്തെങ്കിലും പങ്ക് വഹിക്കുന്നുണ്ടെന്നു സമ്മതിച്ചാൽതന്നെ അത് പ്രക്രിയയിൽ യാതൊരു മാറ്റവും വരുത്തുന്നില്ല. ഏറിവന്നാൽ പ്രക്രിയയെ ത്വരിതപ്പെടുത്താൻ മാത്രമേ അതിന് കഴിയൂ. ഏതെങ്കിലുമൊരു പ്രദേശത്തെ ഭൂമിശാസ്ത്രപരവും ശീതോഷ്ണാവസ്ഥാപരവും മറ്റുമായ സാഹചര്യങ്ങൾ ക്രമേണ മാറുമ്പോഴും (ഉദാഹരണത്തിന് മധ്യേഷ്യയിലെ വരൾച്ച) ഇതുതന്നെയാണ് സംഭവിക്കുന്നത്. അവിടത്തെ സസ്യലോകത്തിലേയും ജന്തുലോകത്തിലേയും അംഗങ്ങൾ പരസ്പരം സമ്മർദം ചെലുത്തുന്നുണ്ടോ ഇല്ലയോ എന്നത് അപ്രസക്തമാണ്. ഭൂമിശാസ്ത്രപരവും മറ്റുമായ സാഹചര്യങ്ങളിലുള്ള മാറ്റങ്ങളാൽ ഉളവാക്കപ്പെടുന്ന, ജീവികളുടെ പരിണാമപ്രക്രിയ എന്തായാലും തുടരുകതന്നെ ചെയ്യുന്നു – ലൈംഗികനിർധാരണത്തെ സംബന്ധിച്ചും ഇതുതന്നെയാണ് സ്ഥിതി. ഇവിടെയും മാൽത്തൂസിയനിസം യാതൊരു പങ്കും വഹിക്കുന്നില്ല.

അതുകൊണ്ട് നിർധാരണത്തിന്റെയും മാൽത്തൂസിയനിസത്തിന്റെയും ആവശ്യമില്ലാതെതന്നെ ഹെക്കലിന്റെ "ഇണങ്ങിച്ചേരലിനും പാരമ്പര്യത്തിനും" പരിണാമപ്രക്രിയയൊട്ടാകെ കൈവരുത്താൻ കഴിയും.

ഡാർവിൻ തന്റെ "പ്രാകൃതികനിർധാരണം," അഥവാ "ശേഷിയുള്ളതിന്റെ ശേഷിപ്പ്"[237] എന്നതിൽ തികച്ചും വ്യത്യസ്തങ്ങളായ രണ്ടു കാര്യങ്ങളെ കൂട്ടിക്കുഴയ്ക്കുന്നുവെന്നതാണ് അദ്ദേഹത്തിന്റെ തെറ്റ്:

1) അതിനിബിഡതയുടെ സമ്മർദം മൂലമുള്ള നിർധാരണം. ഇവിടെ ഏറ്റവും ശക്തിയുള്ളവ ആദ്യം അതിജീവിച്ചെന്നും എന്നാൽ വേറെ ചില കാര്യങ്ങളിൽ അവ ഏറ്റവും ദുർബലമാണെന്നും വരാം.

2) മാറിയ ചുറ്റുപാടുകളുമായി ഇണങ്ങിച്ചേരാനുള്ള കൂടുതൽ കഴിവുള്ളതുമൂലമുള്ള നിർധാരണം. ഇവിടെ, അതിജീവിക്കുന്ന വ്യക്തികൾ ഈ ചുറ്റുപാടുകൾക്ക് കൂടുതൽ അനുയോജ്യരാണ്. എന്നാൽ ആകെക്കൂടിയെടുത്താൽ ഈ ഇണങ്ങിച്ചേരൽ പുരോഗമനത്തെയെന്നപോലെ

തന്നെ പ്രതിഗമനത്തേയും വിവക്ഷിക്കാവുന്നതാണ് (ഉദാഹരണത്തിന് പരജീവിയുടേതായ ജീവിതവുമായുള്ള ഇണങ്ങിച്ചേരൽ എപ്പോഴും പ്രതിഗമനമാണ്).

ജൈവപരിണാമത്തിലുള്ള ഓരോ മുന്നേറ്റവും അതേസമയംതന്നെ ഒരു പിൻവാങ്ങൽകൂടിയാണെന്നതാണ് മുഖ്യസംഗതി. കാരണം, അത് ഏകപക്ഷീയമായ പരിണാമത്തെ ഊട്ടിയുറപ്പിക്കുകയും മറ്റനേകംദിശകളിലുള്ള പരിണാമസാധ്യതയെ ഒഴിവാക്കുകയും ചെയ്യുന്നു.

എന്നാലിത് ഒരു മൗലികനിയമമാണ്.

ജീവിതസമരം. ഡാർവിൻ വരുന്നതുവരെ ഇപ്പോഴത്തെ ഡാർവിൻ പക്ഷക്കാർ ഊന്നിയിരുന്നത് ജൈവപ്രകൃതിയിലെ സമഞ്ജസമായ സഹകരണത്തിലാണ്. സസ്യലോകം ജന്തുക്കൾക്ക് പോഷകവസ്തുക്കളും ഓക്സിജനും പ്രദാനം ചെയ്യുന്നതും ജന്തുക്കൾ സസ്യങ്ങൾക്ക് വളവും അമോണിയയും കാർബോണിക് ആസിഡും നൽകുന്നതും അവർ ചൂണ്ടിക്കാട്ടി. എന്നാൽ ഡാർവിന്റെ സിദ്ധാന്തം അംഗീകരിക്കപ്പെടേണ്ട താമസം, അതേ കൂട്ടർ എവിടെയും സമരം മാത്രമേ കാണുന്നുള്ളു എന്നായി. രണ്ടു വീക്ഷണങ്ങളും സങ്കുചിതപരിധികൾക്കുള്ളിൽ ന്യായീകരിക്കാവുന്നതാണ്. എന്നാൽ രണ്ടും ഒരുപോലെ ഏകപക്ഷീയവും മുൻവിധിവച്ചുപുലർത്തുന്നവയുമാണ്. പ്രകൃതിയിലെ അജീവവസ്തുക്കളുടെ പരസ്പരപ്രവർത്തനത്തിൽ സാമഞ്ജസ്യവും സംഘട്ടനങ്ങളും രണ്ടും ഉൾപ്പെടുന്നുണ്ട്. ജീവവസ്തുക്കളുടെ പരസ്പരപ്രവർത്തനത്തിലാവട്ടെ, ബോധപൂർവവും അല്ലാത്തതുമായ സഹകരണത്തോടൊപ്പം ബോധപൂർവവും അല്ലാത്തതുമായ സമരവും ഉൾപ്പെടുന്നു. അതുകൊണ്ട് പ്രകൃതിയെ എടുത്താൽത്തന്നെ അതിന്റെ പതാകയിൽ "സമരം" എന്നുമാത്രം എഴുതിവയ്ക്കുന്നത് അനുവദനീയമല്ല. എന്നാൽ ചരിത്രപരിണാമത്തിന്റെ വൈവിധ്യപൂർണമായ സമ്പുഷ്ടതയെയും സങ്കീർണതയെയും ഒട്ടാകെ "നിലനിൽപ്പിനുവേണ്ടിയുള്ള സമരം" എന്ന കഴമ്പില്ലാത്തതും ഏകപക്ഷീയവുമായ ഒരൊറ്റ പദപ്രയോഗത്തിൽ സംക്ഷേപിക്കാൻ ശ്രമിക്കുന്നത് തികച്ചും ബാലിശമാണ്. ഒന്നുമേ പറയുന്നില്ലെന്നാണ് അതിനർഥം.

Bellum omnium contra omnes[238] (എല്ലാവരും എല്ലാവർക്കുമെതിരായി നടത്തുന്ന യുദ്ധം) എന്ന ഹോബ്സിന്റെ സിദ്ധാന്തത്തെയും മത്സരത്തെക്കുറിച്ചുള്ള ബൂർഷ്വാ സാമ്പത്തികസിദ്ധാന്തത്തെയും ഇവയ്ക്ക് പുറമേ മാൽത്തൂസിന്റെ ജനസംഖ്യാസിദ്ധാന്തത്തെയും സമൂഹത്തിൽനിന്നു ജൈവപ്രകൃതിയിലേക്ക് പറിച്ചു നടുക മാത്രമാണ് നിലനിൽപ്പിനുവേണ്ടിയുള്ള സമരമെന്ന ഡാർവിന്റെ സിദ്ധാന്തം ആകെത്തന്നെ ചെയ്യുന്നത്. ഈ ചെപ്പടിവിദ്യ ഒരിക്കൽ കാണിച്ചുകഴിഞ്ഞാൽ (ഇതിനെ നിരുപാധികമായി നീതികരിക്കാമോ എന്നത് – വിശേഷിച്ചും മാൽത്തൂസിയൻ സിദ്ധാന്തത്തെ സംബന്ധിച്ചിടത്തോളം – ഇന്നും വളരെയേറെ വിവാദപരമാണ്) ആ സിദ്ധാന്തങ്ങളെ പ്രകൃതിയുടെ ചരിത്രത്തിൽനിന്ന് തിരികെ സമൂഹത്തിന്റെ ചരിത്രത്തിലേക്ക് വീണ്ടും പറിച്ചുനടാൻ വളരെ എളു

പ്പമാണ്. അതുവഴി ഈ വാദങ്ങൾ സമൂഹത്തെ സംബന്ധിച്ച ശാശ്വതമായ പ്രകൃതിനിയമങ്ങളായി തെളിയിക്കപ്പെട്ടിരിക്കുന്നുവെന്ന് അവകാശപ്പെട്ടാൽ അത് വെറും ശുദ്ധഗതിയെ മാത്രമായിരിക്കും ദ്യോതിപ്പിക്കുന്നത്.

വാദത്തിനുവേണ്ടി നമുക്ക് ഒരു നിമിഷത്തേക്ക് "നിലനിൽപ്പിനുവേണ്ടിയുള്ള സമരം" എന്ന പ്രയോഗം അംഗീകരിക്കാം. ഒരു ജന്തുവിന് പരമാവധി ചെയ്യാൻ കഴിയുന്നത് സംഭരിക്കലാണ്, മനുഷ്യനാവട്ടെ ഉൽപ്പാദിപ്പിക്കുന്നു. ആ വാക്കുകളുടെ ഏറ്റവും വിപുലമായ അർഥത്തിൽ അവൻ അവനെക്കൂടാതെ പ്രകൃതി ഉൽപ്പാദിപ്പിക്കുകയില്ലായിരുന്ന ജീവിതോപാധികൾ ഒരുക്കുന്നു. ജന്തുസമൂഹങ്ങളിലെ ജീവിതനിയമങ്ങളെ മനുഷ്യസമൂഹത്തിലേക്കു നിരുപാധികം പറിച്ചുനടുകയെന്നത് തന്മൂലം അസാധ്യമാണ്. ഉൽപ്പാദനം നടക്കുന്നതുകൊണ്ട്, നിലനിൽപ്പിനുവേണ്ടിയുള്ള സമരമെന്നു പറയപ്പെടുന്നതെന്തോ അത് അധികം താമസിയാതെ വെറും നിലനിൽപ്പിനുവേണ്ടിയുള്ള ഉപാധികളിൽ മാത്രമായി ഒതുങ്ങിനിൽക്കാതെ ആസ്വാദനത്തിനും വികസനത്തിനും വേണ്ടിയുള്ള ഉപാധികളിലേക്കുകൂടി കടക്കുന്നു. ഇവിടെ, അതായത് വികസനോപാധികൾ സാമൂഹ്യമായി ഉൽപ്പാദിപ്പിക്കപ്പെടുന്നിടത്ത്, ജന്തുലോകത്തിൽനിന്നുള്ള ഇനം തിരിവ് തികച്ചും സ്വീകാര്യമല്ല. ഒടുവിൽ മുതലാളിത്തോൽപ്പാദനരീതിയിൻകീഴിൽ സമൂഹത്തിന് ഉൽപ്പാദിതമായ ഉപജീവന-ആസ്വാദന-വികസനോപാധികളെ ഉപഭോഗിച്ചുതീർക്കാനാവാത്തത്ര ഉയർന്ന നിലവാരത്തിൽ ഉൽപ്പാദനം എത്തിച്ചേരുന്നു. കാരണം ഉൽപ്പാദകരുടെ വമ്പിച്ച സഞ്ചയത്തിന് ഈ ഉപാധികൾ കൃത്രിമമായും ബലാൽക്കാരമായും നിഷേധിക്കപ്പെട്ടിരിക്കുന്നു. ഇതിന്റെ ഫലമായി പത്തുവർഷം കൂടുമ്പോൾ ഉണ്ടാവുന്ന പ്രതിസന്ധി, ഉൽപ്പാദിതമോ ഉപജീവന-ആസ്വാദന-വികസനോപാധികളെ മാത്രമല്ല ഉൽപ്പാദനശക്തികളുടെതന്നെ വലിയൊരു ഭാഗത്തെക്കൂടി നശിപ്പിച്ചുകൊണ്ട് സന്തുലനം പുനഃസ്ഥാപിക്കുന്നു. അങ്ങനെ, നിലനിൽപ്പിനുവേണ്ടിയുള്ള സമരമെന്നു പറയപ്പെടുന്നതെന്തോ അത് താഴെപ്പറയുന്ന രൂപമാർജിക്കുന്നു; ബൂർഷ്വാമുതലാളിത്ത സമൂഹം ഉൽപ്പാദിപ്പിക്കുന്ന ഉൽപ്പന്നങ്ങളെയും ഉൽപ്പാദനശക്തികളെയും ആ മുതലാളിത്ത സാമൂഹ്യവ്യവസ്ഥയുടെ വിനാശകരവും ദ്രോഹകരവുമായ ഭവിഷ്യത്തുകളിൽനിന്നു രക്ഷിക്കുക, അതിനുവേണ്ടി സാമൂഹ്യോൽപ്പാദനത്തിന്റെയും വിതരണത്തിന്റെയും മേലുള്ള നിയന്ത്രണത്തെ അതിനു കെൽപ്പില്ലാതായിക്കഴിഞ്ഞ ഭരണവർഗമായ മുതലാളിമാരിൽനിന്ന് പിടിച്ചെടുത്ത് ഉൽപ്പാദകരായ ബഹുജനങ്ങളെ ഏൽപ്പിക്കുക. ഇതാകട്ടെ, സോഷ്യലിസ്റ്റ് വിപ്ലവമാണുതാനും.

വർഗസമരങ്ങളുടെ ഒരു പരമ്പരയെന്ന നിലയ്ക്ക് ചരിത്രത്തെക്കുറിച്ചുള്ള ധാരണ ഇന്ന് എത്രയോ കൂടുതൽ സാരസമ്പുഷ്ടവും അവഗാഢവുമായിത്തീർന്നിരിക്കുന്നു. നിലനിൽപ്പിനുവേണ്ടിയുള്ള സമരത്തിന്റെ ദുർബലമായി മാത്രം വേർതിരിക്കപ്പെട്ട ഘട്ടങ്ങളായി ചുരുക്കാവുന്ന ഒന്നല്ല അത്.

കശേരുകികൾ: അവയുടെ മുഖ്യലക്ഷണം: ശരീരമാകെത്തന്നെ നാഡീവ്യൂഹത്തിനു ചുറ്റുമായി ഗണംതിരിക്കപ്പെടുന്നു. അങ്ങനെ ആത്മ ബോധത്തിന്റെയും മറ്റും വികാസത്തിനുള്ള സാധ്യതയുളവാകുന്നു. മറ്റെല്ലാ ജന്തുക്കളിലും നാഡീവ്യൂഹത്തിനു രണ്ടാംകിട പ്രാധാന്യമേയു ള്ളൂ. ഇവിടെയാകട്ടെ മുഴുവൻ സംവിധാനത്തിന്റെയും അടിസ്ഥാനം അതാണ്. പുഴുക്കളുടെ ശിരോഗുച്ഛിക (head ganglion) പുറകോട്ടു നീണ്ടു വരുന്നതിന്റെ ഫലമായി ഒരു പരിധിവരെ വികസിക്കുന്ന നാഡീവ്യൂഹം ശരീരത്തിലൊട്ടാകെ വ്യാപിക്കുകയും അതിനെ സ്വന്തം ആവശ്യങ്ങൾക്ക നുസൃതമായി സംഘടിപ്പിക്കുകയും ചെയ്യുന്നു.

ഹെഗൽ പ്രവർധനം (പ്രത്യുൽപ്പാദനം) വഴി ജീവൻ ധാരണ (ജ്ഞാനം)യിലേക്ക് പരിവർത്തനം ചെയ്യുമെന്നു പറയുമ്പോൾ[239], അതിൽ പരിണാമസിദ്ധാന്തത്തിന്റെ – അതായത്, ഓർഗാനിക് ജീവൻ ഒരിക്കൽ നിലവിൽ വന്നുകഴിഞ്ഞാൽ അത് തലമുറകളുടെ വികാസത്തിലൂടെ ചിന്താശക്തിയുള്ള അസ്തിത്വങ്ങളുടെ ഒരു വംശത്തിലേക്ക് പരിണമിച്ചേ തീരൂവെന്ന സിദ്ധാന്തത്തിന്റെ – ബീജം കണ്ടെത്താൻ കഴിയും.

പരസ്പരപ്രവർത്തനമെന്നു ഹെഗൽ വിളിക്കുന്നത് എന്തിനെയാ ണോ അത് ജൈവശരീരമാണ്. ആ ജൈവശരീരം അതുകൊണ്ട് ബോധ ത്തിലേക്കുള്ള – അതായത് ആവശ്യകതയിൽനിന്നു സ്വാതന്ത്ര്യത്തി ലേക്കുള്ള, ആശയത്തിലേക്കുള്ള – പരിവർത്തനത്തിന് രൂപംനൽകുന്നു. *തർക്കശാസ്ത്രം*, II, ഉപസംഹാരം നോക്കുക.[240]

പ്രകൃതിയിലെ ബീജരൂപങ്ങൾ: കീടലോകം (സാധാരണകീടങ്ങൾ ശുദ്ധപ്രാകൃതികസാഹചര്യങ്ങൾക്കപ്പുറത്തേക്കു കടക്കുന്നില്ല) ഇവിടെ സാമൂഹ്യമായ ഒരു ബീജരൂപംപോലുമാണ്. പണിക്കോപ്പുകളോടുകൂടിയ ഉൽപ്പാദകജന്തുക്കളെ (തേനീച്ചകൾ തുടങ്ങിയവ, ബീവർ) സംബന്ധിച്ചും ഇതുതന്നെയാണ് സ്ഥിതി. എങ്കിലും ഇതിന് രണ്ടാംകിട പ്രാധാന്യമേ യുള്ളൂ. മൊത്തത്തിൽ അത് യാതൊരു സ്വാധീനവും ചെലുത്തുന്നില്ല – ഇതിന് മുമ്പുതന്നെ കോറലുകളുടെ കോളനികളും ഹൈഡ്രോസോവയും ഉണ്ടായിരുന്നു. അവിടെ വ്യക്തിയെന്നത് ഏറിവന്നാൽ ഒരു പരിവർത്ത നഘട്ടമാണ്. ശരീരമുള്ള സമൂഹമാവട്ടെ, ഭൂരിഭാഗവും പൂർണവികാസ ഘട്ടത്തെയാണ് കുറിക്കുന്നത്. നിക്കൊൽസിന്റെ കൃതി നോക്കുക.[241] ഇൻഫുസോറിയുടെ കാര്യവും അതുതന്നെ. ഒരൊറ്റ കോശത്തിന് ആർജി ക്കാൻ കഴിയുന്ന ഏറ്റവും ഉയർന്നതും ഭാഗികമായി വളരെയേറെ വിഭേ ദിതവുമായ രൂപമാണത്.

പ്രവൃത്തി: ചൂടിനെ സംബന്ധിച്ച ബലകൃതസിദ്ധാന്തം ഈ ഇന ത്തെ ധനശാസ്ത്രത്തിന്റെ രംഗത്തുനിന്ന് ഭൗതികശാസ്ത്രത്തിന്റെ രംഗ ത്തേക്കു മാറ്റിയിരിക്കുന്നു (കാരണം, ശരീരക്രിയകളെ സംബന്ധിച്ചിട ത്തോളം അതിനെ ശാസ്ത്രീയമായി നിർണയിക്കുന്നതിന്റെ അടു ത്തെങ്ങും നാം ഇനിയുമെത്തിയിട്ടില്ല). എന്നാൽ അപ്പോൾ അതു തികച്ചും മറ്റൊരു വിധത്തിൽ നിർവചിതമായിത്തീരുന്നു. സാമ്പത്തിക

പ്രവൃത്തിയുടെ (ഭാരം പൊക്കുക തുടങ്ങിയവയുടെ) വളരെ നിസ്സാരവും അപ്രധാനവുമായ ഒരംശത്തെ മാത്രമേ കിലോഗ്രാം മീറ്ററിൽ പ്രകാശിപ്പിക്കാൻ കഴിയൂ എന്ന വസ്തുതയിൽനിന്നുതന്നെ കാണാവുന്നതാണ് ഇത്. എന്നിട്ടും പ്രവൃത്തിയെന്ന ഇനം ലബ്ധമായത് ഏതു ശാസ്ത്രങ്ങളിൽനിന്നാണോ അവയിലേക്കുതന്നെ വ്യത്യസ്തമായൊരു നിർണയത്തോടെ പ്രവൃത്തിയെക്കുറിച്ചുള്ള ഊഷ്മഗതീയധാരണയെ മടക്കിക്കൊണ്ടുവരാനുള്ള ഒരു പ്രവണത ദൃശ്യമാണ്. ഉദാഹരണത്തിന് യാതൊരുവിധ നിബന്ധനകളും കൂടാതെതന്നെ അതും ശരീരക്രിയാത്മകപ്രവൃത്തിയും ഒന്നാണെന്നു വരുത്തിത്തീർക്കാനുള്ള നഗ്നമായ ശ്രമം. ഫിക്കും വിസ്ലിറ്റ്സെനുസും ഫൗൽഹോണി[242]ൽവച്ചു നടത്തിയ പരീക്ഷണത്തിൽ കാണുന്നത് അതാണ്. അതിൽ ഒരു മനുഷ്യശരീരം (60 കിലോഗ്രാം ഭാരമുള്ളതാണെന്നു വയ്ക്കുക) കുറെ പൊക്കത്തിലേക്ക് (2,000 മീറ്ററാണെന്നു വയ്ക്കുക) ഉയർത്തപ്പെടുന്നു. അതായത് 120,000 കിലോഗ്രാംമീറ്റർ. ഇത് നിറവേറ്റപ്പെട്ട ശരീരക്രിയാത്മകപ്രവൃത്തിയെ പ്രകാശിപ്പിക്കുന്നുവെന്നാണ് അവർ അവകാശപ്പെടുന്നത്. എന്നാൽ ശരീരക്രിയാത്മകപ്രവൃത്തിയെ സംബന്ധിച്ചിടത്തോളം, എങ്ങനെ പൊക്കുന്നുവെന്നത് – ഭാരം നേരെ എടുത്തു പൊക്കുകയാണോ, അത് പൊക്കുന്നത് കുത്തനെ വച്ചിട്ടുള്ള ഏണികളിലൂടെയാണോ അതോ 45^0 ചെരിവുള്ള റോഡിലൂടെയോ പടിക്കെട്ടിലൂടെയോ ആണോ (സ്ഥലത്തിന്റെ സൈനികവശംവച്ചു നോക്കുമ്പോൾ ഇത് അപ്രായോഗികമാണ്), അതോ 1/18 ചെരിവും അക്കാരണത്താൽ 36 കിലോമീറ്റർ നീളവുമുള്ള ഒരു റോഡിലൂടെയാണോ (ഈ ദൃഷ്ടാന്തങ്ങളിലെല്ലാം ഒരേ സമയമാണ് അനുവദിച്ചിട്ടുള്ളതെങ്കിൽ ഇത് സംശയാസ്പദമാണ്) എന്നത് – വളരെയേറെ വ്യത്യാസമുളവാക്കുന്ന ഒരു സംഗതിയാണ്. എങ്ങനെയായാലും എല്ലാ പ്രായോഗികദൃഷ്ടാന്തങ്ങളിലും മുകളിലോട്ടുള്ള പൊക്കലിനോടൊപ്പം മുന്നോട്ടുള്ള ഒരു ചലനംകൂടി ചേരുന്നുണ്ട്. റോഡ് സമനിരപ്പായ ഇടത്ത് ഇത് വേണ്ടത്ര ഗണ്യമായിട്ടുള്ളതാണ്. ശരീരക്രിയാത്മകപ്രവൃത്തിയെന്ന നിലയ്ക്ക് മുന്നോട്ടുള്ള ഈ ചലനം പൂജ്യത്തിനു തുല്യമാണെന്നു കരുതാൻ സാധ്യമല്ല. പ്രവൃത്തിയെന്ന ഊഷ്മഗതീയകണത്തെ ധനശാസ്ത്രത്തിലേക്കു തിരികെ ഇറക്കുമതി ചെയ്യാൻപോലും ചിലർക്കു മടിയില്ലെന്നു തോന്നുന്നു. നിലനിൽപ്പിനുവേണ്ടിയുള്ള സമരവുമായി നടക്കുന്ന ചില ഡാർവിൻ പക്ഷക്കാർ ചെയ്യുന്നത് അതാണ്. ഇതിന്റെ ഫലമാകട്ടെ, തനി അസംബന്ധമായിരിക്കും. ഏതെങ്കിലും വിദഗ്ധാധ്വാനത്തെ കിലോഗ്രാം മീറ്ററിൽ കണക്കാക്കി അതിന്റെ വേതനം നിശ്ചയിക്കാൻ ഒന്നു ശ്രമിച്ചുനോക്കട്ടെ! ശരീരക്രിയാത്മകമായി നോക്കുമ്പോൾ മനുഷ്യശരീരത്തിലുള്ളത്, ചൂടു ലഭിക്കുകയും അതിനെ ചലനമാക്കി മാറ്റുകയും ചെയ്യുന്ന ഒരു ഊഷ്മഗതീയയന്ത്രമായി മൊത്തത്തിൽ – ഒരു വശത്തെ സംബന്ധിച്ചിടത്തോളം – കരുതാവുന്ന അവയവങ്ങളാണ്. എന്നാൽ ശരീരത്തിലെ മറ്റ് അവയവങ്ങളെ സംബന്ധിച്ചിടത്തോളം സാഹചര്യങ്ങളിൽ യാതൊരു

മാറ്റവുമില്ലെന്നു സങ്കൽപ്പിച്ചാൽത്തന്നെ, നിർവഹിക്കപ്പെട്ട ശരീരക്രിയാത്മകപ്രവൃത്തിയെ – ഭാരം പൊക്കലിനെപ്പോലും – കിലോഗ്രാംമീറ്ററിൽ പൂർണമായി പ്രകാശിപ്പിക്കാൻ കഴിയുമോ? കാരണം, ശരീരത്തിനുള്ളിൽ അതേസമയംതന്നെ ആന്തരികപ്രവർത്തനം നടക്കുന്നുണ്ട്. പുറമേക്കുള്ള ഫലത്തിൽ അതു പ്രത്യക്ഷപ്പെടുന്നില്ല. ഉരസലും തേയ്മാനവും മാത്രം അനുഭവപ്പെടുന്ന ഒരു ആവിയന്ത്രമല്ലല്ലോ ശരീരം. ശരീരത്തിൽത്തന്നെ രാസപരിവർത്തനങ്ങൾ തുടർച്ചയായി നടന്നുകൊണ്ടിരുന്നാലേ ശരീരക്രിയാത്മകപ്രവൃത്തി സാധ്യമാകൂ. മാത്രമല്ല, ശ്വാസോച്ഛ്വാസപ്രക്രിയയേയും ഹൃദയത്തിന്റെ പ്രവർത്തനത്തേയുംകൂടി ആശ്രയിച്ചിരിക്കുന്ന ഒന്നാണത്. പേശികൾ ഓരോ തവണ വലിഞ്ഞ് അയയുമ്പോഴും നാഡികളിലും പേശികളിലും രാസപരിവർത്തനങ്ങൾ നടക്കുന്നു. ആവിയന്ത്രത്തിലെ കൽക്കരിക്കു സംഭവിക്കുന്ന മാറ്റങ്ങൾക്കു സമാന്തരമായി അവയെ കണക്കാക്കാൻ സാധ്യമല്ല. മറ്റെല്ലാ കാര്യത്തിലും തുല്യമായ സാഹചര്യങ്ങളിൽ നടക്കുന്ന ശരീരക്രിയാത്മകപ്രവൃത്തിയുടെ രണ്ടു ദൃഷ്ടാന്തങ്ങളെ തീർച്ചയായും പരസ്പരം താരതമ്യപ്പെടുത്താവുന്നതാണ്. പക്ഷേ, മനുഷ്യന്റെ കായികപ്രവൃത്തിയെ ആവിയന്ത്രത്തിന്റെയും മറ്റും പ്രവൃത്തിവച്ച് അളക്കാൻ സാധ്യമല്ല. പുറമേക്കുള്ള അവയുടെ ഫലങ്ങളെ താരതമ്യപ്പെടുത്താം. പക്ഷേ വളരെയേറെ സോപാധികമായിട്ടല്ലാതെ ആ പ്രക്രിയകളെത്തന്നെ പരസ്പരം താരതമ്യപ്പെടുത്താൻ സാധ്യമല്ല.

(ഇത് മുഴുവനും അടിമുടി പുനഃപരിശോധന ചെയ്യേണ്ടതാണ്).

ഫോൾഡറുകളുടെ ശീർഷകങ്ങളും വിഷയാനുക്രമണികകളും[243]

(ഒന്നാമത്തെ ഫോൾഡർ)

വൈരുധ്യവാദവും പ്രകൃതിശാസ്ത്രവും

(രണ്ടാമത്തെ ഫോൾഡർ)

പ്രകൃതിയെക്കുറിച്ചുള്ള അന്വേഷണവും വൈരുധ്യവാദവും

1) കുറിപ്പുകൾ:

a) യഥാർഥപ്രപഞ്ചത്തിൽ ഗണിതാത്മക അനന്തത്തിന്റെ പ്രാഗ് രൂപങ്ങളെപ്പറ്റി.

b) പ്രകൃതിയെക്കുറിച്ചുള്ള "ബലകൃത"ധാരണയെപ്പറ്റി.

c) അപരിമിതമായതിനെ അറിയാനുള്ള നെഗേലിയുടെ കഴിവുകേടിനെപ്പറ്റി.

2) *(ആന്റി)ഡ്യൂറിങ്* എന്ന കൃതിക്കുള്ള പഴയ മുഖവുര. വൈരുധ്യവാദത്തെപ്പറ്റി.

3) പ്രകൃതിശാസ്ത്രവും പ്രേതാത്മാക്കളുടെ ലോകവും.*

4) കുരങ്ങിൽനിന്നു മനുഷ്യനിലേക്കുള്ള പരിവർത്തനത്തിൽ അധ്വാനം വഹിച്ച പങ്ക്.

5) ചലനത്തിന്റെ അടിസ്ഥാനരൂപങ്ങൾ.

6) "ഫോയർബാഹി"ൽനിന്നു വിട്ടുകളഞ്ഞത്.

(മൂന്നാമത്തെ ഫോൾഡർ)

പ്രകൃതിയുടെ വൈരുധ്യാത്മകത

1) ചലനത്തിന്റെ അടിസ്ഥാനരൂപങ്ങൾ.

---

* കയ്യെഴുത്തുപ്രതിയിൽ ഈ ശീർഷകം വെട്ടിക്കളഞ്ഞിരിക്കുന്നു. കാരണം, അതിനെ മൂന്നാമത്തെ ഫോൾഡറിലേക്കു മാറ്റാൻ എംഗൽസ് തീരുമാനിച്ചു.

2) ചലനത്തിന്റെ രണ്ടു മാനദണ്ഡങ്ങൾ.
3) വിദ്യുച്ഛക്തിയും കാന്തശക്തിയും.
4) പ്രകൃതിശാസ്ത്രവും പ്രേതാത്മാക്കളുടെ ലോകവും.
5) പഴയ മുഖവുര.
6) വേലീയാഘർഷണം.

(നാലാമത്തെ ഫോൾഡർ)

ഗണിതശാസ്ത്രവും പ്രകൃതിശാസ്ത്രവും

പലവക

കുറിപ്പുകൾ

1. ഈ പ്ലാനിലെ 11–ാമത്തെ വകുപ്പിൽ ജർമൻ ബൂർഷ്വാ ഡാർവിനിസ്റ്റുകളായ ഹെക്കലിനേയും ഷ്മിഡ്റ്റിനേയും കുറിച്ചു നടത്തിയിട്ടുള്ള പരാമർശത്തെ 1878 ആഗസ്റ്റ് 10–ാംനു എംഗൽസ് ലവ്രോവിനെഴുതിയ കത്തുമായി താരതമ്യപ്പെടുത്തിനോക്കുമ്പോൾ പ്രസ്തുത പ്ലാൻ 1878 ആഗസ്റ്റുമാസത്തിലാണ് എഴുതിയതെന്നു നമുക്ക് അനുമാനിക്കാവുന്നതാണ്.
2. *ആന്റിഡ്യൂറിംഗി*നുള്ള പഴയ മുഖവുര. വൈരുധ്യവാദത്തെപ്പറ്റി എന്നതിനെക്കുറിച്ചാണ് പരാമർശം.
3. ഇവിടെ പരാമർശിക്കുന്നത് താഴെപ്പറയുന്നവയെയാണ്: 1) 1872 ആഗസ്റ്റ് 14–ാംനു ലൈപ്സിഗിൽവച്ച് ജർമ്മൻ പ്രകൃതിശാസ്ത്രജ്ഞന്മാരുടേയും ഭിഷഗ്വരന്മാരുടേയും 45–ാം കോൺഗ്രസിൽ ഇ ദുബുവാറെയ്മോൻ അവതരിപ്പിച്ച *പ്രകൃതിവിജ്ഞാനത്തിന്റെ പരിമിതികൾ* എന്ന പ്രബന്ധം (1872–ൽ ലൈപ്സിഗിൽനിന്ന് ആദ്യമായി പ്രസിദ്ധീകരിച്ചു); 2) 1877 സെപ്തംബർ 20–ാംനു മ്യൂണിഹിൽവച്ച് ജർമൻ പ്രകൃതിശാസ്ത്രജ്ഞരുടെയും ഭിഷഗ്വരന്മാരുടെയും 50–ാം കോൺഗ്രസിൽ കെ നെഗേലി അവതരിപ്പിച്ച *പ്രകൃതിശാസ്ത്രവിജ്ഞാനത്തിന്റെ പരിമിതികൾ* എന്ന പ്രബന്ധം (കോൺഗ്രസ് "ബുള്ളറ്റിനു"ള്ള അനുബന്ധമായി പ്രസിദ്ധീകരിച്ചു).
4. പ്രകൃതിശാസ്ത്രപരമായ ഭൗതികവാദത്തിന്റെ പക്ഷക്കാരുടെ യാന്ത്രികവീക്ഷണങ്ങളെക്കുറിച്ചാണ് പരാമർശം. അതിന്റെ പ്രതിനിധികളിലൊരാളായിരുന്നു ഇ ഹെക്കൽ. "പ്രകൃതിയെക്കുറിച്ചുള്ള 'ബലകൃത'ധാരണയെപ്പറ്റി" എന്ന കുറിപ്പുമായി താരതമ്യപ്പെടുത്തി നോക്കുക.
5. പ്ലാസ്റ്റിഡ്യൂളുകൾ – ജീവനുള്ള പ്രോട്ടോപ്ലാസത്തിന്റെ ഏറ്റവും ചെറിയ കണങ്ങൾക്ക് ഹെക്കൽ നൽകിയ പേര്. അവയോരോന്നും അതിസങ്കീർണമായ ഘടനയോടുകൂടിയതും പ്രാരംഭികരൂപത്തിലുള്ള "ജീവാത്മാവി"ന്റെ ഒരംശമടങ്ങുന്നതുമായ ഒരു പ്രോട്ടീൻ തന്മാത്രയാണെന്നായിരുന്നു അദ്ദേഹത്തിന്റെ സിദ്ധാന്തം.

"പ്ലാസ്റ്റിഡ്യൂളിന്റെ ജീവാത്മാവി"ന്റെയും, പ്രാരംഭിക ജീവികളിൽ ഭ്രൂണീയ ബോധത്തിന്റെ നിലനിൽപ്പിന്റെയും, ബോധവും അതിന്റെ ഭൗതിക ഉപസ്തരവും തമ്മിലുള്ള ബന്ധത്തിന്റെയും പ്രശ്നം 1877 സെപ്തംബറിൽ മ്യൂണിഹിൽ കൂടിയ ജർമൻ പ്രകൃതിശാസ്ത്രജ്ഞരുടെയും ഭിഷഗ്വരന്മാരുടെയും 50–ാം കോൺഗ്രസിൽ ചർച്ചാവിഷയമായി. ഹെക്കൽ, നെഗേലി, വിർഹൊവ് എന്നിവരുടെ പ്രസംഗങ്ങളിൽ ഈ പ്രശ്നം ദീർഘമായി പരാമർശിക്കപ്പെട്ടു. *സ്വതന്ത്രശാസ്ത്രവും സ്വതന്ത്രബോധനവും* എന്ന ലഘുലേഖയിൽ ഹെക്കൽ തന്റെ വീക്ഷണങ്ങൾക്കെതിരായ വിർഹൊവിന്റെ ആക്രമണങ്ങൾക്കുള്ള മറുപടിയായി ഒരു അധ്യായം പ്രത്യേകം നീക്കിവയ്ക്കുകയുണ്ടായി.

6. *ആധുനികരാഷ്ട്രത്തിൽ ശാസ്ത്രത്തിന്റെ സ്വാതന്ത്ര്യം* എന്ന വിർഹൊവിന്റെ പ്രബന്ധത്തെയാണ് എംഗൽസ് ഉദ്ദേശിക്കുന്നത്. ശാസ്ത്രം പഠിപ്പിക്കാനുള്ള സ്വാതന്ത്ര്യം പരിമിതപ്പെടുത്തണമെന്ന് വിർഹൊവ് അതിൽ നിർദേശിക്കുകയുണ്ടായി. ഹെക്കൽ വിർഹൊവിനെ എതിർക്കുകയും *സ്വതന്ത്രശാസ്ത്രവും സ്വതന്ത്രബോധനവും* എന്ന ലഘുലേഖ ഇറക്കുകയും ചെയ്തു.

7. 1858–ൽ ആദ്യമായി പ്രസിദ്ധീകരിച്ച *കോശരോഗവിജ്ഞാനം* എന്ന ഗ്രന്ഥത്തിൽ പ്രതിപാദിച്ചിട്ടുള്ള വിർഹൊവിന്റെ ധാരണയനുസരിച്ച് ഒരു ജന്തു കലകളായും കലകൾ കോശകീയ മേഖലകളായും കോശകീയമേഖലകൾ പ്രത്യേകം പ്രത്യേകം കോശങ്ങളായും വിഘടിക്കുന്നു. അങ്ങനെ അവസാന വിശകലനത്തിൽ പ്രത്യേകം പ്രത്യേകമായ കോശങ്ങളുടെ യാന്ത്രികമായ ആകത്തുകയാണ് ജന്തു. (ആർ വിർഹൊവ്, *കോശരോഗവിജ്ഞാനം*, ബർലിൻ, 1872, പേജ് 17 നോക്കുക).

8. സോഷ്യലിസത്തിനെതിരായി ആക്രമണം നടത്തുന്ന ബൂർഷ്വാ ഡാർവിനിസ്റ്റുകളെ വിമർശിക്കാൻ 1878 ജൂലൈ – ആഗസ്റ്റ് മാസങ്ങളിൽ എംഗൽസിന് ഉദ്ദേശ്യമുണ്ടായിരുന്നു. 1878 സെപ്തംബറിൽ കൂടുന്ന ജർമൻ പ്രകൃതിശാസ്ത്രജ്ഞരുടെയും ഭിഷഗ്വരന്മാരുടെയും 51–ാം കോൺഗ്രസിൽ ഒസ്ക്കാർ ഷ്മിഡ്റ്റ് *ഡാർവിനിസവും സോഷ്യൽഡെമോക്രസിയും* എന്നൊരു പ്രബന്ധം അവതരിപ്പിക്കാൻ പോകുന്നുവെന്ന വാർത്തയാണ് എംഗൽസിനെ അതിനു പ്രേരിപ്പിച്ചത്. 1878 ജൂലൈ 18–നു–യിലെ *നേച്ചർ* വാരികയിലാണ് എംഗൽസ് ആ വാർത്ത വായിച്ചത്. കോൺഗ്രസിനുശേഷം ഷ്മിഡ്റ്റിന്റെ പ്രബന്ധം ലഘുലേഖാരൂപത്തിൽ പ്രസിദ്ധീകരിക്കപ്പെട്ടു. 1878 ആഗസ്റ്റ് 10 –നോടടുപ്പിച്ച് എംഗൽസിന് *സ്വതന്ത്രശാസ്ത്രവും സ്വതന്ത്രബോധനവും* എന്ന ഹെക്കലിന്റെ ലഘുലേഖ ലഭിച്ചു. അതിൽ ഹെക്കൽ ഡാർവിനിസത്തെ സോഷ്യലിസ്റ്റ് പ്രസ്ഥാനവുമായി അതിനു ബന്ധമുണ്ടെന്ന ആരോപണത്തിൽനിന്നു വിടർത്തിയെടുക്കാൻ ശ്രമിക്കുകയും ഷ്മിഡ്റ്റിന്റെ ചില പ്രസ്താവനകളെ ഉദ്ധരിക്കുകയും ചെയ്തിരുന്നു. ആ പ്രസ്താവനകൾക്കു മറുപടി പറയാൻ തനിക്കുദ്ദേശ്യമുണ്ടെന്നു ചൂണ്ടിക്കാട്ടിക്കൊണ്ട് എംഗൽസ് 1878 ജൂലൈ 19–നു ഷ്മിഡ്റ്റിനും ആഗസ്റ്റ് 10–നു ലവ്രോവിനും കത്തുകളയച്ചു.

9. ഹെംഹോൽറ്റ്സ്, *ലഘുശാസ്ത്രപ്രഭാഷണങ്ങൾ*, രണ്ടാംപതിപ്പ്, ബ്രൌൺഷ്വൈഗ്, 1871, "പ്രവൃത്തി" എന്ന ഭൗതികധാരണയെപ്പറ്റി ഹെംഹോൽറ്റ്സ്

മുഖ്യമായും പ്രതിപാദിക്കുന്നത് 1862ൽ നടത്തിയ ബലസംരക്ഷണം എന്ന പ്രഭാഷണത്തിലാണ് (പുസ്തകത്തിലെ പേജ് 131–175–ൽ). "ചലനത്തിന്റെ മാനദണ്ഡം – പ്രവൃത്തി"എന്നഅധ്യായത്തിലാണ് എംഗൽസ് "പ്രവൃത്തി" യെന്ന ഗണത്തെ പരിശോധിക്കുന്നത്.

10. മുഖ്യമായും ഈ രൂപരേഖ "ചലനത്തിന്റെ അടിസ്ഥാനരൂപങ്ങൾ" എന്ന അധ്യായത്തിനുള്ള പദ്ധതിയാണ്. എന്നാലതേ സമയംതന്നെ ഇതിനനുരോധമായി പ്രതിപാദ്യത്തിലും കാലാനുക്രമത്തിലും പരസ്പരബദ്ധമായ അധ്യായങ്ങളുടെ ഒരു സമുച്ചയമൊട്ടാകെത്തന്നെയുണ്ട്: "ചലനത്തിന്റെ അടിസ്ഥാനരൂപങ്ങൾ", "ചലനത്തിന്റെ മാനദണ്ഡം – പ്രവൃത്തി", "വേലീയാഘർഷണം", "ചൂട്", "വിദ്യുച്ഛക്തി" എന്നിവയാണ് അവ. ഈ അധ്യായങ്ങളെല്ലാം 1880–നും 1882–നുമിടയ്ക്കാണ് എഴുതിയത്. രൂപരേഖ എഴുതിയത് അതിനും മുമ്പാണ് – ഒരുപക്ഷേ 1880–ൽ ആയിരിക്കാം.

11. *പ്രകൃതിയുടെ വൈരുധ്യാത്മകത*യ്ക്കുള്ള സാമഗ്രികളടങ്ങുന്ന മൂന്നാമത്തെ ഫോൾഡറിന് എംഗൽസ് തയാറാക്കിയ വിഷയാനുക്രമണികയിൽ ഈ "മുഖവുര"യ്ക്ക് "പഴയ മുഖവുര"യെന്നാണ് പേരിട്ടിരിക്കുന്നത്. ഈ "മുഖവുര" യുടെ ആദ്യത്തെ രൂപരേഖ എംഗൽസ് എഴുതിയത് 1874 അവസാനത്തിലാണ് (ഈ പതിപ്പിന്റെ പേജ് 240–245 നോക്കുക). അതുകൊണ്ട് ഈ "മുഖവുര" എഴുതിയത് 1875–ലോ 1876–ലോ ആണെന്ന് അനുമാനിക്കാൻ ന്യായമുണ്ട്. ആദ്യഭാഗം 1875–ലും രണ്ടാംഭാഗം 1876–ന്റെ പൂർവാർധത്തിലും എഴുതിയതാവാൻ മതി.

12. "Ein feste Burg ist unser Gott" ("ദൈവമാണ് നമ്മുടെ യഥാർഥ ശക്തിദുർഗം") എന്ന ലൂതറുടെ വൃന്ദഗാനത്തെയാണ് എംഗൽസ് പരാമർശിക്കുന്നത്. *ജർമനിയിലെ മതത്തിന്റേയും തത്വചിന്തയുടേയും ചരിത്രം* എന്ന തന്റെ കൃതിയുടെ രണ്ടാം ഭാഗത്തിൽ ഹൈനെ ഈ ഗാനത്തെ "റിഫൊർമേഷന്റെ മാഴ്സെലെസ്" എന്നു വിളിച്ചിരിക്കുന്നു.

13. ലോകത്തിന്റെ സൂര്യകേന്ദ്രീയവ്യവസ്ഥയെക്കുറിച്ചു പ്രതിപാദിക്കുന്ന *ഖഗോളങ്ങളുടെ പരിക്രമണങ്ങളെപ്പറ്റി* എന്ന തന്റെ, അപ്പോൾമാത്രം അച്ചടിച്ചിറക്കിയ കൃതിയുടെ ഒരു പ്രതി കോപ്പർനിക്കസിനു ലഭിച്ചത് അദ്ദേഹത്തിന്റെ മരണദിവസമായ 1543 മെയ് 24–നാണ്.

14. കത്തുന്ന വസ്തുക്കൾ കത്തുന്നത് ഫ്ളോജിസ്റ്റൺ എന്നൊരു പദാർഥം അവയിലുള്ളതുകൊണ്ടാണെന്നും കത്തുന്നതിനിടയിൽ ആ വസ്തുക്കൾ അതു പുറത്തേക്കു കളയുന്നുവെന്നുമായിരുന്നു 18–ാം നൂറ്റാണ്ടിലെ രസതന്ത്രജ്ഞരുടെ വിശ്വാസം. എന്നാൽ വായു ഉള്ളിടത്തുവച്ച് ചുട്ടുപഴുപ്പിക്കുന്ന ലോഹങ്ങൾക്ക് ഭാരംകൂടുന്നുണ്ടെന്ന് അറിയാമായിരുന്നതിനാൽ ഭൗതികമായി തനി അസംബന്ധമായ ഒരു നിഷേധകഭാരം ഫ്ളോജിസ്റ്റണ് ഉണ്ടെന്ന് ഫ്ളോജിസ്റ്റിക് സിദ്ധാന്തക്കാർ വാദിച്ചു. ആ സിദ്ധാന്തത്തിന് യാതൊരു അടിസ്ഥാനവുമില്ലെന്ന് ഫ്രഞ്ച് രസതന്ത്രജ്ഞനായ ലവ്വാസ്യെ തെളിയിച്ചു. കത്തുന്ന വസ്തു ഓക്സിജനുമായി സംയോജിക്കുമ്പോഴുണ്ടാവുന്ന ഒരു അഭിക്രിയയാണ് ദഹനപ്രക്രിയയെന്ന ശരിയായ വിശദീകരണം അദ്ദേഹം നൽകി. ഫ്ളോജിസ്റ്റിക് സിദ്ധാന്തം അക്കാലത്തു വഹിച്ച പ്രയോജനകരമായ പങ്കിനെപ്പറ്റി *ആന്റിഡ്യൂറിങി*നുള്ള "പഴയ മുഖവുര"യുടെ അവസാനഭാഗത്ത് എംഗൽസ് പരാമർശിക്കുന്നുണ്ട്.

15. ഒരു നീഹാരികയിൽനിന്നു രൂപമെടുത്തതാണ് സൗരയൂഥമെന്നു വാദിക്കുന്ന കാന്റിന്റെ നീഹാരികാപരികൽപ്പന അദ്ദേഹത്തിന്റെ താഴെപ്പറയുന്ന ഗ്രന്ഥത്തിലാണ് പ്രതിപാദിക്കപ്പെട്ടിരിക്കുന്നത്: "പ്രകൃതിയുടെ ചരിത്രവും സാമാന്യചരിത്രവും ആകാശത്തെ സംബന്ധിച്ച സിദ്ധാന്തവും, അഥവാ ന്യൂട്ടന്റെ തത്വങ്ങളനുസരിച്ച് പ്രപഞ്ചത്തിന്റെ ഘടനയെയും ബലകൃതോൽപ്പത്തിയെയും സംബന്ധിച്ച ഒരു പരീക്ഷണാത്മകവിവരണം," കെനിംഗ്സ്ബെർഗ്, ലൈപ്സിഗ്, 1755. ഗ്രന്ഥകാരന്റെ പേരു വയ്ക്കാതെയാണ് അതു പ്രസിദ്ധീകരിച്ചത്.

സൗരയൂഥത്തിന്റെ രൂപീകരണത്തെക്കുറിച്ചുള്ള ലപ്ലാസിന്റെ പരികൽപ്പന ആദ്യമായി പ്രതിപാദിച്ചത് *ലോകവ്യവസ്ഥയെക്കുറിച്ചുള്ള വിവരണം*, വാല്യം 1–11, (പാരീസ്, ഫ്രഞ്ചുറിപ്പബ്ലിക്കിന്റെ 4–ാം വർഷം (1796) എന്ന കൃതിയുടെ അവസാനത്തെ അധ്യായത്തിലാണ്. ലപ്ലാസ് ജീവിച്ചിരിക്കുമ്പോൾ പ്രസിദ്ധീകരണാർഥം തയാറാക്കിയ അവസാനത്തെ – അദ്ദേഹത്തിന്റെ മരണശേഷം 1835–ൽ പ്രസിദ്ധീകരിക്കപ്പെട്ട 6–ാമത്തെ പതിപ്പിൽ, ഈ പരികൽപ്പന കൊടുത്തിരിക്കുന്നത് കൃതിക്കുള്ള ഏഴാമത്തേതും അവസാനത്തേതുമായ കുറിപ്പിന്റെ രൂപത്തിലാണ്.

കാന്റിന്റെയും ലപ്ലാസിന്റെയും നീഹാരികാപരികൽപ്പനയിൽ പറഞ്ഞിട്ടുള്ള ആദിമനീഹാരികയോടു സാദൃശ്യമുള്ള ചുട്ടുപഴുത്ത ഒരു വാതകീയപദാർഥം ബഹിരാകാശത്തുണ്ടെന്ന് 1864–ൽ ബ്രിട്ടീഷ് ജ്യോതിശാസ്ത്രജ്ഞനായ വില്യം ഹഗിൻസ് സ്പെക്ട്രോസ്കോപ്പിക് രീതി ഉപയോഗിച്ച് തെളിയിച്ചു. 1859–ൽ ജി കിർഹോഫും ആർ ബുൻസനും ആവിഷ്കരിച്ച സ്പെക്ട്ര വിശ്ലേഷണരീതി ഹഗിൻസ് വിപുലമായി ഉപയോഗപ്പെടുത്തുകയുണ്ടായി. ഇവിടെ എംഗൽസ് എ സെക്കിയുടെ *സൂര്യൻ* എന്ന പുസ്തകം പ്രയോജനപ്പെടുത്തിയിട്ടുണ്ട്.

16. *പ്രാകൃതികതത്വശാസ്ത്രത്തിന്റെ ഗണിതാത്മകതത്വങ്ങൾ* (വാല്യം II, പുസ്തകം III, *പൊതുടിപ്പണി*) എന്ന അടിസ്ഥാന ഗ്രന്ഥത്തിന്റെ രണ്ടാംപതിപ്പിന്റെ അവസാനത്തിൽ ന്യൂട്ടൺ പ്രകാശിപ്പിച്ച ആശയമാണ് എംഗൽസിന്റെ മനസിലുള്ളത്. ന്യൂട്ടൺ എഴുതി: "ആകാശത്തിലും നമ്മുടെ സമുദ്രങ്ങളിലും നടക്കുന്ന പ്രതിഭാസങ്ങൾക്കുള്ള കാരണം ഗുരുത്വശക്തിയാണെന്ന വിശദീകരണമാണ് നാം ഇതുവരെ നൽകിയത്. എന്നാൽ ഈ ഗുരുത്വശക്തിക്കുതന്നെയുള്ള കാരണമെന്താണെന്നു നാം പറഞ്ഞിട്ടില്ല...." ഗുരുത്വത്തിന്റെ ഏതാനും ഗുണവിശേഷങ്ങൾ എണ്ണിപ്പറഞ്ഞതിനുശേഷം ന്യൂട്ടൺ തുടരുന്നു: "ഗുരുത്വത്തിന്റെ ഈ ഗുണങ്ങൾക്കുള്ള കാരണം പ്രതിഭാസങ്ങളിൽ കണ്ടെത്താൻ എനിക്ക് ഇതുവരെ കഴിഞ്ഞിട്ടില്ല. ഞാൻ പരികൽപ്പനകൾ മുന്നോട്ടുവയ്ക്കുന്നുമില്ല. പ്രതിഭാസങ്ങളിൽനിന്നു നിഗമനം ചെയ്തെടുക്കാൻ കഴിയാത്ത എന്തിനേയും പരികൽപ്പനയെന്നു വിളിക്കണം. പരികൽപ്പനകൾക്കാവട്ടെ– അവ അതിഭൗതികമായാലും ഭൗതികമായാലും ശരി, അവയ്ക്ക് നിഗൂഢഗുണങ്ങളുണ്ടെങ്കിലും ബലകൃതഗുണങ്ങളുണ്ടെങ്കിലും ശരി – പരീക്ഷണാത്മകതത്വശാസ്ത്രത്തിൽ യാതൊരു സ്ഥാനവുമില്ല. ഇത്തരം തത്വശാസ്ത്രത്തിൽ പ്രമേയങ്ങളെ പ്രതിഭാസങ്ങളിൽനിന്നു

നിഗമനം ചെയ്തെടുക്കുകയും പിന്നീട് ആഗമനം മുഖേന സാമാന്യവൽക്കരിക്കുകയുമാണ് ചെയ്യുന്നത്."

ന്യൂട്ടന്റെ ഈ പ്രസ്താവനയെ പരാമർശിച്ചുകൊണ്ട് ഹെഗൽ തന്റെ *തത്വശാസ്ത്ര എൻസൈക്ലോപ്പീഡിയ*യിൽ (§ 98, അനുബന്ധം 1) ഇങ്ങനെ പറഞ്ഞു: "അതിഭൗതികവാദത്തെ സൂക്ഷിക്കണമെന്ന അസന്ദിഗ്ധമായ ഒരു താക്കീത് ന്യൂട്ടൺ ഭൗതികശാസ്ത്രത്തിനു നൽകുകയുണ്ടായി......."

17. അംഫിയോക്സസ് (ലാൻസെറ്റ് മത്സ്യം) – മത്സ്യസദൃശമായ ചെറിയൊരു ജന്തു. അകശേരുകികൾക്കും കശേരുകികൾക്കുമിടയ്ക്കുള്ള ഒരു പരിവർത്തനരൂപത്തെ കുറിക്കുന്ന ഈ ജീവിയെ ചില കടലുകളിലും സമുദ്രങ്ങളിലും കാണാം.

ലെപ്പിഡോസിറെൻ (ആമസോൺ മഡ്ഫിഷ്) – ശ്വാസകോശങ്ങളും ചെകിളകളും രണ്ടുമുള്ള ഉഭയശ്വാസിമത്സ്യങ്ങളുടെ (ഡിപ്നോയ്) ജാതിയിൽപ്പെട്ടതാണ് ഇത്. തെക്കേ അമേരിക്കയിൽ കാണപ്പെടുന്നു.

18. സെററ്റോഡസ് (ബറാമുൻഡ) – ശ്വാസകോശവും ചെകിളകളുമുള്ള ഒരു മത്സ്യം. ആസ്ത്രേലിയയിലാണ് അതുള്ളത്.

ആർക്കിയോപ്ടെറിക്സ് – വംശനാശം വന്ന ഒരു ജന്തു. പക്ഷികളുടെ ഏറ്റവും പ്രാചീനമായ പ്രതിനിധി. അതേസമയം തന്നെ ഇഴ ജന്തുക്കളുടെ ചില ലക്ഷണങ്ങളുമുണ്ട്.

ആദ്യമായി 1870–ൽ പ്രസിദ്ധപ്പെടുത്തിയ എച്ച് എ നിക്കൊൽസന്റെ *ജന്തുശാസ്ത്രസംഗ്രഹം* എന്ന കൃതിയിൽനിന്നാണ് എംഗൽസ് ഇവിടെ ഉദ്ധരിക്കുന്നത്.

19. പ്രാഗ്രൂപവൽക്കരണസിദ്ധാന്തത്തെ ഖണ്ഡിച്ചുകൊണ്ടും പശ്ചജനനസിദ്ധാന്തത്തിന് (epigenesis) ശാസ്ത്രീയമായ തെളിവുകൾ ഹാജരാക്കിക്കൊണ്ടും 1759–ൽ സി എഫ് വോൾഫ് "ജനനസിദ്ധാന്തം"എന്ന തന്റെ തീസിസ് പ്രസിദ്ധീകരിച്ചു.

പ്രാഗ്രൂപവൽക്കരണം (preformation) – പ്രായപൂർത്തിയായ ജീവി ബീജകോശത്തിൽ നേരത്തേതന്നെ രൂപംകൊള്ളുന്നുവെന്നാണ് ഇതിനർഥം. പതിനേഴും പതിനെട്ടും നൂറ്റാണ്ടുകളിൽ ജീവശാസ്ത്രജ്ഞർക്കിടയിൽ പ്രബലമായിരുന്ന പ്രാഗ്രൂപവൽക്കരണവാദത്തിന്റെ അതിഭൗതികവാദപരമായ വീക്ഷണകോണിൽനിന്നു നോക്കുമ്പോൾ, പ്രായപൂർത്തിയായ ഒരു ജീവിയുടെ എല്ലാ ഭാഗങ്ങളും സംക്ഷിപ്തരൂപത്തിൽ ബീജകോശത്തിൽത്തന്നെ അടങ്ങിയിട്ടുണ്ട്. അങ്ങനെ നേരത്തേതന്നെ നിലവിലുള്ള അവയവങ്ങളുടെ വെറും പരിമാണാത്മകമായ വളർച്ചയെ മാത്രമാണ് വികാസം വിവക്ഷിക്കുന്നത്. പുതുതായ രൂപവൽക്കരണം അഥവാ പശ്ചജനനം എന്ന അർഥത്തിൽ വികാസമെന്നൊന്ന് നടക്കുന്നതേയില്ല. വോൾഫ് തൊട്ട് ഡാർവിൻ വരെയുള്ള സമുന്നതമായ പല ജീവശാസ്ത്രജ്ഞരും ആവിഷ്കരിക്കുകയും വിശദീകരിക്കുകയും ചെയ്തിട്ടുള്ള ഒന്നാണ് പഞ്ചജനനസിദ്ധാന്തം.

20. *ജാതികളുടെ ഉൽപ്പത്തിയെപ്പറ്റി* എന്ന ഡാർവിന്റെ ഗ്രന്ഥം 1859 നവംബർ 24–നാണ് പ്രസിദ്ധീകരിക്കപ്പെട്ടത്.

21. "പ്രൊട്ടിസ്റ്റ" (ഗ്രീക്കിൽ "പ്രൊട്ടിസ്റ്റോസ്"–ഏറ്റവും ആദ്യത്തേത്) – ഹെക്കലിന്റെ വർഗീകരണപ്രകാരം, ബഹുകോശജീവികളുടേതായ സസ്യ

ലോകത്തിനും ജന്തുലോകത്തിനും പുറമെ ഒരു കോശമുള്ളവയും കോശമില്ലാത്തവയുമടങ്ങുന്ന പ്രാകൃതജീവികളുടേതായ വലിയൊരു സമൂഹംകൂടി ജൈവപ്രകൃതിയുടെ മൂന്നാമത്തെ ശാഖയെന്ന നിലയ്ക്ക് നിലനിൽക്കുന്നുണ്ട്. 1866-ൽ (*ജീവികളുടെ സാമാന്യ ആകൃതിവിജ്ഞാനം* എന്ന ഗ്രന്ഥത്തിൽ) ഹെക്കലിട്ട പേരാണ് പ്രൊട്ടിസ്റ്റ എന്നത്. എങ്കിലും അതിന് ശാസ്ത്രരംഗത്ത് സ്ഥിരപ്രതിഷ്ഠ ലഭിച്ചില്ല. ഹെക്കൽ പ്രൊട്ടിസ്റ്റയായി കരുതിയ ജീവികൾ ഇന്ന് സസ്യങ്ങളോ ജന്തുക്കളോ ആയി തരംതിരിക്കപ്പെട്ടിരിക്കുന്നു.

22. ഇവിടെയും തുടർന്നും എംഗൽസ് ഉദ്ധരിക്കുന്നത് ജെ എച്ച് മെഡ്ലറുടെ *അത്ഭുതകരമായ പ്രപഞ്ചഘടന അഥവാ ലഘുജ്യോതിശാസ്ത്രം* (5-ാം പതിപ്പ്, ബർലിൻ, 1861) എന്ന ഗ്രന്ഥത്തിൽനിന്നും എ സെക്കിയുടെ *സൂര്യൻ* (ബ്രൗൺഷ്വൈഗ്, 1872 എന്ന ഗ്രന്ഥത്തിൽനിന്നുമാണ്).

23. "ഇയൊസൂൺ കനാഡെൻസെ" (Eozoon canadense) – കാനഡയിൽ കണ്ടെത്തപ്പെട്ട ഒരു ഫോസിൽ. പ്രാചീനകാലത്തെ പ്രാകൃതജീവികളുടെ അവശിഷ്ടമാണതെന്നു കരുതിപ്പോന്നു. ഈ ഫോസിലിന് ജൈവികമായ ഉൽപ്പത്തിയാണുള്ളതെന്ന വീക്ഷണത്തെ 1878-ൽ കെ മ്യോബിയസ് ഖണ്ഡിച്ചു.

24. ഗ്യേഥെ, *ഫൗസ്റ്റ്*, ഭാഗം I, രംഗം, 3. മെഫിസ്തൊഫിലിസിന്റെ വാക്കുകൾ.

25. *പ്രകൃതിയുടെ വൈരുധ്യാത്മകത*യെന്ന ഗ്രന്ഥത്തിനുള്ള സാമഗ്രികളെ തരംതിരിക്കുന്നതിനിടയിൽ ഈ ലേഖനത്തെ രണ്ടാമത്തെ ഫോൾഡറിൽ ഉൾപ്പെടുത്തിയപ്പോൾ ആ ഫോൾഡറിലെ വിഷയാനുക്രമണികയിൽ ഇങ്ങനെയൊരു ശീർഷകമാണ് എംഗൽസ് അതിന് നൽകിയത്. ലേഖനത്തിന്റെ ശരിക്കുള്ള കയ്യെഴുത്തുപ്രതിയുടെ തലക്കെട്ടിൽ "മുഖവുര" എന്ന ഒരൊറ്റ വാക്കു മാത്രമേയുള്ളു. എങ്കിലും ഒന്നാമത്തെ പേജിന്റെ മുകളിൽ വലത്തെ മൂലയ്ക്ക് "ഡ്യൂറിങ്: ശാസ്ത്രത്തിലൊരു വിപ്ലവം" എന്നൊരു കുറിപ്പുകൂടി ബ്രാക്കറ്റിൽ എഴുതിച്ചേർത്തിട്ടുണ്ട്. *ആന്റിഡ്യൂറിംഗി*ന്റെ ഒന്നാമത്തെ പതിപ്പിനുള്ള മുഖവുരയുടെ രൂപത്തിൽ 1878 മേയിലോ ജൂൺ ആദ്യത്തിലോ ആണ് ഈ ലേഖനം എഴുതിയത്. എങ്കിലും ഈ ആദ്യത്തെ മുഖവുര മാറ്റി പകരം കുറെക്കൂടി ചെറിയൊരെണ്ണം ചേർക്കാൻ എംഗൽസ് തീരുമാനിച്ചു. പുതിയ മുഖവുര എഴുതിയത് 1878 ജൂൺ 11-നാണ്. അതും "പഴയ മുഖവുര"യിൽനിന്ന് അതിലേക്കെടുത്തിട്ടുള്ള ഭാഗവും മിക്കവാറും ഒന്നുതന്നെയാണെന്നു പറയാം.

26. അമേരിക്കൻ ഐക്യനാടുകളിലെ ശതവാർഷികത്തോടനുബന്ധിച്ച് 1876 മേയ് 10-ന് ഫിലാഡൽഫിയയിൽവച്ച് ആറാമത് ലോകവ്യാവസായികപ്രദർശനം ആരംഭിച്ചു. അതിൽ പങ്കെടുത്ത നാൽപ്പതു രാജ്യങ്ങളിൽ ഒന്ന് ജർമനിയായിരുന്നു. എന്നാൽ ജർമൻ വ്യവസായം മറ്റു രാജ്യങ്ങളുടേതിനെക്കാൾ വളരെ പുറകിലാണെന്നും "വില തുച്ഛം, ഗുണവും തുച്ഛം" എന്നതാണ് അതിന്റെ ആപ്തവാക്യമെന്നും ജർമൻജൂറിയുടെ അധ്യക്ഷനായി ജർമൻ ഗവൺമെന്റ് തിരഞ്ഞെടുത്ത ബർലിൻ വ്യവസായ അക്കാഡമി ഡയറക്ടർ, പ്രൊഫസർ എഫ് റ്യൊലൊയ്ക്ക് തുറന്നു സമ്മതിക്കേണ്ടിവന്നു. അദ്ദേഹത്തിന്റെ ഈ പ്രസ്താവനയെപ്പറ്റി പത്രങ്ങളിൽ പല അഭിപ്രായങ്ങളും വന്നു. ഉദാഹരണത്തിന് ആക്ഷേപകരമായ ഈ വസ്തുതയെ

സംബന്ധിക്കുന്ന ഒരു ലേഖനപരമ്പര ജൂലൈക്കും സെപ്തംബറിനുമിടയ്ക്ക് *ഫോൽക്ഷ്ടാറ്റ്* എന്ന പത്രത്തിൽ പ്രസിദ്ധീകരിക്കുകയുണ്ടായി.

27. എ കെക്കുലേ. "Die wissenschaftlichen Zieleund Leistungen der Chemie" Bonn, 1878, S. 13-15-46.

28. കാൾ മാർക്സ്, *മൂലധനം*, വാള്യം I, മോസ്കോ, 1959, പേജ് 19.

29. കാൾ മാർക്സ്, *മൂലധനം*, വാള്യം I, മോസ്കോ, 1959, പേജ് 20.

30. ജെ ബി ജെ ഫുര്യേയുടെ *ചൂടിനെ സംബന്ധിച്ച വിശ്ലേഷണസിദ്ധാന്തം* (പാരീസ്, 1822), എസ്. കർനോയുടെ *തീയുടെ ചാലകശക്തിയെക്കുറിച്ചും ആ ശകതിയുളവാക്കാൻ കഴിവുള്ള യന്ത്രങ്ങളെക്കുറിച്ചുമുള്ള ചിന്തകൾ* (പാരീസ്, 1824) എന്നീ കൃതികളെയാണ് എംഗൽസ് ഉദ്ദേശിക്കുന്നത്. അദ്ദേഹം പിന്നീട് പരാമർശിക്കുന്ന ഫലനം C കർനോയുടെ പുസ്തകത്തിൽ 73–79 പേജുകളിലാണുള്ളത്.

31. കയ്യെഴുത്തുപ്രതിയുടെ ആദ്യത്തെ പേജിൽ ലേഖനത്തിനു നൽകിയിരുന്ന തലക്കെട്ട് ഇതാണ്. എംഗൽസ് ഇത് ഉൾപ്പെടുത്തിയ മൂന്നാമത്തെ ഫോൾഡറിലെ വിഷയാനുക്രമണികയിൽ *പ്രകൃതിശാസ്ത്രവും പ്രേതാത്മാക്കളുടെ ലോകവും* എന്നാണ് കൊടുത്തിരിക്കുന്നത്. ഈ ലേഖനം 1878–ന്റെ ആരംഭത്തിൽ എഴുതിയതാവാനാണ് ഇടയുള്ളത്. എംഗൽസിന്റെ മരണശേഷം സോഷ്യൽഡമോക്രാറ്റിക് വാർഷികകോശത്തിൽ (*1898–ാമാണ്ടത്തേക്കുള്ള പുതിയ സചിത്രപഞ്ചാംഗം*, ഹാംബർഗ്, 1898, പേജ് 56–59) അത് ആദ്യമായി പ്രസിദ്ധീകരിക്കപ്പെട്ടു.

32. ഫ്രാൻസിസ് ബേക്കൺ എഴുതാനുദ്ദേശിച്ചിരുന്ന "Instauratio magna" (മഹത്തായ പ്രതിഷ്ഠാപനം) എന്ന സർവവിജ്ഞാനാത്മകകൃതിയേയും വിശേഷിച്ചും "പ്രാകൃതികപ്രതിഭാസങ്ങൾ അഥവാ തത്വശാസ്ത്രത്തിന്റെ അടിത്തറയായി വർത്തിക്കാവുന്ന പ്രാകൃതിക–പരീക്ഷണാത്മകചരിത്രം" എന്ന പേരിലുള്ള അതിന്റെ മൂന്നാം ഭാഗത്തേയുമാണ് ഇവിടെ പരാമർശിക്കുന്നത്. ബേക്കൺ തന്റെ പദ്ധതി ഭാഗികമായി മാത്രമേ നിറവേറ്റിയുള്ളു. അദ്ദേഹത്തിന്റെ കൃതിയുടെ മൂന്നാംഭാഗത്തു ചേർക്കേണ്ടിയിരുന്ന സാമഗ്രികൾ *പ്രാകൃതിക – പരീക്ഷണാത്മകചരിത്രം* എന്ന പൊതുശീർഷകത്തിൽ 1622–23 ൽ ലണ്ടനിൽനിന്നു പ്രസിദ്ധീകരിച്ചു.

33. ന്യൂട്ടന്റെ ഏറ്റവും പ്രസിദ്ധമായ മതമീമാംസഗ്രന്ഥം അദ്ദേഹത്തിന്റെ മരണാനന്തരം 1733–ൽ പ്രസിദ്ധപ്പെടുത്തിയ *ദാനിയേലിന്റെ പ്രവാചകപുസ്തകത്തേയും യോഹന്നാൻ പുണ്യവാളന്റെ വെളിപാടുപുസ്തകത്തേയും കുറിച്ചുള്ള നിരീക്ഷണങ്ങൾ* ആണ്.

34. മാസ്മരവിദ്യ (മെസ്മറിസം) – ഒരു ആസ്ത്രിയൻ ഭിഷഗ്വരനായ എഫ് എ മെസ്മറുടെ (1734–1815) നാമം ധരിച്ചിട്ടുള്ള, "ജന്തു – കാന്തശക്തി"യെ സംബന്ധിച്ച ഒരു അശാസ്ത്രീയസിദ്ധാന്തം. പതിനെട്ടാം നൂറ്റാണ്ടിന്റെ അവസാനകാലത്തു വലിയ പ്രചാരം സിദ്ധിച്ച ഈ സിദ്ധാന്തം പ്രേതാത്മവാദത്തിന്റെ മുന്നോടികളിലൊന്നായിരുന്നു.

35. എ ആർ വാലസ്, *അത്ഭുതകൃത്യങ്ങളേയും ആധുനിക പ്രേതാത്മവാദത്തേയും പറ്റി*, ലണ്ടൻ, ബേൺസ്, 1875. പ്രസ്തുത ഗ്രന്ഥത്തിൽനിന്ന് എംഗൽസ് ഈ ലേഖനത്തിൽ ഉദ്ധരിച്ചിട്ടുള്ള പേജുകൾ കോഷ്ഠകത്തിൽ കൊടുത്തിരിക്കുന്നു.

36. പത്തൊമ്പതാം നൂറ്റാണ്ടിന്റെ തുടക്കത്തിൽ ആസ്ത്രിയൻ ഭിഷഗ്വരൻ എഫ് ജെ ഗാൽ ഉന്നയിച്ച കപാലലക്ഷണശാസ്ത്രം (ഫ്രെനോളജി) എന്ന പ്രാകൃതഭൗതികവാദസിദ്ധാന്തപ്രകാരം മനുഷ്യന്റെ ഓരോ മാനസികഗുണത്തിനും സ്വന്തമായ ഒരു അവയവമുണ്ട്. തലച്ചോറിന്റെ നിശ്ചിതഭാഗങ്ങളിലാണ് അവ സ്ഥിതിചെയ്യുന്നത്. ഒരു പ്രത്യേക മാനസികഗുണത്തിന്റെ വികാസം ബന്ധപ്പെട്ട അവയവത്തിന്റെ വളർച്ചയ്ക്കിടയാക്കുകയും തലയോട്ടിയുടെ സംഗതഭാഗത്ത് ഒരു മുഴയുണ്ടാക്കുകയും ചെയ്യുന്നു. അങ്ങനെ ഒരു മനുഷ്യന്റെ തലയോട്ടിയുടെ ആകൃതി നോക്കി അയാളുടെ മാനസികഗുണങ്ങൾ തിട്ടപ്പെടുത്താമെന്നാണ് വാദം. ഫ്രെനോളജിയുടെ കടപശാസ്ത്രീയ നിഗമനങ്ങൾ പ്രേതാത്മവാദികളുൾപ്പെടെ പലതരം തട്ടിപ്പുകാരും വിപുലമായി ഉപയോഗപ്പെടുത്തിയിരുന്നു.

37. "ബറത്താറിയ" ("വില കുറഞ്ഞത്" എന്നർഥമുള്ള "barato" എന്ന സ്പാനിഷ് പദത്തിൽനിന്ന്) – *ഡോൺകിക്സോട്ട്* എന്ന നോവലിൽ സാഞ്ചൊ പാൻസ സാങ്കൽപ്പികഗവർണറായി നിയമിതനായ ചെറുപട്ടണത്തെയാണ് ഒരു മിഥ്യാദ്വീപിന്റേതായ ഈ പേര് കുറിക്കുന്നത്.

38. നോട്ടിംഗ്ഹിൽ – ലണ്ടന്റെ പടിഞ്ഞാറുഭാഗത്തുള്ള ഒരു പ്രദേശം.

39. *എക്കോ* (*The Echo*) – 1868 മുതൽ 1907 വരെ ലണ്ടനിൽ നിന്നു പ്രസിദ്ധീകരിച്ച ഒരു ബൂർഷ്വാലിബറൽ പത്രം.

40. 1861–ൽ ക്രുക്സ് താലിയം കണ്ടെത്തി. റേഡിയോമീറ്റർ (ജർമനിൽ "Lichtmuhle, പ്രകാശമില്ല എന്നർഥം) – പ്രകാശകിരണങ്ങളുടെ ഊർജമളക്കാനുള്ളതും പ്രകാശകിരണങ്ങളോ ഊഷ്മകിരണങ്ങളോകൊണ്ട് പ്രവർത്തിക്കുന്നതുമായ ഒരു കറങ്ങുന്ന ഉപകരണം. 1874–ൽ ക്രുക്സാണ് ഇത് കണ്ടുപിടിച്ചത്.

41. ഇതും തുടർന്നുള്ള രണ്ട് ഉദ്ധരണികളും എടുത്തിട്ടുള്ളത് വില്യംക്രുക്സ് എഴുതിയ *കെറ്റി കിങ്ങിന്റെ അവസാനത്തെ ദർശനം* എന്ന ലേഖനത്തിൽനിന്നാണ്.

സ്പിരിച്വലിസ്റ്റ് (*The Spiritualist*) – ഇംഗ്ലണ്ടിലെ പ്രേതാത്മവാദികൾ ലണ്ടനിൽനിന്ന് 1869 തൊട്ട് 1882 വരെ പ്രസിദ്ധീകരിച്ച ഒരു വാരിക. 1874–ൽ അതിന്റെ പേര് *The Spiritualist Newspaper* എന്നാക്കി.

42. Ch.M.Davies. *Mystic London.* London, Tinsley Brothers, 1875, p. 319 - 63.

43. 1875 മേയ് 6–നു സെന്റ് പീറ്റേഴ്സ്ബർഗ് സർവകലാശാലയിലെ ഭൗതികശാസ്ത്രസമാജം പ്രേതാത്മീയ പ്രതിഭാസങ്ങളെക്കുറിച്ച് അന്വേഷിക്കാനായി നിയോഗിച്ച കമീഷനെയാണ് ഇവിടെ പരാമർശിക്കുന്നത്. 1876 മാർച്ച് 21 –നു കമീഷൻ അതിന്റെ അന്വേഷണം പൂർത്തിയാക്കി. ഡി ഐ മെൻഡലേയെവ് തുടങ്ങിയ പ്രമുഖശാസ്ത്രജ്ഞരായിരുന്നു കമീഷനംഗങ്ങൾ. "യഥാർഥത്തിലുള്ള" പ്രേതാത്മീയപ്രതിഭാസങ്ങളെക്കുറിച്ച് വിവരം നൽകാൻ പ്രേതാത്മവാദം റഷ്യയിൽ പ്രചരിപ്പിച്ചുകൊണ്ടിരുന്ന എ എൻ അക്സാക്കൊവ്, എ എം ബുത്ലെറൊവ്, എൻ പി വാഗ്നർ എന്നിവരോട് കമീഷൻ ആവശ്യപ്പെട്ടു. "ഒന്നുകിൽ അബോധപൂർവമായ ചലനങ്ങളിൽനിന്നോ അല്ലെങ്കിൽ മനപ്പൂർവമായ കബളിപ്പിക്കലിൽനിന്നോ ഉളവാ

കുന്നവയാണ് പ്രേതാത്മീയപ്രതിഭാസങ്ങ"ളെന്നും "പ്രേതാത്മസിദ്ധാന്തം അന്ധവിശ്വാസമാണെന്നു"മുള്ള നിഗമനങ്ങളിലാണ് അത് എത്തിച്ചേർന്നത്. കമ്മീഷൻ അതിന്റെ നിഗമനങ്ങൾ 1876 മാർച്ച് 25-ാംനു *ഗോളസ്* (*ശബ്ദം*) എന്ന പത്രത്തിൽ പ്രസിദ്ധീകരിച്ചു. *പ്രേതാത്മവാദത്തെക്കുറിച്ച് തീർപ്പു കൽപ്പിക്കാനുള്ള സാമഗ്രികൾ* (സെന്റ് പീറ്റേഴ്സ്ബർഗ്, 1876) എന്ന പേരിൽ ഡി ഐ മെൻഡലേയെവ് കമീഷന്റെ സാമഗ്രികൾ പ്രസിദ്ധപ്പെടുത്തി.

44. മൊസാർട്ടിന്റെ "മാന്ത്രികമുരളി" (അങ്കം 1. രംഗം 18) എന്ന ഓപ്പറയിൽ പമീനയും പപ്പാഗെനൊയും ചേർന്നു പാടുന്ന യുഗ്മഗാനത്തിന്റെ തുടക്കമാണിത്. ഈ ഗാനത്തിലെ വാക്കുകളിന്മേലുള്ള ദ്വയാർഥപ്രയോഗമാണ് അടുത്ത വാചകത്തിലുള്ളത്.

45. 1871-ലെ പാരീസ് കമ്യൂണിനുശേഷം ഡാർവിനിസത്തിനെതിരായി ജർമനിയിൽ വിശേഷിച്ചും വിപുലമായ തോതിൽ നടന്ന പിന്തിരിപ്പൻ ആക്രമണങ്ങളെയാണ് എംഗൽസ് സൂചിപ്പിക്കുന്നത്. ഡാർവിനിസം പഠിപ്പിക്കുന്നത് നിർത്തലാക്കണമെന്ന് മുമ്പ് ഡാർവിനിസത്തെ അനുകൂലിച്ചിരുന്ന വിർഹൊവിനെപ്പോലുള്ള ഒരു പ്രമുഖശാസ്ത്രജ്ഞൻപോലും 1877-ൽ മ്യൂണിഹിൽ വച്ചുനടന്ന പ്രകൃതിശാസ്ത്രജ്ഞരുടെ കോൺഗ്രസിൽ നിർദേശിച്ചു. ഡാർവിനിസത്തിന് സോഷ്യലിസ്റ്റ് പ്രസ്ഥാനവുമായി ഉറ്റ ബന്ധമുണ്ടെന്നും അതുകൊണ്ട് അത് നിലവിലുള്ള സാമൂഹ്യക്രമത്തിന് അപകടകരമാണെന്നും അദ്ദേഹം വാദിച്ചു. (*ആധുനികരാഷ്ട്രത്തിൽ ശാസ്ത്രത്തിന്റെ സ്വാതന്ത്ര്യം*, ബർലിൻ 1872, പേജ് 12 നോക്കുക).

46. മാർപ്പാപ്പയുടെ "അപ്രമാദിത്വ"ത്തെക്കുറിച്ചുള്ള സിദ്ധാന്തം 1870-ൽ റോമിൽ പ്രഖ്യാപിക്കപ്പെട്ടു. ജർമൻ കത്തോലിക്കാമതമീമാംസകനായ ദ്യോലിംഗർ ആ സിദ്ധാന്തം അംഗീകരിക്കാൻ വിസമ്മതിച്ചു. മയിൻസിലെ ബിഷപ്പായ കെറ്റെലറും പുതിയ സിദ്ധാന്തത്തിന്റെ പ്രഖ്യാപനത്തെ ആദ്യം എതിർത്തെങ്കിലും പിന്നീട് അതുമായി പൊരുത്തപ്പെടുകയും അതിന്റെ വാശിയേറിയ വക്കാലത്തുകാരനായിത്തീരുകയും ചെയ്തു.

47. പ്രേതാത്മീയപ്രതിഭാസങ്ങളെക്കുറിച്ച് പഠനം നടത്താനുള്ള കമ്മിറ്റിയുടെ പ്രവർത്തനത്തിൽ പങ്കെടുക്കണമെന്ന ലണ്ടനിലെ "വൈരുധ്യവാദസമാജ"ത്തിന്റെ ക്ഷണത്തിന് മറുപടിയായി ജീവശാസ്ത്രജ്ഞനായ തോമസ് ഹക്സ്ലി അയച്ച കത്തിലെ വാക്കുകളാണിവ. ക്ഷണം നിരസിച്ചുകൊണ്ട് അദ്ദേഹം പ്രേതാത്മവാദത്തെപ്പറ്റി പല വ്യംഗ്യോക്തികളും നടത്തുകയുണ്ടായി.

48. കയ്യെഴുത്തുപ്രതിയുടെ ആദ്യത്തെ പേജിൽ ലേഖനത്തിനു നൽകിയിരിക്കുന്ന തലക്കെട്ട് ഇതാണ്. 5-ാമത്തേയും 9-ാമത്തേയും പേജുകളിൽ മാർജിന്റെ മുകളിലായി "വൈരുധ്യവാദനിയമങ്ങൾ" എന്ന് എഴുതിച്ചേർത്തിട്ടുണ്ട്. ലേഖനം പൂർണമല്ല. അതെഴുതിയിട്ടുള്ളത് 1879-ലാണ് (എങ്കിലും സെപ്തംബറിനു മുമ്പല്ല).

49. എച്ച് ഹൈനെ, *ഒറ്റുകാരനെപ്പറ്റി. സലോണി'ന്റെ മൂന്നാം ഭാഗത്തിനുള്ള മുഖവുര*, ഹാംബർഗ് 1837, പേജ് 15-70.

50. ഹെഗൽ *തത്വശാസ്ത്ര എൻസൈക്ലോപ്പീഡിയ*, §108, അനുബന്ധം. *പ്രകൃതിയുടെ വൈരുധ്യാത്മകത* എഴുതാൻ എംഗൽസ് ഉപയോഗിച്ചത് ഈ പതിപ്പാണ്. G W F Hegel, Werke, Bd. VI, 2. Aufl., Berlin, 1843, S. 217.

51. ഹെഗൽ, *തർക്കശാസ്ത്രം*, പുസ്തകം I, ഖണ്ഡം III, അധ്യായം 2, "മാപനബന്ധങ്ങളിലെ നിസ്പന്ദരേഖകളുടെ ദൃഷ്ടാന്തങ്ങളെക്കുറിച്ചും പ്രകൃതിയിൽ കുതിച്ചുചാട്ടങ്ങളില്ലെന്ന വാദത്തെക്കുറിച്ചു"മുള്ള ടിപ്പണി. എംഗൽസ് ഇവിടെ ഉപയോഗിച്ചിട്ടുള്ളത് താഴെപ്പറയുന്ന പതിപ്പാണ്: G W F Hegel, Werke, Bd III, 2, Aufl., Berlin, 1841, S. 433-73.

52. H E Roscoe und C Schorlemmer. "Aurfuhrliches Lehrbuch der Chemie" Bd II, Braunschweig, 1879, S. 823.

53. ആവർത്തനനിയമം ഡി ഐ മെൻഡലേയെവ് കണ്ടുപിടിച്ചത് 1869–ലാണ്. ആവർത്തനസാരണിയിലെ കണ്ടെത്താത്ത ഏതാനും അംഗങ്ങളുടെ സവിശേഷതകളെപ്പറ്റി വിശദമായ ഒരു വിവരണം അദ്ദേഹം നൽകുകയുണ്ടായി. ആ മൂലകങ്ങളെ കുറിക്കാൻ സംസ്കൃത അക്കങ്ങൾ ഉപയോഗിക്കണമെന്ന് (ഉദാഹരണത്തിന്, "ഏക" – ഒന്ന്) അദ്ദേഹം നിർദേശിച്ചു. ഓരോ അക്കവും തൊട്ടുമുമ്പുള്ള അറിയാവുന്ന മൂലകത്തിന്റെ പേരിനോടു ചേർക്കാനും അതേ ഗ്രൂപ്പിൽപ്പെട്ട കണ്ടുപിടിക്കാത്ത സംഗത അംഗത്തെ അതിന് ശേഷമാക്കാനുമായിരുന്നു അദ്ദേഹത്തിന്റെ പദ്ധതി. മെൻഡലേയെവ് പ്രവചിച്ച ആദ്യത്തെ മൂലകമായ ഗാലിയം 1875–ൽ കണ്ടുപിടിക്കപ്പെട്ടു.

54. "Le Bourgeois Gentilhomme" (ബൂർഷ്വാ പ്രഭു) എന്ന മൊളിയെറിന്റെ കോമഡിയിലാണ് എംഗൽസ് സൂചിപ്പിക്കുന്ന സംഭവം നടക്കുന്നത്.

55. *പ്രകൃതിയുടെ വൈരുധ്യാത്മകത*യെന്ന കൃതിയുടെ മൂന്നാമത്തെ ഫോൾഡറിലെ വിഷയാനുക്രമണികയിലാണ് ഈ ശീർഷകം കാണുന്നത്. ഈ അധ്യായം എഴുതിയത് 1880–ലോ 1881–ലോ ആണെന്ന് കരുതാൻ ന്യായമുണ്ട്.

56. കാന്റിന്റെ സമാഹൃതകൃതികളുടെ ഒന്നാം വാല്യത്തിൽനിന്നാണ് (ലൈപ്സിഗ്, 1867) എംഗൽസ് ഉദ്ധരിക്കുന്നത്. അതിലെ 22–ാമത്തെ പേജിൽ *സജീവബലങ്ങളെ ശരിയായി വിലയിരുത്തുന്നതിനെക്കുറിച്ചുള്ള ചിന്തകൾ* എന്ന കാന്റിന്റെ കൃതിയുടെ 10–ാമത്തെ ഖണ്ഡിക കൊടുത്തിട്ടുണ്ട്. പ്രസ്തുത ഖണ്ഡികയിലെ മൗലികപ്രമേയം ഇതാണ്: "നിലവിലുള്ള ലോകത്തിൽ ദ്രവ്യങ്ങൾ ദൂരത്തിന്റെ വർഗത്തിന്റെ വിപരീതാനുപാതത്തിലുള്ള ബലത്തോടെ പരസ്പരപ്രവർത്തനം നടത്തുന്നുവെന്ന വസ്തുതയിലാണ് പ്രത്യക്ഷമായും ത്രിമാനമാപനം അധിഷ്ഠിതമായിരിക്കുന്നത്."

57. ചലനത്തിന്റെ സാമാന്യമായ പരിമാണത്തെക്കുറിച്ചാണ്, സാമാന്യമായി പരിമാണാത്മകമായനിർണയമെന്ന നിലയ്ക്കുള്ള ചലനത്തെക്കുറിച്ചാണ്, ഇവിടെ പരാമർശം. mv എന്ന പ്രത്യേകാർഥത്തിൽചലനപരിമാണത്തിനുള്ള ജർമൻപദം "Bewegungsgrosse" എന്നാണ്. എന്നാൽ ഇവിടെയും തുടർന്നുള്ള ഭാഗത്തും എംഗൽസ് "Bewegungsmenge" എന്ന വാക്കാണ് ഉപയോഗിക്കുന്നത്. mv എന്ന രാശിയുമായി കൂട്ടിക്കുഴയ്ക്കാതിരിക്കാൻവേണ്ടി അത് ബ്രാക്കറ്റിൽ കൊടുത്തിരിക്കുന്നു. "Bewegungsmenge" എന്ന വാക്കിന് പകരം എംഗൽസ് ചിലപ്പോൾ "die Masse der Bewegung" എന്നും ഉപയോഗിക്കുന്നുണ്ട്. അതും എല്ലാത്തരം ചലനത്തിന്റെയും സാമാന്യപരിമാണമെന്ന അർഥത്തിലാണ് അദ്ദേഹം ഉപയോഗിക്കുന്നത്.

58. H Helmohltz. "Ueber die Erhaltung der Kraft". Berlin, 1847, Abschn.I u.II.

59. അടിവര എംഗൽസിന്റേത്.

60. ജെ ആർ മയ്യെർ എഴുതിയ *അജൈവപ്രകൃതിയിലെ ബലങ്ങളെ സംബന്ധിച്ച കുറിപ്പുകൾ* (1842 –ൽ പ്രസിദ്ധീകൃതമായത്), *ജൈവചലനവും ചയാപചയവുമായി അതിനുള്ള ബന്ധവും* (1845–ൽ പ്രസിദ്ധീകൃതമായത്) എന്നീ കൃതികളെയാണ് എംഗൽസ് പരാമർശിക്കുന്നത്. *ഊഷ്മബലതന്ത്രം, ലേഖനസമാഹാരം* (2–ാം പതിപ്പ്, ഷ്റ്റുറ്റ്ഗർട്ട്, 1874) എന്ന ഗ്രന്ഥത്തിൽ ഈ രണ്ടു കൃതികളും ഉൾപ്പെടുത്തിയിട്ടുണ്ട്. *പ്രകൃതിയുടെ വൈരുധ്യാത്മകതയുടെ* രചനയിൽ എംഗൽസ് ഈ പതിപ്പാണ് ഉപയോഗപ്പെടുത്തിയിട്ടുള്ളത്.

61. *തർക്കശാസ്ത്രത്തിന്റെ* രണ്ടാംവാല്യത്തിൽ "ഔപചാരികാടിസ്ഥാനത്തെ" സംബന്ധിച്ച ഖണ്ഡികയ്ക്കുള്ള ഹെഗലിന്റെ ടിപ്പണിയെ ആവാം എംഗൽസ് മിക്കവാറും ഉദ്ദേശിക്കുന്നത്. "പുനരുക്തിയുടെ അടിസ്ഥാനത്തിലുള്ള ഔപചാരികവിശദീകരണരീതി"യെ ഹെഗൽ ഈ ടിപ്പണിയിൽ പരിഹസിക്കുന്നുണ്ട്. അദ്ദേഹം എഴുതുന്നു: "ഈ വിശദീകരണരീതി വളരെയേറെ വ്യക്തവും സുഗ്രഹവുമായതുകൊണ്ടുതന്നെയാണ് ആളുകൾ അത് ഇഷ്ടപ്പെടുന്നത്. ഉദാഹരണത്തിന് സസ്യാത്മകമായ, അതായത് സസ്യോൽപ്പാദകമായ, ബലമാണ് സസ്യത്തിനടിസ്ഥാനമെന്നതിനെക്കാൾ വ്യക്തവും സുഗ്രഹവുമായി മറ്റൊന്നില്ല", "ആരെങ്കിലുമൊരാൾ പട്ടണത്തിൽ എന്തിനു പോകുന്നുവെന്ന ചോദ്യത്തിന് അയാളെ അങ്ങോട്ടു പിടിച്ചുവലിക്കുന്ന ഒരു ആകർഷണബലം അവിടെയുണ്ടെന്ന അടിസ്ഥാനത്തിൽ മറുപടി പറഞ്ഞാൽ" അത്തരം മറുപടി "സസ്യാത്മകബല"ത്തെ ആശ്രയിച്ചുകൊണ്ടുള്ള വിശദീകരണത്തെക്കാൾ വലിയ അസംബന്ധമായിരിക്കില്ല. ഹെഗൽ കൂട്ടത്തിൽ പറയുന്നു: "ശാസ്ത്രം, വിശേഷിച്ച് ഭൗതികശാസ്ത്രം, ഇത്തരം പുനരുക്തികൾ നിറഞ്ഞതാണ്. അവ ശാസ്ത്രത്തിന്റെ പ്രത്യേകാവകാശമാണെന്നു വേണമെങ്കിൽ പറയാം."

62. ഹെഗൽ, *തത്വശാസ്ത്രചരിത്രത്തെക്കുറിച്ചുള്ള പ്രഭാഷണങ്ങൾ*, വാല്യം I, ഭാഗം I, ഖണ്ഡിക I, അധ്യായം I, താലെസിനെക്കുറിച്ചുള്ള പരാമർശം. *പ്രകൃതിയുടെ വൈരുധ്യാത്മകതയുടെ* രചനയിൽ എംഗൽസ് ഉപയോഗപ്പെടുത്തിയത് ഈ പതിപ്പാണ്: G W F Hegel. Werke, Bd.XIII, Berlin, 1833, S.208.

63. ഈ അധ്യായത്തിന്റെ കയ്യെഴുത്തുപ്രതിയുടെ ആമുഖപേജിലും ഒന്നാം പേജിലും എംഗൽസ് നൽകിയിരിക്കുന്ന ശീർഷകം ഇതാണ്. മൂന്നാമത്തെ ഫോൾഡറിലെ വിഷയാനുക്രമണികയിൽ "ചലനത്തിന്റെ രണ്ടു മാനദണ്ഡങ്ങൾ" എന്ന ശീർഷകമാണ് ഈ അധ്യായത്തിനു നൽകിയിരിക്കുന്നത്. ഇത് 1880–ലോ 1881–ലോ എഴുതിയതാവാനാണ് ഇടയുള്ളത്.

64. H Suter. "Geschichte der mathematischen Wissenschaften". Th.II, Zurich, 1875, S 367.

65. *സജീവബലങ്ങളെ ശരിയായി വിലയിരുത്തുന്നതിനെക്കുറിച്ചുള്ള ചിന്തകൾ* എന്ന കാന്റിന്റെ കൃതിയുടെ § 92 നോക്കുക. (1. Kant. Sammtliche Werke, Bd.I, Leipzig, 1867, S.98-99).

Acta Eruditorum (പണ്ഡിതക്കുറിപ്പുകൾ) – ജർമനിയിലെ ആദ്യത്തെ ശാസ്ത്രപത്രിക. പ്രൊഫസർ ഓ മെൻകെയാണ് സ്ഥാപകൻ. അത് ലാറ്റിൻഭാഷയിൽ 1682 തൊട്ട് 1782 വരെ ലൈപ്സിഗിൽനിന്ന് പ്രസിദ്ധീകരിക്കപ്പെട്ടു. 1732–ൽ അതിന്റെ പേര് Nova Acta Eruditorum എന്നാക്കി മാറ്റി. ലൈബ്നിത്സ് അതിൽ കൂടെക്കൂടെ എഴുതാറുണ്ടായിരുന്നു.

66. കെനിഗ്സ്ബർഗിൽനിന്ന് അച്ചടിച്ചിറക്കിയ കാന്റിന്റെ ഈ കൃതിയുടെ ഒന്നാം പതിപ്പിലെ ആമുഖപേജിൽ 1746 ആണ് പ്രസിദ്ധീകരണവർഷമായി നൽകിയിരിക്കുന്നതെങ്കിലും, സമർപ്പണത്തിന്റെ തീയതി 1747 ഏപ്രിൽ 22 എന്നാണ് കൊടുത്തിരിക്കുന്നത്. അതുകൊണ്ട് ആ ഗ്രന്ഥം പൂർത്തിയാക്കിയതും പ്രസിദ്ധീകരിച്ചതും 1747–ലാണെന്നു വ്യക്തമാണ്.

67. D' Alembert. "Traite de dynamique". Paris, 1743.

68. ലൈബ്നിത്സിനെതിരായി ദെക്കാർത്തിന്റെ ചലനമാനദണ്ഡത്തെ (mv) ന്യായീകരിച്ചുകൊണ്ട് 1686 സെപ്തംബറിലും 1687 ജൂണിലും ഫ്രാൻസിലെ മഠാധിപതി കറ്റെലൻ *Nouvelles de la Republique des Lettres* എന്ന പത്രികയിൽ രണ്ടു ലേഖനങ്ങൾ പ്രസിദ്ധീകരിച്ചു. ലൈബ്നിത്സിന്റെ മറുപടിലേഖനങ്ങൾ അതേ പത്രികയിൽത്തന്നെ യഥാക്രമം 1687 ഫെബ്രുവരിയിലും സെപ്തംബറിലും വന്നു.

Nouvelles de la Republique des Lettres (സാഹിത്യ റിപ്പബ്ലിക്ക് വൃത്താന്തം) – റോട്ടർഡാമിൽനിന്ന് 1684 തൊട്ട് 1687 വരെ പ്യേർബെയിൽ പ്രസിദ്ധീകരിച്ച ഒരു ശാസ്ത്രപത്രിക. *Historie des Ouvrages des Savants (പണ്ഡിതരചനാചരിത്രം)* എന്നപേരിൽ എച്ച് ബനാഷ് ഡി ബൊവൽ അതിന്റെ പ്രസിദ്ധീകരണം 1709 വരെ തുടർന്നു.

69. പ്രഷ്യൻ പട്ടാളത്തിലെ പഠിപ്പില്ലാത്ത ഒരു എൻ സി ഓയെക്കുറി ച്ചുള്ള കഥയാണിത്. ഉദ്ദേശികാവിഭക്തിയായ mir–ഉം (എനിക്ക്) പ്രതിഗ്രാഹികാവിഭക്തിയായ mich–ഉം (എന്നെ) എപ്പോഴെല്ലാമാണ് ഉപയോഗിക്കേണ്ടതെന്നതിനെപ്പറ്റി എത്ര ശ്രമിച്ചിട്ടും അയാൾക്ക് പിടികിട്ടുന്നില്ല. (ബർലിൻനിവാസികൾ ഇത് രണ്ടും കൂട്ടികുഴയ്ക്കാറുണ്ട്) അതെപ്പറ്റി കൂടുതൽ തലപുണ്ണാക്കാതെ അയാൾ ഒരു എളുപ്പവഴി കണ്ടു: ഡ്യൂട്ടിയിലുള്ളപ്പോൾ mir ഉപയോഗിക്കുക, അല്ലാത്തപ്പോൾ mich–ഉം.

70. ഡബ്ലിയു. തോംസൺ, പി ജി ടെയിറ്റ്, *പ്രാകൃതികതത്വശാസ്ത്രപ്രബന്ധം*, വാള്യം I, ഓക്സ്ഫോർഡ്, 1867. ഇവിടെ *പ്രാകൃതികതത്വശാസ്ത്രം* എന്നതുകൊണ്ട് സൈദ്ധാന്തികഭൗതികം എന്നാണ് മനസിലാക്കേണ്ടത്.

71. ജി കിർഹോഫ്, "ഗണിതഭൗതികശാസ്ത്രപ്രഭാഷണങ്ങൾ. ബലതന്ത്രം", 2–ാം പതിപ്പ്, ലൈപ്സിഗ്, 1877.

72. H Helmholtz. *Ueber die Erhaltung der Kraft (ബലസംരക്ഷണം*, ബർലിൻ, 1847, പേജ് 9).

73. വീഴുന്ന വസ്തുവിന്റെ പ്രവേഗം എംഗൽസ് കണക്കുകൂട്ടുന്നത് $v = \sqrt{2gh}$ എന്ന ഫോർമുലയനുസരിച്ചാണ് (v–പ്രവേഗം, hg–ഗുരുത്വാംമൂലമുള്ള ത്വരണം, h– വസ്തു വീഴുന്ന പൊക്കം).

74. ഒരു ഭാഗത്ത് ഡെന്മാർക്കും മറുഭാഗത്ത് പ്രഷ്യയും ആസ്ത്രിയയും തമ്മിൽ നടന്ന 1864–ലെ ഡാനിഷ് യുദ്ധത്തിനിടയിലുണ്ടായ ഒരു പോരാട്ടത്തെക്കുറിച്ചാണ് പരാമർശം.

"റോൾഫ് ക്രാക്കെ" – പ്രഷ്യൻപട്ടാളം അൽസൻ ദ്വീപിലേക്ക് കടക്കാതിരിക്കാൻവേണ്ടി 1864 ജൂൺ 28–ന് രാത്രി ആ ദ്വീപിനടുത്ത് കാവൽനിന്ന ഡാനിഷ് പോർക്കപ്പൽ.

75. കൂടുതൽ കൃത്യമായ അളവെടുപ്പിന്റെ അടിസ്ഥാനത്തിൽ ചൂടിന്റെ യാന്ത്രികതുല്യാങ്കം 426.9 കിലോഗ്രാംമീറ്ററിനു തുല്യമാണെന്നാണ് ഇപ്പോൾ കണക്കാക്കിയിരിക്കുന്നത്.

76. 1876 സെപ്തംബർ 8–ന് ശാസ്ത്രപുരോഗതിക്കുവേണ്ടിയുള്ള ബ്രിട്ടീഷ് സമാജത്തിന്റെ, ഗ്ലാസ്ഗോയിൽവച്ചു നടന്ന 46–ാം കോൺഗ്രസിൽ "ബല"ത്തെക്കുറിച്ച് പി ജി ടെയിറ്റ് നടത്തിയ പ്രഭാഷണത്തെയാണ് എംഗൽസ് പരാമർശിക്കുന്നത്. 1876 സെപ്തംബർ 21–നു *നേച്ചർ* എന്ന വാരികയുടെ 360–ാം ലക്കത്തിൽ ആ പ്രഭാഷണം പ്രസിദ്ധീകരിക്കുകയുണ്ടായി.

നേച്ചർ (*Nature*) – ഒരു സചിത്രശാസ്ത്രവാരിക. 1869 തൊട്ട് ലണ്ടനിൽനിന്നു പ്രസിദ്ധീകരിച്ചുവരുന്നു.

77. ജെ സി മാക്സ്‌വെൽ, *ഊഷ്മസിദ്ധാന്തം*, 4–ാം പതിപ്പ്, ലണ്ടൻ, 1875, പേജ് 87.

78. എ നൗമാൻ, *സാമാന്യരസതന്ത്രവും ഭൗതികരസതന്ത്രവും – ലഘുസംഗ്രഹം*, ഹൈഡെൽബർഗ്, 1877, പേജ് 7 (*Handbuch der allgemeinen und physikalischen Chemie*).

79. R Clausius. *Die mechanische Warmetheorie*. 2. Aufl, Bd.I, Braunschweig, 1876, S.18.

80. ഈ ശീർഷകത്തിന്റെ ആദ്യത്തെ വരി ലേഖനത്തിനു തൊട്ടുമുമ്പുള്ള ആമുഖപേജിലും രണ്ടാമത്തെ വരി ലേഖനത്തിന്റെതന്നെ ഒന്നാമത്തെ പേജിലുമാണ് കാണുന്നത്. മൂന്നാമത്തെ ഫോൾഡറിലെ വിഷയാനുക്രമണികയിൽ ഈ ലേഖനത്തിനു നൽകിയിരിക്കുന്ന ശീർഷകം "വേലീയാഘർഷണം" എന്നാണ്. ലേഖനം 1880–ലോ 1881–ലോ എഴുതിയതാവാനാണ് ഇടയുള്ളത്.

81. ഇതിനുമുമ്പ് തോംസണും ടെയിറ്റും വസ്തുക്കളുടെ ചലനത്തോടുള്ള പ്രത്യക്ഷപ്രതിരോധങ്ങളെ – അതായത്, തോക്കിൽനിന്നുള്ള വെടിയുണ്ടയുടെ പാച്ചിലിന് വായുവിൽനിന്നു നേരിടുന്ന തരത്തിലുള്ള പ്രതിരോധങ്ങളെ – വിവരിക്കുകയായിരുന്നു.

82. *പകലും രാത്രിയും മാറിമാറിവരുന്നതിനിടയാക്കുന്ന, അച്ചുതണ്ടിന്മേലുള്ള ഭ്രമണത്തെ സംബന്ധിച്ചിടത്തോളം ഭൂമിക്ക് അതിന്റെ ഉൽപ്പത്തിയുടെ ആദ്യഘട്ടത്തിനുശേഷം എന്തെങ്കിലും മാറ്റമുണ്ടായിട്ടുണ്ടോയെന്നും അതെങ്ങനെ തീർച്ചപ്പെടുത്താമെന്നുമുള്ള പ്രശ്നത്തെക്കുറിച്ച് ഒരു അന്വേഷണം* എന്ന കാന്റിന്റെ കൃതിയിൽനിന്നാണ് എംഗൽസ് ഉദ്ധരിക്കുന്നത്. (I. Kant. Sammtliche Werke, Bd. I, Leipzig, 1867, S. 185).

83. അതേ കൃതി, പേജ് 182–83.

84. ഈ അധ്യായം അപൂർണമാണ്. 1881 ഏപ്രിൽ അവസാനത്തിനുശേഷവും 1882 നവംബർ മധ്യത്തിനു മുമ്പുമാണ് അതെഴുതിയിരിക്കുന്നത്.

85. 1882 നവംബർ 23–ന് മാർക്സിനെഴുതിയ കത്തിൽ എംഗൽസ് വിദ്യുച്ഛക്തിയെപ്പോലുള്ള ഒരു ചലനരൂപത്തെ അളക്കുന്ന പ്രശ്നത്തിൽ സുപ്രധാനമായ ഒരു തിരുത്തൽ വരുത്തി. "ചലനത്തിന്റെ മാനദണ്ഡം – പ്രവൃത്തി"

എന്ന അധ്യായത്തിൽ ബലകൃതചലനത്തിന്റെ ദ്വിവിധമാനദണ്ഡത്തിന്റെ പ്രശ്നത്തിന് താൻ നൽകിയ പരിഹാരമാർഗവും, 1882 ആഗസ്റ്റ് 24–ന് *നേച്ചറി*ന്റെ 669–ാം ലക്കത്തിൽ പ്രസിദ്ധീകരിച്ച വിൽഹെം സീമെൻസിന്റെ പ്രസംഗവുമാണ് എംഗൽസ് ആസ്പദമായെടുത്തത്. ശാസ്ത്ര പുരോഗതിക്കുവേണ്ടിയുള്ള ബ്രിട്ടീഷ് സമാജത്തിന്റെ സതാംപ്റ്റണിൽവച്ചുകൂടിയ 52–ാം കോൺഗ്രസിൽ ചെയ്ത ആ പ്രസംഗത്തിൽ, വൈദ്യുതധാരയുടെ സജീവ ഊർജത്തെ പ്രകാശിപ്പിക്കുന്ന വാട്ട് എന്ന പുതിയൊരു വിദ്യുച്ഛക്തിമാത്ര ഏർപ്പെടുത്തണമെന്ന നിർദേശം സീമെൻസ് മുന്നോട്ടുവച്ചു. അതുകൊണ്ടാണ് വിദ്യുച്ഛക്തിയുടെ രണ്ടു മാത്രകളായ വോൾട്ടും വാട്ടും തമ്മിലുള്ള വ്യത്യാസം, മറ്റു ചലനരൂപങ്ങളായി മാറാത്തപ്പോഴുള്ള വൈദ്യുതചലനത്തിന്റെ മാനദണ്ഡവും അങ്ങനെ മാറുമ്പോഴുള്ള വൈദ്യുതചലനത്തിന്റെ മാനദണ്ഡവും തമ്മിലുള്ള വ്യത്യാസമാണെന്ന് മേൽപ്പറഞ്ഞ കത്തിൽ എംഗൽസ് ചൂണ്ടിക്കാട്ടിയത്.

86. *പാപ്പെനുമായുള്ള ലൈബ്നിത്സിന്റെയും ഹ്യൂയിഗെൻസിന്റെയും കത്തിടപാടുകൾ*, ഇ ഗെർലാൻഡ് പ്രസാധനം ചെയ്തത്, ബർലിൻ, 1881.

87. തോംസൺ, *ഊഷ്മ–വൈദ്യുതശാസ്ത്രങ്ങളുടെ രൂപരേഖ*, 2–ാം പതിപ്പ്, ലണ്ടൻ, 1840, പേജ് 281. ഒന്നാമത്തെ പതിപ്പ് 1830–ൽ ലണ്ടനിൽ പ്രസിദ്ധീകരിച്ചു.

88. മസ്ക്കറും ജൂബറും ചേർന്ന് എഴുതിയ *വിദ്യുച്ഛക്തിയും കാന്തശക്തിയും* എന്ന ഗ്രന്ഥത്തെക്കുറിച്ചുള്ള നിരൂപണത്തിൽനിന്നാണ് എംഗൽസ് ഉദ്ധരിക്കുന്നത്. “ജി. സി” എന്ന പേരുവച്ചെഴുതിയ പ്രസ്തുത ഗ്രന്ഥനിരൂപണം 1882 ജൂൺ 15–ന് *നേച്ചറി*ന്റെ 659–ാം ലക്കത്തിലാണ് വന്നത്. എംഗൽസ് ഈ ലേഖനമെഴുതിയത് 1882–ലാണെന്ന് ഇതിൽനിന്നു വ്യക്തമാണ്. മൂന്നാമത്തെ ഫോൾഡറിലെ വിഷയാനുക്രമണികയിൽ ഈ ലേഖനത്തിനു കൊടുത്തിരിക്കുന്ന തലക്കെട്ട് *വിദ്യുച്ഛക്തിയും കാന്തശക്തിയും* എന്നാണ്.

89. തന്റെ ഗ്രന്ഥത്തിന്റെ 400–ാം പേജിലാണ് ഫാരഡേയിൽനിന്നുള്ള ഈ ഉദ്ധരണി തോംസൺ നൽകുന്നത്. ലണ്ടനിലെ റോയൽ സൊസൈറ്റിയുടെ പത്രികയായ *ഫിലോസൊഫിക്കൽ ട്രാൻസാക്ഷൻസ്* 1838–ൽ 105–ാം പേജിൽ പ്രസിദ്ധീകരിച്ച *വിദ്യുച്ഛക്തിയുടെ രംഗത്തെ പരീക്ഷണാത്മകഗവേഷണങ്ങൾ. 12–ാം പരമ്പര* എന്ന ഫാരഡേയുടെ കൃതിയിൽനിന്നെടുത്തതാണ് ഈ ഉദ്ധരണി. തോംസൺ ശരിയായിട്ടല്ല ഉദ്ധരിച്ചിരിക്കുന്നത്. സംഗതഭാഗം ഇങ്ങനെയാണ്: “വിസർജകകണത്തിന്റെ സ്ഥാനത്ത് ഒരു ലോഹക്കമ്പി വച്ചാൽ എങ്ങനെയോ അതേ ഫലമാണ് അന്തിമമായി ഉളവാകുന്നത്.”

90. G W H Hegel, Werke, Bd.VII, Abt.I, Berlin, 1842, S. 346, 348, 349.

91. ഒരു നിർവാതത്തിലെ പ്രകാശസംചരണത്തിന്റെ പ്രവേഗം (c) ഒരു സാർവത്രികഭൗതികസ്ഥിരാങ്കമാണെന്നും അത് പ്രവേഗത്തിന്റെ പരമസീമയെ കുറിക്കുന്നുവെന്നും പുതിയ പരീക്ഷണങ്ങളിൽനിന്ന്– സർവോപരി 1881–ൽ മൈക്കൽസൺ നടത്തിയ പരീക്ഷണത്തിൽനിന്ന് – ലഭിച്ച വിവരങ്ങളുടെ അടിസ്ഥാനത്തിൽ പിൽക്കാലത്ത് (1905–ൽ) ഐൻഷ്ടൈന്റെ വിശേഷ ആപേക്ഷികസിദ്ധാന്തത്തിൽ സ്ഥാപിക്കപ്പെടുകയുണ്ടായി. വിദ്യുത് ചാർജിതകണങ്ങളുടെ സംചരണപ്രവേഗം എപ്പോഴും c–യെക്കാൾ കുറവാണ്–142.

92. 75-ാമത്തെ കുറിപ്പ് നോക്കുക.

93. ഇവിടെയും തുടർന്നും ജെ തോംസെന്റെ താപ രാസ മാപന ഫലങ്ങൾ എംഗൽസ് എടുത്തിട്ടുള്ളത് എ നൗമാന്റെ പുസ്തകത്തിൽ നിന്നാണ്. (78-ാമത്തെ കുറിപ്പ് നോക്കുക).

94. ഇവിടെയും മറ്റു പലേടത്തും "ഹൈഡ്രോക്ലോറിക് ആസിഡിന്റെ അണുക്കളെ"പ്പറ്റി വിഡെമൻ പറയുമ്പോൾ അദ്ദേഹം ഉദ്ദേശിക്കുന്നത് ആ ആസിഡിന്റെ തന്മാത്രകളെയാണ്.

95. *Annalen der physik und Chemie* (*ഭൗതിക-രസതന്ത്രചരിത്രം*) - 1877 വരെ ജെ സി പൊഗെൻഡോർഫിന്റെയും 1877 തൊട്ട് ജെ വിഡെമന്റേയും പത്രാധിപത്യത്തിൽ 1824 മുതൽ 1899 വരെ ലൈപ്സിഗിൽനിന്നു പ്രസിദ്ധീകരിച്ചുവന്ന ഒരു ശാസ്ത്രപത്രിക.

96. പട്ടാളത്തിലെ വൃദ്ധനായ ഒരു മേജറെക്കുറിച്ചുള്ള കഥയാണിത്. താനൊരു "ഡോക്ടർ ഓഫ് ഫിലോസഫി" ആണെന്ന് സന്നദ്ധഭടന്മാരിലൊരാൾ അയാളോടു പറഞ്ഞപ്പോൾ "ഡോക്ടർ ഓഫ് ഫിലോസഫി"യും "ഡോക്ടർ ഓഫ് മെഡിസി"നും തമ്മിലുള്ള വ്യത്യാസത്തെപ്പറ്റി ആലോചിക്കാൻ മിനക്കെടാതെ അയാൾ പറഞ്ഞു: "ആരായാലും എനിക്ക് ഒരുപോലെയാണ്: മുറിവൈദ്യൻ മുറിവൈദ്യൻതന്നെ."

97. ഇവിടെയും കീഴെയും എംഗൽസ് "Gewichtsteil" (ഭാരാംശം) എന്ന വാക്കാണ് ഉപയോഗിക്കുന്നതെങ്കിലും അദ്ദേഹം മുമ്പത്തെപ്പോലെതന്നെ പരാമർശിക്കുന്നത് തുല്യാങ്കത്തെയാണ്.

98. ഇവിടെയും തുടർന്നും എംഗൽസ് പൊഗെൻഡോർഫിന്റെ പരീക്ഷണഫലങ്ങൾ എടുത്തിട്ടുള്ളത് വിഡെമന്റെ പുസ്തകത്തിൽനിന്നാണ് (വാള്യം I, പേജ് 368-72).

99. ബെർത്‌ലോയുടെ താപ രാസമാപനങ്ങളുടെ ഈ ഫലം എംഗൽസ് ഉദ്ധരിക്കുന്നത് എ നൗമാന്റെ ഗ്രന്ഥത്തിൽനിന്നാണ് (78-ാമത്തെ കുറിപ്പ് നോക്കുക).

100. തോക്കിന്റെ കുഴലിന്റെ ആന്തരികവ്യാസവും വെടിയുണ്ടയുടെ വ്യാസവും തമ്മിലുള്ള വ്യത്യാസത്തെയാണ് ഇവിടെ പരാമർശിക്കുന്നത്.

101. റൗൾ, വീറ്റ്സ്റ്റൺ, ബേറ്റ്സ്, ജൗൾ എന്നിവരുടെ പരീക്ഷണങ്ങളിൽനിന്നു ലഭിച്ച, വിദ്യുത്ചാലകബലത്തിന്റെ മാപനഫലങ്ങൾ എംഗൽസ് ഈ ഖണ്ഡികയിൽ ഉദ്ധരിച്ചിട്ടുള്ളത് വിഡെമന്റെ പുസ്തകത്തിൽനിന്നാണ് (വാള്യം I, പേജ് 390, 375, 385, 376).

102. "Ecce iterum Crispinus" (അതാ പിന്നെയും ക്രിസ്പിൻ) - ഈ വാക്കുകളോടെയാണ് ജൂവനൽ തന്റെ *നാലാം സറ്റയർ* (IV Satire) തുടങ്ങുന്നത്. അതിന്റെ ആദ്യഭാഗത്ത് അദ്ദേഹം റോമാചക്രവർത്തി ദൊമിറ്റ്സിയാന്റെ കൊട്ടാരസേവകന്മാരിലൊരാളായ ക്രിസ്പിനെ രൂക്ഷമായി പരിഹസിക്കുന്നുണ്ട്. ആലങ്കാരികാർഥത്തിൽ ഈ വാക്കുകൾകൊണ്ട് ഉദ്ദേശിക്കുന്നത് "പിന്നെയും അയാൾതന്നെ" എന്നോ "പിന്നെയും അതുതന്നെ" എന്നോ ആണ്.

103. "Experimentus crucis" - അക്ഷരാർഥത്തിൽ കുരിശുപരീക്ഷണം. ബേക്കന്റെ Instantia crucis-ൽ നിന്നെടുത്തത്. ഏതെങ്കിലുമൊരു പ്രതി

ഭാസത്തെക്കുറിച്ചു മുന്നോട്ടുവച്ചിട്ടുള്ള വിശദീകരണങ്ങളിൽ ഒരെണ്ണം ശരിയാണെന്ന് അസന്ദിഗ്ധമായി സ്ഥിരീകരിക്കുകയും മറ്റെല്ലാ വിശദീകരണങ്ങളേയും ഒഴിച്ചുനിർത്തുകയും ചെയ്യുന്ന നിർണായകപരീക്ഷണം (ഫ്രാൻസിസ് ബേക്കൺ, "Novum Organum", പുസ്തകം II, വചനം XXXVI).

104. "സഖ്യത്തിലെ മൂന്നാൻ" എന്ന വാക്കുകൾ എടുത്തിട്ടുള്ളത് ഷില്ലറുടെ *Die Burgschaft* (*ജാമ്യം*) എന്ന കഥാഗീതത്തിൽനിന്നാണ്. അതിൽ രണ്ട് ഉറ്റമിത്രങ്ങളുടെ സഖ്യത്തിൽ തന്നെക്കൂടി ചേർക്കണമെന്ന് ജനമർദ്ദകനായ ഡിയോനിസ് ആവശ്യപ്പെടുന്നു.

105. *പ്രകൃതിയുടെ വൈരുധ്യാത്മകത*യെന്ന കൃതിക്കുള്ള സാമഗ്രികളുടെ രണ്ടാമത്തെ ഫോൾഡറിലെ വിഷയാനുക്രമണികയിൽ എംഗൽസ് ഈ ശീർഷകമാണ് തന്റെ ലേഖനത്തിനു നൽകിയിരുന്നത്. "അടിമത്തത്തിന്റെ മൂന്ന് അടിസ്ഥാനരൂപങ്ങൾ" എന്ന കുറെക്കൂടി വിപുലമായൊരു കൃതിക്കുള്ള മുഖവുരയെന്ന നിലയ്ക്കാണ് എംഗൽസ് ഈ ലേഖനം ആദ്യം എഴുതിയത്. പിന്നീട് അദ്ദേഹം ഈ ശീർഷകം *തൊഴിലാളിയുടെ അടിമത്തം. മുഖവുര* എന്നാക്കി മാറ്റി. എന്നാൽ പ്രസ്തുതകൃതി പൂർത്തിയാവാതിരുന്നതുകൊണ്ട് എംഗൽസ് അതിന്റെ ആമുഖഭാഗത്തിന് *കുരങ്ങിൽനിന്നു മനുഷ്യനിലേക്കുള്ള പരിവർത്തനത്തിൽ അധ്വാനം വഹിച്ച പങ്ക്* എന്ന ശീർഷകം നൽകി. കയ്യെഴുത്തുപ്രതിയുടെ മുഖ്യഭാഗത്തിന്റെ ഉള്ളടക്കവുമായി പൊരുത്തപ്പെടുന്ന ഒന്നാണത്. ലേഖനം ഒട്ടുമിക്കവാറും എഴുതിയത് 1876 ജൂണിലായിരിക്കണം.

106. ചാറൽസ് ഡാർവിൻ, *The Descent of Man, and Selection in Relation to Sex* (Vol.I, London, 1871) എന്ന കൃതിയിലെ 6–ാമത്തെ അധ്യായം (*Of the Affinities and Genealogy of Man*) നോക്കുക.

107. ജർമൻ സന്യാസിയായ ലബെയൊ നോട്കർ (ഏകദേശം 952–1022) നൽകിയ തെളിവിനെക്കുറിച്ചാണ് പരാമർശം. ജെ ഗ്രിമ്മിന്റെ *ജർമൻ നിയമങ്ങളെ സംബന്ധിച്ച പ്രാചീനസാമഗ്രികൾ* (ഗ്യോറ്റിൻഗെൻ, 1828, പേജ് 488) എന്ന ഗ്രന്ഥത്തിലാണ് ഇത് ഉദ്ധരിച്ചിട്ടുള്ളത്. *അയർലണ്ടിന്റെ ചരിത്രം* എന്ന തന്റെ പൂർത്തിയാക്കാത്ത കൃതിയിൽ എംഗൽസ് നോട്കറുടെ മൊഴി ഉദ്ധരിക്കുന്നുണ്ട്.

108. മനുഷ്യന്റെ പ്രവർത്തനം സസ്യജീവിതത്തിലും ശീതോഷ്ണാവസ്ഥയിലും ചെലുത്തുന്ന സ്വാധീനത്തെ സംബന്ധിച്ച വിവരങ്ങൾ എംഗൽസ് എടുത്തിട്ടുള്ളത് സി. ഫ്രാസിന്റെ *ശീതോഷ്ണാവസ്ഥയും സസ്യജീവിതവും കാലാന്തരത്തിൽ* (ലാൻഡ്സ്ഹുറ്റ്, 1847) എന്ന ഗ്രന്ഥത്തിൽനിന്നാണ്. 1868 മാർച്ച് 25–ന് എഴുതിയ കത്തിൽ മാർക്സാണ് ഈ പുസ്തകത്തെ എംഗൽസിന്റെ ശ്രദ്ധയിൽപ്പെടുത്തിയത്.

109. 1873–ലെ ലോകവ്യാപകമായ സാമ്പത്തികപ്രതിസന്ധിയെക്കുറിച്ചാണ് പരാമർശം. 1873–ലെ "വമ്പിച്ച തകർച്ച"യാണ് ജർമനിയിൽ പ്രതിസന്ധിയുടെ ആരംഭം കുറിച്ചത്. 70'കളുടെ അവസാനംവരെ നീണ്ടുനിന്ന പ്രതിസന്ധിയുടെ മുന്നോടിയായിരുന്നു അത്.

110. G W F Hegel. Werke, Bd. XIII, Berlin, 1833-233.

111. *De placitis philosophorum* (*ദാർശനികരുടെ അഭിപ്രായങ്ങളെപ്പറ്റി*) എന്ന കൃതിയെ സംബന്ധിച്ചിടത്തോളം, അത് പ്ലൂട്ടാർക്കിന്റെ രചനയല്ലെന്നും മറ്റേതോ അജ്ഞാതഗ്രന്ഥകാരന്റേതാണെന്നും (വ്യാജ-പ്ലൂട്ടോർക്ക് എന്നു വിളിക്കപ്പെടുന്നയാളിന്റേത്) പിന്നീട് തെളിയിക്കപ്പെട്ടിട്ടുണ്ട്. അത് വന്നിട്ടുള്ളത് ക്രിസ്തുവർഷം 100-ാമാണ്ടിനോടടുത്തു ജീവിച്ചിരുന്ന എയിറ്റിയസിൽനിന്നാണ്.

112. ഉൽപ്പത്തിപുസ്തകം, അധ്യായം 2, വചനം 7.

113. മാർക്സിന്റെ കൈപ്പടയിൽ എഴുതിയിട്ടുള്ള കുറിപ്പാണിത്. അരിസ്റ്റോട്ടിലിന്റെ *മെറ്റാഫിസിക്സ്*, ഡയോജെനെസ് ലയേർഷിയസിന്റെ സങ്കലിതകൃതിയായ *വിശ്രുതദാർശനികരുടെ ജീവചരിത്രങ്ങളും അഭിമതങ്ങളും* എന്നിവയിൽനിന്നുള്ള (തൗഹ് നിറ്റ്സ് പ്രസാധനം ചെയ്ത പതിപ്പുകളിൽനിന്നുള്ള) ഗ്രീക്കുഭാഷയിലെഴുതിയ ഉദ്ധരണികളാണ് അതിലടങ്ങിയിരിക്കുന്നത്. ഈ കുറിപ്പെഴുതിയത് 1878 ജൂണിനു മുമ്പാണ്. കാരണം, എപ്പിക്യൂറസിനെക്കുറിച്ചുള്ള അതിലെ ഉദ്ധരണികൾ *ആന്റിഡ്യൂറിംഗി*നുള്ള പഴയ മുഖവുരയിൽ എംഗൽസ് ഉപയോഗപ്പെടുത്തിയിട്ടുണ്ട് ഉദ്ധരണികളിലുള്ള അടിവരകളെല്ലാം മാർക്സിന്റേതാണ്.

114. ആർ വോൾഫ്, *ജ്യോതിശാസ്ത്രചരിത്രം*, മ്യൂണിഹ്, 1877. മെഡ്ലറുടെ പുസ്തകത്തെപ്പറ്റി 22-ാമത്തെ കുറിപ്പ് നോക്കുക.

115. മുഖവുരയുടെ ആദ്യത്തെ രൂപരേഖയാണ് ഈ നുറുങ്ങ്.

116. *പ്രകൃതിയുടെ വൈരുധ്യാത്മകത*യ്ക്കുള്ള സാമഗ്രികളുടെ രണ്ടാമത്തെ ഫോൾഡറിലെ വിഷയാനുക്രമണികയിൽ ഈ നുറുങ്ങിന്റെ ശീർഷകം ഇതാണ്. "ലുഡ്വിഗ് ഫോയർബാഹും ക്ലാസിക്കൽ ജർമൻ തത്വശാസ്ത്രത്തിന്റെ അന്ത്യവും" എന്ന എംഗൽസിന്റെ കൃതിയുടെ ആദ്യത്തെ കയ്യെഴുത്തുപ്രതിയിലെ 16, 17, 18, 19 എന്നീ നാലു പേജുകളാണ് ഈ നുറുങ്ങിൽ അടങ്ങിയിരിക്കുന്നത്. 16-ാം പേജിന്റെ മുകളിൽ എംഗൽസിന്റെ കൈപ്പടയിൽ *Aus'Ludwig-Feuerbach* (*ലുഡ്വിഗ് ഫോയർബാഹിൽ*നിന്ന്) എന്ന് എഴുതിയിട്ടുണ്ട്. *ലുഡ്വിഗ് ഫോയർബാഹി*ന്റെ രണ്ടാം അധ്യായത്തിന്റെ ഭാഗമായിരുന്ന ഈ നുറുങ്ങ് പതിനെട്ടാം നൂറ്റാണ്ടിലെ ഫ്രഞ്ച് ഭൗതികവാദികളുടെ മൂന്നു മുഖ്യ "പരിമിതികളെ"ക്കുറിച്ചുള്ള വിവരണത്തിന്റെ തൊട്ടുപുറകേ വരേണ്ടതായിരുന്നു. *ലുഡ്വിഗ് ഫോയർബാഹി*ന്റെ കയ്യെഴുത്തുപ്രതി അവസാനമായി സംശോധനം ചെയ്യുമ്പോൾ എംഗൽസ് ഈ നാലുപേജുകളും നീക്കി അവയുടെ സ്ഥാനത്ത് മറ്റൊരു പാഠം എഴുതിച്ചേർത്തു. എങ്കിലും രണ്ടാമധ്യായത്തിൽനിന്നു നീക്കം ചെയ്ത ഈ പേജുകളുടെ മൗലികമായ ഉള്ളടക്കം (19-ാം നൂറ്റാണ്ടിൽ) പ്രകൃതിശാസ്ത്രരംഗത്ത് നടന്ന മൂന്നു മഹത്തായ കണ്ടുപിടുത്തങ്ങളെപ്പറ്റി) *ലുഡ്വിഗ് ഫോയർബാഹി*ന്റെ നാലാമധ്യായത്തിൽ സംക്ഷിപ്തരൂപത്തിൽ ഉൾപ്പെടുത്തിയിട്ടുണ്ട്. എംഗൽസിന്റെ ഈ കൃതി 1886-ൽ *നോയെസൈറ്റി*ന്റെ ഏപ്രിൽ-മേയ് മാസങ്ങളിലെ ലക്കങ്ങളിലാണ് ആദ്യമായി പ്രസിദ്ധീകരിച്ചതെന്നതുകൊണ്ട് ഈ നുറുങ്ങ് എഴുതിയത് 1886-ന്റെ ആദ്യപാദത്തിലാണെന്ന് അനുമാനിക്കാവുന്നതാണ്. നുറുങ്ങിന്റെ ഒന്നാം പേജിൽ പാഠം തുടങ്ങുന്നത് ഒരു വാചകത്തിന്റെ നടുവിൽവച്ചാണ്. *നോയെ സൈറ്റിൽ*

അച്ചടിച്ച *ലുഡ്‌വിഗ് ഫോയർബാഹി*ന്റെ പാഠമനുസരിച്ച് പുനഃസ്ഥാപിക്കപ്പെട്ട വാചകത്തിന്റെ ആദ്യഭാഗം കോഷ്ഠകത്തിൽ കൊടുത്തിരിക്കുന്നു.

117. ഷ്ടാർക്കെയുടെ *ലുഡ്‌വിഗ് ഫോയർബാഹ്* (ഷ്റ്റുറ്റ്ഗർട്ട്, 1885) എന്ന പുസ്തകത്തിലുള്ളതാണ് ഈ ഉദ്ധരണി. അതെടുത്തിരിക്കുന്നത് 1846–ൽ ഫോയർബാഹ് എഴുതിയ *അനശ്വരതാ പ്രശ്നം നരവംശശാസ്ത്രത്തിന്റെ നിലപാടിൽനിന്ന്* എന്ന കൃതിയിൽനിന്നാണ്. (എൽ ഫോയർബാഹ്, സമ്പൂർണസമാഹൃതകൃതികൾ, വാല്യം III, ലൈപ്സിഗ്, 1847, പേജ് 331).

118. "Sire, je n'avais pas besoin de cette hypothese" (സർ, അങ്ങനെയൊരു പരികൽപ്പനയുടെ ആവശ്യം എനിക്കില്ല) – ഖഗോളബലതന്ത്രത്തെക്കുറിച്ചുള്ള ലപ്ലാസിന്റെ കൃതിയിൽ ദൈവത്തെക്കുറിച്ചുള്ള പരാമർശമൊന്നുമില്ലാത്തത് എന്തുകൊണ്ടാണെന്ന നെപ്പോളിയന്റെ ചോദ്യത്തിന് ആ ജ്യോതിശാസ്ത്രജ്ഞന്റെ മറുപടി.

119. 1874 ആഗസ്റ്റ് 19–ാംന് ബെൽഫാസ്റ്റിൽവച്ചു കൂടിയ ശാസ്ത്രപുരോഗതിക്കുവേണ്ടിയുള്ള ബ്രിട്ടീഷ് സമാജത്തിന്റെ 44–ാമതു യോഗത്തിൽ ടിൻഡാൽ നടത്തിയ ഉൽഘാടനപ്രസംഗത്തെക്കുറിച്ചാണ് പരാമർശം. 1874 ആഗസ്റ്റ് 20–ന് *നേച്ചർ* എന്ന വാരികയുടെ 251–ാം ലക്കത്തിൽ ആ പ്രസംഗം പ്രസിദ്ധീകരിക്കുകയുണ്ടായി.

120. *പ്രകൃതിയുടെ വൈരുധ്യാത്മകത*യെന്ന കൃതിയിലെ മറ്റെല്ലാ ഭാഗങ്ങൾക്കും മുമ്പ് (1873 ആരംഭത്തിൽ) എഴുതിയതാണ് "ബ്യൂഹനർ" എന്ന ശീർഷകത്തോടുകൂടിയ നുറുങ്ങ്. എംഗൽസിന്റെ കയ്യെഴുത്തു പ്രതിയുടെ ആദ്യത്തെ ഫോൾഡർ ആരംഭിക്കുന്നത് അതോടുകൂടിയാണ്. ഗ്രാമ്യഭൗതികവാദത്തിന്റെയും സോഷ്യൽ ഡാർവിനിസത്തിന്റേയും പ്രതിനിധിയെന്ന നിലയ്ക്ക് ബ്യൂഹനർക്കെതിരായി എഴുതാൻ എംഗൽസ് ഉദ്ദേശിച്ചിരുന്ന ഒരു കൃതിയുടെ സംക്ഷേപമാണിതെന്നു തോന്നുന്നു.

121. ഹെഗലിന്റെ *തത്വശാസ്ത്ര എൻസൈക്ലോപ്പീഡിയ*യുടെ രണ്ടാം പതിപ്പിന്റെ മുഖവുരയിൽനിന്നെടുത്ത താഴെക്കൊടുക്കുന്ന വാചകമാണ് എംഗൽസിന്റെ മനസിലുള്ളത്: "ഒരു ചത്ത പട്ടിയോടെന്നപോലെയാണ് ആളുകൾ സ്പിനോസയോടു പെരുമാറുന്നതെന്ന് ലെസിംഗ് ഒരുകാലത്ത് പറഞ്ഞിട്ടുണ്ട്" 1780 ജൂൺ 7–ന് ലെസിംഗും യാക്കോബിയും തമ്മിൽ നടന്ന ഒരു സംഭാഷണത്തെയാണ് ഹെഗൽ പരാമർശിക്കുന്നത്. ആ സംഭാഷണത്തിനിടയിൽ ലെസിംഗ് പറഞ്ഞു: "സ്പിനോസ ഒരു ചത്ത പട്ടിയാണെന്ന മട്ടിലാണല്ലോ ആളുകൾ ഇപ്പോഴും അദ്ദേഹത്തെപ്പറ്റി സംസാരിക്കുന്നത്." (എഫ് എച്ച് യക്കോബി, "കൃതികൾ", വാല്യം IV, ഖണ്ഡം I, ലൈപ്സിഗ്, 1819, പേജ് 68 നോക്കുക.)

തന്റെ *തത്വശാസ്ത്രചരിത്ര*ത്തിന്റെ മൂന്നാം വാല്യത്തിൽ ഹെഗൽ ഫ്രഞ്ച് ഭൗതികവാദികളെപ്പറ്റി വിസ്തരിച്ചു പ്രതിപാദിക്കുന്നുണ്ട്.

122. *മനുഷ്യനും ഭൂത–വർത്തമാന–ഭാവികാലങ്ങളിൽ അവന് പ്രകൃതിയിലുള്ള സ്ഥാനവും* (2–ാം പതിപ്പ്, ലൈപ്സിഗ്, 1872) എന്ന ബ്യൂഹനറുടെ കൃതിയെക്കുറിച്ചാണ് പരാമർശം. തന്റെ പുസ്തകത്തിന്റെ 170–171 പേജുകളിൽ ബ്യൂഹനർ പറയുന്നതിതാണ്: മനുഷ്യരാശിയുടെ അനുക്രമമായ വികാസഗതിയിൽ മനുഷ്യനിലെ പ്രകൃതിക്ക് അതെപ്പറ്റിത്തന്നെ ബോധമുളവാകുന്ന

ഒരു നിമിഷം വന്നെത്തുന്നു. ആ നിമിഷംതൊട്ട് മനുഷ്യൻ പ്രകൃതിയുടെ അന്ധമായ നിയമങ്ങൾക്ക് നിഷ്ക്രിയമായി വഴങ്ങാതാവുന്നു. അവൻ അതിന്റെ അധിപനായിത്തീരുന്നു. അതായത്, ഹെഗലിന്റെ ഒരു പ്രയോഗം കടമെടുക്കുകയാണെങ്കിൽ ആ നിമിഷംതൊട്ട് അളവ് ഗുണമായി മാറുന്നു. തന്റെ പക്കലുള്ള ബ്യൂഹ്നറുടെ ഈ ഗ്രന്ഥത്തിന്റെ പ്രതിയിൽ എംഗൽസ് ഈ ഭാഗത്ത് അടിവരയിടുകയും "Umschlag!" ("പെട്ടെന്നുള്ള വഴിത്തിരിവ്!") എന്നു കുറിക്കുകയും ചെയ്തിട്ടുണ്ട്.

123. ന്യൂട്ടന്റെ ദാർശനികവീക്ഷണങ്ങളുടെ പരിമിതി, ആഗമനരീതിക്ക് അദ്ദേഹം ഏകപക്ഷീയമായി കൽപ്പിക്കുന്ന അമിതപ്രാധാന്യം, "ഞാൻ പരികൽപ്പനകൾ കെട്ടിച്ചമയ്ക്കാറില്ല" എന്ന വിശ്രുതവാക്കുകളിലൂടെ അദ്ദേഹം പരികൽപ്പനകളോടു പ്രകടിപ്പിക്കുന്ന നിഷേധാത്മകമനോഭാവം – ഇവയെയെല്ലാമാണ് എംഗൽസ് പരാമർശിക്കുന്നത്. 16–ാമത്തെ കുറിപ്പു നോക്കുക.

124. ലൈബ്നിത്സിൽനിന്നു സ്വതന്ത്രമായും അദ്ദേഹത്തെക്കാൾ മുമ്പും ന്യൂട്ടണാണ് അവകലനവും സമാകലനവും കണ്ടുപിടിച്ചതെന്നും എന്നാൽ ന്യൂട്ടണെപ്പോലെതന്നെ സ്വന്തം മാർഗത്തിലൂടെ ആ കണ്ടുപിടുത്തം നടത്തിയ ലൈബ്നിത്സാണ് അതിന് കൂടുതൽ അന്യൂനമായ രൂപം നൽകിയതെന്നുമുള്ളത് നിസ്സംശയമാണെന്ന് ഇപ്പോൾ കരുതപ്പെടുന്നു. ഈ നുറുങ്ങെഴുതി രണ്ടുകൊല്ലം കഴിയുന്നതിനു മുമ്പുതന്നെ എംഗൽസ് ഈ പ്രശ്നത്തെപ്പറ്റി കുറെക്കൂടി ശരിയായ അഭിപ്രായം പ്രകടിപ്പിക്കുകയുണ്ടായി.

125. ഹെഗലിന്റെ *ഫിലോസഫിക് എൻസൈക്ലോപ്പീഡിയ*യിലെ താഴെപ്പറയുന്ന ഭാഗത്തെയാണ് (§ 5, കുറിപ്പ്) എംഗൽസ് പരാമർശിക്കുന്നത്: "മറ്റേതു ശാസ്ത്രവും അറിഞ്ഞിരിക്കണമെങ്കിൽ ആദ്യം അതെക്കുറിച്ചു പഠിച്ചിരിക്കണമെന്നും അത്തരത്തിലുള്ള അറിവു മാത്രമേ ആ ശാസ്ത്രത്തെക്കുറിച്ചു തീർപ്പുകൽപ്പിക്കാനുള്ള അവകാശം നൽകുന്നുള്ളുവെന്നും എല്ലാവരും സമ്മതിക്കുന്നുണ്ട്. ഒരു ചെരിപ്പുണ്ടാക്കാൻ ചെരിപ്പുകുത്തിയുടെ പണി പഠിക്കുകയും പരിശീലിക്കുകയും ചെയ്യേണ്ടത് ആവശ്യമാണെന്ന് എല്ലാവരും സമ്മതിക്കുന്നുണ്ട്.... തത്വശാസ്ത്രത്തിന്റെ കാര്യത്തിൽ മാത്രം അത്തരത്തിലുള്ള പഠനവും പരിശ്രമവും ആവശ്യമാണെന്നു കരുതുന്നില്ല."

126. ഹെഗൽ, *തത്വശാസ്ത്ര എൻസൈക്ലോപ്പീഡിയ*, § 6, ടിപ്പണി: "യാഥാർഥ്യത്തെ ആശയത്തിൽനിന്നു വേർതിരിക്കാൻ യുക്തിക്ക് വിശേഷിച്ചും ഇഷ്ടമാണ്. യുക്തി അതിന്റെതന്നെ അമൂർത്ത സങ്കൽപ്പങ്ങളെ യഥാർഥമായ എന്തോ ഒന്നായി പരിഗണിക്കുകയും 'എങ്ങനെ വേണം' എന്നതിൽ അഭിമാനംകൊള്ളുകയും ചെയ്യുന്നു. രാഷ്ട്രീയമണ്ഡലത്തിനുപോലും ഈ കുറിപ്പടി നൽകാൻ അതിന് ഇഷ്ടമാണ്. ഇത് കണ്ടാൽ തോന്നും, അത് എങ്ങനെയുള്ളതാവണം എന്നറിയാൻവേണ്ടിയാണ് ലോകം ഇത്ര നാളും അതിനേയും കാത്തുനിന്നതെന്ന്!"

127. അതേ കൃതി, § 20, ടിപ്പണി.

128. അതേ കൃതി, § 21, അനുബന്ധം.

129. സമൂഹത്തിന്റെ ചരിത്രത്തിലെന്നപോലെതന്നെ വ്യക്തിയുടെ വികാസത്തിലും ശുദ്ധഗതിപൂണ്ട സ്വതഃസ്ഫൂർത്തിയുടെ അവസ്ഥയിൽനിന്ന് അനുചിന്തനത്തിന്റെ അവസ്ഥയിലേക്കുള്ള പരിവർത്തനമാണ് നടക്കുന്നതെന്ന

തിനെക്കുറിച്ചുള്ള ഹെഗലിന്റെ ന്യായവാദത്തെപ്പറ്റിയാണ് പരാമർശം (*തത്വശാസ്ത്ര എൻസൈക്ലോപ്പീഡിയ*, § 24, അനുബന്ധം 3).

130. ഫ്രഞ്ച് ഗണിതശാസ്ത്രജ്ഞനായ ജെ ബി ജെ ഫുര്യേയുടെ *ചൂടിനെ സംബന്ധിച്ച വിശ്ലേഷണസിദ്ധാന്തം* (പാരീസ്, 1822) എന്ന കൃതിയെയാണ് ഒരു "ഗണിതശാസ്ത്രകവിത" എന്ന് ഡബ്ലിയു തോംസൺ വിശേഷിപ്പിച്ചത്. തോംസണും ടെയിറ്റും ചേർന്നെഴുതിയ *പ്രാകൃതികതത്വശാസ്ത്രപ്രബന്ധം* എന്ന ഗ്രന്ഥത്തിന്റെ അനുബന്ധം നോക്കുക. എംഗൽസ് തയ്യാറാക്കിയ ഈ പുസ്തകത്തിന്റെ സംക്ഷേപത്തിൽ അദ്ദേഹം ഈ ഭാഗം പകർത്തിയെഴുതുകയും അടിവരയിടുകയും ചെയ്തിട്ടുണ്ട്.

131. ഹെഗൽ, *തത്വശാസ്ത്ര എൻസൈക്ലോപ്പീഡിയ*, § 130, ടിപ്പണി: *തർക്കശാസ്ത്രം*, പുസ്തകം II, ഖണ്ഡിക II, അധ്യായം I, "പദാർഥത്തിന്റെ സരന്ധ്രതയെക്കുറിച്ചുള്ള ടിപ്പണി."

132. ഹെഗൽ, *തത്വശാസ്ത്ര എൻസൈക്ലോപ്പീഡിയ*, § 103, അനുബന്ധം "മറ്റൊരു വസ്തുവിന്റെ ഇരട്ടി വിശിഷ്ടഘനതത്വമുള്ള ഒരു വസ്തുവിനകത്ത്, മറ്റേ വസ്തുവിനകത്തുള്ളതിന്റെ ഇരട്ടി അണുക്കൾ അടങ്ങിയിട്ടുണ്ട്" എന്നതാണ് വസ്തുക്കളുടെ വിശിഷ്ടഘനതത്വങ്ങൾ തമ്മിലുള്ള വ്യത്യാസത്തിനു നിദാനം എന്നു വാദിക്കുന്ന ഭൗതികശാസ്ത്രജ്ഞരുമായി ഹെഗൽ ഇവിടെ ഒരു വിവാദത്തിലേർപ്പെടുന്നു.

133. *R Owen. On the Nature of Limbs*, London, 1849, p.86-259.

134. ഇ ഹെക്കൽ, *സൃഷ്ടിയുടെ പ്രാകൃതികചരിത്രം*, 4–ാം പതിപ്പ്, ബർലിൻ, 1873.

135. ഹോഫ്മാൻ എഴുതിയ *ഹോഹന്റ് സൊള്ളെൺമാരുടെ കീഴിൽ രസതന്ത്രത്തിന്റെ നൂറു വർഷം*, ബർലിൻ, 1881 എന്ന പുസ്തകത്തെസംബന്ധിച്ച് എംഗൽസ് എഴുതിയ കുറിപ്പാണിത്. തന്റെ കൃതിയുടെ 26–ാം പേജിൽ ഹോഫ്മാൻ റോസെൻക്രാന്റ്സിന്റെ *ശാസ്ത്രവ്യവസ്ഥ* എന്ന ഗ്രന്ഥത്തിലെ § 475–ൽനിന്ന് താഴെപ്പറയുന്ന ഭാഗം ഉദ്ധരിക്കുന്നുണ്ട്: "......പ്ലാറ്റിനം എന്നത് സ്വർണം നിലകൊള്ളുന്ന ലോഹികതയുടെ ആ അത്യുന്നതഘട്ടത്തിലെത്താനുള്ള വെള്ളിയുടെ വിരോധാഭാസപരമായ ആഗ്രഹം മാത്രമാണ്." (K Rosendranz. *System der Wissenschaft*. Konigsberg, 1850, S.301). ഷുഗർബീറ്റ് വ്യവസായം സംഘടിപ്പിക്കുന്നതിൽ പ്രഷ്യൻ രാജാവായ ഫ്രെഡറിക് – വില്യം മൂന്നാമൻ അനുഷ്ഠിച്ച "സേവനങ്ങളെപ്പറ്റി" ഹോഫ്മാൻ തന്റെ പുസ്തകത്തിൽ 5,6 എന്നീ പേജുകളിൽ പരാമർശിക്കുന്നുണ്ട്.

136. കാസിനിമാർ (എംഗൽസിന്റെ കയ്യെഴുത്തുപ്രതിയിൽ ബഹുവചനമാണ് ഉപയോഗിച്ചിട്ടുള്ളത്) – ഫ്രഞ്ച് ജ്യോതിശാസ്ത്രജ്ഞരുടെ കുടുംബം: 1) ഇറ്റലിയിൽനിന്നു കുടിയേറിപ്പാർത്ത, പാരീസ് നക്ഷത്രബംഗ്ലാവിന്റെ പ്രഥമ ഡയറ്ക്ടർ, ജൊവന്നി ഡൊമെനിക്കൊകാസിനി (1625–1712); 2) അദ്ദേഹത്തിന്റെ മകൻ ഴാക് കാസിനി (1677–1756); 3) അവസാനം പറഞ്ഞയാളിന്റെ മകൻ സീസർ ഫ്രൻസ്വാകാസിനി ഡി ത്യൂറി (1714–1784); 4) അദ്ദേഹത്തിന്റെ മകൻ ഴാക് ഡൊമിനിക് കാസിനി (1748–1845). നാലുപേരും തുടർച്ചയായി പാരീസ് നക്ഷത്രബംഗ്ലാവിന്റെ ഡയറക്ടർസ്ഥാനം അലങ്കരിച്ചു (1669 തൊട്ട് 1793 വരെ). ആദ്യത്തെ മൂന്നുപേർ ഭൂമിയുടെ ആകൃതിയെപ്പറ്റി ന്യൂട്ടന്റേ

തിനു വിരുദ്ധമായ തെറ്റായ ധാരണകൾ വച്ചുപുലർത്തി ഭ്രമണാക്ഷത്തിന്റെ ദിശയിൽ ഭൂഗോളം സമ്മർദിതമാണെന്ന ന്യൂട്ടന്റെ അനുമാനം ശരിയാണെന്ന്, അതിന്റെ വ്യാപ്തത്തിന്റെയും രൂപത്തിന്റെയും കൂടുതൽ കൃത്യമായ മാപനങ്ങളുടെ സ്വാധീനഫലമായി നാലാമത്തെയാൾക്ക് സമ്മതിക്കേണ്ടിവന്നു.

137. തോംസൺ, *ഊഷ്മ-വൈദ്യുതശാസ്ത്രങ്ങളുടെ രൂപരേഖ*, 2-ാം പതിപ്പ്, ലണ്ടൻ, 1840.

138. ഇ ഹെക്കൽ, *മനുഷ്യോൽപ്പത്തിവിജ്ഞാനം, അഥവാ മനുഷ്യന്റെ പരിണാമചരിത്രം*, ലൈപ്സിഗ്, 1874, പേജ് 707-708.

139. *പ്രകൃതിയുടെ വൈരുധ്യാത്മകത*യുടെ രചനയിൽ എംഗൽസ് ഉപയോഗിച്ചത് ഈ പതിപ്പാണ്: G W F Hegel, Werke, Bd. V, 2. Aufl., Berlin, 1841.

140. അതായത് അതിഭൗതികവാദത്തെ അതിന്റെ പഴയ അർഥത്തിലല്ലാതെ - എന്നുവച്ചാൽ, ഉദാഹരണത്തിന് അതിനെ പൊതുവിൽ തത്വചിന്തയായി പരിഗണിച്ച (15-ാമത്തെ കുറിപ്പ് നോക്കുക) ന്യൂട്ടൺ കൽപ്പിച്ച അർഥത്തിലല്ലാതെ - അതിഭൗതികവാദപരമായ ചിന്താരീതിയെന്ന നിലയ്ക്ക് അതിന്റെ ആധുനികാർഥത്തിലെടുത്താൽ.

141. കൊംപ്സൊഗ്നാറ്റസ് (Compsognathus) - ഡൈനോസറുകളുടെ ഗണത്തിൽപ്പെട്ട ഒരു വിലുപ്തജന്തു. അത് ഇഴജന്തുക്കളുടെ വർഗത്തിൽപ്പെട്ടതായിരുന്നെങ്കിലും ഇടുപ്പിന്റെയും പിന്നറ്റങ്ങളുടെയും ഘടനയെ സംബന്ധിച്ചിടത്തോളം അതിന് പക്ഷികളോട് വളരെയേറെ അടുപ്പമുണ്ടായിരുന്നു (എച്ച് എ നിക്കൊൾസൽ. *ജന്തുശാസ്ത്രസംഗ്രഹം*, 5-ാം പതിപ്പ്, എഡിൻബറൊ, ലണ്ടൻ, 1878, പേജ് 545).

ആർക്കിയോപ്ടെറിക്സ് (Archaeopteryx) 18-ാമത്തെ കുറിപ്പ് നോക്കുക.

142. സീലെന്ററേറ്റുകളുടെ (coelenterates) ഇടയിൽ മുകുളനമോ വിഭജനമോ മുഖേന നടക്കുന്ന പെരുകലിനെയാണ് എംഗൽസ് പരാമർശിക്കുന്നത്.

143. ഹെഗൽ, *തത്വശാസ്ത്ര എൻസൈക്ലോപ്പീഡിയ*, § 135, അനുബന്ധം: "ജീവനുള്ള ഒരു ശരീരത്തിന്റെ അവയവങ്ങൾ അതിന്റെ ഭാഗങ്ങൾ മാത്രമല്ല. അവ അവയായിരിക്കുന്നത് അവയുടെ ഏകത്വത്തിൽ മാത്രമാണ്. ആ ഏകത്വം അവയേയും അവ ആ ഏകത്വത്തേയും സ്വാധീനിക്കുന്നുണ്ടെന്ന കാര്യത്തിൽ സംശയമില്ല. ശരീരഘടനാശാസ്ത്രജ്ഞന്റെ കയ്യിൽ കിട്ടുമ്പോൾ മാത്രമാണ് അവയവങ്ങൾ വെറും ഭാഗങ്ങൾ മാത്രമായിത്തീരുന്നത്. പക്ഷേ അദ്ദേഹം കൈകാര്യം ചെയ്യുന്നത് ജീവനുള്ള ശരീരങ്ങളെയല്ല, മൃതദേഹങ്ങളെയാണെന്ന് ഓർക്കണം."

144. അതേ കൃതി, § 126, അനുബന്ധം.

145. അതേ കൃതി, § 117, അനുബന്ധം.

146. അതേ കൃതി, § 115, ടിപ്പണി. തീർപ്പുകൽപ്പിക്കലിന്റെ രൂപംതന്നെ ആഖ്യയും ആഖ്യാതവും തമ്മിലുള്ള വ്യത്യാസത്തെ ചൂണ്ടിക്കാട്ടുന്നുണ്ടെന്ന് ഹെഗൽ ഇവിടെ പറയുന്നു.

147. ക്ലൗസിയസിന്റെ *ചൂടിനെക്കുറിച്ചുള്ള ബലകൃതസിദ്ധാന്തം* (2-ാം പതിപ്പ്, വാല്യം I, ബ്രൗൺഷ്വൈഗ്, 1876) എന്ന കൃതിയെയാണ് എംഗൽസ് ഉദ്ദേശിക്കുന്നത്. ആ പുസ്തകത്തിന്റെ 87-88 പേജുകളിൽ "ചൂടിന്റെ ധനപരിമാണങ്ങളെയും ഋണപരിമാണങ്ങളെയും" കുറിച്ചുള്ള പരാമർശനമുണ്ട്.

148. ജെ ഗ്രിമ്മിന്റെ *ജർമൻഭാഷാചരിത്രം* (4–ാം പതിപ്പ്, ലൈപ്സിഗ്, 1880) എന്ന കൃതിയെക്കുറിച്ചാണ് പരാമർശം. അതിന്റെ ആദ്യത്തെ പതിപ്പ് ലൈപ്സിഗിൽനിന്ന് 1848–ൽ ഇറങ്ങി. 1881–82–ൽ എഴുതിയ *ഫ്രാങ്കിഷ് ദേശ്യഭാഷ* എന്ന പുസ്തകത്തിൽ എംഗൽസ് ഫ്രാങ്കിഷ് ദേശ്യഭാഷയെപ്പറ്റി കൂടുതൽ വിശദമായി പ്രതിപാദിക്കുന്നുണ്ട്. ഈ കുറിപ്പെഴുതിയത് 1881–നോടടുപ്പിച്ചാണെന്ന് തോന്നുന്നു.

149. കിസ്മിത്ത് – വിധി.

150. *പ്രാകൃതികനിർധാരണമാർഗത്തിലൂടെയുള്ള ജാതികളുടെ ഉൽപ്പത്തി* എന്ന ഡാർവിന്റെ കൃതിയെക്കുറിച്ചാണ് പരാമർശം.

151. ഹൈനെയുടെ *തർക്കം* എന്ന ഹാസ്യകാവ്യത്തിൽനിന്നുള്ള ഉദ്ധാരണം. അതിൽ ഒരു കത്തോലിക്കാ കപ്പൂച്ചിൻ സന്യാസിയും പണ്ഡിതനായ ഒരു യഹൂദറബ്ബിയും തമ്മിലുള്ള ഒരു മധ്യകാലികതർക്കത്തെ വർണിക്കുന്നു. തർക്കത്തിനിടയിൽ റബ്ബി യഹൂദമതഗ്രന്ഥമായ *തൗസ്ഫെസ് – യോന്റഫി*യിൽനിന്ന് ഉദ്ധരിക്കുന്നു. *തൗസ്ഫെസ് – യോന്റഫ്*പോയി തുലയട്ടെയെന്നു കപ്പൂച്ചിൻ തിരിച്ചടിക്കുന്നു. അതുകേട്ടു ക്ഷുഭിതനായ റബ്ബി ഉൽഘോഷിക്കുന്നു: “തൗസ്ഫെസ് – യോന്റഫ്”, പോരെന്നോ? പിന്നെന്താണ് മതിയാകുന്നത്? സഹായിക്കണേ! സഹായിക്കണേ!.

152. G W G Hegel. Werke, Bd.III, 2.Aufl., Berlin. 1841. ഉദ്ധരണികളിൽ അടിവരയിട്ടിരിക്കുന്നത് എംഗൽസ്.

153. *മനസിന്റെ പ്രതിഭാസവിജ്ഞാനം* എന്ന ഹെഗലിന്റെ കൃതിയുടെ മുഖവുരയിലെ താഴെക്കൊടുക്കുന്ന ഭാഗത്തെക്കുറിച്ചാണ് പരാമർശം: “പൂവ് പൊട്ടിവിടരുമ്പോൾ മൊട്ട് അപ്രത്യക്ഷമാകുന്നു. പൂവ് മൊട്ടിനെ നിഷേധിക്കുന്നുവെന്നു പറയാവുന്നതാണ്. അതുപോലെ തന്നെ, കായുണ്ടാകുമ്പോൾ സസ്യത്തിന്റെ അസ്തിത്വത്തിന്റെ ഒരു വ്യാജരൂപമാണ് പൂവെന്നും അതിന്റെ നിജരൂപമായി പൂവിന്റെ സ്ഥാനത്ത് വരുന്നത് കായാണെന്നും കരുതാവുന്നതാണ്.” എംഗൽസ് ഉദ്ധരിക്കുന്നത് താഴെപ്പറയുന്ന പതിപ്പിൽനിന്നാണ്: G W F Hegel. Werke, Bd.II, 2.Aufl., Berlin, 1841.

154. ഡിഡൊ – എംഗൽസിന്റെ പട്ടിയുടെ പേര്. 1865 ഏപ്രിൽ 16–നും 1866 ആഗസ്റ്റ് 10–നും മാർക്സിന് അയച്ച കത്തുകളിൽ അദ്ദേഹം അതെപ്പറ്റി പരാമർശിക്കുന്നുണ്ട്.

155. അസ്തിത്വസിദ്ധാന്തം, സാരാംശസിദ്ധാന്തം, ധാരണാസിദ്ധാന്തം, എന്നിങ്ങനെ തർക്കശാസ്ത്രത്തെ മൂന്നായി തിരിച്ചിരിക്കുന്നതും തീർപ്പുകളുടെ നാലംഗവർഗീകരണവും തമ്മിലുള്ള പൊരുത്തത്തെ ഹെഗൽ വിശദീകരിക്കുന്നത് ഇങ്ങനെയാണ്: “വിവിധജാതികളിൽപ്പെടുന്ന തീർപ്പുകൾക്ക് അവയുടെ ലക്ഷണങ്ങൾ ലഭിക്കുന്നത് തർക്കശാസ്ത്രപരമായ ആശയത്തിന്റെ തന്നെ സാർവത്രികരൂപങ്ങളിൽനിന്നാണ്. ഇതുപ്രകാരം അസ്തിത്വത്തിന്റെയും സാരാംശത്തിന്റെയും ധാരണയുടെയും ഘട്ടങ്ങൾക്ക് അനുരോധമായി തീർപ്പിന്റെ മൂന്നു മുഖ്യവിധങ്ങളാണ് നമുക്ക് കിട്ടുന്നത്. ഇതിൽ രണ്ടാമത്തെ വിധം, വിഭേദഘട്ടമായ സാരാംശത്തിന്റെ സ്വഭാവത്തിനനുരോധമായി അതിന്റെ മുറയ്ക്ക് ഇരട്ടിക്കുന്നു” (ഹെഗൽ, *തത്വശാസ്ത്ര എൻസൈക്ലോപ്പീഡിയ*, § 171, അനുബന്ധം).

156. ഇവിടെ, "singular", "particular", "universal" എന്നീ നിർണയങ്ങൾ ഏകാത്മകം, പ്രത്യേകം, സാമാന്യം എന്നീ വൈരുധ്യവാദഗണങ്ങളിൽനിന്നു വ്യത്യസ്തമായി ഔപചാരികതർക്കശാസ്ത്രത്തിന്റെ അർഥത്തിൽ വൈയക്തികം, സവിശേഷം, സാർവത്രികം എന്നിവയെയാണ് കുറിക്കുന്നത്.

157. ഹെഗലിന്റെ *തർക്കശാസ്ത്ര*ത്തിന്റെ 3–ാം പുസ്തകത്തിൽ തീർപ്പിനെക്കുറിച്ചുള്ള മുഴുവൻ അധ്യായത്തിന്റേയും പേജുകളാണ് എംഗൽസ് കാണിച്ചിരിക്കുന്നത്.

158. ഹെഗലിന്റെ *തർക്കശാസ്ത്ര*ത്തിന്റെ 3–ാം പുസ്തകത്തെക്കുറിച്ചാണ് പരാമർശം.

159. മനുഷ്യന് ജംഭികാപൂർവി (premaxilary bone) ഉണ്ടെന്ന് ഗ്യോഥെ കണ്ടുപിടിച്ചത് എങ്ങനെയാണെന്ന് *സൃഷ്ടിയുടെ പ്രാകൃതികചരിത്രം* (ബർലിൻ, 1873) എന്ന തന്റെ ഗ്രന്ഥത്തിന്റെ 4–ാം പതിപ്പിലെ പേജ് 75–77–ൽ ഹെക്കൽ വിവരിക്കുന്നുണ്ട്. ഹെക്കലിന്റെ അഭിപ്രായത്തിൽ, ഗ്യോഥെ ആദ്യം ആഗമനത്തിന്റെ മാർഗത്തിലൂടെ, "എല്ലാ സസ്തനജീവികൾക്കും ജംഭികാപൂർവിയുണ്ട്" എന്ന പ്രമേയത്തിൽ എത്തിച്ചേർന്നു. അതിൽനിന്ന് അദ്ദേഹം "അതുകൊണ്ട് മനുഷ്യനും ആ അസ്ഥിയുണ്ട്" എന്ന നിഗമനാത്മക അനുമാനത്തിലെത്തി. പ്രസ്തുത അനുമാനത്തെ പരീക്ഷണവിവരങ്ങൾ സ്ഥിരീകരിക്കുകയും ചെയ്തു (മനുഷ്യന്റെ ഭ്രൂണത്തിലും പ്രായപൂർത്തിയായ ചിലരിൽ ദൃശ്യമായ പൂർവജതയിലും (atavism) ഗ്യോഥെ ജംഭികാപൂർവി കണ്ടെത്തുകയുണ്ടായി). ഹെക്കൽ പറയുന്ന ആഗമനം ശരിയല്ലെന്ന് എംഗൽസ് ചൂണ്ടിക്കാട്ടുന്നു. കാരണം, സസ്തനജീവിയായ "മനുഷ്യന്" ജംഭികാപൂർവിയില്ലെന്ന–ശരിയാണെന്ന് അംഗീകരിക്കപ്പെട്ടിരിക്കുന്ന–പ്രമേയം അതിനെ ഖണ്ഡിച്ചിരിക്കുന്നു.

160. വെവലിന്റെ *ആഗമനാത്മകശാസ്ത്രങ്ങളുടെ ചരിത്രം* (ലണ്ടൻ, 1837), *ആഗമനാത്മകശാസ്ത്രങ്ങളുടെ ദർശനം* (ലണ്ടൻ, 1840) എന്നീ രണ്ടു മുഖ്യകൃതികളെയാണ് സ്പഷ്ടമായും എംഗൽസ് പരാമർശിക്കുന്നത്.

ശുദ്ധഗണിതശാസ്ത്രങ്ങളാണ് ആഗമനാത്മകശാസ്ത്രങ്ങളിൽ "അടങ്ങിയിട്ടുള്ള"തെന്ന് എംഗൽസ് ഇവിടെ പറഞ്ഞിരിക്കുന്നത്, വെവലിന്റെ അഭിപ്രായത്തിൽ അവ ശുദ്ധഗണിതശാസ്ത്രങ്ങളുടെ ചുറ്റിനുമായി നിലകൊള്ളുന്നുവെന്ന അർഥത്തിലാണെന്ന് സ്പഷ്ടമാണ്. ശുദ്ധയുക്തിയുടെ ശാസ്ത്രങ്ങളാണ് ശുദ്ധഗണിതശാസ്ത്രങ്ങൾ എന്നാണ് വെവലിന്റെ പക്ഷം. *ആഗമനാത്മകശാസ്ത്രങ്ങളുടെ ദർശനത്തിൽ* (വാല്യം I, പുസ്തകം II) വെവൽ *ശുദ്ധശാസ്ത്രങ്ങളുടെ ദർശന*ത്തിന്റെ ചെറിയൊരു രൂപരേഖ നൽകുന്നുണ്ട്. അവയുടെ മുഖ്യഘടകങ്ങളായി അദ്ദേഹം കരുതുന്നത് ജ്യാമിതി, സൈദ്ധാന്തികഅങ്കഗണിതം, ബീജഗണിതം, എന്നിവയെയാണ്. തന്റെ *ആഗമനാത്മകശാസ്ത്രങ്ങളുടെ ചരിത്ര*ത്തിൽ വെവൽ *ആഗമനാത്മകശാസ്ത്ര*ങ്ങളെ (ബലതന്ത്രം, ജ്യോതിശാസ്ത്രം, ഭൗതികശാസ്ത്രം, രസതന്ത്രം, ഖനിജവിജ്ഞാനം, സസ്യശാസ്ത്രം, ജന്തുശാസ്ത്രം, ശരീരക്രിയാശാസ്ത്രം, ഭൂവിജ്ഞാനം, എന്നിവയെ) "നിഗമനാത്മകശാസ്ത്ര"ങ്ങൾക്ക് (ജ്യാമിതി, അങ്കഗണിതം, ബീജഗണിതം എന്നിവയ്ക്ക്) എതിരായി എടുത്തുകാട്ടുന്നുണ്ട്.

161. "സാ–വൈ–സ" എന്ന ഫോർമുലയിൽ "സാ" സാർവത്രികത്തെയും "വൈ" വൈയക്തികത്തെയും "സ" സവിശേഷത്തെയും കുറിക്കുന്നു. ആഗമനാത്മക അനുമാനങ്ങളുടെ യുക്തിപരമായ സാരാംശം അപഗ്രഥിക്കുന്ന അവസരത്തിലാണ് ഹെഗൽ ഈ ഫോർമുല ഉപയോഗിക്കുന്നത്. ഹെഗൽ, *തർക്കശാസ്ത്രം*, പുസ്തകം III, ഖണ്ഡം I, അധ്യായം 3, "ആഗമനത്തിന്റെ അനുമാനവാക്യം" എന്ന ഖണ്ഡിക നോക്കുക. എംഗൽസ് തുടർന്നു പരാമർശിക്കുന്ന ഹെഗലിന്റെ പ്രമേയവും – അതായത്, ആഗമനാത്മകഅനുമാനം സാരാംശത്തിൽ സന്ദിഗ്ധമാണെന്ന പ്രമേയം – ഈ ഖണ്ഡികയിലാണുള്ളത്.

162. ഹെഗൽ, *തത്വശാസ്ത്ര എൻസൈക്ലോപ്പീഡിയ*, § 39. "അനുഭവാധിഷ്ഠിത നിരീക്ഷണങ്ങൾ നമുക്ക് തരുന്നത് ഒന്നിനുപിറകേ ഒന്നായി വരുന്ന മാറ്റങ്ങളെക്കുറിച്ചുമുള്ള ഇന്ദ്രിയാനുഭൂതികളാണ്. എന്നാൽ അവശ്യമായ സംബന്ധം അവ കാണിച്ചുതരുന്നില്ല."

163. *പ്രകൃതിയുടെ വൈരുധ്യാത്മകത*യെന്ന കൃതിയുടെ രചനയിൽ എംഗൽസ് ഉപയോഗിച്ചത് ഗ്രോവിന്റെ *ഭൗതികബലങ്ങളുടെ സഹസംബന്ധം* (3–ാം പതിപ്പ്, ലണ്ടൻ, 1855) എന്ന കൃതിയാണ്. ആദ്യത്തെ പതിപ്പ് ലണ്ടനിൽനിന്ന് 1846–ൽ പ്രസിദ്ധീകരിക്കപ്പെട്ടു.

164. *പ്രകൃതിയുടെ വൈരുധ്യാത്മകത*യെന്ന കൃതിക്കുള്ള സാമഗ്രികളുടെ രണ്ടാമത്തെ ഫോൾഡറിലെ വിഷയാനുക്രമണികയിൽ കാണുന്ന ശീർഷകം ഇതാണ്. "പ്രകൃതിവിജ്ഞാനത്തിന്റെ പരിമിതികൾ" എന്ന പ്രഭാഷണത്തിൽ (3–ാമത്തെ കുറിപ്പു നോക്കുക) കെ നെഗേലി ഉന്നയിച്ച മൗലികപ്രമേയങ്ങളെക്കുറിച്ചുള്ള വിമർശനപരമായ ഒരു അപഗ്രഥനമാണ് ഈ കുറിപ്പിൽ അടങ്ങിയിട്ടുള്ളത്. *1877–ൽ മ്യൂണിഹിൽ ചേർന്ന ജർമൻ പ്രകൃതിശാസ്ത്രജ്ഞരുടെയും ഭിഷഗ്വരന്മാരുടെയും 50–ാം കോൺഗ്രസിന്റെ ബുള്ളറ്റിൻ. അനുബന്ധം. 1877 സെപ്തംബർ* എന്ന പ്രസിദ്ധീകരണത്തിൽ വന്ന നെഗേലിയുടെ റിപ്പോർട്ടിൽനിന്നാണ് എംഗൽസ് ഉദ്ധരിക്കുന്നത്.

165. 1774–ൽ ജോസഫ് പ്രീസ്റ്റ്ലി ഓക്സിജൻ കണ്ടുപിടിച്ചതിനെയാണ് എംഗൽസ് പരാമർശിക്കുന്നത്. താനൊരു പുതിയ രാസമൂലകമാണ് കണ്ടുപിടിച്ചിരിക്കുന്നതെന്നും ഈ കണ്ടുപിടുത്തം രസതന്ത്രത്തിൽ ഒരു വിപ്ലവം തന്നെ വരുത്തിവയ്ക്കുമെന്നും പ്രീസ്റ്റ്ലി ഊഹിച്ചതുപോലുമില്ല. മാർക്സിന്റെ *മൂലധന*ത്തിന്റെ രണ്ടാം വാല്യത്തിനുള്ള മുഖവുരയിൽ എംഗൽസ് ഈ കണ്ടുപിടുത്തത്തെപ്പറ്റി കൂടുതൽ വിശദമായി പ്രതിപാദിക്കുന്നുണ്ട്.

166. ഹെഗലിന്റെ *തത്വശാസ്ത്ര എൻസൈക്ലോപ്പീഡിയ*യിലെ § 13–ലുള്ള താഴെക്കൊടുക്കുന്ന കുറിപ്പുമായി താരതമ്യപ്പെടുത്തിനോക്കുക: "സാർവത്രികത്തെ ഔപചാരികമായി എടുക്കുകയും അതിനെ സവിശേഷത്തിന്റെ ഒപ്പം വയ്ക്കുകയും ചെയ്താൽ സാർവത്രികംതന്നെ സവിശേഷമായ ഒന്നായി മാറും. ദൈനംദിനകാര്യങ്ങളെ സംബന്ധിച്ച സാമാന്യബുദ്ധിപോലും സാർവത്രികത്തെ സവിശേഷത്തിന്റെ ഒപ്പം വയ്ക്കുകയെന്ന അസംബന്ധം പ്രവർത്തിക്കുകയില്ല. പഴങ്ങൾ വേണമെന്നുള്ള ആരെങ്കിലും, ചെറിയും പെയറും മുന്തിരിങ്ങയും പഴമല്ല, അവ ചെറിയും പയറും മുന്തിരിങ്ങയുമാണ് എന്ന കാരണം പറഞ്ഞ് അവ വേണ്ടെന്നു വയ്ക്കുമോ?"

167. ഹെഗലിന്റെ *തർക്കശാസ്ത്ര*ത്തിൽ പരിമാണത്തെക്കുറിച്ചു പറയുന്ന ഭാഗത്തെയാണ് എംഗൽസ് ഉദ്ദേശിക്കുന്നത്. ജ്യോതിശാസ്ത്രം പ്രശംസനീയമാവാൻ കാരണം അതു കൈകാര്യം ചെയ്യുന്ന അപരിമേയമായ നക്ഷത്രബാഹുല്യത്തിന്റെയും അപരിമേയങ്ങളായ സ്ഥലകാലങ്ങളുടെയും വികല അനന്തമല്ല, പിന്നെയോ, "യുക്തി ആ വസ്തുക്കളിൽ അംഗീകരിക്കുന്ന മാപനബന്ധങ്ങളും നിയമങ്ങളുമാണെ"ന്ന് ഹെഗൽ പറയുന്നു. "കാരണം, അവ യുക്തിയുടെ അനന്തമാണ്. മറ്റുള്ളവയാകട്ടെ, അയുക്തിയുടെ അനന്തമാണ്." (ഹെഗൽ, *തർക്കശാസ്ത്രം* പുസ്തകം I, ഭാഗം II, അധ്യായം 2, ടിപ്പണി: "അനന്തപുരോഗതിയെക്കുറിച്ചുള്ള മതിപ്പ്.")

168. ഇറ്റാലിയൻ ധനശാസ്ത്രജ്ഞനായ ഗലിയാനിയുടെ *പണത്തെപ്പറ്റി* എന്ന പ്രബന്ധത്തിൽനിന്നുള്ള ഉദ്ധരണിയാണിത്. എംഗൽസ് മൂലപാഠത്തിൽ അൽപ്പസ്വൽപ്പം ഭേദഗതി വരുത്തിയിട്ടുണ്ട്. മാർക്സും ഇതേ ഉദ്ധരണി *മൂലധന*ത്തിന്റെ ഒന്നാംവാല്യത്തിൽ ഉപയോഗിച്ചിട്ടുണ്ട്. പി കുസ്റ്റോഡി പ്രസാധനംചെയ്ത *ഇറ്റാലിയൻ ക്ലാസിക്കൽ അർഥശാസ്ത്രം. ആധുനികധനശാസ്ത്രജ്ഞർ* (വാള്യം III, മിലാൻ, 1803, പേജ് 156) എന്ന ഗ്രന്ഥമാണ് എംഗൽസ് ഉപയോഗിച്ചിരിക്കുന്നത്.

169. " $1/r^2$ -ന്റെ സ്ഥിതിയും അതുതന്നെ" എന്ന വാക്കുകൾ എംഗൽസ് പിന്നീടു കൂട്ടിച്ചേർത്തതാണ്. എംഗൽസിന്റെ മനസിലുള്ളത് π എന്ന സംഖ്യയാവാനിടയുണ്ട്. തികച്ചും നിശ്ചിതമായ ഒരു മൂല്യമുണ്ടെങ്കിലും ഒരു പരിമിത ദശാംശമോ സാധാരണ ഭിന്നിതമോ ആയി പ്രകാശിപ്പിക്കാൻ സാധ്യമല്ലാത്ത ഒന്നാണല്ലോ അത്. വൃത്തത്തിന്റെ വിസ്തീർണം 1 ആയിട്ടെടുത്താൽ $\pi r^2 = 1$ എന്ന ഫോർമുലയിൽ നിന്ന് $\pi = 1/r^2$ എന്നു കിട്ടുന്നു (r = വൃത്തത്തിന്റെ വ്യാസാർധം).

170. ഹെഗൽ, *പ്രാകൃതിക തത്വശാസ്ത്രം*, § 280, അനുബന്ധം: "പൊതുവിൽ സൂര്യനും ചന്ദ്രനും ധൂമകേതുക്കളും നക്ഷത്രങ്ങളും ഭൂമിയുടെ വെറും നിബന്ധനകൾ മാത്രമാണെന്നതുപോലെതന്നെ സൂര്യൻ ഗ്രഹത്തിന് ഉപകരിക്കുന്നു."

171. *മനുഷ്യന്റെ സൽഗുണങ്ങളുടെ കാപട്യം* എന്ന എ ഹാല്ലെറുടെ കവിത 1732–ൽ പ്രസിദ്ധീകൃതമായി. ഒരൊറ്റ മനുഷ്യനുപോലും പ്രകൃതിയുടെ ആന്തരികസത്ത അറിയാൻ സാധ്യമല്ലെന്നും പുറംതോടിനെക്കുറിച്ചുള്ള അറിവുകൊണ്ട് അവൻ തൃപ്തിപ്പെട്ടുകൊള്ളണമെന്നും അതിൽ ഹാല്ലർ വാദിക്കുന്നുണ്ട്. 1820–ൽ *നിസ്സംശയം* എന്ന കവിതയിൽ ഗ്യേഥെ ഹാല്ലറുടെ വാദത്തെ എതിർത്തു. പ്രകൃതി ഒരൊറ്റ ഏകത്വമാണെന്നും ഹാല്ലർ ചെയ്തിരിക്കുന്നതുപോലെ അജ്ഞേയമായ ഉൾക്കാമ്പും മനുഷ്യനു പ്രാപ്യമായ പുറംതോടുമായി അതിനെ വിഭജിക്കാൻ സാധ്യമല്ലെന്നും അദ്ദേഹം ചൂണ്ടിക്കാട്ടി. ഹെഗൽ തന്റെ *തത്വശാസ്ത്ര എൻസൈക്ലോപ്പീഡിയ*യിൽ രണ്ടിടത്ത് (§140, ടിപ്പണി, § 246, അനുബന്ധം) ഗ്യേഥെയും ഹാല്ലറും തമ്മിലുള്ള തർക്കത്തെ പരാമർശിക്കുന്നുണ്ട്.

172. ഹെഗൽ, *തർക്കശാസ്ത്രം*, പുസ്തകം II, ഭാഗം I, അധ്യായംI, "തോന്നൽ," ഭാഗം ("പ്രത്യക്ഷത"). ഈ ഭാഗത്ത് സാക്ഷാദ്‌വസ്തുവിനെപ്പറ്റി ഒരു പ്രത്യേ

കഖണ്ഡികയും ("സാക്ഷാദ്വസ്തുവും അസ്തിത്വവും") ഒരു ടിപ്പണിയും ("ഇന്ദ്രിയാതീത ആശയവാദത്തിലെ സാക്ഷാദ്വസ്തു") ഉണ്ട്.

173. ഹെഗൽ, *തത്വശാസ്ത്ര എൻസൈക്ലോപ്പീഡിയ*, §124, ടിപ്പണിയും അനുബന്ധവും.

174. ഹെഗൽ, *തർക്കശാസ്ത്രം*, പുസ്തകം III, ഖണ്ഡം III, അധ്യായം 2.

175. ഹെഗൽ, *തത്വശാസ്ത്ര എൻസൈക്ലോപ്പീഡിയ*, §128, അനുബന്ധം.

176. അതേ കൃതി § 98. അനുബന്ധം 1: ".....പദാർഥത്തെ സംബന്ധിച്ചിടത്തോളം വികർഷണത്തോളംതന്നെ സാരവത്തായ ഒരു ഗുണമാണ് ആകർഷണം."

177. ഹെഗൽ. *തർക്കശാസ്ത്രം*, പുസ്തകം I, ഖണ്ഡം II, അധ്യായം 1, സ്ഥല കാലങ്ങളുടെയും പദാർഥത്തിന്റെയും അവിഭാജ്യതയും അപരിമിതവിഭാജ്യതയും പരസ്പരവിരുദ്ധമാണെന്ന കാന്റിന്റെ വാദത്തെക്കുറിച്ചുള്ള ടിപ്പണി.

178. ഹെഗൽ, *പ്രാകൃതികതത്വശാസ്ത്രം*, § 261. അനുബന്ധം.

179. ദെക്കാർത്ത് 1630–33–ൽ എഴുതിയതും അദ്ദേഹത്തിന്റെ മരണശേഷം 1664–ൽ പ്രസിദ്ധീകരിച്ചതുമായ *ലോകം* എന്ന കൃതിയുടെ ആദ്യഭാഗമായ "പ്രകാശത്തെക്കുറിച്ചുള്ള പ്രബന്ധ"ത്തിലും 1639 ഏപ്രിൽ 30–നു ഡെബോനിന് അയച്ച കത്തിലുമാണ് അദ്ദേഹം ചലനപരിമാണസംരക്ഷണമെന്ന ആശയം പ്രകാശിപ്പിച്ചത്. താഴെപ്പറയുന്ന കൃതിയിൽ ഈ പ്രമേയം ഏറ്റവും സമ്പൂർണമായ രൂപത്തിൽ പ്രതിപാദിച്ചിട്ടുണ്ട്: ആർ ദെക്കാർത്ത്, *തത്വശാസ്ത്രപ്രമാണങ്ങൾ* ആംസ്റ്റർഡാം, 1644, രണ്ടാംഭാഗം. § 36–309.

180. 163–ാമത്തെ കുറിപ്പു നോക്കുക.
ബലകൃതചലനം "ടെൻഷന്റെ അവസ്ഥ"യായും ചൂടായും മാറ്റപ്പെടുമ്പോഴത്തെ "ബലത്തിന്റെ അവിനാശ്യത"യെക്കുറിച്ച് ഗ്രോവ് തന്റെ പുസ്തകത്തിന്റെ 20–29 പേജുകളിൽ വിവരിക്കുന്നു.

181. *പ്രകൃതിയുടെ വൈരുധ്യാത്മകത*യെന്ന കൃതിയുടെ പ്ലാനിന്റെ ഒരു ഭാഗത്തിന്റെ രൂപരേഖ അടങ്ങുന്ന അതേ താളിലാണ് ഈ കുറിപ്പും എഴുതിയിരിക്കുന്നത്. "ചലനത്തിന്റെ അടിസ്ഥാനരൂപങ്ങൾ" എന്ന അധ്യായത്തിൽ എംഗൽസ് വികസിപ്പിച്ചെടുത്തിട്ടുള്ള ആശയങ്ങളുടെ ഒരു സംക്ഷേപമാണ് ഇത്.

182. 163–ാമത്തെ കുറിപ്പു നോക്കുക.
"പദാർഥത്തിന്റെ അവസ്ഥകൾ" (affections) എന്നതുകൊണ്ട് ഗ്രോവ് ഉദ്ദേശിക്കുന്നത് "ചൂട്", "പ്രകാശം", "വിദ്യുച്ഛക്തി", "കാന്തശക്തി", "രാസബന്ധുത", "ചലനം" എന്നിവയേയും "ചലനം" എന്നതുകൊണ്ട് അദ്ദേഹം ഉദ്ദേശിക്കുന്നത് ബലകൃതചലനത്തെ അഥവാ സ്ഥാനാന്തരണത്തേയുമാണ്.

183. ആദ്യമായി 1830–42–ൽ പാരീസിൽനിന്ന് പ്രസിദ്ധീകരിച്ച തന്റെ മുഖ്യകൃതിയായ *പോസിറ്റീവ് തത്വശാസ്ത്രപദ്ധതി*യിലാണ് എ കോന്ത് ശാസ്ത്രങ്ങളുടെ ഇത്തരത്തിലുള്ള ഒരു വർഗീകരണവ്യവസ്ഥ മുന്നോട്ടുവച്ചത്. പുസ്തകത്തിന്റെ ഒന്നാം വാല്യത്തിൽ, "ഈ പദ്ധതിയുടെ വിശദീകരണം അഥവാ പോസിറ്റീവ് ശാസ്ത്രങ്ങളുടെ സോപാനത്തെ സംബന്ധിച്ച സാമാന്യപരിഗണനകൾ" എന്ന ശീർഷകത്തോടുകൂടിയ രണ്ടാം പ്രഭാഷണത്തിൽ, ശാസ്ത്രങ്ങളുടെ വർഗീകരണത്തിന്റെ പ്രശ്നം പ്രത്യേകം ചർച്ചചെയ്യപ്പെടുന്നുമുണ്ട്. A Comte, "Cours de Philosohie Positive" (t.l, 1830) നോക്കുക 315.

184. ആദ്യമായി 1816–ൽ പ്രസിദ്ധീകരിച്ച ഹെഗലിന്റെ *തർക്കശാസ്ത്ര*ത്തിന്റെ മൂന്നാം ഭാഗത്തെയാണ് എംഗൽസ് പരാമർശിക്കുന്നത്. *പ്രാകൃതികതത്വ ശാസ്ത്ര*ത്തിൽ ഹെഗൽ പ്രകൃതിശാസ്ത്രത്തിലെ ഈ മൂന്നു മുഖ്യവിഭാഗ ങ്ങൾക്ക് "ബലവിജ്ഞാനം," "ഭൗതികം," "ജീവവിജ്ഞാനം" എന്നിങ്ങനെ പേരിട്ടിരിക്കുന്നു.

185. *പ്രകൃതിയുടെ വൈരുധ്യാത്മകത*യെന്ന കൃതിക്കുള്ള സാമഗ്രികളുടെ രണ്ടാ മത്തെ ഫോൾഡറിൽ എംഗൽസ് ഉൾപ്പെടുത്തിയ മൂന്നു വലിയ കുറിപ്പുക ളിലൊന്നാണ് ഇത്. അവയിൽ രണ്ടെണ്ണം–"യഥാർഥപ്രപഞ്ചത്തിലെ ഗണി താത്മക അനന്തത്തിന്റെ പ്രാഗ്രൂപങ്ങളെപ്പറ്റി" "പ്രകൃതിയെക്കുറിച്ചുള്ള 'ബല കൃത'ധാരണയെപ്പറ്റി," എന്നിവ – *ആന്റിഡ്യൂറിംഗി*നുള്ള കുറിപ്പുകളോ അനു ബന്ധങ്ങളോ ആണ്. *ആന്റിഡ്യൂറിംഗി*ന്റെ പല ഭാഗങ്ങളിലായി സ്പർശി ക്കുകമാത്രം ചെയ്തിട്ടുള്ളതോ ചുരുക്കത്തിൽ പ്രതിപാദിച്ചിട്ടുള്ളതോ ആയ ചില പ്രധാനപ്പെട്ട ആശയങ്ങളെ എംഗൽസ് അവയിൽ കൂടുതൽ വിശദീക രിക്കുന്നു. "അനന്തം മനസിലാക്കാനുള്ള നെഗേലിയുടെ കഴിവുകേടിനെ പ്പറ്റി" എന്ന മൂന്നാമത്തെ കുറിപ്പിന് *ആന്റിഡ്യൂറിംഗു*മായി യാതൊരു ബന്ധ വുമില്ല. 1884–ൽ ബെൺഷ്ടൈനും കൗട്സ്കിക്കും 1885–ൽ ഷ്ല്യൂട്ടർക്കും എംഗൽസ് എഴുതിയ കത്തുകളിൽനിന്നു കാണാവുന്നതുപോലെ *ആന്റി ഡ്യൂറിംഗി*ലെ പല ഭാഗങ്ങൾക്കും പ്രകൃതിശാസ്ത്രസ്വഭാവമുള്ള അനുബ ന്ധങ്ങളുടെ ഒരു പരമ്പര എഴുതാനും അവ ആ കൃതിയുടെ രണ്ടാം പതി പ്പിന്റെ അവസാനം ചേർക്കാനും അദ്ദേഹത്തിന് ഉദ്ദേശ്യമുണ്ടായിരുന്നു. എന്നാൽ കൃത്യാന്തരബാഹുല്യംമൂലം – സർവോപരി, മാർക്സിന്റെ *മൂല ധന*ത്തിന്റെ രണ്ടും മൂന്നും വാല്യങ്ങളുടെ പ്രസാധനം സംബന്ധിച്ച പ്രവർത്തനംമൂലം എംഗൽസിന് തന്റെ ഉദ്ദേശ്യം സഫലമാക്കാൻ കഴിഞ്ഞി ല്ല. *ആന്റിഡ്യൂറിംഗി*ന്റെ ആദ്യത്തെ പതിപ്പിലെ 17–18 പേജുകൾക്കും 46–ാം പേജിനും രണ്ടു "കുറിപ്പു"കളുടെ കരടുരൂപരേഖകൾ തയാറാക്കാൻ മാത്രമേ അദ്ദേഹത്തിനു കഴിഞ്ഞുള്ളൂ. അതിൽ രണ്ടാമത്തെ "കുറിപ്പാ"ണ് ഇത്.

*പ്രകൃതിയുടെ വൈരുധ്യാത്മകത*യെന്ന കൃതിക്കുള്ള സാമഗ്രികളുടെ രണ്ടാ മത്തെ ഫോൾഡറിലെ വിഷയാനുക്രമണികയിൽ എംഗൽസ് കൊടുത്തി ട്ടുള്ള ശീർഷകമാണ് "പ്രകൃതിയെക്കുറിച്ചുള്ള 'ബലകൃത'ധാരണയെപ്പറ്റി" എന്നത്.

186. A Kekule. *Die wissenschaftlichen Ziele Leistungen der Chemie*. Bonn, 1878, S.12.

187. E Haeckel. *Die Perigenesis der Plastidule*. Berlin, 1876, S.13.

188. ലോതർ മെയ്യർ. വക്രം അണുഭാരങ്ങളും അണുവ്യാപ്തങ്ങളും തമ്മിലുള്ള ബന്ധം കാണിക്കുന്നു. ജർമൻ രസതന്ത്രജ്ഞനായ എൽ മെയ്യറാണ് അതു കണ്ടുപിടിച്ചത്. 1870–ൽ *Annalen der Chemie und Pharmacie* എന്ന പത്രികയിൽ വന്ന "രാസമൂലകങ്ങളുടെ സ്വഭാവം – അവയുടെ അണുഭാര ങ്ങളുടെ ഫലനം" എന്ന തന്റെ ലേഖനത്തിൽ അദ്ദേഹം അതു പ്രസിദ്ധീക രിച്ചു.

മൂലകങ്ങളുടെ അണുഭാരങ്ങളും അവയുടെ ഭൗതിക–രാസഗുണങ്ങളും തമ്മി ലുള്ള നിയതസംബന്ധം കണ്ടെത്തിയത് സമുന്നത റഷ്യൻശാസ്ത്രജ്ഞ

നായ ഡി ഐ മെൻഡലേയെവ് ആണ്. അദ്ദേഹമാണ് 1869 മാർച്ചിൽ രാസമൂലകങ്ങളുടെ ആവർത്തനനിയമം ആദ്യമായി ആവിഷ്കരിച്ചത്. മെയ്യറും പ്രസ്തുത നിയമത്തിന്റെ ആവിഷ്കരണത്തിലേക്കു നീങ്ങിക്കൊണ്ടിരിക്കുകയായിരുന്നു. അപ്പോഴാണ് അദ്ദേഹം മെൻഡലേയെവിന്റെ കണ്ടുപിടുത്തത്തെക്കുറിച്ച് അറിഞ്ഞത്. മെയ്യറുടെ വക്രം മെൻഡലേയേവ് കണ്ടുപിടിച്ച നിയമത്തിന്റെ പ്രകടമായ ഒരു നിദർശനമായിരുന്നു. എങ്കിലും അത് ബാഹ്യമായും മെഡലേയെവിന്റെ സാരണിയിൽനിന്നു വ്യത്യസ്തമായി ഏകപക്ഷീയമായുമാണ് ആ നിയമത്തെ അഭിവ്യഞ്ജിപ്പിച്ചത്.

മെൻഡലേയെവ് തന്റെ നിഗമനങ്ങളിൽ മെയ്യറെക്കാൾ വളരെയെറെ മുന്നോട്ടു പോയി. അന്ന് അജ്ഞാതമായിരുന്ന രാസമൂലകങ്ങളുടെ നിലനിൽപ്പിനെയും സവിശേഷഗുണങ്ങളെയും കുറിച്ച് അദ്ദേഹം തന്റെ ആവർത്തനസാരണിയുടെ അടിസ്ഥാനത്തിൽ ദീർഘദർശനം ചെയ്തു. അതേസമയം, താൻ ആവർത്തനനിയമത്തിന്റെ അർഥം മനസിലാക്കിയിട്ടില്ലെന്നാണ് മെയ്യർ അദ്ദേഹത്തിന്റെ അനന്തരകൃതികളിലൂടെ തെളിയിച്ചത്.

189. 166-ാമത്തെ കുറിപ്പ് നോക്കുക.

190. ഹെഗൽ, *തത്വശാസ്ത്ര എൻസൈക്ലോപ്പീഡിയ*, § 99, അനുബന്ധം.

191. "Noten (കുറിപ്പുകൾ) എന്ന് അടയാളപ്പെടുത്തിയ ഒരു പ്രത്യേക താളിലാണ് ഈ നുറുങ്ങ് എഴുതിയിരിക്കുന്നത്. അത് ഒരുപക്ഷേ *ആന്റീഡ്യൂറിംഗി*നുള്ള രണ്ടാമത്തെ കുറിപ്പിന്റെ ("പ്രകൃതിയെക്കുറിച്ചുള്ള 'ബലകൃത'ധാരണയെപ്പറ്റി") ആദ്യത്തെ രൂപക്ഷേയായിരിക്കാം.

192. ആദ്യത്തെ ദൃഷ്ടാന്തത്തിൽ എംഗൽസ് പരാമർശിക്കുന്നത് അങ്കഗണിതത്തിൽ ചിന്ത "ചിന്താശൂന്യതയുടെ മണ്ഡലത്തിൽ ചലിക്കുന്നു"വെന്ന ഹെഗലിന്റെ അഭിപ്രായത്തെയാണ് (*തർക്കശാസ്ത്രം*, പുസ്തകം I, ഖണ്ഡം II, അധ്യായം 2, ദാർശനിക ധാരണകൾ പ്രകാശിപ്പിക്കാൻ സംഖ്യാത്മക നിർണയങ്ങൾ ഉപയോഗിക്കുന്നതിനെക്കുറിച്ചുള്ള ടിപ്പണി). "തികച്ചും ബാഹ്യമായ അനുക്രമചലനത്തിൽ പ്രകടമാവുന്ന ഗുണാത്മക സവിശേഷതകളുടെ നിസ്പന്ദരേഖയെയാണ് ധനപൂർണസംഖ്യകളുടെ ശ്രേണിതന്നെ അഭിവ്യഞ്ജിപ്പിക്കുന്നത്" എന്നു തുടങ്ങിയ ഹെഗലിന്റെ പ്രസ്താവനയെയാണ് (അതേ കൃതി, ഖണ്ഡം III, അധ്യായം 2, മാപനബന്ധങ്ങളുടെ നിസ്പന്ദരേഖകളെക്കുറിച്ചും പ്രകൃതിയിൽ കുതിച്ചുചാട്ടങ്ങളില്ലെന്നതിനെക്കുറിച്ചുമുള്ള ടിപ്പണി) രണ്ടാമത്തെ ദൃഷ്ടാന്തത്തിൽ എംഗൽസ് പരാമർശിക്കുന്നത്.

193. ബൊസ്യു, *അവകലനത്തേയും സമാകലനത്തേയും കുറിച്ചുള്ള പ്രബന്ധങ്ങൾ*, വാല്യം 1, പാരീസ്, VI-ാം വർഷം (1798), പേജ് 149.

194. ധ്രുവനിർദേശാങ്കങ്ങളുടെ വ്യവസ്ഥയിൽ പരിഗണിക്കപ്പെടുന്ന വക്രങ്ങളെ ബൊസ്യു ഇങ്ങനെയാണ് നാമകരണം ചെയ്തിരിക്കുന്നത്.

195. ബൊസ്യുവിന്റെ പ്രബന്ധത്തിന്റെ 148-51 പേജുകളിൽ കൊടുത്തിട്ടുള്ള ചിത്രം 17-നേയും അതെപ്പറ്റിയുള്ള വിശദീകരണത്തേയുമാണ് എംഗൽസ് പരാമർശിക്കുന്നത്. ചിത്രത്തിന്റെ രൂപം ഇതാണ്:

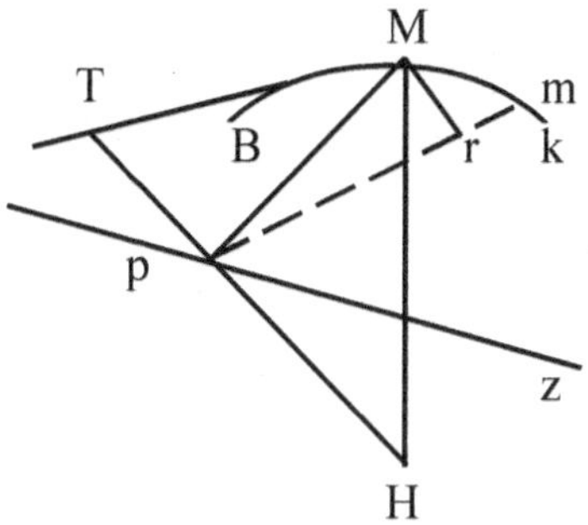

BMK-വക്രം ("ധ്രുവീയവക്രം") MT- അതിന്റെ സ്പർശരേഖ. P-ധ്രുവം അഥവാ ധ്രുവനിർദേശാങ്കങ്ങളുടെ ആരംഭം. PZ-ധ്രുവാക്ഷം. PM-M എന്ന ബിന്ദുവിന്റെ കോടി (എംഗൽസ് അതിനെ "യഥാർഥഭുജം" എന്നു വിളിക്കുന്നു. ഇക്കാലത്ത് അതിന് ധ്രുവാന്തരരേഖയെന്നാണ് പറയുന്നത്) Pm-M-നോട് അനന്തസാമീപ്യത്തിൽ സ്ഥിതിചെയ്യുന്ന m എന്ന ബിന്ദുവിന്റെ കോടി (ഈ ധ്രുവാന്തരരേഖയെ എംഗൽസ് "അവകല സാങ്കൽപ്പികഭുജം" എന്നാണ് വിളിക്കുന്നത്). MH-MT എന്ന സ്പർശരേഖയുടെ ലംബം. TPH-PM എന്ന കോടിയുടെ ലംബം. Mr-PM എന്ന വ്യാസാർധം രചിക്കുന്ന വക്രം. MPm ഒരു അനന്തസൂക്ഷ്മകോണമായതിനാൽ PM-ഉം Pm-ഉം സമാന്തരമാണെന്നു കരുതപ്പെടുന്നു. Mrm, TPM എന്നീ ത്രികോണങ്ങളും Mrm, MPH എന്നീ ത്രികോണങ്ങളും സമത്രികോണങ്ങളായി കരുതപ്പെടുന്നു.

196. W Wiedemann. "Die Lehre vom Galvanismus und Elektromagnetismus." 2. Aufl., Braunschweig, 1872-1874.

197. *പ്രകൃതിയുടെ വൈരുധ്യാത്മകത*യ്ക്കുള്ള സാമഗ്രികളുടെ രണ്ടാമത്തെ ഫോൾഡറിൽ എംഗൽസ് ഉൾപ്പെടുത്തിയ മൂന്ന് വലിയ കുറിപ്പുകളിൽ ("Noten") ഒന്നാണത് (185-ാമത്തെ കുറിപ്പ് നോക്കുക). *ആന്റിഡ്യൂറിംഗി*ന്റെ ഒന്നാംപതിപ്പിന്റെ 17-18 പേജുകൾക്കുള്ള ടിപ്പണിയുടെ നക്കലായിട്ടാണ് അത് ആദ്യം എഴുതപ്പെട്ടത്. "യഥാർഥപ്രപഞ്ചത്തിലെ ഗണിതാത്മക അനന്തത്തിന്റെ പ്രാഗ്രൂപങ്ങളെപ്പറ്റി" എന്ന ശീർഷകം രണ്ടാമത്തെ ഫോൾഡറിലെ വിഷയാനുക്രമണികയിൽ എംഗൽസ് നൽകിയിട്ടുള്ളതാണ്. "പേജ് 17-18നെപ്പറ്റി; ചിന്തയും അസ്തിത്വവും തമ്മിലുള്ള പൊരുത്തം - ഗണിതത്തിലെ അനന്തം" എന്ന ഉപശീർഷകം ഈ കുറിപ്പിന്റെ തുടക്കത്തിലാണ് കാണുന്നത്.

198. "Nihil est in intellectu, quod non fuerit in sensu" (സംവേദനങ്ങളിൽ നേരത്തേ ഇല്ലാതിരുന്ന യാതൊന്നും മനസിൽ ഇല്ല) - സംവേദനവാദത്തിന്റെ മൗലികപ്രമാണം. ഈ ഫോർമുലയുടെ ഉള്ളടക്കം അരിസ്റ്റോട്ടിലിന്റെ കാലത്തോളം പഴക്കമുള്ളതാണ്. (അദ്ദേഹത്തിന്റെ *ദ്വിതീയ വിശ്ലേഷണം* എന്ന കൃതിയും (പുസ്തകം 1, അധ്യായം 18) *ആത്മാവിനെപ്പറ്റി* എന്ന കൃതിയും (പുസ്തകം III, അധ്യായം 8) നോക്കുക.

199. 1871–നുശേഷം ജർമൻ സാമ്രാജ്യത്തിന്റെ ഭാഗമായിത്തീർന്ന തീരെച്ചെറിയ സ്റ്റേറ്റുകളിലൊന്ന്.

200. ഒരുപക്ഷേ എംഗൽസ് ഇവിടെ ഉദ്ദേശിക്കുന്നത് ഹെക്കലിന്റെ മനോദൈഹിക അദ്വൈതവാദത്തെയും പദാർഥഘടനയെക്കുറിച്ചുള്ള അദ്ദേഹത്തിന്റെ വീക്ഷണങ്ങളേയുമായിരിക്കും. ഉദാഹരണത്തിന് "പ്ലാസ്റ്റിഡ്യൂളുകളിൽ" (അതായത് പ്രോട്ടാപ്ലാസത്തിന്റെ തന്മാത്രകളിൽ) മാത്രമല്ല അണുക്കളിലും അന്തർലീനമായിട്ടുള്ള ഒന്നാണ് മൗലിക "ജീവാത്മാവെ"ന്നും, എല്ലാ അണുക്കളും "ചൈതന്യ വത്തും" "സംവേദന"ത്തോടും "ഇച്ഛാശക്തി"യോടും കൂടിയവയുമാണെന്നും, *ആന്റിഡ്യൂറിംഗി*നുള്ള രണ്ടാമത്തെ കുറിപ്പിൽ (ഈ പുസ്തകത്തിന്റെ പേജ് 317–318 നോക്കുക) എംഗൽസ് ഉദ്ധരിച്ചിട്ടുള്ള *പ്ലാസ്റ്റിഡ്യൂളിന്റെ പരിജനനം* എന്ന കൃതിയിൽ ഹെക്കൽ വാദിക്കുന്നുണ്ട്. അതേ പുസ്തകത്തിൽ ഹെക്കൽ അണുക്കളെ തികച്ചും വിവിക്തവും തികച്ചും അവിഭാജ്യവും തികച്ചും അപരിവർത്തനീയവുമായ എന്തോ ഒന്നായിട്ടാണ് വിവരിക്കുന്നത്. വിവിക്ത അണുക്കളോടൊപ്പം തികച്ചും അനുസ്യൂതമായ എന്തോ ഒന്നെന്ന നിലയ്ക്ക് ഈഥറും നിലനിൽക്കുന്നുണ്ടെന്ന് അദ്ദേഹം അംഗീകരിക്കുന്നുണ്ട് (മുമ്പുദ്ധരിച്ച കൃതി, ബർലിൻ, 1876, പേജ് 38–40). പദാർഥത്തിന്റെ അനുസ്യൂതത്വവും വിവിക്തതയും തമ്മിലുള്ള വൈരുധ്യത്തെ ഹെഗൽ എങ്ങനെയാണ് കൈകാര്യംചെയ്യുന്നതെന്ന് "പദാർഥത്തിന്റെ വിഭാജ്യത" എന്ന കുറിപ്പിൽ എംഗൽസ് ചൂണ്ടിക്കാട്ടുന്നുണ്ട്

201. 1867 സെപ്തംബർ 23–നു ഫ്രാങ്ക്ഫർട്ട്–ഓൺ–മെയിനിൽ ചേർന്ന ജർമ്മൻ പ്രകൃതിശാസ്ത്രജ്ഞരുടെയും ഭിഷഗ്വരന്മാരുടെയും 41–ാം കോൺഗ്രസിൽ ക്ലൗസിയസ് നടത്തിയ "ചൂടിനെ സംബന്ധിച്ച ബലകൃതസിദ്ധാന്തത്തിന്റെ രണ്ടാം നിയമം" എന്ന പ്രഭാഷണത്തെയാണ് എംഗൽസ് പരാമർശിക്കുന്നത്. ആ വർഷം തന്നെ അത് ലഘുലേഖാരൂപത്തിൽ ബ്രൗൺഷ്വൈഗിൽനിന്നു പ്രസിദ്ധീകരിക്കുകയുണ്ടായി.

202. ഈ കുറിപ്പിലും തുടർന്നുള്ള രണ്ടു കുറിപ്പുകളിലുമുള്ളത് താഴെപ്പറയുന്ന പുസ്തകങ്ങളിൽനിന്നെടുത്ത ഭാഗങ്ങളാണ്: ജെ മെഡ്‌ലർ, *അത്ഭുതകരമായ പ്രപഞ്ചഘടന അഥവാ ലഘുജ്യോതിശാസ്ത്രം*, എ സെക്കി,"സൂര്യൻ". 1876 ആരംഭത്തിൽ എംഗൽസ് അവയെ *പ്രകൃതിയുടെ വൈരുധ്യാത്മകതയ്ക്കു*ള്ള മുഖവുരയുടെ രണ്ടാം ഭാഗത്ത് ഉപയോഗപ്പെടുത്തുകയുണ്ടായി.

203. എംഗൽസ് പരാമർശിക്കുന്നത് വോൾഫിന്റെ *ജ്യോതിശാസ്ത്രചരിത്രം* എന്ന ഗ്രന്ഥത്തെയാണ് (114–ാമത്തെ കുറിപ്പ് നോക്കുക). പ്രകാശത്തിന്റെ അപവർത്തനനിയമം കണ്ടുപിടിച്ചത് ദെക്കാർത്തല്ല സ്നെല്ലാണെന്നും, പ്രസിദ്ധീകരിക്കപ്പെടാത്ത തന്റെ കൃതികളിൽ സ്നെൽ അതു നിർവചിച്ചിട്ടുണ്ടായിരുന്നുവെന്നും അദ്ദേഹത്തിന്റെ മരണാനന്തരം ദെക്കാർത്ത് അത് അവയിൽ നിന്നെടുത്തതാണെന്നും വോൾഫ് ആ ഗ്രന്ഥത്തിന്റെ 325–ാം പേജിൽ പറയുന്നു.

204. ഫ്രാൻസിസ് ബേക്കൺ, Novum organum, പുസ്തകം II, വചനം XX, 1620–ൽ ലണ്ടനിൽനിന്നു പ്രസിദ്ധീകരിച്ചത്.

205. ഹെഗൽ, *പ്രാകൃതികതത്വശാസ്ത്രം*, § 266, ടിപ്പണി.

206. 1875–ൽ സെന്റ് പീറ്റേഴ്സ്ബർഗിൽനിന്നു പേരുവയ്ക്കാതെ പ്രസിദ്ധീക

രിച്ച പി എൽ ലവ്രോവിന്റെ *ചിന്താചരിത്രരചനയ്ക്കുള്ള ഒരു ഉദ്യമം* എന്ന കൃതിയുടെ 1–ാം വാള്യത്തെയാണ് എംഗൽസ് പരാമർശിക്കുന്നത്. 109–ാമത്തെ പേജിൽ, "ചിന്താചരിത്രത്തിന്റെ ബ്രഹ്മാണ്ഡീയാടിസ്ഥാനം" എന്ന അധ്യായത്തിൽ ലവ്രോവ് പറയുന്നു: "രൂപംകൊണ്ടുവരുന്ന പുതിയൊരു നീഹാരികയിൽ ചെന്നു വീഴാത്തിടത്തോളം കാലം മൃതസൂര്യന്മാരും അവയുടെ മൃത ഗ്രഹോപഗ്രഹവ്യൂഹങ്ങളും ശ്യൂന്യാകാശത്തിൽ ചലിച്ചുകൊണ്ടേയിരിക്കുന്നു. അങ്ങനെ വീഴുമ്പോൾ മൃതലോകത്തിന്റെ അവശിഷ്ടങ്ങൾ പുതിയൊരു ലോകത്തിന്റെ രൂപീകരണപ്രക്രിയയെ ത്വരിതപ്പെടുത്താനുള്ള സാമഗ്രികളായിത്തീരുന്നു." കെട്ടടങ്ങിയ ഖഗോളങ്ങളുടെ ജാഡ്യാവസ്ഥ "അവസാനിപ്പിക്കാൻ ബാഹ്യസ്വാധീനശക്തികളുടെ – ഉദാഹരണത്തിന് മറ്റേതെങ്കിലും വസ്തുവുമായി ഏറ്റുമുട്ടുമ്പോഴുണ്ടാകുന്ന ചൂടിന്റെ – ഫലമായി മാത്രമേ സാധ്യമാകൂ" എന്ന റ്റ്സോഷ്യൽനറുടെ അഭിപ്രായം ലവ്രോവ് ഒരു അടിക്കുറിപ്പിൽ ഉദ്ധരിക്കുന്നുണ്ട്.

207. 201–ാമത്തെ കുറിപ്പു നോക്കുക.

208. 201–ാമത്തെ കുറിപ്പു നോക്കുക.

209. എംഗൽസ് പരാമർശിക്കുന്നത് ക്ലൗസിയസിന്റെ ലഘുലേഖയുടെ 16–ാമത്തെ പേജായിരിക്കാനാണ് സാധ്യത. അവിടെ ഈഥറിനെപ്പറ്റി പറഞ്ഞിരിക്കുന്നത് ഖഗോളങ്ങളുടെ വെളിയിൽ സ്ഥിതിചെയ്യുന്ന എന്തോ ഒന്നായിട്ടാണ്. എന്നാൽ ഈഥർ സ്തിതിചെയ്യുന്നത് വസ്തുക്കളുടെ വെളിയിലല്ല, അവയുടെ അതിസൂക്ഷ്മാംശങ്ങൾക്കിടയിലുള്ള അന്തരാളങ്ങളിലാണ് എന്നാണ് അതേ ലഘുലേഖയുടെ 6–ാം പേജിൽതന്നെ സങ്കൽപ്പിച്ചിരിക്കുന്നത്.

210. Horror vacui –നിർവാതഭീതി. "പ്രകൃതി ശൂന്യതയെ ഭയപ്പെടുന്നു." അതായത് നിർവാതത്തിന്റെ രൂപീകരണം അനുവദിക്കുന്നില്ല, എന്ന അരിസ്റ്റോട്ടിലിന്റെ കാലംതൊട്ടേയുള്ള ഈ വീക്ഷണം പതിനേഴാം നൂറ്റാണ്ടിന്റെ മധ്യം വരെ പ്രകൃതിശാസ്ത്രമണ്ഡലത്തിൽ പ്രാബല്യത്തിലുണ്ടായിരുന്നു. ഉദാഹരണത്തിന് പിസ്റ്റണിൽ വെള്ളം പൊങ്ങുന്നത് ഈ "ഭീതി" മൂലമാണെന്നാണ് കരുതപ്പെട്ടിരുന്നത്. 1643–ൽ ടൊറിച്ചെല്ലി വായുമണ്ഡലമർദം കണ്ടുപിടിക്കുകയും നിർവാതം അസാധ്യമാണെന്ന അരിസ്റ്റോട്ടിലിന്റെ ധാരണയെ അതുവഴി ഖണ്ഡിക്കുകയും ചെയ്തു.

211. ലവ്രോവിന്റെ പേര് എംഗൽസ് എഴുതിയത് റഷ്യൻ ലിപികളിലാണ്. *ചിന്താചരിത്രരചനയ്ക്കുള്ള ഒരു ഉദ്യമം* എന്ന ലവ്രോവിന്റെ ഗ്രന്ഥത്തെയാണ് എംഗൽസ് പരാമർശിക്കുന്നത് (206–ാമത്തെ കുറിപ്പ് നോക്കുക). വളരെ വലിയ ദൂരങ്ങളിൽനിന്നു വരുന്ന പ്രകാശം അണഞ്ഞുപോകുന്നതു സംബന്ധിച്ച് (ഒൽബെർസ്, വി സ്ത്രുവെ, തുടങ്ങിയ) പല ശാസ്ത്രജ്ഞന്മാർക്കുമുള്ള അഭിപ്രായങ്ങളെ *ചിന്താചരിത്രത്തിന്റെ ബ്രഹ്മാണ്ഡീയാടിസ്ഥാനം* എന്ന അധ്യായത്തിൽ ലവ്രോവ് പരാമർശിക്കുന്നുണ്ട് (പേജ് 103–104).

212. എ ഫിക്ക്, "പ്രകൃതിശക്തികളുടെ പരസ്പരപ്രവർത്തനം," Wurzburg 1869.

213. ജെ സി മാക്സ്വെൽ, *ഊഷ്മസിദ്ധാന്തം*, 4–ാം പതിപ്പ്, ലണ്ടൻ, 1875.

214. സെക്കിയുടെ പുസ്തകത്തിന്റെ 632–ാം പേജിൽ കൊടുത്തിട്ടുള്ള ഡയഗ്രത്തെക്കുറിച്ചാണ് പരാമർശം. തരംഗദൈർഘ്യവും സൂര്യകിരണങ്ങളുടെ താപ–പ്രകാശ–രാസ പ്രവർത്തനങ്ങളുടെ തീവ്രതയും തമ്മിലുള്ള

ബന്ധത്തെ കാണിക്കുന്ന പ്രസ്തുത ഡയഗ്രത്തിന്റെ മുഖ്യഭാഗങ്ങൾ ചുവടെ ചേർക്കുന്നു.

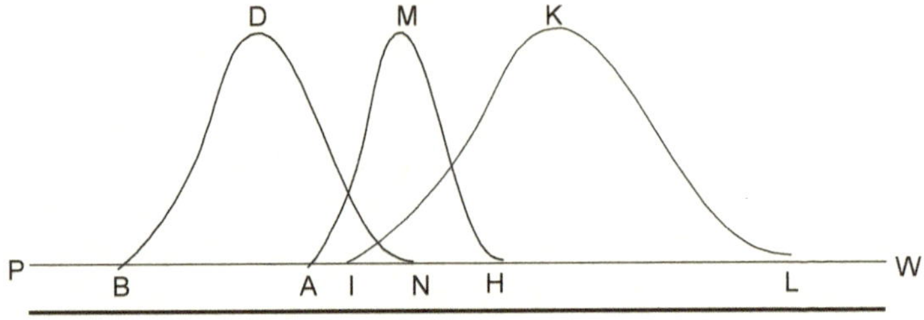

BDN എന്ന വക്രം, ഏറ്റവും കൂടുതൽ തരംഗദൈർഘ്യമുള്ള ഊഷ്മകിരണങ്ങൾതൊട്ട് (B എന്ന ബിന്ദുവിൽ) ഏറ്റവും കുറഞ്ഞ തരംഗദൈർഘ്യമുള്ളവവരെ (N എന്ന ബിന്ദുവിൽ) ഉള്ള ഊഷ്മവികിരണത്തിന്റെ തീവ്രതയെ കുറിക്കുന്നു. AMH എന്ന വക്രം ഏറ്റവും കൂടുതൽ തരംഗദൈർഘ്യമുള്ളവതൊട്ട് (A എന്ന ബിന്ദുവിൽ) ഏറ്റവും കുറഞ്ഞ തരംഗദൈർഘ്യമുള്ളവവരെ (H എന്ന ബിന്ദുവിൽ) ഉള്ള പ്രകാശകിരണങ്ങളുടെ തീവ്രതയെ കുറിക്കുന്നു. IKL എന്ന വക്രം ഏറ്റവും കൂടുതൽ തരംഗദൈർഘ്യമുള്ളവതൊട്ട് (I എന്ന ബിന്ദുവിൽ) ഏറ്റവും കുറഞ്ഞ തരംഗദൈർഘ്യമുള്ളവവരെ (L എന്ന ബിന്ദുവിൽ) ഉള്ള രാസകിരണങ്ങളുടെ തീവ്രതയെ കുറിക്കുന്നു. മൂന്നിലും കിരണങ്ങളുടെ തീവ്രതയെ കാണിക്കുന്നത് PW എന്ന രേഖയിൽനിന്ന് വക്രത്തിലെ ബിന്ദുവിലേക്കുള്ള ദൂരമാണ്.

215. ഹെഗൽ, *പ്രാകൃതികതത്വശാസ്ത്രം*, § 320, അനുബന്ധം.

216. ഇവിടെയും തുടർന്നും എംഗൽസ് ഉദ്ധരിക്കുന്നത് തോംസന്റെ *ഊഷ്മ-വൈദ്യുതശാസ്ത്രങ്ങളുടെ രൂപരേഖ* (2-ാം പതിപ്പ്, ലണ്ടൻ) എന്ന പുസ്തകത്തിൽനിന്നാണ്. "വിദ്യുച്ഛക്തി" എന്ന അധ്യായത്തിൽ എംഗൽസ് ഈ ഉദ്ധരണികൾ ഉപയോഗിച്ചിട്ടുണ്ട്.

217. ഇവിടെയും തൊട്ടടുത്ത കുറിപ്പിലും എംഗൽസ് പരാമർശിക്കുന്നത് ബ്രിട്ടീഷ് ഭൗതികശാസ്ത്രജ്ഞനായ ഫ്രെഡറിക് ഗത്രിയുടെ *കാന്തശക്തിയും വിദ്യുച്ഛക്തിയും* (ലണ്ടൻ, ഗ്ലാസ്ഗൊ, 1876) എന്ന പുസ്തകത്തെയാണ്. 210-ാം പേജിൽ ഗത്രി എഴുതുന്നു: "ധാരയുടെ ബലം, ബാറ്ററിയിൽ അലിഞ്ഞുചേർന്നിട്ടുള്ള - അതായത് ഓക്സീകരിക്കപ്പെട്ടിട്ടുള്ള - സിങ്കിന്റെ പരിമാണത്തിന് ആനുപാതികവും ആ സിങ്കിന്റെ ഓക്സീകരണം തുറന്നുവിടുന്ന ചൂടിന് ആനുപാതികവുമാണ്."

218. *ഗാൽവനിസത്തെയും വിദ്യുത്കാന്തികതയെയും കുറിച്ചുള്ള സിദ്ധാന്തം* (പുസ്തകം III, പേജ് 418) എന്ന വിഡെമന്റെ കൃതിയെക്കുറിച്ചാണ് പരാമർശം. (196-ാമത്തെ കുറിപ്പ് നോക്കുക).

219. H Kopp. *Die Entwickleung der Chemie in der neueren Zeit.* Abt.I, Munchen, 1871, S.105. (നവീനകാലത്തെ രസതന്ത്രവികാസം).

220. ഹെഗൽ, *തത്വശാസ്ത്ര എൻസൈക്ലോപ്പീഡിയ*, § 81, അനുബന്ധം 1: "..... ജീവൻ ജീവനെന്ന നിലയ്ക്ക് മരണത്തിന്റെ ബീജത്തെ ഉള്ളിൽ വഹിക്കുന്നു."

221. പ്ലാസ്മോഗൊണി (plasmogony) - autogony (സ്വയംജനനം) എന്നതിൽനിന്ന് – അതായത് അജൈവപദാർഥത്തിൽനിന്ന് ജീവനുള്ള പ്രോട്ടോപ്ലാസത്തിന്റെ നേരിട്ടുള്ള ആവിർഭാവം എന്നതിൽനിന്ന് – വ്യത്യസ്തമായി, ജീവി ഏതെങ്കിലും ജൈവദ്രാവകത്തിൽ ആവിർഭവിക്കുമ്പോഴുള്ള പരികൽപ്പിതാവസ്ഥയ്ക്ക് ഹെക്കൽ നൽകിയ പേരാണിത്.

222. സ്വതഃജനനത്തിന്റെ പ്രശ്നത്തോടനുബന്ധിച്ച് 1860–ൽ പാസ്റ്റർ നടത്തിയ പരീക്ഷണങ്ങളെക്കുറിച്ചാണ് പരാമർശം. സൂക്ഷ്മജീവികൾ (ബാക്ടീരിയ, കിണ്വം, ഇൻഫുസോറിയ) ഏതെങ്കിലും പോഷക (ജൈവ) മാധ്യമത്തിൽ വളരുന്നത് ആ മാധ്യമത്തിൽ മുമ്പുതന്നെയുള്ളതോ പുറമേനിന്ന് അതിനകത്ത് കടന്നുകൂടുന്നതോ ആയ ഭ്രൂണങ്ങളിൽനിന്നു മാത്രമാണെന്ന് പ്രസ്തുതപരീക്ഷണങ്ങൾ വഴി അദ്ദേഹം തെളിയിച്ചു. ഇതിൽനിന്ന്, ഇന്നു നിലവിലുള്ള സൂക്ഷ്മജീവികളുടെ സ്വതഃജനനം മാത്രമല്ല പൊതുവിൽ സ്വതഃജനനം തന്നെ അസാധ്യമാണെന്ന നിഗമനത്തിൽ പാസ്റ്റർ എത്തിച്ചേർന്നു.

223. *Allgemeine Zeitung* യാഥാസ്ഥിതിക ജർമൻ ദിനപത്രം. 1798–ൽ സ്ഥാപിതമായി. 1810മുതൽ 1882 വരെ ഔഗ്സ്ബർഗിൽനിന്ന് പ്രസിദ്ധീകരിക്കപ്പെട്ടു.

224. W Thomson und P G Tait. "Handbuch der theoretishen Physik." Autorisierte deutsche Ubersetzung von H. Helmholtz und G Wertheim. Bd. I, Theil II, Brauhschweig, 1874, S.XI വാഗ്നറുടെ ലേഖനത്തിൽനിന്നാണ് എംഗൽസ് ഉദ്ധരിക്കുന്നത്.

225. J Liebig. "Chemische Briefe." 4.Aufl., Bd.I, Leipzig und Heidelberg, 1859, S.373-375.

226. ട്രൗബെയുടെ "കൃത്രിമകോശങ്ങൾ" – ജീവനുള്ള കോശങ്ങളുടെ മാതൃകകളായിട്ടുള്ളവയും ചയാപചയത്തെയും വളർച്ചയെയും പുനരുൽപ്പാദിപ്പിക്കാൻ കഴിവുള്ളവയും ജീവസംബന്ധമായ പ്രതിഭാസങ്ങളുടെ നാനാവശങ്ങളെക്കുറിച്ചുള്ള അന്വേഷണത്തിന് ഉപകരിക്കുന്നവയുമായ അജൈവരൂപങ്ങൾ. ജർമൻ രസതന്ത്രജ്ഞനും ശരീരക്രിയാശാസ്ത്രജ്ഞനുമായ ട്രൗബെയാണ് കൊളോയ്ഡീയ ലായനികളുടെ മിശ്രണംവഴി അവയെ നിർമിച്ചത്. 1874 സെപ്തംബർ 23–ന് ബ്രെസ്ലാവ്ലിൽ ചേർന്ന ജർമൻ പ്രകൃതിശാസ്ത്രജ്ഞരുടെയും ഭിഷഗ്വരന്മാരുടെയും 47–ാം കോൺഗ്രസിൽ ട്രൗബെ തന്റെ പരീക്ഷണങ്ങളെപ്പറ്റി റിപ്പോർട്ട് ചെയ്യുകയുണ്ടായി. മാർക്സും എംഗൽസും ട്രൗബെയുടെ കണ്ടുപിടുത്തത്തെ അത്യന്തം വിലമതിച്ചിരുന്നു (1875 ജൂൺ 18–ന് പി എൽ ലവ്രോവിനും 1877 ജനുവരി 21–ന് ഡബ്ലിയു എ ഫ്രെയ്ൻഡിനും മാർക്സ് എഴുതിയ കത്തുകൾ നോക്കുക.)

227. 1875 മേയ് 24–ന് ലിന്നേയസ് സമാജത്തിന്റെ മുമ്പാകെ അൽമൻ അവതരിപ്പിച്ച വാർഷികറിപ്പോർട്ടിനെയാണ് എംഗൽസ് പരാമർശിക്കുന്നത്. "സിലിയേറ്റ് ഇൻഫുസോറിയയെ സംബന്ധിച്ച നമ്മുടെ അറിവിലുണ്ടായിട്ടുള്ള സമീപകാലപുരോഗതി" എന്ന ശീർഷകത്തിൽ പ്രസ്തുതറിപ്പോർട്ട് 1875 ജൂൺ 17, 24, ജൂലൈ 1 എന്നീ തീയതികളിൽ *നേച്ചറി*ന്റെ 294, 295, 296 ലക്കങ്ങളിൽ പ്രസിദ്ധപ്പെടുത്തുകയുണ്ടായി.

228. ജെ ക്രോലിന്റെ *Climate and Time in their Geological Relations; A Theory of Secular Changes of the Earth's Climate*, London, 1875

എന്ന പുസ്തകത്തെക്കുറിച്ചുള്ള നിരൂപണത്തെയാണ് എംഗൽസ് പരാമർശിക്കുന്നത്. "ജെ എഫ് ബി" എന്ന പേരുവച്ചെഴുതിയ പ്രസ്തുതനിരൂപണം 1875 ജൂൺ 17, 24 തീയതികളിൽ *നേച്ചറി*ന്റെ 294, 295 ലക്കങ്ങളിൽ പ്രസിദ്ധീകരിക്കപ്പെട്ടു.

229. "ജീർണനന-ദൂഷണ പ്രതിഭാസങ്ങളോടനുബന്ധിച്ച് വായുമണ്ഡലത്തിലുണ്ടാകുന്ന പ്രകാശപരിവർത്തനങ്ങൾ" എന്ന ശീർഷകത്തോടുകൂടിയ ടിൻഡാലിന്റെ ലേഖനത്തെയാണ് എംഗൽസ് പരാമർശിക്കുന്നത്. 1876 ജനുവരി 13-ന് റോയൽ സൊസൈറ്റിയുടെ മുമ്പാകെ അദ്ദേഹം അവതരിപ്പിച്ച പ്രബന്ധത്തിന്റെ ഒരു സംക്ഷേപമായിരുന്നു അത്. "ഭ്രൂണങ്ങളെപ്പറ്റി പ്രൊഫസർ ടിൻഡാൽ" എന്ന ശീർഷകത്തിൽ പ്രസ്തുതലേഖനം 1876 ജനുവരി 27, ഫെബ്രുവരി 3 എന്നീ തീയതികളിൽ *നേച്ചറി*ന്റെ 326, 327 ലക്കങ്ങളിൽ വരികയുണ്ടായി.

230. ഹെക്കലിന്റെ *Naturliche Schopfungsgeschichte*. 4.Aufl., Berlin 1837 എന്ന പുസ്തകത്തെയാണ് ഇവിടെയും പിന്നീടും എംഗൽസ് പരാമർശിക്കുന്നത്. 1-ാം പട്ടിക ആ പതിപ്പിന്റെ 168, 169 പേജുകളുടെ ഇടയ്ക്കും അതിനുള്ള വിശദീകരണം 664-665 പേജുകളിലുമാണുള്ളത്.

231. നിക്കൊൽസന്റെ *ജന്തുശാസ്ത്രസംഗ്രഹ*ത്തെയാണ് എംഗൽസ് ഉദ്ദേശിക്കുന്നത് (18-ാമത്തെ കുറിപ്പ് നോക്കുക).

232. വിൽഹെം വുൻഡ്റ്റിന്റെ *മാനവശരീരക്രിയാവിജ്ഞാനപാഠപുസ്തകം* (W Wundit "Lehrbuch der Physiologie der Menschen") എന്ന പുസ്തകത്തെയായിരിക്കും എംഗൽസ് ഉദ്ദേശിക്കുന്നത്. അതിന്റെ ആദ്യത്തെ പതിപ്പ് 1865-ൽ എർലങ്കെനിൽനിന്നു പ്രസിദ്ധീകരിച്ചു. രണ്ടും മൂന്നും പതിപ്പുകൾ അതേ പട്ടണത്തിൽനിന്ന് 1868-ലും 1873-ലും ഇറങ്ങി.

233. സുവോഫൈറ്റുകൾ (zoophytes) (Pflanzentiere, ജന്തുസസ്യങ്ങൾ) സസ്യങ്ങളുടേതാണെന്നു കരുതപ്പെട്ട ചില ലക്ഷണങ്ങളോടുകൂടിയ (ഉദാഹരണത്തിന് സ്ഥാനബദ്ധമായ ജീവിതരീതി) ഒരുകൂട്ടം അകശേരുകികളെ (കൂടുതലും സ്പോഞ്ചുകളെയും സീലെന്റേറേറ്റുകളെയും) കുറിക്കാൻ 16-ാം നൂറ്റാണ്ടിൽ ഉപയോഗിച്ചുവന്ന ഒരു പേര്. ഇക്കാരണത്താൽ സസ്യങ്ങളുടെയും ജന്തുക്കളുടെയുമിടയ്ക്കുള്ള അന്തരാളരൂപങ്ങളായിട്ടാണ് സുവോഫൈറ്റുകൾ പരിഗണിക്കപ്പെട്ടത്. പത്തൊമ്പതാം നൂറ്റാണ്ടിന്റെ മധ്യംതൊട്ട് സുവോഫൈറ്റ് എന്ന പേര് സീലെന്റേറേറ്റിന്റെ ഒരു പര്യായമായിത്തീർന്നു. ഇപ്പോൾ അത് പ്രചാരലുപ്തമായിക്കഴിഞ്ഞിരിക്കുന്നു.

234. *സൃഷ്ടിയുടെ പ്രാകൃതികചരിത്രം* എന്ന പുസ്തകത്തിന്റെ നാലാം പതിപ്പിൽ ഹെക്കൽ ബഹുകോശജന്തുക്കളിലെ ഭ്രൂണവികാസത്തിന്റെ ആദ്യത്തെ അഞ്ചുഘട്ടങ്ങൾ എണ്ണിപ്പറയുന്നുണ്ട്: Monerula, Ovulum, Murula, Planula, Gastrula. മൊത്തം ജന്തുലോകത്തിന്റെ വികാസത്തിലെ അഞ്ചു പ്രാരംഭഘട്ടങ്ങൾക്ക് അനുരോധമാണവ എന്നാണ് അദ്ദേഹത്തിന്റെ പക്ഷം. ആ പുസ്തകത്തിന്റെ അനന്തരപതിപ്പുകളിൽ ഹെക്കൽ ഈ പദ്ധതിയിൽ സാരമായ മാറ്റങ്ങൾ വരുത്തി. എങ്കിലും എംഗൽസ് അനുകൂലമായി വില

യിരുത്തിയ അദ്ദേഹത്തിന്റെ മൗലികാശയം – അതായത്, ഒരു ജീവിയുടെ വ്യക്തിപരമായ വികാസവും (autogeny) അതാതു ജൈവരൂപങ്ങളുടെ ചരിത്രപരമായ വികാസവും (phylogeny) സമാന്തരമാണെന്ന ആശയം – ശാസ്ത്രരംഗത്ത് സുസ്ഥാപിതമായിക്കഴിഞ്ഞിരിക്കുന്നു.

235. "ബത്തിബിയസ്" (bathybius) എന്ന വാക്കിന്റെ അർഥം "ആഴത്തിൽ ജീവിക്കുന്നത്" എന്നാണ്. സമുദ്രത്തിന്റെ അടിത്തട്ടിൽനിന്നു കോരിയെടുത്ത ഒരുതരം വഴുക്കൻചളിയുടെ ഒരു വർണന 1868–ൽ ഹക്സ്‌ലി നൽകുകയുണ്ടായി. ഘടനയൊന്നുമില്ലാത്ത ആദിമജീവപദാർഥമായ പ്രോട്ടോപ്ലാസമാണ് അത് എന്ന് അദ്ദേഹം കരുതി. ഏറ്റവും ലളിതരൂപത്തിലുള്ള ജീവിയെന്ന് അദ്ദേഹം വിശ്വസിച്ച ആ വസ്തുവിന് അദ്ദേഹം ഹെക്കലിന്റെ ബഹുമാനാർഥം "Bathybius Haeckelii" എന്നു പേരിട്ടു. ഇക്കാലത്തേതും ഇപ്പോഴും ജീവിച്ചിരിപ്പുള്ളതുമായ മൊണേറയുടെ പല ജാതികളിലൊന്നിലായിട്ടാണ് ഹെക്കൽ ബത്തിബിയസിനെ വീക്ഷിച്ചത്. ബത്തിബിയസിന് പ്രോട്ടോപ്ലാസവുമായി യാതൊരു ബന്ധവുമില്ലെന്നും അതൊരു അജൈവരൂപമാണെന്നും പിന്നീട് സ്ഥാപിക്കപ്പെട്ടു. ബത്തിബിയസിനെയും അതിനാൽ ആവൃതമായ കാൽസിയമയങ്ങളായ കൊച്ചുകല്ലുകളെയുംപറ്റി ഹെക്കൽ തന്റെ കൃതിയിൽ പരാമർശിക്കുന്നുണ്ട്: E Haeckel. :Naturliche Schopfun-gsgeschichte, 4.Aufl., Berlin, 1873, S.165-166, 306, 379-384.

236. *ജീവികളുടെ സാമാന്യ ആകൃതിവിജ്ഞാനം* (ബർലിൻ, 1866) എന്ന കൃതിയുടെ ഒന്നാം വാല്യത്തിൽ ഹെക്കൽ നാലു വലിയ അധ്യായങ്ങളിലായി (VIII-XI) ജൈവവ്യക്തിയെന്ന ധാരണയെക്കുറിച്ചും ജീവികളുടെ ആകൃതികവും ശരീരക്രിയാത്മകവുമായ വ്യക്തിത്വത്തെക്കുറിച്ചും പ്രതിപാദിക്കുന്നുണ്ട്. *മനുഷ്യോൽപ്പത്തിവിജ്ഞാനം, അഥവാ മനുഷ്യന്റെ പരിണാമചരിത്രം* (ലൈപ്സിഗ്, 1874) എന്ന കൃതിയിലും പലേടത്തായി അദ്ദേഹം വ്യക്തി എന്ന ധാരണയെ പരിശോധിക്കുന്നുണ്ട്. അദ്ദേഹം ജൈവവ്യക്തികളെ ആറു വർഗങ്ങൾ അഥവാ ഗണങ്ങൾ ആയി തിരിക്കുന്നു. പ്ലാസ്റ്റിഡുകൾ, ഓർഗനുകൾ, ആന്റിമെറുകൾ, മെറ്റാമെറുകൾ, വ്യക്തികൾ, കോർമസുകൾ. ആദ്യത്തെ ഗണത്തിലുള്ള വ്യക്തികൾ മൊണേറയുടെ (സൈറ്റോഡിന്റെ) തരത്തിൽപ്പെട്ട കോശപൂർവ ജൈവരൂപങ്ങളും കോശങ്ങളുമാണ്. അവയാണ് 'പ്രാഥമികജീവികൾ.' രണ്ടാമത്തെ ഗണംതൊട്ട് ഓരോ ഗണത്തിലുമുള്ള വ്യക്തികളിൽ തൊട്ടുമുമ്പത്തേതിലെ വ്യക്തികളും ഉൾപ്പെടുന്നുണ്ട്. ഉയർന്ന പടിയിലുള്ള ജന്തുക്കളെ സംബന്ധിച്ചിടത്തോളം, അഞ്ചാമത്തെ ഗണത്തിലെ വ്യക്തികൾ ആ വാക്കിന്റെ സങ്കുചിതാർഥത്തിൽ "വ്യക്തി"കളാണ്.

കോർമസ് (cormus) – ആകൃതികവിജ്ഞാനത്തെ സംബന്ധിച്ചിടത്തോളം ആറാം ഗണത്തിൽപ്പെട്ട വ്യക്തി. അഞ്ചാം ഗണത്തിലെ വ്യക്തികളുടെ കോളനിയാണത്. സമുദ്രത്തിലെ ലൂസിഫെറുകൾ ഇതിന് ഉദാഹരണമാണ്.

മെറ്റാമെർ (metamere) – ആകൃതികവിജ്ഞാനത്തെ സംബന്ധിച്ചിടത്തോളം നാലാം ഗണത്തിൽപ്പെട്ട വ്യക്തി. അഞ്ചാംഗണത്തിലെ വ്യക്തികളുടെ ആവർത്തകമായ ശരീരാവയവമാണത്. നാടപ്പുഴുവിന്റെ ഖണ്ഡങ്ങൾ ഇതിന് ഉദാഹരണമാണ്.

237. "പ്രാകൃതികനിർധാരണം, അഥവാ ശേഷിയുള്ളതിന്റെ ശേഷിപ്പ്"– *ജാതികളുടെ ഉൽപ്പത്തി* എന്ന ഡാർവിന്റെ കൃതിയുടെ നാലാമധ്യായത്തിന്റെ ശീർഷകം.

238. Bellum omnium contra omnes (എല്ലാവരും എല്ലാവർക്കുമെതിരായി നടത്തുന്ന യുദ്ധം) – *പൗരനെപ്പറ്റി, വായനക്കാരോടായി ഒരു മുഖവുര, ലെവിയത്താൻ* (അധ്യായം XIII, XIV) എന്നീ കൃതികളിൽ ടി ഹോബ്സ് ഉപയോഗിച്ചിട്ടുള്ള ഒരു പ്രയോഗം.

239. ഹെഗൽ, *തർക്കശാസ്ത്രം*, പുസ്തകം III, ഖണ്ഡം III, അധ്യായം 1.

240. ഹെഗലിന്റെ *തർക്കശാസ്ത്ര*ത്തിന്റെ രണ്ടാം ഭാഗത്തിന്റെ അവസാനത്തേയും (*തർക്കശാസ്ത്രം*, പുസ്തകം II, ഖണ്ഡംIII, അധ്യായം 3, *പരസ്പരപ്രവർത്തനം*) *തത്വശാസ്ത്ര എൻസൈക്ലോപ്പീഡിയ*യേയും (ഭാഗം I, ഖണ്ഡം II, *പരസ്പരപ്രവർത്തനം*) ആണ് എംഗൽസ് പരാമർശിക്കുന്നത്. അവിടെ ഹെഗൽ ജീവനുള്ള ജീവിയെ പരസ്പരപ്രവർത്തനത്തിന്റെ ഒരു ദൃഷ്ടാന്തമായി ചൂണ്ടിക്കാണിക്കുന്നു: ".....ജീവികളുടെ പ്രത്യേകം പ്രത്യേകം അവയവങ്ങളും ധർമങ്ങളും പരസ്പരപ്രവർത്തനത്തിന്റെ ബന്ധത്തിലാണ് നിലകൊള്ളുന്നത്" (*എൻസൈക്ലോപ്പീഡിയ*, § 156, അനുബന്ധം).

241. എച്ച് എ നിക്കൊൾസൺ, *ജന്തുശാസ്ത്രസംഗ്രഹം*, 5–ാം പതിപ്പ്, എഡിൻബറൊ, ലണ്ടൻ, 1878, പേജ് 32, 102.

242. സ്വിറ്റ്സർലണ്ടിൽ ബേൺ ആൽപ്സ് പർവതനിരകളിലെ ഒരുകൊടുമുടി.

243. *പ്രകൃതിയുടെ വൈരുധ്യാത്മകത*യെന്ന കൃതിക്കുള്ള സാമഗ്രികളടങ്ങുന്ന നാലു ഫോൾഡറുകളുടെ ശീർഷകങ്ങളും രണ്ടും മൂന്നും ഫോൾഡറുകളിലെ വിഷയാനുക്രമണികകളും എംഗൽസ് എഴുതിയത് അദ്ദേഹത്തിന്റെ ജീവിതത്തിന്റെ അവസാനവർഷങ്ങളിലാണ്. എന്തായാലും 1886–ന് മുമ്പല്ലെന്നു തീർച്ച. കാരണം, 1886 ആരംഭത്തിലെഴുതിയ *ഫോയർബാഹിൽ*നിന്നു വിട്ടുകളഞ്ഞത്" എന്ന നുറുങ്ങ് രണ്ടാം ഫോൾഡറിലെ വിഷയാനുക്രമണികയിൽ ഉൾപ്പെടുത്തിയിട്ടുണ്ട്.

നാമസൂചിക

അക്സാക്കൊവ്, അലക്സാണ്ടർ നിക്കൊലായെവിച്ച് (1832–1903) – പ്രേതാത്മവാദിയായ റഷ്യൻ മിസ്റ്റിക്.

അഗസ്സിസ്, ലൂയി ഴാൻ റുഡോൾഫ് (Agassiz, 1807–1873) – സ്വിസ്സ് ജന്തുശാസ്ത്രജ്ഞനും ഭൂഗർഭശാസ്ത്രജ്ഞനും. ഡാർവിനിസത്തിന്റെ പ്രതിയോഗി. അത്യാഹിതങ്ങളെക്കുറിച്ചുള്ള ആശയവാദപരമായ സിദ്ധാന്തവും ദൈവസൃഷ്ടിയെ സംബന്ധിച്ച ചിന്താഗതിയും പ്രചരിപ്പിച്ചു.

അഗസ്റ്റിൻ "പുണ്യാളൻ" (Augustine, 354-430) – ക്രിസ്തുമതമീമാംസകനും ആശയവാദിയായ തത്വചിന്തകനും.

അനക്സിമെനിസ് (Anaximendes of Miletus, ഉദ്ദേശം ക്രി മു 588–525) –ഭൗതികവാദിയായ പ്രാചീനയവനദാർശനികൻ.

അനാക്സിമാന്ദർ (Anaximander of Miletus, ഉദ്ദേശം ക്രി മു 610–546) – ഭൗതികവാദിയായ യവനദാർശനികൻ.

അരിസ്റ്റാർക്കസ് (Aristarchus of Samos, ക്രി മു 320–250) – യവനജ്യോതിശാസ്ത്രജ്ഞനും ഗണിതശാസ്ത്രജ്ഞനും. ഭൂമി സൂര്യനെ ചുറ്റുന്നുവെന്ന സൂര്യകേന്ദ്രീയ പരികൽപ്പനയുടെ ഉപജ്ഞാതാവ്. ചന്ദ്രനും സൂര്യനുമിടയ്ക്കുള്ള ദൂരം ഗണിച്ചെടുത്തു.

അരിസ്റ്റോട്ടിൽ (Aristotle, ക്രി മു 384–322) – യവനചിന്തകൻ. തത്വശാസ്ത്രമണ്ഡലത്തിൽ ഭൗതികവാദത്തിനും ആശയവാദത്തിനുമിടയിൽ ആടിക്കളിച്ചു.

അൽമൻ, ജോർജ് ജെയിംസ് (Allman, 1812–1898) – ഇംഗ്ലീഷ് ജീവശാസ്ത്രജ്ഞൻ.

ആഡംസ്, ജോൺ (Adams, 1819–1892) – ഇംഗ്ലീഷ് ജ്യോതിശാസ്ത്ര

ജ്ഞനും ഗണിതശാസ്ത്രജ്ഞനും. 1845-ൽ ലെവെര്യെയിൽനിന്നു സ്വതന്ത്രമായി അക്കാലത്ത് അജ്ഞാതമായിരുന്ന നെപ്ട്യൂണിന്റെ കക്ഷ്യ ഗണിച്ചെടുക്കുകയും അതിന്റെ സ്ഥാനം നിർണയിക്കുകയും ചെയ്തു.

ആർക്കിമെഡീസ് (Archimedes, ഉദ്ദേശം ക്രി മു 287–212) – യവനഗണിതശാസ്ത്രജ്ഞനും ബലതന്ത്രജ്ഞനും

എഡ്ലുണ്ട്, എറിക്ക് (Edlund, 1819–1888) – സ്വീഡിഷ് ഭൗതികശാസ്ത്രജ്ഞൻ. സ്റ്റോക്ഹോമിലെ ശാസ്ത്ര അക്കാഡമിയിലെ പ്രൊഫസർ. പ്രധാനമായും വൈദ്യുതസിദ്ധാന്തരംഗത്തു പ്രവർത്തിച്ചു

എപ്പിക്യൂറസ് (Epicurus, ഉദ്ദേശം ക്രി മു 341–270) – ഭൗതികവാദിയായ പ്രാചീന യവനദാർശനികൻ. നിരീശ്വരവാദി.

എംഗൽസ്, ഫ്രെഡറിക് (Engels, 1820–1895).

ഒൽബെർസ്, ഹൈൻരിഹ് വിൽഹെം (Olbers,1758–1840) – ജർമൻ ജ്യോതിശാസ്ത്രജ്ഞൻ.

ഓക്കൻ, ലോറൻസ് (Oken, 1779–1851) – ജർമൻ പ്രകൃതിശാസ്ത്രജ്ഞൻ. പ്രാകൃതികതത്വശാസ്ത്രജ്ഞൻ.

ഓം, ഗിയാർഗ് സിമോൺ (Ohm, 1787–1854) – ജർമൻ ഭൗതികശാസ്ത്രജ്ഞൻ. പരിപഥത്തിന്റെ പ്രതിരോധവും വിദ്യുത്ചാലകബലവും ധാരയുടെ ബലവും തമ്മിലുള്ള ബന്ധം നിർവചിക്കുന്ന വൈദ്യുതപരിപഥത്തെ സംബന്ധിച്ച അടിസ്ഥാനനിയമം 1826-ൽ കണ്ടുപിടിച്ചു.

ഓവൻ, റിച്ചാർഡ് (Owen, 1804–1892)– ഇംഗ്ലീഷ് ജന്തുശാസ്ത്രജ്ഞനും ജീവാശ്മശാസ്ത്രജ്ഞനും. ഡാർവിനിസത്തിന്റെ പ്രതിയോഗി. കശേരുകികളുടെ സംരചനാപദ്ധതിയെന്ന നിലയ്ക്ക് "പ്രാഗ്രൂപം" എന്നൊരു ആശയവാദപരമായ സങ്കൽപ്പം മുന്നോട്ടുവച്ചു. 1863-ൽ ജൂറാസിക് കാലഘട്ടത്തിലെ ആർക്കിയോപ്റ്ററിക്സിനെക്കുറിച്ച് ആദ്യമായി വർണ്ണന നൽകി.

ഔവേഴ്സ്, ആർതർ (Auwers, 1838–1915) – ഖഗോളമിതിയിൽ പ്രത്യേക വൈദഗ്ധ്യം നേടിയ ജർമൻ ജ്യോതിശാസ്ത്രജ്ഞൻ.

കർനോ, നിക്കൊലാ ലെയൊനാർ സദി (Carno, 1796–1832) – ഫ്രഞ്ച് എഞ്ചിനീയർ, ഭൗതികശാസ്ത്രജ്ഞൻ, ഊഷ്മഗതിവിജ്ഞാനത്തിന്റെ സ്ഥാപകരിലൊരാൾ.

കറ്റെലൻ (Catelan, പതിനേഴാം നൂറ്റാണ്ടിന്റെ ഉത്തരാർധം) – ഫ്രഞ്ച് മഠാധിപതി, ഭൗതികശാസ്ത്രജ്ഞൻ, ദെക്കാർത്തിന്റെ അനുയായി.

കാന്റ്, ഇമാനുവെൽ (Kant, 1724–1804) – ക്ലാസിക്കൽ ജർമൻ തത്വശാസ്ത്രത്തിന്റെ പിതാവ്, ആശയവാദി. അദ്ദേഹത്തിന്റെ പ്രകൃതിശാസ്ത്രപഠനങ്ങളും പ്രസിദ്ധമാണ്.

കാൽവിൻ, ഴാൻ (Calvin, 1509–1564) റിഫൊർമേഷൻ പ്രസ്ഥാനത്തിന്റെ പ്രമുഖനേതാവ്. പ്രൊട്ടസ്റ്റന്റ് മതത്തിലെ ഒരു സരണിയായ

കാൽവിനിസത്തിന്റെ സ്ഥാപകൻ. അത് മൂലധനത്തിന്റെ ആദിമ സഞ്ചയകാലത്ത് ബൂർഷ്വാസിയുടെ താൽപ്പര്യങ്ങളെ പ്രകാശിപ്പിച്ചു.

കാസ്സിനി, ജോവാന്നി ഡൊമെനിക്കോ (Cassini, 1625–1712) – ഇറ്റാലിയൻ വംശജനായ ഫ്രഞ്ച് ജ്യോതിശാസ്ത്രജ്ഞൻ. പാരീസ് നക്ഷത്ര ബംഗ്ലാവിന്റെ ആദ്യത്തെ ഡയറക്ടർ (1669 മുതൽ). ഫ്രാൻസിന്റെ ഭൂപരിധിയിൽ നിരവധി ഭൂഗണിതസർവേകൾ സംഘടിപ്പിക്കുകയും നയിക്കുകയും ചെയ്തു.

കാസ്സിനി ദെ തുറി, സെസർ ഫ്രൻസ്വാ (Cassini de Thyry, 1714–1784) – ഫ്രഞ്ച് ജ്യോതിശാസ്ത്രജ്ഞനും ഭൂഗണിതജ്ഞനും. പാരീസ് നക്ഷത്രബംഗ്ലാവിന്റെ മൂന്നാമത്തെ ഡയറക്ടർ. ഴാക് കാസിനിയുടെ മകൻ.

കാസ്സിനി, ഴാക് (Cassini, 1677–1756) – ഫ്രഞ്ച് ജ്യോതിശാസ്ത്രജ്ഞനും ഭൂഗണിതജ്ഞനും. പാരീസ് നക്ഷത്രബംഗ്ലാവിന്റെ രണ്ടാമത്തെ ഡയറക്ടർ. ജോവാന്നി കാസിനിയുടെ മകൻ.

കാസ്സിനി, ഴാൻ ഡോമിനിക്ക് (Cassini, 1748–1845) – ഫ്രഞ്ച് ജ്യോതിശാസ്ത്രജ്ഞനും ഭൂഗണിതജ്ഞനും പാരീസ് നക്ഷത്രബംഗ്ലാവിന്റെ നാലാമത്തെ ഡയറക്ടർ. സെസർ ഫ്രൻസ്വായുടെ മകൻ.

കാറലിങ് രാജവംശം (Carolingian dynasty) – 751 മുതൽ 987 വരെ ഫ്രാൻസിലും 911 വരെ ജർമനിയിലും 887 വരെ ഇറ്റലിയിലും ഭരണം നടത്തിയ രാജവംശം.

കിന്നെർസ്ലി, എബനസർ (Kinnersley, 1711–1778) – അമേരിക്കൻ പരീക്ഷണാത്മകഭൗതികശാസ്ത്രജ്ഞൻ.

കിർഹോവ്, ഗുസ്റ്റവ് റോബർട്ട് (Kirchhoff, 1824–1887) – ജർമൻ ഭൗതികശാസ്ത്രജ്ഞൻ, പ്രകൃതിശാസ്ത്രഭൗതികവാദത്തിന്റെ പ്രതിനിധി. വിദ്യുത്ഗതിവിജ്ഞാനത്തിന്റേയും ബലതന്ത്രത്തിന്റെയും പ്രശ്നങ്ങൾ കൈകാര്യം ചെയ്തു. 1859–ൽ ആർ ബുൻസനുമൊന്നിച്ച് സ്പെക്ട്രവിശ്ലേഷണത്തിന് അടിത്തറയിട്ടു.

കുലോൻ, ഷാറൽ ഒഗുസ്തേൻ (Coulomb, 1736–1806) – ഫ്രഞ്ച് ഭൗതികശാസ്ത്രജ്ഞനും എഞ്ചിനീയറും. സ്ഥിരവൈദ്യുതവും കാന്തികവുമായ പരസ്പരപ്രവർത്തനത്തെക്കുറിച്ചുള്ള നിയമം സ്ഥാപിച്ചു.

കെക്കുലേ, ഫ്രീഡ്രിഹ് ഔഗുസ്റ്റ് (Kekule, 1829–1896) – ജർമൻ രസതന്ത്രജ്ഞൻ, ജൈവരസതന്ത്രത്തിന്റെയും സൈദ്ധാന്തിക രസതന്ത്രത്തിന്റെയും മണ്ഡലത്തിൽ പ്രവർത്തിച്ചു.

കെപ്ലർ, യൊഹാൻ (Kepler, 1571–1630) – ജർമൻ ജ്യോതിശാസ്ത്രജ്ഞൻ. ഗ്രഹചലനനിയമങ്ങൾ കണ്ടുപിടിച്ചു.

കെറ്റെലർ, വിൽഹെം ഇമാനുവെൽ (Ketteler, 1811–1877) – ജർമൻ കത്തോലിക്കാപുരോഹിതൻ. 1850 മുതൽ മൈന്റ്സിലെ ബിഷപ്പ്.

കൊൽറൗഷ്, ഫ്രീഡ്രിഹ് വിൽഹെം (Kohlrausch, 1840–1910) –വൈദ്യുത-കാന്തിക മാപനങ്ങൾ, വൈദ്യുതാപഘടനം, ഊഷ്മവിദ്യുച്ഛക്തി എന്നീ രംഗങ്ങളിലെ ഗവേഷണങ്ങൾക്കു പേരെടുത്ത ജർമൻ ഭൗതികശാസ്ത്രജ്ഞൻ. ആർ കൊൽറൗഷിന്റെ മകൻ.

കൊൽറൗഷ്, റുഡോൾഫ് ഹെർമൻ ആർണ്ട് (Kohlrausch, 1809–1858) – ഗാൽവനിക് ധാരയെക്കുറിച്ചുള്ള ഗവേഷണങ്ങൾക്ക് പേരെടുത്ത ജർമൻ ഭൗതികശാസ്ത്രജ്ഞൻ.

കൊളംബസ്, ക്രിസ്റ്റഫർ (Columbus, ഉദ്ദേശം 1446–1506) അമേരിക്ക കണ്ടുപിടിച്ച സമുദ്രസഞ്ചാരി. സ്പെയിനിൽ സേവനം നടത്തിയ ഇറ്റാലിയൻ വംശജൻ.

കോൻ, ഫെർഡിനാൻഡ് യൂലിയസ് (Cohm, 1828–1898) ജർമൻ സസ്യശാസ്ത്രജ്ഞനും സൂക്ഷ്മജീവശാസ്ത്രജ്ഞനും.

കോന്ത്, ഓഗുസ്റ്റ് (Comte, 1798–1857) – ഫ്രഞ്ച് ദാർശനികനും സാമൂഹ്യശാസ്ത്രജ്ഞനും. പോസിറ്റിവിസത്തിന്റെ സ്ഥാപകൻ.

കോപ്പർനിക്കസ്, നിക്കൊലാസ് (Copernicus, 1473–1543) –പോളിഷ് ജ്യോതിശാസ്ത്രജ്ഞൻ. പ്രപഞ്ചത്തെക്കുറിച്ചുള്ള സൂര്യകേന്ദ്രീയസിദ്ധാന്തത്തിന്റെ സ്ഥാപകൻ.

കോപ്പ്, ഹെർമൻ (Kopp, 1817–1892) – ജർമൻ രസതന്ത്രജ്ഞനും രസതന്ത്രചരിത്രകാരനും.

കോൾഡിംഗ്, ലുഡ്‌വിഗ് ഔഗുസ്റ്റ് (Colding, 1815–1888) – ഡാനിഷ് ഭൗതികശാസ്ത്രജ്ഞനും എഞ്ചിനീയറും. മയ്യെറിൽനിന്നും ജൗളിൽനിന്നും സ്വതന്ത്രമായി ചൂടിന്റെ യാന്ത്രികതുല്യാങ്കം നിർണയിച്ചു.

ക്യുവ്യെ, ജോർജ് (Cuvier, 1769–1832) – ഫ്രഞ്ച് പ്രകൃതിശാസ്ത്രജ്ഞൻ, ജന്തുശാസ്ത്രജ്ഞൻ, ജീവാശ്മശാസ്ത്രജ്ഞൻ. അത്യാഹിതങ്ങളെക്കുറിച്ചുള്ള അശാസ്ത്രീയവും ആശയവാദപരവുമായ സിദ്ധാന്തത്തിന്റെ ഉപജ്ഞാതാവ്.

ക്രുക്സ്, വില്യം (Crookes, 1832–1919) – ബ്രിട്ടീഷ് ഭൗതികശാസ്ത്രജ്ഞനും, രസതന്ത്രജ്ഞനും. പ്രേതാത്മവാദി.

ക്രോൾ, ജെയിംസ് (Croll, 1821–1890)–ഇംഗ്ലീഷ് ഭൂഗർഭശാസ്ത്രജ്ഞൻ.

ക്ലപെയ്റോൺ, ബെനോ പോൾ എമിൽ (Clapeyron, 1799–1864) – ഫ്രഞ്ച് ഭൗതികശാസ്ത്രജ്ഞനും എഞ്ചിനീയറും. ഊഷ്മഗതിവിജ്ഞാനത്തെക്കുറിച്ചുള്ള കൃതികളുടെ രചയിതാവ്.

ക്ലിപ്ഷ്ടൈൻ, ഫിലിപ്പ് എംഗൽ (Klipstein, 1747–1808) –ജർമൻ ഭൂഗർഭശാസ്ത്രജ്ഞനും ജീവാശ്മശാസ്ത്രജ്ഞനും.

ക്ലൗസിയസ്, റുഡോൾഫ് (Clausius, 1822–1888) – ജർമൻ ഭൗതികശാസ്ത്രജ്ഞൻ, സൈദ്ധാന്തികൻ. ഊഷ്മഗതികസിദ്ധാന്തത്തെയും വാതകങ്ങളെക്കുറിച്ചുമുള്ള ഗതികസിദ്ധാന്തത്തെയും സംബന്ധിച്ച അദ്ദേഹത്തിന്റെ കൃതികൾ പ്രസിദ്ധം; 1850–ൽ ഊഷ്മഗതികവിജ്ഞാനത്തിന്റെ രണ്ടാം നിയമം നിർവചിച്ചെങ്കിലും "പ്രപഞ്ച

ത്തിന്റെ ഊഷ്മമൃത്യു"വിനെ സംബന്ധിച്ച ആശയവാദപരമായ പരികൽപ്പനയ്ക്കു സദൃശമായ ഒരു വ്യാഖ്യാനം അതിനു നൽകി. "എൻട്രോപ്പി" എന്ന ധാരണ ഭൗതികശാസ്ത്രരംഗത്തു കൊണ്ടുവന്നു.

ക്വെൻഷ്ടെഡ്റ്റ്, ഫ്രിഡ്രിഹ് ഔഗുസ്റ്റ് (Quenstedt, 1809–1889) – ജർമൻ ഖനീജശാസ്ത്രജ്ഞൻ. ഭൂഗർഭശാസ്ത്രജ്ഞൻ, ജീവാശ്മശാസ്ത്രജ്ഞൻ, ത്യൂബിൻഗൻ സർവകലാശാലയിലെ പ്രൊഫസർ.

ഗത്രി, ഫ്രെഡറിക്ക് (Guthrie, 1833–1886) – ഇംഗ്ലീഷ് ഭൗതികശാസ്ത്രജ്ഞനും രസതന്ത്രജ്ഞനും.

ഗലിയാനി, ഫെർനാൻഡൊ (Galiani, 1728–1787) – ഇറ്റാലിയൻ ധനശാസ്ത്രജ്ഞൻ, ഫിസിയോക്രാറ്റുകളുടെ സിദ്ധാന്തത്തെ വിമർശിച്ചു. ഒരു വസ്തുവിന്റെ മൂല്യത്തെ നിർണയിക്കുന്നത് അതിന്റെ പ്രയോജനമാണെന്നു വാദിച്ചു. അതേസമയംതന്നെ ചരക്കിന്റെയും പണത്തിന്റെയും സ്വഭാവത്തെപ്പറ്റി ശരിയായ പല അനുമാനങ്ങളും നടത്തി.

ഗലീലിയൊ, ഗലിലേയി (Galileo, 1564–1642) – ഇറ്റാലിയൻ ഭൗതികശാസ്ത്രജ്ഞനും ജ്യോതിശാസ്ത്രജ്ഞനും. ബലതന്ത്രത്തിന് അടിത്തറയിട്ടു. പുരോഗമനവീക്ഷണഗതികൾക്കുവേണ്ടി പൊരുതി.

ഗസിയോട്ട്, ജോൺ പീറ്റർ (Gassiot, 1797–1877) – വൈദ്യുതപ്രതിഭാസങ്ങളെക്കുറിച്ചുള്ള ഗവേഷണം നടത്തിയ ഇംഗ്ലീഷ് ഭൗതികശാസ്ത്രജ്ഞൻ.

ഗാൽ, ഫ്രാന്റ്സ് യോസഫ് (Gall,1758–1828) – ആസ്ത്രിയൻ ഭിഷഗ്വരനും ശരീരഘടനാശാസ്ത്രജ്ഞനും. ഫ്രെനോളജിയുടെ സ്ഥാപകൻ.

ഗെർലാൻഡ്, അന്റൻ വെർനർ (Gerland,1838–1910) – ജർമൻ ഭൗതികശാസ്ത്രജ്ഞൻ. ഭൗതികശാസ്ത്രചരിത്രത്തെക്കുറിച്ചുള്ള ഏതാനും ഗ്രന്ഥങ്ങളുടെ രചയിതാവ്.

ഗ്യോഥെ, യൊഹാൻ വൊൾഫ്ഗംഗ് (Goethe, 1749–1832) – ജർമൻ സാഹിത്യകാരനും ചിന്തകനും. പ്രകൃതിശാസ്ത്രരംഗത്തെ അദ്ദേഹത്തിന്റെ കൃതികളും പ്രസിദ്ധമാണ്.

ഗ്രാം, സെനോബ് തിയോഫിൽ (Gramme, 1826–1901)– വൈദ്യുത എഞ്ചിനീയറിങ് രംഗത്ത് കണ്ടുപിടുത്തങ്ങൾ നടത്തിയ ഒരു ഫ്രഞ്ച് ശാസ്ത്രജ്ഞൻ. 1869–ൽ വലയ ആർമച്ചറോടുകൂടിയ കാന്തിക-വൈദ്യുതയന്ത്രം നിർമിച്ചു.

ഗ്രിം, യാക്കോബ് (Grimm, 1785–1863) – ജർമൻ ഭാഷാശാസ്ത്രജ്ഞൻ. ബർലിൻ സർവകലാശാലയിലെ പ്രൊഫസർ. തുലനാത്മകഭാഷാശാസ്ത്രത്തിന്റെ സ്ഥാപകരിലൊരാൾ. ജർമാനിക് ഭാഷകളുടെ ആദ്യത്തെ തുലനാത്മകവ്യാകരണം എഴുതി.

ഗ്രോവ്, വില്യം റോബർട്ട് (Grove, 1811– 1896) – ഇംഗ്ലീഷ് ഭൗതികശാസ്ത്രജ്ഞനും നിയമജ്ഞനും.

ഗിദോ (Guido d' Arezzo, ഉദ്ദേശം 990–1050) – ഇറ്റാലിയൻ സന്യാസി. ആധുനിക സംഗീത സ്വരലിപികൾക്ക് അടിത്തറയിട്ടു.

ചാറൽസ് (മഹാനായ ചാറൽസ്) (Charles the Great, 742–814) – ഫ്രാങ്കിഷ് രാജാവ് (768–814). ചക്രവർത്തി (800–814).

ജുവെനൽ (Juvenal, ഉദ്ദേശം 60–ാമാണ്ടിൽ ജനിച്ചു, 127–ാമാണ്ടിനുശേഷം മരിച്ചു) – റോമൻ ഹാസ്യകവി.

ജൗൾ, ജെയിംസ് പ്രെസ്ക്കോട്ട് (Joule, 1818–1889) – ഇംഗ്ലീഷ് ഭൗതിക ശാസ്ത്രജ്ഞൻ. വിദ്യുത്കാന്തികതയെയും ചൂടിനെയും കുറിച്ചു പഠനം നടത്തി. ചൂടിന്റെ യാന്ത്രികതുല്യാങ്കം കണ്ടുപിടിച്ചു.

ടിൻഡാൽ, ജോൺ (Tyndall, 1820–1893) – ഇംഗ്ലീഷ് ഭൗതികശാസ്ത്ര ജ്ഞൻ.

ടെയിറ്റ്, പീറ്റർ ഗത്രി (Tait, 1831–1901) – ഇംഗ്ലീഷ് ഭൗതികശാസ്ത്രജ്ഞനും ഗണിതശാസ്ത്രജ്ഞനും.

ടൊറിച്ചെല്ലി, എവഞ്ജലിസ്റ്റ (Torricelli, 1608–1647) – ഇറ്റാലിയൻ ഭൗതി കശാസ്ത്രജ്ഞനും ഗണിതശാസ്ത്രജ്ഞനും.

ടോളമി, ക്ലോഡിയസ് (Ptolemy, ഉദ്ദേശം ക്രി വ 150) – യവനഗണിതശാ സ്ത്രജ്ഞനും ജ്യോതിശാസ്ത്രജ്ഞനും ഭൂമിശാസ്ത്രജ്ഞനും. പ്രപഞ്ചത്തെക്കുറിച്ചുള്ള ഭൂകേന്ദ്രീയവ്യവസ്ഥയുടെ ഉപജ്ഞാതാവ്.

ട്രൗബെ, മോറിറ്റ്സ് (Traube, 1826–1894) – ജർമൻ രസതന്ത്രജ്ഞനും ശരീരക്രിയാശാസ്ത്രജ്ഞനും. ചയാപചയത്തിനും വളർച്ചയ്ക്കും കഴിവുള്ള കൃത്രിമകോശങ്ങൾ നിർമിച്ചു.

ഡയോജെനെസ്, ലയേർഷിയസ് (Diogenes, മൂന്നാം ശതകം – പ്രാചീന യവന തത്വശാസ്ത്രചരിത്രകാരൻ. പ്രാചീനദാർശനികരെക്കുറി ച്ചുള്ള ഗ്രന്ഥത്തിന്റെ രചയിതാവ്.

ഡലാംബർ, ഴാൻ (D'Alembert, 1717–1783) – ഫ്രഞ്ച് ദാർശനികനും ഗണി തശാസ്ത്രജ്ഞനും. 18–ാം നൂറ്റാണ്ടിലെ ബൂർഷ്വാ ജ്ഞാനോദ്ദീപ നപ്രസ്ഥാനത്തിന്റെ സമുന്നതപ്രതിനിധികളിലൊരാൾ.

ഡാനിയൽ, ജോൺ ഫ്രെഡറിക്ക് (Daniell, 1790–1845) – ഇംഗ്ലീഷ് ഭൗതി കശാസ്ത്രജ്ഞനും രസതന്ത്രജ്ഞനും കാലാവസ്ഥാശാസ്ത്ര ജ്ഞനും. പരിഷ്കരിച്ച രൂപത്തിലുള്ള കോപ്പർ – സിങ്ക് സെൽ 1838–ൽ നിർമിച്ചു.

ഡാർവിൻ, ചാറൽസ് (Darwin, 1809–1882) – ഇംഗ്ലീഷ് പ്രകൃതിശാസ്ത്ര ജ്ഞൻ. പരിണാമാത്മകജീവശാസ്ത്രത്തിന്റെ സ്ഥാപകൻ.

ഡാൽട്ടൺ, ജോൺ (Dalton, 1766–1844) – ഇംഗ്ലീഷ് രസതന്ത്രജ്ഞനും ഭൗതികശാസ്ത്രജ്ഞനും. രസതന്ത്രത്തിൽ അണുസിദ്ധാന്തപര മായ ആശയങ്ങൾ വികസിപ്പിച്ചു.

ഡി' ഒർബിനി, അൽസിഡ് ഡെസലിൽ (D'Orbigny, 1802–1857) – ഫ്രഞ്ച് ദേശസഞ്ചാരിയും ജീവാശ്മശാസ്ത്രജ്ഞനും. ക്യുവെയ്യയുടെ അത്യാഹിതസിദ്ധാന്തത്തെ പരമസീമവരെ വികസിപ്പിച്ചു.

ഡെമോക്രിറ്റസ് (Democritus, ഉദ്ദേശം ക്രി മു 460–370) – യവനദാർശനികൻ. ഭൗതികവാദി. അണുസിദ്ധാന്തത്തിന്റെ സ്ഥാപകരിലൊരാൾ.

ഡേവി, ഹംഫ്രി (Davy, 1778–1829) – ഇംഗ്ലീഷ് രസതന്ത്രജ്ഞനും ഭൗതികശാസ്ത്രജ്ഞനും.

ഡേവിസ്, ചാറൽസ് മോറിസ് (Davies, 1828–1910) – ബ്രിട്ടീഷ് പുരോഹിതൻ. മതഗ്രന്ഥങ്ങളുടെ രചയിതാവ്.

ഡ്യൂറിംഗ്, ഒയ്ഗൻ (Duhring, 1833–1921) – സങ്കലനവാദിയായ ജർമൻ ദാർശനികൻ. ഗ്രാമ്യധനശാസ്ത്രജ്ഞൻ. തത്വശാസ്ത്രരംഗത്ത് ആശയവാദത്തേയും ഗ്രാമ്യഭൗതികവാദത്തേയും പോസിറ്റിവിസത്തേയും കൂട്ടിക്കലർത്തി. അതിഭൗതികവാദി. പ്രകൃതിശാസ്ത്രസംബന്ധവും സാഹിത്യസംബന്ധവുമായ പ്രശ്നങ്ങളെക്കുറിച്ചും എഴുതിയിട്ടുണ്ട്.

ഡ്രേപ്പർ, ജോൺ വില്യം (Draper, 1811–1882) – അമേരിക്കൻ പ്രകൃതിശാസ്ത്രജ്ഞനും ചരിത്രകാരനും.

താലെസ് (Thales of Miletus, ഉദ്ദേശം ക്രി മു 624–534) – പ്രാചീനയവനദാർശനികൻ. മിലെറ്റസിലെ സ്വതഃസ്ഫൂർത്ത ഭൗതികവാദസരണിയുടെ സ്ഥാപകൻ.

തൊർവാൽഡ്സെൻ, ബെർട്ടൽ (Thorwaldsen, 1768–1844) – ഡാനിഷ് ശിൽപ്പി.

തോംസൺ, തോമസ് (Thomson, 1773–1852) – ഇംഗ്ലീഷ് രസതന്ത്രജ്ഞൻ. ഗ്ലാസ്ഗൊ സർവകലാശാലയിലെ പ്രൊഫസർ. ഡാൽട്ടന്റെ അണുസിദ്ധാന്തത്തെ അനുകൂലിച്ചു.

തോംസൺ, വില്യം (Thomson, 1892 തൊട്ട് കെൽവിൻപ്രഭു, 1824–1907) – ഇംഗ്ലീഷ് ഭൗതികശാസ്ത്രജ്ഞൻ. ഗ്ലാസ്ഗൊ സർവകലാശാലയിലെ സൈദ്ധാന്തികഭൗതികവകുപ്പധ്യക്ഷൻ (1846–99). ഊഷ്മഗതിവിജ്ഞാനം, വൈദ്യുതഎഞ്ചിനീയറിങ്, ഗണിതാത്മകഭൗതികം, എന്നീ രംഗങ്ങളിൽ പ്രവർത്തിച്ചു. "ചൂടില്ലാത്തതുകൊണ്ട് പ്രപഞ്ചം മൃതിയടയു"മെന്ന ആശയവാദപരമായ പരികൽപ്പന 1852–ൽ ഉന്നയിച്ചു.

തോംസൺ, ജൂലിയസ് (Thomsen, 1826–1909) – ഡാനിഷ് രസതന്ത്രജ്ഞൻ. കോപ്പൻഹേഗൻ സർവകലാശാലയിലെ പ്രൊഫസർ. ഊഷ്മരസതന്ത്രത്തിന്റെ സ്ഥാപകരിലൊരാൾ.

ദുബുവാ റെയ്മോൻ, എമിൽ (Du Bois Reymond, 1818–1896) – വൈദ്യുതശരീരക്രിയാശാസ്ത്രരംഗത്തെ പ്രവർത്തനത്തിനു പേരെടുത്ത ജർമൻ ശരീരക്രിയാശാസ്ത്രജ്ഞൻ. യാന്ത്രികഭൗതികവാദത്തിന്റെയും അജ്ഞേയവാദത്തിന്റെയും പ്രതിനിധി.

ദൂറർ, ആൽബ്രെഹ്റ്റ് (Durer, 1471–1528) – നവോത്ഥാനകാലത്തെ ജർമൻ ചരിത്രകാരൻ.

ദെക്കാർത്ത് റെനേ (Descartes, 1596–1650) – ഫ്രഞ്ച് ദ്വൈതവാദദാർശനികൻ, ഗണിതശാസ്ത്രജ്ഞൻ, പ്രകൃതിശാസ്ത്രജ്ഞൻ.

ദെസേൻ, വിക്ടർ (Dessaignes, 1800–1885) – ഫ്രഞ്ച് രസതന്ത്രജ്ഞൻ.

ദ്യോല്ലിംഗർ, ഇഗ്നറ്റ്സ് (Dollinger, 1799–1890) – ജർമൻ കത്തോലിക്കാ മതമീമാംസകൻ.

നിക്കൊലായെ, ഫ്രിഡ്രിഹ് (Nicolai, 1733–1811) – "പ്രബുദ്ധഏകാധിപത്യ"ത്തിന്റെ പക്ഷക്കാരനായ ജർമൻ എഴുത്തുകാരൻ. തത്വശാസ്ത്രരംഗത്ത് കാന്റിനെയും ഫിഹ്റ്റെയെയും എതിർത്തു.

നിക്കൊൽസൺ, ഹെന്റി അലെയിൽ (Nicholson, 1844–1899) – ജന്തുശാസ്ത്രത്തെയും ജീവാശ്മവിജ്ഞാനത്തെയും കുറിച്ചുള്ള പഠനങ്ങൾക്കുപേരെടുത്ത ഇംഗ്ലീഷ് ജീവശാസ്ത്രജ്ഞൻ.

നെഗേലി, കാറൽ വിൽഹെം (Nageli, 1817–1891) – ജർമൻ സസ്യശാസ്ത്രജ്ഞൻ. ഡാർവിനിസത്തിന്റെ പ്രതിയോഗി. അജ്ഞേയവാദി. അതിഭൗതികവാദി.

നേപ്പിയർ, ജോൺ (Napier, 1550–1617) – സ്കോട്ടിഷ് ഗണിതശാസ്ത്രജ്ഞൻ. ലോഗരിതം കണ്ടുപിടിച്ചയാൾ.

നൊയ്മൻ, കാറൽ ഗോറ്റ്ഫ്രിഡ് (Neumann, 1832–1925) –ജർമ്മൻ ഗണിതശാസ്ത്രജ്ഞനും ഭൗതികശാസ്ത്രജ്ഞനും.

നൗമാൻ, അലക്സാണ്ടർ (Naumann, 1837–1922) –ജർമൻ രസതന്ത്രജ്ഞൻ.

ന്യൂക്കൊമെൻ, തോമസ് (Newcomen, 1663–1729)–ഇംഗ്ലീഷ് ഇരുമ്പുപണിക്കാരൻ, ആവിയന്ത്രം കണ്ടുപിടിച്ചവരിലൊരാൾ.

ന്യൂട്ടൺ, ഐസക്ക് (Newton, 1642–1727) – ഇംഗ്ലീഷ് ഭൗതികശാസ്ത്രജ്ഞനും ജ്യോതിശാസ്ത്രജ്ഞനും ഗണിതശാസ്ത്രജ്ഞനും. ക്ലാസിക്കൽ ബലതന്ത്രത്തിന്റെ സ്ഥാപകൻ.

പഗനീനി, നിക്കോലോ (Paganini, 1784–1840) –ഇറ്റാലിയൻ വയലിൻവിദഗ്ധനും സംഗീതരചയിതാവും.

പാപ്പിൻ, ദെനി (Papin, 1647– 1714) – ഫ്രഞ്ച് ഭൗതികശാസ്ത്രജ്ഞൻ. ആവിയന്ത്രം കണ്ടുപിടിച്ചവരിലൊരാൾ.

പാസ്റ്റർ ലൂയി (Pasteur, 1822–1895) – ഫ്രഞ്ച് ശാസ്ത്രജ്ഞൻ. സൂക്ഷ്മജീവശാസ്ത്രത്തിന്റെ സ്ഥാപകൻ.

പെർട്ടി, യോസഫ് ആന്റൻ മക്സിമിലിയൻ (Perty, 1804–1884) – ജർമൻ പ്രകൃതിശാസ്ത്രജ്ഞൻ.

പൈത്തഗോറസ് (Pythagoras, ഉദ്ദേശം ക്രി മു 571–497) –യവനഗണിതശാസ്ത്രജ്ഞൻ. ആശയവാദിയായ ദാർശനികൻ.

പൊഗെൻഡോർഫ്, യോഹൻ ക്രിസ്റ്റ്യൻ (Poggendorff, 1796–1877) – ജർമൻ ഭൗതികശാസ്ത്രജ്ഞൻ, വൈദ്യുതമാപനങ്ങളെക്കുറിച്ചുള്ള അദ്ദേഹത്തിന്റെ ഗവേഷണങ്ങൾ പ്രസിദ്ധം. *Annalen der Physik und Chemie* എന്ന പത്രികയുടെ സ്ഥാപകപ്രസാധകൻ.

പോളൊ, മാർക്കൊ (Polo, 1254–1324) – ഇറ്റാലിയൻ ദേശസഞ്ചാരി. 1271–ൽ ചൈനയിലേക്കു പര്യടനം നടത്തി.

പ്രീസ്റ്റ്ലി, ജോസഫ് (Priestly, 1733–1804) – ഇംഗ്ലീഷ് രസതന്ത്രജ്ഞൻ, ഭൗതികവാദിയായ ദാർശനികൻ. പുരോഗമന സാമൂഹ്യപ്രവർത്തകൻ. വ്യാവസായികവിപ്ലവത്തിന്റെ കാലത്ത് ഇംഗ്ലണ്ടിലെ ബൂർഷ്വാസിയുടെ റാഡിക്കൽ വിഭാഗത്തിന്റെ പ്രത്യയശാസ്ത്രജ്ഞൻ. 1774–ൽ ഓക്സിജൻ കണ്ടുപിടിച്ചു.

പ്രെവോ, അന്ത്വാൻ ഫ്രാൻസ്വാ (Prevost, 1697–1763) – ഫ്രഞ്ച് സാഹിത്യകാരൻ. *മനൊൻ ലെസ്ക്കൊ* എന്ന നോവലിന്റെ രചയിതാവ്.

പ്ലിനി (Gaius Plinius Secundus, ക്രി വ 23–79) – റോമൻ പ്രകൃതിശാസ്ത്രജ്ഞൻ. 37 വാല്യങ്ങളുള്ള *പ്രാകൃതികചരിത്ര*ത്തിന്റെ രചയിതാവ്.

പ്ലൂട്ടാർക്ക് (Plutarch, ഉദ്ദേശം ക്രി വ 46–125) – പ്രാചീന യവനസാഹിത്യകാരൻ. സദാചാരവാദി. ആശയവാദിയായ ദാർശനികൻ.

ഫബ്രോണി, ജോവന്നി (Fabroni, 1752–1822) – ഇറ്റാലിയൻ ശാസ്ത്രജ്ഞൻ.

ഫാരഡേ, മൈക്കൽ (Faraday, 1791–1867) – ഇംഗ്ലീഷ് ഭൗതികശാസ്ത്രജ്ഞനും രസതന്ത്രജ്ഞനും. വിദ്യുത്കാന്തികക്ഷേത്രത്തെക്കുറിച്ചുള്ള സിദ്ധാന്തത്തിന്റെ ഉപജ്ഞാതാവ്.

ഫാവർ, പ്യേർ അന്ത്വാൻ (Favre, 1813–1880) – ഫ്രഞ്ച് രസതന്ത്രജ്ഞനും ഭൗതികശാസ്ത്രജ്ഞനും. ഊഷ്മ രസതന്ത്രരംഗത്തെ ആദ്യത്തെ പരീക്ഷണശാസ്ത്രജ്ഞരിലൊരാൾ.

ഫിക്ക്, അഡോൾഫ് (Fick, 1829–1901) – ജർമൻ ശരീരക്രിയാശാസ്ത്രജ്ഞൻ, ഊർജസംരക്ഷണനിയമം പേശീസങ്കോചനത്തിനും ബാധകമാണെന്നു തെളിയിച്ചു.

ഫിഹ്റ്റെ, യൊഹൻ ഗൊട്ട്ലീബ് (Fichte, 1762–1814) ക്ലാസിക്കൽ ജർമൻ തത്വശാസ്ത്രത്തിന്റെ പ്രതിനിധി, ആത്മനിഷ്ഠ ആശയവാദി.

ഫുര്യേ, ഴാൻ ബത്തിസ്ത് ജോസഫ് (Fourier, 1768 –1830) – ഫ്രഞ്ച് ഗണിതശാസ്ത്രജ്ഞൻ. ബീജഗണിതത്തിന്റെയും ഗണിതാത്മക ഭൗതികശാസ്ത്രത്തിന്റെയും തുറകളിൽ ഗവേഷണം നടത്തി. *ചൂടിനെക്കുറിച്ചുള്ള വിശ്ലേഷണസിദ്ധാന്തം* എന്ന പുസ്തകത്തിന്റെ രചയിതാവ്.

ഫെഹ്നെർ, ഗുസ്താവ് തിയഡോർ (Fechner, 1801–1887) – ജർമൻ ഭൗതികശാസ്ത്രജ്ഞൻ. ആശയവാദിയായ ദാർശനികൻ. സൈക്കോഫിസിക്സിന്റെ സ്ഥാപകരിലൊരാൾ.

ഫോഗ്റ്റ്, കാറൽ (Vogt, 1817–1895) – ജർമൻ പ്രകൃതിശാസ്ത്രജ്ഞൻ. ഗ്രാമ്യഭൗതികവാദി. പെറ്റിബൂർഷ്വാ ജനാധിപത്യവാദി. ജർമ്മനിയിലെ 1848–49ലെ വിപ്ലവത്തിൽ പങ്കെടുത്തു. 50–60കളിൽ പ്രവാ

സിയായിരുന്നപ്പോൾ ലൂയി ബോണപ്പാർട്ടിന്റെ ശമ്പളത്തിലുള്ള ചാരൻ.

ഫോയർബാഹ്, ലുഡ്‌വിഗ് (Feuerbach, 1804–1872) – മാർക്സിനു മുമ്പുള്ളകാലത്തെ ഏറ്റവും സമുന്നതനായ ജർമൻ ദാർശനികൻ.

ഫ്രെഡറിക്ക്-വില്യം മൂന്നാമൻ (Frederick-William III, 1770–1840) – പ്രഷ്യയിലെ രാജാവ് (1797,1840).

ഫ്ളെംസ്റ്റീഡ്, ജോൺ (Flamsteed, 1646–1719)– ഇംഗ്ലീഷ് ജ്യോതിശാസ്ത്രജ്ഞൻ. ഗ്രീനിച്ച് നക്ഷത്രബംഗ്ലാവിന്റെ ആദ്യത്തെ ഡയറക്ടർ. വിപുലമായൊരു നക്ഷത്രസൂചികയുടെ രചയിതാവ്.

ബുത്‌ലെറൊവ്, അലക്സാണ്ടർ മിഹൈലൊവിച്ച് (1828–1886) – റഷ്യൻ രസതന്ത്രജ്ഞൻ. ജൈവയൗഗികങ്ങളുടെ ഘടനയെക്കുറിച്ചുള്ള സിദ്ധാന്തത്തിന്റെ ഉപജ്ഞാതാവ്. ആധുനിക ജൈവ രസതന്ത്രത്തിന്റെ അടിസ്ഥാനമാണ് പ്രസ്തുതസിദ്ധാന്തം.

ബുഹ്, ക്രിസ്റ്റ്യൻ ലിയോപ്പോൾഡ് (Buch, 1774–1853) – ജർമ്മൻ ഭൂഗർഭശാസ്ത്രജ്ഞനും ജീവാശ്മശാസ്ത്രജ്ഞനും.

ബെക്കെറെൽ, അന്ത്വാൻ സെസർ (Becquerel, 1788–1878) – ഫ്രഞ്ച് ഭൗതികശാസ്ത്രജ്ഞൻ. വിദ്യുച്ഛക്തിയുടെ രംഗത്തെ കണ്ടുപിടുത്തങ്ങൾക്ക് വിഖ്യാതൻ.

ബെർത്‌ലോ, പ്യേർ എഴേൻ മർസെലേൻ (Berthelot, 1827–1907) – ഫ്രഞ്ച് രസതന്ത്രജ്ഞൻ, ജൈവരസതന്ത്രം, ഊഷ്മരസതന്ത്രം, കാർഷികരസതന്ത്രം, രസതന്ത്രചരിത്രം എന്നീ രംഗങ്ങളിൽ പ്രവർത്തിച്ചു.

ബെസെൽ, ഫ്രിഡ്രിഹ് വിൽഹെം (Bessel, 1784–1846) – ജർമൻ ജ്യോതിശാസ്ത്രജ്ഞൻ.

ബേക്കൺ, ഫ്രാൻസിസ് (Bacon, 1561–1626) – ഇംഗ്ലീഷ് ദാർശനികനും പ്രകൃതിശാസ്ത്രജ്ഞനും ചരിത്രകാരനും. ഇംഗ്ലീഷ് ഭൗതികവാദത്തിന്റെ സ്ഥാപകൻ.

ബേർ, കാറൽ ഏർണസ്റ്റ് (Baer, 1792–1876) – റഷ്യൻ പ്രകൃതിശാസ്ത്രജ്ഞൻ, ഭ്രൂണവിജ്ഞാനത്തിന്റെ സ്ഥാപകൻ. ഭൂമിശാസ്ത്രജ്ഞനെന്ന നിലയിലും പ്രസിദ്ധൻ. ജർമനിയിലും റഷ്യയിലും പ്രവർത്തിച്ചു.

ബേറ്റ്സ്, വിൽഹെം (Beets, 1822–1886) – ജർമൻ ഭൗതികശാസ്ത്രജ്ഞൻ. വിദ്യുച്ഛക്തിയെക്കുറിച്ചുള്ള കൃതികളുടെ രചയിതാവ്.

ബൊസ്യൂ, ഷാറൽ (Bossut, 1730–1814) – ഫ്രഞ്ച് ഗണിതശാസ്ത്രജ്ഞൻ. ഗണിതശാസ്ത്രത്തിന്റെ സിദ്ധാന്തത്തെയും ചരിത്രത്തെയും സംബന്ധിച്ച ഏതാനും അടിസ്ഥാനഗ്രന്ഥങ്ങളുടെ രചയിതാവ്.

ബോയിൽ, റോബർട്ട് (Boyle, 1627–1691) – ഇംഗ്ലീഷ് രസതന്ത്രജ്ഞനും ഭൗതികശാസ്ത്രജ്ഞനും. രസതന്ത്രത്തിന്റെ സ്ഥാപകരിലൊരാൾ. രാസമൂലകത്തെ ആദ്യമായി നിർവചിക്കുകയും ബലതന്ത്രപരമായ അണുസിദ്ധാന്തത്തിന്റെ ആശയത്തെ രസതന്ത്രത്തിലേക്കു കട

ത്താൻ ശ്രമിക്കുകയും ചെയ്തു. ഗുണാത്മക രാസവിശ്ലേഷണ രീതി ആവിഷ്കരിക്കുകയും വായുവിന്റെ വ്യാപ്തവും മർദവും തമ്മിൽ പ്രതിലോമപരസ്പരബന്ധമുണ്ടെന്ന നിയമം കണ്ടുപിടിക്കുകയും ചെയ്തു.

ബോൽറ്റ്സ്മാൻ, ലുഡ്വിഗ് (Boltzmann, 1844–1906) – ആസ്ത്രിയൻ ഭൗതികശാസ്ത്രജ്ഞൻ, ഭൗതികവാദി. ഫാരഡേയുടെയും മാക്സ്വെലിന്റെയും വിദ്യുത്കാന്തികസിദ്ധാന്തത്തിന്റെ അനുയായി. വാതകങ്ങളെക്കുറിച്ചുമുള്ള ഗതികസിദ്ധാന്തത്തെയും ഊഷ്മഗതിവിജ്ഞാനത്തിന്റെ രണ്ടാമത്തെ തത്വത്തിന്റെ സാംഖ്യകീയ വ്യാഖ്യാനത്തെയും സംബന്ധിച്ച ഗഹനങ്ങളായ പല പ്രബന്ധങ്ങളും എഴുതിയിട്ടുണ്ട്. അവ "പ്രപഞ്ചത്തിന്റെ ഊഷ്മമൃത്യു"വിനെക്കുറിച്ചുള്ള ആശയവാദസിദ്ധാന്തത്തിന് ഒരു കനത്ത പ്രഹരമായിരുന്നു.

ബൗവെർ, ബ്രൂനൊ (Bauer, 1809–1888) – ആശയവാദിയായ ജർമൻ ദാർശനികൻ. ഒരു പ്രമുഖ യുവഹെഗലിയൻ. ക്രിസ്തുമതചരിത്രകാരൻ.

ബ്യൂഹ്നർ, ലുഡ്വിഗ് (Buchner, 1824–1899) – ജർമൻ ശരീരക്രിയാശാസ്ത്രജ്ഞനും ദാർശനികനും. ഗ്രാമ്യഭൗതികവാദത്തിന്റെ പ്രചാരകൻ.

ബ്രാഡ്ലി, ജെയിംസ് (Bradley, 1693–1762) – ഇംഗ്ലീഷ് ജ്യോതിശാസ്ത്രജ്ഞൻ. ഗ്രീനിച്ച് നക്ഷത്രബംഗ്ലാവിന്റെ മൂന്നാമത്തെ ഡയറക്ടർ. നക്ഷത്രചലനങ്ങളെക്കുറിച്ചു പഠനം നടത്തി. പ്രകാശത്തിന്റെ വിപഥനവും ഭൂമിയുടെ അക്ഷത്തിന്റെ വിചലനവും കണ്ടുപിടിച്ചു.

ബ്രൂനോ, ജോർദാനൊ (Bruno, 1548–1600) – ഇറ്റാലിയൻ ദാർശനികൻ. ഭൗതികവാദിയും നിരീശ്വരവാദിയും. പ്രപഞ്ചഘടനയെക്കുറിച്ചുള്ള കോപ്പർനിക്കസിന്റെ സിദ്ധാന്തത്തെ കൂടുതൽ വികസിപ്പിച്ചു. തന്റെ വീക്ഷണം മാറ്റാൻ വിസമ്മതിച്ചതിന്റെ പേരിൽ മതദ്രോഹവിചാരണസഭക്കാരാൽ ജീവനോടെ ദഹിപ്പിക്കപ്പെട്ടു.

മക്യവെല്ലി, നിക്കോലൊ (Machiavelli, 1469–1527) – ഇറ്റാലിയൻ രാഷ്ട്രതന്ത്രജ്ഞൻ, ചരിത്രകാരൻ, സാഹിത്യകാരൻ. മുതലാളിത്തബന്ധങ്ങളുടെ ആവിർഭാവകാലത്ത് ഇറ്റാലിയൻ ബൂർഷ്വാസിയുടെ പ്രത്യയശാസ്ത്രജ്ഞരിലൊരാൾ.

മന്റ്യൊഫെൽ, ഓട്ടോ തിയോഡർ, പ്രഭു (Manteuffel, 1805–1882) – പ്രഷ്യൻ രാജ്യതന്ത്രജ്ഞൻ. ആഭ്യന്തരകാര്യമന്ത്രി (1848–1850). പ്രധാനമന്ത്രി (1850–1858).

മയ്യെർ, യൂലിയസ് റോബർട്ട് (Mayer, 1814–1878) – ജർമൻ പ്രകൃതിശാസ്ത്രജ്ഞൻ. ഊർജസംരക്ഷണത്തെയും രൂപാന്തരണത്തെയും കുറിച്ചുള്ള നിയമം കണ്ടുപിടിച്ചവരിലൊരാൾ.

മർഗ്രാഫ്, അൻഡ്രെയസ് സിഗിസ്മുണ്ട് (Marggraf, 1709–1782) – ജർമൻ രസതന്ത്രജ്ഞൻ. 1747–ൽ ബീറ്റ്റൂട്ടിൽ പഞ്ചസാര കണ്ടുപിടിച്ചു.

മസ്ക്കെലൈൻ, നൈവിൽ (Maskelyne, 1732–1811) ഇംഗ്ലീഷ് ജ്യോതിശാസ്ത്രജ്ഞൻ. ഗ്രീനിച്ച് നക്ഷത്രബംഗ്ലാവിന്റെ അഞ്ചാമത്തെ ഡയറക്ടർ.

മറി. ലിൻഡ്‌ലി (Murray, 1745–1826) – ഇംഗ്ലീഷ് വൈയാകരണൻ.

മാക്സ്‌വെൽ, ജെയിംസ് ക്ലെർക്ക് (Maxwell, 1831–1879) –ഇംഗ്ലീഷ് ഭൗതികശാസ്ത്രജ്ഞൻ. വിദ്യുത്കാന്തികക്ഷേത്രത്തെ സംബന്ധിച്ച സിദ്ധാന്തത്തിന്റെ സ്ഥാപകൻ.

മാർക്സ്, കാറൽ (Marx, 1818–1883) – ശാസ്ത്രീയകമ്യൂണിസത്തിന്റെ സ്ഥാപകൻ. ലോകതൊഴിലാളിവർഗത്തിന്റെ നേതാവും ആചാര്യനും.

മാൽത്തൂസ്, തോമസ് റോബർട്ട് (Malthus, 1766–1834) – ഇംഗ്ലീഷ് പുരോഹിതൻ, ധനശാസ്ത്രജ്ഞൻ. പിന്തിരിപ്പൻ ജനസംഖ്യാസിദ്ധാന്തത്തിന്റെ പ്രചാരകൻ.

മെഡ്‌ലർ, യൊഹാൻ ഹൈൻരിഷ് (Madler, 1794–1874) – ജർമൻ ജ്യോതിശാസ്ത്രജ്ഞൻ.

മെൻഡലേയെവ്, ദ്മിത്രി ഇവാനൊവിച്ച് (1834–1907) – റഷ്യൻ രസതന്ത്രജ്ഞൻ. 1869–ൽ രാസമൂലകങ്ങളുടെ ആവർത്തനനിയമം കണ്ടുപിടിച്ചു.

മെയ്യർ, ലോതർ (Meyer, 1830–1895) – ജർമൻ രസതന്ത്രജ്ഞൻ. മുഖ്യമായും ഭൗതികരസതന്ത്രത്തിന്റെ പ്രശ്നങ്ങളെക്കുറിച്ചു പഠനം നടത്തി.

മൊന്തലംബേർ, മാർക്ക് റെനേ (Montalembert, 1714–1800) – ഫ്രഞ്ച് ജനറൽ, എഞ്ചിനീയർ. 19–ാം നൂറ്റാണ്ടിൽ വിപുലമായി പ്രയോഗിച്ചുവന്ന പുതിയൊരു കോട്ടകെട്ടൽ സമ്പ്രദായം കണ്ടുപിടിച്ചു.

മൊലെഷോട്ട്, യാക്കൊബ് (Moleschott, 1822–1893) – ശരീരക്രിയാശാസ്ത്രജ്ഞനും ദാർശനികനും. ഗ്രാമ്യഭൗതികവാദത്തിന്റെ പ്രതിനിധി. ഡച്ച് വംശജൻ. ജർമിനിയിലെയും സ്വിറ്റ്സർലണ്ടിലെയും ഇറ്റലിയിലേക്കും വിദ്യാഭ്യാസസ്ഥാപനങ്ങളിൽ പഠിപ്പിച്ചു.

മൊളിയെർ, ഴാൻ ബത്തിസ്ത് (Moliere, 1622–1673) – യഥാർഥനാമം പൊക്ലെൻ (Poquelin) – ഫ്രഞ്ച് നാടകകൃത്ത്.

മോസർട്ട്, വോൽഫ്ഗാംഗ് അമഡേ (Mozart, 1756–1791) – ആസ്ത്രിയൻ സംഗീതജ്ഞൻ.

മ്യൂൻസ്റ്റെർ, ഗിയോർഗ് (Munster, 1776–1844) – ജർമൻ ജീവാശ്മശാസ്ത്രജ്ഞൻ.

യാംബ്ലിക്കസ് (Jamblichus, ഉദ്ദേശം 330–ൽ മരിച്ചു) – പ്രാചീനയവന ദാർശനികൻ. ആശയവാദി. ഗൂഢാർഥവാദി. അഭിനവ പ്ലേറ്റോണിസത്തിന്റെ സിറിയൻ സരണിയുടെ സ്ഥാപകൻ.

യൂക്ലിഡ് (Euclid, ക്രി മു 4-ാം നൂറ്റാണ്ടവസാനം - 3-ാം നൂറ്റാണ്ടാദ്യം) - പ്രാചീന യവനഗണിതശാസ്ത്രജ്ഞൻ.

ലപ്ലാസ്, പ്യേർ സിമോൻ (Laplace, 1749-1827) - ഫ്രഞ്ച് ജ്യോതിശാസ്ത്രജ്ഞനും ഗണിതശാസ്ത്രജ്ഞനും ഭൗതികശാസ്ത്രജ്ഞനും. വാതകരൂപത്തിലുള്ള നീഹാരികയിൽനിന്ന് ജന്മമെടുത്തതാണ് സൗരയൂഥമെന്ന പരികൽപ്പന കാന്റിൽനിന്നു സ്വതന്ത്രമായി ആവിഷ്കരിക്കുകയും അത് ഗണിതശാസ്ത്രപരമായി സമർഥിക്കുകയും ചെയ്തു.

ലബ്ബോക്ക്, ജോൺ (Lubbock, 1834-1913) - ഇംഗ്ലീഷ് ജീവശാസ്ത്രജ്ഞൻ. ഡാർവിനിസ്റ്റ്. ജന്തുശാസ്ത്രമണ്ഡലത്തിലെ പ്രവർത്തനങ്ങൾക്ക് പ്രസിദ്ധൻ. നരവംശശാസ്ത്രജ്ഞനും പുരാവസ്തുഗവേഷകനും. ധനകാര്യജ്ഞനും ഉൽപ്പതിഷ്ണുവുമായ രാഷ്ട്രീയനേതാവും.

ലമാർക്ക്, ഴാൻ ബത്തിസ്ത് (Lamarque, 1744-1829) - ഫ്രഞ്ച് പ്രകൃതിശാസ്ത്രജ്ഞൻ. ജീവശാസ്ത്രരംഗത്ത് സമഗ്രമായ രൂപത്തിലുള്ള പരിണാമസിദ്ധാന്തത്തിന് ആദ്യമായി രൂപം നൽകി. ഡാർവിന്റെ അഗ്രഗാമി.

ലയൽ, ചാറൽസ് (Lyell, 1797-1875) - ഇംഗ്ലീഷ് ഭൂഗർഭശാസ്ത്രജ്ഞൻ.

ലലാന്ദ്, ജോസഫ് (Lalande, 1732-1807) - ഫ്രഞ്ച് ജ്യോതിശാസ്ത്രജ്ഞൻ.

ലവ്രോവ്, പ്യോത്തർ ലവ്രോവിച്ച് (1823-1900) - റഷ്യൻ സാമൂഹ്യശാസ്ത്രജ്ഞനും ലേഖകനും. നറോദിസത്തിന്റെ പ്രത്യയശാസ്ത്രജ്ഞരിലൊരാൾ. തത്വശാസ്ത്രരംഗത്ത് സങ്കൽപ്പനവാദി.

ലവ്വാസ്യെ, അന്ത്വാൻ ലൊറേൻ (Lavoisier, 1743-1794) - ഫ്രഞ്ച് രസതന്ത്രജ്ഞൻ. ഫ്ളോജിസ്റ്റനെന്നൊരു വസ്തുവുണ്ടെന്ന പരികൽപ്പന തെറ്റാണെന്നു തെളിയിച്ചു.

ലിന്നേയസ്, കരോളസ് (Linnaeus, 1707-1778) - സ്വീഡിഷ് പ്രകൃതിശാസ്ത്രജ്ഞൻ, സസ്യ-ജന്തുവർഗീകരണസമ്പ്രദായത്തിന്റെ ഉപജ്ഞാതാവ്.

ലിബിഹ്, യുസ്റ്റസ് (Liebig, 1803-1873) - ജർമൻ ശാസ്ത്രജ്ഞൻ. കാർഷികരസതന്ത്രത്തിന്റെ സ്ഥാപകരിലൊരാൾ.

ലിയൊനാർഡൊ ഡാ വിഞ്ചി (Leonardo da Vinci, 1452-1519) -നവോത്ഥാനകാലഘട്ടത്തിലെ ഇറ്റാലിയൻ ചിത്രകാരനും ശാസ്ത്രജ്ഞനും എഞ്ചിനീയറും.

ലീബ്ക്നെഹ്റ്റ്, വിൽഹെം (Liebknecht, 1826-1900) - ജർമനിയിലും സാർവദേശീയതലത്തിലുമുള്ള തൊഴിലാളിപ്രസ്ഥാനത്തിലെ പ്രമുഖനേതാവ്. 1848-49-ലെ വിപ്ലവത്തിൽ പങ്കെടുത്തു. കമ്യൂണിസ്റ്റ് ലീഗിലെയും ഇന്റർനാഷനലിലെയും അംഗം. ജർമൻ സോഷ്യൽ ഡെമോക്രാറ്റിക് പാർട്ടിയുടെ സ്ഥാപകനേതാക്കളിലൊരാൾ. മാർക്സിന്റെയും എംഗൽസിന്റെയും സുഹൃത്തും സഹപ്രവർത്തകനും.

ലൂക്കിപ്പസ് (Leucippus of Abdera, ക്രി മു 5–ാം നൂറ്റാണ്ട്) – ഭൗതികവാദിയായ പ്രാചീന യവനദാർശനികൻ. അണുസിദ്ധാന്തത്തിന്റെ പിതാവ്.

ലൂതർ, മാർട്ടിൻ (Luther, 1483–1546) – റിഫൊർമേഷൻ പ്രസ്ഥാനത്തിന്റെ പ്രമുഖനേതാവ്. ജർമനിയിൽ പ്രൊട്ടസ്റ്റന്റ് (ലൂതറൻ) മതത്തിന്റെ സ്ഥാപകൻ. 1525–ലെ കർഷകയുദ്ധത്തിന്റെ കാലത്ത് പ്രഭുക്കന്മാരുടെ ഭാഗത്തുചേർന്ന് കലാപകാരികളായ കർഷകരേയും പട്ടണങ്ങളിലെ ദരിദ്രരേയും എതിർത്തു.

ലെക്കോക്ക് ദെ ബ്വബൊദ്രാൻ, പോൾ എമിൽ (Lecoq de Boisbaudran, 1838–1912) –മെൻഡലേയെവ് പ്രവചിച്ച ഗാലിയം എന്ന മൂലകം 1875–ൽ കണ്ടുപിടിച്ച ഫ്രഞ്ച് രസതന്ത്രജ്ഞൻ.

ലെവെര്യെ, ഉർബേൻ ഴാൻ ജോസഫ് (Le Verrier, 1811–1877) – ഫ്രഞ്ച് ജ്യോതിശാസ്ത്രജ്ഞനും ഗണിതശാസ്ത്രജ്ഞനും. 1846–ൽ ആദംസിൽനിന്നു സ്വതന്ത്രമായി അതുവരെ അജ്ഞാതമായിരുന്ന നെപ്ട്യൂണെന്ന ഗ്രഹത്തിന്റെ ഭ്രമണപഥം ഗണിച്ചെടുക്കുകയും സ്ഥാനനിർണയം നടത്തുകയും ചെയ്തു.

ലെസിംഗ്, ഗോട്ട്ഹോൾഡ് എഫ്രയിം (Lessing, 1729–1781) – ജർമൻ സാഹിത്യകാരൻ, നിരൂപകൻ, ദാർശനികൻ. 18–ാം നൂറ്റാണ്ടിലെ ജ്ഞാനോദ്ദീപനപ്രസ്ഥാനത്തിലെ പ്രമുഖരിലൊരാൾ.

ലെറു, ഫ്രൻസ്വാ (Le Roux, 1832–1907) – ഫ്രഞ്ച് ഭൗതികശാസ്ത്രജ്ഞൻ.

ലൈബ്നിത്സ്, ഗോട്ട്ഫ്രീഡ് വിൽഹെം (Leibniz, 1646–1716) – ജർമൻ ഗണിതശാസ്ത്രജ്ഞൻ. ആശയവാദിയായ ദാർശനികൻ.

ലോക്ക്, ജോൺ (Locke, 1632–1704) – ദ്വൈതവാദിയായ ഇംഗ്ലീഷ് ദാർശനികൻ. സംവേദനവാദി.

ലോഷ്മിഡ്റ്റ്, യോസഫ് (Loschmidt, 1821–1895) – ആസ്ത്രിയൻ ഭൗതികശാസ്ത്രജ്ഞനും രസതന്ത്രജ്ഞനും. വാതകങ്ങളെക്കുറിച്ചുള്ള ഗതികസിദ്ധാന്തവും ചൂടിനെക്കുറിച്ചുള്ള ബലകൃതസിദ്ധാന്തവും പ്രത്യേകം പഠിച്ചു.

വാഗ്നർ, മോറിസ് (Wagner, 1813–1887) – ജർമൻ ജീവശാസ്ത്രജ്ഞൻ. ഡാർവിന്റെ അനുയായി. ഭൂമിശാസ്ത്രജ്ഞനും ദേശസഞ്ചാരിയും.

വാട്ട്, ജെയിംസ് (Watt, 1736–1819) –ഇംഗ്ലീഷ് ആവിഷ്കാരകൻ. സാർവത്രിക ആവിയന്ത്രം നിർമിച്ചയാൾ.

വാർലി, ക്രോംവൽ ഫ്ളീറ്റ്വുഡ് (Varley, 1828–1883) – ഇംഗ്ലീഷ് വൈദ്യുത എഞ്ചിനീയർ.

വാല്ലസ്, ആൽഫ്രഡ് റാസൽ (Wallace, 1823–1913) – ബ്രിട്ടീഷ് ജീവശാസ്ത്രജ്ഞൻ. ജൈവഭൂമിശാസ്ത്രത്തിന്റെ സ്ഥാപകരിലൊരാൾ. ഡാർവിന്റെ അതേ സമയത്തുതന്നെ പ്രാകൃതികനിർധാരണസിദ്ധാന്തം കണ്ടുപിടിച്ചു. പ്രേതാത്മവാദി.

വിഡെമൻ, ഗുസ്റ്റവ് (Wiedemann, 1826–1899) – ജർമൻ ഭൗതികശാസ്ത്രജ്ഞൻ. വിദ്യുച്ഛക്തിയെക്കുറിച്ചുള്ള ഒരു സംക്ഷിപ്തപ്രബന്ധത്തിന്റെ രചയിതാവ്.

വിന്റേൽ, യാക്കോബ് യോസഫ് (Winterl, 1739–1809) – ആസ്ത്രിയൻ ഭിഷഗ്വരനും ജീവശാസ്ത്രജ്ഞനും രസതന്ത്രജ്ഞനും.

വിർഹൊവ്, റുഡോൾഫ് (Virchow, 1821–1902) – ജർമൻ പ്രകൃതിശാസ്ത്രജ്ഞൻ, രാഷ്ട്രീയനേതാവ്. കോശകീയരോഗവിജ്ഞാനത്തിന്റെ സ്ഥാപകൻ. ഡാർവിനിസത്തിന്റെ പ്രതിയോഗി.

വിൽക്കെ, ക്രിസ്റ്റ്യൻ ഗോറ്റ്ലിബ് (Wilke, 1786–1854) – *ബൈബിളി*ന്റെ രചനാശൈലിയെയും ചരിത്രത്തെയും കുറിച്ച് ഗവേഷണം നടത്തിയ ജർമ്മൻ മതമീമാംസകൻ.

വിസ്ലിറ്റസെനുസ്, യോഹൻ (Wislicenus, 1835–1902) – ജർമൻ ജൈവരസതന്ത്രജ്ഞൻ.

വിറ്റ്വർത്ത്, ജോസഫ് (Whitworth, 1803–1887) – ഇംഗ്ലീഷ് വ്യവസായിയും സൈനിക ആവിഷ്കാരകനും.

വീറ്റ്സ്റ്റൺ, ചാറൽസ് (Wheatstone, 1802–1875) – ഇംഗ്ലീഷ് ഭൗതികശാസ്ത്രജ്ഞൻ. വിദ്യുച്ഛക്തിയെക്കുറിച്ചുള്ള പല കൃതികളുടെയും രചയിതാവ്.

വുൻഡ്റ്റ്, വിൽഹെം മാക്സ് (Wundt, 1832–1920) – ജർമൻ ശരീരക്രിയാശാസ്ത്രജ്ഞനും മനഃശാസ്ത്രജ്ഞനും ആശയവാദിയായ ദാർശനികൻ.

വെബർ, വിൽഹെം എഡ്വാർഡ് (Weber, 1804–1891) – ജർമൻ ഭൗതികശാസ്ത്രജ്ഞൻ. വിദ്യുച്ഛക്തിയെയും കാന്തശക്തിയെയും കുറിച്ചുള്ള സിദ്ധാന്തത്തിന്റെ രംഗത്തു പ്രവർത്തിച്ചു.

വെവൽ, വില്യം (Whewell, 1794–1866) – ആശയവാദിയായ ഇംഗ്ലീഷ് ദാർശനികൻ. ശാസ്ത്രചരിത്രകാരൻ. കേംബ്രിഡ്ജ് സർവകലാശാലയിൽ ഖനിജശാസ്ത്രത്തിന്റെയും (1828–32) നീതിദർശനത്തിന്റെയും (1838–55) പ്രൊഫസർ.

വൊല്ലാസ്റ്റൺ, വില്യം ഹൈഡ് (Wollaston, 1766–1828) – ഇംഗ്ലീഷ് പ്രകൃതിശാസ്ത്രജ്ഞനും ഭൗതികശാസ്ത്രജ്ഞനും രസതന്ത്രജ്ഞനും. അണുസിദ്ധാന്തത്തിന്റെ പ്രതിയോഗി.

വോം – മ്യുല്ലെർ, യാക്കോബ് (Worm-Muller, 1834–1889) – ജർമ്മൻ ഭിഷഗ്വരനും ശരീരക്രിയാശാസ്ത്രജ്ഞനും ഭൗതികശാസ്ത്രജ്ഞനും.

വോൽട്ടാ, അലസാന്ദ്രോ (Volta, 1745–1827) – ഇറ്റാലിയൻ ഭൗതികശാസ്ത്രജ്ഞനും ശരീരക്രിയാശാസ്ത്രജ്ഞനും. ഗാൽവനിക് വിദ്യുച്ഛക്തിസിദ്ധാന്തത്തിന്റെ സ്ഥാപകരിലൊരാൾ.

വോൾട്ടയർ, ഫ്രാൻസ്വാ മരി (Voltaire, 1694–1778) –യഥാർഥ നാമം അറേ (Arouet) – തടസ്ഥ-ഈശ്വരവാദി (deist) ആയ ഫ്രഞ്ച് ദാർശനികൻ. ഹാസ്യസാഹിത്യകാരൻ. ചരിത്രകാരൻ. പതിനെട്ടാം നൂറ്റാ

ണ്ടിലെ ജ്ഞാനോദ്ദീപനപ്രസ്ഥാനത്തിന്റെ പ്രമുഖപ്രതിനിധി. സ്വേച്ഛാധിപത്യത്തിനും കത്തോലിസിസത്തിനുമെതിരായി പൊരുതി.

വോൾഫ്, കസ്പാർ ഫ്രീഡ്രിഹ് (Wolff, 1733–1794) – പ്രകൃതിശാസ്ത്രജ്ഞൻ. പരിണാമസിദ്ധാന്തത്തിന്റെ സ്ഥാപകരിലൊരാൾ. ജർമനിയിലും റഷ്യയിലും പ്രവർത്തിച്ചു.

വോൾഫ്, ക്രിസ്റ്റ്യൻ (Wolff, 1679–1754) – ആശയവാദിയായ ജർമൻ ദാർശനികൻ, അതിഭൗതികവാദി.

വോൾഫ്, റുഡോൾഫ് (Wolf, 1816–1893) –സ്വിസ് ജ്യോതിശാസ്ത്രജ്ഞൻ. സൂര്യകളങ്കങ്ങളെക്കുറിച്ചും ജ്യോതിശാസ്ത്രചരിത്രത്തെക്കുറിച്ചും വിശേഷപഠനം നടത്തി.

വ്യോലർ, ഫ്രീഡ്രിഹ് (Wohler, 1800– 1882) – ജർമൻ രസതന്ത്രജ്ഞൻ. ആദ്യമായി അജൈവപദാർഥങ്ങളിൽനിന്ന് ജൈവയൗഗികങ്ങൾ ഉദ്ഗ്രഥിച്ചെടുത്തു.

ഷില്ലർ, ഫ്രീഡ്രിഹ് (Schiller, 1759–1805) – മഹാനായ ജർമൻ സാഹിത്യകാരൻ.

ഷോപ്പൻഹൗവർ, ആർതർ (Schopenhauer, 1788–1860) – ആശയവാദിയായ ജർമൻ ദാർശനികൻ. ഇച്ഛാവാദവും അയുക്തിവാദവും നിരാശാവാദവും പ്രചരിപ്പിച്ചു.

ഷോർലെമ്മെർ, കാറൽ (Schorlemmer, 1834–1892) – ജർമൻ ജൈവരസതന്ത്രജ്ഞൻ. മാഞ്ചസ്റ്ററിലെ പ്രൊഫസർ. വൈരുധ്യവാദിയായ ഭൗതികവാദി. ജർമൻ സോഷ്യൽഡമോക്രാറ്റിക് പാർട്ടിയിലെ അംഗം. മാർക്സിന്റേയും എംഗൽസിന്റേയും സുഹൃത്ത്.

ഷ്ടാർക്കെ, കാറൽ നിക്കൊലാസ് (Starcke, 1858–1926) – ഡാനിഷ് ദാർശനികനും സാമൂഹ്യശാസ്ത്രജ്ഞനും.

ഷ്ട്രൗസ്, ഡേവിഡ് ഫ്രീഡ്രിഹ് (Strauss, 1808–1874) – ജർമൻ ദാർശനികനും ലേഖകനും. പ്രമുഖരായ യുവഹെഗലിയന്മാരിൽ ഒരാൾ. *യേശുക്രിസ്തുവിന്റെ ജീവചരിത്ര*ത്തിന്റെ രചയിതാവ്.

ഷ്മിഡ്റ്റ്, എഡ്വാർഡ് ഒസ്ക്കാർ (Schmidt, 1823– 1886) – ജർമൻ ജന്തുശാസ്ത്രജ്ഞൻ. ഡാർവിന്റെ അനുയായി.

ഷ്ലൈഡെൻ, മത്തിയാസ് യാക്കൊബ് (Schleiden, 1804–1881) – ജർമൻ സസ്യശാസ്ത്രജ്ഞൻ. പുതിയ കോശങ്ങൾ പഴയവയിൽനിന്ന് ആവിർഭവിക്കുകയാണെന്ന സിദ്ധാന്തം 1838-ൽ ഉന്നയിച്ചു.

ഷ്വാൻ, തിയഡോർ (Schwann, 1810– 1882) – ജീവികളുടെ ഘടനയെ സംബന്ധിച്ച കോശസിദ്ധാന്തം 1839-ൽ ആവിഷ്കരിച്ച ജർമൻ ജീവശാസ്ത്രജ്ഞൻ.

സവെറി, തോമസ് (Savery, 1650–1715) – ഇംഗ്ലീഷ് എഞ്ചിനീയർ. ആവിയന്ത്രം കണ്ടുപിടിച്ചവരിലൊരാൾ.

സാൻ – സിമോൺ, ക്ലോഡ് അൻരി (Saint-Simon, 1760–1825) – സങ്കൽപ്പവാദിയായ ഫ്രഞ്ച് സോഷ്യലിസ്റ്റ്.

സിൽബർമാൻ, ഴാൻ തിബോ (Silbermann, 1806–1865) – ഫ്രഞ്ച് ഭൗതികശാസ്ത്രജ്ഞൻ. ഫാവറൊന്നിച്ച് ഊഷ്മരസതന്ത്രരംഗത്ത് ഗവേഷണങ്ങൾ നടത്തി.

സിസെറൊ (Cicero, ക്രി മു 106–43) – റോമൻ വാഗ്മിയും രാജ്യതന്ത്രജ്ഞനും. സങ്കലനവാദിയായ ദാർശനികൻ.

സീമെൻസ്, വെർനർ (Siemens, 1816–1892) – വിദ്യുത്സാങ്കേതികരംഗത്ത് കണ്ടുപിടിത്തങ്ങൾ നടത്തിയ ഒരു ജർമൻ വ്യവസായി. 1856–ൽ സിലിണ്ടർരൂപത്തിലുള്ള ആർമച്ചറോടുകൂടിയ വിദ്യുത്കാന്തികയന്ത്രവും 1866–ൽ ഡൈനമോ – വൈദ്യുതയന്ത്രവും കണ്ടുപിടിച്ചു.

സൂട്ടർ, ഹൈൻരിഹ് (Suter, 1848–1922) – സ്വിസ്സ് ഗണിതശാസ്ത്ര പ്രൊഫസർ. ഗണിതശാസ്ത്രചരിത്രകാരൻ.

സെക്കി, അൻജെലോ (Secchi, 1818–1878) – ഇറ്റാലിയൻ ജ്യോതിശാസ്ത്രജ്ഞൻ. റോം നക്ഷത്രബംഗ്ലാവിന്റെ ഡയറക്ടർ. സൂര്യനെയും നക്ഷത്രങ്ങളെയും കുറിച്ചുള്ള അദ്ദേഹത്തിന്റെ പഠനങ്ങൾ പ്രസിദ്ധം. ജെസൂട്ട്.

സെർവിറ്റസ്, മിഗെൽ (Servetus, 1511–1553) –നവോത്ഥാനകാലത്തെ സ്പാനിഷ് ശാസ്ത്രജ്ഞൻ. ഭിഷഗ്വരൻ. രക്തചംക്രമണത്തെക്കുറിച്ച് പ്രധാനപ്പെട്ട പല കണ്ടുപിടിത്തങ്ങളും നടത്തി.

സോളൻ (Solon, ഉദ്ദേശം ക്രി മു 638–558) – ഏതൻസിലെ നിയമനിർമാതാവ്. ജനസമ്മർദംമൂലം പരമ്പരാഗത പ്രഭുവംശങ്ങൾക്കെതിരായ പല നിയമങ്ങളും കൊണ്ടുവന്നു.

സ്നെൽ വൻ റോയെൻ, വില്ലെബ്രോർഡ് (Snell van Roijen, 1580–1626) – ഡച്ച് ഗണിതശാസ്ത്രജ്ഞനും ജ്യോതിശാസ്ത്രജ്ഞനും. പ്രകാശ അപവർത്തനനിയമം കണ്ടുപിടിച്ചു.

സ്പിനോസ, ബാറുഹ് (Spinoza,1632–1677) – ഭൗതികവാദിയായ ഡച്ച് ദാർശനികൻ. നിരീശ്വരവാദി.

സ്പെൻസർ, ഹെർബർട്ട് (Spencer, 1820–1903) – ഇംഗ്ലീഷ് ദാർശനികൻ. സാമൂഹ്യശാസ്ത്രജ്ഞൻ. പോസിറ്റിവിസ്റ്റ്.

സ്മീ, ആൽഫ്രഡ് (Smee, 1818–1878) – ഇംഗ്ലീഷ് ശസ്ത്രക്രിയാവിദഗ്ധനും ഭൗതികശാസ്ത്രജ്ഞനും. ജീവശാസ്ത്രത്തിന്റെയും ലോഹകർമശാസ്ത്രത്തിന്റെയും രംഗങ്ങളിൽ വിദ്യുച്ഛക്തി പ്രയോഗിക്കുന്നതിനെക്കുറിച്ചും പഠനം നടത്തി. സിങ്ക്, സിൽവർ, സൾഫ്യൂരിക് ആസിഡ് എന്നിവയടങ്ങുന്ന ഒരു ഗാൽവനിക് ബാറ്ററി നിർമിച്ചു.

ഹക്സ്ലി, തോമസ് ഹെൻറി (Huxley, 1825–1895) – ഇംഗ്ലീഷ് പ്രകൃതിശാസ്ത്രജ്ഞൻ. ജീവശാസ്ത്രജ്ഞൻ. ഡാർവിന്റെ സുഹൃത്തും

സഹപ്രവർത്തകനും. അദ്ദേഹത്തിന്റെ സിദ്ധാന്തത്തിന്റെ സജീവ പ്രചാരകൻ. തത്വശാസ്ത്രരംഗത്ത് അടിയുറപ്പില്ലാത്ത ഭൗതിക വാദി.

ഹഗിൻസ്, വില്യം (Huggins, 1824–1910) – ഇംഗ്ലീഷ് ജ്യോതിശാസ്ത്ര ജ്ഞൻ. ജ്യോതിശാസ്ത്രത്തിൽ സ്പെക്ട്രവിശ്ലേഷണവും ഫോട്ടോ ഗ്രാഫിയും പ്രയോഗിച്ച അഗ്രഗാമികളിലൊരാൾ. വാതകരൂപത്തി ലുള്ള നീഹാരികകൾ നിലനിൽക്കുന്നുണ്ടെന്നതിന് അസന്ദിഗ്ധ മായ തെളിവ് 1864–ൽ ഹാജരാക്കി.

ഹാങ്കൽ, വിൽഹെം ഗോറ്റ്‌ലിബ് (Hankel, 1814–1899) ജർമൻ ഭൗതികശാ സ്ത്രജ്ഞൻ. വിദ്യുച്ഛക്തിയുടെ പ്രശ്നങ്ങൾ കൈകാര്യം ചെയ്തു. വൈദ്യുതപ്രതിഭാസങ്ങളെക്കുറിച്ചുള്ള അദ്ദേഹത്തിന്റെ സിദ്ധാന്തം വിദ്യുത്കാന്തികക്ഷേത്രത്തെ സംബന്ധിച്ച മാക്സ്‌വെലിന്റെ സിദ്ധാന്തത്തോടടുത്തുവന്ന ഒന്നായിരുന്നു.

ഹാർട്ട്മാൻ, എഡ്വാർഡ് (Hartmann, 1842–1906) – ആശയവാദിയായ ജർമൻ ദാർശനികൻ. ഷോപ്പൻഹൗവറുടെ തത്വശാസ്ത്രത്തെ ഹെഗലിന്റെ തത്വശാസ്ത്രത്തിലെ പിന്തിരിപ്പൻ പ്രവണതകളു മായി സംയോജിപ്പിച്ചു.

ഹാർവി, വില്യം (Harvey, 1578–1657) – ഇംഗ്ലീഷ് ഭിഷഗ്വരൻ. ശരീരക്രിയാ ശാസ്ത്രത്തിന്റെ സ്ഥാപകരിലൊരാൾ. രക്തചംക്രമണവ്യവസ്ഥ കണ്ടുപിടിച്ചു.

ഹാല്ലർ, അൽബ്രെഹ്റ്റ് (Haller, 1708–1777) – സ്വിസ് പ്രകൃതിശാസ്ത്ര ജ്ഞൻ. കവിയും ലേഖകനും. അറുപിന്തിരിപ്പൻ സാമൂഹ്യ–രാഷ്ട്രീയവീക്ഷണങ്ങൾ വച്ചുപുലർത്തി.

ഹാല്ലെ, എഡ്മണ്ട് (Halley, 1656–1742) – ഇംഗ്ലീഷ് ജ്യോതിശാസ്ത്ര ജ്ഞനും ഭൂഭൗതികശാസ്ത്രജ്ഞനും. ഗ്രീനിച്ച് നക്ഷത്രബംഗ്ലാ വിന്റെ രണ്ടാമത്തെ ഡയറക്ടർ. നക്ഷത്രങ്ങളുടെ നിജചലനത്തെ ക്കുറിച്ചു പരികൽപ്പന നടത്തി. ധൂമകേതുക്കളെക്കുറിച്ചുള്ള അദ്ദേ ഹത്തിന്റെ ഗവേഷണങ്ങൾ പ്രസിദ്ധം.

ഹാൾ, സ്പെൻസർ (Hall, 1812–1885) – ഇംഗ്ലീഷ് പ്രേതാത്മാവാദിയും ഫ്രെനോളജിസ്റ്റും.

ഹിപ്പാർക്കസ് (Hipparchus of Nicala, ക്രി മു 2–ാം നൂറ്റാണ്ട്) – പ്രാചീന യവനജ്യോതിശാസ്ത്രജ്ഞൻ. പുരസരണ (precession) പ്രതി ഭാസം കണ്ടുപിടിക്കുകയും ബൃഹത്തായ നക്ഷത്രസൂചിക തയാ റാക്കുകയും ചെയ്തു.

ഹുംബോൾട്ട്, അലക്സാണ്ടർ (Humbolt, 1769–1859) – ജർമൻ പ്രകൃതി ശാസ്ത്രജ്ഞനും ദേശസഞ്ചാരിയും.

ഹെക്കൽ, ഏൺസ്റ്റ് ഹൈൻറിഫ് (Haeckel, 1834–1919) – ജർമൻ ജീവ ശാസ്ത്രജ്ഞൻ. ഡാർവിന്റെ അനുയായി. പ്രകൃതിശാസ്ത്ര ഭൗതി കവാദത്തിന്റെ പ്രതിനിധി. നിരീശ്വരവാദി. ഫിലോജെനെസിസും

ഒൺടൊജെനെസിസും തമ്മിലുള്ള ബന്ധത്തെക്കുറിച്ചുള്ള ബയോജെനെറ്റിക് നിയമം നിർവചിച്ചു. പ്രകൃതിശാസ്ത്രരംഗത്തെ ഒരു പിന്തിരിപ്പൻപ്രവണതയായ "സോഷ്യൽ ഡാർവിനിസ"ത്തിന്റെ സ്ഥാപകരിലും പ്രത്യയശാസ്ത്രജ്ഞരിലുമൊരാൾ.

ഹെഗൽ, ഗെയോർഗ് ഫ്രീഡ്രിഹ് വിൽഹെം (Hegel, 1770–1831) – ക്ലാസിക്കൽ ജർമൻ തത്വശാസ്ത്രത്തിന്റെ സമുന്നതപ്രതിനിധി. വസ്തുനിഷ്ഠ ആശയവാദി. ആശയവാദപരമായ വൈരുധ്യവാദത്തെ ബഹുമുഖമായി ആവിഷ്കരിച്ചു.

ഹെൻറിറ്റ്സി, ഫ്രീഡ്രിഹ് ക്രിസ്റ്റോഹ് (Henrici, 1795–1885) – ജർമൻ ഭൗതികശാസ്ത്രജ്ഞൻ.

ഹെംഹോൽറ്റ്സ്, ഹെർമൻ (Helmholtz, 1821–1894) – ജർമൻ ഭൗതികശാസ്ത്രജ്ഞനും ശരീരക്രിയാശാസ്ത്രജ്ഞനും. അടിയുറപ്പില്ലാത്ത ഭൗതികവാദി. അഭിനവ കാന്റിയൻ അജ്ഞേയവാദത്തോട് ആഭിമുഖ്യം കാട്ടി.

ഹെർഷെൽ, ജോൺ (Herschel, 1792–1871) – ബ്രിട്ടീഷ് ജ്യോതിശാസ്ത്രജ്ഞൻ. വില്യം ഹെർഷലിന്റെ മകൻ.

ഹെർഷൽ, വില്യം (Herschel, 1738–1822) – ബ്രിട്ടീഷ് ജ്യോതിശാസ്ത്രജ്ഞൻ.

ഹെറാക്ലിറ്റസ് (Heraclitus, ഉദ്ദേശം ക്രി മു 540–480) – പ്രാചീന യവന ദാർശനികൻ. വൈരുധ്യവാദത്തിന്റെ സ്ഥാപകരിലൊരാൾ. സ്വതഃസ്ഫൂർത്ത ഭൗതികവാദി.

ഹെറോ (Hero of Alexandria, ക്രി മു 1–ാം നൂറ്റാണ്ട്) –പ്രാചീന യവന ആവിഷ്കാരകൻ. ഗണിതശാസ്ത്രജ്ഞനും ബലതന്ത്രജ്ഞനും.

ഹൈനെ, ഹൈന്റഹ് (Heine, 1797–1856) – ജർമൻ വിപ്ലവകവി.

ഹോഫ്മാൻ, ഔഗുസ്റ്റ് വിൽഹെം (Hofmann, 1818–1892) – ജർമൻ ജൈവരസതന്ത്രജ്ഞൻ. 1845–ൽ ആദ്യമായി കോൾടാറിൽനിന്ന് അനിലീൻ ഉണ്ടാക്കി.

ഹോബ്സ്, തോമസ് (Hobbes, 1588–1679) – ഭൗതികവാദിയായ ഇംഗ്ലീഷ് ദാർശനികൻ. സാമൂഹ്യ–രാഷ്ട്രീയവീക്ഷണങ്ങളിൽ അങ്ങേയറ്റം ജനാധിപത്യവിരുദ്ധമായ പ്രവണതകൾ പ്രകടിപ്പിച്ചു.

ഹോഹന്റ്സൊള്ളൻ (hohenzollern) – ബ്രാൻഡൻബർഗ് രാജവംശം (1415–1701). പ്രഷ്യൻരാജാക്കന്മാർ (1701–1918). ജർമൻ ചക്രവർത്തിമാർ (1871–1918).

ഹൗവർ, ഫ്രാന്റ്സ് (Hauer, 1822–1899) – ആസ്ത്രിയൻ ഭൂഗർഭശാസ്ത്രജ്ഞനും ജീവാശ്മശാസ്ത്രജ്ഞനും.

ഹ്യൂം, ഡേവിഡ് (Hume, 1711–1776) – ഇംഗ്ലീഷ് ദാർശനികൻ. ആത്മനിഷ്ഠ ആശയവാദി. അജ്ഞേയവാദി. ചരിത്രകാരനും ധനശാസ്ത്രജ്ഞനും.

ഹ്യൂയിഗെൻസ്, ക്രിസ്ത്യൻ (Huyghens, 1629–1695) – ഡച്ച് ഭൗതികശാസ്ത്രജ്ഞൻ, ജ്യോതിശാസ്ത്രജ്ഞൻ, ഗണിതശാസ്ത്രജ്ഞൻ. പ്രകാശതരംഗസിദ്ധാന്തത്തിന്റെ ഉപജ്ഞാതാവ്.

റാഫേൽ (Raphale, 1483–1520) – നവോത്ഥാനകാലത്തെ ഇറ്റാലിയൻ ചിത്രകാരൻ.

റിറ്റർ, യോഹൻ വിൽഹെം (Ritter, 1776–1810) – ജർമൻ ഭൗതികശാസ്ത്രജ്ഞൻ. വൈദ്യുതപ്രതിഭാസങ്ങളെക്കുറിച്ച് ഗവേഷണം നടത്തി.

റുംകോർഫ്, ഹൈൻരിഹ് ഡാനിയൽ (Ruhmkorff,1803–1877) – ജർമൻ ബലതന്ത്രജ്ഞൻ. ഫ്രാൻസിൽ പ്രവർത്തിച്ചു. വോൾട്ടത കുറഞ്ഞ പ്രത്യാവർത്തിധാരയെ വോൾട്ടത കൂടിയ പ്രത്യാവർത്തിധാരയാക്കി മാറ്റാനുള്ള പ്രേരകച്ചുരുൾ (ഇൻഡക്ഷൻ കോയിൽ) 1852–ൽ കണ്ടുപിടിച്ചു.

റെനാർ, ഫ്രൻസ്വാ (Reynard, 1805–ൽ ജനിച്ചു, 1870–നുശേഷം മരിച്ചു)– ഫ്രഞ്ച് എഞ്ചിനീയർ. പല ഭൗതികശാസ്ത്രകൃതികളുടേയും രചയിതാവ്. വൈദ്യുതസിദ്ധാന്തരംഗത്ത് വിദ്യുത്കാന്തികക്ഷേത്രത്തെക്കുറിച്ചുള്ള മാക്സ്‌വെലിന്റെ സിദ്ധാന്തത്തോടു സാദൃശ്യമുള്ള ഒരു പരികൽപ്പന മുന്നോട്ടുവച്ചു.

റെനോ, ബെർനാർ (Renault, 1836–1904) – ഫ്രഞ്ച് ജീവാശ്മശാസ്ത്രജ്ഞൻ. വൈദ്യുത രസതന്ത്രരംഗത്തും പ്രവർത്തിച്ചു.

റൊസ്‌ക്കോ, ഹെന്റി എൻഫീൽഡ് (Roscoe, 1833–1915) – രസതന്ത്രസംബന്ധമായ പല പാഠപുസ്തകങ്ങളും രചിച്ച ഇംഗ്ലീഷ് രസതന്ത്രജ്ഞൻ.

റോസൻക്രാന്റ്സ്, യോഹൻ കാറൽ ഫ്രീഡ്രിഹ് (Rosenkranz, 1805–1873) – ഹെഗലിന്റെ അനുയായിയായ ജർമൻ ദാർശനികൻ. സാഹിത്യചരിത്രകാരൻ.

റോസ്, വില്യം (Rosse, 1800–1867) – ഇംഗ്ലീഷ് ജ്യോതിശാസ്ത്രജ്ഞൻ. 1845–ൽ ഒരു കൂറ്റൻ ദൂരദർശിനി നിർമിക്കുകയും അതിന്റെ സഹായത്തോടെ അനേകം നീഹാരികകളെക്കുറിച്ചു പഠനം നടത്തുകയും ചെയ്തു.

റൗൾ, ഫ്രൻസ്വാ മരി (Raoult, 1830–1901) – ഫ്രഞ്ച് രസതന്ത്രജ്ഞൻ. ഭൗതികരസതന്ത്രത്തെക്കുറിച്ചുള്ള കൃതികൾക്ക് പ്രസിദ്ധൻ.

റ്റ്സ്യോൽനർ, യോഹൻ കാറൽ (Zollner, 1834–1882) – ജർമൻ ഖഗോളഭൗതികശാസ്ത്രജ്ഞൻ. ലൈപ്സിഗ് സർവകലാശാലയിലെ പ്രൊഫസർ. പ്രേതാത്മവാദി.

www.ingramcontent.com/pod-product-compliance
Lightning Source LLC
LaVergne TN
LVHW100428051026
849518LV00004B/1418